கு. அழகிரிசாமி சிறுகதைகள்
(1960–1969)

2

கு. அழகிரிசாமி சிறுகதைகள் [1960–1969]

கு. அழகிரிசாமி (1923–1970)

புதுமைப்பித்தன் பரம்பரை எழுத்தாளர். இடைசெவலில் பிறந்தவர். சென்னையிலும் மலேயாவிலும் *பிரசண்டவிகடன்*, *சக்தி*, *தமிழ்நேசன்* முதலான பத்திரிகைகளில் பணியாற்றியவர். சிறுகதை, கட்டுரை, மொழிபெயர்ப்பு, பதிப்பு, நாடகம், கவிதை, நாவல் ஆகிய இலக்கிய வகைகளில் தனித்தன்மையுடன் செயல்பட்டவர். எளிய நடை, சித்திரிப்பின் லாவகம், உள்ளோடும் துயர இழை, மிதக்கும் நகைச்சுவை, கமழும் மண்ணின் மணம் என அழகுகள் கூடிவந்த கலை அழகிரிசாமியின் எழுத்து. எழுத்துலக அங்கீகரிப்பின் அடையாளமாக சாகித்திய அக்காதெமி விருது இறப்புக்குப் பின் அவருக்கு வழங்கப்பட்டது. தமிழில் சிறுகதைக்காக இப்பரிசைப் பெற்ற முதல் எழுத்தாளர்.

இத்தொகுப்பில் அவரது எல்லாக் கதைகளும் காலவரிசையில் இடம்பெறுகின்றன. பல கதைகள் முதன்முதலாக நூலாக்கம் பெறுகின்றன. நவீனத் தமிழ் இலக்கிய வரலாற்றில் கு. அழகிரிசாமியின் இடத்தை இத்தொகுப்பு நிலைநிறுத்தும்.

பழ. அதியமான் (1961)

எழுத்தாளர், ஆய்வாளர். 'தி.ஜ.ர.', 'அறியப்படாத ஆளுமை: ஜார்ஜ் ஜோசப்', 'வ.ரா.', 'சக்தி வை. கோவிந்தன்', 'பெரியாரின் நண்பர்: டாக்டர் வரதராஜுலு நாயுடு வரலாறு', 'சேரன்மாதேவி குருகுலப் போராட்டமும் திராவிட இயக்கத்தின் எழுச்சியும்', 'பாரதி கவிதைகள் - முழுத் தொகுப்பு', 'பாரதியின் பாஞ்சாலி சபதம்', 'கிடைத்தவரை லாபம்', 'நவீனத் தமிழ் ஆளுமைகள்', 'வைக்கம் போராட்டம்', 'சலபதி 50: தொடரும் பயணம்', 'சரஸ்வதி காலம்', 'மகாகவி பாரதியார்', 'நான் கண்ட எழுத்தாளர்கள்' ஆகிய நூல்களின் ஆசிரியர்/தொகுப்பாசிரியர்/பதிப்பாசிரியர். தமிழ்ச் சிந்தனை வரலாறு தொடர்பான ஆய்வுகளில் ஈடுபட்டிருப்பவர். அகில இந்திய வானொலியில் உதவி இயக்குநராகப் பணியாற்றி ஓய்வு பெற்றவர். சென்னையில் வசிக்கிறார்.

மனைவி: டாக்டர் அமுதா, மகள் ஆழி.

தனித்தனியாக இந்தக் கதைகளைப் பத்திரிகைகளில் அவ்வப்போது படித்துப் பார்த்தபோது அவை அப்படி ஒன்றும் பிரமாதமானவையாகத் தோன்றவில்லை. ஆனால் சேர்த்து புஸ்தக ரூபத்தில் ஒன்றன்பின் ஒன்றாகப் படிக்கும் போது சங்கீத ரஸிகர்கள் சொல்கிறார்களே அதுபோல 'ஐயோ!' வென்றிருக்கிறது. எப்படித்தான் இந்தச் சிறுகதையாசிரியர் இப்படியெல்லாம் எழுதினாரோ? என்றிருக்கிறது.

க.நா. சுப்ரமண்யம் *(1959)*

புதுமைப்பித்தன், கு.ப.ரா, மௌனி, பிச்சமூர்த்தி இவர்களுடன் உடன்வைத்துப் பேசக்கூடிய தகுதி வாய்ந்தவர் கு. அழகிரிசாமி. சொல்லப்போனால் இக்குறிப்பிட்ட ஆசிரியர்களின் சாயை அழகிரிசாமியின் கதைகளில் ஒரு நூதன ரூபமெடுத்திருக்கின்றன என்று சொல்ல வேண்டும். இவர்கள் அனைவரிடமிருந்தும் தனித்து நிற்கும் ஒரு பண்பும் கலைத் திறனும் அவருடைய கதைகளுக்கு உண்டு. அவருடைய கதைகளை ஒருமுறைக்கு இருமுறையாகப் படிப்பவர்களுக்கு சௌந்தரிய உணர்ச்சி என்பதன் தனி அர்த்தம் தெளிவாக விளங்கும்.

கதைத் தொகுதிகளை இன்று மூன்றாவது முறையாகப் படிக்கும்போது வட்டமிடும் உணர்ச்சி என்னவென்றால் அவர் கதைகளில் காணப்படும் ஒரு நூதனமான 'நகைச்சுவை' என்று சொல்ல வேண்டும். இதை விளக்கமாகச் சொல்லப் போனால் அவருடைய கதைகளுக்கெல்லாம் அர்த்தம் கொடுப்பது ஒரு தனிவிதச் சிரிப்புத்தன்மை. ஆனால் அவரை நாம் ஒரு பொழுதும் ஒரு நகைச்சுவை ஆசிரியராகச் சாதாரணமான அர்த்தத்தில் கருத முடியாது. ஒரு மேல்நாட்டு ஆசிரியர் ஆனந்த பாஷ்பத்தின் அடித்தளத்தில் நாம் துக்கக் கண்ணீரின் உலர்ந்த சுவட்டைக் காணலாம் என்று சொன்னார். அந்த அர்த்தத்திலும் நாம் அழகிரிசாமியின் நகைச்சுவைக்கு வியாக்கியானம் அளிக்க முடியாது. இதைச் சற்று வார்த்தைகளில் விவரிப்பது கடினம்தான்.

நகுலன் *(1961)*

கு. அழகிரிசாமி சிறுகதைகள்
[1960–1969]

2

பதிப்பாசிரியர்
பழ. அதியமான்

காலச்சுவடு பதிப்பகம்

● அன்பார்ந்த வாசகருக்கு,

வணக்கம்.

காலச்சுவடு நூலை வாங்கியமைக்கு நன்றி.

நூலின் உள்ளடக்கம், உருவாக்கம், அட்டைப்படம் இன்ன பிற அம்சங்கள் பற்றிய உங்கள் கருத்துகளையும் ஆலோசனைகளையும் காலச்சுவடு வரவேற்கிறது. தகவல், எழுத்து, வாக்கியப் பிழைகள் தென்பட்டால் அவசியம் தெரிவித்து உதவுங்கள். நூல் தயாரிப்பில் கடும் குறைபாடு இருப்பின் மாற்றுப் பிரதி உங்களுக்குக் கிடைக்கக் காலச்சுவடு ஏற்பாடு செய்யும்.

மின்னஞ்சல்: publisher@kalachuvadu.com

காலச்சுவடு நாகர்கோவில் அலுவலகத்திற்குக் கடிதம் அனுப்பலாம்.

தங்கள்
எஸ்.ஆர். சுந்தரம் (கண்ணன்)
பதிப்பாளர் — நிர்வாக இயக்குநர்

கு. அழகிரிசாமி சிறுகதைகள் (1960–1969) ◆ பதிப்பாசிரியர்: பழ. அதியமான் ◆ © அ. சாரங்கராஜன், பதிப்புரிமை: பழ. அதியமான் ◆ மேம்படுத்திய புதிய பதிப்பு: டிசம்பர் 2022, நான்காம் பதிப்பு: அக்டோபர் 2024 ◆ வெளியீடு: காலச்சுவடு பதிப்பகம், 669 கே.பி. சாலை, நாகர்கோவில் 629001

ku. aLakirisami ciRukataikaL (1960-1969) ◆ Complete Short Stories of G. Alagiriswamy (1923-1970) ◆ Compilation, editorial format and arrangement: Pazha. Athiyaman ◆ © A. Sarangarajan, Editorial Copyright: Pazha. Athiyaman ◆ Language: Tamil ◆ Enhanced Edition: December 2022, Fourth Edition: October 2024 ◆ Size: Royal ◆ Paper: 18.6 kg maplitho ◆ Pages: 620+xii

Published by Kalachuvadu Publications Pvt. Ltd., 669, K.P. Road, Nagercoil 629001, India ◆ Phone: 91-4652-278525 ◆ e-mail: publications@kalachuvadu.com ◆ Printed at Adyar Students xerox Pvt. Ltd., No. 275 Habibullah Road, Triplicane high Road, Opp Triplicane Post Office, Triplicane, Chennai 600005

ISBN: 978-81-960589-9-9

பொருளடக்கம்

	பதிப்புரை	...	ix
61	வசந்தாவின் தந்தை	...	567
62	தெய்வம் பிறந்தது	...	586
63	பேதைமை	...	592
64	குமாரபுரம் ஸ்டேஷன்..	...	598
65	சந்திப்பு	...	614
66	இரண்டு கணக்குகள்	...	625
67	நல்லவள்	...	631
68	சொல்லும் பொருளும்	...	640
69	காதல் பிரச்னை	...	652
70.	பெருமாள் எழவில்லை!	...	664
71.	தரிசனம்	...	671
72.	மனப்பால்	...	679
73.	சிங்கப்பூர் சென்ற மகன்	...	689
74.	காற்று	...	699
75.	கார் வாங்கிய சுந்தரம்	...	708
76.	அக்கினி கவசம்	...	719
77.	கற்பக விருட்சம்	...	729
78.	யாருக்குக் கட்டிய வீடு?	...	740
79.	திருவொற்றியூர் வல்லி	...	756
80.	விட்ட குறையைத் தொட்ட குறை	...	767
81.	அழகின் விலை	...	781
82.	ஒரு மாத லீவ்	...	803
83.	சரஸ்வதி பூஜை	...	815

84.	தியாகம்	...	831
85.	புரட்சி எழுத்தாளரின் கதாநாயகி	...	840
86.	ஒருவன் இருக்கிறான்	...	850
87.	வரம் வாங்கியவர்	...	860
88.	தேவ ஜீவனம்	...	872
89.	போலி	...	886
90.	அபார ஞாபகம்	...	895
91.	எங்கிருந்தோ வந்தார்	...	905
92.	வரப்பிரசாதம்	...	928
93.	பெரிய பேய்	...	948
94.	மற்றொரு பயிற்சி	...	956
95.	தீ விபத்து	...	978
96.	புத்தி	...	993
97.	அதிருப்தி	...	1008
98.	தன்னையறிந்தவர்	...	1019
99.	கண்ணம்மா	...	1035
100.	செவிசாய்க்க ஒருவன்	...	1050
101	புன்னகை	...	1058
102.	புதிய ரோஜா	...	1069
103.	சிறுமைக் கதை	...	1078
104.	பங்கஜத்தின் தற்கொலை	...	1088
105.	முகக் களை	...	1112
	நிலைக்கண்ணாடி	...	1127
	வளையல்காரன்	...	1131

பின்னிணைப்புகள்

1.	முதல் பதிப்பு முன்னுரைகளும் பதிப்புரைகளும் ...		1140
2.	கதைக்கு ஒரு கரு - *கு. அழகிரிசாமி*	...	1154
	செல்லையா கு. அழகிரிசாமியானது - *கி. ராஜநாராயணன்*	...	1159
3.	கு. அழகிரிசாமி கதைகள் - தொகுதி வரிசை	...	1165
4.	கு. அழகிரிசாமி கதைகள் - கால வரிசை	...	1168
5.	கு. அழகிரிசாமி கதைகள் - அகர வரிசை	...	1165
6.	கு. அழகிரிசாமி படைப்புகள்	...	1177
7.	வாழ்க்கைக் குறிப்பு	...	1185

பதிப்புரை

கு. அழகிரிசாமி சிறுகதைகள் – முழுத்தொகுப்பின் (2011) இந்தப் பதிப்பு இரண்டு தொகுதிகளாகப் புதிய வடிவத்தில் வெளிவருகிறது. ஏறத்தாழ 1200 பக்கங்களைக் கொண்ட பெரு நூலைக் கையில் எடுத்து வாசிப்பது சிரமமாக உள்ளது என்று வாசகர் பலரும் பதிப்பாளர் கண்ணனிடம் கருத்து தெரிவித்து வந்தனர். அதையடுத்து வாசகர்களின் வசதிக்காக இரண்டு தொகுதிகளாக ஒரே அட்டைப் பேழையில் தரும் ஏற்பாட்டைச் செய்திருக்கிறோம். 1942 முதல் 1959வரை வெளிவந்த கதைகள் முதல் தொகுதியிலும் 1960க்குப்பின் வெளிவந்த கதைகள், காலவரிசை, அகரவரிசை உள்ளிட்ட பின்னிணைப்புகள் முடிய உள்ள மற்றவை இரண்டாவது தொகுதியிலும் அமைகின்றன.

இப்போது சில கதைகளுக்கு முதல் வெளியீட்டுக் காலம் கிடைத்துள்ளது. அதையடுத்து இப்பதிப்பில் கதைகளின் வரிசையைச் சிறிது மாற்றியமைத்துள்ளோம்.

இந்தப் புதிய பதிப்பில் புதிதாக இரண்டு கதைகள் சேர்கின்றன. ஒன்று கு. அழகிரிசாமி பெயரில் 'தமிழ்நேச'னில் வெளிவந்த, சிதைந்த வடிவத்தில் சமீபத்தில் கிடைத்த 'நிலைக் கண்ணாடி'. இரண்டாவது 'செல்லையா' என்ற பெயரில் 'சக்தி'யில் (1944) வெளிவந்த 'வளையல்காரன்' கதை. கதைகளை எழுத புனைபெயரைச் சூட்டிக்கொள்வது கு. அழகிரிசாமிக்குப் பெரும்பாலும் வழக்கமில்லை. 'ஜி. செல்லையா' என்ற பெயரில் கட்டுரைகள் சிலவற்றை அவர் எழுதியிருக்கிறார். முதலெழுத்து இல்லாமல் 'செல்லையா' என்று எழுதியதாகத் தெரியவில்லை. அக்காலகட்டத்தில் டி.கே.சி.யின் மகன் தீத்தாரப்பன், செல்லையா என்ற இப்பெயரில் எழுதி வந்தார். ஆனால்

‘வளையல்காரன்’ கதை ‘சக்தி’யில் வெளிவந்த *1944*இல் அவர் மறைந்து விட்டிருந்தார். இந்தக் கதையை கு. அழகிரிசாமி தன் தொகுப்பெதிலும் சேர்க்காதது ஏன் என்றும் தெரியவில்லை. ‘சக்தி’ ஆசிரியர் தன் கதையை ஏதோ வகையில் திருத்திவிட்டதால் ‘பித்தளை வளையல்’ என்ற கதையைத் தொகுப்பில் கு. அழகிரிசாமி சேர்க்காதிருந்தார் என்று ஒரு தகவலை ஒருமுறை கி. ராஜநாராயணன் என்னிடம் சொல்லியிருந்தார். ஒருவேளை நினைவு மறதியாக இந்தக் கதையைத்தான் கி.ரா. சொல்லியிருப்பாரோ!

‘வளையல்காரன்’ கதையில் வரும் கதைநாயகன் ஒரு பெண்ணைக் காதலிக்கிறான். ஆனால் இதை வாய்திறந்து கதை முழுக்க எங்கும் சொல்லவேயில்லை. இத்தகைய மௌன உணர்த்தல்கள் கு. அழகிரிசாமி யின் கதைகளில் பிரதான அம்சம். அதனாலும் இது அவருடைய கதையாக இருக்கலாம் என்று தோன்றுகிறது.

“சார்பாகவும் எதிராகவும் அமைந்த” இத்தனை யோசனைகளுக்குப் பிறகு ‘வளையல்கார’னைக் கடைசிக் கதையாய் வரிசை எண் தராமல் தனியே வைக்க நினைத்தோம். வரும் காலத்தில் சரியான ஆதாரம் கிடைத்தால் உள்ளே அழைத்துக்கொள்ளலாம். அதுவரை எண்ணிக்கையிலோ காலவரிசை யிலோ அகரவரிசையிலோ சேராமல் அக்கதை தனித்திருக்கட்டும். உள்ளடக்கப் பக்கத்தில் பெயரும் கடைசிக் கதையுமாகவும் அது அமையட்டும். அதுபோல காலம் உறுதியாகத் தெரியாத ‘நிலைக் கண்ணாடி’யும் இறுதியில் அமையட்டும்.

அவற்றின் நிலையைக் காலம் கவனித்துக்கொள்ளட்டும் என்று விட்டுவிடலாம் என்று நினைக்கிறேன்.

காலச்சுவடில் *2021* ஜனவரியில் வெளிவந்த ‘அவனும் அழுதான்’ என்ற, ஆ.இரா. வேங்கடாசலபதி தேடி எடுத்த கதை தொகுப்பில் ‘சொல்லும் பொருளும்’ என்ற தலைப்பில் முன்பே இடம்பெற்றுள்ளது. ‘இரு சகோதரர்கள்’ தொகுப்பில் இரண்டாவது கதை அது. ‘நிலைக் கண்ணாடி’யைக் கண்ணுற்றது கு. அழகிரிசாமியின் மகன் சாரங்கன். ‘வளையல்கார’னைப் பார்த்தது நான். எனவே கிடைக்காத கதைகள் என்று குறிப்பிட்டவற்றுள் இன்றைய நிலையில் ‘பிரக்ஞை’ மட்டுமே கிடைக்காத கதையாக நீடிக்கிறது.

கு. அழகிரிசாமியின் நூற்றாண்டில் வெளிவரும் இத்தொகுப்பின் இந்த ஆறாம் பதிப்பை நூற்றாண்டுக் கொண்டாட்டங்களின் ஒரு பகுதியாகக் கருதுவோம். மாபெரும் கலைஞனை வாசிப்பதன் மூலம் கொண்டாடுவோம்.

பழ. அதியமான்
22.12.2022

கு. அழகிரிசாமி சிறுகதைகள்
(1960-1969)

2

வசந்தாவின் தந்தை

ஆவணி மாதத்திலும் சித்திரை மாதத்தைப்போல் வெய்யில் தகித்தது. வெளியே தலைகாட்டவே முடிய வில்லை. சித்திரை வெய்யிலுக்குக்கூட இல்லாத ஆவேசமும் உள்காய்ச்சலும் அந்த ஆவணி வெய்யிலுக்கு இருந்தன. உக்கிரமான அந்த வெய்யிலில் மந்தைவெளி செயின்ட் மேரீஸ் ரோடு, நீளப் பரப்பிய ஒரு துத்தநாகத் தகட்டைப்போல் காய்ந்துகொண்டிருந்தது. அதே ரோட்டில்தான் புதிதாக ஒரு சிறு பங்களாவை விலைக்கு வாங்கி, ஒரு மாதத்துக்கு முன் திருச்சியிலிருந்து குடும்பத்தோடு வந்து குடியேறியிருந்தார் சிவராமன். வெறும் பொட்டலாகக் கிடந்த இடத்தில் கட்டப்பட்ட பல புதிய பங்களாக்களில் அதுவும் ஒன்று. காம்பவுண்டுக்குள் யாதொரு மரமும் கிடையாது. சிவராமன் ஆங்காங்கு குழிகள் தோண்டிச் சில செடிகளையும் தென்னம்பிள்ளைகளையும் நட்டுத் தண்ணீர் ஊற்றிக் கொண்டு வந்தார். அதைத் தவிர சுற்றுப்புறம் முழுவதும் ஒரே மணல்தான். அன்று வெப்பம் தாங்க முடியாமல் வீட்டின் கதவுகளையும் ஜன்னல்களையும் ஒன்று பாக்கியில்லாமல் சாத்தியிருந்தார்கள்.

பிற்பகல் இரண்டு மணி இருக்கும், மாடி அறை ஒன்றில் சிவராமனின் மனைவி குறட்டைவிட்டுத் தூங்கிக்கொண்டிருந்தாள். மற்றோர் அறையில் சிவராமன் தூங்காவிட்டாலும் தூங்குவதற்கு முயன்று கொண்டிருந்தார். கீழே தெருவைப் பார்த்த அறையில் உட்கார்ந்து ஒரு பத்திரிகையில் கதை படித்துக்கொண்டி ருந்தாள் வசந்தா. கதை ஓடவில்லை. படுத்துத் தூங்கித்

தான் குறைப்பொழுதையும் கழிக்க வேண்டுமென்று நினைத்தவளாய், ஒரே ஒரு ஜன்னலை மட்டும் திறந்தாள்.

மூன்று பக்கங்களை வாசித்து முடித்து நான்காவது பக்கத்தின் பாதியில் நிற்கும் சமயத்தில் காம்பவுண்டுக் கதவு கிறீச்சிட்டுத் திறக்கும் சத்தம் கேட்டது. முகத்தைத் திருப்பிப் பார்த்தாள். நான்கு வாலிபர்கள் ஏககாலத்தில் கதவைத் திறந்துகொண்டு, உள்ளே தயங்கித் தயங்கி நுழைவதைக் கண்டாள். அவளுக்கு ஒரே திகைப்பாக இருந்தது;

அப்பாவைக் கூப்பிட்டாள்.

"என்ன வசந்தா?"

"யாரோ வந்திருக்கிறார்கள், அப்பா"

"என்னது?"

"யாரோ வந்திருக்கிறார்கள், அப்பா?"

வசந்தா தன் அறையிலிருந்து எழுந்து வந்து அப்பாவின் வருகையை எதிர்நோக்கியபடி மாடிப் படிகளை ஏறிட்டுப் பார்த்துக்கொண்டு நின்றாள். அவர் ஒரு துண்டை எடுத்துப் போர்த்துக்கொண்டு கீழே இறங்கி வந்தார்.

"யார்?" என்று கைஜாடை போட்டு மகளிடம் கேட்டார்.

வசந்தா உதட்டைப் பிதுக்கிக்கொண்டு இரண்டு கைகளையும் "தெரியாது" என்று விரித்தாள்.

சிவராமன் கதவைத் திறந்ததும், நான்கு வாலிபர்களும் "வணக்கம்" என்றார்கள்.

"யாரைப் பார்க்க வேண்டும்?" என்று கேட்டார் சிவராமன்.

"உங்களைப் பார்க்கத்தான் வந்தோம்"

"என்னைப் பார்க்கவா?"

"ஆம்!"

சிவராமன் ஒரு மாதிரியாகச் சிரித்துக்கொண்டார். எங்கோ போகவந்த வாலிபர்கள் தவறுதலாக இங்கே வந்துவிட்டார்கள் என்று நினைத்துக்கொண்டார்.

"உள்ளே வாருங்கள்."

வாலிபர்கள் வந்து ஆளுக்கொரு நாற்காலியில் உட்கார்ந்து கொண்டார்கள்; மீதியிருந்த ஒரே நாற்காலியில் சிவராமன் உட்கார்ந்து கொண்டார். வசந்தா உட்காருவதற்கு அங்கே நாற்காலியோ, ஸ்டூலோ இல்லை. அதனால், தன் அறையின் கதவொன்றின்மீது சாய்ந்தும் சாயாமலும் நின்றுகொண்டு, நடக்கப்போகும் இடம்-மாறாட்ட நாடகத்தை ரஸிப்பதற்காகச் சிரித்த முகத்தோடு காத்துக்கொண்டிருந்தாள்.

வந்தவர்களில் ஒரு வாலிபன் பேசத் தொடங்கினான்:

"நாங்கள், மயிலை புதுமை இலக்கிய மன்றத்தைச் சேர்ந்தவர்கள் . . ."

"ஓஹோ! . . ." என்று சொல்லிவிட்டுத் தம் மகளைப் பார்த்துத் திரும்பி, "மயிலை புதுமை இலக்கிய மன்றத்தினராம்!" என்று தகவல் கொடுத்துவிட்டு, மீண்டும் வாலிபர்களின் பக்கம் திரும்பினார் சிவராமன்.

'பக்கத்தில் நிற்பவளிடம், தமிழ் வார்த்தைகளைத் தமிழிலேயே மொழிபெயர்த்துச் சொல்லுவானேன்? ஆசாமி, ஓர் அப்பாவி மனிதர் போலிருக்கிறது!' என்று ஒரு வாலிபன் நினைத்தான்.

அவர், தங்கள் நால்வரையும் பரிகாசம் பண்ணும் முறையில்தான் இப்படி நடந்துகொள்ளுகிறாரோ என்று மற்றொருவன் சந்தேகித்தான்.

வசந்தாவின் முகத்தில் சிரிப்பு மேலும் மேலும் படர்ந்து கொண்டிருந்தது.

முதலில் பேசிய வாலிபன் திரும்பவும் பேச்சைத் துவக்கினான்.

"நாங்கள் இந்த ஆண்டு பாரதி விழா கொண்டாடுவதாகத் தீர்மானித் திருக்கிறோம்."

"கொண்டாட வேண்டியதுதான். நல்ல காரியம்."

"அதற்குத் தங்களைப் போன்றோரின் உதவியை எங்கள் மன்றம் பெரிதும் எதிர்பார்க்கிறது" என்று அவன் சொல்லும்போது வேறொரு வாலிபன் இடையில் புகுந்து, "தங்களைப்பற்றி நாங்கள் ரொம்ப ரொம்பக் கேள்விப்பட்டிருக்கிறோம்" என்றான்.

"அப்படியெல்லாம் நீங்கள் ஒன்றும் கேள்விப்பட்டிருக்க முடியாது. நான் இந்த ஊருக்கு வந்து இன்னும் ஒரு மாதம்கூட ஆகவில்லை" என்று சிவராமன் சொல்லி வாய் மூடுமுன் வசந்தா ஒரே முழக்கமாகச் சிரித்தாள். அவரும் சேர்ந்து சிரித்தார்.

வாலிபர்கள் நால்வருக்கும் முகத்தில் ஈயாடவில்லை.

"வசூலுக்குக் கிளம்புகிறவர்கள் எப்படியெல்லாம் பேச வேண்டும் என்பதை நன்றாகத் தெரிந்துவைத்திருக்கிறீர்கள்! சந்தோஷம்!"

முதலில் நினைத்ததுபோல் அவர் ஒன்றும் அப்பாவி இல்லை என்பதை வாலிபர்கள் நன்கு அறிந்துகொண்டார்கள். மேற்கொண்டு என்ன பேசுவது என்று ஒருவனுக்குமே புரியவில்லை.

சிவராமன் எல்லோரையும் ஒருமுறை பார்த்து, "பாரதி விழாவுக்கு நான் என்ன உதவி செய்ய வேண்டும்?" என்று கேட்டார்.

"தங்கள் விருப்பம்போல் ஏதாவது நன்கொடை கொடுத்து உதவ வேண்டும்."

"ஏதோ என்னால் இயன்றதைத் தருகிறேன்" என்று அவர் சொன்னதும், முதலில் பேசிய வாலிபன் ஒரு ஜாபிதாவை எடுத்து

அவர் கையில் நீட்டினான். அதில் ஐந்து பேருடைய கையெழுத்துகள்தான் இருந்தன. மொத்தத் தொகையைக் கூட்டிப் பார்த்தார். இன்னும் பத்து ரூபாயைக்கூட எட்டிப் பார்க்கவில்லை.

சிவராமன் ஜாபிதாவை ஒரு தடவை பார்த்துவிட்டுத் தமக்குள் சிரித்துக்கொண்டார். அதைப் புரிந்துகொண்ட வாலிபன், "இதுவரை நாங்கள் ஐந்து பேரைத்தான் பார்த்திருக்கிறோம். இனி நாளொன்றுக்கு ஐந்து பேரிடமாவது போய் நன்கொடை வாங்கிவிடுவோம். இருநூறு ரூபாய் சுலபமாக வசூலாகிவிடும்" என்றான்.

"உங்கள் பெயர் என்ன?" என்று அந்த வாலிபனைப் பார்த்துக் கேட்டார் சிவராமன்.

"நடராஜன். நான்தான் மன்றத்தின் காரியதரிசி. இவர் முத்துசாமி; எங்கள் மன்றத்தின் உப தலைவர். மூன்றாவதாக உட்கார்ந்திருப்பவர் சோமசுந்தரம். கடைசியில் உட்கார்ந்திருப்பவர் சேஷாத்திரி. நாங்கள் நால்வரும் பாரதி விழா நிதிக் கமிட்டியின் அங்கத்தினர்கள்."

அதன் பிறகு அவர்கள் ஒவ்வொருவருடைய உத்தியோகத்தைப் பற்றியும் கேட்டார். அவரவர் குடும்பங்களைப் பற்றிய விவரங்களையும் நுட்பமாக விசாரித்தார்.

காரியதரிசி நடராஜன் சொன்னான்: "நான் ஒரு கம்பெனியில் குமாஸ்தா வேலை பார்க்கிறேன். முத்துசாமி தம் தந்தையைப் போலவே ஒரு பி.ஏ., பி.எல்., ஆனால் இனிமேல்தான் அவரைப்போல் பெரிய அட்வகேட் ஆக வேணும்!"

"தந்தையார் பெயர் என்னவோ..?"

"எம். ஆர். சுப்ரமண்யம்."

"எம். ஆர். சுப்ரமண்யம்?"

"ஆம்"

முத்துசாமியை ஒருமுறை உச்சிமுதல் உள்ளங்கால் வரையில் கூர்ந்து பார்த்தார் சிவராமன். அப்புறம் அவனிடமிருந்து அவர் முகத்தைத் திருப்பினாலும் கவனத்தைத் திருப்பவில்லை. சோமசுந்தரம் மயிலாப்பூரில் தன் தகப்பனாரோடு ஜவுளி வியாபாரம் செய்வதைப் பற்றியும் சேஷாத்திரி கல்லூரியில் படித்துவருவதைப் பற்றியும் நடராஜன் சொன்னது அவர் காதில் விழுந்ததா என்பது சந்தேகமே.

"இனி என்னை அறிமுகப்படுத்திக் கொள்ளுகிறேன்" என்று தமாஷாக – இல்லை; தமாஷ் மாதிரி – ஆரம்பித்தார் சிவராமன். "என் பெயர் சிவராமன். சர்க்கார் உத்தியோகத்திலிருந்து சமீபத்தில் ஓய்வு பெற்றுச் சென்னைக்கு வந்திருக்கிறேன். அதனால் என்னைப் பற்றி நண்பர் சோமசுந்தரம் ரொம்ப ரொம்பக் கேள்விப்பட்டிருக்க முடியாது! . . ."

இப்போது எல்லோரும் சிரித்தார்கள்.

"தெரிந்ததா? . ."

சிரிப்பு அடங்கியது.

"இவள் என் மகள் வசந்தா. . ."

வசந்தா அந்தக் கதவைவிட்டு நகர்ந்துபோய் மற்றொரு கதவின்மீது சாய்ந்து கொண்டாள். முகத்தில் அதே சிரிப்பு.

கடைசியாகச் சிவராமனே விஷயத்துக்கு வந்துவிட்டார்; "என்னிடம் எவ்வளவு எதிர்பார்க்கிறீர்கள்?"

"தங்கள் விருப்பம் என்று முதலிலேயே சொல்லி விட்டோம்."

அவர் எழுந்து வீட்டுக்குள் போனார். இரண்டு நிமிஷங்கள் கழித்து வெளியே வந்து, காரியதரிசியின் கையில் மூன்று பத்து ரூபாய் நோட்டுக்களை நீட்டினார்.

காரியதரிசியும் மற்றவர்களும் அப்படியே மூர்ச்சைபோட்டு விழத் தயாராக இருந்தார்கள். அவர்களால் நம்பவே முடியவில்லை. எதிர்பாராத அதிர்ச்சியினால் தாக்குண்டு கல்லாகச் சமைந்து உட்கார்ந்துவிட்டார்கள்.

ரூபாய் நோட்டுகளைக் கை நீட்டி வாங்கும்போது காரியதரிசியின் கைமட்டுமல்ல, உடம்பு முழுவதுமே நடுங்கியது.

"நன்றி" சொல்லிவிட்டு நால்வரும் எழுந்தார்கள். "விழாவுக்கு அவசியம் வரவேண்டும்" என்று கேட்டுக்கொண்டு விடைபெற்றார்கள். அவர்கள் வெளியே போகும்போது சிவராமனின் கண்கள் முத்துசாமியைப் பின் தொடர்ந்தன. எல்லோரும் கண்பார்வையிலிருந்து மறைந்து விட்டார்கள். அவர் வீட்டுக்குள் சென்றார். எதிரில் நின்ற வசந்தாவிடம், அட்வகேட் எம். ஆர். சுப்ரமண்யத்தின் பெருமைகளையும் அவர் ஜயித்த பிரபலமான பெரிய வழக்குகளையும் பற்றிச் சொல்லவேண்டுமென்று அவருக்கு ஆவல்தான். ஆனால் ஒன்றரை மணிநேரம் நான்கு பேர் இருந்து கலகலப்பாகப் பேசிவிட்டுப் போன பிறகு அங்கே நிலவிய மௌனமும் சூன்யமும் அவருடைய உற்சாகத்தைப் போக்கிவிட்டன. வீடு 'வெறும்' வீடாகக் காட்சியளித்தது.

சரியாகப் பன்னிரண்டு நாட்களுக்குப் பிறகு மயிலை புதுமை இலக்கிய மன்றத்தின் பாரதி விழா சிறப்பாக நடந்தேறியது; மந்திரி ஒருவர் தலைமை தாங்கி விழாவைச் சிறப்பித்தார். பிரபலமான சொற்பொழிவாளர் ஒருவரும் ஒரு கல்லூரிப் பேராசிரியையும் காரியதரிசி நடராஜனும் பேசினார்கள்.

சொற்பொழிவாளர் இரண்டு மணி நேரம் பேசியும் பாரதியைப் பற்றி இரண்டு நிமிஷம்கூடப் பிரஸ்தாபிக்கவில்லை. கல்லூரிப் பேராசிரியையோ சங்ககாலப் பெண்களைப் பற்றியே பேசித் தீர்த்தார். முழுக்க முழுக்கப் பாரதியைப் பற்றிப் பேசியவன் நடராஜன் ஒருவன்தான். அதுவரையிலும் சங்கத்தின் இலக்கியக் கூட்டங்களில் மட்டும் பேசியவன். அன்றுதான் முதன் முதலாக அம்பலத்தில்

சொற்பெருக்காற்றியிருக்கிறான். அவ்வளவு பிரமாதமாக அவன் பேசுவான் என்று மன்றத்தின் அங்கத்தினர்கள் கூட எதிர்பார்க்கவில்லை. விழாவின் முடிவில் வேறொரு இலக்கிய சங்கத்தைச் சேர்ந்தவர்கள், அடுத்த வாரத்தில் தங்கள் சங்கம் நடத்தவிருக்கும் பாரதி விழாவில் பேச வரும்படி நடராஜனுக்கு அங்கேயே அழைப்பு விடுத்துச் சம்மதமும் பெற்றுச் சென்றார்கள். அவ்வளவுதூரம் அவனுடைய பேச்சு எல்லோரையும் கவர்ந்துவிட்டது.

சிவராமனும் வசந்தாவும் நடராஜனுடைய பேச்சில் தம்மை மறந்து விட்டார்கள். 'கவிகளை இப்படியெல்லாம் ரஸிப்பது உண்டா? இப்படியெல்லாம் கவிகளுக்கு ஆழமும் சிறப்பும் இருக்குமா?' என்று வியந்தார்கள். இதற்கு முன் எந்த இலட்சியச் சொற்பொழிவையும் கேட்டறியாத அவர்களுக்கு அது புதிய அனுபவமாக, புதியதோர் உலகமாக இருந்தது. நடராஜனைத் தனியே சந்தித்த சிவராமனுக்கும் வசந்தாவுக்கும் அவனை எப்படிப் பாராட்டுவது என்றே தெரியவில்லை. வெகுநேரம் விழாவின் சிறப்பைப் பற்றிப் பேசிக்கொண்டிருந்தார் சிவராமன்.

அவ்வளவு நேரமும் கண்கொட்டாமல் நடராஜனையே பார்த்துக் கொண்டிருந்த வசந்தா, தகப்பனார் அழைக்கும் குரல் கேட்டுத்தான் திரும்பினாள். மற்றொரு முறையும் அவனை ஏறிட்டுப் பார்த்தாள். சாதாரண மனித உருவத்தில் மகத்தான ஒன்றைக் காண்பதுபோல் அவள் கூர்ந்து நோக்கினாள். அவனுக்கு உடம்பெல்லாம் கூசியது. பாரதி விழாவின் சிறப்பு அதன் கோலாகலம், பாரதியின் பாடல்கள், அவற்றுக்குத் தான் கொடுத்த விளக்கங்கள் – இப்படி எத்தனையோ அலங்காரத் திரைகளையெல்லாம் ஊடுருவிக்கொண்டு. தன்னை, தன் உண்மை நிலையை, தன் சர்வ சாதாரணத் தன்மையை வசந்தா பார்ப்பதுபோல் நடராஜனுக்குத் தோன்றியது.

"போய் வருகிறோம்" என்று சொன்னார் சிவராமன்.

வசந்தா வணங்கினாள்.

கூப்பிய கரங்களோடு அவர்களுக்கு விடைகொடுத்தான் நடராஜன்.

நடந்து போகும் வசந்தாவின் விழிகள் அவனை ஒருமுறை திரும்பிப் பார்க்கவே, அவன் அதிவேகமாக மேடையருகே சென்று மன்றத்தின் அங்கத்தினரிடையே புகுந்து பாதுகாப்புத் தேடிக்கொண்டான்.

மறுநாள் பத்திரிகைகளில் மயிலை புதுமை இலக்கிய மன்றத்தாரின் பாரதி விழாச் செய்திகள் இரண்டு மூன்று பத்திகளை அடைத்துக் கொண்டு வெளியாயின. மன்றத்தின் பெயர் நகரெங்கும், நாடெங்கும் பிரபலம் பெற்றுவிட்டது. அதன் பிறகு மன்றத்துக்குப் புது அங்கத்தினர்கள் சேர்ப்பதோ சேர்ந்த அங்கத்தினர்களிடம் மாதாமாதம் சந்தா வசூலிப்பதோ முன்போல் கடும் பிரச்னையாக இருக்கவில்லை. சிலர் வேறு சங்கங்களிலிருந்து விலகியும் இதில் சேர வந்தார்கள். சொற்பொழிவு நிகழ்த்துவதையே முழுநேரத் தொழிலாகக் கொண்ட சிலர் மன்றத்தின்

அழைப்புக்காகக் காத்திருக்கலானார்கள். இந்தப் பாரதி விழாவிலிருந்து நடராஜனும் சென்னையின் சொற்பொழிவாளர்களின் வரிசையில் இடம் பெற்றுவிட்டான்.

விழா முடிந்து சில தினங்களுக்குப் பிறகு நடராஜனும் சோமசுந்தரமும் சிவராமன் வீட்டுக்கு வந்திருந்தார்கள். அவர்களைப் பார்த்த மாத்திரத்தில், “உங்கள் உப தலைவர் வரவில்லையா?” என்று கேட்டார் சிவராமன்.

“யார் முத்துசாமியா?”

“ஆம்.”

“மற்றொரு சமயம் அழைத்துக்கொண்டு வருகிறோம்” என்றான் நடராஜன்.

இப்போது வசந்தாவும் அவர்களைப்போல் ஒரு நாற்காலியில் அமர்ந்தாள். சிவராமன் திரும்பவும் நடராஜனுடைய இலக்கிய ஞானத்தைப் புகழலானார். அவரை எப்படித் தடுத்து நிறுத்துவது என்று வழிதேடிக்கொண்டிருந்தபோது, வசந்தாவின் தாயார் அவர்கள் பக்கமாக நடந்து, மாடிப்படிகளில் ஏறிச் சென்றாள். அன்றுதான் அந்த அம்மாளை நடராஜன் முதன்முதலாகப் பார்த்தான். முழுக்க முழுக்க வசந்தாவின் ஜாடை. பெரிய வசந்தா என்றே அவளைச் சொல்லலாம்போல் இருந்தது. ஆனால், அந்த அம்மாளின் பட்டுப் புடவையையும் மின்வெட்டும் வைர நகைகளையும் பார்த்துவிட்டு, மறுகணம் வசந்தாவின் எளிய தோற்றத்தைக் காணும்போது நடராஜனுக்கு விசித்திரமாகவே இருந்தது. விழாவுக்குக் கூட அவள் பட்டுப் புடவை கட்டிக்கொண்டு வந்ததாக அவனுக்கு ஞாபகமில்லை.

ஆடையாபரண விஷயத்தில் மகள் எப்படி இருக்க வேண்டுமோ அப்படித் தாயும், தாய் எப்படி இருக்க வேண்டுமோ அப்படி மகளும் காட்சியளிக்கும் புதுமையை – உலகில் வேறு எங்குமே காணமுடியாத புதுமையை – எண்ணி எண்ணி ஆச்சரியப்பட்டுக்கொண்டிருந்தான் நடராஜன். ஒருவேளை, அந்த அம்மாள் சிவராமனுடைய இரண்டாம் தாரமாக இருக்கலாமோ என்றுகூட அவனுக்குச் சிறிது சந்தேகம் உண்டாயிற்று. அதைத் தெளிவுபடுத்திக்கொள்ளுவதற்காக, “அந்த அம்மாள்..?” என்று ஆரம்பித்தான்.

“இந்த வீட்டு அம்மாள்” என்றார் சிவராமன்.

“என் தாயார்” என்று வசந்தாவும் ஊர்ஜிதம் செய்தாள்.

மேற்கொண்டு அம்மாளைப் பற்றிய பேச்சை வளர்த்தாமல், “உங்கள் மன்றத்தில் என்னைப் போன்றவர்கள் சேரலாமோ?” என்று அவர் கேட்டார்.

“‘என்னைப் போன்றவர்கள்’ என்று என்ன அர்த்தத்தில் நீங்கள் சொல்லுகிறீர்கள்?” – இது நடராஜன்.

“என்னைப்போல வயதானவர்கள் என்று வைத்துக்கொள்ளுங்களேன்! உங்களைப்போல் நான் ஓர் இளைஞன் இல்லையே!”

"தாராளமாகச் சேரலாம். வயது ஒரு தடையாகாது. நீங்கள் அங்கத் தினராகச் சேர்ந்தால் நாங்கள் இரண்டு கைகளாலும் வரவேற்போம்" என்றான் நடராஜன்.

அவன் சந்தேகத்தைப் போக்குவது போலிருந்தது அவர் அடுத்து பேசிய பேச்சு:

"இதுவரையிலும் அரசாங்க சேவையிலேயே என் காலம் கழிந்து விட்டது. நான் மற்றவர்களுக்காகவே வாழ்ந்தேன் என்று சொன்னாலும் தப்பில்லை. இனி, மீதியிருக்கும் ஆயுள் காலத்தில் எனக்காகவும் வாழவேண்டுமென்று ஆசைப்படுகிறேன். 'மற்ற உயிர்களுக்கு நன்மை செய்து வந்த நான், இனி என் உயிருக்கு நன்மை தேடப்போகிறேன்' என்று சொல்லித்தானே ராமனுக்குப் பட்டம் கட்ட நினைத்தான், தசரதன்? நான் இப்படிப் பேசுவதைப் பார்த்து, கம்பராமாயணத்தில் பெரிய புலி என்று என்னை நினைத்துவிடாதீர்கள். எப்பொழுதோ பள்ளிக்கூடத்தில் படித்த பாடம் ஞாபகத்துக்கு வந்தது, சொன்னேன்... மேலும், பட்டம் கட்டுவதற்கு இங்கே ராமனும் இல்லை; லக்ஷ்மணன், பரதன்கூட இல்லை. (அவருடைய குரல் தடுமாறியது)... சென்னைக்குக் குடியேறியபின் தத்துவமோ இலக்கியமோ படிக்கத் தொடங்கலாம் என்று நினைத்திருந்தேன். உங்கள் பாரதிவிழாவின் பயனாக மனம் இலக்கியத்தையே நாடுகிறது. வசந்தாவும் அதைத்தான் விரும்புகிறாள்" என்றார் சிவராமன்.

மன்றத்தின் நடவடிக்கைகளைப் பற்றியும் அவர் விசாரித்தார். மாதத்திற்கு ஓர் இலக்கியக் கூட்டம் நடைபெற்று வருவதாகவும், அதில் மன்ற அங்கத்தினர்கள் இலக்கியம் சம்பந்தமாக விவாதம் செய்வது வழக்கம் என்றும் நடராஜன் தெரிவித்தான்.

"மன்றத்தில் பெண்களும் சேரலாமோ?" என்று கேட்டாள் வசந்தா.

நடராஜன் முன்னிலையில் வசந்தா அப்பொழுதுதான் முதன் முதலாகப் பேசுகிறாள். அவளுடைய குரல் அவனுக்குத் தேனாக இனித்தது. மிகவும் பணிவோடு நடராஜன் சொன்னான்: "இதுவரையிலும் நாங்கள் பெண்களை அங்கத்தினர்களாகச் சேர்க்க முயன்றதில்லை."

"சேர விரும்பினால் சேர்த்துக்கொள்ளுவீர்கள், இல்லையா?"

"தாராளமாக" என்றான் சோமசுந்தரம்.

சந்தா எவ்வளவு என்பதைக் கேட்டுத் தெரிந்து கொண்டு, வசந்தாவே பணத்தை எடுத்துக்கொண்டு வந்து நடராஜனிடம் கொடுத்தாள். இரண்டு பேரின் ஆண்டுச் சந்தா ரூபாய் பன்னிரண்டு வரவாயிற்று.

சிறிது நேரம் மன்றத்தின் எதிர்காலம் பற்றிப் பேசிக்கொண்டி ருந்தார்கள். பேச்சின் நடுவே வசந்தா தன் தந்தையைப் பார்த்து, "இவரிடம் புத்தகப் பட்டியல் எழுதி வாங்க வேண்டுமென்று சொன்னீர்களே..." என்று ஞாபகப்படுத்தினாள்.

“ஆம். மறந்தே போய்விட்டேன் . . . நடராஜன்! நாங்களும் உங்களைப் போல இலக்கிய அறிஞர்கள் ஆகவேண்டுமென்று முடிவு செய்து விட்டோம்! அதற்கு உங்கள் உதவி அவசியம் தேவை. படிப்பதற்கு நல்ல புத்தகங்கள் சிலவற்றைக் குறித்துக் கொடுங்கள்” என்றார் சிவராமன்.

“எப்பொழுது வேண்டுமானாலும் குறித்துத் தருகிறேன்.”

“இப்பொழுதேகூட எழுதிக்கொள்ளலாம் அல்லவா?” என்று கேட்டாள் வசந்தா.

நடராஜன் தயாராகவே இருந்தான்.

வசந்தா பேனாவையும் காகிதத்தையும் எடுத்து வைத்துக்கொண்டு உட்கார்ந்தாள்.

அவன் முதலில் ‘பாரதியார் பாடல்க’ளைத்தான் சொன்னான்.

“அது வேண்டாம். அடுத்த புத்தகத்தின் பெயரைச் சொல்லுங்கள்” என்றார் சிவராமன்.

நடராஜனின் திகைப்பைப் போக்குவதற்காக அவரே முன்வந்தார்:

“அந்தப் புத்தகத்தைப் பாரதி விழாவுக்கு மறுநாளே வாங்கிக்கொண்டு வந்துவிட்டோம். நீங்கள் சொற்பொழிவில் மேற்கோள் காட்டினீர்களே, அந்தப் பாடல்கள் இப்பொழுது எங்களுக்கு மனப்பாடம். உங்கள் சொற்பொழிவைக்கூட ஞாபகத்துக்கு வந்தவரையில் வசந்தா சுருக்கமாக எழுதி வைத்திருக்கிறாள்.”

ஊர் பேர் தெரியாத ஓர் ஏழையாக வாழும் தனக்கு இவ்வளவு ஈடுபாடுகொண்ட ரஸிகர்கள் கிடைத்ததை அவன் ஒரு பெருமை என்று கருதவில்லை; தன் தகுதிக்கு மீறிய கௌரவமாகவே எண்ணினான்.

அடுத்த புத்தகத்தையும், அதற்கு அடுத்த புத்தகங்களையும் ஒவ்வொன்றாக அவன் சொல்ல வசந்தா எழுதிக்கொண்டே வந்தாள். இடையிடையே அவன் யோசிக்கும்போது அவளுடைய விலை உயர்ந்த பேனாவின்மீது தன் கண்களை நாட்டிக்கொள்ளுவான். இதை ஒவ்வொரு தடவையும் வசந்தா நன்றாகக் கவனித்துக்கொண்டிருந்தாள்.

புத்தகப் பட்டியல் ஒரு வகையாக எழுதி முடிந்தது. அன்றைய சந்திப்பும் முடிவடைந்தது.

அவர்கள் போகும்போது அடுத்த தடவை முத்துசாமியையும் அழைத்துக்கொண்டு வரவேண்டும் என்பதை மறக்காமல் ஞாபகப் படுத்தினார் சிவராமன்.

சிவராமனும் வசந்தாவும் புதுமை இலக்கிய மன்றத்தின் அங்கத்தினர்களாகச் சேர்ந்து ஐந்து மாதங்கள் ஆகிவிட்டன. இந்த ஐந்து மாத காலத்தில் ஐந்து இலக்கியக் கூட்டங்களும் நடைபெற்று விட்டன. ஐந்து கூட்டங்களுக்கும் சிவராமனும் வசந்தாவும் வந்திருந் தார்கள்; இலக்கியப் பேச்சுகளையும் விவாதங்களையும் ஆர்வத்தோடு

கேட்டு ரஸித்தார்கள். ஒவ்வொரு கூட்டத்திலும் முத்துசாமியின் பக்கத்தில் அமர்ந்து அவனோடு நாலு வார்த்தைகள் பேச அவர் தவறுவதில்லை.

அவருடைய வேண்டுகோளுக்கும் நடராஜனுடைய சிபாரிசுக்கும் செவிசாய்த்து ஐந்து மாதங்களுக்குப் பிறகு ஒருநாள் அவனோடு முத்துசாமி அவர் வீட்டுக்கு விஜயம் செய்தான். அன்று அவ்விருவருக்கும் தடபுடலாக விருந்து நடந்தது. வசந்தாவே பரிமாறினாள். தந்தையும் மகளும் சேர்ந்து செய்யும் ஒரு காரியத்துக்கு ஆட்சேபம் சொல்லாமல், அதில் மனப்பூர்வமாக ஸ்ரீமதி சிவராமன் பங்கெடுத்துக்கொண்ட தினம் அது. விருந்தினர்களுக்கு அந்த அம்மாள் அன்று கனகாபிஷேகம் செய்யாத குறைதான். அந்த அம்மாள் இங்கும் அங்கும் பரக்கப் பரக்க ஓடுவதும் திரும்புவதுமாக இருந்தபோது, அவள் உடம்பில் இழைக்கப்பட்டிருந்த வைரங்கள் ஒளியோடு விளையாடிப் பொறிகளைக் கொட்டிக்கொண்டிருந்தன. வசந்தாவோ அன்றும் அதே நூல்புடவை யிலும் இரண்டொரு சின்னஞ்சிறு நகைகளோடும்தான் காட்சியளித்தாள்.

நடராஜனுக்கு இந்த அதிசயத்தைப் பற்றியும் இன்னும் அநேக விஷயங்களைப் பற்றியும் அறிந்துகொள்ள வேண்டுமென்று ஒரே துடிப்பு. அவன் உள்ளத்தில் முட்டிமோதிய கேள்விகளுக்கும் சந்தேகங்களுக்கும் புதிர்களுக்கும் கணக்கே இல்லை.

“அழகும் இளமையும் கொழிக்கும் இந்த யௌவனத்தில் வசந்தாவுக்கு ஏன் இந்த எளிமை மோகம்? முதிர்ந்த வயதில் தாயார் எதற்காக இப்படி அலங்காரப் பிரியையாக மாறியிருக்கிறாள்? சிவராமன் தொட்டதற்கெல்லாம் மகளை அபிப்பிராயம் கேட்டு, எந்த விஷயத்திலும் அவளையும் தம்மோடு பங்குபெறச் செய்வது ஏன்? அவர் என்ன உத்தியோகம் பார்த்து ஓய்வு பெற்றிருக்கிறார்? எல்லாவற்றையும்விட, என்றுமில்லாத புதுமையாக இன்றுமட்டும் வீட்டோடு இப்படி விருந்திட்டு உபசரிப்பதன் காரணம் என்ன?

இவற்றையெல்லாம் யாரிடம் எப்படிக் கேட்பது? நடராஜனுக்கு இந்தப் புதிர்களால் ஒரு புரியாத பயம்கூட ஏற்பட்டது.

சிவராமன் அன்று இலக்கியம் பற்றி நடராஜனிடம் எதுவும் பேசவில்லை! தாமாக அவனிடம் அவர் எந்தப் பேச்சையுமே ஆரம்பிக்க வில்லை. அவன் ஏதாவது கேட்டால் பதில் சொல்வதோடு நிறுத்திக் கொண்டார். ஒவ்வொரு சந்தர்ப்பத்திலும் அவர் முத்துசாமியோடுதான் பேசினார். அவனுடைய குடும்பத்தின் க்ஷேமலாபங்களைத்தான் விசாரித்தார். அவன் நடராஜனைப்போல் தாராளமாகப் பேசக் கூடியவனாகவோ, பழகக்கூடியவனாகவோ இல்லாமல் இருந்தும், அவனை நிர்ப்பந்தப்படுத்தியாவது தம்மோடு சம்பாஷிக்கும்படிசெய்து கொண்டிருந்தார்.

நடராஜனுக்கு இருக்க இருக்க அவமானமாகக்கூட இருந்தது. ‘முத்துசாமியை முன்னிட்டே இந்த விருந்தும் உபசாரமும்! இதற்குமுன் பத்துத் தடவைகளுக்கு மேலேயே வந்திருக்கிறேன். நான் பாட்டு

சொல்வதை இவர் ரஸித்து ரஸித்துக் கேட்டிருக்கிறார். அப்போதெல்லாம் இலக்கிய ஞானத்தைப் புகழ்வதோடு நிறுத்திக்கொண்டாரே ஒழிய, இவ்வளவு நெருக்கமாக, இவ்வளவு உறவுப் பான்மையோடு, இப்படிப் பட்ட தனி மரியாதை செலுத்தி இவர் என்னோடு பேசியதுமில்லை; என்னை வரவேற்றதுமில்லை', – இப்படியெல்லாம் நினைத்தாலும் அந்த வீட்டை அவனால் ஒரேயடியாக வெறுத்துவிட முடியவில்லை. ஏனென்றால், வசந்தா உண்மையிலேயே அவனிடம் அன்போடு பழகி வந்தாள். சந்திப்புக்குச் சந்திப்பு, அவளுடைய அன்பும் மரியாதையும் வளர்ந்து வருவது அவனுக்குக் கண்கூடாகத் தெரிந்தது. அதைக்கொண்டு தனக்குத்தானே ஒருவிதமான ஆறுதலைத் தேடிக்கொண்டான்.

'நம்முடைய வறுமையின் காரணமாகத் தாழ்வுமனப்பான்மையோடு இப்படியெல்லாம் எதை எதையோ எண்ணி மனத்தை அலட்டிக் கொள்ளுகிறோம். முத்துசாமியைப்போல் நானும் பணக்காரன் வீட்டுப் பிள்ளையாக இருந்திருந்தால், இப்படிப்பட்ட எண்ணங்களே தோன்றி யிராது. இவன் இன்று புதிதாக வந்திருக்கிறான் என்பதற்காகத்தான் அவர் இவனுக்கு அதிக முக்கியத்துவம் கொடுக்கிறார். இது சகஜம்!'

நடராஜனின் உள்ளம் கொஞ்சம் நிம்மதியடைந்தது. அவன் வீடு திரும்புவதற்குமுன், வசந்தா வழக்கத்தைவிட அதிகமாகவே அவனோடு பேசிக்கொண்டிருந்தாள். சிவராமனும் முத்துசாமியும் ஒரு தனி ஜோடியாகப் பிரிந்து சம்பாஷணையில் ஈடுபட்டுவிட்டதால், இவர்கள் இருவருக்கும் நிறையப் பேசுவதற்கு வாய்ப்புக் கிடைத்தது.

ஒரு பிரபலமான பத்திரிகையிலிருந்து கட்டுரை கேட்டுத் தனக்கு முதன்முதலாகக் கடிதம் வந்திருக்கும் செய்தியைத் தெரிவித்தான் நடராஜன்.

வசந்தா அளவுகடந்து சந்தோஷப்பட்டாள். அவளுடைய உள்ளமும் உடம்பும் பூரித்தன: "பேச்சாளராக இருந்து எழுத்தாளராக மாறப் போகிறீர்கள்! அப்படித்தானே? கடிதம் என்றைக்கு வந்தது?"

"இன்று காலையில்தான்"

"இன்றுதானா?"

"ஆம்."

அன்று வசந்தா வீட்டுக்கு நடராஜன் போனதற்குக் காரணமே அவளிடமும் சிவராமனிடமும் அந்தச் சந்தோஷச் செய்தியைத் தெரிவிப்பதற்காகத்தான்.

"எழுத்தாளருக்கு என் அன்பளிப்பு" என்று சொல்லிக்கொண்டே தன் விலை உயர்ந்த பேனாவைக் கொடுத்தாள் வசந்தா.

அதை அவன் வாங்கவுமில்லை; மறுக்கவுமில்லை. அவளுடைய அன்பு அவனுடைய இதயத்தை அழுத்தியது. அந்த இடத்திலிருந்து யாரு மில்லாத ஒரு திறந்த வெளிக்கு ஓடித் தன்னந்தனியாகப் படுத்துக்கொண்டு ஆசைதீரத் தாராளமாகச் சுவாசிக்க வேண்டும்போல் இருந்தது. அவ்வளவு தூரம் திக்குமுக்காடிப்போனான்.

பேனாவை அவன் கையில் கொடுக்கமுடியாமல் போகவே அவன் கையிலேயே வைத்துவிட்டாள் வசந்தா.

மறுநாள்.

திருச்சியை நோக்கிச் செல்லும் எக்ஸ்பிரஸ் வண்டியில் முதல் வகுப்புப் பெட்டியொன்றில் தூங்கும் சிந்தனையில்லாமல் உட்கார்ந்து கொண்டிருந்தார் சிவராமன். இரவு பத்து மணி இருக்கும். அவர் திருச்சிக்குச் செல்வதன் நோக்கம் அவர் ஒருவருக்குத்தான் தெரியும்; அவர் மனைவியும் ஒருவேளை அதை ஊகித்திருக்கக்கூடும். வசந்தாவுக்கோ அதைப்பற்றி எதுவுமே தெரியாது. ஏதோ ஒரு பூர்வீகச் சொத்தைக் கிராமத்தில்போய் விற்றுவிட்டு வரப்போவதாகச் சிவராமன் சொன்ன பொய்யைத்தான் அவள் நம்பிக்கொண்டிருந்தாள். மகளுக்குத் தெரியாத ஒரு திட்டம்; மகளிடத்திலேயே ஒரு பொய், அவளுடைய நன்மையைக் கருதிய ஒரு திட்டத்துக்காகவே அவர் அந்த பொய்யைச் சொன்னார். ஆனாலும் பொய், பொய் தானே? வசந்தாவிடத்தில் பொய் சொன்னார் என்றால் வசந்தா வேறு, அவர் வேறு என்றுதானே அர்த்தம்? ஒன்றாக வாழ்ந்து, ஒன்றாகச் சிந்தித்து, ஒன்றாகவே எதையும் முடிவு செய்த இரண்டு உள்ளங்கள், தனித்தனியாக வாழ்ந்து, தனித்தனியாகச் சிந்தித்து, தனித்தனியாக முடிவு செய்யத் தொடங்குவது வாழ்க்கையின் துக்கக் கட்டமாக மட்டும் இருக்க வேண்டும் என்பதில்லைதான். அது பிரமாதமான ஒரு வளர்ச்சிக் கட்டமாகவும் இருக்கலாம். சேர்ந்து வளர்வதும் உண்டு! பிரிந்து வளர்வதும் உண்டு. இரண்டும் வளர்ச்சிதான். ஆனால் வெவ்வேறு வளர்ச்சிகள்; வெவ்வேறு அபிவிருத்திகள். அதற்கு இன்று அங்குரார்ப்பணம் செய்தாகிவிட்டது.

‘வசந்தா நம்மைவிட்டுப் போய்விடுவாள்; போக வேண்டியவள் போகாமல் என்ன செய்வாள்? வசந்தா மட்டுமல்லாமல் அவளோடு எத்தனையோ போகப்போகின்றன’ என்று ஒரு கணம் நினைத்தார். அந்த ஒரு மகள், திருமகள்போல வளர்த்த ஒரு மகள் ஒரு மகளாக இருந்தாலும், அவருக்கு ஒரு ஜீவனாக இருந்ததில்லை. அவரையும் சேர்த்து ஐவராக விளங்கினாள். முறையே பன்னிரண்டு வயதிலும் ஒன்பது வயதிலும் பதின்மூன்று வயதிலும் ஒருவனுக்குப்பின் ஒருவனாக ஐந்து வருஷகாலத்தில் இறந்த மூன்று சிறுவர்கள் – அவளுக்கு மூத்தவர்கள் – இன்று அவளோடு சேர்ந்தும், அவளாகவும் வாழ்கிறார்கள். அதனால்தான் சிவராமன் அவளுக்காக வாழ்ந்தார்; அவளால்தான் வாழ்ந்தார் என்று சொன்னாலும் அதில் பொய்யில்லை.

வசந்தா தன்னைவிட்டுப் போகும்போது அந்த மூவரையும் கொண்டு போய்விடுவாள்; ஒருவகையில் அவரையுமே கொண்டுபோய்விடுவாள்; இருபது வருஷ வாழ்க்கையுமே அவளோடு போய்விடும். அதற்கு அப்பால் விழும் சூன்யத்தை நிரப்பத் தத்துவ சாஸ்திரத்தையோ, இலக்கியத்தையோ தேடிக்கொண்டு இருந்தவர்க்கு நடராஜன் இலக்கியத்தைக் கொண்டுவந்து கொடுத்தான். அவன் வயதில் சிறியவனானாலும், குமரகுருவாக வந்து உதவினான். தக்க சமயத்தில் கண்ட தத்துவ தரிசனமாகவே நடராஜன் அவருக்குக் காட்சி அளித்தான். அவனுக்குப்

பேனாவை அன்பளிப்பாகக் கொடுத்த செய்தியை வசந்தா சொன்ன போது, 'அதை ஒரு பிரமாதமான விஷயமாக நினைத்து அல்லவா சொல்லுகிறாள்?' என்று அவர் வருந்தியதற்கும் அதுதான் காரணம்.

பிற்காலப் பிரச்னைக்குப் பரிகாரம் தேட நடராஜனையும் தற்காலப் பிரச்னையைத் தீர்க்க முத்துசாமியையும் துணைகளாகப் பிடித்துக் கொண்டார் சிவராமன். அந்த இரண்டு பிரச்னைகளையும் ஞாபகத்தில் வைத்துக்கொண்டுதான் புதுமை இலக்கிய மன்றத்துடன் அவர் தொடர்பு கொண்டார்; முன்பின் தெரியாதவர்களிடம் முப்பது ரூபாயையும் தூக்கிக் கொடுத்தார்; அப்புறம் வண்டி வண்டியாகப் புத்தகங்களை வாங்கிக் குவித்துப் படித்தார்; முத்துசாமியை வரவழைத்து விருந்திட்டார்; கடைசியில், இப்போது திருச்சியை நோக்கிப் போய்க்கொண்டிருக்கிறார்.

முத்துசாமியின் தந்தைக்கு – அட்வகேட் எம். ஆர். சுப்பிரமணியத்துக்கு – மிக நெருங்கிய நண்பரான ஓர் அட்வகேட் திருச்சியில் இருக்கிறார். அவர் சிவராமனுக்கும் நண்பர். திருச்சி அட்வகேட்டைக் கேட்காமல் எந்த ஒரு முக்கியமான குடும்பக் காரியத்தையும் எம். ஆர். சுப்பிரமணியம் செய்வதில்லை என்பது சிவராமனுக்குப் பல வருஷங்களாகவே தெரியும். அதனால், அவரைப் பார்த்துத் தம் காரியத்தை முடிப்பதற்காக நம்பிக்கையோடு திருச்சிக்குப் போய்க்கொண்டிருந்தார் சிவராமன்.

சிவராமன் திருச்சியில் இருக்கும்போது, சென்னையில், மந்தைவெளி செயின்ட் மேரீஸ் ரோடு பங்களாவில் தாய்க்கும் மகளுக்கும் இடையே பெரும்போர் மூண்டுவிட்டது. இதற்கு மூலகாரணம், நடராஜன் ஒரு நாள் வந்ததும், சிவராமன் ஊரில் இல்லை என்பதைத் தெரிந்துகொண்டு, உள்ளே வரவே தயங்கியவனை, வசந்தா அழைத்து உட்காரவைத்து, மணிக்கணக்கில் பேசிக்கொண்டிருந்ததும், இரவு அவன் திரும்பியபோது, காம்பவுண்டுக் கதவுக்கு அருகில் நின்று அரைமணி நேரத்துக்கு மேலேயே சல்லாபித்துக் கொண்டு நின்றதும்தான். நடராஜனை அனுப்பிவிட்டு உள்ளே வந்த வசந்தாவைத் தாயார் கடுமையாகக் கண்டிக்க ஆரம்பித்தாள்.

"ஓர் ஏழைப் பயலோடு ரோட்டோரம் நின்று அப்படி என்ன அந்தரங்கமாகப் பேசவேண்டியிருக்கிறது? திடீரென்று முத்துசாமி வந்து பார்த்தால் என்ன நினைப்பான்?" என்று தாயார் சொன்னதும், வசந்தாவுக்கு ஆவேசம் பிறந்துவிட்டது.

"யார் அந்த முத்துசாமி? அவனுக்குப் பயந்தா நான் பேசுவதும் பேசாமல் இருப்பதும்? அவன் பணக்காரனாக இருக்கிறான் என்பதற்காக என்னை அவனுக்கு அடிமையாக விற்றுக்கொள்ள வேண்டும் என்று என்ன கட்டாயம்?" என்று சீறி விழுந்து தாயின் வாயை மூடினாள்.

ஒரு வாரம் கழித்துச் சிவராமன் திரும்பியதும் தாயும் மகளும் பேச்சு வார்த்தையில்லாமல் இரண்டுபட்டிருப்பதைக் கண்டார். நடந்த செய்தியைப் பாரதமாக எடுத்துச் சொன்னாள் மனைவி. உடனே அவர் வசந்தாவை அழைத்து விசாரித்தார். அவளும் கதையைச் சொன்னாள். அவர் நன்றாகக் காது கொடுத்துக் கேட்டார். நடராஜனுடன் அவள்

பேசிக்கொண்டிருந்ததற்காக அவர் லவலேசமும் கவலைப்படவில்லை. ஆனால், முத்துசாமியை அவள் வேம்பாகவும் விஷமாகவும் வெறுப்பதைக் கண்டபோது, அவருடைய மனக்கோட்டை இடிந்து சரிவதுபோல் இருந்தது. தம் மனத்திலுள்ளதையும், தாம் திருச்சிக்குப் போய்வந்த காரியத்தையும் அவர் வசந்தாவிடம் ஒளிக்காமல் சொல்லிவிட்டார். திருச்சி அட்வகேட், முக்கியமான வழக்கு ஒன்றை முடித்துக்கொண்டு அடுத்தமாதம் சென்னைக்கு வரப்போவதையும் வசந்தாவை முத்துசாமிக்கு மணம் முடித்து வைப்பதாக அவர் உறுதிமொழி அளித்திருப்பதையும் சொன்னார்.

அதை நம்புவது அவளுக்குக் கஷ்டமாகவே இருந்தது. தன் கருத்துக்கு மாறாகத் தந்தை நினைக்கிறார் என்பதையும், தந்தையின் கருத்துக்குத் தான் மாறுபடத் தொடங்கியிருப்பதையும் இரண்டாவது முறை நினைத்துப்பார்க்கக்கூட அவளால் முடியவில்லை. பிரியும்காலம் வரக்கூடும் என்பதை அவள் பலமுறை நினைத்திருக்கக்கூடும். ஆனால், மாறுபடும் காலம் வரும் என்று அவள் எப்படி எதிர்பார்த்திருக்க முடியும்? தன் கருத்தையோ, மறுப்பையோ தந்தையிடம் வெளியிடாமல் எழுந்து அப்பால் போய்விட்டாள். அவளைப் பின்தொடர்ந்து சென்ற சிவராமன் நீண்ட நேரம் வற்புறுத்திக் கேட்ட பிறகு வசந்தா சொன்னாள்:

"உங்கள் தீர்மானத்துக்கு என் மனம் சம்மதிக்க மறுக்கிறது. ஆனால், நான் சம்மதிக்கவில்லை என்பதைத் தெரிந்துகொண்ட பிறகும் நீங்கள் வற்புறுத்துவீர்கள் என்றால், நான் மறுக்கப் போவதில்லை என்பதையும் சொல்லிவிடுகிறேன். அதனால் முடிவு செய்யவேண்டியது நீங்கள்தான்."

சிவராமன் எதிர்பார்க்காத பதில் இது. அவள் பிடிவாதமாக மறுத்திருந்தால், அது அவருக்கு ஏமாற்றத்தை அளித்திருக்குமே ஒழிய அவர்மீது பாரத்தைச் சுமத்தியிராது. ஆனால், இப்பொழுது அவள் பெரிய பொறுப்பை, மிகப் பெரிய பாரத்தை அவர் தலையில் சுமத்திவிட்டாள். அவளுடைய கருத்துக்கு மாறுபட்டு அவர் எப்படிச் சிந்திப்பார்? எந்தக் காலத்திலாவது அப்படிச் செய்திருந்தால் அல்லவா இன்று சிந்திக்க முடியும்?

அதற்குமேல் அன்று யாரும் பேசவில்லை.

அடுத்த நாள் அவர் வசந்தாவோடு வீட்டில் உட்கார்ந்து பேச விரும்பாமல், அவளைக் கடற்கரைக்கு அழைத்துச் சென்றார். புத்திமதி சொல்லும்போது அவளுடைய கருத்துக்கு மாறுபட்டுப் பேசாமல், விஷயத்தைவிட்டு விலகித் தம் வாழ்க்கை வரலாற்றை விரிவாக எடுத்துச் சொன்னார். அவளுடைய வாழ்வுக்காகவே தாம் வாழ்ந்ததையும் சொன்னார். முடிவில் கேட்டார்.

"நேற்றிரவு நீ நன்றாக யோசனை செய்து பார்த்திருப்பாய் என்று நினைக்கிறேன். இப்பொழுது உன் அபிப்பிராயம் எப்படியிருக்கிறது?"

"அப்படியேதான் இருக்கிறது. இப்படிப்பட்ட விஷயங்களில் ஒரே நாள் இரவுக்குள் அபிப்பிராயம் மாறுவது உண்டா அப்பா? அப்படி மாறுவது நல்லதா?"

சிவராமனால் பதில் பேச முடியவில்லை. அவருடைய மனசாட்சியே அவரைப் பார்த்துக் கேள்வியைப் போடுவதுபோல் இருந்தது.

"உன் கல்யாண விஷயம் தக்க காலத்தில் நல்லவிதமாக முடிவதற்கு நீ சம்மதித்தால், அது எனக்கு எவ்வளவு பெரிய உதவி என்பதை நான் உனக்குச் சொல்ல வேண்டியதில்லை என்று நினைத்தேன், வசந்தா! என்றாவது ஒருநாள் ஆகவேண்டிய கல்யாணத்தைத் தக்க சமயம் வாய்த்திருக்கும்போது முடித்துவிடுவது அல்லவா என் கடமை? இதைவிட ஒரு நல்ல சந்தர்ப்பம் இருக்க முடியுமா? நீயே சொல்."

அவள் ஒன்றும் சொல்லாமல் தலையைக் குனிந்து கொண்டாள்.

"ஏன் பேசாமல் இருக்கிறாய்?" என்று பரிதாபகரமாக அவர் கேட்டார்.

"முதலில் திருச்சி அட்வகேட்டுக்குக் கடிதம் எழுதி அவர் வரவேண்டிய அவசியமில்லை என்று தெரிவிப்பீர்களா?"

"வசந்தா! நான் தந்தி வேண்டுமானாலும் கொடுக்கிறேன். நீ மறுப்பதற்கு என்ன காரணம் என்பதை மட்டும் சொல். முத்துசாமியை எதற்காக இப்படி வெறுக்கிறாய்?"

"முத்துசாமியை நான் எதற்காக வெறுக்க வேண்டும்? அம்மா அவரை எனக்கு மேலதிகாரியாக்க நினைக்கிறாளே, அதுதான் எனக்குப் பிடிக்கவில்லை"

சிவராமனுக்குக் கொஞ்சம் நம்பிக்கை பிறந்தது.

"நானும் அதை ஒப்புக்கொள்ளுகிறேன். அவனிடத்தில் வெறுப்பில்லை என்று நீயே சொல்லுகிறாய். அப்படியிருக்க என் யோசனையைப் புறக்கணிப்பானேன்?"

வசந்தா நிமிர்ந்து உட்கார்ந்தாள். ஒவ்வொரு சொல்லையும் தெளிவாக, திருத்தமாக உச்சரித்துச் சொன்னாள்.

"முத்துசாமியிடம் எனக்குச் சிறிதும் வெறுப்பில்லை. ஆனால் . . ."

"ஆனால் . . ." – சிவராமன அவசரப்பட்டார்.

"என் அன்புக்கு உரியவர் வேறொருவர்"

சிவராமனின் சப்த நாடிகளும் ஒரேயடியாக ஒடுங்கிப் போய்விட்டன.

"வசந்தா! நீ என்னம்மா சொல்லுகிறாய்?"

"விஷயத்தை நேரடியாகச் சொல்லிவிடுகிறேன்; நடராஜனைத் தவிர வேறொருவரை என்னால் இனி நினைக்கவே முடியாது."

சிவராமனின் ரத்தம் உறைந்துவிட்டது. இரண்டு கைகளாலும் நெற்றியைத் தாங்கிப் பிடித்துக்கொண்டு அப்படியே உட்கார்ந்து விட்டார். ஒரே மௌனம். நடுவே, ஒரு பெருமூச்சு மட்டும்தான் கேட்டது.

திரும்பவும் அவர் தலையைத் தூக்குவாரா, தூக்கினாலும் வசந்தாவின் முகத்தைப் பார்ப்பாரா என்பது சந்தேகமாக இருந்தது. அவர் உடம்பெல்லாம் வெந்துகொண்டிருந்தது.

அவருடைய நிலையை உள்ளது உள்ளவாறு உணர்ந்துகொண்டாள் வசந்தா.

"உங்களிடம் கேட்டும், பார்த்தும் படித்த பாடங்களே என்னை வளர்த்து உருவாக்கின. இப்போது உங்கள் குரலில்தான் நான் பேசுகிறேன். நீங்கள் எதற்காகப் புது மனிதனைப்போல் அதிர்ச்சியடைய வேண்டும் என்பதுதான் எனக்குப் புரியவில்லை"

சிவராமன் தலையைத் தூக்கி வசந்தாவை ஏறிட்டுப் பார்த்தார்.

"இந்த அதிர்ச்சியெல்லாம் எனக்காக அல்ல வசந்தா. உனக்காகத் தான்; உனக்காகவேதான்."

"இதை நான் ஒப்புக்கொள்ளவே மாட்டேன். எனக்காக என்று நினைத்து, உலகத்தில் மூன்றாவது மனிதனாக இருக்கும் ஒவ்வொரு வனுக்காகவுமே இப்படி உங்களை நீங்களே துன்பத்துக்கு உள்ளாக்கிக்கொள்ளுகிறீர்கள்"

"மூன்றாவது மனிதர்களைப்பற்றி எனக்கு என்ன கவலை?.. நடராஜன் மிகவும் நல்லவன்தான். நானும் ஒப்புக்கொள்ளுகிறேன். அவன் எனக்குக் குருவாகவும் இருக்கிறான்; இருக்கவும் முடியும். ஆனால், அவன் உனக்கு ..?"

"கணவராக இருக்கத் தகுதியற்றவர்! அவருக்கு மனைவி என்று ஒருத்தி இருக்கவே கூடாது! இருந்தால் இந்த உலகமே வெடித்துவிடும்! இல்லையா?"

"நான் அப்படிச் சொல்லவில்லை, வசந்தா! உன்நிலை என்ன! அவனுடைய நிலை என்ன?"

"அழகோ, பணமோ, அந்தஸ்தோ உள்ள ஒரு பெண்ணை ஓர் ஏழை மணப்பது மகா பாவம் என்கிறீர்கள். இப்படியெல்லாம் ஒரு மனிதனை உங்களால் அவமதிக்க முடிகிறதல்லவா?" என்றாள் வசந்தா.

சிவராமனின் மனம் தொடர்ந்து விவாதம் பண்ணிக்கொண்டு போவதை விரும்பவில்லை. பேசுவதற்குக்கூட அவர் சக்தியில்லாமல் இருந்தார். அதே சமயத்தில் வசந்தாவோ, கோபமும் ஆத்திரமும் பொங்க ஒவ்வொரு சொல்லையும் ஒவ்வொரு அஸ்திரமாக அவர்மீது வீசி எறிந்துகொண்டிருந்தாள்.

சிவராமன் எழுந்துவிட்டார். "வா, போகலாம்" என்றார்.

இருவரும் பரஸ்பரம் ஒன்றும் பேசாமல் ஒரு டாக்ஸியைப் பிடித்துக்கொண்டு வீட்டுக்கு வந்தார்கள். அவர் டாக்ஸியைவிட்டு இறங்காமல், "நீ போ, நான் நடராஜனைப் பார்த்துவிட்டு வருகிறேன்" என்று சொல்லி வசந்தாவை அனுப்பினார். டாக்ஸியைத் திருப்பிக்

கொண்டு மயிலாப்பூரில் நடராஜன் வசிக்கும் தெருவுக்குச் சென்றார். இரவு நேரமானதால் வீட்டு எண்கள் கண்ணுக்குத் தெரிய வில்லை. பல இடங்களிலும் விசாரித்துக்கொண்டு அவன் வீட்டுக்குப் போய்ச் சேர்ந்தார்.

அப்போது நடராஜன் தன் வீட்டு வாசலில் இருக்கும் தெருக் குழாயில் ஒரு குடத்தில் தண்ணீர் பிடித்துக்கொண்டு நின்றான். டாக்ஸியைவிட்டுச் சிவராமன் இறங்கியதும் அவனுடைய கைகால்கள் ஆடிவிட்டன. தன் வீட்டின் வறுமை நிலையை அவர் நேரில் பார்த்துக் கொள்ளுவரோ என்ற பயம், மற்ற சமயங்களில் வேண்டுமானால் அவனுக்கு ஏற்பட்டிருக்கக்கூடும். ஆனால், அப்போது அவன் நடுங்கியதற்குக் காரணம், அவர் இல்லாத சமயத்தில் வசந்தாவோடு தான் தனியே நின்று பேசியதும் பேசிய விஷயமும் அவருடைய மனைவி மூலம் அவர் காதுக்கு எட்டிவிட்டனவோ என்ற பயம்தான்.

இருட்டில் அவன் நின்றதைப் பார்க்காமல், "நடராஜன் வீட்டில் இருக்கிறாரா?" என்று வெறும் வாசலைப் பார்த்துக் கேட்டார் சிவராமன்.

அப்போது, "நமஸ்காரம்" என்று சொல்லிக்கொண்டு அவன் எதிரே வந்தான்.

"நல்லவேளை. நீங்கள் வீட்டில் இருப்பீர்களோ, மாட்டீர்களோ என்ற சந்தேகத்துடன் வந்தேன். தெய்வச் செயலாக உங்களைப் பார்த்துக் கொண்டேன். ஓர் அவசரமான காரியம். உங்களோடு தனியாகப் பேசவேண்டும். இங்கேயே பேசலாமா? இல்லை, என்னோடு வருகிறீர்களா?"

அவரோடு தனியே வெளியே செல்லப் பயந்தான், நடராஜன். அவரை உள்ளே அழைத்துக்கொண்டுபோய் உட்காரவைத்துப் பேசலாம் என்றாலும், அதற்கு வசதியான தனியிடம் இல்லை.

நடராஜன், நிலைமையைச் சமாளிக்க முடியாமல் தத்தளித்துக் கொண்டிருக்கும் சமயத்தில், ஒரு பத்து வயதுச் சிறுமி உள்ளேயிருந்து அவசரமாக ஓடிவந்தாள். சிவராமனைக் கண்டதும் அவள் ஒன்றும் பேசாமல் நடராஜன் பக்கத்தில் போய் நின்றுகொண்டாள். ஏதோ ஓர் அவசரச் செய்தியைச் சொல்ல வந்தவள், வேற்று மனிதரைக் கண்டதும் தயங்கி நிற்பதுபோலத் தோன்றியது.

உடனே நடராஜன், "இதோ வந்துவிட்டேன்" என்று அவரிடம் சொல்லிவிட்டுக் குடத்தை எடுத்துக்கொண்டு உள்ளே போனான். அந்தச் சிறுமி அவனைத் தொடர்ந்து சென்றாள். அவளுக்குப் பின்னால், இருள் மண்டிக் கிடக்கும் அந்த வீட்டினுள் காலால் வழி தடவிக் கொண்டே நடந்து சென்றார் சிவராமன். சிறிது தூரம் குகை மாதிரி இருந்தது. அதைக் கடந்ததும் இருபுறமும் யார் யாரோ மண்ணெண்ணெய் விளக்கின் வெளிச்சத்தில் சமையல் செய்துகொண்டிருந்தார்கள். அங்கே இருளுக்குப் பதிலாகப் புகை மண்டிப் போய்ப் போக்கிடம் இல்லாமல் உள்ளேயே சுற்றிச் சுற்றி வந்துகொண்டிருந்தது. அந்த ஒண்டுக்

குடித்தனங்களையெல்லாம் தாண்டி, வீட்டின் பின்கோடியில் ஒரு சிறு அறை இருந்தது. அதன் பக்கத்தில் ஒரு சிறு சமையல் இடம். அங்கே நடராஜன் குடத்தை இறக்கி வைத்தான். சிவராமன் தன்னுடன் வருவதை அவன் கவனிக்கவில்லை.

அறையினுள் சுவரொட்டி விளக்கு ஒன்று எரிந்துகொண்டிருந்தது. ஒரு பாயில் ஐம்பது வயதைத் தாண்டிய ஓர் அம்மாள் படுத்து இருமிக்கொண்டிருந்தாள். உள்ளேயிருந்து பதினான்கு வயதுள்ள மற்றொரு சிறுமி வெளியே வந்து அடுப்படிக்குப் போய் வேலையைக் கவனிக்கலானாள்.

சிவராமன் வந்திருப்பதை அப்போதுதான் நடராஜன் பார்த்தான். இந்தச் சந்தர்ப்பத்திலா, இப்படிப்பட்ட சூழ்நிலையிலா அவர் அவனை வந்து பார்க்க வேண்டும்?

உள்ளே இருந்தவர்கள் யார் யார் என்பதைச் சிவராமன் சிரமப்படாமலே ஊகித்துத் தெரிந்து கொண்டார்.

"அம்மாவுக்கு உடம்பு என்ன செய்கிறது?" என்று கேட்டார்.

"இரண்டு வருஷங்களாகவே நடமாட்டம் இல்லை. இப்போது ஜுரம் வேறு சேர்ந்துகொண்டது. மருந்து வாங்கிக் கொடுக்கிறேன்" என்றான் நடராஜன்.

இந்த நிலையில், அந்தரங்கமாகப் பேசுவதற்கு அவனைத் தனியே அழைத்துச் செல்வது எப்படி என்று திகைத்தார் சிவராமன்.

"நான் போய்வரட்டுமா! மற்றொரு சமயம் பார்ப்போம். அம்மாவை நன்றாகக் கவனித்துப் பாருங்கள்" என்றார். அவனுடைய பதிலுக்குக் காத்திராமலே அங்கிருந்து புறப்பட்டுவிட்டார். ஆனால், நடராஜனோ அவரைப் பின்தொடர்ந்து வந்தான்.

அவர் டாக்ஸியில் ஏறப் போகும்போது, "இப்போது வேண்டுமானாலும் உங்களோடு வருகிறேன்" என்றான்.

"நீங்கள் எப்படி வரமுடியும், தாயாரை இந்த நிலையில் விட்டுவிட்டு...?"

"இல்லை, நான் வருகிறேன்."

"அவசரமில்லை, நடராஜன்! நாளைக்குப் பார்த்துக்கொள்ளலாம்" என்று சொல்லிவிட்டு விடைபெற்றுக் கொண்டார்.

அவனோடு பேசுவதற்கு ஒரு விஷயமும் இல்லை என்று அவருக்குத் தோன்றிவிட்டது. அவனோடு என்ன பேச முடியும்; அவனால்தான் என்ன பேச முடியும். எதைச் சொன்னாலும் கேட்டுக்கொள்ளக் கூடியவனிடம் விவாதம் எதற்கு? வசந்தாவிடம் பேசிய பிறகு, அவனைத் தேடி வந்தது அவசியமில்லாத காரியமாகவே அவருக்குப்பட்டது.

'நடராஜன் ஏழை என்று தெரியத்தான் தெரியும்; ஆனால், இவ்வளவு பரம ஏழையாக இருப்பான் என்று நான் நினைக்கவே இல்லை.

இந்த இருட்குகையில்தானா அத்தனை கருத்துகளும் அத்தனை கவிதை விளக்கங்களும் பிறந்தன? என் பிற்கால வாழ்க்கைப் பாதைக்கு ஒளிகாட்ட வந்த தீபம் இந்த இடத்தில்தானா ஏற்றப்பட்டது?...' – உணர்ச்சி வசப்பட்டவராக இப்படி என்னென்னவோ நினைத்து உருகிக்கொண்டு அவர் வீடு வந்து சேர்ந்தார்.

வீட்டுக்குள் வந்து அவர் யாருடனும் பேசவில்லை; சாப்பிடவும் இல்லை. பாலை மட்டும் வாங்கிக் குடித்துவிட்டுத் தம்முடைய மாடி அறைக்குப் போனார். சிறிது நேரத்தில் விளக்கை அணைத்துப் படுத்து விட்டார். மணி அப்போது எட்டரைதான் ஆகி இருந்தது.

வெகுநேரம் வரை அவர் தூங்காமல் படுத்திருந்தார். பக்கத்து அறையில் படுத்திருந்த வசந்தாவின் இமைகளும் மூடவில்லை.

காலையில் சிறிது நேரம் கழித்தே சிவராமன் கண் விழித்தார். அமைதியாக எழுந்து சென்று குளித்தார். குளித்துவிட்டு வந்து உட்கார்ந்தார். காபியைச் சாப்பிட்டார். வசந்தா தன்முன் வருவாள் என்று எண்ணிச் சில நிமிஷங்கள் அவளை எதிர்நோக்கிக்கொண்டிருந்தார். அவள் வரவில்லை. வராததால் பெயர் சொல்லி அழைத்தார். வந்து நின்றவளிடம் சாவதானமாகச் சொன்னார்:

"வசந்தா, ஒரு தபால் கார்டு எடுத்துக்கொண்டு வா."

அவள் கொண்டுவந்து கொடுத்தாள்.

"நேற்று நீ சொன்னபடியே திருச்சிக்குக் கடிதம் எழுதப் போகிறேன் வசந்தா! நடராஜனை நான் அவமதிக்கவில்லை; அவமதிக்கமாட்டேன். சத்தியமாகச் சொல்லுகிறேன் ... நீ சொன்னபடியேதான் நான் எழுதப்போகிறேன் ..."

அதற்குமேல் அவரால் பேச முடியவில்லை, குரல் தழுதழுத்தது.

வசந்தாவுக்கோ அங்கே நிற்கவே முடியவில்லை. ஒன்றும் பேசாமல் தன் அறையை நோக்கிச் சென்றாள். உள்ளே மறைவில் போய் நின்றுகொண்டு அவரைத் திசை நோக்கித் தொழுதாள். முத்துதிர்க்கும் கண்களோடு, 'என் அப்பா! என் அருமை அப்பா!' என்று வாய்க்குள்ளேயே பெருமிதமாகச் சொல்லிக்கொண்டு படுக்கையில் சாய்ந்தாள். சிவராமன் நட்டுவைத்த பூஞ்செடிகளிலிருந்து நறுமணத்தைச் சுமந்து வந்த காலையிளங் காற்று அப்போது அவளுடைய உடம்பையும் உள்ளத்தையும் ஒருங்கே குளிர்வித்துக்கொண்டு வீசியது.

❖

கல்கி, 10 ஜனவரி 1960

தெய்வம் பிறந்தது

ராமசாமி ஐயருக்குக் கல்யாணமாகிப் பதின்மூன்று வருஷங்கள் கழித்துப் பிறந்த அருமைக் குமாரன் ஜகந்நாதன். அவன் பிறக்கவேண்டும் என்பதற்காக அவர் வேண்டிக்கொண்ட தெய்வங்கள் எத்தனை! யாத்திரை செய்த ஸ்தலங்கள்தான் எத்தனை! பதின்மூன்று வருஷத் தவத்தில் அவருடைய உள்ளமே ஒரு கோவிலாகிவிட்டது. அவரையும் அறியாமல் ஜன்மாந்தர வாசனையைப்போல் அவருடைய மனச் சுவரில் எங்காவது கறை படிந்திருந்தாலும், அதை அவருடைய தவக்கனல் சுட்டெரித்துத் தூய்மையாக்கி விட்டது. உள்ளும் புறமும் புடம்போட்ட பொன்னாக விளங்கினார் ஐயர். தம்முடைய ஏக புத்திரனை, தெய்வம் கொடுத்த வரப்பிரசாதத்தைக் கண்ணும் கருத்துமாகப் பேணி வளர்த்தார். அவன் உள்ளத்தில் துவேஷம், பொறாமை போன்ற துர்க்குணங்கள் படிந்துவிடக்கூடாது என்பதற்காக அவனுக்கு அவர் நாள்தோறும் செய்யும் தர்மோபதேசங்களுக்குக் கணக்கில்லை. ஒரு பாவமும் செய்தறியாத தம்மைத் தெய்வம் எத்தனையோ விதங்களில் சோதித்தது போல், பிள்ளையில்லாமல் பதின்மூன்று வருஷங்கள் ஏங்கும்படியாகவும் சோதித்துவிட்டது. 'நல்லவனுக்கே இத்தனை சஞ்சலங்கள் விதிக்கப்பட்டிருந்தால், மற்றவர்கள் இந்த ஜன்மத்திலோ மறு ஜன்மங்களிலோ என்னென்ன துன்பங்களையெல்லாம் அனுபவிப்பார்களோ?' அப்படிப்பட்ட கதி தம் செல்வப் புதல்வனுக்கு ஏற்படலாமா? அதை அவரால் நினைக்கக்கூட முடியவில்லை. அவனைப் புண்ணியாத்மாவாக இந்த

உலகில் உலாவவிட்டுவிட்டால், அன்றோடு தமது பிறவிக் கடன் தீர்ந்தது என்று கருதினார். அதற்காக...

பள்ளிக்கூடத்தில் பாடம் கற்பிக்கும் வாத்தியாரைக் கடவுளாக எண்ணி வணங்க வேண்டும். கூடப் படிக்கும் மாணவர்களிடத்தில் அன்பாக இருக்க வேண்டும். அவர்கள் தவறு செய்தாலும் பொறுத்துக் கொள்ள வேண்டும். வீட்டுக்கு வரும் பிச்சைக்காரர்களை விரட்டாமல், அம்மாவை அழைத்துச் சாதம் போட்டு அனுப்பச் செய்ய வேண்டும். கீரை கொண்டுவரும் கிழவி, பால் விற்பவள், தெருவைப் பெருக்கும் முனிசிபாலிடிச் சேவகன் ஆகியோரைக்கூட 'நீ, நான்' என்று பேசக்கூடாது. இப்படியெல்லாம் ஐயர் செய்த உபதேசங்களுக்குக் கணக்கில்லை. இதில் அவருடைய மனைவியும் ஒத்துழைத்ததைக் கண்டு அவருக்கு ஏற்பட்ட மகிழ்ச்சியை யாரால் அளவிட்டுக் கூற முடியும்?

வீட்டுக்கு மாதம் ஒருமுறையோ இருமுறையோ ஐயருக்கும் ஜகந்நாதனுக்கும் க்ஷவரம் செய்வதற்காக வரும் கிழவன் வேலாயுதத்தை அவன் வரவேற்பது ஐயருக்கு வெற்றிமாலை சூடுவதைப்போல் இருக்கும். "ஐயா! வாருங்கள். அப்பா வந்துவிடுவார். திண்ணையில் உட்காருங்கள்" என்று மரியாதையோடு முகமன் கூறும் ஜகந்நாதனைக் கண்டு, வேலாயுதம் ஆரம்ப நாட்களில் இலேசாகச் சிரிப்பான். இப்பொழு தெல்லாம் அவனுக்குச் சிரிப்பு வராது; கும்பிடத்தான் கை வரும். குழந்தையா அது? குழந்தை அப்படிப் பேசுமா?

"குழந்தையாக வந்து தெய்வம் பேசுகிறது" என்று ஐயரிடம் ஒருநாள் வேலாயுதம் சொன்னான்.

"வேலாயுதம்! தெய்வம் என்றா சொல்கிறாய்? என் வயிற்றில் தெய்வம் எங்கே பிறக்கும்? நான் என்ன புண்ணியத்தைச் செய்திருக் கிறேன்? தெய்வம் பிறக்க வேண்டாம். மனிதன் பிறந்திருக்கிறான் என்று உலகம் சொல்ல வேண்டும், வேலாயுதம். இந்த ஜன்மத்துக்கு எனக்கு அந்த ஒரு கீர்த்தி போதும்" என்றார் ஐயர்.

அவருடைய பேச்சில், பதின்மூன்று வருஷங்களாக அவர் குழந்தையில்லாமல் தவித்த தவிப்பும், தகப்பனார் காலத்தில் செயலாக வாழ்ந்த குடும்பம், தம் காலத்தில் நொடித்துப்போய், வயிற்றுப் பிழைப்புக் காகக் கைகட்டிச் சேவகம் செய்வதற்கு ஊரைவிட்டுக் கிளம்பிய சோகக் கதையும் அடிநாதமாக ஒலித்தன. மேற்கொண்டு வேலாயுதத்தாலும் பேச முடியவில்லை. ஐயராலும் பேச முடியவில்லை. ஜகந்நாதன் வந்துவிட்டான். அவனுக்கும் பக்தி சிரத்தையோடு முடி வெட்டிவிட்டு வேலாயுதம் வீட்டுக்குப் போனான்.

இது ஒரு வருஷத்துக்கு முன் என்றோ ஒருநாள் நடந்த நிகழ்ச்சி.

இப்போது ராமசாமி ஐயர் கோவில்பட்டிக்கு மாற்றுதலாகி வந்திருக்கிறார். அவர் வந்து நான்கு மாதங்களுக்கு மேல் ஆகின்றன. அவர் குடியிருந்த வீட்டுக்கு எதிர் வரிசையில் ஒரு போட்டோ ஸ்டூடியோ இருந்தது. அந்த வழியாக அவர் ஆபீசுக்குப் போகும்போதும் வரும்போதும்,

ஒரு தடவையாவது தம் குடும்பப் படம் ஒன்று எடுத்துக் கண்ணாடி போட்டு வைக்க வேண்டும் என்ற ஆசை ஏற்பட்டுக் கொண்டே இருந்தது. 'பெரிய படமாகவே எடுக்கவேண்டும். பத்துப் பதினைந்து ரூபாயாவது ஆகும். அதனால் இன்னும் ஒரு மாதம் போகட்டும். கையில் கொஞ்சம் காசு சேரட்டும்' என்று நான்கு மாதங்களைக் கடத்திவிட்டார். புது ஊருக்கு வந்ததால் புதுச் செலவுகளும் முளைத்துக்கொண்டிருந்தன. அதனால் அவர் சம்பளத்தில் ஒரு ரூபாய்கூட மிஞ்சுவதற்கு வழி யில்லாமல் போய்விட்டது. எப்படியும், ஜகந்நாதனுடைய பத்தாம் ஆண்டு நிறைவன்று படம் எடுத்தே தீருவது என்று தீர்மானமாக முடிவு செய்து கொண்டார். அதற்கு இன்னும் நான்கு மாதங்கள் இருந்தன. நான்கு மாத காலத்தில் பதினைந்து ரூபாயைச் சேமிக்க முடியாமலா போய் விடுகிறது என்று அவருக்கு ஒரு நம்பிக்கை; ஒரு தைரியம்.

கோவில்பட்டிக்கு வந்து ஐந்தாவது மாதத்தில் ஒருநாள் ஒரு மாதப் பத்திரிகையில், வழவழப்பான காகிதத்தில் காந்திஜியின் படம் ஒன்று வெளிவந்திருந்தது. சுத்தமான போட்டோ. அதைப் பார்த்ததும், கண்ணாடிச் சட்டம் போட்டு வீட்டில் தொங்கவிட வேண்டுமென்று ஆசைப்பட்டார். அந்தப் படம் பத்திரிகையோடு பத்திரிகையாக இருந்து, பழங் காகிதங்களில் ஒன்றாக ஆகிப் பாழாவதை அவர் கொஞ்சமும் விரும்பவில்லை. உடனே படத்தை ஜாக்கிரதையாகக் கத்தரித்து எடுத்தார். ஒரு ரூபாய் செலவழித்துக் கண்ணாடி போட்டுக்கொண்டு வந்து, திருப்பதி வேங்கடாசலபதி, பாலமுருகன், லக்ஷ்மி, சரஸ்வதி ஆகிய படங்களின் வரிசையில் மாட்டினார்.

அன்று இரவு ஏழு மணி இருக்கும். நல்ல நிலா அடித்தது. வாசல் திண்ணையில் உட்கார்ந்துகொண்டு ஆபீஸ் களைப்பைப் போக்கிக் கொண்டிருந்தார் ராமசாமி ஐயர். உள்ளே ஜகந்நாதன் ராப்பாடம் படித்துக்கொண்டிருந்தான். ஏழே முக்கால் மணிக்கெல்லாம் படித்து முடித்துவிட்டு, அப்பாவோடு உட்காருவதற்காகத் திண்ணைக்கு வந்தான். மகனை எதிரே உட்காரவைத்து, பள்ளிக்கூடப் பாடங்கள் சம்பந்தமாகச் சில கேள்விகள் கேட்டார். அவனும் சரியாகப் பதில் சொன்னான். காந்திஜியைப் பற்றிய ஒரு பாடமும் அவன் புத்தகத்தில் இருந்தது அது சம்பந்தமாகவும் இரண்டொரு கேள்விகள் கேட்டபிறகு, காந்திஜியின் வாழ்க்கை வரலாற்றையே தமக்குத் தெரிந்த வரையில் விவரித்துக் கூறத் தொடங்கினார். மிகவும் கவனமாகக் கேட்டுக்கொண்டிருந்தான் ஜகந்நாதன்.

பதினைந்து நிமிஷ நேரத்தில் வரலாற்றை முடித்துக்கொண்டு, "மகாத்மா இவ்வளவு நல்லவர். நம் தேசத்துக்கு இத்தனை நன்மைகள் செய்திருக்கிறார். அதனால்தான் அவர் படத்தைப் பத்திரிகையில் போட்டிருக்கிறார்கள். நாமும் ஒரு ரூபாய் செலவு செய்து கண்ணாடி போட்டுச் சுவரில் மாட்டியிருக்கிறோம். நம் வீட்டுத் தாத்தாவைக்கூட நாம் படமெடுத்துக் கண்ணாடி போடவில்லை. அவ்வளவு நல்லவராகவும் நன்மை செய்தவராகவும் இருப்பதால்தான், நம் தாத்தாவைவிட அவரிடம் நமக்கு எவ்வளவோ மரியாதை . . ."

ராமசாமி ஐயர் பேச்சை முடிப்பதற்குள், 'அப்படியானால் ஸ்வாமி படங்களை ஏன் மாட்டியிருக்கிறோம்?" என்று கேட்டான் ஜகந்நாதன்.

"ஸ்வாமிதானே நம்மைக் காப்பாற்றுகிறார்! ஸ்வாமியில்லாவிட்டால், நமக்கு மழை ஏது? காற்று ஏது? ஸ்வாமி கிருபையால்தான் நாம் சௌக்கியமாக இருக்கிறோம்."

"ஸ்வாமியா நமக்கு ரூபாய் கொடுக்கிறார்?"

"ரூபாய் நாம் சம்பாதித்துக்கொள்ளலாம், ஜக்கு. மழையையும் காற்றையும் நம்மால் சம்பாதிக்க முடியுமா? மழை இல்லாவிட்டால் செடி முளைக்காது: நெல் பயிரும் வளராது. நமக்குக் காய்கறியும் அரிசியும் கிடைக்காது. நாம் சாப்பிடுவது மழையினால்தான். மழையைக் கடவுள்தான் பெய்யும்படி செய்கிறார்."

ஜகந்நாதனுக்குத் திருப்தி ஏற்பட்டுவிட்டது. மேற்கொண்டு எந்தக் கேள்வியும் கேட்கவில்லை. ஸ்வாமி படங்களை வீட்டில் மாட்டியது நியாயம்தான் என்று தனக்குத்தானே சொல்லிக்கொண்டான்.

'நீகூடக் கடவுள் கொடுத்த வரம்தான்' என்று மகனைப் பார்த்து ஐயர் சொல்ல நினைத்தார். ஆனால், சொல்லவில்லை.

சிறிது நேரத்தில் இருவரும் எழுந்து சாப்பிடப் போனார்கள்.

ராமசாமி ஐயர் எதிர்பார்த்துக்கொண்டிருந்த அந்த நாளும் வந்துவிட்டது. அவர் நினைத்ததுபோல் 'கடவுள் அருளால்' கையில் பதினைந்து ரூபாய்க்கு மேலேயே சேர்ந்துவிட்டது. அன்று ஜகந்நாதனுக்குப் பத்து வயது பூர்த்தியாகிப் பதினோராவது ஆண்டு பிறந்தது. வீட்டில் விசேஷ பூஜை; விசேஷ நைவேத்தியங்கள். பக்கத்து வீட்டுக் குழந்தைகளுக்கும் ஜகந்நாதன் கையாலேயே பலகார விநியோகம். மகனைக் கோவிலுக்கு அழைத்துக்கொண்டுபோய் ஸ்வாமி தரிசனம் செய்வித்தார் ஐயர். வீடு திரும்பியபின் மனைவியையும் அழைத்துக் கொண்டு போட்டோ ஸ்டூடியோவுக்குப் போனார். ஐயருக்குத் தரையில் கால் பாவவில்லை; காற்றில் மிதப்பது போன்ற ஆனந்தக் களிப்பு. மகனை வைத்துப் படம் எடுத்துப் பார்க்கப் போவது, மற்றொரு மகனையே பெறுவதைப் போல் இருந்தது.

வாழ்நாளில் முதல் முதலாக எடுக்கும் படம். எப்படி உட்காருவது, எப்படிச் சிரிப்பது, எப்படி விழித்துப் பார்ப்பது என்று மூவருக்குமே தெரியவில்லை. ஸ்டூடியோக்காரன் அவர்களைச் சொக்கட்டான் காய்களைப்போல் நகர்த்தி வைத்துக்கொண்டிருந்ததும், ஐயரின் மூக்கில் விபூதி கொட்டிக் கிடந்ததைத் துடைக்கச் சொன்னதும், படம் எடுக்கும்போது கண்ணை மூடக்கூடாது என்று எச்சரிக்கை செய்ததும், அதற்காகக் கண்களை "முழித்துப் பார்க்கக்கூடாது" என்று இரண்டாவது எச்சரிக்கை செய்ததும், ஐயரின் விறைப்பைக் குறைப்பதற்காக அவன் அரும்பாடுபட்டதும் ஒரு தமாஷ் நாடகமாகவே இருந்தது. இத்தனை தமாஷ்களுக்கும் இத்தனைச் சிரிப்புகளுக்கும் நடுவே ஐயர் ஒரு விஷயத்தை மட்டும் மறந்துவிடாமல் மகனுக்கு ஞாபகப்படுத்திக்கொண்டே இருந்தார்.

படம் எடுக்கும் சமயத்தில் தம்முடைய புஜத்தின்மேல் இருக்கும் அவனுடைய வலது கையை மறந்து போய்த் தனியே எடுத்துவிடக் கூடாது என்று ஒவ்வொரு சந்தர்ப்பத்திலும் அவர் தவறாமல் சொல்லிக்கொண்டிருந்தார்.

ஒருவழியாகப் படம் எடுத்து முடிந்தது. "படம் நன்றாக இருக்கும்" என்று ஸ்டுடியோக்காரன் தீர்க்கதரிசனம் கூறி அவர்களை அனுப்பிவைத்தான்.

மூன்றாவது தினத்திலேயே ஸ்டுடியோவுக்குப் போய்ப் புரூப்களை வாங்கிப் பார்த்தார் ராமசாமி ஐயர். இரண்டு புரூப்களையும் ஒரு மணி நேரம் ஒப்பிட்டுப் பார்த்து, கடைசியில் ஒன்றைத் தேர்ந்தெடுத்தார். அதுதான் நன்றாக இருக்கிறது என்று ஸ்டுடியோக்காரனும் சொன்னான். தபால் கார்டு அளவில் மூன்று பிரதிகளும் ஒரு பெரிய படமும் வேண்டும் என்று சொல்லிவிட்டு ஐயர் வீடு திரும்பினார்.

ஒரு வாரத்துக்குள்ளாகவே படங்கள் தயாராகிவிட்டன. பெரிய படத்தை அன்று மாலைக்குள்ளாகவே கண்ணாடிச் சட்டம் போட்டுக்கொண்டு, நாலைந்து ஆணிகளையும் சேகரித்துக்கொண்டு, வீட்டுக்கு வந்தார் ஐயர். படங்களை ஆயிரம் தடவை பார்த்து மகிழ்ந்தாள் ஐயரின் மனைவி. கார்டு அளவில் உள்ள படம் ஒன்றை ஜகந்நாதன் மணிக்கணக்கில் கீழே வைக்கவில்லை. ஐயர் ஒரு நாற்காலியை இழுத்துப்போட்டு, அதன்மேல் ஏறி நின்று படம் மாட்டுவதற்காகச் சுவரில் ஆணியை அடித்தார். மனைவி பத்திரமாகப் பெரிய படத்தை எடுத்துக் கொடுத்தாள். அதைப் பார்த்துக்கொண்டே நின்றான் மகன்.

படத்தைச் சுவரில் மாட்டியாகிவிட்டது. அந்த வீடே ஒரு புதிய சோபை பெற்று விளங்கியதைப்போல் ஐயருக்குத் தோன்றியது. தம்முடைய சந்தோஷத்தை மகனோடு பகிர்ந்துகொள்வதற்காக, "ஜக்கு! படம் ஜோராய் இருக்கிறதா?" என்று கேட்டார்.

ஜகந்நாதன் பதில் சொல்லாமல் படத்தையே பார்த்துக்கொண்டு நின்றான்.

ஐயர் தமது கேள்வியை இரண்டாவது தடவையும் கேட்டார்.

பதில் இல்லை. அவன் கண்களும் கவனமும் சுவரில் தொங்கும் படத்திலேயே பதிந்திருந்தன.

அவர் நாற்காலியைவிட்டுக் கீழே இறங்கி அவன் அருகில் வந்தார். அவனுடைய தோளைப் பிடித்துக்கொண்டு "ஜக்கு, என்ன பார்க்கிறே?" என்று கேட்டார்.

அவனுடைய வாயிலிருந்து வரும் பதிலை, ஏதோ ஒரு தெய்வ வாக்கை எதிர்பார்ப்பதுபோல் ஆவலோடு எதிர்பார்த்தார். அவருடைய மனைவி இருவரையும் வேடிக்கை பார்ப்பதுபோல் சிரித்த முகத்தோடு பார்த்துக்கொண்டு நின்றாள்.

ஜகந்நாதனுடைய முகம் சற்றுத் திரும்பியது – ஆனால் ஐயரைப் பார்த்தல்ல; காந்திஜியின் படத்தையும் சுவாமி படங்களையுமே திரும்பிப் பார்த்தான். பிறகு குடும்பப் போட்டோவை ஒரு தடவை பார்த்துவிட்டு, ஐயருக்கு நேராகத் திரும்பினான்.

"ஜக்கு?"

"அப்பா..!"

"என்னடா கண்ணு?"

"நம்ப வீட்டிலே நம்ப படம் எதுக்கப்பா?"

ஐயர் திகைத்துவிட்டார். அவருடைய மனைவியோ அவன் சிறுபிள்ளைத்தனமாக எதையோ அர்த்தமில்லாமல் சொல்லுகிறான் என்று எண்ணித் தன் வேலையைக் கவனிக்க உள்ளே போய்விட்டாள்.

"ஏண்டா கண்ணு, அப்படிக் கேட்கிறே? நம்ப படத்தை நம்ப வீட்டிலே மாட்டாமல் யார் வீட்டிலே மாட்டுறது? உம்?"

"அப்படின்னா, காந்தித் தாத்தா படத்தைக் காந்தித் தாத்தா வீட்டிலேதானே மாட்டணும்? பாலமுருகன் படத்தைப் பாலமுருகன் வீட்டிலேதானே மாட்டணும்?"

ஐயருக்கு என்ன பதில் சொல்லுவது என்றே தெரியவில்லை.

ஜகந்நாதன் அவருடைய பதிலுக்காகக் காத்துக்கொண்டிராமல், தான் கேட்க நினைத்த மற்றொரு கேள்வியையும் உடனே கேட்டு விட்டான்; "வேலாயுதம் படம், காய்கறிக்காரர் படம், கோமதி நாயகம் (துணி வெளுப்பவன்) படம், ஐயாவு (கோவில்பட்டி க்ஷவரத் தொழிலாளி) படமெல்லாம் ஏன் மாட்டி வைக்கல்லேப்பா? அவாளும் நமக்கு நன்மைதானே செய்யறா?..."

ஐயரின் உடம்பெல்லாம் சிலிர்த்தது. பதில் பேச முடியவில்லை. வாய் குழறியது. கண்ணீர் ததும்ப மகனைக் கட்டி அணைத்துக்கொண்டு காந்திஜியின் படத்தையும், பிரணவத்தின் மெய்ப்பொருளை மகேஸ்வர னான தன் தந்தைக்கு விளக்கியருளிய பாலமுருகனின் படத்தையும் ஒருமுறை ஏறிட்டுப் பார்த்தார்; அப்படியே மகனை வாரி எடுத்து மார்போடு அணைத்துக்கொண்டார்.

"ஜக்கு! என் வயிற்றிலும் தெய்வம் பிறக்குமா, ஜக்கு!... இன்று பிறந்துவிட்டதே! என் கண்காணப் பிறந்துவிட்டதே!" என்று சொல்லிக் கொண்டு, மனைவியிடம் ஓடினார் ராமசாமி ஐயர்.

❖

தாமரை பொங்கல் மலர், 1960

பேதைமை

அதற்குமேல், எனக்கென்ன என்று என்னால் பார்த்துக்கொண்டிருக்க முடியவில்லை. எனக்கும் பிள்ளைகள் இருக்கிறார்கள்; நானும் பிள்ளையாக இருந்தவன்; தண்டனை கொடுக்க வேண்டியதுதான் என்றாலும், இப்படியா மிருகத்தனமாக கை ஓயாமல் அடிப்பது? அது வரையிலும் சும்மா உட்கார்ந் திருந்தவன், துள்ளி எழுந்து, கையிலிருந்த மாதப் பத்திரிகையைத் தூர எறிந்துவிட்டுத் தெருவில் குதித்தேன். ஓடிப்போய், குறுக்கே விழுந்து, அடிப்பவனையும், அடிபட்ட சிறுவர்களையும் விலக்கினேன். அவனிடமிருந்து அவர்களை விடுவித்தது எமனிடமிருந்து உயிர்களை மீட்டதுபோல் இருந்தது. நல்லவேளையாக அவன் என் சக்தியை மீறிக்கொண்டு குழந்தைகள் மீது பாய வரவில்லை. அதுமட்டுமல்ல, அச்சிறுவர்களின் குடிசை எங்கே இருக்கிறது என்பதையும்கூட அவன் எனக்குத் தெரிவித்தான். அதற்காக அவனுக்கு நன்றி தெரிவிக்கலாம் என்று கூடத் தோன்றியது.

அடிபட்டவர்களில் மூத்தவன் – ஒன்பது வயதுப் பையன் – பெருங் கூப்பாடு போட்டான். சின்னவன் – ஆறு வயது இருக்கலாம் – அழுவதற்குக்கூடப் பயந்து, வெடவெட என்று நடுங்கிக்கொண்டு நின்றான். கண்ணில் விழியை மறைத்துக்கொண்டு பயம் தேங்கி இருந்தது. இருவரையும் குனிந்து பார்த்தேன்; தடவிக் கொடுத்தேன். இருவர் முதுகிலும் கட்டைவிரல் பருமனுக்குத் தடிப்புகள். கன்னங்கள் வீங்கியிருந்தது

அந்தத் தெருவிளக்கின் வெளிச்சத்திலும் தெளிவாகத் தெரிந்தது. “இப்படியா அடிப்பது?” என்று ஒரு வார்த்தைதான் சொன்னேன். மேற்கொண்டு என்னால் பேச முடியவில்லை.

“அடிக்கவா? கொன்றிருக்க வேண்டும்” என்று நெருப்பைக் கக்கினான் அடித்தவன். அப்பொழுதுகூட அவனுடைய ஆத்திரம் தீரவில்லை.

சிறுவர்களை அணைத்துப் பிடித்துக்கொண்டு, அவர்களுடைய குடிசையை நோக்கி நடந்தேன். தெருவில் வேடிக்கை பார்த்துக் கொண்டு நின்ற இரண்டொரு குடித்தனக்காரர்கள் உள்ளே போய்க் கதவைத் தாழிட்டுக்கொண்டார்கள்.

சிறுவர்களை வீட்டில் கொண்டுபோய்ச் சேர்க்க வேண்டும். முன்பின் தெரியாத இடத்தில் நானாக ஏற்றுக்கொண்ட கடமை அது. ஒரு வருஷத்துக்குப் பிறகு அன்றுதான் நுங்கம்பாக்கத்திற்குப் போயிருந்தேன். இரவு ஏழரை மணிக்கெல்லாம் நண்பரின் வீட்டில் சாப்பிட்டுவிட்டுத் தெருப் பக்கமாகத் தாழ்வாரத்தில் வந்து உட்கார்ந்துகொண்டிருக்கும் போதுதான் அந்தச் சம்பவம் நடந்தது. நான் உட்கார்ந்து அரைமணிநேரம் ஆனபின் இரண்டு வீடு தள்ளி வெற்றிலை பாக்குக் கடைப் பக்கத்திலிருந்து அடிவிழும் சப்தம் கேட்டது. ஐந்து நிமிஷங்களுக்கு முன் நானே அந்தச் சிறுவர்களைப் பிடித்து அடிக்க நினைத்தேன். என் கையில் அவர்கள் சிக்கமாட்டார்கள் என்பதனால், யாதொரு கவலையும் இல்லாதவனைப்போல் சாய்வு நாற்காலியில் சாய்ந்து கொண்டிருந்தேன்.

நடந்த விஷயம், உண்மையிலேயே மனித உள்ளம் படைத்தவனால் சகித்துக்கொள்ள முடியாத ஒன்று. வீடு வீடாகப் போய்ப் பிச்சை வாங்கித் தகரக் குவளையை நிரப்பிக்கொண்டு தெருவோடு தன் இருப்பிடத்தை நோக்கிப் போன ஒரு குருட்டுக் கிழவனின் சோற்றில், அந்த இரண்டு சிறுவர்களும் மண்ணை அள்ளிப்போட்டுவிட்டுச் சிரித்துக்கொண்டு நின்றார்கள். அதை நானும் கண்ணாரக் கண்டேன். “அட பாவிகளா?” என்று கிழவன் ஓலமிட்டான். உடனே கடைக்காரன் சிறுவர்களைப் பிடிப்பதற்காக எழுந்து ஓடினான். சிறுவர்கள் பக்கத்துச் சந்து ஒன்றில் ஓடி ஒளியப் பார்த்தார்கள். விடாமல் துரத்திக்கொண்டு ஓடினான் கடைக்காரன். கிழவன் சிறிது நேரம் அங்கேயே நின்று என்னென்னவோ புலம்பினான். வயிற்றெரிச்சல் தீர மண் விழுந்த அந்த ஒரு குவளைச் சாதத்தையும் கீழே கொட்டினான். இரண்டாவது தடவை பிச்சைக்குப் போவது எப்படி? தன் தலையெழுத்தை நொந்துகொண்டே வெறும் குவளையோடும் வெறும் வயிற்றோடும் நடந்து போய்விட்டான்.

வெகுநேரம் மறுக்காட்டி ஓடி, மிகவும் களைத்துப் போன பிறகு சிறுவர்களை மடக்கிப் பிடித்து இழுத்துகொண்டு அதே இடத்துக்கு வந்து சேர்ந்தான் கடைக்காரன். வந்ததும் வராததுமாகக் கண் மூக்குப் பார்க்காமல் அடித்தான். அவர்கள் உடம்பில் ஒரு இடம் பாக்கியின்றி அடி விழுந்து கொண்டிருந்தது. அவர்கள் தப்பி ஓடும்போதெல்லாம், பறட்டை மயிரைப் பிடித்துத் தரையில் இழுத்துப்போட்டுப் பந்தாடினான்.

நின்றால் அடியும், குனிந்தால் மிதியுமாக இருந்தது. ஓர் அளவு வரையிலும், 'இவ்வளவும் தகும்' என்றுதான் நினைத்தேன். இருந்த இடத்தைவிட்டு நான் அசையாமல் இருந்தேன். ஆனால், தண்டனை எல்லையைத் தாண்டிவிட்டது. இரண்டு சிறுவர்களும் செத்தாலும்கூடக் கடைக்காரன் அடியை நிறுத்த மாட்டான்போல் தோன்றியது. என்னைப் போலப் பக்கத்து வீடுகளிலிருந்து வேடிக்கை பார்த்துக்கொண்டு நின்றவர்களும், அடிப்பவனைத் தடுத்து நிறுத்துவார்கள் என்று தோன்றவில்லை. இருக்க இருக்க அடி பலமாக விழுந்தது. வீறிட்டு அலறும் குரல், அபயம் கோரிக் கதறியது. ஒன்பது வயதும், ஆறு வயதும் ஆன இளம் உயிர்களுக்கு இதற்கு மேலுமா தண்டனை? என்னால் பொறுக்க முடியவில்லை. அடுத்த ஞாயிற்றுக்கிழமை, அடுத்த ஞாயிற்றுக்கிழமை என்றுதள்ளிப் போட்டுக் கொண்டே வந்து, ஒரு வருஷத்திற்குப் பிறகு நண்பரின் வீட்டில் சாப்பிடுவதற்கும் உல்லாசமாகப் பொழுது போக்குவதற்குமாகத் திருவல்லிக்கேணியைவிட்டு நுங்கம்பாக்கத்துக்கு வந்த எனக்கு இன்பகரமான பகல் பொழுதின் முடிவில் இப்படிப்பட்ட மனவேதனை தரும் இரவா வந்து சேரவேண்டும்? ஒவ்வொன்றுமே சகிக்க முடியாத துயரமாக, சகிக்க முடியாத வேதனையாக இருந்தது. கண் இழந்த மூப்பில் பிச்சை எடுத்துப் பிழைக்க வேண்டிய பரிதாபம், பிச்சைச் சோற்றில் மண் அள்ளிப் போட்டுக் கைதட்டிச் சிரிக்கும் சிறுபிள்ளைத் தனம், இளம் உயிர்களைச் சித்திரவதை செய்து ஆத்திரத்தைத் தீர்த்துக்கொள்ளும் தர்ம நியாயம், இதையெல்லாம் ஏதோ கண்காட்சியைப் பார்ப்பதுபோல் பார்த்துக்கொண்டு நிற்கும் உலகம்... இன்னும் என்ன வேண்டும்?

குழந்தைகள் அழுதுகொண்டு என்னோடு நடந்து வந்தார்கள். சின்னவனால் நடக்க முடியவில்லை என்பதைக் கண்டு கொண்டேன். ஆனால் அவனைத் தூக்குவதற்கு மனம் வரவில்லை. அழுக்கடைந்திருந்த அவனுடைய பிறந்த மேனியைத் தூக்குவதற்கு அருவருப்பாக இருந்தது மட்டும் காரணமல்ல; வெளியே சென்ற என் நண்பர்... என்னை வரவழைத்து விருந்திட்டு உபசரித்த நண்பர் – எதிரே வந்துவிட்டால் என்ன செய்வது என்ற சங்கோஜ உணர்ச்சியும் அவனைத் தூக்கி வைத்துக்கொள்ளவிடாமல் தடுத்தது. இரக்கம் காட்டுவதற்கு வேண்டிய மனவலிமை எனக்குப் பூரணமாக இல்லை என்பதைத் தெரிந்துகொண்டு, அப்படியே அவனை அணைத்துப் பிடித்தவாறே நடந்து சென்றேன்.

சிறுவர்கள் அழுதார்கள். அவர்களால் வேதனையைத் தாங்கமுடியவில்லை. நான் அடைக்கலம் கொடுத்தும் அவர்களுடைய பயம் நீங்கவில்லை. அவர்களுக்கு அன்பும் அனுதாபமும் காட்ட வேண்டும். ஆனால், அவர்கள் அதற்குரிய பாத்திரங்கள்தானா? அவர்கள் செய்த குற்றம் எப்படிப்பட்டது? அதற்காக அவர்களை அப்படித் தண்டிப்பதா? தண்டித்தவனும் நியாயத்துக்குப் புறம்பாக நடந்துகொள்ளவில்லையே? எவன்தான் அந்தச் சிறுவர்களை மன்னிப்பான்? அப்படியிருந்தும் அவர்களுக்கு அடைக்கலம் கொடுத்துக் காப்பாற்றத் தூண்டுகிறதே மனம்? – சிறுவர்களைப்பற்றி என்னால் எந்தவிதமான அபிப்பிராயமும் கொள்ள முடியவில்லை. சிறுவர்களா, பாம்புக் குட்டிகளா என்பதுகூடத் தெரியவில்லை. அடிபடாமல் ஓடி இருந்தால் பாம்புக்குட்டிகள் என்றே

நினைத்திருப்பேன். ஆனால், இத்தனைக்கும் பிறகு அப்படி நினைப்பது எப்படி?

தெருக்கோடிக்கு வந்துவிட்டேன். அப்புறம் பள்ளமான ஒரு நிலப்பரப்பு. அதில் நூற்றுக்கணக்கான குடிசைகள் இருந்தன. எந்தக் குடிசை என்று தேடிக் கண்டுபிடித்து அவர்களைக் கொண்டுபோய்ச் சேர்ப்பது?

"உங்கள் வீடு எங்கேடா?" – இந்தக் கேள்வியைப் பத்துத் தடவை யாவது கேட்டிருப்பேன். ஒவ்வொரு தடவையும் அழுகையைத் தவிர வேறு பதில் வரவில்லை.

குடிசையின் பக்கமாக நெருங்கி வந்துகொண்டிருந்தபோது, சின்னவனால் கொஞ்சங்கூட நடக்கமுடியவில்லை. யாருமில்லாத இருட்டு. அதனால் தைரியமாக அவனைத் தூக்கிக் கொண்டேன். உடனே இருவரும் அழுகையை நிறுத்தினர். நான் உதவி செய்ய வந்தவன் என்பது அப்போதுதான் அவர்களுக்கு நிச்சயமாகத் தெரிந்தது போலிருக்கிறது!

என் கேள்வியைத் திரும்பவும் கேட்டேன். பெரியவன் கையை நீட்டி ஏதோ ஒரு இடத்தைக் காட்டி, அங்கே இருக்கிறது தங்கள் குடிசை என்று தெரிவித்தான். அவன்தான் வழிகாட்டினான். நான் பின்தொடர்ந்து நடந்தேன். சீக்கிரத்திலேயே குடிசைக்குப் போய்ச் சேர்ந்துவிட்டோம். சிறுவனைக் கீழே இறக்கிவிட்டேன். என் உள்ளத்தில், எதிர்பாராதவிதமாகப் பயம் வந்து புகுந்துகொண்டது. அதற்குமேல் என்னென்ன நடக்குமோ? உதவி செய்ய வந்தவனே குற்றவாளியாவதற்கு இந்த உலகத்தில் எவ்வளவு நேரமாகும்? அது எப்படிப்பட்ட வீடோ? அந்த வீட்டின் ரகசியங்களும், அந்த வீட்டோடு பின்னிக் கிடக்கும் வலைகளும் எப்படிப்பட்டவையோ? எதில் போய் நாம் சிக்கிக்கொள்ள நேருமோ? இப்படி என்னென்னவோ பயங்கள்...

குடிசைக்குள் எரிந்த தகர விளக்கின் வெளிச்சத்தில், நோய் கண்டவள்போல் வாடி மெலிந்த நடுத்தர வயதுடைய ஒருத்தி இருமிக்கொண்டே வெளியே வந்தாள். அவளைக் கண்டதும் என் பயம் சற்றுத் தெளிந்தது என்றாலும், சீக்கிரத்திலேயே அவ்விடத்தைவிட்டுத் தப்ப வழி பார்க்கவேண்டும் என்று நான் அவசரப்பட்டுக் கொண்டிருந்தேன். அந்தச் சமயத்தில் சிறுவர்கள் திடீரென்று "அம்மா" என்று அழ ஆரம்பித்துவிட்டார்கள்.

"என்னடா? என்னடா?" என்று கேட்டுக்கொண்டே அவள் புரியாத பயத்தோடு அருகில் வந்தபோது, நான், "இவர்கள் உன் பிள்ளைகளா?" என்று கேட்டேன். "ஆமா, சாமி..." என்று அவள் சொல்லி முடிப்பதற்குள், நான் நடந்த விஷயத்தைச் சொன்னேன்.

"ஒரு குருட்டுப் பிச்சைக்காரனின் சோற்றுக் குவளையில் மண்ணை அள்ளிப் போட்டுவிட்டார்கள். அதைப் பார்த்த ஒரு கடைக்காரன் இவர்களைப் பலமாக அடித்துவிட்டான். நான் போய் விலக்கி இவர்களை

இங்கே அழைத்துக்கொண்டு வந்தேன்” என்று வேகமாகச் சொல்லி முடித்தேன்.

“அட பாவிகளா! உங்களை நான் என்ன செய்யட்டும்?” என்று தலையில் அடித்துக்கொண்டாள் தாய். இந்தப் பரபரப்புத் தாங்க முடியாமல் அவளுக்குத் தொடர்ந்தாற்போல் இருமல் வந்தது. சிறுவர்களின் கூப்பாட்டையும், அவளுடைய குரலையும் என்னுடைய புதுக்குரலையும் கேட்டுப் பக்கத்துக் குடிசைகளிலிருந்து நாலைந்து பேர் ஓடி வந்தார்கள். அவர்களிடமும் கதையைச் சொன்னேன். நான் தப்பிக்க வேண்டுமே!

அப்பொழுது ஒருவன், சில தினங்களுக்குமுன் இந்தச் சிறுவர்கள் அந்தத் தெருவில் ஓடி விளையாடும்போது, தண்ணீர் தூக்கிக்கொண்டு வந்த ஒரு பெண்ணின்மீது விழுந்ததினால், அவள் குடத்தோடு கிழே விழுந்ததையும், எவ்வளவு அடித்தாலும் அடங்காமல் அவர்கள் விளையாடு வதற்காக வீட்டைவிட்டு அந்தத் தெருவுக்கு ஓடி ஓடிப்போவதையும் பற்றிச் சொன்னான். சொன்னதோடு, அவன் தனக்குத் தானே உரிமை அளித்துக்கொண்டு, அந்தச் சிறுவர்களை அடிக்கவும் வந்தான். அவர்களுக்குச் சூடு போட வேண்டும் என்று வேறொருவன் யோசனை சொன்னான்.

அந்த வீட்டுக்குள் இருக்க முடியாமல் தெருவுக்கு ஓடுவது ஒரு குற்றமா? அதற்குள் யாரால்தான் இருக்கமுடியும்? மேற்கொண்டும் அவர்களுடைய உடம்பு அடியைத் தாங்குமா? பக்கத்துக் குடிசைக்காரனை மல்யுத்தம் செய்தே விலக்க வேண்டியிருந்தது.

சிறுவர்கள் செய்த பெருங் குற்றத்தைக் கேள்விப்பட்ட மாத்திரத்தில், ஒவ்வொருவருக்கும் ஆத்திரம் மூண்டது. எனக்கு மூளவில்லையா? ஆனால், எல்லோரும் சேர்ந்து அந்தச் சிறுவர்களை வதைக்கத் தயாராக இருந்தபோது, எனக்கு மட்டும் அவர்கள்மீது அனுதாபமும் அன்பும் பிறந்தன. அவர்கள் செய்த பெரிய குற்றம், அவர்களுடைய பெரிய பேதைமையைத்தான் எனக்கு எடுத்துக்காட்டியது. ‘பேதைமை என்றால் இது சாமான்யமான பேதைமையா? குருடன் சோற்றில் மண் அள்ளிப்போட்டுச் சிரித்த பயங்கரப் பேதைமை. குழந்தைகளே! நீங்கள் இப்படியா வளர வேண்டும்?’ என்று எனக்குள்ளேயே துயரத்தோடு சொல்லிக்கொண்டேன்.

ஒருவழியாக, நான் வந்த காரியம் முடிந்தது. அங்கிருந்து புறப்படலாம் என்று நினைத்துக்கொண்டிருந்தபோது, இருளோடு இருளாக ஒருவன் அதே குடிசையை நோக்கி நடந்துவந்தான். வெளிச்சத்துக்கு வந்ததும், அவனை நன்றாகக் கவனித்துப் பார்த்தேன்.

அவனும் ஒரு குருடனாக, ஒரு பிச்சைக்காரனாக இருந்தான். மண் விழுந்த சோற்றைக் கொட்டிவிட்டுப்போன அந்தக் குருட்டுக் கிழவனிடம் இருந்தது போலவே, இவனுடைய இடதுகையிலும் ஒரு சோற்றுக் குவளை; வலது கையில் ஒரு தடி.

தடியை ஊன்றிக்கொண்டே குடிசை வாசலுக்கு வந்தான். சுற்றிலும் நின்றவர்களுடைய பேச்சின் மூலம் அவன் யார் என்பதையும் உடனே தெரிந்துகொண்டேன். அப்புறம் என்னால் அங்கே நிற்கவே முடியவில்லை. சிறுவர்களின் பேதைமை நிச்சயமாக என் நெஞ்சை உடைத்துவிடும்போல் இருந்தது. ஒன்று, சிறுவர்களைக் கொல்ல வேண்டும், இல்லையென்றால் எங்காவது ஒரு மறைவிடத்துக்கு ஓடிப்போய் அவர்களுக்காக வாய்விட்டு அலறி அழ வேண்டும் என்று ஆகிவிட்டது என் நிலை.

என்னால் சொல்லக்கூட முடியவில்லை! குடிசைக்கு வந்த அந்தக் குருட்டுப் பிச்சைக்காரன் வேறு யாருமல்ல; அந்தச் சிறுவர்களைப் பெற்ற தகப்பன்தான்! குருடன் பெற்ற பிள்ளைகள் தான், குருடன் சோற்றில் மண் அள்ளிப் போட்டுச் சிரித்தவர்கள்!

குழந்தைகளே !...

❖

கலைக்கதிர், மார்ச் 1960

குமாரபுரம் ஸ்டேஷன்

குமாரபுரம் என்பது ஒரு காட்டு ஸ்டேஷன். அரை மைல் சுற்றளவுக்கு எந்த ஊரும் கிடையாது. ஆனாலும், ஸ்டேஷன் என்று கட்டிவிட்டால் பெயர் வைக்காமல் முடியுமா? இடுகுறிப் பெயரையாவது வைத்துவிடத்தானே வேண்டும்? அந்தக் கணக்கில்தான் குமாரபுரம் என்ற பெயரை வைத்திருக்கிறார்களே ஒழிய, மற்றபடி கிழக்கே ஒரு மைலுக்கு அப்பால் உள்ள குமாரபுரம் என்ற கிராமம் முக்கால் நூற்றாண்டாக ஸ்டேஷனைப் பகிஷ்காரம் செய்து கொண்டுதானிருக்கிறது. தாது வருஷப் பஞ்சத்தின் போது ஜனங்களுக்கு நிவாரணம் அளிக்கும் நோக்கத் துடன் திருச்சியிலிருந்து திருநெல்வேலி வரையிலும் ரயில் பாதை போடப்பட்டதாகச் சொல்லுவார்கள். அந்தப் பாதையில் கோவில்பட்டிக்குத் தெற்கே ஏழாவது மைலில் இருக்கிறது இந்த ஸ்டேஷன். சுற்று கிராம வாசிகள் வாழ்நாளில் ஒரு முறையோ, இரு முறையோதான் கோவில், குளம் என்று யாத்திரை கிளம்புவார்கள். பத்துமைல் தூரத்தில் ஒரு மாரியம்மன் கோவிலோ, பன்னிரெண்டு மைல் தூரத்தில் ஒரு காளியம்மன் கோவிலோ இருக்கும். அதற்குப் போய்ப் பொங்கலிட்டுவிட்டு வருவது வழக்கம். இந்த க்ஷேத்திராடனத்துக்கும் ரயிலும் வேண்டாம்; மோட்டாரும் வேண்டாம். பெரும்பாலான சமயங் களில் அவர்கள் போக வேண்டிய ஊர் ஸ்டேஷனை விடவும் அருகில் இருக்கும். நேரே ஊருக்கு நடந்து போகாமல் ஸ்டேஷனுக்கு வந்து யாரும் ரயில் ஏறுவார்களா?

இந்த ஸ்டேஷனின் வரலாற்றில் முதன் முதலாக வந்து இறங்கிய முக்கியஸ்தர் சுப்பராம ஐயர் என்றுதான் சொல்ல வேண்டும். கோவில் பட்டியிலிருந்து அவர் மூன்று நாட்களுக்கு முன் வந்திருந்தார். புதிதாக மாற்றுதலாகி வந்திருக்கும் ஸ்டேஷன் மாஸ்டருக்கு அவர் பால்ய நண்பர். சிறிது காலம் வரை பள்ளித்தோழர். சற்று எட்டிய உறவும்கூட. ஸ்டேஷன் மாஸ்டர் தன் நண்பருக்கு இந்தக் காட்டு ஸ்டேஷனில் வரவேற்பு அளித்து விருந்துபசாரம் செய்ய இப்போது ஒரு சந்தர்ப்பம் கிடைத்தது. அவருடைய பிள்ளைக்கு ஆறாம் ஆண்டு நிறைவு வந்தது. அதை ஒரு சாக்காக வைத்து நண்பரை அழைத்தார். சுப்பராம ஐயரும் அமைதியான சூழ்நிலையில் நண்பரோடு நிம்மதியாகப் பொழுது போக்கலாம் என்று வந்து சேர்ந்தார்.

ஆண்டு நிறைவு வைபவத்துக்கு வந்த ஒரே விருந்தினர் சுப்பராம ஐயர்தான். பால்ய நண்பர்கள் இருவரும் தத்தம் வாழ்க்கை வரலாறு களையும், ஊர் விட்டு ஊர் மாற்றுதலாகிப்போன கதைகளையும், குடும்பச் செய்திகளையும்பற்றி விஸ்தாரமாக இரவெல்லாம் பேசிக் கொண்டிருந்தார்கள். கோவில்பட்டியில் வசதிகள் எப்படி என்று ஸ்டேஷன மாஸ்டர் கேட்டார். குமாரபுரம் ஸ்டேஷனில் எப்படி நாட்களைத் தள்ள முடிகிறது என்று சுப்பராம ஐயர் கேட்டார்... ஒருநாள் கழித்து.

மறுநாள் ஸ்டேஷன் மாஸ்டர் அடிக்கொரு தடவை தம் வேலையைக் கவனிப்பதற்காக அவரிடம் விடை பெற்றுப் போய் கொண்டிருந்தார். முற்பகலில் ஸ்டேஷன் மாஸ்டர் இல்லாத சமயங்களில், அவருடைய பையனோடு உட்கார்ந்து தமாஷாகப் பேசிக்கொண்டிருந்தார் சுப்பராம ஐயர். பையன்களோடு விளையாடுவதோ பையன்களின் கூட்டுறவால் குதூகலம் அடைவதோ அவருக்கு வழக்கமில்லை. அவருடைய தொழில்தான் அதற்குக் காரணமோ என்னவோ! இருந்தாலும் பேச்சுத்துணைக்கு அங்கே அந்தச் சிறுவன்தானே இருக்கிறான்? அவனோடு ஒரு தினுசாக மத்தியானம்வரை பொழுதைக் கழித்தார். சாப்பாட்டுக்குப் பிறகு இரண்டு மணி நேரம் படுத்துத் தூங்கினார். மூன்று மூன்றரைக்கெல்லாம் எழுந்து, தாம் கையோடு கொண்டு வந்திருந்த ஒரு புத்தகத்தை எடுத்துக்கொண்டு ஸ்டேஷனுக்கு வந்துவிட்டார்.

பிளாட்பாரத்தில் ஐந்தாறு வேப்ப மரங்கள் இருந்தன. கோடை காலமானதால் நன்றாகப் பூத்துத் தரையில் படிக்கணக்கில் பூக்களை உதிர்த்திருந்தன. அடர்த்தியாகத் தளிர்த்திருந்த அந்த மரங்களிலிருந்து குளிர்ந்த காற்று சிறிது மலர் மணத்தோடு ஸ்டேஷனை நோக்கி வீசிக்கொண்டிருந்தது. அதனால் ஸ்டேஷன் கட்டடத்தில் காற்றுவரும் பக்கத்தில் ஒரு பெஞ்சில் உட்கார்ந்துகொண்டு புத்தகத்தை விரித்துப் படிக்க ஆரம்பித்தார்.

சிறிது நேரத்தில் தெற்கேயிருந்து வந்த ஒரு எக்ஸ்பிரஸ் வண்டி வழக்கம்போல் அந்த ஸ்டேஷனில் நிற்காமல் போய்விட்டது. இனி மாலை ஆறு மணிக்குமேல்தான் அங்கே வண்டிகள் வரும். ஆகவே

ஸ்டேஷன் மாஸ்டர் நண்பரின் பக்கத்தில் வந்து உட்கார்ந்தார். புத்தகத்தை மூடிக் கீழே வைத்த சுப்பராம ஐயர், "இந்த ஸ்டேஷனுக்குப் பிரயாணிகளும் வருவதுண்டல்லவா?" என்று சிரித்துக்கொண்டே கேட்டார்.

"வராமல் என்ன? நேற்றுக்கூட ஒரு பிரயாணி வந்து இறங்கினாரே?" என்றார் ஸ்டேஷன் மாஸ்டர்.

சுப்பராம ஐயர் உரக்கச் சிரித்தார். நேற்று வந்து இறங்கிய பிரயாணி அவரேதான்.

"இப்படி இன்னும் பத்து ஸ்டேஷன்கள் இருந்தால் போதும், இரயில்வே பட்ஜெட்டில் வருஷம் தவறினாலும் துண்டு விழுவது தவறாது" என்று அவரோகணச் சிரிப்போடு சொல்லிப் பேச்சையும் சிரிப்பையும் ஏககாலத்தில் நிறுத்தினார் சுப்பராம ஐயர்.

"அப்படியும் சொல்லிவிடுவதற்கில்லை. நாளை திங்கட்கிழமை. கோவில்பட்டியில் சந்தை. பத்து டிக்கெட்டுகளுக்காவது ஆள் வந்து சேரும்"

"அப்படியானால் நாளை ஸ்டேஷனுக்கு இரண்டு ரூபாய் வரும்படி இருக்கிறது என்று சொல்லுங்கள்!"

இருவரும் சிரித்தார்கள். அப்போது போர்ட்டர் கருப்பையா வந்து ஒரு மூலையில் நின்று, இவர்கள் பேசுவதை ரஸித்துக் கேட்டுக் கொண்டிருந்தான்.

"எதற்காகத்தான் இந்த ஸ்டேஷனைக் கட்டிப்போட்டானோ? இது இல்லையென்று எவன் அழுதான்?"

"இந்த ஸ்டேஷன் சுற்றுக் கிராமவாசிகளுக்கு வேறொரு வகையில் மிகவும் பிரயோஜனப்பட்டு வருகிறது. இப்படியும் ஸ்டேஷனால் ஒரு நன்மை இருக்க முடியும் என்பதை இங்கு மாற்றுதலாகி வந்த பிறகுதான் பார்த்தேன்"

சுப்பராம ஐயர் ஒன்றும் சொல்லாமல் கேட்டுக்கொண்டிருந்தார். ஸ்டேஷன் மாஸ்டர் தொடர்ந்து சொன்னார்.

"இது கோடை காலமாக இருப்பதனால்தான் சுற்றிலும் உள்ள இந்தப் புன்செய் நிலங்கள் இப்படிப் பயிர் பச்சையில்லாமல் வறண்டு கிடக்கின்றன. மற்றச் சமயங்களில் இப்படி இராது. நவதானியங்களும் விளையும் செழுமையான பூமிதான். நிலத்தில் வேலை செய்பவர்கள் குடிதண்ணீர் பிடிப்பதற்கு மண் கலயங்களோடு இங்கே வருவார்கள். இருபது கலயம் தண்ணீராவது தினமும் தேவைப்படும். அந்த வகையில் இந்த ஸ்டேஷன் பிரயோஜனப்பட்டு வருகிறது."

"அப்படியானால் தண்ணீர்ப் பந்தல் கட்ட வேண்டிய இடத்தில் ஸ்டேஷனைக் கட்டியிருக்கிறான் என்று சொல்லுங்கள்!"

ஸ்டேஷன்மாஸ்டர் இப்போது தமாஷை நிறுத்திவிட்டு மனப்பூர்வமாகவே பேச ஆரம்பித்தார்.

“இப்படித்தான் ஒன்று இருக்க வேண்டிய இடத்தில் மற்றொன்றைக் கொண்டுபோய்க் கட்டுகிறான் மனிதன். ஒரு காரியத்துக்கென்று உண்டாக்கப்பட்டது, மற்றொரு காரியத்துக்குப் பிரயோஜனப்படுகிறது. நியாயமாகச் செய்த செலவு தண்டச் செலவாக மாறிக்கொண்டு வருகிறது. உலகமே அப்படி இருக்கும்போது இந்தக் குமாரபுரம் ஸ்டேஷனை மட்டும் பழித்துப் பேசுவானேன்?”

சுப்பராம ஐயர் பரிகாசமாகச் சிரித்துக்கொண்டு, “உலகத்தை உங்கள் ஸ்டேஷன் ஜன்னல் வழியாகப் பார்க்கிறீர்கள்! ஆறு மாதங்களுக்குள் இந்தக் கல் கட்டடத்தின்மேல் உங்களுக்கு இவ்வளவு பாசம் ஏற்பட்டுவிட்டது ஆச்சரியமாகத்தான் இருக்கிறது” என்றார்.

ஸ்டேஷன்மாஸ்டர் சற்று ஆவேசமாகவே பேச ஆரம்பித்தார்:

“கோவில்பட்டியில் பள்ளிக்கூடம் கட்டியிருக்கிறானே, எதற்காகக் கட்டியிருக்கிறான்? சொல்லுங்கள். பார்ப்போம்!”

“எதற்காகப் பள்ளிக்கூடம் கட்டுவான்? நூறு குழந்தைகள் படிப்பதற்காகத்தான் கட்டுவான்!”

“சரி, ஒப்புக்கொள்ளுகிறேன்! நூறு குழந்தைகளும் எதற்காகப் படிக்கிறார்கள்?” என்று கேட்டார் ஸ்டேஷன்மாஸ்டர்.

“இப்படியெல்லாம் கேள்வி போடுகிறீர்கள்?”

“காரியமாகத்தான் உங்களைக் கேட்கிறேன். பதில் சொல்லுங்கள்.”

“. . .”

“பிள்ளைகள் அறிவு வளர்ச்சிக்காகப் படிக்கிறார்கள் என்றுதானே சொல்கிறீர்கள்?”

“நீங்கள் வேறு என்ன காரணத்தைச் சொல்லப் போகிறீர்கள்?”

“எந்தப் பைத்தியக்காரனும் அறிவு வளர்ச்சிக்காகப் பிள்ளைகளைப் பள்ளிக்கு அனுப்புவதில்லை. நீங்களும் நானும் அறிவு வளர்ச்சிக்காகவா படித்தோம்? படிக்காதவனுக்கும் உத்தியோகம் உண்டு என்று சட்டம் செய்யட்டும், எவனாவது மழைக்குக்கூடப் பள்ளிக்கூடத்தில் வந்து ஒதுங்குகிறானா என்று பார்க்கிறேன்” என்று சவால்விட்டார் ஸ்டேஷன்மாஸ்டர்.

சுப்பராம ஐயர் சிரிக்கும்போது போர்ட்டரும் சேர்ந்து சிரித்தான். அவனை வைத்துக்கொண்டு தமாஷ் பேச்சுப்பேசுவது மரியாதை இல்லை என்று நினைத்தோ என்னவோ, சுப்பராம ஐயர் மேற்கொண்டு எதுவும் பேசாமல் புத்தகத்தைக் கையில் எடுத்துக்கொண்டார்.

“என்ன, பேசாமல் இருக்கிறீர்கள்?” என்று கிண்டினார் ஸ்டேஷன்மாஸ்டர்.

“உங்களிடத்தில் பேசி ஜெயிக்கவா? குமாரபுரம் ஸ்டேஷன் சந்திர சூரியர்கள் உள்ளவரை நிலைத்திருக்கட்டும், எனக்கு ஒரு நஷ்டமும்

இல்லை” என்று சொல்லிவிட்டு ஐயர், ஏதோ ஒரு பக்கத்தைத் தேடியவராய்ப் புத்தகத்தைப் புரட்டினார்.

ஸ்டேஷன்மாஸ்டர் போர்ட்டரை அழைத்து, “வீட்டுக்குப் போய்க் காபி போடச் சொல், கருப்பையா” என்று சொல்லி அனுப்பினார்.

“நாமும் போகலாமே” என்றார் ஐயர்.

சிறிது நேரத்தில், இருவரும் எழுந்து ஸ்டேஷனை அடுத்திருந்த வீட்டை நோக்கிப் புறப்பட்டார்கள்.

மூன்றாம் நாள் காலையில் எட்டு மணிக்கெல்லாம் வடக்கே போகும் பாஸஞ்சர் வண்டி ஒன்று இருந்தது. அன்று திங்கட்கிழமை. கோவில்பட்டிச் சந்தைக்குச் செல்லும் பிரயாணிகள் நாலைந்து பேர் ஏழு மணிக்கு முன்னதாகவே சாக்குப் பைகள் சகிதம் ஸ்டேஷனுக்கு வந்து உட்கார்ந்து வெற்றிலை பாக்குப் போட்டவண்ணம் ஏதேதோ பேசிக்கொண்டிருந்தார்கள். ஏழேகால் மணிக்கெல்லாம், சுப்பராம ஐயரும் பலகாரம் சாப்பிட்டு வந்து பிளாட்பாரத்தில் உள்ள வேப்ப மரங்களின் கீழே கிடக்கும் ஒரு பெஞ்சியில் உட்கார்ந்து முந்தியநாள் கையில் வைத்துக்கொண்டிருந்த புத்தகத்தை எடுத்து, விட்ட இடத்திலிருந்து படிக்க ஆரம்பித்தார். ஆனால் நாட்டுப்புறப் பிரயாணிகளின் சுபாவமான உரத்த சம்பாஷணைகளால் அவரால் நிம்மதியாகப் படிக்க முடியவில்லை. சுகந்தமான வேப்பங் காற்றும் அவருடைய கவனத்தைத் திருப்பிக் கொண்டிருந்தது.

‘இந்தப் பாலைவனத்திலும் இப்பேர்ப்பட்ட ஒரு நறுமணம்! இந்த மாதிரியான ஓர் இளங்காற்று! பார்த்தால் ஒரே கருப்பு மண்ணாக இருக்கிறது. இங்கே இப்படிச் சில மரங்கள் முளைத்து, இப்படி ஒரு திவ்யமான வாசனையைக் காற்றில் கலந்துகொண்டிருக்கிறது. இந்த வாசனை கூட இந்த மண்ணில்தான் உற்பத்தியாகியிருக்கிறது.’

அவர் கண்கள் தூரத்தில் தெரியும் கிராமங்களை ஏறிட்டு நோக்கின.

‘இந்த ஊர்களில் வசிக்கும் நூற்றுக்கணக்கான ஆண்களும் பெண் களும் இந்த மண்ணை நம்பித்தான் வாழ்கிறார்கள். இந்தக் கரிசல் மண்ணிலிருந்து மணமும் கிடைக்கிறது; உயிரும் கிடைக்கிறது . . .’

அவருடைய சிந்தனைகளெல்லாம், அவர் படித்துக்கொண்டிருந்த புத்தகத்தின் வசனங்களைப்போல் சுவை பெற்றிருந்தன. தொடர்ந்து படிப்பது போலவே எதிர்பாராத சிந்தனைகள் ஓடிக்கொண்டிருந்தன. அப்போது மேற்கே சுமார் அரைமைல் தூரத்தில் நாலைந்து பேர் அவசரம் அவசரமாக ஸ்டேஷனை நோக்கி ஓட்டமும் நடையுமாக வந்துகொண்டிருப்பது தெரிந்தது.

‘வண்டிக்கு நேரம் இருக்கிறது. இப்படி வேர்க்க விறுவிறுக்க ஓடி வருவானேன்?’ என்று ஐயர் நினைத்தார். அதைவிட அப்பாவித்தனமாக இருந்தது, சிலர் ஒருமணி நேரத்துக்கு முன்னதாகவே வந்து ஸ்டேஷனில் காத்துக்கொண்டிருந்தது.

'சூதுவாதில்லாத ஜனங்கள்' என்று ஒருமுறை அவர் தமக்குத் தாமே சொல்லிக்கொண்டார்.

வேப்பங் காற்று இருக்க இருக்கச் சுகம் ஏற்றிக் கொண்டிருந்தது. இந்தக் காற்றுக்காகவே அங்கே கோடைகாலத்தைக் கழித்துவிடலாம்போல் அவருக்குத்தோன்றியது. இந்த அடிப்படையில், சுற்றிலும் உள்ள மண்ணிலும், புல்லிலும், புல் நடுவே பூத்துக் குலுங்கும் காட்டு மலர்களிலும், சாம்பல் நிறக் கற்றாழைகளிலும் அவருக்கு ஒரு அன்பும் அனுதாபமும் பிறந்தன. சிறிது நேரத்தில் ரயில் ஏறிவிடப்போகிறோம் என்ற நினைப்பில் அந்த அன்பும், அனுதாபமும் சற்று அழுத்தம் பெறவும் செய்தன.

'மனிதர்கள் எங்கெல்லாம் வாழ்கிறார்கள்! மனிதர்களாகவும் வாழ்கிறார்கள்!'

இரண்டு மூன்று பேர் பிளாட்பாரத்துக்கு வந்து கைகாட்டி மரத்தை ஒருமுறை ஏறிட்டுப் பார்த்துவிட்டு அங்கேயே ஒரு பக்கத்தில் ஒதுங்கி நின்றார்கள். எப்போதோ மாடு வாங்கிய செய்தியை ஓர் ஆசாமி கதையாகச் சொல்ல, மற்றவர்கள் கவனமாக 'உம்' போட்டுக் கேட்டுக் கொண்டிருந்தார்கள்.

சுப்பராம ஐயர் அவர்கள் பேச்சை உற்றுக் கேட்டார். அந்தப் பேச்சில் உண்மை மட்டுமல்ல, அர்த்தமும் சுவாரஸ்யமுமே இருப்பது போல் அவருக்குத் தோன்றியது. அவர்களை அழைத்து வைத்துக்கொண்டு அவர்களுடைய வாழ்க்கை வரலாறுகளையெல்லாம் ஆதியோடு அந்தமாகக் கேட்டுத் தெரிந்துகொள்ளக்கூட அவர் ஆசைப்பட்டார்!

அரை மைல் தூரத்தில் வெள்ளை வேஷ்டிகளாகக் காட்சியளித்துக் கொண்டு ஓடிவந்தவர்கள், நான்கு சிறுவர்களும் ஒரு பெரியவருமாக இனம் காட்டிக்கொண்டு ஸ்டேஷனுக்கு வந்து சேர்ந்தார்கள். வந்ததும் வராததுமாக, "டிக்கெட் குடுத்தாச்சா?" என்று கேட்டார் ஓடி வந்த பெரியவர்.

பேசிக்கொண்டு நின்றவர்களில் ஒருவர், "இல்லை, இல்லை" என்றார்.

எல்லோரும் ஒரு மூச்சுவிட்டுக் கொண்டார்கள். அந்த நான்கு சிறுவர்களின் கண்களும் ஏககாலத்தில் வேப்பமரத்தடியில் பெஞ்சியில் உட்கார்ந்துகொண்டிருந்த சுப்பராம ஐயரைத்தான் பார்த்தன. பார்த்த மாத்திரத்தில் மிகுந்த மரியாதை கொடுத்து, மூச்சு விடுவதைக்கூடக் கொஞ்சம் மட்டுப் படுத்தினார்கள். இப்படிப்பட்ட ஒருவரை அவர்கள் வருஷத்தில் ஒரு தடவை காண்பதே அபூர்வம். அவர்களுடைய பள்ளிக் கூடத்துக்கு எப்போதாவது வரும் பெரிய இன்ஸ்பெக்டரைப்போல் காலில் பூட்ஸ் போட்டுக்கொண்டு குளோஸ் கோட்டும் ஜரிகை அங்க வஸ்திரமுமாகக் காட்சி அளித்தார் ஐயர். தலையில் விழுந்திருந்த வழுக்கையும் அவருடைய கௌரவத்தை உயர்த்திக் காட்டியது. இமை கொட்டாமல் பார்த்துக்கொண்டு நின்ற சிறுவர்களை ஐயரும் பார்த்துக்கொண்டார். நான்கு சிறுவர்களும் ஏறக்குறைய ஒரே

குமாரபுரம் ஸ்டேஷன்

பிராயமுடையவர்களாக இருந்தார்கள். பன்னிரண்டிலிருந்து பதினைந்து வயது வரையிலும் மதிக்கலாம். ஒவ்வொருவனுடைய கையிலும் இரண்டொரு புத்தகங்களும், சில வெள்ளைக் காகிதங்களும் இருந்தன. சட்டைப் பைகளில் சீவித் தயாராக வைத்திருந்த பென்ஸில்கள், பள்ளி மாணவர்கள் என்பதைச் சொல்லாமலே தெரிவித்தன.

சிறுவர்களோ, ஐயரோ பரஸ்பரம் பார்த்துக்கொண்டிருந்தாலும் பேசுவதற்கு முயற்சி செய்யவில்லை. இந்தச் சமயத்தில் கை இறக்கப்பட்டது. ஸ்டேஷன் மாஸ்டரும் ஐயரிடம் டிக்கெட்டோடு வந்தார்.

“இந்த இடம் உங்களுக்கு ரொம்பவும் பிடித்திருக்கிறது போலிருக் கிறதே; இங்கேயே உட்கார்ந்துகொண்டிருக்கிறீர்கள்!”

“நல்ல காற்று!” என்றார் ஐயர். டிக்கெட்டையும் வாங்கிக்கொண்டார்.

“அப்படியானால் அடுத்த லீவுக்கு வந்துவிடுங்கள். இந்த மாதிரி மூன்று நாட்களில் புறப்பட்டுவிடாமல் சேர்ந்தாற்போல், ஒரு பத்து நாட்களாவது இருந்து விட்டுப்போகலாம் . . .”

“அப்படியே செய்யலாம்! பத்து நாட்கள்தானே? ராமன் பதினாலு வருஷம் வனவாசம் செய்திருக்கிறபோது நாம் பத்து நாட்கள் இங்கே இருக்க முடியாமலா போய்விடப் போகிறது?”

“அந்த வனவாசத்தில்தான், ராமன் தன் உயிர்த் துணைவர்களை யெல்லாம் சம்பாதித்துக்கொண்டான். அவனை ராமனாக்கியதே அந்த வனவாசம்தான்” என்று சொன்னார் ஸ்டேஷன் மாஸ்டர்.

“பள்ளிக்கூடத்தைவிட்ட பிறகு, புராணங்களையெல்லாம் நன்றாக ஆராய்ச்சி செய்திருக்கிறீர்கள் போலிருக்கிறது!” என்று சுப்பராம ஐயர் தமாஷாகச் சொன்னார். ஆனாலும் நண்பரின் வார்த்தைகளில் ஏதோ ஒரு சுகமும் உண்மையும் இருப்பதுபோலவே அவருக்குத் தோன்றியது.

மேற்கொண்டு சாவகாசமாகப் பேசச் சந்தர்ப்பம் இல்லை. வண்டி வரும் நேரம் நெருங்கிக்கொண்டிருந்ததால், காரியார்த்தமாக ஸ்டேஷனுக்குள் போய்விட்டார் ஸ்டேஷன்மாஸ்டர். சிறுவர்களை நிறுத்திவிட்டுப் பெரியவர் போய் டிக்கெட் வாங்கிக்கொண்டு வந்தார். எல்லாப் பிரயாணிகளுமே டிக்கெட்டோடு பிளாட்பாரத்துக்கு வந்து தயாராக நின்றார்கள்.

உரிய காலத்தில் வண்டியும் வந்துவிட்டது. ஐயர் ஏறிய பெட்டியிலேயே கிராமத்துப் பெரியவரும், அவரோடு வந்த சிறுவர்களும் ஒருவருக்குப் பின் ஒருவராக ஏறினார்கள். வண்டியில் நிறையக் காலியிடம் இருந்தது. ஒரு ஜன்னலோரத்தில் போய் உட்கார்ந்தார் ஐயர். அவருக்கு எதிர்வரிசைப் பெஞ்சியில் நிறைய இடம் இருந்தபடியால் சிறுவர்கள் அங்கேயே உட்கார்ந்துவிட்டார்கள். பெரியவர் ஐயருக்கு வலதுகைப் பக்கத்தில் வந்து அமர்ந்தார். பெரியவருக்கு வலதுபுறத்தில் பூதாகாரமான ஆகிருதி படைத்த ஒருவர் ஏராளமான சாமான்களோடு உட்கார்ந் திருந்தார். அவருக்கு எதிரே ஜன்னலை ஒட்டி, அவருடைய கனத்தில்

முக்கால்வாசியாவது இருக்கும், ஒரு அம்மாள் இருந்தாள். அம்மாளின் பக்கத்திலும் என்னென்னவோ மூட்டை முடிச்சுகள், பண்ட பாத்திரங்கள் . . .

குமாரபுரம் ஸ்டேஷனைவிட்டு வண்டி நகர்ந்துவிட்டது.

பையன்கள் இரண்டு பக்கத்து ஜன்னல்கள் வழியாகவும், மரம் மட்டைகள் எதிர்த்திசையில் ஓடத் தொடங்கியதை ரஸித்துப் பார்த்துக் கொண்டிருந்தார்கள். அவர்கள் முகத்தில் தோன்றிய ஆச்சரியத்தையும், அங்கே தாண்டவமாடிய ஆனந்தத்தையும் பார்த்த சுப்பராம ஐயருக்கு, அந்தப் பையன்கள் வாழ்க்கையிலேயே அன்றுதான் முதல்முதலாக ரயில் பிரயாணம் செய்கிறார்களோ என்று நினைக்கத் தோன்றியது. அவர்களோடு ஏதாவது பேச வேண்டுமென்று ஆசை; அப்படியெல்லாம் அவரைப் போன்றவர்களால் சுலபமாகப் பேசிவிட முடிகிறதா? அவருக்கு அது கொஞ்சம் கஷ்டமாகவே இருந்தது.

சில நிமிஷங்கள் கழிந்தபின், பையன்களைப் பார்த்து முதலில் பேச ஆரம்பித்தவர், மேற்குப்புற ஜன்னல் பக்கம் இருந்த பூதாகாரமான மனிதர்தான். எடுத்த எடுப்பிலேயே சௌஜன்யமாகப் பேச ஆரம்பித்தார்.

"ஏண்டா, எங்கே பிரயாணம்?" என்று கேட்டார். அவருடைய குரல் அவருடைய உருவத்தைவிடக் கனமாக இருந்தது.

பையன்களுக்கு அதற்குப் பதில் சொல்லவே தோன்றவில்லை.

அவர்கள் சார்பில் பெரியவர்தான் பேசினார்:

"கோவில்பட்டிக்குப் பெரிய பள்ளிக்கூடத்திலே சேரப்போறாக."

பையன்கள் அவரை மேலும் கீழும் பார்த்தார்கள். அவருடைய வைரக் கடுக்கன், வைர மோதிரம், தங்கப் பொத்தான்கள், உள்ளங்கை அகலக் கைக்கடிகாரம் – இத்தனையும் மாறிமாறி அவர்களுடைய கவனத்தைக் கவர்ந்து கொண்டிருந்தன.

"எந்தக் கிளாஸில் சேரப் போறாங்க?"

"நம்ம ஊரிலே ஆறு பாஸ் பண்ணியிருக்கிறாக. அங்கே ஏழிலே கொண்டுபோய்ச் சேர்க்கணும்."

"எந்த ஊர்ப் பையன்கள்?"

"இடைசெவல் கிராமம்"

"இடைசெவலா? அங்கே ஏழாம் வகுப்பு இல்லையோ?"

"இல்லை; 'சர்க்கார் சாங்ஸ்'னுக்கு எழுதிப் போட்டிருக்காக."

"பாஸ் பண்ணினதுக்குச் சர்டிபிகேட் இருக்கா?"

"இருக்கு"

"இருந்தாலும் பரீக்ஷை வெச்சுத்தான் சேர்ப்பாங்க."

“அதுக்காகத்தான் பெரிய வாத்தியாரு ஒரு மாசமா வீட்டிலே வச்சிப் பாடம் சொல்லிக் குடுத்தாரு” என்றார் பெரியவர்.

பூதாகாரமான ஆசாமி, ஒரு பையனைப் பார்த்து, “டேய், நான் மூணு கேள்வி கேழ்க்கிறேன். நீ பதில் சொல்லிட்டா உன்னை ஏழிலே எடுத்துக்குவான்” என்றார். உடனடியாக, “வாட்டீஸ் யுவர் நேம்?” என்று கேட்டார்.

“மை நேம் இஸ் ஸ்ரீனிவாசன்” என்றான் ஒரு பையன்.

“வாட்டீஸ் யுவர் பாதர் நேம்?” – இது அவருடைய அடுத்த கேள்வி.

“மை பாதர்ஸ் நேம் இஸ் ராமசாமி நாயுடு.”

“வாட் கிளாஸ் யூ பாஸ்?” என்று அவர் மூன்றாவது கேள்வியைக் கேட்டார்.

அவர் தப்பும் தவறுமாக ஆங்கிலம் பேசுவதைப் பார்த்துச் சுப்பராம ஐயர் வாய்க்குள்ளேயே சிரித்தார்.

“ஸிக்ஸ்த் கிளாஸ்” என்று அடக்கமாகப் பதில் சொன்னான் ஸ்ரீனிவாசன்.

“போதும்டா! கெட்டிக்காரப் பையனா இருக்கே. இப்படிதான் ‘டக்டக்’னு பதில் சொல்லணும். நிச்சயம் நீ ஏழாம் வகுப்புத்தான்.”

பையனுக்கு ஒரே சந்தோஷம்.

பெரியவர், அந்த ஆசாமியைப் பார்த்து, “மத்தப் பையன்களையும் ஏதாவது கேளுங்க” என்று கேட்டுக்கொண்டார்.

“நம்ப இங்கிலீஷ் அவ்வளவுதான்! அதுக்குமேலே எங்க வாத்தியார் கத்துக் குடுக்கல்லே!” என்று சொல்லிவிட்டுத் தொப்பை வயறு குலுங்கக் ‘கடகட’வென்று சிரித்தார்.

எதிரே உட்கார்ந்திருந்த அவருடைய மனைவியும் சுப்பராம ஐயரும் இலேசாகச் சிரித்தார்கள்.

“நமக்கு எந்த ஊரோ?” என்று அவரை விசாரித்தார் கிராமத்துப் பெரியவர்.

“திருநெல்வேலி ஜங்ஷனிலே பங்கஜ விலாஸ் காபி கிளப் இருக்கில்லே, அது நம்ப கடைதான். பார்த்திருப்பேளே?”

“திருநெல்வேலிக்குச் சின்னப் பிள்ளையிலே ஒரு தரம் வந்ததுதான் . . .”

“அது நம்ப கடைதான். இந்தப் பையன்களைப்போல் ஆயிரம் பையன்கள் நம்ப கடையிலே சாப்பிட்டுக்கொண்டு படிச்சிருக்கான்கள். ஜங்ஷனிலே நம்ப கடையைவிட்டுக் காலேஜ் பையன்கள் வேறே எங்கேயும் போகமாட்டான்கள். இருபத்தஞ்சு வருஷமாய் பார்த்துண்டு வர்ரேன்.”

“நல்ல கடையைவிட்டு யார்தான் போவாக!”

அவர் பையன்களைப் பார்த்துத் திரும்பி, "டேய் நீங்களும் காலேஜுக்கு வரப்போ நம்ம கடைக்குத் தாண்டா சாப்பாட்டுக்கு வரணும்..." என்றார்.

பையன்களுக்குச் சந்தோஷம் தாங்க முடியவில்லை. ஒரு நகரவாசி தங்களிடம் இவ்வளவு அன்பாகப் பேசுவது அவர்களுக்கு ராஜோபசாரமாக இருந்தது.

"நமக்குப் பிள்ளைகள் எத்தனையோ?" என்று நாட்டுப் புறப் பாங்கில் விசாரித்தார் பெரியவர்.

"நம்ப கடையிலே சாப்பிட்டவன்களும், சாப்பிடப்போறவன்களும் நம்ப பிள்ளைகள்தான்" என்றார் அவர்.

பெரியவருக்கு அது விளங்கவில்லை. இதை ஹோட்டல்காரர் கவனித்துக்கொண்டார். இருந்தாலும் அவருடைய திகைப்பைப் போக்க முயற்சி செய்யாமல், "சொந்தப் பிள்ளைகளுக்குப் பணம் வாங்கிண்டா சாப்பாடு போடுவான்னு நீங்க நினைக்கலாம். என்ன செய்யறது! ஹோட்டல்காரன் தர்மம் பண்ணமுடியாது. ஆனால், என்னாலே முடிஞ்ச தர்மத்தைப் பண்ணாமல் இல்லை. எத்தனையோ பேருக்கு ஸ்கூல் பீஸ் கட்டப் பணம் கொடுத்திருக்கிறேன். அதிலே திருப்பி வாங்கினதும் உண்டு; வாங்காததும் உண்டு" என்று திருப்தியோடு சொன்னார். அடுத்த நிமிஷம் மனைவியைப் பார்த்துப் பலகாரங்களை எடுத்து வைக்கச் சொன்னார் – அவர் சாப்பிடுவதற்குத்தான்.

"ரொம்பத் தூரப் பிரயாணமோ?" என்று கிராமத்துப் பெரியவர் கேட்டார்.

"மதுரை வரைக்கும் போகிறோம். ஒரு கல்யாணம்"

திரும்பவும் அந்தப் பெரியவர், "நமக்கு எத்தனை குழந்தைகளோ?" என்று அதே கேள்வியைக் கேட்டார்.

"நான்தான் சொன்னேனே, எல்லாக் குழந்தைகளும் நம்ப குழந்தைகள் தான்னு. பெத்தால்தான் குழந்தையா? இந்த நாலு பையன்களும் என் குழந்தைகள்தான். என்ன சொல்றீங்க?"

பெரியவருக்கு ஒருவாறு புரிந்துவிட்டது. அதைக் காட்டிக்கொள்ளும் முறையில், "குழந்தைகள் இல்லை போலிருக்கு! அதுக்கென்ன, ஐயா சொன்னாப்லே உலகத்திலே உள்ள குழந்தைகளெல்லாம் நம்ம குழந்தைகள்தான். இப்போ பாருங்க, இதிலே ஒருத்தன்தான் என்பேரன். மத்த மூணுபேரும் கூடப்படிக்கிற பையன்கள்தான். எல்லாரையும் சொந்தப் பிள்ளைகள் மாதிரி நான்தான் கோவில்பட்டிக்குக் கூட்டிக்கிட்டுப் போகிறேன். அந்தக் கடைசிப் பையன் குடும்பம் கொஞ்சம் ஏழைக் குடும்பம். எப்படிப் படிக்கவைக்கிறதுன்னு அவனோட அப்பன் கொஞ்சம் யோசனை பண்ணினான். பையன்களோட பையனாகப் படிக்கட்டும், இப்போ ஆகிற செலவை நான் தாறேன், பின்னாலே பார்த்துக்கிடலாம்னு நான்தான் தைரியம் சொல்லிக் கூட்டியாறேன்.

அவனுக்குப் படிப்பிலே அக்கறை. மேலே படிக்கப் போகணும்னு மூணு நாளாச் சாப்பிடாம அழுதிருக்கான் ...” என்று கூறிக்கொண்டே போனார்.

ஹோட்டல் முதலாளியின் மனைவி பலகாரப் பாத்திரத்தைத் திறந்தாள். அதனுள் இருந்த பக்ஷணங்கள் ஒரு கல்யாணத்துக்கே போதும் போல் இருந்தன. இவர் சொல்லாமலே அந்த அம்மாள் ஒரு பெரிய இலையை ஐந்தாறு துண்டுகளாகக் கிழித்துப் பையன்களுக்கும் பெரியவருக்கும் சேர்த்து என்னென்னவோ பலகாரங்களை எடுத்து வைத்துக்கொடுத்தாள். பையன்கள் வாங்கிக்கொள்ளத் தயங்கினார்கள்.

“டேய்! வயத்துக்கு வஞ்சகம் பண்ணாதீங்கடா. வாங்கிச் சாப்பிடுங்க” என்றார் ஹோட்டல் முதலாளி.

“உம், வாங்கிக்கோங்க” என்று பெரியவரும் சொன்னார்.

பையன்கள் கை நீட்டி அவற்றை வாங்கிக்கொண்டார்கள்.

ஹோட்டல்காரர் மற்றொரு இலையைச் சுப்பராம ஐயர் பக்கம் நீட்டினார். அவர் நாசூக்காக, “இப்போதான் காபி சாப்பிட்டேன். வேணடாம், நீங்க சாப்பிடுங்கோ” என்று சொல்லிவிட்டுக் கோட்டுப் பையிலிருந்து புத்தகத்தை வெளியே எடுத்தார்.

ஹோட்டல் முதலாளி விடவில்லை. கட்டாயப்படுத்தி ஒரு டம்ளர் காபியைக் குடிக்கவைத்துவிட்டார்.

எல்லோரும் பலகாரம் சாப்பிட்டுக்கொண்டிருக்கும்போது, வண்டி நாலாட்டின்புத்தூர் ஸ்டேஷனில் வந்து நின்று அதையும்விட்டுப் புறப்பட்டுவிட்டது.

சுப்பராம ஐயர் புத்தகத்தை விரித்துப் படித்துக்கொண்டிருந்தார். பையன்களும் எழுந்து போய்க் கையைக் கழுவிவிட்டு வந்து உட்கார்ந்தார்கள். சுப்பராம ஐயரின் கையிலிருந்த புத்தகத்தின் பெயரை எழுத்துக்கூட்டி, “அன்னா கரேனினா, லியோ டோல்ஸ்டோய்” என்று மெல்லியக் குரலில் வாசித்தான் ஒரு பையன். அது ஐயர் காதில் விழுந்தது.

‘டோல்ஸ்டோய்! அதுவும் சரிதான்! சொல்லிக் கொடுக்காதவரையில் யாருக்கும் டோல்ஸ்டோய்தானே ஒழிய டால்ஸ்டாய் எப்படி ஆகமுடியும்?’ என்று நினைத்துக்கொண்டார்.

சிறிது நேரத்தில் சிறுவர்கள் தங்கள் கையிலிருந்த காகிதங்களை விரித்துப் படிக்கத் தொடங்கினார்கள்.

“என்னடா அது?” என்று கேட்டார் ஹோட்டல்காரர்.

“எங்கள் ஹெட்மாஸ்டர் எழுதிப்போட்டது?”

“என்ன எழுதிப் போட்டிருக்கிறார்?”

ஒரு பையன் சொன்னான்: “பசுவைப்பற்றி இங்கிலீஷில் ஒரு வியாசம். ‘நரியும் திராக்ஷையும்’ கதை. ‘ஓநாயும் ஆட்டுக்குட்டிகளும்’ கதை. நண்பனுக்கு ஒரு கடிதம்.”

“எல்லாம் இங்கிலீஷில்தான். பெரிய வாத்தியார் ரொம்பப் படிச்சவரு நல்ல மனுஷன். பெத்த தகப்பன் மாதிரி இவுகளுக்குப் பாடம் சொல்லிக்கொடுத்து எழுதிப் போட்டிருக்காரு” என்றார் பெரியவர்.

“நன்னாப் படிங்கடா. இப்படித்தான் ஏதாவது எழுதச் சொல்லிப் பரீக்ஷை வைப்பாங்க” என்றார் ஹோட்டல்காரர்.

புத்தகத்தைப் படிப்பதுபோல் பாவனை செய்து கொண்டு, பேச்சுக்களைக் கவனமாகக் கேட்டுக்கொண்டிருந்தார் சுப்பராம ஐயர்.

ஹோட்டல்காரர் காபியைச் சாப்பிட்டுவிட்டு, “பையன்கள் ‘நன்னாப் படிக்கக்கூடிய பையன்கள்’னு தோணுது” என்று பெரியவரிடம் சொன்னார்.

“பட்டிக்காட்டுப் புள்ளைகளானாலும் படிப்பு நல்ல படிப்புத்தான். வாத்தியாரு அப்படி. அந்த மாதிரி ஒரு தகப்பன்கூடப் புள்ளைகமேலே பிரியமா இருக்கமாட்டான்னு சொல்றேனே!” என்றார் பெரியவர்.

“அது சரிதான். வாத்தியாரும் ஒரு தகப்பன்தானே?” என்றார் ஹோட்டல்காரர்.

இதைக் கேட்டதும் சுப்பராம ஐயரின் உடம்பு சிலிர்த்தது. பெரியவர், “அதில் சந்தேகம் வேறயா? இந்தப் பையன்கள் படிப்பிலே மட்டுமில்லே, வேலையிலும் சூட்டிகைதான்” என்றார்.

“வேலையா?”

“ஆமா, வேலை செய்யாம எப்படி? பள்ளிக்கூடம்போக முன்னாலே, மாட்டைப் பத்திக்கிட்டுப் போய் மேய்ப்பாக. பருத்திக்கொட்டை ஆட்டுவாக. இப்படி வீட்டு வேலைகளைச் செஞ்சிட்டுத்தான் பள்ளிக்கூடம் போறது . . .”

“பேஷ்! அப்படித்தான் இருக்கணம். பொழைக்கிறவனுக்கு அதுதான் லட்சணம்! அழுக்குப் படாத படிப்பு படிப்பிலே சேர்த்தியா? அவனாலே ஊருக்குப் பிரயோசனமாயிருக்கு? என்னை எடுத்துக்கோங்க . . . நான் இரண்டாம் கிளாஸுக்கு மேலே படிச்சதில்லே. பி.ஏ., எம்.ஏ., படிச்சிருந்தா உத்தியோகம் பார்த்திருப்பேன். பார்த்திருந்தா, இத்தனை வருஷமாப் பள்ளிப் பிள்ளைகளுக்குப் பண்ணி வந்த உபகாரத்தைப் பண்ணியிருக்க முடியுமா? நாலு பேருக்கு உபகாரமா இருந்தாத்தான் படிப்பிலே சேர்த்தி. ஊர்க்காரனை மெரட்டுற படிப்பு வேண்டவே வேண்டாம். நான் சொல்றது எப்படி?”

“அதிலே சந்தேகம் வேறயா?” என்றார் பெரியவர். இப்படியே பேசிக் கொண்டிருந்தார்கள். வண்டி கோவில்பட்டிக்கு வந்துவிட்டது. வாசிப்பதுபோல் விரித்து வைத்துக்கொண்டிருந்த புத்தகத்தை மூடிப்

பழையபடியும் கோட்டுப்பைக்குள் வைத்தார் சுப்பராம ஐயர். எல்லோரும் இறங்குவதற்கு ஆயத்தமானார்கள்.

"தைரியமாய்ப் பரீக்ஷை எழுதுங்கடா! நான் வயசானவன். ஆசீர்வாதம் பண்ணறேன்: எல்லோரும் பாஸ், போய்ட்டு வாருங்க. திருநெல்வேலியிலே படிக்க வரப்போ பங்கஜ விலாஸை மறந்துட வேண்டாம். தெரிஞ்சதா?" என்று சொல்லி வழியனுப்பினார் ஹோட்டல் முதலாளி.

வண்டியைவிட்டு சுப்பராம ஐயரும், அந்தப் பையன்களும், பெரியவரும் இறங்கினார்கள். போகும்போது ஐயர், ஹோட்டல் முதலாளியைப் பார்த்துப் புன்னகை ததும்பும் முகத்தோடு வணங்கி விடைபெற்றுக் கொண்டார். அவரைப் பின்தொடர்ந்து நடந்தார்கள் பையன்கள். முன்னே நடக்க ஒருவிதத் தயக்கம். அவ்வளவு தூரத்துக்கு அவரிடம் மரியாதை பிறந்துவிட்டது.

ஸ்டேஷனைவிட்டு வெளியே வந்ததும், குதிரை வண்டியை எதிர்பார்த்துக்கொண்டு நின்றார் சுப்பராம ஐயர். கோவில்பட்டி ஸ்டேஷனில் போர்ட்டர் வேலை செய்யும் ஒருவன், அன்று தனக்கு இரவு வேலையானதால், வெளியே ஓரிடத்தில் நின்றுகொண்டிருந்தான். பெரியவரையும், சிறுவர்களையும் பார்த்து, "வாங்க வாங்க" என்று சொல்லிக்கொண்டே வந்தான். அவர்கள் வந்த காரியத்தையும் விசாரித்துத் தெரிந்துகொண்டான். அவனும் இடைசெவல் கிராமத்தைச் சேர்ந்தவன் தான் என்பதைப் பேச்சிலிருந்து சுப்பராம ஐயர் ஊகித்துவிட்டார்.

பையன்களையும், பெரியவரையும், தன் வீட்டுக்கு அந்தப் போர்ட்டர் பலகாரம் சாப்பிட அழைத்ததோடு, அன்றிரவு தங்கிவிட்டு மறுநாள் ஊருக்குப் போகலாம் என்றும் சொன்னான்.

சுப்பராம ஐயருக்குக் குதிரை வண்டி கிடைத்துவிட்டது. அதில் ஏறிக்கொண்டு, வண்டி மூலை திரும்பும் வரையில் சிறுவர்களையே பார்த்துக்கொண்டு சென்றார். குமாரபுரம் ஸ்டேஷன், ஸ்டேஷன் மாஸ்டரின் தர்க்கங்கள், வேப்பம்பூ மணத்தோடு வீசிய காற்று, கரிசல் மணமும் உயிரும் கொடுப்பது, ஹோட்டல்காரரின் தர்ம குணம், படிப்புக்கு அவரும் ஸ்டேஷன்மாஸ்டரும் கொடுத்த விளக்கம், கிராமத் தலைமையாசிரியர் தந்தையைப்போல் சிறுவர்களை நடத்தியது, டால்ஸ்டாயை 'டோல்ஸ்டோய்' என்று வாசித்த 'அறிவு', ஏழைப் போர்ட்டரின் விருந்துபசார அழைப்பு – இப்படி, எல்லாமே அவருக்கு ஞாபகத்துக்கு வந்துகொண்டிருந்தன. இருபது நிமிஷ ரயில் பிரயாணத்தில், இருபது வருஷங்கள் படித்தாலும் தெரிந்துகொள்ள முடியாத எத்தனையோ அரிய விஷயங்களைத் தெரிந்துகொண்டது போன்ற ஆனந்த பரவசம்... கிராமத்து ஹெட்மாஸ்டரையும் ஹோட்டல் முதலாளியையும் போர்ட்டரையும்விடப் பெரிய வாத்தியார்கள் இந்த உலகில் இருக்க முடியுமா என்றுகூட அவருக்கு ஒரு நிமிஷம் தோன்றியது. அவர்களிடம் படிக்காத படிப்பையா இந்தச் சிறுவர்கள் இனிமேல் படிக்கப் போகிறார்கள் என்று தமக்குள் சொல்லிக்கொண்டார்.

'குமாரபுரம் ஸ்டேஷனுக்குப் பிரயாணிகள் வராததைவிடப் பெரிய கேலிக்கூத்து, மேல்படிப்புக்காக இவர்கள் இந்தப் பள்ளிக்கூடத்துக்கு வருவது! அந்த ஸ்டேஷனுக்காவது தண்ணீர்ப் பந்தல் என்ற மதிப்பு உண்டு. ஆனால் . . .'

சுப்பராம ஐயர் குதிரை வண்டியில் வீடுபோய்ச் சேர்ந்தார்.

பெரியவரையும், பையன்களையும் அந்தப் போர்ட்டர் தன் வீட்டுக்கு அழைத்துச் சென்றான். ஊரிலேயே காலை ஆகாரம் பண்ணிக்கொண்டு வந்தவர்களானதால் அங்கே அவர்கள் ஒன்றும் சாப்பிடவில்லை. போர்ட்டருடைய கட்டாயத்துக்காகக் காபியை மட்டும் வாங்கிக் குடித்தார்கள்; மத்தியானம் சாப்பிட வருவதற்கும் சம்மதித்தார்கள். அப்புறம் எல்லோருமாக – போர்ட்டர் உட்பட – பள்ளிக்கூடத்துக்குப் போனார்கள். பள்ளிக்கூட வராண்டாவில் மற்றவர்களை நிறுத்திவிட்டுப் போர்ட்டர் மட்டும் நேரே தலைமை ஆசிரியரின் அறையை விசாரித்துத் தெரிந்துகொண்டு அங்கே போனான். இடைசெவல் கிராமத்திலிருந்து ஆறாவது வகுப்புத் தேறிய நான்கு பையன்கள் ஏழாம் வகுப்பில் சேர வந்திருக்கும் செய்தியை அவரிடம் தெரிவித்தான். அவர் உடனே ஓர் ஆசிரியரை வரவழைத்து, அவரிடம் இரண்டு மூன்று கேள்வித்தாள் களை எடுத்துக் கொடுத்து, அந்தக் கிராமத்துப் பையன்கள் ஏழாம் வகுப்புத் தகுதி உடையவர்கள்தானா என்பதைச் சோதித்துப் பார்க்கும்படி சொல்லி அனுப்பினார்.

ஓர் அறையில் நான்கு சிறுவர்களும் தனித்தனியே உட்கார வைக்கப் பட்டார்கள். கேள்வித்தாளில் உள்ள கேள்விகளை எழுதிக்கொள்ளும்படி சொல்லி உதவி ஆசிரியர் வாசித்தார். எல்லாம் ஆங்கிலக் கேள்விகள். பையன்கள் எழுதிக்கொண்டார்கள். ஒரு மணி நேரத்துக்குள் பதில்களை எழுதிவிடவேண்டுமென்றும் சொன்னார் ஆசிரியர். பையன்களும் எழுதத் தொடங்கினார்கள்.

போர்ட்டரும் பெரியவரும் பள்ளியைவிட்டு வெளியே வந்து, ஒரு புளியமரத்து நிழலில் உட்கார்ந்து ஊர்ச் சமாச்சாரங்களைப் பற்றிப் பேசிக்கொண்டிருந்தார்கள்.

பத்தரை மணிக்கெல்லாம் ஆங்கிலப் பரீக்ஷை முடிந்தது. அப்புறம் கணக்கு, தமிழ், பொது அறிவு ஆகியவை சம்பந்தப்பட்ட பரீக்ஷைகள். எல்லாமே பன்னிரண்டு மணிக்குள் முடிந்துவிட்டன. பள்ளிக்கூடம் விட்டு எல்லாப் பையன்களும் மத்தியானச் சாப்பாட்டுக்காக வீடுகளுக்குப் போனார்கள். அவர்களை நான்கு சிறுவர்களும் மிரள விழித்துக்கொண்டு பார்த்தார்கள். உதவி ஆசிரியர் அவர்களை அந்த அறையிலேயே உட்கார வைத்துக்கொண்டு விடைத் தாள்களை வேகமாகத் திருத்தி மார்க்குப் போட்டார். பிறகு எழுந்து தலைமை ஆசிரியரின் அறைக்குப் போனார். அப்போது பெரியவரும் போர்ட்டரும் அங்கே வந்து சேர்ந்தார்கள்.

"பரீக்ஷை நல்லா எழுதியிருக்கீங்களா?" என்று கேட்டான் போர்ட்டர்.

“கணக்குத்தான் கஷ்டமாக இருந்தது”

“இங்கிலீஷ் ?”

“ரொம்ப லேசு”

“ஊரிலே ஹெட்மாஸ்டர் எழுதிப்போட்ட கேள்விகள்தான். ஒரு நொடியில் பதில் எழுதிவிட்டேன்” என்றான் ஒருவன். மற்றவர்களும் அப்படியே சொன்னார்கள்.

“இங்கிலீஷ் நல்லா எழுதினால் பாஸ்தான்” என்று போர்ட்டர் சொல்லிக்கொண்டிருக்கும்போதே பெரியவர், “ஊர் வாத்தியார் வாத்தியார்தான்! எப்பேர்ப்பட்ட மனுசன்! இங்கே என்ன கேப்பாங்கன்னு அங்கேயே தெரிஞ்சி சொல்லிக் கொடுத்திருக்கிறாரே, அதில்லே மூளை!” என்று இடைசெவல் கிராமத்துத் தலைமை ஆசிரியரை வானளாவப் புகழத் தொடங்கினார்.

“கெட்டிக்கார வாத்தியார் போலிருக்கு!”

“கெட்டிக்காரருன்னா, அப்படி இப்படியா! அதுக்கு ஏத்தாப்பிலே கொணமும் அமைஞ்சுதே தம்பி, அதைச் சொல்லு. இப்படி ஒரு வாத்தியார் நம்ம ஊருக்கு வந்ததே இல்லை. பிள்ளைகள்கிட்டே பெத்த தகப்பன்கூட அவ்வளவு பிரியமா இருக்கமாட்டான்னா, அப்புறம் பார்த்துக்கோயேன்” என்றார் பெரியவர் பூரிப்புடன்.

எல்லோரும் வெற்றியை எதிர் நோக்கிக்கொண்டு கோலாகலமாகப் பேசிக்கொண்டிருந்தார்கள்.

சிறிது நேரத்துக்குள்ளேயே, பரீக்ஷை வைத்த உதவி ஆசிரியர் வந்து, சிறுவர்களையும், பெரியவரையும், போர்ட்டரையும் தலைமை ஆசிரியரிடம் அழைத்துக் கொண்டு போனார். அப்போதுதான் அவர் களுடைய மனம் கோலாகலத்தை இழந்து, ‘திக்திக்’ என்று அடித்துக்கொள்ளத் தொடங்கியது.

“இப்படி வாருங்கள்” என்று அவர்களை ஓர் அறைக்குள் அழைத்துச் சென்றார் உதவி ஆசிரியர்.

எல்லோரும் உள்ளே போனார்கள். தலைமை ஆசிரியரைப் பார்த்ததும், போர்ட்டர் கும்பிட்டான். பெரியவருக்கோ கும்பிடப் போன கைகள் குவியாமல் நடுங்கின. பையன்கள் எதுவுமே செய்யாமல், அப்படியே நின்றுவிட்டார்கள். ஆச்சரியத்தினால் அவர்களுடைய கண்கள் அகல விரிந்துவிட்டன. மூடியிருந்த வாய்கள் தாமாகத் திறந்து கொண்டன. ஒவ்வொரு கையிலும் விரல்களை விரல்கள் பிசைந்து கொண்டிருந்தன.

குமாரபுரம் ஸ்டேஷனிலிருந்து டால்ஸ்டாய் புத்தகமும் கையுமாக அவர்களோடு பிரயாணம் செய்த அதே பிரமுகர்தான் இங்கே தலைமை ஆசிரியராக உட்கார்ந்துகொண்டிருந்தார்! இதைப் பையன்கள் எப்படி எதிர்பார்த்திருக்க முடியும்?

“வாருங்கோ” என்று சிரித்துக்கொண்டே அவர் வரவேற்றார்.

“பெரிய வாத்தியாரைக் கும்பிடுங்க” என்று போர்ட்டர் சொன்ன பிறகுதான், பையன்களும் பெரியவரும் வணக்கம் செய்தார்கள்.

“கேள்விகளெல்லாம் கஷ்டமாக இருந்ததா?” என்று கேட்டுவிட்டு மறுமுறையும் சிரித்தார் சுப்பராம ஐயர். அந்தச் சிரிப்பில் இருந்த அழகும், கவர்ச்சியும், அன்புப் பெருக்கும் ஒரு பையனுடைய கண்களில் கண்ணீரையே வரவழைத்துவிட்டன.

அவருடைய கேள்விக்குப் பதில் சொல்லாமல் எல்லோரும் வாயடைத்துப் போய்த் திகைத்து நின்றார்கள்.

அடுத்தாற்போல், “உங்கள் பெயர்களைச் சொல்லுங்கள்” என்றார்.

“நாராயணசாமி”, “ஸ்ரீனிவாசன்”, “சுப்பையா”, “திருப்பதி.”

“எல்லோரும் பாஸ்!” என்றார் சுப்பராம ஐயர். பையன்கள் நால்வருக்கும் ஆனந்தக் கண்ணீர் பொங்கிவிட்டது.

“எல்லோரும் ஏழாம் வகுப்பில் சேர்ந்துகொள்ளுங்கள். நன்றாகப் படியுங்கள். ஒவ்வொரு பரீக்ஷையிலும் நல்ல மார்க் வாங்க வேண்டும்” என்று கூறிவிட்டு, “உங்கள் ஊர் வாத்தியார் மட்டுமல்ல இந்த ஊர் வாத்தியாருமே தகப்பனாரைப் போன்றவர்தான். பெரியவரே! நான் சொல்லுவது சரிதானே?” என்று சிரிப்பும் பரவசமுமாகக் கேட்டார் தலைமை ஆசிரியர்.

“அதிலே சந்தேகம் வேறயா?” என்று கிராமியப் பாணியில் சத்தம் போட்டுச் சொல்லிவிட்டு ஒருமுறை கும்பிட்டார் பெரியவர்.

சுப்பராம ஐயர் மூன்றாவது தடவையும் அழகாகச் சிரித்தார்.

“போய்வாருங்கள்” என்று விடை அளித்து அவர்களை அனுப்பியபின், குமாரபுரம் ஸ்டேஷன்தான் அவர் மனக்கண்ணில் காட்சியளித்தது.

வாய்க்குள்ளேயே, ‘அது பெரியபள்ளிக்கூடம்!’ என்று ஒருமுறை சொல்லிக்கொண்டார் சுப்பராம ஐயர்.

❖

கல்கி, 12 ஜூன் 1960

சந்திப்பு

கடந்த பதினைந்து வருஷ காலத்தில் என் சின்னம்மாவைப்பற்றி நான் மூன்று தடவைகள் நினைத் திருப்பேனோ, நான்கு தடவைகள் நினைத்திருப் பேனோ – நிச்சயமாகச் சொல்லுவதற்கில்லை. ஆனால், என் பால்ய நினைவுகளில் அவளைப் பற்றிய ஞாபகம்தான் நடுநாயகமானது. அவள் ஞாபகம் வந்துவிட்டால், பிள்ளைப் பிராயத்தின் மற்ற நினைவு களெல்லாம் தாமாக மங்கி மறைந்துவிடும்.

சின்னம்மாவை நான் நினைக்கக்கூடிய சந்தர்ப்பத் தைச் சொன்னால் விசித்திரமாகக்கூட இருக்கும். தேக அசௌக்கியத்தினால் படுக்கையில் விழுந்து இரண்டு மூன்று நாட்கள் ஆனபிறகு, உள்ளும் புறமும் பலஹீனமாக இருக்கும்போதுதான் எனக்கு இளமை நினைவுகளும், அவற்றைத் தொடர்ந்து சின்னம்மாவின் ஞாபகமும் வரும். அப்பொழுதெல்லாம் அவளுடைய நினைவைப் போல ஒரு பெரிய ஆறுதலாக, வலி தீர்க்கும் மாமருந்தாக வேறு எதுவுமே இருந்ததில்லை. நோய்ப் படுக்கையில் தனித்துக் கிடக்கும் நேரத்தில் அந்த நினைவுகள் அளித்த சுகத்தைத்தான் என்ன வென்று சொல்லுவது?

ஐந்தாவது தடவையாக – அப்படி ஒரு கணக்கை வைத்துக்கொள்ளுவோம் – அவளை நான் நினைக்கும் போது, நான் நோய்ப்படுக்கையில் இல்லை. திருநெல்வேலி எக்ஸ்பிரஸில் பிரயாணம் செய்துகொண்டிருந்தேன் – அதுவும் பூரண ஆரோக்கியத்தோடு. வண்டி

மதுரையைத் தாண்டி அரை மணி நேரத்துக்குமேல் ஆகிவிட்டது. ஒவ்வொரு ஸ்டேஷனையும் பதினைந்து வருஷங்களுக்குப் பிறகு அப்பொழுதுதான் முதன்முதலாகப் பார்க்கிறேன். வண்டி தெற்கே செல்லச் செல்ல, ஸ்டேஷன்களை எட்டிப் பார்ப்பதில் அக்கறை குறைந்து விட்டது. இதற்குமுன் அந்த மார்க்கத்தில் நான் செய்த பிரயாணம், அந்தப் பிரயாணத்துக்கு முந்திய என் இளம்பிராயம் – இந்த இரண்டையும் பற்றிய ஞாபகங்களே சிந்தனையில் குவிந்தன. அன்று நான் பெற்றோரின் துணையுடன் செல்லும் பன்னிரண்டு வயதுப் பையன்; பள்ளி மாணவன். இன்றோ இருபத்தேழு வயது இளைஞன்; வியாபாரி. இந்த இரண்டு கட்டங்களையும் பக்கம் பக்கமாக நிறுத்திப் பார்க்கும் போது ஏற்பட்ட உணர்ச்சி துக்கமோ, ஆனந்தமோ – எது என்று எனக்கே தெரியவில்லை. பெருமூச்சு விட்டேன்; கண்கள் நனைந்தன; மௌனமாக உட்கார்ந்து பூமியைப் பார்க்காமல் வானவெளியைப் பார்த்துக்கொண்டிருந்தேன்.

பதினைந்து வருஷங்களுக்குமுன் என் பெற்றோர்கள் என்னை அழைத்துக்கொண்டு, பஞ்சம் பிழைப்பதற்காகச் சிங்கப்பூருக்குப் புறப்பட்டார்கள். சென்னையில் போய்க் கப்பல் ஏறுவதற்காக இந்த மார்க்கத்தில் பிரயாணம் செய்தோம். புறப்பட்ட தினத்தன்று நான் சின்னம்மாவைப் பார்த்து, அவளைப் பிரிந்து செல்லுவதை எண்ணி அழவில்லை. அழவெண்டுமென்று தெரியவில்லை. என் சின்னம்மாதான் கண்ணீர் சொரிந்தாள். அழும்போது அவள் தன்னையும் என்னையும் தேற்றுவதற்காகச் சிரித்துக்கொண்டேயிருந்ததும், கண்களிலிருந்து மட்டும் முத்துக்கள் உருண்டதும் எனக்கு நன்றாக ஞாபகம் இருக்கிறது. அதற்குப் பின் அவளை நான் பார்க்கவில்லை; அவளுக்குக் கடிதம் எழுதவுமில்லை. அப்படியெல்லாம் கடிதங்கள் எழுதிக்கொள்ளுவது கிராமங்களில் வழக்கமில்லை. ஆனால் நான் அவ்வப்பொழுது அவளை நினைத்துக் கொண்டிருந்தேன். அவளும் என்னை நினைத்திருக்கத்தான் வேண்டும். தூக்கத்தில்கூட அவளால் என்னை மறக்கமுடியாது. அதற்குக் காரணம், அப்படி மறக்க முடியாமல் இருந்ததுதான்... நம்ப முடியாத செய்தி அது: என் எட்டாவது வயதில் ஒருநாள் இரவு. எல்லோரும் நிசப்தமாகத் தூங்கிக்கொண்டிருக்கிறார்கள். நான் ஜுரத்தோடு படுத்திருக்கிறேன். நல்ல தூக்கம். என் பக்கத்தில் என் தாயார் தூங்கிக்கொண்டிருக்கிறாள். திடீரென்று வாசல் கதவு தட்டும் சப்தம் கேட்கவே, வீட்டின் முன்கட்டில் படுத்திருந்த என் தகப்பனார் எழுந்து, "யார்?" என்று கேட்டார். "என்ன மாமா, நான்தான்" என்று பதில் வந்தது. பெண் குரல். அப்போது என் தாயாரும் விழித்துக் கொண்டாள். அப்பா கதவைத் திறந்தார். "செல்லப்பாவுக்கு உடம்பு எப்படி இருக்கிறது?" என்று கேட்டுக் கொண்டே உள்ளே வந்தாள் சின்னம்மா.

"உடம்பு தேவலை. தூங்குறான். இந்த நேரத்தில் எதுக்கு இப்படி...?" என்று அப்பா கேட்டுக் கொண்டிருக்கும்போதே, "ஒண்ணுமில்லை மாமா, செல்லப்பாவைப் பார்க்கணும்" என்று சொல்லிவிட்டு வீட்டுக் குள்ளே வந்தாள். விளக்கை நன்றாகத் துண்டிவிட்டு என் தாயார் எழுந்து நின்றாள்.

“செல்லப்பா!” என்று படபடப்போடு அழைத்தாள் சின்னம்மா.

“ஹூம்?”

அவள் பெருமூச்சு விட்டாள்.

எதற்காக இப்படி இந்த அர்த்தஜாமத்தில் ஓடி வர வேண்டும் என்று என் தாயும் தந்தையும் திரும்பத் திரும்பக் கேட்டார்கள்.

“ஒண்ணுமில்லை அக்கா, ஒரு மாதிரி கனாக் கண்டேன்...” என்று சொல்லிவிட்டு என் உடம்பைத் தொட்டுப் பார்த்தாள். என்ன கனவு என்பதை அவள் சொல்லவில்லை. சொல்ல விரும்பாததை என் பெற்றோர்கள் கேட்கவும் விரும்பவில்லை.

சிறிது நேரத்தில் அவள் தன் வீட்டுக்குப் புறப்பட்டாள். என் தாயார் விளக்கை எடுத்து வேறிடத்தில் வைக்கப் போனாள். அப்போது வீடே அலறும்படியாக, “ஐயோ தேள்! தேள்! என்று கத்தினாள் சின்னம்மா. எல்லோரும் நடுங்கிப்போய் விட்டோம். அவளே அதிவேகமாக ஓடி வந்து என்னைத் தூக்கிக்கொண்டுபோய் கதவருகே நின்றுகொண்டாள். என் தலையணையின் பக்கம் ஒரு சாண் தூரத்தில் ஒரு பெரிய தேள் ஊர்ந்துகொண்டிருந்தது. ஒரு துடைப்பத்தை எடுத்து அதை அடித்துக் கொன்றாள் என் தாயார். சின்னம்மா கண்ட தீக்கனா – அது எதுவாக இருந்தாலும் ஏதோ ஒருவகையில் பலித்துவிட்டது! கடவுள்தான் அவளைத் தூக்கத்திலிருந்து எழுப்பி அனுப்பியிருக்கிறார் என்று என் தாயார் சொன்னாள். என் தாயாரின் நம்பிக்கை, மூட நம்பிக்கையாகவே இருக்கலாம். ஆனால், அதில்தான் கடவுள் கோயில் கொண்டிருப்பதாக எனக்கு அன்றும் தோன்றியது; இன்றும் தோன்றுகிறது. இப்படி எத்தனையோ தெய்வீகமான மூட நம்பிக்கைகள் என் நினைவுக்கு வருகின்றன.

சின்னம்மா என்னை எப்படி மறக்க முடியும்? அல்லும் பகலும், கனவிலும் நனவிலும் என்னை நினைத்துக் கொண்டுதானிருப்பாள். நான் கேவலம், நான்கு தடவைகள்தான் நினைத்தேன். ஆனாலும் துன்பப்படும் போது நினைத்திருக்கிறேன். வெவ்வினையில்தானே ஈசன் கழலருமையைக் காண முடியும்? சின்னம்மாவைப் போய்ப் பார்க்கவேண்டும்; பார்த்ததும், “சின்னம்மா! தெய்வத்தை நினைக்கவேண்டிய சந்தர்ப்பங்களில் உன்னை நினைத்தேன் சின்னம்மா,” என்று சொல்ல வேண்டும்...

என் உணர்ச்சிகள் என்னைத் திக்குமுக்காடச் செய்தன. வண்டி வெகுதூரம் வந்துவிட்டதைக் கண்டேன். விருதுநகரையும் தாண்டியாகி விட்டது. இனி நாற்பது மைல் கடந்தால், வண்டி என் ஊருக்கு நேராகச் செல்லும். ஆனால் என் சிந்தனைகளோ வெகு நேரத்துக்கு முன்பே பறவைகளைப்போல் பறந்து சென்று, இருநூறு கூரை வீடுகள் கொண்ட அந்தச் சிற்றூரையும், என் சின்னம்மாவையும் சுற்றிச் சுற்றி வந்து கொண்டேயிருந்தன.

சின்னம்மா என் தாயாருடன் பிறந்த சித்தியல்ல; இன்னும் சொல்லப் போனால், அவளும் நாங்களும் வெவ்வேறு ஜாதியைச் சேர்ந்தவர்கள்.

ஆகவே, எங்களுக்குள் எந்தவிதமான உறவும் முறையும் கிடையாது. அவள் வீடும் எங்கள் வீடும் அடுத்தடுத்து இருந்தன. அவளுக்குக் குழந்தைகள் இல்லை. வீட்டில் அவளும் அவள் கணவனும்தான். எங்களைப் போலவே அவர்களும் ஏழைகள். அவளைச் சின்னம்மா என்று கூப்பிட வேண்டுமென்று என் தாயார் என்றோ ஒருநாள் சொன்னாள். அப்படியே கூப்பிட்டு வந்தேன். ஆனால் அவள் எனக்குச் சின்னம்மாவாக ஆனது அப்புறம்தான். ஒருநாள் இரவு நான் குழம்பில்லாத கம்பஞ் சோற்றைத் துவையலுடன் வைத்து விழுங்கிக் கொண்டிருந்தேன். என்னால் சாப்பிட முடியவில்லை. வேறு கறி எதுவும் இல்லை என்பதற்காக என் தாயாரைக் கோபித்துக் கொண்டேன். சாப்பிட முடியாது என்று எழுந்தும் விட்டேன். என் தாயார் ஒரு கிண்ணத்தை எடுத்துக்கொண்டு சின்னம்மாவின் வீட்டுக்கு ஓடினாள். ஏதோ ஒரு குழம்பை வாங்கிக்கொண்டு வந்தாள். பிறகுதான் நான் உட்கார்ந்து சாப்பிட்டேன். அந்தக் குழம்பின் அபரிமிதமான ருசியினால், மறுமுறையும் சோறு போடச் சொல்லித் தொட்டுக்கொண்டே சாப்பிட்டேன். அவள் சின்னம்மா ஆனது அப்பொழுதுதான். அன்று முதல், எங்கள் வீட்டில் குழம்பு வைக்க முடியாத நாட்களிலெல்லாம் சின்னம்மா வீட்டுக் குழம்புதான். சில நாட்களில் எங்கள் வீட்டுக் கறிகளைக்கூடச் சின்னம்மாவிடம் வாங்கி வந்ததாக என் தாயார் சொல்லியிராவிட்டால், அவை ருசியாக இருந்திராது; நானும் சாப்பிட்டிருக்கமாட்டேன்... இப்படி எத்தனை ஞாபகங்களைத்தான் சொல்லுவது?

வண்டி சாத்தூரையும் கடந்துவிட்டது. மேற்கொண்டு முக்கால் மணி நேரம்தான். அப்புறம் எங்கள் ஊர்... 'யாதும் ஊரே! யாவரும் கேளிர்!' என்று சொன்னதில் தவறு இருக்க முடியாதுதான். ஆனால், இந்தச் சமயத்தில் எனக்கென்று ஓர் ஊர் தேவைப்பட்டது; ஊரில் எனக்கென்று ஓர் கேளிர் இருக்க வேண்டியதும் அவசியமாக இருந்தது. நல்ல வேளையாக இந்த இரண்டுமே இருந்தன. இல்லையென்றால், நான் இந்த மண்ணுலகில் நடமாடும் உணர்ச்சியையே இழந்திருப்பேன்; அனாதையாகவும் ஆகியிருப்பேன். நாடுவிட்டு நாடு போய்த் திரும்பியவனுக்கா இப்படிப்பட்ட உணர்ச்சிகள்! அதுவும் ஒரு வியாபாரிக்கு!

வண்டி ஊருக்கு நேரே வந்துவிட்டது. ஆனால் அங்கே இறங்க வேண்டுமென்று நான் நினைக்கவில்லை. திருநெல்வேலிக்கு அல்லவா அவசர காரியமாகப் போய்க் கொண்டிருந்தேன்? இறங்க நினைத்திருந்தாலும் முடிந்திருக்காது; அங்கே எக்ஸ்பிரஸ் வண்டி நிற்காது.

ஒரு மைல் தூரத்துக்கு அப்பால், அதே ஓலைக் கூரைகளோடும், குளத்தங்கரை ஆலமரங்களோடும் ஊர் காட்சியளித்தது. யாதொரு மாறுதலும் தென்படவில்லை. அதே ஊர் – என் சின்னம்மாவும் அதே சின்னம்மாவாகத்தான் இருப்பாள் என்று மனத்தில் ஒரே நம்பிக்கை. ஊரிலிருந்து ஸ்டேஷனை நோக்கிவரும் ஒற்றையடிப் பாதை... அதன் நெடுகிலும் ஒருநாள் வைகறை நிலவில், ரயிலை விட்டிறங்கி, கரும்பைத் தின்றுகொண்டே சின்னம்மாவுடன் நான் நடந்து போனது

நினைவிருக்கிறது. பக்கத்து ஊர்த் திருவிழாவுக்கு அவளோடு போய்விட்டுத் திரும்பிய நாள் அது . . .

வண்டி ஓடிக்கொண்டிருந்தது. ஊரின் தோற்றமும் சீக்கிரத்திலேயே மறைந்து விட்டது.

2

திருநெல்வேலியில் என் வேலைகள் ஒரே நாளில் முடிந்து விட்டன. மறுநாள் குற்றாலத்துக்கும் போய் அருவி ஸ்நானம் செய்துவிட்டுச் சென்னைக்குத் திரும்ப வேண்டும் என்று எண்ணியிருந்தேன். ஆனால் அருவி நீர் ஆடுவதைவிட, ஊர் மண்ணை அளையவே மனம் விரும்பியது. அருவி நீரில் சுகத்தைக் காணலாம்; ஊர் மண்ணிலோ சுவர்க்கத்தையே காணலாம் போல் இருந்தது. இந்த அபிப்பிராயத்தை மாற்றவே முடியவில்லை. மறுநாள் விடிந்ததும், பஸ் ஸ்டாண்டுக்குச் சென்று, எங்கள் ஊருக்குச் செல்லும் பஸ்ஸில் ஒரு டிக்கெட்டோடு போய் உட்கார்ந்தேன். அப்புறம்தான் நான் ஊருக்குப் போவதற்கு, ஊர் ஒப்பும் காரணம் ஒன்றைக் கண்டு பிடிப்பதில் முனைந்தேன். காரணம் இல்லாமல் பதினைந்து வருஷங்களுக்குப் பிறகு போவது எப்படி? 'ஊரைப் பார்க்க வேண்டுமென்று ஆசையாக இருந்தது; அதனால் வந்தேன். என்றால் ஊர்க்காரர்கள் சிரிக்கத்தான் செய்வார்கள். சின்னம்மாவைப் பார்க்க வந்தேன் என்றால் அவளுமே சேர்ந்துகொண்டு சிரிப்பாள்! தூரத்து நகரங்களுக்குக் குடியேறிச் செயலோடு வாழ்பவர்கள், பிறந்த ஊரையும் அதில் வாழும் யாரோ ஒரு ஏழை ஸ்திரீயையும் பார்ப்பதற்காகப் பணச் செலவு செய்து கொண்டு எந்தக் காலத்திலும் வந்ததில்லையே! சிரிக்காமல் என்ன செய்வார்கள்?

ஊரில் எனக்கு நெருங்கிய உறவினர் யாருமே இல்லை; ஒரு சாண் பூமிகூட எனக்கு அங்கே சொந்தமில்லை. எங்கள் பழைய வீட்டை விற்ற பணம்தான், சிங்கப்பூர்க் கப்பலுக்கு டிக்கெட்டாக உதவியது. இப்படியெல்லாம் தொடர்பற்றுப் போன ஒரு கிராமத்துக்குத் தைரியமாகப் புறப்பட்டுவிட்டேன். இனி போகாமல் தீராது. ஊரார் சிரித்துவிட்டுப் போகட்டும். என் சின்னம்மாவைப் பார்க்காமல் நான் சென்னைக்குத் திரும்பவே மாட்டேன். இப்போது பார்க்காவிட்டால் எப்போது பார்ப்பது? இப்போதுகூட அவள்... இல்லை கடவுள் அருளால் அவள் தீர்க்காயுளோடு வாழ்ந்துகொண்டு தானிருப்பாள். அவளுடைய அன்பும், பண்பும், அருங்குணங்களும் வாழ்ந்து கொண்டுதான் இருக்கும். அவளுக்குப் பிறகும் வாழக்கூடிய சாகாவரம் பெற்றவை அவளுடைய குணசீலங்கள். இல்லையென்றால், அக்கரைச் சீமையில்கூட என் நோய்ப் படுக்கைகளின் அருகில் இருந்துகொண்டு அவை எனக்கு எப்படி ஆறுதல் அளித்திருக்க முடியும்? தூரத்தைக் கடந்து வந்தவை, காலத்தையும் ஏன் கடக்கக்கூடாது?

பஸ் குறித்த காலத்தில் ஊர் வந்து சேர்ந்தது. பகல் பன்னிரண்டு மணி அடிக்கப்போகும் நேரம். நல்ல வெயில். பஸ்ஸைவிட்டு இறங்கித் தரையில் கால் வைத்தேன். பூமி சுட்டது. மனம் குளிர்ந்தது. ரோடில்

நின்ற நாலைந்து பேரில் ஒருவர் மட்டும் என்னை அடையாளம் கண்டுகொண்டு வரவேற்றார். என் பதினைந்து வருஷ வாழ்க்கையைப் பற்றி ஒரு நாலைந்து நிமிஷங்களில் விசாரித்துத் தெரிந்துகொண்டார். கடைசியில்...

“இப்போ, தம்பி என்ன காரியமா ஊருக்கு வந்திருக்கோ?” என்று, நான் எதிர்பார்த்த கேள்வியையும் கேட்டுவிட்டார்.

“ஒரு காரியமும் இல்லை. வியாபார விஷயமாகத் திருநெல்வேலிக்கு வந்தேன். அப்படியே ஊரையும் பார்த்துவிட்டுப் போகலாமே என்று வந்தேன்” என்றேன்.

அத்துடன் அவர் என்னை விட்டுவிட்டார். நல்லவேளையாக அவர் சிரிக்கவில்லை. எனக்கு ஆறுதலாக இருந்தது.

உச்சி வெயிலில் ஊரை நோக்கி நடந்தேன். நாலைந்து பர்லாங் தூரம். கோடைகாலமானதால் சுற்றிலும் புல் பூண்டுகள் அதிகம் தென்படவில்லை. நடைபாதைக்கு இருபுறமும் முளைத்திருந்த ஆதாளை, தும்பை, கொரண்டி, நாயுருவி போன்ற காட்டுச் செடிகளை ஆசையோடு பார்த்துக்கொண்டு நடந்தேன். மனசில்தான் என்ன படபடப்பு! ஊருக்குள் போய் சின்னம்மாவின் வீட்டில் அன்று தங்கிவிட்டு மறுநாள் புறப்படலாம் என்பது என் திட்டம். ஆனால் அவள் என்னை அவ்வளவு சீக்கிரத்தில் விட்டு விடுவாளா? நானும்தான் புறப்பட்டு விடுவேனா? கூட நாலுநாள்தான் இருந்துவிட்டுப் போகிறது? சென்னையில் அப்படி என்ன தலைபோகிற அவசரம்?... பரிதாபம்! எப்படி மறந்தேன் என்றே தெரியவில்லை. அவளுக்கும் அவள் கணவனுக்கும் கொடுப்பதற்குத் திருநெல்வேலியில் எதையாவது வாங்கிக்கொண்டு வந்திருக்கலாம் அல்லவா? இவ்வளவு காலத்துக்குப் பிறகு வெறுங்கையை வீசிக்கொண்டா போவது? இப்படிப்பட்ட சம்பிரதாயங்கள் எதுவுமே என் ஞாபகத்துக்கு வராமல் போய்விட்டது.

ஊருக்குள் போய், நேரே சின்னம்மா வீட்டை நோக்கித்தான் நடந்தேன். போகும் வழியில்தான் ‘எங்கள்’ வீடும் இருந்தது. அந்த வீட்டில், வீட்டு வாசலில் ஆணும் பெண்ணுமாக இரண்டு குழந்தைகள் விளையாடிக்கொண்டிருந்தன. பரவாயில்லை. வீடு பாழாகி விடாமல் இன்னும் அங்கே உயிர்கள் தளிர்த்துக் கொண்டிருக்கின்றன என்பதில் ஒரு தனி ஆனந்தம். ‘வேற்றூர்க்கார’னாகிய என்னை அந்த இரண்டு குழந்தைகளும் மிரண்ட பார்வையோடு ஏறிட்டுப் பார்த்தன. அவர்களைப் பார்த்து, ‘என் சின்னம்மா உங்களிடமும் அன்பாக இருக்கிறாளா?’ என்று கேட்கக்கூட ஆசையாக இருந்தது.

சின்னம்மாவின் வீட்டுக்கு வந்தேன். வெயில் நேரமானதாலும், ஊர் ஜனங்கள் காடுகரைகளுக்குப் போயிருந்ததாலும் அந்தச் சிறிய தெருவில் அப்பொழுது ஆள் நடமாட்டமே இல்லை. சின்னம்மாவின் வீடு மூடியிருந்தது. கதவைத் தட்டினேன். கதவைத் திறந்துகொண்டு ஓர் இளம்பெண் வெளியே வந்தாள். வயது பதினைந்து பதினாறுக் குள்ளாகத்தான் இருக்கும். யார் இவள்? வேற்றூர்ப் பெண்ணா? என்

சின்னம்மாவுக்குத் தான் ஒரு பெண் பிறந்து இவ்வளவு பெரியவளாக வளர்ந்திருக்கிறாளா?

அவள் என்னையும் என் கையிலிருந்த தோல் பையையும் பார்த்துத் திகைத்து நின்றாள்.

சின்னம்மாவின் பெயரைச் சொல்லி அவள் எங்கே என்று கேட்டேன்.

அந்தப் பெயருடைய ஒரு ஜீவன் அந்த வீட்டில் வசித்திருக்கிறாள் என்ற விபரமே அவளுக்குத் தெரியவில்லை. சின்னம்மாவின் கணவன் பெயரைச் சொன்னேன்: அவளுக்கு யாரையுமே தெரியவில்லை.

பக்கத்து வீடுகளுக்குப் போய் முதியவர்களை விசாரிப்போம் என்று அங்கிருந்து புறப்பட்டுவிட்டேன். நாலைந்து வீடுகளுக்கு அப்பால் உள்ள ஒரு வீட்டில் நான் பிரவேசிக்கும் வரையிலும், அந்தப் பெண் என்னைத் திகைப்போடு பார்த்துக்கொண்டே நின்றாள். ஊருக்குள் நுழைந்தவுடனேயே எனக்கு இரண்டு ஏமாற்றங்கள்: என் சின்னம்மா அந்த வீட்டில் இல்லாமல் போனது ஒன்று; அந்தப்பெண், சின்னம்மாவுக்கு மகளாக இல்லாதிருந்தது மற்றொன்று.

அந்த வீட்டினுள் சென்று அங்கிருந்த ஒரு கிழவியிடம் சின்னம்மாவைப் பற்றி விசாரித்தேன். அவளோ என்னை யார் என்று கேட்டு, என் பெற்றோரின் க்ஷேம லாபங்களையும் அறிந்துகொண்ட பிறகுதான் என் கேள்விகளுக்குப் பதில் சொன்னாள்.

அவள் சொன்னவற்றுள் எனக்கு ஆறுதல் அளித்த ஒரே செய்தி, என் சின்னம்மா இன்னும் உயிரோடு இருக்கிறாள் என்பதுதான். மற்றச் செய்திகளோ, அவளுடைய உயிர் தான் இருக்கிறது என்பதைத் தெரிவித்தன.

சின்னம்மா விதவையாகி ஏழெட்டு வருஷங்களுக்கு மேல் ஆகிவிட்டன. வாரிசற்ற சொத்தாகிவிட்ட அவளுடைய வீட்டை, அவளுடைய கணவனின் உடன் பிறந்தோர் ஏதேதோ பாத்தியம் கொண்டாடி, எப்படியெல்லாமோ பயமுறுத்தி அபகரித்துக்கொண்டு அவள் கையில் அற்பத் தொகையைக் கொடுத்து விரட்டிவிட்டார்கள். அறுகு படர்ந்து தரிசாகிவிட்ட இரண்டு ஏக்கர் புன்செய்யை அவளே விற்றுவிட்டாள். இந்தக் காசைக் கையில் எடுத்துக்கொண்டு பன்னிரண்டு மைல் தூரத்திலுள்ள பிறந்த வீட்டுக்குப் போய், தமையனுடைய குடும்பத்தோடு வசித்து வந்தாள். கைப்பணம் கரைந்த பிறகு தமையனுடைய மனைவி அங்கே அவளை வைத்துக் கொள்ளத் தயாராக இல்லை. வெறுங்கையோடு கணவனின் ஊருக்கே திரும்பிவந்த சின்னம்மா, தெற்குத் தெருவில், யாரோ ஒருவருடைய வீட்டின் பின்புறத்தில், ஒரு சின்னஞ்சிறு குடிசையில் ஏகாங்கியாக வாழ்ந்து கொண்டு கூலிவேலை செய்து பிழைத்து வருகிறாள். இதற்கிடையில் அவள் பட்ட துன்பங்களுக்குக் கணக்கில்லை. அந்தக் கிழவி சுமார் ஒரு மணி நேரம் வரை சின்னம்மாவின் கதையைச் சொல்லி இருப்பாள்.

'பாதிக்குமேல் அந்தக் கதையைக் கேட்க எனக்குச் சகிக்கவில்லை; பொறுமையும் இல்லை. கிழவி கதையை முடித்ததும் சின்னம்மாவின் குடிசைக்கு ஓடினேன். அப்போது அவள் அங்கே இல்லை. கிழக்கே உள்ள யாரோ ஒருவருடைய புன்செய்க் காட்டுக்குக் கூலிக்குப் பருத்தி எடுக்கப் போயிருக்கிறாள் என்று சொன்னார்கள். அந்தச் சுட்டுப் பொசுக்கும் வெயிலில் அவள் இருக்கும் திசையை நோக்கி நடந்தேன். எதிரே யார் யாரோ பருத்தியை மடியில் கட்டிக்கொண்டு வீடு திரும்பிக் கொண்டிருந்தார்கள். யாரிடமும் நான் பேச்சுக் கொடுக்காமல் வேகமாக நடந்தேன். தூரத்தில் ரயில்வே ஸ்டேஷன் தெரிந்தது. சுமார் ஒரு மைல் தூரம் நடந்த பின், எத்தனையோ பேர் என்னைக் கடந்து எதிர்த் திசையில் சென்றபின், வெள்ளைச் சேலை கட்டிய ஒருத்தி தன்னந்தனியாக நடந்து வந்தாள்...

எனது நடையின் வேகத்தைக் கூட்டினேன். என்னவோ எனக்கு ஒரு நம்பிக்கை, அவள்தான் சின்னம்மாவாக இருக்கவேண்டுமென்று; இருவரும் நெருங்கி வந்துகொண்டிருந்தோம். பக்கத்தில் வந்ததும் நான் நின்றுவிட்டேன். அவள்தான் சின்னம்மா! வெயிலோடு வெயிலாகக் காட்டு வழியே ஓட்டமும் நடையுமாக நான் ஆசையோடு பார்க்க வந்த என் அருமைச் சின்னம்மா!

என்னால் பேச முடியவில்லை. அவளோ என் முகத்தை ஒரு தடவை ஏறிட்டுப் பார்த்துவிட்டுக் கொஞ்சம்கூடத் தயங்கி நிற்காமல் தன் வழியே நடந்து போய்க்கொண்டிருந்தாள்.

"சின்னம்மா!" என்று அலறினேன்.

அவள் திரும்பிப் பார்த்தாள். அவளுடைய பார்வையில் திகைப்பில்லை; பிரகாசமும் இல்லை; வறட்சிதான் இருந்தது. வறண்டுபோன வெறித்த பார்வை.

நான் அருகில் ஓடினேன்.

"சின்னம்மா! என்னைத் தெரியவில்லையா? நான்தான் செல்லப்பா! சிங்கப்பூரிலிருந்து நாங்கள் எல்லோரும் வந்து விட்டோம்..."

"சரிதான்" என்று வாய்க்குள்ளேயே சொல்லிவிட்டு நடக்க ஆரம்பித்தாள்.

என்னால் இதை நம்பவே முடியவில்லை. என்மேல் அவளுக்குக் கோபமா? அவளை முந்திக்கொண்டு சென்று, வழியை மறைத்த வண்ணம் முகத்துக்கு நேரே நின்று கொண்டேன்.

"சின்னம்மா, நான்தான் செல்லப்பா என்று உனக்கு இன்னுமா தெரியவில்லை?"

"தெரியுது, தெரியுது" என்று சலித்துப் போனவள் மாதிரி வேண்டா வெறுப்பாகச் சொன்னாள். சொல்லிவிட்டு அதே மூச்சில், "ஒத்தைக் கோழிக் குஞ்சுதான் வச்சுக்கிட்டிருந்தேன். அதுவும் போச்சு" என்றாள்.

கோழிக் குஞ்சா? சம்பந்தமில்லாமல் எதையோ சொல்லுகிறாளே என்று மனம் குழம்பினேன். சம்பந்தம் எங்கே இருந்ததோ? எந்த ஆழமான இடத்தில் மறைந்திருந்ததோ? எனக்கு எப்படித் தெரியும்? தெரியாமல்தான் கேட்டேன்: “சின்னம்மா! என்ன சொல்கிற? என்னைத் தெரியுதா?”

“தெரிஞ்சிதான் இருக்கு” – அதே சலிப்பான வார்த்தைகள்.

“பிறகு ஏன் இப்படிப் பேசறே? வா’ன்னுகூட ஒரு வார்த்தை சொல்லல்லையே?”

“நான் பொழைச்ச பொழைப்புக்கு அது ஒண்ணுதான் கொறை!”

அப்புறம் என்னைத் தாண்டிப் போக முயன்றாள்.

‘எனக்கும் ஏதோ வெறுப்புத் தட்டியதுபோல் இருந்தது. இந்தப் பாலைவனத்திலா தண்ணீரைத் தேடி வந்தோம் என்று ஆகிவிட்டது. சிறு பையனைப்போல் அர்த்தமில்லாமல் ஓடி வந்துவிட்டோமே என்று வருந்தவும் செய்தேன். பால்ய உறவு, பால்ய விரோதம் இதற்கெல்லாம் பால்யத்தோடே விடை கொடுத்துவிடாமல், சிறுபிள்ளைத்தனமாக நடந்துகொண்டு விட்டோம் என்று நினைக்கும்போது எனக்கு வெட்கமாக இருந்தது.

அவளுக்கு வழி விலகிக் கொடுத்துவிட்டு ஸ்டேஷனுக்குச் செல்லத் தீர்மானித்தேன்.

“சின்னம்மா! அப்போ நான் போய்ட்டு வாறேன். உன் கஷ்ட காலம், என்னைக் கொஞ்சம்கூட லட்சியம் பண்ணாமல் இப்படியெல்லாம் பேசவச்சிருக்கு. உன்னைத்தேடி இவ்வளவு தூரம் நான் வந்திருக்க வேண்டாம்” என்று சொல்லிவிட்டு அடியெடுத்து வைத்தேன்.

அவளும் நகர்ந்தாள்.

இரண்டு கஜ தூரம்தான் நடந்திருப்போம். திடீரென்று “செல்லப்பா!” என்று அவள் அலறுவதைக் கேட்டேன்.

திரும்பிப் பார்க்கும்போது, சின்னம்மாவின் கண்கள் மடை திறந்ததுபோல் கண்ணீரைக் கொட்டிக் கொண்டிருந்தன.

சின்னம்மா எனக்கு நல்வரவு கூறிவிட்டாள்! அவளுடைய உள்ளத்தையும் சுபாவத்தையும், அவள் அனுபவித்த துன்பங்கள் மண்ணும் பாறையுமாக மூடிக்கொண்டிருந்தன போலும்! அந்த மண்ணைத் தோண்டி, பாறையையும் உடைத்துக்கொண்டு, சின்னம்மா கண்ணீராக வெளியே வந்துவிட்டாள். அதற்கு இவ்வளவு நேரம் பிடித்திருக்கிறது!

அவள் அருகில் சென்ற எனக்குக் கண்ணீர் ததும்பியது. வாடி மெலிந்த அவளுடைய ஐம்பது வயதுக் கோலத்தை நன்றாகக் கவனித்துப் பார்த்தேன். அதன் பின்னணியில் காட்சியளித்த அவளுடைய துன்பானுபவங்களையும் கூடப் பார்த்துவிட்டேன். யாரைப் பார்த்தாலும்,

துன்பமே அவளுடைய நினைவுக்கு வருவதை, கோழிக்குஞ்சு காணாமல் போனதாகச் சொன்ன அவளுடைய வார்த்தைகளே எடுத்துக்காட்டின.

அவள் கதையைப்பற்றி நான் எதுவுமே கேட்கவில்லை. தெரியாத கதையல்லவே!

“சின்னம்மா! உன்னைப் பார்க்கத்தான் நான் இவ்வளவு தூரம் வந்தேன். உன்னை எந்தக் காலத்திலும் நான் மறந்தது கிடையாது. நீ நடுராத்திரியில் கனவு கண்டு எங்கள் வீட்டுக்கு வந்தபோது தேள் அடித்தது ஞாபகம் இருக்கிறதா? இதே ஒற்றையடிப்பாதையில், நிலா வெளிச்சத்தில், கரும்பைத் தின்றுகொண்டே உன்னோடு நான் நடந்து வந்தேனே, அது . . .”

அவள் தன் இரண்டு கைகளாலும் முகத்தை மூடிக்கொண்டு விம்மி விம்மி அழுதாள்.

“அழாதே. ஏன் அழுகிறாய்? வேண்டாம்” என்று என்னென்னவோ சொல்லி அவளைத் தேற்றினேன்.

ஆனால் அவள் அழுகை நிற்க வெகுநேரம் ஆகிவிட்டது.

கடைசியில் முகத்தைத் துடைத்துக்கொண்டு, ஈரம் உலராத கண்களோடு என்னைப் பார்த்து, “செல்லப்பா! உனக்குக் கலியாணம் ஆயிட்டதா?” என்று கேட்டாள்.

இதுதான் அவள் கேட்ட முதல் கேள்வி.

பதினைந்து வருஷக் கதையையும் சுருக்கமாகச் சொல்லி முடித்தேன்.

மேற்கொண்டு பேசுவதற்கு எதுவும் இல்லாத கட்டம் வந்ததும், “உன்னோடு நாலு நாள் இருந்துவிட்டுப் போகலாம் என்று வந்தேன். ஆனால், நீயே குடிசையில் ஒடுங்கிக் கிடக்கும்போது நான் எந்த நிழலில் இருப்பேன்? நான் போய் வருகிறேன். இந்தா, கஷ்டகாலத்தில் என் உதவி எப்பொழுதாவது தேவைப்பட்டால், எனக்குக் கடிதம் எழுதுவதற்கு என் விலாசத்தை வைத்துக்கொள்” என்று சொல்லி என் விலாசம் அச்சிடப்பட்டிருந்த ஒரு கார்டைத் தோல் பையிலிருந்து எடுத்து அவள் கையில் கொடுத்தேன். அதை வாங்கிக் கண்களில் ஒற்றிக்கொண்டு, முன்தானையில் முடிந்து கொண்டாள்.

இதைவிட ஒரு கஷ்டகாலம் வந்தால் அல்லவா அவள் எனக்குக் கடிதம் எழுதப் போகிறாள்? நானும் அர்த்தமில்லாமல்தான் விலாசத்தைக் கொடுத்தேன்; அவளும் அர்த்தமில்லாமல்தான் வாங்கிக்கொண்டாள். ஒருவேளை அவளைப் பொறுத்தமட்டிலும் அந்தக் கார்டுக்கு வேறு அர்த்தமும் வேறு முக்கியத்துவமும் இருந்தனவோ, என்னவோ?

இந்தச் சூழ்நிலையையும் இந்தச் சந்திப்பின் புனிதத் தன்மையையும் கெடுக்கக்கூடியவாறு மற்றொரு காரியத்தையும் அடுத்தாற்போல் செய்யவேண்டியிருக்கிறதே என்று தயங்கி நின்றேன். பிறகு, ‘இப்படி யெல்லாம் தயங்குவது முட்டாள்தனம். மனிதாத்மாக்களாக இருக்கும்

அதே சமயத்தில் மனிதப் பிராணிகளாகவும்தான் இருக்கிறோம்' என்று எண்ணியவனாக, தோல் பையைப் பழையபடியும் திறந்து, மொத்தம் நூறு ரூபாய் என்று எண்ணி மடித்து வைத்திருந்த நோட்டுகளின் கற்றையை எடுத்து அவளிடம் நீட்டி, "இதைவச்சிக்கோ சின்னம்மா" என்றேன்.

அவள் அதை வாங்கிக்கொள்ளக் கையை நீட்டவே இல்லை.

திரும்பவும், "சும்மா வச்சிக்கோ" என்று சொன்னேன்.

என் முகத்தையே பார்த்துக் கொண்டு நின்றாளே ஒழிய, வாங்குவதற்கு அவள் யாதொரு முயற்சியும் செய்யவில்லை.

வலுக்கட்டாயமாக அவளுடைய கையில் நோட்டுகளைத் திணித்துவிட்டுத் திரும்பினேன்.

"வேண்டாம் செல்லப்பா! வேண்டாம்! நீயே கொண்டு போ" என்று சொல்லிக்கொண்டே என்னைப் பின் தொடர்ந்து வந்தாள்.

நான் திரும்பிப் பார்க்கவே இல்லை. தொடர முடியாத வேகத்துடன் ஸ்டேஷனைப் பார்த்து நடந்தேன்.

"செல்லப்பா!" என்ற குரல் இரண்டு மூன்று தடவைகள் என் காதில் விழுந்தது. அவ்வளவுதான், ஸ்டேஷனுக்கு வந்தபிறகுதான் திரும்பிப் பார்த்தேன். அப்பொழுது கண்ணுக் கெட்டிய தூரம் வரையிலும் பருத்திச்செடிகளும் கருவேல மரங்களும்தான் தெரிந்தன.

துயரம் நிறைந்த நெஞ்சில் எனக்கு இப்படி ஓர் ஆறுதலும் பிறந்தது: பதினைந்து வருஷங்களுக்கும் பிறகு என் சின்னம்மாவின் பூத உடலையும் பார்த்துவிட்டேன்; சின்னம்மாவையும் பார்த்துவிட்டேன். நான் செய்த தவப்பயன்...

வெறும் வயிற்றோடு நான் ரயில் ஏறும்போது மணி நாலேகால்.

தாமரை, ஜூன் 1960

இரண்டு கணக்குகள்

நம்மாழ்வார் நாயுடு நேற்று தமது எழுபதாவது வயதில் காலமானார். நல்ல முதிர்ந்த வயது. முந்நூறு ஏக்கருக்கு மேல் வைத்து வாழ்ந்த பெருவாழ்வு. பேரன் பேத்திகளெல்லாம் எடுத்துப் பார்த்துவிட்டுத் திருப்தியோடு கண்களை மூடினார். சகல சிறப்புக் களோடும் அவருடைய அந்திம யாத்திரையும் தகனக் கிரியையும் நடந்தேறின. அவர் மறைந்தது, ஏதோ ஒரு பூத உடம்பு மறைந்து புகழுடம்பு நிலைப்பது போன்ற உணர்ச்சியை உண்டுபண்ணவில்லை. அவரோடு ஏதோ ஒரு காலமும் ஏதோ ஓர் உலகமுமே மறைந்துவிட்டதுபோல் இருந்தது.

நாயுடு காலமான செய்தி ஷண்முகத்துக்கு நேற்றே தெரியாதாம். இது அவருடைய மரணத்தைவிட அவனுக்கு அதிகத் துக்கத்தை அளித்தது. இன்று காலையில்தான் கேள்விப்பட்டுத் தன் ஊரிலிருந்து ஓடி வந்திருக்கிறான். வந்தவன் நேரே மயானத்துக்குச் சென்று, நாயுடுவின் அஸ்தியைத் தொட்டுக் கும்பிட்டுவிட்டு என்னைப் பார்க்க ஊருக்குள் வந்தான்.

அவர் திடுதிப்பென்று காலமானதன் காரணத்தைக் கேட்டான். 'இப்படிப்பட்ட புண்ணியாத்மாவை இனி எந்தக் காலத்தில் பார்க்கப் போகிறோம்' என்று துக்கித்தான். தகனம் செய்வதற்குமுன் அவருடைய முகத்தை ஒரு தடவை பார்க்கத் தனக்குக் கொடுத்து வைக்கவில்லையே என்று வருந்தினான்.

அப்பொழுது நான், "ஷண்முகம்! அந்த நாலு ஏக்கரையும் பத்திரமா வச்சிருக்கிறயா? நல்லா விளையுதா?" என்று அவனைக் கேட்டேன்.

"ஐயா புண்ணியத்திலே இந்தப் பத்து வருசமும் நல்ல வெள்ளாமைதான். போன வருசம் மேற்கொண்டு ரெண்டு ஏக்கரும் வாங்கியிருக்கிறேன்" என்றான். இதைச் சொல்லும்போது உணர்ச்சிப் பெருக்கால் அவன் கண்களில் நீர் சுரந்ததைப் பார்த்தேன்.

"அப்படியா...?" என்று கேட்ட எனக்கும் கண்ணீர் வந்துவிட்டது.

அப்புறம் தனக்குப் பேசத் தெரிந்த வரையிலும் நாயுடுவைப் புகழ்ந்து பேசிவிட்டுத் தன் ஊருக்குச் சென்றான் ஷண்முகம்.

சரியாகப் பத்து வருஷங்களுக்குமுன் இதுபோன்ற ஒரு காலை நேரத்தில்தான் ஷண்முகத்தை நான் முதன் முதலாகப் பார்த்தேன்.

அன்று அவர் வீட்டுத் திண்ணையில் நானும் நாயுடுவும் உட்கார்ந்து பேசிக்கொண்டிருந்தோம். அவருடைய ஒன்பது வயதுப் பேரனும் எட்டு வயதுப் பேத்தியும் முற்றத்து வேப்பமர நிழலில் விளையாடிக் கொண்டிருந்தார்கள். வலதுகைப் புறத்திலிருந்த நீண்ட தொழுவில் பத்துப் பதினைந்து பசுக்களும், ஐந்தாறு எருமைகளும் தீவனம் தின்று கொண்டிருந்தன. வீட்டில் வேறு யாரும் இல்லை. எல்லோரும் காடுகரைகளுக்குப் போயிருந்தார்கள்.

ஐந்தாறு நாட்களில் நான் திருநெல்வேலிக்குப் போவதாக இருந்த செய்தியைச் சந்தர்ப்பவசமாக நாயுடுவிடம் சொன்னேன். திருநெல்வேலியில் தமக்கு ஒரு நல்ல போர்வை வாங்கி வரவேண்டும் என்று அவர் என்னிடம் சொல்லிக் கொண்டிருந்தபோது, "ஐயா, கும்பிடுகிறேன்" என்ற குரல் கேட்டு நானும் அவரும் திரும்பிப் பார்த்தோம். முற்றத்தில் ஷண்முகம் நின்று கொண்டிருந்தான்.

"வாப்பா, ஷண்முகம்!" என்றார் நாயுடு. பிறகு, "வா. இப்படி உட்காரு" என்று சொல்லிப் பக்கத்துத் திண்ணையை அவனுக்குச் சுட்டிக் காட்டினார்.

ஆனால் அவன் வந்து உட்காரவில்லை. மரியாதையோடு முற்றத்திலேயே நின்று கொண்டிருந்தான்.

"இவருக்கு எந்த ஊரோ?" என்று நாயுடுவைக் கேட்டேன்.

"மந்தித் தோப்பு!" என்றார் நாயுடு.

அது எங்கள் ஊரில் இருந்து ஆறு மைல் தூரத்தில் இருக்கும் கிராமம்.

ஷண்முகம், தான் வந்த காரியத்தைப் பேசத் தொடங்கினான்.

"ஐயா! நோட்டு விசயமாத்தான் உங்களைப் பார்க்க வந்தேன்" என்றான்.

"நோட்டு விஷயமா? போன மாசத்துக்கு முந்தின மாசந்தானே வட்டியைக் கொண்டாந்து குடுத்தே? அதுக்குள்ளே என்ன?"

"ஐயா! அந்த நோட்டை இன்னும் பத்து வருசம் ஆனாலும் என்னாலே மீட்ட முடியும்'னு தோணல்லே. நானும் ஆனமட்டும் தான் பார்க்கிறேன். வரவுக்கும் செலவுக்கும் சரியாய்த்தான் இருக்கு. ஒரு காசு மிஞ்சல்லே. ரெண்டு வருசம் போனால், என்னாலே வட்டிகூடக் கட்ட முடியாது போலிருக்கு, குடும்பமும் நாளுக்குநாள் பெரிசாகிக்கிட்டே வருது. போன மாசம் கூட எனக்கு ஒரு கொளந்தை..." என்று சங்கோஜத்துடன் சொல்லி நிறுத்தினான் ஷண்முகம்.

நாயுடு இலேசாகச் சிரித்துக்கொண்டு, "என்ன குழந்தை? ஆணா? பெண்ணா?" என்று கேட்டார்.

"ஆம்பளைப் புள்ளைதான் ஐயா!"

"போகட்டும் போகட்டும். உனக்கு இப்போ எத்தனை குழந்தை?"

"கடவுள் புண்ணியத்திலே அஞ்சு கொளந்தை இருக்கு, ஒரு பொண்ணும் நாலு ஆணுமா."

"சரி! நோட்டைத் திருப்ப முடியல்லேன்னா என்ன செய்யப் போறே?"

"அதைச் சொல்லத்தான் வந்தேன். என் நெலத்தை எடுத்துக்குங்க" என்று சுருக்கமாகச் சொன்னான் ஷண்முகம்.

"ரொம்பக் கெட்டிக்காரன்டா, ரொம்பக் கெட்டிக்காரன்! இந்தமாதிரி யோசனை வேறே யாருக்குத் தோணும்?" என்று சொன்ன நாயுடு, என்னைப் பார்த்துத் திரும்பி, ஷண்முகம் கடன் வாங்கிய விவரத்தைக் கூறினார்.

மூன்று வருஷங்களுக்குமுன், தன் தங்கை கல்யாணத்துக்கும், தன் குடும்பச் செலவுக்குமாகச் சேர்த்து நாயுடுவிடம் அவன் ஐந்நூறு ரூபாய் கடன் வாங்கியிருக்கிறான். சொந்த ஊரில் அவனுடைய நான்கு ஏக்கர் நிலத்தின் பேரில் அவ்வளவு தொகையைக் கடன் கொடுக்க யாரும் தயாராக இல்லை. அதனால் ஆறு மைல் தூரம் ஊர் விட்டு ஊர் நடந்து வந்து, நாயுடுவிடம் நோட்டு எழுதிக் கொடுத்துப் பணம் வாங்கியிருக்கிறான். வருஷம் தவறாமல் வட்டியும் செலுத்திக் கொண்டு வந்தானாம். இப்போது, கடனைக் கட்டத் தனக்குச் சக்தி இல்லை என்று சொல்லி நிலத்தை எடுத்துக்கொள்ளும்படி நாயுடுவைக் கேட்டுக் கொள்ள வந்திருக்கிறான்.

அவனுடைய நிலம் ஐந்நூறு ரூபாய் பெறுமா என்பது எனக்குத் தெரியாது. நாயுடுவின் நல்ல குணத்தைக் கண்டு அவரை அவன் ஏமாற்றிவிடக் கூடாதே என்று நினைத்தேன். அதைச் சூசகமாக அவருக்குத் தெரிவிக்கவும் முடியவில்லை. எனினும், நிலம் நன்றாக விளையவில்லையோ, அதனால்தான் கடன் கட்ட முடியவில்லையோ என்று கேட்பவனைப்போல், "நிலம் எப்படி?" என்று ஷண்முகத்தைக் கேட்டேன்.

இரண்டு கணக்குகள்

உடனே நம்மாழ்வார் நாயுடு இடைமறித்து, “நிலம் எப்படி இருக்கும்? இவனுக்கு இருப்பதே அந்த நாலு ஏக்கர்தான். அதைக் கண்ணும் கருத்துமா உழுது உரம் போட்டுத்தான் வச்சிருப்பான். ஏழை நிலம் தரிசு கிடக்குமா?” என்றார். “நிலத்தை எனக்குக் குடுத்திட்டு நீ பிள்ளை குட்டிகளை எப்படிக் காப்பாத்துவே?” என்று ஷண்முகத்தைக் கேட்டார்.

அப்பொழுது அவன் ஒரு கணக்குப் போட்டுக் காட்டினான்:

“ஐயா! இந்த நாலு ஏக்கரிலே பாடுபட்டால், என் குடும்பத்துக்கு ஆறு மாசச் செலவுக்குத்தான் சரியாயிருக்கு மிச்சம் ஆறு மாசமும் கூலிவேலைக்குப் போய்த்தான் குடும்பத்தைக் காப்பாத்தி வர்றேன். உங்களுக்கு நெலத்தை விட்டுட்டால் வருஷம் பூராவும் கூலி வேலைக்குப் போவேன். கணக்குப் பார்த்தால், எனக்கு நெலம் இருக்கிறதும் ஒண்ணுதான்; இல்லாததும் ஒண்ணுதான்.”

“அதனாலே நிலத்தைக் குடுத்திட்டா உனக்கு நஷ்டமில்லே என்கிறே?”

“நஷ்டமுமில்லை. அதே சமயத்திலே கடனும் தீர்ந்து போகும்.”

ஷண்முகத்தின் கணக்கைக் கேட்டுவிட்டு நாயுடு மற்றொரு முறை சிரித்தார். அவன் புத்திசாலித்தனத்தையும், நேர்மையையும் என்னால் வியக்காமல் இருக்க முடியவில்லை.

நாயுடு தலையைக் குனிந்துகொண்டு சிறிதுநேரம் யோசனை செய்தார். ஏதோ நினைவுக்கு வந்தவர்போல், தொழுவை இக்கடைசியிலிருந்து அக்கடைசி வரை பார்த்தார்.

“ஷண்முகம்! அந்தா கிடக்கிற புல்லுக்கட்டை அவுத்து, அந்தக் கோடியிலே நிக்கிற வெள்ளைப் பசுவுக்கு முன்னாலே கொண்டுபோய்ப் போடு. தீவனம் இல்லாமல், பக்கத்துப் பசுவுக்கு முன்னாலே கிடக்கிற புல்லுக்குத் தலையைத் தலையை நீட்டுது” என்றார் நாயுடு.

ஷண்முகம் அப்படியே போய், அந்தப் பசுவுக்குமுன் புல்லைப் போட்டுவிட்டு வந்தான். வந்து, “புல்லு நெறையத்தான் கிடக்கு. அது சும்மாதான் தலையை அந்தப் பக்கம் நீட்டுது” என்று சொன்னான்.

அப்பொழுது நாயுடுவின் பேரன் முற்றத்திலிருந்து வந்து எங்கள் பக்கத்தில் உட்கார்ந்தான். சிறிது நேரம் எல்லோரும் மௌனமாக இருந்தோம்.

“ஐயா, அப்போ என்ன சொல்றீக? எனக்கும் நேரமாகுது” என்று தன் விஷயத்தை நாயுடுவுக்கு ஞாபகமூட்டினான் ஷண்முகம்.

சிரித்த முகத்தோடு அவனைப் பார்த்துக்கொண்டு, “ஷண்முகம்! உனக்குப் படிக்கத் தெரியுமா?” என்று அவர் கேட்டார்.

சம்பந்தமில்லாத இந்தக் கேள்வி எனக்கு ஆச்சரியத்தை உண்டுபண்ணியது.

“நான் எங்கே படிச்சேன், ஐயா? நோட்டுலேகூட நான் ரேகைதானே வைச்சேன்?”

“அதுதானே கேட்டேன்! உனக்குக் கையெழுத்துக் கூடப் போடத் தெரியாது. ஆனால் எனக்குப் போடத் தெரியும். கையெழுத்துப் போடத் தெரியாத உனக்கு இப்படிக் கணக்குப் போடத் தெரிஞ்சிருந்தால், கையெழுத்துப் போடத் தெரிஞ்ச எனக்கு எப்படியெல்லாம் கணக்குப் போடத் தெரியும்னு யோசனை பண்ணிப் பார்த்தியா? நீ நிலத்தை வச்சிருந்தாலும் ஒண்ணு; எனக்குக் குடுத்தாலும் ஒண்ணு. நெலத்தைக் குடுக்கிறதனாலே உனக்கு நஷ்டமில்லை. வாஸ்தவம். ஆனால், அந்த நிலத்தை நான் எடுத்துக்கிட்டால் எனக்கு லாபம் இருக்கணுமில்லே? உன் நிலம் – அதுவும் ஆறு மைலுக்கு அந்தப் பக்கம் அடுத்த ஊரிலே இருக்கிற நாலு ஏக்கர் – எனக்குக் கிடைக்கிறதனாலே, என் உடம்பு எவ்வளவு பருக்கும்? எத்தனை கோபுரம் என்னாலே கட்ட முடியும்?”

“அப்படியா சொல்றது?” என்றான் ஷண்முகம்.

“வேறே எப்படிச் சொல்றது? உன் கணக்குப்படி நிலத்தைக் குடுக்கிறதனாலே உனக்கு நஷ்டமில்லை. என் கணக்குப்படி, நிலத்தை எடுத்துக்கிறதனாலே எனக்கு லாபமில்லை” என்று சொல்லிவிட்டு, “என் கணக்கு எப்படி?” என்று சிறு குழந்தையைப்போல் என்னைக் கேட்டார்.

நான் என்ன பதில் சொல்லுவது?

“நீங்க நெலத்தை எடுத்துக்கிடலேன்னா என் கடன் தீராதே! உள்ளூரிலேயே வித்துப் பணத்தைக் குடுத்திறலாம்னுதான் பார்த்தேன். ஆனால், வலிய விக்கப் போகிறபோது ஏக்கரை ஐம்பது ரூபாய்க்குக் கேக்கக்கூட ஆளில்லை. அநியாயமாக் கொறைச்சிக் கேக்கிறாக!”

அந்தச் சமயத்தில் நாயுடுவின் பேத்தியும் திண்ணைக்கு வந்தாள்.

அவர் ஒன்றும் சொல்லாமல் வீட்டுக்குள்ளே எழுந்து போய், ஐந்து நிமிஷங்களுக்குள் ஷண்முகம் எழுதிக் கொடுத்த புரோ நோட்டுடன் வெளியில் வந்தார். “ஷண்முகம்! இப்படி வா” என்று அவனைக் கூப்பிட்டார். அவன் அருகில் வந்ததுதான் தாமதம், நோட்டை இரண்டாகக் கிழித்து அவன் கையில் கொடுத்துவிட்டார் நாயுடு.

ஷண்முகத்தின் கைகள் நடுங்கின. இரண்டு கைகளையும் தலைக்குமேல் தூக்கி, “ஐயா!...” என்று என்னவோ சொல்ல முன் வந்தான்.

நாயுடு தன் பேத்தியைப் பார்த்து, “ருக்மிணி ஷண்முகத்துக்கு மோர் கொண்டுவந்து குடு. நம்ம பசுவுக்கு அவன் புல்லெல்லாம் எடுத்துப் போட்டான் பார்த்தியா? போ, சீக்கிரம் கொண்டு வா” என்றார்.

ஷண்முகத்தைத் திரும்பியே பார்க்காமல் என் பக்கம் திரும்பிக்கொண்டு, “தம்பி! நான் சொன்னதை மறந்திறாதே. நல்ல

போர்வையா இருக்கணும், பார்த்து வாங்கி வா" என்று பேச்சை மாற்றினார்.

அப்போது ருக்மிணி ஒரு பெரிய செம்பைத் தூக்க முடியாமல் தூக்கிக்கொண்டு வந்து ஷண்முகத்திடம் கொடுத்தாள். வாங்கிப் பார்த்தால் அதில் மோர் இல்லை; பால் இருந்தது.

தெரியாமல், பால் பானையில் மொண்டுகொண்டு வந்துவிட்டாள் குழந்தை!

"தம்பி, நம்ம பேத்தி எப்படி?" என்று என்னிடம் சொல்லிவிட்டு நாயுடு சிரித்தார்.

எனக்கு மெய் சிலிர்த்தது.

"உங்கள் கணக்கை உங்கள் பேத்தியும் படித்துக் கொண்டாள்" என்று நான் சொன்னதும், அவர் அப்படியே அந்தக் குழந்தையைத் தமது மடிமீது இழுத்து வைத்துக்கொண்டு கொஞ்சியதும் எனக்கு நன்றாக ஞாபகமிருக்கின்றன.

ஷண்முகம் மேற்கொண்டு இரண்டு ஏக்கர் வாங்கியிருப்பது நாயுடுவுக்குத் தெரியுமா? இதைக் கேட்காமல் ஷண்முகத்தை எப்படி அனுப்பினேன் என்றே தெரியவில்லை.

❖

கல்கி, 17 ஜூலை 1960

நல்லவள்

அன்று மாலையில் எனக்கு வெளியே போக வேண்டிய அவசர காரியம் இருந்தது. நண்பர் ஒருவரைப் பார்க்க வருவதாகச் சொல்லியிருந்தேன். இருந்தாலும் ஆபீஸிலிருந்து வந்த அதே காலுடன் திரும்பவும் வெளியே செல்வதற்கு இஷ்டமில்லை. பத்து நிமிஷங்களாவது உட்கார்ந்து ஓய்வெடுத்துக் கொண்டு, காபியும் சாப்பிட்டு விட்டுப் போகலாம் என்று நினைத்தேன். டிபன் பாத்திரம், பிளாஸ்க், ஆபீஸ் பைல்கள் – இத்தனையும் அடங்கிய எனது துணிப் பையை வாங்கிச் சுவரில் மாட்டும் நித்திய கடமையைச் செய்ய ஜயா முன்வரவில்லை. முகத்திலே வரவேற்புக் குறியையும் காணோம். 'இன்றும் ஏதோ கதை நடந்திருக்கிறது' என்பதைக் கண்டுகொண்டேன். பையைக் கொண்டுபோய் நானே சுவரில் தொங்க விட்டேன். உட்கார்ந்தால் அவளுடைய கதையைக் கேட்க வேண்டி வரும். அது பத்து நிமிஷங்களில் நிச்சயமாக முடிவடையாது –முடிவடையாததைப்பற்றிப் பேசுவானேன்? ஆரம்பமாகவே அரை மணி நேரத்துக்குமேல் ஆகும் – என்று பழையபடியும் செருப்பைக் காலில் மாட்டிக்கொண்டு, "ஜயா! கொஞ்சம் வெளியே போய் விட்டு வந்துவிடுகிறேன்" என்று சொல்லிக்கொண்டு புறப்பட்டேன்.

காபியை எடுத்துக்கொண்டு வந்த ஜயா,

"நீங்கள் 'கொஞ்சம்' போய்விட்டு வந்தாலும் சரி தான்; ரொம்பப் போய்விட்டு வந்தாலும் சரிதான்" என்று சாவதானமாகத் தாளம் போட்டுச் சொல்லிவிட்டுக் காபியை என்னிடம் கொடுத்தாள்.

அவளிடம் பேச்சுக் கொடுக்க நான் விரும்பவில்லை. கேட்கிற கதையை, ராத்திரிச் சாப்பிடும்போது கேட்டுக் கொள்ளலாம் என்று காபியை மட்டும் மௌனமாக அவளிடமிருந்து வாங்கிக்கொண்டேன்.

அந்தச் சமயத்தில் உமா என்னைப் பார்த்துக் கொண்டாள். பார்த்ததும் ஆவலோடு ஓடிவந்தாள். ஏன் அப்படி ஓடிவந்தாள் என்பது அவளுக்குத்தான் தெரியும். வாரத்துக்கு ஒரு நாள் நான் 'ஆபீஸ் பை'யில் வைத்துக் கொண்டு வரும் வாரப் பத்திரிகையை அன்றும் கொண்டு வந்திருக்கக்கூடும் என்று நினைத்து ஓடி வந்திருக்கலாம். ஒவ்வொரு வாரமும் அவள் முதலில் வாங்கிப் படம் பார்த்த பிறகுதான், நாங்கள் அந்தப் பத்திரிகையைப் படிக்க முடியும். அவள் என் பக்கத்தில் வந்து சேருவதற்கு முன்பாகவே, அவளுடைய தாயார் அதிவேகமாகப் பின்தொடர்ந்து வந்து, அவள் முதுகில் பலமாக ஓர் அறை அறைந்து கையைப் பிடித்துத் தன் வீட்டுக்குள்ளே இழுத்துக்கொண்டு போய் விட்டாள்.

உமாவின் முதுகில் விழுந்த அடி, அன்று நடந்த கதை எவ்வளவு ஆழமானது என்பதை எனக்கு ஒருவாறு எடுத்துக்காட்டிவிட்டது. ஜயாவைப் பார்த்து, "என்ன, இன்று பெரிய சண்டையா?" என்று ரகசியக் குரலில் கேட்டேன். அவள் பதில் சொல்லாமல் மௌனமாக இருந்தாள்.

அவள் மௌனம் எனக்குப் பிடிக்கவில்லை. சொல்ல வேண்டிய விஷயத்தை உடனே சொல்லாமல் இப்படி அர்த்தமில்லாமல் பிகுப்பண்ணுவது எதற்கு? அப்படியானால்தான் அவளுடைய கோபத்தை நான் புரிந்து கொள்ள முடியுமா?

மேற்கொண்டு நான் விசாரிக்கவில்லை. அலட்சியமான தோரணையில், "சரி; நான் போய் வருகிறேன்" என்று சொல்லிவிட்டுக் காலி டம்ளரை அவளிடம் நீட்டினேன். பிடுங்கிக்கொள்ளுவதைப் போல் அதை வாங்கிக் கொண்டாள் ஜயா.

நான் தெருவாசலுக்கு வந்தேன். என்னை விரட்டிக் கொண்டு வந்த ஜயா, "நாளையே இந்த வீட்டைக் காலி பண்ணிவிட வேண்டும். இனி ஒரு நிமிஷம் என்னால் இங்கே இருக்க முடியாது" என்று சொல்லிவிட்டு முகத்தை வேறு திசையில் திருப்பிக்கொண்டு நின்றாள்.

"ஜயா! நான் அவசரமாகப் போய்க்கொண்டிருக்கிறேன். ஒரு மணிநேரம் கழித்துச் சாவகாசமாகப் பேசிக்கொள்ளலாம். என்ன நடந்தது என்பதைச் சொல்லாமலே, என்னென்னவோ சொல்லிக் கொண்டிருக்கிறாய்; கொஞ்சம் பொறுமையாக இரு" என்று வேதனையோடு சொன்னேன்.

என் மனக் கஷ்டத்தை அவள் உணர்ந்துகொண்டு விட்டாள் என்பது அவளுடைய முகபாவம் மாறியதிலிருந்து தெரிந்தது.

"இன்றும் ஏதாவது கைமாற்றுக் கடன் கொடுத்தாயா?"

"கொடுக்காமல் என்ன? கொடுக்கப் போய்த்தான் ஒரு மணி நேரத்துக்குள் வீடு ரணகளமாகி விட்டது. இனியும் காசைக் கொடுத்து வம்பை விலைக்கு வாங்க நான் தயாராயில்லை" என்று சொல்லிவிட்டு ஐயா உள்ளே போய்விட்டாள்.

வேறு யோசனை எதுவும் செய்யாமல் நண்பர் வீட்டுக்குப் போனேன். பேசவேண்டிய விஷயத்தைப் பேசி முடித்த பின், வாடகைக்குப் பக்கத்தில் ஏதாவது வீடு அகப்படுமா என்று விசாரிக்கும்படி அவரிடம் ஒருமுறைக்கு இருமுறை சொல்லிவிட்டு வீடு திரும்பினேன். அந்த வீட்டைவிட்டுப் போய்விட வேண்டும் என்று உண்மையிலேயே அன்றுதான் முதன்முதலாக எனக்குத் தோன்றியது. ஏனென்றால், ராஜேசுவரியை கெட்டவளாக்க எனக்குக் கொஞ்சம்கூட விருப்பமில்லை.

அவளுக்கும் என் மனைவிக்கும் இடையில் ஆயிரம் மனக்கசப்புகள் ஏற்பட்டிருக்கின்றன. எத்தனையோ தடவை சூடான வார்த்தைகளோடு சண்டை போட்டிருக்கிறார்கள் என்பதும் எனக்குத் தெரியும். இருந்தாலும் அவள் நல்லவள் தான். இதை ஐயா ஒப்புக்கொள்ளாவிட்டாலும், மறுத்த தில்லை. பாவம், இன்னும் சில நாட்கள் அங்கே குடியிருந்து அவளைக் கெட்டவளாக நினைக்கத் தொடங்குவானேன்? அதன்பின் அவளைக் கெட்டவளாகவும் ஆக்குவானேன்?

கூடிய சீக்கிரத்தில் வீட்டைக் காலி செய்து வேறிடத்துக்குக் குடி போய்விட வேண்டியதுதான் என்ற உறுதியோடு வீட்டுக்கு வந்துகொண்டி ருந்தேன். வழி நெடுக எனக்கு ராஜேசுவரியைப்பற்றிய சிந்தனைதான்.

ராஜேசுவரிதான் அந்த ஆறு வயதுப் பெண் உமாவின் தாயார். அவளுடைய கணவர் சீர்காழி எஸ். கிருஷ்ணன் என்பவர் ஒரு மிருதங்க வித்வான். மயிலாப்பூரில் ஒரு வீட்டின் பின் பாதியில் அவர் வாடகைக்குப் பிடித்திருந்த பகுதியில் உள்–வாடகைக்காரர்களாகப் புதுத் தம்பதிகளாகிய நாங்கள் இரண்டு வருஷங்களுக்குமுன் குடியேறினோம். மூன்று அறைகளும் ஒரு சமையற்கூடமும் அடங்கிய அந்தப் பகுதியில் இரண்டு அறைகளை நாற்பது ரூபாய் வாடகைக்கு எங்களுக்கு விட்டுவிட்டு, அவர்கள் அந்த ஓர் அறைக்கும் சமையற் கூடத்துக்கும் சேர்ந்து இருபத்தைந்து ரூபாய் கொடுத்து வந்தார்கள். வீட்டின் முன்புறத்தில் ஒரு பெரிய பலசரக்குக் கடை. கடையை ஒட்டியுள்ள குகை போன்ற வாசலில் நுழைந்து சுமார் இருபது கஜ தூரம் நடந்துதான் நாங்கள் எங்கள் குடியிருப்புப் பகுதிகளுக்குப் போகவேண்டும். ஒரே நடைபாதையில் போக்குவரத்து, ஒரே ஸ்நான அறை, ஒரே குழாய், ஒட்டினாற்போல் குடியிருப்பு... இந்த நிலையில் நாங்கள் எத்தனை சண்டைகள் போட்டுக்கொண்டாலும் ஒருவர் முகத்தில் ஒருவர் விழிக்காமல் தீராது. ஏகதேசமாகச் சுவரைப் பார்த்தாவது பரஸ்பரம் பேசியாக வேண்டும். அத்துடன் அடிக்கடி எங்களிடம் அவர்கள் கைமாற்றுக் கடன் வாங்குவதும், சொந்தக் குழந்தை மாதிரி உமா எங்களிடம் வந்து பழகுவதும் எங்கள் தொடர்பை நிலைக்கச் செய்துகொண்டிருந்தன.

மிருதங்க வித்வான் பெரிய தமாஷ்காரர். அவருடன் யாராலும் சண்டை போட முடியாது. சண்டைக்குப் போனாலும், ஒரு நிமிஷத்தில் சிரிக்க வைத்துவிடுவார். மனைவியை விட நல்லவர் என்று சொல்ல வேண்டும். அவர் வீட்டுக்கு வரும் சில வித்வான்கள்மூலம் அவர் மிருதங்க வாசிப்பில் மகாகெட்டிக்காரர் என்றும், ஆனால் அதிர்ஷ்ட மில்லாத காரணத்தால் குடத்துக்குள் வைத்த விளக்காக இருந்துகொண்டி ருக்கிறார் என்றும் கேள்விப்பட்டிருக்கிறேன். ரேடியோவிலிருந்தும் இளம் பாடகர்களின் கச்சேரிகளுக்கும் ஏகதேசமாக அவருக்கு அழைப்பு வரும். தொழில் நன்றாக நடந்தாலும், அந்த மாதத்தின் வருமானம், அடுத்த மாதம் முதல் வாரத்துக்குக் கூட மிஞ்சாது. தொழில் நடக்காமல் கழியும் மாதங்கள், வருஷத்தில் கால்வாசியாவது இருக்கும். என்ன செய்வது? கடன் வாங்கித்தான் காலம் தள்ள வேண்டும். வீட்டுவாசலில் உள்ள பலசரக்குக் கடையில் ஏராளமான பாக்கி. கடைக்காரர் கடன் கொடுப்பதை நிறுத்தி ஒரு வருஷத்துக்கு மேலாகிறது. தெருவில் உள்ள வேறு கடைகளுக்கும் பாக்கி கொடுக்க வேண்டும். என்னிடத்திலும் மாதம் தவறாமல் ஒரு ரூபாயிலிருந்து இருபது ரூபாய் வரை கைமாற்று வாங்குவது வழக்கமாகிவிட்டது. ஆனால் அடுத்தமாத வாடகையை அவர் கையில் கொடுக்கும் போது நான் பாக்கியைக் கழித்துக் கொண்டே கொடுப்பேனாதலால், எனக்கு அவர் கொடுக்க வேண்டிய பழைய கடன் எதுவும் இல்லை என்றுதான் சொல்ல வேண்டும். வீட்டுச் சொந்தக் காரர்களுக்கு வாடகைப்பணம் சரியாகப் போய்ச் சேராது. இதனால் அடிக்கடி அவர் வந்து கூப்பாடு போட்டுவிட்டுப் போவதுண்டு. இந்தக் கூப்பாட்டைச் சமாளித்துக்கொண்டு ஏழு வருஷங்களாக அவர்கள் குடியிருந்து வருவது எனக்குப் பெரிய ஆச்சரியமாகவே இருந்தது.

நாங்கள் அங்கே குடித்தனம் செய்யப்போன மூன்றாவது மாதத்திலேயே எங்களிடம் கடன் வாங்க ஆரம்பித்து விட்டார்கள். என்னிடம் அவர் ரொக்கமாக வாங்குவார்; என் மனைவியிடம் அவர் மனைவி பண்டங்களாக வாங்குவாள். ஆனால் பணம் வந்தவுடன், முதல் வேலையாக என் மனைவிக்குக் கொடுக்க வேண்டிய கடனைக் கொடுத்து விடுவாள். ஐயோ, அவள் கையில் பணம் இருக்கும்போது அவளைப் பார்க்க வேண்டுமே! அந்த வீடே கல்யாண வீடு போல் கலகலப்பாக இருக்கும். என் மனைவியிடம் அவள் காட்டும் அன்புக்கு ஓர் எல்லையே இராது, உடன்பிறந்த சகோதரிகளைப்போல் பழகுவார்கள். இரண்டு வீடுகளும் ஒரு வீடாகிவிடும். அப்படிப்பட்ட சில சமயங்களில் இரண்டு வீடுகளுக்கும் சேர்த்து ஒரே இடத்தில் சமையல் நடப்பதும் உண்டு.

ராஜேசுவரியின் வாய்மொழி மூலம், அவள் ஓரளவு செயலான குடும்பத்தில் பிறந்து வளர்ந்தவள் என்பதை ஐயா அறிந்து என்னிடம் சொன்னாள். அவளுடைய அன்பும், பண்பும் அவள் பிறந்த வீட்டின் பண்பாட்டை எனக்கு உணர்த்திக்கொண்டிருந்தன.

ஆறேழு மாதங்களுக்குப் பிறகு, அவளோ அவரோ எங்களிடம் கடன் வாங்கிய தினங்களில் மட்டும் அவள் எங்களை விரும்பாதவள்

போல் நடந்துகொள்ளத் தொடங்கினாள். இதை நானும் ஜயாவும் முதலில் கவனிக்கவில்லை. அப்புறம் ஒருநாள் எப்படியோ தெரிந்து கொண்டோம். கடன் கொடுத்த தினத்தன்று அஸ்தமனத்துக்குள்ளாக என் மனைவியிடம் மனஸ்தாபம் கொள்ளுவதற்கு ஏதாவது ஒரு முகாந்தரத்தை அவள் சிருஷ்டித்து விடுவாள். அவள் இப்படிச் செய்வாள் என்பதை என் மனைவியும் எதிர்பார்த்துக்கொண்டு தயாராகக் காத்திருப்பாள். பேச்சும் பதில் பேச்சுமாக மனஸ்தாபம் வெளிப்பட்டுக் கொண்டிருக்கும். அப்புறம் நானோ, மிருதங்க வித்வானோ வீட்டுக்கு வந்ததும் அது நின்று விடும். மாதத்துக்கு இரண்டு தடவையாவது நான் ஆபீஸிலிருந்து வீட்டுக்கு வந்ததும், ஜயா என்னிடம் கதையாகச் சொல்லுவதற்கு ஏதாவது சண்டை நடந்திருக்கும். அதைக் கேட்டு ஆரம்ப காலத்தில் எனக்கும் கோபம் வந்திருக்கிறது. ஸ்நான அறையை நாங்கள் சுத்தமாக வைத்துக் கொள்ளவில்லை என்று ஒரு நாள் குற்றம் சாட்டுவாள். மற்றொரு நாள், கொடுக்கும் காசுக்குமேல் நாங்கள் விளக்குகளை அதிகமாக எரித்து விட்டதாகச் சொல்லுவாள். வேறொரு நாள், அவர்களைப் பரம தரித்திரர்களாகக் கருதி நாங்கள் அவமதிப்பதாகக் கூறுவாள். இப்படி எத்தனையோ பல காரணங்கள் அந்த ஒட்டுக் குடித்தனத்தில் முளைத்துக்கொண்டே இருந்தன. ஆனால் அவளுடைய கணவருக்கு நல்ல வருமானம் வரும் சமயங்களில், இந்தமாதிரியான தவறுகளை உண்மையிலேயே நாங்கள் செய்திருந்த போதிலும், அவை அவள் கண்ணில் படாது. என் மனைவியே வலியப் போய்த் தான் தவறு செய்துவிட்டதாகச் சொன்னாலும், “அதற்கென்ன, ஜயா? இதை ஒரு பெரிய விஷயமாகச் சொல்ல வந்துவிட்டாயே!” என்று சொல்லிச் சிரித்துமிருக்கிறாள். ஒரு சமயம் அவர்கள் வீட்டு டார்ச் லைட்டை என் மனைவி அவளிடம் இரவல் வாங்கியிருந்தாள். அது எப்படியோ தவறிவிழுந்து கண்ணாடி உடைந்துவிட்டது. பதிலுக்கு நாங்கள் கண்ணாடி போட்டுத் தர தயாராக இருந்தோம். அதற்கு அவள் சம்மதிக்கவே இல்லை. “நாங்கள் உடைத்திருந்தால் உங்களைக் கண்ணாடி போட்டுத்தரச் சொல்லுவோமா? நாங்கள் வேறு நீங்கள் வேறா? அத்துடன் எதிர்பாராமல் நேர்ந்த இப்படிப்பட்ட தவறுக்கு யாருமே பொறுப்பாளியல்ல, ஜயா!” என்று அழகாகச் சொல்லி உடைந்த லைட்டை வாங்கிக் கொண்டாள்.

ராஜேசுவரி அப்புறம் எனக்கு ஆராய்ச்சிக்குரிய விஷயமாகவே மாறிவிட்டாள். கடன் கொடுத்த தினத்தில் சண்டைக்கு வருவாள்; கையில் பணம் இருக்கும்போது அன்பில் உயிரையே கொடுக்கச் சித்தமாக இருப்பாள். இவளை நல்லவள் என்று சொல்லாமல் இருப்பது எப்படி? அவளுடன் கோபித்துக்கொண்டு வீட்டைக் காலி செய்வதும் எப்படி? அவளைப்போல் சென்னை நகரில் வேறு எந்தப் பெண் அன்பாக இருப்பாள்?

ஒரே ஒரு தடவைதான் வார்த்தைகள் தடித்து ஜயாவும் ராஜேசுவரியும் சண்டை போட்டிருக்கிறார்கள். அன்று காலையில் அவள் வாங்கிய கடன் இரண்டு ரூபாய். அன்றைய சமையலுக்குத்தான். மறுநாள் காலையில் ஸ்நான அறைக்குள் என் மனைவி குளித்துக் கொண்டிருந்த

போது, அவள் வெளிப்புறத்தில் தன் கணவருக்காக வெந்நீர் போட்டி ருந்தாள். அடுப்பு புகைந்து வீடெல்லாம் புகை மண்டிவிட்டது. ஸ்நான அறைக்குள் இருந்த என் மனைவி புகையில் திக்குமுக்காடிப் போய்விட்டாள். அவசரம் அவசரமாக வெளியே வந்து, மிகுந்த கோபத்துடன் ராஜேசுவரியை அழைத்து, "நான் குளித்தபிறகு வெந்நீர் போடக்கூடாதா? நான் மூச்சு முட்டிச் சாக இருந்தேன் தெரியுமா?" என்று சொன்னாள்.

நான் வீட்டில் இருக்கிறேன் என்பதைக்கூடப் பொருட்படுத்தாமல் ராஜேசுவரி தூக்கி எறிந்து பேசினாள். "நீங்கள் குளிப்பதற்காக நாங்கள் காத்திருக்க வேண்டும் என்று என்ன சட்டம்? எங்களுக்கு ஆபீஸ் வேலை இல்லாவிட்டாலும், அவசரமாக வெளியே போக வேண்டிய வேலை இராதா? உங்களை எதிர்பார்த்தே தான் நாங்கள் குடித்தனம் நடத்த வேண்டுமா...?" என்று ஒன்றுக்குப் பத்தாக வார்த்தைகளை வீசி எறிந்துகொண்டிருந்தாள்.

நான் உள்ளேயிருந்த வாக்கிலேயே குறுக்கிட்டு, "ஐயா! நீ இங்கே வா" என்று என் மனைவியை அழைத்தேன்.

அவளும் உடனே வந்துவிட்டாள். அன்று எனக்கு அதிகக் கோபம். ஆனாலும் வீட்டைக் காலி பண்ண வேண்டுமென்று நினைக்கவில்லை. ஆனால் இப்பொழுது வேறிடத்துக்குப் போய்விட வேண்டியதுதான் என்று எனக்குப்பட்டது. அந்த உறுதியோடுதான் வீடு வந்து சேர்ந்தேன்.

நான் வீட்டுக்கு வந்தபோது, மிருதங்க வித்வான் தம் வீட்டு முற்றத்தில் ஜமக்காளத்தை விரித்து நாலைந்து நண்பர்களோடு உட்கார்ந்துகொண்டி ருந்தார். எல்லோரும் வெற்றிலை சீவல் போட்டுக்கொண்டு, சிரிப்பும் தமாஷுமாகப் பேசிக் கொண்டிருந்தார்கள். அங்கே இருந்தவர்கள் எல்லோருமே சங்கீதத்தைத் தொழிலாகக் கொண்டவர்கள்போல் காணப்பட்டார்கள்.

நான் நேரே என் வீட்டுக்குள் போனேன். ஐயா ஒன்றும் செய்யாமல் மௌனமாக உட்கார்ந்துகொண்டிருந்தாள். அவளிடம் கதை கேட்பதற்கு அதுவே சரியான தருணம் என்று எனக்குத் தோன்றியது. மற்றச் சமயங்களில் எங்கள் வீட்டில் ரகசியம் பேசினால், அடுத்த வீட்டுக்குக் கேட்டுவிடுமோ என்ற பயத்துடனேயே பேச வேண்டும். குடித்தனம் அவ்வளவு தூரம் ஒட்டுக் குடித்தனமாக இருந்தது. இப்போது வித்வான்கள் ஒரே முழக்கமாகச் சிரித்துக்கொண்டும் பேசிக்கொண்டுமிருந்ததால், நாங்கள் பயப்படாமல் ரகசியம் பேசலாம். அவர்களுடைய முழக்கத்தில் எங்கள் ரகசியப் பேச்சு மூன்றாம் நபருக்குக் கேட்காதல்லவா?

நான் கேட்ட கேள்விக்குப் பதில் சொல்லாமல் பத்து நிமிஷம் மௌனமாக இருந்தாள் ஐயா. அடுத்த பத்து நிமிஷ நேரம், சம்பந்த மில்லாமல் ஒரு வார்த்தை இரண்டு வார்த்தைகளாகப் பதில் சொல்லிக் கொண்டிருந்தாள். பிறகுதான் விஷயத்தைச் சொன்னாள். அது நான் எதிர்பார்த்த விஷயம்தான்; எதிர்பார்த்த கதைதான். ஆனால் எதிர் பார்க்காத சில கோரமான அம்சங்களும் இருந்தன. இரண்டு முறை

நான் அதிர்ச்சி அடைந்துவிட்டேன் என்று கூடச் சொல்லலாம். சுருக்கமாகச் சொன்னால் நடந்த கதை இதுதான்.

அன்று பிற்பகல் இரண்டு மணிக்கெல்லாம் ராஜேசுவரி வந்து என் மனைவியிடம் ஒரு ரூபாய் கேட்டிருக்கிறாள். இவளிடம் அன்று பணமில்லை. 'இல்லையே' என்று சொல்லிவிட்டாள். உடனே தன் வீட்டுக்குப் போன ராஜேசுவரி திரும்பவும் வந்து எட்டணா கேட்டிருக்கிறாள். அதற்கும் அதே பதில்தான். 'சரி, ஒரு மூன்றணா இருக்குமா?' என்று அவள் கடைசியாகக் கேட்கவே, 'இன்று கையில் காசே கிடையாது. கொஞ்சம் இருங்கள். எதற்கும் பார்த்துச் சொல்கிறேன்' என்ற ஜயா உள்ளே வந்து ஒரு டப்பாவை எடுத்துத் திறந்து பார்த்திருக்கிறாள். அதில் அவள் நயா பைசாக்களைப் போட்டு வைப்பது வழக்கம். உள்ளே இருந்த காசுகளைக் கையில் கொட்டி எண்ணிப் பார்த்தபோது ஒவ்வொரு நயா பைசாவாக மொத்தம் இருபத்தொன்று இருந்தன. அதில் பத்தொன்பதை மட்டும் எண்ணி எடுத்துக்கொண்டு வந்து ராஜேசுவரியின் கையில் கொடுத்திருக்கிறாள்.

இதைக் கேட்கவே எனக்குக் கஷ்டமாக இருந்தது. "ஜயா! நீ அந்த நயா பைசாக்களைக் கொடுத்திருக்கக்கூடாது! மகா குரூரம்! கேவலம், பத்தொன்பது ஒற்றைப் பைசாக்கள்கூட இல்லாதவர்கள் என்று அவர்கள் முகத்திலேயே கரியால் எழுதி வைப்பதுபோன்ற காரியம் இது" என்றேன்.

"நான் என்ன செய்வது? முட்டாள்தனமாக இரக்கப்பட்டு விட்டேன். பாவம், இந்தப் பத்தொன்பது காசுகூட இல்லாமல் இருக்கிறார்களே, இது இல்லாததால் அவர் வெளியே போகக்கூடிய காரியம் நின்றுவிடக்கூடாதே என்று நினைத்துக் கொடுத்தேன்."

அந்தப் பத்தொன்பது காசுகளையும் வாங்கிக்கொண்டு அவர் பஸ்ஸுக்குப் போய்விட்டார்.

சாயங்காலம் நாலரை மணி வரையில் ராஜேசுவரி கதவைப் பூட்டிக்கொண்டு உள்ளேயே இருந்தாளாம். தூங்கினாளோ என்னவோ? உமா வந்து என் மனைவியோடு விளையாடிக் கொண்டிருந்தாளாம். இருவரும் ஏதேதோ தமாஷாகப் பேசிக்கொண்டிருந்தபோது, "ஏண்டி உமா, இப்படி அழுக்குத் துணியை அதுவும் கந்தலாகப் போட்டுக் கொண்டே திரிகிறாயே, ஏன்? ஒரு நல்ல வெளுத்த கவுன் இல்லாமலா போய்விட்டது? எடுத்துப் போட்டுக்கொள்வதற்கென்ன?" என்று ஜயா சொன்னாளாம். இதைக் கேட்டுக்கொண்ட ராஜேசுவரி, கதவைத் திறந்துகொண்டு ஒரே பாய்ச்சலாக வந்து உமாவைக் கூப்பிட்டாளாம். கூப்பிட்டு முதுகில் பலமாக ஐந்தாறு அடி அடித்துவிட்டு, "ஏண்டி தரித்திரம் புடிச்சவளே! பணக்காரர் வீட்டுக்குள் ஏன் போறே? நம்ப தரித்திரம் அவாளையும் புடிச்சிக்கவா?" என்று இரைந்தாளாம். அப்புறம் ராஜேசுவரிக்கும் ஜயாவுக்கும் பலமான சண்டை வந்துவிட்டது. ஒரு சமயம், ஜயாவை மலடி என்றுகூடச் சொல்லாமல் சொல்லிவிட்டாளாம் ராஜேசுவரி. இதைக் கேட்டதும் நான் அதிர்ந்து போய்விட்டேன்.

கல்யாணமாகி இரண்டு வருஷங்களுக்குள் மலட்டுப் பட்டமா? பத்தொன்பது ஒற்றை நயா பைசாக்களைக் கொடுத்ததைவிட இது குரூரமாக இருந்தது. வேறு என்னென்னவோ கடுமையான பேச்சுக்கள். ஆனாலும் கதை இவ்வளவுதான்.

"முதல் தேதிக்குள் எப்படியாவது வேறு வீடு பார்த்து விடுகிறேன். அதுவரையிலும் நீ அவளுடனோ அந்தக் குழந்தையுடனோ எந்தவிதமான பேச்சும் வைத்துக் கொள்ள வேண்டாம். நிச்சயமாக, இந்த இடத்தை விட்டுப் போய்விடுவோம்" என்று ஜயாவுக்கு உறுதி கூறினேன். அப்பொழுது அவள் ஆசுவாசத்துடன் நீண்ட பெருமூச்சு விட்டது எனக்கு நன்றாகக் கேட்டது.

சாப்பிட்டுவிட்டுப் படுத்தேன். வெளியே வித்வான்களின் முழக்கம் இன்னும் நிற்கவில்லை. எதுவும் தெரியாத அந்த அப்பாவி மனிதர், எல்லோரையும் நிமிஷத்துக்கொரு தடவை சிரிக்க வைத்துப் பேசிக்கொண்டிருந்தார். நானோ, படுத்துக்கொண்டே, என்னுடைய மனைவிக்காக மட்டுமின்றி அவருடைய மனைவிக்காகவும் அனுதாபப் பட்டுக் கொண்டிருந்தேன். தாங்க முடியாத அதிர்ச்சிகளை அனுபவித்த பிறகுகூட ராஜேசுவரியைக் கெட்டவள் என்று நினைக்க முடியவில்லை.

நான் முதலில் சொன்ன நண்பரின் முயற்சியால் அடுத்த மாதமே வேறு வீடு கிடைத்துவிட்டது. வீட்டைக் காலிபண்ணப் போவதாக இருபது நாட்களுக்குமுன்பே மிருதங்க வித்வானிடம் தகவல் சொல்லிவிட்டேன். திடுதிப்பென்று நாங்கள் அந்த வீட்டைவிட்டுப் போக நினைப்பானேன் என்று அவர் கேட்டார். என்ன பதில் சொல்லுவது? 'ஆபீசுக்குப் பக்கமாக இருக்கிறது; பெரிய வீடு; வாடகையிலும் ஐந்து ரூபாய் குறைகிறது' என்று மூன்று பொய்களைச் சொல்லிச் சமாளித்தேன்.

உண்மையில் புது வீடு மிகவும் வசதிக் குறைவான வீடு. வாடகை ஐந்து ரூபாய் அதிகம். ஆபீசுக்கு இந்த வீட்டைவிடப் பக்கமுமல்ல. தூரமுமல்ல. இதை நண்பரிடத்திலும் சொன்னேன். "அப்படியிருக்க அதை ஏன் விடுகிறீர்கள்?" என்று அவர் கேட்டார்.

"மிருதங்க வித்வானுடைய மனைவிக்கு ஒருமாதிரி குணம். பெண்களுக்குள் ஒத்துப் போகவில்லை" என்று சொன்னேன். ஆனால் அத்துடன் நிறுத்த முடியாமல், கதை முழுவதையுமே சொல்லிவிட்டேன்.

"இந்தக் காலத்தில் கொடுப்பவன் பொல்லாதவன்; கொடுக்காதவன் நல்லவன்" என்றார் நண்பர்.

"அப்படியில்லை. இது வேறு விஷயம். அவள் இப்படியெல்லாம் வலுச் சண்டையை இழுத்துத்தான் கீழே சரியும் தன் கௌரவத்தை மேலே கொண்டுவந்து எங்களுக்குச் சமதையான ஸ்தானத்தை வகிக்க முடிகிறது. நாங்கள் கடன் கொடுத்தாலும், அவர்கள் கடன் வாங்கினாலும், எங்களைவிட அவர்கள் குறைந்தவர்களல்ல என்பதைக் காட்டிக் கொள்வதற்குப் பாவம் அவளுக்கு இதைத் தவிர வேறு வழி எதுவும் தெரியவில்லை. இது பெரிய பரிதாபம்."

“பரிதாபமாவது பின்னொன்றாவது! முதலில் அந்த இடத்தைவிட்டுக் கிளம்புங்கள்” என்றார் நண்பர்.

“செய்யப்போவது அதுதான். இருந்தாலும் சொல்லுகிறேன்” என்று நான் சொன்னேன்.

முதல் தேதி காலையில் சாமான்களைக் காலிசெய்து வண்டியில் ஏற்றிக்கொண்டிருந்தோம். எல்லாச் சாமான்களும் வெளியேறிவிட்டன. நாங்கள் போய் ஒரு டாக்ஸியில் ஏறிக்கொள்ள வேண்டியதுதான் பாக்கி. ஜயா வெளியே வந்து என் பக்கத்தில் நின்றாள். உமாவிடம் கூட அவள் ஒரு வார்த்தை சொல்லிக்கொள்ளவில்லை. மிருதங்க வித்வான், ராஜேசுவரி, உமா – மூவரும் வரிசையாக நின்றுகொண்டிருந் தார்கள். நான் மட்டும் எல்லோரையும் மொத்தமாகப் பார்த்து, ‘போய் வருகிறோம்’ என்று சொல்லிக்கொண்டேன்.

அப்போது எதிர்பாராதவிதமாக ராஜேசுவரி எங்களை நோக்கி வந்தாள். ஜயாவின் முகத்தை ஒரு முறை ஏறிட்டுப் பார்த்தாள். அழக்கூடாது என்பதற்காகப் புன்னகை செய்பவள் போல் சோக மயமாகச் சிரித்தாள். அப்புறம் ஜயாவின் வலது கையைத் தன் இரண்டு கைகளாலும் பிடித்துக்கொண்டு “போய்விட்டு வா, ஜயா!” என்று ஹீனஸ்வரத்தில் சொன்னாள். சொல்லும் போது அவள் குரல் தழுதழுத்தது. . .

வாசலில் டாக்ஸியை எவ்வளவு நேரம் காக்க வைப்பது?

❖

கல்கி, 14 ஆகஸ்ட் 1960

சொல்லும் பொருளும்

"என் அன்புள்ள பிருந்தா,

ஆறாயிரம் மைல்களுக்கு அப்பால் இருந்து உனக்கு இந்தக் கடிதத்தை எழுதுகிறேன். என்னிடமிருந்து இப்படி ஒரு கடிதம் வருமென்று நீ கனவுகூடக் கண்டிருக்கமாட்டாய். நானும்கூட ஒரு மணி நேரத்துக்கு முன்புதான் உனக்கு எழுத நினைத்தேன். என்ன எழுதுவது என்று தெரியாமலே கடிதத்தை ஆரம்பித்துவிட்டேன். எழுதுவதற்கு விஷயம் இல்லை; ஆனால் அவசியம் இருக்கிறது! இதெல்லாம் என்ன மாயமோ? என்ன மனக் குறளியோ? ஒருவேளை, உனக்கும் எனக்கும் இடையே உள்ள இந்தத் தூரம் பிறப்பித்துவிட்ட விந்தைகள் தானோ என்னவோ? எழுதாமல் முடியாது என்ற நிலையில் எழுதுகிறேன்.

"நான் இந்த நாட்டுக்கு வந்து சரியாக நான்கு நாட்கள் ஆகின்றன. சௌக்கியமாக இருக்கிறேன். விமானப் பிரயாணமும் சுகமாக இருந்தது... பைத்தியக் காரத்தனம்! இதைப்பற்றியெல்லாம் உனக்கு என்ன அக்கறை? தெருவோடு செல்லும் எவனோ ஒரு வழிப்போக்கன் நம்மிடம் வலியவந்து, 'நான் சௌக்கியமாக இருக்கிறேன்' என்று சொன்னால் எப்படி இருக்கும்? அந்தப் பைத்தியகாரத் தனத்தைத் தான் இப்போது நானும் செய்கிறேன். உனக்கு அக்கறை இருந்தாலும் இல்லாவிட்டாலும் உன்னோடு பேச வேண்டுமென்று மனம் துடிக்கிறது. ஆம்! நான் இப்போது பேசத்தான் செய்கிறேன்; எழுதவில்லை.

எழுத்துகளைக் கொண்டு பேசுகிறேன். ஏதோ ஓர் அனாதைக்கு ஏற்படக்கூடிய நிர்க்கதியான உணர்ச்சி வந்து என் மனசை மூடிக்கொண்டு விட்டது. சிறு குழந்தையைப் போல் உன் முகத்தைப் பார்த்துத் தேம்பித் தேம்பி அழவேண்டும்போல் இருக்கிறது. இந்தப் பரந்த உலகத்தில் என் கண்ணுக்குத் தெரிவது உன் நினைவுமுகம் ஒன்றுதான். அதைத் தவிர இவ்வுலகில் வேறு எதுவும் இருப்பதாக மனசுக்குத் தோன்றவில்லை. அந்த முகத்தைப் பார்த்துப் பேசுகிறேன்; எதையோ கேட்கிறேன். அதை இன்னது என்று நீ கண்டுபிடித்துக் கொடுத்துவிட்டாலும் நான் மேலும் மேலும் கேட்டுக் கொண்டுதான் இருப்பேன் போல் தோன்றுகிறது. உன்னால் கொடுத்து முடிக்கவும் என்னால் வாங்கி முடிக்கவும் முடியாத ஏதோ ஒன்றை உன்னிடம் கேட்கிறேன் போலும்!

“பிருந்தா! கனவும் நனவும் உன் ஞாபகம்தான். நீ சௌக்கியமாக இருக்கிறாயா? சௌக்கியமாகவே இரு. உலகத்தில் எங்காவது இரு. நீ இருக்கவேண்டும். எனக்கு வேண்டியது அது ஒன்றுதான்.

உன் அன்புள்ள

ஏ.ஆர். மூர்த்தி.”

ஐந்து வருஷங்களுக்கு முன் சென்னை காந்தி நகரிலுள்ள பிருந்தாவின் வீட்டுக்கு இந்தக் கடிதம் வந்து சேர்ந்தபோது, வீட்டில் அவளும் அவளுடைய தாயாரும் அவர்கள் வீட்டுச் சமையல் காரனும்தான் இருந்தார்கள். பிருந்தாவின் அப்பா டாக்டர் கோபாலகிருஷ்ணன் இன்னும் ஆஸ்பத்திரியிலிருந்து திரும்பவில்லை. தபால்காரனிடமிருந்து பிருந்தாவே கடிதத்தை வாங்கினாள். கவரின் மேல் பிரிட்டிஷ் ஸ்டாம்பும் லண்டன் முத்திரையும் இருந்தன. லண்டனிலிருந்து கடிதம்? ‘எனக்கு?’ கடிதத்தோடு பிருந்தா தன் அறைக்குள் சென்று, உறையைக் கிழித்துக் கடிதத்தை எடுத்து வாசித்துப் பார்த்தாள். முதல் வரியைப் படித்ததுமே அவள் முகம் சிவந்துவிட்டது. படித்து முடித்தபின் மூர்த்தியின்மீது அகண்டாகாரமாகக் கோபம் பிறந்தது. கோபத்தினால் இருதயம் வேகமாகத் துடித்தது. கைகள் படபடவென்று ஆடின. சுற்றுமுற்றும் ஒருமுறை பார்த்துவிட்டுக் கடிதத்தை மடித்து உறைக்குள் வைத்தாள். கண் பார்வையில் படாதவாறு அதை ஒருபுறம் தள்ளி வைத்துவிட்டுக் கீழ் உதட்டைக் கடித்தாள். அவளுடைய கோபத்துக்குக் காரணம் அந்தக் கடிதமே என்பது சொல்லவேண்டிய தில்லை. ஆனால், கடிதத்தில் எழுதப்பட்டிருந்த விஷயத்தைவிடக் கடிதம் எழுதப்பட்டதுதான் அடங்காத கோபத்தை உண்டுபண்ணி விட்டது. மூர்த்தி இந்தக் கடிதத்தை எழுதியதற்குப் பதிலாக, அவளுக்கு எதிரே நின்று இதைப்போலப் பத்து மடங்கு வார்த்தைகளைக் கொட்டியிருந்தாலும் இன்னும் அதீதமாகப் போய் அவள் கரத்தைத் தொட்டிருந்தாலும்கூட அவள் மன்னித்து விட்டிருப்பாள். ஆனால்...

இது மகா அற்பத்தனமான செயல். அற்பத்தனம் மட்டுமல்ல. முதல் தரமான கோழைத்தனமும்கூட. ‘வெகுதூரத்தில் இருக்கிறோம், நம்மை யாரும் எதுவும் செய்ய முடியாது’ என்ற ஒரே அசட்டுத்

தைரியம்தான் இவ்வளவும் எழுதத்தூண்டியிருக்கிறது. இந்தக் கோழைத்தனத்துக்குத்தான் என்னென்ன மேல் பூச்சுகள்! எழுதுவதற்கு விஷயமே இல்லையாம். அவசியம் இருக்கிறதாம்! தூரம் பிறப்பித்துவிட்ட விந்தைகளாம்! இந்தக் கோழைத்தனத்துக்கு மன்னிப்பைப் பெறும் தகுதிகூடக் கிடையாது. அப்படியிருக்க அனுதாபத்தை எங்கே பெறமுடியும்? . . .

மூர்த்தியைப் பற்றிய அவளுடைய அபிப்பிராயம் மேலும் மேலும் இறங்கிக்கொண்டே வந்தது. என்றாவது ஒரு நாள் அவனுக்குத் தகுந்த பாடம் கற்பிக்க வேண்டும் என்ற ஆத்திரம்கூட உண்டாயிற்று. இருந்தாலும், மனசை அடக்கிக்கொண்டு, கடிதத்தைத் தன் பெட்டிக்குள் எடுத்துவைத்துப் பத்திரமாகப் பூட்டினாள். எதுவும் நடக்காததுபோல் முகத்தை வைத்துக்கொண்டு, அறையைவிட்டு வெளியே வந்தாள். ஆனாலும் முகத்தின் சிவப்பு பூரணமாக மறையவில்லை. உடம்பில் இலேசாக வேர்வையும் அரும்பியிருந்தது. மூர்த்தியையும் அவன் கடிதத்தையும் தன்னையுமே மறக்க வழி தேடிக்கொண்டு அம்மாவிடம் சென்றாள். சிறிது நேரத்தில் அப்பாவும் ஆஸ்பத்திரியிலிருந்து வந்து சேர்ந்தார். நேரம் செல்லச்செல்லக் கோபத்தின் வேகம் தணிந்தது; ஆனால், கோபம் மட்டும் தணியவில்லை.

இரண்டு வாரங்கள் ஆனபிறகுகூட மூர்த்தியைப் பற்றிய அவளுடைய தாழ்வான கருத்து மாறவில்லை. இந்த நிலையில் அதே மாதத்திலேயே, அவனிடமிருந்து மற்றொரு கடிதமும் வந்தது. இந்தக் கடிதம் முன் கடிதத்தைவிடச் சுருக்கமாக இருந்தது. தனிமை உணர்ச்சி தன்னை மிகவும் வருத்துவதாகவும், கூடிப் பழகாதிருந்தும் தனக்கு இந்தப் பிரிவு – வேதனை ஏற்படுவானேன் என்றும் பரிதாபமாக எழுதிப் பின்வருமாறு முடித்திருந்தான்:

“நான் கடிதம் எழுதுவது பிடிக்கவில்லை என்றால் என்னை மன்னித்துவிடு பிருந்தா! எழுதிய கடிதத்தை என்னோடு வைத்துக் கொள்ளாமல் உனக்குத் தபாலில் அனுப்பியது என் தவறுதான். இனிமேல் உனக்கு நான் எழுதுவேனா என்பது சந்தேகமே. எழுதினாலும், நிச்சயம் அனுப்பமாட்டேன். இப்போது ஒன்றை மாத்திரம் உனக்கு அழுத்தமாகச் சொல்ல ஆசைப்படுகிறேன்: என்னுடைய இந்த இரண்டு கடிதங்களையும் காதல் கடிதங்களாக நினைத்துவிடாதே. இவை வேறு எந்தக் கடிதங்களாக வேண்டுமானாலும் ஆகுமே ஒழிய, காதல் கடிதங்களாக மட்டும் ஆகவே முடியாது. என் மனநிலையில் காதலைப்பற்றிச் சிந்திக்கவே இடமில்லை. என் நாட்டமெல்லாம் பிருந்தா என்ற உண்மையே ஒழிய, பிருந்தாவின் காதல் அல்ல. இதை நீ நம்ப வேண்டும். என்றும்போல் உன்னுடைய நினைவுமுகம் எனக்கு ஆறுதல் தருகிறது.

ஏ.ஆர். மூர்த்தி.”

இந்தக் கடிதத்தைப் படித்தபிறகு பிருந்தாவுக்குக் கோபம் மட்டுமல்ல. சிரிப்புமே வந்தது. ‘இன்னும் அதே பல்லவி! அதே கோழைத்தனம்! காதல் கடிதங்களாக நினைக்கக் கூடாதாமே! . . எப்படியும் போகட்டும்;

இனிமேல் எழுதாமல் இருந்தால் சரி' என்று தனக்குத்தானே சொல்லிக் கொண்டு முந்திய கடிதத்தோடு இதையும் சேர்த்துப் பத்திரப் படுத்துவதற்காகப் பெட்டியைத் திறந்தாள். 'கிழித்தெறியாமல் இவற்றைப் பூட்டி வைப்பானேன்?' என்று தன் மனசையே கேட்டாள். 'என்றாவது ஒருநாள் அவனுக்குப் பாடம் கற்பிக்க வேண்டாமா? அப்பொழுது இந்தக் கடிதங்கள் தேவைப்படும் அல்லவா?' இப்படி ஒரு சமாதானத்தைத் தேடிக் கொண்டாள். 'இப்படியெல்லாம் என்னையே நான் ஏமாற்றிக் கொள்ளுகிறேன்! உம், பார்க்கலாம்.' இரண்டு கடிதங்களும் பெட்டிக்குள் அடக்கமாகிவிட்டன.

அதன்பிறகு மூர்த்தியினிடமிருந்து கடிதமே வரவில்லை. 'வீரம் பிறந்துவிட்டதோ? இல்லையென்றால் கோழைத்தனம் முற்றிவிட்டதோ? கடிதம் எழுதாமல் இருப்பதற்கு இரண்டுமே காரணமாக இருக்க முடியும்' என்று நினைத்துக் கொண்டாள் பிருந்தா. நாட்கள் செல்லச் செல்ல இந்தக் கடித விஷயம், ஏதோ ஆயிரம் வருஷங்களுக்கு முன்னால் நடந்த ஒரு சரித்திர நிகழ்ச்சியைப்போல் மாறி, சாதக பாதக அபிப்பிராயங்களின் எல்லைகளைத் தாண்டி மனசில் வேரூன்றிவிட்டது. அப்புறம், எப்போதோ இரண்டொரு சமயங்களில் யாதொரு உணர்ச்சியும் இல்லாமல் அந்தக் கடிதங்களை எடுத்து வாசித்து, புரியாத ஓர் உணர்ச்சியோடு பழையபடியும் பெட்டிக்குள் வைத்திருக்கிறாள். அவ்வளவுதான்; பிறகு அவள் அவற்றைத் தொடவே இல்லை. கடிதங்கள் மனப்பாடமாகிவிட்டன.

மூர்த்தி லண்டனிலிருந்து அவளுக்குக் கடிதம் எழுதியதற்குக் காரணம் கோழைத்தனமல்ல, அதற்கு முன் அவள் வசிக்கும் தெருவிலேயே இரண்டு வருஷ காலம் குடியிருந்தும் அவளோடு ஒரு தடவைகூடப் பேசாமல் இருந்ததற்கும் அது காரணமல்ல. சென்னையில் இருந்தபோது, அவளிடமும் அவள் வீட்டாரிடமும் அவனுக்கு வெறுப்பும் கோபமுமே மிகுந்திருந்தன. மனசுக்குள் தன்னால் முடிந்தமட்டும் அவர்களை அலட்சியம் செய்வதே அவனுடைய விருப்பமாகவும் முயற்சியாகவும் இருந்தது.

பிருந்தாவின் வீட்டார் காந்தி நகருக்கும் அந்தத் தெருவுக்கும் புதியவர்கள். அவளுடைய அப்பா மிகுந்த வருமானம் உடைய ஒரு பெரிய டாக்டர். சென்னையில் அவருக்கு நாலைந்து பகுதிகளில் வீடுகள் உண்டு. கடைசியில் காந்திநகரில் ஒரு பெரிய பங்களாவை விலைக்கு வாங்கி அங்கே குடும்பத்தோடு வந்து குடியேறினார். அதே தெருவில் ஏற்கெனவே தன் பெற்றோர்களுடன் வசித்து வந்த மூர்த்தி, அவள் வீட்டைத் தாண்டித்தான் தினமும் காலேஜுக்குப் போகமுடியும். அச்சமயத்தில் பிருந்தாவின் அண்ணன் ஜகந்நாதனும் – இப்போது வட இந்தியாவில் ஒரு பெரிய உத்தியோகத்தில் இருப்பவன் – வேறொரு காலேஜில் படித்து வந்தான். அவனுக்கும் மூர்த்திக்கும் பொதுவான ஒரு நண்பன், இருவரையும் ஒருநாள் அறிமுகப்படுத்தி வைத்திருந்தான். அதிலிருந்து ஜகந்நாதனைத் தன் நண்பனாகக் கருதி மூர்த்தி எவ்வளவோ நெருங்கி வந்தும் ஜகந்நாதன் அவனோடு ஒட்டவில்லை, அவனை ஒட்டவிடவுமில்லை. வீட்டுக்கு வந்தவனை வரவேற்கக்கூட அவன்

தயாராக இல்லை. ஒருசில தினங்களுக்குள்ளேயே மூர்த்திக்கு வெறுத்து விட்டது. அந்த வீட்டில் ஒருவர்கூட அவன் வருகையை லட்சியம் செய்வதாகத் தெரியவில்லை. 'எல்லோரும் பணத் திமிர் பிடித்தவர்களாக இருக்கிறார்கள். தங்களைப் போன்ற பணக்காரர்களைத்தான் அவர்கள் லட்சியம் செய்வார்களே ஒழிய என்னைப் பொருட்படுத்த மாட்டார்கள்' என்று நினைத்த மூர்த்தி அந்த வீட்டுக்குப் போவதை நிறுத்திவிட முடிவு செய்தான். அதற்கு ஏற்றாற்போல் ஒருநாள் – அதுதான் அந்த வீட்டுக்குள் அவன் உட்கார்ந்த கடைசி நாள் – ஒரு சம்பவம் நடந்தது. ஜகந்நாதனுடைய பணக்கார நண்பர்கள் நாலைந்துபேர் அங்கு வந்திருந்தார்கள். அவர்களை மூர்த்திக்கு அறிமுகம் செய்துவைக்க வேண்டுமென்று அவன் நினைக்கவில்லை, அதற்குப் பதிலாக ஒவ்வொருவரையும் தன் சகோதரிக்கும் தாயாருக்குமே அறிமுகம் செய்துவைத்தான். அவர்களும் மூர்த்தியை யார் என்று கேட்கவில்லை. சிறிதுநேரம் உட்கார்ந்திருந்த மூர்த்தி எழுந்து வெளியே போய்விடத் தீர்மானித்து, "நான் வரட்டுமா?" என்றான். ஜகந்நாதன் 'சரி' என்பதற்கு அடையாளமாகத் தலையை மட்டும் ஆட்டினான். மூர்த்தி வீடு திரும்பினான். அன்று முதல் அந்த வீட்டின் பக்கமே போகக்கூடாது என்று விரதம் வைத்தான். ஆனால், காலேஜுக்குப் போவதற்கும் ஊருக்குள் வேறு எந்த இடத்துக்குப் போவதற்கும் அந்த வீட்டின் முன்பாகத்தான் நடந்து செல்ல வேண்டியிருந்தது. வேறு பாதை இல்லை. தினந்தோறும் அவ்வழியே இரண்டு முறையாவது போகவேண்டியிருக்கும். ஆனால், போகும்வழியில் பிருந்தா அவன் கண்ணில்படுவாள். சில சமயங்களில் வீட்டு வாசலில் தெருவைப் பார்த்து அவள் நின்று கொண்டிருப்பாள். ஆகவே, அவளுடைய தரிசனத்தை மட்டும் மூர்த்தியால் தவிர்க்க முடியவில்லை.

'இந்த வீட்டாருடன் தொடர்பு ஏற்படாமலே இருந்திருந்தால் எவ்வளவு நன்றாக இருந்திருக்கும்! இப்படிப்பட்ட அழகு குடிகொண்டிருக்கும் முகத்தை வெறுக்கும்படி நேர்ந்திராது அல்லவா? அழகை வெறுக்கும்போது அழகுக்கு உரியவர்களா கஷ்டப்படுகிறார்கள்? வெறுப்பவர்களல்லவா கஷ்டப்பட வேண்டியிருக்கிறது? இது மனிதனுக்கு ஏற்படக்கூடாத ஒரு துரதிருஷ்டம். ஈடுபாட்டையும் வெறுப்பையும் ஒரே இடத்தில் வைத்திருப்பதைப் போன்ற ஒரு வேதனை உலகத்தில் இருக்க முடியுமா?

அவன் பட்ட கஷ்டம், உண்மையில் தாங்க முடியாத கஷ்டம். அதைச் சமாளிப்பதற்கு அவர்கள் மீதுள்ள வெறுப்பை மிகப் பெரிதாக வளர்த்து, அவளை மறக்க முயன்றான். பிருந்தாவின் அப்பா டாக்டர் தொழில் செய்வதாகச் சொல்லிக்கொண்டு பகல்கொள்ளை அடிக்கிறார் என்றும் ஈவிரக்கம் இல்லாத கல்நெஞ்சம் படைத்தவர் என்றும் மகாலோபி என்றும் மனிதத் தன்மைக்கும் அவருக்கும் வெகுதூரம் என்றும் சிலர் சொல்ல அவன் கேள்விப்பட்டபோது, கரை காணாத இன்பத்தையே அனுபவித்தான். ஆனால் மறுநாளோ, அதற்கு அடுத்தநாளோ பிருந்தாவின் அழகுமுகத்தைப் பார்த்தால் விருப்பும் வெறுப்பும் சேர்ந்து குழம்பும் பழைய வேதனைதான்; பழைய துன்பம்தான். இப்படிப்பட்ட

சந்தர்ப்பத்தில் தொழில்நுட்பம் சம்பந்தமான விசேஷப் படிப்புக்காக, அதிர்ஷ்டவசமாய்க் கிடைத்த ஒரு ஸ்காலர்ஷிப்பைப் பயன்படுத்தி அவன் லண்டனுக்குப் போனான். பல்லாயிரம் மைல்கள் தாண்டிச் சென்றபின்பு அவன் நினைவில் எஞ்சியது பிருந்தாவின் முகம் ஒன்றுதான். மனசுக்குப் பிடிக்காத மற்ற சம்பந்தங்களெல்லாம் இல்லாமல் போய் மாசு கழுவிய வைரத்தைப்போல அந்த முகமும் அதன் அழகும்தான் அவன் மனக் கண்ணுக்குக் காட்சி அளித்தன. ‘இந்த முகத்தைப் பார்த்து ஒருநாள்கூட நேரில் பேசாமல் இரண்டு வருஷங்களையே கழித்திருக் கிறோம்’ என்று நினைக்கும்போது, பெரிய தவறு செய்துவிட்டதுபோல் அவனுக்குத் தோன்றியது. லண்டனுக்குப் போன நாலாம் நாளே அவளுக்குக் கடிதம் எழுதினான் அவன்.

2

மூர்த்தியின் கடிதங்கள் பிருந்தாவின் பெட்டியில் பத்திரமாக இருந்தன. அவை இரண்டும் தன் கைக்குக் கிடைத்து ஒரு வருஷமோ, ஒன்றரை வருஷமோ கழிந்தபின் ஒருநாள் மீண்டும் ஒருமுறை சந்தர்ப்பவசமாக எடுத்துப் படித்துத் தனக்குத் தானே புன்னகை செய்துகொண்டாள். அவன் பெண்களையே ஏறிட்டுப் பார்க்காத பரம சாதுவைப்போல் தன் கண்ணெதிரே நடந்து சென்றதும், தன் வீட்டுக்கு ஆரம்ப காலத்தில் அண்ணனைத் தேடிவந்த சமயங்களில் தன்னைத் தனியாகச் சந்தித்தபோதுகூட ஒரு வார்த்தை பேசாமல் இருந்ததும், லண்டனுக்குச் சென்றதும் இந்த மாதிரியான கடிதங்களை எழுதியதும் அவளுக்கு இப்போது சிறு பிள்ளை விளையாட்டைப் போலவே இருந்தன. இப்பொழுது அவனைக் கோபிக்க மனம் வரவில்லை. ‘மனிதனுக்கு என்னென்னவோ பலஹீனங்கள்; பார்த்துப் பரிதாபப்பட வேண்டியதுதான்’ என்று ஒருவித அனுதாபத்துடனும் கேலியுடனும் சொல்லிக்கொண்டாள். கடிதங்களைப் பழையபடியும் பெட்டிக்குள் வைத்தாள். ‘அர்த்தமில்லாமல் இந்தக் கடிதங்களைப் பேணிக் காக்கிறேன். இவற்றைக் கொண்டு போய் என் தந்தையிடமும், அவர் மூலம் அவர் தந்தையிடமும் காட்டி அவருடைய மானத்தை வாங்கவேண்டுமென்று முன்பு நினைத்தேனே, அந்தச் சந்தர்ப்பத்திலாவது இவற்றைப் பத்திரப் படுத்த நினைத்ததற்கு நியாயம் உண்டு. ஆனால், இப்போது என்ன அவசியத்தைக் கருதி இப்படிச் செய்கிறேன்?’ என்று தன்னையே கேட்டுக்கொண்டாள். ஆனால் அவள், அக்கடிதங்களை அப்புறம் பயபக்தியுடன் எடுத்துப் படிக்கும்படியாகவும் ஆறு மாதங்கள் கழித்து ஒரு சந்தர்ப்பம் வந்தது.

ஒருநாள் மாலையில் மூர்த்தியின் தந்தை அவள் வீட்டுக்கு வந்தார். அவருடைய முகத்தில் கவலைக் குறி தென்பட்டதை ஜன்னல் வழியாகப் பார்த்த ஒரே பார்வையிலேயே கண்டுபிடித்துவிட்டாள் பிருந்தா. வந்தவரைப் பார்த்து, அவளுடைய தந்தை ‘வாருங்கள்’ என்று ஒரு வார்த்தைகூடச் சொல்லவில்லை. அவரை நிற்க வைத்துக்கொண்டே முன்பின் அறியாத ஒரு மனிதரைப் பார்த்துக் கேட்பதுபோல், “என்ன விசேஷம்?” என்று கம்பீரமாகக் கேட்டார்.

மூர்த்தியின் தகப்பனார், மிகவும் ஆழமான குரலில் விஷயத்தைச் சுருக்கமாகச் சொன்னார்: லண்டனில் மூர்த்தி தேக அசௌக்கியத்துடன் ஆஸ்பத்திரியில் படுத்திருக்கிறான். திடீரென்று உடம்புக்கு இப்படி ஏற்பட்டதன் காரணம் தெரியவில்லை. தன்னைத் தாக்கிய நோயின் பெயரையும் எழுதியிருக்கிறான். இந்த விவரங்களைச் சொல்லி, கடிதத்தின் அந்தப் பகுதியை எடுத்துப் பிருந்தாவின் தகப்பனாரிடம் அவர் காட்டினார். வைத்திய பரிபாஷையில் நோயின் பெயர் எழுதப்பட்டிருந்தது. அதை வாசித்துப் பார்த்த கோபாலகிருஷ்ணன், "இது ஒரு விஷ ஜுரம். நாலைந்து நாட்களில் சரியாகப் போய்விடும்" என்று சொல்லிவிட்டு எழுந்தார்.

"ஒன்றும் பயமில்லையே?" என்று மூர்த்தியின் தந்தை கேட்ட கேள்விக்குப் பதில் வரவில்லை. கேட்காதவர் மாதிரி டாக்டர் உள்ளே போய்விட்டார்.

அப்போது பிருந்தா தன் அறையிலிருந்து வெளியே வந்து, "கடிதம் எப்போது வந்தது?" என்று அவரிடம் கேட்டாள்.

ஆனால் அவரோ, அவளுடைய கேள்விக்குப் பதில் சொல்லவேண்டிய அவசியமில்லை என்று நினைத்துவிட்டார். டாக்டரே இவ்வளவு அலட்சியமாக நடந்துகொண்டபின் அங்கே மற்றவர்களுக்குப் பதில் சொல்லிக்கொண்டு நிற்பானேன் என்பது அவர் எண்ணம். இந்த வீட்டுப் பையனுடன் மூர்த்தி எப்படிச் சிநேகமாய் இருந்தான் – சிநேகமாய் இருந்ததாகவே அவர் நினைப்பு – என்று அவர் ஆச்சரியப்பட்டார். பிருந்தாவின் முகத்தை ஏறிட்டுப் பார்க்காமலே வெளியே வந்துவிட்டார். அவளுக்கு அப்போது தன் தந்தைமீது வந்த கோபம்... அதை இவ்வளவு அவ்வளவு என்று சொல்வதற்கில்லை. யாராக இருக்கட்டுமே, ஒரு நோயாளி, அந்த நோயாளியைப் பெற்ற தகப்பன் – இந்த உண்மையை அறிந்துகொண்ட பிறகும் இப்படி நடந்துகொள்வது மனிதத்தன்மையே அல்ல என்று நினைத்தாள். தந்தையின் நடத்தைக்குப் பரிகாரம் தேடும் உபாயமாகவே தன் அறைக்குள் சென்று அந்த இரண்டு கடிதங்களையும் பயபக்தியோடு எடுத்தாள். கதவைச் சாத்திக்கொண்டு ஆற அமர உட்கார்ந்து முழுக்கப் படித்தாள். லண்டன் நகரத்தில் உள்ள ஏதோ ஓர் ஆஸ்பத்திரியையும் அதில் உடம்பையெல்லாம் போர்த்துக்கொண்டு கிடக்கும் மூர்த்தியையும் கற்பனை செய்து பார்த்தாள். அப்பொழுது மூர்த்தியுடைய தந்தையின் முகமும் அவள் மனக்கண் முன் காட்சியளித்தது. ஒரு சொட்டுக் கண்ணீராவது சிந்த வேண்டும் போல் இருந்தது.

அன்றிரவு படுத்துக்கொண்டிருந்தபோது, 'இந்த நேரத்தில் அவர் என் முகத்தைக் கற்பனை செய்து பார்த்துக்கொண்டிருந்தாலும் ஆச்சரியப்படுவதற்கில்லை. நினைவு முகத்தோடு பேசுவதாக அவரே எழுதியிருந்தார். அப்படிப் பேசிக்கொண்டே படுத்திருக்கவும் அவனிடம் இரக்கம் பிறந்தது. ஆனால், மறுகணமே எண்ண அலை புரண்டுவிட்டது. 'நான் இரக்கப்படுகிறேன் என்றால் அவருக்காகவா? இல்லை; லண்டனில் அனாதையாக ஆஸ்பத்திரியில் படுத்திருக்கும் ஒரு நோயாளிக்காகத்தான்.

இப்படி ஒரு கட்டத்தைச் சினிமாவில் பார்த்தாலும்தான் இரக்கப் படுவேன்; கண்ணீரும் விடுவேன். அதற்காக ஆஸ்பத்திரியில் இருக்கும் சினிமா கதாநாயகனிடம் அன்பு உண்டாகிவிட்டது என்று அர்த்தமா?.. அவருக்கு எந்த நோய் வந்தாலும் சரி, அவர் எவ்வளவு கஷ்டப்பட்டாலும் சரி, அதனாலெல்லாம் அவர் செய்த குற்றம் மறைந்துவிடாது. அது மறைக்க முடியாத, மன்னிக்க முடியாத குற்றம்' ஆக்ரோஷத்துடன் தலையணையை இன்னும் நெருக்கமாக இழுத்துப்போட்டு இரண்டு கண்களையும் இறுக மூடிக்கொண்டாள். அது மனசையே மூடிக்கொள் வதற்குச் செய்யும் ஒரு முயற்சியாக இருந்தது. மேற்கொண்டு மூர்த்தியைப் பற்றி எதுவுமே நினைக்கக்கூடாது என்று உறுதி செய்துகொண்டு பிருந்தா தூங்க முயன்றாள்.

3

மூன்று வருஷங்கள் கழிந்துவிட்டன. மூர்த்தி தன் படிப்பை வெற்றி கரமாக முடித்துக்கொண்டு லண்டனிலிருந்து திரும்பிவிட்டான். இந்தச் செய்தி பிருந்தாவுக்கும் தெரியவந்தது. அதைக்கேட்ட மாத்திரத்தில் அவள் உள்ளத்தில் ஒரு மாதிரியான பரபரப்பு ஏற்பட்டது. தனக்கு மிக மிக வேண்டியவனோ, அல்லது தன்னுடைய ஜன்ம விரோதியோ தன் தெருவுக்கே குடியிருக்க வந்துவிடும் சமயத்தில் ஏற்படக்கூடிய ஒரு பரபரப்பு அது. அன்றிலிருந்து அவன் தெருவோடு செல்வதை எதிர்பார்த்துத் தினமும் ஜன்னல் பக்கம் நிற்கத் தொடங்கினாள். ஆனால், அவன் மூன்று தினங்களாகியும் அவள் கண்ணில் படவில்லை. இப்படியே – அந்த மூன்று தினங்களைப்போலவே ஒரு வாரமும் கழிந்து விட்டது. தேடாத காலத்திலெல்லாம் நாள் தவறாமல் பார்க்க முடிந்தது; தேடிக் காத்திருக்கும்போது வாரத்துக்கு ஒரு முறைகூடப் பார்க்க முடியவில்லை. இதை நினைக்கும்போது பிருந்தாவுக்கு வியப்பாகவே இருந்தது. அவனைப் பார்க்க முடியாமல் போனதால் ஏற்பட்ட உணர்ச்சி, கனமும் வேகமும் பெற்று அவளையே மோதியது. 'ஏன் பார்க்க வேண்டும்? எதற்காக இப்படிக் காத்திருப்பது? என் முட்டாள்தனத்தால் என்னை வீணாக அலட்டிக் கொள்கிறேன்' என்று தன்னையே கடிந்துகொண்டு ஒருநாள் மாலை நேரத்தில் ஜன்னலைவிட்டு அகன்று அப்பால் சென்றாள்.

அடுத்த வாரத்தில் ஒருநாள் அவள் தற்செயலாகத் தலையைத் தூக்கிப் பார்த்தபோது, மூர்த்தி தன் வீட்டைக் கடந்து சில கஜ தூரத்துக்கு அப்பால் நடந்து செல்வதைக் கண்டாள். மறுநாள் அவனை முகத்துக்கு நேராகவே பார்த்துவிட்டாள். எதிர்பாராதவாறு அந்தச் சந்திப்பு நிகழ்ந்தது.

காலை ஒன்பதரை மணி இருக்கும். பங்களாவின் முன்புறத்தில் உள்ள பூஞ்செடிகளைப் பார்த்துக்கொண்டே இங்கும் அங்கும் சிறிது நேரம் உலாவிய பிருந்தா கடைசியில் வாசற்பக்கம் வந்து நின்றாள். அவள் நின்ற இடத்தில் பிரம்புகளைக் கூடாரம்போல் வளைத்துக் கட்டி, அவற்றின்மேல் பூங்கொடிகளைப் படரவிட்டிருந்தார்கள். அந்தக்

கொடிகளின் நிழலில், ஆரஞ்சு வர்ணப் பட்டுடுத்தி, ஈரம் புலராத தலையை நெகிழ்ச்சியோடு முடித்து, அதில் ஒரு சிறு சம்பங்கிக் கொத்து ஊசலாடிக்கொண்டிருக்க, அவள் தெருவைப் பார்த்து நின்று கொண்டிருந்தாள். அப்பொழுது தெரு வழியே வந்த மூர்த்தி சற்றுத் தூரத்தில் வரும்போதே அவளுடைய வீட்டை ஏறிட்டுப் பார்த்தான். இருவரும் தம்மை மறந்த நிலையில் ஒருவரையொருவர் பார்த்துக்கொண்டு ஒரு நிமிஷம் நின்றார்கள். மறு நிமிஷமே பிருந்தா உள்ளே போய்விட்டாள். அவளுடைய நடையில் அசாதாரணமான ஒரு வேகம் இருந்தது. அவனும் அதற்குமேல் அங்கே நிற்கவில்லை.

பிருந்தா பழையபடியும் அவனுக்குப் பிரச்னையாக மாறிவிட்டாள். வெறுக்க நினைத்தால் அழகும், அழகை நினைத்தால் வெறுப்புமாக வந்து குறுக்கிட்டு அவன் உள்ளத்தை முன்போலவே வருத்தின. அவள் யார், எப்படிப்பட்டவள் என்பதையே அவனால் கணிக்க முடியவில்லை. 'காதலனாக நெருங்கினால் சபிக்கக்கூடிய தபஸ்வினியைப் போலவும், பக்தனாக நெருங்கினால் பரிகசிக்கும் பருவ மங்கையைப் போலவும் இருக்கிறாள். இதில் எது உண்மையோ? எது பொய்யோ? எப்படி வேண்டுமானாலும் இருக்கட்டும். ஒரு தடவை அவள் வீட்டுக்குப் போய் வருவோம். அதனால் ஒரு ஆபத்தும் நேர்ந்துவிடாது. என்னை அடியோடு வெறுப்பவளாக இருந்திருந்தால் என் கடிதங்களைத் தன் பெற்றோர்களுக்குக் காட்டியிருப்பாள். அதன் விளைவாக அவர்களும் என் வீட்டாரும் எப்பொழுதோ மோதிக்கொண்டிருப்பார்கள். எனக்கும் செய்தி கிடைத்திருக்கும். ஆனால் அவள் அவ்வாறு செய்யவில்லை. அதே சமயத்தில் எனக்குப் பதில் எழுதிவிடவும் இல்லை. இந்த நிலையில் அவளைப் போய்ப் பார்க்கலாம். பார்ப்பதில் தவறில்லை என்ன ஏது என்று கேட்டால், அவளுடைய அண்ணனைப் பார்க்க வந்ததாகச் சொல்லிச் சமாளித்துவிடலாம்.'

மூர்த்தி ஒருமணி நேரத்துக்குள்ளாகவே அவள் வீட்டுக்கு வந்துவிட்டான். காம்பவுண்டுக் கதவைத் திறக்கும்போது, வீட்டின் வாசல் முகப்பில் பிருந்தா தனியே உட்கார்ந்திருப்பதைப் பார்த்தான். சற்றும் தயங்காமல் அவளை நோக்கி நடந்தான். பத்து அடி தூரத்துக்கு அப்பால் அவன் வந்துகொண்டிருக்கும் போதே, "யாரைப் பார்க்க வேண்டும்?" என்று கடுகடுப்புத் தோன்றக் கேட்டாள் பிருந்தா.

மூர்த்தி பதில் சொல்லவில்லை. அவளுடைய அண்ணனைப் பார்க்க வந்ததாகச் சொல்ல நினைத்த பொய்யையும் சொல்லவில்லை. பேய் அறைந்தவனைப்போல் எதுவும் பேசாமல் நின்றான்.

"அப்பா வீட்டில் இல்லை. போகலாம்."

மூர்த்திக்கு அவமானம் தாங்கவில்லை. அந்த அவமானத்தை மறப்பதற்கோ, மறைப்பதற்கோ, எதற்கோ, "நான் மூர்த்தி . . ." என்று நடுங்கிக்கொண்டே சொன்னான்.

"யாராக இருந்தால் என்ன? போகலாம்" என்று சொன்ன பிருந்தா சினந்த முகத்துடனேயே எழுந்து அவனை மேலும் கீழும் ஒருமுறை

பார்த்தாள். அப்புறம் எதுவும் பேசாமல் 'பளிச்'சென்று வீட்டுக்குள் போய்விட்டாள். அவளுடைய பட்டுப் புடவையின் சரசரப்பில்கூட வெறுப்பும் அலட்சியமும் ஒலித்தன.

மூர்த்தியின் பாதங்கள் தெருவைப் பார்த்துத் திரும்பின. உடம்பில் உயிரோட்டம் என்பது அறவே இல்லை. அவமானம் அவனை அணு அணுவாகத் தின்றது. ஆனாலும் அவன் அனுபவித்த அந்த எல்லையில்லாப் பெரு வேதனையில் அவனுக்கு ஓர் ஆறுதலும் பிறந்தது! 'இனிமேல் ஏங்குவதற்கோ, வெறுப்பதற்கோ எதுவுமில்லை. ஆசைக்கும் வெறுப்புக்கும் இடையே அகப்பட்டு மன வாதைப்படுவதற்கும் எதுவுமில்லை. எல்லாவற்றையும் இந்த வீட்டின் எல்லைக்குள்ளாகவே பலியிட்டுவிட்டேன்' என்று தன்னைத் தேற்றிக்கொண்டு தெருவுக்கு வந்துவிட்டான்.

4

அதிர்ஷ்டவசமாக மூர்த்திக்குச் சீக்கிரத்திலேயே உத்தியோகம் கிடைத்துவிட்டது. பிருந்தா வீட்டுக்கு முன்னால் நடந்து செல்லவேண்டிய நிர்ப்பந்தத்துக்கு ஒரு முடிவுகாலம் பிறந்துவிட்டது என்று அவன் சந்தோஷப்பட்டான். லண்டனிலிருந்து வந்த பிறகு நான்கு மாத காலமும் நெருப்பில் மிதிப்பது போல்தான் அந்த வழியாக நடந்துசெல்ல வேண்டியிருந்தது. 'இனி அந்தக் கஷ்டமில்லை. பெங்களூருக்குப் போய் விடலாம்' என்று நினைத்தான். ஆனால், சென்னையைவிட்டுப் புறப்பட்ட தினத்தில் அவன் விரும்பாமலே, அவனைப் பிரிவுத் துயரம் வந்து எப்படியோ பீடித்தது. 'என்ன இது? எதற்காக இந்தத் துயரம்? பைத்தியக் காரத்தனம்' என்று சொல்லிக்கொண்டே ஒரு வழியாகச் சமாளித்து விட்டான்.

இந்தப் புரியாத நாடகமெல்லாம் அவனுடைய பெற்றோருக்கோ, உற்றாருக்கோ எப்படித் தெரிந்திருக்க முடியும்? அதனால் அவன் பெங்களூருக்குச் சென்ற நாலைந்து மாதங்களுக்குள்ளாக உலக வழக்கம்போல் அவர்கள் கல்யாணப் பேச்சைத் தொடங்கிவிட்டார்கள். லண்டனில் படித்துப் பட்டம் பெற்ற மாப்பிள்ளை; பெரிய உத்தியோகம்; பெரிய சம்பளம்; பெரிய எதிர்காலம். இவையெல்லாம் அறிந்த பெண் வீட்டுக்காரர்கள் போட்டி போடவே ஆரம்பித்துவிட்டார்கள்.

சில பெரிய இடங்கள் நெருங்கி வந்தபோது, மூர்த்தியின் கல்யாண விஷயம் பிரபலமாக அடிபடத் தொடங்கிவிட்டது. இந்தச் செய்திகள் பிருந்தாவின் காதுக்கும் எட்டின. சில நாட்கள் சென்றபிறகு குறிப்பிட்ட ஒரு பெண்ணைப் பார்ப்பதற்காகப் பெங்களூரிலிருந்து மூர்த்தி வரப் போகிறான் என்பதையும் அவள் கேள்விப்பட்டாள். அந்தப் பெண்ணை அவளும் பார்த்திருக்கிறாள். அழகானவள்; படித்தவள். எனவே மூர்த்திக்குப் பிடிக்கும். பெண்ணின் பெற்றோர்கள் பணக்காரர்கள்; அந்தஸ்து உடையவர்கள். ஆகவே, மூர்த்தியின் பெற்றோர்களுக்கும் பிடிக்கும். இது யாரும் குறுக்கிட்டுத் தடுத்துவிட முடியாத ஒரு சம்பந்தம் என்பது பிருந்தாவுக்குத் தெளிவாகிவிட்டது.

கடைசியில் மூர்த்தி வரப்போகும் தேதியும் அவளுடைய தாயார் மூலம் அவள் காதில் விழுந்தது. பதினெட்டாம் தேதி – இன்னும் ஐந்தே நாட்கள்!

5

கல்யாண விஷயத்தைப் பிரஸ்தாபித்துப் பெற்றோரிடமிருந்து வந்த கடிதத்தைப் பார்த்த மூர்த்தி, மறு தபாலிலேயே 'இப்போது என்ன அவசரம்? பின்னால் பார்த்துக்கொள்ளலாம்' என்ற முறையில் பதில் எழுதிப்போட்டான். ஆனால், பெற்றோரின் இரண்டாவது கடிதத்தைத் தட்டிக் கழிக்க முடியவில்லை. அதனால், "பதினெட்டாம் தேதி வருகிறேன்" என்று திட்டவட்டமாகவே பதில் எழுதினான். பதினேழாம் தேதியன்று இரவு ஐந்து நாள் லீவில் சென்னைக்குப் புறப்படுவது என்றும் முடிவு செய்தான்.

பதினேழாம் தேதியன்று மூர்த்தி வழக்கம்போல் ஆபீசுக்குப் போனான். அவன் மேஜையின்மேல் ஆபீஸ் சம்பந்தமான கடிதங்களுக் கிடையே முத்து முத்தான எழுத்துகளில் விலாசமிடப்பட்டிருந்த ஒரு கவரும் இருந்தது. அதை உடைத்துக் கடிதத்தை எடுத்து வாசித்தான்:

"அன்புள்ள மூர்த்தி அவர்களுக்கு,

நமஸ்காரம். தங்களுக்கு விரைவில் கல்யாணம் நடக்கப்போவதாகக் கேள்விப்பட்டேன். மிக்க சந்தோஷம். உங்களுக்கு என் நல்வாழ்த்துகளைத் தெரிவித்துக்கொள்ளுகிறேன். ஆம், பிருந்தாதான் இந்தக் கடிதத்தை எழுதுகிறேன். உங்களுக்கு நான் எழுதும் ஒவ்வொரு வார்த்தையுமே எனக்குப் பயத்தையும் சந்தேகத்தையும் உண்டுபண்ணுகிறது எந்தச் சொல் என்னை ஏமாற்றுமோ? எந்தச் சொல் என்னை நானே ஏமாற்றிக் கொள்ளுவதற்குக் கைகொடுத்து உதவுமோ? பேய் பிசாசுகளுக்குப் பயப்படுவதுபோல இப்பொழுது சொற்களுக்குப் பயப்படுகிறேன். ஏனென்றால், என் சொல்லும் என்னை மோசம் செய்துவிட்டது; என் எண்ணமும் எனக்குத் துரோகம் இழைத்துவிட்டது. பயப்படாமல் என்ன செய்வது? துரதிர்ஷ்டவசமாக நீங்கள் என் சொற்களையும் எண்ணங்களையும் மட்டுமே புரிந்துகொண்டீர்கள். என்னை நிரந்தரமாக நீங்கள் உதறிவிட்டுப் போனதற்கு அதுதானே காரணமாக இருக்க முடியும்? உலகத்தில் இந்த இரண்டையும் புரிந்துகொள்ளுவதே கஷ்டம். அப்படியிருக்க 'என்னைப் புரிந்துகொள்ளவில்லையே' என்று நான் ஏங்குவதில் அர்த்தம் உண்டா? ஆனாலும் ஏங்காமல் இருக்க முடிய வில்லை. நீங்கள் நம்பமாட்டீர்கள். நேற்று இரவெல்லாம் அழுதேன்; அதற்கு முன்தினமும் அழுதேன். இன்னும் என்னால் அழாமல் இருக்க முடியவில்லை. இப்படி எத்தனை நாட்கள் அழுதுகொண்டிருப்பேனோ? இப்படியெல்லாம் நான் எழுதுவதைப் பார்த்து, என்னிடத்தில் இரக்கம் காட்டாதீர்கள். தயவுசெய்து என்னை மன்னிக்கவும் வேண்டாம். இந்த இரண்டையும் செய்வதால் உங்களுக்கும் லாபமில்லை; எனக்கும் லாபமில்லை. யாருக்குமே லாபமில்லாத ஒன்றை எதற்காகச் செய்ய வேண்டும்? எதற்காக நம்மை நாமே ஏமாற்றிக்கொண்டு பொய்யான ஆறுதலைத் தேடிக்கொள்ள வேண்டும்?

"பாருங்கள், இப்பொழுதும்கூட என் சொற்கள் என்னை ஏமாற்றி விட்டன. மேலே எழுதினேன். என்னை நீங்கள் புரிந்துகொள்ளவில்லை என்று. ஆனால் அது எவ்வளவு பெரிய தவறு என்பது இப்பொழுதுதான் தெரிகிறது. புரிந்துகொள்ளாமலா, 'என் நாட்டமெல்லாம் பிருந்தா என்ற உண்மையே ஒழிய, பிருந்தாவின் காதல் அல்ல' என்று லண்டனிலிருந்து எழுதியிருப்பீர்கள்?.. இனி நான் எதை எழுதுவது? எதை எழுதி என்ன பயன்? உண்மையை முழுமையாகவும் முடிவாகவும் சொல்ல முடியாமல் பிதற்றுகிறேன்; எழுதியதையே மறுக்கிறேன். போதும், என்னை அடையாளம் காட்ட இனி என் சொல்லும் பயன்படாது; என் சிந்தனையும் பயன்படாது. பயனற்ற வேலையைச் செய்து இன்னும் புத்தியைக் குழப்பிக்கொண்டால் என் தலை வெடித்துவிடும். இத்துடன் நிறுத்திக்கொள்ளுகிறேன்.

"தங்களுக்கு மறுமுறையும் திருமண வாழ்த்துக் கூறுகிறேன். நிச்சயமாக இவை நான் சொல்லும் வார்த்தைகள்தான். என் மனசிலிருந்தோ, வாயிலிருந்தோ வெளிவரும் வார்த்தைகளல்ல.

பிருந்தா."

கடிதத்தை வாசித்து முடித்தான் மூர்த்தி. அவனுக்கு மூச்சு முட்டியது. அப்படியே அதை மேஜைமேல் வைத்துவிட்டு, ஜன்னல் பக்கம்போய் நின்றான். காற்று சுகமாக வீசிக்கொண்டிருந்தது. எதைப்பற்றியும் சிந்திக்க விடாமல் மனசைக் கட்டுப்படுத்தி, காற்றோடு காற்றாகத் தன்னை மறந்து ஒன்றிப்போய் நின்றான். சில நிமிஷங்களுக்குப் பிறகுதான் அவனுக்கு இந்த உலகப் பிரக்ஞை வந்தது. அப்போது பகல் பத்து மணி.

அதன்பிறகு அவனால் ஆபீஸ் வேலையைச் செய்ய முடியவில்லை. உடம்பைத் தவிர எல்லாமே சென்னைக்குப் போய்விட்டன.

பன்னிரண்டு மணியாயிற்று. 'பிருந்தா இப்போது சாப்பிடுவாள்' என்று நினைத்துக்கொண்டான்.

பிற்பகல் மூன்று மணி அடித்தது: 'பிருந்தா இப்போது தூங்குவாள். இல்லை, அவளால் தூங்க முடியாது. எதையாவது படித்துக் கொண்டிருப்பாள்.'

நாலரை மணியானதும் 'பிருந்தா காபி குடிக்கும் நேரம்' என்று தன்னுள்ளே சொல்லிக்கொண்டு, தானும் காபி குடித்தான்.

பத்து மணியாயிற்று: 'பிருந்தா இப்போது படுத்திருப்பாள். ஆனால், தூங்கியிருக்கமாட்டாள். தலையணையில் முகத்தைப் புதைத்துக்கொண்டு அழுவாள்.'

ரயிலின் இரண்டாம் வகுப்பு ஜன்னலில் கைகளை மடித்து வைத்து, அதில் தன் முகத்தையும் புதைத்துக்கொண்டான் மூர்த்தி. கண்ணீர் அருவியாகக் கொட்டிக்கொண்டிருந்தது ...

❖

கல்கி, 25 டிசம்பர் 1960

காதல் பிரச்னை

உஷாவைக் காதலிப்போமா வேண்டாமா என்று யோசித்தான் கல்யாணராமன். எத்தனை நாள் யோசித்தாலும் விஷயத்தில் ஒரு முடிவுக்கு வந்துவிட முடியுமென்று அவனுக்குத் தோன்றவில்லை. எடுத்த எடுப்பிலேயே அவனுக்கு இப்படித் தடுமாற்றம் ஏற்பட்டதற்குக் காரணம் வேறொன்றுமில்லை; உஷா ஒரு பெரிய பணக்காரருடைய மகளாகவும் வர்ணிக்க முடியாத பேரழகியாகவும் இருந்ததுதான். அப்பேர்ப் பட்ட பணக்காரரின் பெண்ணைக் காதலித்துக் கரைசேர முடியுமா? அப்படியே காதலித்துவிட்டாலும், அந்த அழகின் சிகரம் தன்னை ஏறிட்டுப் பார்க்குமா? ஆகவே, முடியாத காரியத்தில் முயற்சியைச் செலவிடுவது முட்டாள்தனம் என்று அடுக்கு மொழியி லேயே அவன் ஒரு சித்தாந்தத்தை உருவாக்கப் பார்த்தான். ஆனால், பணக்காரி என்பதற்காகவோ அழகி என்பதற்காகவோ காதலைக் கட்டுப்படுத்த முடியுமா? 'முடியாது' என்றும் அவனுக்குப் பட்டது. அத்துடன் இப்படிப்பட்ட பணக்காரியைக் காதலிக் காமல், அழகிக்கு ஆசைப்படாமல், பரம தரித்திரத்துக் காகவும் மகா கோரத்துக்காகவுமா மனுஷன் பிராணனை விடுவது? உலகத்தில் அந்த மாதிரியும் எந்த முட்டாளாவது காதலித்திருப்பானா? ஒன்று, பணத்துக்கு ஆசைப்படுவான்; இல்லையென்றால் அழகுக்கு ஆசைப்படுவான். காதலிலும் முழுமூச்சுடன் இறங்குவான். அதுதான் உலக சுபாவம். நமக்கு மட்டும் புத்தி ஏன் இப்படிப் போகிறது? - இந்தவிதமாகக் கல்யாணராமன் தன் மனசைத் திருப்புவதும் தன்

மனசுக்குத் தானே சமாதானம் சொல்லுவதும் தன்னைத்தானே நொந்து கொள்ளுவதுமாக இருந்தான். நாட்கள் அவை பாட்டுக்கு ஓடிக் கொண்டிருந்தன. வெட்கத்தை விட்டுத் தன் நண்பன் விஜயராகவனிடமே போய் இவ்விஷயத்தைக் கலந்து ஆலோசித்து முடிவு செய்வது என்று அவன் வீட்டுக்கு ஒருநாள் தைரியமாகப் புறப்பட்டுச் சென்றான்.

விஜயராகவன் நல்ல அறிவாளி; அவன் படிக்காத புத்தகமில்லை என்பது அநேகருடைய அபிப்பிராயம். ஆனால், கொஞ்சம் ஏட்டிக்குப் போட்டியான பேர்வழி. எதைப்பற்றியும் இடக்காகத்தான் பேசுவான். அவன் உண்மையைச் சொல்லுகிறானா, வேடிக்கைக்குச் சொல்லுகிறானா என்பதை யாராலும் கண்டுபிடிக்க முடியாது. ஆனாலும் அவன் ஒருவனே சரளமாகவும் சகஜமாகவும் கல்யாணராமனிடம் பழகி வந்ததையும், வேறொரு காரணத்தையும் உத்தேசித்து அவனிடமே போனான். அந்த வேறோரு காரணம் இதுதான்: விஜயராகவனுக்கு ஏற்கெனவே கல்யாணமாகிவிட்டது. அதனால் அவன் போட்டிக்குக் கிளம்புவதற்குரிய சாத்தியமே இல்லை. பயமில்லாமல் அவனிடம் இந்த விஷயத்தைப் பற்றிப் பேசலாம்.

விஜயராகவன் மாடியில் தனது அறையில் ஏகாந்தமாக உட்கார்ந்து ஏதோ ஒரு புத்தகத்தைப் படித்துக் கொண்டிருந்தான். கல்யாணராமன் போய் உட்கார்ந்து பூர்வாங்கமாக அதுவும் இதுவுமாக எதை எதையோ சம்பந்தமில்லாமல் பேசினான். அப்புறம்தான் சர்வ ஜாக்கிரதையாகப் பாம்புப் பெட்டியைத் திறப்பதுபோலத்தான் பேச வந்த விஷயத்தை வெளியிட ஆரம்பித்தான். கதை முழுவதையும் பொறுமையாகக் கேட்டுக்கொண்ட விஜயராகவன், முகத்தை மிகவும் ஆழமாக வைத்துக் கொண்டு, "கல்யாணராமா! இது கொஞ்சம் சிக்கலான விஷயம்தான். இருந்தாலும் அவ்வளவு சிரமமல்ல! சுலபமாக இதற்கு ஒரு தீர்வு கண்டுவிடலாம். அதற்கு வழியும் இருக்கிறது. ஆனால், முதலில் நான் கேட்கும் சில கேள்விகளுக்கு நீ பதில் சொல்லவேண்டும். சொல்லத் தயார்தானா?" என்று கேட்டான்.

வழக்கம்போல் ஏட்டிக்குப் போட்டியாகப் பேச ஆரம்பித்து விட்டானோ என்று கல்யாணராமன் சந்தேகித்தபோதிலும் அவனிடம் வலியப்போய் மாட்டிக்கொண்டபின் வேறு வழி இல்லை என்று 'தயார்தான்' என்றான்.

"நீ சொல்வதையெல்லாம் கவனித்தால் உஷாவைக் காதலிப்போமா வேண்டாமா என்பதுதான் உன் பிரச்னை என்று தெரிகிறது. அப்படித்தானே?"

"ஆம். அப்படித்தான்."

"சரி. இந்த விஷயத்தை உன் பெற்றோர்களுடன் கலந்து ஆலோசித்தாயோ?"

"என்ன மிஸ்டர் விஜயராகவன்! எப்பொழுதும் உங்களுக்குத் தமாஷ்தானா?" என்று வெறுப்போடு சொன்னான் கல்யாணராமன்.

“தமாஷா? இதிலே என்ன தமாஷ்? இது காதல் பிரச்னை! வாழ்வா சாவா என்கிற போராட்டம்! இந்தப் போராட்டத்தின் முடிவு, முக்கால்வாசிப் பேர் அனுபவத்தில், இரண்டாவதாகச் சொன்னதில்தான் முடிந்திருக்கிறது அப்படியிருக்க நான் தமாஷ் பண்ணுவேனா?... இருக்கட்டும். நீ சொல்வதைப் பார்த்தால் உன் பெற்றோர்களுடன் கலந்து ஆலோசிக்கவில்லை என்று தெரிகிறது...”

“காதல் விஷயத்தை யாராவது பெற்றோர்களுடன் கலந்து ஆலோசிப்பார்களா? நீங்கள் என்ன, என்னை முழுப் பைத்திய மாக்குகிறீர்கள்!”

“ஓஹோ!... சரி சரி, நண்பர்களைக் கலந்து ஆலோசித்துத்தான் காதலிக்க வேண்டும் போலிருக்கிறது! இதையெல்லாம் நான் எங்கே பார்த்தேன்? காதலைக் கண்டேனா? கத்தரிக்காயைக் கண்டேனா? அந்தக் கஷ்டத்தை நமக்குப் பகவானும் வைக்கவில்லை; பெற்றோர்களும் வைக்கவில்லை.”

“மிஸ்டர் விஜயராகவன்! விஷயத்துக்கு வாருங்கள். உஷா பணக்காரன் மகள்; அழகில் சிறந்தவள். நான் காதலிக்கலாமா? காதலித்தால் நிறைவேறுமா? – இதுதான் விஷயம். வெட்ட வெளிச்சமாகச் சொல்லுகிறேன்.”

“இந்தக் கேள்வியை உஷாவின் அப்பாவிடமே கேட்டுவிட்டால், நாம் கிடந்து இப்படி மண்டையை உடைத்துக் கொள்ள வேண்டாம். இருக்கட்டும்; உன் கேள்விக்கு நான் பதில் சொல்ல வேண்டுமென்றால் ஒரு பதிலாகச் சொல்ல முடியாது. அது ஒரு கேள்வியுமல்ல. நான்கு கேள்விகளை ஒரு கேள்விக்குள் அடக்கிக் கேட்டிருக்கிறாய். முதலில், அவள் பணக்காரன் மகள். காதலிப்பதற்கு இந்த ஒரு காரணமே போதும். இந்தக் காரணத்தினால்தான் காதலே உதயமாகிறது என்றும் பலர் சொல்லக் கேள்வி. அடுத்தபடி, அவள் அழகி. அழகா அழகில்லையா என்பது இரண்டாம்பட்சமான விஷயம்தான். ஆனாலும் இந்த அம்சமும் திருப்திகரமாக இருக்கிறது. அடுத்தபடி, நீ காதலிக்கலாமா என்பது. நீ காதலிக்காமல் வேறு யார் காதலிப்பது? மற்றவன் காதலிப்பதைப் பற்றி நீ யோசிப்பானேன்?...”

“மிஸ்டர் விஜயராகவன்!...”

“நீ தாராளமாகக் காதலிக்கலாம். அது நிறைவேறுமா நிறைவேறாதா என்பதைப்பற்றி நான் என்ன சொல்ல முடியும்? ஜோதிஷமா படித்திருக்கிறேன்? மேலும், நிறைவேறுமா நிறைவேறாதா என்பதைப் பற்றியெல்லாம் காதல் யோசிப்பதில்லை. ‘கடமையைச் செய்; பலனை எதிர்பாராதே!’ என்பது இங்கேதான் சரியாகப் பொருந்தக்கூடிய நீதி. ரோமியோவோ மஜ்னூனோ பலனை எதிர்பார்த்தா காதலித்தார்கள்? ஆனால், அவர்களுடைய காதல் தோல்வியில் முடிந்ததே என்பாய். அந்தத் தோல்வி அவர்களுக்கு எவ்வளவு பெரிய தெய்வசகாயமாய் முடிந்தது என்பது உனக்குத் தெரியாது. ஏனென்றால், வெற்றி பெற்ற அநேக காதல்களின் வாழ்க்கையை நீ பார்த்ததில்லை.”

“முடிவாக நீங்கள் என்ன சொல்லுகிறீர்கள்?”

“உஷாவை நீ காதலிக்கலாம்; காதலிக்கலாம்; காதலிக்கலாம்.”

“ரொம்ப தாங்கஸ்! நான் வருகிறேன்” என்று சொல்லிவிட்டு எழுந்தான் கல்யாணராமன்.

“உஷாவைக் காதலிக்க வேண்டாம் என்பதற்கு யாதொரு நியாயமான காரணமும் இல்லை. ஆகவே, யோசிக்காமல் செயலில் இறங்க வேண்டியது தான்” என்ற தீர்க்கமான முடிவுடன் செயலிலும் இறங்கிவிட்டான்.

மறுநாள் காலேஜ் வாசலில் காரிலிருந்து இறங்கிய உஷாவைப் பார்த்த கல்யாணராமன், பார்த்தமாத்திரத்திலேயே, கொஞ்சம்கூட நெஞ்சில் அச்சமில்லாமல், ‘குட்மார்னிங், மிஸ் உஷா!’ என்று வரவேற்ற துடன் புன்னகையும் செய்தான். புன்னகை என்றால் அது சாமான்யமான புன்னகையல்ல; பலமுறை ஒத்திகை பார்த்தபின் செய்த அபூர்வப் புன்னகையாகும்.

அவன் பயந்தபடி உஷா முகத்தைச் சுளிக்கவோ கழுத்தை ஒரு வெட்டு வெட்டவோ செய்யாமல், பதிலுக்கு ‘குட்மார்னிங்’ என்றே சொல்லிவிட்டு, மோகனமான ஒரு புன்னகையும் செய்தாள்.

கல்யாணராமன் அப்படியே ஸ்தம்பித்து நின்றுவிட்டான். முதல் அடியைப் பலமாகக் கொடுத்துவிட்டால், யுத்தத்தில் பாதி வெற்றியைச் சம்பாதித்த மாதிரியாமே! ஆகவே, ஒரே புன்னகையினால் ஐம்பது சதவிகிதம் வெற்றி பெற்றாகிவிட்டது என்றே அவன் நினைத்தான். இனிமேல், காதலிப்பதா வேண்டாமா என்ற பிரச்னைக்கே இடமில்லை. அதற்குப் பதிலாக வேறொரு பிரச்னைதான் ஏற்பட்டுவிட்டது. அதாவது, காதலிக்காமல் தப்ப முடியாது என்று ஆகிவிட்டது.

அன்றிரவே, முதல் நாள் வெற்றியை விஜயராகவனிடம் போய்ச் சொன்னான்.

“நடத்து காரியத்தை!” என்று தட்டிக் கொடுத்தான் நண்பன்.

மறுநாள் முதல் கல்யாணராமன் காலையிலும் மாலையிலும் அவளுக்காகக் காலேஜ் காம்பவுண்டின் வாசலில் காத்திருப்பது, வலியப்போய் எதையாவது பேசுவது, ஏதாவது உதவி செய்யவேண்டுமா என்று கெஞ்சுவது – இப்படியாகக் கதையைக் கொண்டுபோய்க் கொண்டிருந்தான். ஒருநாள் உஷாவின் கார் ஏதோ கோளாறு காரணமாக நகராமல் நின்றுவிடவே, கல்யாணராமன் போய்க் காரைத் தள்ளினான். சுமார் ஒரு பர்லாங்கு தூரம் தள்ளியபிறகுதான் கார் தானாக இயங்கத் தொடங்கியது. அதற்குப்பின் ஒரு விடுமுறை தினத்தன்று அவள் வீட்டுக்கே போவது என்றும் துணிந்துவிட்டான். தன் தந்தைக்குக் கிராமத்தில் எத்தனை வேலி நிலமிருக்கிறது. மாந்தோப்புக் குத்தகையில் வருஷந்தோறும் எத்தனை ஆயிரம் ரூபாய் வருகிறது, எந்த ஊர் மிராசுதாரர் தனக்குப் பெண்ணையும் சொத்தையும் தூக்கிக் கொடுக்க வலை போட்டுக் கொண்டிருக்கிறார் என்பவற்றையெல்லாம் உஷாவின் தந்தை நம்புகிறபடி

எப்படிக் கூறுவது என்று யோசித்துக்கொண்டு மாம்பலத்துக்குப் பஸ் ஏறினான். மாம்பலத்தில்தான் உஷாவின் பங்களா இருக்கிறது. அவளுடைய அப்பா பெயரைச் சொன்னால் அந்தப் பங்களாவை ஐந்து வயதுக் குழந்தைகூடக் காட்டிவிடும். அவர் அவ்வளவு பெரிய வியாபகஸ்தர்.

பங்களாவைப் பக்கத்தில் போய் நின்று அண்ணாந்து பார்த்தான் கல்யாணராமன். அது பெரிய மலை மாதிரி இருந்தது. மூன்றடுக்கு. முப்பது கிரவுண்டில் காம்பவுண்டு. அவுட்ஹவுஸே அறுபதினாயிரம் பெறும் என்றால், பிரதானக் கட்டடத்துக்கு விலை மதிப்பு ஏது? அவனுக்குத் தலை சுற்றியது. உஷாவைக் காதலிக்கும்படி விஜயராகவன் யோசனை சொன்னது நல்லதற்கல்ல என்றே அவனுக்குத் தோன்றி விட்டது. அந்தப் பங்களாவுக்குள் போன பிறகு, காதல் நோக்கத்துடன் பிள்ளையாண்டான் வந்திருக்கிறான் என்று தெரிந்தால், அவளுடைய அப்பா நாயை அவிழ்த்து விடுவாரா, ரிவால்வரைத் தூக்கிக்கொண்டு வருவாரா என்பது தெரியாது. உள்ளே வைத்துக் கொலை பண்ணினாலும்கூடக் கேள்வியில்லை. அவ்வளவுக்குக் கடல் மாதிரி இருந்தது வீடு.

கல்யாணராமன் வந்த வழியே திரும்புவதற்கு அடியெடுத்து வைத்தபோது எதிரே பளபளப்பாக ஒரு பெரிய கார் வந்து நின்றது. கதவைத் திறந்துகொண்டு உஷாவும் அவளுடைய அப்பாவும் இறங்கினார்கள். பயத்தினால் அவன் பேயறைந்தவன்போல் நின்றான். உஷா அவனைப் பார்த்ததும், "எங்கே வந்தீர்கள்? வாருங்களேன்!" என்றாள். அடுத்த நிமிஷம் தன் தந்தையைத் திரும்பிப் பார்த்து, "அப்பா! இவர் எங்கள் காலேஜில் படிக்கிறார். எப்பொழுதாவது என்னைச் சந்தித்தால், மிகவும் மரியாதையோடு எனக்கு ஏதாவது உதவி செய்ய வருவார். நம்முடைய பழைய கார் சத்தியாக்கிரஹம் செய்தபோது ஒருவர் ஒரு பர்லாங் தூரம் தள்ளிக்கொண்டு வந்தார் என்று சொன்னேனே, அவர் இவர்தான்" என்றாள்.

"ஓ!" என்று சொல்லிவிட்டு அவர் அவனைக் கொஞ்சம் கூட லட்சியம் செய்யாமல் உள்ளே போய்விட்டார்.

"வாருங்கள்" என்று கல்யாணராமனை அழைத்தாள் உஷா.

அவனுக்கு இன்னும் பிரக்ஞை வரவில்லை. மறுபடியும் அவள் கூப்பிட்டாள். "உள்ளே போனால் உயிரோடு திரும்ப முடியுமா?" என்று அவனுக்குச் சந்தேகம். ஆனால், உஷாவின் அழைப்பைப் புறக்கணித்தாலும் அவளுடைய அழகின் அழைப்பை மீறிவிட அவனால் முடியவில்லை. அன்று அவள் இந்திரலோக ரம்பையாக அலங்கரித்துக் கொண்டு நின்றாள். வாள் விழிகள், மதி வதனம், முல்லைச் சிரிப்பு, மோகனப் புன்னகை என்றெல்லாம் வர்ணிப்பதில் நியாயமும் இருக்கிறது என்று அப்பொழுதுதான் அவனுக்குத் தோன்றியது. அவளுடைய சொல்லில் கனிவு இருந்தால், தோற்றத்தில் செருக்கு இருந்தது; செருக்கிலோ அழகு இருந்தது. எதற்காகவோ அவள் ஒருமுறை தன்

கீழுதட்டை இலேசாக ஒருமாதிரி பற்களால் அதுக்கினாள். அவ்வளவுதான், கல்யாணராமன் அப்படியே அவளுடைய காலடியில் தன்னைப் பூரணமாக அர்ப்பணித்துவிட்டான்.

வீட்டுக்குள்ளே போனான். அங்கே அவளுடைய அண்ணன் ஒருவனும் இருந்தான். தங்கைகள் இரண்டு பேர் இருந்தார்கள். எல்லோருமே சம்பிரதாயமாக வந்து அவனை எதிர்கொண்டழைத்தார்கள். அத்தனை பேரிடமும் கல்யாணராமனை உஷா அறிமுகப்படுத்தும்போது, 'மக்கர்' செய்த காரை அவன் ஒரு பர்லாங் தூரம் தள்ளிய பெருமையையே முதலாவதாக எடுத்துச் சொன்னாள். அவனுக்கு அது மிகவும் அவமானமாகப் போய்விட்டது. 'இருந்திருந்து நமக்கு இந்த மாதிரிப் பெருமையா கிடைக்க வேண்டும்?' என்று நொந்துகொண்டு ஒரு நாற்காலியில் போய் உட்கார்ந்தான். அவன் எதிரில் வந்து உஷாவின் அப்பா உட்காரவில்லை; அண்ணன்தான் உட்கார்ந்தான். அவனை அடுத்து உஷாவும் அவளுடைய தங்கைகளும் அமர்ந்தார்கள். சிறிது நேரத்தில் ஏதோ ஒரு குளிர்பானம் வந்தது. கல்யாணராமனின் வீடு எங்கே இருக்கிறது என்ற ஒரே கேள்வியை மட்டும் கேட்டான் அவளுடைய அண்ணன். அப்புறம் ஒரு வார்த்தை கூடப் பேசவில்லை. உஷாவோ அவனுடைய பெற்றோர்களையும் உடன்பிறந்தவர்களையும் பற்றி விசாரித்தாள். அவனும் சொன்னான். மேற்கொண்டு கேட்கக் கேள்விகள் இல்லை. அவன் தொடர்ந்து அங்கே உட்கார்ந்திருப்பதற்கும் யாதொரு பிரமேயமும் இல்லை. சும்மாவே ஒரு ஐந்து நிமிஷம் உட்கார்ந்திருந்து விட்டு, ஒரு வழியாக நாற்காலியைக் காலி பண்ணினான்.

"நான் போய் வரட்டுமா?"

"நீங்கள் இந்தப் பக்கம் எங்கே வந்தீர்கள் என்பதைச் சொல்லவே இல்லையே?" என்று ஞாபகமாகக் கேட்டாள் உஷா.

உண்மையைச் சொல்லுவது எப்படி? பொய்யையும்தான் திடீரென்று எப்படிச் சொல்லிவிட முடியும்?

"அதுவா?... என்னது?... என்ன கேட்டீர்கள்?..." என்று அவன் இழுத்துக்கொண்டிருந்தபோது, உஷா தன் கேள்வியைத் திரும்பவும் கேட்டாள்.

அதற்குள் கல்யாணராமன் மலையைக் கவ்வி எலியைப் பிடித்து விட்டான். "ஒன்றுமில்லை; பக்கத்துத் தெருவிலே என் நண்பன் ஒருவன் இருந்தான். அவனைத் தேடி வந்தேன். அவன் வீடு மாற்றிப்போய் ஒரு மாதம் ஆகிறதாம்..." என்று சொல்லிச் சமாளித்தான்.

அவன் வெளியே போகும்போது, "மறுபடியும் வாருங்கள்" என்றான் லண்டனில் படித்த அவளுடைய அண்ணன். அந்த ஆங்கிலச் சம்பிரதாயத்தை அவன் அப்பட்டமான உண்மையாக எடுத்துக் கொண்டு மனப்பூரிப்புடன் பிரியாவிடை பெற்றான்.

கல்யாணராமன் – உஷா காதல் ஊர்ஜிதமானாற் போல்தான். மூன்று மாத காலத்துக்குள் அவன் நான்கு தடவைகள் அவளுடைய

காதல் பிரச்னை 657

வீட்டுக்குப் போய் வந்துவிட்டான். ஆனால், நான்காவது தடவை அங்கே போயிருந்தபோது, அவன் வகுப்பில் படிக்கும் ஜகதீஷ் என்பவனும் அங்கே வந்து உட்கார்ந்து அவளோடு பேசிக் கொண்டிருந்ததை அவன் பார்த்தான். அவனுக்கு முன்னேயும் குளிர்பானம் இருந்தது. அதைப் பார்த்தானோ இல்லையோ, கல்யாணராமனுடைய மன மாளிகையின் அஸ்திவாரம் ஆட்டம் கொடுத்துவிட்டது. மறுநாளிலிருந்து சரியாக ஒரு வாரம் வரை அவன் ஜகதீஷையும் உஷாவையும் கூர்ந்து கவனித்து வந்தான். அவனும் இவனைப்போலவே வழிமறித்துப் பேசினான். இவனைப் போலவே புன்னகை செய்தான். இவனைப்போலக் கார் தள்ளவில்லையே ஒழிய, மற்ற எல்லாக் காரியங்களையும் அவனும் சரிவரச் செய்துகொண்டுதான் இருந்தான். கல்யாணராமனுக்கு என்ன செய்வதென்றே தெரியவில்லை. 'அவளைக் காதலிப்பதா, கூடாதா?' என்ற பிரச்னை திரும்பவும் தலை தூக்கியது. நேரே விஜயராகவனிடம் போய் நிலைமையை விளக்கினான்.

"ஏன் கல்யாணராமா! அவன் அவளைப் பார்த்துச் சிரித்தால் சிரித்துவிட்டுப் போகட்டுமே! உனக்கென்ன கஷ்டம்?" என்று கேட்டான் விஜயராகவன்.

"அவளும் அவனைப் பார்த்துச் சிரிக்கிறாளே?"

"சிரிக்கட்டுமே! பொண்ணு சிரிச்சாப் போச்சு, பொகையிலை விரிச்சாப் போச்சு என்கிறதெல்லாம் அந்தக் காலம். இந்தக் காலத்திலே பொண்ணும் வேறே; பொகையிலையும் வேறே. நீ கவலைப்படாதே!"

"அவள் வீட்டுக்கு அவனும் வருகிறான்!"

"எதற்காக வந்தானோ? உனக்கு எல்லாமே சந்தேகம்! உன்னிடத்தி லேயே உனக்கு நம்பிக்கை கிடையாது. அவன் எதற்காக வந்தான் என்பதைத் தெரிந்துகொள்ளாமல்..."

"எதற்காக வருவான்? இது ஒரு கேள்வியா? நான் எதற்காகப் போகிறேன்? அப்படித்தான் அவனும் வந்திருப்பான்" என்று கோபமாகச் சொன்னான் கல்யாணராமன்.

"நீ என்ன என்னோடு இப்படிச் சண்டைக்கு வருகிறாய்? இன்னும் கொஞ்ச நேரம் போனால் என்னை அடித்துவிடுவாய் போலிருக்கிறதே!"

"அப்புறம் என்ன, 'எதற்காக வருகிறான்?' என்று கேட்கிறீர்கள்! இது கிண்டல்தானே?"

"கிண்டலும் இல்லை; வண்டலும் இல்லை. இதோ பார், பலாப் பழத்தை ஒரு ஈ மட்டும் மொய்க்காது; ஆயிரம் ஈ மொய்க்கும். புதையல் இருக்கிறது என்று தெரிந்தால் எவனும்தான் எடுத்துக்கொள்ளப் பார்ப்பான். நாம் முந்திக்கொள்ள வேண்டியதுதான். அதுதான் புத்திசாலித்தனம்."

"அப்படியானால் அவனோடு போட்டி போடச் சொல்லுகிறீர்களா?"

"போடேன். அதைவிடத்தான் வேறு என்ன வேலை? சும்மாவா கிடைப்பாள், அப்பேர்ப்பட்ட ஒரு அழகி? எங்கேதான் போட்டியில்லை? போட்டியே கூடாது என்றால் சந்நியாசியாகிவிட வேண்டியதுதான்."

“அப்படியானால் உங்கள் முடிவு?”

“முடிவு என்ன முடிவு? ஒரே முடிவுதான். ஒரு காரியத்தில் இறங்கியபின் அதைப்பற்றி யோசிப்பது தப்பு. நல்லதோ கெட்டதோ கடைசிவரையில் போய் ஒரு கை பார்த்துவிட வேண்டியதுதான்.”

கல்யாணராமனுக்கும் அதுதான் சரி என்று பட்டது.

அப்புறம் ஜகதீஷும் உஷாவும் பேசிக்கொண்டிருந்தாலும் கொஞ்சங்கூட லட்சியம் பண்ணாமல் அவனை இடித்துத் தள்ளிக் கொண்டு போய் உஷாவிடம் பேசலானான். அந்த இருவரையும் அவன் ஒருநாள்கூடத் தனியாகச் சந்திக்க விடமாட்டான். இதைக்கண்டு ஜகதீஷுக்குக் கோபம் கோபமாக வந்தது. கல்யாணராமனைத் தடுக்கவோ விரட்டவோ அவனுக்கு என்ன உரிமை? எப்படியும் இந்தப் பிரச்னைக்கு ஒரு முடிவு கட்டியாக வேண்டும் என்று நினைத்த ஜகதீஷ், ஒரு நாள் உஷாவைத் தனியே சந்தித்தபோது, தன்னை அவளால் கல்யாணம் செய்துகொள்ள முடியுமா என்று கேட்டு விட்டான். அப்பொழுது உஷாவுக்கு வந்த கோபத்தை யாரால் அளவிட முடியும்? ஜகதீஷின் நல்ல காலம் அவளுடைய கார் டிரைவர் அப்போது பக்கத்தில் இல்லை. தலை தப்பியது தம்பிரான் புண்ணியம் என்று அங்கிருந்து ஓட்டம் எடுத்தான் ஜகதீஷ்.

அப்புறம் கல்யாணராமன் – உஷா ராஜ்யமாகவே போய்விட்டது. ஜகதீஷ் அவள் பக்கத்தில் நெருங்கவே இல்லை. அதனால் இருவரும் சிரித்துச் சிரித்துப் பேசிக் கொண்டிருந்தார்கள். இதை வயிறெரியப் பார்த்துக் கொண்டிருந்த ஜகதீஷ் ‘இருக்கட்டும்; பார்த்துக்கொள்ளுகிறேன்’ என்று கறுவினான். அவர்களுடைய காதலைச் சிதைத்து, இரண்டு பேரையும் தனித்தனியாகப் பிரித்து விடுவதற்கு என்ன உபாயம் செய்யலாம் என்று தீவிரமாக யோசிக்கலானான்.

அன்று ஞாயிற்றுக்கிழமை. காலை ஒன்பது மணி இருக்கும். உஷாவின் வீட்டுக்குப் போவதற்காகக் கல்யாணராமன் விசேஷ உடையலங்காரங்கள் செய்து, முகத்தில் பவுடர் அப்பிக்கொண்டிருக்கும் சமயம். அப்போது எதிர்பாராதவிதமாக அங்கே ஜகதீஷ் வந்து நின்றான். வந்ததும் வராததுமாக, “மிஸ்டர் கல்யாணராமன்! உங்களோடு ஒரு முக்கியமான விஷயம் பேச வேண்டும். கொஞ்சம் வருகிறீர்களா?” என்று அழைத்தான்.

“எங்கே வர?”

“என் வீட்டுக்குத்தான்.”

“உங்கள் வீட்டுக்கா? பேசுவதை இங்கேயே பேசிவிடலாமே? அங்கே போவானேன்?”

“அப்படி இல்லை. அங்கே போய்த்தான் பேச வேண்டும். சும்மா பயப்படாமல் வாருங்கள்” என்றான்.

“பயமா? பயம் என்ன பயம்?” என்ற வீறாப்போடு சொன்ன கல்யாணராமன் உள்ளுக்குள் நடுங்கினாலும் பயந்தாங்கொள்ளிப் பட்டம் வாங்க இஷ்டப்படவில்லை. ‘என்னதான் செய்துவிடுவான்?’

என்ற அரைகுறைத் தைரியம் ஒருபுறமும், 'ஏதாவது முக்கிய ரகசியம் இருந்து, அதைத் தெரிந்து கொள்ளாமல் உஷாவைக் காதலித்தால் அது ஆபத்தில் முடிந்தாலும் முடியக்கூடும்' என்ற பயம் ஒருபுறமும் உந்தித்தள்ள, ஒரு மணி நேரத்தில் வருவதாகச் சொல்லி ஜகதீஷை அனுப்பினான். அவன் போன பிறகு இவனுடைய பயமும் கலக்கமும் ஒரேயடியாக அதிகரித்துவிட்டன. 'உஷாவை எந்த நேரத்தில் காதலிக்க ஆரம்பித்தோமோ, தொட்டதெல்லாம் பிரச்னையாக இருக்கிறது. பெரிய வம்பில் போய் மாட்டிக்கொண்டு விட்டோம். ஜகதீஷ் பயல் என்னோடு அந்தரங்கமாகப் பேச என்ன இருக்கிறது? என்னைத் தந்திரமாக அழைத்துக் கொண்டுபோய், நாலு நாளைக்கு ஒரு அறையில் அடைத்துப் போட்டுவிட்டால் என்ன செய்வது? ஏதோ சதித்திட்டம் மாதிரிதான் இருக்கிறது. இந்தச் சதியில் உஷாவுமே சேர்ந்திருக்கலாமோ?'

பிறகு சிந்தனையை மாற்றினான். 'அவள் எதற்காகச் சதி செய்யவேண்டும்? சதி செய்ய நினைப்பவள் அப்படியா என்னோடு சிரிக்கச் சிரிக்கப் பேசுவாள்? இந்த ஜகதீஷ் என்னதான் செய்துவிடுவான்! அவனும் மனுஷன், நானும் மனுஷன்; பார்த்துவிடுவோம். பயந்து பின்வாங்கினால் மற்ற விஷயங்களெல்லாம் ஒருபுறம் இருக்க, விஜயராகவன் என் மானத்தை வாங்கிவிடுவான். தெரியாத்தனமாகப் போய் அவனிடம் விஷயத்தை உளறிவிட்டோம். உரலுக்குள் தலையைக் கொடுத்துவிட்டு உலக்கைக்குப் பயப்படலாமா?'

ஒருமணி நேரம் கழிந்ததும் ஜகதீஷின் வீட்டுக்குப் போய்ச் சேர்ந்தான் கல்யாணராமன்.

ஜகதீஷ் அவனை வரவேற்று உட்கார வைத்துவிட்டு, "கொஞ்சம் இருங்கள். காபி கொண்டுவரச் சொல்லுகிறேன்" என்று சொல்லிவிட்டு எழுந்து போய்விட்டான். போனவன் போனவன்தான். அப்புறம் அவன் அந்தப் பக்கமே தலைகாட்டவில்லை. அரைமணி நேரம் இருந்து பார்த்தான் கல்யாணராமன். ஆளைக் காணோம். அவனுடைய பொறுமை எல்லை கடந்துவிட்டது, சட்டையின் மடிப்புக் கலைவதற்குள்ளாக உஷா வீட்டுக்குப் போய்விட வேண்டுமென்ற துடிப்பினால், அறையின் கதவைத் திறந்துகொண்டு வெளியே வந்து பார்த்தான். ஜகதீஷைக் காணவே இல்லை; உடனே வீட்டுக்குள்ளே போய், "ஜகதீஷ் எங்கே?" என்று வேலைக்காரனைக் கேட்டான். "அவரு மயிலாப்பூருக்கு ஒரு கலியாணத்துக்குப் போயிருக்கிறாரு, மத்தியானம் சாப்பாட்டுக்கு மேலேதான் எல்லோரும் வருவாங்கோ" என்றான் வேலைக்காரன்.

'என்னடா இது பெரிய கேலிக்கூத்தாக இருக்கிறது! ஆளை உட்காரவைத்துவிட்டுக் கல்யாணத்துக்குப் போகிறதாவது!' என்று முனகிக்கொண்டே, பூட்ஸை மாட்டிக் கொள்ளுவதற்காக அந்த அறைக்கே திரும்பிச் சென்றான். அப்பொழுதுதான் ஜகதீஷின் மேஜைமீது, உஷாவின் காலேஜ் விலாசம் எழுதப்பட்ட ஒரு கவர் இருந்ததைப் பார்த்தான்.

கல்யாணராமனுக்குப் 'பகீர்' என்றது. சுற்றுமுற்றும் ஒரு தடவை பார்த்துவிட்டுச் கவரைக் கையில் எடுத்தான். கவர் ஒட்டப்படாமல்

இருந்தது. கைகள் நடுங்க உள்ளே இருந்த ஒன்பது பக்கக் கடிதத்தை எடுத்துப் பிரித்து வாசித்தான்:

“என் உயிருக்குயிரான உஷாதேவி! என் காதல் குளத்தில் மலர்ந்த கன்னி மலரே!” என்று ஆரம்பித்து நீளப்போய்க் கொண்டிருந்த கடிதத்தின் சில பகுதிகள் பின் வருமாறு:

“நேற்று மாலையில் கிடைத்த உன் கடிதத்தைப் போன்ற ஒரு கலைக் களஞ்சியத்தை நான் இதுவரை கண்டதுமில்லை; கேட்டதுமில்லை. நீ எழுதிய பதினேழு கடிதங்களில் இதுதான் இன்பத்தின் சிகரம்; இன்பத்தின் எல்லை. எழுதாத ஓவியம்; ஏடறியாக் காவியம்.”

பதினேழு கடிதங்களா எழுதியிருக்கிறாள்? பாவி! – இது கல்யாணராமனின் விமர்சனம்.

“எட்டாக் கனிக்குக் கொட்டாவி விடுகிற முட்டாளை இன்னும் ஏன் பெரிய முட்டாளாக்குகிறாய்? ‘கல்யாணராமா! நெருப்போடு விளையாடாதே! என்று சொல்லி விரட்டுவேன் என்று கூறினாயே, இன்னும் ஏன் விரட்டாமல் விளையாடுகிறாய்? உஷா! வேண்டாம் இந்த விளையாட்டு . . .”

விளையாட்டுத்தானா அவளுடைய காதல்? துரோகி! இதுவும் கல்யாணராமனின் விமர்சனமே.

“நாளை பௌர்ணமி என்பது உனக்கு நினைவிருக்கும் சென்ற பௌர்ணமியை இந்த ஜன்மம் உள்ள மட்டும் நான் மறக்கமாட்டேன். நாளை மாலை சரியாக ஆறுமணிக்கு, கடற்கரையில், அதே இடத்தில் காத்திருப்பேன் உனக்காக . . .”

கடிதத்தைச் சுக்கல் சுக்கலாகக் கிழித்தெறிய நினைத்தான் கல்யாணராமன். கிழித்து எங்கே எறிவது? அவன் வந்து பார்த்துவிட்டால்? அவனுடைய காதல் வெறியில் அவன் என்னதான் செய்ய மாட்டான்? – கல்யாணராமன் கடிதத்தை அப்படியே மடித்துக் கவருக்குள் வைத்துவிட்டு வெளியே வந்தான். அதே சமயத்தில், ‘கல்யாணத்துக்குப் போன’ ஜகதீஷும் திடீரென்று அவன் எதிரே வந்து காட்சியளித்தான். வந்ததும் முதல் வேலையாக மேஜை மீது அந்தக் கவர் இருக்கிறதா என்றுதான் பார்த்தான். இருந்தது. எடுத்துக்கொண்டான்.

“மிஸ்டர் கல்யாணராமன், என்னை மன்னிக்க வேண்டும். அவசரக் காரியமாக வெளியே போய்விட்டேன். இந்தக் கடிதத்தை மறந்துபோய் வைத்துவிட்டுப் போனதனால்தான் திரும்பவும் ஓடிவர நேர்ந்தது. முக்கியமான கடிதம். இப்பொழுதே தபாலில் சேர்க்க வேண்டும். உங்களோடு பேச நினைத்த விஷயத்தை இன்னொரு நாளைக்குப் பேசிக் கொள்ளுகிறேன். இப்பொழுது நேரமில்லை” என்று சொல்லிவிட்டு, அவனுடைய பதிலை எதிர்பார்க்காமலே வெளியே போய்விட்டான்.

கல்யாணராமன் கோபமும் ஆத்திரமுமாகத் தன் அறைக்கு வந்து சேர்த்தான். காலேஜுக்கு மூன்று நாள் லீவு போட்டுவிட்டு, பித்துப்

பிடித்தவன்போல் ஊரைச் சுற்றினான். உஷாவை நினைக்கும் போதெல்லாம், 'துரோகி!' 'துரோகி!' என்று மனசுக்குள் சபித்தான்.

அப்புறம் காலேஜுக்குப் போனபோதுகூட அவன் உஷாவின் முகத்தில் விழிக்கவில்லை. ஜகதீஷைச் சந்தித்தாலும் பார்க்காதவன்போல் முகத்தைத் திருப்பிக்கொண்டான். பத்துப் பதினைந்து நாட்கள் கழிந்தும்கூட அவனுடைய மனப்புண் ஆறவில்லை. அதற்கு மருந்து தேடிப் பழையபடியும் விஜயராகவன் வீட்டுக் கதவையே தட்டினான். தன் கதையை யெல்லாம் சொல்லி அழுதான். இவன் அழுது முடிக்கவும், விஜயராகவன் வயிற்றைப் பிடித்துகொண்டு 'கடகட' வென்று சிரிக்கவும் சரியாக இருந்தது.

"உங்களிடம் நான் வந்தது மடத்தனம். போய் வருகிறேன்" என்ற கோபத்தோடு 'சடக்'கென்று எழுந்தான் கல்யாணராமன்.

அப்புறம் விஜயராகவன் சிரித்த சிரிப்போ இன்னும் பயங்கரமாக இருந்தது. சிரமப்பட்டுச் சிரிப்பை அடக்கிக் கொண்டு, "கல்யாணராமா! உன்னைப்போல் பைத்தியக்காரன் அகப்பட்டால் அவன் இவ்வளவு தானா செய்வான்? ஆயிரம் தினுசாக அல்லவா உன்னைக் குரங்காட்டம் ஆட்டுவான்? உண்மையிலேயே அவன் அவளுக்கு அந்தக் கடிதத்தை எழுதியிருந்தால், அதை நீ பார்க்கும்படியாகவா –அதுவும் ஒட்டாமலே – மேஜைமேல் வைத்துவிட்டுப் போயிருப்பான்?" என்று கேட்டான் விஜயராகவன்.

"அதெல்லாமில்லை. அது உண்மையிலேயே உஷாவுக்கு எழுதிய கடிதம் என்றுதான் எனக்குத் தோன்றுகிறது. நீங்கள் அதைப் படித்திருந்தால் நான் சொல்வதைச் 'சரி' என்று ஒப்புக் கொள்ளுவீர்கள்" என்று சாதித்தான் கல்யாணராமன்.

"எப்படி அவன் கடிதம் எழுதுவான்? தினமும் சந்திக்கிறவளுக்குக் கடுதாசி என்ன கேடு? முக்கியமான காரியம் என்று வீட்டுக்கு அழைத்துக் கொண்டு போகிறதாம்! காதல் கடிதத்தை ஒட்டாமலே மேஜைமேல் வைத்துவிட்டுப் போகிறதாம்! நீ படித்து முடித்து வெளியேறும் சமயம் பார்த்துத் திடீரென்று வந்து பிரத்தியக்ஷமாகிறதாம்! இந்தக் கதையை என்னிடம் சொன்னதுபோல் வேறு யாரிடமும் போய்ச் சொல்லி வைக்காதே; சிரிக்கப் போகிறார்கள்" என்றான் விஜயராகவன்.

"நீங்கள் சொல்லுவது உண்மை என்று இப்பொழுது எனக்குத் தோன்றுகிறது. ஆனாலும் தொடர்ந்து அவளைக் காதலிக்க எனக்கு இஷ்டமில்லை. ஜகதீஷின் கடிதம் உண்மைக் கடிதம் என்று என் உள்மனம் சொல்லுகிறது."

"சொல்லுகிறதல்லவா? நல்லதாகப் போயிற்று. எல்லாவற்றிற்கும் ஒரு முழுக்குப் போட்டுவிட்டுப் பேசாமல் பாடத்தைப் படி."

"ஒருவேளை அது பொய்க் கடிதமாக இருந்துவிட்டால்? நான் அதை நம்பி உஷாவைக் கைவிட்டு விட்டால் அவள் என்னைத் துரோகி

என்று சொல்ல மாட்டாளா? சொன்னாலும் பரவாயில்லை, ஏமாற்றத்தினால் தற்கொலை செய்துகொண்டு விட்டால் என்ன செய்வது?"

விஜயராகவன் நிமிர்ந்து உட்கார்ந்து, "இதுதானே இப்பொழுது உன் பிரச்னை?" என்று வெட்டு ஒன்று துண்டு இரண்டாகக் கேட்டான்.

"ஆம்."

"கவலைப்படாதே. உன் பிரச்னையை நீயும் தீர்க்க வேண்டாம்; நானும் தீர்க்க வேண்டாம். உஷாவின் தகப்பனாரே அதைத் தீர்க்க ஏற்பாடு பண்ணிவிட்டார். இந்த விஷயத்தை உன்னிடம் இதுவரையிலும் நான் வேண்டுமென்றுதான் சொல்லவில்லை. நாலைந்து நாட்களுக்கு முன்னமேயே நம்பகமாகக் கேள்விப்பட்டேன். இருந்தாலும் உன் கோமாளிக் கூத்தைக் கடைசி வரையிலும் ரஸிப்போம் என்று இருந்துவிட்டு இப்போது சொல்லுகிறேன். உஷாவுக்கு இன்னும் மூன்று மாதத்தில் கல்யாணம்!"

"கல்யாணமா?" என்று திடுக்கிட்டுப் போய்க் கேட்டான் கல்யாணராமன்.

"ஏன்? உனக்கு என்ன நஷ்டம்? நீ எதற்கு இந்த மாதிரிக் கேட்கிறாய்? அமெரிக்காவிலே படித்துக்கொண்டிருக்கிறானாம் மாப்பிள்ளை. அவன் வந்ததும் கல்யாணம்தான். எல்லாம் நிச்சயமாகிவிட்டது. உன்னை நம்பிக்கொண்டிருந்தால் அவள் கதி என்ன ஆவது?"

கல்யாணராமன் என்னவோ சொல்ல வாயைத் திறந்தான்.

"போதும்! வளவளா என்று பேசியதையே பேசிக்கொண்டு நிற்காதே. இனியும் உன்னைப்போல் பருப்புக் கடைய நான் தயாராக இல்லை. கதையை இத்தோடு விடு" என்று சொல்லிவிட்டு அன்றைய பத்திரிகையைக் கையில் எடுத்தான் விஜயராகவன்.

"மிஸ்டர் விஜயராகவன்! தயவுசெய்து ஒரு நிமிஷம் நான் சொல்வதைக் கேளுங்கள். நானும் ஒன்பது பக்கத்தில் உஷாவுக்கு ஒரு கடிதம் எழுதி, அந்த ஜகதீஷ் பயலை அழைத்துக்கொண்டு வந்து காட்டினால் என்ன என்று நினைக்கிறேன். என் யோசனை எப்படி?" என்றான் கல்யாணராமன்.

"என்னடா இது பெரிய தொந்தரவாகப் போய் விட்டது! உனக்குப் பிரச்னை தீர்ந்தாலும் எனக்குத் தீராது போலிருக்கிறதே!" என்று சொல்லிவிட்டுப் பத்திரிகையும் கையுமாக 'விறுவிறு' என்று மாடியறைக்குப் போய்க் கதவைச் சாத்திக்கொண்டான் விஜயராகவன்.

❖

சுதேசமித்திரன் தீபாவளிமலர், 1960

பெருமாள் ஏழவில்லை!

மாஜி பிரிட்டிஷ் ராணுவ வீரனும் அப்புறம் இந்திய தேசீய ராணுவ வீரனுமான பிள்ளையார்நத்தம் குப்புசாமி காஞ்சிபுரமும் பார்த்ததில்லை; கருடசேவை யும் பார்த்ததில்லை. ஆனால் பார்க்க ஆசை. ஆபீஸில் எதிர்ப்பக்கத்து மேஜையில் உட்கார்ந்து தன்னைப் போலவே 'டைப்' அடித்துக்கொண்டிருக்கும் காஞ்சி புரத்துக்காரன் வரதன், தன் ஊர்ப் பெருமைகளையும் கருடசேவையின் சிறப்பையும் பற்றிக் கதைகதையாகச் சொல்ல, குப்புசாமி நிறையக் கேள்விப்பட்டிருக்கிறான். 'அவ்வளவு பெரிய ஊரா? அத்தனை கோயில்களா? அப்படிப்பட்ட சரித்திரப் பெருமையா? அந்தத் திருநாளுக்கு அத்தனை பெரிய கூட்டமா?' என்று பிரமித்துக்கொண்டே காஞ்சிபுரத்துக்காரனின் கதையைக் கேட்டுக்கொண்டிருப்பான். அப்பொழுது வரதன், "சுத்தப் பட்டிக்காட்டான்!" என்று தனக்குள் ளேயே சொல்லிக்கொள்வது வழக்கம்.

அந்த வருஷம் கருடசேவை நெருங்கிக் கொண்டிருந்தது. குப்புசாமி எதிர்ப்பக்கத்து மேஜைக்கு மனுப் போட்டான். "என்ன மிஸ்டர் வரதன்! இந்த வருஷம் உங்கள் ஊருக்குக் கருடசேவை பார்க்க வரலாம் என்று இருக்கிறேன். நீங்கள் போகிறீர்கள் அல்லவா? நாலுநாள் லீவு போட்டுவிட்டு வந்து விடுகிறேன். என்னையும் அழைத்துக்கொண்டு போங்களேன்" என்று கேட்டுக்கொள்ளவே, வரதனும் "பேஷாய் வாருங்கள்" என்று சொன்னான்.

“நீங்கள் எனக்கு ஒரே ஒரு உதவி மட்டும் செய்ய வேண்டும். தங்குவதற்கு உங்கள் வீட்டில் கொஞ்சம் இடம் கொடுக்க வேண்டும். அவ்வளவுதான்” என்று குப்புசாமி கேட்டுக் கொண்டான்.

“பேஷாக எங்கள் வீட்டிலேயே தங்குங்கள். இதை ஒரு பெரிய உதவி என்று கேட்க வந்துவிட்டீர்களே!” என்று நீட்டி முழக்கினான் நண்பன்.

கருடசேவைக்கு நான்கு நாட்கள் முன்னதாகவே இருவரும் லீவு போட்டுவிட்டுச் சென்னையிலிருந்து காஞ்சிபுரத்துக்குப் போனார்கள்.

‘வரதனின் வீடு காஞ்சிபுரத்தில் ஸ்ரீ வரதராஜப் பெருமாளின் கோவிலிலிருந்து சுமார் மூன்று பர்லாங்கு தூரத்துக்குள்ளேயே இருந்தது. பெருமாள் திருவீதி உலா வரும்போது முதலில் அந்தத் தெரு வழியாகத்தான் வருவார். அதனால் தினமும் பெருமாளைத் தரிசிக்கவும் கோவிலுக்குப் போய்வரவும் ரொம்ப வசதி என்று சந்தோஷப்பட்டுக் கொண்டே அன்றிரவு வரதனின் வீட்டில் படுக்கையில் சாய்ந்தான் குப்புசாமி. ஆனால், உள்ளே ஒரே புழுக்கமாக இருந்தபடியால் தூக்கம் வரவில்லை. இதை வரதனிடமே சொல்லிவிட்டான்.

“ஸார், நான் வெளித்திண்ணையிலேயே பாயைப் போட்டுப் படுத்துக்கொள்கிறேன். திண்ணைகள்தான் பெரிது பெரிதாகக் கட்டிப் போட்டிருக்கிறீர்களே! காற்றாடப் போய்ப் படுத்துக் கொள்ளுகிறேன்” என்று குப்புசாமி சொன்னான்.

இதை வரதன் ஏன் ஆக்ஷேபிக்கப் போகிறான்?

ஆகவே, வெளித் திண்ணைக்கு வந்து படுத்தான் குப்புசாமி.

ஆனால், பாவம், குப்புசாமியால் நிம்மதியாக எங்கே தூங்க முடிந்தது?

பெருமாள் தூரத்தில் வரும்போதே கொட்டு முழக்கம் கேட்டது. அது அவனுடைய அயர்ந்த நித்திரையைப் பாதிக்கவில்லை. ஆனால் வீட்டுக்கு நேராக வந்தபோது, பெருமாளின் பிரும்மாண்டமான வாகனத்தைச் சுமந்து வரும் நூற்றுக்கணக்கான ஆட்கள் ஏதோ ஒரு காட்டு மிருகத்தை அதட்டுவதுபோல் காதைச் செவிடாக்கும் குரல்களில், “டேய்! போ!... இந்தா! அம்மா!... அப்பா!...” என்று இடிமுழக்கம் செய்ததும், நானாவிதமான முரசுகளும் கொட்டுகளும் அண்டம் நடுங்க அதிர்ந்ததும், இந்தச் சமயம் பார்த்து, வரதனின் வீட்டு ஆட்கள் – வரதன், அவன் மனைவி, அவனுடைய அப்பா அம்மா, தாத்தா பாட்டி, மாமனார், மைத்துனன் மைத்துனி, தம்பி தங்கை, அண்ணன் அக்காள் இத்தனை பேரும் – பெருங் கூப்பாடு போட்டு, “பெருமாள் எழறார்” “பெருமாள் எழறார்” என்று பேசிக்கொண்டது, வரதன் தொண்டை கிழிய, “குப்புசாமி! குப்புசாமி!” என்று கத்தி எழுப்பியதும் சேர்ந்து குப்புசாமியைப் பேயறைந்த மாதிரி அறைந்துவிட்டன. துள்ளி விழுந்து எழுந்த மாத்திரத்தில் அவனுக்குக் காது அடைத்துவிட்டது; இருதயத் துடிப்பும் நின்றுவிட்டது; கண்கள் இருண்டன; புத்தியும்

பேதலித்தது. ஒன்றும் புரியாமல் தூக்கக் கலக்கத்தில் "ரிப்பன்!... மைசூர் போண்டா... போர்ட்டபிள்!" என்று பிதற்றிக்கொண்டே இருண்டு போன கண்களைக் கசக்கினான்.

வரதனோ அவனை அவசரப்படுத்தினான். எழுந்து ஓடிப்போய்க் கிணற்றடியில் முகத்தை அலம்பிக்கொண்டு பெருமாளைத் தரிசிக்க வரும்படி சொல்லிக் கையைப் பிடித்து இழுத்தான்.

குப்புசாமிக்கு ஒரே எரிச்சல்; ஒரே குழப்பம். சமாச்சாரம் என்ன என்று புரிந்துகொள்ளக்கூட முடியவில்லை. யோசித்துப் பார்க்க ஒரு நிமிஷ அவகாசம் கூடக் கொடுக்காமல் வரதன் நெருக்கிக் கொண்டிருந்தான். ஆனால், அவன் என்ன நெருக்கியும் குப்புசாமி மட்டும் அசையவே இல்லை.

பெருமாள் அந்த வீட்டைத் தாண்டிப் போய் விட்டார்.

குப்புசாமியின்மீது வரதனுக்குக் கடுங் கோபம்.

"என்ன ஸார் இது, வீட்டு வாசலில் பெருமாள் எழறபோது இப்படித் தூங்கிக்கொண்டிருக்கலாமா? முன்கூட்டியே எழுந்து, ஸ்நானம் செய்து, திருமண் இட்டுத் தேங்காய் பழத்தோடு வாசலில் வந்து காத்துக்கொண்டு நிற்க வேண்டியிருக்க, நீங்கள் என்னடா என்றால், பாய் ஒரு பக்கம். தலையணை ஒரு பக்கம். ஆள் ஒரு பக்கமாகக் கிடந்து வாயையும் ஏகமாகத் திறந்துகொண்டு குறட்டை விட்டுத் தூங்குகிறீர்கள். எங்கள் வீட்டார்தான் உங்களைப் பற்றி என்ன நினைப்பார்கள்? முதலில் இது அழகாகத்தான் இருக்கிறதா?" என்று நீளமாகப் பிரசங்கம் பண்ணிக்கொண்டிருந்தான் வரதன்.

"மிஸ்டர் வரதன்! மழை விட்டும் துவானம் விடாதது மாதிரி, பெருமாள் போயும் நீங்கள் ஏன் இப்படி வந்து இரைந்து கொண்டிருக்கிறீர்கள்? கொஞ்சம் நிம்மதியாக இருக்க விடுங்கள்" என்று வெடுக்கென்று சொன்னான் குப்புசாமி.

"வீட்டுவாசலில் பீடை பிடித்த மாதிரி கண்களைக் கசக்கிக்கொண்டு பாயும் தலையணையுமாகப் பெருமாளை வரவேற்றால் எப்படியிருக்கும்? நீங்களே சொல்லுங்கள்."

"நீங்கள் முதலிலேயே வந்து ஒரு குரல் கொடுத்து எழுப்புவதற்கு என்ன?"

"ஒரு குரலா? ஆயிரம் தடவை கத்தினேன் ஸார், ஆயிரம் தடவை! என் கூப்பாட்டைக் கேட்டு இந்தத் தெருவே எழுந்துவிட்டது. நீங்கள் என்னடா என்றால், சாவித்திரி நாடகத்தில் சத்தியவான் கிடக்கிற மாதிரி கிடக்கிறீர்கள். நல்லவேளை, குறட்டையாவது விட்டீர்களே!'

"சரி; இனிமேல் தூங்கலாமா? அதுவும் கூடாதா?"

வரதனுக்கு ஒரே அதிர்ச்சியாகிவிட்டது. மிரள மிரள விழித்துக் கொண்டு, "என்னது? இனிமேல் தூங்கவா? நல்லா இருந்தது கதை!

மணி நாலரையாகப் போகிறது. இனிமேல் தூக்கம் என்ன தூக்கம்! இப்படித் தூங்க வேண்டுமானால் மெட்ராஸிலேயே தூங்கியிருக்கலாமே? காஞ்சிபுரத்துக்கு ரயிலேறி வந்தா தூங்க வேண்டும்?" என்றான்.

"அப்படியானால் என்னை என்னதான் செய்யச் சொல்கிறீர்கள்?"

"போய் ஸ்நானம் பண்ணிவிட்டு வாருங்கள். அப்படியே கோயிலுக்குப் போக நேரம் சரியாக இருக்கும்."

குப்புசாமி முணுமுணுத்துக்கொண்டே எழுந்து கிணற்றடிக்குப் போனான்.

மறுநாள் பகல் முழுவதும் வரதனுடன் குப்புசாமி ஊரைச் சுற்றிப் பார்த்தான். சில கோவில்களையும் போய்ப் பார்த்தார்கள். பகலெல்லாம் வெயிலோடு வெயிலாகச் சுற்றிக் கைகால்கள் சோர்ந்துபோய் மாலையில் வீடு திரும்பினார்கள்.

இரவு ஏழு மணிக்குப் பெருமாள் திரும்பவும் அந்தத் தெருவில் எழுந்தருளினார். மிகப் பெரிய வாகனங்களும், பீமசேனர்களைப்போல் சுமார் நூற்றுக்கணக்கான பேர் அர்த்தமில்லாத கோஷங்களை எழுப்பிக் கொண்டு சுமக்க முடியாமல் வாகனங்களைச் சுமந்துகொண்டு வந்ததும், விண்ணை இடித்து முழங்கும் முரசுகளின் சப்தமும் குப்புசாமிக்கு பிரமிப்பை மட்டுமின்றி ஒருவிதமான பயத்தையுமே உண்டுபண்ணி விட்டன.

"எல்லாம் ராக்ஷஸத்தனமாக இருக்கிறது" என்றான் குப்புசாமி.

"நீங்கள் தேர்த்திருநாள் எதையும் பார்த்ததேயில்லைபோல் இருக்கிறது. அசல் பட்டிக்காடாகத்தான் இருக்கிறீர்கள்!" என்று தமாஷாகச் சொல்லிக் கொண்டே குப்புசாமியைச் சாப்பாட்டுக்கு அழைத்துச் சென்றான் வரதன்.

ஒன்பது மணிக்கெல்லாம் படுத்துவிட்டார்கள். குப்புசாமி தன் யதாஸ்தானத்துக்கே –வெளித்திண்ணைக்கே வந்து பாயை விரித்துப் படுத்தான். அந்தத் திண்ணையின் ராசியோ அல்லது ஊர் ராசியோ, குப்புசாமிக்கு நள்ளிரவு கடந்தும்கூடத் தூக்கம் வரவே இல்லை.

சரியாக நான்கு மணிக்கு வரதன் கதவைத் திறந்து கொண்டு வந்து, "குப்புசாமி, குப்புசாமி!" என்று எழுப்பினான். குப்புசாமிக்கு அப்போதுதான் தூக்கம் களை கட்டியிருந்தது. அவன் எங்கே எழுந்திருப்பான்?

"சேச்சே! இருந்திருந்து இந்தக் கும்பகர்ணனையா அழைத்துக் கொண்டு வரவேண்டும்?" என்று சலித்துக் கொண்டு குளிக்கப் போனான் வரதன்.

அரைமணி நேரத்துக்குள் பெருமாள் எழுந்தருளிவிட்டார். தெருவில் அதே இடி முழக்கங்கள். வரதன் வீட்டுக்கூட்டம் ஒன்றாகக் கூடிக் கொண்டு தெரு முழக்கத்தை அமுக்கிக்கொண்டு இரைந்தது. "பெருமாள் எழறார்! எழுந்திருங்கள் குப்புசாமி, பெருமாள் எழறார்!" என்று

வரதன் திரும்பவும் வந்து கூப்பாடு போட்டான். போதாக்குறைக்கு, தெருவோடு போன இரண்டொரு ஆசாமிகள் – சாரீர வசதி படைத்தவர்கள் – உச்சஸ்தாயியில், “ஏய், யாரப்பா இது? பெருமாள் எழறார், என்ன! தூக்கம்?” என்று இரைந்தார்கள்.

முதல் நாளைப் போலவே குப்புசாமி அடித்துப் புடைத்துக்கொண்டு எழுந்தான். எழுந்தவன் பாய் கிடக்கும் இடத்துக்கு ஓடிச்சென்று தலையணையை இழுத்துப் போட்டுக்கொண்டு “டபக்” என்று குப்புறப் படுத்துவிட்டான்.

அப்புறம் யார் என்ன கத்தியும் பயன்படவில்லை.

குப்புசாமிக்குக் குழப்பம் நீங்கி, நிலைமை புரிவதற்கு அரை மணி நேரத்துக்கு மேலாகிவிட்டது.

அன்றே அவனைச் சென்னைக்கு அனுப்பிவிட வேண்டுமென்று துடித்தான் வரதன். பெருமாள் எழும்போது வீட்டு வாசலில் குறட்டை விட்டுக்கொண்டு மூதேவி அர்ச்சனை செய்பவனை ஒரு நிமிஷம்கூட வீட்டில் வைத்துக்கொண்டிருக்கக்கூடாது என்பது அவன் முடிவான எண்ணம்.

குப்புசாமிக்கும் அங்கே இருக்கவேண்டுமென்று ஆசை எதுவும் கிடையாது. கருடசேவைக்கு மேற்கொண்டு இரண்டு நாட்கள் இருந்தாலும் அன்றே தப்பித்து ஓடிவிடத்தான் அவனும் விரும்பினான். ஆனால், குப்புசாமியும் வரதனும் பிடிவாதமாக முயற்சி செய்தும்கூட வரதனுடைய அப்பாவும் தாத்தாவும் குப்புசாமியை விடவில்லை. “வந்தது வந்து விட்டீர்கள்; இன்னும் இரண்டு நாள் இருந்து கருடசேவையையும் பார்த்துவிட்டுப் போகலாம்” என்று சொல்லி அவனைத் தடுத்து விட்டார்கள். வரதனைப் பார்த்தும், “ஏண்டா, வந்த மனுஷனை நடுவாந்தரத்தில் அனுப்பலாமா? தப்பு தப்பு. ஏதோ இன்னும் இரண்டு நாள் இருந்துவிட்டுப் போகட்டும்” என்று சொன்னார்கள். வேறு வழியில்லாமல் குப்புசாமி காஞ்சிபுரத்தில் தங்கவும், வரதன் அதைச் சகித்துக் கொள்ளவும் வேண்டியிருந்தது.

அடுத்த நாளும் அதற்கு அடுத்த நாளும் வரதன் வந்து கூப்பாடு போட்டு எழுப்பவில்லை என்றாலும், பெருமாளின் பரிவாரங்களுடைய சந்தடிகளைக் கேட்டுக் குப்புசாமி அதிர்ச்சியினால் துள்ளி விழுந்து எழுவது வழக்கமாகிவிட்டது. அதிலும் நான்காவது நாள், பெருமாள் வராத சமயத்திலேயே குப்புசாமி பெருமாள் வருவதுபோல கனவு கண்டு, ‘ஆ, ஊ’ என்று கூப்பாடு போடவே, வரதன் வீட்டார், என்னவோ ஏதோ என்று பயந்துகொண்டு ஓடிவந்து பார்த்தார்கள். குப்புசாமி கனவு கலைந்து எழுந்து “பெருமாள் எழவில்லையா?” என்று கேட்டான்.

எல்லோரும் விழுந்து விழுந்து சிரித்தார்கள். அவர்கள் சிரிப்பதைக் கண்டு குப்புசாமிக்குக் கோபம் கோபமாக வந்தாலும் வெளியே காட்டிக்கொள்ளாமல், தானும் அவர்களோடு சேர்ந்துகொண்டு அசட்டுச் சிரிப்புச் சிரித்தான்.

ஒரு வழியாகக் கருடசேவையும் முடிந்தது. குப்புசாமியும் சென்னைக்கு மூட்டையைக் கட்டினான். வரதனின் தாத்தா, “இருந்து தேரோட்டமும் பார்த்துவிட்டுப் போகலாமே!” என்று ஒரு தடவை சொன்னார். குப்புசாமி அதைக் காதில் போட்டுக் கொள்ளாமல், எல்லோரிடமும் சொல்லியும் சொல்லாமலும் நடையைக் கட்டிவிட்டான். “இனிமேல் காஞ்சிபுரத்தின் பக்கம் தலைவைத்துப் படுப்பதில்லை” என்று விரதம் வைத்துக்கொண்டே சென்னைக்குப் பஸ் ஏறினான்.

அடுத்த வருஷம் கருடசேவைக்குக் குப்புசாமியை வரதன் அழைக்கவுமில்லை; குப்புசாமி தன்னை அழைத்துக்கொண்டு போகும்படி கேட்டுக் கொள்ளவுமில்லை. அந்த விவகாரத்திற்கே இடமில்லாமல் போய்விட்டது. ஏனென்றால் அதிகச் சம்பளத்தை விரும்பி, மூன்று மாதங்களுக்கு முன்பே ராணுவ சேவையில் சேர்ந்துவிட்டான் குப்புசாமி.

மூன்றாவது வருஷக் கருடசேவையின்போது குப்புசாமி, வட பர்மாவில் ஏதோ ஒரு ராணுவ முகாமில் ஜப்பானியர் குண்டு வீச்சுக்குப் பயந்து ஒரு பாதாளச் சுரங்கத்தில் குப்புறப் படுத்துக்கொண்டிருந்தான்.

நான்காவது வருடக் கருடசேவையின் போதோ, அவன் இந்திய தேசீய ராணுவத்தில் பணியாற்றி வந்தான், அப்போது பிரிட்டிஷ் அமெரிக்க விமானங்களின் குண்டு வீச்சைச் சமாளித்துக்கொண்டு மலாயாவில் எங்கோ ஒரு முகாமில் தங்கியிருந்தான்.

அதற்கும் இரண்டு வருடங்களுக்குப் பிறகு அவன் இருந்த இடம் பர்மாவுமல்ல; மலாயாவுமல்ல. ஜப்பான்!

ஹிரோஷிமா நகரின் பக்கத்தில் ஒரு சிறு கிராமம். அதில் ஒரு வீட்டில் குப்புசாமியும் மலாயாவில் பிறந்து வளர்ந்த ஒரு தமிழ் வீரரும் சேர்ந்து, இந்திய தேசீய ராணுவம் சம்பந்தமான சில தஸ்தாவேஜு களை இரவும் பகலும் வேகமாக ‘டைப்’ அடித்துக் கொண்டிருந்தார்கள். ஒவ்வொரு நாளும் ஒவ்வொரு யுகமாகக் கழிந்து கொண்டிருந்தது.

ஒரு நாள் இரவு எங்கும் நிசப்தம். மலாயா வீரர் மட்டும் விளக்கின் அருகில் உட்கார்ந்து ‘டைப்’ அடித்த பக்கங்களைப் பார்த்துத் திருத்திக் கொண்டிருந்தார். குப்புசாமிக்குத் தூக்கம் வந்துவிட்டது. வேலையைப் பாதியிலேயே நிறுத்திவிட்டு எழுந்து தூங்கப்போய் நன்றாகத் தூங்கிவிட்டான்.

ஹிரோஷிமாவில் அணுகுண்டைப் போட்டுவிட்டார்கள்! ஊரெல்லாம் உருகி, கனற் குழம்பு அலை மோதியது! கனற் குழம்பின்மேல் ஆகாயம் அளாவிய அக்கினி ஜுவாலைகள்!

அணுகுண்டு வெடித்த சப்தம் கேட்ட க்ஷணத்தில் மகாவீரராகிய மலாயாத் தமிழர், அப்படியே மூச்சுப் பேச்சற்றுச் செத்து விழாததோடு மட்டுமல்லாமல் “குப்புசாமி” என்று கத்தியும் விட்டார்.

அணுகுண்டு வெடித்த சப்தம், “குப்புசாமி” என்ற கூப்பாடு – இரண்டையும் கேட்ட குப்புசாமி பத்தடிக்கு அப்பால் போய் விழுந்தான். பய நடுக்கம் அவனைப் பந்தாகத் தூக்கி எறிந்துவிட்டது.

இரண்டாவது தடவையும் “குப்புசாமி” என்றார் மலாயா வீரர்.

கண்ணைக் கசக்கிவிட்டு விழித்துப் பார்த்தான் தமிழ்நாட்டு வீரன்.

“ஹிரோஷிமா நகரம் முழுவதுமே பற்றி எரிகிறது. பயங்கரமான குண்டு விழுந்திருக்கிறது” என்று அவர் சொன்ன பிறகுதான் குப்புசாமிக்கு உயிர் வந்தது. நன்றாகப் பயம் தெளிந்தபின் குப்புசாமி பின்வருமாறு சொன்னான்:

“குண்டுதானே விழுந்தது? பெருமாள் எழவில்லையே!”

❖

1960

தரிசனம்

மழை கொட்டு கொட்டு என்று கொட்டிக் கொண்டிருந்தது. ஐந்து நாட்களுக்குமுன் பிடித்த மழை இன்னும் நிற்கவில்லை. வெளியே தலைகாட்டவோ கால்வைக்கவோ முடியாத நிலையில் கிராமத்தில் ஒவ்வொருவரும் வீட்டோடு கிடந்தார்கள். அந்திசந்தி . களில் கூடத் தெருவில் மனித நடமாட்டத்தைக் காண முடியவில்லை. எங்கு பார்த்தாலும் ஒரே வெள்ளக்காடு. இரண்டொரு வீடுகளில் பலஹீனமான மண் சுவர்கள் விழுந்துவிட்டன. அன்றாடக் கூலி வேலை செய்து ஜீவித்து வந்த மக்கள் ஒவ்வொரு நாளையும் எப்படித் தான் கழித்தார்களோ?

மளிகைக்கடை ஆறுமுகம்பிள்ளை வீட்டின் தெருத் திண்ணையில், தட்டி வைத்துக் கட்டப்பட்ட ஒரு மூலையில் இரண்டு மனித ஜீவன்கள் தூங்கிக் கொண்டிருந்தன. இரண்டும் அனாதைகள்; ஆனால் எங்கெங்கோ பிறந்த இந்த இரண்டு அனாதைகளும் சந்தர்ப்ப விசித்திரத்தால் ஒரு திண்ணையில், ஒரு பாயில் படுத்துறங்கும்படி நேர்ந்தது.

அந்த இடம் முத்துப்பிள்ளையின் வாசஸ்தலம். பத்து வருடங்களாக அந்த மூலையில்தான் அவர் படுத்து உறங்குகிறார். ஒருவருக்குத்தான் தாராளமாகப் படுத்துக்கொள்ள அங்கே இடம் உண்டு. அந்தக் குறுகிய பகுதியில், ஊருக்குப் புதியவனான ஆண்டியப்பனும் பங்குக்கு வந்து சேர்ந்துவிட்டதற்கு இந்த மழைதான் காரணம்.

ஆண்டியப்பன் ஏதோ ஒரு தூரத்துக் கிராமத்தைச் சேர்ந்தவன். வயது பதின்மூன்று இருக்கும். அவனுக்குத்

தாயுமில்லை; தகப்பனுமில்லை. அனாதையாக வயிற்றுப் பிழைப்புக்கு வழி தேடி அந்தக் கிராமத்துக்கு வந்து சேர்ந்தான். ஒரு பெரிய வீட்டில் மாடு மேய்க்கும் வேலை கிடைத்தது. இரண்டு நேரக் கஞ்சியும் ஒரு நேரச் சாதமும்தான் சம்பளம். தொழுவிலேயே உட்கார்ந்து சாப்பிட்டு விட்டுத் தொழுவிலேயே ஒரு மூலையில் படுத்துக்கொள்வான். இப்படியே இரண்டு மூன்று மாதங்கள் கழிந்தன. அப்புறம் அடைமழை பிடித்துக் கொண்டுவிடவே, தொழுவில் படுத்துக்கொள்ள முடியாமல் போய் விட்டது. மண் தரையெல்லாம் ஈரச் சதுப்பேறிப் பனிக்கட்டியாகக் குளிர்ந்தது. சுவர்களோ அதையும்விட மோசம்... மாட்டையே கடித்து ரத்தத்தை உறிஞ்சும் பெரிய பெரிய கொசுக்கள் வேறு ஏராளமாகப் பெருகி முகம், முதுகு, கைகால்கள் என்று அவன் உடம்பு முழுவதையுமே சித்திரவதை செய்துகொண்டிருந்தன. இந்தச் சூழ்நிலையில் போர்த்துக் கொள்ள ஒரு கந்தைகூட இல்லாமல் ஓலைப்பாயில் தூங்குவது எப்படி? இம்சை பொறுக்க மாட்டாத அந்தப் பையன் தன் துயரக் குரலுக்குப் பைத்தியக்கார முத்துப்பிள்ளை ஒருவர்தான் செவி சாய்ப்பார் என்று நம்பி அவரிடம் வந்தான்.

"தாத்தா! ராத்திரிக்கு நான் திண்ணையில் வந்து படுத்துக் கொள்ளட்டுமா?" என்றான்.

முத்துப்பிள்ளை அவன் முகத்தைப் பார்த்துக்கொண்டிருந்தாரே ஒழிய, பதில் சொல்லுவதற்கு வாயைத் திறக்கவில்லை.

ஆண்டியப்பன் மறுபடியும் தன் வேண்டுகோளைத் தெரிவித்தான். மொத்தம் ஆறு தடவைகள் அவன் வாய் திறந்து கேட்ட பிறகுதான், "திண்ணையா ..." என்றார் முத்துப்பிள்ளை.

"ஆமாம் ..."

"படுக்கவா?"

"உம்."

"திண்ணையில்தானே?.. படுத்துக்கோயேன்?" என்று அனுமதி கொடுத்தார் முத்துப்பிள்ளை.

அப்புறம், "நீ யாரு?" என்று அவனை மெதுவாக விசாரித்தார்.

ஆண்டியப்பன் தன் பிறப்பு வளர்ப்பைப் பற்றியும், தான் வேலை செய்யும் வீட்டுத் தொழுவில் தூங்க முடியாமல் படும் கஷ்டத்தையும் விரிவாக எடுத்துச் சொன்னான்.

அன்றிரவு முத்துப்பிள்ளை ஒரு கோடியிலும் ஆண்டியப்பன் மறுகோடியிலுமாகப் படுத்துத் தூங்கினார்கள். இது திண்ணையின் சொந்தக்காரருக்கும் தெரிய வந்தது. உடனே அவர் ஆண்டியப்பனை விரட்டாததற்குக் காரணம், அவனுடைய முதலாளி அவருக்கு மிகவும் வேண்டியவராகவும் அதைவிட முக்கியமாக அந்த ஊரிலேயே பெரும் புள்ளியாகவும் இருந்ததுதான்.

பையன் இரண்டாவது நாள் படுத்துத் தூங்கும்போது, மழையோடு காற்றும் சேர்ந்துகொண்டது. சுழன்று சுழன்று பேயாட்டம் போட்டு அடித்த முரட்டுக் காற்றில் சில வீடுகளின் கூரைகள் பறந்துவிட்டன. சில மரங்களும் சாய்ந்தன. அப்போது ஆறுமுகம் பிள்ளை வீட்டுத் திண்ணையிலும் திண்ணையை ஒட்டிய சுவரிலும் மழைத் துளிகளை விசிறி அடித்தது காற்று. தூங்கிக்கொண்டிருந்த ஆண்டியப்பன் சவுக்கடி பட்டவனைப்போல் துள்ளி எழுந்தான். அவனால் கண்ணைத் திறக்கவே முடியவில்லை. என்ன நடக்கிறது என்றே புரியாமல் புத்தி பேதலித்து நின்றான். சுய உணர்வு தட்டுவதற்கு முன்பே, ஈரத் துணியுடன், முத்துப்பிள்ளை படுத்திருக்கும் மறைவிடத்துக்கு ஓடினான். போன வேகத்தில் அவன் உடம்பிலிருந்து தெறித்த மழைத்துளிகள் அவரையும் எழுப்பிவிட்டன. அவர் "என்ன, ஏது?" என்று விசாரிப்பதற்கு முன்பாகவே, ஆண்டியப்பன் பேய்க்குப் பயந்து ஓடி வந்தவனைப்போல் வாய் குழறிக்கொண்டே, "மழை! மழை!" என்று புலம்பினான்.

"சரி சரி" என்று சொல்லிவிட்டுச் சும்மா இருந்தார் முத்துப் பிள்ளை.

அவர் குரல் கேட்ட பிறகுதான் அவனுக்குச் சுய உணர்வு வந்தது. சிறிது நேரம் நின்றுகொண்டேயிருந்தான். பிறகு, கட்டியிருக்கும் கந்தையைப் பிழிந்தான்.

"தாத்தா! ஒரு துண்டு இருந்தால் கொடுங்கள், காலையில் அதைத் துவைத்துக் கொடுத்துவிடுகிறேன்" என்று ஆண்டியப்பன் கேட்டான்.

முத்துப்பிள்ளை, "என்னது?" என்றார்

"ஒரு துண்டு இருக்குமா?"

"துண்டு இல்லை... இந்தா, இதைக் கட்டிக்கோ" என்று ஒரு பழைய துணியைக் கொடுத்தார் கிழவர்.

ஆண்டியப்பன் அதை வாங்கிக் கட்டிக்கொண்டு, அவருக்குப் பக்கத்திலேயே படுத்தான். அவருடைய துப்பட்டியின் ஒரு பகுதியைத் தூக்கத்திலேயே எப்படியோ இழுத்துத் தன் உடம்பின் ஒரு பகுதியை மூடிக்கொண்டான். புயல் காற்றின் ஓலம் தொடர்ந்து கேட்டுக் கொண்டேயிருந்தது. பத்துப் பதினைந்து நிமிடங்கள், "நீ யாரு?" என்று முத்துப்பிள்ளை கேட்டது அவனுக்கு அந்தக் கஷ்ட நிலையிலும் சிரிப்புத்தான் வந்தது.

'ஊர்க்காரர்கள் இவரைப் பைத்தியக்காரக் கிழவன் என்று சொல்வதில் தப்பில்லை. நேற்றுச் சாயங்காலம்தான் நம் கதை முழுவதையும் சொன்னோம். அதற்குள் இன்று திரும்பவும் யார் என்று கேட்கிறாரே?' என்று எண்ணி உள்ளுக்குள் சிரித்துக்கொண்டான். பிள்ளை, மறுபடியும் அந்தக் கேள்வியைக் கேட்டால் பதில் சொல்லலாம் என்று நினைத்தான். ஆனால் அவரிடமிருந்து அப்புறம் வார்த்தை வரவில்லை; குறட்டைதான் வந்தது. குறட்டை ஒலி கேட்டு ஆண்டியப்பன் வாய்விட்டுச் சிரித்தான். 'அப்பாவி, பாவம்!' என்று அவருக்கு இரக்கம்

காட்டவும் செய்தான். அனாதைக்கு அனாதை உதவுவது, உதவிய அனாதைக்கே உதவியைப் பெற்றுக்கொண்ட அனாதை இரக்கம் காட்டுவது! இப்படிப்பட்ட ஒரு நம்பமுடியாத நாடகத்தை நிகழ்த்தின அன்றைய இரவின் மழையும் புயலும்!

முத்துப்பிள்ளை பத்து வருடங்களாகவே பைத்தியக்காரக் கிழவராக, அப்பாவியாக வாழ்ந்து வருகிறார். ஆனால் அவர் நாலு பேரைப்போல் வாழ்ந்த காலமும் உண்டு. அது இந்தத் தலைமுறையினருக்குத் தெரியாது. முந்திய தலைமுறையினர், அவருக்குச் சமமான வயதுடைய சிலர் அறிவார்கள். ஆனால் அவர்கள் அந்தக் காலத்தையே இப்போது மறந்துவிட்டார்கள். அதனால் முத்துப்பிள்ளை பிறக்கும்போதே இப்படி அறுபது வயதுக் கிழவராக, அப்பாவி மனிதராகப் பிறந்து, பிறந்தநாள் முதல் மளிகைக் கடை ஆறுமுகம் பிள்ளையின் வீட்டுத் திண்ணையிலேயே வசித்து வருவதுபோல் எல்லோருக்கும் தோன்றியது.

பத்து வருடங்களுக்குமுன் முத்துப்பிள்ளையின் பூர்வாசிரமம் விட்டகுறை தொட்டகுறையின்றி முடிவடைந்துவிட்டது. மனைவியும் மக்களும் காலமாகிவிட்டார்கள். மூத்த மகனின் மகள், தன் தாயோடு, தாயின் பிறந்த வீட்டுக்குப் போய்ச் சேர்ந்தாள். கடைக்குட்டி மகன் வறுமையைத் தாங்க முடியாமல் வீட்டைவிட்டுச் சொல்லாமல் கொள்ளாமல் எங்கோ போனவன்தான், அப்புறம் ஊர் திரும்பவே இல்லை. இவ்வளவும் ஐம்பது வயதுக்குள் நடந்து முடிந்துவிட்டன. கடைசியில் குடியிருந்த மண் வீட்டை – தம்முடைய ஒரே சொத்தை – மளிகைக்கடை ஆறுமுகம் பிள்ளையின் ஆதீனத்துக்கு விட்டுவிட்டு, அவர் திண்ணையில் வந்து தமக்குப் புகலிடம் தேடிக்கொண்டார் முத்துப்பிள்ளை.

ஆறுமுகம் பிள்ளை, அந்தக் கிழவருடைய அத்தையின் மகன் வயிற்றுப் பேரன். அவர் கொஞ்சம் நிலம் நீச்சு வைத்துக்கொண்டிருக்கிறார்; ஒரு மளிகைக் கடையும் நடந்து வருகிறது. அவரும் அவர் மனைவியும் அனாதையாக வந்து சேர்ந்த கிழவருக்குத் தம்முடைய வீட்டுத் திண்ணையில் இடம் கொடுத்தார்கள்; அவர் அன்றாடம் கூலி வேலைக்குப் போய்ச் சம்பாதித்துக்கொண்டு வரும் காசை வாங்கிக் கொண்டு சாப்பாடு போட்டார்கள். அவரால் அந்தக் குடும்பத்துக்கு எந்தவிதமான நஷ்டமும் இல்லை; கஷ்டமும் இல்லை. ஆனால் கொடுமைப் படுத்துவதற்கு நஷ்டமோ கஷ்டமோ காரணமாக இருந்தாக வேண்டும் என்ற அவசியம் ஏதாவது உண்டா?

காசு கொடுத்துச் சாப்பிடுகிறவர்தான் என்றாலும், வலிய வந்தவர்; வேறு கதியில்லாதவர். ஒருவனைக் கொடுமைப்படுத்துவதற்கு இந்தக் காரணங்களே போதும் என்று ஆறுமுகம் பிள்ளையும் அவர் மனைவியும் நினைத்துவிட்டார்கள். முத்துப்பிள்ளை சாப்பிட வரும்போதெல்லாம் வசைமாரிதான். 'பேய்த் தீனி தின்கிறார்' என்பதிலிருந்து, 'எதிரே வந்தால் சகுனத் தடை' என்பது வரை எத்தனையோ நிஷ்டூர வார்த்தைகள். தண்ணீர் கொடுக்கும் பாத்திரம் தரையில் வைக்கப்படும்போது ஏழு வீட்டுக்குச் சத்தம் கேட்கும்; பாதித் தண்ணீர் கீழே சிந்திப்போகும்.

மறுதடவை தண்ணீர் கேட்டுவிட்டாலோ மீண்டும் ஒரு மணி நேரத்துக்கு வசைமாரிதான்.

இத்தனை அவமானங்களைச் சகித்துக்கொண்டு அங்கே கிடக்க வேண்டிய அவசியம் எதுவுமில்லை. அங்கே கொடுக்கும் காசை வேறு இடத்தில் கொடுத்தால் நல்ல சாப்பாடு போடுவார்கள் என்பது உண்மைதான். இது சிறு குழந்தைக்கும் தெரியக்கூடிய சர்வ சாதாரணமான விஷயமே. ஆனால், இவ்வளவு தூரத்துக்கு அவரால் சிந்திக்க முடியவில்லை. கஷ்டமோ நஷ்டமோ உறவு முறைக்குள் கிடந்தால்தான் மரியாதை என்று ஆரம்பத்தில் நினைத்துக்கொண்டு வந்து சேர்ந்தாரே, அந்த முடிவு அவரை அப்படியே தளையிட்டு நிறுத்திவிட்டது. பொறியும் புத்தியும் கலங்கி வந்த மனிதனைக் கொடுமையும் கொல்லும் சொற்களும் சேர்ந்து அறவே பைத்தியமாக்கிவிட்டன. விரட்டினாலும் போகாமல், விளக்கிலேயே வந்துவிழும் பூச்சியாக மாறிவிட்டார் முத்துப்பிள்ளை. இதை நன்றாகவும் தெள்ளத் தெளிவாகவும் அறிந்துகொண்டார்கள் ஆறுமுகம் பிள்ளையும் அவர் மனைவியும். என்றாவது ஒருநாள் ஒரு வார்த்தை அன்பாகப் பேசிவிட்டால் – அப்படியெல்லாம் அவர்களால் பேசவும் முடியாது – முத்துப்பிள்ளை புத்தி சுவாதீனம் அடைந்து வீட்டைவிட்டுப் போய்விடுவார், அவர் வருமானத்தின் மூலம் மாதா மாதம் மிஞ்சும் பத்துப் பதினைந்து ரூபாயை இழக்க வேண்டியிருக்கும் என்ற பயம்கூட அவர்களுக்கு உண்டாகிவிட்டது. ‘அதை அதை வைக்க வேண்டிய இடத்தில்தான் வைக்க வேண்டும்’ என்று அவர்கள் எத்தனையோ தடவைகள் பரஸ்பரம் சொல்லிக்கொண்டார்கள்.

முத்துப்பிள்ளை நாள் தவறாமல் கூலி வேலைக்குப் போவார். வேலையில்லாத நாட்களில் வீட்டு வேலைகளை ஓய்வொழிச்சல் இல்லாமல் செய்துகொண்டிருப்பார். வேலையே அவரது இயற்கையாக, அவர் உயிரோடு இருப்பதை அவருக்கே சுட்டிக்காட்டும் சின்னமாக இருந்தது. இப்படிப்பட்ட மனிதர் சேர்ந்தாற்போல் நாலைந்து நாட்கள் கையைக் கட்டிக்கொண்டு உட்கார்ந்திருக்கும்படி நேர்ந்துவிட்டது, இந்த அடைமழையினால். இது பத்து வருட காலத்தில் அவருக்கு ஏற்பட்ட மிகப்பெரிய சோதனை என்றே சொல்ல வேண்டும். வேலையில்லாமல், வருமானமில்லாமல் பழியாகக் கிடந்து, தண்டச் சோறு சாப்பிடுவதாக ஆறுமுகம் பிள்ளையும் அவர் மனைவியும் அவரை மாற்றி மாற்றி நெருப்பில் வாட்டி எடுத்தார்கள். நல்ல வேளையாக அவரை நெருப்பு அதிகம் சுடவில்லை. ஏற்கெனவே உடம்பும் மனசும் உணர்விழந்து போயிருந்தது. அவருக்கு அந்தச் சமயத்தில் ஓரளவு பாதுகாப்பாக இருந்து உதவியது.

ஒருநாள் இரவு மழை சற்று மட்டுப்பட்டது. சிறு தூறல் மட்டும் இலேசாகத் தூறிக்கொண்டிருந்தது. அமைதியான நேரம். பக்கத்தில் ஆண்டியப்பன் தூங்கிக்கொண்டிருந்தான். எப்படியோ விழிப்புத் தட்டி எழுந்த முத்துப்பிள்ளை, சிறிது நேரம் பாயில் உட்கார்ந்து கொண்டிருந்தார். தூங்குகின்ற பையன் யார் என்பது அவருக்கு

அப்பொழுது 'பளிச்'சென்று ஞாபகத்துக்கு வரவில்லை. வெகு நேரம் சிரமப்பட்டு யோசித்த பிறகுதான், அவன் யார், எப்படி அங்கு வந்து சேர்ந்தான் என்பவையெல்லாம் நினைவுக்கு வந்தன. அவன்மேல் கலைந்து கிடந்த துணியை எடுத்து, நன்றாக விரித்துப் போர்த்தினார். அந்தச் சமயத்தில் சுவர் மூலையில் ஓட்டுத் தாழ்வாரத்துக்கும் சுவருக்கும் இடைப்பட்ட ஒரு சிறு பொந்திலிருந்து 'சிலுக்' என்று குருவிக் குஞ்சுகள் கத்துவது காதில் விழுந்தது. ஒரு பெரிய குருவி பொந்திலிருந்து வெளியே வந்து சிறகடித்துப் பறப்பதும் திரும்பவும் பொந்துக்குள் போவதும் ஒரு நிமிஷத்தில் பழையபடியும் வெளியே வந்து வட்டமிட்டுப் பறப்பதுமாக இருந்தது. அந்த இருட்டு மூலையில் அது கண்ணுக்குத் தெரியா விட்டாலும், காதில் விழும் சத்தத்தைக் கொண்டு ஊகிக்க முடிந்தது. ஒரு சமயம், குருவி முத்துப்பிள்ளைக்கு வலது கைப்புறத்தில், வெகு சமீபமாகப் பறந்து வந்து ஐந்தாறு இடங்களில் உட்கார்ந்துவிட்டு 'விருட்' என்று பறந்து மேலே பொந்துக்குப் போனது. முத்துப்பிள்ளை அண்ணாந்து பார்த்துவிட்டுத் திரும்பவும் கையைக் கட்டிக்கொண்டு உட்கார்ந்தார். குருவிக்குஞ்சுகள் தொடர்ந்து கத்திக்கொண்டேயிருந்தன.

கடைசியாகக் கிழவர் பாயில் படுத்தார். அப்புறம் அவர் தூங்கவில்லை என்பதுடன் ஒரேயடியாகப் பெருமூச்சு விட்டு விம்மவும் தொடங்கிவிட்டார். உடம்பெல்லாம் கொதித்தது. சூழ்நிலையின் குளிர் உடம்பைத் தொடவில்லை. துப்பட்டியைத் தனியே எடுத்து, ஆண்டியப்பனுக்குப் போர்த்துவிட்டு வெற்றுடம்புடன் கிடந்தார்.

விடியும் வரையில் மழையும் ஓயவில்லை; குருவிக்குஞ்சுக் கத்தலும் நிற்கவில்லை.

மறுநாள் இரவுச் சாப்பாட்டுக்காக வீட்டுக்குள்ளே போன முத்துப்பிள்ளையை, "சாப்பாட்டு மணி அடித்துவிட்டதா? மணிப் பிரகாரம் வயிற்றுக்குப் போடாவிட்டால் உயிரா போய்விடும்? அப்படிப் போகிற உயிர்தான் போகட்டுமே! இருந்து எந்த ராஜ்யத்தை ஆளப்போகுது?" என்று சொல்லிக்கொண்டே வரவேற்றாள் ஆறுமுகம் பிள்ளையின் மனைவி. இந்த வரவேற்புரை பழைய பல்லவிதான். இதற்குப் பயந்துகொண்டு கொஞ்சம் நேரம் கழித்துப் போனாலோ, "உமக்குக் காத்திருந்து படைக்க இங்கே என்ன கட்டின பெண்டாட்டியா இருக்கிறாள்? உம்முடைய முகத்தில் விழித்தாலும் ஆகாதென்றுதானே அவள் காலா காலத்தில் போய்ச் சேர்ந்துவிட்டாள்?" என்ற வரவேற்புரை யைக் கேட்க வேண்டிவரும். அதனால் நேரத்திலேயே போய்ச் சாப்பாட்டுக்கு உட்கார்ந்தார் கிழவர். தட்டில் போடப்பட்ட சாதத்தில் பாதி தரையில் விழுந்தது. அவர் அதை அள்ளி நடுத்தட்டில் போட்டுக்கொண்டிருக்கும் போதே, தட்டைப் பார்க்காமல் அவருடைய குனிந்த தலையையே வெறுப்போடு பார்த்துக்கொண்டிருந்த அவள் கொதிக்கிற குழம்பை அவருடைய புறங்கையில் ஊற்றிவிட்டாள்.

"ஐயோ!" என்று சூடு பொறுக்காமல் கையை இழுத்தார் முத்துப்பிள்ளை.

“கண் என்ன அவிஞ்சா போச்சு? குழம்புக் கரண்டிகூடவா கண்ணுக்குத் தெரியாமல் போய்விடும்?” என்றாள் அடுத்த நிமிஷம். “அப்படிப் பறக்கப் பறக்க வெறும் சோற்றை எடுத்து விழுங்க, நாள் பூராவும் பட்டினியா கிடந்தீர்? காலையில் ஒரு சட்டியும் மத்தியானம் ஒரு சட்டியும் கொண்டு வந்து நான்தானே கொட்டினேன்?” என்று சொன்னாள்.

அவள் அந்தப் பக்கம் போனபிறகு ஐந்தாறு கவளத்தை எடுத்து விழுங்கினார் முத்துப்பிள்ளை. பாதித்தட்டு காலியானதும் அப்படியே எழுந்து தட்டோடு வெளியே வந்தார். இடது கையால் மடியிலிருந்த ஒரு பழைய காகிதத்தை எடுத்து அதில் மீதியிருந்த சாதத்தைக் கொட்டினார். தட்டைக் கழுவி உள்ளே கொண்டுபோய் வைத்துவிட்டு வெளியே வந்தார். காகிதத்தில் இருந்த சாதத்தைப் பொட்டலமாகக் கட்டி, தாம் படுக்கும் இடத்தில் மாடக்குழியில் கொண்டுபோய் வைத்துவிட்டுப் பாயை விரித்துப் படுத்துக்கொண்டார். அப்புறம் ஆண்டியப்பனும் மழையோடு மழையாகத் தலையில் ஒரு துணியைப் போட்டுக்கொண்டு வந்து சேர்ந்தான்.

“தாத்தா! இந்த அடைமழை எப்பத்தான் நிக்கப் போகிறது? கீழத் தெருவிலே நாலு வீடு இடிஞ்சு விழுந்திட்டுதாம்” என்று சொல்லிக் கொண்டே அவனும் படுத்தான்.

ஆறுமுகம் பிள்ளை வீட்டுத் தெருவாசல் கதவு சாத்தப்பட்டது.

மழை இரைச்சலில் குருவிக் குஞ்சுகள் கத்தியது கேட்கவில்லை. தாய்க் குருவியையும் காணவில்லை.

பதினொரு மணிக்கெல்லாம் மழை சற்று நின்றது; வெறித்தது என்றே சொல்ல வேண்டும். நம்ப முடியாத அதிசயம்போல், வானத்தின் ஒரு பகுதி வெளிவாங்கி, மங்கலாக நிலவொளியும் வீசியது. அப்போது சொல்லி வைத்ததுபோல் தாய்க்குருவி வெளியே பறந்து வந்தது. குஞ்சுகளின் கூச்சல் தெள்ளத் தெளிவாகக் கேட்டது.

அவ்வளவு நேரமும் தூங்காமல் படுத்திருந்த முத்துப்பிள்ளை அதிவேகமாக எழுந்து உட்கார்ந்தார். தாய்க்குருவி தெருவுக்குப் பறந்துபோய், சிறிது நேரத்துக்குப் பிறகு வந்து சேர்ந்தது. திண்ணையின் பல பகுதிகளிலும் சுவரில் இரண்டொரு இடங்களிலும் பூச்சி புழுக்களைக் கொத்துவதுபோல் எதையோ கொத்தியது. அப்புறம் குஞ்சுகளிடம் சென்றது. தாயைக் கண்டதும் குஞ்சுகளின் கூச்சல் பெரிதாயிற்று.

முத்துப்பிள்ளை மாடக்குழியிலிருந்து பொட்டலத்தை எடுத்துத் திண்ணையின் மறுகோடியில் – தாய்க்குருவி பயமில்லாமல் வந்து போகக்கூடிய தூரத்தில் – கொண்டுபோய், நன்றாகப் பிரித்து வைத்து விட்டுப் பாயில் வந்து உட்கார்ந்தார்.

தாய்க் குருவி அம்பைப் போல் சாதத்தை நோக்கிப் பாய்ந்து வந்தது. வாய் நிறையச் சோற்றுப் பருக்கைகளைக் கவ்விக்கொண்டு பொந்துக்குப் பறந்தது. குஞ்சுகளின் கும்மாளமும் படபடப்பும் கூச்சலில்

பிரதிபலித்தன. நிமிஷத்துக்கு ஒரு தடவை பொந்துக்கும் பொட்டலத்துக்கு மாகக் குருவி பறந்துகொண்டிருந்தது.

முத்துப்பிள்ளை, உட்கார்ந்த நிலையிலேயே இரண்டு கைகளையும் தலைக்குமேல் உயர்த்திக் குவித்தார். கண்களை மூடிக்கொண்டு, "அம்மா!.. முருகா!" என்று சத்தம் போட்டுச் சொன்னார். அரைத் தூக்கத்துடன் கிடந்த ஆண்டியப்பன் உடனே விழித்துவிட்டான். கும்பிட்ட கையோடு கிழவர் உட்கார்ந்திருப்பதை அந்த மங்கலான நிலவு வெளிச்சத்தில் பார்த்தான். அவனுக்கு ஒன்றுமே புரியவில்லை.

"என்ன தாத்தா?.." என்று மெதுவாக விசாரித்தான்.

"முருகா!.. முருகா!.. என்று வாய்க்குள்ளேயே ஜபித்துக்கொண்டு அழுதார் முத்துப்பிள்ளை.

அவருடைய தோளைப் பிடித்துக் குலுக்கி, "தாத்தா, ஏன் அழுகிறீங்க? என்ன சங்கதி?" என்று அவன் கேட்கவே, "பாவம்! பத்து நாட்களாய் மழை. அதுதான் என்ன செய்யும்?" என்று பதிலளித்தார் கிழவர்.

"எதுதான் என்ன செய்யும். என்ன சொல்றீங்க தாத்தா?"

"எல்லாம் பொடிப் பொடிக் குஞ்சு... அந்தத் தாய்க்குருவியைப் பாரு, ஆண்டியப்பா!" என்றார் முத்துப்பிள்ளை.

பையன் திரும்பிப் பார்த்தான். குருவி பறப்பது, குஞ்சுகள் கத்துவது, காகிதத்தில் சாதம் கிடப்பது... அவனுக்கு விஷயம் புரிந்துவிட்டது. கிழவர்தான் பொட்டலம் கட்டிச் சாதத்தைக்கொண்டு வந்து வைத்திருக்கிறார் என்பதையும் புரிந்துகொண்டான். ஆனால் அவர் எதற்காகக் கும்பிட வேண்டும்? ஏன் அழுகிறார்? அது மட்டும் அவனுக்குப் புரியவில்லை.

எவ்வளவோ காலத்துக்குமுன், இதே போன்று மழை பெய்து கொண்டிருந்த ஓர் இரவில்தான், திருக்கோவிலூரின் சிறுமனை யொன்றில், குறுகலான இடைகழியில் நின்று 'பாட்டுக்குரிய பழையவர் மூவர்' – மூன்று முதலாழ்வார்கள் – அந்தாதி ரூபத்தில் மெய்விளக்கேற்றித் திரிவிக்கிரம மூர்த்தியைத் தரிசித்தார்களாம். ஆனால் இங்கே இப்போது அந்தாதி விளக்கில்லை; பழைய காகிதத்தில் சிறிது சாதம்தான் கிடந்தது. இந்த விளக்கின் முன் அன்பும், சத்தியமும், நம்பிக்கையும், தெய்வ சாந்நித்யமும் குஞ்சுக்கு இரையூட்டும் குருவியாகக் கண்காணச் செயல்பட்டுக்கொண்டிருந்தன. இத்தனை குணங்களும் இத்தனை இயல்புகளும் இன்னும் உலகத்தில் இருக்கின்றனவா?

முத்துப்பிள்ளையால் இந்தத் தரிசனத்தைத் தாங்கவே முடியவில்லை. கண்ணீர்விட்டு அழுதார்; கைகளைக் குவித்துக் கும்பிட்டார். 'பைத்தியக்காரக் கிழவன் தன்னையே கும்பிட்டுக் கொள்ளாமல் வேறு எதையோ போய்த் தொழுகிறானே' என்று ஆண்டியப்பனின் அந்தராத்மா எண்ணியதோ என்னவோ, அவரை நோக்கிக் கைகூப்பித் தொழும்படி அவனுக்குக் கட்டளையிட்டது.

❖

கல்கி, 15 ஜனவரி 1961

மனப்பால்

"ஜாமணி" என்ற புனைபெயர் கொண்ட அன்பர் ராஜாமணி இப்போது சில வருஷங்களாக ஒரு சுயேச்சை எழுத்தாளராகவே இருந்து வருகிறார். இதற்குமுன் அவர் பல பத்திரிகைகளிலே உதவி ஆசிரியராகவும், துணை ஆசிரியராகவும், சிறிது காலம் ஆசிரியராகவும் இருந்து வேலை செய்திருக்கிறார். இத்தனை பத்திரிகைகளையும் விட்டு அவர் விலகியது, சம்பளம் பற்றாது என்ற காரணத்தினாலோ, அந்தந்த மாதச் சம்பளம் அடுத்த மாதக் கடைசிக்குள் கிடைக்கவில்லை என்ற காரணத்தினாலோ அல்ல. காரணம் வேறு. சுதந்திரம், அதாவது அபிப்பிராய சுதந்திரம் என்பதுதான் அவரை ஒவ்வொரு காரியாலயத்திலிருந்தும் வெளியேற்றிக்கொண்டிருந்தது. இப்போது அவருக்கு வேலை கொடுக்க எந்தக் காரியாலயமும் தயாராக இல்லை. அவருடைய இன்றைய சுயேச்சை அந்தஸ்து அல்லது சுதந்திர வாழ்க்கை அவராக விரும்பி மேற்கொண்டதல்ல. வலியத் திணிக்கப்பட்ட ஒன்றுதான். அதனால் அவர் சுதந்திரத்திற்கே அடிமை யாகும்படி நேர்ந்துவிட்டது. பணத்திற்கே அடிமையாகிறார்கள். பாசத்துக்கு அடிமையாகிறார்கள்; இன்னும் காதல் கத்தரிக்காய் போன்ற ஏதாவது ஒன்றுக்கு அடிமையாகிறார்கள் – இது உலகத்தில் சகஜமாக இருக்கிறது. அந்த அடிமைத்தனங்களுக்கு என்றாவது ஒருநாள் உய்வு உண்டு. ஆனால் சுதந்திரத்திற்கே அடிமையாகிவிட்டால், அப்புறம் மனிதன் மீள்வதெங்கே? மீளமுடியாமல் போனதற்காக ஜாமணி துன்பப் பட்டார்; ஆனால் கவலைப்படவில்லை. அதற்குப்

பதிலாகப் பெருமைப்படவே செய்தார். வறுமையில் செம்மை இருந்ததோ இல்லையோ, பெருமை இருந்தது!

ஜாமணி எக்காரணத்தை முன்னிட்டும் தம் சொந்த அபிப்பிராயத்தை விட்டுக் கொடுக்காதவர் என்பது எழுத்துலகில் பிரசித்தம். 'முயலுக்கு மூன்றுகால்' என்று எழுதிவிட்டால், அப்புறம் அவராகத் தவறைக் கண்டுபிடித்துத் திருத்தினால்தான் உண்டு. மற்றவர்கள் அதைச் சுட்டிக்காட்டி, 'நாலு கால்' என்று திருத்தச் சொன்னால், அவர் ஒப்புக்கொள்ளவே மாட்டார். ஒப்புக்கொள்ளாததோடு மட்டுமல்ல; "உம்மைப் போன்றவர்களுக்காகத்தான் புண்ணியத்துக்கு மூன்று கால் என்று எழுதி வைத்தேன். இல்லையென்றால் இரண்டு கால் என்றே எழுதியிருப்பேன்" என்று அடித்துச்சொல்லவும் செய்வார். இப்படிப்பட்ட பேச்சையும் ரஸித்துக் கொண்டாடும் சில வாசக நேயர்களும் சில சக எழுத்தாளர்களும் தமிழன்னையின் மணி வயிற்றில் பிறந்திருப்பதால் தான், ஜாமணியின் எழுத்துக்களுக்கு இன்னும் ஓரளவாவது கிராக்கி இருந்துகொண்டு வருகிறது. அவருக்குப் பிடிக்காத புத்தகத்துக்கு – அப்படிச் சொல்வது சரியல்ல; அவருக்கு பிடிக்காத ஒருவர் எழுதிய புத்தகத்துக்கு – அவர் மதிப்புரை எழுதினாரென்றால், அந்தப் புத்தக ஆசிரியர் தூக்குப் போட்டுக்கொண்டு சாக வேண்டுமென்றும், புத்தகத்தை வெளியிட்டவர் நாக்கைப் பிடுங்கிக்கொண்டு சாக வேண்டுமென்றும் நினைத்துக் கொண்டே கடுமையாகத் தாக்கி எழுதிவிடுவார். இதனால் நூலாசிரியர்களுக்கு அவர் ஒரு சிம்ம சொப்பனம் என்ற கீர்த்தியைச் சம்பாதித்துவிட்டார். சில பத்திரிகை ஆசிரியர்கள், போட்டிப் பத்திரிகைகளின் ஆசிரியர்களின் எழுத்துக்களைத் தாக்க நினைத்தால், அந்தக் கைங்கரியத்தைச் செய்ய ஜாமணியையே பயன்படுத்திக் கொள்ளுவது வழக்கம். அதனால் மதிப்புரை எழுதுவதில் ஜாமணிக்கு மாதம் முப்பது ரூபாய்க்குக் குறையாமல் வருமானம் வந்துகொண்டிருந்தது. இதைத்தவிர ஏகதேசமாகக் கதை கட்டுரைகள் எழுதுவதில் கொஞ்சம் வரும். புத்தகங்களுக்காக ராயல்டியையும், முன்பணத்தையும் வெளி யீட்டாளர்களிடமிருந்து ஐந்தும் ஆறுமாக வாங்கிவிடுவார். இத்தனை வருமானங்களையும், மதிப்புரைப் புத்தகங்கள், இலவசமாக வரும் பத்திரிகைகள் ஆகியவற்றை நிறுத்து விற்ற பணத்தையும் வைத்துக்கொண்டு காலட்சேபம் செய்துவந்த ஜாமணி சென்னையில் வருஷத்துக்கு மூன்று வீடு வீதம் மாற்றிக்கொண்டு வந்ததில் ஆச்சரியம் ஒன்றுமில்லை. ஒரு இடத்தைவிட்டு மற்றொரு இடத்துக்குக் குடி கிளம்பினால், மூன்று மாத வாடகை பாக்கி, இரண்டு மாதம் பால் வாங்கிய பாக்கி, ஒரு மாதம் காய்கறி வாங்கிய பாக்கி என்று பற்பல பாக்கிகளை அப்படி அப்படியே அந்தரத்தில் நிறுத்திவிட்டு நகர்ந்துவிடுவார். புது வீட்டுக்குக் குடிபோவது, பாக்கி கேட்பவர்கள் இல்லாத ஒரு இன்பலோகத்துக்குக் குடிபோவது போலவே இருக்கும்.

இப்போது ஜாமணி ஆழ்வார்ப்பேட்டையில் உள்ள ஒரு சந்துக்கு, ஒரு "இன்பலோகத்"துக்குக் குடிவந்திருக்கிறார். இவர் தப்பித்து வெளியேறிய "நரகலோகம்" பெரம்பூரில் ஒரு சந்தில் இருக்கிறது. ஆழ்வார்ப்பேட்டையும் சில மாதங்களுக்குள் நரகமாகிவிட்டால், அப்புறம்

சென்னை மாநகரில் இன்பலோகம் உள்ள பகுதி வேப்பேரி ஒன்றுதான்! மற்றப் பகுதிகளையெல்லாம் ஜாமணி ஏற்கெனவே குடியிருந்து நரகங்களாக்கிவிட்டார். வேப்பேரிக்கு அப்புறம்..? அதைப் பற்றிக் கவலைப்படுவானேன்? சென்னையில்தான் மாதத்துக்கு ஒரு புதிய பேட்டை தோன்றிக்கொண்டிருக்கிறதே...

ஆழ்வார்ப்பேட்டை வாசம் அவருக்குச் சொர்க்க வாசமாகவே இருந்தது. எந்தத் தெருவிலும் பட்டப்பகலில் தாராளமாக நடமாடலாம். தொடர்ந்தாற்போல் ஒரு மாதம் ரொக்க வாடிக்கை வைத்துக்கொண்டால் எந்தக் கடைக்காரனும் கடனுக்குச் சரக்கு கொடுப்பான். பால்காரனும் கடனுக்குப் பால் விடுவான். வேறு என்ன வேண்டும்?

ஜாமணி இந்தப் புதிய இடத்துக்குக் குடிவந்து பத்துப் பன்னிரண்டு நாட்கள் கழிவதற்குள்ளாகவே, ஒரு கடிதமும் ஒரு புத்தகமும் அவருடைய பழைய பெரம்பூர் விலாசத்துக்குப்போய் அங்கிருந்து இங்கு வந்து சேர்ந்தன. அவர் தமது விலாசத்தைப் பெரம்பூர் போஸ்ட்மாஸ்டருக்கு மட்டும் தெரிவித்துவிட்டு வந்திருந்தார்.

அந்தக் கடிதமும் புத்தகமும் "கலைக்கனி" காரியாலயத்திலிருந்து வந்தவை. புத்தகத்துக்கு விரிவான முறையில் ஒரு மதிப்புரை எழுதிக் கூடிய சீக்கிரம் அனுப்பி வைக்குமாறு கடிதத்தில் கோரப்பட்டிருக்கிறது. புக் போஸ்டை உடைத்துப் பார்த்தார். "குமாரி கோமளா" என்ற ஆறு ரூபாய் நாவல்; "நாட்டுத் தொண்டன்" பத்திரிகையின் உதவி ஆசிரியர் எம்.சி.சேகர் எழுதியது. இதை ஜாமணி பார்த்தாரோ இல்லையோ, "பயல் வந்து சிக்கினானா?" என்று ஒரே மகிழ்ச்சிப் பெருக்குடன் சொல்லிக்கொண்டார். சொல்ல முடியாத ஆனந்தக் களிப்பு. "பிய்த்து வாங்கிவிடுகிறேன்" என்று சொல்லிக்கொண்டே புத்தகத்தை உள்ளே கொண்டுபோய் வைத்துவிட்டு அழுகிற குழந்தையைச் சமாதானப் படுத்துவதற்காக அதன் அருகில் சென்றார்.

"குமாரி கோமளா"வை வரிவிடாமல் படித்து முடித்தார் ஜாமணி. படிப்பதற்கு முன்பே, எப்படியெல்லாம் மதிப்புரை எழுதவேண்டுமென்று திட்டமிட்டிருந்தாரோ அப்படியே எழுதி முடித்தார். அதன் கடைசிப் பகுதி பின்வருமாறு அமைந்திருந்தது.

"... இந்த ஆசிரியர் இதையும் நாவல் என்று எழுதியதற்குப் பதிலாக வேறு ஏதாவது செய்திருக்கலாம். செய்வதற்கு வேலைகளா இல்லை? மோகினியாட்டம் ஆடலாம், கழைக்கூத்து ஆடலாம், வேசையர்பால் தூது சென்று பிழைக்கலாம் என்றெல்லாம் அந்தக் காலத்துப் புலவன் பட்டியல் அடுக்கியிருப்பது இந்த ஆசிரியருக்கு ஏனோ தெரியாமல் போய்விட்டது? அதற்காக நம் அனுதாபத்தைத் தெரிவித்துக் கொள்ளுகிறோம்."

இதைப் படித்துப் பார்த்த ஜாமணியின் மனைவி, "என்ன இழவுக்கு இப்படிப் போட்டுத் தாக்கி எழுத வேண்டும்?" என்று கேட்டாள்.

"அப்புறம் என்ன? ஆனானப்பட்ட எழுத்தாளனெல்லாம் அன்னக் காவடி எடுக்கும்போது, இந்தப் பயலுக்கு மாதம் நானூற்றைம்பது

ரூபாய் சம்பளம்! இவன் தொடர்கதையைப் படிக்கப் பல்லாயிரக் கணக்கில் முட்டாள் வாசகர்கள்!.."

மனைவி மேற்கொண்டு அங்கே நிற்கவில்லை. அவருடைய கருத்தைத் தன்னால் மாற்ற முடியாது என்பது அவளுக்குத் தெரியும். மாற்றக்கூடாது என்பதும் அவளுக்குத் தெரியும், ஏனென்றால் இப்படிப்பட்ட தாக்குதல் மதிப்புரைகளால்தான் கணவன் இன்னும் செலாவணியாகிக் கொண்டிருக்கிறான் என்பதையும், இல்லையென்றால் எப்பொழுதோ செல்லாக்காசு ஆகியிருப்பான் என்பதையும் அவள் நன்றாக அறிந்திருந்தாள்.

ஜாமணியின் மதிப்புரை தயாராகிவிட்டது. தபால் செலவுக்குக் காசு கிடைக்கும் தினத்தில் அனுப்பிவிடலாம். கவரில் வைத்து ஒட்டி விலாசமும் எழுதியாகிவிட்டது.

ஜாமணி ஆழ்வார்ப்பேட்டைக்கு வந்து இரண்டு மாதங்கள் ஆகிவிட்டன. ஒருநாள் காலையில் முதல் முதலாக ஒரு பலசரக்குக் கடைக்குப் போய், ஐந்து ரூபாய் கடன் சொல்லிச் சரக்குகள் வாங்கிக் கொண்டு வந்துவிட்டார். கோட்டையைப் பிடித்தது போன்ற வெற்றிப் பெருமிதத்துடன் மனைவியிடம் வந்து, "முன்பின் தெரியாதவனாக இருந்தும் நம்மை நம்பி ஐந்து ரூபாய்க்குக் கடன் கொடுத்திருக்கிறான். இந்தப் பட்டணத்தில் இப்படிப்பட்ட நல்ல ஆத்மாக்களும் இருக்கத்தான் செய்கிறார்கள்!" என்று சொன்னார்.

மனைவிக்குச் சிரிப்பு வந்துவிட்டது. 'முன்பின் தெரிந்தவனாக இருந்தால் ஐந்து நயா பைசாகூடக் கடன் கொடுத்திருக்கமாட்டான்' என்பதுதான் சிரிப்புக்குக் காரணம் என்பதைச் சொல்ல வேண்டிய தில்லை.

அன்றைய தினம் நல்லவிதமாகவே விடிந்தது. ஆனால் நல்லவிதமாக அஸ்தமிக்கவில்லை.

சாயங்காலம் எங்கோ போய்விட்டுத் தெரு வழியாக வந்த ஜாமணியை ஏதோ ஒரு வீட்டுத் திண்ணையிலிருந்து வந்த ஒரு குரல் இடியைப் போல் முழங்கித் தடுத்து நிறுத்தியது. குரலின் வேகத்தைப் போட்டி போட்டுக்கொண்டு ஒரு ஆசாமி திண்ணையைவிட்டுக் குதித்து அதிவேகமாக ஓடிவந்து ஜாமணிக்கு எதிரே நின்றான்.

"நாயனா, வந்து மாட்டினியா?" என்று ஒரு விதமாக நீட்டினான்.

அவன் வேறு யாருமல்ல; பெரம்பூர்ப் பால்காரன்தான். ஆழ்வார்ப்பேட்டையில் தன் உறவினர் ஒருவர் இறந்ததற்குத் துக்கம் விசாரிக்க வந்தவன், ஜாமணியையும் சேர்த்து 'விசாரிக்க' ஆரம்பித்து விட்டான்.

ஜாமணியின் சப்தநாடிகளும் ஒடுங்கிவிட்டன. பேச்சுச் சுதந்திரத்திற் காக, எழுத்துச் சுதந்திரத்திற்காக, அபிப்பிராய சுதந்திரத்திற்காகக் காலமெல்லாம் போராடிய அந்தச் சுதந்திர புருஷர், பாவம், மூச்சுவிடும்

சுதந்திரத்திற்கே போராடிக்கொண்டு, திக்பிரமை பிடித்தவர்போல் நடுத்தெருவில் நாதியற்று நின்றார்.

அப்போது பால்காரன் சொற்களால் தாக்கியது "குமாரி கோமளா"வுக்கு ஜாமணி எழுதிய மதிப்புரையை ஒரே நிமிஷத்தில் தூக்கிச் சாப்பிட்டுவிட்டது.

திண்ணையில் குந்தியிருந்த வேறு சிலரும் தெருவுக்கு வந்து ஒன்றும் புரியாமல் வேடிக்கை பார்த்துக்கொண்டு நின்றார்கள். அந்த வழியாகப் போவோர், வருவோர், இரண்டு பக்கத்து வீடுகளிலும் குடியிருப்போர், காலையில் ஐந்து ரூபாய்க்குக் கடன் கொடுத்த பலசரக்குக் கடைக்காரன் – இத்தனை பேரும் வந்து கூடிவிட்டார்கள். பட்டாணி சுண்டலும், சோடா கிரஷூம் விற்பவர்கள் வராத குறைதான்.

தெருப் பிடிக்காத அந்தக் கூட்டத்தின் மத்தியில் ஜாமணி கற்சிலைபோல் அசைவற்று நிற்க, பால்காரன் தமிழ்ச் சொற்களாலும், திசைச் சொற்களாலும், வழக்குச் சொற்களாலும், இன்னும் வாய்க்கு வந்த வெவ்வேறு சொற்களாலும் லக்ஷார்ச்சனை செய்து கொண்டிருந்தான். அவனுடைய வாய்மொழியின் மூலம் ஜாமணியின் பூர்வாசிரமத்தைப் பற்றிய சில செய்திகள் பலசரக்குக் கடைக்காரனின் காதில் கனல் நுழைந்ததுபோல் புகுந்தன. 'எந்த ஜன்மத்தில் எவன் சொத்தை மோசம் பண்ணினோமோ, இன்று விடிந்ததும் விடியாததுமாக இந்தப் படுபாவிக்கு ஐந்து ரூபாய் சரக்குகளைத் தூக்கிக்கொடுக்கும்படி ஆய்விட்டது' என்று தன் தலைவிதியை நொந்துகொண்டு கடைக்குப் போய்ச் சேர்ந்தான்.

அப்போது ஆபீஸ் வேலை முடிந்து வந்துகொண்டிருந்த எம்.சி. சேகர் – "குமாரி கோமளா"வின் ஆசிரியர் – தம்முடைய தெருவில் என்றுமில்லாதவாறு கூட்டம் கூடியிருப்பதைப் பார்த்துத் திகைத்தவராய் அருகில் நெருங்கி வந்தார். வந்தவர் நடுநாயகமாய் நிற்கும் ஜாமணியைப் பார்த்தார்; ஜாமணியும் அவரைப் பார்த்தார். இந்த இரண்டு பேரையும் பால்காரன் மாறி மாறிப் பார்த்தான். 'பரிச்சயமானவர்கள் போலிருக்கிறது; தெரிந்தவர்கள் முன்னிலையில் அவமானப்படுத்தினால்தான் ஏதாவது பிரயோஜனம் உண்டு' என்று முடிவு கட்டி, ஏற்கெனவே செய்த அர்ச்சனைகளை மீண்டும் அடியிலிருந்து ஆரம்பித்தான்.

"என்ன, என்ன விஷயம்?" என்று கேட்டார் சேகர்.

பால்காரன், "ஸார், நீ கேளு ஸார் . . ." என்று ஆரம்பித்து, பெரம்பூர் வட்டாரத்தில் ஜாமணி குடியிருந்தபோது தன்னிடம் முப்பத்தாறு ரூபாய்க்குப் பால் வாங்கிவிட்டுப் பணம் கொடுக்காமல் தலைமறைவாகி விட்டதையும், அங்குள்ள பல கடைக்காரர்களுக்கும், அண்டை அயல் வீட்டுக்காரர்களுக்கும், வாடகைக்குக் குடியிருந்த வீட்டுச் சொந்தக் காரனுக்கும் பட்டை நாமம் போட்டுவிட்டுக் கம்பி நீட்டியதையும், அத்தனை பேரும் அங்கே தலையில் கையை வைத்துக்கொண்டிருப்பதையும் சவிஸ்தாரமாக எடுத்துச்சொன்னது, 'மைக்' இல்லாமலே கூட்டத்தில் அத்தனை பேருக்கும் அக்ஷர சுத்தமாகக் கேட்டது.

‘உன் பாக்கி எவ்வளவு?” என்று சுருக்கமாகக் கேட்டார் சேகர்.

“அதுதான் சொன்னேனே, முப்பத்தாறு ரூபாய்; வீட்டு வாசலில் மாடுபோட்டுக் கறந்து பால்விட்ட பாக்கி முழுசா முப்பத்தாறு ரூபாய்!” என்றான்.

“முப்பத்தாறுதானே? இந்தா பிடி; பேச்சை நிறுத்து” என்று சொல்லிவிட்டுத் தம் சட்டைப் பையிலிருந்து நான்கு பத்து ரூபாய் நோட்டுக்களை எடுத்துக் கொடுத்தார் சேகர்.

பால்காரன் முப்பத்தாறு போகப் பாக்கி நான்கு ரூபாயைத் தட்சணமே அவரிடம் கொடுத்தான். ஜாமணி விடுதலையானார். அவர் அடி எடுத்து வைத்து நடக்கும்போது, பால்காரன் அவரை உச்சியிலிருந்து உள்ளங்கால் வரை ஒருமுறை ஏற இறங்கப் பார்த்து, ஒரு தினசாகச் செருமிக்கொண்டே வீட்டுத் திண்ணையை நோக்கி நடந்தான். கூட்டம் கலையத் தொடங்கியது. பணத்தைக் கொடுத்த சேகர் ஒரு நிமிடம்கூட அங்கே நிற்காமல் தம் வீட்டைப் பார்த்துப் போய்விட்டார். அந்த ரசக்குறைவான கட்டத்தில் ஜாமணியுடன் நின்றுபேச அவர் விரும்பவில்லை. ஜாமணியும் நடையைக் கட்டினார்.

அவருக்காக வேறு யாரோ ஒருவர் பணம் கொடுத்து உதவத் தயாராக இருக்கிறார் என்று அன்றிரவு பலசரக்குக் கடைக்காரன் கேள்விப்பட்டான். அப்போது அவனுக்குக் கொஞ்சம் நம்பிக்கை பிறந்தது; உயிரும் வந்தது.

வீட்டுக்குப் போன ஜாமணி சாப்பிட்டுவிட்டுத் தாம் முன்பு எழுதி வைத்திருந்த மதிப்புரையை எடுத்துத் திரும்பவும் ஒருமுறை படித்துப் பார்த்தார். கொஞ்சம் சங்கடமாக இருந்தது. இருந்தாலும், “கேவலம், இவனுடைய முப்பத்தாறு ரூபாய்க்கு என் அபிப்பிராயத்தை விற்பதா? இலக்கியம் வேறு; வாழ்க்கை வேறு’ என்று தமக்குள்ளேயே சொல்லிக்கொண்டு படுத்தார். மறுநாள் ஞாபகமாகத் தபாலாபீசுக்குப் போய் மதிப்புரையை ஸ்டாம்பு ஒட்டிப் போட்டுவிட்டுத் திரும்பினார்.

அடுத்த வாரமே “கலைக்கனி” பத்திரிகையில் “குமாரி கோமளா”வுக்கு ஜாமணி எழுதிய மதிப்புரை வெளியாயிற்று. ஆசிரியர் ஒரு எழுத்தைக்கூட எடுக்காமல் சிற்சில இடங்களில் கொட்டை எழுத்துக்களையும் பிரயோகித்துப் பிரசுரித்திருந்தார். அச்சில் படிக்கும்போது இன்னும் கொஞ்சம் ‘எபெக்டி’வாக இருக்கிறதென்று ஜாமணி சந்தோஷப்பட்டார். தம் நண்பர் குழாத்தின் பாராட்டுரைகளை அன்றிலிருந்து எதிர்பார்க்கத் தொடங்கினார்.

எம்.சி. சேகரும் தமது புத்தகத்துக்குக் “கலைக் கனி”யில் வெளிவந்த மதிப்புரையைப் படித்துப் பார்த்தார். அவருக்கு வந்த ஆத்திரத்தில், ஜாமணியை நடுரோட்டில் கொண்டுவந்து நிறுத்தி, அந்தப் பெரம்பூர்ப் பால்காரனையே போய் அழைத்துக்கொண்டு வந்து, அவன் கையில் இன்னொரு முப்பத்தாறு ரூபாயைக் கொடுத்து வாய் வரிசையைக் காட்டச் சொன்னால் என்ன என்று இருந்தது. ஜாமணியின்

உண்மையான வார்த்தைகளை வெல்லும் சொற்கள் அந்தப் பால்காரன் ஒருவனிடம்தான் இருந்தன. ஜாமணியை எப்படிப் பழிவாங்குவது என்று தெரியாமல் சேகர் மனம் குமுறிக்கொண்டிருந்த சமயத்தில், எரிகிற தீயில் எண்ணெய்யை வார்த்ததுபோல, ஜாமணிக்கு ஐந்து ரூபாய்ச் சரக்குகளைக் கடனாகக் கொடுத்த கடைக்காரன் ஒருநாள் சேகரின் ஆபீசை விசாரித்துத் தெரிந்துகொண்டு அங்கே போய், அந்தப் பால்காரனுக்கு முப்பத்தாறு ரூபாயைக் கொடுத்ததுபோலத் தனக்கும் தயவுபண்ணி அந்த ஐந்து ரூபாயைக் கொடுக்க வேண்டுமென்று சேகரை வினயமாகக் கேட்டுக்கொண்டான்.

இதைக் கேட்டாரோ, இல்லையோ சேகர் தமது கோபத்தையெல்லாம் ஒன்று திரட்டிக்கொண்டு கடைக்காரன்மீது ஒரே பாய்ச்சலாகப் பாய்ந்தார். “போ வெளியே” என்று அவர் கத்தியது ஆபீசையே ஒரு கலக்குக் கலக்கிவிட்டது. கடைக்காரனால் அவமானத்தைத் தாங்க முடியவில்லை. ஆத்திரம் தீர ஜாமணியை ஒரு அடியாவது அடித்து விட்டுத்தான் மறுவேலை என்று விரதம் வைத்துக்கொண்டு ஆழ்வார் பேட்டைக்கு ஓடோடி வந்தான். அதே சமயத்தில் ஜாமணியின் வீட்டிலிருந்து ஒரு மூல்தானிய லேவாதேவிக்காரன் பிரம்பைச் சுழற்றிக் கொண்டே வெளியே வருவதைப் பார்த்து, “ஜாமணி இருக்கிறாரா?” என்று கடைக்காரன் கேட்டான்.

அந்த மூல்தானியன் கொஞ்சம் தமாஷ் பேர்வழி. அதனால் தன் கடன் வசூலாகாத துக்கத்தையும் பொருட்படுத்தாமல் சிலேடையாகப் பேச ஆரம்பித்துவிட்டான்!

“ஜாமணி, ‘ஜாவ் மணி’யாயிட்டார். எங்கே ஜாவ் பண்ணினாரோ, அவர் மனைவிக்கே தெரியவில்லை!” என்று சொல்லிவிட்டுச் சிரித்தான்.

‘இதில் சிரிப்பு என்ன வேண்டிக் கிடக்கிறது!’ என்று அவனை மனசுக்குள்ளேயே கடிந்துகொண்டு கடைக்குத் திரும்பினான் கடைக்காரன்.

கடைசியில் ஆழ்வார்ப்பேட்டையும் ஜாமணிக்கு நரகமாகிவிட்டது. அதற்கு அடையாளமாக, தெருக்களில் பகல் நடமாட்டம் நின்றுவிட்டது. வேப்பேரியில் வீடு தேடிக்கொண்டிருப்பதாகத் தம் மனைவியிடம் ஒருநாள் சொன்னார். வேப்பேரி அவருக்கும் அவர் மனைவிக்கும் நன்னம்பிக்கை முனையாக இருந்தது.

ஒரு நாள் இரவு ஏழு ஏழரை மணியிருக்கும். எம்.சி. சேகர் தம் வீட்டில் உட்கார்ந்து ஏதோ எழுத்து வேலையில் ஈடுபட்டிருந்தார். அப்போது நம்ப முடியாத ஒரு அதிசயம் நடந்தது. சேகரால் ஐந்து நிமிஷம் வரை தம் கண்களையே நம்ப முடியவில்லை. அவருடைய கையிலிருந்த பேனா தானாகவே பிடிப்பின்றி நழுவிக் கீழே ‘டொக்’கென்று விழுந்தது. அப்பொழுதுகூட சேகருக்குச் சுய உணர்வு வரவில்லை. திறந்தவாய் மூடாமல், பார்த்த கண்கள் பார்த்தபடியே உட்கார்ந்து போனார்.

"உள்ளே வரலாமோ?" என்று கேட்டுக்கொண்டே ஒரு அசட்டுப் புன்னகையோடு நெருங்கி வந்துகொண்டிருந்தார் ஜாமணி!

சேகருக்குப் பயமே உண்டாகிவிட்டது. எழுத்தாளர்களுக்கெல்லாம் சிம்ம சொப்பனம்; தம் வீட்டுக்கு இதற்கு முன் என்றுமே வந்திராத ஆள்; அதிலும், செய்த நன்றியை மறந்து, பொறாமையின் காரணமாகவே கேவலமான பாஷையில் தாக்கி மதிப்புரை எழுதிவிட்டு, எழுதிய புதிதிலேயே தம் வீட்டுக்குள் கொஞ்சம்கூட அச்சம் தயக்கமில்லாமல் வருகிறார். இப்படிப்பட்ட எமகாதகனுக்குப் பயப்படாமல் என்ன செய்வது?

"ஒரு முக்கியமான காரியமாக வந்திருக்கிறேன். ரொம்ப நேரம் பேசி உங்கள் வேலையைக் கெடுக்க நான் விரும்பவில்லை. சுருக்கமாகச் சொல்லிவிடுகிறேன் . . ."

"? ? ?"

"எனக்கு ஒரு இருபத்தைந்து ரூபாய் வேண்டும். அவசரத் தேவை!"

"???? – சேகர் அதிர்ச்சியடைந்து நாற்காலியில் சாய்ந்தார். மறுகணமே அதிர்ச்சி நீங்கி ஆயிரம் யானைப் பலத்தோடு நிமிர்ந்து உட்கார்ந்தார்.

"கடன் கேட்க வந்துவிட்டால், எப்பேர்ப்பட்ட மகாவீரனையும் 'உள்ளங்கையில் வைத்து ஊதிவிடலாம்' என்று துணிந்து, "எதற்கு இருபத்தைந்து ரூபாய்? உம்முடைய நன்றியுணர்ச்சிக்கா? இல்லை, நீர் செய்யும் இலக்கியச் சேவைக்கா? ஒன்றும் புரியவில்லையே!" என்று பற்களைக் கடித்துக்கொண்டு கேட்டார் சேகர்.

"இலக்கியச் சேவையாவது, மண்ணாங்கட்டியாவது! வேறு இடத்துக்குக் குடிபோகிறேன். செலவுக்குக் கொஞ்சம் பணம் தேவையாக இருக்கிறது. அவ்வளவு தான்."

"நீர் இப்படி நடுச்சாமத்தில் குடி கிளம்பிப்போவதற்கு ஒத்தாசை செய்து, ஆழ்வார்ப்பேட்டையிலுள்ள அத்தனை வியாபாரிகளின் சாபத்தையும் ஏற்றுக்கொள்ள நான் தயாராக இல்லை. நீர் சுயேச்சை எழுத்தாளர்; யாருக்கும் எந்த விதிக்கும் கட்டுப்படாத சுதந்திர புருஷர். நானோ அடிமை; அபிப்பிராய சுதந்திரத்தை அடகுவைத்து வயிற்றைக் கழுவுகிறவன். உம்முடைய சுதந்திரத்தைக் காப்பாற்ற என் அடிமைத்தனத்திடம் நீர் யாசகம் கேட்க வரலாமா? இது உமக்கே அவமானமாக இல்லையா?"

"ஆபீசில் வேலை பார்ப்பது அடிமைத்தனமா? அப்படி நான் எப்பொழுது சொன்னேன்?"

"அடிமைத்தனம் அல்ல என்றால் நீர் எதற்கு இத்தனை ஆபீஸ்களைவிட்டு வெளியே வந்தீர்?"

"அபிப்பிராய சுதந்திரமில்லாத இடத்தில் யார்தான் வேலை செய்வார்கள்?"

“அப்படி என்ன அபூர்வமான அபிப்பிராயத்தை எழுதிவிட்டீர்கள்? அதை அவர்கள் தடுத்துவிட்டார்கள்? ஆபீசைவிட்டு வெளியே வந்து சுயேச்சையாக மாறிய பிறகும்தான் எத்தனை அபிப்பிராயங்களைச் சுதந்திரமாக வெளியிட்டுவிட்டீர்கள்?”

இவ்வளவு துணிச்சலாக சேகர் எதிர்த்துப் பேசுவார் என்று ஜாமணி எதிர்பார்க்கவே இல்லை. பதில் பேச நா எழும்பாமல் மூச்சுப் பேச்சற்று உட்கார்ந்திருந்த ஜாமணி மீது சேகர் எகிறி எகிறிப் பாய்ந்தார்.

“உலகத்துக்கு உபயோகமான அபிப்பிராயங்களை வைத்துக்கொண்டிருப்பவன், அபிப்பிராய சுதந்திரம் என்று சொன்னால் அதற்கு அர்த்தம் உண்டு. உமக்கும் எனக்கும் எதற்கு அந்த ஆசை? அவர்களோடு சேர்ந்து நீரும் நானும் ‘கோவிந்தா’ போடுவது எதற்காக? எண்ணெய்க் குடம் போட்டவனும் ஐயோ ஐயோ, தண்ணீர்க் குடம் போட்டவனும் ஐயோ ஐயோவா?”

“அபிப்பிராயம் இல்லாமலா ஒவ்வொரு ஆபீசிலும் போராடியிருப்பேன்? வேலையையும் விட்டிருப்பேன்?”

“அதுதான் ஐயா, முயலுக்கு மூன்று கால் என்பதும் உமக்கு ஒரு அபிப்பிராயம். நன்றாகப் பிழைப்பவனைப் பார்த்து பொறாமைப்படுவதும் ஒரு அபிப்பிராயம். ஆனால் புத்தியுள்ளவன் இதையெல்லாம் ஏற்றுக்கொள்ள வேண்டுமே?”

“ஏற்றுக்கொள்ளாததைப் பற்றி நான் கவலைப்படவில்லை. உம்மைப்போல் மாடி வீட்டில் குடியிருக்க ஆசைப்பட்டால் அல்லவா நான் அதற்கெல்லாம் கவலைப்பட வேண்டும்! கேவலம், மாதச் சம்பளத்துக் சுதந்திரத்தை ஏன் அடகுவைக்க வேண்டும்?”

“மாதச் சம்பளம் வாங்காமலே சுதந்திரத்தை அடகு வைக்கிறீரே. அதற்கு என்ன சொல்லுகிறீர்? பொறாமை, பெரிய நினைப்பு, தத்தாரித்தனம், தடித்தனம் போன்ற ஏதாவது ஒரு ஆகாத குணத்தை அபிப்பிராயம், சுதந்திரம் என்று நினைத்துக்கொண்டு, அதன் பொருட்டுக் குடியிருக்கும் தெருவில் நடமாட்ட சுதந்திரத்தையே இழக்கிறீர். நாங்கள் முதலாளியின் இஷ்டப்படி எழுதுவதாக ஊருக்குள் போய்ப் பிரசாரம் செய்கிறீர். உண்மைதான். முதலாளியின் இஷ்டத்துக்குத்தான் எழுதுகிறோம். பேச்சுச் சுதந்திரம், அபிப்பிராய சுதந்திரம், எழுத்துச் சுதந்திரம் முதலியவை இருக்க வேண்டுமென்று நாங்கள் எழுதுவதுகூட முதலாளியின் அபிப்பிராயம்தான் என்பதை நான் மறுக்கவில்லை. ஆனால் நீர் என்ன செய்கிறீர்? ஒரு பிரசுராலய முதலாளி முப்பது ரூபாய் முன்பணம் கொடுத்தால் உம் துறைக்கு சம்பந்தமில்லாத வேலைகளையெல்லாம் அவர் சொன்னபடி செய்து கொடுக்கத் தயாராக இருக்கிறீரே! பெர்னாட்ஷாவைத் திருடுவதிலிருந்து பிஸ்கட் செய்யும் முறையை எழுதிக் கொடுப்பது வரை நீர் எதைத்தான் செய்யவில்லை? நாங்கள் முந்நூற்றைம்பது ரூபாய்க்கு அபிப்பிராய சுதந்திரத்தை விற்கிறோம். நீர் முப்பது ரூபாய்க்கு விற்கிறீர்! இதில் எது புத்திசாலித்தனம்!

எது முட்டாள்தனம்! நமக்கு அபிப்பிராயம் என்று உருப்படியாக ஏதாவது இருக்கிறதா என்பதை அப்புறம் பார்த்துக்கொள்ளுவோம். முதலில் இதைச் சொல்லும்..."

ஜாமணியால் அங்கே உட்கார்ந்திருக்கவே முடியவில்லை. விருட்டென்று கோபமாக எழுந்தார். "எனக்கு இருபத்தைந்து ரூபாய் தேவை. கொடுக்க முடியுமா, முடியாதா? இரண்டில் ஒன்றைச் சொல்லுங்கள். இனியும் நான் பிரசங்கம் கேட்கத் தயாராக இல்லை" என்று வெட்டு ஒன்று துண்டு இரண்டாகப் பேசினார்.

"உமக்கு நான் பணம் கொடுக்கத் தயாராக இல்லை – நீர் 'குமாரி கோமளா'வுக்கு இன்னொரு மதிப்புரை எழுதினாலும் சரி, புறப்படும்!" என்று விடை கொடுத்தார் சேகர்.

ஜாமணி வெளியே போய்விட்டார்.

தாமரை, ஜனவரி 1961

சிங்கப்பூர் சென்ற மகன்

கழுகுமலை பலசரக்குக் கடை சங்கரன் செட்டியார் வீட்டுக்குக் காவேரிப் பாட்டி வந்து சேர்ந்தபோது மாலை ஐந்து மணிக்கு மேலேயே இருக்கும். அப்போது வீட்டில் செட்டியார் இல்லை. அவருடைய மனைவியும் மகளும்தான் இருந்தார்கள். இருவருமே பாட்டியைப் பார்த்ததும் ஆவலோ, வெறுப்போ இன்றி, "வா பாட்டி. எங்கிருந்து வர்ரே?" என்று வரவேற்றார்கள்.

"ஊரிலே இருந்துதான் வர்ரேன், மீனாச்சி!" என்று கூறிவிட்டு, "முருகா..." என்று சொல்லிக்கொண்டே ஒரு மூலையில் உட்கார்ந்தாள் பாட்டி. உட்கார்ந்ததுமே, "நாளைக்கு மாசி மகமாச்சே, முருகனைப் போய்ச் சேவிச்சிட்டு வருவோம்னு வந்தேன். அடுத்த மகத்துக்கு இருக்கப்போறனோ, என்னவோ!" என்றும் சொன்னாள்.

அவளுக்குப் பயம, 'ஏன், வருஷம் தவறாமல் எங்கள் வீட்டுக்கு வருகிறாய்? உன்னை யார் இங்கே வெற்றிலை பாக்கு வைத்து அழைக்கிறார்கள்?' என்று கேட்டுவிடுவார்களோ என்று, அதனால், தான் வந்த காரணத்தை முன் கூட்டியே அவசரம் அவசரமாகச் சொல்லி முடித்தாள்.

செட்டியாரின் மனைவி தனக்குள் சிரித்துக் கொண்டாள். 'வரும்போதெல்லாம் அசைக்கமுடியாத ஒரு காரணத்தையும் கண்டுபிடித்துக்கொண்டு வருகிறாளே!' என்பதை நினைக்கும்போது மீனாக்ஷியம் மாளுக்குச் சிரிப்புத்தான் வந்தது.

அப்போது வடபக்கத்துச் சுவரில் சாய்ந்துகொண்டு நிறைமாத கர்ப்பிணியாகக் கோமதி உட்கார்ந்திருந்தது பாட்டியின் கவனத்தைக் கவர்ந்தது.

“கோமதி எப்போ வந்தா, மீனாச்சி?” என்று காவேரிப் பாட்டி கேட்டாள்.

“ஏழாவது மாசத்திலேயே கூட்டியாந்திட்டோம், பாட்டி. இதுதான் மாசம்” என்றாள் மீனாக்ஷியம்மாள்.

“வாம்மா கோமதி. வா, வந்து இப்படிப் பக்கத்திலே உக்காரு” என்று அவளை அழைத்து வைத்துக்கொண்டு, அவளுடைய கணவன் வீட்டு க்ஷேமலாபங்களை அக்கறையோடு பாட்டி விசாரிக்கலானாள். கோமதியைக் கர்ப்பிணியாகப் பார்த்ததில் பாட்டிக்கு ஒரே சந்தோஷம். அவளுடைய பிள்ளைப்பேறு சமயத்தில் ஒத்தாசையாக இருக்கும் சாக்கில் கழுகுமலையில் இரண்டு மாதங்களாவது தங்கியிருக்கலாம் என்று பாட்டிக்கு நம்பிக்கை பிறந்தது.

சிறிது நேரம் சென்றதும், ஏதோ ஒரு நல்ல விஷயம் ஞாபகத்துக்கு வந்துவிட்டதைப்போல் ஒரே சந்தோஷ முழக்கத்துடன், “வைகாசி மாசத்திலே வர்ரதாச்சொல்லி ஆறுமுகம் காயிதம் போட்டிருக்கான், மீனாச்சி. முந்தாநாள்தான் காயிதம் வந்தது!” என்று காவேரிப் பாட்டி சொன்னாள்.

மீனாக்ஷியம்மாள் இந்தச் செய்தியைக் கேட்டதும் ஆவலோடு, “என்ன, ஏது” என்று விசாரிப்பாளென்று பாட்டி எதிர்பார்த்தாள். ஆனால், அந்த அம்மாளோ அதைக் காதில் வாங்காதவள்போல் ஒருபக்கம் பராக்குப் பார்த்துக்கொண்டு உட்கார்ந்திருந்தாள்.

பாட்டி தன் முழக்கத்தை நிறுத்தவில்லை. “அம்மட்டுக்கும் நல்ல சமயத்திலேதான் வர்ரான். வைகாசிக்கு, கோமதியோட பிள்ளை மூணுமாசக் குழந்தையா இருப்பான் . . . ஆமா, முருகன் கிருபையிலே பேரன்தான் பிறக்கப் போறான், என் வாக்குப் பலிக்குதா இல்லையா பாரு மீனாச்சி! பேரனுக்கு ரெண்டு பவுன்லே அரணாக்கொடி செஞ்சிக்கிட்டு வாடான்னு ஆறுமுகத்துக்கு காயிதம் போடப் போறேன்.”

அப்பொழுதும் மீனாக்ஷியம்மாள் எதுவும் பேசவில்லை. மறுமுறையும் உள்ளுக்குள் சிரித்துக்கொள்ளத்தான் செய்தாள். ஆறுமுகத்தையும் தங்க அரைஞாணையும் பற்றி எதுவுமே பிரஸ்தாபிக்காமல், “பாட்டி வாக்குப் பலிக்கட்டும்! பேரன் பிறக்கட்டும்!” என்று மட்டும் சொன்னாள்.

தன் மகனுடைய வருகைக்கு இன்னும் அழுத்தம் கொடுத்து மீனாக்ஷியம்மாளின் ஆவலை எப்படியாவது தூண்டிவிட வேண்டும் என்ற முயற்சியில் முழுமூச்சாக இறங்கிவிட்டாள் பாட்டி.

“போன வருஷமே வந்திருப்பான். அப்போ கடை முதலாளியும் அனுப்பி வைக்கிறதாத்தான் சொன்னாராம். ஆனா, கப்பலுக்குப் பொறப்படுறபோது, ‘அவசர வேலை இருக்கு, ஆறுமுகம்; நீ இல்லாமே இங்கே என்ன காரியம் நடக்கும்? இருந்து, அடுத்த வருசம் ஊருக்குப்

போகலாம்'னு சொல்லிப் பயணத்தை நிறுத்திப்போட்டாராம். கடைசி கடைசின்னு பத்து வருசத்துக்குப் பிறகு இந்த வைகாசியிலே பயணம் வச்சிருக்கான் ... ஹூம், இந்தப் பத்து வருசமும் நான் பட்டபாடு எனக்குத் தெரியும்; அந்த முருகனுக்குத் தெரியும்."

கண்களில் கசிந்திருந்த கண்ணீரைப் பாட்டி விரலால் துடைத்துச் சுண்டினாள்.

சிறிது நேரம் எதுவும் பேசாமல் மௌனமாக இருந்தார்கள். பிறகு மீனாக்ஷியம்மாள் எழுந்து, "இரு பாட்டி, கோமதிகிட்டே பேசிக்கிட்டு இரு. விளக்கேத்திட்டு வர்ரேன்" என்று சொல்லிவிட்டு அப்பால் போனாள்.

இரவு எட்டு மணிக்கெல்லாம் சங்கரன் செட்டியார் கடையைச் சாத்திக்கொண்டு வீட்டுக்கு வந்து சேர்ந்தார். காவேரிப் பாட்டி வந்திருப்பதைப் பார்த்து, "வா, பாட்டி, சௌக்கியமா?" என்று கேட்டார்.

பாட்டி அவரிடமும் தன் வாய்ப்பாட்டை ஒப்பித்தாள்: "கழுகு மலைக்கு வந்ததற்குக் காரணம் மாசிமகத் திருநாள்தான் ... ஆறுமுகம் வைகாசியில் சிங்கப்பூரிலிருந்து வரப்போகிறான் ... பேரனுக்கு இரண்டு பவுனில் அரைஞாண் கொடி ... முந்தாநாள் கடிதம் வந்தது..." என்று பாட்டி சொல்லிக்கொண்டே போகும்போது, செட்டியார் குறுக்கிட்டு, "காயிதம் வேறே போட்டிருக்கானா?" என்று கேட்டார்.

"ஆமா சங்கரா, முந்தாநாள்தான் வந்தது" என்று அழுத்தம் திருத்தமாகப் பாட்டி சொன்னாள்.

"அப்படியா!" என்று ஒரு மாதிரியாகச் சொல்லிவிட்டு, சங்கரன் செட்டியார் கிணற்றடிக்குப் போய்விட்டார்.

கிழவிக்கு மனக்கஷ்டம் தாங்கவே முடியவில்லை. இரவு எல்லோரும் சாப்பிட்டுப் படுத்துத் தூங்கிய பிறகும் காவேரிப் பாட்டிக்குத் தூக்கம் வரவில்லை. பத்து வருஷங்களுக்குப் பிறகு ஏராளமான சம்பாத்தியத்துடன் மகன் திரும்பி வருகிறான் என்றும், செட்டியாருடைய பேரனுக்கு இரண்டு பவுன் அரைஞாண் கொடியைக் கொண்டுவந்து கொடுக்கப் போகிறான் என்றும் சொல்லியும்கூட, அவர்கள் அதை வேண்டுமென்றே காதில் வாங்கிக்கொள்ளாமல் அப்பால் நழுவுவதை நினைக்கும்போது அவளுக்கு அவமானமாகவும் இருந்தது; பயமாகவும் இருந்தது.

ஆறுமுகம் வருவான் என்று அவர்கள் நம்பவில்லை என்பதை அவள் உணர்ந்துகொண்டாள். 'நம்பாததற்குக் காரணம்? அவன் தாயைத் தேடிவரக்கூடிய சற்புத்திரன் அல்ல என்று நினைத்தார்களா? இல்லையென்றால் ..?'– கிழவிக்குப் பயத்தினால் நெஞ்சு 'திக் திக்' என்று அடித்துக்கொண்டது.

"முருகா! இந்த வயசிலே நான் இப்படி ஊர் ஊரா அலைஞ்சி திரியிறதுகூட உனக்குப் பொறுக்கல்லையா? இந்தப் பொழைப்பிலும் மண் விழணுமா? நான் யாருக்கு என்ன கெடுதல் பண்ணினேன்?"

என்று கடவுளிடம் தன் குறையைச் சொல்லி அழுதாள். 'மாசி மகம் திருநாள் முடிந்ததுமே கழுகுமலையைவிட்டுப் போய்விடலாமா? இல்லையென்றால் துணிந்து கோமதியின் பிரசவம் வரைக்கும் இருந்துவிட்டுப் போவதா?'– இந்த இரண்டில் எதைச் செய்வது என்பதைத் தீர்மானிப்பதற்கு வெகுநேரம் வரையில் மனசோடு போராடினாள். கடைசியில், ஒரு முடிவுக்கும் வரமுடியாமலே எப்படியோ தூங்கி விட்டாள்.

காவேரிப் பாட்டி அவள் சொன்னதுபோல் ஊர் ஊராய் அலைந்து ஜீவனம் பண்ண ஆரம்பித்துப் பத்து வருஷங்கள் ஆகிவிட்டன. பத்து வருஷங்களுக்கு முன்பு அவளுடைய ஏகபுத்திரன் ஆறுமுகம் திடீரென்று ஒருநாள் காணாமல் போய்விட்டான். அவன் அப்படிச் சொல்லாமல் கொள்ளாமல் ஊரைவிட்டுப் போனதற்கு அவனுடைய சோம்பேறித் தனத்தைத் தவிர வேறு காரணம் எதுவும் கிடையாது, பலகாரம் விற்று அன்றாடம் அரையும் காலும் சம்பாதித்துக்கொண்டிருந்த தகப்பனார் காலமாகிவிட்டார். தாயாருக்குச் சுயமாகப் பலகாரம் போட்டு விற்கும் திறமை கிடையாது. அவனுக்கோ வயது இருபத்திரண்டு ஆகியும் எந்த வேலையைச் செய்வதற்கும் சாமர்த்தியம் இல்லை; மனமும் இல்லை. சோம்பேறியாகவே இருந்து பழகிவிட்டான். போதும் போதாததற்குக் கெட்ட சகவாசங்கள் வேறு. இந்த நிலையில்தான் அவன் ஊரைவிட்டுப் போய்விட்டான். எங்கே போனான், என்ன ஆனான் என்று யாருக்குமே தெரியாது. காவேரிப் பாட்டி பிள்ளைப் பாசத்தினால் அந்தச் சோம்பேறி மகனையும் தேடிக்கொண்டு, உற்றார் உறவினர் வாழும் ஊர்களுக்கெல்லாம் ஒருமுறை போய்விட்டு ஏமாற்றத்துடன் திரும்பி வந்தாள்.

வருஷம் ஒன்றாயிற்று; இரண்டாயிற்று. அதுவரையிலும் காவேரிப் பாட்டி மகனை நினைத்துக் கவலைப்பட்டுக்கொண்டிருந்தது போய், தன்னை நினைத்தே கவலைப்பட வேண்டியதாகிவிட்டது. ஐம்பத்தைந்து வயதுக்குமேல் கைமுதல் எதுவுமில்லாமல் தனி வாழ்க்கை வாழ்வது எப்படி? கிழவிக்கு ஒன்றுமே புரியவில்லை. இந்தச் சமயத்தில் பத்துப் பன்னிரண்டு மைல் தூரத்திலுள்ள கடம்பூரில் தன் உறவினர் ஒருவர் வீட்டுக் கல்யாணத்துக்குப் போயிருந்தாள். போன இடத்தில் பாட்டிக்கு எதிர்பாராதவிதமாக ஆறுமுகத்தைப் பற்றிய செய்தி தெரிய வந்தது. சிங்கப்பூரிலிருந்து சுமார் ஒரு மாதத்துக்கு முன் திரும்பி வந்திருந்த அவ்வூர் க்ஷவரத் தொழிலாளி சுப்பையா, காவேரிப் பாட்டியின் மகன் ஆறுமுகத்தைப் பற்றி ஒருசமயம் அந்தக் கல்யாண வீட்டுக்காரரிடம் பிரஸ்தாபித்திருக்கிறான். சிங்கப்பூருக்கு வந்தவர்களில் நல்லவிதமாகச் சம்பாதித்துப் பணத்தோடு ஊர் திரும்பியவர்களும் உண்டு. ஒன்றும் சம்பாதிக்காமலே குடித்துவிட்டுப் பாழாய்ப் போகிறவர்களும் உண்டு என்று சொல்லி, அப்படிச் சீரழியும் ஆசாமிகளில் செட்டிகுறிச்சி கிராமத்தைச் சேர்ந்த ஆறுமுகம் என்பவரும் ஒருவர் என்று அவன் ஆறுமுகத்தை உதாரணம் காட்டியிருக்கிறான். உடனே, சுப்பையாவிடம் ஆறுமுகத்தைப் பற்றித் தீர விசாரித்துத் தெரிந்துகொண்ட கல்யாண வீட்டுக்காரர், அதை ஞாபகம் வைத்திருந்து, பாட்டி வந்ததும் அவளிடம்

விஷயத்தைச் சொன்னார். அந்த நிமிஷமே சுப்பையாவைத் தேடிப் போனாள் பாட்டி. மகனைப் பற்றி விசாரித்தாள். கடல்தாண்டிப் போயும் மகன் திருந்தாததற்காக ஒருமூச்சு அழுதாள். அப்புறம், "சுப்பையா! நீ எனக்குப் பெத்த பிள்ளை மாதிரி. நீ போய் அவனுக்குப் புத்தி சொல்லு. நாலு பேரைப் போலச் சம்பாதிச்சு நல்லபடியா ஊர் வந்து சேர ஒரு வழி பண்ணிக் குடு. உனக்குக் கோடி புண்ணியம். உன் புள்ளை குட்டி நல்லா இருக்கும்" என்று கெஞ்சினாள். சிங்கப்பூருக்குப் போய்த் தனக்கு மறக்காமல் கடிதம் எழுத வேண்டும் என்றும் கேட்டுக்கொண்டாள். தன்னால் ஆனதைச் செய்வதாகச் சுப்பையா வாக்குக் கொடுத்தபின்பு, பாட்டி கல்யாண வீட்டுக்குத் திரும்பினாள்.

கல்யாணம் முடிந்ததும் சொந்த ஊருக்கு வந்து சேர்ந்த பாட்டி, வெகுசீக்கிரத்திலேயே தன் மீதி வாழ்நாளையும் தள்ளுவது எப்படி என்பதைப் பற்றி யோசிக்க ஆரம்பித்தாள்.

நாள் கணக்கில் தீவிரமாக ஆலோசித்த பிறகு ஒரு முடிவுக்கு வந்தாள்.

சுமார் இருபது மைல் வட்டாரத்துக்குள் இருக்கும் ஏழெட்டு ஊர்களில் அவளுக்குப் பந்துக்கள் இருந்தார்கள். யாருடைய வீட்டிலாவது போய் ஏதாவது வேலை செய்து பிழைக்கலாம் என்று தோன்றியது. அதன் பிரகாரம் முதலில் ஒரு கிராமத்துக்குப் போனாள். போய் இரண்டு மூன்று நாட்கள் இருந்த பிறகுதான் தன் திட்டம் நிறைவேறக்கூடிய திட்டமல்ல என்று தெரிந்தது. பந்துக்களில் சாப்பாடு போட்டு வேலைக்காரி வைத்துக்கொள்ளக் கூடிய சக்தி படைத்த குடும்பங்கள் இரண்டொன்றுதான் இருந்தன. அவர்களுக்கும் அந்தச் சக்திதான் இருந்ததே ஒழிய, அவசியம் எதுவும் இல்லை. வேலைக்காரி இல்லாமலே அவர்கள் சமாளித்துக்கொள்ளக் கூடியவர்களாக இருந்தார்கள். மற்றக் குடும்பத்தினர் பாட்டியைப்போலவே ஏழைகள். அதனால் நிரந்தரமாக எந்தக் குடும்பத்துடனும் அவளால் தங்க முடியவில்லை. இதை உத்தேசித்து ஒவ்வொரு ஊரிலும் ஒரு மாதமோ இரண்டு மாதங்களோ இருப்பது, வீட்டு வேலை செய்யமுடிந்த இடங்களில் வீட்டு வேலை செய்வது, கூலி வேலை செய்யும் குடும்பங்களாக இருந்தால் அவர்களுடன் சேர்ந்து தானும் கூலி வேலை செய்வது என்று முடிவு செய்தாள். அன்றிலிருந்து பாட்டியின் முடிவில்லாத யாத்திரை ஆரம்பமாகிவிட்டது.

ஊருக்கு ஒரு மாதம் இரண்டு மாதங்கள்; அப்புறம் அடுத்த ஊர். இப்படியே அந்த இருபது மைல் வட்டாரத்துக்குள் சுற்றிக்கொண்டி ருந்தாள் காவேரிப் பாட்டி. போகிற ஊர்களில் தன்னைப் பஞ்சம் பிழைக்க வந்த அனாதையாக நினைத்து இழிவாக நடத்தக்கூடாது என்பதற் காகவும் தன் கௌரவத்தைக் காப்பாற்றிக் கொள்ளுவதற்காகவும் சிங்கப்பூரில் தன் மகன் ஒரு பெரிய கடையில் கணக்குப்பிள்ளையாக இருக்கிறான் என்றும், கொள்ளை கொள்ளையாகச் சம்பாதிக்கிறான் என்றும், சீக்கிரம் ஊருக்கு வந்துவிடுவான் என்றும் சொன்னாள். சில ஊர்களில் இந்தக் கட்டுக்கதையை நம்பவும் செய்தார்கள். சிறிது காலம் சென்றபின், இக் கட்டுக்கதையைத் தன் சுயகௌரவத்துக்காக

மட்டுமல்லாமல், ஒரு தந்திரமாகவும் சொல்லத் தொடங்கிவிட்டாள். வசதியாக வாழும் பந்துக்களின் வீடுகளிலுள்ள சிறுவர் சிறுமியரிடம், 'உங்கள் மாமன் சிங்கப்பூரிலிருந்து வரும்போது உங்களுக்கு நகை செய்து கொண்டு வருவான்; பட்டு வாங்கிக்கொண்டு வருவான்' என்றெல்லாம் சொல்லுவாள். ஏழை உறவினரின் குழந்தைகளிடம், 'பாவம், இந்த வயதில் இப்படிக் கஷ்டப்படும்படி ஆகியிருக்கிறது. உங்கள் தலை எழுத்து உம், ஏதோ இன்னும் கொஞ்ச காலம் பல்லைக் கடித்துக்கொண்டு இருங்கள். அவன் சீக்கிரத்திலேயே சிங்கப்பூரிலிருந்து வந்துவிடுவான். வந்தால் உங்களை இப்படிக் கண்கலங்கவிட மாட்டான்' என்று நம்பிக்கை ஊட்டுவாள். இப்படி ஆசைவார்த்தை சொல்லியே அவள் ஒவ்வோர் ஊரிலும் முகாம்போட்டு வந்தாள்.

இந்தப் பத்து வருஷ காலத்திலும் ஓர் ஊரில்கூட அவளை யாரும் வெறுத்து விரட்டவில்லை. ஆறுமுகத்தின் சம்பாத்தியத்தில் தங்களுக்கும் பங்கு கிடைக்கும் என்று நம்பிக்கை வைக்காமலே அவர்கள் பாட்டிக்கு நிழல் கொடுத்தார்கள். ஆரம்ப காலத்தில் இரண்டொருவர் தங்கள் தரித்திரத்தின் காரணமாக அம்மாதிரி ஆசைப்பட்டிருந்தாலும், அவளுக்குப் புகலிடம் கொடுத்து வந்ததற்கு அது காரணமல்ல. அவளால் யாருக்கும் எவ்வித நஷ்டமும் ஏற்படாமல் இருந்ததுதான் உண்மையான காரணம். பாட்டி தன் வயிற்றுப்பாட்டுக்குச் செய்யவேண்டிய வேலையை விட அதிகமாகவே ஒவ்வொரு வீட்டிலும் செய்து வந்தாள். நோய் நொடி, பிரசவம் போன்ற பல கஷ்டமான சமயங்களிலும் அவள் உதவியாக இருந்தாள். அத்துடன், அவளுடைய உதவியால் சில கல்யாணங்களும்கூட நடந்தேறின. குறிப்பிட்ட பெண்ணுக்கு எந்தெந்த ஊர்களில் நல்ல மாப்பிள்ளைகள் கிடைப்பார்கள் என்றும் அதேபோல் குறிப்பிட்ட பையனுக்கு எங்கெங்கே பெண் கொடுப்பார்கள் என்றும் அவள் சொன்ன தகவலை ஆதாரமாக வைத்துக்கொண்டு, சிலர் காரியத்தில் இறங்கி வெற்றியும் கண்டிருக்கிறார்கள். இப்படி அபூர்வமான பல கைங்கரியங்களைச் செய்து வந்ததால் அவள் வருகையை யாரும் வெறுக்கவில்லை; அவளை ஒரு சுமையாகவும் நினைக்கவில்லை. வருஷத்துக்கு ஒரு தடவை தவறாமல் வந்து தங்கினாலும் அன்போடு இடம் கொடுத்து மரியாதையாக நடத்தினார்கள். ஆனால், பாட்டியோ தனக்குக் கிடைத்த அன்புக்கும் மரியாதைக்கும் தன்னையும் தன் உழைப்பையும் காரணமாக நினைக்காமல், தன் மகன் பெயரைச் சொல்லி ஆசை காட்டியதையே காரணமாக நினைத்துவிட்டாள். அதனால் சதாகாலமும் மகனுடைய கதையை ஒவ்வொரு ஊரிலும் மறவாமல் சொல்லிக்கொண்டு வந்தாள்.

பாட்டியின் யாத்திரை மார்க்கத்தில் உள்ள ஊர்களில் கடம்பூரும் ஒன்று. க்ஷவரத் தொழிலாளி சுப்பையாவின் வீட்டுக்குச் சென்று அவனுடைய தகப்பனாரிடம், 'சுப்பையா காயிதம் போட்டிருக்கானா? ஆறுமுகத்தைப் பத்தி எழுதியிருக்கானா?' என்று விசாரிப்பதற்காகவே அவள் கடம்பூருக்குப் போவாள். பாட்டி மிகவும் வைதீகமானவளாதலால் வேறு எங்கும் சாப்பிடமாட்டாள் என்று சுப்பையாவின் தகப்பனார் ஒரு நாலணாவை அவள் கையில் கொடுப்பார். போனதற்கு இதுதான் மிச்சமாக இருக்குமே ஒழிய, மகனைப் பற்றிய தகவல் கிடைக்காது.

கடைசியில் மூன்று வருஷங்களுக்கு முன் பாட்டியின் சொந்த ஊருக்கு அவளுடைய பெயருக்கே சுப்பையாவிடமிருந்து ஒரு கடிதம் வந்தது. ஆளில்லாத வீட்டில் தபால்காரரால் எறியப்பட்டுக்கிடந்த அந்தக் கடிதத்தை, ஒரு மாதம் கழித்து ஊருக்கு வந்தபோதுதான் பாட்டி பார்த்தாள், அதை எடுத்துக்கொண்டு அந்த ஊர் வாத்தியார் வீட்டுக்கு ஓடினாள். வாத்தியார் கடிதத்தை வாங்கி, "அன்புள்ள காவேரிப் பெரியம்மாளுக்கு, சுப்பையா வணக்கத்துடன் எழுதிக்கொண்டது..." என்று வாசிக்கத் தொடங்கியதும், "சுப்பையாவா? சுப்பையா காயிதமா?" என்று சொல்லிக்கொண்டே பாட்டி சுற்றும்முற்றும் ஒரு தடவை பார்த்தாள். தன் மகனைப் பற்றிச் சுப்பையா ஏதாவது மோசமான தகவலை எழுதியிருக்கக்கூடும் என்று, அதை யாராவது கேட்டுக்கொண்டு விடுவார்களோ என்றும் அவள் பயந்தாள். வாத்தியாரைத் தவிர வீட்டில் வேறு யாருமே இல்லை என்பதைக் கண்டு பாட்டி சந்தோஷப் பட்டுக்கொண்டாள். ஆனால், சுவருக்கு அந்தப்புறத்தில் வாத்தியாரின் மனைவி இருப்பாளே என்பதை அவள் அப்போது நினைக்கவில்லை; நினைக்கத் தோன்றவில்லை.

வாத்தியார் கடிதம் முழுவதையும் வாசித்துக் காட்டினார். ஆறுமுகத்தைப் பற்றி மோசமான தகவல்தான் அந்தக் கடிதத்தில் எழுதப்பட்டிருந்தது. அதைக் கேட்டுக் கிழவி அழுததும் புரண்டதும், அலறித் துடித்ததும்... அது பழைய கதை.

○ ○ ○

கழுகுமலையில் மாசிமகத் திருநாளுக்கு வழக்கம்போல் பல்லாயிரக் கணக்கான மக்கள் பல ஊர்களிலிருந்தும் வந்திருந்தார்கள். ஊரே கொள்ளாத ஜனக்கூட்டம். சங்கரன் செட்டியாருக்கும் காவேரிப் பாட்டிக்கும் உறவான ஒரு குடும்பமும் விழா பார்ப்பதற்காகக் குழந்தை குட்டிகளோடு அன்று எட்டயபுரத்திலிருந்து வந்திருந்தது.

அது ஓர் ஏழைக்குடும்பம். செட்டியார் வீட்டின் சார்பிலும், தன் சார்பிலும் பாட்டியே அவர்களை எதிர் கொண்டழைத்தாள். அந்தக் குழந்தைகுட்டிகளை எடுத்துக் 'கண்ணே, ராசா!' என்றெல்லாம் கொஞ்சினாள். குழந்தைகளுக்குப் பாட்டி நன்கு பரிச்சயமானவள். முந்திய வருஷம் அவர்கள் ஊருக்கும் பாட்டி சென்று ஒரு மாதம் தங்கிவிட்டு வந்திருக்கிறாள்.

சாயங்காலமானதும் சங்கரன் செட்டியாரின் மனைவியும் எட்டயபுரத்துப் பெண்ணும் அவள் குழந்தைகளும் பாட்டியும் கலகலப் பாகப் பேசிக்கொண்டே, முருகன் கோவிலுக்குப் பூஜா திரவியங்களுடன் சென்றார்கள். பிரகாரம் சுற்றி முடிந்ததும், பாட்டி பயபக்தியோடு தன் முந்தியில் முடிந்து வைத்திருந்த காசுகளில் இரண்டணாவை எடுத்தாள். கர்ப்பக் கிருஹத்தைப் பார்த்துத் திரும்பி, இரண்டு கைகளையும் கூப்பிக்கொண்டு, "முருகா! என் மகன் சௌக்கியமா ஊர் வந்துசேரணும்! வைகாசி விசாகத்துக்குத் தாயும் புள்ளையுமா நாங்கவந்து உன்னைச் சேவிக்கணும்" என்று சொன்னாள். கூப்பிய கைகளைத் தலைக்குமேல்

தூக்கினாள். அந்தச் சமயத்தில் அவளுடைய உதடுகள் பேச முடியாமல் துடித்தன. கண்கள் நனைந்தன. உண்டியலில் காசைப் போட்டுவிட்டுப் புடவை முந்தானையால் கண்களைத் துடைத்துக்கொண்டாள். அப்புறம் எல்லோரும் வீடு திரும்பினார்கள். கலகலப்பாகப் பேசிக்கொண்டே கோவிலுக்குப் போனவர்கள், திரும்பி வரும்போது சொல்லிவைத்தாற் போல் பாட்டியிடம் எதுவுமே பேசவில்லை. உண்டியலில் காசு போடும்போது, ஆறுமுகத்தைப் பற்றி அவள் பிரஸ்தாபித்ததுதான் காரணமாகப் போய்விட்டது. பாட்டியை மறந்துவிட்டு அவர்கள் தங்களுக்குள்ளேயே எதை எதையோ பேசிக்கொண்டு வந்தார்கள்.

காவேரிப் பாட்டி பழையபடியும் மனக் கஷ்டத்துக்குள்ளானாள். 'அவன் பேரைச் சொன்னாலே இப்படி ஏன் ஒதுங்கிப் போகிறார்கள்?' என்று திகைத்தாள். தன் மனசுக்கு ஆறுதல் தேடும் முறையில் அந்த ஏழைக் குடும்பத்தின் ஆறு வயதுச் சிறுவன் ஒருவனைத் தன் கையில் பிடித்துக்கொண்டு, "கோயிலுக்கு ஒவ்வொரு குழந்தையும் எப்படி எப்படி யெல்லாம் நகைநட்டுப் போட்டுக்கிட்டு வந்திருக்கும்! பாவம், உனக்கு நல்ல நாளும் பொழுதுமா ஒரு பட்டுச் சட்டைகூடக் கொடுத்து வைக்கல்லையேடா. ராசா! அத்தனை பேருக்கும் நடுவிலே உன்னை இந்தக் கோலத்தில் பார்க்க எனக்குச் சகிக்கலேடா, கண்ணு!" என்று எல்லோருக்கும் கேட்கும்படியாகச் சொன்னாள். இந்த வார்த்தைகள் காதில் விழுந்ததுதான் தாமதம், அந்தப் பையனுடைய தாயார் சினந்த பார்வையோடு பாட்டியைத் திரும்பிப் பார்த்தாள்.

பாட்டி இன்னும் கொஞ்சம் உரத்த குரலில் "அவன் இருந்திருந்தா உன்னை இப்படிக் கோயிலுக்குப் போகவிட்டிருப்பானா? உனக்குக் கண்டைத் துண்டு வாங்கிக் கட்டி..." என்று சொல்லிக்கொண்டிருக்கும்போதே,

"ஏ, கிழவி! மூடு வாயை!" என்று சீறினாள் சிறுவனுடைய தாய். எல்லோரும் திடுக்கிட்டு நின்றுவிட்டார்கள்.

"என்ன கிழவி, ஒரேயடியா நீட்டி முழக்குறே! வாய்க்கொழுப்பா உனக்கு?" – எட்டயபுரத்துப் பெண் நெருப்பையே கக்கினாள்.

கிழவி பயந்து நடுங்கிக்கொண்டே, "நான் என்ன சொன்னேன்? குத்தமா ஒண்ணும் சொல்லலையே!" என்றாள்.

"குத்தமா ஒண்ணும் சொல்லலையா? நாங்க என்னமோ கஞ்சிக்குத் திண்டாடுற மாதிரியும், நீயும் உன் மகனும் எங்களுக்குப் படியளக்கிறவுக மாதிரியுமில்லே பேசுறே! அவன் செத்து, அவனைப் பொதைச்ச இடத்திலே புல்லும் முளைச்சுப் போச்சு. நீ என்னடான்ன, செத்தவன் பேரைச் சொல்லி எங்களை ஏமாத்திப் பிழைக்கிறதோட நிக்காமே, எங்களுக்குமில்லே பிச்சைக்காரப் பட்டம் கட்டுறே?" என்று எட்டயபுரம் பெண் சீறினாள்.

"முருகா! முருகா!" என்று தெருவே எதிரொலிக்கும்படி கத்தித் தலையில் அடித்துக்கொண்டாள் கிழவி.

"அநியாயமாச் சொல்லாதே! நாக்கு அழுகிப்போகும்! எனக்கு இருக்கிறது ஒத்தைக்கு ஒரு பிள்ளை..."

நடுத் தெருவில், திருவிழாக் கூட்டத்துக்கு மத்தியில், கிழவி தலையில் அடித்துக்கொண்டு கூப்பாடு போடுவதைக் கண்ட மீனாக்ஷியம்மாளுக்கு என்ன செய்வதென்றே தெரியவில்லை. "பாட்டி, பேசாமலிரு. சத்தம் போடாதே" என்று அவள் கையை இழுத்தாள்.

ஆனால், கிழவி தன் கூப்பாட்டை நிறுத்தவில்லை; அந்த இடத்தைவிட்டு நகரவுமில்லை. தெருவில் நிற்பவர்களோ, "என்ன, ஏது?" என்று கேட்டுக்கொண்டே வந்தனர்.

"ஐயையோ! மானம் போகுதே! நடுத்தெருவில் கிழவி இந்த ஆட்டம் ஆடுறாளே!" என்று மீனாக்ஷியம்மாள் கைவிரல்களைச் சொடுக்கினாள். இரண்டு காதுகளையும் பொத்திக்கொண்டு கிழவியையும் மற்றவர் களையும் அப்படியே விட்டுவிட்டு, அதிவேகமாகத் தன் வீட்டுக்கு ஓடி வந்துவிட்டாள்.

"இந்தக் கிழவியை இனி வீட்டுக்குள்ளே விடுறதே தப்பு கோமதி! அவளுக்குப் புத்தி சுவாதீனமே இல்லை. நடுத் தெருவிலே வெறி பிடிச்சவ மாதிரி கத்துறா" என்று மீனாக்ஷியம்மாள் தன் மகளிடம் கதையைச் சொல்லத் தொடங்கியதும், காவேரிப் பாட்டியும் எட்டயபுரத்துப் பெண்ணும் குழந்தைகளும் வந்துவிட்டார்கள். பாட்டி அழுகையும் கூக்குரலுமாகவே வந்தாள்.

தெருவில் நடந்த நிகழ்ச்சியைக்கேட்ட செட்டியார் திடுக்கிட்டு, "அட, பாவமே! கிழவியிடத்திலே அந்தச் சமாசாரத்தைப் போய் ஏன் சொன்னீங்க? இந்த வயசுக் காலத்திலே..." என்று சொல்லிக் கொண்டிருக்கும்போதே எட்டயபுரத்துப் பெண் தணியாத ஆத்திரத்துடன், "இந்தக் கிழவி என்னையும் என் பிள்ளைகளையும் நடுத்தெருவிலே இவ்வளவு கேவலமாப் பேசலாமா, அண்ணாச்சி? ஊருக்கு வர்ற போதுதான் இப்படி அவமானமாப் பேசுறாள்னு பார்த்தா, நாங்க வந்த எடத்திலேயுமா பேசுறது?" என்றாள்.

"என் பிள்ளை சாகல்லே, சங்கரா! உசுரோட இருக்கிறான். முருகன் பேரிலே சத்தியமாச் சொல்றேன், அவன் உசுரோடதான் இருக்கிறான். அநியாயமாய்ப் பேசுகிற இவள் விளங்கமாட்டாள்" என்றாள் பாட்டி ஆவேசத்துடன்.

"சத்தியம் வேறயா பண்றே! சத்தியம் பண்ணிட்டா, மூணு வருசத்துக்கு முன்னாலே செத்தவன் உசுரோட வந்திருவான்னு நினைப்பா?" என்றாள் எட்டயபுரத்துப் பெண்.

"நீ சும்மா இரு" என்று அவள் வாயை அடக்கினார் அவர் கணவர்.

சங்கரன் செட்டியார் மிகவும் இரக்கமான குரலில், "எத்தனை நாளைக்குத்தான் மூடி வைக்கமுடியும்? பாட்டி! நான் சொல்றதை

நம்பு. உன் புள்ளை சமாசாரம் எனக்கு அப்பவே தெரியும். எனக்கு மட்டுமில்லே, இன்னும் யார்யாருக்கெல்லாமோ தெரியும். வயசு காலத்திலே அதை உனக்குச் சொல்ல வேண்டாம்னுதான் எல்லோரும் இத்தனை நாளும் மூடி மறைச்சு வச்சிருந்தோம். உண்மையை எத்தனை நாளைக்கு மறைச்சு வச்சாலும், ஒருசமயம் இல்லாட்டா ஒருசமயம் வெளியாகாமப் போகாது. மனசை அடக்கிக்கோ" என்று ஆறுதல் அளிக்க முயன்றார்.

ஆனால் யார் சொன்னாலும் பாட்டி ஒப்புக்கொள்ளத் தயாராக இல்லை. தான் இதுவரையிலும் ஏமாற்றிப் பிழைத்ததாக நினைத்து விடுவார்களே, மற்ற உறவினர்களுக்கும் விஷயம் எட்டித் தன்னைக் கேவலமாகப் பேசுவார்களே, எங்கும் தலைகாட்ட முடியாதே என்ற பயமும் அதிர்ச்சியும் அவளுடைய புத்தியைப் பேதலிக்கச் செய்துவிட்டன. உயிரைக் கொடுத்தாவது தனக்கு ஏற்பட்டுள்ள அவமானத்திலிருந்து மீள வேண்டும். மகன் உயிரோடு இருப்பதாக நிரூபித்துவிட வேண்டும் என்று துடித்தாள்.

முழுக்க முழுக்க சுவாதீனத்தை இழந்து, "சங்கரா! நீ கூடவா அப்படிச் சொல்றே! நான் சொல்றது நிசமா, பொய்யா என்கிறதை முந்தாநாள் வந்த இந்த காயிதத்தைப் பார்த்தாவது தெரிஞ்சுக்கோ" என்றுகூறித் தன் புடவையில் முடிந்திருந்த வெள்ளைக் காகிதத்தை எடுத்து எதிரே வீசினாள். வீசிய மாத்திரத்தில் கிழவி அப்படியே கீழே சரிந்தாள்.

செட்டியாருக்கோ அவள் விழுந்ததைக்கூடப் பொருட்படுத்தத் தோன்றவில்லை. நம்பமுடியாத ஆச்சரியத்துக்குள்ளான அவர், கசங்கி யிருந்த கடிதத்தைத்தான் அவசரமாகப் பிரித்து வாசித்தார். முந்தாநாள் ஆறுமுகத்திடமிருந்து வந்ததாகக் கிழவி சொன்ன அந்தக் கடிதத்தில், மூன்று வருஷங்களுக்கு முந்திய தேதியிடப்பட்டு, பின்வருமாறு எழுதியிருந்தது:

"அன்புள்ள காவேரிப் பெரியம்மாளுக்கு, சுப்பையா வணக்கமாய் எழுதிக்கொண்டது.

இப்பவும் உங்கள் மகன் சில நாட்களாய்ச் சீக்காய்க் கிடந்து நேத்து ராத்திரி சிவலோக பதவி அடைந்துவிட்டார். அளவில்லாமல் குடித்து கண்காணாத இடத்தில் இப்படிச் சாகும்படி அவர் தலைவிதி இருந்திருக்கிறது. எல்லாம் கடவுள் செயல். நாங்கள் ஐந்தாறு பேர்கள் சேர்ந்து எடுத்துக் கொண்டுபோய் அடக்கம் பண்ணினோம். கடவுளை நினைச்சு மனசைத் தேற்றிக்கொள்ளுங்கள். தலை எழுத்தை நம்மால் மாற்ற முடியாது.

ரா. சுப்பையா
சிங்கப்பூர்"

❖

கல்கி, 23 ஏப்ரல் 1961

காற்று

அந்தத் தெருவில் நூறு வீடுகள் இருக்கும். ஆனால் ஒரே ஒரு வீட்டில்தான் தெருத் திண்ணை இருந்தது. மற்ற வீடுகள் சிலவற்றில் திண்ணை இருந்தபோதிலும் அது கம்பிக் கதவுக்கு உட்புறமாக இருந்தபடியால், அதைக் கணக்கில் சேர்க்க முடியாது. பெரும்பாலான வீடுகள், திண்ணையில்லாத நவநாகரிக மோஸ்தரிலேயே கட்டப்பட்டவையாகும்.

மேற்படி வீட்டின் தெருத்திண்ணை அக்கம் பக்கங் களில் வசிக்கும் குழந்தைகளுக்கு ஒரு பாலைவனச் சோலையாக இருந்தது. அவர்கள் தங்கள் தங்கள் வீடுகளைவிட்டு வெளியே வந்தால், ஒரு முக்கால் மைல் வட்டாரத்தில் அந்தத் திண்ணையைத் தவிர வேறு எங்கும் ஒதுங்க முடியாது. இதனால் எப்பொழுது பார்த்தாலும் திண்ணையில் ஐந்தாறு குழந்தைகள் விளையாடிக்கொண்டிருக்கும். விளையாட்டு என்றால் கூச்சல் இல்லாமல் இருக்குமா? உற்சாகம் மீறியதும், கூச்சலும் கும்மாளமும் அதிகமாகிவிடும். உடனே வீட்டின் உள்ளேயிருந்து ஒருவன் ஓடிவருவான். தினந்தோறும் விரட்டியடித்தும்கூட, குழந்தைகள் திரும்பத் திரும்ப வந்து அமர்க்களம் பண்ணுவதைக் கண்டு அவனுக்குக் கோபம் சிரசை முட்டிக்கொண்டி ருந்தது. அதனால் கைக்கு எட்டிய குழந்தைகளை அடித்து விரட்டுவான்; எட்டாத குழந்தைகளை வாய்க்கு வந்தபடி திட்டி விரட்டுவான். ஒரு வழியாகத் திண்ணை காலியாகும். ஆனால், இது எவ்வளவு நேரத்துக்கு? அவன் தலைமறைந்தால் போதும்,

பழையபடியும் திண்ணைக்குக் குழந்தைகள் ஓடி வந்துவிடுவார்கள். அடியையும் மிரட்டலையும் வசவையும் ஒரு பொருட்டாகவே அவர்கள் கருதவில்லை. அதற்குப் பதிலாகத் தங்கள் விளையாட்டின் ஒரு பகுதியாகவே நினைத்துவிட்டார்கள்போல் தோன்றியது.

வீட்டுக்குள் வாடகை கொடுத்து குடியிருக்கும் ஆசாமி, குழந்தைகளை நிரந்தரமாக ஒழித்துக்கட்டுவதற்குச் சமயம் பார்த்துக் கொண்டிருந்தான். ஒரு குழந்தையையாவது பயங்கரமாகக் கீழே இழுத்துப் போட்டு மூச்சுப்பேச்சு அற்றுப்போகும் வரையில் மிதித்துத் துவைக்க வேண்டுமென்பது அவனது நீண்டநாள் திட்டம். அவ்வாறு செய்தால், தன் கோபமும் தணிந்து சற்று ஆறுதல் பிறக்கும்; நாலைந்து நாட்களுக்காவது குழந்தைகள் அந்தப் பக்கம் தலைகாட்டாமல் இருப்பார்கள் என்று நினைத்தான்.

ஒருநாள் அவனுக்கு வேலையில்லை. அதனால் வெளியே போக வேண்டிய அவசியமில்லாமல், வீட்டுக்குள்ளேயே உட்கார்ந்துகொண்டிருந்தான். சும்மா உட்கார்ந்திருக்கவில்லை; குழந்தைகள் எப்போது வரும் என்று ஆவலோடு எதிர்பார்த்துக் கொண்டுதான் உட்கார்ந்திருந்தான்.

உரிய காலத்தில் குழந்தைகள் வந்துவிட்டார்கள். வெறுமனே கைவீசிக்கொண்டு வந்தவர்கள் நான்கு பேர். இரண்டு சிறுமிகள் இரண்டு கைக்குழந்தைகளையும் தூக்கிக்கொண்டு வந்தார்கள். குழந்தைகளைத் திண்ணையின் ஒரு மூலையில் விட்டார்கள். உடனே விளையாட்டும் ஆரம்பமாகிவிட்டது. அவர்கள் உலகத்தையே மறந்துவிட்டனர், சொல்ல முடியாத உற்சாகம். அவ்வப்போது தெருவே எதிரொலிக்கும்படியான சிரிப்பு, கைதட்டல். இப்படித் தம்மை மறந்து ஆனந்தமாக விளையாடிக் கொண்டிருந்த சமயத்தில், சமயம் பார்த்துக் காத்திருந்த ஆசாமி புலிப்பாய்ச்சலாகப் பாய்ந்து வெளியே வந்தான். வந்த வேகத்தில் ஒரு சிறுவனை இடுப்பில் மிதித்துத் தெருவில் போய் விழும்படி தள்ளினான். ஒரு பெண்குழந்தையின் தலைமுடியை வலது கையால் எட்டிப் பிடித்தான். இதைப் பார்த்த மற்ற குழந்தைகள் ஒரே ஓட்டமாக ஓடி மறைந்துவிட்டன. தெருவில் விழுந்த சிறுவன் அழுது கூப்பாடு போட்டுக்கொண்டே எழுந்து, நொண்டி நொண்டி நடந்துகொண்டு தன் வீட்டுக்குப் போய்ச் சேர்ந்தான்.

குடித்தனக்கார ஆசாமி, அந்தச் சிறுமியின் கூந்தலை வலது கையிலிருந்து இடது கைக்கு மாற்றினான். "இனி மேல் இங்கே வராதே!" பத்துப் பதினைந்து தடவையாவது சொல்லியிருப்பான். ஒவ்வொரு தடவையும் குழந்தையின் கன்னத்தில் பொறி பறக்கும்படி அறை விழுந்து கொண்டிருந்தது. அந்த ஐந்து வயதுக் குழந்தை புத்தி பேதலித்துப்போய், அழக்கூடப் பிரக்ஞையின்றி முகத்தை ஒரு மாதிரி கோரமாக வைத்துக்கொண்டு நின்றது. தெருவோடு சென்ற ஒருவன் விலக்கியிராவிட்டால், குழந்தையின் மூச்சு நிற்கும் வரையிலும் அடி விழுந்திருக்கும்.

விடுதலை பெற்றுத் தன் வீட்டை நோக்கி அடி எடுத்து வைத்தபோது தான் அதற்கு அடி வாங்கியிருக்கிறோம் என்ற ஞாபகம் வந்தது. அதைத் தொடர்ந்து கன்னம் எரியவும் ஆரம்பித்தது. உடனே 'கோ'வென்று அழுதுகொண்டு நாலைந்து வீடுகள் தள்ளியிருக்கும் தன் வீட்டுக்குச் சென்றாள். அதற்குள், சிவந்து தடிப்பேறியிருந்த இடது கன்னம் வீங்கி, இடது கண்ணும் தீக்கங்கு மாதிரி சிவந்துவிட்டது. அவளுடைய அழுகுரலைக் கேட்டு எதிரே ஓடிவந்து, 'என்ன? ஏது?' என்று விசாரித்த தாயிடம் அவள் விஷயத்தைச் சொல்லவில்லை. சொல்வதற்கு வார்த்தைகளே உருவாகவில்லை. அடியினால் ஏற்பட்ட அதிர்ச்சியும் அனுமதியில்லாமல் விளையாடப் போனதற்காக அம்மாவும் அடிப்பாள் என்ற பயமும் சேர்ந்து அவள் நாவைக் கட்டிவிட்டன. அவளால் அப்போது அழத்தான் முடிந்தது.

"சனியன்! சொன்னாலும் நிற்காமல் தெருவுக்கு ஓடி ஓடிப் போகுதே!... உனக்கு இதுவும் வேணும்; இன்னும் வேணும்!" என்றாள் அம்மா.

கூட விளையாடும் சிறுவர்களில் எவனாவது அடித்திருப்பான் என்பது அவள் எண்ணம். விஷயத்தைத் தெரிந்துகொள்ளலாம் என்று அவள் தெருவுக்கு வந்து இரண்டு பக்கமும் திரும்பிப் பார்த்தாள். அவளால் எதையுமே தெரிந்துகொள்ள முடியவில்லை. தெரு வழக்கம்போலவே இருந்தது. உள்ளே திரும்பி வந்து, "என்ன சனியனே! எங்கேபோய் அடி வாங்கிக்கினு வாறே? சொல்லித் தொலையேன்" என்று சீறினாள்.

அப்பொழுதும் சிறுமியால் பேச முடியவில்லை.

"அப்பா வரட்டும். உன்னைத் தூணோடு சேர்த்துக் கட்டிவைக்கச் சொல்றேன். அப்போத்தான் நீ வூட்டிலே கெடப்பே" என்று சொல்லிக் கொண்டு, தன் வலதுகையால் குழந்தையின் கூந்தலைப் பிடித்துத் தரதரவென்று உள்பக்கம் இழுத்துக்கொண்டு சென்றாள். உள்ளே கொண்டுபோய், கைக்குழந்தையின் பக்கம் தள்ளிவிட்டு, சமையற் கூடத்தின் புகைக்குள் மறைந்துவிட்டாள் அம்மா. அவ்வளவில் சிறுமியின் பயமும் தெளிந்துவிட்டது; அழுகையையும் நிறுத்திவிட்டாள். அப்புறம் கைக்குழந்தைதான் புகை எரிச்சல் தாங்க முடியாமல் அழுதுகொண்டி ருந்தது. சிறுமி அதற்கு விளையாட்டுக் காட்டி, அழுகையை நிறுத்தவேண்டுமென்றுதான் ஆசைப்பட்டாள், முயற்சியும் செய்தாள். ஆனால் குழந்தை அக்காளின் விளையாட்டு கண்டு ஏமாந்துவிடவில்லை. அதற்கு உடம்பில் என்னென்னவோ கோளாறு. அப்புறம் இந்த ஆளை மறைக்கும் புகை வேறு. கண்கள் எரிந்து, மூச்சும் திணறியது. வீட்டுக் குள்ளேயே சுற்றிச் சுழன்று வரும் புகைக்கு, அந்தத் தாய், அந்தச் சிறுமி, அந்தக் கைக்குழந்தை ஆகிய மூவருடைய நாசித் துவாரங்களைத் தவிர வேறு போக்கிடம் இல்லை. விளையாட்டுக் காட்ட முயன்ற சிறுமியும் புகையால் திணறினாள். தெருவுக்கு எப்பொழுது ஓடுவோம் என்றிருந்தது. இனி ஓடினால், அம்மா கழுத்தை முறித்து அடுப்பில் திணித்துவிடுவாள் என்று எண்ணி, அறையின் வாசல் பக்கத்துக்குக்

குழந்தையை இழுத்துக்கொண்டு வந்து கொஞ்சம் தாராளமாகச் சுவாசிக்க முயன்றாள். அங்கே பக்கத்துக் குடித்தனத்திலிருந்து புகை வந்துகொண்டிருந்தது. என்றாலும், அவ்வளவு கனத்த புகையல்ல. சிறுமிக்கும் கொஞ்சம் ஆசுவாசமாக இருந்தது. அந்தச் சின்னஞ்சிறு முற்ற வெளிக்கு மேலாகத் தெரியும் வானத்தை ஏக்கத்தோடு பார்த்துக்கொண்டு அப்படியே உட்கார்ந்துவிட்டாள். அப்பொழுது அவள் மனம் உண்மையில் வானவெளியை நினைத்து ஏங்கவில்லை; திண்ணையை நினைத்துத்தான் ஏங்கியது! போனால் கன்னம் வீங்கும்படியாக அடிவாங்க வேண்டுமே! வீடு திரும்பினால் அம்மா அடிப்பாளே! இனி என்ன செய்வது? எப்படி உயிர்வாழ்வது? என்று அந்த தன் ஐந்தாவது பிராயத்திலேயே எதிர்காலத்தை எண்ணி அவள் கவலைப்பட்டுக் கொண்டிருந்தாள். திண்ணை என்றால், அவள் நடக்கத் தெரிந்த நாளிலிருந்து அவளுக்குக் காற்றும் வெளிச்சமும் கொடுத்து வாழ்க்கை இன்பத்தை அளித்து வந்த திண்ணை அது. இப்பொழுது அதுவும் போய்விட்டது. இனி திண்ணையும் இல்லை; காற்றும் இல்லை; வாழ்க்கையில் சந்தோஷம் என்பதுவும் இருக்க முடியாது . . . அவளுக்கு ஒருசமயம், தன் வீட்டில் ஏன் தெருத்திண்ணை வைத்துக் கட்டவில்லை என்றும் தோன்றியது. தன் வீடு எதற்காகத் தெருவிலிருந்து வெகுதூரம் உள்ளே தள்ளி ஒரு மூலையில் இருக்க வேண்டுமென்று தன்னையே கேட்டுக்கொண்டாள். திண்ணை வைத்துக் கட்டாததற்காக அப்பாவிடம் அவளுக்குக் கோபமும் வந்தது. அப்பா வீட்டுக்குச் சாப்பிட வரும்போது, அவரிடமே இதைக் கேட்பது, அழுது முரண்டுபண்ணித் திண்ணை கட்டச் சொல்லுவது என்று நினைத்தாள். தன்னிடம் பிரியமாக இருக்கும் அப்பன், தன் சொல்லைத் தட்டமாட்டான் என்று அவளுக்கு நம்பிக்கையும் பிறந்தது. அதனால் புகையைத் 'தாற்காலிகமாக'ச் சகித்துக்கொண்டு உட்கார்ந்திருந்தாள்.

கற்பகத்தின் தகப்பன் வேதகிரி வாயையும் வயிற்றையும் கட்டிப் பழகியவன்தானே ஒழிய, எந்தக் காலத்திலும் திண்ணை கட்டியவனல்ல. வருஷம் முழுவதுமே தினந்தவறாமல் ஒருவேளை சாப்பிடாமல் அரைப் பட்டினி கிடக்கிறான். பதினான்கு வருஷ சேவைக்குப் பிறகு இப்பொழுது அவன் வாங்கும் சம்பளம் நாற்பத்தெட்டு ரூபாய். மந்தைவெளியின் ஒரு கோடியில் தன்வீட்டுக்கு மூன்று பர்லாங் தூரத்திலேயே ஒரு சிறு ஜவுளிக்கடையில் ஒரு சிப்பந்தியாக வேலை செய்து வருகிறான். சம்பளத்தில் பத்து ரூபாய் வீட்டு வாடகைக்குப் போய்விடும். ஆம், பத்து ரூபாய் வாடகை! சென்னை மாநகரத்தில் அந்த வாடகைக்கு ஒரு வீடும் அந்த வீட்டில் ஒரு குடித்தனமும் இருக்கிறது என்றால், வீட்டையும் வாழ்க்கையையும் பற்றி அதிகம் சொல்ல வேண்டாம். ஒரே ஒரு அறைதான் வீடு. அதற்குள்ளேயே சமையல் பகுதி. மழைக் காலத்தில் ஒழுகாத பகுதி பார்த்து கூட்டிச் சுருட்டிப் படுத்திருக்க வேண்டும். வீட்டின் முகட்டில் நாழி ஓடுகளிலிருந்து வெயில் காலத்தில் 'தொப்புத் தொப்பு' என்று தேள் விழுவதும் உண்டு. வீட்டுக்கு வாசல்தான் ஜன்னல். முற்றத்தில் குழாயிருந்ததால் எப்பொழுது பார்த்தாலும் அங்கே ஈரமாக இருக்கும். அந்த வீட்டுக்குள்ளேயே ஐந்தாறு பகுதிகளில்

பத்தும் பதினைந்தும் கொடுத்துக் குடியிருப்பவர்கள் அத்தனை பேருக்கும் குழாயும் முற்றமும் பொது. எந்த வீட்டுச் சப்தமும் எல்லா வீடுகளுக்கும் கேட்கும். எந்த வீட்டுப் புகையும் எல்லா வீடுகளுக்கும் பரவி, சுவாசத்திலும் வானத்திலும் கலக்கும். இப்படிப்பட்ட இடத்தில் வேதகிரியின் மனைவி, கற்பகத்தையும் மேலும் நான்கு குழந்தைகளையும் பிரசவித்திருக்கிறாள். அவற்றுள், கற்பகத்தையும் கைக்குழந்தையையும் தவிர, மற்ற குழந்தைகள் செத்துப் போய்விட்டன. அவள் மட்டும் அந்த உடம்பை வைத்துக்கொண்டு இன்னும் சாகாமல் சமாளித்துக் கொண்டு வருகிறாள்.

வேதகிரி கல்யாணம் பண்ணிக்கொண்டு அந்த வீட்டுக்குக் குடித்தனம் வந்தபோது நிலைமை இவ்வளவு மோசமாக இல்லை. இப்பொழுது குடியிருக்கும் பகுதியோடு, மேலும் ஒரு சிறு அறையையும் சேர்த்தே பத்து ரூபாய் வாடகைக்குப் பிடித்தான். ஆனால், மந்தைவெளியைச் சுற்றி மாடமாளிகைகளுடன் புது நகரம் ஒன்று ராக்ஷஸ நாகம்போல் வளைத்துக்கொண்டு கிளம்பவே, அவன் குடியிருந்த பகுதிக்கு விலை – மதிப்பு உயர்ந்துவிட்டது. ஒவ்வொரு வீட்டின் மதிப்பும் ஆறு மடங்கு ஏழு மடங்காகக் கூடிவிடவே வாடகையும் உயர்ந்தது. வேதகிரி பத்து ரூபாய்க்குமேல் கொடுக்கத் தனக்குச் சக்தியில்லை என்றான். அப்படியானால் சமையல் பகுதியை மட்டும்தான் பத்து ரூபாய்க்குவிட முடியும் என்று வீட்டுக்காரன் சொன்னான். வெளியே விரட்டாமல், அம்மட்டுக்காவது இடம் கொடுத்தானே என்று தன் குடித்தனத்தைச் சமையற் கூடத்துக்குள்ளே ஒடுக்கிக்கொண்டு, பக்கத்து அறையைக் காலி செய்து கொடுத்தான். அதன்பின் கற்பகம் பிறந்தாள். பிறந்த நாளிலிருந்து அவள் சமையற் கூடத்தைத்தான் பார்த்திருக்கிறாளே ஒழிய, திண்ணையை, தெருவாசலை, மரத்தை, மைதானத்தை அனுபவிக்கவில்லை. ஊரின் சுற்றுப்புறம் அழகிய நகரமாக விரிவடைந்ததும் சென்னையின் ஜனத்தொகை பெருகியதும் அவளுக்குப் பெருங்கேடாக முடிந்தன. அவள் அந்த இருட்டறைக்குள் வசிப்பதற்கு, நகரமும் நகரில் வசிக்கும் அத்தனை பேருமே காரணங்கள் என்று சொல்லலாம்போல் இருந்தது.

வேதகிரி மத்தியானச் சாப்பாட்டுக்கு ஜவுளிக் கடையிலிருந்து வீட்டுக்கு வந்து சேர்ந்தான். வந்ததும் வராததுமாக அவனிடம், கற்பகம் அடிவாங்கி வந்த கதையைச் சொன்னாள் அவன் மனைவி. அதைக் கேட்டதும் அவன் குழந்தையை வெளியே முற்ற வெளிக்கு அழைத்து வந்து வெளிச்சத்தில் நிறுத்திப் பார்த்தான். வீங்கிச் சிவந்த கன்னத்தைப் பார்த்ததும் அவன் கண்கள் கலங்கிவிட்டன.

“இந்தச் சனியன் ஒரு நிமிசம் வீடு தங்கமாட்டேங்குது. ‘குழந்தையைப் பார்த்துக்கோ’ன்னு விட்டுட்டு அந்தப் பக்கம் திரும்பினேன் – அவ்வளவுதான், மாயமா மறைஞ்சிட்டா. இவளை உசிரோடே வச்சிக் கொளுத்தினால்தான் என் மனசு ஆறும்...” என்று அவள் சொல்லிக் கொண்டிருக்கும்போது,

“போதும்!... போய் வேலையைப் பார்” என்று அவள் வாயை அடைத்துவிட்டு, கற்பகத்தைத் தூக்கிக்கொண்டு வீட்டுக்குள்ளே போனான் வேதகிரி. “யார் அடிச்சது?” என்று அவளை அன்பாதரவுடன் கேட்டான்.

திண்ணையில் நடந்த நிகழ்ச்சியை அப்படியே சொன்னாள் கற்பகம்.

அடித்தவனை என்ன செய்ய முடியும்? அவன் வீட்டுத் திண்ணை. அங்கேபோய் விளையாடினால் அவன் எதுவும் செய்வான். யார் கேட்க முடியும்? அதற்காகக் குழந்தையை மனைவி சொல்வதுபோல வீட்டுக்குள்ளே கட்டிப் போடுவதா? ‘என்ன பாவம் பண்ணினயோ, எனக்குக் குழந்தையாப் பிறந்தே!’ என்று மகளைப் பார்த்து நொந்து கொண்டே அவளையும் கூடஉட்கார வைத்துக்கொண்டு சாப்பிட்டான். வாரத்துக்கு ஒரு நாள் விடுமுறை தினத்தன்று தன்னால் சேர்ந்தாற்போல் ஒருமணி நேரம்கூட அந்த வீட்டுக்குள் உட்கார்ந்திருக்க முடியாதிருக்கும் போது, கற்பகம் வருஷம் முழுவதும் அங்கேயே எப்படி அடைபட்டுக் கிடப்பாள் என்று நினைத்தான். மகளுக்கு எந்த வகையில் விடுதலை அளிக்க முடியும் என்று யோசித்து யோசித்துப் பார்த்தும் அவனுக்கு ஒரு வழியும் புலப்படவில்லை. ஏதோ அற்ப சாந்தியாகவாவது இருக்கட்டும் என்று கடைக்குத் திரும்பும்போது கற்பகத்தையும் அழைத்துக்கொண்டு போய், ஒரு டீக்கடையில் அரை அணாவுக்குப் பக்கடாப் பொட்டலம் வாங்கிக் கொடுத்து வீட்டுக்கு அனுப்பினான். கற்பகம் வீட்டை நோக்கி வந்துகொண்டிருந்தாள். அந்தத் திண்ணையில் குழந்தைகள் வழக்கம்போல் விளையாடிக் கொண்டிருப்பதைப் பார்த்தாள். ஆனால், தானும் போய் விளையாட வேண்டுமென்று அவள் நினைக்க வில்லை; நேரே வீட்டுக்கு வந்துவிட்டாள்.

அன்றிலிருந்து கற்பகத்தின் சிறைவாசம் ஆரம்பமாகிவிட்டது. வீட்டைவிட்டு எங்கும் போகக்கூடாது என்று தாய் கண்டிப்பாகச் சொல்லித் தடுத்து நிறுத்திவிட்டாள். மிஞ்சிப்போனால், தெரு வாசலுக்கு வந்து சிறிது நேரம் நிற்கலாம்; அதற்குமேல் அடியெடுத்துவைக்க அனுமதியில்லை. யாருக்கும் சொந்தமில்லாத தெருவுக்குக்கூட அவள் போய் விளையாட முடியவில்லை. அந்தச் சின்னத் தெருவிலும் கார், டாக்ஸி, சைக்கிள் முதலிய வாகனங்களின் போக்குவரத்து அதிகமாக இருந்ததால், அங்கேயும் போகக்கூடாதென்று அம்மா எச்சரித்திருந்தாள்.

கற்பகத்துக்கு இரவும் பகலும் திண்ணையைப் பற்றிய கனவுதான். தன் வீட்டில் தெருவைப் பார்த்து ஒரு திண்ணை இருக்கவேண்டும். அப்பா எப்பொழுது கட்டிக்கொடுப்பார்? அப்பாவிடம் கேட்டதற்கு அவர் ஒரு பதிலும் சொல்லாமல் சிரித்தார். வற்புறுத்திக் கேட்டபிறகு, “குழந்தே! உனக்கு என்ன தெரியும்? திண்ணை கட்டவும் வீடு கட்டவும் சக்தி இருந்தால் நாம் ஏன் இப்படி இருக்கிறோம்?” என்று ‘அர்த்த மில்லாமல்’ ஏதேதோ சொல்லுகிறார். அவளுக்கு ஒன்றுமே புரியவில்லை. நாலைந்து நாட்களுக்குப் பிறகு, அடிபட்டாலும் பரவாயில்லை. பழைய திண்ணைக்கே போய் விளையாடலாம் என்றும் ஒரு ஆசை பிறந்தது. ஆனால், அந்த அற்ப ஆசை நீடிக்கவில்லை. பயம் ஆசையைச் சுருக்கிவிட்டது. கடைசியில் வீடே கதி என்று காற்றும் வெளிச்சமும்

இல்லாத அறையில் புகை மூட்டத்துக்கு நடுவில் திக்குமுக்காடிக் கொண்டு கிடந்து தவித்தாள். சோற்றுக்குத் தரித்திரம் ஏற்படுவது போய் காற்றுக்குமே தரித்திரம் ஏற்பட்டுவிட்டது. சரியான ஆகாரமின்றிக் காற்றடைத்த பையாக அலைந்து திரிந்த கற்பகம், இப்போது காற்றுக்கும் வழியின்றித் திணறினாள்.

நாட்கள் செல்லச் செல்ல, அவள் முகத்தில் இருள் படர்ந்தது. கண்கள் ஆழத்தில் அமுங்கிக்கொண்டிருந்தன, உடம்பும் மெலிந்தது. சரியாகச் சாப்பிடக்கூட அவளால் முடியவில்லை. தன்னை வீட்டுக்குள் போட்டு அடைக்கும் அம்மாவும், எந்நேரமும் நச்சுநச்சென்று அழுது கொண்டிருக்கும் தம்பியும், திண்ணை கட்டித் தராமல் சால்ஜாப்புச் சொல்லும் தந்தையும் தன்னைக் கொல்ல வந்த எமன்களாகவே அவளுக்குக் காட்சியளித்தார்கள். அவளுடைய பொறுமை எல்லை கடந்துவிட்டது. பயந்த சுபாவம் மாறி, திமிற ஆரம்பித்தாள். ஒரு நாள் அம்மாவுக்குத் தெரியாமல் பழைய திண்ணைக்கே ஓடிவிட்டாள்.

○ ○ ○

நாள் கணக்கில் யோசித்த வேதகிரிக்கு ஒருநாள் திடீரென்று மார்க்கம் புலப்பட்டது. அதனால் பரம சந்தோஷத்தோடு கடையிலிருந்து வீட்டுக்குத் திரும்பினான். ஒரு நாள் பார்த்து, கற்பகத்தைப் பக்கத்துத் தெருப் பள்ளிக்கூடத்தில் சேர்த்துவிட முடிவு செய்தான். ஒரு பிரதான சாலையைக் கடந்து செல்ல வேண்டும் என்பதைத் தவிர, பள்ளிக்கூடம் அருகாமையிலேயே இருந்தது. மத்தியானம் தர்மச் சோறும் போடுகிறார்கள். கற்பகத்துக்கு நல்ல காலம் பிறந்துவிட்டது என்று எண்ணிச் சந்தோஷப்பட்டவனாய், மனைவியிடமும் விஷயத்தைச் சொன்னான். ‘மகளின் ஓடுகாலித்தனத்தை ஒடுக்குவதற்கு அது ஒரு நல்ல உபாயந்தான்’ என்ற நினைப்பில் வேதகிரி சொன்னதை அவள் ஆமோதித்தாள்.

“பள்ளிக்கூடத்துக்கு அனுப்பினால்தான் இவளுடைய கொட்டம் ஒடுங்கும். எந்த நேரமும் இதுக்கு யாரால் காவல் காக்க முடியும்? அப்படியாவது தொலையட்டும்” என்றாள் மனைவி.

நல்ல நாளில் கற்பகத்தைப் பள்ளிக்கூடத்துக்கு அழைத்துக்கொண்டு போனான் வேதகிரி. கற்பகத்தை ஒரு மாணவியாகச் சேர்த்துக் கொண்டார்கள். பிரவேசக் கட்டணத்துக்காக ஒரு ரூபாய் செலவாயிற்று; வேறு செலவில்லை. நாலைந்து நாளில் புத்தகம் வாங்கித் தருவதாக ஆசிரியரிடம் சொன்னான் வேதகிரி. அப்புறம், கற்பகத்தைப் பார்த்து, “பள்ளிக்கூடம் விட்டதும் நேரே வீட்டுக்கு வரணும். பக்கத்து வீட்டுப் பசங்களோடு வந்துடு. ரோட்டிலே கார், பஸ் போகும்; பார்த்து வரணும், கற்பகம்” என்று சொல்லிவிட்டுக் கடைக்குப் போய்ச் சேர்ந்தான்.

கற்பகத்தின் வாழ்வில் உண்மையிலேயே ஒரு புதுயுகம் ஆரம்பமாகிவிட்டது. விடுமுறை நாட்களில்கூட பள்ளிக்கூடம் போனால் தேவலை என்று நினைத்தாள். வீட்டில் திண்ணையில்லாத குறை அவளுக்கு அப்பொழுது குறையாகவே படவில்லை. குறித்த நேரத்தில்

பள்ளிக்கூடம் போய் குறித்த நேரத்தில் வீட்டுக்கு வந்துகொண்டிருந்தாள். ஒரு பெரிய பிரச்னை தீர்ந்தது என்று தாயும் தகப்பனும் மூச்சுவிட்டார்கள்.

புதிதாகக் கிடைத்த விடுதலையினால் கற்பகத்தின் உற்சாகம் பொங்கி வழிந்தது. பள்ளிக்கூடம் போவது என்பது அவளுக்கு ஒரு இன்ப போதையாகவே இருந்தது. ஐந்து மணிக்குப் பள்ளிக்கூடம் விட்டதும் நேரே வீட்டுக்கு வராமல் எங்காவது தெருவில் சுற்றித் திரியலாம் என்று தினமும் ஆசைப்படுவாள். கஷ்டத்திலிருந்து நீங்கிச் சுகம் பெற்றதும், சுகத்தை மேன்மேலும் பெருக்குவதற்கே அவள் உள்ளம் விரும்பியது. இந்த நிலையில் ஒருநாள் அவளுக்குப் பழைய ஞாபகம் ஒன்று வந்தது. ஏழெட்டு மாதங்களுக்கு முன், தன்னை அப்பாவும் அம்மாவும் சாந்தோம் கடற்கரைக்கு அழைத்துச் சென்றதையும் ஓடியாடி விளையாடுவதற்கு அங்கே கண்ணுக்கு எட்டிய தூரம் வரையிலும் இடம் இருந்ததையும் ‘குளு குளு’ என்று காற்று வீசிக்கொண்டிருந்ததையும் நினைவு கூர்ந்தாள். அவளுக்குத் தெரிந்தவரையில் சாந்தோம் கடற்கரை ஒன்றுதான் வாழ்க்கைக்கு ஏற்ற லட்சிய உறைவிடமாக இருந்தது. அங்கே குறுக்குச் சுவர்கள் இல்லை. எவ்வளவு தூரம் போனாலும் எங்கே விளையாடினாலும் அடிப்பாரும் தடுப்பாரும் இல்லை. புகை என்பதோ அறவே கிடையாது. அதற்குப் பதிலாகக் காற்றும் சுகமும் வேண்டிய மட்டும் இருந்தன. இதையெல்லாம் எண்ணிப் பார்த்த கற்பகம், பள்ளிக்கூடம் எப்பொழுதுவிடும் என்று ஆவலோடு காத்துக்கொண்டிருந்தாள். மணிச்சத்தம் கேட்டதோ இல்லையோ, முதல் குழந்தையாகப் புத்தகப் பையுடன் வெளியே ஓடிவந்தாள். பக்கத்து வீட்டுக் குழந்தைகளுக்குத் தெரியாதவண்ணம், தெருவில் இறங்கி, பிரதான சாலையைப் பார்த்து அதிவேகமாக நடந்தாள். சாலைக்கு வந்து சேர்ந்ததும், மூலை திரும்பி, கடற்கரையை லட்சியமாகக் கொண்டு நடக்கத் தொடங்கினாள். தன்னை யாரும் பார்க்கவில்லை என்ற துணிவு ஒருபுறம்; சாலையின் இருமருங்கிலும் கண்ணுக்கு இனிய கட்டடங்கள் நின்ற அழகு ஒருபுறம். இதனால் சாவதானமாக நடந்து, தெருக்காட்சியை அணுஅணுவாக ரஸித்துக்கொண்டு சென்றாள். கண்ணில்பட்ட ஒவ்வொன்றுமே அழகாக, கவர்ச்சியாக, அதிசயமாக இருந்தது. எத்தனை மாடி வீடுகள்! எத்தனை மரங்கள்! எத்தனை பூஞ்செடிகள்; பிரம்மாண்டமானவையாக ஓடும் பஸ்கள்தான் எத்தனை! இந்தக் கண்காட்சியைத் தன் பெற்றோர் தினமும் தன்னை அழைத்து வந்து காட்டாததற்காக அவர்களைக் கடிந்துகொண்டாள். தனக்கு அப்பாவோ அம்மாவோ இல்லாமல் இருந்தால் தன்னிச்சையாகச் சாலையில் சுற்றித் திரியலாம் அல்லவா என்றும் நினைத்தாள்.

நிதானமாக நடந்து போய்க்கொண்டிருந்தாள் கற்பகம். ஒரு பங்களாவின் வாசலில் பூத்து, வேலிக்கம்பியின் இடைவெளி வழியாகத் தெரிந்த செந்நிறப் பூ ஒன்றைக் கையைவிட்டுப் பறித்தாள். சொல்ல முடியாத ஆனந்தம். அவளுக்கு அந்தச் சாலை முழுவதுமே சொந்தமாகி விட்டது போன்ற உணர்ச்சி பிறந்தது. உலகம் என்ற ஒன்றைப் பற்றி அவளுக்குத் தெரியாது. தெரிந்திருந்தால் அதுவும் சொந்தம் என்றே கருதியிருப்பாள்.

கற்பகம் நடந்துகொண்டே இருந்தாள். நாலுதிசைகளையும் அவள் கண்கள் துழாவிக் கொண்டிருந்தன. இதனால் எதிரிலோ, பக்கத்திலோ வரும் யாரையும் எதையும் அவள் கவனிக்கவில்லை.

அரை பர்லாங் தூரம் நடந்துவிட்டாள்; அப்பொழுதுதான் எதிரே பசுவையும் கன்றையும் ஓட்டிக்கொண்டு வந்த பால்காரனின் அதட்டலைக் கேட்டுத் திடுக்கிட்டுத் திரும்பினாள். பசுவுக்கு வழி விலகிக் கொடுத்துவிட்டு, பழையபடியும் பூரண சுதந்திரத்துடன் நடக்கலானாள்.

அப்புறம் அவள் அரை பர்லாங் தூரத்தைக் கடக்கவில்லை. அதற்குள்ளேயே கற்பகத்தின் நடை நின்றுவிட்டது. நடை மட்டுமல்லாமல் மூச்சும் நின்றுவிட்டது.

ஒரு பெரிய லாரியில் அடிபட்டு, அந்த க்ஷணத்திலேயே செத்து விட்டாள். உருச் சிதைந்து நடுச்சாலையில் ரத்தத்திலே கிடந்தாள் கற்பகம். சுற்றிலும் கூட்டம் கூடிவிட்டது; வாகனப் போக்குவரத்தும் ஸ்தம்பித்துவிட்டது. எல்லோரும் கற்பகத்தின் பிணத்தைப் பார்த்துத் துக்கித்தார்கள்; இரக்கப்பட்டார்கள். கேவலம், அவள் பிணமாகி விட்டதைத்தான் அவர்களால் பார்க்க முடிந்தது. அதே சமயத்தில் அவள் தன் வாழ்நாளெல்லாம் ஆசைப்பட்ட காற்றாகவும் ஆகிவிட்டாள் என்பது யாருக்குத் தெரியும்.

❖

தாமரை, ஏப்ரல் 1961

கார் வாங்கிய சுந்தரம்

அது என்ன கிழமை, எந்த மாதம், எந்தத் தேதி என்பவையெல்லாம் எனக்கு ஞாபகமில்லை. சிறு குழந்தையாக இருந்தால், அப்பா பச்சைப் பலப்பம் வாங்கிக் கொடுத்த நாள் என்றோ, எதிர்வீட்டு ரமா ஜரிகைப் பாவாடை கட்டிக் கொண்டு பள்ளிக் கூடத்துக்கு வந்த நாள் என்றோ சொல்லிவிடும். இந்தச் சமயத்தில் நானும்கூட சிறு குழந்தையைப் போல்தான் சொல்ல வேண்டியிருக்கிறது. ரஷ்யாக்காரன் முதல் முதலில் 'ஸ்புட்னிக்'கை விட்டதற்கு நாலைந்து நாட்கள் கழித்து என்று ஞாபகம். காலை எட்டு மணி இருக்கும். பலகாரம் சாப்பிட்டுக் கொண்டிருந்தேன். மலாயாத் தமிழர்கள் பாஷையில் 'பசியாறிக் கொண்டிருந்தேன்.' சாப்பிட்டுக் கொண்டிருக்கும்போதே, ஆபீசிலிருந்து போன் வந்தது. எழுந்துபோய்க் கேட்டேன். செய்தியைக் கேட்டதும் எரிச்சலாக இருந்தது, கடுகடுத்துக்கொண்டே வந்து, மீதித் தட்டையும் காலி செய்து காபியைக் குடித்தேன். முகக் குறிப்பைக் கண்ட மனைவி, 'என்ன விஷயம்?' என்று கேட்டாள்.

"நல்ல விஷயம்தான். இன்று ஒன்பது மணிக்கே ஆபீசுக்குப் போக வேண்டும்."

"ஏன்?"

"இரண்டு பேர் லீவாம். ஆக, நானும் சின்னச்சாமியும்தான்."

"சரிதான்!" என்று சலித்தாள் மனைவி.

ஒரு மணி நேரத்தில் புறப்படுவதாக முடிவு செய்து கொண்டு, காலைப் பத்திரிகைகளைப் புரட்டிக் கொண்டு உட்கார்ந்திருந்தேன்.

கதவு தட்டும் சப்தம் கேட்டது.

ஆபீசுக்கு அழைத்துக்கொண்டு போக ஆளே வந்துவிட்டானோ என்று எண்ணிக் கதவைத் திறந்தேன்.

"வணக்கம்! ஹா ஹா ஹா!" என்று அமர்க்களமான சிரிப்புடன் உள்ளே நுழைந்தார் நண்பர் சுந்தரம். எப்போதுமே அவர் அமர்க்களமாகச் சிரிப்பவர்தான். வெறும் வாயை மெல்லும் ஆசாமிக்கு அவல் கிடைத்து விட்டது. சுந்தரம் இப்போது கார் வாங்கியிருக்கிறார். கேட்பானேன்?

நான் அவர் சிரிப்பைக் கண்டதும் பயந்துவிட்டேன். அவர் எவ்வளவு பலமாகச் சிரிக்கிறாரோ, அந்த அளவுக்குச் சந்தோஷச் செய்திகளைச் சொல்லுவார். இதுதான் பயப்பட வேண்டிய விஷயம்: அதாவது சந்தோஷம் மிகுதியாக இருந்தால், அதைச் சொல்லுவதற்கு எடுத்துக் கொள்ளும் நேரமும் மிகுதியாக இருக்கும். மணிக்கணக்கில் பிரசங்கம்தான். சம்பாஷணை என்ற விவகாரமே அவருடன் வைத்துக்கொள்ள முடியாது. குறுக்கே என்ன கேள்வி கேட்டாலும் அதற்குப் பதில் வராது. அவர் சொல்லுவதைச் சொல்லிக்கொண்டே இருப்பார்: நாம் கேட்பதைக் கேட்டுக்கொண்டே இருக்க வேண்டும். இப்படிப்பட்ட நண்பர் குடியிருக்கும் வட்டாரத்தில் போய் வாடகைக்கு வீடு பிடித்தது என் தப்புத்தான் என்று சொல்லக்கூடும். ஆனால், என்மீது தப்பு இல்லை. ஏனென்றால், எனக்கு அந்த வீட்டைப் பிடித்துக் கொடுத்தவரே நண்பர் சுந்தரம்தான். அவர் அந்த உதவி செய்திரா விட்டால், கல்யாணம் பண்ணியும் பிரம்மச்சாரியாக நான் எத்தனை வருஷங்களைக் கழிக்க நேர்ந்திருக்குமோ?

உதவி செய்தது பெரிதில்லை என்று கருதும்படி செய்துவிட்டது அவருடைய உபத்திரவம். எதிர்பாராத நேரத்தில் திடும்பிரவேசமாக வருவார். வந்தால் நம்மை அந்தப் பக்கம் இந்தப் பக்கம் அசையவிடாமல் மணிக்கணக்கில் பேசுவார். அப்புறம் அவர் விடைபெற்றுப் போனபிறகு, ஒரு இரண்டு மணி நேரம் வரைக்கும் காதில் அவருடைய இரைச்சல் கேட்பது போன்ற பிரமை இருக்கும். மீதி நேரத்தில் எதுவுமே செய்ய முடியாமல் சக்தியற்றுப் போய்விடுவோம்.

இந்த நண்பர் வந்து சேர்ந்ததும், நான் எழுந்து நின்றேன்; அப்புறம் உட்காரவில்லை. அவர் வாயைத் திறப்பதற்கு முன்பே, "இன்று ஆபீசில் இரண்டு பேர் லீவாம். தோட்டத்தில் பாதி கிணறு என்று ஆகிவிட்டது. ராத்திரி வேலைக்குப் போகவேண்டியவன் இப்பொழுதே போக வேண்டியிருக்கிறது. புறப்பட்டும்விட்டேன். நீங்கள் வராதிருந்தால் நான் இதற்குள் ஒரு டாக்ஸியைப் பிடித்து ஏறியிருப்பேன். நீங்கள் வந்ததும் நல்லதாகப் போய்விட்டது. உங்கள் காரிலேயே போய்விடலாம். (நான் மூச்சு வாங்கவில்லை. அவர் வாயைத் திறப்பதற்குச் சந்தர்ப்பம் கொடுக்காமல் தொடர்ந்து பேசினேன்). ஜானகி! வாட்சையும் பேனாவையும் எடுத்து வா. ராத்திரியும் பகலும் வேலை; அதுவும் நாலுபேர் வேலையை இரண்டு பேர் ..."

என் சிறு வெள்ளத்தை அடித்துக்கொண்டு போகப் பெரு வெள்ளம் பாய்ந்துவிட்டது ...

“நேற்று மாக்ஸ்வெல் ரோட் பக்கம் . . .” ஆரம்பித்துவிட்டார் சுந்தரம். அவர் பெருமை, அவருடைய காரின் பெருமை – இந்தக் கதைக்கு முடிவேது? சொந்தப் பெருமையை எவனாவது அளந்து கணக்கிட்டிருக் கிறானோ? பெருமையைக் கொண்டே உலகத்தை அளக்கும்போது, பெருமையை எதைக் கொண்டு அளப்பது?

நண்பரின் பிரசங்கத்தைக் கேட்பதுபோல் பாவனை செய்து கொண்டே, புறப்படுவதற்குத் தயாராகி வெளியே அடி எடுத்து வைத்துவிட்டேன். நண்பர் தொடர்ந்து வந்தார். அவருடைய காரில் ஏறிக்கொண்டேன். ஆபீஸ் போய்ச் சேரும்வரை அந்த மூன்று மைல் தூரமும் சுந்தரம் பொழிந்து தள்ளிவிட்டார். அவருடைய கார் பயங்கரத் திருப்பங்களில் அனாயாசமாகத் திரும்பியது. ஆனானப்பட்ட சீனத் தவக்கைகளின் (முதலாளிகளின்) கார்களையும் வெள்ளைக்கார அதிகாரி களின் கார்களையும் வேகத்தில் வென்றது, பெரிய பெரிய கார்கள் வைத்திருப்பவர்களெல்லாம் மூக்கில் விரலை வைத்து அதிசயித்தது, இனி காரின் ஒவ்வொரு சக்கரமும் சுழலும் அதிசயம், என்னென்னவோ பெயர் கொண்ட உறுப்புக்களின் புது மோஸ்தர் அமைப்புக்கள், அவற்றின் தனி தினுசான செயற்பாடுகள் . . . எனக்குப் போதும் போதும் என்று ஆகிவிட்டது. நான் கடந்த ஐந்து நாட்களுக்குள் இந்தக் கதையை எட்டாவது தடவையாகக் கேட்கிறேன்.

ஆபீஸ் வந்ததும், தப்பினேன் பிழைத்தேன் என்று காரைவிட்டுக் குதித்தேன். நன்றி கூறிவிட்டு, அதிவேகமாக உள்ளே ஓடிவிட்டேன்.

சுந்தரத்தினிடமிருந்து தப்பியவன் வேலையில் வந்து சிக்கினேன். இரண்டு பேர்; எட்டுப் பக்கத் தினசரிப் பத்திரிகை. இந்தியாவிலிருந்து தந்தியடிக்கும் ஒரு நிருபரைத் தவிர, தமிழில் எழுதிச் செய்தியனுப்ப வேறு நிருபர்களே கிடையாது. ஆசிரியருக்கு எழுதப்பட்ட அக்கப் போர்க் கடிதங்கள்–பெரும்பாலானவை பல்லாயிரக்கணக்கில் மான நஷ்டம் கோருவதற்கு வகை செய்யும் பயங்கர வாசகங்கள் கொண்டவை– ஒரு கட்டு இருந்தன. உதவியாசிரியர் சின்னச்சாமி ஒரு தினுசாக அவற்றின் காரத்தையும் வேகத்தையும் குறைத்து அச்சுக்குக் கொடுத்தார். நான் உலகச் செய்திகளையும் உள்நாட்டுச் செய்திகளையும் சலித்து எடுத்துக்கொண்டிருந்தேன். இந்தப் பெருஞ் சிக்கலில் தலையைக் கொடுத்தும் கூட நண்பர் சுந்தரத்தின் பேச்சு இன்னும் காதில் ஒலித்துக் கொண்டே இருந்தது. வேலை எப்படி ஓடும்? ரஷ்யாக்காரனுடைய ஸ்புட்னிக்கின் பெருமையைப்பற்றி விஞ்ஞானிகள் சொன்ன கருத்துகளைக் கண்கள் பார்த்தன. காதுகளோ, சுந்தரத்தின் காருடைய பெருமைகளைக் கேட்டுக் கொண்டிருந்தன. இருபது நிமிஷம் பொறுத்துப் பார்த்தேன். துயரத்தை அழுது தீர்ப்பார்கள், இல்லை என்றால் சொல்லித் தீர்ப்பார்கள் . . .

“மிஸ்டர் சின்னச்சாமி” என்று எதிர்ப்புறத்து மேஜையில் தலையைக் குனிந்து கொண்டு எழுதும் உதவியாசிரியரை அழைத்தேன்.

அவர் நிமிர்ந்து பார்த்தார். பக்கத்தில் காத்துக் கொண்டு நிற்கும் அச்சக மேஸ்திரியைப் பார்த்து, “ஒரு பத்து நிமிஷம் கழித்து வாருங்கள்” என்றேன்.

"கையில் காப்பியே (செய்திகளின் கையெழுத்துப் பிரதி) இல்லை ஸார். எல்லோரும் கையைக் கட்டிக்கொண்டு நிற்கிறான்கள். ஏதாவது கதை, கட்டுரை இருந்தால் கொடுங்களேன்."

"கதையா? இதென்ன தீபாவளி மலரா?... பத்து நிமிஷம் கழித்து வாருங்கள்" என்று ஒரு வழியாக அனுப்பிவிட்டு, "உங்களுக்குச் சுந்தரத்தைத் தெரியுமா, மிஸ்டர் சின்னச்சாமி?" என்று கேட்டேன்.

"யார், பூலோக பாங்க் சுந்தரம்தானே? அவரைத் தெரியாதவர்கள் இந்த மலாயாவிலேயே கிடையாதே! அது நாடறிந்த 'போர்' ஆச்சே!" என்று சொல்லிவிட்டுச் சிரித்தார்.

"நான் ஈப்போ ரோட் வீட்டுக்குக் குடி போனது பெரிய பைத்தியக்காரத்தனமாகப் போய்விட்டது. மனுஷன் கார் வாங்கினாலும் வாங்கினான். ஊரில் உள்ளவர்களைப் போட்டுப் பாடாய்ப் படுத்திக் கொண்டிருக்கிறான்!"

"அதை ஏன் கேட்கிறீர்கள்? முந்தாநாள் சாயங்காலம் நான் அகஸ்மாத்தாக அகப்பட்டுக்கொண்டேன். இரண்டு மணி நேரம் அடை மழை மாதிரி கொட்டித் தீர்த்துவிட்டுத்தான் ஆளை விட்டார்"

"இதையெல்லாம் பார்க்கும்போது அவருடைய காரை அநியாய விலை கொடுத்தேனும் யாராவது விலைக்கு வாங்கிவிட்டால் நல்லது என்று தோன்றுகிறது; இல்லை, நாமாவது அந்தக் காருக்கு முன்னே விழுந்து விடவேண்டும். இல்லையென்றால், கோலாலம்பூரிலே இனி குடியிருக்கவே முடியாது..."

சின்னச்சாமி சிரித்துவிட்டார். அப்புறம் நிதானமான குரலில், "இந்த மலாயாவில் ஒவ்வொருத்தனும் சர்வ சாதாரணமாக, சைக்கிள் வாங்குவது மாதிரி வருஷத்துக்கு ஒரு காரை வாங்கி வருஷத்துக்கு ஒரு காரை விற்கிறான். இந்த நாட்டிலே, கார் வாங்கிய பெருமையை இந்தப் பைத்தியக்கார மனுஷன் இப்படி அளந்துகொண்டு திரிகிறான். கேலிக் கூத்தாக இருக்கிறது" என்று சொல்லிவிட்டு வேலையைக் கவனிக்கத் தொடங்கினார் சின்னச்சாமி.

ராய்ட்டர் தந்திகளைப் பழையபடி அலசத் தொடங்கினேன் நானும்.

2

சாயங்காலம் ஐந்து மணி வரையில் இடுப்பு ஒடிந்துவிட்டது. ஒருவழியாக ஆறு பக்கங்களை நிரப்பிவிட்டோம். இனி இரண்டு பக்கங்கள்தான். விளம்பரங்கள் போக ஒன்றே கால் பக்கம் நிரப்ப வேண்டும். 'பார்த்துக்கொள்ளலாம்' என்று சொல்லிவிட்டு வெளியேறிப் போக எழுந்தேன்.

"மிஸ்டர் சின்னச்சாமி! வீட்டுக்குப் போய்ச் சாப்பிட்டுவிட்டு ஒன்பது மணிக்கு வாருங்கள். நானும் கிளம்பிவிட்டேன்" என்று சொல்லி விட்டு, அம்பாங் தெரு காபி ஹோட்டலைப் பார்த்து நடந்தேன்.

போகும் வழியில் எஸ்.கே. நாயுடுவைச் சந்தர்ப்பவசமாகச் சந்திக்கவே, இருவருமாகக் காபி சாப்பிடப் போனோம்.

எஸ்.கே. நாயுடு வயது முதிர்ந்தவர். நிறையப் படித்த மனிதர். அதிலும் தத்துவ சாஸ்திர நூல்களிலே எப்போதும் மூழ்கிக் கிடப்பவர். அவ்வப்போது நாங்கள் சந்தித்துப் பேசுவதும் தர்க்கம் செய்வதும் வழக்கம்.

ஹோட்டலுக்குள் போய் உட்கார்ந்ததும் எனக்குத் திகைப்பாகப் போய்விட்டது. சுந்தரத்தின் பிரசங்கத்தையும் உபத்திரவத்தையும் முதலில் சொல்லுவதா அல்லது அன்று ஆபீசில் செய்த ராக்ஷஸ வேலையை முதலில் சொல்லுவதா என்று என்னுள்ளே போராடிக் கொண்டிருந்தேன். சுந்தரத்தைப் பற்றியும் சுந்தரத்தின் பிரசங்கத்தைப் பற்றியும் சொன்னால், அது சுந்தரமே வந்து பிரசங்கம் செய்வதற்குச் சமமான ஒரு காரியம் என்பதைச் சட்டென்று உணர்ந்து கொண்டேன். வேண்டாத காரியத்தை அவர் செய்வது போதாதென்று, அவர் செய்ய வேண்டிய காரியத்தை நாமும் செய்வானேன் என்று வாயை மூடிக் கொண்டேன்.

“ரொம்பக் களைத்துப் போயிருக்கிறீர்களே!” என்று கேட்டார் நாயுடு.

“அதை ஏன் கேட்கிறீர்கள்? இன்று ஆபீசில் இரண்டு உதவி யாசிரியர்கள் லீவ். நானும் இன்னொருவரும்தான். ஆறு பக்கங்களை நிரப்பிவிட்டு வெளியே வந்திருக்கிறோம். இன்னும் விட்ட குறை தொட்ட குறையாக இரண்டு பக்கங்கள் பாக்கியிருக்கின்றன. எத்தனை மணிக்கு வீட்டுக்குப் போவேனோ, எத்தனை மணிக்குப் படுப்பேனோ?” என்றேன்.

“முக்கியமான செய்தி ஏதாவது உண்டா? ஸ்புட்னிக்கைப் பற்றி மேற்கொண்டு ஏதேனும் விவரம்? . . .”

“என்ன செய்தியை மொழிபெயர்த்தேன் என்பது கூட ஞாபகமில்லை. மூளை ஒரேயடியாகக் குழம்பிப் போயிருக்கிறது. ஸ்புட்னிக்கைப் பற்றி மட்டும் நூற்றுக்கணக்கான அயிட்டங்கள் வந்திருக்கின்றன. அத்தனை யையும் படித்துப் பார்த்துச் சுருக்கி எழுதினேன். மந்திரிகளின் பிரசங்கங்கள் நீள நீளமாக அச்சடித்து வந்து கிடந்தன. அவற்றைப் போடாவிட்டால், பத்திரிகையில் மலாயாச் சாயல் இல்லை என்று சொல்லிவிடுவார்கள். இந்தியாவை நினைத்துக்கொண்டே இங்கே பத்திரிகை நடத்துகிறார்கள் என்று இந்நாட்டில் பிறந்து வளர்ந்த தமிழர்கள் புகார் செய்வார்கள். எங்கள் கஷ்டம் யாருக்குத் தெரிகிறது? . . .”

நாயுடு சிரித்துக்கொண்டு, “காபியைச் சாப்பிடுங்கள். ஆறிப்போகும்” என்றார், என் கஷ்டங்களைப் பற்றிக் கேட்க விரும்பாதவர்போல்.

எனக்கு ஆக்ரோஷம் வந்துவிட்டது. அன்று ஆபீசில் அனுபவித்த வேலைச் சிரமங்களை ஒன்றுவிடாமல் எடுத்துச் சொல்லி, எப்படியும் அவருடைய அனுதாபத்தைச் சம்பாதித்து விடுவது என்பதில் தீவிரமாக முனைந்து நின்றேன்.

பேசிக்கொண்டே இருவரும் எழுந்து வெளியே வந்தோம். நாயுடுவின் கார் அங்கே ஒரு பக்கமாக நிறுத்தப்பட்டிருந்தது. "அவசரமில்லை என்றால், காரை எடுத்துக்கொண்டுபோய்ப் பூமலையில் ஒரு மணி நேரம் உட்கார்ந்திருந்துவிட்டு வரலாமே" என்றார் நாயுடு.

"ஒரு மணி நேரம் என்ன? இரண்டு மணி நேரம் கூட இருக்கலாம். ராத்திரி ஒன்பது மணிக்குத்தான் ஆபீசுக்குப் போவதாக இருக்கிறேன்" என்று நான் சொன்னேன்.

இருவரும் பூமலையில், பசும்புல் அடர்ந்த தரையில் நீரோடையின் அருகே உட்கார்ந்து கொண்டோம். என் கதையைத் தொடர்ந்தேன்.

நாயுடு ஒரு சந்தர்ப்பத்தில் இடைமறித்து, "அப்படியானால் ஸ்புட்னிக்கைப் பற்றி நீங்கள் சொல்ல மாட்டீர்கள்! காசு கொடுத்துப் பேப்பரை வாங்கிப் படி என்கிறீர்கள்; இல்லையா?" என்றார் சிரித்துக் கொண்டே.

எனக்குக் கொஞ்சம் 'சுருக்' என்றது. அவர் என் கஷ்ட புராணத்தைக் கேட்க விரும்பவில்லை என்பதை அறிந்து கொண்டேன். இன்னும் அரை மணி நேரம் பேசினால், எனக்கும் சுந்தரத்துக்கும் வித்தியாசமில்லாமல் போய்விடுமோ என்ற பயம்கூட வந்துவிட்டது. உடனே பேச்சை மாற்றி, ஸ்புட்னிக்கைப் பற்றி நினைவில் இருந்த இரண்டொரு செய்திகளைச் சொன்னேன்.

நாயுடு விஞ்ஞானத்தின் சாதனையை வியந்தார். மனித மூளை எவ்வளவு தூரம் வளர்ச்சி பெற்று இந்திர ஜாலங்களைப் புரிகிறது என்று ஆச்சரியப்பட்டார்.

"இன்னும் கொஞ்ச நாள் போனால் மனிதனே ஸ்புட்னிக்கில் உலகத்தைச் சுற்றி வந்துவிடுவான் போலிருக்கிறது!" என்றேன்.

"இவ்வளவு தூரம் முன்னேறி வந்த பிறகு அது ஒரு பெரிய காரியமில்லையே! உயிர்ப் பிராணிகளில் மனிதன் அதிசயமான ஒரு அவதாரம். இவ்வளவு வேகமாக வேறு எந்த ஜீவஜந்துவும் முன்னேறிய தில்லை."

"இப்படி முன்னேறியிருக்கும் காலத்திலும், நம் பூலோக பாங்க் சுந்தரத்தைப் போன்றவர்களும் இருக்கிறார்களே, இதற்கு என்ன காரணம்?" என்று நான் கேட்டேன்.

நாயுடு உரக்கச் சிரித்தார், சிறிது மௌனமாக இருந்து என் முகத்தைக் கவனித்துப் பார்த்தார், அப்புறம் அதைவிட உரக்கச் சிரித்தார். நான் புரிந்து கொண்டேன்.

"சுந்தரத்தைப் போல் நானும் சுயபுராணம் படிக்கிறேன் என்று நினைக்கிறீர்கள். இல்லையா?" என்றேன்.

மூன்றாவது முறையாக நாயுடு சிரித்தது சுற்றிலும் எதிரொலிகளைக் கிளப்பி விடாததற்குக் காரணம் அது பரந்த மைதானமாக இருந்ததுதான்.

கார் வாங்கிய சுந்தரம்

வீட்டுக்குள் இருந்து சிரித்திருந்தால் தூங்குகிறவர்கள் துள்ளி விழுந்து எழுந்திருப்பார்கள்.

"நான் அப்படி நினைக்கவில்லை" என்றார்.

"இல்லை. நீங்கள் சொல்வதை என்னால் நம்ப முடியாது."

நாயுடு மௌனமாக உட்கார்ந்திருந்தார்.

"ஸ்புட்னிக் விட்டதனால் மனிதன் எத்தனையோ இயற்கைச் சக்திகளை வென்றுவிட்டான். உலககோளம் என்பதே சிறு பந்து மாதிரி ஆகிவிட்டது. காலமும் தூரமும் அர்த்தமில்லாமல் போய்விடும்போல் தோன்றுகிறது. எத்தனையோ மகத்தான விஷயங்களெல்லாம் அற்ப விஷயங்கள் ஆகின்றன ... இப்படிச் செய்கிறவன்தான் மனிதன். அவன் பெருமையே பெருமை. அவனுடைய புகழுக்கு முன் உலகம் கடுகு மாத்திரம். 'மண் தேய்த்த புகழ்' என்று சிலப்பதிகாரத்தில் அன்றே சொல்லியிருப்பது ..."

"இந்த 'அன்றே சொல்லியிருக்கும்' விஷயங்களைப் பிரசங்க மேடையில் வைத்துக் கொள்ளுவதுதான் பொருத்தம்!" என்றார் நாயுடு.

இருவரும் சிரித்தோம்.

பேச்சுத் தொடர்ந்தது. திரும்பவும் ஒரு கட்டத்தில் என்னை மறந்து சுந்தரத்தை நினைவூட்டினேன். அப்பொழுது அவர் சொன்னார்: "உலகத்தில் எத்தனையோ பெரிய விஷயங்கள் அற்பமாகிவிட்டன. எத்தனையோ தத்துவங்கள் நூற்றாண்டுக் கணக்கில் நீடித்திருந்து, அப்புறம் பொய்யாகிவிட்டன. ஆனால், சில பொய்கள் மட்டும் பொய் ஆவதற்கு மறுக்கின்றன. அதோடு, நாளுக்கு நாள் வளர்ச்சி பெற்றுக் கொண்டும் வருகின்றன. எத்தனை ஸ்புட்னிக்குகள் பறந்தாலும் இந்த வளர்ச்சியைத் தடுக்க முடியாது போலிருக்கிறதே!"

"அப்படிப்பட்ட பொய்களில் ஒன்றைச் சொல்லுங்களேன், தெரிந்து கொள்ளுகிறேன்" என்றேன்.

"நீங்கள்தான் திரும்பத் திரும்ப ஞாபகப்படுத்துகிறீர்களே, சுந்தரத்தைப் பற்றி, அவருடைய மன இயல்பைப் பாருங்கள். உலகத்தில் எதுவுமே தம்முடைய சொந்த விஷயத்தைவிடத் தாழ்ந்ததுதான் என்று நினைக்கிறார். சுய முக்கியத்துவம் என்ற பொய் இருக்கிறதே, அந்தப் பொய்யை ஸ்புட்னிக்கினால் அழிக்க முடியுமோ?"

"சுய முக்கியத்துவத்தில் உண்மையும் இருக்கலாம் அல்லவா?"

"உண்மை இருந்தாலும், அதைப் பொய்யாகப் பாவித்து மறக்க வேண்டாமா? அப்பொழுதுதானே அடுத்ததைக் கவனிக்க முடியும்?" என்றார் அவர்.

அதற்குப் பதில் சொல்லத் தெரியாமல், "அப்படியானால், என் ஆபீஸ் வேலையில் எவ்வளவு கஷ்டம் இருந்தாலும் அதையே நினைத்துக்கொண்டு அலையக்கூடாது என்கிறீர்கள்" என்றேன்.

"நினைத்துப் பலன்? கஷ்டத்தைப் போக்க வேண்டுமே ஒழிய, அதையே நினைத்துக் கொண்டிருந்தால் என்ன லாபம்?"

"சுந்தரமாக மாறுவது ஒன்றுதான் லாபம் என்று சொல்லுங்கள்!" என்று சொல்லிவிட்டுச் சிரித்தேன்.

சிறிது நேரத்தில் இருவரும் அங்கிருந்து புறப்பட்டு ஊருக்குள் வந்து சேர்ந்தோம். நாயுடு என்னை என் வீட்டில் இறக்கி விட்டுவிட்டுத் தம் வீட்டுக்குப் போனார்.

சாப்பிட்டு விட்டுத் திரும்பவும் ஒன்பது மணிக்கு ஆபீசுக்குப் போனேன்.

3

இரவு பதினொரு மணிக்குமேல் ஆகிவிட்டது. ஒரு வழியாக வேலையெல்லாம் முடிந்தது. உடம்பும் மூளையும் அலுத்துத் போயிருந்ததால் சீக்கிரமே வீட்டுக்குப் புறப்படலாம் என்று நினைத்துக் கொண்டிருந்தேன். உதவியாசிரியர் சின்னச்சாமி நாற்காலியில் சாய்ந்தவாறே தூங்கிக் கொண்டிருந்தார். இது அவருடைய நான்காவது தூக்கம். போர்மன் ஏற்கெனவே மூன்றுமுறை அவரைத் தட்டி எழுப்பிச் சில தலைப்புக்களை இடத்துக்குத் தகுந்தாற்போல் சுருக்கியும் நீட்டியும் எழுதித் தரும்படி கேட்டு வாங்கிக் கொண்டு போனார்.

திடீரென்று டெலிபோன் மணி அடித்தது. கேட்போமா வேண்டாமா என்று ஒரு கணம் யோசித்தேன். இப்படிப்பட்ட அகாலத்தில் வரும் டெலிபோன் அழைப்புக்கள் பெரும்பாலும் வீண்விவகாரங்களாகவே இருப்பது நாங்கள் அனுபவத்தில் கண்ட உண்மை.

"நான் நாளை காப்பார் பாரு எஸ்டேட் மாரியம்மன் கோவிலில் தமிழின் பெருமை பற்றி ஒரு மாபெரும் (17பேர் கொண்ட) பொதுக் கூட்டத்தில் பேசப் போகிறேன். இதை முதல் பக்கத்தில் பெரிய எழுத்தில் போட வேண்டும்."

"இன்று காலைப் பத்திரிகையில் வெளிவந்த செய்தியில் என்னுடைய பெயரில் எழுத்துப் பிழை இருக்கிறது. நாளை திருத்தம் போடச் சொல்லி இன்று கடிதம் எழுதியிருக்கிறேன். பாருங்கள்."

"கபூல் சிங் கடையில் மலிவான விலைக்கு நயமான ஜவுளி கிடைக்கும் என்று விளம்பரம் போட்டிருக்கிறீர்கள். அங்கே போனால் எந்தத் துணியை எடுத்தாலும் கொள்ளை விலை சொல்கிறார்கள். இப்படிப் பொய் விளம்பரம் போட்டால் உங்கள் பத்திரிகைச் செய்திகளை இனி யாரும் நம்பமாட்டார்கள்."

"நான் அனுப்பிய 'வாள் முனையில் வஞ்சியின் முத்தம்' என்ற சிறுகதை எப்பொழுது வெளிவரும்?"

"ஆசிரியரே! சூயஸ் கால்வாய் கப்பல் போக்குவரத்து பற்றி நேரில் பார்த்த மாதிரி போட்டிருக்கிறீரே! நீர் அங்கே எப்போது போனீர்?"

“எங்கள் சங்கத் தலைவரின் அயோக்கியத்தனங்களைப் பற்றி பச்சை பச்சையாக நான் எழுதியிருந்த கடிதத்தை வெட்டித் திருத்தி வெறும் பல்லுப்போன சமாச்சாரங்களை மட்டுமே அச்சுப் போட்டிருக்கிறீரே, ஏன்? பயமா? இப்படிப்பட்ட தொடை நடுங்கிகள் பத்திரிகை ஆசிரியர் வேலைக்கு ஏன் வருகிறீர்கள்? இனிமேல் நான் உங்கள் பத்திரிகைக்குக் கடிதம் எழுதப் போவதில்லை; உங்கள் பத்திரிகையை வாங்கப் போவது மில்லை.”

இப்படி வெளியூர்களிலிருந்து டிரங்க் டெலிபோன்கள் வரும் நேரம் இது. இரவில் கட்டணம் குறைவாதலால், சில நேயர்கள் இரண்டாவது காட்சி சினிமா பார்த்துவிட்டு ஆங்காங்கே கோப்பிக் கடைகளிலிருந்து எங்களோடு போனில் பேசத் தொடங்கி விடுவார்கள்.

இருப்பினும் டெலிபோன் ரிசீவரை எடுத்துக் கேட்டேன். நான் எதிர்பார்த்த மாதிரி அழைப்பல்ல . . .

“கிள்ளான் ரோடு நாலாம் கட்டை (மைல்)யில் பெரிய தீ விபத்தாமே? உங்களுக்கு ஏதாவது செய்தி வந்திருக்கிறதா?” என்றது ஒரு குரல்.

“நீங்கள் யார்? எங்கிருந்து பேசுகிறீர்கள்?”

“லொக்யூ ரோடிலிருந்து பேசுகிறேன். செய்தி உண்டா?”

அப்படி ஒரு செய்தி வரவில்லை. ஆனால், நான் பத்திரிகையின் பெருமையைக் காப்பாற்றுவதற்காக, “இன்னும் விவரமாக வரவில்லை. நிருபர் வர அரை மணி நேரம் ஆகும்” என்று சொல்லிவிட்டு ரிசீவரை அவசரமாக வைத்தேன். சின்னசாமியைத் தட்டி எழுப்பினேன். மணி ஏறக்குறைய பதினொன்றே முக்கால். இருவரும் அவசர அவசரமாக ஒரு டாக்ஸியை எடுத்துக்கொண்டு, நிருபர் வேலை பார்ப்பதற்காக விபத்து ஸ்தலத்தை நோக்கி விரைந்தோம்.

அப்போது அம்பாங் ரோடும் மவுண்ட்பாட்டன் ரோடும் சந்திக்கும் இடத்தில் சுமார் இருபது பேர் கூட்டமாகக் கூடிக் கொண்டு நின்றார்கள். பக்கத்தில் ஒரு கார் நின்றது. அருகில் நெருங்கியதும், அது சுந்தரத்தின் கார்தான் என்பதைக் கண்டு கொண்டேன். உடனே கூட்டத்தைத் திரும்பிப் பார்த்தேன். அதன் நடுவில் சுந்தரம் கையைக் காலை ஆட்டிக் கொண்டு வழக்கம்போல பிரசங்க மாரி பொழிவதையும் பார்த்தேன். ‘நடுச் சாமம் ஆகியும் மன்னனின் வாய் ஓயவில்லையா?’ என்று நினைத்துக்கொண்டு, சின்னச்சாமியைத் தூங்காமல் தடுக்க ஏதோ சொல்லி உஷார்படுத்தினேன்.

டாக்ஸி அதி வேகமாகக் கிள்ளான் ரோட்டில் பிரவேசித்தது. நெருப்புக் கூடாரமும் தெரிந்தது. வானத்தை அளாவிய செந்நிறப் பிழம்பு. “இது மிகப் பெரிய தீ விபத்து” என்றேன்.

நான்காவது மைலில் இருந்த சான்செங் ரப்பர்க் கம்பெனியின் தொழிற்சாலைதான் எரிந்து கொண்டிருந்தது. கட்டடம் முழுவதுமே தீ ஜ்வாலைகளுக்குள் மூழ்கிவிட்டது. அத்துடன் நிற்காமல், சுற்றி இருந்த சுமார் இருநூறு வீடுகளுக்கும் தீ பரவுவதும், அதைத் தீயணைக்கும்

படையினர் தடுப்பதுமாக இருப்பதைப் பார்த்தோம். ஆயிரக்கணக்கான மக்கள் சுற்றி நின்றார்கள். பல இடங்களில் பலவிதமான பேச்சுக்கள். ஆனால் சில விஷயங்கள் ஊர்ஜிதமாகத் தெரிய வந்தன. தீ ஒன்பது மணிக்கே பற்றிவிட்டது. காரணம் தெரியவில்லை. சேதம் பல லக்ஷங்களுக்கு இருக்கும். ஏறக்குறைய இந்தத் தகவல்களையே எல்லோரும் கொடுத்துக் கொண்டிருந்தார்கள். சரி, சுற்றியுள்ள வீடுகளுக்கு ஏற்பட்ட சேதங்களைப் பார்ப்போம் என்று நானும் சின்னச்சாமியும் அந்தப் பக்கமாகப் போனோம். ஒரே சேறும் சகதியுமாக இருந்த இடத்தில் தட்டுண்டுத் தடுமாறி நடந்து சென்றோம். சுற்றிப் பார்த்த பிறகு சுமார் இரண்டு பத்திகளுக்கு வேண்டிய செய்திகளுடன் ஆபீசுக்குத் திரும்பினோம். திரும்பிவரும் போது மணி பன்னிரண்டரை.

இனி ஒரு மணி நேரமாவது ஆபீசில் இருந்து செய்தியைப் போதிய ஜோடனைகளோடு எழுதிக் கொடுத்துவிட்டு வீட்டுக்குப் போக வேண்டும் என்பதால் சீக்கிரமே விபத்து ஸ்தலத்திலிருந்து திரும்பிவிட்டோம். வரும் வழியில் அந்த அம்பாங் ரோடு–மவுண்ட்பாட்டன் ரோடு சந்திப்பில் அதே பழைய கூட்டம் நின்று கொண்டிருந்தது.

'இன்னும் கூட்டம் கலையவில்லையே!' டாக்ஸியைக் கொஞ்சம் நிறுத்தச் சொன்னேன். நண்பர் சுந்தரத்தின் காரும் அங்கே இருந்தது. அவரும் பிரசங்கமாரி பொழிந்து கொண்டிருந்தார். சுற்றி நின்ற கூட்டத்தில் எல்லோருமே பிரசங்கம் கேட்டுக் கொண்டிருந்தார்கள்.

"ஸார், நாமும் போய் மாட்டிக்கொள்ள வேண்டாம்" என்று எச்சரித்தார் சின்னச்சாமி.

சுந்தரம், நான் எதிர்பார்த்தது போலவே தம் காரைப் பற்றித்தான் சொல்லிக் கொண்டிருந்தார்.

விறு விறு என்று அவருக்கு எதிரே போய் நின்றேன்.

"என்ன ஸார், இன்னும் வீட்டுக்குப் போகவில்லையா?" என்று கேட்டேன்.

"இனிமேல் எங்கே? நேரமாகிவிட்டது. இங்கேயே ஒரு கிட்டங்கியில் (நாட்டுக்கோட்டைச் செட்டியார்களின் லேவா தேவி நிலையம்) படுத்திருந்துவிட்டு, காலையில் போனால் போச்சு" என்றார். உடனே என்னைப் பார்த்து, "இந்த நேரத்தில் நீங்கள் எங்கே போய்விட்டு வருகிறீர்கள்?' என்று கேட்டார்.

"கிள்ளான் ரோட்டில் பெரிய விபத்து."

"ஓ அதுவா? . . ." என்று அலட்சியமாகச் சொன்னார் சுந்தரம்.

சுற்றி நின்றவர்கள் பரபரப்புடன், "எங்கே? தீயா?" என்று கேட்டார்கள்.

"ஆமாம், சான்செங் ரப்பர் பாக்டரியில் தீ. நான் கிள்ளானிலிருந்து வரும்போது பார்த்தேன். இன்னுமா எரிந்து கொண்டிருக்கிறது?" என்றார் சுந்தரம்.

"அடேயப்பா, அது ரொம்ப பெரிய கட்டடமாச்சே!" என்றார் ஒருவர்.

சுந்தரம் பத்து மணிக்குக் கிள்ளானிலிருந்து தமது காரில் திரும்பி வந்து கொண்டிருந்தபோது, ரப்பர் பாக்டரி எரிவதைப் பார்த்தாராம். பக்கத்திலே அப்போது ஆட்களே இல்லையாம். இந்த விவரங்களைச் சுந்தரம் சொன்னபோது, எனக்கு ஒரு விஷயம் புரிந்தது. அதாவது, விபத்தை முதல் முதலில் பார்த்தவர் அவர்தான். அதைப் பார்த்துவிட்டு நேரே இந்த இடத்துக்கு வந்திருக்கிறார். வந்து இரண்டு மணி நேரமாகியும் அவ்வளவு பெரிய தீ விபத்தைப் பற்றி அவர் இங்கு இருந்தவர்களிடம் ஒரு வார்த்தை கூடச் சொல்லவில்லை. சொல்லியிருந்தால், சுற்றி நிற்பவர்கள், 'எங்கே? ஏது? தீ விபத்தா?' என்றெல்லாம் என்னை ஏன் கேட்கிறார்கள்?

ஆக, இரண்டு மணி நேரமும் சுந்தரம் தம் காரைப் பற்றித்தான் சொல்லிக்கொண்டு நின்றிருக்கிறார்!

எனக்குத் தூக்கிவாரிப் போட்டது. அவர்மேல் கடுங்கோபம் வந்தது. என்ன செய்தால் தேவலை என்று ஆத்திரப்பட்டுக்கொண்டிருந்த சமயத்தில், சின்னச்சாமி, "ஸார், டாக்ஸி நிற்கிறது" என்று ஞாபகப்படுத்தினார்.

உடனே ஆபீசுக்குப் புறப்பட்டேன்.

வழக்கம்போல் செய்தியை எழுதிக் கொடுத்தோம். போட வேண்டிய முறையில் பத்திரிகையில் போட்டுவிட்டு நான் வீட்டுக்குப் போய்க் கதவு தட்டும்போது மணி இரண்டாகிவிட்டது.

கண்ணைக் கசக்கிக்கொண்டும் என்னென்னவோ முணுமுணுத்துக் கொண்டும் வந்து ஜானகி கதவைத் திறந்தாள். இப்படி நேரம் கழித்துப் போய்க் கதவைத் தட்டினால் யார் மனைவிதான் கோபப்படமாட்டாள்?

ஆனால், கோபத்தை அப்போது நான் கவனிக்கவில்லை.

"கிள்ளான் ரோட்டில் பெரிய தீ விபத்து!..." என்று பத்திரிகையில் தலைப்புப் போடுவதுபோல் விஷயத்தைச் சொல்ல ஆரம்பித்தேன். செய்தியை வெளியிட்ட பிரதாபத்தைச் சொல்லுவதுதான் என் நோக்கம் என்பதில் சந்தேகமில்லை.

ஜானகி வெடுக்கென்று, "போதும், போதும். உங்கள் கதையைக் கேட்க இதுதான் நேரம்!" என்று கூறிவிட்டு வேகமாக உள்ளே போய்விட்டாள்.

நான் சொந்தப் பெருமையை அளப்பதாக ஜானகி நினைத்து விட்டாள். நாயுடுவும் நினைத்தாரே!

'கார் வாங்காமலே சுந்தரமாகிவிட்டோமே' என்று நினைக்கும்போது எனக்கு அவமானமாகவே இருந்தது. நல்லவேளையாக நான் கார் வாங்கவில்லை. வாங்கியிருந்தால் ஒரு சுந்தரமும் ஒரு 'இரட்டைச் சுந்தர'முமாக மூன்று சுந்தரங்களை மலாயா தாங்கியிராது.

சுதேசமித்திரன் தீபாவளி மலர், 1961

அக்கினி கவசம்

தலைவன்குறிச்சி ரணவீர முத்துமாரியம்மன் கோவில் ஒரு முப்பது மைல் வட்டாரத்துக்கு மிகவும் பிரசித்தி பெற்றது. ஐந்து வயதுக் குழந்தைகளுக்கும் அம்மனின் மகிமைகள் கரதலபாடமாகத் தெரியும். அந்தப் பக்கத்து கிராமங்களுக்கெல்லாம் அந்த முத்துமாரி ஒரு தெய்வம் மட்டுமல்ல; வழக்குத் தீர்க்கும் நீதிபதியும் நோய்தீர்க்கும் வைத்தியரும் திருடனைப் பிடித்துக்கொடுக்கும் உளவதிகாரியும்கூட அவள்தான். இப்படிப் பலவிதமான கைங்கரியங்களைக் கிராமவாசி களுக்குச் செய்து வந்ததோடு மற்ற ஊர் மாரியம்மன் களைப் போலப் பருவ காலத்தில் மழைபெய்யச் செய்வது, மழையை நிறுத்தி, மக்கள் கைவிட்ட பக்தியை மீண்டும் கைகொள்ளச் செய்வது, கனவில் வந்து சிற்சில காரியங்களைச் செய் அல்லது செய்யாதே என்று சொல்லுவது போன்ற மாமூல் காரியங்களையும் செய்து வந்தாள்.

தீராத கரும நோய்களெல்லாம் அம்மனுடைய கோவிலுக்கு வந்து பிரார்த்தனை செலுத்தியதும் தீர்ந்திருக்கிறதாம். கண் போனவனுக்குக் கண் கொடுத்தது, பிள்ளையில்லாதவனுக்குப் பிள்ளை கொடுத்தது போன்ற வரங்களெல்லாம் இந்த அம்மனைப் பொறுத்தவரையிலும் அப்படி ஒன்றும் பிரமாதமான காரியங்களல்ல. வெட்டிய கை முளைத்தது, செத்தவன் பிழைத்தான் என்பன போன்ற செய்திகளே உண்டு – இவையெல்லாம் வைத்திய சாதனைகள். இவ்வளவு கருணைக் கடலான முத்துமாரி, கோபம் வந்துவிட்டாலோ தன் பெயருக்குத்

தக்கபடி ரணவீர முத்துமாரியாகவே மாறிவிடுவாள். ஈவிரக்கம் காட்டவே மாட்டாள். ஆட்டையோ கோழியையோ பலி கொடுத்துத் தப்பித்து விடுவதென்பது இவளிடத்தில் நடக்காத காரியம். கேவலம், ஒரு ரூபாயை மோசம் செய்ததற்காக அம்மன் சந்நதியில் பொய்ச் சத்தியம் செய்திருந்தாலும் குடும்பத்தோடு காவு கொடுத்தாக வேண்டும். அம்மனுக்கு அபசாரம் செய்து கண் இழந்தவர்கள் பலர்; வாய் பேசமுடியாமல் ஊமையானவர்கள் பலர்; வைசூரியால் மாண்டவர்கள் பற்பலர். சிற்சில குடும்பங்களில் பரம்பரையாகப் பைத்தியம் பிடித்தவர்கள் பிறப்பதற்கும் அம்மனின் கோபமே காரணம். அதனால் அம்மன் முன்னிலையில் கற்பூரத்தை அணைத்துப் பொய்ச் சத்தியம் செய்வதற்குப் பதிலாக, திருடிய ஒரு ரூபாயைக் கொடுத்துவிடுவது மேல்; கொடுக்க மனம் வராவிட்டால், தானாக ஆற்றிலோ குளத்திலோ குதித்துச் சீவனைப் போக்கிக் கொள்ளலாம். அம்மனின் கோபத்துக்கு மட்டும் ஆளாகிவிடக் கூடாது.

இவ்வளவு மகாசக்தி வாய்ந்த துடியான தேவதையைச் சுற்றுக் கிராம வாசிகள் எல்லோரும் தொட்டதற்கெல்லாம் நினைத்துக் கொள்ளு வார்கள்: அற்ப உதவிகளையெல்லாம் செய்யும்படி கோரி மானசீகமாகப் பிரார்த்திப்பார்கள். எதிரிகளைப் பயமுறுத்தும்போது, "தலைவன் குறிச்சி முத்துமாரியம்மன் இருக்கிறாள்டா, அவள் பார்த்துக்கிடுவாள். ஒன்னை நான் ஒண்ணும் செய்யலேண்ணு நெனச்சிக்கிட்டு ஆட்டம் போடாதே" என்று எச்சரிப்பார்கள். இப்படி, கண்கண்ட கடவுளாக, கலியுகப் பிரசன்னமாக விளங்கும் அம்மனுக்கும்கூட உள்ளூர்வாசிகள் அந்த வருஷம் பொங்கலிட்டுக் கொடை நடத்தத் தவறிவிட்டார்கள். ஆடுவெட்டு, புதுப்பானைப் பொங்கல், வில்லடி, கரக ஆட்டம், பம்பை மேளம், சேற்றாண்டி வேஷம், முளைப்பாரி, மஞ்சள் நீராட்டம் இப்படி விமரிசையாக ஆண்டாண்டுக் காலமாக நடைபெற்று வந்த – ஊர்ச்சாத்திரை என்றும், கொடை என்றும், பொங்கல் என்றும் சொல்கிற – திருவிழா அந்த வருஷம் நடைபெறவில்லை. ஊருக்குள் கட்சிப் போராட்டங்கள் தீவிரமாகி, சாமியை மறந்துவிட்டார்கள். கட்சி என்றால் அரசியல் கட்சியல்ல. தெற்குத் தெருவாசிகளுக்கும் வடக்குத் தெருவாசிகளுக்கும் இடையே ஒரு கட்சி. ஒரு பெண் விஷயமாக மூண்ட சண்டை, இரண்டு குடும்பங்களின் கலகமாக வளர்ந்து, கடைசியில் ஊரை இரண்டாக்கும் கட்சிப் போராட்டமாக விஸ்வரூபம் எடுத்து விட்டது. ஆடியில் மேல்காற்று கிளம்பியதும் மூலைக்கு மூலை வீடுகளிலும் மாட்டுத் தீவனப் படப்புகளிலும் தீ வைத்தார்கள். பக்கத்து ஊர்க்காரர்கள் கேலியாகப் பேசிக்கொண்டதுபோல், 'செவலைக்காளை' மேய ஆரம்பித்தது. அநேக வீடுகள் கரிக் கோட்டையாகி குட்டிச் சுவர்களாக நின்றன. காற்றுக் காலம் முடிந்தபின், காய்ப்புப் பருவத்தில் இருந்த மிளகாய்ச் செடிகளை வேரோடு பிடுங்கி எறிந்து, பல தோட்டங்களைப் பாழ்படுத்தினார்கள். காட்டு வேலைக்குப் பெண்கள் தனியாகப் போக முடியவில்லை. ஆண்களும் ஆயுதங்கள் சகிதம்தான் தெருவிலேயே நடமாட முடிந்தது. திடீரென்று 'தீ' என்றோ 'கொலை' என்றோ கூப்பாடு கேட்கும். எந்த நேரத்தில் என்ன நடக்கும் என்று சொல்ல

முடியாது: மாதத்தில் இருபது நாள் ஊருக்குள் போலீஸ் நடமாட்டம். இப்படி ஊர் கந்தர்கோளமாகி, வயது முதிர்ந்தவர்கள் சொல்லியபடி 'கழுதை புரண்ட கள'மான பிறகு, ஊரெல்லாம் ஒன்றுகூடுவது எங்கே? அம்மனுக்குப் பொங்கல் இடுவது எங்கே? பொங்கல் நின்றுவிட்டது. அதற்கு முன்னாலேயே சில மாதங்களாக நித்தியப்படி பூசையும்கூட தடுமாறிப் போய்விட்டது. பூசாரி ஆறுமுகப் பண்டாரம், ஊராரிடம் அமுதுபடி (அரிசி) வாங்கி அம்மனுக்கு அன்றாடம் நைவேத்தியம் படைத்து, தம் மனைவி மக்களையும் காப்பாற்றி வந்தார். ஊர் இப்படி ஆனபிறகு, அவர் எதை வைத்துப் படைப்பார்? ஆகவே, குறித்த காலத்தில் மணி ஆட்டுவதுதான் பூஜை என்று ஆகிவிட்டது. நாளடைவில் விபூதி வாங்கிக்கொள்ளக் கோவிலுக்கு யாரும் வராமல் போகவே பூசாரி மணியாட்டுவதையும் நிறுத்திவிட்டார். கோவில் கதவு அடைக் கப்பட்டுவிட்டது. பண்டாரம் கொஞ்சநாள் ஊரில் இருந்தார். சோற்றுக்கு வழியில்லை. பிள்ளை குட்டிகள் கஞ்சிக்குப் பறந்தன. என்ன செய்வது என்று தெரியாமல் இடிந்துபோயிருந்த நேரத்தில், அரசமரத்தைப் பிடித்த சனி பிள்ளையாரையும் சேர்த்துப் பிடித்தது. ஒரு கட்சியிலும் சேராமல் ஊருக்குப் பொதுவாக இருந்த பூசாரிப் பண்டாரத்தைப் பற்றி வடக்குத் தெருக் கட்சிக்காரர்களிடையே அகஸ்மாத்தாகச் சந்தேகம் உண்டாகிவிடவே, அவரைத் தெற்குத் தெருவாசிகளின் கையாள் என்று எப்படியோ முடிவு செய்துவிட்டார்கள். நல்லவேளையாக அந்தச் செய்தி அன்றே பூசாரிக்குத் தெரிந்துவிட்டது. ஒருநாள் தாமதித் திருந்தாலும் ஆறுமுகப் பண்டாரம் பலியாகி இருப்பார். அன்றிரவே வீட்டில்கூடச் சொல்லிக்கொள்ளாமல் பூசாரி எங்கோ ஓடிவிட்டார். திட்டமிட்டு ஆயுதபாணிகளாக மறுநாள் காலையில் அவர் வீட்டுக்குள் நுழைந்த நாலைந்து பேர் வெறுங்கையுடன் திரும்பினார்கள். வந்ததற்கு மனச் சாந்தியாக இருக்கட்டும் என்று பூசாரியின் மனைவியையும் பிள்ளைகளையும் அடித்து மிதித்துப் படுக்க வைத்துவிட்டு வெளியே வந்தார்கள்.

கலகத்துக்கு முக்கிய காரணஸ்தர்களாக விளங்கிய சுமார் அறுபது பேரைப் போலீஸார் கைது செய்தனர். பத்துப் பன்னிரண்டு பேர் தலைமறைவாகிவிட்டனர். ஊரிலும் ஐந்து கொலைகளுக்குமேல் நடைபெறவில்லை. ஊர் கட்டுக்கடங்கிவிட்டது.

மாரியம்மன் கோவில் திருவிழா நின்றாலும் நின்றது; பருவமழை பெய்வதும் நின்றுவிட்டது. காடு கரைகளில் விதைப்பதற்கு மழை பெய்யவில்லை. போதாக்குறைக்கு ஊருக்குள் வைசூரி வேறு புகுந்து விட்டது. பாதிவீட்டுக் கூரைகளில் வேப்பிலை முடிச்சுக்கள். வாரத்துக்கு சராசரி இரண்டு பிரேதங்கள் தகனம். அக்கம்பக்கத்து ஊர்கள் இரண்டொன்றிலும் இதே கதைதான். கிழக்கே உள்ள கிராமத்துக்காரர்கள் பார்த்தார்கள்; தலைவன்குறிச்சி மாரியம்மனுக்குத் திருவிழா நடத்தாதது ஒன்றே இத்தனை கஷ்டங்களுக்கும் காரணம் என்று முடிவு கட்டினார்கள். உடனே, ஐந்தாறு பெரிய மனிதர்கள் அங்கிருந்து கிளம்பி தலைவன் குறிச்சிக்கு வந்து, இங்குள்ள ஐந்தாறு கிழவர்களைக் கண்டு "அம்மனுக்கு எப்போது பொங்கல் நடத்துவதாக உத்தேசம்?" என்று கேட்டார்கள்.

“பொங்கலாவது பூசையாவது! ஊர் இருக்கிற இருப்பில் பொங்கல் நடத்துற மாதிரியா இருக்கு?” என்று கைவிரித்தார்கள் தலைவன்குறிச்சிக் கிழவர்கள்.

“நீங்க என்ன இப்படிப் பேசுறீக? கால மழை பெய்யல்லே; ஊருக்குள்ளே பெரியம்மை வந்து காவு வாங்கிக்கிட்டிருக்கு. இதையெல்லாம் கண்ணாலே பார்த்துக்கிட்ட பிறகும், மாரியம்மனை நெனைக்க மாட்டேங்கிறீகளே, இதுக்கு என்ன அர்த்தம்? காலா காலத்திலே பொங்கல் வச்சிருந்தா இத்தனையும் வந்திருக்குமா?” என்று கீழூர் முக்கியஸ்தர்கள் கேட்டார்கள்.

உடனே, தலைவன்குறிச்சிக் கிழவர்கள் “நீங்க சொல்றது வாஸ்தவம்தான் ஐயா, வாஸ்தவம்தான். ஆனா, ஊர் ஒண்ணு சேர்ந்தில்லே பொங்கல் வைக்கணும்! விடிஞ்சதும் ஒவ்வொருத்தனுக்கும் கோர்ட்டுக் கச்சேரிக்குப் போகவே நேரம் சரியாயிருக்கே. இதிலே பொங்கல் வைக்கிறது எப்படி? நீங்களே சொல்லுங்க” என்றார்கள்.

கொலைக் கேஸ்களுக்கெல்லாம் தீர்ப்புச் சொல்லப்பட்டு, ஊரும் திருந்தி ஒரு ஒழுங்குக்கு வந்தாலொழிய அவர்கள் பொங்கல் வைக்கப் போவதில்லை என்பது கீழூர்க்காரர்களுக்குத் தெரிந்துவிட்டது. அப்படியானால் பொங்கல் நின்று விடுவதா? அம்மனுக்கு இன்னும் கோபாவேசத்தை அதிகமாக்குவதா? தலைவன்குறிச்சிக்காரர்கள் செய்த தவறுக்காக, சுற்றுப் பக்கத்து ஊர்களும் பஞ்சத்தையும் நோயையும் அனுபவிப்பதா?

கீழூர்க்காரர்களுக்கு ஒரு யோசனை தோன்றியது. ஒரு பெரியவர் தலைவன்குறிச்சிக் கிழவர்களைப் பார்த்துச் சொன்னார்: “சரி, நீங்க பொங்கல் நடத்த வேண்டாம்; நாங்க நடத்துறோம். நீங்க என்ன சொல்றீக?”

தலைவன்குறிச்சிக்காரர்களுக்கு ரோஷம் வந்துவிட்டது. உடனே, ஒரு பெரியவர் “என்ன ஐயா இது, ஒங்களுக்குத்தான் பேசத் தெரியும்னு நெனைச்சிப் பேசுறீகளா?” என்று கேட்டார்.

“கோவிச்சுக்காதீங்க. எப்படியும் சாமி காரியம் நடக்கட்டும்ணுதான் சொல்றோம்!”

“சாமி காரியமாவது, சாத்தா காரியமாவது! ஊர்விட்டு ஊர்வந்து யாராவது எந்தக் காலத்திலாவது பொங்கல் நடத்தினது உண்டா ஐயா? தலைவன்குறிச்சிக்காரங்க பைத்தியக்காரங்கண்ணு நெனச்சித் தானே பேசுறீக? நீங்க பொங்கல் நடத்துறதாம், உள்ளூர்க்காரங்க பார்த்துக்கிட்டு நிக்கிறதாம்! சரிசரி, இந்தச் சமாசாரத்தை இன்னொரு தடவை சொல்லாதீங்க. போய்ட்டு வாங்க” என்று எழுந்துவிட்டார் தலைவன்குறிச்சிப் பெரியவர் ஒருவர். எவ்வளவு சமாதானப்படுத்தியும் அவரை உட்காரவைக்க முடியவில்லை. சந்திப்பும் பேச்சும் முடிந்தன. கீழூர்க்காரர்கள், “ஒங்க இஷ்டம்” என்று சொல்லிவிட்டு, மாரியம்மன் கோவிலுக்குப் போனார்கள். அம்மனை வணங்கினார்கள்.

“தாயே! நீதான் கண்ணு தொறக்கணும். இப்படி மழை தண்ணி இல்லாம அடிச்சா, நாங்க என்ன பண்ணுவோம்? ஒனக்கு நாங்க என்ன கொறை செஞ்சோம்? ஒண்ணுமில்லையே! எங்களை ஏன் இப்படிச் சோதிக்கிறே! ஊரே பேதலிச்சுப் போயிருக்கு ...” என்றெல்லாம் சொல்லி, வைசூரியை நிறுத்தி, மழை பெய்விக்க வேண்டுமென்று வேண்டிக்கொண்டு கீழூர்க்காரர்கள் போய்விட்டார்கள்.

○ ○ ○

மழையில்லாததால் தலைவன்குறிச்சியிலும் சுற்றுக் கிராமங்களிலும் விவசாயம் நடைபெறவில்லை. கூலி ஜனங்கள் சோற்றுக்கு வழியின்றித் தத்தளித்தார்கள். சிலர் குடி கிளம்பி தூரப் பகுதிகளுக்குச் சென்றார்கள். வைசூரியோடு வேறு பல நோய்களும் ஊருக்குள் புகுந்துவிட்டன. மனிதர்களும் செத்தார்கள்; தீவனம் இல்லாமல் ஆடுமாடுகளும் செத்தன. இருநூறு வீடுகளில் ஒரு நாலைந்து வீடுகளில்தான் நாள் தவறாமல் அடுப்புப் புகைந்தது. மற்ற வீடுகளில் உலை ஏற்றுவது, எப்பொழுது என்ற நிச்சயமில்லை. இத்தனை கஷ்டங்களுக்கும் இடையில் ஒரே பிரச்சனை மட்டும் தீர்ந்துவிட்டது. அதாவது கோர்ட் வழக்குகள் யாவும் பைசலாகிவிட்டன. மூவருக்குத் தூக்குத் தண்டனையும் ஐந்து பேருக்கு ஜன்ம தண்டனையும் விதிக்கப்பட்டன. மற்றவர்களில் சிலருக்கு வெவ்வேறு காலஅளவில் சிறைவாசங்கள். சிலர் விடுதலையானார்கள்.

ஊருக்குள் ஒரு புதுவிதமான சூழ்நிலை நிலவியது. அதாவது, தெற்குத் தெருவுக்கும் வடக்குத் தெருவுக்கும் இடையே பகைமையும் இல்லை; சமாதானமும் இல்லை. அந்தத் தெரு அதுபாட்டுக்கு இருந்தது, இந்தத் தெரு இதுபாட்டுக்கு இருந்தது. விரோதங்களைப் பற்றி நினைக்காமல், பஞ்சத்தையும் நோய்களையும் சமாளித்து உயிர் பிழைப்பதிலேயே அனைவரும் குறியாக இருந்தார்கள்.

ஏறக்குறைய ஒரு வருஷம் கழிந்துவிட்டது. அடுத்த பொங்கல் தினத்துக்கு ஒரு மாதம் ஒன்றரை மாதம் இருக்கும்போதே ஊரில் உள்ள சில கிழவர்கள் சேர்ந்து, எப்படியும் இந்த வருஷம் மாரியம்மன் கோவில் திருவிழாவை நடத்தியே தீரவேண்டும் என்று கங்கணம் கட்டினார்கள். இந்த வருஷமும் அம்மனைப் பட்டினி போட்டுவிட்டால், ஊர் அடியோடு நாசமாகிவிடும் என்று சொல்லி எல்லோரையும் எச்சரித்தார்கள். இவர்களுடைய பிரயத்தனத்தினாலும் மழையின்மையாலும் ஊர் ஜனங்களின் பயத்தினாலும் திருவிழா நடத்த ஏற்பாடாயிற்று. முந்திய வருஷங்களைவிடச் சிறப்பாகவே ஏற்பாடுகள் செய்யத் தொடங்கினார்கள். இவர்களுக்கு வேண்டிய பொருளுதவி செய்யவும் சரீரப் பிரயாசைப்படவும் பக்கத்து ஊர்கள் போட்டியிட்டுக் கொண்டு முன்வந்தன. விழா விமரிசையாக நடைபெறுவதற்குக் கேட்பானேன்?

○ ○ ○

பொங்கல் திருவிழாவுக்குச் சில தினங்கள் முன்னதாக மாரியம்மன் கோவிலை வெள்ளையடிப்பதற்காகத் திறந்தார்கள். திறந்து பார்த்தால்..? சொல்லமுடியாத பயங்கரம்! எல்லோரும் அதிர்ச்சி அடைந்து

நின்றுவிட்டார்கள். அம்மன் சிலை சிங்க வாகனத்தில் என்றும் போலவே தான் அமர்ந்திருந்தது. ஆனால், அம்மனின் புடவையைக் காணோம். எண்ணெய்ப் பிசுக்கும், கருப்பு மெழுகும் படிந்து நிறம் மங்கித் தோன்றும் ஒரு சிவப்புப் புடவையுடனேயே அம்மன் காட்சி தருவது வழக்கம். எப்பொழுதோ யாரோ கும்பிட்டுச் சாத்திய சிவப்புச் சிற்றாடை அது. அதைக் காணவில்லை.

கோவிலுக்குள் புகுந்து யாரும் திருடியிருப்பார்கள் என்று நினைப்பதற்கும் இடமில்லை. மாரியம்மன் கோவிலில் திருட வேண்டுமென்று நினைத்து எமதர்ம ராஜா புகுந்திருந்தாலும் அவனுக்கு அங்கேயே நிச்சயம் கண் அவிந்திருக்கும். நாக்குத் தள்ளிச் செத்திருப்பான். அப்படியே யாரும் திருடித் தப்பித்துவிட்டதாக வைத்துக் கொண்டாலும், அந்தப் புடவை யாரும் கட்டுவதற்கு லாயக்கற்ற கண்டாங்கி; சின்னஞ் சிறு துணி. பத்து வயதுப் பெண்ணுக்கும்கூட தாராளமாக விட்டு உடுத்தப்பற்றாது. மேலும், அந்த எண்ணெய்ப் பிசுக்கையும் மெழுகையும் போக்குவது என்பதும் சாமான்யமான காரியமல்ல. இத்யாதி காரணங்களைக் கருதி, திருட்டுப் போனதாக யாரும் சந்தேகிக்கவில்லை. அம்மன்தான் ஊர்க்காரர்கள் பூஜை போடாமல்விட்ட கோபத்தினால் ஏதோ செய்திருக்கிறாள் என்றும் அதன் மர்மம் அவளுக்குத்தான் தெரியும் என்றும் பேசிக்கொண்டார்கள். இருந்தாலும் ஓடிப்போன ஆறுமுகப் பண்டாரத்தின் மூத்த மகனை அழைத்து, “அம்மனோட சீலை எங்கடா? ஒனக்குத் தெரியுமா?” என்று கேட்டார்கள்.

“தெரியாது” என்று அவன் தலையைக் குலுக்கிவிட்டான்.

“அவனை ஏன் கேக்கிறீக? நான் அப்பவே சொல்லல்லே, அம்மன் தான் என்னமோ செய்திருக்கிறாள். போனது போகட்டும். ஆகவேண்டிய காரியத்தைப் பாருங்கள்” என்றார் ஒரு பெரியவர்.

கோவிலை வெள்ளையடிப்பதில் முனைந்தார்கள்.

சேலை காணாமல்போன செய்தி ஊரெல்லாம் பரவிவிட்டது. ‘இது என்ன துர்க்குறியோ? ஊருக்கு இன்னும் என்னென்ன கேடுகளோ?’ என்றெல்லாம் எண்ணி எல்லோரும் கதிகலங்கிப் போனார்கள். அதனால், பொங்கலைச் சிறப்பாகச் செய்து அம்மனின் கோபத்தைத் தணித்து அவள் மனசைக் குளிர்விப்பது என்று தீர்மானித்தவர்களாய் அவரவர் பங்கை முழுமூச்சோடு நிறைவேற்றிக்கொண்டிருந்தார்கள்.

சேலை காணாமல் போனதற்குக் காரணம், அந்த ஊரில் யாருக்குமே தெரியாது என்று சொல்ல முடியாது. இரண்டு பேருக்கு நிச்சயமாகத் தெரியும். மற்றொருத்திக்குச் சந்தேகாஸ்பதமாகத் தெரியும்.

பூசாரி ஆறுமுகப் பண்டாரத்தின் மனைவி ஒரு நாள் சொல்லி, அவளுடைய மூத்த மகன் நள்ளிரவில் ரகசியமாகப் போய்க் கோவிலைத் திறந்து அம்மனின் சேலையை எடுத்துக்கொண்டு வந்து அவளிடம் கொடுத்தான். அதை வாங்கி அவள் மானத்தைக் காப்பாற்றிக்கொண்டாள். எட்டாத துணியை எப்படியோ சுற்றிக்கொண்டாள். எண்ணெய்ப்

பிசுக்கு போவதற்காக அதை அவள் வீட்டுக்குள்ளேயே துவைத்தபோது சாயம் போய்விட்டது. 'அதுவும் ஒருவகைக்கு நல்லதுதான்; யாருக்கும் அடையாளம் தெரியாது' என்று நினைத்து, உலர்த்தி உடுத்துக் கொண்டாள். அன்றிலிருந்து 'அம்மனுக்குச் செய்திருக்கும் இந்த அபசாரத்தினால் நமக்கு என்னென்ன கஷ்டங்கள் வருமோ?' என்று இரவும் பகலும் திகில்பட்டுக்கொண்டும் இருந்தாள். தூக்கத்தில் பல நாட்கள் புலம்பியிருக்கிறாள். வயிற்றுப்பசி, பிள்ளைகளின் பட்டினி, இவற்றோடு இந்தப் பயம் வேறு. கணவன் எங்கே போனான் என்று தெரியவில்லை. யாராவது ரகசியமாகக் கொலை செய்து புதைத்திருக்கலாம் என்று நினைத்து அழுது துடித்தாள். ஆனாலும், 'காணாதவன் தாலி கழுத்திலே' என்ற கணக்கில் மஞ்சள் கயிற்றைப் போட்டுக்கொண்டு இருந்தாள். வறுமை அவளை அணுஅணுவாக மென்று தின்றது. உயிர் மட்டும் போகவில்லை.

பூசாரியின் மனைவி சுற்றிக்கொண்டிருப்பது அம்மனின் சேலையாக இருக்கக்கூடும் என்று, கோவில் திறக்கப்பட்ட நாளிலிருந்து அவ்வூர்ச் சலவைக்காரி காளிக்குச் சந்தேகம். ஊர்ப்புடவைகள் எல்லாமே எப்படி இருக்கும் என்று அவளுக்குத் தெரியும். அத்தனையையும் வெளுத்து, இனம் பார்த்து ஒவ்வொருவருக்கும் கொடுத்தவள். அவள் கைபடாத புடவை பூசாரியின் மனைவி கட்டியிருப்பது ஒன்றுதான். ஒருநாள் பேச்சுவாக்கில் "நீங்க என்ன இந்தச் சித்தாடையைக் கட்டிக்கிட்டுத் திரியிறீக?" என்று அவள் கேட்டுவிட்டாள்.

பூசாரியின் மனைவிக்குத் தூக்கிவாரிப் போட்டது. சமாளித்துக் கொண்டு, "எனக்கு இப்ப அது ஒண்ணுதான் கொறை! பேசாமல் போ. ஏன் என் வயித்தெரிச்சலைக் கிண்டுறே!" என்று சொல்லிவிட்டு மடமடவென்று அதிவேகமாக வீட்டுக்குள்ளே போய்விட்டாள்.

காளியின் சந்தேகம் ஊர்ஜிதமாகிவிட்டது. இதை வெளியிடுவது எப்படி? சலவைக்காரியாக இருந்துகொண்டு இந்த விவரத்தை நாலு பேரிடம் சொன்னால், நாலு பேருமே நம்பமாட்டார்கள். 'அம்மன் கோவிலில் திருடியிருந்தால் பூசாரியின் மனைவி இத்தனைநாள் உயிரோடு இருந்திருக்க முடியாது. திருடியும் உயிரோடு இருக்கிறாள் என்றால், அம்மன் அப்புறம் வெறும் கற்சிலைதானே தவிர கிராம தேவதையல்ல. வெறும் சிலையாக மட்டும் அம்மன் இருந்திருந்தால், இந்த இரண்டு வருஷமும் மழையை நிறுத்தியிருப்பாளா? மாரியாத்தா வந்து குட்டி குறுமான்களையெல்லாம் வாரிக்கொண்டு போயிருப்பாளா?' என்றெல் லாம் சொல்லி, காளியின் முகத்தில் கரி பூசி அனுப்பிவிடுவார்கள். ஆனாலும் உண்மையை, முக்கியமாக ரகசியத்தை, வெளிப்படுத்தியாக வேண்டுமே! காளி தவித்தாள். சரி, பொங்கல் தினத்தன்று ஆவேசம் வந்து ஆடும்போது, மாரியம்மனாக மாறி உண்மையைக் கக்கிவிடுவது என்று மனசைச் சமாதானப் படுத்திக்கொண்டாள்.

திருவிழா கோலாகலமாக என்றும் காணாத விமரிசைகளோடு கொண்டாடப்பட்டது. மேள தாளங்கள், வில்லுப்பாட்டு, கரக ஆட்டங்கள்... இப்படி ஒரே கும்மாளம். சந்நிதி வாசலில்

ஆயிரக்கணக்கான பானைகள் பொங்கி வழிந்தன. மூலைக்கு மூலை திடீர் திடீரென்று சிலருக்கு மாரியம்மன் சன்னதமாகி பம்பை மேளத்துக்கு இசைய ஆடினார்கள். மஞ்சள் பாலையும் பானகத்தையும் வாங்கி வாங்கிக் குடித்தார்கள், அக்கினிச் சட்டிகளோ எண்ணில் அடங்காதவை.

யார் யாரோ சாமியாடும்போது, ஒவ்வொரு வருஷத் திருவிழாவின் போதும் தவறாமல் ஆடும் காளிக்குச் சன்னதமாகாமல் இருக்குமா? வீட்டில் சாப்பிட்டுக்கொண்டிருந்தவள் திடீரென்று குரவையிட்டுக் கொண்டு விரித்த தலையோடு கோவிலைப் பார்த்து ஓடினாள்.

“காளி வந்துட்டாடோய்” என்று எல்லோரும், எதிர்பார்த்தது நடந்துவிட்டதைக் காணும் உணர்ச்சியோடு ஆர்ப்பரித்தார்கள்.

“காளிக்குச் சாமி வராமல் இராதே, இவ்வளவு நேரமும் அவளைக் காணமேன்னு நெனைச்சிக்கிட்டே இருந்தேன். வந்துட்டா” என்றும் ஒருவர் சொன்னார்.

மஞ்சளும் வேப்பிலையும் போட்டுக் கரைத்த ஒரு குடம் பச்சைத் தண்ணீரைக் காளியின் தலையில் கொட்டினார்கள். மட்டுக்கு மீறிய ஆவேசத்தோடு செந்தூள் பறக்க ஆடினாள் காளி. கூட்டத்தில் பெரும் பகுதி எல்லாத் தமாஷ்களையும்விட்டு இந்தப் பக்கம் சாய்ந்துவிட்டது. மஞ்சள் பாலைக் குடித்தபின் ஆவேசம் சற்றுத் தணிந்து, ஆட்டத்தில் சாவதானம் பிறந்தது. சுற்றிச் சுற்றி வந்தாள் காளி.

ஒரு பெரியதனக்காரர், கும்பிட்ட கையோடு காளியைப் பார்த்து “மாரியம்மா, எங்களை இப்படிச் சோதிச்சிட்டயே! இந்த வருசமாவது மழை பெய்யணும், மாரித் தாயே!” என்று வேண்டினார்.

உடனே காளி படபடத்து, “மழையா? மழையா? மழையா?” என்று சீறினாள்; “கண்ணைக் குத்திருவேன் கண்ணைக் குத்திருவேன் கண்ணைக் குத்திருவேன்” என்று உறுமினாள்.

“தாயே, செஞ்ச குத்தத்தை மறந்துறணும். ஒனக்கு நாங்க ஒரு எதிரியா? எங்களுக்கு நல்லாப் புத்தி குடுத்திட்டே. இனி ஒனக்கு ஒரு குறையும் வைக்கமாட்டோம். ஒன் மக்களைக் காப்பாத்திக் குடு” என்று அவர் கும்பிட்டார்.

“பேசுறியா நீ? பேசுறியா?” என்று ஆத்திரத்தோடு சொன்ன காளி, அங்கிருந்து திரும்பி மறுதிசையில் ஓடினாள். உடனே திரும்பி வந்தாள். அப்புறம் பழையபடி வேறிடத்துக்கு ஓடும்போது, கூட்டத்தோடு கூட்டமாய் நிற்கும் பூசாரியின் மனைவியைப் பார்த்துக்கொண்டாள்; உடனே அங்கேயே நின்றுவிட்டாள்.

“ஏய்! நிக்கிறியா நீ? எதிரே நிக்கிறயா?” என்று அவளை நோக்கிப் பாய்ந்தாள். கூட்டம் வழி விலகிக்கொடுத்தது.

பூசாரியின் மனைவியும் காளியும் எதிர் எதிராய் நின்றார்கள். ஊரார் அனைவரும் ஆச்சரியப்பட்டுக் கண் இமைக்காமல் பார்த்துக் கொண்டிருந்தார்கள்.

பூசாரி மனைவியின் புடவையைக் காளி கையால் பிடித்துக்கொண்டு, "என்கிட்டே திருடி நீ தப்பவா? என் சேலையைக் கட்டி அசிங்கம் பண்ணின ஒன்னை இங்கேயே பெலிவாங்குவேன்; இங்கேயே பெலிவாங்குவேன்..." என்று சொல்லவே, ஜனங்களுக்கெல்லாம் ஆவேசம் பிறந்துவிட்டது. ஒவ்வொருவரும் ஒவ்வொரு பத்திரகாளியாக மாறி, மொத்தமாகப் பூசாரி மனைவியைப் பார்த்துப் பாய்ந்தார்கள். அவள் செய்த அபசாரத்தினால்தான் ஊருக்கு இத்தனை கேடுகள் விளைந்தன என்று எண்ணி, அவளை அங்கேயே, அம்மன் சந்நதியிலேயே ரத்தப்பலி கொடுத்து ஊருக்கு நன்மை தேட வேண்டும் என்று துடித்தார்கள். இத்தனை கூட்டத்திலும் தெய்வத்தை மறக்காத ஒருவர் இருந்தார். அவர் கூட்டத்தைத் தடுத்து நிறுத்தி, "ஏய், என்னடா இது? சாமி குடுக்காத தெண்டனையா நீங்க குடுக்கப் போறீக? அம்மனே வந்து கையுங் களவுமாப் புடிச்சாச்சி; இனி நீங்க எதுக்குடா குறுக்கே பாய்றீக? அவ பாடு; அம்மன் பாடு" என்றார்.

வேறொருவர், "ஆமப்பா, அம்மன் பொறுப்பிலேயே விட்டிருங்க. எதையாவது செஞ்சி வச்சி, இன்னும் ஊரைக் கொண்டுபோய் கோர்ட்டுலே நிறுத்த வேண்டாம். கோர்ட்டுக்குப் போனோமோ, குடியும் கெட்டதோ" என்று எதார்த்தபூர்வமாக எச்சரித்தார்.

அதனால் அலை கரை கடக்கவில்லை. மூர்த்தண்யம் கட்டுக்கு அடங்கி நின்றது.

பூசாரி மனைவி நடுங்கிவிட்டாள். காளியைச் சலவைக்காரியாக நினைக்காமல் மாரியம்மனாகவே அவளும் நினைத்தாள். அம்மன் பலி வாங்காமல் விடவே மாட்டாள்; அவள் விட்டாலும் ஊர் விடாது; எப்படியும் இனி உயிரோடு வீடு திரும்பமுடியாது என்பது உறுதியாகி விட்டது. அப்போது ஒரு கணம், 'வீடு திரும்பித்தான் என்னத்தை அனுபவிக்கப் போகிறோம்?' என்று நினைத்தாள். மறுகணம் 'கோயில் வாசலிலேயே உயிர்போகட்டும்' என்று முடிவு செய்தாள். அவ்வளவுதான். சில நிமிஷங்களுக்குள் பயமெல்லாம் போய், கோபமும் ஆங்காரமும் பிறந்துவிட்டன. பய நடுக்கம், கோபப் படபடப்பாக மாறியது. வலிய வந்த மாரியம்மனைச் சும்மாவிடக் கூடாது என்று, "மாரியம்மா! ஒனக்குக் கண் அவிஞ்சி போச்சா? நீ சாமியா? இல்லே, குத்துக்கல்லா?" என்று இடிமாதிரி முழங்கினாள் பூசாரி மனைவி.

ஊரே இந்தத் துணிச்சலைக் கண்டு அதிர்ந்து போனது.

காளி மட்டும் நிலை கலங்காமல் "என்ன சொன்னே?" என்று கேட்டாள்.

"சொன்னேன், சோத்துக்கு உப்பில்லேன்னு..."

"கண்ணைக் குத்திருவேன்..."

"குத்து குத்து. அதுக்கெல்லாம் பயந்தவுக ஒருத்தரும் இல்லை. ஒனக்குக் காலமெல்லாம் பூசைபண்ணின என் புருசனைக் காப்பாத்திக் குடுக்க ஒனக்குச் சக்தியில்லே; நான் புள்ளை குட்டிகளை வச்சிக்கிட்டு ராப்பட்டினி கெடக்கிறதைக் கண்ணாலே பார்க்கல்லே; கடைசியிலே

ஒரு முழத்துணிகூட இல்லாமே அடிச்சிட்டே; இப்ப என்னடான்னா கண்ணைக் குத்துறேன் மூக்கைக் குத்துறேன்னு உறுமுறே! செய். உனக்குத் தெரிஞ்சதை எல்லாம் செய் இனிமே என்ன?”

“என் சீலையை நீ கெட்டலாமா?”

“வேறு என்னத்தைக் கெட்டுவேன்? சாமிகிட்டே திருடுற கதிக்கு எங்களை ஆளாக்கியிருக்கிறயே, நான் வேறே என்னத்தைக் கெட்டுவேன்: சொல்லு.”

பூசாரி மனைவி எதற்கும் பயப்படாமல் எதிர்த்துப் பேசுவது, காளிக்குப் பெரிய மலைப்பை உண்டுபண்ணிவிட்டது. ஊரறிய அவமானப்பட அவள் விரும்பவில்லை. உடனே தலைவிரிகோலமாக பூமியதிரக் குதித்து பெருங்கூச்சல் போட்டாள்.

அம்மனின் கோபாவேசத்தைக் கண்டு ஊர் நடுங்கிக்கொண்டிருந்தது.

“ஏண்டி என் சீலையைக் கெட்டினே? உன்னை இங்கேயே பெலி வாங்குறேன், பாரு” என்று காளி கத்தவே, “எனக்கு வேறு சீலையில்லே. அதுனாலேதான் கெட்டினேன்” என்றாள் பூசாரி மனைவி.

இவ்வளவு காலமும் அவளைச் சுட்டெரித்த வறுமைத் தீ இப்பொழுது சாமி உட்பட அண்டியவர்களையெல்லாம் நோக்கி ஜ்வாலை வீசியது. மற்றவர்களின் கோபாஸ்திரங்கள் எல்லாம் பாய முடியாதவாறு அவளுக்கு அந்த அக்கினியே கவசமாக இருந்து உதவ ஆரம்பித்துவிட்டது!

காளி ஓடிவந்து அவள்மீது பாய முயன்றபோது, பூசாரி மனைவி அவ்விடத்தைவிட்டு ஒரே ஓட்டமாக ஓடிவிட்டாள். அவளுடைய பிள்ளைகளும் அலறிக்கொண்டே அம்மாவைப் பின் தொடர்ந்து ஓடின. ஓடியவர்கள் ஓடியவர்கள்தான். அப்புறம் ஊர் திரும்பவே இல்லை.

காளிக்கு மானம் பிழைத்தது. ஊராரும் அம்மனை வேண்டி, கோபத்தைத் தணிக்கச் சொல்லி, ஒரு செம்பு மஞ்சள் பாலைக் கொடுத்து நெஞ்சைக் குளிர்வித்தார்கள்.

சாமி மலையேறிவிட்டது. காளி, வெறும் சலவைக்காரி காளியாக மாறி, மூச்சு வாங்கிக்கொண்டே ஒரு ஓரத்தில் போய் உட்கார்ந்து விட்டாள்.

○ ○ ○

ஓடிப்போன பூசாரி மனைவி ஒரு சில தினங்களுக்குள் தூரத்து ஊரில் தன் கணவனைச் சந்தித்துவிட்டாள். அப்புறம், மாரியம்மனுக்குச் செய்த அபசாரத்தை எண்ணித் திரும்பவும் பயப்பட ஆரம்பித்தாள். பயம் முற்றி பைத்தியம்கூடப் பிடித்து விடும்போல் இருந்தது. பூசாரி ஆறுமுகப் பண்டாரம் ஒரு வருஷம் கழித்து தலைவன்குறிச்சிக்குத் திரும்பி வந்தார். வந்து மாரியம்மனுக்கு ஒரு செம்பட்டுச் சாத்திய பிறகுதான், அவளுக்குப் பயம் நீங்கியது.

❖

தாமரை, அக்டோபர் 1961

கற்பக விருட்சம்

மாலை ஐந்து மணி அடிப்பதற்கு முன்பே சைதாப்பேட்டை ரயில்வே ஸ்டேஷனில் வந்து உட்கார்ந்துவிட்டான் ஸ்ரீனிவாசன். கையில் ஒரு காசு கூடக் கிடையாது. இருந்ததெல்லாம் ஒரு மலிவு விலைப் பவுண்டன் பேனா, ஒரு வேஷ்டி, ஒரு சட்டை, சட்டையில் இரண்டு பிளாஸ்டிக் பித்தான்கள், அன்று மாலைப் பதிப்பாக வெளிவந்த ஒரு தமிழ்த் தினசரி, சந்தேகத் தெளிவுக்காக வாங்கிய ஓர் ஆங்கில தினசரிப் பத்திரிகை – இவ்வளவுதான். பிளாட்பாரத்தின் கோடியில் கிடந்த ஒரு பெஞ்சில் தனியாளாக ஒருமணி நேரத்துக்கு மேலேயே உட்கார்ந்துகொண்டிருந்து விட்டான். இவனுக்கு முன்னும் பின்னும் இரண்டொரு பிரயாணி களும் ஏகதேசமாக ஒரு ரயில்வே ஊழியரும் ஒரே ஒரு தடவை மட்டும் முதுகுக்குப் பின்புறமாக ஒரு போலீஸ்காரரும் நடந்து சென்றார்கள். அடிக்கடி குறித்த காலத்தில் மின்சார வண்டிகள் வருவதும் புறப்படுவதுமாக இருந்தன.

ஸ்ரீனிவாசன் பெஞ்சில் சாய்ந்து கொண்டு யாரை யும் எதையும் பார்க்காமல், வானத்தையே பார்த்துக் கொண்டிருந்தான். விதிவிலக்காக மின்சார வண்டி களை மட்டும் இரண்டொரு தடவைகள் பார்த்துவிட்டு முகத்தை மேல் நோக்கித் திருப்பிக்கொண்டான். வானத்துக்கும் இவனுக்கும் இடையே வெகுநேரம் வரைக்கும் ஒரு துளி கண்ணீர் திரை போட்டு மறைத்துக்கொண்டிருந்தது. கண்ணுக்குத் தெரியும் வானக் காட்சி மனசைப் போலவே கலங்கிப் போயி ருந்தது. துயரத்தின்போது, வெளியிலும் தெளிவில்லை;

உள்ளேயும் தெளிவில்லை. தெளிந்து, தீர்மானத்துடன், துணிவுடன் வந்து ஸ்ரீனிவாசனைத் துயரம் திடீர் திடீர் என்று பொங்கி எழுந்து கலக்கி அலைக்கழித்துக்கொண்டிருந்தது.

பயப்பட வேண்டியதற்கே பயப்படாமல் வந்தாகிவிட்டது. அப்புறம் வேறு எதற்குப் பயப்படுவதிலும் அர்த்தமில்லை. இதனால்தான் டிக்கெட் இல்லாமலும் காசு இல்லாமலும் ஸ்டேஷன் பிளாட்பாரத்துக்கு உள்ளே வேகமாக வந்துவிட்டான். வீட்டுக்கு வெளியே உட்காருவதற்கு அது ஒன்றுதான் அவனுக்கு இடமாகப்பட்டது. வந்து சுற்றும்முற்றும் பார்த்துவிட்டு, பெஞ்சில் அமர்ந்தான். முன்பின் தெரியாத பிரயாணிகளைத் தவிர வேறு யாரும் இல்லை; இது கொஞ்சம் ஆறுதலாக இருந்தது.

மாலை ஐந்து மணி அடித்தது. இருட்டுவதற்கு இன்னும் ஒன்றரை மணி நேரம் ஆகும். அதுவரை அங்கேயே உட்கார்ந்திருப்பது என்று முடிவு; உட்கார்ந்துகொண்டிருந்தான்.

வேகமாக ரயில் வண்டிகள் வந்து போயின. ஓட்டமும் நடையுமாக வந்து வண்டிகளில் தொற்றிக்கொண்டிருந்தார்கள் பிரயாணிகள். சூழ்நிலை முழுதுமே ஓட்டமும் பரபரப்புமாக இருந்தது. ஆனால் ஓட்டமின்றி சாவதானமாக வேலை செய்துகொண்டிருந்தது கடிகாரம் ஒன்றுதான். அரைமணி கழிந்திருக்கும் என்று ஏறிட்டுப் பார்த்தால், ஐந்து நிமிஷம்கூட ஆகியிராது. இது அவனுடைய துன்பத்தைப் பெரிதாக்கிக்கொண்டிருந்தது. எத்தனை பேரைப் பற்றிய நினைவுகள், எத்தனை வருஷத்துச் செய்திகள், எத்தனைவித அனுபவங்கள் – எல்லா வற்றையும் மாறி மாறி ஒன்றுக்குப் பல தடவையாக நினைத்துப் பார்த்து, பெருமூச்சுவிட்டு, சில சமயங்களில் தன்னுணர்வையும் இழந்து, கடைசியில் திரும்பிப் பார்த்தாலும், கடிகாரம் ஒரு சில நிமிஷங்களுக்கு மேல் தாண்டியிராது.

ஒரு விஷயத்தில் தவறு செய்துவிட்டோம் என்றே ஸ்ரீனிவாசனுக்குத் தோன்றியது. தெருக்களில் சுற்றி அலைந்திருந்தால், நேரம் வேகமாகக் கழிந்திருக்கும். ஒரு மணி நேரம் கால்போன போக்கில் திரிந்துவிட்டு அப்புறம் ஸ்டேஷனுக்கு வந்திருக்கலாம். எடுத்த எடுப்பிலேயே இங்கே வந்து உட்கார்ந்து, காலத்தை ஓட்ட முடியாமல் அவதிப்படுவதற்குத் தன்னுடைய முட்டாள்தனமே காரணம் என்று நினைத்து வருந்தினான். இனி என்ன செய்வது? என்ன செய்ய முடியும்? டிக்கட் இல்லாமல் ஸ்டேஷனை விட்டு வெளியே போக முடியாது. எனவே, தானே புகுந்த சிறைக் கூடத்தில், இருக்கவேண்டிய காலத்தை இருந்தே தீர்ப்பதைத் தவிர வேறு வழியில்லாமல் போய்விட்டது.

இப்படிச் சிரமப்பட்டுத் திக்குமுக்காடிக்கொண்டிருந்த ஸ்ரீனிவாசனைத் திடீரென்று ஒருவன் தன் வாய்ச் சொல்லால் தட்டி எழுப்பினான். அவன் ஸ்டேஷனைச் சேர்ந்த ஒரு சிப்பந்தி. அவன் கவனித்த வரையில், மூன்று வண்டிகள் வந்து போயும்கூட ஸ்ரீனிவாசன் ஒரு வண்டியிலும் ஏறாமல் உட்கார்ந்திருந்ததால் அருகில் வந்தான். "யாரப்பா? ஏன் இங்கே உட்கார்ந்திருக்கிறாய்?" என்று கேட்டான். உடனே, "எங்கே போக வேண்டும்?" என்றும் கேட்டான்.

ஸ்ரீனிவாசனுக்கு உலகப் பிரக்ஞை வந்தது. ஒரு பதிலும் சொல்லாமல் எழுந்து நின்றான்.

"எங்கே போக வேண்டும்?" – திரும்பவும் கேட்டான் ரயில்வே சிப்பந்தி.

ஸ்ரீனிவாசன் தன்னைச் சமாளித்துக்கொண்டு, "எழும்பூருக்கு" என்றான்.

"சரியாய்ப் போச்சு, போ! எழும்பூருக்கு அந்தப் பக்கமாகப் போய் நில். இங்கே தாம்பரம் வண்டிதான் நிற்கும்" என்று சொல்லி ஸ்ரீனிவாசனை அவன் கிளப்பிவிட்டான்.

"நல்லவேளை" என்று ஸ்ரீனிவாசன் எழுந்து எதிர்ப்பக்கப் பிளாட் பாரத்தை நோக்கி நடந்தான். சிப்பந்தி தன் வேலையைக் கவனிக்கப் போய்விடவே, இவன் அந்தப் பிளாட்பாரத்தில் ஒரு மூலையைத் தேடிப் பிடித்து உட்கார்ந்தான். அப்பொழுதிலிருந்துதான் அவனுக்குப் பய உணர்ச்சி தோன்ற ஆரம்பித்தது. அந்த அளவுக்குத் துயர நினைவுகள் குறையலாயின. சில சமயங்களில் பயம் தாழ்ந்து, துயரம் பொங்கும். இந்த இரண்டும் இரண்டு அலைகளாக அவன் மனத்தில் எழுவதும் விழுவதுமாக இருந்தன.

ஒவ்வோர் ஆளைப் பார்க்கும்போதும் ஒரு சந்தேகம், ஒரு பயம் – அவன் ரயில்வே சிப்பந்தியாக இருக்கலாமோ என்று. அவன் பார்த்து விட்டால், இவனை முழுக்க முழுக்கச் சந்தேகித்து, 'டிக்கெட் இருக்கிறதா?' என்று கேட்பான். 'இல்லை' என்று பதில் சொன்னால் மறுகணமே ஸ்டேஷன் மாஸ்டர் முன்னிலையில் போய் நிற்கவேண்டி வரும். அப்புறம், தன்மீது குற்றம் சாட்டப்படும். அதைத் தொடர்ந்து வீட்டுக்குக் கொண்டு வரப்பட்டு . . . அதன்பின் என்ன நடந்தால் என்ன? வீட்டுக்குத் திரும்பி விட்டால் அப்பாவைப் பார்க்கவேண்டும்; அம்மாவைப் பார்க்க வேண்டும்; தங்கையைப் பார்க்க வேண்டும்; மூவருடைய கண்ணீரையும் கசப்பையும் சிதைந்த கனவையும் பார்க்க வேண்டும். ஒரு மனிதனுக்கு இத்தனையுமே அதிகம். ஆனால் ஸ்ரீனிவாசனோ இவற்றையும் தாண்டி, சுகன்யாவையும் வேறு பார்க்க வேண்டியிருந்தது. அவளைப் பார்ப்பது என்றால் தன் அவமானத்தையே கண்ணெதிரே பார்ப்பது என்றுதான் அர்த்தம். 'உனக்கு இனி உய்வில்லை, வாழ்க்கையில்லை' என்று சொல்லாமல் சொல்லும் ஒரு கொடிய விதியைக் கண்ணெதிரே காண்பதற்கும் அதற்கும் வித்தியாசம் இல்லை. இவற்றைப் பார்ப்பதைவிட, மரணத்தைப் பார்ப்பது எவ்வளவு சுலபம்! எவ்வளவு இதமானது – இப்படித் தோன்றிவிட்டது அவனுக்கு. இந்த யோசனையுடனேயே ஸ்டேஷனை நோக்கிப் பத்திரிகையும் கையுமாக வந்தான். பத்திரிகையில் அன்று மாலை எஸ்.எஸ்.எல்.சி. பரீட்சை முடிவுகள் வெளியாகியிருந்தன. தமிழ்ப் பத்திரிகையிலும் அவனுடைய நம்பர் இல்லை; ஆங்கிலப் பத்திரிகையிலும் இல்லை.

○ ○ ○

கிருஷ்ணசாமி ஐயங்கார் தம் மகனுடைய எஸ்.எஸ்.எல்.சி. படிப்பை ஒரு கற்பக விருட்சமாகவே கருதியிருந்தார். அவன் படித்துப் பாஸ் பண்ணிவிட்டால், கற்பக விருட்சம் விரும்பியதையெல்லாம் கொடுக்கா விட்டாலும், ஓய்ந்து உட்காருவதற்கு நிழலாவது கொடுக்கும் என்பது

அவர் நம்பிக்கை. வாழ்நாளெல்லாம் பட்ட துன்பங்களுக்கு ஒரு முடிவும் உண்டு. தமக்கு ஒரு விடிவுகாலமும் உண்டு என்று அவர் அசைக்க முடியாத நம்பிக்கைவைத்து, நிகழ்காலத்தைத் தள்ளிக்கொண்டு வந்தார்.

அவருடைய குடும்பம் அப்படி ஒன்றும் பெரியதல்ல, மனைவி, மகன், மகள், அப்புறம் அவர் – இந்த நான்குபேர்தான். ஏகாங்கியேயானாலும் போதிய வருமானமில்லாவிட்டால், தரித்திரத்திலிருந்து தப்புவது எப்படி? அவருக்குத் தொழில், பெருமாள் கோவில் பூஜை செய்வது. கோவிலோ அவரைப் போன்றே ஏழ்மை நிலையில் இருந்தது. அந்தப் பகுதியில் வசித்து வந்த ஒரு குறிப்பிட்ட ஜாதியாருக்கு அந்தப் பெருமாள், குலதெய்வம். பூஜித்துக் கொண்டாட வேண்டியவர்களில் பெரும்பாலோர் வசதியான நிலையில் இல்லாததால், தெய்வத்துக்குச் சிறப்பும் பூசனையும் இல்லாது போய்விட்டது. பெரும்பாலும் இரண்டொரு பணக்கார வியாபாரிகளின் தயவில்தான் கோவிலும், கோவிலை நம்பிய கிருஷ்ணசாமி ஐயங்கார் குடும்பமும் நிலைபெற்று வந்தன. மாதம் ஐம்பது அறுபதுக் குள்ளாகவே வருமானம். இதில் வாடகை, பள்ளிச் செலவு போக மீதி முப்பது முப்பத்தைந்து வைத்துத்தான் உண்ணவும் உடுத்தவும் வேண்டும். இப்படி வருஷக்கணக்கில் ஜீவனம். பையன் எஸ்.எஸ்.எல்.சி. பாஸ் செய்து விட்டு வரட்டும், ஏதாவது ஒரு வழி செய்யலாம் என்று கோவில் பக்தர்களில் ஒருவரான பணக்கார வியாபாரி ஒருவர் ஐயங்காரிடம் உறுதியளித்திருந்தார். மிஞ்சிப்போனால் தம் கடையிலேயே தாற்காலிகமாக வேலைக்கு வைத்துக் கொண்டு, அவன் டைப்பும் சுருக்கெழுத்தும் படித்தபின் வேறு நல்ல வேலையில் சேர்ப்பதற்கு ஏற்பாடு செய்வதாக அவர் சொல்லியிருந்தார். எனவே, முழு நம்பிக்கையோடு காத்திருந்தார் ஐயங்கார். மகனுடைய படிப்பின்மீது தம் எதிர்காலச் சுமையைத் தூக்கி வைத்துவிடலாம் என்றே அவர் கோட்டை கட்டினார்.

ஸ்ரீனிவாசனின் தாயார் தன் பங்குக்கும் சுமை ஏற்றத் தவறவில்லை. மகனுடைய படிப்பை அஸ்திவாரமாகக் கொண்டு அவள் கட்டிய மனக்கோட்டைகள் பல. அவன் உத்தியோகம் பார்த்துச் சம்பாதிப்பதைச் சேர்த்து வைத்து மகளுக்குக் கல்யாணம் பண்ணிவிட வேண்டும்; அப்புறம், இரண்டு அறைகள் உள்ள ஒரு வீட்டைப் பார்த்து வாடகைக்குப் பிடிக்க வேண்டும்; மகனுக்கும் கல்யாணம் ஆக வேண்டும்; பேரன் பேத்தி எடுத்துப் பார்க்க வேண்டும் . . .

இப்படிப் பெற்றோர் இருவருமே அந்தக் கற்பக விருட்சத்தின் அடியில் போய்ப் புகலிடம் தேடக் காத்திருந்தனர். இது ஸ்ரீனிவாசனுக்குத் தெரியும். தன்னுள்ளே தான் வளர்க்கும் கற்பகக் கன்று வாடிவிடக் கூடாது என்று அதற்கு அல்லும் பகலும் உரமிட்டு வளர்க்கும் முறையில், அரும் பாடுபட்டுப் படித்தான். செடியைத் தண்ணீர்விட்டோ, கண்ணீர் விட்டோ, ரத்தத்தைச் சிந்தியோகூட வளர்த்துவிடலாம். ஆனால் செடி முளைவிடுவதற்கு ஒரு சாண் அகலக் கொல்லையாவது வேண்டாமா?

ஸ்ரீனிவாசனுக்கு நிம்மதியாக இருந்து படிக்க வீட்டில் இடமில்லை. ஒண்டுக் குடித்தனமாக இருக்கும் ஒரே அறைதான் வீடு. இதனால் புத்தகமும் கையுமாகப் பெருமாள் கோவிலுக்கே போய்விடுவான்.

பள்ளிக்கூடம் போகும்வரை படிப்பான். அப்புறம் பள்ளி முடிந்து வந்து இருட்டும் வரையில் அங்கே உட்கார்ந்து படிப்பான். விடுமுறை நாட்களில் பகல் முழுதும் அங்கேதான். கோவிலில் சில சமயங்களில் வழிப்போக்கர்கள் சிலர் தூங்குவார்கள்; பிச்சைக்காரர்கள் குறட்டை விடுவார்கள்; குழந்தைகள் ஓடி விளையாடுவார்கள்; வீண் பேச்சுப் பேசிக்கொண்டிருப்பார்கள் சில ஆசாமிகள் . . . இந்தச் சூழ்நிலையில் ஸ்ரீனிவாசன் கற்பகக் கன்றை வளர்த்து வந்தான்.

ஆனால் ரத்தத்தைவிட்டு வளர்த்த செடியும் பரிதாபகரமாகக் கருகி விட்டது. இதற்கு யாரை நொந்துகொள்வது? உலகத்தில் காரணம் தெரியாத துன்பங்களுக்குப் பஞ்சமா? என்ன? தேனினும் இனிய குரல் படைத்திருந்த எவனோ ஒரு பாடகனுக்குத் தொண்டையில் புற்றுநோய் வந்ததாமே அதற்கு என்ன காரணம்?

பரீட்சையில் தேறவில்லை என்பது தெரிந்ததும் ஸ்ரீனிவாசனுக்கு இந்த உலகமே காலடியிலிருந்து நழுவிவிட்டது. கடையில் பத்திரிகையை வாங்கிப் படித்தவன், ஆவலோடு காத்திருக்கும் பெற்றோர்களை நோக்கி வராமல் ஸ்டேஷனைப் பார்த்து வெறிகொண்டவன்போல் நடந்தான். அப்பொழுது பெற்றோரின் நினைவும், கல்யாணத்துக்குக் காத்திருக்கும் தங்கையின் நினைவும் வந்திருந்தால் வெறும் வேதனையாக மட்டும் இருந்திருக்கும். ஆனால் சுகன்யாவின் முகம் மனக்கண்முன் வந்து நின்று விடவே, வேதனையோடு அவமானமும் கலந்தது. தன்னைத்தானே வெறுத்தான்.

தன்னை ஒரு மனிதப் பிறவி என்று மதிக்கவே அவனால் முடியவில்லை. தான் இந்த உலகத்துக்கு ஒரு களங்கமாக, அசிங்கமாக இருப்பது போலவே அவனுக்குத் தோன்றியது. இந்தக் களங்கத்தைப் போக்கினால் தான் தன் அருவருப்பு உணர்ச்சி நீங்கும். சேற்றிலே நிற்பதுபோல் அவன் உடம்பிலே உயிர் நின்று தத்தளித்தது. சீக்கிரத்தில் இந்தச் சாக்கடையை விட்டு வெளியேறிவிட வேண்டும் என்று வேகமாக ஸ்டேஷன் நோக்கி வந்தான்.

இருட்டும் வரையில் அங்கே உட்கார்ந்திருக்க வேண்டும்; இருட்டிய பிறகு எழுந்து சிறிது தூரம் நடக்க வேண்டும்; அப்புறம் ஓடும் ரயில் முன்னால் விழுந்து உயிரைப் போக்கிக்கொள்ள வேண்டும். இதுதான் அவன் செய்திருந்த முடிவு.

○ ○ ○

நேரம் ஆக ஆக ஸ்ரீனிவாசன் பெற்றோரையும் அவர்கள் வைத்திருந்த நம்பிக்கையையும் பரீட்சை தேறாமல் போனதையும்கூட மறந்துவிட்டான். அந்த நினைவுகளுடன் சம்பந்தப்பட்ட உணர்ச்சிகளெல்லாம் கோரக் கூத்தாடிவிட்டு ஓய்ந்து விழுந்துவிட்டன. மிஞ்சி நின்ற நினைவு அனைத்தையும்விடச் சக்தி வாய்ந்ததாக இருந்த நினைவு சுகன்யாவைப் பற்றிய நினைவுதான்.

சுகன்யா பரீட்சையில் தேறிவிட்டாள். அவளுடைய நம்பர் பத்திரிகை யில் இருக்கிறது; இரண்டு பத்திரிகைகளிலுமே இருக்கிறது. இதை

நினைக்கும்போது அவனுக்கு அவமானமாக இருந்த நிலை மாறி, அவள்மேல் கோபம்கொள்ளும் ஒரு விசித்திரமான நிலையும் ஏற்பட்டது. எதற்காகக் கோபம்? எதற்காகவுமே கோபம்தான். அவள் ஏன் பரீட்சையில் தேறினாள்? ஏன் ஒரு பெண்ணாகப் பிறந்தாள்? எதற்காக எதிர்வீட்டுக்கு அப்பா அம்மாவோடு குடியிருக்க வந்தாள்? பரீட்சை நெருங்கும் சமயத்தில் ஏன் அடிக்கடி தன்னிடம் வந்து, தெரியாததை யெல்லாம் கேட்டுத் தெரிந்துகொண்டாள்? அவள் செய்த காரியங்கள் அனைத்துமே அவனுடைய கோபத்துக்குக் காரணங்களாகிவிட்டன.

சுகன்யாமீது இப்படிக் கோபமும் ஆத்திரமும் பிறக்கும் ஒரு கட்டம் வரும் என்று அவன் எதிர்பார்த்ததே இல்லை. அதனால் இப்போது கோபம் வருவதைக் கண்டு, தனக்கு மூளைக்கோளாறு ஏற்பட்டுவிட்டதோ என்றுகூட ஒரு கணம் பயந்தான். உள்ளமும் உடம்பும் கொதித்தன. தன் நெருப்பு தன்னையே சுட்டது. வெறுப்புத் தாங்க முடியாமல், "சுகன்யா!" என்று வாய்விட்டே சொல்லி அனல் வீசும் சுவாசத்தை வெளியேவிட்டான். 'சுகன்யா! எதற்காக நீ எதிர்வீட்டுக்கு வந்தாய்? ஏன் என்னிடம் வந்து பாடம் படித்தாய்? எதற்காக நீ பரீட்சையில் பாஸ் பண்ணினாய்?'

o o o

ஸ்ரீனிவாசன் குடியிருந்த வீட்டுக்கு எதிர்வீடு ஒரு வருஷத்துக்கு முன் காலியாயிற்று. யாரோ ஒரு சர்க்கார் உத்தியோகஸ்தர் மனைவியோடும் மகளோடும் அங்கே குடிவந்தார். மகள் பள்ளிக்கூடம் போகிறவளாக இருந்தாள். எந்தப் பள்ளிக்கூடம், என்ன வகுப்பு என்பவற்றை யெல்லாம் சிரத்தை எடுத்துக் கண்டுபிடித்துவிட்டான் ஸ்ரீனிவாசன். தன்னைப் போலவே எஸ்.எஸ்.எல்.சி. படிப்பவள். வயதிலும்கூடத் தனக்குச் சமதையாக இருக்கக்கூடும் என்று நினைத்தான். முதலில் அவனுக்கு இது ஆச்சரியமாகக்கூட இருந்தது. ஏனென்றால், அவன் படிக்கும் வகுப்பில் அவன்தான் அசாதாரணமாக மூத்தவன். இருபது வயதுப் பையன். தனக்கு அடுத்த வயது மாணவன், நான்கு வயது குறைந்தவ னாகவே இருந்தான். இடையிடையே பணக் கஷ்டம் வந்து, அந்தந்த வருஷத்துப் படிப்பைப் பாழடித்தது. ஒரு தடவை நோய்வாய்ப் பட்டு மாதக்கணக்கில் கிடந்தான். இத்தனை தடங்கல்களையும் தாண்ட வேண்டிய நிர்ப்பந்தத்தினால், இந்த வயதில் இந்த வகுப்புப் படிக்க வேண்டியிருக்கிறது. ஆனால் சுகன்யாவுக்கு என்ன தடங்கல்கள் ஏற்பட்டிருக்க முடியும்? வசதியான குடும்பத்தில் பிறந்து ஏகபுத்திரியாக இருக்கும் அவள், இப்போது கல்லூரியில் அல்லவா படிக்க வேண்டும்? இந்தத் திகைப்பு அவனுக்குப் பல மாதங்கள் வரை நீங்கவில்லை.

சுகன்யா அழகாக இருந்தாள். நிமிர்ந்து பார்த்தாலும் யாரையும் பார்க்காத ஒரு பார்வை. முகத்தில் சிரிப்புக்களையை ஒருநாள்கூட அவன் பார்த்தவனல்ல. எதிர்ப்பட்ட சமயங்களிலெல்லாம் பார்க்காதவள் போல் தன்னைக் கடந்து செல்லுவாள். மிகவும் கர்வம் பிடித்தவளாக இருக்கவேண்டும் என்று நினைத்தான். இது அவனுக்குப் பிடிக்கவில்லை. ஆனால் அவள் அழகு பிடித்திருந்தது; அவள் எதிர்வீட்டில் குடியிருந்தது

பிடித்திருந்தது; ஒரு நாளைக்கு ஒரு தடவையாவது அவளைப் பார்ப்பதும் அவனுக்குப் பிடித்திருந்தது.

பரீட்சை நெருங்கிக்கொண்டிருந்த சமயத்தில் சுகன்யா வீட்டுக்கு ஒரு டியூஷன் வாத்தியார் வர ஆரம்பித்தார். எந்நேரமும் அவள் புத்தகமும் கையுமாக இருந்தபடியால் முன்போல் தினந்தவறாமல் அவளுடைய தரிசனம் கிடைக்கவில்லை. கண்ணாரக் கண்டால் அதைப் பற்றி எண்ணி இன்ப உணர்ச்சி பெறுவது சிறிது நேரமே நீடிக்கும்; காணாத தினத்திலோ, ஏமாற்ற உணர்ச்சி நாளெல்லாம் நீடித்திருக்கும். இதற்காக அவன் படிப்பில் அசிரத்தையாக இருந்துவிடவில்லை. பெருமாள் கோவிலில் உட்கார்ந்து மனப்பாடமாக இருந்த பாடங்களை யும் கூடத் திரும்பத் திரும்பப் படித்துக்கொண்டுதான் இருந்தான்.

ஒருநாள் மாலையில் நன்றாக இருட்டியதும் புத்தகக் கட்டுடன் வீட்டுக்குத் திரும்பினான் ஸ்ரீனிவாசன்; நல்ல பசி. காலையில் சாப்பிட்டது. மத்தியானம் வெறும் காபிதான், வீட்டுக்கு வந்து பார்த்தால் சாப்பாடு இன்னும் தயாராகவில்லை. சோர்ந்து துவண்டு ஒரு மூலையில் படுத்துவிட்டான். சிறிது நேரத்துக்கெல்லாம் எதிர்பாராதவிதமாக வீட்டுக்குள்ளே வந்தாள் சுகன்யா.

ஸ்ரீனிவாசனின் தாயார் புரியாமல் விழித்துப் பார்த்தாள். அவனுக்கோ ஒன்றுமே விளங்கவில்லை. சுகன்யா தனது வீட்டுக்கு வருவதா?

வீட்டுக்கு மட்டும் அவள் வரவில்லை; அவன் அருகிலும் வந்தாள். அவள் கையில் ஆங்கிலப் புத்தகம் இருந்தது. அவன் எழுந்தான். குறிப்பிட்ட ஒரு பக்கத்தைத் திறந்து அவனிடம் காட்டிச் சில சந்தேகங் களைக் கேட்டாள். அவை மிகமிக எளிமையான பகுதிகள், அவனைப் பொறுத்த வரையிலும் சந்தேகங்களைப் போக்கினான் – நின்றுகொண்டே தான். அப்பொழுது அவள் கேட்ட இரண்டொரு கேள்விகள், அவளுடைய கல்வித் தரத்தை எடுத்துக்காட்டுவனபோல் இருந்தன. ஆனால் அதைப் பற்றி அவன் அப்போது நினைக்கவில்லை. அவள் வந்ததும், நின்றதும், சில வார்த்தைகள் பேசிவிட்டுப் போனதும்தான் அவன் மனதில் பதிந்திருந்தன. அவள் தன்னைத் தேடி வந்துவிட்டாள்; தன்னிடமும் உதவி கோரி வந்துவிட்டாள். தனக்கும் ஒரு முக்கியத்துவம் இருக்கிறது. இந்தக் காரணங்களெல்லாம் சேர்ந்து, சிறிது நேரத்துக்கு அவன் பசியைக் கூட மறக்கடித்துவிட்டன. தாங்க முடியாத சந்தோஷம்.

இரவு சாப்பிட்டுப் படுத்தபிறகு, அவள் தனக்கு 'நன்றி' சொல்லாமல் போனது ஞாபகம் வந்தது, சர்வ சாதாரணமான எளிய பகுதிகளைக்கூடப் புரிந்துகொள்ளாத மோசமான கல்வித்தரம் நினைவுக்கு வந்தது. நிச்சயம், பல வகுப்புக்களில் பெயிலாகியிருப்பாள் என்று நினைத்தான். அவள் தனக்குச் சமமான பிராயத்தில் இந்த வகுப்புப் படிப்பதன் காரணம் இப்போது புலனாகிவிட்டது, அவனுக்கு.

அழகாக இருந்தாலும் புத்திக்கூர்மை இல்லை. அத்துடன் நன்றி உணர்ச்சியும் இல்லை. எது இல்லாமல் போனால்தான் என்ன? அழகு இருந்தது. அப்புறம், இல்லாத எதைப்பற்றித்தான் கவலை?

ஸ்ரீனிவாசன் விழுந்து விழுந்து படிப்பதற்குக் குடும்பத்தின் எதிர்கால க்ஷேமம் மட்டும் காரணமல்ல; சுகன்யாவின் கண்முன் தான் ஓர் அறிவாளியாக, வீரனாக விளங்க வேண்டுமென்ற வேட்கையும் உண்டாகிவிட்டது.

அந்தப் பெண் இரண்டு வாரங்களுக்குப்பின் மற்றொரு முறையும் வந்தாள். பரீட்சை தொடங்குவதற்கு முன் மேலும் இரண்டு தடவைகள் அவள் வந்துவிட்டாள்.

ஒரு சந்தர்ப்பத்தில் கூட அவள் உட்காரவில்லை. தன் சந்தேகங்களைக் கேட்பதைத் தவிர வேறு எதைப்பற்றியும் பேசவில்லை. 'தாங்க்ஸ்' – அதை உச்சரிக்கக்கூட இல்லை.

ஒருநாள் தெருவில் கண்ணுக்கு எதிரே அவளைப் பார்த்தபோது, பழகிய பெண் என்பதால் ஸ்ரீனிவாசன் இலேசாகப் புன்னகை செய்தான். அவள் பதிலுக்குச் சிரிக்கவுமில்லை; அவனைப் பார்க்கவுமில்லை. கவனியாமலே போய்விட்டாள்.

உரிய நாளில் அவர்கள் இருவரும் பரீட்சை எழுதினார்கள்.

அவள் தேறிவிட்டாள்.

அவன் தேறவில்லை.

○ ○ ○

நன்றாக இருட்டிவிட்டது. ஸ்டேஷனில் ஒன்று பாக்கியில்லாமல் எல்லா விளக்குகளும் ஏற்றப்பட்டுவிட்டன. தான் குறித்திருந்த நேரமும் வந்துவிட்டது. இனியும் அங்கே உட்கார்ந்திருப்பதில் அர்த்தமில்லை. இவ்வளவு நேரமும், ஸ்டேஷன் சிப்பந்திகளிடம் அகப்படாமல் இருக்க வேண்டுமே என்ற பயத்துடன் இருந்தாகிவிட்டது. எப்படியோ தப்பிவிட்டோம். கடைசி நேரத்தில் அகப்பட்டு விடக்கூடாதே என்று ஸ்ரீனிவாசன் நெரிசல் மிகுந்த ஒரு சமயத்தில் ஸ்டேஷனை விட்டு வெற்றிகரமாக நழுவி வெளியே வந்துவிட்டான்.

வெளிப்புறமாகத் தண்டவாளத்தை ஒட்டிச் செல்லும் நடைபாதையை நோக்கி நடந்தான். சற்று முன்பு கண்ணீர்த் திவலையினால் பரந்த வானம் மங்கியதைப்போல், ரயில்வே சிப்பந்தியிடம் கொண்ட பயத்தினால் மங்கி மறைந்திருந்த மரண பயம் இப்போது முழுமையாக, தெளிவாக எதிரே வந்துவிட்டது.

'சும்மா நடந்து போகவில்லை; சாவதற்காக நடந்து போகிறோம்'

– இதை நினைத்துப் பார்த்தான் ஸ்ரீனிவாசன். நடை நிற்காவிட்டாலும் மனம் ஸ்தம்பித்துவிட்டது. முன்புறம் மரணம்; பின்புறம் வாழ்க்கை. இரண்டுமே நினைக்க முடியாத பயங்கரங்களாக இருந்தன. எதை ஏற்பது? எதை உதறுவது? – அவனால் முடிவுகட்ட முடியவில்லை. நடந்து செல்லும் கால்களே முடிவுகட்டட்டும் என்று விட்டுவிட்டவனைப் போல் போய்க்கொண்டிருந்தான். அவனுடைய உயிர் அந்தக் கால்களிலேயே தஞ்சம் புகுந்துவிட்டது. அவை விட்ட வழி விடட்டும்...

மாம்பலம் ஸ்டேஷனை நோக்கி நடக்கும்போது, ஒரு நிமிஷம் மரணத்தைப் பற்றிய சிந்தனை; மறு நிமிஷம் வீட்டைப் பற்றிய நினைவு.

ஒரு கட்டத்தில் சாவைப் பற்றி எண்ணாமல், 'சாவுக்குப்பின் என்ன?' என்பதைப் பற்றிச் சிந்திக்கத் தொடங்கிவிட்டான். அந்தச் சிந்தனை வளர்ந்துகொண்டே போயிற்று.

செத்தபிறகு, தாயும் தந்தையும் தங்கையும் கதறித் துடிப்பார்கள். மூவரில் ஒருவருக்காவது பைத்தியம் பிடிக்கும்; ஒருவருக்குத் தன்னைப் போலவே தற்கொலை எண்ணம் பிறக்கும்; மற்றொருவர், இரண்டையும் விட பயங்கரமான ஒரு நிலையில் அகப்பட்டுக்கொண்டு தத்தளிப்பது நிச்சயம். தான் உயிரோடு இருந்தால், இத்தனையும் நிகழாமல் தடுத்து விடலாம். வேறு கஷ்டங்கள் ஏற்பட்டால் சமாளிக்கமுடியும். இந்த மாதிரியான எண்ணம் பிறந்த பிறகும்கூட அவன் திரும்பிவிடவில்லை. நடந்துகொண்டுதான் இருந்தான். தான் நினைத்த காரியத்தை ஒரு சில நிமிஷங்களுக்குள் முடித்துவிடும் உறுதியோடும் இருந்தான்.

'வீட்டாரின் தத்தளிப்பையும் பொருட்படுத்தாமல், சாவை அரவணைக்கத் தன்னைத் தூண்டுவது, அவமான உணர்ச்சிதான் என்பதில் என்ன சந்தேகம்? அந்த உணர்ச்சிக்குக் காரணம், சுகன்யா! பாஸ் பண்ணிய சுகன்யா! அந்த சுகன்யாவுக்காகத்தான் சாகப்போகிறோம்.'

ஸ்ரீனிவாசன் அப்படியே பிரமை பிடித்தவன்போல் நின்றுவிட்டான்.

அவளுக்காகத்தான் சாவு என்றால், அந்த மரணத்துக்கு என்ன மதிப்பு? சாகிறவனுக்குத்தான் என்ன மதிப்பு? அவள் தன்னைக் காதலிக்கவில்லை; தானும் அவளைக் காதலிக்கவில்லை.

அவள் எதில் சிறந்தவள்? – படிப்பிலா? நன்றி உணர்ச்சியிலா? அரிய குணங்களிலா? அவளைப் போன்ற கர்வியை, மக்குத்தனமானவளை, நன்றி உணர்ச்சியற்றவளை இதுவரை பார்த்ததுகூட இல்லை. அவளிடம் இருப்பதெல்லாம் அழகு ஒன்றுதான். அதைவிட்டால், பாஸ் பண்ணி விட்டாள் என்ற ஒரு பெருமிதம் இருக்கிறது. இந்த இரண்டுக்காகவும் சாவதென்றால், ஊரில் இருக்கிற ஒவ்வொரு அழகிக்காகவும் ஒவ்வொரு பாஸ் பண்ணிய பெண்ணுக்காகவும் சாக வேண்டும்.

அர்த்தமில்லாமல் முட்டாள்தனமாக இந்த முடிவு எடுத்து வந்து விட்டோம் என்று கருதினான். தன் பிணத்தைப் பார்த்து அவள் அழுவது ஒருபுறம் இருக்கட்டும்; அருவருப்பில்லாமலாவது பிணத்தைப் பார்ப்பாளா?

தன் முட்டாள்தனத்துக்கு, தன் தலையிலேயே கல்லை எடுத்து ரத்தம் வரும் வரையில் இடித்துக்கொள்ளலாம்போல் இருந்தது.

மிகுந்த ஆவேசத்துடன் கையிலிருந்த பத்திரிகைகளைத் துண்டு துண்டாகக் கிழித்தெறிந்தான் ஸ்ரீனிவாசன். வந்த வழியே அவன் திரும்பிவிட்டான்.

○ ○ ○

கிருஷ்ணசாமி ஐயங்காரும் தெரிந்த கடை ஒன்றில் பத்திரிகையை எடுத்துப் பார்த்தார். பையனுடைய நம்பர் வரவில்லை என்று கண்டதும் ரத்த ஓட்டம் நின்றுவிட்டது. வெகு சிரமப்பட்டு மனத்தைக் கட்டுப்படுத்தினார். பல்லைக் கடித்துக்கொண்டு நிதானமாக வீட்டை நோக்கி நடந்து வந்தார். அப்புறம் அரைமணி நேரம் வீடு முழுவதுமே மௌனம் நிலவியது. ஆகாயக்கோட்டை கட்டிய ஒவ்வொருவருக்கும் மற்றவருடைய முகத்தைப் பார்க்கவும், பார்த்துப் பேசவும் வெட்கமாக இருந்தது. இடிந்துபோய் ஆளுக்கு ஒரு பக்கம் ஒதுங்கினார்கள்.

அரைமணி நேர மௌனத்துக்குப் பிறகு, வீடு அல்லோலகல்லோலப் பட்டது. ஸ்ரீனிவாசன் வீட்டுக்கு வராமல் இருப்பது ஏன்? எங்கே போயிருப்பான்? எங்கே போனான்?

ஐயங்கார் திகிலோடு எழுந்துபோய் மகனைத் தேடினார். கோவில், பள்ளிக்கூடம், வாசகசாலை, சிநேகிதர்களின் வீடுகள்... அரைமணி நேரம் சுற்றிப் பார்ப்பது; பிறகு வீட்டுக்கு வந்து, 'வந்துவிட்டானா?' என்று பார்த்துவிட்டு, பழையபடியும் வெளியே போவது; ஆறு தடவை வந்து பார்த்துவிட்டார். ஆறு தடவைகளிலும் வீட்டில் ஆறு இடிகள் விழுந்தன.

இந்தக் கலவரங்கள் எதிர்வீட்டுக்கு எட்டியதும் சுகன்யா வந்தாள். ஸ்ரீனிவாசனின் தாயாரும் தங்கையும் அவளைப் பார்த்து, 'கோ'வென்று அழுதார்கள். அவளுக்கும் கண்ணீர் வந்துவிட்டது. "ஒருவேளை, நம்பர் விட்டுப் போயிருக்கும். நாளை பேப்பரையும் பார்க்க வேண்டும்" என்று சொல்லி ஆறுதல் அளிக்க முயன்றாள் சுகன்யா.

அப்போது வீட்டில் யாருக்குமே நம்பர்களைப் பற்றிய கவலை இல்லை. நம்பர்கள் நாளை வந்தாலும் வரட்டும், அல்லது வராமலே போகட்டும். ஸ்ரீனிவாசன் வந்தால்போதும் என்ற நிலையில் இருந்தார்கள்.

இதற்கு அந்தப் பெண் என்ன ஆறுதல் அளிக்கமுடியும்? ஒன்றும் பேசாமல் இருந்துவிட்டுத் தன்வீட்டுக்குத் திரும்பிவிட்டாள்.

ஏழாவது தடவையாக அலைந்துவிட்டு வந்த கிருஷ்ணசாமி ஐயங்கார், யாரிடமும் எதுவும் பேசாமல் ஓர் ஓரமாகச் சுவரில் சாய்ந்து உட்கார்ந்துவிட்டார். மனைவியும் மகளும் கேட்ட கேள்விகளுக்கு அவர் பதில் ஒன்றும் சொல்லவில்லை.

அப்புறம் அந்த வீட்டுக்குச் சுகன்யாவின் அம்மா வந்தாள். தன் மகள் சாப்பிடாமல் அழுதுகொண்டு படுத்திருக்கிறாள் என்ற செய்தியையும் சொல்லிவிட்டு ஸ்ரீனிவாசனைப் பற்றி விசாரித்தாள்.

மனமில்லாமலும் தெம்பில்லாமலும் கண்ணீரும் கம்பலையுமாக ஐயங்காரின் மனைவி பதில் சொல்லிக்கொண்டிருக்கும் சமயம்...

ஸ்ரீனிவாசன் வந்துவிட்டான்!

"சீனு!" என்று ஒரு பெரிய கூப்பாடு போட்டுவிட்டு, அவனைக் கட்டிக்கொண்டு அழுதாள் தாய். தங்கையும் வந்து, "எங்கே போனே

சீனு?" என்று கேட்டுவிட்டுக் கேவிக் கேவி அழுதாள். ஐயங்கார் நிமிர்ந்து உட்கார்ந்தார். முழங்கால்களைக் கட்டிக்கொண்டு வெறித்த பார்வையோடு மகனையும் மற்றவர்களையும் பார்த்தார்.

அவன் வந்துவிட்ட செய்தியறிந்த சுகன்யா ஒரே பாய்ச்சலாக ஓடி வந்தாள். வந்து அவனுடைய குனிந்த தலையை, வைத்த கண் வாங்காமல் பார்த்துக்கொண்டிருந்தாள்.

"சீனு!" என்று சுகன்யா அவனை அழைத்தாள். பெயர் சொல்லி அழைத்தாள்.

ஸ்ரீனிவாசன் முகத்தைத் தூக்கிச் சுகன்யாவின் கண்களைப் பார்த்தான்.

அந்த இரு கண்களிலும் கண்ணீர் ததும்பியிருந்தது. கண்ணீரையும் பார்த்தான். அப்போது, அந்தக் கண்ணீரில் வேறொரு கற்பகக் கன்று தளிர்த்தது.

அவனுடைய கண்ணீருக்கும் ரத்தத்துக்கும் வளராமல் கருகிய கற்பகத்துக்குப் பதில் மற்றொரு கற்பகத்துக்குக் கண்களால் நீர் வார்க்கும் தரும தேவதையைப் பார்ப்பது போலவே சுகன்யாவைப் பார்த்தான் ஸ்ரீனிவாசன்.

'சுகன்யா! உன்னை வெறுத்ததால் நான் சாகாமல் வாழ நினைத்தேன்; இப்போது உன்னுடைய அன்பால் (உன்னிடம் கொண்ட அன்பால் என்று நினைக்கச் சங்கோஜமாக இருந்தது) சாகாமல் வாழ நினைக்கிறேன்! நீ எப்போதுமே என்னைச் சாகவிடமாட்டாய்! அப்படித்தானே?"-ஆனந்தக் கண்ணீரைத் தலையணையில் ஒற்றிக்கொண்டான் ஸ்ரீனிவாசன்.

❖

கல்கி, 12 நவம்பர் 1961

யாருக்குக் கட்டிய வீடு?

பத்மநாப ஐயங்கார் சென்னை திரும்பினார். முப்பது ஆண்டுகளுக்கு மேலேயே வடஇந்தியாவில் பல ஊர்களிலும் வாழ்க்கை நடத்திவிட்டு, தன்னந் தனியாகத் தனிமரமாகத் திரும்பி வந்து சேர்ந்தார். சென்டிரல் ஸ்டேஷனில் வந்து இறங்கும்போது முகம் தெரிந்தவர்கள் யாருமே அங்குத் தென்படவில்லை. ஸ்டேஷனுக்கு வரும்படி யாருக்கும் அவர் கடிதம் எழுதவுமில்லை. யாருக்கு எழுதுவது? போர்ட்டரை அழைத்துச் சாமான்களைத் தூக்கிக்கொள்ளச் சொன்னார். டிக்கட்டைக் கொடுத்துவிட்டு ஸ்டேஷன் கட்டடத்தினின்று வெளியே வந்ததும், திசைகளே அற்ற ஓர் உலகத்தில் கால் வைத்ததுபோல் இருந்தது. போர்ட்டர் மட்டும் இல்லாவிட்டால் வெகுநேரம் அங்கேயே திகைத்து நின்றிருப்பார் பத்மநாப ஐயங்கார்.

"என்னா சாமி, டாக்ஸியா? ஆட்டோ ரிக்ஷாவா?" என்று கேட்டான் போர்ட்டர்.

"என்னப்பா?..." என்று அவர் அவனைப் பார்த்துக் கேட்டார்.

அவன் இரண்டாவது தடவையும், "டாக்ஸியா? ஆட்டோ ரிக்ஷாவா?" என்று கேட்ட பிறகு அவருக்கு ஒரு பிரக்ஞை வந்தது; ஒரு பிரக்ஞை அற்றது.

'ஸ்டேஷனிலேயே நிற்க முடியாது. எங்காவது போய்த்தான் ஆக வேண்டும்' - இந்த உணர்வு தட்டியது.

'எங்கே போவது? எதற்காகப் போவது?' என்ற நினைவோ அடியோடு அழிந்துவிட்டது.

சிறு குழந்தையைப்போல், "எது சௌகரியம்?" என்று போர்ட்டரை விசாரித்தார். அப்புறம் "எதையாவது கூப்பிடு" என்றார்.

அவர் கொண்டு வந்திருந்த சாமான்களுக்கு – ஒரே ஒரு பெட்டியும், ஒரே ஒரு படுக்கைக் கட்டும்தான் – ஆட்டோ ரிக்ஷாவே போதும் என்று போர்ட்டர் நினைத்தான். ஆனால், எதிரே டாக்ஸிதான் நின்றது. ஆகவே, அதில் கொண்டுபோய்ப் பெட்டியையும் படுக்கையையும் வைத்தான். டாக்ஸியின் பின் கதவையும் திறந்தான். ஐயங்கார் ஏறி உட்கார்ந்துகொண்டு போர்ட்டருக்குக் கொடுக்க வேண்டியதைக் கொடுத்து அனுப்பினார்.

"எங்கே சாமி?" என்று கேட்டான் டாக்ஸி டிரைவர்.

அது யாருக்குத் தெரியும்? பதில் சொல்ல முடியாத கேள்விகளை உலகம் தம்மிடம் வேண்டுமென்றே கேட்டுக் கொண்டிருப்பதுபோல் அவருக்குத் தோன்றியது. இத்தனை கேள்விகளுக்கும் பதில் சொல்வதற்குத் தயார் செய்து கொள்ளாமல் டில்லியில் ரயில் ஏறியாகிவிட்டது. இனி என்ன செய்வது?

"மாம்பலம் போ" என்றார் ஐயங்கார். மறுநிமிஷம், "இல்லை, நுங்கம்பாக்கம் வரையில் போனால் போதும்" என்று மாற்றிச் சொன்னார்.

டாக்ஸி வலது பக்கம் பூந்தமல்லி ஹைரோட்டில் திரும்பியது. ஐயங்காருக்கு ஒரு வேடிக்கையாகவே இருந்தது. அவர் சென்னைக்குத் திரும்பியது, டாக்ஸி நுங்கம்பாக்கத்தை நோக்கித் திரும்புவது – இரண்டுக்கும் ஒரே அர்த்தம்தான். அதாவது, அர்த்தமில்லை என்ற அர்த்தம்.

திரும்புவதற்கு ஓர் இடம் இருக்க வேண்டும்; ஒரு காரணம் இருக்க வேண்டும்! இரண்டுமே இல்லை. ஆனால் பரிதாபகரமாக, திரும்பாதிருப்பதற்கும் ஓர் இடம் கிடையாது. 'கடலில் விழுந்த துரும்பு அங்கும் இங்கும் பாழில் திரிந்துகொண்டிருந்த பாவனையில் டில்லி யிலிருந்து சென்னைக்குத் திரும்பியிருக்கிறோம் – தப்பு, வந்திருக்கிறோம்' என்று நினைத்துக்கொண்டு நகரசபை, எழும்பூர் ஸ்டேஷன், மியூஸியம் போன்ற ஒவ்வொரு கட்டடத்தையும் பார்த்துக்கொண்டு வந்தார். டாக்ஸி நுங்கம்பாக்கத்துக்கு வந்துவிட்டது.

"எந்தத் தெரு சாமி"

"வில்லேஜ் ரோடு"

"நம்பர்?"

வீட்டு நம்பரைச் சொன்னார் ஐயங்கார்.

அடுத்த நிமிஷமே டாக்ஸி ஒரு சின்னஞ்சிறு வீட்டின் முன் நின்றது. பழைய காலத்து வீடு. வாசலில் இரண்டு திண்ணைகள் இருந்தன. ஒவ்வொரு திண்ணைக்கும் மேலே ஒரு மாடக்குழி; ஒவ்வொரு ஜன்னல். ஜன்னலின் மேல் சட்டத்தை முன்புறத் தாழ்வாரத்தின் சாய்ப்பு

மறைத்துக்கொண்டிருந்தது. திறந்திருந்த ஜன்னல் வழியாகவோ வாசல் வழியாகவோ உட்புறத்தில் இருந்த எதையுமே பார்க்க முடியவில்லை. அந்தப் பட்டப்பகலிலும்கூட உள்ளே இருட்டாக இருந்தது.

டாக்ஸியிலிருந்து இறங்கி வந்த பத்மநாப ஐயங்கார் மிகப் பெரிய ஒரு ஏமாற்றத்துக்குத் தம்மைத் தயார் செய்துகொண்டு வாசல் நிலையை ஒட்டி நின்றார். திறந்திருந்த கதவை இலேசாகத் தட்டினார். ஒரு தடவை இரண்டு தடவை... மூன்றாவது தட்டுக்குப் பிறகுதான் "யாரது?" என்று கேள்வி ரூபத்தில் பதில் வந்தது.

முன்பின் தெரியாதவர்களாக இருந்தால் தம்மை இன்னார் என்று சொன்னாலும் பயனில்லை என்பதற்காக, கேள்விக்குப் பதில் கேள்வியாக, "நரசிம்மாச்சாரியார் சுவாமி இருக்கிறாரா?" என்று கேட்டார் அவர்.

உள்ளேயிருந்து ஊன்றிய கம்போடு தள்ளாடித் தள்ளாடி ஒரு கிழவர் நடந்து வந்தார். அவருக்குப் பின்னால் ஓர் அம்மாள் வந்தாள். கிழவரின் புஜத்துக்கு மேலாகத் தன் தலையைத் தூக்கிப் பார்த்துக் கொண்டே அவள் நடந்து வந்தாள். இருவரும் மூக்குக் கண்ணாடி போட்டிருந்தார்கள்.

"யாராப்பா?..."

கிழவரின் விசாரிப்பு முடியுமுன்னரே, பத்மநாப ஐயங்கார் அந்த இருவர் காலிலும் சாஷ்டாங்கமாக விழுந்து வணங்கினார். ஏமாற்றத்துக்கு ஆளாகாமல் தப்பினோம் என்ற ஆனந்தத்தால் சற்று அதிக நேரமே சாஷ்டாங்கமாகக் கிடந்தார்.

இருவருக்கும் ஒன்றும் புரியவில்லை. முன்பின் தெரியாத ஒரு மனிதன் வந்து இப்படி எதற்காகக் காலில் விழுந்து வணங்குகிறான்?

பத்பநாப ஐயங்கார் எழுந்து நின்றார்.

"பத்மநாபன் வந்திருக்கிறேன்..."

"பத்மநாபனா?... எந்த...?"

அதற்குள் அந்த அம்மாள், "பத்மநாபா, எப்போ வந்தேப்பா? வா...(கணவரைப் பார்த்து) நம்ப ஸ்ரீபெரும்புதூர் வீரராகவாச்சாரி பிள்ளை பத்து... பத்மநாபன் வந்திருக்கிறான்" என்று கிழவருக்கு வந்தவரை அறிமுகப்படுத்தி வைத்தாள்.

கிழவர் ஊன்றிய தடியை அப்படியே விட்டுவிட்டுப் பத்மநாப ஐயங்கார் மீது சாய்ந்து அவரைக் கட்டிக்கொண்டார்.

இருவர் கண்களிலும் நீர் கசிந்தது.

அம்மாள் ஓர் ஓரமாக வந்து பத்மநாப ஐயங்காரின் முகத்துக்கு எதிரே நின்றுகொண்டு, "வேது எங்கே, பத்து? அழச்சுண்டு வரலையா?" என்று கேட்டாள்.

"இல்லை" என்று சொல்லிவிட்டு விழுங்கினார் ஐயங்கார்.

நரசிம்மாச்சாரியார் அவருடைய கையைப் பிடித்துத் திண்ணையில் உட்காரவைத்துத் தாமும் அருகில் உட்கார்ந்தார். ஐயங்காரை ஒருமுறை உச்சியிலிருந்து உள்ளங்கால்வரையில் புருவங்களைச் சுருக்கி விழித்துக் கொண்டு பார்த்தார்.

"எல்லோரும் சௌக்கியமா? குழந்தைகள் எங்கே இருக்கிறார்கள்?" என்று கிழவர் நரசிம்மாச்சாரியார் கேட்டார்.

"பகவான் கிருபையால் எல்லோரும் சௌக்கியம், ஆளுக்கு ஓரிடத்தில் உத்தியோகம் பார்த்துக்கொண்டிருந்தாலும் யாருக்கும் எந்தக் குறையும் இல்லை. . ."

"வேறு யாரோட இருக்கிறாள்? சௌக்கியமா இருக்கிறாளா?"

"யாரோட இருந்தாளோ, அவரோட இருக்கிறாள், நம்மோட இருந்த காலம் முடிந்துவிட்டது" என்று சாவதானமாகச் சொன்னார் பத்மநாப ஐயங்கார்.

"என்ன சொல்றே பத்து? . . ." என்று திகிலுடன் கேட்டாள் அந்த அம்மாள்.

அதுவரையும் ஐயங்காருடைய உருவத்தைத் தம் மனசில் பதிய வைப்பதற்காகக் கண்களைப் பலவிதமாகச் சுருக்கியும் மூடியும் திறந்தும் இமை கொட்டியும் பார்த்துக்கொண்டிருந்த நரசிம்மாச்சாரியார்கூட திகிலடைந்துவிட்டார் என்பதை, அவருடைய முகத்தில் எல்லாச் சலனங்களும் திடீரென்று நின்றுவிட்டது எடுத்துக்காட்டியது.

"வேது போய்ச் சேர்ந்துவிட்டாள். ஆறு மாதங்களுக்குமேல் ஆகிவிட்டது" – சொற்களில் உணர்ச்சிக் கலப்பு இல்லை.

"என்ன சொல்றே பத்து?" என்று அலறிய அம்மாள் தலையைக் குனிந்துகொண்டு விம்மிவிம்மி அழுதாள். மூக்குக் கண்ணாடியில் பட்ட கண்ணீர்த் துளிகள் பார்வையை மறைத்தன.

"என்ன பத்து? என்ன செய்தது? ஒரு கடுதாசிகூடப் போடலையே அப்பா நீ!" – இது கிழவர்.

"கடுதாசியா? கடுதாசி போடவில்லைதான்." ஐயங்காருக்குக் குரல் விக்கியது. ஒரு நிமிஷத்தில் தம் நினைவை உதறிவிட்டு, "வரதன் எங்கே? . . ." என்று பேச்சை மாற்றினார்.

இருவருமே பதில் சொல்லவில்லை.

"இங்கேதான் இருக்கிறானா? வெளியூரில் வேலையா?"

"மற்றதுக்குத்தான் கடுதாசி போடல்லேன்னாலும் இதுக்காவது ஒரு கடுதாசி போட்டிருக்கக்கூடாதா பத்து? உன்னைக் கண்டதும் தெருவை எட்டிப் பார்த்தேனே, இனி அந்த மகாலட்சுமியை எப்போ பார்க்கப்போகிறேன்டா" என்று சொல்லிவிட்டுத் திரும்பவும் அழுதாள் அந்த அம்மாள்.

கிழவர் குறுக்கிட்டு, "எல்லாம் பகவான் சித்தம். அதை யாராலும் மாற்ற முடியாது" என்று ஐயங்காருக்கும் தம் மனைவிக்குமே ஆறுதல் சொல்லித் தேற்ற முயன்றார்.

ஐயங்காரின் மனைவி இறந்த செய்தியை மீண்டும் மீண்டும் பிரஸ்தாபித்து ஆறியும் ஆறாமலும் இருக்கும் புண்ணைக் கிளற விரும்பவில்லை கிழவர். தம் மனைவியைப் பார்த்து, "முதலில் பத்து ஸ்நானம் பண்ணட்டும். எல்லாம் எடுத்து வை" என்றார். "பத்து! வா, உள்ளே" என்று சொல்லிவிட்டு நரசிம்மாச்சாரியார் எழுந்தார். பெட்டி படுக்கைகளை உள்ளே கொண்டுபோய் வைப்பதற்காகக் கிழவர் அவற்றின் அருகே போனதும், பத்மநாப ஐயங்கார் தூக்கத்திலிருந்து விழித்தவர்போல் உணர்வு தட்டித் துள்ளி எழுந்தார். "வேண்டாம், வேண்டாம்" என்று கிழவரைத் தடுத்துவிட்டு இரண்டு சாமான்களையும் கைக்கு ஒன்றாகத் தூக்கினார், அம்மாளைப் பின் பற்றி உள்ளே சென்று அந்த இருட்டு அறையிலும் இருட்டாக இருந்த ஒரு மூலையில் கொண்டுபோய் வைத்தார்.

கொல்லைக் கிணற்றோரம் பூஞ்செடிகளுக்குப் பக்கமாக நின்று ஐயங்கார் குளித்தார். அம்மாள் சமையல் அறையில் வேலையாக இருந்தாள். நரசிம்மாச்சாரியார் வெளித்திண்ணைக்கு வந்து ஒரு தடவை பெருமூச்சுவிட்டார்; கண்ணீர் கசிந்திருப்பதாக அவருக்கு ஒரு பிரமை; அதனால் கண்ணாடியைக் கழற்றிவிட்டு ஒரு தடவை கண்களைத் துடைத்துக்கொண்டார்.

'வேதவல்லி பாக்கியம் செய்தவள். சுமங்கலியாகவே போய்ச் சேர்ந்துவிட்டாள். இன்னும் ஒரு பத்து வருஷம் இருந்திருக்கலாம். அப்படி என்ன வயசாகிவிட்டது? மிஞ்சிப்போனால் ஐம்பது இருக்கும். எனக்குத் தெரிய மரப்பாச்சி வைத்து விளையாடிய குழந்தை. என்ன செய்வது? அவளுடைய சுமங்கலி பாக்கியத்தைக் காப்பாற்றுவதற்கு இவன் ஏகாங்கியாகித்தான் தீர வேண்டும். ஒருவர் பாக்கியத்தை மற்றொருவர் நஷ்டப்பட்டுக் கொடுத்தாக வேண்டியிருக்கிறது. இந்த விதியையெல்லாம் மனிதனால் எங்கே கடக்க முடியும்?' – இப்படி என்னென்னவோ யோசனை பண்ணிக்கொண்டிருந்தார்.

அதற்குள் பத்மநாப ஐயங்கார் குளித்துவிட்டு வந்து பெட்டியைத் திறந்து சலவைத் துணிகளையும் எடுத்து உடுத்துக்கொண்டு வாசல் திண்ணைக்கு வந்துவிட்டார்.

"பத்து, ஸ்நானம் ஆச்சா?"

"ஆச்சு. நாளெல்லாம் ஸ்நானம் பண்ணிக்கொண்டிருக்கலாம் போலிருக்கிறது. ரொம்பக் காலத்துக்கு அப்புறம் இந்த ஜலத்தை வாயில்விட்டுப் பார்த்தேன். அதே மாதிரி கற்கண்டாகவே இருக்கிறது. பக்கத்திலே பூஞ்செடிகள். துவைப்பதற்கு நல்ல கல். வேஷ்டி துவைத்துக் குளித்துத்தான் எத்தனை வருஷங்கள் ஆகின்றன..."

பத்மநாப ஐயங்கார் தம் துயர நினைவை மறந்துவிட்டார் என்று நினைத்து ஆறுதல் அடைந்த நரசிம்மாச்சாரியார், ஐயங்காருடைய பிள்ளைகளைப் பற்றி விவரமாக விசாரிக்கத் தொடங்கினார்.

குளித்தவருக்குக் காபி சாப்பிடலாம்போல் இருந்தது. ஆனால், வீட்டில் இருந்த இருவருமே காபி சாப்பிடாத வைதீகங்கள். சாப்பாட்டுக்கு இன்னும் ஒரு மணி நேரமாவது ஆகவேண்டும். அவ்வளவு நேரத்தையும் பேச்சில் கழிப்பதைத் தவிர வேறு வழியில்லை. அதனால் தம்முடைய புதல்வர்களைப் பற்றிய செய்திகளை விஸ்தாரமாகவே ஐயங்கார் எடுத்துச் சொன்னார்.

மூத்தவன் சேஷாத்திரிக்கு அம்பாலாவில் உத்தியோகம். அதற்கு அடுத்தவள் – வைதேகி – கணவனுடன் பம்பாயில் சௌக்கியமாக இருக்கிறாள். அவளுக்குக் கைக்குழந்தையைச் சேர்த்து இரண்டு குழந்தைகள். மூன்றாவதாக சீனிவாசன். அவன் பர்ன்பூரில் இருக்கிறான். நல்ல உத்தியோகம். அவனுக்கு இன்னும் குழந்தை இல்லை. கடைசிப் பையனுக்கு டில்லியிலேயே வேலை. சென்னைக்கு ரயில் ஏறும்வரை அவனோடுதான் வசித்து வந்தார். அவனுக்கு ஒரே குழந்தை. மூன்று பையன்களுமே அநேகமாக ஒரே அளவில், ஆயிரத்துக்குக் கொஞ்சம் முன்பின்னாக, சம்பளம் வாங்குகிறார்கள். இரண்டாவது பையனுக்கு எதிர்காலத்தில் பிரமாதமான சந்தர்ப்பங்களெல்லாம் காத்திருக்கின்றன. இந்தச் செய்திகளை முக்கால் மணி நேரம் விவரித்துச் சொன்னார் ஐயங்கார். நடுநடுவே கிழவர் கேட்ட கேள்விகளுக்கும் பதில் சொன்னார். அப்புறம் பேச்சின் நடுவிலேயே திடீரென்று, "வரதன் எங்கே இருக்கிறான்?" என்று முன்பு கேட்ட அதே கேள்வியை ஐயங்கார் கேட்டார்.

"வரதன் காஞ்சிபுரத்தில் இருக்கிறான். குமாஸ்தா வேலை ஏராளமாகக் குழந்தை குட்டிகள். வரவுக்கும் செலவுக்கும் போதவில்லை; தீபாவளி, வருஷப் பிறப்பு போன்ற சமயங்களில் நாற்பதோ ஐம்பதோ அவனுக்கு அனுப்பியாக வேண்டும், ஏதோ அவன் காலமும் கழிகிறது. நாங்களும் இருக்கிறோம்" என்று கூறி முடித்தார் நரசிம்மாச்சாரியார்.

அப்பொழுது ஐயங்காருக்கு வேறொரு விஷயம் புரிந்தது. அதாவது நரசிம்மாச்சாரியாரும் தாமும் ஒரு விஷயத்தில் ஒரே நிலையில் இருப்பதைப் புரிந்துகொண்டுவிட்டார். கிழவருக்குப் பேரனோடு இருக்க முடியவில்லை. தமக்குத் தம் பிள்ளைகளோடு இருக்க முடியவில்லை. எல்லாம் முடிந்து, கடைசி நாட்களைக் கழிக்கும்போதுகூட, சந்ததிகளை விட்டுப் பிரிந்து வாழவேண்டிய ஓர் அவசியம் இருவருக்கும் நேர்ந்துவிட்டது. 'எப்படிப்பட்ட பலமான தளைகள்?'

இவ்வளவு தெரிந்தும், தெரியாதவர்போல எதையாவது சம்பிரதாயமாகப் பேசவேண்டும் என்பதற்காக, "வரதனோடு நீங்கள் போயிருக்கக்கூடாதோ? அவனுக்கும் உதவியாக இருக்கும் அல்லவா?" என்று கேட்டார் ஐயங்கார். அப்புறம், "இவ்வளவு பெரிய பட்டணத்தில் அவனுக்கு ஒரு வேலை கிடைக்கவில்லையா? இங்கிருந்து காஞ்சிபுரம் போய்த்தான் காலம் தள்ள வேண்டுமா?" என்று கேட்டார்.

யாருக்குக் கட்டிய வீடு?

கிழவர் முதல் கேள்வியைத்தான் மனசிலே வாங்கினார்.

"நமக்கு மண்ணாசை இல்லைதான் பத்து. ஆனாலும் மண் நம்மை விடமாட்டேன் என்கிறதே! மக்களையும்விட அதிகமாக இந்த மண்ணுக்கு அப்படி ஓர் உறவு நம்மிடம் இருக்கிறதே, என்ன செய்யலாம்?" என்றார் நரசிம்மாச்சாரியார்.

ஐயங்கார் சிரித்தார்.

"இந்த வீட்டை விற்றுவிட்டுப் போய்விடலாம்தான். ஆனால், அவன் காஞ்சிபுரத்தில் எத்தனை நாளைக்கு நிலையாக இருக்க முடிகிறதோ? திடீரென்று வேறு எங்காவது மாற்றலாம். அது மட்டுமில்லை பத்து, இந்த, வீட்டை விற்கும் வேலை மட்டும் வேண்டாம் என்று அவனும் சரி, இவளும் சரி - ஒற்றைக் காலில் நிற்கிறார்கள். விற்றுப் பணமாக்கினால் நம் குடும்பக் கஷ்டத்துக்கு ஒரு வருஷம்கூடக் கையில் தங்காது என்கிறார்கள். விற்காத வரையில் எது போனாலும் எது வந்தாலும் வயிற்றுக்கு ஆகாரம் நிச்சயம். அந்திமக் காலத்தில் இந்த உத்தரவாதத்தையும் இழந்துவிட்டு நிற்பானேன் என்கிறார்கள். என்ன செய்யச் சொல்கிறாய்?"

"அவர்கள் சொல்வது உண்மை; உண்மையிலும் உண்மை..." என்று சொன்ன ஐயங்கார் திடீரென்று யோசனையில் ஆழ்ந்தார். சிறிது நேரம் கழித்துத் தமக்குத் தாமே சிரித்துக்கொண்டார். கிழவர் இதைக் கவனிக்கவில்லை. ஒருவேளை கவனித்திருக்கலாம். கவனித் திருந்தால் தம் சிரிப்புக்குத் தவறாக எங்காவது அர்த்தம் கற்பித்து விடுவாரோ என்று பயந்த ஐயங்கார், "அப்படிப்பட்ட உத்தரவாதம் தேவையில்லாமலேகூட மண் மனிதனை விடுவதில்லையே! அப்படி இருக்கும்போது வீட்டை விற்கக்கூடாது என்று இவர்கள் சொல்வதில் தவறு இருக்க முடியுமா?" என்று கூறினார்.

இப்படியே பேசிக்கொண்டிருந்தார்கள். நடுவே ஒரு சந்தர்ப்பத்தில். "சமீபத்தில் மாம்பலம் பக்கம் போனீர்களோ?" என்று ஐயங்கார் கேட்டார். நரசிம்மாச்சாரியார் பதில் சொல்வதற்கு முன்பே "அதை அப்புறம் பேசிக்கொள்ளலாம்" என்றும் சொன்னார். பெரியவரோ, "போயிருந்தேன். போன வாரம்கூட இருவருமாய்ப் போய் வீட்டையும் பார்த்துவிட்டு வந்தோம். கொல்லையில் ஒரு மாமரம் பத்து நாட்களுக்கு முன் அடித்த புயற்காற்றில் சாய்ந்துவிட்டது" என்றார்.

மரம் விழுந்த செய்தியைச் சர்வ சாதாரணமாகக் கிழவர் கூறினார்.

ஐயங்காரோ அதிர்ச்சி அடைந்தவர் மாதிரி, "மா மரமா? எந்த மரம்?" என்று படபடப்போடு கேட்டார்.

"கிணற்றை ஒட்டினாற்போல் இருக்கிற மரத்துக்கு அடுத்தது. பலமான காற்று. அநேக வீடுகளில் ஓடுகள் கூடப் பறந்துவிட்டன. மாம்பலம் எல்லாம் ஒரே வெள்ளக்காடு. நல்ல நாளிலேயே நாலு தூற்றலுக்கு முழங்கால் தண்ணீர் ஓடுகிற இடம். இந்தப் பேய்மழைக்குக் கேட்க வேண்டுமா?"

“மற்ற மரங்களுக்கும் சேதம் உண்டா?”

“சேதம்தான். ஏதோ ஐந்தாறு கிளைகள் முறிந்திருக்கும். மற்றபடி மரங்களுக்கு ஒன்றுமில்லை.”

அப்புறம் ஐயங்கார் பேசவேயில்லை. முகத்தைக்கூட இலேசாகத் திருப்பித் தெருக்கோடியைப் பார்த்தார். கண்களில் இமை அசையவில்லை.

“பார்க்கப்போனால் மரம் போனதில் உனக்கு நஷ்டம் ஒன்றுமில்லைதான். வருஷம் தவறாமல் காய்பறித்துக் கொண்ட குடித்தனக்காரர்களுக்குத் தான் நஷ்டம். ரொம்பக் கவலைப்பட்டார்கள். மல்கோவா தோற்றுப் போகுமாம். அவ்வளவு ருசியாக இருந்ததாம் அந்த மரத்துப் பழங்கள்...”

ஐயங்கார் ஒன்றும் பேசவில்லை.

நரசிம்மாச்சாரியார் அப்புறம் அந்தக் குடித்தனக்காரர்களைப் பற்றிய செய்திகளைச் சொல்லிக்கொண்டிருந்தபோது உள்ளே இருந்து சாப்பிட அழைப்பு வந்தது.

திரும்பிப் பார்த்த ஐயங்கார் நரசிம்மாச்சாரியாரை முந்திக்கொண்டு அவ்விடத்தை விட்டு எழுந்தார்.

இருவரும் சாப்பிடப் போனார்கள்.

○ ○ ○

வெளியே ‘சுள்’ என்று வெய்யில் அடித்துக்கொண்டிருந்தாலும், காற்று குளிர்ச்சியாக, இதமாக வீசிக்கொண்டிருந்தது. சாப்பிட்டு வந்து வெறுந் திண்ணையில் துண்டை விரித்துப் படுத்த கிழவருக்குத் தூக்கம் வந்துவிட்டது. தினமும் அப்படியே அந்த நேரத்துக்குத் தூங்கிப் பழகியவர். ஆனால், பத்மநாப ஐயங்காருக்குத் தூக்கம் வரவில்லை. ரயிலில் வந்த அலுப்புக்கூட அவரைத் தூங்க வைக்க முடியவில்லை. சுவரில் தலையை முட்டுக்கொடுத்து ஈஸிச்சேரில் படுத்திருக்கும் பாவனையில் பாயில் படுத்துத் தெருவையும், வெள்ளை மேகங்களையும் பார்த்துக்கொண்டிருந்தார். கிழவரின் மனைவி வந்து கீழே உட்கார்ந்து அவருடன் சிறிது நேரம் பேசிக்கொண்டிருந்துவிட்டு, “ரயிலில் வந்தவன் தூங்கு. அப்புறம் பேசிக்கொள்ளலாம்” என்று எழுந்து உள்ளே போய்விட்டாள்.

தனியே படுத்துக்கிடந்த ஐயங்காருக்குக் காற்றில் விழுந்த மாமரத்தைப் பற்றிய சிந்தனை வந்து மனசில் இடம் கொண்டு, பிரபஞ்சமெல்லாம் கிளை பரப்பி மிகப் பிரம்மாண்டமான ஒரு மாமரமாக வளர்ந்தோங்கிக் கொண்டிருந்தது.

அவருக்குக் கண் கலங்கிவிட்டது.

உண்மையில், அது ஜாதி மரம்தான் என்றாலும் அதற்காக அவர் கவலைப்படவில்லை. மரம் விழுந்துவிட்டது. எதற்காக மற்ற மரங்களோடு சேர்த்து அதை நட்டாரோ, அந்த நோக்கம் இன்றுவரை நிறைவேறவில்லை. இனி நிறைவேறப்போவதுமில்லை. ‘என்ன ஆசை! என்ன சிறுபிள்ளைத்தனம்!’

என்று தம்மைத்தாமே பரிகசித்துக்கொண்டார். அவர் மனக்கண்முன் ஆறு மாதங்களுக்கு முன் டில்லியில் இறந்த அவர் மனைவி – வேதவல்லியம்மாள் – ஒருமுறை காட்சியளித்து மறைந்தாள். மின்னல் அடித்ததுபோல் இருந்தது. அவளும் போய்விட்டாள். அவளைத் தொடர்ந்து மரமும் போய்விட்டது...

அப்புறம் வேறொரு விதமாகச் சிந்திக்கலானார்: இப்போது மரம் இருந்தால்தான் என்ன? அவளே இருந்தால்தான் என்ன?

அவருக்கு ஒவ்வொரு நினைவுமே தாங்கமுடியாத அதிர்ச்சியாக இருந்தது. துக்கத்தை மறந்திருந்த அவருக்குச் சென்னை நகரத்து மண்ணை மிதித்ததும், நரசிம்மாச்சாரியார் தம்பதிகளைக் கண்டதும், கடைசியில் மாமரம் விழுந்த செய்தியைக் கேள்விப்பட்டதும் மறந்துவிட்ட துக்கம் முழுப் பாரத்துடன் வந்து அவர் நெஞ்சை அழுத்தியது. இப்பொழுது மனைவி இறந்ததற்காக மட்டும் அவர் துக்கப்படவில்லை; எத்தனையோ விஷயங்களை இழந்துவிட்டோம் என்று எண்ணினார். அவர் மனைவியின் மறைவு ஆயிரம் மறைவுகளில் ஒன்றாக அவருக்குத் தோன்றியது.

சென்னை நகரில் நிரந்தரமாகத் தங்கிவிடலாம் என்று வந்தது எவ்வளவு பெரிய பைத்தியக்காரத்தனம் என்று எண்ணியவருக்கு, மேற்கொண்டு எதைப்பற்றியும் எண்ணத் தோன்றவில்லை.

பெரியவர் சீக்கிரம் தூங்கி எழுந்தால் நல்லது; எதையாவது பேசிப் பேச்சில் தம்மை மறந்திருக்கலாமே என்று நினைத்தார்.

ஐயங்கார் எழுந்து திண்ணையில் நன்றாக உட்கார்ந்து கொண்டார். தெருவில் போகும் ஆட்களையும் கார்களையும் சைக்கிள்களையும் எண்ணிக் கணக்கிடுவதுபோல் கவனமாகப் பார்த்துக் கொண்டிருந்தார். எதிர் வரிசை வீடுகளின் சுவர்களில் ஒட்டியிருந்த சினிமா போஸ்டர்களை ஓர் எழுத்துவிடாமல் படித்தார். அப்புறம் உள்ளே எழுந்து சென்று படுக்கைக்கட்டில் செருகி வைத்திருந்த ஒரு செய்திப் பத்திரிகையை எடுத்து வந்து விரித்துப் படிக்கத் தொடங்கினார்.

○ ○ ○

மாம்பலத்தில் பத்மநாப ஐயங்கார் சுமார் முப்பது வருஷங்களுக்கு முன் கட்டிவைத்த வீடு ஒன்று இருக்கிறது. அப்பொழுது அவர் கல்கத்தாவில் உத்தியோகம் பார்த்துவந்த சமயம். நீண்ட லீவு போட்டு விட்டுச் சென்னைக்கு வந்து தாமே முன்நின்று அந்த வீட்டைக் கட்டினார். ஷாஜஹான் தாஜ்மஹாலைக் கட்டியதுபோல் தம் மனம்கொண்ட மாளிகையாக விளங்க வேண்டும் என்று ஒவ்வொரு சதுர அடிப் பகுதியையும் நீண்ட யோசனை செய்து பிரமாதமாகத் திட்டமிட்டுக் கட்டினார். கையில் சேர்த்து வைத்திருந்த பணம், கிராமத்தில் உள்ள நிலபுலங்களை விற்ற ரொக்கம், கொஞ்சம் கடன் – இத்தனையும் சேர்ந்து அந்த வீடாக உருவெடுத்தது. படிப்பதற்கு ஓர் அறை, படுப்பதற்கு மற்றோர் அறை, உட்கார்ந்து பேச ஒரு பெரிய ஹால், காற்றாட அமர்ந்திருக்க விசாலமான மாடி – முகப்பு – இப்படி எல்லோரையும்

போல் வீட்டை அமைத்தாலும் அவரது அந்தரங்க விருப்பமும் அதில் இடம்பெற்றிருந்தது. அது கல்யாணமான புதிது. ஏதோ இரண்டொரு வருஷங்கள்தான் ஆகியிருக்கும். எனவே, வீடு என்பது வெறும் குடியிருப்பு ஸ்தலமாக மட்டும் இல்லாமல் ஒரு கேளீ ஸ்தலமாகவும் இருக்க வேண்டுமென்ற அவரது அந்தரங்க விருப்பத்தை அடிப்படையாக வைத்தே கட்டடத்தை உருவாக்கினார். ஒவ்வொரு பூஞ்செடியையும் ஒவ்வொரு லட்சியத்தோடு நட்டுத் தண்ணீர் ஊற்றினார். கொல்லைப் பக்கத்தில் தென்னையும் மாமரங்களும் வைத்தார். வெய்யில் நேரத்தில் மாமரத்து நிழலில் வந்து இருவரும் அமர்ந்திருக்க வேண்டும். அங்கே ஓர் ஊஞ்சல் போட்டு நிலாக் காலங்களில் முன்னிரவுப் பொழுதைக் கழிக்க வேண்டும். முற்றத்து மலர்ச் செடிகளில் அவள் அதிகாலையில் பூக்கொய்வதை மாடியிலிருந்து பார்க்கவேண்டும்... இப்படி, அவளை எண்ணிக்கொண்டே வீட்டைக் கட்டினார். நடு நடுவே தம் மனைவியை அழைத்துக்கொண்டு வந்து, வீட்டைக்காட்டி, “இப்படி இருக்கலாம்தானே? உனக்கு இந்த மாதிரி இருப்பதில் இஷ்டமா? இல்லை, இந்த அறையை வலதுபக்கமாகப் போட்டுக் கட்டிவிடலாமா?...ரோஜாப் பதியன்கள் நாளை வந்துவிடும்” என்றெல்லாம் சொல்லுவார். அவர் செய்ததையும், செய்வதையும், செய்யப்போவதையும் மனைவி முழுமனசோடு ஆமோதிப்பாள். ஒவ்வொரு ஆமோதிப்பும் சிரித்த வாயிலிருந்தே வெளிப்படும். ஐயங்கார் தம்மை மறந்துவிடுவார்.

இப்படியாக வீடு கட்டி முடிந்தது. கிருஹப் பிரவேசமும் சிறப்பாக நடந்தது. அப்போது சென்னையில் அவருக்கு நரசிம்மாச்சாரியார் மட்டுமல்ல, எத்தனையோ பேர் தெரிந்தவர்கள், வேண்டியவர்கள் இருந்தார்கள். அதனால் பெரிய கல்யாணம் போலவே கிருஹப்பிரவேச வைபவம் நடந்தேறியது. அது முடிந்தபிறகு நுங்கம்பாக்கத்தில் ஏற்கெனவே வாடகைக்கு அமர்த்தியிருந்த வீட்டுக்குத் தாயாரோடும் மனைவியோடும் திரும்பினார். ஒரு வாரத்துக்கெல்லாம் லீவு முடிந்து சென்னையைவிட்டு மனைவியோடு பயணமானார். தம்மை வாழ்நாளில் ஒரு வாரம் கூடச் சேர்ந்தாற்போல் பிரிந்திருந்து அறியாத தாயாரைத் தனியே விட்டுவிட்டுக் கல்கத்தாவுக்குப் போகும்படி ஆயிற்று.

கட்டிய வீட்டை வாடகைக்குவிட வேண்டும். வாடகைப் பணத்தை வசூலிக்கவும் வீட்டைப் பாாத்துக்கொள்ளவும் ஓர் ஆள் வேண்டும். எனவே, தாயார் சென்னையில் இருந்தே ஆக வேண்டும். அவளுக்குத் துணை, தூரத்து உறவான ஓர் ஏழை அனாதைப் பெண்தான். அந்தப் பதினைந்து வயதுப் பெண் கிராமத்தில் படித்துக்கொண்டிருந்தாள். அவளை ஐயங்கார் சென்னைக்கு வரவழைத்தார். அத்துடன் பக்கத்துத் தெருவில் – வில்லேஜ் ரோடில் – குடியிருக்கும் நரசிம்மாச்சாரியாரின் குடும்பத்தையும் ஒரு துணையாக வைத்துவிட்டுப் போனார்.

“நீங்கள் எல்லாம் இருக்கிறீர்கள் என்ற தைரியத்தில்தான் அம்மாவை விட்டுவிட்டுக் கல்கத்தாவுக்குப் போகிறேன். கிராமத்தில் தலைமுறைக் கணக்கில் நம் குடும்பங்கள் அந்நியோன்யமாக இருந்து வந்திருக்கின்றன என்று அப்பா எத்தனையோ முறை சொல்லியிருக்கிறார். அந்த உறவு

பின் தலைமுறைகளிலும் நீடிக்கும் என்பதில் சந்தேகமில்லை. அம்மாவைப் பார்த்துக்கொள்ளுங்கள். வீட்டையும் பார்த்துக்கொள்ளுங்கள்" என்று சொல்லிவிட்டுப் பத்மநாப ஐயங்கார் முப்பது வருஷங்களுக்கு முன் விடைபெற்றுச் சென்றார்.

○ ○ ○

நரசிம்மாச்சாரியாருக்கும்கூட ஸ்ரீபெரும்புதூர் தான் சொந்தக் கிராமம். ஆனால், அவர் வெகு காலத்துக்கு முன்பே சென்னைக்குக் குடியேறிவிட்டவர். ஊரில் அவருக்கு இப்போது எந்தவிதமான உயிர்த் தொந்தமும் பொருள் தொந்தமும் இல்லை. அவர் உத்தியோகத்திலிருந்து ஓய்வு பெற்றும் வெகு காலமாகிவிட்டது. வாழ்க்கையில் மிகமிகக் கஷ்டப்பட்டு மீண்டவர். இப்பொழுது எண்பதாவது வயதை நெருங்கிக் கொண்டிருக்கிறார். அவருக்குக் கல்யாணமாகி அநேக வருஷங்களுக்குப் பிறகு பிறந்த ஏகபுத்திரர், தம்மைப் போலவே ஓர் ஏகபுத்திரனை விட்டுவிட்டு கண்ணை மூடினார். அவனை —வரதனை — வளர்த்துப் படிக்கவைத்து இந்த நூற்று முப்பது ரூபாய் சம்பாத்தியத்துக்காவது தகுதியுடையவனாகச் செய்தவர் நரசிம்மாச்சாரியார்தான். போன வருஷம் வரையில் அவன் சென்னையில்தான் இருந்தான். அப்புறம்தான் அவன் காஞ்சிபுரத்துக்கு மாற்றுதலானது. தனிமையில் வசித்து வந்த பத்மநாப ஐயங்காரின் தாயாருக்கு அப்போது சிறு குழந்தையாக இருந்த வரதன் செல்லப் பிள்ளையாக இருந்தான். முக்கால்வாசி நாள் அவனுக்கு அங்கேதான் சாப்பாடும் படுக்கையும்.

மாம்பலம் வீட்டில் குடியிருந்தவர்களிடம் மாதாமாதம் வாடகை வசூலிக்கப் பத்மநாப ஐயங்காரின் தாயார் போகும்போது வரதனையும் எடுத்துக்கொண்டு போவாள். நரசிம்மாச்சாரியாரும் அவர் மனைவியும் சேர்ந்து சில சமயங்களில் நான்கு பேராகச் செல்வதும் உண்டு. குடித்தனக் காரர்கள் நல்லவர்கள். யாதொரு சால்ஜாப்புமின்றிக் குறித்த தேதியில் வாடகை கொடுத்துவிடுவார்கள். அதை வைத்துக்கொண்டு அந்த அம்மாள் காலட்சபம் செய்து வந்ததுடன், கொஞ்சப் பணத்தை மிச்சம் பிடித்துக்கொண்டும் வந்தாள். அதை வைத்துத் தன் அடைக்கலத்திலிருந்த அனாதைப் பெண்ணுக்குக் கல்யாணம் செய்து வைத்தாள். வரதனுக்குப் பல வகுப்புகளில் புத்தகங்களும் வாங்கிக்கொடுத்தாள்.

பத்மநாப ஐயங்கார் வருஷத்துக்கு ஒருமுறை தனியாகவோ குடும்பத்துடனோ சென்னைக்கு வந்து அம்மாவுடன் சில நாட்கள் தங்குவார். வீட்டைப் பழுது பார்க்க வேண்டியிருந்தால், அதையும் செய்துவிட்டுப் புதிதாக ஏதேனும் செடி கன்றுகளை நட்டுவிட்டுப் போவார். ஓரோரு சமயம் அம்மாவையும் வட நாட்டுக்கு அழைத்துச் சென்றிருக்கிறார்.

வருஷத்துக்கு ஒரு தடவை வருவதும்கூடச் சில வருஷங்களில் நின்றுவிட்டது. வீடு கட்டிப் பதினைந்து வருஷங்களுக்குப் பின்பு அம்மா இறந்துவிட்டாள். அப்புறம், வீட்டை நரசிம்மாச்சாரியாரின் முழுப் பொறுப்பிலேயே விட்டுவிட வேண்டியதாயிற்று, அவரும், இளைஞனாகி

விட்ட வரதனும் சேர்ந்துதான் வாடகை வசூலிப்பதும், குடித்தனக்காரர்கள் காலி பண்ணிப் போய்விட்டால் வேறு குடும்பத்துக்கு வீட்டை வாடகைக்கு விடுவது என்பன போன்ற காரியங்களை நிறைவேற்றி வந்தார்கள். பத்மநாப ஐயங்கார் சென்னைக்கு வந்தால் ஏதாவது ஒரு லாட்ஜில் ஒருநாள் இரண்டு நாட்கள் தங்கியிருந்து, வீட்டையும் ஒருமுறை பார்த்துவிட்டு அவசரம் அவசரமாகத் திரும்பிவிடுவார்.

வரதன் காஞ்சிபுரம் போகும்வரையில், நரசிம்மாச்சாரியார் மாதம் தவறாமல் வாடகைப் பணத்தை ஐயங்காருக்கு மணியார்டர் செய்து விடுவார். அப்புறம், தள்ளாமையினால் இந்த மணியார்டர் பொறுப்பை நிறைவேற்றுவது சிரமமாக இருந்தது. குடித்தனம் இருந்த குடும்பத்தார் நல்லவர்களாக இருந்ததால், அவர்களையே நேரடியாக ஐயங்காருக்குப் பணத்தை அனுப்ப ஏற்பாடு செய்துவிட்டார். இதனால் ஐயங்காருக்கும் கிழவருக்கும் கடிதத் தொடர்புகூட நின்று ஒரு வருஷமாகிவிட்டது மாம்பலம் வீட்டைப் போய் அவர் பார்ப்பது ஏதோ மூன்று மாதங்களுக்கு ஒரு முறைதான் முடிகிற காரியமாக இருந்தது. "கண் பார்வை முக்கால்வாசி மங்கியபிறகு நாம் போய்ப் பார்ப்பதும் ஒன்றுதான்; பார்க்காததும் ஒன்றுதான். ஏதோ பத்பநாபனிடம் கொடுத்த வாக்கைக் காப்பாற்ற ஒருமுறை போய் வந்துவிடுவோம்" என்று மனைவியிடம் சொல்லிவிட்டுக் கம்பை ஊன்றிக் கொண்டே மாம்பலம் போய் வருவார். இவர் இவ்வளவு சிரமப்படுகிறார் என்ற விவரம் வட நாட்டில் இருந்த ஐயங்காருக்கு அப்போது தெரியாது.

○ ○ ○

நரசிம்மாச்சாரியார் தூங்கி எழுந்தார். மணி மூன்றரை ஆகிவிட்டது. ஓர் அரைமணி நேரத்துக்கெல்லாம் பத்மநாப ஐயங்கார், ரோட்டில் சென்ற ஒரு டாக்ஸியை நிறுத்தினார். இருவரும் அதில் ஏறிக்கொண்டு மாம்பலம் சென்றார்கள். பதினைந்து நிமிஷங்கூட ஆகவில்லை, வீட்டுக்கு முன்னால் போய் டாக்ஸி நின்றது. அதிலிருந்து இறங்கியதும், தெருவில் நின்ற வாக்கிலேயே வீட்டைப் பார்த்தார் ஐயங்கார். பார்த்ததும் அவருக்கு ஓர் அதிர்ச்சி ஏற்பட்டது. கண்கள் சற்று இருண்டுவிட்டன. மெய்ம் மறந்து, பேச்சுமூச்சின்றி அப்படியே நின்றுவிட்டார். வீடு முன்போலவேதான் இருந்தது. எந்தப் பகுதியிலும் எவ்விதச் சிறு சேதமும் ஏற்படாமல் கட்டிவைத்த நிலையிலேயே இருந்தது. ஒரே ஒரு பெரிய வித்தியாசம், மரங்களெல்லாம் பெரியவையாகிக் கப்பும் கவருமாகப் படர்ந்திருந்ததுதான். சமீபத்தில் வர்ணம் கொடுத்து, வெள்ளையும் அடிக்கப்பட்டிருந்ததால், புதுமை குன்றாமல் காட்சி அளித்தது வீடு. இந்தப் பழுதற்ற நிலை ஐயங்காருக்கு ஒருவகையான துயரத்தையே கொடுத்தது. சேதமுற்றுச் சீரழிந்திருந்தாலும், அந்தக் கவலையில் கவனம் சென்றிருக்கும். அன்று கண்ட புதுமைத் தோற்றம் மாறாமல் அப்படியே இருந்தது, பெரிய வேதனைக்கே விதை ஊன்றிவிட்டது.

வீட்டுக்குள்ளே போவானேன் என்று எண்ணிக்கொண்டே நரசிம்மாச்சாரியாருடன் பின்புறத்தில் உள்ள கிணற்றடியை நோக்கிச் சென்றார் ஐயங்கார். மாமரம் சாய்ந்த இடத்தில் விகாரமாக ஒரு

சூனியம் விழுந்திருந்தது. இப்போது அவர் வருந்துவதற்குப் பதில் சிரித்துக்கொண்டார்.

மரம் விழுந்த செய்தியைத் திரும்பவும் விவரிக்கப் புகுந்த கிழவரின் பேச்சை மாற்றி, அவரை முன்புறமாக அழைத்து வந்தார். வீட்டுச் சுவரின் ஒவ்வொரு பகுதியையும் உற்றுப் பார்த்தார். சுற்றிலும் நின்ற செடி கொடிகளைத் தனித்தனியாகப் பார்த்துப் பெருமூச்செறிந்தார்; அநேகமாக எல்லாச் செடிகளுமே அவர் வைக்காதவை, அவர் கையால் நட்டவையாக இருந்தவை மரங்களே. அவற்றை உச்சிக் கிளையிலிருந்து தரைவரை கண்களால் அளந்தார். அப்புறம் வீட்டுக்குள்ளேயே போய், படிப்பதற்காகக் கட்டிய அறை, வரவேற்புக்காகக் கட்டிய ஹால், பூஜை அறை, சயன கிருகம், உதய காலத்தில் மனைவி மலரெடுக்கும்போது பார்த்து மகிழ்வதற்காகக் கட்டிய மாடி – முகப்பு, நிலாச்சோறு சாப்பிட ஒதுக்கியிருந்த மேற்கோப்பில்லாத மாடிப்பகுதி... அத்தனையையும் பார்த்தாகிவிட்டது. பார்க்கும்போது அனுபவிக்க வேண்டியதை அனுபவித்தும் ஆகிவிட்டது. அப்புறம் என்ன? குடித்தனக்காரர்களுடன் சம்பிரதாயத்துக்கு இரண்டொரு வார்த்தைகள் பேசிவிட்டு வெளியே வர நினைத்தார். குடியிருந்தவரோ முந்திய மாதம் ஐயங்கார் எழுதியிருந்த கடிதத்தின் பிரகாரம் எப்பொழுது வேண்டுமானாலும் ஒருமாத முன் அறிவிப்பின் பேரில் வீட்டைக் காலி செய்யத் தயாராக இருப்பதாகக் கூறினார். அதைக் கேட்ட ஐயங்கார் இலேசாகச் சிரித்தார். "பார்க்கலாம்" என்று மட்டும் ஒரு வார்த்தை சொல்லிவிட்டு விடைபெற்றுக்கொண்டு கிழவரோடு தெருவுக்கு வந்தார். இருவரும் நுங்கம்பாக்கம் திரும்பி விட்டார்கள்.

o o o

அன்றிரவு சாப்பிட்ட பிறகு படுத்துக்கொள்ளப்போகும்போது, "அவ்வளவு பிரமாதமான மாளிகையைக் கட்டி வைத்துவிட்டு இந்தக் குடிசையில் தலைசாய்க்க வேண்டியிருக்கிறது! எல்லாம் ஒரு வேடிக்கை தான்!" என்றார் கிழவர்.

"இது புதிய வேடிக்கை இல்லையே! முப்பது வருஷ வேடிக்கை" என்றார் ஐயங்கார் அமைதியான குரலில்.

"நீ சொல்வது உண்மைதான் பத்து! வீட்டைக் கட்டியதிலிருந்து ஒரு நாள்கூட அங்கே நீ குடியிருக்கவில்லையே?"

"இப்போது எனக்கு அது என் வீடு, நான் கட்டிய வீடு என்றுகூடத் தோன்றவில்லை. அதுவரைக்கும் க்ஷேமம். என் வீடுதான் என்றால் அந்தப் பாரம் என்னை ஒரு நிமிஷத்தில் அழுத்திக் கொன்றுவிடும்."

"எதற்காகப் பாரம் என்கிறாய்? அருமையான சொத்து. லட்சம் கொடுத்தாலும் அந்த மாதிரி இடத்தில் அந்த மாதிரி ஒரு வீடு கிடைக்காது பத்து. மாம்பலம் அந்த நாளைய மாம்பலம் இல்லை. அது இப்போது பெரிய குபேர பட்டணமாகிவிட்டது."

“வேண்டாதவனுக்கு, வீடு குபேர பட்டணத்தில் இருந்தால் என்ன, இந்திர லோகத்தில் இருந்தால் என்ன?” என்று ஐயங்கார் சொல்லவே, அவர் தமாஷுக்குச் சொல்லவில்லை என்பதைப் புரிந்துகொண்ட கிழவர், “வீட்டை விற்றுவிடலாம் என்ற யோசனையா, பத்து?” என்று பளிச்சென்று கேட்டுவிட்டார்.

“விற்றுவிடலாம் என்ற யோசனை இல்லை; வீட்டு நினைப்பை விட்டுவிடலாம் என்ற யோசனைதான்.”

பெரியவருக்குக் குழப்பமாக, புரியாத ஒரு பயமாகக்கூட இருந்தது. அவர் எதுவுமே பேசவில்லை.

“இந்த வீடு யாருக்குக் கட்டியது, எதற்குக் கட்டியது என்பதுகூடத் தெரியாமல் போய்விடும் ஒரு காலம் வந்துவிட்டது. அங்கேபோய்க் குடியேறி வாழலாம் என்று டில்லியிலிருந்து இவ்வளவு தூரம் வந்த பைத்தியக்காரத்தனம் இப்பொழுதுதான் தெளிவாகத் தெரிகிறது. அந்த வீட்டைக் கட்டிய பத்மநாப ஐயங்கார் இப்போது இல்லை. இன்று நான் வேற்று மனிதனாக நிற்கிறேன். வீட்டில் வாழவேண்டியவர்களும் இப்போது இல்லை. இத்தனை வருஷ காலமும் அந்த வீடு உங்களையும் என்னையும் சேர்த்துப் பலருக்குப் பாரமாகவே இருந்து வந்திருக்கிறது.”

“நீ பேசுவது அர்த்தமில்லாத பேச்சு, பத்து! உனக்குத் தனி வாழ்க்கை வாழ முடியவில்லையென்றால் டில்லிக்கே போய்ப் பையனோடு இரு. வீட்டை எப்போதும்போல் வாடகைக்கே விட்டுவிடலாம்.”

“அது வேறு விஷயம். ஆனால், வாடகைக்கு விடுவதற்காக வீட்டைக் கட்டவில்லையே!”

நரசிம்மாச்சாரியார் கடைசியாக, “அப்படியானால் என்ன செய்வதாக உத்தேசம்?” என்று கேட்டார்.

“அதுதான் தெரியவில்லை. நீங்களே ஒரு வழி சொல்லுங்கள்.”

“அதுதான் சொன்னேனே, எப்போதும்போல் வாடகைக்கு விட்டுவிட்டு டில்லிக்குத் திரும்பு. பிள்ளையோடு இரு.”

“உம், இந்த நேரத்தில் இதைப்பற்றியெல்லாம் யோசித்து மூளையைக் குழப்பிக்கொள்ளுவானேன்? விடியட்டும், பார்த்துக்கொள்வோம்” என்று சொல்லிவிட்டு, சுருண்டிருந்த படுக்கையை இழுத்துச் சரிசெய்துகொண்டு ஐயங்கார் படுத்துவிட்டார். ஆனால், கிழவர் தூங்கிவிட்ட பிறகும் அவர் தூங்கவில்லை.

❍ ❍ ❍

காலையில் பத்மநாப ஐயங்கார் வழக்கத்துக்கு மாறாக அரைமணி நேரம் தாமதித்து விழித்து எழுந்தாலும் கலகலப்பாகவே கண்விழித்தார். தூக்கக் கலக்கம் படிந்திருந்த முகத்தில் ஓர் அசாதாரணத் தெளிவும் பிரகாசமும் நிறைந்திருந்தன. உரிய காலத்தில் குளித்துச் சாப்பிட்டுவிட்டுக் கிழவருடன் வெளித்திண்ணையில் வந்து அமர்ந்தார். பத்து நிமிஷ

நேரம் ஏதேதோ பேசிக்கொண்டிருந்த அவர் சட்டென்று எழுந்து நின்றார். "நான் கொஞ்சம் வெளியில் சென்று வரவேண்டும்" என்று சொல்லிவிட்டு வீட்டுக்குள் போனார். உடை மாற்றி ஜரிகை அங்க வஸ்திரத்துடன் வெளியே வந்தார்.

"முடிந்தால் நான் நாளையே டில்லிக்குத் திரும்ப வேண்டும் என்று முடிவு செய்துவிட்டேன்" என்று கிழவரிடம் சொல்லிவிட்டு உட்கார்ந்தார்.

தம்முடைய யோசனையை ஐயங்கார் ஏற்றுக்கொண்டுவிட்டார் என்று எண்ணி மகிழ்ச்சி அடைந்த கிழவர், "பேஷ்! அதுதான் சரி. கூட இரண்டு நாட்கள் இருந்துவிட்டுப் போகலாம், பத்து. அவசரம் ஒன்றுமில்லையே!" என்றார்.

"எந்தவிதமான அவசரமும் கிடையாது. எனக்கு டில்லியும் ஒன்றுதான், மதராஸும் ஒன்றுதான்" என்று ஐயங்கார் மறுபடியும் புதிர் போட்டார். கிழவர் ஒன்றும் சொல்லவில்லை.

"நேற்று நான் சொன்னதுபோல் அது யாருக்கோ கட்டிய வீடு. அதனால் யாராவது அதை வைத்து அனுபவிக்கட்டும். நீங்கள் சொன்னபடியே நான் டில்லிக்குப் புறப்படுகிறேன்" என்றார் ஐயங்கார்.

"என்ன பத்து. நீ சொல்வது இப்பொழுது எனக்கு முழுக்க முழுக்கப் புரியவில்லை. ஏதோ சந்நியாசம் வாங்கப் போகிறவன் மாதிரி பேசுகிறாயே! நீ பிள்ளை குட்டிக்காரன். அவர்கள் வந்து குடியிருந்து விட்டுப் போகிறார்கள் . . ."

"அவர்களுக்கு இங்கே வரவேண்டிய அவசியமோ, சந்தர்ப்பமோ இல்லை. ஆசைகூட இல்லை. ஒவ்வொருவனுமே இப்படி இரண்டு வீடுகளைக் கட்டிக்கொள்ளும் சக்தியுள்ளவனாக இருக்கிறான். இந்த வீட்டைப் பற்றிய நினைவே அவர்களுக்கு இல்லை."

"அப்படியானால் விற்று விடுகிறது."

"இப்பொழுது என்னிடமிருக்கும் பணம் நான் இன்னொரு அறுபது வருஷங்கள் இருந்து செலவழித்தாலும்கூடக் கரையாது. வீட்டை விற்று என்ன செய்ய? யாருக்காகவோ இவ்வளவு காலமும் வாழ்ந்து, வாழ்க்கையை இழந்தது பெரிதில்லை; யாருக்காகவோ கட்டிய இந்த வீட்டை இழப்பதா பெரிது?"

"நீ விரக்தியினால் இப்படிப் பேசுகிறாய்!"

"அதுதான் இல்லை. என் மனைவி உயிரோடு இருந்து அவளோடு இப்போது நான் வந்திருந்தாலும் இந்த முடிவுக்குத்தான் வந்திருப்பேன். இன்று அவள் என்னோடு இருந்தாலும், போய்விட்ட காலம் திரும்புமா? எந்தக் காலத்துக்காகவோ கட்டிய வீடு இந்தக் காலத்துக்குப் பொருந்துமா? போன வருஷம் தைத்த சட்டைகூட இந்த வருஷம் உடம்புக்குச் சேரமாட்டேன் என்கிறதே!"

பெரியவர் மௌனமாகக் காது கொடுத்துக் கேட்டுக்கொண்டிருந்தார்.

பத்மநாப ஐயங்கார் பேச்சைத் தொடர்ந்தார்: "அதுதான் சொல்கிறேன், அந்த வீட்டைக் கொடுத்துவிடலாம் என்று முடிவு செய்துவிட்டேன். அது தானமோ தர்மமோ அல்ல. அவசியமில்லாததைக் கழிக்கிறேன். இழந்தவற்றை ஈடுகட்ட அதுதான் வழி. யாருக்காவது கொடுத்த பிறகுதான் அந்த வீட்டில் வாழ்ந்தது போன்ற நிறைவை மானசீகமாகவாவது பெறமுடியும் என்று தோன்றுகிறது. வாழ்க்கையில் இழந்ததுகூட ஒருவேளை நிறைவு பெற்றுவிடலாம்."

"நீ யாருக்குக் கொடுப்பாய்?"

"கொடுப்பதா கஷ்டம்? இல்லை. ஏற்றுக் கொள்பவர்கள் உலகத்தில் கிடையாதா! நன்றாகச் சொன்னீர்கள்!" என்று சொல்லிவிட்டு ஐயங்கார் சிரித்தார். சிரிப்பு நின்ற பிறகு, "ஒரு ஆஸ்பத்திரிக்குக் கொடுக்கலாம்; ஒரு பள்ளிக்கூடத்துக்குக் கொடுக்கலாம். இப்படி ஏதாவது ஒரு நல்ல காரியத்துக்குக் கொடுக்கலாமே! சரி, நேரமாகிவிட்டது. நான் வருகிறேன். கொஞ்சநேரம் போனால் வெய்யிலாகிவிடும். இரண்டொரு முக்கியஸ்தர் களைக் கண்டு எப்படி விஷயத்தை முடிப்பது என்று கலந்து பேசிவிட்டு வருகிறேன்" என்றார்.

பெரியவர் மிகப் பெரிய அதிர்ச்சிக்குள்ளானவர் போல், ஒன்றும் பேசாமல் அப்படியே சுவரில் சாய்ந்துவிட்டார்.

"நான் வரட்டுமா?" என்று சிரித்துக்கொண்டே சொல்லிவிட்டு, செருப்பைக் காலில் மாட்டிக்கொண்டு தெருவில் கால் வைத்தார் பத்மநாப ஐயங்கார்.

❖

கல்கி, 10 டிசம்பர் 1961

திருவொற்றியூர் வல்லி

திருவொற்றியூர் சதுரானன பண்டிதர் மடத்தில் அன்று சில விசேஷ அலங்காரங்கள் செய்யப்பட்டன. வாசலில் மாவிலைத் தோரணங்கள் கட்டினார்கள். வாழை மரங்களை வெட்டிக்கொண்டு வந்து இருபுறமும் நிறுத்தினார்கள். மடத்தின் முற்றத்தில் சிறு பந்தலும் போடப்பட்டு உள்ளே விதானங்கள் கட்டி, இளநீர், தென்னம்பாளைகள் முதலியனவும் தொங்க விடப்பட்டன. அன்றைய தினம் ஒரு பண்டிகை நாளும் அல்ல. ஏன் இந்த விசேஷ அலங்காரங்கள் என்று ஊர் ஜனங்கள் திகைத்தார்கள். மடத்தில் கல்வி பயிலும் ஒரு மாணாக்கனை விசாரித்தபோதுதான் விஷயம் இன்னது என்று தெரிந்தது.

அன்று கவிச் சக்கரவர்த்தி கம்பர் அந்த மடத்துக்கு விஜயம் செய்வதை முன்னிட்டுத்தான் இத்தனை ஏற்பாடுகளும் செய்யப்பட்டன. வாரங்கலில் காகதீய மன்னன் பிரதாப ருத்திரனின் ஆஸ்தானத்தில் பல நாட்கள் தங்கியிருந்த கம்பர் தமிழ்நாட்டுக்குத் திரும்பி வந்துகொண்டிருந்தார். தமிழகத்தில் பிரவேசித்தபின் கூவம் ஆற்றின் கரையிலுள்ள தியாகசமுத்திரம் கிராம வாசிகள் அவருடைய வருகையை எப்படியோ கேள்விப்பட்டு, ஊரோடு திரண்டு சென்று கவிஞர் பெருமானை எதிர்கொண்டழைத்தார்கள். தங்கள் கிராமத்திற்கு எழுந்தருள வேண்டுமென்று வணங்கிக் கேட்டுக் கொண்டார்கள். அவர்கள் வேண்டுகோளுக்கிணங்க வழி விலகி அங்கே சென்ற கம்பர், மறுநாளே திருவொற்றியூருக்கு வந்தார்.

திருவொற்றியூர் மடத்து வாசலில் கம்பரின் சிவிகை வந்து நிற்கும் போது சரியான நண்பகல். அந்த வெய்யிலிலும் பெருங்கூட்டம் அவரை வரவேற்கக் காத்திருந்தது. ஊர்வாசிகளின் வரவேற்புக்கும் சந்தோஷ ஆரவாரத்துக்கும் பிறகு, சதுரானன பண்டிதர் அவரை மடத்துக்குள் அழைத்துச் சென்றார்.

பண்டிதரின் மாணவர்கள் ஆளுக்கு ஒரு பணிவிடையைச் செய்து கம்பரை உபசரித்துக் கொண்டிருந்தார்கள்; அவர்களோடு ஒரு பெண்ணும் பணி செய்வதைக் கம்பர் கவனித்தார். 'மடத்தில் இப்படி ஒரு பெண்ணுக்கு என்ன வேலை?' என்றுகூட அவர் யோசித்தார்.

பெண்ணுக்கு இருபத்தைந்து வயது இருக்கக்கூடும். அழகியாக இருந்தாள். அதிலும் எதிர்பாராத ஓரிடத்திலே தோற்றம் அளித்த அழகானதால் பன்மடங்கு விகசித்தது. அதோடு மட்டுமல்ல; அவள் எவ்வித ஆபரணங்களும் அணியாமல், உயர்ந்த பட்டும் உடுத்தாமல், துவைத்து உலர்த்திய ஒரு பழைய வெண்ணிறப் புடவையோடு தபஸ்வினியைப்போல் எளிமைக் கோலம் பூண்டிருந்தது, அழகை வரம்பின்றி வளரவும் வியாபிக்கவும் செய்துவிட்டது.

கம்பர் இரண்டாவது முறை அவளைக் கவனிக்கும்போது, அவள் தன் இருகரங்களிலும் அவருடைய பாதுகைகளைச் சுமந்துகொண்டு முற்றத்தின் ஒரு மூலையை நோக்கிச் சென்றாள். ஏதோ ஓர் ஓரத்தில் பிடித்துத் தூக்காமல், கைநிறைய மலர்களைக் கொண்டு செல்வதுபோல் அவ்வளவு பயபக்தியுடன் அவள் அவற்றை எடுத்துச் சென்றாள்.

ஒரு மூலையில் போய் உட்கார்ந்த பெண் தன் மடியில் அந்த இரண்டு பாதுகைகளையும் வைத்துக்கொண்டாள். ஒன்றை முதலில் எடுத்துத் தனது முந்தானையால் துடைத்தாள். இதைப் பார்த்த கம்பர், சதுரானன பண்டிதரைப் பார்த்து, "அந்தப் பெண்ணை இங்கே கூப்பிடுங் கள். என் கால் செருப்புகளை அவள் மடியில் வைத்துத் துடைக்கிறாள். இதைக் காண எனக்குப் பிடிக்கவில்லை" என்று படபடப்போடு சொன்னார். பண்டிதரும் ஒரு மாணாக்கனைத் திரும்பிப் பார்த்து முகக் குறிப்பால் கட்டளையிட்டார். அவன் போய் அவளை அழைத்துக் கொண்டு வந்தான்.

"அம்மா! யார் நீ? என்ன வேலை செய்கிறாய்? செருப்புகளை இப்படி வைத்துவிடு. இப்படி வேலைகளை நீயாகவும் செய்யாதே; யார் சொன்னாலும் செய்யாதே" என்று கூறினார் கம்பர்.

அவள் ஒன்றும் பேசாமல் தலைகுனிந்த வண்ணமே ஒரு படிக் கட்டின்மேல் பிரதிஷ்டை செய்வதுபோலச் செருப்புகள் இரண்டையும் வைத்துவிட்டு, அடுத்த கணமே அங்கே நிற்கத் துணிவின்றி வேகமாக ஒதுங்கிச் சென்று மடத்தின் ஒரு பகுதிக்குள் போய் மறைந்தாள்.

"பண்டிதரவர்களே! யார் இந்தப் பெண்? எந்த மடத்திலும் ஓர் இளம் மங்கை வந்து கல்வி பயின்றதாக நான் கேள்விப்பட்டதுகூட இல்லை. இங்கே இவளைக் காண்பது எனக்கு ஒரு புதுமையாகவே இருக்கிறது" என்றார் கம்பர்.

“எங்களுக்கும் இது ஒரு புதுமைதான் கவிச் சக்கரவர்த்தி! எங்கிருந்தோ வந்தாள். மடத்தில் அடைக்கலம் தர வேண்டும் என்று கும்பிட்டாள். நான் மறுக்கவில்லை. ஏறக்குறைய ஓர் ஆண்டும் ஆகிவிட்டது. இங்கே நாங்கள் சொல்லாமலே எல்லாப் பணிகளையும் செய்கிறாள். நாங்கள் கொடுக்கும் உணவை உண்டு, இந்த ஊர்க் காளிகோவில் பூசாரியின் வீட்டில்போய் அவன் வீட்டுப் பெண்களோடு இரவில் தங்கிவிட்டு வருகிறாள். இவள் எந்த ஊர் என்பதும் எங்களுக்குத் தெரியாது. இவளுடைய பெயரையும் இவள் சொல்ல மறுத்துவிட்டாள்.”

‘ஊரையும் பெயரையும் சொல்ல ஏன் மறுக்க வேண்டும்?’ என்று கம்பர் யோசித்தார்.

அப்போது கம்பருக்குப் பகலுணவு படைப்பதற்காக மாணாக்கர்கள் கைகட்டிய வண்ணம் வந்து ஓர் ஓரத்தில் நின்றார்கள்.

“கவிச்சக்கரவர்த்தியவர்களே! எழுந்து முதலில் அமுது செய்ய வேண்டும்” என்று பண்டிதர் பணிவோடு கூறிக் கம்பரை அழைத்துச் சென்றார்.

மடத்தின் வேறொரு பகுதியில் மாணாக்கர்கள் கவிச் சக்கரவர்த்திக்கு உணவு பரிமாறினார்கள். அப்போது, கம்பரின் பிரயாணத்தையும் காகதீய மன்னனையும் ஆந்திர நாட்டின் வளப்பங்களையும் பற்றி பண்டிதர் ஏதேதோ கேட்டுக்கொண்டிருந்தார். சாப்பாடு முடிந்து அவர்கள் வெளியே வரும்போது, வேறொரு வாசல் வழியாகச் சாப்பாட்டு இடத்தை நோக்கி அந்த இளம்பெண் சென்றாள். அனைவருமே அவளைப் பார்த்தார்கள்.

எல்லோரும் வந்து உட்கார்ந்த பிறகு சதுரானன பண்டிதர் கம்பருக்கு அருகில் வந்து மிகவும் பணிவோடு அமர்ந்துகொண்டார்.

“கவிச்சக்கரவர்த்தியவர்களே! தெய்வ தரிசனத்துக்குக் காத்திருப்பது போல் தங்களுக்காகக் காத்திருந்தோம். எங்கள் மண்ணுலக வாழ்க்கையில் நாங்கள் அடையக்கூடிய அழியாத பேரின்பம், தங்கள் திவ்விய தரிசனத்தைத் தவிர வேறு இருக்க முடியாது. கவிச்சக்கரவர்த்தி இந்தச் சிறுமடத்தினுள் தம் மலர்ப் பாதங்களால் நடந்து, இதைத் தெய்வத்தலமாக மாற்ற வருகிறார் என்று எண்ணி எண்ணிக் களித்தோம். தங்கள் திருவாயால் பாடும் அமுதமயமான கவிகளைக் கேட்டு ஜன்ம சாபல்யம் பெறத் துடிக்கிறோம். ஆனால் தாங்கள் உண்ட களைப்போடு இருக்கிறீர்கள். சற்றுச் சிரமபரிகாரம் செய்துகொள்ளுங்கள். நான் தங்களிடம் உத்தரவு பெற்றுச் சிறிது வெளியே போய்வர எண்ணுகிறேன்” என்று சொல்லிக்கொண்டு எழுந்தார் சதுரானன பண்டிதர்.

கம்பரும் அவருக்கு விடைகொடுத்து அனுப்பினார். பிறகு, பஞ்சணையில் சாய்ந்துகொண்டார் கவிஞர் பெருமான். மாணாக்கர் இருவர் அவருக்கு விசிறியால் வீசிக்கொண்டிருந்தார்கள்.

○ ○ ○

பிற்பகலின் உக்கிரம் தணிந்து மாலை நெருங்கிக் கொண்டிருக்கும் போது பண்டிதர் வந்தார். அப்போது கம்பர் மாணாக்கர்களுடன் பேசிக் கொண்டிருந்தார். பண்டிதரும் அமர்ந்து உரையாடலில் கலந்து கொண்டார். வெய்யில் நன்றாகத் தணிந்தபின் அவர்கள் கடற்கரைக்கு உலாவச் சென்றார்கள். கடற்கரை மணலிலும் இரண்டு நாழிகைப் பொழுது அமர்ந்து உரையாடினார்கள். சதுரானன பண்டிதரின் பெரும் புலமையையும் அடக்கத்தையும் கண்டு அவரைப் பெரிதும் பாராட்டினார் கம்பர். மடத்தின் நிலைமை, அதன் வருவாய்த் துறைகள், மாணாக்கர் களுக்குக் கற்பிக்கும் நூல் விவரங்கள், எல்லாவற்றையும் கம்பர் விசாரித்து அறிந்தார். பண்டிதரின் சமயப் பணியும் தமிழ்ப் பணியும் கம்பருடைய உள்ளத்தைப் பெரிதும் கவர்ந்தன.

○ ○ ○

அந்தி மயங்கி இரவு வந்தது. நிலவொளியில் அவர்கள் மடத்தை நோக்கித் திரும்பி வந்தார்கள். வரும் வழியில் தியாகராஜப் பெருமானின் ஆலயத்துக்குச் சென்று வழிபாடு செய்தார்கள். கடைசியில் மடத்துக்குத் திரும்பினார்கள். இரவு உணவும் ஆயிற்று. மடத்து முற்றத்தில் நிலவில் அமர்ந்து கவிச் சக்கரவர்த்தியுடன் பண்டிதர் உரையாடிக் கொண்டிருக்க, மாணாக்கர்கள் அக மகிழ்ந்து கேட்டுக்கொண்டிருந்தார்கள். அப்போது அந்தப் பெண் ஒரு பெரிய தட்டில் பாலும் பழங்களும் எடுத்துக் கொண்டு வந்து, சற்றுத் தூரத்தில், ஆனால் அனைவர் கண்ணிலும் படும்படியாக நின்றாள். ஒரு மாணவன், எழுந்து சென்று தட்டை வாங்கிக்கொண்டு வந்து பண்டிதருக்கும் கம்பருக்கும் நடுவே வைத்தான்.

தட்டிலே வாழை, பலா, மா என்ற மூவகைக் கனிகளும் இருந்தன. ஒரு பாத்திரத்தில் பால் இருந்தது. கம்பரைச் சாப்பிடும்படிக் கேட்டுக் கொண்ட பண்டிதர், முப்பழங்களும் அன்று மடத்துக்கு எப்படிக் கிடைத்தன என்று ஆச்சரியப்பட்டார். ஆனால் ஆச்சரியத்தை வெளியே காட்டிக் கொள்ளவில்லை. அதே சமயத்தில் கம்பரும் அந்த மூவகைக் கனிகளைக் கண்டு வியந்தார். ஆனால் அவரது வியப்பில் சோகமும் கலந்திருந்தது. தேன் கலந்த பாலைப் பருகியபோது கம்பரால் சிறிது நேரம் எதுவுமே பேச முடியவில்லை. ஒரு நீண்ட பெருமூச்சு விட்டார். "பண்டிதரே! இந்தக் கனிகளும் இந்தத் தேன் கலந்த பாலும் எனக்குப் பழைய நாட்களையெல்லாம் நினைவுக்குக் கொணர்கின்றன. திருவெண்ணெய் நல்லூரில் . . . சடையப்ப வள்ளல் . . . இரவுதோறும் எனக்கு அன்போடு படைப்பவை மூவகைப் பழங்களும் தேன் கலந்த பாலும்தான். இங்கும் அவ்வண்ணமே செய்து என்னை உபசரிக்கிறீர்கள். அமரராகி விட்ட என்னுடைய ரட்சகர் சடையப்ப வள்ளலை இப்போது தங்கள் வடிவில் காண்கிறேன்" என்று உணர்ச்சி பொங்கச் சொன்னார் கம்பர்.

உடனே பண்டிதர் அதை மறுத்துப் பேசினார்: "கவிச் சக்கரவர்த்தி யவர்களே! இந்தச் சிறியேனுக்கு அவ்வளவு ஏற்றம் கொடுப்பது பொருந்தாது. அவையடக்கமாக நான் சொல்லவில்லை. உண்மையைக் கூறுகிறேன். இவ்வாறு தங்களுக்குக் கனி விருந்து செய்ய நான் எண்ணி

யவனே அல்ல. (பணிப்பெண்ணின் ஏற்பாடு என்று சொல்ல விரும்பாமல்) தெய்வ சங்கல்பமாக இவ்வாறு நடந்திருக்கிறது."

"இல்லை. தாங்கள் என்னதான் மறுத்தாலும் நான் ஒப்பமாட்டேன் . . . எப்படி வேண்டுமானாலும் இருக்கட்டும்; என் வள்ளலை இந்த நேரத்தில் எண்ணும் படி தாங்கள் செய்தது, ஒரு மாபெரும் புண்ணிய கைங்கரியம் . . ."

பணிப்பெண்ணைப் பற்றிப் பிரஸ்தாபிக்க வேண்டிய கட்டம் நெருங்கு கிறதே என்று வருந்திய பண்டிதர், "கவிஞர் பெருமான் இரண்டொரு பாடல்களையாவது நாங்கள் செவிகளாரப் பருகப் பாடியருள வேண்டும்" என்று விண்ணப்பித்தார்.

"பாடுவதா? பண்டிதரே, என்னை மன்னியுங்கள். இன்று, அதுவும் இனிமேல், நான் பாடுவது இயலாத காரியம். வெண்ணெய் நல்லூர் வள்ளலைப் பற்றிச் சிந்திக்கத் தொடங்கியபின் பாடுவது எங்கே? மிகவும் கடினம் . . . தங்கள் மாணாக்கர்களையே பாடச் சொல்லுங்கள், நாம் இருவருமே கேட்போம். சிறுவர்களே! உங்களுக்கு உங்கள் ஆசிரியர் இசைப் பயிற்சியும் செய்வித்திருப்பார் என்றே எண்ணுகிறேன்" என்றார் கம்பர்.

"சிவஞானம்! நீயும் காளத்திநாதனும் சேர்ந்து கவிச் சக்கரவர்த்தியின் பாடல்களையே பாடுங்கள். அவர்கள் கேட்டு ஆசீர்வதிக்கட்டும். கிடைத்தற்கரிய பாக்கியம் இன்று உங்களுக்குக் கிடைத்திருக்கிறது" என்று பணித்தார் ஆசிரியர்.

கம்பராமாயணப் பாட்டுக்களை மாணாக்கர்கள் இசையோடு பாடினார்கள். இரண்டு பாட்டுக்களைப் பாடி முடித்து மூன்றாவது பாட்டைத் தொடங்கும்போது, சற்று எட்டத் தூண் மறைவில் நின்று கொண்டிருந்த அந்த இளம்பெண் திடீரென்று அழத் தொடங்கிவிட்டாள். அழுகையும் விம்மலும் எல்லோருக்கும் கேட்டன. உடனே, தூண் இருக்கும் பக்கம் திரும்பிப் பார்த்தார்கள். "யாரோ அழும் குரல் அல்லவா?" என்று கம்பர் கேட்டார்.

"ஆம், கவிஞர் பெருமானே! என்று கூறிய ஆசிரியர், "காளத்தி! போய்ப் பார்!" என்றார்.

காளத்திநாதன் எழுந்து சென்று பார்த்துவிட்டு வந்தான்.

"பணிப்பெண்."

"பணிப்பெண்ணா? அவளை இங்கே கூப்பிடு" என்றார் பண்டிதர். காளத்திநாதன் போய் அவளை அழைத்து வந்தான்.

"அம்மா! ஏன் அழுகிறாய்?" என்று கம்பர் கேட்டார்.

"பேச முடியாமல் தலைகுனிந்து நின்றவள் சில வினாடிகளில் விக்கிவிக்கிப் பேசினாள்:

"சுவாமி! இந்த அடிமையை மன்னிக்க வேண்டும். தங்கள் உரையாடலுக்கு இடையூறு செய்த மகா பாவி நான். நான் போகிறேன். போய் வருகிறேன் . . ."

"வேண்டாம். நீ போகவேண்டாம். இங்கே அருகில் வந்து, அழுத காரணத்தைச் சொல்" என்றார் கம்பர்.

"என்னை மன்னித்துவிடுங்கள், சுவாமி! தங்களோடு நின்று பேசக் கூடத் தகுதியற்றவள் நான். தெய்வ சந்நிதியில் வந்து நான் நிற்பதே பாவம்! போய்விடுகிறேன். என் முகத்தைப் பார்க்காதீர்கள்..."

கம்பருக்குத் திகைப்புக்குமேல் திகைப்பாக இருந்தது. திடீரென்று உறுதியும் திண்மையும் நிறைந்த குரலில் அவர் பேசலானார்: "அருகில் வா. ஆம், நீ இப்படி வரவேண்டும்."

பணிப்பெண் வந்தாள்.

"எதற்காக அழுதாய்?"

"சுவாமி! இந்தப் பாவ ஜன்மத்தையும் ஒரு பொருட்டாகக் கருதிப் பேசுகிறீர்கள் என்பதை எண்ணும்போது என் மனமே என்னைக் கொல்கிறது. ஆனாலும் தெய்வத்தைப் போன்ற தங்கள் கட்டளையை என்னால் மீறவும் முடியவில்லை!... தாங்கள் அருளிய இந்தக் கவிதைகள் இந்த அடிமைக்கும் பாடம் உண்டு..."

"என்ன? உனக்குக் கம்பராமாயணம் தெரியுமா?" என்று ஆச்சரியத்தோடு கேட்டார் பண்டிதர்.

"என் அன்னை இசையோடு எனக்குச் சிறு வயதில் கற்பித்தாள்... என் அன்னை கற்பித்த இந்தப் பாடல்களை நான் மனம் தோய்ந்து விதம்விதமாய்ப் பாடி மகிழ்வேன். சிறுமியாக இருந்த அந்த நாட்களும் என் அன்னையின் முகமும் நினைவுக்கு வந்தன..."

"இப்போது நீ ஒரு பாட்டையேனும் பாடு. பாடினால்தான் நீ சொல்வதை உண்மை என்று ஒப்புக்கொள்ள முடியும்" என்றார் பண்டிதர்.

"பாடு!" என்று கம்பரும் கூறினார்.

அவள் கண்ணீரைத் துடைத்துக்கொண்டிருக்கும்போதே, "உட்கார். உட்கார்ந்தே பாடு" என்று கம்பர் கூறியும் அவள் உட்காரவில்லை. நின்றவண்ணமே தியானம் செய்பவள் போன்று கண்களை மூடிக் கொண்டாள். கரங்களைக் கூப்பினாள். பாடினாள்.

முதலில் பாடிய பாட்டில் அவளுடைய இசைத் திறமையும் குரலினிமையும் நூற்றில் ஒரு பங்குகூட வெளிப்படவில்லை. ஆனால் அதுவே கம்பரையும் பண்டிதரையும் மாணாக்கர்களையும் மெய்ம் மறக்கச் செய்துவிட்டது. அப்புறம் இரண்டாவது பாட்டு: அதைத் தொடர்ந்து வேறு பாட்டுக்கள். ஐந்தாவது பாட்டில் அங்கே கந்தர்வ லோகமே வந்து இறங்கியதுபோல் இருந்தது.

அப்படிப்பட்ட தீஞ்சுவைக் கானத்தைப் பண்டிதர் அதற்குமுன் எங்குமே கேட்டதில்லை. ராஜ சபைகளில் புகழ்பெற்ற காயகச் செல்வர்கள் பாடியதையெல்லாம் கேட்டவரான கம்பரும், பணிப்பெண் ணின் இன்னிசைக்கு ஒப்புவமை கூறுவது கடினம் என்றே கருதினார்.

ஒவ்வொரு சொல்லிலும் பொருளும், உணர்ச்சியும் ஒலித்தன என்பது பெரிதல்ல, இம்மை மறுமையைத் தொடுவது போலவும், மண்ணுலகம் வானுலகத்தைத் தீண்டுவது போலவும் மனிதன் தெய்வத்தோடு கைகோப்பது போலவும் கம்பருடைய இலக்கியத்தோடு உறவாடியது அவளுடைய இசை. அந்த இலக்கியமும் அந்த இசையும் மேலே மேலே உயர்ந்தன.

சுவர்க்கத்துக்கு இரண்டு ஏணிகள் போட்டதுபோல் இருந்தது.

அவளாகப் பாடுவதை நிறுத்தும்வரை அவர்கள் கேட்டுக் கொண்டிருந்தார்கள்.

பாட்டு முடிந்தது.

கம்பர் பேசத் தொடங்கினார்:

"இனி நீ யார் என்பதையும் சொல்லிவிட வேண்டும். இது என் கட்டளை என்று வேண்டுமானாலும் நினைத்துக்கொள்."

"சுவாமி! எனக்குப் பூர்வத்தில் இதே ஊர்தான் ..."

"இதே ஊரா!" என்று பண்டிதரும் மாணாக்கர்களும் திகைத்தார்கள்.

"என் தாய் இசையையும் நடனத்தையும் குலத்தொழிலாகக் கொண்டவள் ... அவள் இந்தக் கலைகளில் மேலும் அதிகப் பாண்டித்தியம் பெற விரும்பி, சோழ மண்டலத்துக்குச் சென்றாள். அங்கே தக்க ஆசான்களிடம் பல ஆண்டுகள் பயின்றாள். பிற்காலத்தில் எனக்கும் கற்பித்தாள் ..."

"சோழ மண்டலத்தில் எந்த ஊரில் இருந்தீர்கள்?" என்று கம்பர் கேட்டார்.

"தஞ்சையிலும் திருக்கடவூரிலும் இருந்தோம். இறுதியில் என் அன்னை காலமான ஊரும், நான் சோழ மண்டலத்தை விட்டு இங்கே புறப்பட்டு வந்த ஊரும் திருவெண்ணெய்நல்லூர்."

கம்பரால் ஆச்சரியத்தைத் தாங்கவே முடியவில்லை.

"திருவெண்ணெய்நல்லூரா! அப்படியானால் சடையப்ப வள்ளலைத் தெரியுமா?" என்று படபடப்போடு கேட்டார் கம்பர்.

"சுவாமி! எனக்கு அவரைத் தெரியும் என்றோ, என்னை அவருக்குத் தெரியும் என்றோ சொன்னால் என் நாக்கு அழுகிவிடும். பாவத்தின் அவதாரமான நான், தரும தேவதையின் எதிரில் நின்றிருந்தால், என்றோ எரிந்து சாம்பலாகியிருப்பேன் ..."

"இப்படியெல்லாம் ஏன் மனம் நொந்து பேசுகிறாய்? உன் இசையினால் ஏழு உலகையும் வெல்லும் பேராற்றல் படைத்த உனக்கு என்ன குறை?"

"எனக்கு என்ன குறை என்றா கேட்கிறீர்கள், சுவாமி?" என்று சொல்லிச் சற்று முகம்தூக்கிப் பார்த்தாள்; பெருமூச்சுடன் கண்ணீர் விட்டாள்.

“நான் வேறு, குறை வேறா? நானே ஒரு குறைதான், சுவாமி!”

“அது இருக்கட்டும், நீ ஏன் திருவெண்ணெய்நல்லூரை விட்டு இங்கே வந்தாய்? உன்னை யார் அங்கிருந்து போகச் சொன்னார்கள்!”

“என்னை யாருமே போகச் சொல்லவில்லை. தெய்வம்தான் போகச் சொன்னது; வள்ளல் இருக்கும்படிதான் சொன்னார். இருப்பினும் தெய்வ சித்தமே வென்றது. ஒருநாள் இரவு கடுமையான புயல் மழையும் அருவியாகக் கொட்டியது. எங்கள் வீட்டுக் கூரை சரிந்து விழுந்து வெள்ளத்தில் போய்விட்டது. எங்களுடைய அற்பசொற்பமான உடைமை களையும் இழந்தோம். காலையில் வெறும் சுவர்களுக்கு நடுவே திசை தெரியாமல் தவித்துக்கொண்டு நாங்கள் நின்றபோது, திடீரென்று சடையப்ப வள்ளல் வீட்டிலிருந்து சிலர் வந்தனர். அவர்களைத் தொடர்ந்து ஒரு வண்டியில் நாணற் புல் வந்தது. வந்தவர்கள் சுவர்களில் ஏறிக் கூரை வேய்ந்தார்கள். இந்த வேலை நடந்து கொண்டிருக்கும்போதே, வள்ளல் வீட்டுக் காரியஸ்தர் வந்து எங்களுக்கு ஆடைகளும் உணவுப் பொருள்களும் பணமும் கொடுத்தார். அவ்வளவு வஸ்திரங்களும் அவ்வளவு உணவுப்பொருள்களும் அதற்குமுன் எங்கள் வீட்டில் ஒரே சமயத்தில் இருந்ததில்லை. ஓர் ஆண்டுவரை எங்கள் ஜீவனத்தைப்பற்றிக் கவலைப்படாமல் இருக்க வழிசெய்தார் அந்த வள்ளல். நாங்கள் பொது மாதர்கள். இந்த அற்ப ஜந்துக்களால் அவருடைய அறத்துக்கும் அவருடைய கீர்த்திக்கும் மாசு ஏற்படுமோ என்று பயந்தோம். பொதுமகளிராக இருந்த எங்கள் வாழ்க்கை அன்றோடு முடிந்தது. என் தாயோ, உயிர் வாழக்கூட மனமில்லாமல் சில மாதங்களில் இறந்துவிட்டாள். நான் ஊரைவிட்டே வந்துவிட்டேன் . . .”

கம்பர் அவளுடைய கதையைக் கேட்டுக்கொண்டிருந்தார்; கண்களில் நீர் துளிக்கக் கேட்டுக்கொண்டிருந்தார்.

“ஒரு பெருமகனின் உதவி, இவளையும்கூட தபஸ்வினியாக்கிவிட்டது” என்றார் பண்டிதர்.

“அது தவறு! வள்ளல் செய்தது உதவியே அல்ல. உதவி, பாத்திரம் அறிந்து செய்யப்படுவது. அவர் அளித்தது பொருளும் அல்ல. வெறும் பொருள் மட்டும் மனிதாத்மாக்களை உயர்த்திவிடுவதில்லை. அவர் செய்தது அறம். அதன் பலன்தான் இந்தப் புனிதமான இடத்தில் கொண்டுவந்து இந்த வல்லியை . . .” என்று கம்பர் சொல்லிக் கொண்டிருக்கும்போதே . . .

“ஆ!” என்று உள்ளடங்கிய குரலில் அவள் கத்தினாள்.

வல்லி என்ற பெயரைக் கம்பர் சொன்னதும் பண்டிதரும் சீடர்களும் திகைத்தனர்.

“வல்லீ! இப்பொழுது நீ யார் என்பதை அறிந்துகொண்டேன். பொதுமாதர் வீட்டைச் சடையப்பவள்ளல் வேய்ந்ததை நான் அப்பொழுதே புகழ்ந்து பாடினேன். அன்று நான் வள்ளல் வீட்டில்தான் இருந்தேன்” என்றார் கம்பர்.

“தாங்கள் இருந்தீர்கள் என்பதும் எனக்குத் தெரியும், சுவாமி.”

“வல்லீ! அப்போது நீ சிறு குழந்தையாக இருந்திருப்பாய்...”

“என் பெயரை மட்டும் சொல்லவேண்டாம், சுவாமி” வேதனையோடு கூறினாள் வல்லி.

“உன் பெயரில் உனக்கு ஏன் வெறுப்பு? அப்படியானால் வேறு பெயர் வைத்துக்கொண்டிருக்கலாமே?” என்றார் கம்பர்.

அவள் உள்ளக் கருத்தை இப்போது பூரணமாக உணர்ந்துகொண்டார் கம்பர்.

“சுவாமி! பெயரை ஒழிக்கலாம்; பிறப்பை ஒழிப்பது எப்படி? குலத்தை மாற்றுவது முடிகிற காரியமா?

“வல்லீ! இறைவனுக்குத் தொண்டு செய்யப் புகுந்த அன்றே, ஒருவனுடைய பண்டைக் குலம் அழிந்துபடுகிறது என்பார்கள் பெரியவர்கள். தொண்டக் குலத்தில் பிறப்பினால் வரும் உயர்வு தாழ்வுகள் இருக்கமுடியாது. சதுரானன பண்டிதருக்குப் பணி செய்யும் நீ இப்போது தொண்டக் குலம். உன் பழைமை ஒழிந்தது. உன் பெயரையுமே நீ அழித்துவிட்டாய். ‘நான்’ என்ற தன்மையைக்கூட அறவே ஒழித்துவிட்டாய். இது முனிவர்களுக்கும்கூட சாமான்யத்தில் சித்தியாகாத ஒரு பெருஞ் சாதனை. செயற்கரிய செய்த நீ, துன்பத்தை வைத்துக் கொண்டிருப்பது அறியாமை. வள்ளலின் அறச் செயல் உன் வாழ்க்கையை மாற்றியதோடு, உயர்த்தியும்விட்டது, வல்லீ!...”

“காவியப் பாத்திரங்களையும் வள்ளல் பெருமானைப் போன்ற மனித தெய்வங்களையும் பற்றிப் பேசும் தங்கள் திருவாயினால் என் பெயரை உச்சரிக்க வேண்டாம்” என்று வணங்கிக் கேட்டுக்கொண்டாள் அவள்.

“பெண்ணே! ‘நான்’ என்ற அகங்காரத்தைக் கொல்ல முயல்வதன் மூலமே, அதை நீ மேலும் மேலும் வளர்த்துக் கொண்டு இருக்கிறாய்! உச்சரிப்பவர்களின் தூய்மையையும் கெடுத்துவிடக்கூடிய அவ்வளவு பெரிய சக்தி உன் பெயருக்கு இருப்பதாக நினைக்கிறாயே! உன் பெயர் என்னைச் சுட்டுவிடாது!” என்றார் கம்பர்; இலேசாகச் சிரித்தார். வல்லி உடனே கவிச்சக்கரவர்த்தியை நோக்கிக் கீழே விழுந்து வணங்கினாள்.

“நான் ஒன்றும் அறியாதவள், சுவாமி! என் புத்திக்குத் தோன்றியதைச் சொன்னேன். குற்றம் இருந்தால் மன்னிக்க வேண்டும்.”

“பண்டிதர் அவர்களே! வல்லியின் பெயரை உங்களால் இனி மறக்க முடியுமா? என்னால் முடியாது. வள்ளலின் அறம் இவளுக்குக் கலம் தந்து, ஆன்மீகச் செல்வமும் தந்துவிட்டது. வல்லீ! உனக்கு இனி யாரும் வழிகாட்ட வேண்டாம். உன்னை நீயே காத்துக்கொள்வாய். ஆனால் உனது இப்பிறப்புக்குத் துன்ப உணர்வு எதுவுமே ஆகாது. இதை மட்டும் நீ மறந்து விடாதே” என்று கம்பர் அவளுக்கு அறிவுரை கூறினார்.

“மறக்கமாட்டேன், சுவாமி! ஆனால் தாங்கள் என்னை மறந்து விடுங்கள். கவி உள்ளத்தில் இடம் பெறுவதை நினைக்கும்போதே என் உள்ளமும் உடம்பும் கூசுகின்றன.” – இவைதான் வல்லி அன்றிரவு பேசிய கடைசி வார்த்தைகள். அதற்குமேல் கம்பர் அவளைப் பேசவிட வில்லை.

“நீ உன் இருப்பிடத்துக்குப் போ. அகாலமாகிவிட்டது” என்று கம்பர் கட்டளையிட்டார். பூசாரியின் வீட்டை நோக்கி வல்லி புறப்பட்டுச் சென்றாள்.

அவள் போனபின் கம்பர் மறுபுறம் திரும்பி ஞாபகமாகக் கேட்டார்.

“சதுரானன பண்டிதரே! எனக்கு மூவகைக் கனிகளும் தேனும் பாலும் மிகவும் பிடிக்கும் என்று தங்களுக்கு எப்படித் தெரிந்தது? வள்ளல் செய்வதைப் போன்றே தாங்களும் செய்தவிதம் எப்படி?”

“கவிச்சக்கரவர்த்தி அவர்களே! இங்கே இரவில் நாங்கள் வாழைப் பழங்கள் மட்டும்தான் உண்பது வழக்கம். மடத்தில் பாலும் தேனும் மற்ற பழங்களும் கிடையாது. வல்லிதான் எங்கிருந்தோ சேகரம் செய்து கொண்டு வந்திருக்கிறாள். அவள் தட்டில் கொண்டு வந்ததும் நான் ஆச்சரியப்பட்டேன்” என்று பண்டிதர் விடை பகர்ந்தார்.

“எனக்கு என்ன பிடிக்கும் என்பதைக்கூட இந்தப் பெண் அறிந்து வைத்திருக்கிறாள்! திருவெண்ணெய்நல்லூரில் எனக்கு இப்படி ஒரு ரஸிகை, என்னைப் பற்றி எல்லா விவரங்களையும் நுட்பமாகவும் ஆவலாகவும் விசாரித்தறிந்துள்ள ஒரு ரஸிகை இருந்தது, அப்போது எனக்குத் தெரியாது. தெரிந்திருந்தால், வள்ளலிடம் கூறியிருப்பேன். அவர் எனக்குச் செய்த மரியாதைகளையெல்லாம் இவளுக்கும் செய்திருப் பார் என்பதில் ஐயமே இல்லை.

அதற்குமேல் அவர்கள் பேசவில்லை. படுத்துறங்கப் போய் விட்டார்கள்.

○ ○ ○

மறுநாள் காலையில் உணவு உண்டபின் கம்பர் பயணமானார். சதுரானன பண்டிதரிடம் விடைபெற்றுக்கொண்டார். காலில் விழுந்து வணங்கிய மாணாக்கர்களுக்கு ஆசி கூறினார். ஊர் மக்களுக்குச் சுபிட்சம் உண்டாக வேண்டும் என்று வாழ்த்தினார். அங்கே அதுவரை யிலும் இல்லாத வல்லி, திடீரென்று வந்தாள். தன் இரு கைகளிலும் கம்பரின் பாதுகைகளை ஏந்திக்கொண்டு வந்தாள். கவிச்சக்கரவர்த்தியின் முன்னால் முழந்தாளிட்டு அவர் திருவடிகளின் பக்கம் பாதுகைகளை ஏந்தினாள்.

“கீழே வைத்துவிடு” என்றார் கம்பர்.

“இது நான் கோரும் வரம். இதை அருளாமல் என் தெய்வத்தை விடமாட்டேன். என் கைகளில் இருக்கும் பாதுகைகளைத்தான் தங்கள்

திருப்பாதங்கள் சூட வேண்டும்"– குனிந்த தலை நிமிராமல் இந்த வார்த்தைகளைச் சொன்னாள் வல்லி.

கம்பர் சிரித்தார். அவருடைய சிரிப்பில் காணப்பட்ட உருக்கம் அனைவர் கண்களையும் கலங்கச் செய்துவிட்டது.

பாதுகைகளைக் காலில் தரித்துக்கொண்டார் கம்பர். மறுமுறையும் விடைபெற்றுக் கொண்டார்.

வல்லி அதிவேகமாக அவ்விடத்தைவிட்டு மடத்தினுள் செல்வதற்காகத் திரும்பினாள். அவளால் அங்கு நிற்கவே முடியவில்லை.

கம்பர் அவளை அழைத்தார்.

அவளும் அருகில் வந்தாள்.

"நீ என் கண்பார்வையிலிருந்துதான் மறைய முடியும். என் உள்ளத்திலிருந்து மறைய முடியாது. சதுரானன பண்டிதரின் மடத்தில் இருக்கும் திருவொற்றியூர் வல்லி, இனி என் மனத்திலும் இருப்பாள். தெய்வம் உனக்குத் துணை செய்யும்."

வல்லியை ஆசீர்வதித்துவிட்டுக் கம்பர் சிவிகையில் ஏறிக்கொண்டார். உடனே, அவருடைய பாதங்கள் பட்ட மண் தரையைத் தொட்டு வணங்கினாள் வல்லி. அவளைப் பின்பற்றி அதே இடத்தைச் சதுரானன பண்டிதரும் தொட்டு வணங்கினார். கூடியிருந்த மக்கள் திரள் உச்சிமேல் கரம் கூப்பித் தொழுது கவிச் சக்கரவர்த்தியை வழியனுப்பியது.

கல்கி, 19 ஜனவரி 1964

விட்ட குறையைத் தொட்ட குறை

'அந்தப் பாதையில் அவளும் நானும் எப்படியோ வந்து சேர்ந்தோம்; பிரயாணத்தைத் தொடங்கினோம். ஒரே திசையை நோக்கிப் பக்கம் பக்கமாக நடந்து சென்றோம். இப்படி நடந்து செல்கிறவர்கள் பேசாமல் இருக்க முடியுமா? அறிமுகப்படுத்திக்கொள்ளாமலும் இருக்க முடியுமா? சில மைல் தூரம் சென்ற பிறகு பேசினோம். நான் யார், அவள் யார் என்பவை அறிமுகமாகாவிட்டாலும் அவரவர்களைப் பற்றிய விவரங்களைப் பரஸ்பரம் சொல்லித் தெரிந்து கொண்டோம். பேச்சுத் துணையோடு எங்கள் நடை தொடர்ந்தது.

மேலும் சில மைல் தூரம் சென்றபின் பேச்சுத் துணையில் ஒருவகைத் தொடர்பும் ஒரு வகையான ஈடுபாடும் ஏற்பட்டன. ஓர் உறவும் மலர்ந்தது. அப்புறம் அந்த வழிப் பயணத்திலும் அந்த உறவிலும் ஒரு பக்தியும் கவர்ச்சியுமே உண்டாகிவிட்டன. இருவரும் கைகோத்துக்கொள்ளாவிட்டாலும் சற்று நெருங்கி வந்தோம். அந்த நிலையிலேயே நடக்கலானோம்.

'மேலும் சில மைல் தூரம் சென்றோம். ஓரிடத்தில் நான் கிளைப்பாதை வெட்டினேன்; அவளிடம் விடை பெற்றுக்கொண்டேன் ...'

"நீலா! பம்பாயில் எனக்கு வேலை கிடைத்திருக்கிறது. மாதம் நானூற்றைம்பது ரூபாய் சம்பளம்..."

"அப்படியா! ரொம்ப சந்தோஷம்!..." அவள் முகத்தில் தேவைக்கு மிஞ்சிய, நடிப்போ என்று சந்தேகிக்கக்கூடிய, ஒரு மகிழ்ச்சிக் குறி, அனாவசியமான ஒரு பிரகாசம்...

"இன்னும் ஒரு வாரத்தில் பம்பாய்க்கு பயணம்" என்று சொன்னேன்.

"ரொம்ப நல்ல சான்ஸ். நிறையச் சம்பாதியுங்கள். சௌக்கியமாக இருங்கள்." அவள் அவசரமாகப் பேசினாள். என்னை முந்திக்கொண்டு வீட்டுக்குப் புறப்பட்டாள்.

"உங்கள் வீட்டுக்குப் பயணம் சொல்லிக்கொள்ள வருவேன்."

அதற்கு அவள் ஒன்றும் சொல்லவில்லை. "நான் போய்விட்டு வருகிறேன்" என்று மட்டுமே சொல்லிவிட்டு, பஸ்ஸை பிடிப்பதற்காகப் போய்விட்டாள்.

அப்புறம் அவள் வீட்டுக்குப் போனேன். அவளிடமும், அவள் தாயாரிடமும் அவளுடைய தங்கைகளிடமும் சொல்லி விடை பெற்றுக்கொண்டு மறுநாள் பம்பாய்க்குப் புறப்பட்டேன்.

யார் கண்டது? நான் பம்பாய்க்குப் போகாமல், கிளைப்பாதை வெட்டிப் பிரியாமல், அவளுடனேயே என் யாத்திரையைத் தொடர்ந் திருந்தால் இருவருக்குமே பொதுவான ஒரு லட்சிய நகரம் எதிர்ப் பட்டிருக்கக்கூடும். இருவருமே அங்கே போய்ச் சேர்ந்திருக்கவும் கூடும். இல்லையென்றால் எங்கள் இருவருக்கும் பொதுவான ஒரு லட்சிய நகரம் இல்லை என்பதாவது ஒரு கட்டத்தில் தெளிவாகியிருக்கும். ஆனால் எந்த முடிவையும் காணாமல், நடுவழியில் பிரிந்துவிட்டேன்...'

ஹோட்டல் அறையில் படுக்கையில் படுத்துக்கொண்டிருந்த சுந்தரத்துக்கு இரண்டு வருஷங்களுக்கு முந்திய நினைவுகள் ஒன்றன்பின் ஒன்றாக வந்துகொண்டிருந்தன. பம்பாயிலிருந்து அன்று பிற்பகல் இரண்டரை மணிக்குத்தான் அவன் சென்னைக்குத் திரும்பி வந்திருந்தான். நேரே ஒரு ஹோட்டலுக்குப் போய்க் குளித்துச் சாப்பிட்டான். மாடியில் அவன் எடுத்திருந்த அறைக்குச் சென்று பிரயாணக் களைப்பைப் போக்குவதற்காகப் படுத்துக்கொண்டான்.

நீலாவை – அவள் இப்போதும் சென்னையிலேயே, அதுவும் அதே வீட்டிலேயே இருந்தால் – போய்ப் பார்ப்பதற்கு இன்னும் இரண்டு மணிநேரம் கழிய வேண்டும். ஐந்து மணிக்குத்தான் ஆபீசிலிருந்து அவள் திரும்புவாள். அதுவரையிலும் படுத்திருக்கலாம். முடிந்தால் கொஞ்சம் தூங்கலாம்.

அன்று பம்பாயில் நானூற்றைம்பது ரூபாய் சம்பளத்தில் வேலை கிடைத்ததுதான் பெரிதாகப் போய்விட்டது. அவசரமாக, முன்பின் யோசிக்காமல் கிளைப்பாதை வெட்டிக்கொண்டு பிரிந்தேன். நீலா! நான் போன பிறகு நீ எந்தப் பாதையில் போய்க்கொண்டிருக்கிறாய்? உன் பிரயாணம் இன்னும் தொடர்கிறதா? இல்லையென்றால் எங்காவது ஓரிடத்தில் ஏதோ ஒரு விதத்தில் முடிந்துவிட்டதா? உன் வீடு திருவல்லிக்கேணியில் இருக்கிறது; நீ வேலை செய்யும் காரியாலயம்

மவுண்ட் ரோடில் இருக்கிறது. இந்த இரண்டு இடங்களிலும் நீ இருப்பாய் என்பது எனக்குத் தெரியும். ஆனால் உன் யாத்திரா மார்க்கம் எங்கே இருக்கிறது? அங்கே நீ எந்த இடத்தில் நிற்கிறாய்? . . .

'அவள் எங்கே நின்றால் என்ன? அதைப் பற்றிக் கவலைப்பட எனக்கு இப்போது என்ன உரிமை இருக்கிறது? கவலைப்பட்டுத்தான் இனி என்ன செய்ய முடியும்? . . .'

சுந்தரம் இப்போது தன் கல்யாணத்துக்காகத் திருநெல்வேலியை நோக்கிப் போய்க்கொண்டிருக்கிறான். இரண்டு மாத லீவ் எடுத்துக் கொண்டு பம்பாயிலிருந்து வந்திருக்கிறான். அவன் ஊர் போய்ச் சேர்ந்த மறுநாளே கல்யாணம் நிச்சயமாகிவிடும். ஒரு மாதத்தில் கல்யாணம், அப்புறம் ஒரு மாதம் ஊரில் இருந்துவிட்டு பம்பாய்க்குத் திரும்ப வேண்டும்.

தனக்கு மனைவியாக வரப்போகிறவளின் போட்டோவைப் பார்த்தாகிவிட்டது. அவள் அழகு ஸ்வரூபமாக இருந்தாள். நேரில் பார்க்கும்போது அதில் கால்வாசி அழகுடன் தோற்றம் அளித்தாலும், வேண்டாம் என்று உதறிவிட முடியாத ஒரு செளந்தரிய வடிவம். முக்கால்வாசிக் கலைகள் குறைந்தாலும் சந்திரனின் அழகு குன்றிவிடுவ தில்லையே! பிறைச்சந்திரனுக்குமே அழகைப் பொறுத்தவரையில் ஒரு பூரணத்துவம் உண்டு அல்லவா? படத்தில் கண்ட அவளுடைய குடும்பப் பெருமைகள், செல்வம், செல்வாக்கு, அப்புறம் அவளுடைய படிப்பு – எல்லாமே தெய்வம் கொடுத்த, அதுவும் கூரையைப் பிய்த்துக்கொண்டு வலிய வந்து கொடுத்த பாக்கியங்களாக இருந்தன. அவளை அவன் மணக்கப் போவது இரண்டும் இரண்டும் நான்கு என்பது போன்ற ஓர் உண்மையாகிவிட்டது.

'எனக்கு ஏன் இனி நீலாவின் யாத்திரா மார்க்கத்தைப் பற்றிய கவலை?' என்று நினைத்தான் சுந்தரம். சிறிது நேரத்தில் கண்ணயர்ந்து விட்டான்.

இரண்டு வருஷங்களுக்கு முன் திருவல்லிக்கேணியில் ஒரு மாடி அறையில் அவன் ஜாகை வைத்துக்கொண்டு மாதம் இருநூறு ரூபாய்க்குக் குறைவான சம்பளத்தில் ஒரு கம்பெனியில் வேலை பார்த்துக்கொண்டி ருந்தான். அவன் தங்கியிருந்த வீட்டுக்கு ஐந்து வீடுகள் தள்ளி ஆறாவது வீட்டின் மாடியில் குடியிருந்தாள் நீலா. அவளுக்கு மாதம் நூற்றுப் பத்து ரூபாய் சம்பளத்தில் வேறொரு கம்பெனியில் 'டைப்பிஸ்ட்' வேலை. அவளுடைய தகப்பனார் காலமாகிவிட்டார். தாயாரையும் இரண்டு தங்கைகளையும் அவளே சம்பாதித்துக் காப்பாற்றி வந்தாள்.

சுந்தரம் அந்தத் தெருவுக்கு வந்து ஒரு மாதம் கழிந்ததுமே நீலாவின் வீட்டார் அவனுக்கு அறிமுகம் ஆனார்கள். அவன் வேலை செய்யும் கம்பெனியில் அவனுடைய இலாகாவிலேயே சற்றுப் பெரிய பதவியில் இருந்த ராமச்சந்திரன் என்பவர் நீலா வீட்டாருக்குத் தூரத்து உறவு. அவர்தான் அவளுக்கு வேறொரு கம்பெனியில் வேலை வாங்கிக் கொடுத்தவர். ஒரு விடுமுறை நாளில் குடும்ப சகிதமாக அவர் நீலாவின்

வீட்டுக்கு வந்துவிட்டுத் திரும்பிப் போகும்போது சுந்தரம் எதிரே வந்தான். அதே தெருவில்தான் அவனும் ஜாகை வைத்துக்கொண்டிருக்கிறான் என்ற விவரத்தை அவர் அப்போது அறியலானார். நீலாவின் வீட்டாரைப் பற்றி அவர் சொல்ல அன்றுதான் முதல்முதலாக அவன் தெரிந்துகொண்டான்.

மற்றொரு நாள் அவர் நீலாவின் வீட்டுக்கு வந்திருந்தபோது அவனும் அவருடன் சென்றான். அதுதான் முதல் சந்திப்பு.

இரண்டாவது சந்திப்பு ராமச்சந்திரன் வீட்டில். நீலாவும் அவளுடைய தங்கையும் அங்கு வந்திருந்த சமயம், சுந்தரம் சந்தர்ப்ப வசமாக அங்கே போயிருந்தான். இருவரும் பார்த்தார்கள்; பேசிக் கொண்டார்கள். அவன் ஐம்பது வார்த்தைகள் பேசியிருப்பான்; அவள் ஐந்து வார்த்தைகள், இல்லையென்றால் நான்கு வார்த்தைகள் பேசியிருப்பாள். இது அடக்கமா அல்லது அலட்சியமா என்பது புரியாத நிலை. என்னவென்று புரிந்துகொள்வதற்கு மேற்கொண்டு பேசிச் சோதனை செய்ய அது இடமும் அல்ல; சந்தர்ப்பமும் அல்ல. இடத்தையும் சந்தர்ப்பத்தையும் மற்றொரு நாளில் அவள் வீட்டிலேயே உண்டு பண்ணிக்கொள்ள வேண்டும் என்று தீர்மானித்தான் சுந்தரம்.

ஒரு நாள் அவன் நீலாவின் வீட்டுக்கு யாதொரு காரணத்தையும் சொல்லிக்கொள்ள முடியாதவனாகப் போனான். ராமச்சந்திரனுக்கு 'நண்பன்' என்ற முறையில் அங்கே அவனுக்கு வரவேற்பு இருந்தது. அன்றும் நீலா ஐந்து வார்த்தைகள்தான் பேசினாள். அதிக நேரம் பேசியது அவளுடைய தாயார்தான். அந்த வீட்டில் ஆண்மகனைப் போல் சம்பாதித்துக் குடும்பத்தைக் காப்பாற்றி வரும் நீலா, ஆண்மகனைப் போலவேதான் நடந்துகொண்டாள். காம்பீர்யமான பேச்சு, நிமிர்ந்த பார்வை: மகிழ்ச்சியோ, துக்கமோ சாமான்யத்தில் பிரதிபலிக்க முடியாத ஒரு முகம். அங்கிருந்து அவன் ஜாகைக்குத் திரும்பிய பிறகு, 'இது கர்வமாகவும் இருக்கலாம்; அலட்சியமாகவும் இருக்கலாம். இல்லை யென்றால், துன்பங்களைச் சகித்துச் சகித்து உணர்ச்சிகளெல்லாம் கூர் மழுங்கி, துடிப்பிழந்து, மனசுக்குள் அவிந்து அடங்கிவிட்டதன் விளைவாகவும் இருக்கலாம்.' – இப்படி சுந்தரம் நினைத்துக்கொண்டான்.

நீலாவுக்குக் கல்யாண வயது வந்து ஐந்தாறு வருஷங்களுக்கு மேல் ஆகிவிட்டன. அவளுடைய தங்கைகளும்கூடத் திருமண வயதை அடைந்து விட்டார்கள். இரண்டாவது தங்கை பி.யூ.சி. படித்துக் கொண்டிருந்தாள். நீலா கல்யாணம் செய்துகொண்டு கணவன் வீட்டுக்குப் போய்விட்டால், குடும்பத்தைக் காப்பாற்ற யாருமே இல்லாமல் போய், எல்லோருடைய கதியுமே நிர்க்கதியாகிவிடும் என்பதனால்தான் அவள் திருமணத்தைப் பற்றிச் சிந்திக்க யாருக்கும் விருப்பமில்லை; துணிவும் இல்லை. இந்த விவரங்களை ராமச்சந்திரன் மூலம் அறிந்த சுந்தரம் அவள் குடும்பத்தின் நிலைக்காக மிகுந்த அனுதாபம் காட்டினான்.

'நீலாவையே கல்யாணம் செய்துகொண்டு அவள் வீட்டோடு இருந்தால் என்ன?' என்றும் ஒரு நாள் சுந்தரம் நினைத்தான். ஆனால்

அதற்குப் பல தடங்கல்கள் இருப்பதாக அவனுக்கு அப்பொழுதே தோன்றியது. மனைவியின் வீட்டில் போய் ஒருவன் வசிப்பது விரும்பத்தகாத விஷயம் என்பது ஒருபுறமிருக்க, அவனும் தன் பெற்றோர்களைத் தன் சம்பாத்தியத்தினால் காப்பாற்ற வேண்டிய நிலையில் இருந்தான். எனவே நீலா வீட்டாரோடு போய் அவனால் வசிக்கவே முடியாது. அவளும் தன் தாயாரையும் தங்கைகளையும் விட்டுவிட்டு அவன் வீட்டுக்கு வர முடியாது. அப்படியே இருவரும் தம்பதிகளாகி ஒரு வீட்டில் தனிக் குடித்தனம் ஆரம்பித்தாலும், இருவர் சம்பாத்தியத்தையும் வைத்துக்கொண்டு தன் பெற்றோர்களையும் நீலாவின் வீட்டாரையும், அப்புறம் தங்கள் இருவரையும், ஆக மூன்று குடும்பங்களையும் காப்பாற்றி வர முடியாது. அதனால் அவளை மணந்துகொள்ள நினைப்பது நிறைவேற முடியாத ஓர் ஆசையாகவே இருந்தது.

“இப்போதைய நிலையில் நீலாவை ஒருவன் கல்யாணம் செய்துகொண்டால் அவன்தான் அவள் தாய்க்கும் தங்கைகளுக்கும் எமன்” என்று ராமச்சந்திரனும் ஒரு சமயம் சொன்னார். எனவே ஒரு குறிக்கோள் இல்லாமலே அவன் நீலா வீட்டாருடன் உறவாடி வந்தான். நிறையச் சம்பாதித்தால் எல்லாப் பிரச்னைகளுக்குமே ஒரு நல்ல முடிவு காணலாம் என்று அவனுக்குத் தோன்றியது. அப்போது, தான் அடைந்த ஒரு பெரிய ஏமாற்றமும், பம்பாயில் இருக்கும் தன் நண்பன் ஒருவன் கொடுத்திருந்த ஒரு மகத்தான நம்பிக்கையும் தினந்தினமும் அவன் நினைவுக்கு வந்து கொண்டே இருந்தன.

திருவல்லிக்கேணிக்குச் சுந்தரம் வந்து சேருவதற்கு முன்பே, திருநெல்வேலியில் இருந்தபோதே, அவனுக்கு பம்பாயில் வேலை கிடைப்பதாக இருந்தது. நம்பிக்கையோடு நண்பனுடைய தபாலை எதிர்பார்த்துக்கொண்டிருந்தான். ஆனால் திடீரென்று ஒரு நாள் பெரிய ஏமாற்றத்தை அளிக்கும் அந்தக் கடிதம் வந்து சேர்ந்தது.

‘இந்தத் தடவை என் முயற்சி தோற்றுவிட்டது. இதற்காக நான் நம்பிக்கையை அடியோடு இழந்துவிடவில்லை. நீயும் இழக்க வேண்டியதில்லை. அடுத்த வருஷமும் இதே சமயத்தில் இதே கம்பெனியில் சில வேலைகள் காலியாகும். நிச்சயமாக உனக்கு இடம் பிடித்து விடுகிறேன்’ என்று பம்பாயிலிருந்து ஐயராமன் எழுதியிருந்தான்.

‘அடுத்த வருஷம்’ என்பது ஏமாற்றத்தைப் போக்குவதற்குச் சொல்லும் ஆறுதல் வார்த்தையாகவே அவனுக்குத் தோன்றியது. அவ்வளவுதான்; இனி பம்பாய் ஆசையையும் பெரிய சம்பளக் கனவையும் விட்டு விடுவதைத் தவிர வேறு வழியில்லை என்று ஒரு விரக்தியுடன் சென்னையில் குறைந்த சம்பளத்தில் வேலை தேடிக்கொண்டு திருவல்லிக்கேணிக்கு வந்து சேர்ந்தான் சுந்தரம். ஆனால் ஐயராமன் மட்டும் மாதம் தவறாமல் பம்பாயிலிருந்து நம்பிக்கையூட்டும் கடிதங்கள் எழுதிக்கொண்டிருந்தான். ஒரு கடிதத்தில் ‘இன்னும் மூன்று மாதங்கள்தான். அப்புறம் நீ பம்பாய்க்காரன்! இதை நம்பி நீ எது வேண்டுமானாலும் செய்யலாம். இப்போதே மூட்டையைக் கட்டிவைத்துக்கொண்டு ரயில் ஏறத் தயாராக இரு’ என்று ஐயராமன் எழுதியிருந்ததைப் பார்த்த சுந்தரம், அன்று

முதல் சென்னையில் ஒரு காலும் பம்பாயில் ஒரு காலும் வைத்து நடக்கத் தொடங்கினான். ஜயராமனின் கடிதத்தில் கண்ட விவரங்களை யெல்லாம் நீலாவிடம் ஒரு நாள் சொன்னான்.

"நீலா! இன்னும் மூன்று மாதங்களில் நான் பம்பாய்க்குப் போய்விடுவேன் போலிருக்கிறது. உங்கள் வீட்டாரின் அன்பை என்னால் என்றென்றைக்கும் மறக்க முடியாது."

"உங்களுக்கு அப்படி என்ன நாங்கள் செய்துவிட்டோம்? ஒன்றுமே இல்லை. நீங்கள் பம்பாய்க்குப் போய்ச் சௌக்கியமாய் இருங்கள்" என்றாள் நீலா.

"நீங்கள் என்னை மறந்துவிடுவீர்கள்! இல்லையா?"

இதற்கு நீலா ஒரு பதிலும் சொல்லவில்லை. அவன் வார்த்தைகளைக் கேட்காதவள் போல் வீட்டுக்குள் போனாள்.

தனியே இருந்த சுந்தரத்துக்கு உள்ளத்தில் துயரச்சாயை படர்ந்தது.

'நீலாவும் நானும் ஒரு பாதையில் போய்க்கொண்டிருந்தோம். இன்பகரமான அந்த வழிப்பயணம் விரைவில் முடியப் போகிறது. எத்தனை தடங்கல்கள்! எத்தனை தயக்கங்கள்!

' "நீலாவைக் கல்யாணம் செய்துகொள்பவன் அவளுடைய தாய்க்கும் தங்கைகளுக்கும் எமன்." மற்றவர்களின் நன்மைக்காகக் கைக்கு எட்டிய கனியை மரத்திலேயே விட்டுவிட்டுச் செல்கிறேன்......'

கிளைப்பாதை வெட்டி, விடைபெற்றுக்கொண்டு பம்பாய்க்குப் போயாகிவிட்டது. சில நாட்கள் நீடித்த ஏமாற்றமும், ஏக்கமும், பிரிவுத் துயரமும் மறைந்துவிட்டன. சம்பாத்தியத்திலேயே சுந்தரம் கண்ணும் கருத்துமாக இருந்தான். அவனுக்கு நீலாவின் ஞாபகம் இரண்டு வருஷங் களுக்குப் பிறகு ஒரு சந்தர்ப்பத்தில் முழு வேகத்துடன் தலை தூக்கியது. சுந்தரம் அப்போது தன் நண்பன் ஜயராமன் வீட்டில் இருந்தான். சுந்தரத்துக்கு இன்னும் இரண்டு மாதங்களில் மனைவியாகப் போகிறவளின் போட்டோவை ஜயராமன் வாங்கிப் பார்த்தான்; அவளுடைய குடும்பத்தின் செல்வத்தையும் செல்வாக்கையும் பற்றிச் சுந்தரத்தின் வாய்மொழி மூலம் அறிந்தான். முடிவில் தன் முழுத் திருப்தியைத் தெரிவித்து நல்வாழ்த்துக் கூறினான் ஜயராமன். அந்தக் கட்டத்தில் நீலாவைப் பற்றி ஒரு கதை மாதிரி சொல்லத் தொடங்கினான் சுந்தரம்.

கதை பெரிதாக நீளும்போல் இருந்தது. அவ்வளவு நேரம் பொறுமையோடு கேட்டுக்கொண்டிருப்பது என்பது ஜயராமனைப் பொறுத்தவரையில் முடியாத காரியம். அவன் காரியவாதி. நடக்க முடியாத காரியங்களையோ பயனற்ற வேலைகளையோ அவன் செய்யமாட்டான் என்பதோடு, காதால் கேட்கவும் நினைத்துப் பார்க்கவும்கூட மாட்டான். ஏக்கங்கள், கனவுகள், கற்பனை வாழ்க்கைகள்—இவையெல்லாம் அவனுக்கு அறவே பிடிக்காதவை. அதனால் சுந்தரத்தின் பேச்சில் குறுக்கிட்டு, "இதையெல்லாம் இப்போது நீ ஏன் சொல்லிக்கொண்டிருக்கிறாய்? அந்தப் பெண்ணைக்

கல்யாணம் செய்துகொள்வதாக நீ வாக்குறுதி ஏதாவது கொடுத்திருக்கி றாயோ?” என்று கேட்டான்.

“அப்படியெல்லாம் ஒன்றுமில்லை ...” என்று சுந்தரம் சொல்லிக் கொண்டிருக்கும்போதே “அப்புறம் என்ன? அதோடு விடு. பத்தா யிரத்தோடு கிளிமாதிரி ஒரு பெண்ணைக் கொடுக்க ஒருவன் வீட்டு வாசலில் வந்து காத்துக்கொண்டு நிற்கிறான். இந்த நேரத்தில் எதற்கு நீலாவையும் லீலாவையும் பற்றிக் கவலை?” என்றான் ஐயராமன்.

“அப்படி அறவே உதறிவிடுகிற ஒரு தொடர்பல்ல இது. வாயால் சொன்னால்தான் வாக்குறுதியா? நான் நினைத்திருந்தால் நாங்கள் இருவருமே தம்பதிகளாகி பம்பாய்க்கும் வந்திருப்போம். ஆனால்.....”

“சுந்தரம்! இந்த நேரத்தில் இதைக் கேட்கவே எனக்குப் பிடிக்கவில்லை. உன் கல்யாணம் இவ்வளவு தூரம் நிச்சயமாகும்வரையில் சும்மா இருந்து விட்டு, இப்போது மெட்ராஸில் பழகிய எவளோ ஒருத்தியை நினைத்து ஏங்குவது உசிதமில்லை. முன்னமேயே, ‘இந்தக் கல்யாணம் எனக்குச் சம்மதமில்லை’ என்று அப்பாவுக்குக் கடிதம் எழுதிவிட்டு, பழைய காதலியைக் கல்யாணம் செய்துகொள்வதற்கு வேண்டிய ஏற்பாடுகளை நீ செய்திருக்க வேண்டும். அதைச் செய்யாமல் இப்போது இப்படியெல்லாம் யோசிப்பது பொறுப்பில்லாத்தனம்; இதில் யோக்கிய பொறுப்புங்கூட இல்லை.”

“நீ எப்பொழுதுமே இப்படித்தான் பேசுவாய். வெட்டு ஒன்று துண்டு இரண்டு என்று பேசி முடிக்கும் விஷயமா இது?”

“இல்லை என்றே வைத்துக்கொள்வோம். அதற்காக இப்பொழுது என்ன செய்ய வேண்டும் என்கிறாய்? இந்தக் கல்யாணம் வேண்டாம் என்று சொல்லிவிடப் போகிறாயா?”

“எனக்கு என்ன பதில் சொல்வதென்று தெரியவில்லை. ஊருக்குப் போவது நிச்சயம்; கல்யாணம் செய்துகொள்ளப் போவதும் நிச்சயம். அதைப் பற்றியெல்லாம் சந்தேகமில்லை ...”

“அப்படியானால் விஷயம் அத்துடன் முடிந்தது! அப்புறம் என்ன? ... சுந்தரம் நான் வெளியே போகவேண்டும். ஒரு அவசரமான காரியம். சாவகாசமாகப் பார்ப்போம்” என்று சொல்லிக்கொண்டே ஐயராமன் எழுந்துவிட்டான்.

பிறகு நீலாவைப் பற்றி அவன் ஐயராமனோடு பேசவே இல்லை.

ஹோட்டல் அறையில் சுந்தரம் தூங்கி எழுந்தபோது மணி ஐந்து அடித்துவிட்டது. நீலா இப்போது ஆபீஸிலிருந்து வீட்டுக்குப் போய்க் கொண்டிருப்பாள் என்று நினைத்துக்கொண்டே முகத்தைக் கழுவி, உடைகளை மாட்டிக்கொண்டு மாடியைவிட்டுக் கீழே இறங்கி வந்தான். ஒரு டாக்ஸியைப் பிடித்துக்கொண்டு திருவல்லிக்கேணிக்குப் புறப்பட்டான்.

‘விட்ட குறை என்பது ஒரு ஜன்மத்திலிருந்து மறு ஜன்மத்துக்குத் தொடரும் என்பார்கள். எனக்கோ இந்த ஜன்மத்திலேயே தொடரும்

ஒரு விட்ட குறையாக இருக்கிறது நீலாவின் தொடர்பு. இந்தக் குறையை இனி எந்த ஜன்மத்திலும் என்னால் பூர்த்திசெய்ய முடியாது . . .'

'அதிர்ஷ்டவசமாக அவள் உணர்ச்சி வசப்படக் கூடியவள் அல்ல. என் கல்யாணச் செய்தியை அறிந்து ரகசியமாகக்கூட அவள் அழமாட்டாள். கலகலப்பாகத்தான் நடந்துகொள்வாள். வழக்கம்போல் ஐந்து வார்த்தைகள் பேசுவாள். அவளைப் பார்த்தால் எனக்குத்தான் ஒருவேளை மனக் கஷ்டம் உண்டாகலாம் . . . பாவம்! அவளுடைய மௌனத்திலும் அலட்சியப் போக்கிலும் அன்பு துளிர்த்தது என்பது எனக்கல்லவா தெரியும்? இனி அவள் யாரோ? நான் யாரோ? இன்றோடு இந்த உறவுக்கு ஒரு முடிவு ஏற்பட்டுவிடும். நீலாவை என் மனப் பீடத்திலிருந்து நிரந்தரமாக நீக்கிவிடுவதற்காகப் போகிறேன். கடைசி முறையாக அவளைப் பார்க்கப் போய்க்கொண்டிருக்கிறேன்...'

டாக்ஸி நீலாவின் வீட்டு வாசலில் போய் நின்றது. சுந்தரம் இறங்கி வீட்டுக்குள் போனான். அவன் போனபோது எல்லோருமே வீட்டில் இருந்தார்கள். அவனை அன்போடு வரவேற்றார்கள். நீலா ஐந்து வார்த்தைகள் அல்ல, ஐம்பது வார்த்தைகளுக்கு மேலேயே பேசினாள். அவளுடைய தாயார் அவனை ராஜமரியாதையோடு வரவேற்றாள். அவளுக்கு ஏதோ ஒரு நம்பிக்கை தளிர்த்திருப்பது போல் தோன்றியது. நீலாவின் தங்கைகள் இருவரும் அவனை வைத்த கண் வாங்காமல் அந்நியோந்யமான ஒரு பிரியத்துடன் பார்த்துக்கொண்டிருந்தார்கள்.

"பம்பாய் வாழ்க்கை எப்படி இருக்கிறது" என்று கேட்டாள் நீலா.

"நன்றாகத்தான் இருக்கிறது."

"போய் இரண்டு வருஷங்களாகியும் ஒரு கடிதம்கூடப் போட வில்லையே?" என்று கேட்டாள் நீலாவின் தாயார்.

"ராமச்சந்திரனுக்கு எழுதும் ஒவ்வொரு கடிதத்திலும் உங்கள் க்ஷேமலாபங்களை விசாரித்துக்கொண்டுதான் இருந்தேன். உங்களுக்கு என்று நான் தனியாகக் கடிதம் எழுதவில்லை. அது குற்றம் என்றால் மன்னிக்க வேண்டும்."

நீலாவின் பேச்சு அவனுக்கு இன்பகரமான ஓர் அதிர்ச்சியையே அளித்தது.

சிறிது நேரம் ராமச்சந்திரன் வீட்டைப் பற்றிப் பேசிக்கொண்டி ருந்தார்கள். நீலாவின் கடைசித் தங்கை உத்தியோகத்துக்கு மனுப் போட்டிருக்கும் செய்தியையும், அதற்கும் ராமச்சந்திரனின் உதவியையே நம்பிக்கொண்டிருப்பதையும் அவனுக்குத் தெரிவித்தார்கள்.

'மூன்று வருஷங்களுக்கு முன் இவள் மனுப்போட்டு, உத்தி யோகத்துக்குப் போயிருந்தால் கதையே மாறியிருக்கும். நீலா என் மனைவியாகி என்னோடு பம்பாய்க்கு வந்திருப்பாள். இப்பொழுது காலம் கடந்துவிட்டதே' என்று ஓரளவுக்கு அவன் வருந்தினான். அடுத்த நிமிஷத்திலேயே தனக்குக் கல்யாணம் நடக்கப் போவதையும்

அதற்காகவே தான் பம்பாயிலிருந்து வந்திருப்பதையும் அவன் தெரிவித்தான்.

நீலா அதைக் கேட்டதும் முகத்தில் ஒரு சலனமும் இல்லாமல் அவன் கண்களையே கூர்ந்து பார்த்தாள். அவளுடைய தாயாரும் ஏறக் குறைய அதே நிலையில்தான் அவன் முகத்தைப் பார்த்துக்கொண்டி ருந்தாள். அவனுடைய கல்யாணச் செய்தியைக் கேட்டு மகிழ்ச்சியைக் காட்டிக்கொண்டவர்கள் நீலாவின் தங்கைகள் இருவரும்தான்.

"நிச்சயம் ஆகிவிட்டதா சுந்தரம்? எந்த ஊர்ப் பெண்?"

"அவளுக்கும் திருநெல்வேலிதான். நிச்சயம் ஆனமாதிரிதான். அடுத்த மாதம் முகூர்த்தம்..."

"ரொம்ப சந்தோஷம் சுந்தரம்! பெண் வீட்டார் வசதி எப்படி? எவ்வளவு செய்வார்கள்?" என்று தாயாரே கேட்டாள்.

பத்தாயிரம் ரூபாய் வரதட்சணை கொடுப்பார்கள் என்ற விவரத்தையும், பெண் வீட்டாரின் செல்வ நிலையையும் அவன் விரிவாக எடுத்துச் சொன்னான்.

"எங்களால் கல்யாணத்துக்கு வர முடிகிறதோ இல்லையோ, நீ பம்பாய்க்கு மனைவியை அழைத்துக்கொண்டு போகும்போது இங்கே ஒரு நாளாவது வந்து தங்கிவிட்டுப் போகவேண்டும்" என்றாள் நீலாவின் தாயார்.

அவ்வளவு நேரம் மௌனமாக உட்கார்ந்திருந்த நீலா திடீரென்று எழுந்து வீட்டுக்குள் போனாள். அவள் அப்படிப் போனது எல்லோருடைய கவனத்தையும் கவர்ந்தது. எல்லோருக்குமே அது ஒரு மர்மமாக இருந்தது. ஒரு நிமிஷம். மௌனமாக இருந்தார்கள்.

சூழ்நிலையை மாற்றும் நோக்கத்துடன், "பம்பாய்க்குப் போகும்போது கட்டாயம் வரவேண்டும் சுந்தரம்" என்று நீலாவின் தாயார் மறுபடியும் சொன்னாள்.

"உங்களைப் பார்க்காமலா நான் பம்பாய்க்குப் போவேன்? நீங்கள் அழைக்காவிட்டாலும் நான் மனைவியோடு வருவேன். உங்களை அவளுக்கு அறிமுகப்படுத்தி, 'நான் திருவல்லிக்கேணியில் இருந்தபோது எனக்குத் தாயும், உடன் பிறந்த சகோதரிகளுமாக இருந்தவர்கள்' என்று மகிழ்ச்சிப் பெருக்கோடு அவளுக்குச் சொல்வேன்."

இதைச் சொல்லும்போது சுந்தரத்துக்குக் கண்கள் நனைந்தன. அந்த அம்மாளும் ஒரு பெருமூச்சுடன் அவன் முகத்தை ஏறிட்டுப் பார்த்தாள்.

மேற்கொண்டு பேச எதுவும் இல்லை. நீலாவின் வருகையை எதிர்பார்த்தவாறு அவன் உட்கார்ந்திருந்தான். அதுவரையிலும் அவளுடைய தங்கைகளோடு என்னென்னவோ பேசிக்கொண்டிருந்தான்.

நீலா வெளியே வரும்போது உடை மாற்றிக்கொண்டு வந்தாள். வெளியே எங்கோ போகிறவள் போல் காணப்பட்டாள்.

"நீலா! எங்கே புறப்பட்டுவிட்டாய்?"

"ராமச்சந்திரன் மனைவியைப் பார்க்கப் போகிறேன். ஜவுளிக் கடைக்குப் போகிறாளாம். என்னையும் அழைத்தாள்" என்று சொல்லி விட்டு நாற்காலியின் ஓர் ஓரத்தில் உட்கார்ந்தாள். சுந்தரம் எழுந்து போவதற்காகக் காத்திருப்பவள் போல் இருந்தது அவள் உட்கார்ந்திருந்த நிலை.

குறிப்பறிந்து சுந்தரம் எழுந்து, "நானும் ரயிலுக்குப் போகவேண்டும். போய் வரட்டுமா?" என்று எல்லோரையும் பார்த்துச் சொன்னான்.

"உட்காருங்கள்" என்றாள் நீலா.

அவன் திகைத்தான்.

"காபி சாப்பிட்டுவிட்டுப் போகலாம்" என்று சொன்னாள்.

சுந்தரம் அளவிட முடியாத ஒரு மகிழ்ச்சியோடு உட்கார்ந்தான்.

"காபி போடத்தான் அவ்வளவு அவசரமாக உள்ளே எழுந்து போனாயோ?" என்று சொல்லிவிட்டு அந்த அம்மாள் வீட்டினுள் சென்றாள். அவளைத் தொடர்ந்து நீலாவின் கடைசித் தங்கை சாந்தியும் எழுந்து போனாள்.

"ஒருவன் வீடு தேடி வந்திருக்கும்போது இப்படி நடுவே எழுந்து அவசரமாக வெளியே போக உனக்கு எப்படித்தான் தோன்றுகிறதோ? நீலா! நீ என்ன செய்யப் போகிறாய் என்பதை அந்த நிமிஷம்வரை யிலும்கூட யாராலும் யூகிக்க முடியாது."

"நீங்கள் ஏன் எங்களைக் கல்யாணத்துக்கு அழைக்கவில்லை? ஒரு வார்த்தைகூட 'வாருங்கள்' என்று சொல்லவில்லையே!"

"முகூர்த்தம் வைத்ததும் முதல் அழைப்பு உங்களுக்கு அனுப்பாமல் வேறு யாருக்கு அனுப்பப் போகிறேன்? இதைச் சொல்லியா தெரிந்து கொள்ள வேண்டும்?" என்றான் சுந்தரம்.

"ஐயோ! உங்களுக்குத்தான் எங்கள்மேல் எவ்வளவு அன்பு" என்று சொல்லிவிட்டு நீலா சிரித்தாள். அவளுடைய வார்த்தைகள் அவன் உள்ளத்தில் ஆழமாகத் தைத்தன.

"ஏன் இப்படிச் சொல்கிறாய் நீலா?"

"உண்மையைத்தான் சொல்கிறேன். உங்களுடைய அன்பு எங்களைப் பிரமிக்கும்படி செய்கிறது! இவ்வளவு அன்பாக நீங்கள் இருக்கிறீர்கள் என்பது இதுவரையிலும் எங்களுக்குத் தெரியாமல் போய்விட்டதே என்றுதான் வருத்தப்படுகிறேன்" என்றாள் நீலா. உடனே பக்கத்தில் உட்கார்ந்திருந்த தன் தங்கையைப் பார்த்து, "போய்க் காபி போட்டாகி விட்டதா என்று பார். நான் அவசரமாகப் போக வேண்டும்" என்றாள்.

"உன் அவசரத்துக்கு நான் குறுக்கே நிற்கவில்லை. காபி சாப்பிடாவிட்டால் என்ன? இன்னொரு நாள் சாப்பிட்டுக்கொண்டால் போகிறது. நீ எனக்காக ஏன் காத்திருக்கிறாய்?" என்றான் சுந்தரம்.

பக்கத்தில் வேறு யாரும் இல்லை என்பதை ஒருமுறை திரும்பிப் பார்த்து நிச்சயப்படுத்திக்கொண்டு, "இவ்வளவு அன்போடு தேடி வந்திருக்கும் உங்களுக்குக் காபிகூடக் கொடுக்காமல் நான் எழுந்து போகலாமா?" என்றாள். மறு நிமிஷமே, "நீங்கள் எதற்காக இப்போது இங்கே வந்தீர்கள்?" என்று கடுமையான குரலில் கேட்டாள் நீலா.

சுந்தரத்துக்கு ரத்த ஓட்டமே நின்றுவிட்டது. எதிர்பாராதவாறு வந்து தன்னை ஒரு ஈட்டி தாக்கியது போல் இருந்தது.

"நீலா, ஏன் இப்படிக் கேட்கிறாய்? நீ பேசுவது எதுவுமே புரியவில்லை."

"புரியவே வேண்டாம்..." என்று சொல்லிவிட்டு உள்ளே திரும்பித் தங்கையை அழைத்தாள்.

"சாந்தி! சீக்கிரம் காபியை எடுத்துக்கொண்டு வா. எவ்வளவு நேரம்!" என்று குரல் கொடுத்தாள்.

காபி வந்தது. அவனும் அதை எடுத்துக் குடித்தான். ஆனால் அவன் எதிர்பார்த்தபடி நீலா வெளியே போக எழுந்திருக்கவில்லை. அவனுக்கு எதிரே அவனைப் பார்த்தவாறு உட்கார்ந்துகொண்டுதான் இருந்தாள்.

அப்போது பக்கத்தில் யாரும் இல்லை.

"நான் வந்ததால் உனக்கு மனக்கஷ்டமா நீலா? சொல். உண்மையைச் சொல்."

அவள் பேசவில்லை.

"என்மேல் ஏதேனும் கோபமா?"

அதற்கும் அவள் பதில் சொல்லவில்லை. ஆனால் அவள் உதடுகள் இலேசாகத் துடித்தன.

அப்போது சுந்தரம் தன்னை அறியாமலே அவள் கையைப் பிடித்தான்.

அவ்வளவுதான்; அவன் கையை அவள் முரட்டுத்தனமாக உதறினாள்; உடனே சுற்றுமுற்றும் பார்த்தாள். முகத்தில் ரத்தம் குபீரென்று பாய்ந்தது. முகமெல்லாம் கனலாகச் சிவந்துவிட்டது.

"யார் நீ... அயோக்கியன்! மரியாதையாக எழுந்து போய்விடு" என்று சீறினாள்.

"நீலா என்னை... என்னை... மன்னிக்க வேண்டும்..." — அவனுக்கு வாய் குழறியது.

தெருவைக் காட்டி "வெளியே போ" என்றாள்.

சுந்தரம் தயங்கினான்.

"போய்விடு!" என்று கண்டிப்போடு சொல்லிவிட்டு உள்ளே போய் விட்டாள்.

விட்ட குறையைத் தொட்ட குறை

ஒன்றும் தோன்றாமல் உட்கார்ந்திருந்தான் சுந்தரம். அவன் உடம்பெல்லாம் மரத்துவிட்டது. உள்ளேயிருந்து யாருமே வெளிவரவில்லை.

தன்னுணர்வு சிறிது மீண்டதும் அந்த இடத்தைவிட்டு எழுந்தான். அதிவேகமாக வீட்டைவிட்டு வெளியேறினான்.

சுந்தரம் அன்றிரவு ரயிலுக்குப் போகவில்லை. ராமச்சந்திரனைப் பார்த்துத் தன் கல்யாணச் செய்தியைச் சொல்லாமல் ஊருக்குப் போகக் கூடாது என்பது வேண்டுமென்று கற்பித்துக்கொண்ட ஒரு போலிக் காரணம். மனநிம்மதியை அடியோடு இழந்துவிட்ட அவனால் அன்று ஊருக்குப் போக முடியவில்லை என்பதுதான் உண்மை. நேரிலோ போன் மூலமோ நீலாவிடம் ஒரு வார்த்தை பேசாமல் ஊருக்குப் போக முடியாது என்பது தெளிவாகிவிட்டது.

இரவில் சாப்பிட்டும் சாப்பிடாமலும் ஹோட்டல் அறையில் படுத்துவிட்டான்.

'நீலா தன் தாயிடமும் தங்கைகளிடமும் என்ன சொல்லியிருப்பாள்? ராமச்சந்திரனின் மனைவியிடம் போய் என்ன கூறியிருப்பாள்? அவர்கள் இனிமேல் என்னைப் பற்றி என்ன நினைப்பார்கள்?...'

இரவெல்லாம் அவனுக்கு இதே கலவரம்.

'என்றுமில்லாத வகையில் என்னை உபசரித்தாள்: என்னோடு பேசி விளையாடினாள். என் அன்பைப் பழிக்கும்போது அவளுடைய அன்பு முழுவதுமே பிரவகித்ததைப் பார்த்தேன். அவளுடைய ஏமாற்றத்தையும்கூடக் கண்டுகொண்டேன். அவளா என்னை இப்படி அவமானப்படுத்தி விரட்டினாள்? ஏன்? நான் கையைத் தொட்ட மாத்திரத்தில் விம்மி அழுவாள் என்று நினைத்தேன். ஆனால் கிணறு வெட்டப் பூதம் புறப்பட்ட கதையாகிவிட்டது. ஏன் இந்தச் சீற்றம்? எவ்வளவு அவமானகரமான வார்த்தைகள்! என் முட்டாள்தனம்தான் காரணம். அவளுடைய அன்பிலும் அழகிலும் என் மனசைப் பறிகொடுத்து நிதானத்தை இழந்துவிட்டேன். நம்பியவளை மோசம் செய்துவிட்டு வேறொருத்தியை மணக்கப் போகிறவன் என்று நினைத்துத்தான் என் மீது ஆத்திரத்தைக் கொட்டினாளா? இல்லை என்றால் எவளையோ மணந்துகொள்ளப் போகிறவன் தன்னைத் தொடுவதா என்று சீறி விழுந்தாளா? என் இஷ்டத்துக்கெல்லாம் இணங்கக்கூடியவள் என்று அவளை நான் கீழ்த்தரமாகக் கருதிவிட்டதாகவே அவள் நினைத்து விட்டாள். அந்த அவமானத்தை அவளால் தாங்க முடியவில்லை. உண்மையும் அதுதானே? நான் யாரோ ஒருத்திக்குக் கணவனாகப் போகிறவன். ஒரு கன்னிப் பெண்ணைத் தொடுவது அயோக்கியத்தனம் என்று அவள் நினைத்ததில் என்ன தவறு?'

மறுநாள் அவளிடம் மன்னிப்புக் கேட்காமல் ஊர் திரும்புவதில்லை என்று முடிவுசெய்தான் சுந்தரம். இந்த முடிவுதான் அவனுடைய மனக்கலவரங்களைப் போக்கி, அவனுக்குச் சில மணிநேரத் தூக்கத்தை யாவது அளித்தது.

மறுநாள் பகல் பதினொன்றரை மணி அடித்தது. அதற்காகக் காத்துக்கொண்டிருந்த சுந்தரம் நீலாவின் ஆபீசுக்குப் போன் பண்ணி அவளை அழைத்தான்.

“நான் சுந்தரம் பேசுகிறேன். ஒரு முக்கியமான விஷயம். போனை வைத்துவிடாதே, நீலா!” என்ற வேண்டுகோளுடன் சுந்தரம் பேச ஆரம்பித்தான்.

“நீலா! என்னை மன்னிக்க வேண்டும்.”

ஆபீஸில் பத்துப் பேருக்கு நடுவில் நின்று போனில் பேசும் நீலாவுக்கு மிகவும் தர்மசங்கடமாக இருந்தது. கோபத்தைக் காட்ட அது இடமல்ல. மனசில் நினைத்ததை அங்கே பேச முடியுமா? வேண்டுமானால் போனை அப்படியே வைத்துவிட்டு வந்துவிடலாம். அவன் திரும்பவும் அழைத்தால்...? நிலைமை இன்னும் மோசமாகும். டெலிபோன் ஆபரேட்டர் பொல்லாத வாயாடி. ஒன்றை ஒன்பதாக்கிப் பேசுவாள். ஓர் ஆண் குரல் திரும்பத் திரும்ப அழைப்பது, அவள் பதில் பேசாமல் கோபத்தோடு போனை வைத்துவிட்டு வருவது... இது பயங்கரமான நாடகமாகிவிடும்.

“என்னை மன்னிப்பாயா நீலா?”—சுந்தரம் இதே வார்த்தைகளைத் திரும்பத் திரும்பச் சொல்லிக்கொண்டிருந்தான்.

நிலைமையைச் சமாளிக்கச் சாதாரணக் குரலில், “என்ன விஷயம்?” என்று கேட்டாள் நீலா. அவள் ஆபீஸில் உள்ளவர்களுக்காகப் பேசிய வார்த்தைகள் இவை. ஆனால் அவளுடைய குரலில் கோபமோ ஆத்திரமோ இல்லாததைக் கண்டு சுந்தரம் அங்கே மகத்தான ஆறுதலும் ஊக்கமும் அடைந்தான்.

“நான் கல்யாணம் செய்துகொள்ளப் போகிறேன் நீலா. என்னை நீ மனப்பூர்வமாக வாழ்த்த வேண்டும். வாழ்த்துவாயா?” என்று கொஞ்சம் தெளிவுடனேயே பேசத் தொடங்கினான்.

“வாழ்த்துக்கள்!”

“என்மேல் உனக்கு இன்னமும் கோபம் இருக்கிறதா?”

பதில் இல்லை.

“என்னைத் துரோகி என்று நினைக்கிறாயா?”

பதில் இல்லை.

“என்னை இப்பொழுதும் அயோக்கியன் என்றுதான் நினைக்கிறாயா?”

“சந்தேகமில்லாமல். வேறு என்ன விஷயம்?” — நீலா அவசரப் பட்டாள்.

“என் தவறுதான். நான் அயோக்கியன்தான். என்னை மன்னித்துவிடு. என்னை வாயார வாழ்த்து. நம் இருவரிடையிலும் ஏற்பட்டிருக்கும்

இந்தத் தீராத பிரச்சனையை உன் மன்னிப்புதான் தீர்க்க முடியும் நீலா!"

நீலா மௌனமாக இருந்தாள்.

"உன்னைப் பொறுத்தவரையிலும் பிரச்சனை தீர்ந்துவிடாது என்பதை ஒப்புக்கொள்கிறேன். பம்பாயிலிருந்து வந்து நான் ஒரு பெரும் பிரச்சனையையே உண்டுபண்ணிவிட்டேன். உனக்கு நான் செய்த இந்தத் தீங்கை நினைத்து வருந்துகிறேன் நீலா!"

அவள் எதுவும் பேசவில்லை.

அவனும் பேசவில்லை.

போன் ரிசீவரை இருவரும் மௌனமாகப் பிடித்துக்கொண்டு நின்றார்கள். அவன் ரிசீவரை வைக்கட்டும் என்று அவள் காத்திருந்தாள். அவனும் அப்படியே காத்திருந்தான். மௌனம் எல்லையில்லாமல் நீண்டது.

"நீலா! விட்ட குறையை நான் தொட்ட குறை இது. மன்னித்துவிடு. மனப்பூர்வமாக என்னை மன்னித்துவிடு. மன்னிக்கிறாயா? 'மன்னிக்கிறேன்' என்று ஒரு வார்த்தை சொல். சொல் சீக்கிரம்."

நீலா அவனை மன்னிக்கவேயில்லை. அவன் பேசுவதைக் கேட்டுக் கொண்டு மௌனமாகவே நின்றாள்.

ஒரு நிமிஷம் கழிந்தது.

ஆபீஸில் தன்னைச் சுற்றி இருப்பவர்களுக்காகவே அவள் கடைசி வார்த்தைகளைப் பேசினாள்:

"ஓஹோ... அப்படியா?... பரவாயில்லை. அது ரொம்பப் பழைய வீடு. எதற்கும் அம்மாவிடம் சொல்கிறேன். அப்புறம் பார்ப்போம்."

போன் ரிசீவரை அதன் யதாஸ்தானத்தில் வைத்துவிட்டுத் தன் இருப்பிடத்துக்கு வந்து அமர்ந்தாள் நீலா.

❖

கல்கி, 1 ஆகஸ்ட் 1965

அழகின் விலை

அன்னபூர்ணா லஞ்சு ஹோம் என்ற புதிதாகத் தொடங்கிய நவநாகரிகச் சிற்றுண்டிச் சாலையில் 'பேமிலி' என்று கதவில் எழுதப்பட்ட அறைக்கு அப்போது ராஜன்தான் செர்வர். அந்த அறையில் குடும்பங்கள்தான் வந்து உட்கார்ந்து சாப்பிட வேண்டும் என்ற கட்டாயமில்லை. குடும்பமாகக் காணப்படுகிற எந்த இருவரும் வந்து சாப்பிடலாம். சிநேகிதனும் சிநேகிதியும் வந்து சாப்பிடலாம். எந்தப் பெண் பிறவியும் ஏகாங்கியாக வந்து சாப்பிடலாம். ஆனால் ஒரு லட்சிய சிநேகிதனைத் தேடி ஒருத்தி வரலாம் என்பதும், அந்தச் சிநேகிதனும் அங்கேயே கிடைத்தான் என்பதும், அவர்கள் இருவரும் கரைகாணாக் காதலில் மூழ்கினார்கள் என்பதும்தான் கதை.

ஒரு நாள் மாலையில் லோட்டஸ் இங்கிலீஷ் ஸ்கூலில் வேலை பார்க்கும் மிஸ். லலிதா, பள்ளிக்கூடம் முடிந்து சிற்றுண்டி அருந்துவதற்காக மேற்படி ஹோட்டலின் 'குடும்ப' அறையில் நுழைந்தாள். அன்றே குடும்ப வாழ்க்கைக்கு அஸ்திவாரமும் போட்டுவிட்டாள்.

தனியாக ஹோட்டலுக்கு வரும் எந்தப் பெண்ணைப் பற்றியும் செர்வர் ராஜனுக்கு ஒரே ஒரு அபிப்பிராயம் தான். அது சரியாகவும் இருக்கலாம்; தவறாகவும் இருக்கும். ஆனால் மிஸ். லலிதா விஷயத்தில் அது சரியாகவே இருந்தது. நேரே மேஜையருகே போய் என்ன வேண்டும் என்று கேட்டு, அவள் கேட்டதைக் கொண்டு வந்து வைத்தான். அவளிடத்தில் அவன் பேசும் முறையும் அவளுக்குக் கொடுக்கும் மரியாதையும்

அவளுடைய உள்ளத்தைக் கவர்ந்தன; பக்கத்தில் சாப்பிட்டுக்கொண்டிருந்த வர்களின் கவனத்தையும் கவர்ந்தன.

மிஸ். லலிதாவைப் பொறுத்தவரையில் அவனுடைய பேச்சில் தேன் கசிந்தது; முகத்திலோ பால் வடிந்தது. அவனுடைய பவள உதடுகளும் அரும்பு மீசையும் அவள் உள்ளத்தில் அப்படியே அழியாத சித்திரமாகப் படிந்துவிட்டன. நிதானமாக அமர்ந்து சாப்பிட்டாள். ராஜன் போகும் போதும் வரும்போதும் காட்சி தரும் அழகைக் கவனித்தாள். ஒரு வகையாகச் சாப்பிட்டு முடித்துவிட்டு வெளியே வந்தாள்.

மறுநாள்; அதற்கு மறுநாள்; மூன்றாவது நாள்; நான்காவது நாளும் ஐந்தாவது நாளும் விடுமுறையானபடியால், ஆறாவது நாள். இப்படி நாள் தவறாமல் அன்னபூர்ணா லஞ்சு ஹோமுக்குப் போவதைத் தன் மாலை நியமமாக வைத்துக் கொண்டாள் மிஸ். லலிதா. ராஜனைப் பார்த்துவிட்டுப் போய் இரவெல்லாம் கற்பனையில் அவன் முக அழகையும் நடை அழகையும் பார்த்துக் கொண்டிருப்பாள்; இரண்டாவது வாரத்தில் ஒரு நாள் கனவிலும் பார்த்தாள். ஆனால் கற்பனையிலும் கனவிலும் பார்த்துவிட்டு அடுத்த நாள் நேரில் வந்து பார்க்கும்போது, அவனுடைய அழகு பிரமிக்கத்தக்க வகையில் பிரகாசிப்பதையும் கற்பனைக் காட்சி சர்வ சாதாரணமாகவே இருப்பதையும் எண்ணி அவள் வியப்பில் ஆழ்ந்துகொண்டு வந்தாள். சிறந்த அழகு என்றால் இது தான். எவ்வளவு பிரமாதமாகக் கற்பனை செய்தாலும் அதையெல்லாம் தூக்கி விழுங்குவதுபோல் இருக்க வேண்டும். அதுதான் அழகு. ராஜனுடைய அழகும் 'அப்படிப்பட்ட அழகாகத்தான் இருக்கிறது' என்று நினைத்தாள் மிஸ். லலிதா.

முதல் வாரத்தில் ராஜனின் அழகில் மயங்கத்தான் முடிந்தது. இரண்டாவது வாரத்தில் அவனிடம் அனுதாபம் கொள்ளுவதும் அவளுக்கு அவசியமாகத் தோன்றியது. 'இளவரசன் மாதிரி இருக்கிறான். என்ன கஷ்டமோ? எப்படி வறுமைப்பட்ட குடும்பமோ? கேவலம் செர்வராக வேலை பார்க்க வேண்டிய துர்ப்பாக்கியத்துக்கு உள்ளாக நேர்ந்திருக்கிறது. பவளம் மாதிரி உதடுகள். கன்னங்கரேலென்ற சுருட்டை முடி. கருங்கோடு கீச்சியதுபோல் மீசை. தங்க நிறம். கண்கள் . . . அவற்றின் பிரகாசத்தையும் குழந்தைப் பார்வையையும் என்னவென்று சொல்வது . . . பாவம், இவனுக்கு இந்தக் கதியா?. . . எந்த ஊர்க்காரனோ? மலையாளமோ, மங்களூரோ. . ? நான் மட்டும் இந்த ஹோட்டல் முதலாளியாக இருந்தால். . ? இவன்தான் மானேஜர். உட்காரவைத்துப் பார்த்துக் கொண்டே மாதம் ஆயிரம் ரூபாய் சம்பளம் கொடுத்து ஒரு காரும் வாங்கிக் கொடுப்பேன். . .' – இப்படியாகவும் இதைவிட அதிகமாகவும் மிஸ். லலிதா தினந்தோறும் நினைத்து நினைத்து, அப்புறம் ஒரு பெருமூச்சும் விடுவாள்.

கண்டறியாத காட்சியைக் கண்டதோடு நிற்காமல் அதனிடம் ஒரு அனுதாபமும் பிறந்துவிட்டது. எப்போதுமே அனுதாபப்பட்டுவிட்டால், மற்றவர்களையும் வலியப் பிடித்து இழுத்துக்கொண்டுவந்து தன்னைப் போலவே அனுதாபப்பட வைக்க நினைப்பது மனித இயல்பல்லவா?

அதனால்தான் மிஸ். லலிதாவும் தன்னோடு டீச்சர் வேலை பார்க்கும் மிஸ். சரோஜாவை ஒருநாள் ஹோட்டலுக்கு அழைத்துக்கொண்டு வந்தாள். வருவதற்கு முன் சரோஜாவையும் அனுதாபப்படுவதற்குத் தயார் செய்து விட்டாள். கண்ணீர் விடாக் குறையாக அவனைப்பற்றி அவள் எடுத்துரைத்தாள்.

இருவரும் ஹோட்டலுக்கு வந்தார்கள். ராஜனும் அவர்களிடம் வந்தான். தன் பணியைச் செய்தான். மிஸ். லலிதா சொன்னதையெல்லாம் பூரணமாக ஒப்புக்கொண்டாள் சரோஜா. லலிதாவுக்குச் சொல்ல முடியாத மகிழ்ச்சி, திருப்தி. இருவரும் சாப்பிட்டு விட்டு வெளியே வந்தார்கள். பில்லுக்குப் பணம் கொடுத்தவள் மிஸ். லலிதாதான் என்பதைச் சொல்ல வேண்டியதில்லை. சரோஜா சாப்பிட்ட பலகாரங்களுக்காகவும் டிபனுக்காகவும் லலிதா கொடுத்த ஐம்பத்து மூன்று பைசா, உண்மையில் ராஜனுடைய அழகுக்குச் செலுத்திய முதல் காணிக்கை என்பதையும் சொல்லவேண்டியதில்லை.

தினந்தோறும் ஹோட்டலுக்குப் போய்ச் சாப்பிடுவது லலிதாவின் சக்தியை – அதாவது சம்பள வரம்பை மீறிய காரியம் என்பது ஒரு புறமிருக்க அவளுடைய பெற்றோர்களுக்கும் அது அறவே பிடிக்கவில்லை.

“ஹோட்டலுக்குத் தினந்தோறும் என்ன போக்கு? ஒரு நாள் டிபன் கட்டிக்கொண்டு போக நேரமில்லை என்பதற்காகச் சாப்பிட்டது சரி; தினமும் இப்படிப் போனால் நமக்குக் கட்டி வருமா?” என்று லலிதாவின் தாய் ஒருநாள் மிகவும் கோபத்தோடு கடிந்துகொண்டாள். அப்பா வேறு வார்த்தைகளில் இன்னும் அதிகமாகக் கண்டித்தார். பெற்றோர்கள் தடை செய்கிறார்கள் என்பதை அறிந்ததுமே, உணர்ந்ததுமே, மிஸ். லலிதாவுக்கு ராஜனின் அழகு பன்மடங்கு கவர்ச்சிகரமாகவும் அவனிடம் வைத்த இதயபூர்வமான பரிவு பன்மடங்கு நெருக்கமாகவும் மாறிவிட்டன. ‘அவனைப் பார்க்காமல் ஒரு நாளைக் கழிக்க முடியுமா, ஒருநாளை?’ – இப்படித் தவித்தாள் மிஸ். லலிதா.

மாதக் கடைசி; கையில் காசு வற்றிப்போன சமயம், பெற்றோர்களும் கண்டனம் செய்தார்கள். அன்னபூர்ணா லஞ்சு ஹோம் பேமிலி ரூம் என்ற பூலோக சுவர்க்கத்தை எட்டிப்பார்க்க வழியில்லாமல் போய் விட்டது. அப்போது ஒருநாள் சரோஜாவே இவளை ஹோட்டலுக்கு அழைத்தாள். லலிதாவுக்குத் தூக்கிவாரிப் போட்டது. ‘இவள் எதற்காக அழைக்கிறாள்! மகா கருமியாயிற்றே? என் காசில் வயிற்றை நிரப்பவா? இல்லை, என்னுடைய நிழலில் வந்து ராஜனைப் பார்க்கவா? ஆம் . . . ராஜனைப் பார்க்கத்தான் இந்தத் திருடி ஹோட்டலுக்கு என்னை அழைக்கிறாள். இதில் சந்தேகமே வேண்டியதில்லை . . . எவளுக்குத்தான் ஆசை வராது? . . .’

ஹோட்டலுக்கு வரவே முடியாது என்று ஒரேயடியாக மறுத்து விட்டாள் லலிதா.

“என் செலவில் சாப்பிடவுமா?”

“நான் அப்படியொன்றும் சில பேரைப்போல் அடுத்தவர்கள் கையை நம்பிச் சாப்பிடுகிற கருமியல்ல” என்று காட்டமாகப் பதில் கொடுத்தாள் லலிதா.

“உன்னை அப்படி யார் சொன்னார்கள்?”

“நீதான் சொல்கிறாய். சொல்லாமல் சொல்கிறாய்.”

ஒன்றும் பேசாமல் வேகமாகத் திரும்பிப் போய்விட்டாள் சரோஜா. லலிதா முகத்தை ஒருமாதிரி கோணி அழகு காட்டிவிட்டு வீட்டை நோக்கிச் சென்றாள்.

‘அதற்குள் ஒரு போட்டியா? ஒரு தடங்கலா? என் தலையில் நானே மண்ணை வாரிப் போட்டுக்கொண்டேன். சும்மா இருந்தவளை நான் எதற்காக ஹோட்டலுக்கு அழைத்துக்கொண்டுபோய் ஆசைகாட்டித் தொலைத்தேன்? முற்பகல் செய்யின் பிற்பகல் விளையும்... என் முட்டாள்தனம்’ என்று நினைத்துத் தன்னையே நொந்தவளாய் வீட்டை நோக்கி நடந்தாள் லலிதா.

பெற்றோர்கள் ஹோட்டலுக்குப் போகக்கூடாது என்று முன்பு தடுத்ததால் ராஜனின் அழகில் அமோகக் கவர்ச்சி குடியேறியது. இப்போது சரோஜா போட்டியாக முளைத்துவிடவே, அவன் பூலோக மன்மதனாகவே அவளுக்குக் கற்பனையில் காட்சியளித்தான். ‘அவனை எப்பொழுது போய்ப் பார்ப்போம்? அம்மா கால் காசு கொடுக்க மாட்டாளே! தேதி இருபத்தொன்பது. சம்பளம் வாங்க இன்னும் இரண்டு நாட்கள் கழிந்து தொலைய வேண்டும்!’ என்று விசனமும் வியாகூலமும் கொண்டவளாக வீடுவந்து சேர்ந்த லலிதாவுக்கு, வீட்டில் பெரிய இடி அவள் தலைமீது விழக் காத்துக்கொண்டிருந்தது. அதுதான், நல்ல இடத்தில் ஒரு பையனுக்கு லலிதாவைக் கல்யாணம் செய்துகொடுக்க அவளுடைய பெற்றோர்கள் ஏற்கெனவே நினைத்திருந்ததை, அன்று அவளிடமே வெளியிட்டதாகும். இதைக் கேட்டாளோ இல்லையோ, லலிதாவுக்குச் சப்த நாடிகளும் ஒடுங்கி விட்டன. அதிர்ச்சியால் பேசமுடியாமல் திக்பிரமை பிடித்தவள்போல் விழித்தாள். ஆனாலும் அதை அதிகநேரம் காட்டிக்கொள்ளாமல் அம்மாவின் கண் பார்வை யிலிருந்து தக்ஷணமே மறைந்துவிட்டாள்.

அப்புறம் அவள் குடித்த காபி, நான்கு பெரிய கரண்டிச் சர்க்கரை கரைந்திருந்துங்கூடக் கசந்து வழிந்தது; மாணவிகளின் சோதனை நோட்டுப் புத்தகங்களில் விடைகளைப் பார்த்து மார்க் போட முடிய வில்லை. வீணுக்கு விளக்கின் முன் உட்கார்ந்து தலையைக் குத்திக் கொண்டிருந்தாள். ஒன்பதரை மணியடித்ததும் வேலையை அந்தரத்தில் நிறுத்திவிட்டு விளக்கை அணைத்துப் படுத்துவிட்டாள்.

இன்னும் நாலைந்து தினங்களில் பிள்ளையாண்டான் பெண் பார்க்க வருவான். அவனை அவளுக்கு ஏற்கெனவே தெரியும். படித்துப் பட்டம் பெற்று முந்நூற்றைம்பது ரூபாய் சம்பாதிக்கும் வாலிபன்.

அவனை மணக்க மறுப்பதற்கு யாராலும் எந்த முகாந்திரமும் சொல்ல முடியாது. 'என்ன செய்வேன் தெய்வமே!' என்று விசனக் கடலில் மூழ்கினாள் லலிதா.

அவளை ராஜனுடைய கற்பனைத் தோற்றம் தூண்டில் போட்டு மேலே இழுத்தது. ஆனால் பெற்றோர்களோ விசனக் கடலுக்குள் கீழே இழுத்தார்கள். 'இன்னும் இரண்டு நாள்; இரண்டு நாள் கழிய வேண்டும். முதல் தேதி என் ராஜனைப் பார்ப்பேன். அன்றே ஒரு முடிவு செய்தாக வேண்டும். என் வாழ்க்கைக்கு அன்றே அஸ்திவாரம். இப்பொழுது தெரியாது. ஆனால் அப்பொழுது தெரியும். என் ராஜனைப் பார்த்ததுமே ஆயிரம் ஆயிரம் யோசனைகள் உதயமாகும்...'

லலிதா ஒரு முடிவுக்கு வந்த பிறகுதான் தூங்கினாள்.

2

முதல் தேதி.

லலிதா சம்பளம் வாங்கினாள். ஹோட்டலுக்குப் போய்ச் சாப்பிடலாம், அதற்காகச் செலவான காசுக்கு ஒரு பொய்க் கணக்கையும் தயார் செய்துகொண்டுவிடலாம் என்று உறுதிகொண்டாள். பள்ளிக்கூடம் விட்டதும் நேரே அன்னபூர்ணா ஹோட்டலுக்குத்தான் போனாள். இவள் போன நேரம் அங்கே குடும்ப அறையில் ஒரே கூட்டமாக இருந்தது. எல்லோருக்கும் அதுதான் முதல் தேதி என்பதை அவள் நினைத்துப் பார்க்கவில்லை. அறைக்குள் பிரவேசித்ததும், அவள் நினைத்துப் பார்க்காத மற்றொரு காட்சியையும் அங்கே கண்டாள்.

ஒரு மூலையில் சரோஜா உட்கார்ந்துகொண்டிருந்தாள். அவளுக்கு என்ன வேண்டும் என்று இனிமை பொங்கக் கேட்டுக்கொண்டு நின்றான் ராஜன்.

லலிதாவின் முகத்தில் ஒரே கடுகடுப்பு, எள்ளும் கொள்ளும் வெடித்தது.

'இந்தப் படுபாவி (சரோஜா) எதற்கு இன்றைக்குப் பார்த்து இங்கே வந்து தொலைக்க வேண்டும்?' என்று பொருமிக்கொண்டு ஓர் ஓரத்தில் நின்றாள்.

சரோஜாவிடமிருந்து திரும்பி வந்த ராஜன், இவளைப் பார்த்து உதடு அசையாமல் புன்னகை செய்தான். கண்கள் அவளை விழுங்குவது போல் பார்த்த மாதிரி இருந்தன. 'ராஜன்! என்னை என்ன செய்ய இருக்கிறாய் ராஜன்?' என்று அவளுடைய தாபத்தையும் வேதனையையும் அவள் கண்களே மௌன பாஷையில் வெளியிட்டன. பரிதாபமாகப் பார்த்த அவளை நோக்கி, "கொஞ்சம் இருங்கள். அதோ அங்கே ஒரு சேர் காலியாகிறது" என்று சொல்லி வேறொரு மூலையைக் காட்டினான் ராஜன். லலிதா அங்கே போகும்போது, சரோஜா, "லல்லி!" என்று கீச்சுக் குரலில் அழைத்தாள். லலிதாவா திரும்பிப் பார்ப்பாள்? முன்னிலும்

அதிக வேகமாக நடந்து ராஜன் காட்டிய மூலைக்குப் போனாள். அங்கே உட்கார மனம் வரவில்லை. திரும்பிக் கதவைத் திறந்துகொண்டு வெளியே வந்தாள். கல்லாவுக்கு நேரே வந்து, "உள்ளே இடமே இல்லையே!" என்று ஒரு சிரிப்புச் சிரித்துவிட்டு வீட்டுக்குப் போய்விட்டாள்.

சரோஜாவைச் சபித்துக் கொட்டினாள் லலிதா. அப்போது எரிகிற நெருப்பில் எண்ணெய் வார்த்ததுபோல், கல்யாணப் பேச்சை எடுத்து விட்டாள் தாயார். ஏதோ சம்பிரதாயத்துக்குத்தான் பெண்ணைப் பார்க்கப் பையன் வருகிறானே ஒழிய, அவன் முன்னமேயே பெற்றோர்களிடம் பூரண சம்மதத்தைத் தெரிவித்துவிட்டான் என்ற சிறு செய்தியை நெடுநேரம்வரை தலைமாட்டில் நின்று திரும்பத் திரும்ப ரஸித்துச் சொல்லிக்கொண்டிருந்தாள் அம்மா.

"சொன்னதையே சொல்லி ஏன் உயிரை வாங்குகிறாய், அம்மா?" என்று தன்னை மறந்த ஆவேசத்துடன் லலிதா சீறினாள்.

தாயார் பேயறைந்தவள் மாதிரி ஆகிவிட்டாள்.

"ஏண்டி இப்படிச் சொல்கிறாய்? நல்ல பேச்சைப் பேசினால் உனக்கு ஏன் கோபம் வருகிறது? எனக்கு ஒன்றும் புரியவில்லையேடி!" என்று பேதலிப்போடு கேட்டாள் தாயார்.

லலிதா பதில் சொல்லவில்லை. அம்மா "ஏன்? ஏன்" என்று துளைத்து எடுத்துவிட்டாள்.

லலிதா வாயைத் திறக்காமல் இருந்து பார்த்தாள். அம்மாவோ பதிலை வாங்காமல் அப்பால் நகருவதாக இல்லை. இதைப் பார்த்து, "நான் என்ன 'மாட்டேன்' என்றா சொல்கிறேன்? என்றைக்கோ நடக்கப் போகிற கல்யாணத்திற்கு இப்போது என்ன அவசரம்?"

"என்றைக்கோ நடக்கப்போகிற கல்யாணமா? இன்னும் எண்ணி இருபத்திரண்டு நாள்தான் இருக்கிறதடி; முகூர்த்த நாள் எல்லாம் குறித்து வைத்தாகி விட்டது. பையன் வரவேண்டியதுதான்; பத்திரிகை அச்சடிக்க வேண்டியதுதான்" என்று பெருமிதமாக முழங்கினாள் தாயார்.

'அப்படியா செய்தி?' என்று லலிதா மனசுக்கள் கறுவிக்கொண்டு, உதடுகளை மடித்தவண்ணம் ஏதோ ஒரு புத்தகத்தை எடுத்து விரித்தாள் —அம்மாவை அப்பால் போகச் செய்வதற்கு. அவள் உபாயமும் பலித்து விட்டது. தாயார் உள்ளே போய்விட்டாள்.

'எல்லாம் வாயு வேக மனோ வேகத்துடன் நெருங்கி வந்துகொண் டிருக்கின்றன. சரோஜா அவசரப்படுகிறாள்; அம்மா அவசரப்படுகிறாள்; அந்தப் பாழாய்ப்போன பிள்ளை வீட்டாரும் அவசரப்படுகிறார்கள். இனிக் கையைக் கட்டிக்கொண்டு உட்கார்ந்திருக்க முடியாது. சட்டி வருமுன்னே தலைசாய்ந்து விடவேண்டும்.' இவ்வாறு ஒரு பெரிய முடிவே எடுத்துவிட்டாள் லலிதா. அம்மா தன்னுடைய சம்பளப்பணத்தை வாங்கி வைத்திருக்கும் இடத்திற்குப் போய் ரகசியமாக ஒரு ஐந்து

ரூபாய் நோட்டை உருவிக்கொண்டு வந்து மறைத்துவிட்டுப் புத்தகத்தைத் தொடர்ந்து ‘படிக்க’ ஆரம்பித்தாள்.

அடுத்த நாள் பள்ளிக்கூடம் போகும்போது, ‘இனி இந்த வீட்டுக்குத் திரும்ப மாட்டேன்’ என்று நினைத்துக்கொண்டாள். அப்பாவிடமும் அம்மாவிடமும் அவளுக்கு அனுதாபம் பிறந்தது. ஆனாலும், வாழ்க்கை யாருக்காக? பெற்றோர்களுக்காகவா? தனக்காகத்தானே?... காதலுக்காகப் பெரிய பெரிய போக போக்கியங்களையெல்லாம் தியாகம் செய்து ஏழ்மையை ஏற்றுக்கொண்ட பெண் திலகங்கள் எத்தனையோ பேர் இருந்திருக்கிறார்கள்! அவர்களை இந்த உலகம் காவியம் எழுதியும் சினிமாப் படம் பிடித்தும் போற்றிப் புகழ்கிறதே ஒழிய, பழித்துப் பேசவில்லையே! அந்தத் தியாக மங்கையர் வரிசையில் நானும் ஒருத்தியாகச் சேருகிறேன்’ என்ற முடிவுடன் பாடசாலைக்குப் போனாள் மிஸ்.லலிதா. அன்று சரோஜாவுடன் அவள் முகம் கொடுத்துப் பேசவில்லை.

“ஏன் ஹோட்டலில் அழைத்தும்கூட நீ திரும்பிப் பார்க்கவில்லை? சாப்பிடாமலும் போய்விட்டாய்?” என்று சரோஜா கேட்டதற்கு, தனக்குள்ளாக ‘பரிகாசமா பண்ணுகிறாய்? பார்க்கிறேன்’ என்று சபதம் செய்தாள் லலிதா.

“நான் சாப்பிடாமல் போனதனால் உனக்கு வயிறு நிரம்பாமல் போய்விடவில்லையே!” என்று குத்தலாகப் பதில் சொல்லிவிட்டுத் தன் வகுப்பறையில் நுழைந்தாள் லலிதா.

அன்று மாலையில் போய் ராஜனைப் பார்க்க நினைத்திருந்த லலிதா, தன் திட்டத்தைத் திடீரென்று மாற்றினாள். மாலையில் சரோஜாவும் வந்துவிடுவாள் என்று அவளுக்குத் தோன்றியது. மேலும் கூட்டமும் அதிகமாக இருக்கும். அதனால் அவனை மத்தியானமே போய்ப் பார்த்துவிடுவது என்று முடிவு கட்டினாள். ஒரு மணியிலிருந்து இரண்டு மணிவரை சாப்பாடு நேரம் ஹோட்டலுக்குப் போய்த் திரும்பி விடலாம். திரும்பாவிட்டால்தான் என்ன?

மாணவிகளின்மேல் எரிந்து விழுந்ததுதான் அன்று மத்தியானம் வரை அவள் நடத்திய பாடம். ஒரு மணி அடித்ததும் நேரே தலைமையாசிரியையிடம் சென்று அனுமதி பெற்றுக்கொண்டு ஹோட்டலுக்குப் போனாள் லலிதா.

3

இருபது நிமிஷ தூரத்தில் இருந்தது அன்னபூர்ணா லஞ்சு ஹோம். லலிதாவுக்குப் பதின்மூன்று நிமிஷமாகத் தூரம் சுருங்கிவிட்டது. நேரே குடும்ப அறைக்குள் போனாள். அங்கே அந்த நேரத்தில் குடும்பமும் இல்லை. ஏகாங்கியும் இல்லை. சர்க்கரைக் கிண்ணத்தை மொய்த்துக் கொண்டிருந்த ஈக்களைத் தவிர வேறு உயிர்ப் பிராணியே உள்ளே கிடையாது. இவள் போய் உட்கார்ந்ததைத் தொடர்ந்து ராஜன் உள்ளே வந்தான். “என்ன வேண்டும்?” என்று கேட்டான். கேட்கும்போதே ஒரு புன்னகையும் செய்தான்.

அவளுக்கு என்ன வேண்டும்? அவன்தான் வேண்டும். அதைச் சொல்வது எப்படி? அவன் உடனே கொண்டு வந்து வைக்கக்கூடிய ரெடிமேட் பலகாரத்தை சொல்லாமல், "மசாலா தோசை" என்று வேண்டுமென்றே சொன்னாள். அவன் ஆர்டர் கொடுத்துவிட்டுத் திரும்பி வந்து சும்மா எதிரே சில நிமிஷ நேரம் நிற்பான் என்று எதிர்பார்த்தாள். அவனும் அப்படியே வந்து நின்றான்.

"ராஜன்!" என்று அவனை அழைத்தாள். ஒரு முறை சுற்றும் பார்த்துக் கொண்டாள்.

தன் பெயர் அவளுக்கு எப்படித்தான் தெரிந்தது என்று அவனுக்கு ஆச்சரியம். தெரிந்து வைத்துக்கொண்டு அழைப்பதில் அவளுடைய அக்கறை வெளிப்படுவதை அவன் சுலபமாகவே கண்டுகொண்டான். சற்று நெருங்கி வந்தான். இப்படி விஷயங்களில் அவனுக்கு மகா தீக்ஷண்யமான புத்தி.

"உன்னைப் பார்த்தால் காலேஜ் மாணவனைப்போல் இருக்கிறது. நீ படித்திருப்பாய் என்றே நினைக்கிறேன் . . ." என்று பேச்சை ஆரம்பித்தாள் லலிதா.

"படித்திருக்கிறேன். ஆனால் காலேஜில் . . ?"

"பரவாயில்லை. காலேஜில் படித்தவன் என்றால் என்ன உசத்தி? அப்படிப் படித்தவனுமே இப்படி சேர்வர் வேலை பார்ப்பது உண்டு என்று கேள்விப்பட்டிருக்கிறேன். எல்லாம் வேலையில்லாத் திண்டாட்டத்தின் கொடுமை. பாவம், ரோஜாப் புஷ்பங்களைச் சேற்றில் போட்டு மிதிக்கிறது இந்தப் பாழும் சமூகம் . . ."

ராஜன் இன்னும் நெருங்கி வந்தான்.

"உனக்கு என்ன சம்பளம், ராஜன்?"

"அறுபது ரூபாய்."

"அறுபது?"

"ஆம்."

"உனக்குச் சரியாய்ப் போகிறதா? பாவம் . . ."

"ஏதோ சமாளித்துக்கொண்டிருக்கிறேன். நல்ல வேளையாக எனக்கு அப்பா, அம்மா, தம்பி, தங்கை என்ற பாரங்கள் கிடையாது."

"ஏன்? அவர்களெல்லாம் என்ன ஆனார்கள்?"

"அப்பாதான் இருக்கிறார். இரண்டாம் கல்யாணம் பண்ணிக் கொண்டார். இப்போது அவளுக்குப் பணிவிடை செய்துகொண்டு காலத்தைக் கழிக்கிறார். கல்யாணமாகி மூன்று வருஷங்களுக்குப் பிறகு அவள் என்னை வீட்டைவிட்டு விரட்டினாள். அனாதையாக ஆயிரம் ஊர் சுற்றி, என்னென்னவோ வேலை பார்த்துக் கடைசியில் மெட்ராஸுக்கு

வந்தேன். வந்து எங்காவது சினிமா சான்ஸ் கிடைக்குமா என்று பார்த்தேன் . . .”

“உனக்கு எங்கே சான்ஸ் கிடைக்கும்? எவனெவனுக்கோ கிடைக்கிறது. நீ மூக்கும் முழியுமாக ராஜா மாதிரி இருப்பது குருடர்களுக்கு எங்கே தெரியும்?”

ராஜன் சிரித்தான். மிகவும் அழகாகவே சிரித்தான்.

“கடைசியில் எங்கள் ஊர்க்காரன் ஒருவனுடைய உதவியினால் இங்கே வேலைக்கு வந்தேன்.”

“உனக்குச் சகோதரர்கள் யாருமே இல்லையா?”

“யாருமே இல்லே; ஏனென்றால் யாருமே பிறக்கவில்லை. நான் பிறந்த பிறகு ஒரு வருஷத்திற்கெல்லாம் அம்மா செத்துப் போய் விட்டாளாம்.”

அழகன்; அனாதை; மாற்றாந்தாயின் கொடுமைக்கு ஆளானவன்; வீட்டை விட்டு விரட்டப்பட்ட துர்ப்பாக்கியசாலி. . . ஒரு கதாநாயகனுக்கு எப்பேர்ப்பட்ட லட்சியத் தகுதிகள்!

“ராஜன்! உன் கதையைக் கேட்கக் கேட்க நானும் உன்னைப்போல் ஓர் அனாதையாக இருந்திருக்கக்கூடாதா என்று இருக்கிறது! ராஜன் நான் படும்பாட்டைச் சொன்னால் நீ கண்ணீர் விட்டு அழுதுவிடுவாய்” என்று லலிதா சொல்லும்போது, குடும்ப அறை என்பது தெரியாமல் உள்ளே ஓர் ஆசாமி அகஸ்மாத்தாக நுழைந்துவிட்டார். அவரைப் பெண் பிறவி எதுவும் பின் தொடரவில்லை என்பதைக் கண்ட ராஜன், “ஸார்! இது பேமிலி ரூம்” என்று சொல்லியவண்ணம் வழியை அடைத்துக்கொண்டு நின்றான்.

“ஓஹோ” என்று அவர் பின் வாங்கியதும், ராஜன் மசாலா தோசை ஞாபகம் வந்து அதைக் கொண்டுவரப் போனான்.

லலிதா கைக்கடிகாரத்தைப் பார்த்தாள். மணி ஒன்று நாற்பத்திரண்டு.

“ஐயோ, இனி எப்படிச் சாப்பிட்டு விட்டு எப்படி இரண்டு மணிக்குள் பாடசாலைக்குப் போவேன்!” என்று கலவரப்பட்டாள்.

மசாலா தோசை வந்தது. அதைப் பிய்த்து வேகம் வேகமாக வாயில் போட்டாள்.

ராஜன் பேச்சைத் தொடர்ந்தான்:

“உங்களுக்கு எவ்வளவு நல்ல மனசு! என் சிறிய தாயாரைப் பார்த்து விட்டு, உலகத்தில் பெண் ஜென்மத்தையே விஷமாக நினைத்து வெறுத்து வந்தேன். அந்த அபிப்பிராயத்தை நீங்கள் அடியோடு மாற்றிவிட்டீர்கள். நீங்கள் தெய்வப் பிறவி. எங்கே . . . என்ன உத்தியோகம் பார்க்கிறீர்கள்?”

“ராஜன்! என் உத்தியோகமும் குடும்பச் செய்திகளும் இப்போது முக்கியமில்லை. அதைப் பேசுவதற்கு இப்போது நேரமும் இல்லை.

உன்னோடு மாதக் கணக்கில் உட்கார்ந்து பேசவேண்டும் . . . சரி, நான் வருகிறேன்" என்று சொல்லிவிட்டு, பாதித் தோசையைச் சாப்பிடாமலேயே எழுந்துபோய்க் கையைக் கழுவினாள்.

"பில்?"

ராஜன் போய் பில்லை வாங்கிக்கொண்டு வந்து கொடுத்தான்.

"ராஜன், நான் போய்வரட்டுமா?'

அவன் கையைத் தூக்கி நெற்றியில் வைத்து வணக்கம் செய்தான்.

"நீங்கள் யார் என்றே எனக்குச் சொல்லவில்லையே!"

"லோட்டஸ் இங்கிலீஷ் ஸ்கூலில் டீச்சர்"

"பெயர்? மன்னிக்க வேண்டும் – சொல்லத் தடையில்லை என்றால் சொல்லலாம்."

"லலிதா, இதில் தடை என்ன? மன்னிக்கவும் எதற்கு ராஜன்?"

லலிதா வெளியே போனாள்.

குறித்த நேரத்திற்குள் பள்ளிக்கூடத்துக்கு வந்து சேர்ந்தும் விட்டாள். 'ஒரே நாளில் அரை மணி நேரப் பேச்சில் காதலைத் தெரிவித்து, அதைக் கனிய வைத்து, கல்யாணத்திலும் கொண்டு போய் முடிப்பதென்பது நடக்கிற காரியமா? என்ன முட்டாள்தனம்! இன்றே அவனோடு ஓடி விடுவதற்குத் தீர்மானம் செய்துகொண்டு வந்தேனே? பெண் புத்தி பின்புத்தியாம். அது சரியோ என்னவோ? எனக்கு அவசர புத்தி என்பது உண்மை.'

லலிதா தலையில் அடித்துக்கொள்ளச் சந்தர்ப்பம் சரியாக இல்லாத தால், இரண்டு கைகளையும் தலையில் வைத்துக்கொண்டாள் வகுப்பு அறையில்.

4

லலிதாவைப் பெண் பார்த்துவிட்டுப் போய்விட்டான் பையன். எல்லாம் நிச்சமாகிவிட்டது. லலிதா தன் தாயாரிடத்தில் ஒரு மாதிரி முரண்பட்டுப் பேசத் தொடங்கினாள். கல்யாணத்தை இன்னும் சில மாதங்கள் தள்ளி வைத்தால் என்ன என்று சொல்லிப் பார்த்தாள்.

"என்னடி இது? நாம் நினைத்தபடியெல்லாம் கல்யாணத்தைத் தள்ளிப் போட்டுக்கொண்டிருந்தால் நமக்காகப் பிள்ளை வீட்டார் காத்துக்கொண்டிருக்க அவர்களுக்கு என்னடி தலைவிதி? எதற்காகத் தள்ளிவைக்க வேண்டும்? எதற்காக என்று கேட்கிறேன்?"

"நீ ஏன் இப்படிச் சீறுகிறாய்? நான் காரணத்தோடுதான் சொல்கிறேன், கல்யாணத்தைத் தள்ளி வைக்கச் சொல்லி."

"அப்படி என்ன பாழாய்ப்போன காரணம்! இந்தக் காலத்தில் நல்லவனுக்கே அன்றாடம் புத்தி மாறுகிறது. நாளை உன்னை வேண்டாம் என்று சொல்லிவிட்டு, பத்துக் காசுகூடக் கொடுக்கிற வேறு எவனுடைய பெண்ணுக்காவது அவன் சம்மதம் கொடுத்துவிட்டால், ஊரே சிரிக்கு மேடி நம் பிழைப்பைப் பார்த்து."

அப்போது ஜன்னல் பக்கம் திரும்பிப் பார்த்தாள் லலிதா. அவ்வளவு தான்; இனி பேச்சை வளர்க்கக் கூடாது என்று, "உன் இஷ்டப்படியே செய். உன்னிடம் வாயைக் கொடுத்துவிட்டு மீளவா?" என்று சொல்லி விட்டுத் தாயாரை அப்பால் அனுப்புவதற்காகத் தானே திரும்பி நடந்தாள்.

ஜன்னல் வழியாகக் காட்சியளித்து மறைந்த ராஜன், மீண்டும் ஜன்னலுக்கு நேராக நடந்து வந்தான். தெருவில் போகிற நாலு பேரைப் போலவே அவனும் பாவனை பண்ணிக்கொண்டு நடந்தான்.

லலிதா கடந்த சில நாட்களாக மாலை ஐந்தரை மணிக்கெல்லாம் அம்மாவிடம் சொல்லிக்கொண்டு, சரோஜா வீட்டுக்குப் போனதுபோல் அன்றும் போய்விட்டாள்.

சரோஜா வீடு, ஒரு நாள் தங்கசாலைத் தெரு ஹோட்டல் ஒன்றில் குடும்ப அறையிலும், ஒரு நாள் கடற்கரை மணலிலும், ஒரு நாள் மேல்நாட்டுப் பாணி ஹோட்டல் ஒன்றின் 'கூரைத் தோட்ட'த்திலும் (ரூப் கார்டன்), ஒரு நாள் மீனம்பாக்கம் விமான நிலையத்திலுமாக இருந்தது. இப்படிப்பட்ட நாட்களில் என்றாவது ஒரு நாள் சரோஜா தன்னைத் தேடித் தன் வீட்டுக்கு வந்து விடக்கூடாதே என்பதற்காக அவளைப் பாடசாலையில் சந்திக்கும் போதெல்லாம் ஒரு வார்த்தைகூடப் பேசாமல் ஜன்மப்பகை மாதிரி குரோதத்துடன் முகத்தைத் திருப்பிக் கொண்டு போனாள்.

ஒருநாள் லலிதா 'சரோஜா வீட்டுக்கு'ப் போவதற்காகப் பள்ளிக் கூடத்துக்கு லீவு போட்டாள்.

பள்ளிக்கூடத்துக்குப் போவதாக வீட்டில் காட்டிக்கொண்டு டிபன் பாத்திரமும் குடையும் ஆடம்பரப் பையும், கைக்கு நான்கு தங்க வளையல்களும் கழுத்தில் நான்கு சவரன் சங்கிலியுமாக வெளியே போனாள் லலிதா.

ராஜனோ முதல் நாளே வேலையை ராஜினாமா செய்துவிட்டான்.

மாலையில் லலிதா வீடு திரும்பவில்லை.

"என்னைத் தேட வேண்டாம். என் காதலனோடு சௌக்கியமாக இருக்கிறேன். காதலுக்காக உங்களை விட்டு வந்தது என் தவறு என்றால் என்னை மன்னிக்க வேண்டும் – லலிதா" என்று எழுதப்பட்ட கடிதம், அவளை ஊரெல்லாம் தேடிவிட்டுத் திரும்பி வந்த தகப்பனாரின் கண்களில் படும்படியாக மேஜை மீது இருந்தது.

5

ஒரு வாரம் லீவு கேட்டு பள்ளிக்கூடத்திற்கு ஒரு கடிதம் போட்டாள் லலிதா. அது சர்க்கார் பள்ளிக்கூடமோ, சர்க்கார் மான்யம் பெறும் பள்ளிக்கூடமோ அல்ல. ஒரு நாள் லீவுக்கும் சம்பளப் பிடித்தம் உண்டு என்று தலைமையாசிரியையான முதலாளி சொன்னால் அதுதான் அங்கே சட்டம். அப்படியிருந்தும் லீவு போட்டாள் லலிதா. ஆனால் அவளுடைய பெற்றோர்கள் மூலம் அவள் திடீரென்று மறைந்த செய்தியை அறிந்த தலைமையாசிரியை பெரிய லீவே கொடுத்துவிட்டாள்.

லலிதாவுக்கு வேலை போய்விட்டது. அதற்காக அவள் கவலைப்பட வில்லை. அவள் கையில் இருந்த ரொக்கம், அவள் கையில் இருந்த பணம், இன்னும் வளையல்கள், சங்கிலி– எல்லாம் சேர்ந்து அவர்களுடைய தேன் நிலவைத் தெவிட்டாத நிலவாக்கின. ராஜனும் லலிதாவும் பெங்களூரில் ஒரு வாரம் முகாம் போட்டுவிட்டுச் சென்னை திரும்பிச் சிந்தாதிரிப்பேட்டையில் வீடு பிடித்துக் குடித்தனம் தொடங்கி விட்டார்கள்.

நகைகளை முழுக்க விற்கவேண்டிய அவசியம் ஏற்படவில்லை. இரண்டொன்றை அடகு வைத்தார்கள். அந்தப் பணம் செலவழியுமுன்பே லலிதாவுக்கு எழும்பூரில் ஒரு பாட சாலையில் நூறு ரூபாய் சம்பளத்தில் வேலை கிடைத்துவிட்டது. இதுதான் வருமானம். குடியிருந்த அறைக்கு முப்பது ரூபாய் வாடகை. மீதிப் பணம் செலவுக்குச் சரியாக இருந்தது. ஆனால் தன் உள்ளத்தைக் கொள்ளை கொண்ட ராஜனுக்கு அவன் அழகுக்கேற்ற டெரிலின் சட்டைகள், சூட்டுகள் முதலான தைக்கவும், இன்னும் அழகு சாதனங்கள், வாசனைத் திரவியங்கள் வாங்கவும் சங்கிலியை விற்கத் துணிந்தாள்.

விற்றும் ஆகிவிட்டது.

அவனுக்கு இப்போது வேலை, ஒவ்வொரு ஸ்டூடியோவாகப் போய்ப் படையெடுப்பதுதான். அவன் என்றாவது தமிழ்நாட்டின் ஒப்பற்ற நடிகனாகித் திரைவானில் ஜாஜ்வல்யமாகச் சுடர் விட்டுப் பிரகாசிப்பான் என்பது லலிதாவின் திடமான, அசைக்க முடியாத நம்பிக்கை.

'மிஸ் லலிதா 'மிஸஸ் லலிதா ராஜ'னாகி ஐந்தாறு மாதங்களுக்கு மேல் ஆகிவிட்டன. 'மம்மி' லலிதாவாக மாற இன்னும் ஐந்து மாதங்களே கழிய வேண்டியிருந்தன.

வருமானம் பற்றாது என்பது சில நாட்களுக்குள்ளாகவே துலாம்பர மாகத் தெரியத் தொடங்கியது. அழகைப் பார்த்து வயிற்றுப் பசியைத் தீர்க்க முடியுமா? அழகிலிருந்து வீட்டு வாடகைக்குப் பணம் தோண்டி எடுக்க முடியுமா? வாழ்க்கை கசக்கத் தொடங்கியது. கடன் பிடுங்கல்களும் வேறு சேர்ந்துகொண்டன. இப்படிப்பட்ட நிலையில் ராஜன் ஒரு நாள் ஐந்து பத்து ரூபாய் நோட்டுக்களைக் கொண்டு வந்து லலிதாவிடம் கொடுத்தான். தன் பழைய நண்பன் ஒருவன் கொடுத்து உதவியதாகக்கூறி,

சினிமா சான்ஸ் விரைவில் கிடைக்கப் போகிறது என்பதையும் சொன்னான். அவளுக்கு நம்பிக்கை ஊட்டினான். லலிதாவுக்கு அன்று சொல்ல முடியாத மகிழ்ச்சி.

சினிமா சான்ஸ் ஒன்றுதான் தினந்தோறும் அவர்கள் அக்கறையோடு பேசிக்கொள்ளும் விஷயம். ராஜன் தன் முயற்சி படிப்படியாக முன்னேறி வருவதாகச் சொல்லிக் கொண்டிருந்தான். லலிதா நம்பிக்கையை இழந்து விடக்கூடாது என்பதில் கவனமாக, ஜாக்கிரதையாகவே இருந்தான். ஒருநாள் சினிமா சான்ஸ் தேடும் விஷயமாகக் கோயமுத்தூருக்குப் போய்வரவேண்டும் என்று சொல்லிக்கொண்டு அவன் புறப்பட்டுப் போனான். போனவன் ஒரு வாரம் வரையிலும் திரும்பவில்லை. அவன் திரும்பி வருவானோ, வயிற்றுப் பிள்ளைக்காரியாகத் தன்னைச் சிந்தாதிரிப்பேட்டை அறையிலேயே தவிக்க விட்டுவிடுவானோ என்று அவள் கவலைப்பட்டுக்கொண்டிருந்த சமயத்தில் . . .

ராஜன் ஒருநாள் அதிகாலையில் எதிர்பாராத விதமாக வந்து சேர்ந்தான். “இன்னும் சில நாட்களாகும்” என்று சொல்லிவிட்டுப் படுத்தான்.

அதற்கு மறுநாளிலிருந்து அவனிடம் ஒரு பெரிய மாறுதலைக் கண்டாள் லலிதா. முன்பெல்லாம் எங்கே போனாலும் மாலை ஐந்து மணிக்குத் திரும்பிவந்து விடுபவன் இப்போது இரவு பத்து மணி, பதினொரு மணிக்குத்தான் திரும்புவது என்று ஆகிவிட்டது. ஒருநாள் இரவு அவன் வரவே இல்லை. இது லலிதாவுக்கு விபரீதமாய்ப் படவே, அவன் வந்ததும் இந்த மாறுதலின் காரணத்தைக் கேட்டாள்.

“நண்பனோடு ஸ்டூடியோவில் ஷூட்டிங் பார்த்தேன்” என்றான் ராஜன்.

லலிதா அதைப் பாதி நம்பினாள். பாதி நம்ப விரும்பினாள்.

வயிற்றுப் பிள்ளை வளர்ந்துகொண்டு வந்தது. ஒரு நாள் இரவு அவளுக்குத் தலைச்சுற்றும் மயக்கமுமாக இருந்தது. உதவிக்கு அவன் இல்லை. நடுராத்திரி வரையிலும்கூட வந்துவிடுவான் என்றே நம்பிக் கொண்டிருந்தாள். ஆனால் அவன் வரவே இல்லை. அவனை நேரில் பார்த்ததும் உடனே கழுத்தை நெறித்துக் கொன்றுவிட வேண்டும் என்ற அளவுக்கு அவள் கோபம் கொண்டாள்.

அடுத்த நாள் காலையில்தான் அவன் வந்தான். வந்து, ஷூட்டிங் பார்த்ததால்தான் இரவு வீட்டுக்கு வரமுடியவில்லை என்று வழக்கம் போல் சொன்னான். லலிதா நம்பவே இல்லை. அவனிடம் பெரிய சந்தேகம் உண்டாகிவிட்டது. அன்று பள்ளிக்கூடத்துக்கு லீவுபோட்டுவிட்டு அவனைக் காவல் காத்துக்கொண்டு வீட்டிலேயே இருந்தாள். அவனும் வீட்டை விட்டுப் போகவில்லை. ‘இப்படி இவனைக் கட்டிக் காவல் காக்கும்படி ஆகிவிட்டதே! எத்தனை நாளைக்கு இப்படிக் காவல் காக்க முடியும்?’ என்று நினைத்து மறுகினாள்.

மாலையில் ஹோட்டலில் போய்க் காபி வாங்கிவரச் சொன்னாள் லலிதா. அவன் அதற்குச் சில்லறைக் காசு கேட்டான். லலிதாவும் எடுத்துக்கொடுத்தாள். அவன் காபி வாங்கப் போன பிறகு அவனுடைய டெரிலின் சட்டை ஒன்று ரூபாய் நோட்டுகளுடன் தொங்குவதைப் பார்த்துக் கொண்டாள். எடுத்துப் பார்த்தால் அதில் முப்பத்தாறு ரூபாய் இருந்தது. கையில் பணத்தை வைத்துக்கொண்டே தனக்குத் தெரியாமல் மறைத்து காபிக்குத் தன்னிடமே காசு கேட்கும் அவனுடைய திருட்டுத்தனத்தைக் கண்டதும் லலிதாவுக்கு வயிற்றில் புளியைக் கரைத்தது; பயத்தால் கர்ப்பம் கலங்கியது. 'இந்தத் திருடன் இனி என்னென்ன செய்ய இருக்கிறானோ?' என்று நினைத்து நடுங்கினாள். அவனுக்கு எங்கிருந்து இப்படி நோட்டு நோட்டாகப் பணம் கிடைக்கிறது என்றும் யோசித்தாள். அந்த மர்மம் அவளை இன்னும் அதிகமாகக் கலக்கிப் பயபீதியில் ஆழ்த்திவிட்டது.

தலையில் கையை வைத்துவிட்டாள்.

காபியோடு திரும்பி வந்தான் ராஜன். லலிதாவுக்கு அவனைக் கண்டதும் கோபம் பொத்துக்கொண்டு வந்தது.

"கையில் பணம் வைத்துக்கொண்டே என்னிடம் காபிக்குக் காசு வாங்கிக்கொண்டு போனாயே, ஏன்" என்று படபடக்கக் கேட்டாள்.

"பணமா? பணம் ஏது!"

"உன் சட்டையில் முழுசாக முப்பத்தாறு ரூபாய் இருக்கிறதே, அது பணமில்லையா?"

"அது வேறு பணம்"

"உன்னிடம் அப்படி யார் பணத்தைக் கொடுத்துப் பத்திரப்படுத்தி வைக்கச் சொன்னார்கள்? அதைத்தான் சொல்லேன்."

"யார் அந்த நண்பன்?"

"சொன்னால் உனக்குத் தெரிந்துவிடுமா? ஊரில் உள்ள எல்லோரை யுமே உனக்குத் தெரியுமா?"

"நீ உண்மையைச் சொல்லாமல் மறைக்கப் பார்க்கிறாய். உன்னை நம்ப முடியாது."

"நம்பாவிட்டால் நான் என்ன செய்வது? உன் இஷ்டம்" என்று சொல்லிவிட்டு வெளியே நழுவப் பார்த்தான் ராஜன். அவனுடைய உதாசீனமான பதிலைக்கேட்டதும் ஆத்திரம் பொங்கியது. லலிதா அவனை வெளியே விடவில்லை. கையைப் பிடித்து உள்ளே இழுத்துக் கதவைப் பூட்டினாள்.

"நீ ஒரு துரோகி! நயவஞ்சகன்! திருடன்! நம்பியவளைக் கெடுத்து நட்டாற்றில் விடும் பாதகன்! உன்னை நம்பி வந்தேனே! உனக்காக என் நகையையும் விற்றேனே!" என்று குமுறினாள்.

ராஜனுக்குக் கோபத்தினால் முகம் சிவந்ததைப் பார்த்த லலிதாவுக்கு வெறி இன்னும் அதிகமாகி விட்டது.

"அற்பன்! கால்காசு சம்பாதிக்கக் கையாலாகாதவன். மனைவிக்குக் காபி வாங்கிக் கொடுக்க மனைவியிடமே காசு கேட்கும் மானம் கெட்டவன்! . ."

ராஜனால் பொறுக்க முடியவில்லை. ஓங்கி அவள் கன்னத்தில் ஓர் அறை அறைந்தான்.

"அடிக்கிறாயா நீ? பேடிப்பயல்! கழிசடை! . . தூ"

தொடர்ந்து ஐந்தாறு அடிகள் முகத்திலும் முதுகிலும் விழுந்தன. அவளும் கீழே விழுந்தாள். அவளுடைய கூக்குரல் வீட்டின் மற்ற பகுதிகளில் இருப்பவர்களைக் கூட்டமாகத் திரட்டுவதற்கு முன்பே அவன் வெளியே போய்விட்டான். போனபிறகு பக்கத்துக் குடித்தனக் காரர்கள் வந்து என்ன ஏதென்று விசாரித்தார்கள். கணவன் – மனைவிக் குள் ஒற்றுமை அவசியம் என்ற உத்தமமான நீதியைப் போதித்துவிட்டுத் திரும்பிப் போனார்கள்.

ஆனால் அடுத்த நாள் மாலையில் அவளுக்கு யாரும் புத்தி சொல்ல வில்லை. அந்த வீட்டுக்குச் சொந்தக்காரனிடம் போய், "இந்தக் குடித்தனத்தை உடனே கிளப்பாவிட்டால் இங்கே கௌரவமான குடும்பங்கள் வாழ முடியாது" என்று வற்புறுத்தக்கூடிய நிலையும் நிர்ப்பந்தமும் ஏற்பட்டு விட்டன.

முதல்நாள் மாலை காபி வாங்கிக் கொடுத்துவிட்டு வெளியே போன ராஜன் மறுநாள் முழுவதுமே வீடு திரும்பவில்லை. அவன் வருவான் என்று எதிர்பார்த்துக் கொண்டிருந்த லலிதாவுக்கு எதிரே, மாலை ஆறு மணி சுமாருக்கு முப்பத்தைந்து வயதுடனும் சற்றுக் கனத்த உடம்புடனும் எரிக்கின்ற பார்வையுடனும், விடைத்த மூக்குடனும் ஒரு ஸ்திரீ வந்து நின்றாள்.

"யார் நீங்கள்? யாரைப் பார்க்க வேண்டும்?" என்று லலிதா கேட்டாள்.

"நீ யார் அதை முதலில் சொல்" என்று எடுத்த எடுப்பிலேயே அவள் அஸ்திரத்தைத் தொடுத்தாள்.

லலிதாவினால் பேந்தப் பேந்த விழிப்பதைத் தவிர வேறு எதுவும் செய்ய முடியவில்லை.

வந்தவளோ ஒரு அடி முன்னால் வந்து, நிமிர்ந்து நின்றுகொண்டு, "நீ யாரடி? யார் நீ?" என்று வீடே அலறும்படிக் கத்தினாள்.

லலிதாவின் காதும் மனமும் அடைத்துவிட்டன. ஒரு நிமிஷம் மௌனமாக இருந்துவிட்டு, "நீங்கள் யார் என்று தெரியவில்லையே ஏன் இப்படிக் கோபமாகப் பேசுகிறீர்கள்?" என்று ஹீனஸ்வரத்தில் கேட்டாள்.

"நான் கோபமாகவா பேசுகிறேன்? எனக்குக் கோபம் வந்திருந்தால் இப்படிப் பேசிக்கொண்டு நிற்க மாட்டேண்டி. உன் கழுத்தைத் திருகித் தெருவில் வீசி எறிந்திருப்பேன்" என்று சொல்லி, கழுத்தை திருகுவது எப்படி என்பதையும் கையால் ஏக காலத்தில் அபிநயம் பிடித்துக் காட்டினாள்.

லலிதா சுதாரித்துவிட்டாள்.

"என் வீட்டில் வந்து என்னடி அதிகாரம் பண்ணுகிறாய்? வெளியே போகிறாயா? இல்லை, போலீஸைக் கூப்பிடவேண்டுமா?" என்று கேட்டுக்கொண்டே கோதாவில் இறங்கிவிட்டாள்.

வந்தவளோ இந்த மிரட்டலுக்கெல்லாம் பயப்படுகிறவளாக இல்லை.

"உன் வீடா! உங்க அப்பன் கட்டி சீதனம் கொடுத்த வீடு! பொறுக்கி நாயே! உனக்கு வாய் வேறு கேடா? ஊரில் அகப்பட்டவனையெல்லாம் புருஷனாக்கிக்கொண்டு எத்தனை நாளைக்குக் காசு பறிக்க முடியுமடி!.."

லலிதாவுக்கு ஆக்ரோஷம் மிகுந்துவிட்டது. இருந்தாலும் அக்கம் பக்கத்துக்குப் பயந்து, கோபத்தை அடக்கி, "என்னடி பேசுகிறாய்?" என்று கேட்டாள்.

"அடியே! இன்னும் டிராமாப் போடாதே. என் புருஷனை இப்பொழுதே என்னிடம் ஒப்படைத்தால்தான் ஆச்சு. இல்லை, உன் மானம் கப்பலேறிவிடும், ஜாக்கிரதை! எங்கே என் புருஷன்?" என்று குரலைச் சற்றுத் தாழ்த்திக்கொண்டு, ஆனாலும் அழுத்தமாகப் பேசினாள்.

"உன் புருஷனா? அவனை யார் பார்த்தது? நீ எங்கே போக வேண்டியவள், எங்கே வந்து விசாரணை போடுகிறாய்?"

"வரவேண்டிய இடத்துக்கு வந்துதான் விசாரணை போடுகிறேன். ஹோட்டலில் வேலை செய்துகொண்டு இருந்தவனை மயக்கி வேலையில் மண்ணைப் போடச் செய்துவிட்டுக் கூட்டிக்கொண்டு ஓடி வந்தாயே, அவனை இப்போது எங்கே ஒளித்து வைத்திருக்கிறாய்? அதைச் சொல்."

"யார்! ராஜனா?..."

"வேறு யார்? அவனேதான்."

"அவன் உன் புருஷனா?"

"அவன் என் புருஷன்தான்; நான் அவன் பெண்டாட்டிதான். இது இந்த ஊருக்கெல்லாம் தெரியும். உலகத்திலே இப்படி எவள் புருஷனையோ தட்டிப் பறிக்கிற மானங்கெட்டவளும் இருக்கிறாளே, கடவுளே!..."

லலிதாவும் கூச்சல் போட ஆரம்பித்துவிட்டாள்.

"அவனைப் பார்த்தால் உன் பிள்ளை மாதிரி இருக்கிறான். அவனைப் புருஷன் என்று சொல்லிக்கொள்ள உனக்கு வெட்கமாயில்லை?"

வந்தவள் முழு மூச்சுடன் சண்டையில் இறங்கிவிட்டாள்.

"ஏண்டி, எனக்கு அவன் பிள்ளை; உனக்கு நான் மாமியார்! நான் என்ன குடுகுடு கிழவி என்று நினைத்து விட்டாயா? நீ கன்னி கழியாத பெண்ணாகத்தான் அவனைக் கூட்டிக்கொண்டு வந்தாயா? உனக்கு இது எத்தனாவது கல்யாணமடி? தெரியாமல்தான் கேட்கிறேன்..."

பேச்சு முற்றியது. அக்கம் பக்கத்தவர்களும் வந்து கூடிவிட்டார்கள். கௌரவமுள்ளவர்கள் தலையிட்டுத் தடுக்கக் கூடிய நிலையில் அங்கே சண்டை நடக்கவில்லை. கேட்கச் சகிக்காத வார்த்தைகளை அள்ளி வீசினாள் வந்தவள். சிறிது நேரத்தில் வாய்ச் சண்டை கைச்சண்டையாகி விட்டது. அப்போது அங்கே வந்து சேர்ந்த ஒரு பக்கத்துக் குடித்தனக்காரர் பயங்கரமாகக் கூச்சல் போட்டு இருவரையும் அதட்டினார்; குறுக்கே பாய்ந்து சண்டையை விலக்கினார். வந்தவளைப் பார்த்து, "உடனே வெளியே போகிறாயா? பிடரியைப் பிடித்துத் தள்ளட்டுமா?" என்று கேட்டுக்கொண்டே நெருங்கினார்.

"ஐயோ!ஐயோ! என் புருஷனைப் பறி கொடுத்துவிட்டு நான் இப்படியும் அவமானப்பட வேண்டுமா? கடவுளே!.." என்று கூக்குரலிட்டு அழுதாள் வந்தவள்.

அவளுடைய அழுகையை நிறுத்தி விஷயம் என்ன என்று விசாரித்தார் குடித்தனக்காரர். வந்தவள் சுருக்கமாகவே தான் சொல்ல வேண்டிய கதையைச் சொன்னாள். நடுநடுவே அழுதுகொண்டு கண்ணீரும் கம்பலையுமாக, "என் புருஷன் ஐயா, என் புருஷன். ஹோட்டலில் வேலை செய்துகொண்டிருந்தவனை இவள் வசியம் பண்ணிக்கொண்டு வந்து விட்டாள். மகா பாவி! என் பிழைப்பில் மண்ணைப் போட்டு விட்டாள். நான் சோற்றுக்கு வழியில்லாமல் பட்டினி கிடந்து சாகிறேன். நான் கால் காசும் அரைக்காசுமாகச் சேர்த்து வைத்திருந்ததையும் அவன் தந்திரமாக வந்து என்னிடம் வாங்கிக்கொண்டு போனான். ஒரு தடவை ஐந்து ரூபாய் கொடுத்தேன். அப்புறம் ஒரு நாள் நாற்பது கொடுத்தேன். இந்தத் தட்டுக் கெட்டவளைச் சிங்காரித்துச் சினிமாவுக்குக் கூட்டிக்கொண்டு போக என் கைக்காசையெல்லாம் கொட்டிக் கொடுத்து விட்டு நடுத்தெருவில் நிற்கிறேன். இப்படியும் என் பிழைப்பில் மண்ணைப் போட ஒருத்தி எங்கிருந்து எனக்கென்று பிறந்து வந்தாளோ?..."

"அவன் உன் புருஷனா?" என்று அவரும் சந்தேகத்துடன் கேட்டார்.

"புருஷனைத் தவிர வேறொருவனைப் புருஷன் என்று எந்தப் பெண்ணாவது சொல்வாளா ஐயா? நீங்கள் இப்படிக் கேட்கிறீர்களே! நான் என்ன இவளைப் போல. . ."

குடித்தனக்காரர் லலிதாவைப் பார்த்துத் திரும்பினார். "என்னம்மா? என்ன கதை?" என்று கேட்டார்.

ராஜன் தன் புருஷனே என்று லலிதா சத்தியம் செய்தாள்.

கடைசியில் குடித்தனக்காரர் தாற்காலிகமாகப் பஞ்சாயத்துத் தீர்ப்புப் பண்ணினார். வந்தவளைப் பார்த்து, "நீ முதலில் உன் வீட்டுக்குப் போ. அவன் வரட்டும், விசாரிக்கிறோம். அப்புறம் பார்க்கலாம். இனிமேல்

இங்கே சண்டை கூடாது. ஆமாம்" என்று மிரட்டலோடு சொல்லி அவளை அனுப்பினார்.

அன்றிரவே அவர் அந்த வீட்டின் சொந்தக்காரனிடம் போனார். "இப்படிப்பட்ட குடும்பத்தை நாலு நல்ல குடும்பங்களுக்கு நடுவில் வைத்துக் கொண்டிருக்கக்கூடாது. உடனே அவர்கள் இருவரையும் கிளப்பியாக வேண்டும்" என்றார்.

"அப்படியா? நான் நாளை அங்கே வருகிறேன்" என்று சொல்லிவிட்டு வீட்டுக்காரன் யோசித்தான். இந்தச் சாக்கில் இருபது ரூபாய் அதிகமாக வாடகை கேட்கலாம் என்றும், கொடுக்காவிட்டால் அப்புறம் அவர்களை கிளப்பிவிடலாம் என்றும் அவன் முடிவு செய்தான்.

6

ராஜன் அன்று காபி வாங்கிக் கொடுத்துவிட்டுப் போய் ஏறக்குறைய ஒரு மாதமாகியும் திரும்பி வரவில்லை. அவனைத் தன்னுடைய புருஷன் என்று உரிமை கொண்டாடிக்கொண்டு வந்தவளும் என்ன காரணத்தாலோ அப்புறம் திரும்பி வரவே இல்லை, வீட்டுக்காரன் மட்டும் வந்து இருபது ரூபாய் அதிகமாக வாடகையைக் கூட்டித்தர வேண்டும் என்று கேட்டான். அவனைக் காலில் விழாத குறையாகக் கெஞ்சிப் பத்து ரூபாயை மட்டும் கூட்டுவதற்கு அவனைச் சம்மதிக்க வைத்துவிட்டாள் லலிதா.

ராஜனோ, அந்தச் சண்டைக்காரியோ திரும்பி வராததாலும், அவள் வயிற்றுப் பிள்ளைக்காரியாக இருந்ததாலும் பக்கத்துக் குடித்தனக்காரர்களும் அவளை விரட்டுவதில் அவ்வளவாக அக்கறை எடுத்துக் கொள்ளவில்லை. 'நமக்கு என்ன போகிறது? சண்டை சச்சரவு இல்லாமல் இருந்தால் சரிதான்' என்ற அவர்கள் பேசாமல் இருந்து விட்டார்கள்.

அந்த அறையில் தன்னந்தனியாகக் குடியிருந்துகொண்டு, பள்ளிக் கூடத்துக்கும் போய் வந்துகொண்டிருந்தாள் லலிதா. தினந்தோறும் வீட்டுக்கு வந்ததும் ஒரு மூச்சு அழுவாள். பெற்றோர்களை நினைத்துப் பெருமூச்சு விடுவாள். 'நான் செய்த நீசச் செயலினால் அவர்கள் என்ன கதிக்கு ஆளானார்களோ?' என்று தனக்குத் தானே சொல்லிப் புலம்புவாள். ராஜனை அல்லும் பகலும் சபிப்பாள். ஒரு நாள் அவன் படத்தையும் எடுத்து உடைத்துத் தீயில் போட்டுப் பொசுக்கினாள். இப்படி தினந்தினமும் அவனைக் கரித்துக்கொண்டிருந்தாலும், 'எப்பொழுதாவது திரும்பி வந்துவிடமாட்டானா?' என்று ஒரு நப்பாசையையும் அவள் உள்ளத்தில் ஒரு மூலையில் வைத்துக்கொண்டிருந்தாள்.

அவன் முன்பு வேலை செய்த அன்னபூர்ணா லஞ்சு ஹோமுக்கு, அவனைப் பார்க்கலாம் என்ற அசட்டு நம்பிக்கையோடு ஒரு நாள் போயும் வந்துவிட்டாள்.

மற்றொரு நாள், தான் முன்பு வேலை செய்த லோட்டஸ் பள்ளியில் தன் சிநேகிதியாக இருந்த சரோஜாவுக்குத் தன் நிலையையெல்லாம்

விவரித்துக் கடிதம் எழுதி, தன்னை உடனே வந்து பார்க்க வேண்டும் என்றும் வேண்டுகோள் விட்டாள்.

லலிதா எதிர்பார்த்தபடி சரோஜா உடனே வந்துவிடவில்லை. ஒருவேளை, சரோஜாவையுமே அந்த படுபாவி ஏமாற்றி அழைத்துக் கொண்டு போய்விட்டானோ என்றும் லலிதாவுக்கு சந்தேகம் ஏற்பட்டது. ஆனால் சரோஜா ஞாயிற்றுக்கிழமை பிற்பகலில் லலிதாவின் இருப்பிடத் துக்கு வந்து சேர்ந்தாள். வரும்போது கையில் ஒரு சினிமாப் பத்திரிகையை யும் கொண்டு வந்தாள்.

ராஜனுக்குத் தற்போது எடுக்கப்பட்டு வரும் ஒரு படத்தில் ஒரு சிறு வேஷத்தில் நடிக்கச் சான்ஸ் கிடைத்திருக்கிறது என்ற விவரத்தை சரோஜா பேச்சோடு பேச்சாகச் சொல்லி, அந்தப் பத்திரிகையில் அந்தச் செய்தி பிரசுரமாகியிருக்கும் இடத்தையும் காட்டினாள். லலிதாவுக்கு வெகு நாட்களுக்குப் பிறகு சிறிது சந்தோஷம் ஏற்பட்டது. அவன் எங்கே வசித்தாலும் ஸ்டூடியோவுக்கு கட்டாயம் வருவான், அங்கே பார்த்து விடலாம் என்ற நம்பிக்கை அவளுக்கு மகத்தான எதிர்கால நம்பிக்கையையே கொடுத்தது.

லலிதாவின் பெற்றோர்கள் அவமானம் பொறுக்காமல் ஊரைவிட்டே போய்விட்டார்கள் என்ற செய்தியை இறுதியாகச் சொன்னாள் சரோஜா.

அற்ப சந்தோஷத்தில் திளைத்த லலிதா இந்தச் செய்தியைக் கேட்டதும் "கோ"வென்று அழுதாள்.

சரோஜா அவளுக்கு என்னென்னவோ தேறுதல் வார்த்தைகள் சொல்லிவிட்டு அடுத்த ஞாயிற்றுக்கிழமை மீண்டும் வருவதாக உறுதி கூறிவிட்டுப் போனாள்.

சினிமா ஸ்டூடியோவுக்குப் போகவேண்டும் – இதுதான் லலிதாவின் அடுத்த திட்டம்.

7

பத்துப் பதினைந்து நாட்கள் வலை வீசியும் ராஜனை ஸ்டூடியோவில் கண்டுபிடிக்க லலிதாவினால் முடியவில்லை. கடைசியில், அவசியம் அவனை வீட்டுக்கு வரும்படி சொல்ல வேண்டும் என்று ஸ்டூடியோச் சிப்பந்திகளைக் கேட்டுக்கொண்டு, அவனுக்குத் தான் எழுதி வைத்திருந்த ஒரு கடிதத்தையும் அவர்களிடம் கொடுத்துவிட்டு வந்தாள். அந்தக் கடிதத்தைப் பார்த்துவிட்டு வருகிறவன் போலவே அவனும் ஒருநாள் அவள் இருக்குமிடத்துக்கே வந்துவிட்டான். அப்போது இரவு ஒன்பது மணி.

லலிதா அவனோடு சண்டைபோட விரும்பவில்லை. பழையபடியும் அவன் போய்விட்டால் என்ன செய்வது? அதற்குப் பதிலாகக் கொஞ்சிப் பேசவும் இஷ்டமில்லை. சில நிமிஷங்கள் முகத்தைக் திருப்பிக்கொண்டு மௌனமாக இருந்தாள்.

"லலிதா! லலிதா" என்று நாலைந்து முறை அவன் அழைத்தும் அவள் திரும்பிப் பார்க்கவில்லை. இதுதான் சமயம் என்று அவன்

தன்னுடைய பெட்டியைக் கையில் எடுத்துக்கொண்டு புறப்படத் தயாரானான். இதை லலிதா பார்த்துக்கொண்டாள்.

"எங்கே?" என்று ஒரே வார்த்தையில் கேள்வி போட்டாள் அவள்.

"எங்கே போனால் உனக்கு என்ன?" என்று சொல்லிவிட்டு அவன் போய்க்கொண்டே இருந்தான்.

லலிதா ஓடிவந்து வழியை மறித்தாள். கோபத்தை அடக்கிக்கொண்டு கண்ணீர் விட்டாள்.

"இன்னும் எங்கே போகிறாய்? என் கதி என்ன?" என்று அவன் கையைப் பிடித்துக்கொண்டு கேட்டாள். "நான் ஏதாவது தப்பாகப் பேசியிருந்தால் மன்னித்து விடு" என்றும் கெஞ்சினாள்.

"உன்னை நான் மன்னிக்க வேண்டியதே இல்லை. என்னை விட்டுவிடு. நான் அவசரமாய்ப் போக வேண்டும். வெளியூருக்குப் போகிறேன். ஒரு வாரத்தில் வந்துவிடுவேன்."

"பொய். நீ சொல்வதெல்லாம் பொய்"

"அப்படியே வைத்துக்கொள். எனக்குக் கவலை இல்லை."

"ராஜனா இப்படிப் பேசுவது? என் கதி என்ன ஆவது, ராஜன்?" உரத்த குரலில் அழுதாள் லலிதா.

"உனக்கு என்ன குறை? பள்ளிக்கூடத்தில் சம்பளம் வாங்குகிறாய். பேசாமல் சாப்பிட்டுக்கொண்டு இரு."

"இதற்காகத்தான் என்னைக் கூட்டிக்கொண்டு வந்தாயா?"

"நானா கூட்டிக்கொண்டு வந்தேன்? உன் மனசைக் கேட்டுப்பார், யாரை யார் கூட்டிக்கொண்டு வந்தது என்று? உம், விடு. நான் போக வேண்டும்."

"இது துரோகமில்லையா ராஜன்? என் வாழ்க்கை என்ன ஆவது?"

"உன் வாழ்க்கையைப் பற்றி நீ இப்பொழுது கவலைப்பட்டு என்ன பிரயோஜனம்? என்னைக் கூட்டிக்கொண்டு வருவதற்கு முன்பல்லவா கவலைப்பட்டிருக்க வேண்டும்?"

"இப்படி நட்டாற்றில் என்னைத் தவிக்க விடுவதற்காகவா உனக்கு என் வாழ்க்கையையே அர்ப்பணித்தேன்?"

"எனக்கு எங்கே அர்ப்பணித்தாய்? நான் யார் என்பதைக்கூட சரிவரத் தெரிந்துகொள்ளாமல் உன் வாழ்க்கையை அர்ப்பணிக்கத் தயாராகி விட்டாயே! அதற்குள் மறந்துவிட்டாயா? ஒரு ஹோட்டல் சர்வருக்கு உன்னைப்போல் மேல்படிப்புப் படித்துச் சம்பாதிக்கும் கௌரவமுள்ள குடும்பப்பெண் எவளாவது வாழ்க்கையை அர்ப்பணிப் பாளா? எனக்கு நீ அர்ப்பணிக்கவில்லை. என் அழகுக்கு அர்ப்பணித்தாய். உன் வாழ்க்கை, என் அழகை அனுபவிக்க நீ கொடுத்த விலை. தப்பு, வாடகை..."

"ராஜன்! நீ என்ன சினிமா வசனம் பேசுகிறாயா?"

“சினிமா வசனமா? உண்மையைச் சொல்கிறேன். உன் வாடகை இந்த ஏழெட்டு மாதங்களில் கழிந்துவிட்டது. இனி, என் அழகை நீ உபயோகிக்க முடியாது.”

“பாவி!” என்று கத்தினாள் லலிதா.

அவளை அப்படியே இடக் கையால் இழுத்து எறிந்துவிட்டு ராஜன் வெளியே போய்விட்டான்.

கீழே விழுந்த லலிதா எழுந்து விரித்த தலையோடு பின்னால் ஓடி வந்தாள். ராஜன் வேகமாகப் போய் வாசலில் நின்ற டாக்ஸியில் ஏறிக்கொண்டு சிட்டாகப் பறந்துவிட்டான்.

8

அந்த வீட்டிலிருந்து லலிதா உடனே வெளியேறிவிட வேண்டும் என்று வீட்டுக்காரன் கண்டிப்பாகச் சொன்னாலும், முதல் தேதி வரை பொறுத்துக் கொள்ளும்படி அவள் வேண்டிக்கொண்டதற்கு இணங்கினான். உடனே போனால், இருந்த நாட்களுக்கு வாடகையை இழக்க வேண்டி வரும் என்பதுதான் வீட்டுக்காரன் இணங்கியதற்கு ஒரே காரணமாகும்.

லலிதா வேறு வீடு தேடும்போது, ‘ராஜனை இனி இலேசில் விட மாட்டேன்; பழிக்கு பழி வாங்கியே தீருவேன்’ என்ற விரதத்தோடு ஸ்டூடியோவுக்குத் தினமும் ஒரு நடை போய் வந்தாள். ஒரு நாள் ஸ்டூடியோவுக்குச் செல்லும் வழியில் உள்ள ஒரு ஹோட்டலின் வாசலில், ராஜன் டாக்ஸியில் ஏறுவதை அவள் பார்த்தாள். அப்போது ராஜனோடு ஒரு இளம் பெண்ணும் அதே டாக்ஸியில் ஏறினாள்!.

அவள் யார்?

‘அவள் யார்?’ என்பதை விசாரித்துத் தெரிந்துகொள்ள இரண்டு நாட்களாயிற்று. ஸ்டூடியோவிலேயே ஒரு பையன் லலிதாவிடம், அவள் ராஜனின் மனைவி வசந்த மல்லிகா என்றும், அவளும் வேறொரு ஸ்டூடியோவில் ஒரு படத்தில் எக்ஸ்ட்ரா நடிகையாக நடித்து வருகிறாள் என்றும் சொல்லவே, லலிதாவின் நெஞ்சம் திடுக்குற்றது. மார்பில் ஓங்கி அறைந்துகொண்டு, “அப்படியா? பார்க்கிறேன்” என்று வெறி பிடித்தவள்போல் சொல்லிவிட்டு வேகமாக நடந்தாள். அன்றிரவே வசந்த மல்லிகாவுக்கு அந்த ஸ்டூடியோ விலாசத்துக்கு ஒரு கடிதம் எழுதினாள்.

ராஜன் இளம் பெண்களை ஏமாற்றிக் கெடுக்கும் அயோக்கியன் என்பதை விவரித்து, தான் ஏமாந்து நடுத்தெருவில் நிற்கும் கதையை விஸ்தாரமாக எழுதினாள். அன்றிரவே தான் தற்கொலை செய்து கொள்ளப் போவதாகவும், தன் மரணம் வசந்த மல்லிகாவுக்கு ஒரு எச்சரிக்கையாக இருக்கட்டும் என்றும் எழுதிக் கடிதத்தை முடித்துத் தபாலில் போட்டாள். அதுதான் அவள் வாழ்நாளில் கடைசியாகச் செய்த காரியம்.

9

நீதி போதனைகளை ஆயிரக்கணக்கான ஆண்டுகளுக்கு முன்பே மனிதன் செய்யத் தொடங்கிவிட்டான். வழி தப்பினால் படுகுழியில்தான் விழவேண்டும் என்று எச்சரிக்காத நீதி நூல் எந்த நாட்டில் தோன்றவில்லை? லலிதாவின் கடிதத்திலிருந்தா அதைத் தெரிந்துகொள்ள வேண்டும்? ஆயிரக்கணக்கான ஆண்டுகளாகச் சொல்லப்பட்டு வரும் நீதி வாக்கியங்களை லலிதா லட்சியம் செய்திருந்தால் அல்லவா அவள் கடிதத்தைக் கண்டு வசந்த மல்லிகாவும் லட்சியம் செய்வாள்?

வசந்த மல்லிகா வாய்விட்டு அட்டகாசமாகச் சிரித்தாள். லலிதாவின் கடிதத்தைப் பார்த்துவிட்டு மாத்திரம் அவள் சிரிக்கவில்லை; 'கடற்கரையில் லலிதா என்ற வாத்தியாரம்மாளின் பிணம் அலைகளால் ஒதுக்கப்பட்டுக் கிடந்தது' என்ற மாலைப் பத்திரிகைச் செய்தியைப் பார்த்தும் சிரித்தாள்.

❖

தீபம், செப்டம்பர் 1965

ஒரு மாத லீவ்

சந்திரசேகரன் கடந்த ஏழெட்டு மாதங்களாக மாதம் தவறாமல் ஒரு மாத லீவ் கேட்டு மனு எழுதிக் கொடுத்துக் கொண்டு வந்தார். ஒவ்வொரு தடவையும் ஏமாற்றம்தான் கண்ட பலனாக இருந்தது. "இப்பொழுது கொடுக்கச் சாத்தியப்படாது; அடுத்த மாதம் பார்க்கலாம்" என்ற ஒரே பதிலையே அதிகாரி கூறிக்கொண்டிருந்தார். சந்திரசேகரன் பொறுமையை இழந்துவிட்டார். சம்பளத்தோடு மூன்று மாத லீவ் எடுக்காமல் விட்டால், சேர்த்து வைத்த லீவை இழக்க வேண்டி வருமே என்ற கவலையும் அதனால் ஆத்திரமும் அதிகமாகிவிட்டன. எத்தனை வருஷங்கள் லீவ் எடுக்காமல் வேலை செய்தா லும், சம்பளத்தோடு கூடிய லீவ் எடுக்காமல் வேலை செய்தாலும், சம்பளத்தோடு கூடிய லீவ் மூன்று மாதங் களுக்கு மேல் சேராது. எடுக்காமல் போன லீவ் போனது தான்.

அவர் வேலை செய்யும் ஆபீசில் மாதம் தவறாமல் யாராவது ஒருவர் நீண்ட லீவ் எடுத்துக்கொண்டிருப்பது ஞாபகத்துக்கு வந்தது. 'நாம்தான் உழைக்கப் பிறந்தோமா? இல்லை, நாம் மட்டும்தான் சம்பளம் வாங்குகிறோமா? மற்றவன் கௌரவ சேவை செய்கிறானா? நமக்கு மட்டும் ஏன் இந்த அதிகாரி 'இல்லை'ப் பாட்டுப் பாடிக் கொண்டிருக்கிறான்? நம் இளிச்சவாய்த் தனத்தைக் கண்டுதான் என்று இவள் அன்றொரு நாள் சொன்னது உண்மையாகவே இருக்குமோ?' – சந்திரசேகரனுக்கு அவமானமாக இருந்தது. 'இன்று எப்படியும் லீவுக்கு மனுப் போட்டு வெற்றியும் தேடியாக வேண்டும்' என்று விரதம் வைத்துக்கொண்டு ஆபீசுக்கு வந்தார். பிற்பகல்

லீவ் மனுவோடு அதிகாரியிடம் போனார். முகத்தைக் கெஞ்சுகிற பாவனையில் பாதியும், அசைக்க முடியாத பிடிவாத பாவனையில் பாதியுமாக வைத்துக்கொண்டு மனுவை நீட்டினார். வாங்கிப் பார்த்தார் அதிகாரி. சந்திரசேகரனின் முகத்தைப் பார்க்காமலே, "சாத்தியமில்லை" என்று வெட்டு ஒன்று துண்டு இரண்டாகப் பதில் கொடுத்தார்.

சந்திரசேகரனுக்கு முதலில் அதிர்ச்சி ஏற்பட்டது. ஒரு நிமிஷம் மௌனமாக நின்றார். உள்ளம் பற்றி எரிந்தது.

"மிஸ்டர் சந்திரசேகரன்! அடுத்த மாதம் பார்க்கலாம். இப்போது லீவ் கொடுக்க முடியாது" என்று எரிகிற நெருப்பில் எண்ணெயைக் கொட்டினார் அதிகாரி.

சந்திரசேகரன் கோபத்தை அடக்கிக்கொண்டு, "ஸார்! எனக்கு மூன்று மாத லீவ் இருக்கிறது, ஸார். ஒவ்வொரு மாதமும் இப்படியே சொல்கிறீர்கள்" என்றார்.

"நான் என்ன செய்வது? மூன்று மாத லீவ் இருக்கிறது என்று எனக்கும் தெரியும். அதற்காக, கேட்ட நேரத்தில் லீவ் கொடுத்துவிட முடியுமா?"

"மற்றவர்களுக்கு மட்டும் கேட்ட நேரத்தில் லீவ் கொடுக்கிறீர்களே, ஸார்?" என்று ஆத்திரத்தின் ஒரு பகுதியை வெளியிட்டு விட்டார் சந்திரசேகரன்.

அதிகாரி அந்த வார்த்தைகளின் சூட்டையும் வேகத்தையும் புரிந்து கொண்டார்.

"மிஸ்டர் சந்திரசேகரன்! நீங்கள் எப்போது பார்த்தாலும் கடைசி ஆளாக வந்து லீவ் மனு கொடுக்கிறீர்கள். உங்கள் தவறுக்கு என் மேல் வருத்தப்பட்டுப் பிரயோஜனமில்லை. முன்கூட்டியே மனு எழுதிக் கொடுப்பதற்கென்ன?"

சந்திரசேகரனுக்கு ஒன்றும் புரியவில்லை. முன் கூட்டி என்றால் எப்பொழுது?

"சந்திரசேகரன்! ஒரே சமயத்தில் ஒரே செக்ஷனில் இரண்டு பேருக்கு லீவ் கொடுக்க முடியாது. செப்டம்பர் 2ஆம் தேதியிலிருந்து அக்டோபர் முதல் தேதி வரையில் சம்பந்தமூர்த்தி லீவ் எடுத்திருக்கிறார். மூன்று நாட்களுக்கு முன்பே மனு எழுதிக் கொடுத்து அனுமதி வாங்கிக் கொண்டு விட்டார்..."

சந்திரசேகரனுக்கு இடி விழுந்ததுபோல் இருந்தது. "சம்பந்தமூர்த்தியா? தடி ராஸ்கல்!" என்று மனசுக்குள் சபித்தார். சம்பந்தமூர்த்தி வருஷம் தவறாமல் லீவ் எடுப்பவன். இப்போதும் நமக்குப் போட்டியாக முந்திக் கொண்டு விட்டானே என்று ஆத்திரம்.

"ஸார்! அவர் வருஷா வருஷம் லீவ் எடுக்கிறார். நான் மூன்று மாத லீவை வைத்துக்கொண்டு வந்து கேட்கிறேன்."

அதிகாரிக்கும் கோபம் வந்துவிட்டது.

“சந்திரசேகரன்! மூன்று மாதம் மூன்று மாதம் என்று அதையே சொல்லிக்கொண்டு நிற்கிறீர்களே! நானா வேண்டாம் என்று சொன்னேன்? கொஞ்சம் முன்னதாக லீவ் கேட்பதற்கென்ன? பேசாமல் தூங்கிக் கொண்டிருந்து விட்டு, இப்பொழுது வந்து உயிரை வாங்கினால் நான் என்ன செய்வது?... இப்போது நீங்கள் என்ன சொன்னாலும் முடியாது போங்கள்...”

சந்திரசேகரன் அப்படியே அந்த அதிகாரியை ஓங்கி அறையலாமா, இல்லை கால் காகிதத்தில் ராஜினாமா எழுதி நீட்டி விடலாமா என்ற அளவுக்குப் பொறுமையை இழந்துவிட்டார். ஒரு நிமிஷம் நின்றார். ஆத்திரத்தோடு அழுகையும் வரும்போல் இருந்தது. ‘சீ! நம் பிழைப்பும் ஒரு பிழைப்பா?’ என்று தம்மைத் தாமே வெறுத்தவராக அதிகாரியின் அறையை விட்டு வெளியே வந்தார்.

சந்திரசேகரன் தமது இருப்பிடத்தில் வந்து உட்கார்ந்தார். மூலையில் குனிந்த தலை நிமிராமல் வேலையில் ஈடுபட்டிருக்கும் சம்பந்தமூர்த்தியைப் பார்த்தார். “திருட்டுப் பயல்! இந்தப் பூனையும் இந்தப் பாலைக் குடிக்குமா என்று ஒன்றுமே தெரியாதவன்போல் உட்கார்ந்திருக்கிறான். இவனுக்கு என்ன கேடு? பெண்டாட்டியா, பிள்ளையா? தடிப் பயலுக்கு வருஷம் தவறாமல் ஒரு மாத லீவ் என்ன வேண்டிக் கிடக்கிறது?” என்று கடுகடுத்துக் கொண்டே வேலையைப் பார்த்துக் கொண்டிருந்தார்.

சிறிது நேரத்தில் மற்றொரு செய்தியையும் அவர் கேள்விப்படவே, அவருக்குப் பைத்தியமே பிடித்துவிடும்போல் இருந்தது. அட்டெண்டர் பையன் சுந்தரமும் ஒரு மாத லீவ் கேட்டு வாங்கியிருப்பதைக் கேள்விப் பட்டார் சந்திரசேகரன். “கடவுளே! இதெல்லாம் என்ன திருவிளையாடல்!” என்று பிரலாபித்தார்.

அட்டெண்டர் பையன் லீவு எடுப்பதற்கென்றே அந்த ஆபீசில் வேலைக்குச் சேர்ந்தவர்களில் ஒருவன் என்பது சந்திரசேகரன் கண்ட உண்மை. ‘இவனுக்கெல்லாம் இங்கே சலுகை இருக்கிறது. நாம்தான் ஏமாளிப் பட்டத்தைக் கட்டிக்கொண்டு, பெண்டாட்டியும் பார்த்துச் சிரிக்கும்படி மானம் வெட்கம் இல்லாமல் உயிர் வாழ்ந்துகொண்டிருக் கிறோம்’ என்று நொந்துகொண்டார்.

ஒரு மணி நேரத்துக்குப் பிறகு அவருக்கு இரண்டு யோசனைகள் ஒன்றன்பின் ஒன்றாக உதயமாயின. ‘சட்டப்படி லீவ் இருக்கிறது. சட்டத்தின் மூலம் அதைக் கேட்டு வாங்கினால் என்ன?’ என்று ஒரு துணிச்சல் பிறந்தது. அப்புறம் யோசிக்கும்போது, அது நினைத்துப் பார்க்கவும் முடியாத பயங்கரமாகத் தோன்றியது. ‘இன்று சட்டத்தைத் துணை கொள்ளலாம், நாளை அடி சறுக்கும்போது அதிகாரி குழியில் தள்ளிப் புதைத்து விடுவானே. அப்பொழுது சட்டமா வந்து நம்மைக் காப்பாற்றப் போகிறது? சீச்சீ! முட்டாள்தனம். நமக்கே குழி வெட்டிக் கொள்வதா?’ என்று அந்தத் துணிச்சலைக் கைவிட்டார். அடுத்தபடியாகத்

தோன்றிய யோசனை விவேகமானதாகப்பட்டது. அதையே நிறைவேற்ற முடிவு செய்தார். அக்டோபர் மாதம் இரண்டாம் தேதியிலிருந்து நவம்பர் முதல் தேதி வரை ஒரு லீவ் மனு எழுதி, அப்பொழுதே கொண்டு போய் அதிகாரியிடம் கொடுத்தார். அதிகாரியும் "பார்க்கிறேன்" என்று சொல்லி வாங்கி வைத்துக்கொண்டார். 'இன்னும் பார்க்கிறேன்தான்!' என்று குறைபட்டுக்கொண்டாலும் சந்திரசேகரனுக்கு ஓர் ஆறுதல் பிறந்தது.

சாயங்காலம் வீடு திரும்பியதும், "என்ன, லீவ் கிடைத்ததா காலையில் விரதம் வைத்துக் கொண்டு போனீர்களே?" என்று கேட்டாள் மனைவி.

"அடுத்த மாதம் நிச்சயம்" என்று குரலை உயர்த்திச் சொன்னார் சந்திரசேகரன்.

"அடுத்த மாதமா!"– மனைவி ஏளனமாகச் சிரித்தவாறே அடுப்படிக்குப் போனாள்.

2

சந்திரசேகரன் எதிர்பார்த்ததற்கு மாறாக அடுத்தமாதம் அதிகாரி லீவ் கொடுத்து விட்டார்.

"தர்மம் வென்றது" என்று அவருக்கு ஒரு மகத்தான கம்பீரமே பிறந்தது. இப்போது மட்டும் இவன் இல்லை என்று சொல்லியிருந்தால், பயலைக் கண்ணில் விரலைவிட்டு ஆட்டியிருப்பேன். தப்பித்துவிட்டான்!" என்று அதிகாரிக்குக் கற்பனையிலேயே கருணை காட்டினார்.

அக்டோபர் முதல் தேதியன்று சம்பளம் ரூபாய் நூற்று எழுபதும் சில்லறையும் வாங்கிக்கொண்டு வெற்றி நடையோடு வீடு திரும்பினார் சந்திரசேகரன். கோட்டையைப் பிடித்துவிட்டு வாகைசூடி வரும் வீரனின் நடை. வெற்றி விழாவைக் கொண்டாட, தாராளமாக ஐந்து ரூபாயைச் செலவழித்துக் குழந்தைகளுக்கு இனிப்புப் பண்டங்கள் வாங்கிக்கொண்டு வந்தார். இந்த மகிழ்ச்சியில் அன்று இரவு அவர் வெகு நேரம் வரையில் தூங்கவில்லை.

அக்டோபர் இரண்டாம் தேதியன்று காலை, வழக்கம் போல ஆறரை மணிக்குத் தூங்கி முடித்துக் கண் விழித்தாலும், 'இன்றைக்கு என்ன அவசரம்?' என்று ஓர் அரை மணி நேரம் வேண்டுமென்றே பிடிவாதமாகப் படுக்கையில் படுத்துக்கொண்டிருந்தார். ஆனால் பதினைந்து நிமிஷங்களுக்கு மேல் அவரால் படுத்திருக்க முடியவில்லை. எழுந்து தம் பக்கத்தில் தூங்கிக்கொண்டிருக்கும் ஐந்து குழந்தைகளையும் பெயர் சொல்லித் தட்டி எழுப்பினார். முன்பெல்லாம் இப்படிப் பெயர் சொல்லி எழுப்புவது என்ற பேச்சே கிடையாது. 'கழுதையே,' 'குரங்கே' என்று ஏதாவது ஒரு மிருகத்தின் பெயரைச் சொல்லியே ஓங்கி அறைந்து எழுப்புவார். இன்று தம்மை முற்றிலும் மாற்றிக்கொண்டு, "கண்ணே, ராஜா" என்று செல்லமாகக் கூப்பிட்டு எழுப்பினார்.

பத்து வயதிலிருந்து இரண்டு வயதுவரை இருந்த ஐந்து குழந்தைகளும் விழித்துப் பார்த்தபோது அவர் அசாதாரணமாகப் புன்னகை செய்து கொண்டிருந்தார். 'அப்பாவுக்குப் பைத்தியம் பிடித்துவிட்டது' என்று குழந்தைகள் நினைத்திருந்தாலும் தவறில்லை. ஆனால் அப்படி நினைக்க வில்லை. அவருடைய திடீர் மாறுதலைக் கண்டு ஆச்சரியத்தோடு திகைக்கத்தான் செய்தார்கள். இரண்டு வயதுக் குழந்தை ராஜியை எடுத்து அணைத்துக்கொண்டார் அவர்.

"என்ன? இன்றைக்குச் சினிமாவுக்குப் போகலாமா?" என்று ஏக முழக்கத்துடன் சந்திரசேகரன் ஆரம்பித்தார்.

குழந்தைகள் ஒரு பதிலும் சொல்லவில்லை. அவர் இப்படிக் கொஞ்சிப் பேசுவதுபோல் பாவனை செய்துவிட்டு இறுதியில் 'சினிமா வேறு கேடா – எட்டு மணிவரை எருமை மாதிரி தூங்கிக் கிடந்துவிட்டு?' என்று ஓர் அறை கொடுத்து விரட்டுவார் என்றே எதிர்பார்த்தான், அவருடைய குணத்தை நன்குஅறிந்திருந்த பத்து வயதுப் பையன் குமார். மூன்றாவது குழந்தை – ஏழு வயது சாவித்திரி – மட்டும் வாய் திறந்தாள்.

"சினிமா வேண்டாம்; சர்க்கஸ்தான்" என்றாள்.

"சர்க்கஸா? நீ என்ன சொல்கிறாய் கமலா?" என்று அவளுடைய அக்காளைக் கேட்டார்.

"சினிமா."

"நீ?" என்று ஆறு வயதுப் பையன் ரவியைக் கேட்டார்.

"சினிமா."

"சினிமாதானா? சரி. அப்படி என்றால் மெஜாரிட்டி வோட்டு சினிமாவுக்குத்தான்? அதனால் இன்று சினிமாவுக்கே போவோம். நாளை சர்க்கஸ். சரிதானே, சாவித்திரி?"

பிற்பகல் இரண்டு மணிக்கு சினிமாவுக்குப் போனார்கள். படம் பார்த்தார்கள். ஒரு மாத லீவின் ஆரம்ப விழாக் கொண்டாட்டத்தை ஒரு சினிமாவுடன் நிறுத்திவிடச் சந்திரசேகரனுக்கு மனமில்லை. "கடற்கரைக்குப் போவோம்" என்று அறிவிப்புக் கொடுத்துவிட்டு எல்லோரையும் முதலில் ஹோட்டலுக்கு அழைத்துச் சென்றார். சிற்றுண்டி சாப்பிட்டு முடிந்ததும் கடற்கரை. அங்கே குழந்தைகளுக்குப் பலூன்களும், பிளாஸ்டிக் விளையாட்டுச் சாமான்களும் வாங்கிக் கொடுத்தார். திரும்பி வரும்போது, இரண்டு வயதுக் குழந்தை ராஜிக்கு ரூபாய் நான்கு கொடுத்து ஒரு கவுன் வாங்கினார். அப்புறம் திடீரென்று ஒரு யோசனை பிறந்தது. "வாருங்கள் ஹோட்டலிலேயே சாப்பிடலாம்" என்றார். மனைவிக்குத் தூக்கிவாரிப் போட்டது. இப்படி ஒரே நாளில் பணத்தைக் கரைத்து விட்டால் என்ன செய்வது என்ற பயத்தினால், "என்ன இது? இப்படிப் பணத்தை இறைத்தால் என்ன ஆவது? இன்னும் ஒரு மாதம் தள்ள வேண்டும் என்பதை மறந்துவிட்டீர்களா? நீங்கள்

லீவுதான் எடுத்திருக்கிறீர்களே தவிர, புதையல் எடுக்கவில்லை. தெரிந்ததா?" என்று எச்சரித்தாள் மனைவி.

"போடி போ! உனக்கு எப்போதுமே இந்தப் பஞ்சப்பாட்டுத்தான்" என்று எகத்தாளமாகச் சொன்னார் சந்திரசேகரன். குழந்தைகள் ஏகமன தாக அப்பா கட்சியையே ஆதரித்தன. அவர் முகத்தில் அபாரமான மந்தகாசம். இன்னும் கொஞ்சம் நெஞ்சை நிமிர்த்திக் கைகளை வீசிக் கொண்டு ராஜ நடையோடு எல்லோரையும் ஹோட்டலுக்கு அழைத்துச் சென்றார்.

மனைவியின் எச்சரிக்கையைத் தூக்கி எறிந்து பேசினாலும் சிறிது நேரத்தில் அவர் மனக் கணக்குப் போட ஆரம்பித்துவிட்டார். கூட்டல் கழித்தல்கள் அதிகமாகவேயிருந்தன. சாப்பிட்டு முடியும் வரையில்கூடக் கணக்குகள் போட்டு முடியவில்லை.

சாப்பிட்டு முடிந்தது. அவர் முகத்தில் புன்னகை குறையத் தொடங்கி விட்டது. வீடு வந்து, கணக்குப் பார்க்கும்போது பதினைந்து ரூபாய்க்கு மேல் செலவாகியிருந்தது. மனைவி கணக்குக் கேட்டபோது "பத்துத்தான் செலவு" என்றார் சந்திரசேகரன். "பத்தா?" என்று அவள் வாயில் அடித்துக்கொண்டாள். முகத்தில் பேய் அறைந்துவிட்டதுபோல் ஒரு பீதி. "சரி சரி போ. என்றாவது ஒருநாள். தினமுமா செலவழிக்கப் போகிறோம்?" என்று அவளைச் சமாதானப்படுத்தும் வார்த்தைகளைச் சொல்லிக்கொண்டே தெரு வாசலுக்கு வந்துவிட்டார். மேற்கொண்டு அங்கே நின்றால் பெரிய சண்டை மூண்டுவிடும் என்று அவருக்குத் தெரியும். இரவு வேளையில் எல்லோரும் அவரவர் பகுதிகளில் இருக்கும் போது சண்டை போட்டுக்கொண்டு நிற்க விரும்பாமல் நழுவிய சந்திர சேகரன், 'பதினைந்து ரூபாய் அதிகம்தான். ஹோட்டலில் சாப்பிட்டிருக்க வேண்டாம். ஐந்து ரூபாய் மிஞ்சியிருக்கும்' என்று பரிதாபத்தோடு தமக்குத் தாமே சொல்லிக்கொண்டார். அன்று பகல் முழுவதும் அவர் முகத்திலும் அகத்திலும் நின்று நிலவிய புன்னகை அப்போது அடியோடு மறைந்துவிட்டது.

'மோகம் முப்பது நாள், ஆசை அறுபது நாள்' என்று சொல்வார்கள். இரண்டுமே அவ்வளவு சீக்கிரத்தில் சலித்துப் போய்விடுமாம். சந்திரசேகர னுக்கோ பத்தே நாட்களில் லீவ் சலித்துப் போய்விட்டது. கையில் இருந்த பத்து ரூபாய், ஐந்து ரூபாய் நோட்டுகள் கரைந்துவிட்டன. ஒரு ரூபாய் நோட்டுகளும் ஒவ்வொன்றாகச் சிறகு முளைத்துப் பறந்து கொண்டிருந்தன. இன்னும் ஒரு வாரமோ, பத்து நாட்களோ, கழிந்தால் அப்புறம் ரூபாய் நோட்டைப் பார்க்க மேற்கொண்டு பத்து நாட்கள் ஆகும். மளிகைக் கடைக்காரன் நூற்றறுபது ரூபாய் பாக்கியோடு காத்திருக்கும் போது, விசுக்கென்று ஐம்பத்தைந்து ரூபாயைக் கொண்டுபோய்க் கொடுத்தார் சந்திரசேகரன். கடைக்காரன் கடுகடுப்போடு, "இந்த மாதம் பாக்கியையெல்லாம் கொடுப்பதாகச் சொல்லிவிட்டு இந்தச் சுண்டைக்காய்க் காசைக் கொண்டு வந்து நீட்டுகிறீர்களே, உங்களுக்கு நன்றாக இருக்கிறதா?" என்று சொல்லிவிட்டு, அந்த ஐம்பத்தைந்தையும்

வாங்கி வரவு வைத்தான். "இனி மீதிப் பாக்கியைக் கொடுத்துவிட்டுச் சரக்கு வாங்குங்கள்" என்று கண்டிப்பாகச் சொல்லி விட்டான். சந்திர சேகரனுக்கு என்ன செய்வது என்று தெரியவில்லை. கொஞ்ச நேரம் நின்று பார்த்தார். "நின்று பிரயோஜனமில்லை. அவ்வளவுதான்" என்று கடைக்காரன் விரட்டினான். சரக்குகள் வாங்கிப் போட்டுக்கொண்டு வர அமர்த்திய ரிக்ஷாவைக் காசு கொடுத்து அனுப்பி விட்டு, கொண்டு போன காலிப் பைகளோடு வீடு திரும்பினார். அது நடந்து ஒரு வாரமாகி விட்டது. நடுவில் இரண்டு முறை போய்க் கடைக்காரனைக் கெஞ்சிப் பார்த்தார். அவன் அடித்து விரட்டாமல் இருந்ததே பெரிய புண்ணியமாக இருந்தது. அப்புறம் வேறு கடைகளில் ரொக்கத்துக்கு அன்றாடம் மளிகைச் சாமான்களை வாங்கி நாட்களை ஓட்டினார்.

கைமாற்றுக் கடன்காரர்கள் தினம் தவறாமல் படையெடுக்க ஆரம்பித்து விட்டார்கள். மனைவி அக்கம் பக்கத்துப் பெண்களிடம் கடன் வாங்கிய வகையில் கொஞ்சம் பாக்கியிருந்தது. அவர்கள் கூட்டமும் சேர்ந்துகொண்டது. "சம்பளம் வாங்கியும் இந்த இரண்டு ரூபாய்க் காசை கொடுக்காவிட்டால் இனி எப்போது கொடுக்கப்போகிறீர்கள்? நோட்டா, பத்திரமா, ஏப்பம் விட்டுவிடலாம் என்ற துணிச்சல்தானே?" என்று ஓர் அம்மாள் மானத்தை வாங்கினாள். அதை அறைக்குள் குனிந்த தலை நிமிராமல் உட்கார்ந்து கேட்டுக் கொண்டிருந்தார் சந்திரசேகரன்.

குடும்பத் தேர் இப்படியே ஒரு பத்து நாட்கள் ஓடியது. அப்புறம் அச்சு இல்லாமல் தேர் ஓட்டவேண்டிய கட்டம் வந்துவிட்டது. இந்தக் கட்டத்தில் கையில் சில்லறைக் காசுகளைத் தவிர நோட்டு என்ற பேச்சுக்கே இடம் கிடையாது. சரக்குக் கொடுக்க மறுத்த மளிகைக் கடைக்காரன், சந்திரசேகரன் வேறு கடைகளில் ரொக்கம் கொடுத்து வாங்குவதைக் கண்டுபிடித்து, ஒரே தேதியில் பாக்கிப் பணத்தைக் கொடுத்துவிட வேண்டும் என்று கிட்டி போட்டான், கொடுக்கத் தவறினால் ஆபீசுக்குத் தெரிவித்துச் சம்பளத்திலிருந்து வசூல் பண்ணப் போவதாகவும் எச்சரித்தான்.

காய்கறி வண்டிக்காரன் அவர் தினமும் வீட்டிலேயே காலையிலும் மாலையிலும் உட்கார்ந்திருப்பதைப் பார்த்து அவருக்கு வேலை போய் விட்டது என்றே நினைத்துவிட்டான். லீவ் என்று சொல்லியும் அவன் நம்பவில்லை. பணம் கொடுத்துவிட்டுச் சொல்லியிருந்தால் நம்பியிருப்பான். இப்பொழுது அவனால் எப்படி நம்ப முடியும்? தனக்கு இனி பணம் வருமா? தனக்குத் தெரியாமலே வீட்டைக் காலி பண்ணிக் கொண்டு எங்காவது போய்விடுவார்களா என்று பலவிதமாக யோசித்துப் பார்த்தான். இந்தப் பயத்தினால் அவன் பெருங்கூப்பாடு போட்டுப் பாக்கியைக் கேட்டதும், வாசலில் ஊர்க்கூட்டம் கூடியதும் சிந்தாதிரிப்பேட்டையின் வரலாற்றிலேயே என்றும் காணாத ஒரு காட்சியாக இருந்தது.

அவமானத்தால் குன்றிப்போய் முழங்காலைக் கட்டிக்கொண்டு சந்திரசேகரன் மூலையில் உட்கார்ந்து கொண்டிருந்தபோது மனைவி

கற்பகம் வந்து, "இன்று பக்கத்து வீட்டுப் பெண்கள் ஒரு புதுப்படம் பார்க்கப் போகிறார்கள். நானும் போகட்டுமா?" என்று கேட்டாள். அவ்வளவுதான், சந்திரசேகரனுக்கு ருத்திராவேசமே வந்துவிட்டது. துள்ளி எழுந்தார்.

"உனக்கு மானம் வெட்கம் இருக்கிறதா? கடன்காரர்கள் பேசாத பேச்செல்லாம் பேசிவிட்டுப் போகிறார்கள். நீ சினிமாவுக்கு வேற போகணுமா; மானம் கெட்டவளே!" என்று பாய்ந்தார்.

"மானம் இன்றைக்கா கெட்டிருக்கிறது? அது கெட்டு எவ்வளவோ காலமாயிட்டது" என்று சொல்லிவிட்டுக் கற்பகம் சிரித்தாள்.

"இதில் இளிப்பு வேறா? சீ! நீ ஒரு பெண்ணா?"

"என்ன ஒரேயடியாய் மேலே மேலே போகிறீர்கள்?" என்று சொல்லிக் கொண்டு களத்தில் குதித்தாள் கற்பகம்.

"ஏண்டி, அதட்டிப் பார்க்கிறாயா?"

"அப்புறம் என்ன? கடன்காரன், கடன்காரன் என்று புலம்பிய வண்ணமாக இருக்கிறீர்களே, கடன்காரன் இப்போதுதான் நம் வீட்டுக்குப் புதிதாக வருகிறானா? வருஷம் முந்நூற்றறுபத்தைந்து நாட்களும் வந்து கொண்டிருக்கிறார்கள். நீங்கள் துரை மாதிரி சாப்பிட்டுவிட்டு ஆபீசுக்குப் போய்விடுகிறீர்கள். நான்தான் ஒவ்வொருவனுக்கும் பதிலைச் சொல்லி அனுப்ப வேண்டியிருக்கிறது. என்னவோ, இப்பொழுதுதான் கடன்காரர்கள் வருகிற மாதிரி முழங்குகிறீர்களே?"

சந்திரசேகரனுக்கு அப்பொழுதுதான் நெஞ்சில் உண்மை தைத்தது. கடன்காரன்களைப் பார்த்து அவள் அவமானம் அடையாமல் இருக்கும் காரணமும் அப்பொழுதுதான் புலப்பட்டது. வருஷம் முழுவதும் கடன்காரர்களுக்குப் பதில் சொல்லி பதில் சொல்லி அவளுக்கு உள்ளம் மரத்து விட்டது. அவருக்கோ அது புது அனுபவம். அவமானம் பொறுக்க முடியவில்லை.

'இது நரக வேதனை' என்று நினைத்துக்கொண்டார். இருந்தாலும் மனைவியின் பேச்சுக்குத் தாழ்ந்து போக மனமில்லை. ஒன்றும் சொல்லாமல் நின்றார்.

"என்ன, போகட்டுமா?" என்ற பழைய பல்லவியைக் கற்பகம் ஆரம்பித்தாள்.

"தொலை. எவன் எக்கேடு கெட்டால் உனக்கு என்ன?" என்று சீறி விழுந்து தம்மைத் தாமே சமாதானப்படுத்திக்கொள்ள முனைந்தார்.

'அனுமதி கிடைத்துவிட்டது' என்ற மகிழ்ச்சியில் பக்கத்து வீட்டு அம்மாளிடம் சில்லறைக் கடன்பட்டுப் பகல் காட்சி சினிமாவுக்குப் புறப்பட்டாள் கற்பகம். இரண்டு வயது ராஜியை இடுக்கிக்கொண்டு.

மாலையில் பள்ளிக்கூடத்திலிருந்து பிள்ளைகள் வீடு திரும்பினார்கள். நான்கு பிள்ளைகளில் ஒன்றுகூட அப்பாவிடம் நெருங்கவில்லை. லீவு

தொடங்கிய முதல் வாரத்தில் அப்பாவோடு குலாவியதுதான். அப்புறம் அவர் எடுத்ததற்கெல்லாம் சீறி விழுவதும், கைக்கு எட்டிய பிள்ளையை அடிப்பதுமாக இருக்கவே, பிள்ளைகள் ஒதுங்கிவிட்டன. அவருக்கு அது பிடித்திருந்தது.

பிள்ளைகள் அம்மாவைத் தேடினார்கள். காணவில்லை. ஒன்றும் சொல்லாமல் வெளியே விளையாடப் போய்விட்டார்கள். விளையாட்டு முடிந்தும்கூட வீடு திரும்ப அவர்களுக்கு விருப்பமில்லை. அப்பா இருக்கும் வீட்டிற்குள் அடியெடுத்து வைக்கவே மனமில்லாமல், வாசற் படியிலேயே வரிசையாக உட்கார்ந்து அம்மாவின் வருகையை எதிர் பார்த்துக் கொண்டிருந்தார்கள்.

“அப்பா எப்போது ஆபீசுக்குப் போவார்?” என்று கேட்டாள் சாவித்திரி.

“இன்னும் பத்து நாட்கள் இருக்கின்றன” என்றான் மூத்த பையன்.

“பத்து நாட்களா?” என்று மற்ற மூன்று பிள்ளைகளும் பயப்பிராந்தியோடு சொன்னார்கள். ‘கடவுளே! இனி பத்து நாட்களை எப்படிக் கழிப்பது?’ என்று சந்திரசேகரன் கவலைப்பட்டதைவிடப் பத்து மடங்கு அதிகமாக அவர்கள் கவலைப்பட்டார்கள். மத்தியானம் பள்ளிக்கூடத்திலிருந்து சாப்பிட வரும்போதும், மாலையில் வீடு திரும்பும்போதும், எப்போதுமே அப்பா வீட்டுக்குள் உட்கார்ந்திருப்பது அவர்களுக்கும் கட்டோடு பிடிக்கவில்லை. வீட்டைவிட்டு எப்போது தொலைவார் என்று கடவுளைக் கும்பிடத் தொடங்கிவிட்டார்கள்.

மறுநாள், “இன்னும் ஒன்பது நாட்கள்தான். அப்புறம் ஆபீசுக்குப் போய்விடுவார்கள்” என்று சாவித்திரி கும்மாளமாகத் தன் தங்கையிடம் சொல்லிக்கொண்டிருந்தது சந்திரசேகரன் காதில் விழுந்தது.

“ஆபீசுக்குப் போகாமல் ஏன் வீட்டிலேயே இருக்கிறார்! சீ?” என்று வெறுப்போடு மூத்தமகன் சொன்னதும் அவருக்கு உள்ளே கேட்டது.

‘இனியும் நான் ஏன் உயிர் வாழவேண்டும்? பெற்ற பிள்ளைகளே நான் லீவ் எடுத்துக்கொண்டு வீட்டில் இருப்பதை விரும்பவில்லை. இதற்காகவா லீவ் எடுத்தேன்?’ என்று நொந்து விரக்திகொண்டு நடைப் பிணமாகி விட்டார் சந்திரசேகரன்.

‘நான் வீட்டில் இருப்பது எனக்கும் பிடிக்கவில்லை; என் மனைவிக்கும் பிடிக்கவில்லை; பிள்ளைகளுக்கும் பிடிக்கவில்லை.’

என்ன செய்வது? மனைவி மக்களை விட்டுத் தனியே இருக்க அந்த வீட்டில் வேறு இடம் கிடையாது. தெருவிலே எவ்வளவு நேரம் சுற்ற முடியும்? கடற்கரைக்கோ வேறு எங்குமோ போக பஸ் செலவுக்குக் காசு வேண்டும். ஒரு மணி நேரமாவது ஓரிடத்தில் உட்கார்ந்திருக்க அவர் தவியாகத் தவித்தார். கடைசியில் அவருக்கு ஒரு யோசனை

தோன்றியது. 'லீவை இத்தோடு முடித்துக்கொண்டு ஆபீசுக்குப் போனால் என்ன? வேண்டாம் என்றா சொல்வார்கள்? அதிகாரிக்குச் சந்தோஷ மாகத்தான் இருக்கும். நாளையே போய் விடுகிறேன். ஏழெட்டு மணி நேரமாவது நிம்மதியாக இருக்கலாம். இதுதான் சரியான யோசனை' என்று முடிவு செய்தார். அடுத்த நாள் விடிந்ததும், "இன்று ஆபீசுக்குப் போக வேண்டும். மீதி நாள் லீவை ரத்துச் செய்து ஆர்டர் வந்திருக்கிறது" என்று மனைவியிடம் ஒரு பொய்யைச் சொன்னார். அதைக் கேட்ட சாவித்திரி ஓடோடி வந்து, குழாயடியில் நின்ற அண்ணனையும் தங்கை களையும் பார்த்து, "அப்பா இன்று ஆபீசுக்குப் போகிறார். இப்போது அம்மாவிடம் சொல்லிக்கொண்டிருந்தார்" என்று ஆனந்தக் கூத்தாடினாள். மற்ற குழந்தைகளுக்கும் அளவிட முடியாத மகிழ்ச்சி. ஜன்மச் சனி நீங்கியது போன்ற ஆசுவாசம். எல்லோரும் சாவித்திரி சொல்வது நிஜம்தானா என்று அறிய அப்பாவிடம் ஓடி வந்தார்கள்.

"ஆபீசுக்கா போகிறாய்?" என்று ஆவலோடு கேட்டான் மகன்.

"சுடுகாட்டுக்குப் போக முடியவில்லை. அதனாலே ஆபீசுக்குப் போகிறேன்" என்று சொல்லிவிட்டுக் குளிக்கச் சென்றார் சந்திரசேகரன்.

குழந்தைகள் அம்மாவிடம் கேட்டு, சாவித்திரியின் கூற்றை ஊர்ஜிதம் செய்துகொண்டார்கள். "நல்லவேளை" என்றான் மகன்.

"உங்களுக்கும் உங்கள் அப்பாவுக்கும் நல்லவேளைதான். எனக்கு நல்லவேளை எப்போது வருமோ? மண்டையைப் போட்டால்தான் எனக்கு நல்லவேளை" என்று கற்பகம் முணுமுணுத்தாள்.

சந்திரசேகரன் குளித்துவிட்டு வந்து சாப்பிட்டார். 'முட்டாள்தனம். எனக்கு எதற்கு லீவ்? குற்றாலம், கொடைக்கானல் என்று போகிறவனுக்கு லீவ் வேண்டும். கடன்காரர்களுக்குப் பதில் சொல்லவும் பெண்டாட்டியோடு சண்டை போடவும் பிள்ளைகளை அடித்து உதைக்கவுமா ஒருவன் லீவ் எடுக்க வேண்டும்? அந்த முட்டாள்தனத்தைத்தானே நான் செய்திருக்கிறேன்! ஆபீசில் மின்சார விசிறியின் காற்று; கட்டடத்தைச் சுற்றியும் பச்சை மரங்கள்; கூட வேலை செய்பவர்களுடன் தமாஷ் பேச்சு... அது சுவர்க்கம். அதை விட்டுவிட்டு இந்தக் குகைக்குள் வந்து புழுங்கிக் கொண்டும் கடன்காரர்களுக்கு முன்னால் முக்காடு போட்டுக் கொண்டும் இருக்கிறேனே, என் முட்டாள்தனத்தை யாரிடம் போய்ச் சொல்வது?'

சாப்பிட்டுவிட்டு, தயிர் சாத டப்பாவையும் தூக்கிப் பையில் போட்டுக்கொண்டு ஆபீசுக்குக் கிளம்பினார் சந்திரசேகரன். சிறையி லிருந்து விடுதலை பெற்று வெளிவரும் ஜன்மக் கைதி மாதிரி ஆபீசைப் பார்த்து நடக்கலானார். பெரிய பாரத்தை இறக்கி வைத்த மாதிரி இருந்தது. பஸ் ஏறி, ஆபீஸ் அருகே போய் இறங்கினார். ஆபீஸ் கட்டடத்தை ஏறிட்டுப் பார்த்தார், கொஞ்சம் திகைத்து நின்றார். 'உள்ளே போய் என்ன செய்வது? லீவ் இத்தோடு போதும் என்று சொன்னால் மற்றவர்கள் என்ன நினைப்பார்கள்?' என்று யோசிக்கத் தொடங்கியதும் கால்கள் நகரவில்லை. யோசனை நீண்டுகொண்டே போனது.

லீவ் வேண்டும் என்று ஏழு மாத காலம் தவம் கிடந்துவிட்டு, இப்போது லீவ் வேண்டாம் என்று வலியச் சொல்லப் போவதை நினைக்கும்போது தமக்குப் பைத்தியம் பிடித்துவிட்டதோ என்றுகூட அவருக்கு ஒரு கணம் சந்தேகமாக இருந்தது. இனி திரும்பவும் லீவ் எடுக்க எத்தனை மாதங்கள் அல்லது வருஷங்கள் காத்திருக்க வேண்டுமோ என்று யோசித்தார். சென்ற வருஷம் வைகுண்ட ஏகாதசிக்கு லீவ் கிடையாது என்று தெரிந்ததும், ஆபீசிலுள்ள அத்தனை பேரையும் திரட்டிக்கொண்டு லீவ் விட்டே ஆக வேண்டும் என்று தாம் போராடியதை நினைத்துப் பார்த்தார். 'ஒருநாள் லீவுக்குக் கடைசி எல்லைவரையில் போய்ப் போராடிய அதே சந்திரசேகரனா இப்போது லீவ் வேண்டாம் என்று சொல்லப் போவது? மானக் கேடு! லீவ் எடுக்காமல் இந்த ஆபீசுக்கு உழைத்தால் நாளைக்கு நமக்கு என்ன வைரத் தோடாவா பண்ணிப் போடப் போகிறான்? உழைத்து ஓடாவதுதான் மிச்சம். என் இளிச்சவாய்த்தனத்தைப் பார்த்து இரட்டிப்பு வேலையை என் தலையில் கட்டத்தான் பார்ப்பார்கள். . . ஆம், உயிரே போனாலும் சரி, லீவை மட்டும் இழக்கக் கூடாது. இது நிச்சயம்' என்று மனசைத் திடப்படுத்திக்கொண்டு அங்கிருந்து திரும்பி விட்டார்.

சிந்தாதிரிப்பேட்டை வழியாகப் போகும் பஸ் வந்து நின்றது. ஏறலாமா கூடாதா என்று முடிவு செய்வதற்கு முன், பஸ் போய்விட்டது. 'போகட்டும். என்ன அவசரம்?' என்று அங்கேயே நின்றுகொண்டிருந்தார். அந்த ஆபீசில் வேலைக்கு வருகிறவர்கள் சற்றுத் தூரத்தில் பஸ்ஸில் இறங்கி நடப்பதைப் பார்த்தார். 'நான் வேலைக்குப் போனால், இந்த பயல்களுக்கெல்லாம் கொண்டாட்டமாகத்தான் இருக்கும். நாளையே ஒரு பயல் ஒரு மாத லீவுக்கு எழுதிப் போடுவான். அவனுடைய வேலையையும் நான்தான் சேர்த்துச் செய்ய வேண்டும். நான் என்ன பொதி சுமக்கும் கழுதையா?'

எங்கெங்கோ போகும் பஸ்கள் வந்து நின்றன; புறப்பட்டன. சிந்தாதிரிப்பேட்டைக்குப் போகும் மற்றொரு பஸ் வந்து நின்றது. அதில் ஏற நினைத்தவர், கடைசியில் ஏறாமலே இருந்துவிட்டார். அதுவும் போய்விட்டது.

அப்புறம் திருவல்லிக்கேணி பஸ் வந்தது. 'எங்காவது போவோம். உடன் வீடு திரும்புவது நாகரிகமாக இராது' என்று நினைத்துக்கொண்டு அந்தப் பஸ்ஸில் ஏறினார். நேரே திருவல்லிக்கேணிக் கடற்கரையோரம் போய் இறங்கினார். அப்புறம்?

பகல் பதினொன்றே கால் மணி, அந்த நேரத்தில் கடற்கரை நோக்கி நடையைக் கட்டினார் சந்திரசேகரன். அப்போது அவர் மனம் படாதபாடுபட்டது. ஆபீசுக்கும் போக மனமில்லை. வீடு திரும்பவும் மனமில்லை. ஒரு குடும்பஸ்தனுக்கு இப்படி ஒரு நிலையா?. . .

சந்திரசேகரன் கடற்கரையில் கிடந்த ஒரு பெஞ்சில் ஒரு பூவரச மரத்தின் நிழல் விழும் பகுதியில் போய் உட்கார்ந்தார். பக்கத்தில் யாருமே இல்லை. கடற்கரைச் சாலையில் அதிவேகமாக ஓடும் பஸ்களையும்

கார்களையும் பார்த்துக் கொண்டேயிருந்தார். மறுபக்கம் திரும்பிக் கடலைப் பார்த்தார். தூரத்தில் ஒரு கப்பல் தெரிந்தது. சுற்று முற்றும் பார்க்க மேற்கொண்டு எதுவும் இல்லை. அதனால் புற உலகைப் பார்ப்பதை நிறுத்தித் தம்மைத் தாமே பார்க்கத் தொடங்கினார்.

ஒரு நிமிஷம். . . இரண்டு நிமிஷம். . . மூன்று நிமிஷம்.

சந்திரசேகரன் திடீரென்று நிமிர்ந்து சுற்றிலும் பார்த்தார். யாரும் பக்கத்தில் இல்லை என்பதைத் தெரிந்துகொண்டார். தலையைக் குனிந்தார். இரண்டு கைகளாலும் கண்களை மூடிக்கொண்டு ஒரு பெருமூச்சு விட்டார்.

'எனக்கு எதற்கு லீவ்? எனக்கு எதற்கு அந்த ஆசை. .?' கண்ணீரைத் தாரை தாரையாக வடித்துக்கொண்டு விக்கி விக்கி அழ ஆரம்பித்து விட்டார் சந்திரசேகரன்.

❖

கல்கி, 7 நவம்பர் 1965

சரஸ்வதி பூஜை

மார்ட்டின் அண்டு லூதர் கம்பெனியின் ஜெனரல் மானேஜர் ராமசுப்ரமணியத்தின் மாப்பிள்ளை பேராசிரியர் நடராஜன் சுபாவத்தில் ஒரு தமாஷ் பேர்வழி. எதைப்பற்றியும் வேடிக்கையாகப் பேசுவார்; எதையும் பொருட்படுத்தாமல், குறைகளையெல்லாம் தம்முடைய வேடிக்கை விளையாட்டுக்களால் நிரப்பிவிடுவார். கவலை, கலக்கம், சோர்வு, பரபரப்பு போன்ற விஷயங்களை அவரிடம் காணவே முடியாது. 'இடி விழுந்தாலும் ரஸித்துப் பார்த்துக்கொண்டிருப்பீர்கள்' என்று ஜயலட்சுமி—அவர் மனைவி—ஒரு நாள் சொன்னது அவரைக் குறைத்துப் பேசிய பேச்சாக இருந்தாலும், அவருடைய குண சித்திரத்தைப் பூரணமாகச் சித்திரிக்கும் வாசகமாகவும் இருந்தது என்பது உண்மை. அப்படிப்பட்ட நடராஜன், தம்மையறியாமலேயே ஒரு கசப்பு உணர்ச்சியுடன் இருப்பதையும், கிண்டல் பேச்சைக் குத்தலான சொற்களாக மாற்றிப் பேசுவதையும் அவரே உணர்ந்தார்.

சிறிது நேரத்திற்கு முன்பு வீணை வித்வான் சுவாமிமலை சபேசன் வந்துவிட்டுப் போனார். அவர் முதல் முதலாகப் பேராசிரியரை அப்பொழுதுதான் பார்த்தார். அவர் வந்துவிட்டுப் போன பிறகுதான் பேராசிரியரின் பேச்சில் கசப்பும் வெறுப்பும், வெளிக்குத் தோன்றாத ஆத்திரமும் குத்தலும் குடியேறிவிட்டன. அவர் ஜயலட்சுமியைக்கூட அழைத்துப் பேச—பேச வேண்டிய காரியமிருந்தும்கூட—விரும்பாமல், தனிமையில் இருக்க விரும்பிய சமயத்தில் எதிர்பாராதவிதமாக

அவருடைய மாணவன் நாராயணன் ஒரு பெரியவரை அழைத்துக் கொண்டு வந்தான். அந்த இருவரும்கூடப் பேராசிரியர் வீட்டுக்கு விஜயம் செய்வது அதுதான் முதல் தடவை.

பெரியவர் உயர்தர ஆரம்பப் பாடசாலை ஒன்றின் ஓய்வுபெற்ற தலைமை ஆசிரியர். திருநெல்வேலி ஜில்லா ஆம்பூர் வாசி. நாராயணனுக்கு அப்பாவைப் பெற்ற தாத்தா. வயது அறுபது இருக்கும். மார்ட்டின் அண்டு லூதர் கம்பெனி ஜெனரல் மேனேஜர் ராமசுப்ரமணியத்தைப் பார்க்க வந்த அவரை, நாராயணன் முதலில் பேராசிரியரிடம் அழைத்து வந்தான்.

"மிகவும் நல்லவர். அத்தோடு சிறந்த எழுத்தாளர். 'அம்பலக் கூத்தன்' என்ற புனைபெயரில் கதைகளும் நாவல்களும் எழுதுகிறவர் அவர்தான்" என்று சொல்லித் தாத்தாவை அழைத்துக்கொண்டு வந்தான்.

பேராசிரியரைச் சந்திப்பதற்குக் கிடைத்த வாய்ப்பை ஒரு சுபசகுன மாகக் கருதிக்கொண்டு பேரனோடு வந்தார் ஓய்வு பெற்ற தலைமை யாசிரியர் நீலகண்ட ஐயர்.

"பால்ய சிநேகிதம். பள்ளித் தோழமை. கிருஷ்ண பரமாத்மாவைத் தேடி குசேலன் வந்ததுபோல உங்கள் மாமனாரைத் தேடி வந்துவிட்டேன். அவர் மனம் வைக்க வேண்டும். உங்களைப் பற்றி நாராயணன் ரொம்பச் சொன்னான். அதைக் கேட்டதும் எனக்கு நம்பிக்கை பலப்பட்டுவிட்டது!"

இந்த வார்த்தைகளைக் கேட்ட பேராசிரியர் நடராஜனுக்கு - அப்போது இருந்த மனநிலையில் - இன்னும் அதிகமான கசப்புணர்ச்சி தான் ஏற்பட முடிந்தது.

"நீங்கள் என்னிடம் வந்த காரியத்தைச் சொல்லுங்கள்."

வெட்டு ஒன்று துண்டு இரண்டாகப் பேசினார் நடராஜன்.

"வேறொன்றுமில்லை. இந்த நாராயணனுக்கு அண்ணன் ஒருவன் இருக்கிறான். பி.ஏ. படித்துவிட்டு வீட்டில் சும்மா உட்கார்ந்துகொண்டிருக் கிறான். அவனுக்கு ஒரு வேலை போட்டுக் கொடுக்கவேண்டுமென்று உங்கள் மாமனாரைப் பார்த்துக் கேட்டுக்கொள்ளலாம் என்று வந்தேன்…"

நடராஜன் குறுக்கிட்டுப் பேச வாய் திறந்தார். ஆனால் பெரியவருக்கு மேற்கொண்டு சொல்ல வேண்டிய விஷயங்கள் திடீரென்று நினைவுக்கு வரவே, அவசர அவசரமாக, "நல்ல புத்திசாலி, சமஸ்கிருதத்திலும் பாண்டித்தியம் உண்டு. சங்கீதமும் முறையாகப் படித்தவன்" என்று சொல்லி நிறுத்தினார்.

இதைக் கேட்டதும் பேராசிரியர் நடராஜன் கடகடவென்று சிரித்தார். அதிக நேரம் சிரித்துவிட்டார். இதன் காரணம் புரியாமல் பெரியவர் இலேசாக அதிர்ச்சியே அடைந்துவிட்டார். மிரண்ட பார்வையுடன் அவர் ஏறிட்டுப் பார்த்தபோது, நடராஜன், "உங்கள் பேரனுக்கு இத்தனை யோக்கியதாம்சங்களும் இருக்கின்றன. இல்லையா? பி.ஏ. பட்டதாரி; சமஸ்கிருத பண்டிதன்: சரி குணம் எப்படி?" என்று கேட்டார்.

“பரமசாது. விளையாட்டுக்குக்கூடப் பொய் சொல்லி அறியாதவன்.”

“பாவம்!” என்று சொல்லிவிட்டு நடராஜன் மீண்டும் ஒருமுறை சிரித்தார். ஆனால் இது முந்திய சிரிப்பைப் போல் முழக்கமான சிரிப்பல்ல; இலேசான சிரிப்பு.

பெரியவருக்கோ நடராஜனுடைய ஒவ்வொரு செயலுமே அதிர்ச்சிக்கு மேல் அதிர்ச்சியாக இருந்தது.

“இத்தனை யோக்கியதாம்சங்களும் இல்லை என்று சொல்லி ஒரு மனுப்போட்டு வையுங்கள். ஒரு சான்ஸ் அடித்தாலும் அடிக்கலாம்! பையன் பி.ஏ, படிக்கவில்லை. தமிழ், சமஸ்கிருதம் என்பவற்றைத் திரும்பியே பார்க்க மாட்டான். சங்கீதத்தில் ஔரங்கசீப். குணத்திலோ பொல்லாத ஆசாமி. எதையும் விழுங்கி ஏப்பம் போட்டுவிட்டு, எப்படியோ சமாளித்து விடுவான்! இந்திரஜால மகேந்திர ஜாலங்கள் எல்லாம் தண்ணீர் பட்டபாடு—இப்படிச் சொன்னால் நீங்க வந்த காரியம் கட்டாயம் கைகூடிவிடும் . . .”

இப்படி வேடிக்கையாகப் பேசிய நடராஜனுக்குத் திடீரென்று ஒரு ஆத்திரம் வந்தது. ஆனாலும் அதை அடக்கிக்கொண்டு பேசினார்:

“உங்களைப் போன்றவர்களைப் பால்ய சிநேகிதர்கள் என்று அவர் ஒப்புக்கொள்வார் என்று எப்படி நினைத்தீர்கள்? உங்களை அவர் உட்கார வைத்துப் பேசுவார் என்றுகூட நீங்கள் நம்பிக்கை வைக்க வேண்டாம். இவ்வளவு தூரமும் பணத்தைச் செலவு செய்து வந்திருக் கிறீர்களே என்று நினைக்கும்போது எனக்கு வருத்தமாக இருக்கிறது. அவர் உங்களுக்குப் பால்ய சிநேகிதர், எனக்கு மாமனார், என் மனைவிக்குத் தகப்பனார் என்பதெல்லாம் பழங்கதை. அவர் அப்பாற்பட்டவராகி விட்டார். அந்த உலகத்தில் நமக்கு இடமே கிடையாது. நாம் எதற்காகத் தலையை நீட்டிக் குட்டுப்பட வேண்டும்?”

பெரியவருக்கு முகத்தில் இருள் படர்ந்துவிட்டது. ‘பால்ய சிநேகி தத்தை நம்பி வந்தது முட்டாள்தனம், பேராசிரியரை நம்பிவந்தது அதைவிடப் பெரிய முட்டாள்தனம்’ என்று நினைத்துக்கொண்டு அங்கிருந்து கிளம்புவதற்குத் தயாராகிவிட்டார். பேராசிரியர் அர்த்த மில்லாமல் சிரிப்பதும் எடுத்தெறிந்து பேசுவதும் அவரை அவமானப் படுத்துவது போலவே இருந்தன.

“நம்மையெல்லாம் ஒரு பொருட்டாக மதிக்கமாட்டார்களே என்று வீட்டில் சொல்லித்தான் பார்த்தேன். எல்லோரும் என்னை நிர்ப்பந்தப் படுத்தி இங்கே அனுப்பிவிட்டார்கள். பால்ய சிநேகிதம் என்றால் இந்தக் கலி காலத்தில் . . . (மேற்கொண்டு ஒன்றும் சொல்லத் தோன்றாமல்) . . .சரி; நாங்கள் வருகிறோம். உங்களுக்குத் தொந்தரவு கொடுத்ததற்கு மன்னிக்க வேண்டும்” என்று பெரியவர் எழுந்துவிட்டார்.

நடராஜனுக்கு மனத்தில் சுருக்கென்று ஏதோ தைத்ததுபோல் இருந்தது. ‘எவ்வளவோ நம்பிக்கை வைத்து நானூறு மைல் ரயில் பிரயாணம் செய்துவந்த ஒரு வயது சென்ற மனிதரை, எடுத்த எடுப்பிலேயே இப்படி

முகத்தில் அறைந்ததுபோல் பேசிவிட்டோமே’ என்று வருந்தினார். ‘ஆத்திரத்தை அடக்கமுடியாமல், அதைத் தவறுதலாக இவர்மேல் திருப்பி விட்டது பெரிய குற்றம்’ என்று நினைத்தார். எழுந்து நின்ற பெரியவரைத் தடுத்து நிறுத்தி, “நீங்கள்தான் என்னை மன்னிக்க வேண்டும்” என்று சொன்னார்.

பெரியவருக்கு இது என்னவென்றே புரியவில்லை. இவர் ஏன் மன்னிப்புக் கேட்கிறார்?

“உட்காருங்கள். உட்காரத்தான் வேண்டும்” என்று சொன்னார் நடராஜன்.

“ஜயா! . . . ஜயா!” என்று மனைவியை அழைத்தார் பேராசிரியர்.

“உங்கள் அப்பாவுக்குப் பால்ய சிநேகிதர். முதலில் மாமனாரைப் பார்ப்பதற்குமுன் மாப்பிள்ளையைப் பார்க்க வந்துவிட்டார்! வந்தவரிடம் நான் சரியாக நடந்துகொள்ளவில்லை. அவலை நினைத்து உரலை இடித்த கதையாகிவிட்டது! . . . பெரியவர் கோபிக்க மாட்டார். என்ன இருந்தாலும் நான் அவருடைய பால்ய சிநேகிதருக்கு மாப்பிள்ளை அல்லவா? . . .”

பேராசிரியர் சிரித்துக்கொண்டே பேசினார். ஜயாவும் சிரித்துக் கொண்டே நின்றாள். தம்பதிகளின் சிரிப்பினால் பெரியவருக்குச் சிறிது ஆசுவாசம் ஏற்பட்டது.

நடராஜன் தொடர்ந்து பேசினார்: “பெரியவர் அவசரமாகப் புறப்பட்டார். நான் கட்டாயப்படுத்தி உட்கார்த்தி வைத்திருக்கிறேன் . . . என்ன செய்யப் போகிறாய்? – காபி கொண்டு வருகிறாயா? இல்லை, சிறிது நேரத்தில் எல்லோருமே சாப்பிடலாமா?”

“காபியும் கொண்டு வருகிறேன். சாப்பாடும் சாப்பிடலாம்.” – இது ஜயலட்சுமியின் பதில்.

“ஏன்! வேண்டாம் வேண்டாம்: பசியில்லை. சாவகாசமாக வருகிறேன். காபியும் சாப்பாடும் ஓடியா போகிறது! பின்னால் சாப்பிட்டால் போச்சு” என்று பெரியவர் சொல்லிக்கொண்டிருக்கும்போது, “உங்கள் இஷ்டம். போய் வாருங்கள். ஆனால் – உங்கள் பால்ய சிநேகிதரின் அருமைப் புதல்வி ‘சரி’ என்று சொன்னால் போய் வாருங்கள். என்ன ஜயா, என்ன சொல்லுகிறாய்?” என்று கேட்டார் நடராஜன்.

ஜயாவுக்குக் கணவனுடைய தமாஷ் பேச்சு அப்பொழுது அவ்வள வாக ருசிக்கவில்லை. கொஞ்சம் திகைத்து நின்றாள். பிறகு, “சாப்பிட்டு விட்டுத்தான் போக வேண்டும்” என்று சொல்லிவிட்டுத் திரும்பினாள்.

“ரைட்! (பெரியவரைப் பார்த்து) இனி உங்களால் போக முடியுமோ? கேட்கிறேன்!” நடராஜன் சிரித்தார்.

பெரியவருக்கு அவருடைய விளையாட்டுப் பேச்சும் சுபாவமும் அப்பொழுதுதான் புரியத் தொடங்கின.

“நாம் நிறையப் பேசவேண்டும். இன்றிரவு நீங்கள் அவரைப் போய் இனிமேல் பார்க்க முடியாது. நாளைக்குத்தான் பார்க்கவேண்டும்.”

"காலா காலத்தில் ஜாகைக்குப் போகலாம் என்று பார்க்கிறேன்" என்றார் பெரியவர்.

"எங்கே ஜாகை?"

"புரசைவாக்கத்தில்."

"புரசைவாக்கத்தில் . . ?"

"எங்கள் ஊர்ப் பையன் ஒருவன் இருக்கிறான். அங்கேதான் வந்து இறங்கியிருக்கிறேன்."

"சரி; நானே உங்களைக் காரில் கொண்டு போய் விட்டுவிடுகிறேன். இருந்து சாப்பிட்டுவிட்டுத்தான் போக வேண்டும்" என்று முடிவாகச் சொல்லிவிட்டார் நடராஜன்.

பெரியவரும் உடன்பட்டு உட்கார்ந்துவிட்டார். அவரிடம் சொல்லிக் கொண்டு வீட்டுக்குள்ளே போனார் நடராஜன். நேரே சமையல் அறைக்குப் போக நினைத்தவர், ஏதோ நினைவு வந்தவர்போல், சட்டென்று திரும்பி வீட்டின் மேற்குப் பகுதியில் உள்ள முன் அறை, அதைத் தொடர்ந்து உள்ளே இருக்கும் பெரியதும் சிறியதுமான இரண்டு அறைகள் ஆகியவற்றை ஒவ்வொன்றாகப் பார்க்கத் தொடங்கினார். எல்லா அறைகளும் காலி செய்யப் பட்டிருந்ததைப் பார்த்து, 'இவ்வளவு சீக்கிரத்தில் எப்படி அத்தனை சாமான்களையும் அப்புறப்படுத்தினார்கள்? அதுவும் இரண்டே பேர்! பத்துப் பேர் வேலையைச் செய்திருக்கிறார்களே! ஐயா வேலையில் இறங்கிவிட்டால் பம்பரம்தான்! . . . ஆறுமுகம் எங்கே போனான்?' என்று யோசித்தார்.

முன் அறையின் வாசலில் வந்து நின்று, "ஆறுமுகம்" என்று கூப்பிட்டார். காம்பவுண்டு கதவுக்கு வெளியே நின்றுகொண்டிருந்த ஆறுமுகம் ஓடிவந்தான்.

"பிரமாதம் ஆறுமுகம்! அம்மாவும் நீயும் ஒரு மணி நேரத்திற்குள் சாமான்களை அப்புறப்படுத்தி விட்டீர்களே! . . . சரி, நாளைக் காலையில் வந்து முதலில் ஒரு மேஜையையும் நாலைந்து நாற்காலிகளையும் பழையபடியும் கொண்டுவந்து இங்கே போடு. வருகிறவர்களும் மனிதர்கள் தானே? தேவை இருக்கும் அல்லவா?" என்றார்.

"சரி" என்று பணிவோடு சொன்னான் தோட்டக்காரன் ஆறுமுகம்.

அப்புறம் நடராஜன் அங்கிருந்து சமையல் அறைப்பக்கம் திரும்பி ஜயலட்சுமியையும் நேரில் பார்த்துப் பாராட்டினார்.

"சமையல் முடிந்தது. எல்லாம் ரெடி!"

"அதற்குள்ளாகவா?"

"எல்லாம் ஏற்கெனவே தயாராக இருந்தது. இப்போது இரண்டொரு எக்ஸ்ட்ரா அயிட்டங்கள் தயார் பண்ணினேன். எவ்வளவு நேரம் ஆகும்?" என்று பெருமிதத்தோடு சொன்னாள் மனைவி.

சரஸ்வதி பூஜை

உண்மையில் இன்னும் பதினைந்து நிமிஷங்கள் ஆகும். ஆனால் துரிதமாக வேலையைச் செய்து முடிக்கும் தன் சுறுசுறுப்பைக் கணவன் பாராட்டியதும், அவள் மகிழ்ச்சிப் பெருக்கினால் பதினைந்து நிமிஷத்துக்கு முன்பே 'எல்லாம் ரெடி' என்று சொல்லிவிட்டாள். இதை நடராஜனும் அறிந்து கொண்டார். அவருக்கும் சந்தோஷம் தாங்க முடியவில்லை. சிரித்த முகத்தோடு பெரியவரும் நாராயணனும் இருக்குமிடத்திற்கு வந்து அமர்ந்தார். அப்புறம் அவருடைய பேச்சில் எவ்வித ஆத்திரமும் கசப்பும் தலைகாட்டவில்லை. பெரியவரின் க்ஷேமலாபங்களை விசாரித்தார். பேராசிரியரின் சகஜமான பேச்சைக் கண்ட பெரியவரும், கொஞ்சம் தாராளமாகவே பேசத் தொடங்கிவிட்டார். ராமசுப்ரமணியத்திற்கும் நடராஜனுக்குமிடையே ஏதோ ஒரு மனக்கசப்பு இருக்கிறது என்று நினைத்து, தாம் உரிமையோடு இதையெல்லாம் விசாரிப்பதற்கு மன்னிக்க வேண்டும் என்று கேட்டுக்கொண்டு, "உங்கள் மாமனார் உங்களுக்குச் செய்ய வேண்டியதில் குறை ஒன்றும் வைத்திருக்க மாட்டாரே! பெரிய ஐஸ்வர்யவான்?..." என்று ஆரம்பித்தார்.

"குறையா! ஒன்றுக்கு ஒன்பதாகச் செய்திருக்கிறார். அவர் சொன்ன படி நான் நடந்திருந்தால், பத்து வீடும் பத்துக் காரும் வாங்கிக் கொடுத்திருப்பார். நான்தான் அப்படி நடந்துகொள்ளவில்லை."

'பிடி அகப்பட்டுக்கொண்டது' என்று பெரியவர் விசாரணையைத் தொடர்ந்தார்.

"அவர் என்ன சொன்னார்? நீங்கள் அவர் சொன்னதற்கு இணங்க வில்லை?"

"சுருக்கமாகச் சொல்கிறேன்: மகாலட்சுமியையே என் வீட்டுக்கு அனுப்ப நினைத்தார். எனக்கோ இந்த ஜயலட்சுமி போதும் என்ற திருப்தி!"

நடராஜன் சிரித்தார்.

அவரே பேசினார்: "மகாலட்சுமியை ஏற்றுக்கொள்ளத் தயார்தான். ஆனால் என் வீட்டுக் கொல்லைப்புறத்தில்கூட சரஸ்வதி நிற்கக்கூடாது என்று நிபந்தனை போடலாமோ? நீங்களே சொல்லுங்கள்."

. . . ராமசுப்ரமணியம் தம்முடைய மகளைக் கல்யாணம் செய்து கொடுத்தபோது, நடராஜன் வெறும் பட்டதாரியாகத்தான் இருந்தாரே ஒழிய, பேராசிரியர் ஆகிவிடவில்லை. தம்முடைய கம்பெனியின் வட இந்தியக் கிளை ஒன்றிற்கு அவரை ஆயிரத்து எண்ணூறு ரூபாய் சம்பளத்தில் மானேஜராகப் போடுவதற்கு ராமசுப்ரமணியம் முடிவு செய்து வைத்திருந்தார். கல்யாணம் முடிந்த சில தினங்களுக்குப் பிறகு இந்தக் கருத்தை வெளியிட்டார். ஆனால் கம்பெனி மானேஜராக இருக்கத் தம்மால் முடியாது என்று சொல்லிவிட்டு நடராஜன் கல்லூரிப் பேராசிரியர் ஆகிவிட்டார். இதுதான் மாமனாருக்கும் மாப்பிள்ளைக்கு மிடையே ஏற்பட்ட தீராத மனக்கசப்புக்கு ஒரே காரணம்.

'தரித்திரப் பயலுக்குப் பெண்ணைக் கொடுத்துவிட்டோம். அவள் தலை எழுத்து அப்படி இருந்திருக்கிறது' என்று மிகவும் நொந்து கொண்டார் ராமசுப்ரமணியம்.

நடராஜன் பேராசிரியத் தொழிலில் நற்பெயரும் கீர்த்தியும் சம்பாதித்ததும், எழுத்தாளராகிப் பிராபல்யம் பெற்றதும் ராமசுப்ரமணியத்தைப் பொறுத்தவரையில் கேட்கச் சகிக்காத அசட்டுப் பெருமைகளாகவே இருந்தன. 'இது ஒரு ஜீவனம்! இப்படியும் ஒரு பிழைப்பு! இதில் கீர்த்தி கியாதிகள் வேறு!' என்று மிகவும் அருவருத்துக்கொண்டார்.

இரண்டாவது மகளை மிகவும் ஜாக்கிரதையாகத் தமது போக்குக்கு ஒத்துவரக்கூடிய ஒரு வாலிபனைத் தேடிப் பிடித்து எத்தனையோ பரீட்சைகள் செய்து பார்த்த பிறகு கொடுத்தார். அவன் இப்போது மார்ட்டின் அண்டு லூதர் கம்பெனியின் பம்பாய்க் கிளைக்கு மானேஜர். அவனை நினைத்து மகிழ்ந்த ராமசுப்ரமணியம், நாளடைவில் நடராஜனை நினைத்துக் கவலைப்படுவதை விட்டொழித்தார். பண்டிகை, நவராத்திரி போன்ற சமயங்களில் நடராஜனை அழைப்பதும், அவரும் மனைவியுடன் மாமனார் வீட்டுக்குப் போய் வருவதும் வெறும் சம்பிரதாயங்களாகவே இருந்தன. ஆனால் இத்தனைக்குப் பிறகும்கூட நடராஜன் மட்டும் தம் மாமனாரை வெறுக்கவே இல்லை.

"நான் லட்சாதிபதி ஆக மறுப்பதைக் கண்டு இவருக்கு ஏன் கோபம்?" என்றே ஜயலட்சுமியிடம் அவர் சொல்லிச் சொல்லிச் சிரிப்பார். மாமனார் எவ்வளவு அதிகமாகத் தம்மை வெறுக்கிறாரோ அவ்வளவு அதிகமாக அவருக்குச் சிரிப்பு வரும் . . .

இவ்வளவு விஷயத்தையும் பெரியவரிடம் கதையாகச் சொன்ன நடராஜன், "என்னை வேப்பங்காயாக வெறுத்தும் என் மாமனாரிடம் கோபம் கொள்ளாத எனக்கு, இப்போது உண்மையிலேயே கோபமும் ஆத்திரமும் வரும்படியான ஒரு நிலை ஏற்பட்டிருக்கிறது என்றால் நீங்கள் ஆச்சரியப்படாமல் இருக்க முடியாது. ஆனாலும் இந்தக் கோபமும் ஆத்திரமும் பத்து நிமிஷங்களுக்கு மேல் நீடிக்கவில்லை. மறந்துவிட்டேன்" என்றார். பிறகு, "இந்தக் கதையைச் சொல்ல ரொம்ப நேரமாகும். வாருங்கள், முதலில் சாப்பிடலாம்" என்று பெரியவரையும் நாராயணனையும் உள்ளே அழைத்துக் கொண்டு சென்றார் பேராசிரியர்.

2

அன்போடு உபசரித்துச் சாப்பாடு போட்டாள் ஜயலட்சுமி. அவள் அதிகம் பேசாதவள், அடக்கம் நிறைந்தவள், கணவனுடன் எந்த விஷயத்திலும் ஒத்துப்போகும் குணம் படைத்தவள், சிரிப்பைத் தவிர வேறொரு முகபாவத்தை நடிப்புக்காகக்கூட வரவழைக்க முடியாதவள் என்பவற்றையெல்லாம் பெரியவர் அந்த இருபது நிமிஷ நேரத்தில் கண்டறிந்து கொண்டார். சாப்பிடும்போது ராமசுப்ரமணியத்தைப்பற்றிப் பேசவில்லை என்பதுடன், சாப்பிட்ட பிறகும் அந்த விஷயம் பற்றிப் பேசுவதைப் பெரியவர் விரும்பவில்லை. நடராஜனும் விரும்பவில்லை என்பது பெரியவருக்குப் புரிந்தது; ஆச்சரியமாகவும் இருந்தது.

ஒற்றுமையான தம்பதிகள். மாமனாரைப்பற்றி மாப்பிள்ளை குறைத்துப் பேசுவது, அதை அந்த வீட்டுக்கு முதல் தடவையாக வந்திருக்கும்

ஒருவர் விசாரித்து விசாரித்துப் பேச்சைப் பெரிதாக்குவது – இவை யெல்லாம் ரசக்குறைவான விஷயங்கள் என்பதுடன், தம்பதிகளின் மனம்ஒத்த சந்தோஷ வாழ்க்கைக்குமே உகந்தவையல்ல என்று பெரிய வருக்குத் தோன்றியது. சாப்பிட்டு முடித்துச் சீக்கிரத்திலேயே வீட்டுக்குப் போகச் சித்தமானார்.

"நாளை மார்ட்டின் அண்டு லூதர் கம்பெனிக்குப் போகிறீர்கள் அல்லவா?" என்று அக்கறையோடு கேட்டார் நடராஜன்.

"போவேன், அதற்காகத்தானே வந்திருக்கிறேன்?" என்று சொல்லி விட்டுப் பெரியவர் சிரித்தார்.

கைகூடாத காரியத்தைத் தெரிந்தே செய்யப் போகும் பைத்தியக் காரத்தனத்தைக் காட்டிக் கொள்கிறவர்போல் பெரியவர் சிரித்தார்.

"ஏன் சிரிக்கிறீர்கள்? போய்ப் பாருங்கள். பார்த்துவிட்டு இங்கேயே சாப்பிட வந்துவிடுங்கள்... ஒரு விஷயம்: என்னைப் பார்த்ததாக அங்கே சொல்லவேண்டாம். தேவையும் இல்லையே?" என்றார் நடராஜன்.

"சரி: இதெல்லாம் . . ."

"அப்படி ஒன்றும் எங்களுக்குள் பகைமை கிடையாது: பேச்சு வார்த்தைகளும் நின்றுவிடவில்லை. அவர் வீட்டில் இந்த நவராத்திரி ஒன்பது நாளும் பெரிய பெரிய கச்சேரிகள் நடந்துகொண்டிருக்கின்றன. தினமும் நாங்கள் கொலுவுக்குப் போய்வருகிறோம். இன்னும் பத்து நாளில் அவர் ஒரு சங்கீத சபா ஆண்டு விழாவுக்குத் தலைமை வகிக்கப் போகிறார். தலைமைப் பிரசங்கம் எழுதித் தரும்படி சீக்கிரத்திலேயே எனக்குத் தகவல் வரும். இதற்கு முன் இப்படி எத்தனையோ எழுதிக் கொடுத்திருக்கிறேன்..."

"சங்கீதத்தில் அவருக்கு ஈடுபாடு கிடையாது என்று நீங்கள் சொன்னீர்களே..?" என்று கேட்டார் பெரியவர்.

"ஈடுபாடு இருந்தால்தான் சங்கீத சபா விழாவுக்குத் தலைமை வகிக்க வேண்டும் என்ற கட்டாயமோ சட்டமோ இல்லையே! அது வேறு; இது வேறு... சரி சரி, நாம் திரும்பத் திரும்ப அதே விஷயத்துக்குத் தான் வந்துகொண்டிருக்கிறோம்!"

பெரியவர் சிரித்தார்.

"நீங்கள் வந்த காரியத்தை முதலில் கவனியுங்கள். நான் பேசுவ தெல்லாம் உங்களுக்கு ஒரு தடங்கல் மாதிரி இருக்கும். குருவி உட்காரப் பனம்பழம் விழவும் கூடும். நான் குறுக்கே நிற்பானேன்? . . . நாளையே பாருங்கள். பார்த்துவிட்டு நேரே இங்கே வாருங்கள். சாயங்காலம் உங்கள் பால்ய நண்பர் வீட்டு நவராத்திரிக் கச்சேரிக்குப் போகலாம்."

பெரியவர் இசைந்தார். ஜயலட்சுமியிடம் சொல்லிக்கொண்டு புறப்பட்டார். பேராசிரியர் அவரையும் நாராயணனையும் காரில் ஏறிக் கொள்ளச் சொன்னார். பெரியவரைப் புரசைவாக்கத்திலும் நாராயணனைக்

கல்லூரி விடுதியிலும் கொண்டு போய்விட்டு விட்டு வீடு திரும்பினார் நடராஜன். காரிலிருந்து இறங்கி உள்ளே நுழையும்போது, வீட்டினுள் இருந்து வீணையின் ஸ்வரஸ்தானங்கள் அழுத்தப்படும் ஒலிகள் கேட்டன. உள்ளே வந்து பார்க்கும்போது ஜயலட்சுமி வீணையும் கையுமாக உட்கார்ந்திருந்தாள்.

"அதற்குள் என்ன அவசரம்? இவ்வளவு கால இடைவெளிக்குப் பிறகு, ஒரு நல்லநாள் பார்த்துச் சாதகத்தை ஆரம்பிக்கலாமே? விஜய தசமிக்கு இன்னும் நடுவே இரண்டு நாள்தான் இருக்கிறது?" என்றார் நடராஜன்.

ஜயலட்சுமி வழக்கம்போல் சிரித்துக்கொண்டே வீணையை எடுத்து வைத்தாள்.

"நாளையே எனக்கு வீணை வாங்கப் போகிறேன். சபேசன் காலையில் வருவதாகச் சொல்லியிருக்கிறார்" என்றார் நடராஜன்.

ஏதாவது படிக்கலாம் அல்லது எழுதலாம் என்று உள்ளே போனார்.

'பெரியவர் கிராமத்து மனிதர். நல்லவராக இருக்கிறார். நல்லவர், பால்ய சிநேகிதர் என்பவையெல்லாம் இந்த உலகத்தில் செல்லாக்காசுகள் என்பது தெரியாமல் வந்திருக்கிறார் . . . பாவம்' என்று ஒரு கணம் நினைத்தார் பேராசிரியர். பழையபடியும் மாமனார் ராமசுப்ரமணியத்தின் நினைவு வந்தது அவருக்கு. மாலையில் வீணை வித்வான் சபேசன் வந்து சொன்ன செய்திகளும் ஞாபகத்துக்கு வந்தன.

'சங்கீத சபா ஆண்டு விழாவுக்கு எவ்வளவு பொருத்தமான தலைவர் மார்ட்டின் அண்டு லூதர் கம்பெனி ஜெனரல் மானேஜர்! சபா கட்டட நிதிக்கு நாலாயிரமோ ஐயாயிரமோ வீசி எறிவார் என்பது சபாக்காரர்களுக்குத் தெரியும்: ஆண்டு விழாவுக்குத் தலைவராக்கி விட்டார்கள். சாட்சாத் சரஸ்வதி தேவிக்கே அவர்தான் சங்கீத குரு என்று எவனும் ஆண்டு விழாவில் புகழ்ந்தாலும் ஆச்சரியப்படுவதற்கு ஒன்றுமில்லை . . . என்ன உலகம் இது! . . . அந்த ஏழை மனிதனை இந்தப் பாடு படுத்தியவர். அதிலும் நாலு வீடுகளில் வீணை கற்பித்துப் பிழைக்கும் மனிதனை வேரற்ற மரமாக்கிவிட்டு, இவர் சங்கீத சபாவுக்குத் தலைமை தாங்கவேண்டியதுதான்! நான் இந்தத் தடவை தலைமைப் பிரசங்கம் எழுதித் தரப்போவதே இல்லை. வருகிற பகைமை வரட்டும்; அதுவும் சீக்கிரமே வந்துவிடட்டும் . . .'

பேராசிரியரின் சிந்தனைகளில் சூடும் வேகமும் ஏறின. கையில் விரித்திருந்த புத்தகத்தை மூடி மேஜை மேல் வைத்தார். எதைப் பற்றியும் சிந்திக்காமல் மனத்தைச் சூன்யமாக வைத்துக்கொண்டு ஒரு நிமிஷம் குனிந்த தலையோடு உட்கார்ந்து கொண்டிருந்தார். பிறகு அந்தப் புத்தகத்தை ஒரு அங்குலம் நகர்த்தி வைத்துவிட்டு, படுக்கப் போவதற்காக எழுந்தார்.

3

மறுநாள் மார்ட்டின் அண்டு லூதர் கம்பெனிக்குப் போய் ஜெனரல் மானேஜர் ராமசுப்ரமணியத்தைப் பார்த்துவிட்டு மத்தியானம்

பேராசிரியர் வீட்டுக்கு வந்தார் பெரியவர் நீலகண்ட ஐயர். போன காரியம் காயும் இல்லை; பழமும் இல்லை. டில்லிக்கு அவசரமாகப் புறப்பட்டுக் கொண்டிருந்த ராமசுப்ரமணியத்திற்குப் பேச நேரமில்லை. ஒரு சில வார்த்தைகளே பேசினார். மறுநாளே சென்னைக்குத் திரும்பு வதாகவும், அன்று சரஸ்வதி பூஜை விடுமுறையானபடியால் அதற்கு இரண்டு நாட்கள் கழிந்த பிறகே எதையும் கவனிக்கலாம் என்றும் சொன்னார். ஆனால் அவருடைய பேச்சில் அக்கறையோ, அந்தரங்க சுத்தியோ இருந்ததாக தெரியாவிட்டாலும், அலட்சியம் இருந்ததாகத் தோன்றவில்லை. இது ஏதோ ஒரு அற்ப நம்பிக்கையை அளித்தது பெரியவருக்கு. அலட்சியமோ, புறக்கணிப்போ இல்லை, கை விரித்து விடவும் இல்லை என்பதில் அவருக்கு ஒரு திருப்தியும் இருந்தது; அவமதிக்கப்படவில்லை என்ற மகிழ்ச்சியும் இருந்தது.

இதைக் கேள்விப்பட்ட நடராஜன், “உங்களைத் திரும்பவும் ஆபீசில் வந்து பார்க்கும்படிதான் சொன்னாரோ? வீட்டுக்கு வரச் சொல்ல வில்லையோ?” என்று கேட்டார்.

“பொதுவாக வந்து பாருங்கள் என்று சொன்னார்.”

“வீட்டுக்கு வரும்படி சொல்லவில்லை!”

“இல்லை. இம்மட்டாவது பழைமையை மறந்துவிடாமல், திரும்பவும் வரச்சொன்னதில் எனக்குத் திருப்திதான். ‘நீ யார், நான் யார்’ என்று விரட்டியிருந்தாலும் நாம் என்ன செய்யப் போகிறோம்?”

‘ஒருவகையில் அப்படி விரட்டுகிறவன் தேவலை. அவனிடத்தில் உள்ளொன்று, புறம்ஒன்று என்ற விவகாரமில்லையே!... கயவர்கள்தானே மக்களைப்போல் இருப்பார்கள்! கயவர்களைப் போலவே இருந்து விட்டால் அவர்கள் அசல் கயவர்கள் இல்லையே!’ – இவ்வளவும் நடராஜன் தமக்குள் நினைத்துக் கொண்டவை.

அன்று ராமசுப்ரமணியம் வீட்டு நவராத்திரிக் கச்சேரிக்குப் பேராசிரியர் தம்பதிகள் போகவில்லை. அதற்கு ராமசுப்ரமணியம் ஊரில் இல்லை என்பது ஒரு காரணமல்ல; ஒரு நல்ல சாக்கு.

4

சரஸ்வதி பூஜையன்று வருஷா வருஷம் போய்வரும் சம்பிரதாயத்தை மீற முடியாமல் பேராசிரியரும் ஐயலட்சுமியும் ராமசுப்ரமணியம் வீட்டுக்குப் போனார்கள். ‘வேண்டா விருந்தாளி’ என்று தம்மைப் பற்றிச் சொல்லிக்கொண்ட பெரியவர் நீலகண்ட ஐயரையும், “வேடிக்கை பார்க்க லாமே! சும்மா வாருங்கள். அவருடைய அழைப்பு இல்லையே என்பது ஒரு பெரிய விஷயமல்ல. பால்ய சிநேகிதர் என்பதை மட்டும் நீங்கள் மறந்துவிடுங்கள். எல்லாம் சரியாய்ப் போய்விடும். கிராமத்தில் யார் வீட்டிலோ நடக்கும் கல்யாணக் கச்சேரி கேட்க பத்து ஊர் ஜனங்களும் வந்து கூடுகிறார்களே, அழைப்பின் பேரில்தான் வந்து கூடுகிறார்களா? சும்மா வாருங்கள்” என்று அழைத்துக்கொண்டு போனார் பேராசிரியர் நடராஜன்.

ராமசுப்ரமணியத்தின் பங்களா பூலோக சுவர்க்கமாகக் காட்சியளித்தது. எங்கே பார்த்தாலும் அலங்கார விளக்குகள். இடம் பிடிக்காத கூட்டம். பங்களா வாசலில் எத்தனையோ கார்கள் வருவதும் போவதுமாக இருந்தன. அன்று ஏற்பாடு செய்யப்பட்ட விசேஷக் கச்சேரி அமர்க்களமாக நடந்துகொண்டிருந்தது.

முந்திய எட்டு நாட்களும் எட்டு பெரிய வித்வான்கள் பாடினார்கள். இரண்டு மூன்று தினங்களாக இந்தக் கச்சேரிகளைக் கேட்ட இரண்டாவது மாப்பிள்ளைக்கும் அவருடைய மனைவி மக்களுக்கும் எரிச்சலாக இருந்தது. அவர்களுடைய விருப்பத்திற்கு இணங்க சரஸ்வதி பூஜையன்று ஒரு மெல்லிசைக் கச்சேரியை ஏற்பாடு செய்தார் ராமசுப்ரமணியம்.

மேடை நிறையப் பாடக பாடகிகள். எத்தனையோ வகை மேல் நாட்டு வாத்தியங்கள். பின் வரிசை வாத்தியக்காரர்கள் 'டை' கட்டிக் கொண்டு, நாற்காலிகளில் உட்கார்ந்து வாசித்துக் கொண்டிருந்தார்கள்.

'லோ லோ லோ .... லொல்லொல்லோ ... லொல்லொல்லோ ...' என்று ஒரு பாட்டு. அதைப் பாடிக்கொண்டிருந்தபோதுதான் பேராசிரியர் தம்பதிகள் அங்கே போய்ச் சேர்ந்தார்கள். பம்பாயிலிருந்து மூன்று தினங்களுக்கு முன் வந்திருந்த இரண்டாவது மாப்பிள்ளையும் முதல் மாப்பிள்ளையான பேராசிரியரும் வாசலில் சந்தித்தார்கள். ஒரு சிறு புன்னகை, இரண்டு வார்த்தைகள் ... அதற்கு மேல் சந்திப்பு நீடிக்கவில்லை. உள்ளே போய் ராமசுப்ரமணியத்திற்கும் தாம் வந்ததை அவர் காட்டிக் கொண்டார். அவரும் ஒரு வார்த்தை "வாருங்கள்" என்று சொன்னார். பெரியவரைப் பார்த்ததும் அந்த ஒரு வார்த்தையைச் சொன்னார். அவருடைய இரண்டாவது பெண்ணும், அந்தப் பெண்ணின் பதினைந்து வயதுப் பையனும், பத்து வயது மகளும் அங்கே இருந்தார்கள். பையன் வெள்ளைக்கார உடையிலும், பெண் பஞ்சாபி ஆடையிலும் காட்சியளித்தார்கள். அவர்களின் தாயாரோ ... அவள் ஏதோ ஒரு பம்பாய் ஸ்டூடியோ படப்பிடிப்பிலிருந்து வேஷம் கலைக்காமல் நேரே வந்த ஒரு வடநாட்டு நடிகைபோல் இருந்தாள். தலைமுடி, புருவங்கள், உதடுகள், நகங்கள், உடுத்திருந்த மெல்லிய உடைகள், சிரிக்கின்ற சிரிப்பு ... நடராஜனால் அதைப் பார்த்துக்கொண்டு நிற்க முடியவில்லை. ஜய லட்சுமியும் உள்ளே போய்விட்டாள். அந்தச் சிறுவனுடனும் சிறுமியுடனும் இரண்டொரு வார்த்தைகள் அவர்களுக்குத் தெரிந்த ஆங்கில மொழியி லேயே பேசிவிட்டு நடராஜன் பெரியவரை அழைத்துக்கொண்டு கச்சேரிக் கூட்டத்தை விட்டு விலகித் தோட்டத்தின் ஒரு மூலைக்கு வந்தார்.

"சரஸ்வதி பூஜை எப்படி!" என்று கேட்டார் நடராஜன் சிரித்துக் கொண்டே.

பெரியவர் ஒரு பதிலும் சொல்லவில்லை.

"அந்தக் குழந்தைகளையும் தாயாரையும் பார்த்தீர்களோ? ராம சுப்ரமணியத்தின் இரண்டாவது பெண்ணும், பேரனும் பேத்தியும்தான், வேறு யாருமல்ல. பார்ஸியோ, பஞ்சாப்போ என்று நினைத்திருப்பீர்கள். அங்கேயும் இந்த நாகரிகம் இருக்கிறதோ என்னவோ! ... குழந்தைகளுக்குத்

தமிழே தெரியாது; தாயாருக்கு மறந்துவிட்டதுபோல் ஒரு பிரமை; அவள் கணவனுக்கோ தமிழ் ஒரு அவமானச் சின்னம்... சரஸ்வதி பூஜை நடக்கிறது!...”

திரும்பிப் பாருங்க! –அத்தான்
திரும்பிப் பாருங்க!
அரும்பு மலர்ந்து கமகமக்குது!
ஆசை விரிந்து தவிதவிக்குது! (திரும்பி)

இப்படி ஒரு பாட்டு... சபையில் பாதிப் பேர் கைதட்டித் தாளம் போட்டார்கள். ராமசுப்ரமணியம் அவர்களுடைய உற்சாகத்தைக் கண்டு பூரித்தார். ஒரு மூலையில் அவருடைய இரண்டாவது மாப்பிள்ளை ஆனந்த பரவசராக நின்று தலையாட்டிக் கொண்டிருந்தார்.

இந்தக் காட்சிகளையெல்லாம் நடராஜன் பார்த்தார். பெரியவரும் பார்த்தார்.

“போகலாமா? கச்சேரியை முழுக்கக் கேட்க வேண்டுமா?” என்று நடராஜன் கேட்டார். பெரியவரின் பதிலை எதிர்பார்க்காமல், “நீங்கள் இங்கேயே இருங்கள்” என்று சொல்லிவிட்டு உள்ளே போய் ஒரு நொடியில் ஜயலட்சுமியை அழைத்துக்கொண்டு வந்தார் பேராசிரியர்.

மூவரும் வீடு திரும்பிவிட்டார்கள். அப்பொழுது மணி ஏழுகூட ஆகவில்லை. பெரியவரைத் தேடி நாராயணனும், நடராஜனை எதிர்பார்த்து வீணை வித்வான் சபேசனும் வந்து அங்கே காத்துக் கொண்டிருந்தார்கள்.

எல்லோரும் மாடிக்குப் போய் உட்கார்ந்தார்கள். ஜயலட்சுமி உள்ளே போனாள்.

“சரஸ்வதி பூஜை இந்த மாதிரி நடந்து எங்காவது பார்த்திருக் கிறீர்களோ?...” என்று பெரியவரைக் கேட்டார் பேராசிரியர்.

“ரொம்ப பிரமாதமாக நடந்திருக்கும். அரண்மனையிலே நடக்கிற திருவிழாவுக்குக் கேட்கவா வேண்டும்?” என்றார் சபேசன்.

“ரொம்ப ரொம்பப் பிரமாதம்! அரண்மனையாவது பின் ஒன்றாவது! எத்தனையோ ராஜாக்கள் மட சாம்பிராணிகளாக இருந்ததாகக் கேள்விப் பட்டிருக்கிறோம். ஆனால் யாரும் ஆயிரக்கணக்கில் செலவழித்து இப்படி ஒரு தெருக்கூத்து ஏற்பாடு பண்ணியது கிடையாது” என்று சொன்னார் நடராஜன்.

வித்வான் ஒன்றும் பேசவில்லை.

பெரியவரைப் பார்த்து, “உங்கள் பால்ய சிநேகிதரும், அவர் மாப்பிள்ளையும் சரஸ்வதி பூஜை பண்ணினார்களே, அதில் எனக்கு ஒரு சந்தேகம்” என்றார் நடராஜன்.

“என்ன சந்தேகம்?”

“இவர்கள் சரஸ்வதியைக் கும்பிடும்போது என்னென்ன வரங்கள் கேட்டிருப்பார்கள் என்ற சந்தேகம்தான்.”

யாரும் அவர் சந்தேகத்தைத் தீர்க்கவில்லை.

"எனக்கு வித்தையைக் கொடு, புத்தியைக் கொடு என்றா கேட்டிருப்பார்கள்? நம்மைப் போல உள்ளவர்களே அப்படிக் கேட்பதில்லை! இவர்கள் என்ன கேட்டிருப்பார்கள்?... நான் சொல்லட்டுமா?"

"சொல்லுங்கள்."–பெரியவர்

"சீக்கிரத்தில் கோடீஸ்வரனாக வேண்டும் என்று அவர் தமக்கு வரம் கேட்டிருப்பார். பேரனுக்குப் பணக்காரன் வீட்டுப் பெண்ணும், பேத்திக்கு லட்சாதிபதி வீட்டு மாப்பிள்ளையும் கிடைக்க வேண்டும் என்று கேட்டிருப்பார். மற்றவர்களும் இந்த மாதிரி வரங்களே கேட்டிருப்பார்கள். இரண்டாவது மாப்பிள்ளை ஒரு வரம் அதிகப்படியாகக் கேட்டிருப்பார். ராமசுப்ரமணியத்தின் ஆயுளுக்குப் பிறகு – அதாவது இன்னும் இரண்டொரு வருஷங்களுக்குள்ளேயே – மார்ட்டின் அண்டு லூதர் கம்பெனிக்குத் தாம் ஜெனரல் மானேஜராகிவிட வேண்டும் என்று வரம் கேட்டிருப்பார்."

நடராஜன் கடகடவென்று சிரித்துக்கொண்டு, "நான் சொல்வது சரிதானே?" என்று கேட்டார்.

யாரும் பதில் சொல்லவில்லை: சிரிக்கவும் இல்லை.

நடராஜனுக்கு ஒரு மாதிரி ஆவேசமே வந்துவிட்டது. விடாமல் பேசினார்:

"இவர்கள் கும்பிட வேண்டிய தெய்வமே வேறு. சரஸ்வதி படத்தைத் தூக்கிச் சாக்கடையில் எறிந்துவிட்டுப் பணமூட்டையை பிரதிஷ்டை செய்து கும்பிட்டிருக்க வேண்டும். அதனிடத்தில் கேட்க வேண்டிய வரத்தை சரஸ்வதியிடம் கேட்பது எதற்கு?"

"பார்க்கப் போனால் எல்லோருமே சரஸ்வதி படத்தை வைத்து லட்சுமி பூஜைதான் செய்கிறார்கள். நான் உட்படச் சொல்கிறேன். வித்தை வேண்டும் என்று கேட்பதுகூடப் பணம் சம்பாதிக்கத்தானே?" என்றார் சபேசன்.

"நம் ஜெனரல் மானேஜர் போன்றவர்கள் ஆதிக்கம் செலுத்துகிற உலகத்திலே, சரஸ்வதி தேவி கூட வீணையைக் கீழே வைத்துவிட்டுப் பண மூட்டையைத்தான் கடவுளாக்கிக் கெஞ்சிக்கொண்டு நிற்பாள். வேறு வழி? அப்படிப் பண்ணி வைத்திருக்கிறார்களே?"

நடராஜன் பெரியவரைப் பார்த்துத் திரும்பி, வீணை வித்வானைச் சுட்டிக்காட்டி, "இவரை உங்களுக்கு அறிமுகப்படுத்தவில்லையே! பெரிய வீணை வித்வான். பெயர் சபேசன். நீங்களும் கேள்விப்பட்டிருக்கலாம்..." என்றார்.

"ஆயிரக்கணக்கில் பணத்தைச் செலவழித்து நவராத்திரி கச்சேரிகளும் சரஸ்வதி பூஜையும் நடத்துகிற உங்கள் பால்ய சிநேகிதரின் இரண்டாவது பெண்ணுக்குச் சில காலம் வீணை சொல்லிக் கொடுத்தார்... ஆம், அந்த... நீங்கள் பார்த்தீர்களே அவள்தான்... மீதிக் கதையையும்

சொல்லிவிடுகிறேன். நமக்குள் என்ன ஒளிவு மறைவு? உங்கள் பால்ய சிநேகிதருக்குச் சொந்தமான ஒரு வீட்டின் ஒரு பகுதியில் இவர் வாடகைக்குக் குடியிருந்தார். வீணை கற்பிப்பதற்குச் சம்பளம் கிடையாது. வாடகையில் அதைக் கழித்துக்கொண்டு, மேற்கொண்டு மாதம் முப்பது ரூபாய் தரவேண்டும். இவருக்கு நாலைந்து மாதங்களாக வருமானம் சரியாக இல்லை. குடும்பத்தில் பல கஷ்டங்கள். பல மாதங்களாக நோயில் கிடந்த தாயாருக்கு வைத்தியச் செலவு வேறு. டியூஷன்களும் பாதியாகக் குறைந்துவிட்டன. கடைசியில் அம்மா இறந்து, அந்த வகையிலும் செலவு. கடனாளியாகித் தவித்துக் கொண்டிருந்தவர் நான்கு மாதங்களாக வாடகை தரவில்லை என்று, உங்கள் பால்ய சிநேகிதர் தம் வீட்டில் டியூஷனையும் நிறுத்திவிட்டார். கேவலமாகவும் பேசி, ஒருநாள் இவர் வீட்டிலிருந்து எல்லாச் சாமான்களையும் ஆட்களை விட்டுத் தூக்கி எறியும்படி செய்து, பிள்ளைகுட்டிகளுடன் உடுத்த துணியோடு ஓடிப் போகும்படி விரட்டிவிட்டார் . . .''

கதை பயங்கரமாக இருந்தது. பெரியவர் இரக்கம் ததும்பும் முகத்தோடு வித்வானை ஏறிட்டுப் பார்த்தார்.

"இன்று நடந்த தெருக்கூத்துக்கு ஆயிரக்கணக்கில் செலவழித்தவருக்கு இவருடைய வாடகை பாக்கி பெரிதாகப் போய்விட்டது. 'வித்வானாவது மண்ணாங்கட்டியாவது! பிச்சைக்காரப் பசங்கள்!' என்று திட்டினாராம். இன்னும் ஒரு வாரத்தில் சங்கீத சபா ஆண்டு விழாவுக்குத் தலைமை வகிக்கப் போகிறார். கட்டட நிதிக்கு ஐயாயிரம் கொடுக்கப் போகிறார். இந்த ஊரில் இன்னும் இரண்டு சங்கீத சபாக்களுக்கும் இவர் போஷகர் ..."

"அவர்கள் உலகம் வேறு. அதை எல்லாம் இப்போது ஏன் பேச வேண்டும்?" என்று இடைமறித்தார் பெரியவர். வித்வானும் தலையை அசைத்து அதை ஆமோதித்தார்.

"என்ன இருந்தாலும் உங்களுக்கு அவர் மாமனார். உங்களுக்கு மகாலட்சுமி மாதிரி பெண்ணைக் கொடுத்தவர். இதற்காகவே நீங்கள் அவருக்குக் கடமைப்பட்டிருக்கிறீர்கள். கோடி கொடுத்தாலும் இப்படிப் பட்ட ஒரு கிருஹலட்சுமி கிடைப்பது கஷ்டம்'' என்று பெரியவர் சொன்னார்.

வீணை வித்வான் புறப்படுவதற்குத் தயாரானார். தம்முடைய கதையைச் சொல்லி, அவர் மூன்றாம் மனிதரிடம் மாமனாரைக் கடிந்துகொண்டிருப்பது அவருக்குப் பிடிக்கவில்லை. 'எல்லாம் முடிந்த பிறகு பழங்கதையைக் கிளறுவானேன்?' என்று அவர் நினைத்தார்.

எல்லோரும் மௌனமாகச் சில வினாடிகள் உட்கார்ந்திருந்தார்கள். அந்தக் கூட்டம் கலைந்தால் நன்றாக இருக்கும் என்று எல்லோருக்குமே தோன்றியது. நடராஜன் திடீரென்று எழுந்தார். "இதோ வந்துவிட்டேன்" என்று சொல்லிக்கொண்டு மாடியிலிருந்து கீழே இறங்கினார். ஜயலட்சுமி கூடத்தில் ஒரு நாற்காலியில் உட்கார்ந்து ஏதோ புத்தகம் படித்துக் கொண்டிருந்தாள். அந்தச் சூழ்நிலையில் அவருக்குத் திடீரென்று தாம் யார் என்பது ஞாபகத்திற்கு வந்த மாதிரி இருந்தது. இப்படி ஆவேசமாக இதற்கு முன் என்றுமே பேசியறியாத அவர், ஆத்திரத்தையெல்லாம்

கொட்டியும் மனம் சமனப்படாமல் கீழே இறங்கி வந்து மனைவியையும், அந்தச் சூழ்நிலையையும் பார்த்ததும் அவருக்குச் சிறிது அமைதி பிறந்தது. தென்றல் வீசும் ஜன்னல் ஓரத்தில் வந்து நிற்பதுபோல ஜயலட்சுமியின் பக்கம் வந்து நின்றார். அந்தச் சாந்தியில் மனப்பாரத்தைக் குறைத்துக் கொண்டு, "ஆறுமுகம் வீட்டுக்குப் போய்விட்டானா?" என்று கேட்டார்.

அவள் ஏறிட்டுப் பார்த்து, "போய்விட்டான்போல் இருக்கிறதே. நேரம் ஆகிறதல்லவா? . . . அவர்களை எப்பொழுது சாப்பாட்டுக்குக் கீழே அழைத்து வரப்போகிறீர்கள்? மணி எட்டு அடித்துவிட்டது" என்றாள்.

"இதோ . . . இப்பொழுதே சாப்பிடலாம். பக்கத்து அறையின் வாசலைத் திறந்து வை. நான் வருகிறேன்" என்று சொல்லிவிட்டு மேலே போனார் நடராஜன். ஆவேசமாகப் பேசியதை நினைத்து அவருக்கே வெட்கமாக இருந்தது. முகத்தில் கலகலப்பை வரவழைத்துக்கொண்டு பெரியவரையும் வித்வானையும் நாராயணனையும் அழைத்து வந்தார். அவர்களை முதலில் பக்கத்து அறைக்கும் அதை அடுத்துள்ள இரண்டு அறைகளுக்கும் அழைத்துச் சென்றார். காலியாக இருந்த முன் அறையில் நான்கு நாற்காலிகளும் ஒரு மேஜையும் கிடந்தன. மேஜைமீது இரண்டு வீணைகள். ஒன்றும் புரியாமல் பெரியவரும் வித்வானும் அவரைப் பின்தொடர்ந்து கடைசியில் முன் அறைக்கே திரும்பி வந்து நின்றார்கள்.

ஜயலட்சுமியும் அங்கு வந்தாள்.

பெரியவரைப் பார்த்துத் திரும்பினார் நடராஜன்.

"நம் வீட்டில் நாளை சரஸ்வதி பூஜை! விஜயதசமியும் நாளைக்குத் தான்!" என்று தம் சுபாவமான தொனியில் பேசினார்.

"உங்களுக்கு நான் சொல்லுவது புதிர் மாதிரி இருக்கும். இல்லையா? நாளை நான் வீணை கற்றுக்கொள்ளத் தொடங்குகிறேன் – நாற்பது வயதுக்கு மேல்! ஜயலட்சுமி எப்பொழுதோ படித்து அரைகுறையாக ஞாபகம் வைத்திருக்கும் பாடங்களைத் திரும்பவும் படிக்கப் போகிறாள். இவர்தான் வீணை வாத்தியார்!" என்று சொல்லி சபேசனைக் காட்டினார்.

பெரியவர் ஆச்சரியமும் அளவில்லாத மகிழ்ச்சியும் அடைந்தார்.

"வீணை வாத்தியார் இப்போது எங்கோ தெரிந்தவர்கள் வீட்டில் தற்காலிகமாகத் தங்கியிருக்கிறார். நாளை குடும்பத்தோடு இங்கேயே வந்துவிடப் போகிறார். இந்த மூன்று அறைகளும் அவர்களுக்குத்தான்."

வித்வான் கனவில்கூட எதிர்பார்க்காத விஷயம் இது. அப்படியே நடராஜனின் காலில் விழ நினைத்தார். ஆனால் தம்மைக் கட்டுப்படுத்திக் கொண்டு அசையாமல் நின்றார். கண்களில் நீர் ததும்பியது. உதடுகள் பேச முடியாமல் நடுங்கின. இப்படியெல்லாம் நடக்கும் என்று எதிர் பார்த்தவர்போல் வித்வானைத் திரும்பியே பார்க்காமல், பெரியவரைப் பார்த்து, "வித்வான் பயப்பட வேண்டிய அவசியமே இல்லை. ஏனென்றால் இங்கே வாடகை கிடையாது. அதே சமயத்தில் சம்பளமும் உண்டு" என்றார் நடராஜன்.

பெரியவர் கண்களிலும் நீர் துளித்தது. வித்வானைத் திரும்பிப் பார்த்தார். அவர் அப்போதும் சிலையாக நின்றார். கண்கள் அருவியைக் கொட்டிக் கொண்டிருந்தன. இதைக் கவனித்த ஜயலட்சுமி, எதையும் பார்க்காதவள்போல், "சாப்பிட வாருங்கள். அப்புறம் பேசிக்கொண் டிருக்கலாமே", என்றாள்.

பெரியவர் ஏதோ சொல்ல வாயெடுக்கும்போது, வித்வான் இரு கைகளையும் குவித்துக்கொண்டு நடராஜன் அருகில் சென்றார். உடனே அவருடைய கையைப் பிடித்துக்கொண்ட பேராசிரியர், பெரியவரிடம், "பார்த்தீர்களா? இவரும் பண மூட்டைக்குப் பூஜை செய்கிறார். இன்று சரஸ்வதி பூஜை என்பது வித்வானுக்கே மறந்துவிட்டது" என்று சொல்லி விட்டு உரக்கச் சிரித்தார். பின்பு, ஒரு கணம்கூடத் தாமதியாமல் வேகமாக அவர்களைச் சாப்பிட அழைத்துக் கொண்டு வந்தார்.

5

"நாளை நான் உங்கள் மாமனாரைப் பார்க்கப் போகிறேன். என் கடமை அது. அதற்கென்று வந்தவன் வந்த இடத்தில் உத்தேசத்தை மாற்றிக் கொள்வது சரியல்ல. ஆனால் நான் வந்த காரியம் நிறைவேறி னாலும் சரி, நிறைவேறாவிட்டாலும் சரி, எனக்கு இனி எல்லாம் ஒன்றுதான். உங்களையும் உங்கள் மனைவியையும் தரிசிக்கும் பாக்கியம் கிடைத்தது. அதுபோதும் எனக்கு. இந்த உலகத்தில் இப்படிப்பட்ட ஆத்மாக்களைக் காணக் கொடுத்து வைத்தது மகா பெரிய பாக்கியம். நீங்கள் நீடூழி காலம் வாழ வேண்டும்!"

பெரியவருக்கு உணர்ச்சிப் பெருக்கால் குரல் தழுதழுத்தது. மேற் கொண்டு பேச முடியாமல், வெளியே நடந்தார்.

"நாளையும் சாப்பிட வந்து விடுங்கள்" என்றாள் ஜயலட்சுமி.

"நான் அழைப்பதற்கு முன்பே அழைத்துவிட்டாள். என்ன இருந்தாலும் பால்ய நண்பரின் மகள் அல்லவா!" என்று விளையாடினார் நடராஜன்.

அனைவர் முகங்களிலும் சிரிப்பு மலர்ந்தது.

பேராசிரியர், பெரியவர், வித்வான், நாராயணன் – நால்வரும் முற்றத்தில் நின்ற காரை நோக்கிச் சென்றார்கள்.

❖

தீபம், நவம்பர் 1965

தியாகம்

கோவில்பட்டி மளிகைக் கடை கதிரேசன் செட்டியார் காலையில் பலகாரம் சாப்பிட மணி பத்து ஆகும். அப்புறம் ஒரு பத்து நிமிஷம் உட்கார்ந்து, சாப்பிட்ட சிரமத்தைப் போக்கிக்கொள்ள வேண்டும். அதன் பின் கடையை நோக்கிப் புறப்படுவார். சரியாகப் பதினைந்து நிமிஷ நடை. பத்து இருபத்தைந்துக்குக் கடையில் வந்து உட்காருவார். கையில் கடிகாரம் கட்டாமலே நிமிஷக் கணக்கு தவறாமல் வருஷம் முந்நூற்று அறுபத்தைந்து நாளும் ஒரேமாதிரியாக அவர் கடைக்கு வருவதும் வீடு திரும்புவதும் இந்தக் காலத்துக் கடைச் சிப்பந்திகளுக்கு ஓர் அதிசயமாக இருக்கும் என்பதைச் சொல்ல வேண்டியதில்லை – அவர் அந்தக் காலத்து மனுஷர். அவர் பழகிய உலகம் அவரைவிட்டாலும் அவர் அதைவிடத் தயாராக இல்லை.

அன்று காலை 10.25க்குக் கடைக்கு வந்தார். கடைக்குள் நுழையும்போது முகத்தை எப்படி வைத்துக்கொள்ள வேண்டுமோ – ஒரு குறிப்பிட்ட முறையில் வைத்துக்கொள்ளவேண்டும் – அப்படி வைத்துக்கொண்டார். இந்த முகபாவத்தின் பிரதான அம்சம், கடுகடுப்பு; பிரதானமில்லாத அம்சம், ஒரு மாதிரியான விறைப்பு. இந்த முகபாவத்தைக் கடையில் உட்கார்ந்திருக்கும் வரையில் எக்காரணத்தைக் கொண்டும் மாற்றமாட்டார். நண்பர்களோ, அந்தஸ்துமிக்க வாடிக்கைக்காரர்களோ வரும்போது அவர் சிரிக்கவோ, புன்னகை செய்யவோ வேண்டிய

அவசியம் ஏற்படும். அதையும் இந்த முகபாவத்தை மாற்றாமலே நிறைவேற்றிவிடுவார் . . .

கடையில் வந்து உட்கார்ந்த செட்டியார், கணக்கு எழுதும் சோமசுந்தரம் பிள்ளையை ஒரு தடவை ஏறிட்டுப் பார்த்தார். பிள்ளையும் அவ்வண்ணமே செய்தார். பிறகு செட்டியார் முகத்தைத் திருப்பி, பெட்டியைத் திறந்து அங்கே கிடக்கும் சில்லறைக் காசுகளைக் கையால் துழாவிவிட்டு, கடைச் சிப்பந்திகளை—அந்த நான்கு பேரையும்—மொத்தமாகவும் தனித்தனியாகவும் பார்த்தார். இனி வசை புராணத்தை ஆரம்பிக்க வேண்டியதுதான்! எதைச் சாக்காக வைத்துக்கொண்டு ஆரம்பிக்கலாம் என்று ஒரு கணம் யோசித்தார். ஒரே ஒரு கணம்தான். சாக்குக் கிடைத்துவிட்டது . . .

“ஏண்டா, தடிப் பயகளா! நீங்க என்ன பரதேசிகளா, சந்யாசி களாடா? எருமை மாட்டுப் பயல்கள்! விடிஞ்சதும் நாலு வீட்டுக்கு யாசகத்துக்குப் போற பிச்சைக்காரப் பயல்கூட இப்பிடி சாம்பலை அள்ளிப் பூசமாட்டானேடா? தரித்திரம் பிடிச்ச பயகளா! நீங்க வந்து கடையிலே மொளைஞ்சீங்களோ இல்லையோ, யாவாரம் ஒண்ணுக்குப் பாதியாப் படுத்துப் போச்சு. இன்னும் மிச்சம் மீதியையும் படுக்க வச்சிட்டுப் போகவாடா, இப்படி நெத்தியிலே அள்ளிப் பூசிக்கிட்டு வந்திருக்கீங்க, சாம்பலை! . . .”

கடையில் புதிதாகச் சேர்ந்திருந்த ஒரு சிப்பந்தி, “நீங்களும் விபூதி பூசியிருக்கீங்களே, மொதலாளி?” என்று கேட்டுவிட்டான்.

“அடி செருப்பாலே! நாயே! வாயைத் தொறக்கிறியா நீ? (கணக்குப் பிள்ளையைப் பார்த்து) பார்த்தீரா சோமசுந்தரம் பிள்ளை? பயல் எதுத்திலே வெவகாரம் பண்றான்? ஜோட்டாலே அடிச்சு வெளியே பத்தும் இவனை! நமக்குச் சரிப்படாது. கஞ்சிக்கில்லாம செத்த பயல்களை எரக்கப்பட்டுக் கடையிலே வச்சது என் முட்டாள்தனம், சோமசுந்தரம் பிள்ளை . . .” என்று செட்டியார் பொரிந்துகொண்டிருக்கும்போது, கணக்குப்பிள்ளை அந்தப் புதுப் பையனைப் பார்த்து, “வேலையைப் போய்ப் பாரேண்டா. மொதலாளிகிட்ட எப்பிடிப் பேசணும்கிறது கூடத் தெரியல்லையேடா, ஒனக்கு! உம் . . . போ! போய் வேலையைப் பாரு” என்றார்.

அந்தப் பையனுக்கு ஆத்திரம் ஆத்திரமாக வந்தது. போதாக்குறைக்கு மற்ற மூன்று பையன்களும் திரும்பிக்கொண்டு அவனைப் பார்த்துச் சிரித்தார்கள்.

செட்டியார் அதோடு அவனை விட்டுவிட்டார். மற்றொரு பையனைப் பார்த்து அஸ்திரத்தைத் தொடுத்தார். “ஏ கழுதே! ஒன்னைத்தானே! பருப்புலே ஒரே கல்லாக் கெடக்கன்னு சொன்னனே, பொடைச்சி வச்சியா, கழுதை?”

“பொடைச்சிட்டேன், முதலாளி. கல்லு ஒண்ணும் இல்லையே?”

“என்னடா இல்லையா? அப்போ நான் பொய்யா சொல்றேன்? டேய்! இந்த மாதிரி நீ பேசிக்கிட்டே இருந்தா, செருப்படி வாங்கிக் கிட்டுத்தான் இந்தக் கடையை விட்டுப் போகப் போறே. ஆமா. நல்லா யாவுகத்திலே வச்சுக்கோ. வேலையை ஒழுங்காச் செய். சோமசுந்தரம் பிள்ளை, பயபேச்சைப் பார்த்தீரா? பார்த்துக்கிட்டீரான்னேன்? கடைக்கு வர்ரவனெல்லாம் ஒருத்தன் பாக்கியில்லாமே, ‘என்ன செட்டியாரே, இப்படிக் கல்லைப்போட்டிருக்கிறீரே, இப்படிக் கல்லைப் போட்டிருக் கிறீரே பருப்புலே’ன்னு கேக்கறான். இவன் என்னடான்னா ‘பொடைச்சேன். கல்லில்லே‘ங்கிறானே உம் . . . ஏ கழுதை நீ பொடைச்சுது நெசந்தானா? கேட்டதுக்குப் பதில் சொல்லு! இல்லை, இப்பிடியே கடையை விட்டுக் கீழே எறங்கு . . .”

சோமசுந்தரம் பிள்ளை அந்தப் பையனைப் பார்த்து, ‘பொடைச்சேன், கல்லைச் சுத்தமாப் பொறுக்கிட்டேன், மொதலாளின்னு சொன்னா என்னப்பா? நெசத்தைச் சொல்றதுக்கென்ன?” என்றார்.

அந்தப் பையன் பதில் சொல்லாமல் நின்றான்.

செட்டியார் கடைப் பையன்கள் அத்தனை பேரையும் மொத்தமாகப் பார்த்து, “போங்கலே, எம் மூஞ்சியிலே முளிக்காதீங்க. ஒங்களைக் கட்டிக்கிட்டு மாரடிக்கிறதுக்கு ஒரு குத்துக்கல்லைக் கட்டிக்கிட்டு மாரடிக்கலாம் . . . தொலைஞ்சி போங்கடா” என்று விரட்டினார்.

கடைப் பையன்கள் நால்வரும் உள்ளே போய்விட்டார்கள். உள்ளே போனதும் பழைய மூவரும் சிரித்தார்கள்.

மறுநிமிஷமே செட்டியார் அவர்களை அழைத்தார். “ஏண்டா, எங்கடா கூண்டோட கைலாசம் போயிட்டீங்க? உள்ளே சமுக்காளத்தை விரிச்சிப் படுத்துத் தூங்குங்கடா; நல்லாத் தூங்குங்க! இங்கே வர்ரவங் களுக்குப் புளியும் கடுகும் நான் நிறுத்துப் போடுறேன்.”

புதுப் பையன் ஆத்திரத்தை அடக்கிக்கொண்டு, “நீங்கதானே மொதலாளி, உள்ளே போகச் சொன்னீங்க? நாங்க எது செஞ்சாலும் குத்தமாச் சொல்றீங்களே . . .” என்று, இரண்டு வாரங்களாக அடக்கி வைத்திருந்த ஆத்திரத்தைக் கக்கியே விட்டான்.

அவன் பேசியதைக் கேட்டு மற்ற பையன்கள் முகத்தைத் திருப்பிக் கொண்டு சிரிக்க, செட்டியார் தம் முகத்தை இன்னும் கடுகடுப்பாக வைத்துக் கொண்டு சோமசுந்தரம் பிள்ளையை ஏறிட்டுப் பார்க்க, பிள்ளை அந்தப் பையனைப் பார்த்து, “ஏண்டா, பேசாதே பேசாதே’ன்னு ஒனக்கு எத்தனை தரம் சொல்றது? என்ன பயல்டா நீ? போய் அந்த ஈராங்காயத்தை மூடையிலேருந்து எடுத்துக்கிட்டு வா . . . இங்கே பொட்டியிலே ஈராங்காயமில்லை” என்றார்.

“அதெல்லாம் எங்கே தெரியுது? எல்லாம் சொல்லித்தான் நடக்க வேண்டியிருக்கு. ஏண்டா, சோறு திங்கிறீங்களே, அதையும் சொன்னாத் தான் திம்பீங்களோ? இல்லை, கேக்கிறேன். இப்படி அறிவுகெட்ட பயல்களா வந்து நமக்குன்னு சேந்திருக்காங்களே அதைச் சொல்லும் . . .

டேய், ஒன்னைத் தாண்டா! அந்த முத்தையா பிள்ளை பாக்கியைப் போய்க் கேட்டியா? அதையும் சொன்னாத்தான் செய்வியா?”

“கேட்டேன், மொதலாளி”.

“கேட்டியாக்கும்? கெட்டிக்காரன்தான்! கேட்டு வாங்கணும்னு தோணலியோ?’

“பாக்கியைக் குடுத்திட்டாரு” என்று பெருமிதத்தோடு சொன்னான் பையன்.

“அட! என்னமோ இவன் சாமர்த்தியத்திலே வாங்கின மாதிரியில்லே பேசுறான்! கடன் வாங்கினவர் குடுக்காமலா இருப்பாரு? முத்தையா பிள்ளை யோக்கியன். இவனைப் போல முடிச்சுமாறிப் பயலா இருப்பாருன்னு நெனைச்சான்போல இருக்கு. அதனாலேதான் ‘குடுத்திட்டாரு’ன்னு ரொம்பச் சவடாலாச் சொல்றான். ஏய், நீ எப்படிடா போய்க் கேட்டே? கண்டிப்பாக் கேட்டியா?”

“கண்டிப்பாத்தான் கேட்டேன், மொதலாளி . . .”

“கண்டிப்பாக் கேட்டியா? உன்னை யாருடா அப்படிக் கேக்கச் சொன்னது? எதம்பதமாப் பேசணும்னு ஒனக்கு எத்தனை தரம் சொல்லி யிருக்கேன்? கண்டிப்பாப் பேசினா நாளைக்கு எவன்டா கடைக்கு வருவான்? . . .”

அப்போது சோமசுந்தரம் பிள்ளை குறுக்கிட்டு, சாவதானமாக, “முருகையா, அந்தப் பெரிய கணக்கு நோட்டை இப்பிடி எடு” என்றார்.

செட்டியார் முருகையாவை விட்டுவிட்டார். மற்றொரு பையனை ஏறிட்டுப் பார்த்துக்கொண்டிருந்த சமயத்தில் ஷண்முகம் பிள்ளை கடைக்கு வந்து சேர்ந்தார்.

“அண்ணாச்சி, வாங்க!” என்று அவரை வரவேற்ற செட்டியார், அந்தப் பையனைப் பார்த்து, “ஏய் பரதேசி! நான் உனக்கு என்ன சொன்னேன்? என்னலே சொன்னேன்?. . .” என்று கேட்டுக்கொண் டிருக்கும்போதே ஷண்முகம் பிள்ளை பேச்சுக் கொடுத்தார். “செட்டி யாரையா, நாளைக்கு மதுரைக்குப் போறேன். . .” என்று தான் சொல்ல வந்த விஷயத்தை ஆரம்பித்தார். செட்டியாரும் கவனத்தை அவரிடம் திருப்பினார். அத்துடன் சாமான்கள் வாங்கவும் இரண்டொருவர் வந்தார்கள். பையன்கள் சுறுசுறுப்பாக வேலையில் ஈடுபட்டார்கள்.

கதிரேசன் செட்டியார் எப்பொழுது பார்த்தாலும் கடைச் சிப்பந்திகள்மீது இப்படிச் சீறி விழுவதைப் பல வருஷங்களாகப் பார்த்துக் கொண்டு வந்தவர் ஷண்முகம் பிள்ளை. ஒரு நாள்கூட செட்டியார் அன்பாக ஒரு பையனைப் பார்த்துப் பேசியதில்லை. மாதத்தில் பத்து நாட்களாவது அவர் செட்டியார் கடைக்கு வந்து சிறிது நேரம் உட்கார்ந்து பேசிக்கொண்டிருந்துவிட்டுப் போவார். அவர் வந்துவிட்டால் கடைப் பையன்களுக்கு ஒரே கொண்டாட்டம். ஏனென்றால், அவரோடு பேசிக்கொண்டிருக்கும்போது செட்டியார் சஹஸ்ரநாம அர்ச்சனையைத் தற்காலிகமாக நிறுத்தி வைத்துவிடுவார் என்பது அவர்களுக்குத் தெரியும்.

செட்டியாரும்கூட அர்ச்சனையை நிறுத்துவதற்கு அதை ஒரு நல்ல சந்தர்ப்பமாகக் கருதுவார்! சோமசுந்தரம் பிள்ளை குறுக்கிட்டுக் கடைப் பையன்களுக்குப் புத்தி சொல்லத் தொடங்கிவிட்டாலும், கொஞ்சம் மூச்சுவிட்டு ஓய்வெடுத்துக்கொள்வார். பையன்களைத் தாம் திட்டும்போது தடுத்து நிறுத்துவதற்கு ஒரு ஆள் வேண்டும் என்பதற்காகவே சோமசுந்தரம் பிள்ளையை அந்த முப்பது வருஷ காலமும் தம் கடையில் கணக்குப் பிள்ளையாக வைத்துக்கொண்டிருக்கிறார் என்று சொன்னாலும் தவறில்லை.

செட்டியாரின் குணாதிசயங்களெல்லாம் கடைப் பையன்களுக்கு மனப்பாடம். இரண்டு வாரங்களுக்கு முன் வந்து சேர்ந்த புதுப் பையன் வெங்கடாசலத்துக்கு இன்னும் முதற்பாடம்கூடச் சரிவரப் புரியவில்லை. அதனால்தான் அவனுக்குச் செட்டியார் திட்டும்போது உள்ளூர மனம் குமுறியது. “பிச்சைக்காரன்,” “கஞ்சிக்கு இல்லாதவன்,” “நாயே, பேயே” என்று எத்தனையோ இழிசொற்களைச் சேற்றிலே தோய்த்து எடுத்துச் செட்டியார் வீசியிருக்கிறார். அவன் சொல்லாமல் கொள்ளாமல் கடையைவிட்டு ஓடிவிடலாம் என்று நினைத்தாலும், தன் தகப்பனாரின் கண்டிப்புக்குப் பயந்து இன்னும் அங்கேயே இருந்துகொண்டிருந்தான்.

அவனுடைய ரோஷத்தைக் கண்டும், செட்டியார் தங்களைத் திட்டுவதைக் கண்டும் மற்ற பையன்கள் சிரிப்பதற்குக் காரணம், அவர் களுக்கு மானமோ ரோஷமோ இல்லாததுதான் என்று யாராவது நினைத்தால், அதைவிடப் பெரிய தவறு வேறொன்று இருக்க முடியாது. அவர்கள் அங்கே இருந்து பழகியவர்கள். செட்டியாரின் வார்த்தைகளுக்குப் பொருள் கிடையாது என்று மனப்பூர்வமாக அவர்கள் நம்பினார்கள். அதற்குப் பல காரணங்கள் உண்டு. ஒன்று, வேறு எந்தக் கடையிலும் கடைச் சிப்பந்திகளுக்குக் கொடுக்கும் சம்பளத்தைவிட இங்கே அதிகச் சம்பளம். தீபாவளிக்குப் புது வேஷ்டி சட்டைகளுடன் ஆளுக்குப் பத்து ரூபாய் ரொக்கமும் கொடுப்பார் செட்டியார். கடை வேலையைத் தவிர தம்மை மறந்துகூட வீட்டுவேலை செய்யச் சொல்ல மாட்டார். அவருடைய வீட்டுக்குக் கடைப் பையன்கள் போனால், முகத்தில் கடுகடுப்பில்லாமல், ‘ஐயா, ராசா’ என்று அன்போடு பேசுவார். ஏகதேசமாகச் சாப்பிடச் சொல்வதும் உண்டு. எல்லாவற்றையும்விட முக்கியமாக, யார் என்ன புகார் சொன்னாலும், எந்தப் பையனையும் வேலையிலிருந்து நீக்குவதே கிடையாது. பையன்கள் வாலிபர்களாகிக் கல்யாணம் செய்துகொள்ளும்போது, கல்யாணச் செலவுக்கு ஒரு கணிசமான தொகையும் கொடுப்பது வழக்கம். அவர் கடையில் வேலை பார்த்த பையன் பெரியவனாகித் தனிக் கடை தொடங்க நினைத்தால், அதற்கும் உதவி செய்வார். அப்படி அவர் கைதூக்கி விட்டு இன்று மூன்று பேர் அதே ஊரில் மளிகைக் கடைகளை லாபகரமாக நடத்திக் கொண்டு வருகிறார்கள். இந்த ரகசியங்களெல்லாம் கடைப் பையன் களுக்குத் தெரியும். அதனால்தான் அவருடைய வசை புராணத்தை ஏதோ வழக்கொழிந்த ஓர் அந்நிய பாஷையில் இயற்றப்பட்ட காவியமாகக் கருதி ஒதுக்கித் தள்ளிவிட்டார்கள்.

2

காலையில் பையன்கள் விபூதி பூசி வந்ததைக் கண்டு சீறி விழுந்ததைப் பார்த்த புதுப் பையன், மறுநாள் வெறும் நெற்றியோடு வந்துவிட்டான். அவ்வளவுதான். "நீ என்னடா சைவனா? இல்லை, வேதக்காரனா? (கிறிஸ்தவனா?) என்னலே முழிக்கிறே? ஒன் மூஞ்சியைப் பார்த்தா எவன்டா கடைக்கு வருவான்?... நெத்தியைச் சுடுகாடு மாதிரி வச்சிக்கிட்டு..."

"போய் விபூதியை எடுத்துப் பூசு" என்று கணக்குப் பிள்ளை அவனுக்குப் புத்தி சொன்னார். செட்டியார் திட்டுவதை உடனே நிறுத்திவிட்டார்.

அன்று ஷெண்பகவல்லியம்மன் கோவிலில் கடைசி நாள் விழா. பெரிய மேளக் கச்சேரி. வாண வேடிக்கைகள் எல்லாம் ஏற்பாடாகி யிருந்தன. வெளியூர்க் கூட்டம் தெருவெல்லாம் நிரம்பி வழிந்தது. அன்று ஒருமணி நேரம் முன்னதாகவே – அதாவது, எட்டு மணிக்கே – கடையை அடைத்துவிட்டுத் தாமும் கோவிலுக்குப் போகலாம், மற்றவர்களையும் வீட்டுக்கு அனுப்பிவிடலாம் என்று முடிவுகட்டியிருந்தார் செட்டியார். ஏழரை மணிக்கெல்லாம் ஷண்முகம் பிள்ளை வந்தார். செட்டியார் தம் ஒய்வொழிச்சலற்ற வசை புராணத்தை நிறுத்தி, "அண்ணாச்சி, வாங்க" என்று புன்னகையோடு அவரை வரவேற்றுவிட்டு, "மதுரைக்கு நேத்துத்தானே போனீங்க" என்று ஆச்சரியத்தோடு கேட்டார்.

"அங்கே சோலி? போன காரியம் முடிஞ்சதும் திரும்ப வேண்டியது தானே? இன்னிக்குக் காலையிலே முதல் வண்டிக்கே வந்துட்டேனே! குளிச்சுச் சாப்பிட்டேன். கொஞ்சம் அசந்து தூங்கினேன், தூங்கிப்பிட்டு வர்ரேன்..."

செட்டியார் கடிகாரத்தைப் பார்த்தார். மணி ஏழே முக்கால். இதுதான் சமயம் என்று ஆரம்பித்துவிட்டார்.

"ஏண்டா! தீவட்டித் தடியன்களா?"

"என்ன மொதலாளி" என்று இரண்டு பையன்கள் ஏக காலத்தில் கேட்டார்கள்.

"என்ன மொதலாளியா? நானும் ஒரு மணி நேரமாப் பார்த்துக் கிட்டே இருக்கேன், இந்தப் பயக வாயைத் தொறந்து கேட்கட்டும்னு. நீங்க எங்கே கேப்பீங்க? ஒங்களுக்குச் சாமி ஏது, சாத்தா ஏதுடா? அப்படி தெய்வபக்தி இருந்தா, இங்க மூஞ்சியிலே கொஞ்சமாச்சும் களை இருக்குமே! அறிவுகெட்ட பயகளா, இன்னைக்கு திருளா ஆச்சே, ஊர் பூராவும் கோயிலுக்குப் போய்ச் சாமி கும்பிடுதே, நாமளும் போகணும்னு ஏன்டா ஒங்களுக்குத் தோணல்லே?"

அப்போது ஷண்முகம் பிள்ளை, "மொதலாளி சொல்லாமே எப்படிக் கடையைப் போட்டுச் சாமி பார்க்கப் போவாங்க? நீங்க சொல்றது நியாயமில்லியே, செட்டியாரையா!" என்றார்.

“ஆமாம் அண்ணாச்சி, சாமி கும்பிடுறதுகூட மொதலாளியைக் கேட்டுத்தான் கும்பிடணும்! நீங்களும் அவங்க கட்சியிலே சேர்ந்து பேசுங்க!” என்றார் செட்டியார்.

சோமசுந்தரம் பிள்ளை, பையன்களைப் பார்த்து, கடையை அடைப்பதற்கு எல்லாவற்றையும் எடுத்து உள்ளே வைக்கச் சொன்னார். அவர்களும் ஜரூராக அந்த வேலையில் இறங்கினார்கள்.

செட்டியார் மிகவும் கவலையோடு, “இந்தப் பயகளோட கத்திக் கத்தி என் தொண்டைத் தண்ணித்தான் வத்துது, அண்ணாச்சி, சேச்சேச்சே!” என்று சலித்துக்கொண்டார்.

ஷண்முகம் பிள்ளை சிரித்தார்.

சிறிது நேரத்தில் கடையை எடுத்து வைத்துப் பூட்டி முடித்ததும் பையன்கள் கோவிலுக்குப் போக உத்தரவுக்குக் காத்திருந்தார்கள்.

“என்னடா, கோயிலுக்குத்தானே?” என்று கேட்டார் செட்டியார்.

“ஆமா, மொதலாளி”.

“கோயிலுக்கு வெறுங்கையை வீசிக்கிட்டுத்தான் போகப்போறீங்களா?”

பதில் இல்லை.

“என்னடா, நான் கேக்கிறேன், பேசாம நிக்கிறீங்களே? வாயிலே என்ன கொளக்கட்டையா இருக்கு?”

அதற்கும் பதில் இல்லை.

“பாருங்க, அண்ணாச்சி, வாயைத் தொறக்கிறாங்களா பாருங்க. கோயிலுக்குப் போறதுன்னா தேங்கா, பளம், சூடமெல்லாம் கொண்டு போகவேண்டாமா?”

“கொண்டுதான் போகணும்” என்றார் ஷண்முகம் பிள்ளை.

“அது இந்தப் பயகளுக்குத் தெரியுதா, பாருங்க... கடவுளே! கடவுளே!” என்று தலையில் அடித்துக்கொண்டு, “டேய்! இந்தாங்கடா, ஆளுக்கு ஒத்த ரூவா. போய், தேங்கா, பளம் வாங்கிட்டுப் போங்க, ‘எங்க தலையிலே ஏன் களிமண்ணை வச்சே, சாமி? மூளையை வைக்கலேண்ணாலும் வெள்ளை மெளுகையாவது வச்சிருக்கக் கூடாதா?’ன்னு சாமியைக் கேளுங்கடா” என்று சொல்லிவிட்டு நான்கு பேருக்கும் நான்கு ரூபாய்களைக் கொடுத்தார். பையன்கள் போய் விட்டார்கள்.

செட்டியார் சாவிக் கொத்தோடு வீட்டை நோக்கி நடந்தார்.

சாப்பிட்டுவிட்டு அம்பாளின் நகர்வலத்தைப் பார்ப்பதாக உத்தேசம். அம்பாள் கடைத்தெருவுக்கு வர மணி பதினொன்றாகிவிடும் என்பது அவருக்குத் தெரியும். ஷண்முகம் பிள்ளையும் அவரும் பேசிக்கொண்டே போனார்கள். அப்போது ஷண்முகம் பிள்ளை தாம் வெகுநாட்களாகக் கேட்க நினைத்ததை அன்று அப்பட்டமாகக் கேட்டுவிடத் துணிந்தார்.

“என்ன செட்டியாரையா, நம்ம சிநேகிதத்தைப் பொறுத்துக் கேக்கிறேன். கோவிச்சுக்கிட மாட்டீங்களே?”

“என்ன அண்ணாச்சி, ஒங்களை எப்போ நான் கோவிச்சிருக்கேன்? என்ன இப்படிக் கேக்கிறீங்க? நமக்குள்ளே என்ன வேத்துமை?”

“இல்லே, நீங்க ரொம்ப தயாள குணத்தோட இருக்கிறீங்க. ஊரிலேயும் ஒங்களைப்பத்திப் பெருமையாப் பேசிக்கிறாங்க, கடைப் பையன்களுக்கு உங்களைப் போலச் சம்பளம் குடுக்கிறவங்க இல்லேன்னும் எனக்குத் தெரியும். எல்லாம் நல்லாத்தான் இருக்கு. ஆனா, ஏன் இப்படி இருபத்து நாலு மணிநேரம் கடைப் பையன்களைத் திட்டிக்கிட்டே இருக்கிறீங்க? எப்போ வந்து பார்த்தாலும், எவனையாவது நிப்பாட்டி வச்சிக்கிட்டுப் பொரியிறீங்களே, எதுக்கு? கொஞ்சம் அன்பா ஆதரவா இருக்கலாமில்லை?”

“அண்ணாச்சி, அன்பாதரவா இல்லேன்னா நான் திட்டுவனா? அதைக் கொஞ்சம் யோசனை பண்ணிப் பாருங்க. பயகளை நெசமா எனக்குப் பிடிக்கலேன்னா, ஒரே சொல்லிலே கடையை விட்டு வெளியேத்திப்பிட்டு மறு சோலி பாக்கமாட்டனா? சொல்லுங்க, இந்த முப்பது வருசத்திலே, ஒருத்தனை நான் வேலையை விட்டுப் போகச் சொல்லியிருக்கிறனா? பயக விருத்திக்கு வரணும்னுதானே தொண்டைத் தண்ணியை வத்த வச்சிக்கிட்டிருக்கேன்? கத்திக் கத்தி என் உசுரும் போகுது.”

“ஏன் கத்தணும்? நல்லபடியா ஒரு சொல் சொன்னாப் பத்தாதா?”

“அப்படியா சொல்றீங்க, அண்ணாச்சி? சரிதான்! நல்லபடியாகச் சொன்னா பயகளுக்குத் திமிர் இல்லே ஏறிப்போகும்? ஒடம்பு வளையுமா? அந்தக் காலத்திலே நான் கடைப் பையனா இருந்தப்போ எங்க மொதலாளி பேசினதை நீங்க கேட்டிருக்கணும்... ஹூம், அதிலே பத்திலே ஒரு பங்குகூட நான் பேசியிருக்கமாட்டேன்; பேசவும் தெரியாது.”

“அப்பேர்ப்பட்ட மொதலாளியா அவரு!”

“என்னங்கறீங்க? என்னப்பத்தி மட்டுமா? என் தாயி, தகப்பன், பாட்டன் – அத்தனை பேரையும் சேர்த்துக் கேவலமாப் பேசுவாரு. புளுத்த நாய் குறுக்கே போகாது. ஒரு நாள் என் மூஞ்சியிலே அஞ்சு பலப் படியையே தூக்கி வீசிட்டாரு. தலையைக் குனிஞ்சனோ தப்பிச்சனோ! அப்படியெல்லாம் வசக்கிவிடப் போய்த்தான் நானும் கடைண்ணு வச்சு, யாவாரம் பண்ணி, இவ்வளவு காலமும் ஒருத்தன் பார்த்து ஒரு கொறை சொல்றதுக்கு இடமில்லாமே நிர்வாகம் பண்ணிக் கிட்டு வர்றேன்...”

ஷண்முகம் பிள்ளை செட்டியாரின் வார்த்தைகளைக் கேட்டுச் சிரிக்க நினைத்தார். ஆனால் அப்புறம் சிரித்துக்கொள்ளலாம் என்று அதை அடக்கிக்கொண்டு, “செட்டியாரையா! ஒங்க மேலே தப்பில்லே; ஒங்க மொதலாளியைச் சொல்லணும். ஒங்களுக்கு நல்லாத்தான் பாடம் சொல்லிக் குடுத்திருக்காரு!...”

செட்டியாருக்கு அவர் சொன்னது விளங்கவில்லை. அதனால் “என்ன அண்ணாச்சி? என்ன சொல்றீங்க?” என்று கேட்டார்.

“ஒங்களைப் பார்க்க எனக்கு உண்மையிலேயே பாவமா இருக்கு. இப்படி கத்தினா மொதல்லே ஒங்க ஒடம்புக்கு ஆகுமா.”

செட்டியாரும் தம் நிலையை எண்ணித் தாமே வருந்தினார். “என்ன செய்றது? நாம வாங்கின வரம் அப்படி. அந்தச் சோமசுந்தரம் பிள்ளை நடுவிலே ஏதாச்சும் செய்வாரு. அதுதான் சாக்குன்னு கொஞ்சம் வாயை மூடுவேன். அவரு இல்லேன்னா நான் கத்திக் கத்தி மூச்சே போயிருக்கும். பயக நல்லாத் தலை எடுக்கணுமேன்னுதான் பார்க்கிறேன். அவங்க தாய் தகப்பன்மாரு என்னை நம்பி ஒப்படைச்சிருக்காங்களே... என்னமோ அண்ணாச்சி, ராத்திரி ராத்திரி வீட்டிலே வந்து படுத்துக் கிட்டே நானா நெனைச்சி வருத்தப்பட்டுக்கிடுவேன். ஒவ்வொரு சமயம் தொண்டை கட்டிக்கிடும். பாலிலே பனங்கல்கண்டும் மொளகும் போட்டுக் குடிப்பேன். மொதலாளின்னு ஆயிட்டோம், செய்றதைச் செய்யத்தானே வேணும்? அந்தா சம்புவல்லி புண்ணியத்திலே இதுவரையிலும் ஒடம்புக்கு ஒண்ணு வந்து படுத்ததில்லை.”

“சரி சரி, எவ்வளவு காலம்தான் ஒடம்பு தாங்கும்? இனிமே ஒவ்வொண்ணையும் அப்பிடி அப்பிடி கொறைச்சிக்கிட்டு வரவேண்டியது தான். நமக்குப் பகவான் தொண்டையை என்ன வெங்கலத்திலையா படைச்சிருக்கான்?”

ஷண்முகம் பிள்ளை சிரித்துக்கொண்டே சொன்ன புத்திமதி, நியாயமானதாகவே செட்டியாருக்குப்பட்டது. ஆனாலும் அதை ஒப்புக் கொள்வது சுயநலம் என்று கருதினார்.

“அண்ணாச்சி! நீங்க என்னதான் சொல்லுங்க; பயக நல்லபடியாத் தலையெடுக்கணும். இவ்வளவு காலமும் இப்பிடி இருந்துட்டு இனி என்ன எக்கேடு கெட்டா என்னண்ணு என்னாலே இருக்க முடியாது. இனிமே என்ன? வயசு அறுபதாச்சு. உசுரை வச்சிருந்து என்னத்தைச் சாதிச்சிறப் போறோம்?” என்று தியாக உணர்ச்சியோடு பேசினார். பேச்சில் ஒரு உறுதி நிறைந்திருந்தது.

ஷண்முகம் பிள்ளை அதைப் பார்த்து, “அப்பிடின்னா, நித்தியப்படி அர்ச்சனை நடக்கும்ணுதான் சொல்லுங்க” என்று சொல்லிவிட்டு உரக்கச் சிரித்தார்.

செட்டியார் அவருடைய சிரிப்பைப் பார்த்து மிகவும் மனம் நொந்துக்கொண்டு, “என்னமோ அண்ணாச்சி, ஒங்களுக்குச் சிரிப்பா இருக்கு. பாருங்க, இப்போ ஒங்ககிட்டே சரியாகக்கூடப் பேச முடியல்லே, தொண்டை வலிக்குது. நான் பொறந்த வேளை!” என்று அழமாட்டாத குறையாகச் சொல்லியபடி நடந்தார்.

❖

சுதேசமித்திரன் தீபாவளி மலர், 1965

புரட்சி எழுத்தாளரின் கதாநாயகி

ராமநாதனுக்குப் பட்டணவாழ்க்கை அலுத்து விட்டதாகச் சொல்ல முடியாது; வெறுத்துவிட்டது. அதுதான் உண்மை. அவன் சென்னைக்கு வந்து அதிக மாய்ப் போனால் நாலு வருஷங்கள்தான் ஆகியிருக்கும். இப்போது அவன் குடியிருப்பது இரண்டாவது வாடகை வீடுதான். ஆபீஸில் பற்றாக்குறைச் சம்பளம் என்றும் சொல்வதற்கில்லை. இத்தனையும் இருந்தும் சென்னை நகரை அவன் விஷமாக வெறுத்தான். ‘ஹிரோஷிமாவிலும் நாகசாகியிலும் விழுந்த அணு குண்டுகள் இந்தப் பாழாய்ப்போன பட்டணத்தில் விழுந்து ஊரைத் தரைமட்டமாக்கியிருந்தால் வேறு எங்காவது தலைநகரை மாற்றியிருப்பார்கள் அல்லவா? மாற்றாவிட்டாலும் சுடுகாட்டிலாவது நிம்மதியாகக் குடியிருந்திருக்கலாமே! இப்பொழுது சென்னையில் அல்லவா குடியிருக்க வேண்டியிருக்கிறது?’ – இப்படி ஒரே வெறுப்பு, நண்பர்களிடம் பலதடவை தன் வெறுப்பைக் கொட்டி மனக்கொதிப்பை ஆற்றியிருக் கிறான். அவர்களுக்கு ராமநாதனுடைய பேச்சையும் ஆவேசத்தையும் பார்க்க வியப்பாக இருந்தது. ‘யாரையும் எதையும் வெறுத்துப் பேசுகிறவன் அல்லவே! சிரித்த முகத்துடன் சுமூகமாகப் பழகுபவன்; உல்லாசப் போக்கு டையவன்! அப்படிப்பட்டவன் இந்த மாதிரி பேசு கிறானே?’ என்று அவர்கள் வியப்பில் ஆழ்ந்தார்கள்.

ராமநாதனுக்கு இப்படி வெறுப்பும் கசப்பும் சிரசுமுட்டிப் போனதற்குக் காரணம் அற்பமான ஒரு விஷயம்தான். சொன்னால் நம்புவதுகூடக்

கஷ்டமாக இருக்கும். பட்டணம் அல்லவா? உண்மையை நம்பத் தோன்றுமா? அவன் குடியிருந்த மாடிவீடுதான் இத்தனைக்கும் காரணம். 'மனித குணங்களை, குடியிருக்கும் வீடும் உருவாக்குகிறது' என்று பிரெஞ்சு நாவலாசிரியர் பால்ஸாக் ஓரிடத்தில் சொன்னது சரியோ தப்போ, இவன் விஷயத்தில் முற்றிலும் சரியாகவே இருந்தது.

அந்த மாடி வீட்டுக்கு அவன் குடித்தனம் வந்து ஒரு வருஷம் ஆகிறது. அதற்குமுன் போதிய காற்றும் வெளிச்சமும் இல்லாத ஒரு சிறு வீட்டில் மனைவியோடும் மைத்துனனோடும் பெற்றோர்களோடும் அவதிப்பட்டுக் கொண்டிருந்தான். கல்யாணமான புதிதில் அந்த இருட்டுக் கொட்டடியில் மூன்று வருஷங்களைத் தள்ளினான். பிறகு, இந்த மாடி வீட்டுக்குக் குடியேறினான். இந்த வீட்டில் காற்று இருந்தது; வெளிச்சம் இருந்தது; இடவசதி இருந்தது. வீடு பிடிக்கும் சமயத்தில் வீட்டுக்காரனின் பேச்சில் கற்கண்டும் இருந்தது. கேட்கவா வேண்டும்? குடிவந்துவிட்டான். அப்போது அவனுக்கு ஒரு கைக்குழந்தை இருந்ததுடன் மனைவி கர்ப்பிணியாகவும் இருந்தாள்.

இந்த மாடி வீட்டில் ஒரு பெரிய அசௌகரியம்; அதாவது தண்ணீர்க் கஷ்டம். தண்ணீரை வரவழைப்பது, உதைக்கிற மாட்டில் பால் கறக்கும் கதைதான். 'பம்ப்' அடிக்க வேண்டும். கீழே ஐந்தாறு குடித்தனங்கள்; குடும்பங்கள். காலை நாலரை மணியிலிருந்து, தண்ணீர் சப்ளை நிற்கும் வரை – அதாவது, பத்தரை மணிவரை – ஒருவர் மாற்றி ஒருவர் குழாயடி யிலேயே காரியம் பார்த்துக்கொண்டிருப்பார்கள். அவர்களே ஒருவரோடு ஒருவர் போட்டி போட்டுத்தான் காலா காலத்தில் குளிக்க வேண்டி யிருந்தது. இந்த நிலையில் குழாயை மூடுவதற்கு எங்கே சமயம் வாய்க்கும்? மூடாவிட்டால், மேலே எவ்வளவு அடித்தாலும் தண்ணீர் வராது என்பது வெளிப்படை. எனவே, ஒரு வாளித் தண்ணீருக்கும், கீழே குழாயை மூடச்சொல்லி மாடியிலிருந்து கெஞ்ச வேண்டும். இவ்வளவு கஷ்டங்கள் இருந்தும், ராமநாதன் ஆரம்ப காலத்தில் இரண்டு மூன்று மாதங்கள் வரை அவற்றை அவ்வளவாக உணராமல் இருந்ததற்குக் காரணம், அவனுடைய மைத்துனன் நடராஜனின் உதவிதான். அவன் வேலை தேடிப் பட்டணத்துக்கு வந்து அக்காள் வீட்டில் தாற்காலிகமாகத் தங்கியிருந்தான். ராமநாதன் காலையில் ஒன்பது மணிக்கே அவசர அவசரமாகக் குளித்துச் சாப்பிட்டுவிட்டுத் தன் காரியாலயத்துக்கு வேலைக்குப் போய்விடுவான். அதிலிருந்து நடராஜன் பம்ப் அருகில் ஒற்றைக் காலில் நின்று, சமயம் வாய்க்கும்போதெல்லாம் தண்ணீர் அடித்து வைத்துவிடுவான். வீட்டுத் தண்ணீர்த் தேவை பூர்த்தியாகிவிடும். சாயங்காலமும் இதே கதைதான்.

மூன்று மாதங்களுக்குப் பிறகு நடராஜனுக்கு சேலத்தில் வேலை கிடைத்துவிட்டது. உடனே அவன் புறப்பட்டுப் போய்விட்டான். அப்பொழுது தான் ராமநாதன் தண்ணீர்க் கஷ்டத்தை உணர ஆரம்பித்தான். ஒன்று ஆபீசுக்குப் போக வேண்டும்; இல்லையென்றால் தண்ணீர் அடிக்க வேண்டும். இரண்டு வேலைகளையும் செய்வது என்பது விடுமுறை நாட்களில் மட்டுமே சாத்தியமாக இருந்தது. என்ன செய்வது?

‘வீட்டில் பண்ட பாத்திரங்களைத் தேய்த்து வைத்து துணி துவைத்துப் போடும் வேலைக்காரியைத் தண்ணீர் அடிக்கும்படி சொல்லி, அவளுக்கு மேற்கொண்டு இரண்டோ மூன்றோ கொடுக்கலாம்; அவளும் பிள்ளை குட்டிக்காரி; பிழைத்துப் போவாள்; வேறொருத்தியை வேலைக்கு வைத்து அவளுக்குப் பணத்தைத் தூக்கிக் கொடுப்பானேன்?’ என்று நினைத்து, ராமநாதன் கமலாவை எதிர்பார்த்துக் கொண்டிருந்தான். கமலா என்பவள் வேலைக்காரி. அன்றைய தினம் அவள் குறித்த காலத்தில் வராமல் அரை மணி நேரம் தாமதித்து வந்தாள். வந்தவள் விறுவிறு என்று சமையலறையை நோக்கி நடந்து சென்றாள். மீனாவை – ராமநாதனின் மனைவியை – அழைத்தாள். அப்புறம் இருவரும் சிறிது நேரம் பேசிக்கொண்டிருந்தார்கள். அது இந்தப் பக்கத்திலிருந்த ராமநாத னின் காதில் சரியாக விழவில்லை. ஐந்து நிமிஷத்துக்குப் பிறகு மீனா நேரே ராமநாதனிடம் வந்தாள். வந்து ஒரு பெரிய குண்டைத் தூக்கிப் போட்டாள். ராமநாதன் அதிர்ச்சியினால் அப்படியே நாற்காலியில் சாய்ந்துவிட்டான்.

“கமலா வேலையைவிட்டு நின்றுகொள்கிறாளாம்.”

“ஏன்?”

“அவளால் தண்ணீர் அடிக்க முடியாதாம். இந்த இரண்டு நாள் தண்ணீர் அடித்ததிலேயே கையும் நெஞ்சும் நோகிறதாம். அதனால் வேலைக்கு வரமுடியாதாம்.”

“இத்தனை நாளும் எப்படித் தண்ணீர் அடிக்க முடிந்ததாம்? இதுவரையிலும் நோகாத கை இப்பொழுது நோவானேன்!”

“அவள் எங்கே தண்ணீர் அடித்தாள்? நடராஜன் அடித்து வைப்பான். அந்தத் தண்ணீரில் அவள் பத்துத் தேய்த்து, துணிகளையும் அலசிப் போட்டுவிட்டுப் போவாள்.”

“அப்படியா சமாச்சாரம்? சரி சரி; கமலாவை இப்படிக் கூப்பிடு” என்றான் ராமநாதன். ‘அதிகச் சம்பளத்துக்குத்தான் இந்த விதமாகக் கிராக்கி பண்ணி அடிப்போடுகிறாள்: நாம்தான் இரண்டோ மூன்றோ சேர்த்துக் கொடுக்கத் தயாராக இருக்கிறோமே என்று எக்களிப்போடு கமலாவைப் பார்த்து, “நீ என்ன இப்படிச் சொல்றே? இரண்டு வாளித் தண்ணீர் அடிப்பது அவ்வளவு கஷ்டமா?” என்று அவன் ஆரம்பித்தான்.

வேலைக்காரி பதில் சொல்லாமல் தலையைக் குனிந்து கொண்டும், ஒரு நகத்தை மற்றொரு நகத்தால் சுரண்டிக் கொண்டும் சுவரை ஒட்டி நின்றாள்.

“என்ன கமலா, என்ன சொல்றே? என்னிடத்தில் விஷயத்தைச் சொல்லேன்” என்றான் ராமநாதன்.

“என்னாலே முடியாதுங்க. வேறே யாரையாவது வச்சிக்கோங்கோ” என்று தலையைக் குலுக்கினாள் கமலா.

வீட்டுத் தேவை முழுவதற்குமே தண்ணீர் அடிக்க அவளை ஏற்பாடு செய்ய – அதிலும், கருணையுள்ளத்தோடு ஏற்பாடு செய்ய நினைக்கப் போய், அவள் மாமூல் வேலையையே செய்ய முடியாது என்று மறுத்து விட்டாள்.

ராமநாதன் என்னென்னவோ சொல்லிப் பார்த்தான். அவனுடைய மனைவியும் தாங்கினாள். ராமநாதனின் வயது முதிர்ந்த பெற்றோர்களும் கேட்டுப் பார்த்தார்கள். பருப்பு வேகவில்லை. கடைசியில், "இரண்டு ரூபாய்கூடத் தருகிறேன். வீட்டுக்குத் தண்ணீர் அடித்து வைத்துவிடு; நித்தியப்படி வேலையையும் செய்" என்று ராமநாதன் கடைசி அஸ்திரத்தைப் பிரயோகித்துப் பார்த்தான்.

"நூறு ரூபா கொடுத்தாலும் சரி, தண்ணீர் அடிக்க முடியாதுங்க."

இதுவே கமலாவின் பதில்; ஆணித்தரமான கடைசிப் பதில்.

அதற்குமேல் அவளைக் கட்டாயப்படுத்துவதில் கௌரவமில்லை என்று கொடுக்க வேண்டிய பாக்கியைக் கொடுத்து அனுப்பிவைத்தான் ராமநாதன்.

"இப்படிப் பிடிவாதமாக முடியாது என்று சொல்லிவிட்டுப் போய் விட்டாளே! இனி தண்ணீருக்கு என்ன செய்வது?" என்று கவலையை வெளியிட்டாள் மீனா. தன் நோஞ்சான் உடம்பையும் கைக் குழந்தையை யும் வயிற்றுப் பிள்ளையையும் வைத்துக்கொண்டு, ஒரு செம்புத் தண்ணீர் கூட அடிக்க முடியாதே என்ற கவலை அவளுக்கு.

"நீ ஒரு பைத்தியக்காரி, மீனா! ஒரு நேரக் கஞ்சிக்கு வழி இல்லாமல் எத்தனையோ பேர் தெருத்தெருவாய் அலையிறாங்க. நீ பேசாமல் இரு. நாளையே வேறு ஒரு வேலைக்காரியைக் கொண்டு வந்து நிறுத்து கிறேன் பார்" என்று மனப்பூர்வமாகவே சொன்னான் ராமநாதன். அதிலிருந்து இரண்டு மூன்றுநாள் நண்பர்களின் வீடுகளில் சொல்லி, ஒரு வேலைக்காரியை வலை போட்டுப் பிடித்துக்கொண்டு வந்தான்.

புது வேலைக்காரியின் பெயர் மங்களம். நல்ல வாலிப வயது. அவளுக்கு நாலு வயதில் ஒரு பெண் குழந்தை. தோற்றத்தில் ஒரு மாதிரி அழகாகவே இருந்தாள். நல்ல நிறம். கட்டுறுதிகொண்ட உடம்பு. எந்த வேலையையும் சளைக்காமல் செய்யக்கூடியவள் என்று பார்த்த மாத்திரத்தி லேயே சொல்லிவிடலாம். அவளுடைய புருஷன் அவளை விட்டுவிட்டு எங்கோ போய்விட்டானாம். மூன்று வருஷங்களாகத் தன் குழந்தையோடு கஷ்ட ஜீவனம் செய்து வருகிறாளாம். இதை அவளே சொன்னாள்.

"ஐயோ பாவம்! இந்தக் காலத்து ஆண் பிள்ளைகளுக்கு மனசு கல் மனசு" என்று தன் அனுதாபத்தைத் தெரிவித்தாள் ராமநாதனின் தாயார்.

"இந்த இளம் வயதில், இவ்வளவு அழகான மனைவியையும் லக்ஷணமான குழந்தையையும் விட்டுவிட்டு எப்படித்தான் அவன் போனானோ?" என்று ஆச்சரியப்பட்டான் ராமநாதன்.

எப்படிப் போனானோ? போய்விட்டான். இவளும் வேலைக்கு வந்துவிட்டாள்.

அன்று ராமநாதன் நிம்மதியோடு ஆபீசுக்குப் போனான்.

❍ ❍ ❍

மங்களம் சுமார் ஒரு வாரம் வரையிலும் எல்லோரும் மெச்சும்படியாக மிகவும் சூட்டிகையாக வேலை செய்து வந்தாள். கீழே குடித்தனம் இருப்பவர்களில் ஆண்கள் – வயது முதிர்ந்தவர்கள், வாலிபர்கள், எல்லோருமே – அவள் பம்ப் அடிக்க வரும்போது, கீழே குழாயைத் திறப்பதில்லை. மேலே அவள் பம்ப் அடிப்பதை அவ்வப்போது ஏறிட்டுப் பார்த்துக்கொள்வதும், அதை தத்தம் மனைவிமார்கள் கவனிக்கிறார்களோ என்று சுற்றும் முற்றும் பார்த்துக் கொள்ளுவதுமாகக் கீழே குழாயடியில் உலாவிக்கொண்டிருப்பார்கள். மங்களம் மேலே தண்ணீர் அடித்து முடித்த பிறகுதான் கீழே குழாயைத் திறப்பார்கள். எனவே, ராமநாதன் வீட்டில் தண்ணீர்த் தரித்திரம் நீங்கிவிட்டது. இந்தச் சந்தோஷத்தில் மங்களத்துக்கு ஒரு கிழியாத பழைய புடவையையும் அவளுடைய நாலு வயதுப் பெண்ணுக்குப் புதுப் பாவாடை, சட்டையையும் வாங்கிக்கொடுத்து விட்டார்கள்.

இந்தச் சமயத்தில் மங்களத்துக்கு எப்படியோ 'ஞானோதயம்' ஆகிவிட்டது. பட்டணத்து வேலைக்காரிகள், ஆயிரம் கொடுத்தாலும் செய்யாத – 'செய்யக் கூடாத' – வேலையை, அதாவது தண்ணீர் அடிக்கும் வேலையைத் தான் மட்டும் செய்துவரும் விபரீதம் எப்படியோ அவள் மனசுக்குப் புலனாயிற்று. அவ்வளவுதான். மாடு சண்டித்தனத்துக்குத் தயாராகிவிட்டது. பழைய வேலைக்காரியைப் போல இவளும் ஓடிவிடக்கூடாதே என்று சாப்பாடு போடுவதிலிருந்து சகல விஷயத்திலும் மீனா தாராளமாக நடந்துகொண்டு வந்தாள். இதைக் கண்டு வேலைக்காரி ஏமாந்துவிடுவாளா என்ன?

ராமநாதன் பார்த்தான். சம்பளத்தைக் கூட்டித் தருவதாகச் சொன்னான். மங்களம் உடனடியாகச் சம்மதிக்கவில்லை. கடைசியில் மூன்று ரூபாயை அதிகப்படியாகக் கொடுப்பதாக அவன் திட்டவட்டமாகச் சொல்லவே, அவள் வேண்டா விருப்புடன் சம்மதித்தாள்.

இந்த மூன்று ரூபாய்க் கவர்ச்சியும் ஒரு மாதத்துக்கு மேல் நீடிக்கவில்லை. ஒருநாள் பழைய வேலைக்காரி கமலா அவளைத் தெருவில் சந்தித்து, வலிய வந்து பேசி, "நீ என்ன இந்த வேலையெல்லாம் செய்யிறே? உன்னைப் போலப் பொம்மனாட்டிங்க இருக்கப் போய்த்தானே எங்களையும் கண்ட கண்ட வேலையெல்லாம் செய்யச் சொல்லி உசிரை வாங்குறாங்க. நீ தண்ணி அடிக்கிறயே, எத்தனை நாளைக்கு அடிப்பே? எத்தனை நாளைக்கு உன் ஒடம்பு தாங்கும்? அப்படி உனக்கு எவ்வளவு தான் அள்ளிக் கொடுக்கிறாங்களாம்!" என்று மனசைக் கலைத்தாள். அவ்வளவில் மங்களம் விழித்துக்கொண்டாள். மறுநாளே ராமநாதனின் மனைவியிடம் வந்து, "தண்ணீர் அடிக்க முடியாது" என்று அந்தப் பட்டணத்துப் பல்லவியைப் பாடினாள்.

பழையபடியும் ராமநாதன் அதிர்ச்சிக்குள்ளானான். மங்களத்தின் காலில் விழுந்து கும்பிடாத குறையாக வீட்டோடு எல்லோரும் கெஞ்சிப் பார்த்தார்கள். புலி பசித்தாலும் புல்லைத் தின்னுமா? வேலைக்காரி தண்ணீர் அடிப்பாளா!

பாக்கி சாக்கியைக் கணக்குப் பண்ணி வாங்கிக்கொண்டு மங்களமும் போய்விட்டாள்.

அவள் போய், அதற்குப் பிறகு குப்பம்மாள் என்ற வேலைக்காரி வந்து சேரும் வரையில், அந்த இரண்டு வார இடைக்காலத்தில் ராமநாதன் பட்ட துன்பம் சொல்லும் தரத்ததல்ல. நான்கு நாட்கள் அவன் குளிக்கவில்லை. இரண்டு நாள் லீவு எடுத்துக்கொண்டு தண்ணீர் அடித்தான். இரண்டு நாள் ஆபீசுக்குக் காலதாமதமாகப் போய், மேலதிகாரியால் கடுமையாக எச்சரிக்கப்பட்டான். ஒருநாள் கீழே குடித்தனம் இருந்த ஒரு குடும்பத்துடன் சண்டையும் போட்டுவிட்டான்.

தண்ணீரும் மூன்று பிழை பொறுக்கும் என்பார்கள். ராமநாதனோ தண்ணீருக்காக மூன்று பிழை பொறுப்பது என்று மூன்றாவது வேலைக்காரியை ஏற்பாடு செய்தான். இவளும் கிராக்கி பண்ணினால், வீட்டை மாற்றி மாட்டுத் தொழுவுக்காவது போய்க் குடியேறுவது என்று முடிவு கட்டிக்கொண்டான்.

குப்பம்மாள் என்கிற பெயரைப் பார்த்து அவளைக் கிழவி என்று நினைத்துவிடக் கூடாது. அதிகமாகப்போனால் நாற்பது வயதுதான் இருக்கும். பரம ஏழை; முக்கால்வாசி நாள் கந்தலைக் கட்டிக்கொண்டே வேலைக்கு வருவாள். அப்படிப்பட்டவளும் எண்ணி இரண்டு மாதங்களே வேலை செய்தாள்; மூன்றாவது மாதம் இரண்டாம் தேதி சம்பளம் வாங்கியதும், அன்றோடு நின்றுகொள்வதாக அறிவிப்புக் கொடுத்துவிட்டாள். காரணம், அதே காரணம்தான். "தண்ணீர் அடிக்க முடியாது." அத்துடன் வேறொரு சாக்கையும் சொன்னாள். அவள் தண்ணீர் அடிப்பது அவள் புருஷனுக்குப் பிடிக்கவில்லையாம்; கோபித்துக் கொள்ளுகிறானாம்; அடிக்கிறானாம்; பிடிக்கிறானாம். 'தண்ணீர் அடிப்பதாயிருந்தால் வீட்டைவிட்டே போய் விடு' என்றே துரத்துகிறானாம்!

ராமநாதனுக்கு உள்ளுக்குள் ஒரே எரிச்சல். அவள் பேச்சைக் கேட்கக் கேட்க ஆத்திரம் பொங்கியது, "இந்தா அதையும் இதையும் சொல்லிக்கொண்டு நிற்காதே. இஷ்டமிருந்தால் வேலை செய்; கஷ்டமிருந்தால் போய்விடு" என்று வெட்டு ஒன்று, துண்டு இரண்டாகச் சொன்னான்.

குப்பம்மாள் மேற்கொண்டு நிற்கவில்லை.

"புருஷனுக்குப் பிடிக்கவில்லையாமே! வேண்டியதுதான்! இவள் இங்கே வாங்கிக் கொண்டு போகும் பழஞ்சோற்றை வாங்கிச் சாப்பிட்டுக் கொண்டு ஜீவனம் பண்ணுகிற அழகில், அவனுக்கு இந்த ஜம்பம் வேறு கேடா? 'குடிக்கிறது கூழ்: கொப்பளிக்கிறது பன்னீர்!' என்று தெரியாமலா சொன்னார்கள்?"

அன்று முழுவதும் ராமநாதனுக்கு எதைக்கண்டாலும் ஆத்திரம் பொங்கியது. பட்டணத்தையே சுட்டு எரித்துக் கரிக்கோட்டையாக்கிப் பார்க்கவேண்டும்போல ருத்ராவேசம் பிறந்து வீட்டைவிட்டே வெளியே போய்விட்டான். நல்ல வெய்யில் நேரம். எங்கே போவது என்ற குறிக்கோள் எதுவுமின்றிப் போய்க் கொண்டிருந்தான்.

'பட்டணத்துக்கு உத்தியோகம் பார்க்க வந்ததற்குப் பதில், கிராமத்திலேயே பிச்சை எடுத்துப் பிழைத்திருக்கலாம். இன்னும் முப்பது வருஷம் உத்தியோகம் பார்த்தாலும்கூட, என்னத்தை அள்ளிக் குவித்து விடப் போகிறோம்? காசு செலவாகியும் நிம்மதியான வாழ்க்கையைக் காணோம். கேவலம், வேலைக்காரிக்கு உள்ள மனத்திராணிகூட நமக்கு இல்லை. தனக்கு அசௌகரியம் என்றால் ஒரே நிமிஷத்தில் ஓடிவிடுகிறாள். நாமோ தினந்தினமும் அவஸ்தைப்பட்டுக் கொண்டு இந்த உத்தியோகத் தையும் இந்தப் பட்டணத்தையும் கட்டி அழுகிறோம். மகா மானங்கெட்ட பிழைப்பு . . .' என்று மனம் கசந்துகொண்டே கண்ணில் தட்டுப்பட்ட ஒரு சினிமாக் கொட்டகைக்குள் நுழைந்தான். கவலையைக் கொஞ்ச நேரமாவது மறந்திருக்கலாம் என்று உத்தேசம். இரண்டு மணிநேர ஆங்கிலப் படம் பார்த்து முடித்து வெளியே வந்ததும், நேரே ஒரு ஹோட்டலுக்குப்போய் வயிறாரச் சாப்பிட்டுக் காபி குடித்தான். நிலாக் காலமானதால் அரை மணி நேரமாவது கடற்கரையில் உட்கார்ந்திருந்து விட்டு வரலாம் என்று பஸ்ஸில் ஏறினான்.

கடற்கரை மணலில் உட்கார்ந்து சுகமான காற்றை அனுபவித்தான். எட்டு மணிக்கெல்லாம் அங்கிருந்து கிளம்பி வரும்போது, பக்கத்திலேயே தன் நண்பர் ஒருவருடைய வீடு இருப்பது ஞாபகத்துக்கு வந்தது. அங்கே போய்ச் சிறிது நேரம் பேசிக் கொண்டிருந்துவிட்டு வரலாம். அந்தப் பக்கத்தில் தண்ணீர் வசதியுடன் வீடு ஏதாவது கிடைக்குமா என்று விசாரித்துவிட்டும் வரலாம் என்று எண்ணிப் போனான் ராம நாதன். நல்லவேளையாக இவன் போய்ச் சேர்ந்த நேரத்தில் நண்பர் இருந்தார். அந்த நண்பர்தான் புரட்சிகரமாக எழுதும் பார்த்தசாரதி; பிரபல நாவலாசிரியர்; சிறுகதைகளும் எழுதுவார். "பார்த்தன்", "தேரோட்டி" என்ற புனைபெயர்களும் அவருக்கு உண்டு.

ராமநாதன் போய் உட்கார்ந்ததும், முதலில் சம்பிரதாயமாக ஏதாவது பேசவேண்டுமே என்பதற்காக "என்ன ஸார், இப்போது ஏதாவது நாவல் எழுதிக்கொண்டிருக்கிறீர்களா?" என்று கேட்டான்.

"ஆம்" என்றார் பார்த்தசாரதி.

"என்ன நாவல்?" என்று அர்த்தமில்லாமல் கேட்டான் ராமநாதன்.

"எல்லாம் நம் வாழ்க்கையில் தினம் தினமும் காணும் நாவல்தான்" என்று பதிலளித்தார் எழுத்தாளர்.

"எப்படி ஸார் உங்களுக்குக் கதை தோன்றுகிறது? எங்களுக்கெல்லாம் ஒரு கதைகூடத் தோன்றுவதில்லையே!"

“கதை தோன்றுவதாவது? தானே எப்படித் தோன்றும்? நெருப்பில்லாமல் புகையுமா? நம் வாழ்க்கையில் கண்ணாரக் காணும் ஏதேனும் ஒரு நிகழ்ச்சிதான் கருவாக இருக்கும். அதுதான் சிறு கதையாக, நாவலாக உருவாகும். என்னைப் பொறுத்த மட்டிலும் நான் எதார்த்த வாழ்க்கையை அப்படி அப்படியே சித்திரிப்பவன் என்பது உங்களுக்குத் தெரிந்ததுதானே? பாருங்கள், இப்பொழுது நான் எழுதிக்கொண்டிருக்கும் நாவலுக்குக்கூட இந்தத் தெருவிலேயே விஷயம் கிடைத்தது. ஏறக்குறைய கதை முழுவதுமே உண்மையாக நடைபெற்றுக் கொண்டிருப்பதுதான். அந்தக் கதைக்கு உருவம் கொடுத்து, சுவாரஸ்யம் குன்றாமல் சித்திரிப்பது தான் என் வேலை.”

“அப்படி இந்தத் தெருவில் என்ன நடக்கிறது?” என்று ராமநாதன் கேட்க, பார்த்தசாரதி நாவலையே சுருக்கமாகச் சொல்லத் தொடங்கி விட்டார்.

அது ஒரு சோகக் கதை. உடலை விற்றுப் பிழைக்கும் ஒரு மாதின் கதை. அதனால்தான் நாவலுக்கு “வழுக்கி விழுந்த சகோதரி” என்று பெயர் கொடுத்திருந்தார்.

கதாநாயகியான அந்த “வழுக்கி விழுந்த சகோதரி”க்கு ஒரு பெண் குழந்தை. தாயையும் குழந்தையையும் தவிக்க விட்டுவிட்டான் காதலித்துக் கைவிட்ட காதகன். யாருமற்ற அனாதையாக உலகில் தத்தளிக்கிறாள் அபலை. ஊரெல்லாம் சுற்றியும் அவளுக்கு வேலை கிடைக்கவில்லை. தாயும் குழந்தையும் பலநாள் பட்டினி கிடக்கிறார்கள். கடைசியில் குழந்தையின் பொருட்டு உடலை விற்றே சம்பாதிக்கத் துணிகிறாள். சம்பாத்தியத்திற்காக அவள் வெளியே போய்விடும்போதெல்லாம் தனியாக விடப்பட்ட குழந்தை, தாயைக் காணாமலும் பசிக்கொடுமை தாங்க முடியாமலும் அழுது துடிக்கிறாள். . .

இப்படியே அவர் கதையைச் சொல்லிக்கொண்டு வரும்போது ராமநாதனுக்கு மூளையில் ஏதோ தட்டுப்பட்டதுபோல் இருந்தது. உடனே ‘சட்’டென்று, “உங்கள் கதாநாயகி இந்தத் தெருவில்தான் இருக்கிறாளா?” என்று கேட்டான்.

“இந்தத் தெருவில்தான், அதுவும் எதிர் வீட்டிலேயே இருக்கிறாள்.”

“அப்படியா! எவ்வளவு நாளாக இங்கே இருக்கிறாள்?”

“வந்து ஒரு மாதமாகியிருக்கும்.”

“அவளுடைய பெயர் தெரியுமோ?”

“தெரியாது.”

“ஆள் எப்படி இருப்பாள்?”

பார்த்தசாரதி வர்ணித்தார். வர்ணனை முடிந்தது.

“சரி சரி” என்றான் ராமநாதன்.

"ஏன், என்ன விஷயம்? நீங்கள் இப்படியெல்லாம் பேசுவதைப் பார்த்தால், அவளைப் பற்றி உங்களுக்கு ஏற்கெனவே தெரியும்போல் அல்லவா தோன்றுகிறது?"

"அது இருக்கட்டும். அவளை நான் பார்க்கவேண்டுமென்றால் எப்படிப் பார்ப்பது?" ராமநாதனுக்குத் திகைப்பாகவும் இருந்தது; சிரிப்பாகவும் இருந்தது.

"அவளிடத்தில் உங்களுக்கு ஏன் இவ்வளவு அக்கறை?" என்று எழுத்தாளர் கேட்டார்.

"அதை அப்புறம் சொல்லுகிறேன். நீங்கள் மீதிக் கதையையும் சொல்லுங்கள்" என்றான் ராமநாதன்.

எழுத்தாளருக்கு மேற்கொண்டு கதையைச் சொல்லுவதற்கு உற்சாக மில்லாமல் போய்விட்டது. எனவே, ராமநாதனைச் சாப்பிட அழைத்துக் கொண்டு போனார். இருவரும் சாப்பிட்டுவிட்டு வந்து பழையபடியும் மாடியறையில் உட்கார்ந்து வெற்றிலை போட்டுக்கொண்டிருக்கும்போது, நிமிஷத்துக்கு ஒரு தடவை ஜன்னல் வழியாகத் தெருவை எட்டிப் பார்த்துக் கொண்டிருந்தார் பார்த்தசாரதி.

ஏதேதோ பேசிக்கொண்டிருந்தார்கள். தனக்கு ஒரு வீடு தேவை என்று ராமநாதன் சொன்னதும் "ஏன், இப்போது இருக்கும் வீட்டில் என்ன அசௌகரியம்?" என்று கேட்டார் எழுத்தாளர்.

அவன் தன் துன்பக் கதையைச் சொல்லத் தொடங்கினான். எவ்வளவு சம்பளம் கொடுத்தாலும் ஒரு வேலைக்காரி அகப்படாத கஷ்டத்தைச் சொன்னான். ஒவ்வொரு வேலைக்காரியும் கிராக்கி பண்ணியதையும், உடம்பை வளைத்து வேலை செய்ய இஷ்டமில்லாமல் ஓடிவிட்டதையும் விவரித்துக்கொண்டு வந்தான். பார்த்தசாரதிக்கும் அந்த வேலைக்காரிகள் மேல் கடுங்கோபம் வந்தது. இருந்தாலும், "எல்லா வேலைக்காரிகளும் இப்படித்தான் இருக்கிறார்கள். வேலை செய்யாமல் சாப்பிடத்தான் எல்லோருக்கும் ஆசை. அவர்கள் காலமும் ஓடிவிடுகிறது" என்றார்.

ராமநாதன் சொந்தக் கதையைச் சொல்லிக்கொண்டிருக்கும் போதே, பார்த்தசாரதி குறுக்கிட்டு, "அதோ, அங்கே பாருங்கள், ரிக்ஷாவிலிருந்து இறங்குகிறாளே, அவள்தான்..." என்றார்.

எட்டிப் பார்த்த ராமநாதனுக்கு அதிர்ச்சி ஏற்படவில்லை. தான் நினைத்தது சரியாக இருந்துவிட்டதை எண்ணி அவனுக்குச் சந்தோஷ மாகத்தான் இருந்தது. அவளை ரோடு விளக்கின் வெளிச்சத்தில் நன்றாகக் கவனித்துப் பார்த்தான். அவளேதான்.

"இவளைப் பற்றித்தான் நாவல் எழுதுகிறீர்களா?" என்று ராமநாதன் கேட்டதற்கு, "ஆம்" என்று எழுத்தாளர் ஒப்புக்கொண்டார்.

"உங்கள் கதாநாயகி யார் தெரியுமா? என் இரண்டாவது வேலைக் காரி மங்களம்! இவள்தான் 'வழுக்கி விழுந்த சகோதரி!' இவளுக்காகத் தான் கண்ணீர்விட்டுக் கரைகிறீர்கள்! அரைமணி நேரம் தண்ணீர்

அடிப்பதற்கு மாட்டேன் என்று நல்ல சம்பளத்தையும் சாப்பாட்டையும் உதறிவிட்டு வந்து, குழந்தையையும் தனியாகக் கதற விட்டுவிட்டுச் சம்பாத்தியத்துக்குப் போய்விடுகிறாளே, இவளுக்கு நாவலும் எழுத வேண்டியதுதான்; நாடகமும் எழுதவேண்டியதுதான்!" என்று ராமநாதன் ஒரு போடு போட்டான்.

எழுத்தாளர் பார்த்தசாரதி என்ன சொல்லுவதென்று புரியாமல், "அப்படியா?" "நிஜம் தானா?" "இவள்தானா?" என்றெல்லாம் கேட்டுக் கொண்டிருந்தார்.

ராமநாதன் பேச்சை முறித்து, "ஏன் சும்மா அங்கலாய்க்கிறீர்கள்? அது எப்படியும் போகட்டும். நான் கேட்பதற்கு மட்டும் பதில் சொல்லுங்கள்: எனக்கு ஒரு வீடுபிடித்துத் தருகிறீர்களா? இல்லை, இந்த நாவலைக் கிழித்துத் தூரப் போடுகிறீர்களா? இந்த இரண்டில் நீங்கள் எதைச் செய்தாலும் அந்த உதவியை மறக்க மாட்டேன்" என்றான். உடனே 'கடகட' வென்று சிரித்தான்.

புரட்சி எழுத்தாளரும் சேர்ந்து சிரித்தார்.

1965

ஒருவன் இருக்கிறான்

பத்துப் பதினைந்து நாட்களுக்கு முன்னால் நான் ஆபீசிலிருந்து திரும்பி வீட்டுக்கு வந்தபோது அவன் வாசல் திண்ணையில் உட்கார்ந்துகொண்டிருந்தான். வயது இருபத்தைந்து இருக்கும். எலும்பும் தோலுமான உடம்பு. எண்ணெய் காணாத தலை காடாக வளர்ந்து கிடந்தது. சட்டையும் வேஷ்டியும் ஒரே அழுக்கு. சட்டையில் ஒரு பொத்தான்கூட இல்லை. கால்களைத் தொங்கப் போட்டுக்கொண்டு உட்கார்ந்திருந்த அவன், இடது கையால் அடி வயிற்றைப் பிடித்துக்கொண்டிருப் பதையும் பார்த்தேன். என்னை ஒரு தரம் ஏறிட்டுப் பார்த்தான். காய்ந்துபோன விழிகள். அவற்றில் ஒரு பயம். தன் நிலையை எண்ணிக் கூசும் ஓர் அவமானம். யாரோ தெருவோடு போகிற ஒரு நோயாளி, சிரமபரி காரத்துக்குத் தாற்காலிகமாக வந்து உட்கார்ந்திருக் கிறான் என்று நினைத்துக்கொண்டு வீட்டுக்குள்ளே போனேன். சிற்றுண்டி, காபி முதலியவற்றை முடித்துக் கொண்டு நான் வெளியே வந்தபோது அவன் அங்கேயே உட்கார்ந்துகொண்டிருந்தான். நோயாளி சிரமபரிகாரத் துக்கு வந்து உட்கார்ந்தது சரிதான். அரை மணி நேரம் தொடர்ந்தாற்போல் ஏன் அங்கேயே இருக்க வேண்டும்? காசநோய் பிடித்தவன்போல் மெலிந்திருப்பதோடு, வாய் திறந்து பேசத் தொடங்கினால் இருமக் கூடியவன் என்றும் நினைத்துக்கொண்டேன். குழந்தை குட்டிகள் இருக்கும் இடத்தில் அவன் அதிக நேரம் அங்கு இருப்பதை நான் விரும்பவில்லை.

"யாரப்பா நீ? எங்கே வந்தே?" என்று முகத்தில் வெறுப்பைப் பூரணமாகக் காட்டிக்கொண்டு கேட்டேன்.

கையை அடிவயிற்றிலிருந்து எடுக்காமலே ஒரு பெருமூச்சு விட்டான். பிறகு பதில் சொன்னான். "தங்கவேலு வீட்டுக்கு வந்திருக்கிறேன்".

தங்கவேலு என் பக்கத்துக் குடித்தனக்காரர்.

"ஓஹோ! உடம்புக்கு என்ன? ஒரு மாதிரி பேசுறயே? என்ன செய்யுது உடம்புக்கு?" என்று விசாரித்தேன்.

"வவுத்து வலிங்க".

அதை என்னால் நம்ப முடியவில்லை. வயிற்றுவலிக்காரன் இப்படி மெலியக் காரணம் இல்லையே என்று நினைத்தேன். அதைப்பற்றி யெல்லாம் நமக்கு ஏன் விசாரணை என்று, 'அப்படியா?' என்று பாராமுகமாகச் சொல்லிவிட்டு உள்ளே வந்துவிட்டேன். மனைவியிடம், "வயித்துவலிக்காரன் வந்திருக்கிறான்போல் இருக்கிறது. பக்கத்து வீட்டுக்கு விருந்தாளியா!" என்று தமாஷாகச் சொன்னேன்.

"ஆள் எலும்புக்கூடா இருக்கிறான். இது என்ன வயித்துவலி?" என்று நான் கேட்டபோது, அவனுக்குக் காசநோய்தான் பீடித்திருக்கிறது என்று நிச்சயமாக நினைத்தேதோடு, அவன் சில நாட்களுக்குள் செத்துப் போய்விடுவான் என்றும் மனதில் முடிவுகட்டிவிட்டேன்.

"காஞ்சிபுரம். பக்கத்து வீட்டு அம்மாவுக்கு அக்கா மகனாம். வைத்தியம் பார்க்க வந்திருக்கிறான்" என்றாள் மனைவி.

"வைத்தியம் பார்க்கவா?" நான் பயந்துவிட்டேன். அப்படியானால் இந்த நோயாளி பல நாட்கள் இங்கேயே, திண்ணையிலேயே கிடப்பானே, குழந்தை குட்டிகளை நோய் தொற்றிக்கொள்ளுமே என்று பயம். அத்துடன், வாசல் திண்ணையில் எப்போதும் ஒரு நோயாளி உட்கார்ந்துகொண்டிருப்பது என்பதை நினைக்கும்போதே எனக்கு அருவருப்பாக இருந்தது. அதற்காக என்ன செய்ய முடியும்? தங்கவேலு வீட்டுக்கு வந்தவனை நான் விரட்டுவது எப்படி? திண்ணை பொதுத் திண்ணை. அந்த வீட்டில் குடியிருந்த நான்கு குடித்தனக்காரர்களுக்கும் பொதுவானது. எனக்கு ஒன்றும் புரியவில்லை. பேசாமல் தெருவோடு ஒட்டியுள்ள என் அறைக்குள் வந்துவிட்டேன்.

இரவு தங்கவேலு வீடு திரும்பினார். அவனை உள்ளே அழைத்துக் கொண்டு போய் என்ன என்னவோ பேசிக்கொண்டிருந்தார். அப்புறம் அவனுக்குச் சாப்பாடு போட்டிருப்பார்கள் என்று நினைக்கிறேன். ஒன்பது மணிக்கெல்லாம் அவன் ஒரு பழைய தலையணையையும் கிழிந்த போர்வையையும் எடுத்துக்கொண்டு வந்தான். தங்கவேலு அவனை அழைத்துக்கொண்டு வந்து, நான்கு குடித்தனங்களுக்கும் பொதுவான சிமிண்டு நடைபாதையில் படுத்துக்கொள்ளச் சொன்னார். அந்த இடம் என்னுடைய அறையின் மற்றொரு ஜன்னலுக்கு நேராக இருந்தது. அந்நோயாளி என் தலைமேல் வந்து உட்கார்ந்துகொண்டதாகவே நினைத்தேன். அதை ஆட்சேபிக்கவும் முடியவில்லை. தங்கவேலுவின் குடித்தனப் பகுதியில் அவன் படுத்துக் கொள்ளலாம் என்றால், அங்கே உண்மையிலேயே இடம் இல்லை. நான்கு குடித்தனங்களுக்கும் விருந்தினர் களுக்கும் ஜாகை வசதி செய்துகொடுக்க அந்தப் பொதுவான நடைபாதையும்

தெருத்திண்ணையுந்தான் பல வருஷங்களாக உபயோகிக்கப்பட்டு வருகின்றன. இன்று மட்டும் அந்த வழக்கத்தை நிறுத்தச் செய்வது எப்படி?

எனக்கு மிகவும் கவலையாகப் போய்விட்டது. அதை மனைவியிடமும் சொன்னேன். "சனீஸ்வரன் மாதிரி நமது தலைமாட்டில் வந்து முகாம் போடுகிறானே!" என்றேன். அதற்கு அவள் சொன்ன மறுமொழி எனக்கு ஆச்சரியமாகவும் இருந்தது; பிடிக்காமலும் இருந்தது.

"பாவம்! நோயாளியாய் இருக்கிறான். கிடந்துட்டுப் போகட்டும்" என்றாள், மிகுந்த இரக்கத்தோடு.

பட்டண வாழ்க்கையில் முன்பின் தெரியாத ஒருவனுக்கு, அவனுடைய கஷ்டநிலை தெரிந்திருந்தாலும், இரக்கம் காட்டுவது என்பது என்னால் நினைத்துக்கூடப் பார்க்கமுடியாத விஷயம். தற்போதைய நிலையில் அந்த இரக்கம் எனக்கு அறவே பிடிக்காமலும் வேறு இருந்தது. இருந்தாலும் மனைவியைக் கண்டிக்க மனம் வரவில்லை. நடைபாதையை ஒட்டியிருந்த என் அறையிலேயே வழக்கம்போல் குழந்தை குட்டிகளோடு படுத்துக் கொண்டேன். இரவெல்லாம் அவனுடைய முனகல் கேட்டுக்கொண்டே இருந்தது.

மறுநாள் தங்கவேலுவை விசாரித்தபோது அவனைப் பற்றி மேற்கொண்டு சில விவரங்கள் கிடைத்தன.

அவன் அவருடைய மனைவிக்கு அக்கா பிள்ளை என்பது உண்மை தான். தாய் தகப்பன் கிடையாது. அவனுக்கு இருந்த உறவு தங்கவேலுவின் மனைவியான அவனுடைய சித்தியும், காஞ்சிபுரத்திலேயே உள்ள தாய் மாமன் ஒருவனுந்தான். அந்த ஊரில் தாய்மாமன் வீட்டிலேயே சாப்பிட்டுக் கொண்டு, ஒரு சைக்கிள் ரிப்பேர்க் கடையில் தினக்கூலியாக ஒன்றரையும் இரண்டும் வாங்கிக்கொண்டு வேலைசெய்து வந்தானாம். வயிற்றுவலி வந்து ஆறேழு மாதங்களாக வேலை இல்லை. சம்பாத்தியமும் இல்லை. நோயும் வேறு. இந்த நிலையில் தாய்மாமன் வீட்டிலிருந்து அவனை ஒரு வழியாக விரட்டிவிட்டார்கள். அங்கிருந்து சித்தியை நம்பிச் சென்னைக்கு வந்திருக்கிறான், வைத்தியம் பார்ப்பதற்கு.

இவ்வளவு கதையையும் தங்கவேலு சொல்லிக்கொண்டிருக்கும் போது அவன் தெருத் திண்ணையில்தான் இருந்தான். நாங்கள் பேசியது அவனுக்கு நன்றாகக் கேட்டிருக்கும். கேட்க வேண்டும் என்பதற்காகத்தான் தங்கவேலுவும் குரலைச் சற்று உயர்த்தியே பேசினார். அவர் வாயிலிருந்து வெளிப்படும் ஒவ்வொரு சொல்லும் அவனைக் குற்றம் சாட்டுவது போலவும், அவன் எதற்காக இங்கே வந்தான் என்று கேட்பதுபோலவும், அவன் வீட்டை விட்டு உடனே தொலைந்தால் நல்லது என்று கருதுவது போலவும் ஒலித்தது. எனக்கும் அது பிடித்திருந்தது.

"ஆமாம் ஸார், இந்தக் காலத்தில், இப்போ இருக்கிற விலைவாசியிலே ஒருத்தருக்குச் சாப்பாடு போடறாப் போலேயா இருக்கு? வைத்தியம் வேறே பார்க்க வேண்டியிருக்கு. செலவு என்ன ஆகும்? என்னவோ, நம்பி வந்திருக்கிறான். முடிஞ்ச வரையிலே பாருங்க" என்று நான் சொன்னேன். அவனை உடனே விரட்டிவிட்டால் நல்லது என்ற

என் அபிப்பிராயம் என் சொற்களில் ஒலித்ததைத் தங்கவேலு சுலபமாகப் புரிந்துகொண்டிருக்க முடியும். புரிந்துகொண்டார் என்பதுதான் என் நம்பிக்கை. வெளியே இருந்த அவனுக்குப் புரிந்ததோ என்னவோ?

தங்கவேலு ஆபீசுக்குப் போய்விட்டார். அதற்கு முன் அவர் அவனை டாக்டரிடம் அழைத்துக்கொண்டு போனதாகத் தெரியவில்லை. போயிருந்தால், என்னைத் தாண்டித்தானே அவர்கள் போயிருக்க முடியும்?

நான் ஆபீசுக்குப் புறப்படுமுன் குழந்தைகளைத் தனியாக அழைத்து, பக்கத்திலேயே நெருங்கக்கூடாது என்றும் எச்சரித்ததோடு, என் மனைவியிடமும், "குழந்தைகளை அங்கே விடாதே. நோய் நொடி தொற்றிக் கொண்டால் நம்மால் தாங்க முடியாது" என்று ஒன்றுக்குப் பலமுறை சொல்லி உஷார்ப்படுத்தி விட்டுப் போனேன்.

அவனைத் தங்கவேலு இரண்டொரு நாட்களுக்குள்ளாகவே விரட்டி விடுவார் என்ற நம்பிக்கை எனக்குச் சிறிது ஆறுதலை அளித்தது. ஆனால் அவர் மனைவி? என்ன இருந்தாலும் அவனுக்குச் சித்தி. அவள் அவனை விரட்ட மாட்டாளே என்று நினைக்கும்போது எனக்குச் சிறிது கலக்கம் ஏற்பட்டது. குழந்தை குட்டிகள் இருக்கும் இடத்தில் இப்படி ஒரு காசநோயாளியா? அவன் முகத்தைக் கற்பனையில் நினைத்துப் பார்க்கக்கூட எனக்குக் கஷ்டமாக இருந்தது.

தங்கவேலுவின் மனைவியுடைய அபிப்பிராயத்தை அறிய நான் துடித்துக் கொண்டிருந்தேன். என் மனைவியை விட்டுச் சாமர்த்தியமாக விசாரிக்கும்படி செய்யலாம் என்று நினைத்தேன். ஆனால் அவளே பக்கத்து வீட்டுக்காரியின் மனப்போக்கை அடுத்த நாள் தெரிவித்துவிட்டாள்.

தங்கவேலுவின் மனைவிக்கும் அவன் வந்திருப்பது பிடிக்கவில்லை யாம்! என் மனைவி சொன்னதைப் பார்க்கும்போது, தங்கவேலுவை முந்திக்கொண்டு அவனை விரட்டுவதற்கு அவள் அவசரப்படுவதாகத் தெரிந்தது. எனக்கு ஏற்பட்ட மகிழ்ச்சிக்கு எல்லையே இல்லை.

"தொலைகிற பீடை சீக்கிரமாத் தொலையட்டும்" என்று சொல்லி என் மனப் பாரத்தைச் சிறிது இறக்கி வைத்தேன்.

என் மனைவி அப்பொழுதும் அவனிடம் இரக்கம் காட்டிப் பேசினாள். "ஏன் இப்படிச் சொல்றீங்க? அவன் நம்மை என்ன செய்கிறான்? எதுக்கு ஓர் அனாதையைப் போய் இப்படிச் சொல்லணும்?" என்று என்னை இலேசாகக் கண்டிக்கவே ஆரம்பித்துவிட்டாள்.

"பெண்புத்தி பின்புத்தி. நாளை நம் குழந்தைகளுக்கு ஏதாவது ஒண்ணுன்னா இவனா வந்து தாங்கப் போறான்?" என்று கோபத்தைக் காட்டிக்கொள்ளாமலே சொன்னேன்.

"அப்படி ஒண்ணும் வந்துடாது. இப்படிப் பயந்தால் உலகத்திலேயே வாழ முடியாது".

"சரி சரி, புத்திமதி நல்லாத்தான் இருக்கு. பேசாமல் போ" என்று அவள் வாயை அடைத்துவிட்டு, அவளோடு பேசப் பிடிக்காமல் வந்துவிட்டேன்.

ஏறக்குறைய தினந்தோறும் இப்படி நாங்கள் முரண்படுவதும், நான் கவலையும் பயமும் கொள்ளுவதுமாக ஆகிவிட்டது. மூன்று நாட்களுக்குப் பிறகு நான் வீடு வந்ததும் ஒரு செய்தியைக் கேள்விப்பட்டேன். என் மனைவி மறைத்துவைத்த செய்தியை, என் நான்கு வயதுப் பெண்குழந்தை ஓடிவந்து, நான் ஆபீஸிலிருந்து வந்ததும் வராததுமாக என்னிடம் வலியச் சொன்னாள். அந்த நோயாளி அன்று நான் ஆபீசுக்குப் போயிருந்த சமயத்தில் இரண்டு சாத்துக்குடி ஆரஞ்சுப் பழங்களைக் கூடைக்காரியிடம் வாங்கினானாம். ஒரு பழத்தை உரித்து, என் குழந்தைகளுக்கும் தங்கவேலுவின் குழந்தைகளுக்கும் ஆளுக்கு இரண்டு சுளைகள் கொடுத்தானாம். இவர்களும் வாங்கிச் சாப்பிட்டு விட்டார்களாம். எனக்குத் தெரிந்தால் நான் குழந்தைகளை அடிப்பேன் என்பதற்காக மனைவி இதை என்னிடம் சொல்லாமல் மறைத்து விட்டாள். செய்தி தெரிந்ததும், அவள் பயந்தபடியே குழந்தைகளை அடித்தேன். "இனிமேல் அவன் பக்கத்திலே போனால் கண்ணைத் தோண்டிப்பிடுவேன்" என்றும் பயமுறுத்தினேன்.

அன்று இரவு படுத்துக்கொள்ளும்போது எனக்கு நிம்மதியே இல்லை. குழந்தைகள் அவனிடம் ஆரஞ்சுச் சுளைகளை வாங்கிச் சாப்பிட்டதனால் அடைந்த மனக்கலவரம். போதாதற்கு அன்று இரவு அவன் முந்திய நாட்களைவிட அதிகமாக முனகத் தொடங்கிவிட்டான். நடுநடுவே 'அம்மா அம்மா' என்ற ஓலம். அவனால் வேதனை பொறுக்க முடியவில்லை. இரண்டொரு தடவை இருமினான். இருமலைத் தொடர்ந்துதான் அவன் 'அம்மா அம்மா' என்று கூவியது. நான் வெகுநேரம்வரை தூங்கவே இல்லை.

தங்கவேலுவிடம் சண்டைக்குப் போயாவது அவனை உடனே விரட்டச் சொல்லவேண்டும்; அது நடக்காவிட்டால், வீட்டுக்காரனிடம் போய்ச் சொல்லி முயற்சி செய்யவேண்டும் என்று முடிவுசெய்தேன். அவனும் முடியாது என்று சொல்லிவிட்டால் வேறு வீடு பார்க்க வேண்டும் என்று தீர்மானித்தேன். ஆனால் தங்கவேலுவும் அவர் மனைவியும் என்னைவிட அவசரப்படுகிறார்கள் என்பது எனக்குத் தெரியாது.

மேலும் இரண்டு நாட்கள் கழிந்தன. ஒவ்வொரு நாள் இரவும் அவன் ஓலத்துடனும், என் கவலையுடனுந்தான் கழிந்தது. ஆறாம் நாள் தங்கவேலு நான் சற்றும் எதிர்பாராத விதத்தில் அவனை அழைத்துக் கொண்டு வெளியே கிளம்பினார். நான் போய் எட்டிப் பார்த்தேன். அவனைச் சர்க்கார் ஆஸ்பத்திரியில் சேர்த்துவிடப் போவதாகத் தங்கவேலு சொன்னார். எனக்கு அப்போது ஏற்பட்ட மகிழ்ச்சியையும் நிம்மதியையும் இவ்வளவு அவ்வளவு என்று கூறுவதற்கில்லை.

"அதுதான் நல்ல யோசனை, அங்கே நல்லா கவனிப்பாங்க" என்று ஒப்புக்குச் சொன்னேன். அவன் என்னைப் பார்த்து, என் பூரண ஆசீர்வாதத்தை வேண்டி கை எடுத்துக் கும்பிட்டு, "நான் போய்ட்டு வர்றேன்" என்றான்.

"போய்ட்டு வாப்பா. கடவுள் கிருபையால் சீக்கிரம் குணமாகட்டும், போய்ட்டு வா" என்று வாழ்த்தினேன்.

மனத்தில் நஞ்சாக வெறுத்துக்கொண்டு அவனை இப்படிப் பொய் யாக வாழ்த்தி அனுப்பியதை இன்று நினைத்தாலும் எனக்கு வெட்கமாக இருக்கிறது. அவன் என்னையும் மதித்து என் ஆசீர்வாதத்திலும் நம்பிக்கை வைத்துக் கும்பிட்டதை நினைத்துவிட்டாலோ, நெஞ்சில் ஈட்டி பாய்வது போல் இருக்கிறது.

தங்கவேலுவும் அவனும் டாக்ஸியில் ஏறிக்கொண்டு போனார்கள்.

"ஒரு பெரிய பாரம் நீங்கியது" என்று தங்கவேலுவின் மனைவி என் மனைவியிடம் சொன்னதைக் கேட்டேன். நான் சொல்ல நினைத்த வார்த்தைகள் அவை. என் மனைவி ஒன்றும் சொல்லவில்லை.

"அந்த மாமா எங்கே போறார்?" என்று என் பெண் குழந்தை கேட்டது. 'சுடுகாட்டுக்கு' என்று சொல்லத்தான் என் வாய் வந்தது. ஆனால் "எங்கே போனால் என்ன? நீ போ உள்ளே" என்று சொல்லிக் குழந்தையை விரட்டினேன்.

அன்றிரவு நிம்மதியாகப் படுத்தேன். தங்கவேலுவும் அவர் மனைவியும் அப்படியே நிம்மதி அடைந்திருப்பார்கள் என்பதைச் சொல்ல வேண்டிய தில்லை. 'பட்டணத்தில் குடித்தனம் செய்யும் குடும்பஸ்தர்களுக்கு இப்படி எத்தனை திடீர்ச் சோதனைகள்! 'இம்' என்றால் நாட்டுப்புறத்தி லிருந்து ஓடிவந்து விடுகிறார்கள். நம் கழுத்தை அறுக்கிறார்கள். இவர்கள் எல்லாம் உயிரோடு இருந்து எதைச் சாதிக்கப் போகிறார்களோ? எவன் எவனோ சாகிறான். இவர்களுக்கு ஏன் ஆயுள் இப்படிக் கெட்டியாக இருக்கிறதோ தெரியவில்லை' என்று, வீட்டைவிட்டுப் போன வனையே சபித்துக்கொண்டிருந்தேன்.

அவன் ஆஸ்பத்திரியிலிருந்து இனித் திரும்பப் போவதில்லை, அவ்வளவு தூரம் நோய் முற்றியிருக்கிறது என்பது என்னுடைய உறுதியான கருத்து; அந்தக் கருத்தின் ஒரு பகுதி என் ஆசையாகவும் இருந்தது என்று எனக்கு இப்போது நன்றாகத் தெரிகிறது.

2

அவனை ஆஸ்பத்திரியில் சேர்த்த மறுநாள் இரவு தங்கவேலுவை வாசற் கதவோரம் சந்தர்ப்பவசமாகச் சந்தித்தேன். "எப்படி இருக்கிறது? டாக்டர் என்ன சொல்கிறார்?" என்று அவனுடைய உடல்நிலை பற்றி ஒப்புக்குக் கேட்டேன்.

"ஆபரேஷன் செய்யணுமாம்" என்றார் தங்கவேலு.

"அப்படியா? அட பாவமே!... ஹூம், அதனால் என்ன? ஆபரேஷ னுக்குப் பயப்பட்டதெல்லாம் அந்தக் காலம். இப்போ அது சாதாரண விஷயம் ஸார், ஒண்ணும் யோசிக்க வேண்டாம். சும்மா ஆபரேஷன் செய்யச் சொல்லுங்க. அதுதான் நல்ல யோசனை" என்றேன்.

எனக்குத்தான் அவன் நலத்தில் என்ன அக்கறை! எதற்காக இந்த வார்த்தைகளைச் சொன்னேன்? தங்கவேலுவைச் சந்திப்பதற்கு உபசாரமாகச் சொன்ன வார்த்தைகள் என்று சொல்லி, மீதி உண்மையை

மறைக்க நான் விரும்பவில்லை. இப்படிப்பட்ட நோயாளிகள் உயிரோடு இருப்பதைவிட ஆபரேஷனில் சாவது உத்தமம் என்ற எண்ணமும் எனக்கு அந்தரங்கத்தில் இருந்திராவிட்டால் இந்த வார்த்தைகளைச் சொல்லி யிருக்கவே மாட்டேன்.

அவனுக்கு ஆபரேஷன் செய்யப் போகிறார்கள் என்பதில் தங்கவேலு வுக்கோ அவன் மனைவிக்கோ சிறிதும் கவலை ஏற்பட்டதாகத் தெரிய வில்லை. "நமக்கு இருக்கும் தொல்லை போதாது என்று, ஆஸ்பத்திரிக்கும் வேறு அலைய வேண்டியிருக்கிறது" என்று தங்கவேலு என்னிடம் கூறியதுபோலவே, அவர் மனைவியும் அதேபோன்ற ஒரு வெறுப்பை வேறு வார்த்தைகளில் என் மனைவியிடம் வெளியிட்டிருக்கிறாள் என்பதை அறிந்து கொண்டேன். இத்தனைக்கும் நடுவில், அவனுக்காகப் "பாவம்!" என்ற ஒரு சொல்லையாவது இரக்கத்தோடு உச்சரித்துக் கொண்டிருந்தவள் என் மனைவி ஒருத்திதான்.

தங்கவேலு சொன்னபடியே அவனுக்கு அப்புறம் ஆபரேஷன் செய்யப்பட்டது. அதற்கு முன்பு ஒரு நாள் என் மனப்போக்கை அடியோடு மாற்றி, என்னை நினைத்து நானே வெட்கப்படும்படியாகவும், அவனை நினைத்து நான் கண்ணீர்விடும்படியாகவும் ஒரு சம்பவம் நடந்தது. எதிர்பாராத இந்தச் சம்பவம் நடந்திராவிட்டால், அவனுடைய கதையைப்பற்றி நான் இப்போது பிரஸ்தாபித்திருக்கவே மாட்டேன்.

அன்று இரண்டாவது சனிக்கிழமை. எனக்கு விடுமுறை. வீட்டிலேயே இருந்தேன். தங்கவேலு எங்கோ வெளியே போயிருந்தார். அவருடைய மனைவி தன் இரு குழந்தைகளோடு பகல் காட்சி சினிமாப் பார்க்கப் பதினொரு மணிக்கே கியூவில் நிற்கப் போய்விட்டாள் என்று கேள்விப்பட் டேன். மத்தியானம் ஒரு மணிக்கு ஒருவன் வந்து, "குப்புசாமி இருக்கிறாரா?" என்று கேட்டான். அவனுக்குச் சுமார் முப்பது வயது இருக்கும்.

"குப்புசாமியா? அப்படி இங்கே யாரும் இல்லையே! நீ யார்?" என்று நான் கேட்டேன்.

"காஞ்சிபுரம். அங்கிருந்துதான் குப்புசாமி இங்கே வந்தாரு. இது தங்கவேலு வூடுதானே ?"

"ஆமாம், ஆனால் குப்புசாமின்னு யாரும் இல்லையே இங்கே!"

"இங்கேதான் வந்தாருங்க – வவுத்து வலிக்கு மருந்து சாப்பு டணும்னு . . ."

இந்தச் சம்பாஷணையை உள்ளேயிருந்து கேட்ட என் மனைவி எழுந்து ஓடி வந்தாள்.

"குப்புசாமி அந்தப் பையன்தான்; ஆஸ்பத்திரியிலே சேர்த்திருக்கிற பையன்" என்றாள்.

"ஓஹோ !" என்று விஷயத்தைத் தெரிந்துகொண்டு, அவனைப் பார்த்து, "ஏன், என்ன விஷயம்? தங்கவேலு வெளியே போயிருக்கிறாரே" என்றேன்.

"எப்போ வருவாரு? அவங்க வூட்லே ஆரும் இல்லிங்களா?"

"எல்லோரும் வெளியிலே போயிருக்கிறாங்க. அவசரமா ஏதாவது சொல்லணுமாப்பா?"

"குப்புசாமியைப் பார்க்கத்தான் வந்தேங்க. ஊருக்கும் அவசரமாப் போகணும். அவங்க வர ரொம்ப நேரமாவுங்களா?... குப்புசாமி இங்கே வந்தாரா இல்லையா?" என்று கவலையோடு அவன் கேட்டான்.

குப்புசாமி வந்தான் என்றும், ஆஸ்பத்திரியில் சேர்க்கப்பட்டிருக் கிறான் என்றும் தெரிவித்துவிட்டு, "வந்த காரியம் என்ன?" என்று கேட்டேன். அந்தக் கேள்விக்கும் அப்புறம் நான் கேட்ட இரண்டொரு கேள்விகளுக்குப் பதில் சொல்லும் முறையில் அவன் அரைமணி நேரம் என்னோடு பேசியிருப்பான்.

அவன் குப்புசாமிக்கு நன்றாகத் தெரிந்தவனாம். சிநேகிதன் என்று தன்னை அவன் சொல்லிக்கொள்ளவில்லை. உண்மையும் அதுவாகத்தான் இருக்கவேண்டும்போல் தோன்றியது. முந்தின நாள் இரவு சென்னையில் உள்ள தன் சொந்தக்காரர் ஒருவரைப் பார்க்க வந்தவன், ஊர் திரும்பும் வழியில் அவசர அவசரமாகக் குப்புசாமியைப் பார்க்க வந்திருக்கிறான்.

குப்புசாமி வேலை செய்துவந்த சைக்கிள் கடைக்கு எதிரே ஒரு விறகுக் கடையில் அவன் கூலி வேலை செய்பவன். அவனுடைய பக்கத்து வீட்டுக்காரன் வீரப்பன் என்பவனும் குப்புசாமியும் ரொம்ப ரொம்பச் சிநேகமாம். குப்புசாமிக்குத் தன் தங்கையை கல்யாணம் செய்துகொடுக்கவும் நினைத்திருந்தானாம் வீரப்பன். அவளுக்கும் மிகவும் விருப்பமாம். ஆனால் தனக்கு நோய் வந்துவிட்டதனால், அவளை வேறிடத்தில் கொடுக்கும்படி குப்புசாமியே வற்புறுத்திச் சொன்னானாம். அதன்பேரில் வேறு வழியில்லாமல் அந்தப் பெண்ணை மற்றோர் இடத்தில் கட்டிக்கொடுத்தார்களாம்.

வீரப்பன் எந்த நேரம் பார்த்தாலும் குப்புசாமியின் நினைவாகவே இருக்கிறான் என்றும், "அவன் இனிப் பிழைப்பானா" என்று சொல்லிக் கூட இரண்டொரு நாள் தாரை தாரையாகக் கண்ணீர் விட்டு அழுதான் என்றும் உருக்கமாகச் சொன்னான் காஞ்சிபுரத்துக்காரன்.

குப்புசாமி நோய் காரணமாக வேலையை இழந்திருந்த சமயத்தில் தாய்மாமன் வீட்டில் துன்பப்பட்டுக்கொண்டிருந்தபோது வீரப்பன்தான் அவ்வப்போது அவனை அழைத்துவந்து சாப்பாடு போடுவானாம். வீரப்பன் வீடு கட்டுகிற ஒரு மேஸ்திரியிடம் சிப்பந்தியாக வேலை செய்பவன். சில நாட்கள் வேலையில்லாமல் போய் வரும்படியும் இல்லாமல் கஷ்டப்படுகிற ஏழையாக இருந்தாலும், கடன் வாங்கியாவது சிநேகிதனுக்கு உதவி செய்து வந்தானாம் வீரப்பன்.

காஞ்சிபுரத்துக்காரன் இதைச் சொல்லும்போது, 'இவனுக்கு (குப்பு சாமிக்கு) இப்படி ஒரு நட்பா? இவன் உயிருக்கு இவ்வளவு மதிப்புக் கொடுக்கிற ஓர் ஆத்மாவும் இந்த உலகத்தில் இருக்கிறதா?' என்று நான் வியந்துகொண்டிருந்தேன்.

ஒருவன் இருக்கிறான்

காஞ்சிபுரத்தான் பேச்சை முடித்துக்கொண்டு, ஊருக்குப் புறப்படத் தயாரானான்.

"சரிங்க, அப்போ நான் போயிட்டு வர்ரேனுங்க. குப்புசாமி கிட்டக் குடுக்கச் சொல்லி வீரப்பன் ஒரு லெட்டர் குடுத்தான் இதைக் குடுத்துடுங்க. மூணு ரூபாயும் குடுத்தனுப்பினான்..."

சட்டைப் பையிலிருந்து கடிதத்தையும் மூன்று ரூபாயையும் எடுத்து, "குப்புசாமிகிட்டே குடுத்துடுங்க. இல்லே, தங்கவேலு கிட்ட வேணும் னாலும் குடுத்துடுங்க. இன்னொரு சமயம் பட்டணம் வந்தா ஆசுபத்ரிலே போயி பார்க்கிறேன்" என்று சொல்லி விட்டுக் கடிதத்தையும் ரூபாயையும் என்னிடம் கொடுத்தான். அப்புறம் ஒரு நிமிஷம் எதையோ யோசித்துப் பார்த்தான். மனசுக்குள் கணக்குப் போடுகிறவன்போல் அவனுடைய முகபாவனையும் தலையசைப்பும் இருந்தன. மறு நிமிஷத்திலேயே, "இந்தாருங்க, இதையும் குப்புசாமிக்குக் குடுக்கச் சொல்லுங்க" என்று சொல்லித் தன் இடது கையில் தொங்கிய துணிப் பையிலிருந்து இரண்டு சாத்துக்குடிப் பழங்களை எடுத்துக் கொடுத்தான்.

"என் பசங்களுக்கு நாலு பழம் வாங்கினேன். போகட்டும். இவரு ஆசுபத்ரிலே இருக்கிறாரு. நாம்ப வேறு என்னத்தைச் செய்யப் போறோம்?"

இத்துடனும் அவன் நிறுத்தவில்லை! தன் உபயமாக ஒரு ரூபாய் நோட்டு ஒன்றை எடுத்து என்னிடம் கொடுத்து, குப்புசாமியிடமோ தங்கவேலுவிடமோ சேர்க்கச் சொன்னான். அவன் குப்புசாமிக்காகத்தான் கொடுத்தானோ, குப்புசாமிக்காகக் காஞ்சிபுரத்தில் இருந்துகொண்டு கண்ணீர் வடிக்கும் அந்த வீரப்பன், குப்புசாமியின் உயிருக்குக் கொடுக்கும் மதிப்பைக் கண்டுதான் கொடுத்தானோ?

"போய்ட்டு வர்ரேங்க; அம்மா, போய்ட்டு வர்ரேன்."

என்னிடமும் என் மனைவியிடமும் விடைபெற்றுக்கொண்டு காஞ்சி புரத்துக்காரன் போய்விட்டான்.

நான்கு ஒரு ரூபாய் நோட்டுகளையும் இரண்டு சாத்துக்குடிப் பழங்களையும் திண்ணையில் ஒரு பக்கத்தில் வைத்துவிட்டு, அவன் கொடுத்த கடிதத்தின் மடிப்பைப் பிரித்து வாசித்துப் பார்த்தேன். வீரப்பன் எழுதிய அந்தக் கடிதத்தில் எழுத்துப் பிழைகளையும் பிற தவறுகளையும் திருத்திக் கீழே கொடுக்கிறேன்.

"என் உயிர் நண்பன் குப்புசாமிக்கு எழுதிக்கொண்டது. நீ இங்கிருந்து போனதிலிருந்து என் உயிர் இங்கே இல்லை. சதா உன் ஞாபகமாகத்தான் இருக்கிறேன். கடவுள் அருளால் நீ உடம்பு சௌக்கியமாகி வரவேண்டும் என்று தினமும் ஒரு தடவை கோவிலுக்குப் போய்க் கும்பிடுகிறேன். எனக்கு இப்போது வேலை இல்லை. கொஞ்ச நாட்களாக வருமானம் இல்லாமல் இருக்கிறேன். நேற்று கட்டைத் தொட்டி ஆறுமுகம் பட்டணம் போவதாகச் சொன்னான். உடனே, ஓடி ஒருவரிடம் மூன்று ரூபாய் கடன் வாங்கி அவனிடம் கொடுத்தனுப்பியிருக்கிறேன். நானே வரலாம் என்று பார்த்தேன். வந்தால் இந்த மூன்று ரூபாயும் பஸ்ஸுக்குச்

செலவாகிவிடும். உனக்குச் சமயத்தில் உதவியாக இருக்கும் என நினைத்து, நான் ரூபாயைச் செலவழித்துக்கொண்டு வராமல், ஆறுமுகத்திடம் கொடுத்தனுப்பி இருக்கிறேன். இன்னோர் இடத்திலும் பணம் கேட்டிருக் கிறேன். கிடைத்தால் நான் சீக்கிரம் உன்னைப் பார்க்க வருவேன். உன்னைப் பார்த்தால்தான் நான் தின்னும் சோறு சோறாக இருக்கும். கடவுள் துணை.

உன் நண்பன்
க. வீரப்பன்,
காஞ்சிபுரம்."

கடிதத்தைப் பார்த்துவிட்டு நிம்மதியோடு என்னால் உட்கார்ந்திருக்க முடியவில்லை. என் மனைவியின் எதிரே கண்ணீர்விடவும் வெட்கமாக இருந்தது. அவளிடம் கடிதத்தைக் கொடுத்து, "படித்துப் பார்" என்று அவசர அவசரமாகச் சொல்லிவிட்டு, குளிக்கும் அறைக்குள் போய் உண்மையிலேயே கண்ணீர் சிந்தி அழுதுவிட்டேன். முகத்தைக் கழுவிக் கொண்டு நான் வெளியே வந்தபோது, என் மனைவி வழக்கம்போல் இரக்கம் நிறைந்த குரலில், "பாவம்!" என்றாள். "ஏழைகள்தான் எவ்வளவு பிரியமாக இருக்கிறார்கள்!" என்று பரவசத்துடனும் உணர்ச்சிப் பெருக்குடனும் சொன்னாள்.

எனக்கு ஒன்றும் தோன்றவில்லை. எதுவும் சொல்லாமல் அவள் முகத்தையே பார்த்துக்கொண்டு நின்றேன். பிறகு, மனத்தில் நினைத்ததைச் சற்றும் தயங்காமல் அவளிடம் சொல்லியே விட்டேன்.

"நாமும் தங்கவேலுவோடு இன்னிக்கு ஆஸ்பத்திரிக்குப் போகலாமா?" மனைவி ஆச்சரியப்பட்டாள் என்பதைவிட, என் சொற்களைக் கேட்டு ஆனந்தம் அடைந்தாள் என்றுதான் சொல்லவேண்டும்.

"போகலாமே. ஒரு டஜன் சாத்துக்குடி வாங்கிக்கொண்டால் நல்லது. சும்மாவா போவது?"

நான்கு ரூபாயையும், கடிதத்தையும், அந்த இரண்டு சாத்துக்குடிப் பழங்களையும் உள்ளே கொண்டு போய் வைக்கச் சொன்னேன். தனியாக உட்கார்ந்திருந்த நான் என்னை நினைத்தே வருந்தியதையும் வெட்கப் பட்டதையும் விவரிக்கவே முடியாது. காஞ்சிபுரத்தில் இருக்கும் வீரப்பனை, உலகமே வெறுத்து ஒதுக்கிய குப்புசாமியிடம் உயிரையே வைத்திருக்கும் அந்தப் புண்ணிய மூர்த்தியைப் பார்க்க வேண்டும்போல் இருந்தது. 'குப்புசாமிக்கும் ஒருவன் இருக்கிறான். குப்புசாமிக்கு மட்டுமா? எனக்குமே ஒருவனாக அவன் இருக்கிறான்.'

பழங்கள் வாங்கக் கடைத்தெருவுக்குப் போனேன்.

❖

கலைமகள், பிப்ரவரி 1966

வரம் வாங்கியவர்

அத்திப்பட்டி சுப்பா நாயக்கர், குளத்தங்கரைப் பிள்ளையாருக்குப் பக்கத்தில் கிடக்கும் ஒரு பாராங் கல்லில் உட்கார்ந்தார். அப்போது அவ்வூரைச் சேர்ந்த மூன்று வாலிபர்கள் அந்தப் பக்கம் சைக்கிளில் வந்தார்கள்; சினிமாப் படம் பார்ப்பதற்காக எட்டு மைல் தூரத்தில் உள்ள கோவில்பட்டிக்குப் போய்க்கொண்டிருந்தார்கள் அவர்கள்.

ஒருவகைப் பெருமிதத்துடன் அவர்கள் சிரித்துப் பேசிக்கொண்டு போவதைப் பார்த்த சுப்பா நாயக்கருக்குக் காறித் துப்புவோமா என்று இருந்தது. "வீணப் பயல்கள்! படிச்ச பயல்களாம்! என்னத்தைக் கண்டு இந்தக் கும்மாளமோ? சினிமாவுக்குப் போறாங்களாம்! பெருமை தாங்கல்லே. ஊர் இருக்கிற இருப்பிலே இந்தப் பெருமை வேண்டியதுதான். எல்லாம் தலைப் புரட்டு! இந்த மாதிரி கழுதைகள் தலையெடுத்துத்தான் முன்கை – பொறங்கை நக்கிப் போச்சி பொழப்பு! அந்தக் காலத்திலே எப்படி இருந்தது ஊர்! அந்தக் களையே போயிட்டுதே, இந்த மாதிரி வீணப்பய புள்ளைகள் தலையெடுத்ததும்!.. ஊரிலே கழுதை மேய வேண்டியது ஒண்ணுதான் பாக்கி!"–இப்படி ஒரேயடியாக மனம் வெறுத்துத் தமக்குத் தாமே பேசிக்கொண்டிருந்தார் நாயக்கர். அந்தி மயங்கி இருட்டத் தொடங்கியும்கூட அவர் அந்த இடத்தைவிட்டு எழுந்திருக்கவில்லை.

சிறிது நேரத்தில் தெருக்களில் மின்சார விளக்குகள் போடப்பட்டன. ஒடுங்கிக்கிடக்கும் கூரை வீடுகளும்

வேப்பமரங்களில் பட்டொளி வீசிப் பறந்துகொண்டிருக்கும் நான்கு வெவ்வேறு அரசியல் கட்சிகளின் கொடிகளும் அவர் கண்ணில் பட்டன. எதிரே இருந்த பள்ளிக்கூடத்தையும் பார்த்தார். அவருடைய வெறுப்பு உணர்ச்சியை அவராலேயே தாங்கமுடியவில்லை. ஊரைவிட்டே போய்விடத் தோன்றியது அவருக்கு. ஒருவழியாகக் கல்லாசனத்தைவிட்டு அவர் எழுந்தபோது ராமக்கவுண்டர் வரக் கண்டார். "என்ன, ராமக்கவுண்டரே, மிளகாத் தோட்டத்திலிருந்து வர்ராப்லேயா?" என்று கேட்டார்.

"ஆம, சித்தப்பா. இப்பத்தான் வர்ரேன்" என்றார் ராமக்கவுண்டர்.

(வெவ்வேறு ஜாதியினரும் பரஸ்பரம் சித்தப்பா–பெரியப்பா, மாமன்–மருமகன் என்று முறைபோட்டுப் பேசுவது அந்தக் கிராம வழக்கம்.)

"இவ்வளவு நேரமும் என்ன வேலை அப்படி?" என்று கேட்டார் நாயக்கர்.

கவுண்டர் அந்தக் கேள்விக்குப் பதில் சொல்லாமல், மிகவும் சலிப்புடன் "என்னமோ போங்க, சித்தப்பா! எனக்கு ஒண்ணுமே பிடிக்கல்லே. இடுப்பு ஒடியப் பாடுபட்டும் ஒரு புண்ணியத்தையும் காணோம். இப்படிப் பாடுபடுறதைவிட நாலுவீட்டிலே பிச்சை வாங்கிப் பொழைக்கலாம்" என்று சொல்லிவிட்டு, களைப்பு மிகுதியால் நெடுமூச்சு விட்டார்.

"எல்லாருடைய பொழப்பும் அப்படித்தான் இருக்கு, கவுண்டரே! நீர் மட்டும் என்ன? ஊருக்குள்ளே ஒவ்வொரு சம்சாரியும் (விவசாயியும் என்று அர்த்தம்) தலையிலே கையை வச்சிக்கிட்டுத்தான் இருக்கிறான். அப்படி ஆயிட்டுது ஊரு!– ஏன் ஆவாது? ஒவ்வொரு பயலும் காலாலேயா நடக்கிறான்? தலையாலே இல்லை நடக்கிறான்! ஊரு எங்கே விருத்திக்கு வரும்? சம்சாரி எங்கே செழிப்பான்? . . . அவ்வளவு தான் . . . எல்லாம் போச்சு . . ." என்று நாயக்கர் சரமகவி பாடினார்.

"சித்தப்பா, ஒரு சங்கதி! முதல் முதல ஒங்ககிட்டதான் சொல்றேன். இந்த மிளகாத் தோட்டத்தை யாராவது வாங்கிக்கிடுறதா இருந்தா நான் இப்படியே குடுத்துறத் தயார். இதை வச்சிக்கிட்டிருந்தா நமக்கு இனிமே கட்டி வராது . . ."

"என்ன கவுண்டரே! இப்படி யோசனை பண்ணிப்பிட்டீரு! இது என்ன வேலை? உள்ளதையும் குடுத்துட்டு அப்புறம் என்ன பண்ண லாம்னு இருக்கிறீரு? ஏதாச்சும் யாவாரம் பண்ணலாம்னா?"

"யாவாரமாவது, தாவாரமாவது! அதில்லே, சித்தப்பா, இந்தத் தோட்டத்தை விட்டுட்டா ஒருவழியாச் சொமை கொறையும்னு பார்க்கிறேன். வெள்ளாமைச் செலவாவது மிஞ்சும். கடன் வாங்கிக் கடன் வாங்கி மண்ணிலே போட்டுட்டு, நாம என்ன மண்ணையா திங்கிறது?"

"விக்கிற பேச்சு மட்டும் வேண்டாம். அந்தக் காலத்திலே பெரியவங்க தேடி வச்சிட்டுப் போனதை விக்கிறது ஒரு சாமர்த்தியமா? இண்ணைக்கு

நம்மளாலே ஒரு செண்டு நெலம் வாங்க முடியுமா, செண்டு நெலம்? அதைக் கொஞ்சம் யோசனை பண்ணிப் பாரும்"—நாயக்கர் இப்படிச் சொன்னது கவுண்டருக்குச் சரியாகவே தோன்றினாலும், விற்கும் யோசனையை அவரால் கைவிட முடியவில்லை. அதனால் திரும்பத் திரும்ப அதையே கூறினார்.

"வலியப் போய்த் தோட்டத்தை விக்கிறேன்னு சொன்னா ஒரு பய வாங்கமாட்டான். அப்படியே வாங்கினாலும் கால் விலை—அரைக்கால் விலைக்குத்தான் கேப்பான். வலியப்போன கொமரியும் கெழவி! அதனாலே சொல்றேன். பேசாம பல்லைக் கடிச்சிக்கிட்டு இந்த வருஷம் வெள்ளாமையைக் கெவனியும். தெரிஞ்சுதா? மத்தச் சங்கதிகளைப் பிறகு பார்த்துக்கிடுவோம்" என்ற நாயக்கர், "சரி, நேரமாகுது. வாரும். போவோம்" என்று கவுண்டரையும் அழைத்துக் கொண்டு ஊரை நோக்கி நடந்தார்.

வீட்டுக்கு வந்த நாயக்கர் கம்பஞ்சோற்றைக் காணத் துவையல் வைத்துக்கொண்டு சாப்பிட்டார். அப்போது அவருடைய மூத்த மகன் திருப்பதி வந்து, அவரிடம் ஒரு செய்தியைச் சொன்னான். பக்கத்து ஊர் கிருஷ்ணசாமி நாயுடு, "அந்தப் புரோநோட்டைக் கொஞ்சம் கவனிக்கணும், திருப்பதி. இந்த வருஷம் மிளகாப் பறியிலாவது கடனைத் தீர்த்துடணும். போன வருஷம்தான் முடியாமப் போச்சி. இந்த வருஷமும் அப்படிப் பண்ணிறக்கூடாது. எனக்குத் தீவாளிச் செலவுக்கு ரூவா வேணும். ஐயா (அப்பா) வந்தாக் கண்டிப்பாச் சொல்லு. இன்னொரு தடவை நான் யாவுகப்படுத்தமாட்டேன்; சொல்லிட்டேன்" என்று நயமாகவும் எச்சரிக்கையாகவும் பேசிவிட்டுப் போனதையும் திருப்பதி சொல்லவே, நாயக்கருக்குக் கொஞ்சநஞ்சம் இருந்த தெம்பும் போய் விட்டது. "சரி" என்று சொல்லிவிட்டுக் கையைக் கழுவினார். படுத்துத் தூங்குவதற்காக எழுந்து போனார்.

ராமக்கவுண்டர் தோட்டத்தை விற்க நினைப்பதுபோல் தாமும் தம்முடைய தோட்டத்தை விற்றுவிட்டால்கூடத் தேவலை என்று நாயக்கருக்குத் தோன்றிவிட்டது. வயிற்றுக்குச் சோறில்லாவிட்டாலும் சும்மா கிடக்கலாம்; கடனை வைத்துக் கொண்டு சும்மா கிடக்கமுடியாது என்று நினைத்தபடி அவர் படுத்திருந்தபோது, யாரோ ஒருவர் வீட்டு ரேடியோவில் திடீரென்று பாடத்தொடங்கிய சினிமாப் பாட்டு அவர் காதில் விழுந்தது.

"இதெல்லாம் வந்துதான் ஊர் இப்படி ஆச்சு. இப்ப எவனாவது வந்து இந்த ஊரையே அடக்கிப் பிடிச்சுக் கொளுத்தணும். பயலுக அத்தனைபேரும் மாடுகண்ணோட கரிஞ்சி சாகணும். அதை என் கண்ணாலே பார்க்கணும்! ரேடியோவாம்! பாட்டாம்! சினிமாவாம்!" என்று சபித்தார் நாயக்கர். அப்போது அவருக்கு "அந்தக் காலம்" ஞாபகத்துக்கு வந்துவிட்டது.

அத்திப்பட்டி கிராமத்தில் நூறு வீட்டுக்காரர்களும் ஒருமிக்க மதித்துக் கெளரவித்து வந்த வீடு சுப்பாநாயக்கரின் வீடு. இருபது வருஷங்களுக்கு

முன் வரையில்கூட அந்தக் கிராமத்தில் அவர் வீடுதான் பெரிய பண்ணையாக இருந்தது. அவருடைய தகப்பனார் நூற்றைம்பது ஏக்கர்கள் வைத்துப் பிழைத்த எட்டு ஏர் விவசாயி. அவர் காலத்திலேயே சுப்பா நாயக்கருக்கும் அவருடைய நான்கு சகோதரர்களுக்கும் கல்யாணமாகி விட்டது. ஒவ்வொரு கல்யாணமும் ஒரு திருவிழாவைப் போல மூன்று நாள் நடந்தது. ஊரில் மற்ற எல்லா வீடுகளிலும் அந்த மூன்று நாளும் சமையல் கிடையாது; எல்லோருக்கும் அவர் வீட்டில்தான் சாப்பாடு.

அவருக்குச் சொந்தமாயிருந்த நூற்றைம்பது ஏக்கர் நிலமும் மானம் பார்த்த பூமி; நல்ல கரிசல். கம்பு, குதிரைவாலி, சாமை, காடைக்கண்ணி, வரகு, தினை ஆகிய தானியங்களும், பருத்தி, உளுந்து, பாசிப்பயறு, காணம் (கொள்ளு), தட்டைப் பயறு (காராமணி), மொச்சை, வேர்க்கடலை போன்றவையும் விளையும் நிலங்கள். பருவத்தில் மழை பெய்துவிட்டால் தங்கமே விளைந்த மாதிரிதான். அவர் காலத்தில் வீட்டில் மூலைக்கு மூலை நவதானிய மூட்டைகள் அடுக்கிக் கிடக்கும். பாலும் மோரும் பெரிய பெரிய மிடாக்களில் பொங்கி வழியும்.

அவர் காலமான பிறகு ஐந்து சகோதரர்களும் பாகப்பிரிவினை செய்துகொண்டார்கள். சுப்பா நாயக்கர் மூத்தவர். அதனால் குடும்பத் துக்குச் சொந்தமான ஒரே தேங்காய்த் தோட்டத்தை—அந்த மூன்றரை ஏக்கரை—பங்கு போடாமல் அவருக்கே கொடுப்பதென்றும், அதற்குத் தகுந்தபடி புஞ்சை நிலத்தில் பங்கு வீதத்தைக் குறைத்துக்கொள்வதென்றும் முடிவாயிற்று. அந்த விதமாக சுப்பா நாயக்கருக்கு இருபத்தொரு ஏக்கர் புஞ்சை நிலங்களும் மூன்றரை ஏக்கர் தோட்டமும் கிடைத்தன. பூர்வீக வீடும் அவருக்கு என்று ஒதுக்கப்பட்டது. அதில் அவரும், அவருடைய மூன்று புதல்வர்களும், ஒரு மகளும் வசித்தார்கள்.

வெகு சீக்கிரத்திலேயே தங்கை நாச்சியாரம்மாளைக் கிழக்கே ஓர் ஊரில் கட்டிக்கொடுத்தார் நாயக்கர். மூத்த மகன் திருப்பதிக்கும் கல்யாணம் செய்துவைத்தார். குடும்பம் பெரிய குடும்பமாக இருந்தாலும், நன்றாக விளையக்கூடிய நிலங்கள் இருந்தமையால், தகப்பனார் காலத்தில் வாழ்ந்ததைப் போலவே சௌகரியமாக – பெரிய பண்ணை என்ற பழைய பெயருக்கேற்ப – வாழ்ந்து வந்தார் சுப்பா நாயக்கர்.

ஐந்தாறு வருஷங்களுக்குப் பிறகு பருவ மழை சரிவரப் பெய்யாமல் போய்விட்டது. அதன் காரணமாக அந்த வருஷம் விளைச்சல் கால்வாசிக்கு மேல் குறைந்து, வரவுக்கும் செலவுக்கும் சரி என்று கணக்கு முடிந்தது. மறு வருஷமோ பருவ மழை அறவே பெய்யவில்லை. விளைச்சலும் இல்லை. மூன்றாம் வருஷம் நல்ல மழை பெய்து நன்றாக விளைந்தது. அது முந்திய வருஷ நஷ்டத்தையும் ஓரளவு ஈடுகட்டியது. ஆனால் நான்காம் வருஷத்திலோ, பருவ மழை பெய்தும் விளைச்சலில் ஒன்றுக்குப் பாதி கூடத் தேறவில்லை.

தோட்ட வெள்ளாமையோ இன்னும் மோசம். கூனிக்குறுகி வளர்ந்த மிளகாய்ச் செடிகளில் பூச்சியும் விழுந்தது. செடிகளில் முக்கால்வாசி இலைகள் உதிர்ந்துவிட்டன. உழவு–நடவுக்கும், தண்ணீர் இறைவைக்கும்

செலவழித்ததில் கால்வாசி தேறுவதற்குக் கூடக் காய்ப்பு இல்லை. பரம்பரை பரம்பரையாகப் பெரிய பண்ணை என்று செல்வமும் செல்வாக்கும் பெற்றிருந்த வீட்டின் சொந்தக்காரரான சுப்பா நாயக்கர், அந்த வருஷம் குடும்பச் செலவுக்குப் பக்கத்து ஊரில் புரோநோட்டு எழுதிக்கொடுத்து முந்நூறு ரூபாய் கடன் வாங்கும்படி நேர்ந்துவிட்டது. இது வெளியே தெரிந்துவிடாமல், குடும்ப கௌரவத்தை உத்தேசித்து மறைத்து வைக்கப்பட்டாலும், நாயக்கரையும் அவர் மனைவியையும் நோய்மாதிரி உள்ளூர அரித்துத் தின்றது.

அடுத்த வருஷம் வழக்கம்போல் சாகுபடி வேலைகளைத் தொடங்கினார். மழையும் காலத்தில் பெய்தது. "இந்த வருஷம் மீண்டுவிடுவோம்" என்று நாயக்கர் தைரியமாக நடமாடி வந்தார். ஆனால்... புன்செய் வெள்ளாமை அந்த வருஷமும் படுத்துவிட்டுது. தோட்ட வெள்ளாமையோ அறவே கிடையாது. மிளகாய்ச் செடிகள், கத்திரி, வெண்டை, சீனி அவரை (கொத்தவரை) போன்ற எந்த செடியுமே ஒரு முழ உயரத்துக்குக் கூட வளரவில்லை. நாயக்கருக்கு இடிவிழுந்ததுபோல் ஆகிவிட்டது. தமக்குப் போதாத காலம் வந்துவிட்டதா, குடும்பத்தின் இறங்கு காலம் ஆரம்பமாகிவிட்டதா என்றெல்லாம் கவலைப்பட்டார். "அப்படி இருந்தாலும் பரவாயில்லையே! சாமிக்கு விசேஷப் பொங்கல் வைத்துப் பரிகாரம் தேடிக்கொள்ளலாமே! ஊரில் எவன் தோட்டத்திலுமே மிளகாய் சரியாகக் காய்க்கவில்லையே! அத்தனை பேரும் அழுதுகொண்டிருக்கிறார்களே! இது என்ன சாபக்கேடு?" என்று நினைத்துக் கலங்கினார் நாயக்கர். அந்த வருஷமும் பக்கத்து ஊர்ப் புள்ளிகளிடம் கடன் வாங்கித்தான் காலம் தள்ளவேண்டி வந்தது.

"ஊரை ஏதோ ஒரு பெரிய பீடை பிடித்து ஆட்டுகிறது" என்று நினைத்த அவருக்கு ஊரில் சமீபத்தில் ஏற்பட்ட மாறுதல்கள் ஞாபகத்துக்கு வந்தன—என்ன மாறுதல்கள்? தெருக்களிலெல்லாம் மின்சார விளக்குகள் போடப்பட்டிருக்கின்றன. கிராமத்தைப் பிரதான சாலைகளோடு இணைத்து நல்ல ரோடுகள் போட்டிருக்கிறார்கள். இரண்டு விவசாயிகள் பம்புசெட்டுகள் வாங்கி வைத்துத் தண்ணீர் பாய்ச்சுகிறார்கள். சில வீடுகளில் ரேடியோவும் பாடிக்கொண்டிருக்கிறது. கிராமத்தில் புதிதாகப் பள்ளிக்கூடம் கட்டப்பட்டு, சுமார் அறுபது பிள்ளைகள் படிக்கிறார்கள். இவை யாவும் புது மாறுதல்கள்.

"ஆனால் இதுகளுக்கும் வெள்ளாமை விழுந்துபோனதற்கும் என்ன சம்பந்தம்? ஒரு சம்பந்தமும் இருக்க முடியாதே" என்று அவர் திகைத்தார். ஏதோ தெய்வக் குற்றம்போல், ஊரோடு கஷ்டப்படுவதற்கு மனிதர்களின் அக்கிரமமான நடவடிக்கைகள்தான் காரணமாக இருக்க வேண்டும் என அவருக்குத் தோன்றியது.

அப்போது அந்த ஊர் வாலிபர்கள் தமக்குப் பிடிக்காத விதங்களில் நடந்துகொள்ளுவது அவருக்கு ஞாபகம் வந்தது. அவைதான் அக்கிரமங்களாக இருக்க வேண்டும் என்று அவருக்குத் தோன்றியது. கோவில்பட்டியில் படித்துவிட்டு வந்த நாலைந்து வாலிபர்கள் காடு கரைகளுக்குப் போய் விவசாய வேலைகளைச் செய்யாமல், தினசரிப் பத்திரிகைகளை

வாங்கிப் படித்துக்கொண்டும் ஊரில் பொதுக்கூட்டங்கள் போட்டுப் பிரசங்கம் பண்ணிக்கொண்டும் ஒவ்வொரு மரத்திலும் ஒவ்வொரு கட்சிக் கொடியைப் பறக்கவிட்டுக் கொண்டும் இருப்பது தெய்வத்திற்கே பொறுக்கவில்லை என்று உறுதியாக நினைத்தார் நாயக்கர்.

அந்த வாலிபர்கள் அம்மட்டோடும் நிற்கவில்லை. வாரத்திற்கு இரண்டு தடவை கோவில்பட்டிக்குச் சினிமா பார்க்கவும் போய்க்கொண் டிருந்தார்கள். அவர்களைப் பார்த்து, நல்ல உழைப்பவர்களாக இருந்த மற்ற வாலிபர்களும் சினிமாப் பைத்தியம் பிடித்து, வீட்டிலிருந்த சில்லறைக் காசுகளை எடுத்துக்கொண்டு கோவில்பட்டிக்கு ஓடினார்கள். இந்த வெட்டிக்கூட்டம் ஊருக்குள் நாளுக்கு நாள் அதிகமாகிக் கொண்டும் வந்தது. இப்படி வாலிபர்கள் தலைகீழாக மாறியதுதான், பூமாதேவி கையை விரிப்பதற்குக் காரணம் என்ற அபிப்பிராயம் நாயக்கருக்குப் பலமாக விழுந்துவிட்டது. அன்று முதல் அவருக்கு ஊரில் எந்த வாலிபனைப் பார்த்தாலும் எரிச்சலும் ஆத்திரமுமாக இருந்தது. கட்சிக் கொடிகளைக் கண்டாலே காறித் துப்புவார். அத்துடன் ஊரில் புதிதாக ஏற்பட்ட நல்ல மாறுதல்களையும்கூட வெறுக்கத் தொடங்கினார். மின்சார விளக்குகள், பள்ளிக்கூடம் போன்றவையும் அவருக்கு அறவே பிடிக்காமல் போய்விட்டன. எல்லா மாறுதல்களையுமே ஊரில் நிலவிய தரித்திரத்துக்கு ஆதி காரணங்களாகக் கருதிவிட்டார்!

படுத்துக்கொண்டே யோசித்தார் நாயக்கர். தங்கை நாச்சியாரம்மாளின் மகள் அலமேலுவுக்குக் கல்யாண வயது வந்துவிட்டது. தம்முடைய இரண்டாவது மகன் கந்தசாமிக்கு அவளைக் கல்யாணம் பண்ணி வைக்க வேண்டும் என்று எப்போதோ முடிவு செய்துவைத்திருந்தார் அவர். ஆனால் அன்றாடப் பிரச்சினையே பெரிதாகிவிட்டபடியால் கல்யாணத்தைக் காலவரையறையின்றித் தள்ளிவைக்க வேண்டியதாகி விட்டது. கந்தசாமியும், “கஷ்டஜீவனம் பண்ணிக்கொண்டு அத்திப்பட்டி யில் அவஸ்தைப் படுவதைவிட, கோவில்பட்டிக்கு மில் வேலை செய்யப் போகலாம்” என்று போய்விட்டான். கடைசி மகன் சீனி வெளியூருக்கு மேல்படிப்புப் படிக்கப் போக வேண்டும் என்று ஆசைப்பட்டான். ஆனால் அவனை அனுப்பமுடியவில்லை. வருஷத்துக்கு வருஷம் கடன் ஏறிக்கொண்டு வந்தது; வட்டியும் கூடவே குட்டிபோட்டுக் கொண் டிருந்தது. வீட்டில் இப்போது பால், மோர் என்ற பேச்சே இல்லை.

ஆக, பண்ணை வீடு, பரம ஏழையின் வீடாக மாறிவிட்டது.

“இனி எப்படி நாம் கடைத்தேறப் போகிறோம்? இருக்கிற நிலத்தையும் தோட்டத்தையும் கடன்காரர்களுக்கு விட்டுவிட்டு, வீட்டோடு ஊரை விட்டு வெளியேறுவதைத் தவிர வேறு வழி இல்லை” என்று தோன்றவே, “பூமாதேவிக்கு என்ன வஞ்சனை செய்தேன்? நாள் தவறினாலும் நான் பயிர் முகம் பார்க்கத் தவறியதில்லை. உரத்தை மலையாகக் கொண்டுபோய்க் கொட்டினேன். கூலிக்காரர்களுக்கு ஒன்றுக்கு ஒன்றரை யாகக் கொடுத்தேன். என்னை ஏன் இப்படிச் சோதிக்கணும்?” என்று நினைத்துக் கண்கலங்கினார் நாயக்கர். பாயில் மறுபுறம் திரும்பிப் படுத்துக்கொண்டு தூங்க முயன்றார். ஏறக்குறைய நள்ளிரவாகிவிட்டது.

மறுநாள் விடிந்து சிறிது நேரத்திற்கெல்லாம் குளத்தங்கரைப் பக்கம் போனார். அதே ராமக்கவுண்டரை அப்போதும் அங்கே சந்தித்தார். "வெள்ளாமை இப்படி ஆயிட்டுதே!" என்ற கவலையோடு பேசத் தொடங்கினார் நாயக்கர். முதல் நாள் மாலை கோவில்பட்டிக்கு சைக்கிள்களில் சினிமாப் பார்க்கப்போன மூன்று வாலிபர்களும் அப்போது திரும்பி வந்துகொண்டிருந்தார்கள். குளத்தங்கரையில் நின்று கொண்டிருந்த வேறு இரண்டு வாலிபர்களைப் பார்த்ததும் அந்த சைக்கிள்காரர்கள் ஒரே குரலில், "அடுத்த ஞாயிற்றுக்கிழமை கோவில்பட்டிக்கு ... விஜயம்!" என்று கம்பீரமாக அறிவிப்புக் கொடுத்தார்கள். உடனே "பேப்பரைப் பாருங்கள்" என்று சொல்லிக் கையில் இருந்த அன்றைய காலைத் தினசரி ஒன்றை அந்த இரண்டு வாலிபர்களை நோக்கி வீசி எறிந்துவிட்டு ஊருக்குள் போய்விட்டார்கள்.

பிரபல சினிமா நடிகர் ஒருவர் கோவில்பட்டிக்கு விஜயம் செய்யப் போவது பற்றிய செய்தி அது. அதை ஒருவன் வாசிக்க, மற்றவன் ரசித்துக் கேட்டுக்கொண்டிருந்தான். சற்றுத் தள்ளி நின்றுகொண்டிருந்த நாயக்கரும் கவுண்டரும்கூட அவன் வாசிப்பதைக் காதுகொடுத்துக் கேட்டனர்.

செய்தியை வாசித்து முடித்த வாலிபன், அடுத்த ஞாயிற்றுக்கிழமை கோவில்பட்டிக்குக் கட்டாயம் போக வேண்டும் என்று சொன்னான். அவனுடைய சகா, "இந்தச் சமயத்திலே பார்க்கல்லேன்னா. வேறே எப்போ பார்க்கப் போறோம்? விக்காததை வித்தாவது போய்ப் பார்த்து, ஒரு மாலையையும் வாங்கிப் போட்டுட்டுத்தான் மறு வேலை" என்றான்.

"அட முட்டாப் பயல்களா! ஊரிலே மத்தியானக் கஞ்சிக்கு வழியில்லை. அப்பனும் ஆத்தாளும் கண்முழி பிதுங்கிச் சாகிறாங்க. இந்த வீணப் பயல்கள் என்னடான்னு விக்காததை வித்து எவனையோ பார்க்கப் போறாங்களாம்!" என்று நாயக்கர் தமக்குள் ஆத்திரமாகச் சொல்லிக்கொண்டார். அவருக்கு நெஞ்சு எரிந்தது. அந்தக் காலமாக இருந்தால், வாலிபர்களைக் கண்டித்துப் புத்தி சொல்லலாம்; அவர்களும் 'பண்ணைவீட்டு ஐயா சொல்கிறார்' என்று மரியாதையாகக் கேட்பார்கள். இப்பொழுது "நீ யார் புத்தி சொல்ல?" என்று எவனுமே எதிர்த்துப் பேசுவான். இது தெரிந்து நாயக்கரும் ஒன்றும் சொல்லாமல், கவுண்டரைப் பார்த்து ரகசியக் குரலில், "பார்த்தீரா? ஊர் போற போக்கைப் பார்த்தீரான்னேன்?" என்று சொல்லிவிட்டுத் தலையை ஆட்டினார்.

அப்போது கவுண்டர், வாலிபர்களின் பேச்சை மறந்து, தாம் சொல்ல நினைத்ததைச் சொல்லத் தொடங்கினார்: "சித்தப்பா! நம்ம ஊர்ப் புஞ்சையிலும் தோட்டக்காட்டிலும் மண்ணு கச்சல் விழுந்துட்ட துன்னு சொல்றாங்க. அதனாலேதான் விளையல்லியாம்"

(கச்சல் விழுவது என்றால் மண் ஒன்றோடு ஒன்று களிபோல ஒட்டி, பளிங்கு மாதிரி இறுகிவிடுவதாகும். அப்படி இறுகிவிட்ட மண்ணில் பயிர்கள் வேர்பாவ முடியாது. செடிக்குப் பாய்ச்சிய தண்ணீரும் உள்ளே இறங்காது; போட்ட உரமும் மண்ணோடு கலக்காது.)

“என்ன எழவுன்னு தெரியல்லியே!” என்றார் நாயக்கர்.

அப்படி மண்ணில் கச்சல் விழுந்திருப்பது உண்மைதானா என்பதை நிச்சயமாகத் தெரிந்துகொள்வது எப்படி என்று இருவரும் யோசித்தார்கள். “கச்சல் விழல்லேன்னா, வெள்ளாமை ஏன் இப்படி குறையணும்?... அதுதான் சமாச்சாரம். பேசாமல் தோட்டத்தை வித்துத் தொலைச்சிற வேண்டியதுதான்” என்றார் கவுண்டர்.

இந்தச் சமயத்தில் பத்திரிகை படித்துக்கொண்டிருந்த இளைஞர் இருவரும் வீட்டுக்குப் புறப்பட்டார்கள். கவுண்டர் அவர்களைப் பார்த்து, “அந்தப் பேப்பரை இப்படிக் கொஞ்சம் குடுங்க. பார்த்துட்டுப் பிறகு வீட்டிலே கொண்டாந்து தரேன்” என்று கூறி வாங்கிக்கொண்டார்.

“நீரும் பேப்பரைக் கையிலே பிடிச்சிட்டீரா? வேறே வெனை வேண்டாம்!” என்று சொல்லிவிட்டு நாயக்கர் சிரித்தார்.

“இண்ணைக்கி வேலை வெட்டி ஒண்ணுமில்லே. இதையாவது பார்ப்பமே” என்று கூறிவிட்டுப் பேப்பரை விரித்தார் கவுண்டர். அவருக்கு எழுதப் படிக்கத் தெரியுமென்றாலும், அச்செழுத்தைப் பார்த்து வாசித்துப் பல வருஷங்களாகிவிட்டன. அதனால் தடுமாறிப் படிக்க ஆரம்பித்தார். நாயக்கரும் பேப்பர் வாசிப்பை முதல்முதலாகக் காதுகொடுத்துக் கேட்கலானார். இரண்டாவது மகாயுத்த சமயத்தில் வாய்மொழியாகச் செய்திகளைக் கேட்டறிந்திருக்கிறார் என்றாலும் இப்போதுதான் பேப்பரி லிருந்து நேரடியாகச் செய்திகளைத் தெரிந்துகொள்கிறார் அவர்.

சினிமா நடிகர் விஜயம் பற்றிய செய்தியைக் கவுண்டர் முழுக்கப் படித்து முடித்தார். உடனே ஊர் வாலிபர்களை நினைத்து ஒருமுறை காறித் துப்பினார் நாயக்கர். பிறகு சட்டசபைச் செய்திகளைக் கவுண்டர் வாசிக்கலானார். விவசாய இலாகாவின் உப–மான்யக் கோரிக்கைகளைச் சமர்ப்பித்து மந்திரி நிகழ்த்திய உரையை வாசித்தார். உர உபயோகத்தை விவசாயிகளிடையே பிரச்சாரம் செய்ய வேண்டும் என்றும், நவீன உரங்களை விவசாயிகள் தாராளமாக உபயோகிக்க அரசாங்கம் கடன் கொடுத்து உதவும் என்றும் அதில் கூறப்பட்டிருந்தது. அத்துடன், மண்வளம் பற்றிய தகவல்களும் மண்ணைப் பரிசோதனை செய்து பார்த்து, ஒவ்வொரு மண்ணுக்கும் ஏற்ற உரங்களை வினியோகிக்கும் முறையும் மந்திரியின் உரையில் விவரிக்கப்பட்டிருந்தன.

இதையெல்லாம் கேட்ட நாயக்கருக்கு ஆச்சரியம் தாங்க முடிய வில்லை. இப்படி நல்ல செய்திகளும் பேப்பரில் வருகின்றனவா என்று வியந்த அவர், ஊரில் உள்ள படித்த வாலிபர்களை நினைத்து மற்றொரு முறையும் காறித் துப்பினார்! “இப்படிப்பட்ட சமாச்சாரங்களைப் பேப்பர்லே படிச்சி நமக்கு இதுவரையிலும் ஒரு பயலும் சொல்லல்லியே! சினிமாப் பேச்சுத்தானே பேசுறாங்க! இவங்க படிச்சது எதுக்கு? கழுதை மேய்க்கக்கூட இந்தப் பயல்கள் லாயக்கில்லை” என்றும் சொன்னார்.

பத்திரிகையின் கடைசிப் பக்கத்தில் கன்னியாகுமரி ஜில்லாவில் ஓர் ஊரில் நடந்த உர விழா பற்றிய செய்தியும் இருந்தது. அதையும்

படித்தார் கவுண்டர். பல வருஷங்களுக்குப் பிறகு அப்பொழுதுதான் நாயக்கருக்கு ஒரு மகிழ்ச்சியும் ஒரு தன்னம்பிக்கையும் ஏற்பட்டன.

“கவுண்டரே! நாம ஒண்ணு செஞ்சா என்ன? நெலம் கச்சல் விழுந்து கெட்டதோ, வேறே எப்படிக் கெட்டதோ நமக்குத் தெரியாது. ஆனா கெட்டது நிசம். இந்தப் புது உரங்களைத்தான் வாங்கிப் போட்டுப் பார்ப்பமே. வெளைஞ்சா வெளையுது. வெளையாட்டா எப்பவும்போல இருக்குது. புது உரத்தைப் போட்டா நெலம் கெட்டுறுமோ என்கிற பயம் வேண்டியதில்லை. இனிமே கெடுறதுக்கு என்ன இருக்கு?” என்றார் அவர்.

“இனிமே அதுக்கு வேறே கடன் வாங்கணும். இருக்கிற கடன் பத்தாதா? வண்டி வண்டியாக் குப்பையும் சாணியும் ஆட்டுக்கிடையும் ஒண்ணுக்கு ஒம்பதாப் போட்டாச்சு. இன்னும் புது உரம் வேறே போடணுமாக்கும்! சாணிக்கும் கிடைக்கும் வெளையாத நெலம் இப்போ இந்தப் புது உரத்திலே வெளைஞ்சிறப் போகுதாக்கும்! சும்மா இருங்க, சித்தப்பா” என்று கவுண்டர் சலித்துக்கொண்டார்.

“கவுண்டரே! நான் கெடுத்த கெடுதலா வேணும்னாலும் இருக்கட்டும்; நான் சொல்றதைக் கேளும். இன்னைக்கே வாரும், கோவில்பட்டிக்குப் போவோம். வெவசாய டிபார்ட்மெண்ட் ஆபீஸ் இருக்கே, அங்கேயே போய்க் கேப்போம். என்ன உரம், எப்பப் போடுறதுன்னு கேக்கிறது. தெரிஞ்சிக்கிட்டு வந்தா, ரூவா பார்த்துக்கிட்டு, வர்ர பொதன்கிழமை போயி உரத்தையும் வாங்கிட்டு வர்ரது, என்ன சொல்றீரு?”

“உம்? ... நீங்க சொல்றதும் ஒரு யோசனைதான் ... ஆனா ...” என்று இழுத்தார் கவுண்டர்.

“ஆனா, என்ன ஆனா? பொறப்படுங்க, பேசாமே ஒண்ணும் யோசிக்கப்படாது. இந்தப் புது உரம் போட்டுங்கூட வெளையல்லே, உம்மோட சேர்ந்து நானும் தோட்டம், புஞ்சை அத்தனையையும் வித்துட்டு வந்துடறேன், சரிதானா? வாரும், போவோம்!” என்று சொல்லி, கவுண்டரோடு வீடு திரும்பினார் நாயக்கர்.

காலை ஆகாரம் முடிந்ததும் கவுண்டரை அவர் வீட்டுக்குப் போய் அழைத்துக்கொண்டார். இருவரும் பஸ் ஏறி கோவில்பட்டிக்குப் போய்ச் சேர்ந்தார்கள். அங்கே விவசாய இலாகா அதிகாரிகளைக் கண்டு, புதிய உரங்கள் எங்கே கிடைக்கும், என்ன விலை என்றெல்லாம் விசாரித்தார்கள். அதிகாரி சிரித்துவிட்டார். “இதென்ன கத்தரிக்காய், வாழைக்காயா, விலை தெரிஞ்சா உடனே வாங்கிக்கிட்டு போறதுக்கு?” என்றார் அவர்.

“அப்படின்னா வெலைக்குக் கிடைக்காதா?” என்று கேட்டார் நாயக்கர்.

“கிடைக்கும், ஐயா. கிடைக்கிற இடத்தையும் நான் சொல்றேன். ஆனால் முதல்லே உங்க நிலம் எப்படி, மண்வாசி எப்படி, நீங்க என்னென்ன பயிர் பண்றீங்க – இதுகளெல்லாம் தெரிஞ்சாத்தானே, எந்த உரத்தை வாங்கறதுன்னு உங்களுக்கு யோசனை சொல்லமுடியும்? ...

இந்தா பாருங்க, நீங்க நேரா ஊருக்குப் போய், உங்களுக்கு எத்தனை நிலம் இருக்கோ, அத்தனையிலிருந்தும் கொஞ்சம் மண் எடுத்து, ஒவ்வொரு மண்ணையும் தனித்தனியாப் பொட்டலம் கட்டிக்கொண்டாங்க. எந்த நிலத்திலே, எதைப் பயிர் பண்ணப் போறீங்க என்கிறதையும் எனக்குச் சொல்லுங்க. நான் அப்புறம் எந்த உரம், எவ்வளவு வாங்கிப் போடணும்னு சொல்றேன்" என்றார் அதிகாரி.

நாயக்கரும் கவுண்டரும் அத்திப்பட்டிக்குத் திரும்பினார்கள். புஞ்சை மண், தோட்ட மண் ஆகியவற்றை எடுத்துப் பொட்டலங்களாகக் கட்டி, ஒவ்வொரு பொட்டலத்திலும் இன்ன இன்ன நிலத்து மண் என்று குறித்த சீட்டையும் சேர்த்துக் கட்டிக் கொண்டார்கள். மறுநாளே கோவில்பட்டிக்குப் போனார்கள். மண்பொட்டலங்களை வாங்கிக் கொண்ட அதிகாரி அவர்களை அடுத்த வாரம் வரும்படி சொல்லவே, அவர்களும் ஊர் திரும்பி மறுவாரம் போய் நின்றார்கள். அதிகாரி கேட்டுக்கொண்டதன்பேரில், இன்ன நிலத்தில் கம்பு, இன்ன புஞ்சையில் பருத்தி, இந்தத் தோட்டத்தில் மிளகாய் என்றெல்லாம் தாங்கள் சாகுபடி செய்யத் திட்டமிட்டிருந்த பயிர்களின் விவரங்களைச் சொன்னார்கள். அதிகாரியும் அந்தந்தப் பயிருக்குச் சிறந்த உரங்கள் எவை, அந்தந்த நிலத்தில் எந்த அளவில், எப்பொழுது உரம் போட வேண்டும் என்ப வற்றையெல்லாம் குறித்துக்கொடுத்தார். இருவரும் ஊர் திரும்பினார்கள்.

2

சுப்பா நாயக்கரையும் ராமக் கவுண்டரையும் ஊரில் கேலி செய்யாதவர்கள் பாக்கியில்லை. இருவரும் கடன் திரட்டிப் புது உரங்களை வாங்கிப் போட்டு விவசாயம் செய்யத் தொடங்கியது பைத்தியக்காரத் தனமாக மற்றவர்களுக்குத் தோன்றியது. 'கேலி செய்கிறவர்கள் செய்து விட்டுப் போகட்டும். இந்தப் பயல்கள் தாங்களும் வாழமாட்டார்கள்; அடுத்தவனையும் வாழ விடமாட்டார்கள். இப்படியே கெட்டழிந்தவர்கள்' என்று நினைத்துக்கொண்டு, விவசாய வேலைகளைத் தீவிரமாகச் செய்து வந்தார்கள் இருவரும்.

வழக்கமாய்ப் போடும் உரங்களோடு நவீன உரமும் போடப்பட்டது. உரிய காலத்தில் மழையும் தெய்வாதீனமாகப் பெய்தது. பயிர்கள் முளைத்துத் தலைதூக்கின. களை எடுப்பு நடந்தது. சில வாரங்களுக் குள்ளாகவே, அக்கம்பக்கத்து நிலங்களின் பயிர்களைவிட இவர்கள் நிலங்களின் பயிர்கள் இருமடங்கு வளர்ந்து விட்டன. ஊர் நிலங்களின் வெளிறிப்போன பயிர்களுக்கு நடுவே, இந்தப் பயிர்கள், கரும்பச்சை நிறத்தில் தளதளவென்று வளர்ந்து இளங்காற்றில் அலை வீசிக் கொண்டிருந்தன.

நாயக்கரும் கவுண்டரும் ஆனந்தக் கூத்தாடினார்கள். ஊரில் உள்ள பொறாமைக்காரர்கள் வயிறு எரிந்து, "புது உரம் போட்டுப் பயிர்களைக் கொழுக்க வைத்திருக்கிறார்கள். கொழுத்த பயிர்களில் ஒரு கதிரைப் பார்க்க முடியுமா? பருத்திச் செடியில் ஒரு பிஞ்சாவது காய்க்குமா? கடைசியில் ஆடு மாடுகளை மேயவிட வேண்டியதுதான்!" என்றார்கள்.

வரம் வாங்கியவர்

புஞ்சையைப் போலவே பிற தோட்டப் பயிர்களும் செழித்து வளர்ந்தன. அவை பற்றியும் அப்படியே பொறாமைக்காரர்கள் பேசிக் கொண்டார்கள்.

கம்புப் பயிர்கள் முழ நீளத்துக்குக் கடினமான கதிர்கள் விட்டன. "கட்டுக்கலம் காணும்; கதிர் உழக்குக் காணும்" என்று இந்தக் கம்புக் கதிர்கள் சம்பந்தமாகவும் பாடலாம்போல் இருந்தது. கதிர்களை அறுத்துக் களத்தில் கொண்டு வந்து போட்டார்கள். பிணையல் அடித்து அளந்த போது, அந்த ஊரே கண்டிராதவாறு—எந்த ஊரிலும் அவர்கள் ஆயுட் காலத்தில் கேள்விப்பட்டிராதவாறு—மாமூல் அளவைவிட முக்கால் மடங்கு கூடுதலாகத் தானியம் விளைந்திருந்தது. கம்போடு பயிரிட்டிருந்த பாசிப்பயறு, தட்டைப் பயறும் அப்படியே.

அப்புறம் பருத்தி; அதன் பின் நான்கு மாதங்களில் மிளகாய்; மற்ற காய்கறிகள்—நம்பவே முடியவில்லை; நிலம் கச்சல் விழுந்துவிட்ட தாகச் சந்தேகித்தது தவறு என்று கருதும்படி ஆகிவிட்டது. அம்பாரம் அம்பாரமாக விளைந்ததைப் பார்த்த பொறாமைக்காரர்கள் மூச்சுப் பேச்சில்லாமல் தலையைத் தொங்கப் போட்டுக்கொண்டார்கள். நிலத்தை வசப்படுத்திக்கொள்ளும் நோக்கத்துடனேயே நாயக்கருக்குக் கடன் கொடுத்த பக்கத்து ஊர் ஆசாமிகள் ஏமாற்றத்தால் பேய் அறைந்ததுபோல் நின்றார்கள். நேரில் பார்த்தும் சொல்லிக் கேட்டும் ஒரு பத்து ஊர் விவசாயிகள் மூக்கில் விரலை வைத்தார்கள்.

பருத்திக்கும் நல்ல விலை; பயறு வகைகளுக்கும் நல்ல விலை; கம்போ, அரிசி விலையாக விற்ற காலம். நாயக்கர் தமது தேவைக்குப் போக மீதியை விற்றார். நோட்டு நோட்டாகப் பணத்தை எண்ணி அடுக்கிக் கட்டினார். முதல் வேலையாகக் கடன்களைத் தீர்ப்பதில் முனைந்தார். ஒரு வருஷ வெள்ளாமையில் அரைவாசிக் கடன் தீர்ந்துவிட்டது!

"கோவில்பட்டியில் உரமா வாங்கிக்கிட்டு வந்தேன்? வரமல்லவா வாங்கிக்கிட்டு வந்தேன்!" என்று பெருமையோடு சொன்னார் நாயக்கர்.

எண்ணி மூன்று வருஷங்கள்: நாயக்கரின் கடன்கள் எல்லாம் தீர்ந்தது. ரொக்கப்பணம் வேறு சேர்ந்துவிட்டது. சில பால் மாடுகள் வாங்கினார். வீட்டைப் புதுப்பித்தார். வீட்டுக்கு மின்சார விளக்குகளும் போட்டார்—ஆம், மின்சார விளக்குகள்தான்! இப்போது அவருக்கு அந்த விளக்குகளையோ, பள்ளிக்கூடத்தையோ, பம்பு செட்டுகளையோ பார்த்தால் வெறுப்புத் தோன்றவில்லை. ஊரில் அவருடைய அந்தஸ்தும் உயர்ந்துவிட்டது. படித்துவிட்டு, விவசாயத்தைக் கவனிக்காமல் சினிமா பார்ப்பதிலேயே காலத்தை விரயமாக்கிக் கொண்டிருக்கும் வாலிபர் களைப் பார்த்து, "சினிமா பாருங்க; வேண்டாம்னு சொல்லல்லே. ஆனா, வேலையையும் கவனிங்க. சினிமா பார்க்கிறதுதான் தொழில்னு வச்சிக்காதீங்க" என்று புத்தி சொன்னார். அப்போது அவருடைய புத்திமதியை மற்றவர்களும் கேட்டார்கள்.

நவீன உரம் போட்டு விவசாயம் செய்யத் தொடங்கிய நான்காம் வருஷம் தம்முடைய இரண்டாவது மகன் கந்தசாமிக்கும், தங்கை

மகள் அலமேலுவுக்கும் சிறப்பாகக் கல்யாணம் நடத்தினார். ஊர் ஜனங்களெல்லாம் வந்து சாப்பிட்டார்கள். அந்த சந்தர்ப்பத்தில் கல்யாணப் பந்தலிலிருந்து திடீரென்று பாட்டுக் கேட்கத் தொடங்கியது. எல்லோரும் திரும்பிப் பார்த்தார்கள்—சுப்பா நாயக்கர் சில நாட்களுக்கு முன் வாங்கி வந்திருந்த ரேடியோசெட்டை அவருடைய கடைசி மகன் சீனி திருப்பி வைத்தான். அந்தக் காட்சியை ராமக் கவுண்டர் முகத்தில் மகிழ்ச்சி தாண்டவமாடப் பார்த்துக்கொண்டு சாப்பிட்டார். அப்போது அவரைப் பார்த்துச் சுப்பா நாயக்கர், "கவுண்டரே! ரேடியோவா பாடுது? உரம் பாடுது, கவுண்டரே, உரம் பாடுது!" என்று பெருமிதமாகவும் மகிழ்ச்சிப் பெருக்குடனும் கூறிப் பூரித்தார்.

உரவழி, ஏப்ரல் 1966

தேவ ஜீவனம்

சாயங்காலம் ஐந்தரை மணி இருக்கும். அதற்குப் பதினைந்து நிமிஷம் முன்பாகவே அருணாசல முதலியார் தெருவாசல் படிக்கு வந்து உட்கார்ந்தார். ஓர் அரைமணி நேரம் அங்கே உட்கார்ந்திருப்பதாக உத்தேசம். சென்னையில் உள்ள ஒவ்வொரு மனிதனை யும்போல் தனியாளாகவே இந்தப் பத்து வருஷ காலமும் வாழ்ந்து வந்த முதலியார், வாசற்படியிலும் ஏகாங்கியாக உட்கார்ந்துகொண்டிருந்தார். அது ஒரு திருவல்லிக் கேணி தெரு. திருவல்லிக்கேணித் தெருக்கள் பெயரிலும் பெயரளவிலுமே ஒன்றுக்கொன்று வேறுபட்டிருந்த நிலையில் அந்தத் தெருவின் பெயரைச் சொன்னாலும் ஒன்றுதான். சொல்லாவிட்டாலும் ஒன்றுதான். வழக்கம் போல் தெருப்பிடிக்காதவாறு ஜனங்கள் ஆணும் பெண்ணுமாக இங்கும் அங்கும் போய்க்கொண்டிருந் தார்கள். நிமிஷத்திற்கு ஒரு சைக்கிள் வீதம் ஓடிக் கொண்டிருந்தது. ஏகதேசமாக டாக்ஸி, ஸ்கூட்டர் போன்ற வாகனங்கள் தெருவின் ஜனக்கூட்டத்தை ஆங்காங்கே சுவரோடு சுவராக ஒண்டச் செய்துக் கொண்டு ஓடின. தலைச்சுமை வியாபாரிகள், கிரோசின், கறிகாய் தள்ளு வண்டிகள், பலூனை வாத்தியமாக்கிச் சினிமாப் பாட்டைக் கொறகொறத்துக்கொண்டு போகிறவன், பால்காரனோடும் பால்காரனில்லாமலும் நடந்துவரும் எருமைகள், பசுக்கள், தெருவின் இரண்டு கோடிகளையும் பொதுக் கக்கூஸ்களாகப் பயன்படுத்திக் கொள்ளும் ஆசாமிகள் – இப்படி இடம்கொள்ளாமல் நிரம்பி வழியும் தெருவில் கூச்சலும் இரைச்சலும் இருக்க வேண்டிய அளவுக்கு இருந்தன. இது போதா

தென்று பத்துப் பன்னிரண்டு வயதுள்ள சிறுவர்கள் ஏழெட்டுப்பேர் சேர்ந்து உற்சாகமாகக் கத்திக்கொண்டும் ஓடி ஒளிந்து விளையாடிக் கொண்டும் வேறு இருந்தார்கள். அவர்களில் முதலியாரின் பேரன் சுப்ரமணியனும் ஒருவன். அவன் எங்கே கீழே விழுந்து விடுவானோ, உயரமான திண்ணையிலிருந்து குதித்துக் காலை கையை முறித்துக் கொள்வானோ, எருமையின் காலடியிலோ, டாக்ஸி சக்கரத்திலோ அகப்பட்டுக் கொள்வானோ என்று முதலியாருக்குப் பலவிதமான பயம். அதனால் இடையிடையே, “எலே சுப்ரமணியம்! மெல்லடா! அப்படி விழுந்து ஓடுறயே, மாடு கீடு வந்து முட்டுனா என்னலே பண்ணுவே?” என்றோ, “டேய் டேய்! திண்ணையிலிருந்து குதிக்காதேடா, எத்தனை தவா ஒனக்குச் சொல்றது? விழுந்து ஒண்ணு கெடக்க ஒண்ணு ஆச்சின்னா என்னடா பண்றது?” என்றோ அவன் தமக்கு எதிரே அருகாமையில் ஓடும் சந்தர்ப்பங்களிலெல்லாம் சொல்லி எச்சரித்துக் கொண்டே இருந்தார். அவனோ இவருடைய எச்சரிக்கையைக் கொஞ்சமும் பொருட்படுத்தவில்லை. விளையாட்டிலேயே கவனமாக இருந்தான்.

‘இந்த காலத்துப் பயப்புள்ளை சொன்னாக் கேக்குமா? அந்தக் காலமா? வீட்டிலே பெரியவுக கீச்சுன கோட்டைத் தாண்டாம வளர்ந்த காலம் அது. இப்பத்தான் சின்னவன் பெரியவன் இல்லையே! இந்த ஊரிலே பொடிப்பயகூட என்னைப் பார்த்து ‘நீ, நான்’ இண்ணுதானே பேசுறான்! எல்லாம் ‘வாப்பா போப்பா’தான். மதுரைக்கு வடக்கே மரியாதை இல்லேன்னு தெரியாமலா சொன்னாக! . .’

முதலியார் பட்டணத்து நாகரிகத்தையும் பழக்க வழக்கங்களையும் தமக்குள்ளேயே எள்ளி நகையாடிச் சிறிது கண்டனமும் செய்துவிட்டு முகத்தை எதிர்வீட்டை நோக்கித் திருப்பினார். எதிர்வீட்டு வாசல் திண்ணையில் மூன்று பெண்கள் உட்கார்ந்துகொண்டு ஒருவரோடு ஒருவர் பேசாமல் முதலியாரைப் போலவே தெருக்காட்சிகளைப் பார்த்துக் கொண்டிருந்தார்கள். தினமும் பார்க்கும் அதே பெண்களை அன்றும் அவர் பார்த்தார்; கவனித்தார். ஒரு பெருமூச்சும் விட்டுக்கொண்டார். ‘அவ்வளவுதான்!’ என்று தமக்குள் சொல்லிக்கொண்டு அந்தப் பெண்கள் மூவரிடமிருந்து தமது பார்வையை வேறுபக்கம் திருப்பினார். எதிர் வீட்டுக்கு அடுத்த வீட்டிலும், தெருவில் இருந்த எல்லா வீடுகளிலுமே காற்றுக்காகவும், வெளிச்சத்துக்காகவும் சிற்சிலர் நின்றுகொண்டோ, திண்ணைகளில் உட்கார்ந்துகொண்டோ இருந்தார்கள். சில வீடுகளில் தெரு வாசல்களின் உட்புறத்து நடைபாதையில் நின்ற வண்ணம் சில பெண்கள் தலையை மட்டும் வெளியே நீட்டிக்கொண்டிருந்தார்கள். அந்த வீடுகளில் வெளியே வந்து உட்கார இடவசதி இல்லை.

‘ஜனக்கூட்டம் பெருத்துப் போச்சு. இந்தச் சின்னத்தெருவில் இத்தனை பேர் நடமாட்டம்; இத்தனை பேர் குடித்தனம். இந்த முப்பது நாப்பது வீட்டிலே ஆடு மாடுகள் மாதிரி அடைஞ்சி கிடக்க வேண்டியிருக்கு. ஆடு மாடாவது பட்டப்பகல்லே காடு கரைக்கு மேய்ச்சலுக்குப் போகும். இங்கே மனுஷனுக்குக்கூட வீட்டை விட்டா போக்கிடம் இல்லாமல் இருக்கு . . .’

முதலியார் பத்து வருஷங்களுக்கு முன் கோவில்பட்டிப் பக்கத்தில் உள்ள தம்முடைய சொந்த கிராமத்தைவிட்டுச் சென்னைக்கு வந்தபோது அவர் கண்ணில் முதலில் தென்பட்ட சென்னை நகர விசேஷமே இந்த ஜனக்கூட்டம்தான். 'இத்தனை கூட்டமா – எங்கே பார்த்தாலும் தலையா – நத்தத்திலே நாய் பெருத்த மாதிரி!' என்று அப்போது நினைத்துக்கொண்டது போலத்தான் இப்போதும் நினைத்துக்கொண்டார். சென்னையின் மோசமான அம்சங்கள் என்று அவர் கருதியவை அனைத்துமே இந்தப் பத்து வருஷப் பழக்கத்துக்குப் பிறகும் நடைமுறையாகிவிடாமல், இன்னும் அப்படியே மோசமான அம்சங்களாகவே இருந்தன. முதல் முதலில் பார்த்தபோது ஏற்பட்ட அதிர்ச்சியும் அருவருப்பும் இன்னும் அவரைவிட்டு நீங்கவில்லை.

திரும்பவும் எதிர்வீட்டுப் பெண்களைப் பார்த்தார், முதலியார். ஒரு செகண்டுதான். பிறகு பார்வையைப் பழையபடியும் தெருவில் ஓடவிட்டார். அவருக்கு முன்பாக இரண்டு எருமைகள் எதேச்சையாக நடந்து போய்க்கொண்டிருந்தன. ஒரு எருமையின் கொம்புகள் பக்கவாட்டில் அதிகமாக நீண்டிருந்ததால், ஒரு கொம்பு முதலியாருக்கு ஒரு சாண் தூரத்தில் நகர்ந்துகொண்டிருந்தது. அவர் உடனே பேரப் பிள்ளையைப் பார்க்கத் திரும்பினார். "டேய், சுப்ரமணியம்! மாடு வருதுடா!" என்று ஒரு எச்சரிக்கைக் குரல் கொடுத்தார். பேரன் ஆபத்தில்லாத இடத்திலேயே ஒதுங்கி நிற்கிறான் என்பதைப் பார்த்துக் கொண்டு, நிதானமாக எதிர் வரிசையில் ஐந்தாறு வீடுகள் தள்ளியிருக்கும் ஒரு வீட்டைப் பார்த்தார். அந்த வீட்டு வாசலில் வெள்ளையடித்த காரைத் தூண்களில் இரண்டு பசுக்கள் கட்டியிருந்தன. பசுக்களின் பக்கம் தெருவோரத்திலேயே முளை அறையப்பட்டு இரண்டு கன்றுக் குட்டிகளும் கட்டிக் கிடந்தன. அந்த வீட்டில் போன வாரம் ஒரு பத்து வயதுப் பையன் ஜுரத்தினால் திடீரென்று செத்துப் போய்விட்டான். சுப்ரமணியனோடு ஒரே வகுப்பில் படித்துக்கொண்டிருந்தவன். சாவின் சாயை இன்னும் விலகாமல் இருக்கும் அந்த வீட்டின் முன்னால் சைக்கிளோடு நின்ற இரு வாலிபர்களின் கையிலிருந்து டிரான்சிஸ்டர் பாட்டு வந்துகொண்டிருந்தது. வாலிபர்களில் ஒருவன் அதற்குப் பக்கத்து வீட்டைச் சேர்ந்தவன். வேறொருவன் எங்கிருந்தோ அவனைத் தேடி வந்திருக்கும் நண்பன்.

பெத்தவங்களுக்கு எப்படி இருக்கும்? கொஞ்சங்கூட இரக்கமில்லாமே அங்கேயே நிண்ணு ரேடியோவைப் போட்டுப் பாட்டுக் கேக்கிறாங்களே! நம்ம ஊரா இருந்தா இப்படி நடக்குமா? இப்படி எவனும் ரேடியோ வச்சா மத்தவன் பார்த்துக்கிட்டு இருப்பானா? இந்த ஊரிலே யாரை யார் தட்டிச் சொல்றாப்லே இருக்கு? அவனவனுக்கு அவனவன் ராஜா. பிச்சைக்காரன்கூட நிமுந்து நிண்ணு சட்டம் பேசுறான். கைமாத்து வாங்குறதுக்கு வந்து பல் இளிக்கிற பயல்களும்தான் ஏதாவது கூசுறாங் களா? கடன் வாங்கிக் கஞ்சி குடிச்சாலும் 'நானே ராஜா'ன்னு ராஜ நடை நடக்கிறான். என்னைப் போல் அறுபது வயசுக் கிழவன் – அனுபவசாலியா இருக்கப்பட்டவன் – ஏதாவது புத்தி சொன்னா, 'நீ யாரையா கேக்கிறதுக்கு? உன் வேலையைப் பாரு' இண்ணு எவனுமே

சொல்வான். ஊரிலே, அந்தக் காலத்திலே நான் புளியமரத்திலே ஏறிக் காய் புடுங்குனா, 'ஏலே! கீழே விழுந்தா உன் கெதி என்ன ஆகுமிலே? இறங்குலே கீழே'ண்ணு வழியிலே போறவனெல்லாம் சொல்வான்; புளிய விளாரைப் புடுங்கி இடுப்பைச் சுத்தி நாலு விளாசும் விளாசுவான்.

பெத்தவங்களும், 'இப்படி கண்ட கண்டவுக சாத்துனாத்தான் இவனும் அடங்குவான்'னு சொல்வாங்க. இந்த ஊரிலே ஒருவனுக்கு ஒருவன் புத்தி சொல்லிறப்படாது. அப்படி இருக்கு தர்பார்! செருப்பாலே அடிக்க! பட்டணமாம் பட்டணம்! . . ஒருத்தனோட ஒருத்தன் ஒட்டாமே தனிக்காட்டு ராஜாவா வாழற ஊர் எங்கே உருப்படும்? ஆடு மாடுகூட சேந்துதான் மேயுது. காக்காக் கூட்டமும் ஒண்ணாத்தான் உக்காந்து சாப்பிடுது. நாயை எடுத்துக்கோயேன், ஒரு வீட்டு நாயா இருந்தா – பத்து நாய் இருந்தாலும் – சண்டை போடாம ஒத்துமையா இருக்கு. ஒரு வீட்டுக்குள்ளே ஒம்பது குடித்தனம் இண்ணா ஒம்பது சண்டை. குடித்தனத்திலே ஒம்பது பேர் இருந்தா, ஒம்பது கட்சி! சீச்சீ சீச்சீ! . .

முதலியார் தலையைக் குனிந்துகொண்டு சிறிது சிந்தனை செய்தார். 'எல்லாம் ஜனக்கூட்டம் பெருத்தா இப்படித்தான். பாதிப்பேர் செத்தா தாராளமா நடமாடலாம். தாராளமாகக் குடியிருக்கலாம். அரிசி, பருப்பு தட்டில்லாமக் கிடைக்கும்னு ஒவ்வொரு பயலும் நெனைக்கிறப்போ, இவங்களுக்குள்ளே எப்படி சிநேகம் உண்டாகும்? ஒருத்தன் மேலே ஒருத்தன் எப்படி எரக்கப்படுவான். . .'

நிமிர்ந்து எதிர்வீட்டுப் பெண்களைப் பார்த்தார் . .

'இவ்வளவு வயசாகியும் பெத்த தகப்பன் ஒரு கவலையில்லாமல் இருக்கிறான். மூத்ததுக்கு முப்பத்தஞ்சு வயசாவது இருக்கும். பார்த்தா நாப்பது மதிக்கிறாப்லே இருக்கு. தலையிலேயும் பாதி நரைச்சாச்சி. அடுத்தவளுக்கு இருபத்தஞ்சுக்குக் குறையாது. கடைசிப் பொண்ணுக்கு ஒரு வயதுதான் குறைச்சலா – இருபத்து நாலா மதிக்கலாம். மூணுக்கும் இண்ணைக்கு வரையிலே கலியாணம் ஆகல்லே; அதைப் பத்திப் பேச்சுமில்லே. அப்பன்காரன் ஒத்த ரூம்பை வாடகைக்குப் புடிச்சு இந்த மூணு பேரையும் போட்டு அடைச்சிட்டு தினமும் ஊர் சுத்தப் போயிராரான். இந்தப் பெண்களோட ஆத்தாக்காரி மகராசி. காலா காலத்திலே போய்ச் சேந்துட்டா – இருந்து இந்தக் கண்றாவியைப் பார்க்காமே. அவ சோத்துக்கில்லாமச் செத்தாளோ? இல்லே, இடைஞ்சல்லே அகப்பட்டு மூச்சு முட்டிச் செத்தாளோ? எப்படியோ, போயாச்சு; அந்த வரைக்கும் க்ஷேமம். . . நான் அந்நியன். கோவில்பட்டிக் காட்டி லிருந்து மகனோட இருக்கலாம்னு பட்டணத்துக்கு வந்தவன். எனக்கு இதுகளை முன்னைப் பின்னே தெரியாது. எனக்கே இதுகளைப் பார்க்கப் பாவமா இருக்கு ஆனா அப்பன்காரன் இப்பவும் அஞ்சி ரூபா கடன் கெடைச்சாக் குதிரைப் பந்தயத்துக்கு ஓடிக்கிட்டிருக்கிறான். ஊரிலே கடன் வாங்காத எடம் பாக்கியில்லையாம். ஆனா பேச்சு எப்படிப் பேசுறான்? பெரிய ஐக்கோர்ட் ஜட்ஜி தோத்துப் போயிருவான் அந்த மாதிரி சட்டப் பாயின்ட் பேசுறான். அண்ணைக்குப் பழனியப்பன்கிட்ட

(பழனியப்பன், முதலியாரின் மகன்; பக்கத்துத் தெருவில் பத்துப் பன்னிரண்டு வருஷங்களாகப் பெரிய மளிகைக் கடை நடத்தி வருபவன்) பத்து ரூவா கேக்க வந்தானே எவ்வளவு தைரியமா வந்தான்! கடையிலே சாமான் வாங்கின பாக்கி அறுபதுக்கு மேலே இருக்கு, ஆசாமி மூணு மாசமாகத் தட்டுப்பட மாட்டேங்கிறானே, இவனை எப்படிப் புடிச்சி மடக்கிக் கழுத்திலே துண்டைப்போட்டுப் பாக்கியை வசூல் பண்றதுன்னு பழனியப்பன் சமயம் பார்த்துக் காத்துக்கிட்டிருக்கிறப்போ, இவன் தைரியமா வீட்டுக்குள்ளே வந்து பழைய கடன் பத்தாதுன்னு மேற் கொண்டு பத்து ரூவா ரொக்கக் கடன் குடுன்னு கேட்டான். எல்லாக் கடனையும் ஒரு மாசத்திலே தீர்த்துர்ரதா வேறே பீத்தினான் – என்னமோ, கப்பல்லே வந்து எறங்கப் போறமாதிரி. இந்தப் பயலுக்குப் புத்தி குடுக்கணும்னு நான் போய், “என்ன ஐயா! இது நல்லா இருக்கா?”ன்னு கேட்டேன்.

“நான்தான் ஒரு மாசத்திலே பாக்கியை முழுக்கக் குடுத்திடறேண்ணு சொல்றனே! அப்புறம் என்ன?” இண்ணு என்னைக் கேள்விகேட்டான் அவன்.

“பாக்கியைப் பத்தி நான் சொல்லல்லே ஐயா, அது ஒங்கப்பாடு, பழனியப்பன்பாடு; நான் சொல்ல வர்ரது வேறே சமாச்சாரம்”ணு சொல்லி, “இந்தப் பெண்களுக்கு எப்போ கல்யாணம் காட்சி பண்றதா நினைச்சிக்கிட்டிருக்கிறீக? வயசு ஆனது பத்தாதா? –”ன்னு கேட்டேபிட் டேன். அதுக்கும் அவன் என்னையே கேள்விபோட்டு மடக்கிப்பிட்டான். “கல்யாணம் பண்ணணும். எப்படிப் பண்றது? பணம் வேண்டாமா? நானாவது மூணு பொண்களை வச்சிக்கிட்டிருக்கிறேன். நாலு அஞ்சைப் பெத்து வச்சிக்கிட்டிருக்கிறவங்களே கட்டிக் குடுக்க முடியாமத் தலையிலே கையை வச்சிக்கிட்டு இருக்கிறாங்க. இந்தத் தெருவிலேயே அப்படி ஏழெட்டு வீடு இருக்கு. அது அதுக்கு எப்படி விதிச்சிருக்கோ, அப்படித் தானே ஆகும்? நம்ம செயல்லே என்ன இருக்கு? நான் சொல்றது என்ன? சொல்லுங்க. சும்மா இருக்கிறீங்களே?”ன்னு எனக்கு கேள்வி போட்டான்; பழனியப்பன் பணம் தரமுடியாதுன்னு சொன்னதும், ஒரு நிமிசம் நிக்காம ஓடிப்பிட்டான்.

‘அது அதுக்கு எப்படி விதிச்சிருக்கோ அப்படித்தான் ஆகுமாம்! எங்கே ஆகிறது? நாப்பது வயதுக்கு மேலேயா?’

எதிர்வீட்டுப் பெண்கள் மூவரையும் ஓரக் கண்ணால் ஒரு பார்வை பார்த்தார்.

“வேறு பொண்களா இருந்தா இந்த வயசு வரை இந்தப் பெருச்சாளிப் பொந்தே கெதின்னு கிடக்காதுகள். அப்பன்காரன் காலா காலத்திலே கல்யாணத்தைப் பண்ணி வைக்கலேன்னா, எவனையாவது, ஒரு கெழட்டுப் பயலையாவது பிடிச்சிக்கிட்டு ராவோட ராவோ ஓடிப்போயிரும். இல்லே இதுகளைத் தேடியாவது எவனாவது ஒரு பயல் வந்து சேருவான். இதுகள் பாவம், எதுக்கும் லாயக்கில்லாமல் கிடந்து புழுங்குதுகள். உம், அப்படி எவனும் வந்துட்டாத்தான் என்ன? இங்கே உட்காரவே

எடம் கெடையாது; ஒண்ணுக்கு மூணு ஒத்த ரூம்பிலே அடைஞ்சி கிடக்கு. ஒருத்திக்குத் தெரியாம ஒருத்தி அவனோடு பேசக்கூட முடியாதே!'

எதிர் வீட்டுப் பெண்களின் பிரச்சனை நல்லவிதமாகவும் தீராமல் மோசமான விதத்திலும் தீர்வதற்கு வழியில்லாமல் இருப்பது முதலியாரின் மூளையைக் குழப்பியது. இப்படி எத்தனையோ நாட்கள் குழம்பியிருக்கிறது. திரும்பத் திரும்பக் கவலைப்பட்டு என்ன பிரயோஜனம் என்று சலித்துக்கொண்டு, முகத்தைத் திருப்பி எதிர் வரிசைச் சுவர்களில் ஒட்டப்பட்டிருந்த போஸ்டர்களைப் பார்த்தார். அவர் குறிப்பாகத் தேடிய அந்தப் போஸ்டர் அங்கேயே கிழிபடாமல் இருக்கிறதா என்று கவனித்தார். பச்சை எழுத்துக்களில் அச்சாகியிருந்த அது அங்கேயே இருந்தது. மூன்று நாட்களுக்கு முன் இரண்டு பையன்கள் வந்து அதை ஒட்டும்போது முதலியார் வாசற்படியில் நின்று பார்த்துக்கொண்டிருந்தார். ஒட்டி முடிந்ததும் இவர் தெருவைக் கடந்து போஸ்டருக்குப் பக்கமாகப் போய் நின்று என்ன எழுதியிருக்கிறது என்று வாசித்துப் பார்த்தார்.

“திருவல்லிக்கேணி ரங்கசாமி மடத்தில் 27.6.66 திங்கட்கிழமை மாலை 6:30 மணிக்கு சுவாமி பரமாத்மானந்தா அவர்கள் ‘தேவ ஜீவனம்’ என்னும் பொருள் குறித்து உபந்யாசம் நிகழ்த்துவார்கள் அனைவரும் வருக!”

ரங்கசாமி மடம் அந்தத் தெருவுக்கு மூன்றாவது தெருவில் இருந்ததால், அந்தச் சொற்பொழிவுக்குப் போக வேண்டும் என்று முதலியார் அப்பொழுதே தீர்மானித்துவிட்டார்.

இப்பொழுது போஸ்டரைப் பார்த்ததும், ‘நேரம் ஆகியிருக்குமே! பொறப்பட வேண்டியதுதான். சுப்ரமணியம் பயல் எங்கே போய்ட்டான்? அவனைப் பார்த்து இழுத்துக்கொண்டாந்து பாடம் படிக்கச் சொல்லி விட்டுத்தான் போகணும்' என்று திட்டம் போட்டுக்கொண்டு படியை விட்டு எழுந்தார் முதலியார். பையன்கள் விளையாடும் இடத்தை நோக்கி நடந்தார். போகும்போதே, பசுக்கள் கட்டிக் கிடக்கும் வீட்டை– நான்கு நாட்களுக்கு முன் சுப்ரமணியத்தின் பள்ளித் தோழன் செத்துப் போன வீட்டைத் திரும்பிப் பார்த்தார். ‘பாவம்! சின்ன வயசு! பிஞ்சு, அநியாயமாய்ச் செத்துப் போயிட்டான். . .' – துக்கத்தோடு பசுக்களைத் திரும்பிப் பார்த்தார். அந்த இடத்தில் ஒரே சேறும் சாணமுமாக இருந்தது. ‘ஆபாசம்; துர்நாத்தம். இப்படி இருந்தா இந்த வீட்டிலே சீக்கு ஏன் வராது? அந்தப் பையன் இந்தப் பத்து வயசு வரையிலும் உசுரோடு இருந்ததே பெரிய காரியம்தான். . .

அந்தப் பசுக்கள் அந்த வீட்டில் குடியிருக்கும் எந்தக் குடித்தனத்துக்கும் சொந்தமானவை அல்ல. அதற்கும் இரண்டு வீடுகளுக்கு அப்பால் இருக்கும் ஒரு பால்காரனுக்குச் சொந்தமானவை. அந்த வீட்டில்தான் தூண்கள் இருக்கின்றன என்ற காரணத்தால் பசுக்களைக் கொண்டுவந்து அங்கே கட்டிப் போட்டிருந்தான். நிரந்தரமாக அந்த இடத்தை அவன் தொழுவாக்கிவிட்டான். மழை காலத்தில் பசுக்களை அவிழ்த்து, அதே வீட்டின் குறுகலான வராந்தாவிலேயே ஒன்றன்பின் ஒன்றாக நிறுத்தி

வைப்பான். சில வருஷங்களுக்குமுன் அந்த வீட்டுக்குப் புதிதாக வந்து சேர்ந்த ஒரு குடித்தனக்காரர் – பள்ளிக்கூட ஆசிரியர் அங்கே கொண்டு வந்து மாடுகளைக் கட்டக்கூடாது என்று ஆட்சேபித்தார். வீட்டில் கொசுக்கள் பெருத்து நோய் பரவும் என்றும், வீட்டில் உள்ள குழந்தை குட்டிகள் தெருவில் இறங்கினால் மாடுகள் முட்டிவிடும் என்றும் சொல்லி அவர் தடுத்தார். அதற்குப் பால்காரன், "அப்படின்னா வேறே வூட்டுக்குப் போயேன். இங்கே ஏன் வந்தே? பங்களா கட்டிக்கினு போறதுதானே! வூட்டுக்காரரே ஒண்ணும் சொல்லல்லே, நீ கொடக்கூலிக்கு வந்து இருந்துக்கினு தெருவையே அதிகாரம் பண்றியே! என்னான்னு நெனைச்சிக்கினே?" என்று மிரட்டலாக கேட்டான்.

இது அநியாயம் என்று கொதித்த ஆசிரியர், "என்ன மரியாதை யில்லாமே பேசுறே? தெருவே உனக்குச் சொந்தமா? உன் மாடுகளை உன் வீட்டிலே கட்டேன். இங்கே கொண்டுவந்து ஏன் கட்டுறே?" என்று படபடத்தார்.

"நீ யாரையா கேக்கிறதுக்கு! இத்தனை குடித்தனக்காரங்க இருக்கிறப்போ, உனக்கு மட்டும் என்ன வந்தது? வூட்டுச் சொந்தக்காரன் மாதிரி பேசுறியே? நான் எங்கேயும் கட்டுவேன். என் இஸ்டம், ஜாஸ்தி யாய் பேசுனா (இங்கே ஒரு ஆபாச வார்த்தையைச் சொல்லிவிட்டு) தவடை பிஞ்சிபோகும். வாத்தியாராம்! பெரிய்ய வாத்தியாரு!" என்று இழிவாகப் பேசினான் பால்காரன்.

பக்கத்துக் குடித்தனக்காரர்களோ, தெருவில் போன வேறு யாருமோ அவனைக் கண்டிக்கவில்லை; தடுத்துப் பேசவுமில்லை. வாத்தியார் ஆவேசத்தை அடக்கிக்கொண்டு, "இப்படிப் பேசாதே! கடவுள் ஒருத்தர் இருக்கிறார் என்கிறதை மறந்துடாதே. அநியாயமாய்ப் பேசினா, அழிஞ்சே போயிடுவே" என்றார்.

பால்காரன் கேட்கச் சகிக்காத ஆபாச வார்த்தைகளால் திட்டிக் கொண்டு வாத்தியாரை அடிக்கப்போய்விட்டான். அப்போது அவனை ஏதோ ஒருவிதத்தில் தடுத்து நிறுத்தியவன் அவனுடைய சிநேகிதனான மற்றொரு பால்காரன்தான். "வாய்யா நீ! இருந்திருந்து இவனைப் போய் அடிக்கப்போறியே! இவன் என்னா மன்ஷன்! நாளைக்கே இந்தத் தெருவைவுட்டு வெரட்டினாப் போச்சு. அடிப்பானேன்?..." என்று சொல்லி, தன் சிநேகிதனை இழுத்துக்கொண்டு வந்தான். தெருவுக்கு வந்து இரண்டு பேருமாகச் சேர்ந்து ஆசிரியரைத் திட்டிக்கொண்டே அப்பால் நகர்ந்தார்கள். இந்தச் செய்தி அன்றிரவு சுப்ரமணியனின் வாய்மொழி மூலம் முதலியாருக்குத் தெரியவந்தது. அப்போது அவர் மகன் பழனியப்பன் "இந்தப் பயல்களோட சண்டையே வச்சிக்கக் கூடாது, என்னமும் பேசுவாங்க என்னமும் செய்வாங்க! வாத்தியார் பாவம், உலகம் தெரியாதவர்" என்றான்.

"நல்ல உலகம்டா! அயோக்கியப் பய உலகம்" என்று முதலியார் முத்தாய்ப்பு வைத்தார்.

அந்த வாத்தியார் மறு மாதமே அந்த வீட்டைக் காலி செய்துகொண்டு ஓடும்படியாகிவிட்டது. சில வருஷங்களுக்கு முன் நடந்த இந்தக் கதை இப்போது முதலியாருக்கு ஞாபகம் வந்தது. 'அப்போ வாத்தியாரை வீட்டைவிட்டு விரட்டினாங்க இப்போ இந்தப் பத்து வயசுப் பாலகனை ஒலகத்தைவிட்டே விரட்டிட்டாங்க. இது ஊரா? ஒருத்தன் தட்டிக்கேக்கிறானா? பயந்து சாகிறாங்களே! நம்ம ஊரிலே இது நடக்குமா? அக்கிரமக்காரப் பயல்கள் பேசுறதைக் கேட்டுக்கிட்டு இருப்பானா ஒருத்தன்? வேட்டை நாய் மாதிரி வந்து பாஞ்சிருக்கமாட்டானா?.. இந்தப் பயல்களோட சண்டையே வச்சிக்கக்கூடாதுன்னு பழனியப்பனும் வேறே பேசுறான்! அவனும் மெட்ராஸ்காரனாயிட்டான்! வந்து பத்து வருசத்துக்கு மேலே ஆச்சில்லே! இவங்களோட சண்டை வச்சிக்கக் கூடாதுன்னா, யோக்கியங்களோடதான் வச்சிக்கிடணுமோ?'

முதலியார் பேரனைத் தேடிக்கொண்டு நடந்தார். விளையாடும் சிறுவர்களுக்கு நடுவில் அவனைக் காணவில்லை. எங்கே போய்விட்டான் என்று திகைத்துக்கொண்டு, ஒரு சிறுவனைப் பார்த்து, "சுப்ரமணியன் எங்கடா?" என்று கேட்டார்.

அவன் தூரத்தில் கையைக் காட்டினான். பத்துப் பதினைந்து வீடுகள் தள்ளி இரண்டு சிறுவர்கள் நின்றுகொண்டிருப்பதை முதலியார் பார்த்தார். "எலே சுப்ரமணியம்!" என்று கூவினார். அவன் "என்ன தாத்தா?" என்று கேட்டுக்கொண்டே ஓடி வந்தான். "போய்ப் பாடத்தைப் படிலே, எவ்வளவு நேரந்தான் வெளையாடுறது?" என்றார். கொஞ்சம் கழித்து வருவதாகச் சொல்லிவிட்டுத் திரும்பி ஓடிய பேரனை இவர் பின்தொடர்ந்து சென்று விரட்டிப் பிடித்தார். அவனுக்குப் புத்திமதிகள் சொல்லிக்கொண்டும், வலது பக்க வரிசையில் உள்ள ஒவ்வொரு வீட்டையும் திரும்பிப் பார்த்துக்கொண்டும் வீட்டை நோக்கி வந்தார் முதலியார்.

ஒரு வீட்டின் தெரு வாசலில் இரண்டு பெண்கள் – இளம் பெண்கள்– நின்றார்கள். 'யார் இவங்க? அப்போ அந்தச் சூதாடிப் பயல் சொன்ன மாதிரி இதுகளுக்கும் கல்யாணம் ஆகல்லியா? பாவம், இதுகளுக்கும் எப்போ விடியப் போகுதோ?.. பணம் இல்லையாம்..!'

முதலியார் பேரப் பிள்ளையை வீட்டுக்குக் கொண்டு வந்து, "பாடத்தைப் படி உட்கார்ந்து" என்று சொல்லிவிட்டு, ஒரு அங்கவஸ்திரத்தை எடுத்துப் போட்டுக்கொண்டு ரங்கசாமி மடத்தை நோக்கி நடந்தார்.

தெருக்கோடியில் வழக்கம்போல் அங்கவஸ்திரத்தால் மூக்கைப் பொத்தி சுவாசப் பந்தனம் செய்தார். 'பொதுஜனக் கக்கூஸ்' கடந்ததும் துணியை எடுத்து தாராளமாகச் சுவாசித்துக்கொண்டார். வழியில் ஒரு ரிக்ஷா ஸ்டாண்ட். அதன் அருகே இரண்டு நாய்களின் ஓடிப்பிடிக்கும் சரஸ விளையாட்டு, பெண் நாயை ஆண் நாய் துரத்துவதையும், அகப்பட்டுக்கொள்ளும்போது பெண் நாய் சீறி விழுவதையும், அதை

லட்சியம் பண்ணாமல் ஆண் நாய் கருமமே கண்ணாக விடாமுயற்சி செய்வதையும் முதலியார் பார்த்தார். 'இது என்ன மாசம்' என்று ஒரு கணம் யோசித்தார்: 'ஊரிலே புரட்டாசி மாசம்னு சொல்வாங்க. சில ஊர்களிலே ஆடி மாசத்திலேகூட நாய்கள் இப்படி வெரட்டிக்கிட்டுத் திரியும்னு சொல்வா. இந்த ஊரிலே எப்படியோ?'

முதலியாருக்கு அப்போது தம்முடைய தெருவில் உள்ள கன்னிப் பெண்களின் ஞாபகம்தான் வந்தது. 'இங்கே ஆண் நாய் வெரட்டுது; பொட்டை நாய் கிராக்கி பண்ணுது. அங்கே ..? பொட்டைகள் ஏங்கிச் சாகுது. நாய் பண்ற கிராக்கியை மனுஷப் பிறவி பண்ண முடியல லேன்னா, அப்போ நாய் ஒசத்தியா? மனுஷன் ஒசத்தியா? உம்? ..'

அவருக்கே மனசுக்குக் கஷ்டமாக இருந்தது. நாய்களோடு மனித ஜீவன்களை ஒப்பிட்டு நாய்களையே சிலாகிக்க வேண்டியிருப்பதற்காக வருந்தினார். இன்னும் சிறிது தூரம் நடந்தபின், நாய்களைப் பாராட்டு வதற்கான மற்றொரு சந்தர்ப்பமும் வந்துவிட்டது.

அங்கே ஒரு வீட்டு வாசலில் ஒரு எச்சில் இலை கிடந்தது. அதை விரித்து ஒரு நாய் சாப்பிட முயலும்போது அதைவிடப் பெரிய நாய் ஒன்று குறுக்கிட்டுக்கொண்டே இருந்தது. சிறிய நாய்தான் அந்தப் புதையலை மிகவும் பிரயாசைப்பட்டு அலைந்து முதலில் கண்டுபிடித் திருக்க வேண்டும் என்பதும், பிறகுதான் பெரிய நாய் வந்து சேர்ந்திருக்க வேண்டும் என்பதும் அவை இரண்டும் நடந்துகொண்ட விதத்திலிருந்து தெரிய வந்தன. சிறிய நாய் பாத்தியதை உணர்ச்சியோடு பெரிய நாயைப் பலமாகக் குரைத்து விரட்டியது. பெரிய நாயோ பதிலுக்கு பலமாகக் குரைக்காமல் – குரைப்பதற்கு சக்தியும் வீரமும் இருந்தும் –பெயரளவுக்கு மட்டும் ஒரு தடவை இலேசாகக் குரைத்துப் பதில் கொடுத்துக் கொண்டு எச்சில் இலையை அபகரிக்க முயன்றது. ஆனால் என்ன செய்தும் சிறிய நாய் விடவில்லை. சாதாரண சமயங்களில் வாலைச் சுருட்டிக்கொண்டு பயந்து ஓடக்கூடிய அந்தச் சிறிய நாய் அப்போது தன் உயிரையே லட்சியம் செய்யாமல் தர்மாவேசத்துடனும் வெறியுடனும் பெரிய நாயை நோக்கிப் பாய்ந்த வண்ணம் இருந்தது.

'இதிலே சென்மம்! விடுதா பார்! மனுசனா இருக்கட்டும், ஒரு பயல் மீசையை முறுக்கிட்டு வந்து 'குடடா'ன்னு கேட்டா, எதையும் குடுத்திட்டு, 'என்னை ஒண்ணும் செய்யாதே சாமி'ன்னு கும்பிடுவான். இப்படித்தானே அந்த மாட்டுக்காரன் வந்த வல்ருட்டியா மாட்டைக் கட்டிப்போட்டு இடத்தைத் தனக்குப் பட்டாப் பண்றான்; மாசா மாசம் வாடகைக் குடுத்துக் குடியிருக்கிறவங்க 'வம்பு வேண்டாம்'னு வாயைப் பொத்திக்கிட்டிருக்கிறாங்க. வம்பு வேண்டாமாம்! எது வம்பு? இவங்க, கையாலாகாத்தனம் வம்பு! வேறு என்ன வம்பு? எங்கே, அந்த வீட்டிலே ஒரு குட்டி நாய் கிடக்கட்டும், ஒரு பயல் கிட்டப் போக முடியுமா? கேக்கிறேன். . .'

முதலியார் ரங்கசாமி மடத்திற்கு வந்துவிட்டார்.

ரங்கசாமி மடம் பிரம்மாண்டமான ஒரு கட்டடம் அல்ல என்றாலும், உள்ளே இருநூறுபேர் தாராளமாக உட்காரலாம்; அது பெரும்பாலும் நாம சங்கீர்த்தனங்கள், பஜனைகள், சிறிய அளவிலான கதா காலக்ஷேபங்கள், தர்ம உபநயனங்கள் போன்றவை நடக்கும் இடம். அங்கே முதலியார் போய்ச் சேர்ந்தபோது, ஏறக்குறைய கட்டடம் முழுவதிலுமே ஆட்கள் நிறைந்திருந்தார்கள். நூறு நூற்றைம்பது பேர் இருந்தார்கள். சுவாமி பரமாத்மானந்தர் இன்னும் வரவில்லை. எல்லோரும் எதிர்பார்த்துக் கொண்டிருந்தார்கள். ‘கார் போயிருக்கிறது. சீக்கிரம் வந்துவிடும்’ என்று பேசிக்கொண்டார்கள். முதலியாரும் ஒரு மூலையில் போய் உட்கார்ந்தார். பக்கத்தில் இருப்பவர்கள் உம்மணா மூஞ்சியுடன் இல்லாமல் பரஸ்பரம் கலகலப்பாகப் பேசிக்கொண்டிருப்பதைப் பார்த்த முதலியாருக்கு அவர்களோடு தாமும் பேச்சில் கலந்துகொள்வது சாத்தியம் என்றே தோன்றியது. சுவாமி பரமாத்மானந்தா எந்த ஊர், எதில் கெட்டிக்காரர்; அவருடைய பெருமைகள் யாவை – இவற்றையெல்லாம் விசாரித்துத் தெரிந்துகொள்ள விரும்பினார். சமயம் பார்த்துப் பக்கத்தில் இருப்பவரிடம் தம்முடைய கேள்விகளைப் போட்டார். அப்போது பின் கண்ட தகவல்கள் கிடைத்தன.

சுவாமி பரமாத்மானந்தா மகாயோகி; வடக்கே கயாவில் ஓர் ஆஸ்ரமம் கட்டி அங்கே வசித்து வருகிறார். பல நூல்கள் எழுதியவர், சாஸ்திர ஞானக்கடல், தம்முடைய சொற்பொழிவால் எப்படிப்பட்டவர்களையும் கவர்ந்து நல்வழிப்படுத்தும் தெய்வீக சக்தி பெற்றவர். இப்போது தென்னாட்டுச் சுற்றுப் பிரயாணம் தொடங்கியிருக்கிறார். சென்னையில் இது அவருடைய மூன்றாவது சொற்பொழிவு, இன்றும் நூற்றுக்கணக்கான இடங்களிலிருந்து அவருக்கு அழைப்புகள் வந்து குவிந்திருக்கின்றன...

‘ஓஹோ!’ ‘அப்படியா?’ ‘சரி சரி’ ‘உம்’ என்றெல்லாம் சொல்லி வியந்துகொண்டே சுவாமிஜியின் பிரபாவத்தைச் செவிமடுத்தார் முதலியார். ‘நல்லவேளை, மறக்காமல் வந்தோம்! இப்படிப்பட்ட மகான்களோட பேச்சையாவது கேப்போம் – அங்கே அந்தத் தெருவிலே கிடந்து, பார்த்த கண்றாவிகளையே பார்த்துக்கிட்டிருக்காமல்’ என்று சந்தோஷத்துடன் அவர் நிமிர்ந்து உட்கார்ந்துகொண்டார்.

மணி ஆறு நாற்பதுக்கு சுவாமிஜி வந்துவிட்டார். அவரை நான்கு பேர் அழைத்துக்கொண்டு வந்தார்கள். பின்னாலேயே சுமார் ஐம்பது பேர் அடங்கிய ஒரு கூட்டம் வந்து உள்ளே அடக்க ஒடுக்கமாக உட்கார்ந்தது. மடத்தில் இடம் பிடிக்கவில்லை. அவ்வளவு பெரிய கூட்டத்திலும் ஒரே அமைதி. ஒரே பக்திப் பெருக்கு.

வரவேற்புரை, மாலை சூட்டல், சாஷ்டாங்க நமஸ்காரங்கள் ஆகியவையெல்லாம் முடிந்தபின் சுவாமிஜி சொற்பொழிவைத் தொடங்கினார். முதலில் “தேவ ஜீவனம்” என்பதன் பொருளை விளக்கினார். அதை முதலியார் கூர்ந்து கேட்டார். ஏனென்றால் அவர் இந்த வார்த்தையை இதற்கு முன் கேட்டதில்லை. ‘சுக ஜீவனம்’ ‘கஷ்ட ஜீவனம்’ என்று கேள்விப்பட்டிருக்கிறாரே ஒழிய ‘தேவ ஜீவனம்’ என்று யாரும் சொல்லக் கேட்டதில்லை. எனவே அதன் பொருள் விளக்கத்தில்

அவருடைய முழு கவனமும் சென்றது. சுமார் இருபது நிமிஷ நேரம் சுவாமிஜி விளக்கினார். 'தேவ ஜீவனம்' என்றால், இந்த மண்ணுலகிலேயே அமர நிலை பெற்றுத் தேவர்களாக வாழும் வாழக்கை, தெய்வ வாழ்க்கை என்பது விளக்கத்தின் சாரம். அப்போது சுவாமிகள் வெளியிட்ட சில கருத்துக்கள் முதலியார் முன்பின் கேள்விப்படாதவையாக இருந்தன. சொர்க்கம், நரகம் என்பன எங்கோ ஆகாயத்தில் இல்லை என்றும், மக்கள் யாவரும் தேவ ஜீவனம் நடத்தினால் அன்று இந்த மண்ணுலகமே சொர்க்கமாக மாறும் என்றும், அதுதான் சொர்க்கம் என்றும் சுவாமிஜி கூறினார். மதச் சடங்குகள் பூஜை புனஸ்காரங்கள் போன்றவற்றை வற்புறுத்தாமல், எந்த நேரமும் தெய்வத்தைப் பற்றிய சிந்தனையோடு அவரவர்க்குரிய வேலையைச் செய்யவேண்டும் என்று சொன்னார். முதலியாருக்கு எல்லாம் அதிசயமாக இருந்தது. சுவாமிஜி யாருக்கும் விபூதி கொடுக்காமல் தாமும் திருநீறணியாமல் வெறும் நெற்றியோடு இருப்பதும், செத்த பிறகு விண்ணுலகில் அடையப்போகும் சொர்க்கத்தை மண்ணுலகில் கொண்டுவந்துவிடலாம் என்று சொல்வதும், விரதம், அனுஷ்டானம், பூஜை போன்றவற்றை அறவே பிரஸ்தாபிக்காததும் ஏட்டிக்குப் போட்டியான காரியங்களைப் போலவே இருந்தது முதலியாருக்கு. 'இவர் என்ன சாமியார்!' என்று அலட்சியமாகத் தமக்குள் சொல்லிக் கொண்டார்.

தேவ ஜீவனத்தை அடைய என்னென்ன செய்ய வேண்டும் என்பதையும் சுவாமிஜி விவரித்தார்.

"முதலில் பற்றை ஒழிக்கவேண்டும். பற்றை ஒழித்தவன் அன்றே தேவ ஜீவனத்தைத் தொடங்குகிறான். ஆசைதான் துன்பங்களுக்கும் பாவங்களுக்கும் ஆணிவேர். மனிதன் தேவனாவதற்கு முதலில் செய்ய வேண்டியது பற்றை ஒழிப்பதுதான். தேவையில்லாமலே மேலும் மேலும் செல்வத்தைச் சேர்ப்பதோ, அநித்தியமான இன்பங்களை அனுபவிக்கும் வேட்கையில் ஆயுளைக் கழிப்பதோ, கோபம் என்ற தீயை வளர்ப்பதோ கூடாத காரியங்கள். பற்றற்ற தன்மை, பேரின்ப நாட்டம், சாந்தம் முதலியவற்றுடன் உள்ளும் புறமும் சத்தியத்தைக் கடைபிடிக்க வேண்டும். புறத் தூய்மையைவிட அகத் தூய்மை முக்கியம். சத்தியம் ஒன்றால்தான் அகத் தூய்மையை அடைய முடியும்."

தேவ ஜீவனத்தை அடைவதற்கான மார்க்கங்கள் இவையே என்று சொன்ன சுவாமிஜி, சில தவறான எண்ணங்களைப் போக்கும் நோக்கத்துடன் பின்வருமாறு சொன்னார்.

"பற்றை விடுவதென்பது மனைவி மக்களைவிட்டு ஓடுவதோ வாழ்நாளெல்லாம் பிரம்மச்சாரியாக இருப்பதோ அல்ல. இல்லறத்தில் இருந்துகொண்டே பற்றைவிட முடியும்; விட வேண்டும். சிலர் உண்ணாமல் உறங்காமல் இருந்து யோகம் புரிவதையே உயர்நிலை என்று கருதுகிறார்கள். இது தவறு. பட்டினி கிடக்க வேண்டும் என்று சொல்வதில் ஒரு நியாயமும் இருக்க முடியாது; நன்றாக சாப்பிட வேண்டும்; நல்ல உணவுகளைச் சாப்பிட வேண்டும்; உடலை உறுதி செய்ய வேண்டும். உடல் அழிந்தால்

உயிர் அழியும். உயிர் அழிந்தால் எது மிஞ்சும்? எதைச் செய்ய முடியும்? ஆகவே உடலை உறுதி செய்ய வேண்டியது அவசியத்திலும் அவசியம்."

சுவாமிஜியின் இந்த இரு கருத்துக்களுள், – பற்றைக் கைவிட நினைப்பவன் குடும்பஸ்தனாகவே இருக்கலாம் என்பதும் உடம்பைப் பேண வேண்டும் என்பதும் – முதலியாருக்குப் புரட்சிக் கருத்துக்களாகவே தோன்றின. 'மனிதன் தெய்வ நிலையை அடைய சந்நியாசியாகாமல் குடும்பஸ்தனாகவே இருக்கலாம் என்றும் உடம்பைப் பேணலாம் என்றும் முற்றும் துறந்த உண்மையான முனிவர்கள் கூறுவார்களா?' இவர் என்ன இப்படிச் சொல்றார்!' என்று அதிசயித்தார்.

பிரசங்கம் முடிய மேலும் அரைமணி நேரம் ஆயிற்று. ஒரு வார்த்தையைக்கூட விடாமல் கவனமாகக் கேட்ட முதலியாருக்கு தேவஜீவனம் என்பது என்ன, தேவ ஜீவனத்தை அடையும் வழிகள் யாவை என்பவையெல்லாம் தெள்ளத் தெளிவாக விளங்கிவிட்டன. விளங்கிய பிறகு சுவாமிஜியை மற்றவர்களைப்போல் மனசுக்குள் பாராட்டாமல், "இவ்வளவு சொல்லி என்ன பிரயோசனம்? யாருக்கு வேணும்?" என்று சொல்லிக்கொண்டே எழுந்தார். இவரைப் போலவே சொற்பொழிவைக் கேட்ட நாலைந்து பேர், இவர் நடந்து வந்த தெரு வழியாகச் சற்று முன்னால் தள்ளி நடந்து சென்றார்கள். அவர்கள் சுவாமிஜியின் பிரசங்கத்தைப் புகழ்ந்து பேசிக்கொண்டே போனார்க்ள். புதுமைக் கருத்துக்கள், எண்ணில் அடங்காத மேற்கோள்கள், அற்புதமாக சமஸ்கிருத உச்சரிப்பு, சிறு குழந்தைகளுக்கும் புரியக்கூடிய எளிமை என்றெல்லாம் சொல்லி சொல்லிப் பாராட்டினார்கள். கேட்டுகொண்டே பின்னால் நடந்து வந்த முதலியார், அவர்கள் அருகில் சென்று, "ஆமா, எனக்கு ஒரு சந்தேகம்... இவ்வளவும் சொன்னாரே, யாருக்குச் சொன்னார்? மனுசனுக்குத்தானே சொன்னார்?" என்று ஒரு கேள்வியைப் போட்டார்.

'யாரடா இந்தப் பைத்தியக்காரன்?' என்று எண்ணிக்கொண்டு திரும்பிப் பார்த்த அவர்கள், "மனுஷனுக்குச் சொல்லாமே மாட்டுக்காச் சொன்னார்?" என்று கேட்டார்கள். "ஐயா, நான் பட்டிக்காட்டுக்காரன். தெரியாமக் கேக்கிறேன். கோவிச்சுகாதிங்க. மனுசனுக்குச் சொன்னார்ன்னு தான் நானும் நெனைச்சேன். ஆனா மனுசன் எங்கே இருக்கிறான்? மனுசன் இருந்தாவில்லே இவ்வளவும் சொல்லணும்? இவ்வளவும் கேக்கணும்? மனுசன் எங்கே இருக்கிறான், சொல்லுங்க?" என்று முதலியார் ஆணித்தரமாகச் கேட்கவும், அந்த ஆசாமிகள் அவரை வேடிக்கை பார்க்கும் நோக்கத்துடன் பேச்சை வளர்க்க முயன்றார்கள்.

"மனுஷன் எங்கே இருக்கிறானா? யானை பார்க்க வெள்ளெழுத் துன்னு சொல்றீங்களே? மனுஷன் இல்லாத இடம் ஏது? வீட்டுக்கு வீடு அவன்தானே ஐயா இருக்கிறான்.!"

"அப்படியா? ரெண்டு கால் இருந்தா மனுசன்னு நெனைச்சிட்டீங்க போலிருக்கு! சரிதான்... ஐயா, நான் சொல்றேன், மனுசனே ஊரிலே கெடையாதுன்னு. இப்போ மனுசன்னு சொல்லிக்கிடுறவன் எல்லாம்..."

“மிருகம்! அப்படித்தானே?” என்று ஒரு ஆசாமி கிண்டலாகக் கேட்டான்.

“என்னது? மிருகமா? மிருகமா இருந்தாத்தான் லேசா மனுசன் ஆயிரலாமே! இந்தச் செத்த சவங்களை மிருகம்னு சொல்ல முடியுமா? எந்த மிருகமாவது சோத்துக்குத் திண்டாடுமா? காத்துக்குத் திண்டாடுமா? வெளிச்சத்துக்குத் திண்டாடுமா? ஜோடி கிடைக்காமத் திண்டாடுமா? காட்டிலே எங்கேயாவது புலி பட்டினி கிடந்திருக்கா ஐயா, கேள்விப் பட்டிருக்கிறீர்களா? ஒரு நரிகூட ஜோடி கிடைக்காமத் திண்டாடியிருக்கா? அநியாயமா வந்து ஒரு நாய் கடிச்சு பிடுங்கறபோது அடங்கி ஒடுங்கிக் குடுத்துக்கிட்டிருக்கிற வேறொரு நாயையாவது பார்த்திருக்கிறீர்களா? போட்டுப் பேசுறீகளே! . . மிருகமா இருந்தாத்தான் இப்போ இருக்கப் பட்டவன் முக்கால் மனுசனாயிருவானே! இவன் நாயிலும், நரியிலும் கேடு கெட்டுப் போய்ப் பிழைக்கிறான், இவன் மனுசனாம்! இவங்களுக்குப் பற்றுக்கூடாதுன்னு சுவாமிஜி உபதேசம் பண்றார்! எவன்கிட்டே பற்று இருக்கு? சொறிஞ்சு மாளல்லே! வயித்தை ரொப்பினாப் போதும், புருஷன்னு ஒரு சண்டி சப்பாணியாவது கெடைச்சாப்போதும், வீடுன்னு ஒரு எலி வளை கிடைச்சாலே அதிட்டம். எவன்கிட்டே இம்சைப் பட்டாலும், எவன் கிட்டே அவமானப்பட்டாலும் உசுரோட இருந்தாப் போதும்னு நெனைக்கிறது பற்றா? இல்லே, பேராசையா? அற்ப ஆசைகூட நமக்கு நெறைவேறப் போறதில்லைன்னு தெரிஞ்சு, நம்ம காலம் கழிஞ்சாப் போதும்னு ஒவ்வொருத்தனும் ஒவ்வொருத்தியும் எப்பவோ முடிவுக்கு வந்தாச்சு. இவங்களுக்குப் பற்றாவது ஆசையாவது! இவங்க ஆசை வேண்டாம்னு சொன்னா, எட்டாத பழம் புளிக்கும்னு சொன்ன கேலிக்கூத்தாவில்லே இருக்கும்?. .”

“சரி, நீங்க இப்போ என்ன சொல்றீங்க?”

“நான் என்னத்தைச் சொல்லப் போறேன்? சாமியார் பண்ணின உபதேசம் தேவையில்லாத உபதேசம்னு சொல்றேன். அவ்வளவுதான். மனுசனுக்குச் செய்யவேண்டிய உபதேசத்தை இந்த மெட்ராஸ்காரங் களுக்குச் செஞ்சாரு! இவங்களா, மிருகம் மாதிரிக்கூட வாழமுடிய வில்லையேன்னு தவிக்கிறாங்க. என்னைக் கேட்டா, இவங்களை முதல்லே மிருகமாக்கணும். மிருகம்னா அடிச்சுத் திங்கிற மிருகம்னு சொல்லல்லே; ஒரு நாய் மாதிரி, நரி மாதிரி, காக்கா மாதிரி, குருவி மாதிரி ஒரு படிமேலே ஏறின மாதிரி, அதுக்குப் பெறகு மிருகங்களையெல்லாம் மனுசங்களாக்கணும்; மனுசங்களாக்குன பிறகு தேவர்களாக்கணும். ஆக இன்னும் ரெண்டுபடி தாண்டித்தான் மூணாவது படியிலே கால் வைக்கவேண்டியிருக்கு. இப்பவே மூணாவது படியைப் பார்த்துக் குதிடான்னா எவனுக்குச் சீவன் இருக்கு? இல்லே, எவனுக்கு ஆசையாவது இருக்கு? நம்மளாலே அவ்வளவு ஒசரம் குதிக்க முடியாதுன்னு அவனவன் அவனவன் பாட்டிலே திரும்பிப் போயிருவான். தப்பித்தவறி எவனாவது குதிச்சானோ, கீழே விழுந்து பல்லுப் போயிரும். ஆமா, ஒவ்வொருபடியா ஏறாமே, மூணுமூணு படியாத் தாவுனா விழவேண்டியதுதானே?. . ”

முதலியாரை ஒரு முழுப் பைத்தியம் என்றே அவர்கள் முடிவு கட்டிவிட்டதால், மேற்கொண்டு அவருடன் பேச்சுக் கொடுக்கவில்லை.

முதலியாரும் வீட்டை நோக்கி வேகமாக நடந்தார். எச்சில் இலை நாய்களும், விரட்டிப்பிடித்து சரஸமாடிய நாய்களும் அங்கங்கே இருக்கின்றனவா என்று ஒரு முறை ஆவலோடு திரும்பிப் பார்த்தார். காணவில்லை. தெருமுனை திரும்பி வீட்டை நோக்கி வந்தார். வாசற் படியில் ஏறி நின்றுகொண்டு எதிர் வீட்டை, ஒரு பார்வை பார்த்தார். பெண்கள் மூவரையும் காணவில்லை. உள்ளே விளக்கு வெளிச்சம் மட்டும் தெரிந்தது. ‘சாப்பிட்டோ சாப்பிடாமலோ முடங்கியிருக்கும். எண்ணைக்கு விடியப் போகுதோ? ஊருக்குள்ளே என்னடான்னா, தேவ ஜீவனம் பத்திப் பெரசங்கம் நடக்கு! மிருக ஜீவனத்துக்கு லொண்டா அடிக்கிறப்போ’ என்று சலித்துக்கொண்டும், கண்டனத்தைத் தெரிவித்துக் கொண்டும் கதவைத் தள்ளிக்கொண்டு உள்ளே போனார் முதலியார்.

❖

தாமரை, ஜூலை 1966

போலி

சுவாமி சத்தியானந்தா திருக்குற்றாலத்திற்கு வரச் சம்மதித்தது குருவி உட்கார பனம்பழம் விழுந்தது போல் இருந்தது. ஸ்ரீரங்கம் முகாமுக்கு அவரைத் தேடிவந்து அழைத்த அவருடைய தென்காசி பக்தர்களுக்கு ஒரே ஆச்சரியம். ஒவ்வொரு வருஷமும் ஏதாவது காரணத்தைச் சொல்லி 'அதனால் இப்போது முடியாது. அடுத்த வருஷம் பார்க்கலாம்' என்றே சொல்லிக்கொண்டு வந்த சுவாமிஜி இப்போது எடுத்த எடுப்பிலேயே குற்றாலத்திற்கு விஜயம் செய்ய இசைந்ததும் இன்னும் மூன்று நாட்களில் புறப்படலாம் என்று சொன்னதும் பக்தர்களுக்கு ஆச்சரியத்தை மட்டுமன்றிப் பெரு மகிழ்ச்சியையும் அளித்தன. உடனே தென்காசிக்குத் தந்தி கொடுத்தார்கள். 'சனிக்கிழமை சுவாமிஜி வருகிறார். குற்றாலத்தில் ஜாகை வசதி செய்யவும்' என்று தங்கள் சகாக்களுக்குத் தெரிவித்தார்கள். சுவாமிஜியுடன் ஸ்ரீரங்கத்தில் மூன்று நாள் தங்கியிருந்து அவருடைய சொற்பொழிவு வரிசை முடிவுற்றதும், ஒரு காரில் அவரை அழைத்துக்கொண்டு தென்காசிக்குப் பயணமானார்கள்.

காரில் போகும்போது சத்தியானந்தாவுக்கு நாலைந்து நாட்களுக்கு முன் தினசரி பத்திரிகையில் படித்த ஒரு செய்தியே திரும்பத்திரும்ப ஞாபகத்திற்கு வந்துகொண் டிருந்தது.

அந்தச் செய்திதான் அவரைக் குற்றாலத்திற்கு வரவழைத்ததே ஒழிய, தென்காசி பக்தர்களல்ல என்பது அவருக்கு மட்டுமே தெரிந்த ரகசியம். குற்றாலத்திற்கு

இரண்டொரு நாளில் புறப்பட்டுப் போனால்கூடத் தேவலை என்று சத்தியானந்தா தீவிரமாக யோசித்துக்கொண்டிருந்த சமயத்தில்தான் தென்காசி பக்தர்களும் வந்து அவரை அழைத்தார்கள். அவரும் மறுக்காமல் சம்மதம் அளித்தார்.

கார் வேகமாகப் போய்க்கொண்டிருந்தது. ஸ்ரீரங்கத்திலிருந்து இருபது மைல் தூரம் போயிருப்பார்கள். பக்தர்கள் இருவரையும் நோக்கி, “குற்றாலத்தில் ‘கண்கண்ட சித்தர்’ வேல்சாமிகள் முகாம் போட்டிருக்கிறாராமே! பேப்பரில் பார்த்தேன். நிறையக் கூட்டமோ?” என்று கேட்டார் சத்தியானந்தா.

“அவர் தங்கியிருக்கும் சத்திரத்தில் எப்போது பார்த்தாலும் இடம் பிடிக்காத கூட்டம்தான். அத்துடன் இது சீஸன் சமயம் வேறு. கூட்டம் அதிகமாகத்தான் இருக்கும்” என்றார் ஒரு பக்தர்.

“சரியான சமயம் பார்த்துத்தான் வேல்சாமிகள் குற்றாலத்திற்கு வந்து முகாம் போட்டிருக்கிறார்!” என்று சொன்ன சத்தியானந்தா இலேசாகச் சிரித்துக்கொண்டார். அந்தச் சிரிப்பைப் பக்தர்கள் கவனித்துக்கொண்டாலும், அதற்கு முக்கியத்துவம் கற்பிக்கவில்லை. ஆனாலும் அது சுவாமிஜி இயல்பாகச் சிரித்த சிரிப்பல்ல. அந்தச் சிரிப்பில் அடங்கியிருந்த ஆழமும் அதிகம்; அர்த்தமும் அதிகம்.

சத்தியானந்தா பக்தர்களுடன் அப்புறம் எதுவும் பேசாமல் வேல்சாமிகளைப் பற்றிய சிந்தனையில் ஆழ்ந்தார். ‘இப்படிப்பட்ட போலிகளை இந்த இருபதாம் நூற்றாண்டிலும் ஜனங்கள் நம்புகிறார்களே. ஏழெட்டு வருஷங்களாக இந்த வேஷதாரியைப் பற்றிய செய்திகள் பத்திரிகைகளில் வந்தவண்ணமாக இருக்கின்றன. என்னைப் பற்றிய செய்திகளுக்கு கொடுக்கப்படும் அதே முக்கியத்துவத்துடன்தான் இவனைப் பற்றிய செய்திகளும் பிரசுரமாகிக் கொண்டிருக்கின்றன. உண்மைக்கும் பொய்க்கும் ஒரே ஸ்தானம்! ஒரே மரியாதை! உலகம் இப்படியாகி விட்டதே. இந்தப் பைத்தியக்காரத்தனம் எதில் சேர்த்தி?...’

சுவாமிஜி ஊர் ஊராகப் போய்ச் செய்துவந்த மெய்ஞ்ஞான போதனைகளால், வேல்சாமிகளை இன்றுவரையிலும் இம்மியளவுகூட அசைக்க முடியவில்லை. அவருடைய சித்து விளையாட்டுக்களையும் கட்டுக்கதைகளையும் நம்பும் கூட்டம் நாளுக்கு நாள் அதிகமாகிக் கொண்டுதான் இருந்தது.

‘கண்கண்ட சித்தர்!’

சத்தியானந்தா தமக்குள் ஒருமுறை இப்படிச் சொல்லிக்கொண்டார். ‘கண்கண்ட சித்தர் வேல்சாமிகளின் வாழ்க்கை வரலாறு’ என்ற ஒரு புத்தகம் வெளியாகியிருக்கிறது. அதை சத்தியானந்தாவே விலை கொடுத்து வாங்கிவரச் சொல்லிப் படித்துப் பார்த்திருக்கிறார். படித்த விஷயங்களெல்லாம் இப்போது குற்றாலத்தை நோக்கிப் போய்க்கொண்டிருக்கும் அவருக்கு ஒவ்வொன்றாக ஞாபகத்துக்கு வந்துகொண்டிருந்தன.

‘தனக்கு இருநூற்று நாற்பது வயது என்று அந்த வேஷதாரி சொல்வதை இந்த விஞ்ஞான யுகத்திலும் நம்புகிறார்களே! இருநூற்று நாற்பது வயதாகியும் அவனுக்கு நரைக்கவில்லையாம்! பல் விழவில்லையாம்! முகத்தில் ஒரு சுருக்கல் கிடையாதாம்! அதற்கு இந்தப் படமே அத்தாட்சி என்று ஒரு போட்டோவையும் அந்தப் புத்தகத்தில் போட்டிருக்கிறார்கள். இது என்ன அத்தாட்சியோ? தாடி மீசை வளர்த்த ஒரு முப்பது முப்பத்தைந்து வயதுக்காரனைப் படம் பிடித்துப்போட்டு, இவனுக்கு இருநூற்று நாற்பது வயதாகியும் இப்படி இருக்கிறான் என்று சொல்வது ஒரு அத்தாட்சியா? . . .’

உலகத்தின் பைத்தியக்காரத்தனத்தை நினைக்க நினைக்க அவருக்கு வேதனையாகவும் இருந்தது. அவமானமாகவும் இருந்தது . . .

வேல்சாமிகளின் வயது மட்டுமா? அவரைப் பற்றிய வேறு பல செய்திகளும்கூட நம்ப முடியாதவையாகவும், ஆனால் பக்தர்கள் பூரண மாக நம்பக்கூடியவையாகவும் இருந்தன.

வேல்சாமிகள் இமயமலையில் பனிக்கட்டிகளால் மூடப்பெற்ற ஒரு குகையில் நூறு வருஷகாலம் அன்ன ஆகாரமின்றித் தவம் செய்திருக் கிறாராம். அதன் பிறகு தெற்கே வந்து மேற்குத் தொடர்ச்சி மலையின் ஒரு பகுதியான கும்பமலைச் சாரலில் தவத்தையும் மூலிகை ஆராய்ச்சி யையும் தொடங்கிய சமயத்தில்தான் இந்தியாவில் பிரிட்டிஷ் ஆட்சி ஆரம்பமாயிற்றாம். கும்பமலையில் ஐம்பது வருஷத் தவம். அஷ்டமாசித்தி களும் கைவரப்பெற்று அங்கிருந்து வெளியேறி, அரூபியாகக் ககன மார்க்கத்தில் சஞ்சரிக்கத் தொடங்கினார் வேல்சாமிகள். அப்போது உலகத்தின் எல்லா நாடுகளுக்குமே போயிருக்கிறார்.

வேல்சாமிகளால் சாதிக்க முடியாத காரியம் எதுவுமே இல்லை. தீராத நோய்களைத் தீர்த்து வைப்பது, நினைத்த காரியத்தைக் கைகூடச் செய்வது, வெறுங்கையில் பொன்னோ மணியோ வரவழைப்பது, மண்ணைச் சாம்பிராணியாக்குவது, கல்லைக் கற்பூரமாக்கிக் கொளுத்து வது – இவையெல்லாம் அவர் உலகம் காணச் செய்த சாதாரண காரியங்கள். அஷ்ட கிரஹச் சேர்க்கையின்போது இந்த உலகம் அழிந்து விடாமல் தடுத்துக் காத்தவரே வேல்சாமிகள்தான். இதை அமெரிக்காவிலும் பல அறிவாளிகள் ஒப்புக்கொண்டிருக்கிறார்கள். வேல்சாமிகளுக்கு அணுகுண்டு செய்யவும், அணுகுண்டு வெடித்தால் ஒரு துரும்புக்குக்கூடச் சேதம் ஏற்படாமல் பச்சிலையால் தடுக்கவும் தெரியும். தக்க சமயம் வரும்போது இந்தக் காரியங்களை அவர் செய்து காட்டுவார் . . .

இப்படி எத்தனையோ விவரங்கள் ‘கண்கண்ட சித்தர் வேல்சாமி களின் வரலாறு’ என்ற புத்தகத்தில் காணப்படுகின்றன. எழுதப் படிக்கத் தெரியாத மக்களுக்கும் இந்த விவரங்கள் தெரியவேண்டும் என்பதற்காக, வேல்சாமிகளின் சீடர் சிவலிங்க சாமிகளும் மற்றும் தமிழ்நாட்டில் ஒவ்வொரு ஊரிலும் உள்ள வேல்சாமிகளின் பக்தர்களும் வாய்மொழி யாகப் பிரசாரம் செய்துகொண்டும் வருகிறார்கள் . . .

சத்தியானந்தா வேதனை தாங்காமல் பெருமூச்சு விட்டார்; உடனே ஒரு சபதமும் செய்துகொண்டார்.

‘குற்றாலத்தில் இந்த வேஷதாரியின் ஏமாற்று வித்தைகளை அம்பலப் படுத்தியே ஆகவேண்டும். அவனை மடக்கி, நல்வழிக்குத் திருப்பவேண்டும். அவனைத் திருத்த முடிந்தால் அது தமிழ்நாட்டில் உள்ள லட்சக்கணக் கான ஜனங்களை ஒரே நாளில் திருத்திவிட்ட மாதிரி. ஒரே கல்லில் லட்சம் மாங்காய்களை உதிர்க்க இதுதான் சரியான சமயம். வேஷதாரி களைத் தலைதூக்கவே விடக்கூடாது. ஜனங்கள் ஞான மார்க்கத்தில் திரும்பாமல் அறியாமை இருளில் மூழ்கிக் கிடப்பதற்கு இந்த வேல்சாமி களைப் போன்றவர்கள்தான் காரணம்... பார்ப்போம். குற்றாலத்தில் எத்தனை நாட்கள் தங்க நேர்ந்தாலும் சரி...’

இப்படிச் சபதம் செய்துகொண்டதோடு, இந்தச் சபதத்தை நிறை வேற்றாமல் திரும்பப் போவதில்லை என்று மற்றொரு சபதமும் செய்து கொண்டார் சத்தியானந்தா.

2

குற்றாலத்தில் வேல்சாமிகள் தங்கியிருந்த சத்திரத்திற்கு நான்கு கட்டடங்கள் தள்ளியிருந்த ஒரு மடத்தில்தான் சுவாமி சத்தியானந்தா வுக்கு ஜாகை, அங்கே வந்து இறங்கியதும் பிரயாணக் களைப்புத் தீர அவர் ஓய்வு எடுத்துக்கொண்டார். மறுநாளிலிருந்து சொற்பொழிவுகளை வைத்துக்கொள்ளலாம் என்று அவரே சொல்லிவிட்டார். ஆனால் அன்று அவருடைய உடம்புதான் ஓய்வுகொள்ள முடியவில்லை, வேல்சாமிகளின் ஞாபகம் அவரைச் சரியாகத் தூங்குவதற்கும் விடவில்லை.

எத்தனை மணிக்குச் சத்தியானந்தா தூங்கத் தொடங்கினாரோ தெரியாது. ‘கண்களை மூடினாற்போல் இருந்தது. அதற்குள் விடிந்து விட்டதே’ என்று அவர் தமக்குள் சொல்லிக்கொண்டார். நித்திரையின் மையால் ஏற்பட்ட உடற் கொதிப்பையும், வேல்சாமிகளால் ஏற்பட்ட மனக் கொதிப்பையும் ஒருமணி நேரம் செய்த அருவி ஸ்நானத்தினால் கூடப் போக்க முடியவில்லை. பகலில் ஏராளமான பக்தர்கள் வந்து தரிசித்தார்கள்; சாஷ்டாங்கமாக விழுந்து வணங்கி ஆசி பெற்றார்கள். மாலையில் இருநூறு பேருக்கு மேல் கூடியிருந்த கூட்டத்தில் சத்தி யானந்தா அருளுபதேசம் செய்தார். அன்று அவர் செய்த உபதேசத்தின் சாராம்சம் இதுதான்.

“களை எடுத்தால்தான் தானியப் பயிர் நன்றாக வளர்ந்து பலன்தர முடியும். களை இருக்கும்வரையில் பயிர் செழித்து வளராது. அதுபோல் உண்மை தழைக்க வேண்டுமென்றால் பொய்யைக் களைய வேண்டும்; மெய்ஞ்ஞானிகளின் வழியைக் கடைப்பிடிக்க வேண்டுமென்றால் போலித் துறவிகளின் பக்கம் திரும்பக் கூடாது. ஞானிகளைப் போற்ற வேண்டு மென்றால் வேஷதாரிகளை ஒதுக்க வேண்டும். ஆகவே, ஞானமார்க்கத்தில் இறைவனை நாடிச் செல்லும் பக்தர்கள் எக்காரணத்தை முன்னிட்டும்

மந்திர தந்திர வித்தைகளை நம்பவே கூடாது. அப்படி செப்படி வித்தை செய்பவர்களைக் கண்ணால் பார்க்கவும் கூடாது. இறைவனே நமக்கு அனைத்தையும் வழங்குவான் என்ற ஒரே நம்பிக்கையைக் கைக்கொள்ள வேண்டும். போலிச் சாமியார்கள் கொடுக்கும் மந்திர தாயத்துக்களாலும் மருந்து மாயங்களாலும் பணத்தை வாங்கிக்கொண்டு செய்யும் மண்டல பூஜைகளாலும் நன்மை தேடிக்கொள்ள முயல்வது கடவுளையே நம்பாத ஒரு நீசக் குணமாகும். அதைப் போன்ற நிரீஸ்வரவாதம் வேறு இல்லை. அப்படிப் போலிகளிடம் அனுகூலத்தை நாடிச் செல்பவர்களுக்கு எக்காலத்திலும் நற்கதி கிட்டாது; ஆண்டவனுடைய அருளுக்கும் அவர் பாத்திரமாக முடியாது. அவர்களுக்குத் தெய்வ சந்நிதியில் மன்னிப்பும் இல்லை."

சத்தியானந்தா ஆணித்தரமாகப் பேசினார்; கடுமையாக எச்சரித்தார். சொற்பொழிவையும் முடித்தார். இரவு நித்திரைக்குப் போகும்போது, 'இவர்களிடம் இப்படிப் பேசியிருக்க வேண்டாம். போலிகளை நம்பும் மூடர்களுக்குச் செய்ய வேண்டிய எச்சரிக்கையை இந்த உண்மையான பக்தர்களுக்குச் செய்தது அனாவசியம்' என்று அவருக்குத் தோன்றியது. வருந்தினார். அன்றும் நிம்மதியாகத் தூங்க முடியவில்லை.

அதற்கு அடுத்த நாள் சொற்பொழிவில் போலிகளைக் கண்டனம் செய்வதற்குப் பதிலாக கீதையைப் பற்றியோ உபநிஷத்தைப் பற்றியோ பேச வேண்டும் என்று அவர் முடிவுசெய்தார். மாலையில் வழக்கம்போல் சொற்பொழிவுக்காகவும் தரிசனத்திற்காகவும் ஒவ்வொருவராக வரத் தொடங்கினார்கள். முதலில் வந்த இரண்டு பக்தர்களைப் பார்த்து, வேல்சாமிகளின் நடவடிக்கைகளைப் பற்றி விசாரித்தார் சத்தியானந்தா. அவர்கள் கூறிய ஒவ்வொரு தகவலும் மகா பயங்கரமாக இருந்தது. வேல்சாமிகளைப் பார்க்கத் தினந்தோறும் ஆயிரக்கணக்கானவர்கள் வந்து கூடுவதால், காணிக்கைப் பணமும் ஆயிரக்கணக்கில் சேருகிறது என்று சொன்னார்கள். அதுபோக, வேல்சாமிகளின் கார்டு சைஸ் போட்டோ ஒன்று 2 ரூபாய் வீதம் ஆயிரக்கணக்கான பிரதிகள் தினமும் விற்பனையாகிறது என்றும், நூறு மைல் இருநூறு மைல்களுக்கு அப்பால் இருந்தும் பணக்காரர்களும், அதிகாரிகளும், பேராசிரியர்களும், வக்கீல்களும், டாக்டர்களும், இன்னும் இவர்களைப் போன்றவர்களும் வந்து வேல்சாமிகளுக்குக் காணிக்கை செலுத்துவதுடன் ஏகப்பட்ட பணத்தைக் கொடுத்து இஷ்ட காரிய சித்திக்கான ரக்ஷைகளை வாங்கிக் கொண்டு போகிறார்கள் என்றும் பக்தர்கள் தெரிவித்தார்கள்.

'படிப்பாளிகளும் ஏமாறுகிறார்களே? – அதுவும் நூறு மைல் இருநூறு மைல் தூரம் பிரயாணம் செய்து வந்து?' என்று அதிர்ச்சியும் கவலையும் அடைந்த சத்தியானந்தா, "இன்று பிரசங்கம் கிடையாது. நான் வேல்சாமி களைப் போய்ப் பார்க்க வேண்டும். முக்கியமான காரியம்" என்று கூறினார்.

அப்போது அங்கே கூடியிருந்த நாற்பது ஐம்பது பக்தர்களுக்கும் இதை நம்பவே முடியவில்லை. சத்தியானந்தாவா வேல்சாமிகளைத்

தேடிப் போக நினைக்கிறார் என்று அனைவரும் ஆச்சரியத்தில் மூழ்கினார்கள்.

"இன்றிரவு ஒன்பது மணிக்குப் போகலாம். அங்கே கூட்டமும் குறைந்திருக்கும்" என்றார் சத்தியானந்தா.

"இரவு பன்னிரண்டு மணிக்கும் அங்கே கூட்டம்தான் சுவாமிஜி" என்றார் ஒரு பக்தர்.

"ஒன்பது மணிக்கே போகலாம்."

3

சத்திரத்தில் கூடியிருந்த பெருங்கூட்டத்தை ஏறிட்டுப் பார்க்காமல் குனிந்த தலையோடு நடந்து சென்றார் சத்தியானந்தா. அந்தக் கும்பலின் முகத்தில் விழிக்கவே அவருக்கு அருவருப்பாக இருந்தது. ஆனால் கும்பலில் பாதிப் பேர் அவரைக் கண்டமாத்திரத்தில் எழுந்து நின்று கும்பிட்டார்கள். மீதிப் பேருக்கு அவர் யார் என்று தெரியாது. அதனால் அவர்கள் திகைப்போடு பார்த்துக்கொண்டிருந்தார்கள்.

சத்தியானந்தாவை அழைத்துச் சென்ற பக்தர், வேல்சாமிகள் அமர்ந்திருக்கும் ஆசனத்தின் அருகே சென்று, கைகூப்பி வாய்புதைத்து, "சுவாமிஜி சத்தியானந்தா வந்திருக்கிறார்கள்" என்று காதோடு காதாகவும் பயபக்தியோடும் சொன்னார்.

"அப்படியா!" என்று ஆச்சரியத்தோடு சொன்ன வேல்சாமிகள் உடனே எழுந்து நின்றார். சத்தியானந்தாவை வணங்கினார்.

"தங்களைப் பார்க்க வந்திருக்கிறேன். தனியே சந்திக்க வேண்டும். ஒரு மணிநேரமாவது நாம் தனியே பேச வேண்டியிருக்கும். இப்போது சாத்தியப்படுமா?" என்று கேட்டார் சத்தியானந்தா.

"தாங்கள் என்னைத் தேடிவந்து கேட்கும்போது சாத்தியமில்லை என்று சொல்வேனா? வாருங்கள். இப்பொழுதே வாருங்கள்; உள்ளே போவோம்" என்று அழைத்தார் வேல்சாமிகள்.

இருவரும் உள்ளே போனார்கள். அங்கே இருந்த ஒரு தனியறையில் பிரவேசித்தார்கள்.

"அமருங்கள்" என்று சொல்லி ஒரு பெஞ்சைக் காட்டினார் வேல்சாமிகள். இருவரும் பெஞ்சில் உட்கார்ந்தார்கள். உட்கார்ந்ததுமே 'கண்கண்ட சித்தர்' வேல்சாமிகள் சொன்னார்.

"தாங்களே பார்த்தீர்கள். வெளியே பெருங்கூட்டம் காத்திருக்கிறது. சிலர் திருவனந்தபுரத்திலிருந்துகூட வந்திருக்கிறார்கள். மத்தியானத்திலிருந்தே காத்திருக்கும் அன்பர்கள் பலர். நாம் சீக்கிரமாகப் பேசி முடித்தால் அவர்களுக்குச் சந்தோஷமாக இருக்கும். இத்தனை பேர் வந்து காத்திருக்கவில்லை என்றால், நானே தங்களைத் தேடி வந்திருப்பேன். தங்களோடு எவ்வளவு நேரம் வேண்டுமானாலும் இருந்துவிட்டு வருவேன்."

வேல்சாமிகள் இவ்வளவு மரியாதையோடு பேசுவார், இவ்வளவு மரியாதையோடு நடந்துகொள்வார் என்று சத்தியானந்தா எதிர்பார்க்கவே இல்லை. அதனால் மிகவும் சந்தோஷப்பட்டார். ஆனாலும், 'வேஷதாரி மரியாதையாகப் பேசி என்ன பிரயோஜனம்? இந்த மரியாதையுமே ஒரு வேஷமாக இருக்கலாம் அல்லவா..? போலி மரியாதையைப் பார்த்து நாம் மயங்கிவிடக் கூடாது' என்று எண்ணி, எடுத்த எடுப்பிலேயே பின்கண்ட கேள்வியைக் கேட்டார்.

"தங்களுக்கு வயது என்ன என்று தெரிந்துகொள்ளலாமா?"

"முப்பத்தாறு! வெளியில் சொல்லிக்கொள்வது இரு நூற்று நாற்பது?" என்று கொஞ்சமும் கூசாமல் தயங்காமல் சொன்னார் வேல்சாமிகள்.

அவர் உண்மையை மறைக்காமல் கூறிய நெஞ்சழுத்தமும் சத்தியானந்தாவை வெலவெலக்கச் செய்துவிட்டது.

'உண்மை பேசுகிறான். நேரடியாகப் பேசுகிறான். நாமும் அப்படியே பேசுவோம்' – சத்தியானந்தா அடுத்த கேள்வியைக் கேட்டார்.

"தாங்கள் சித்து விளையாட்டுக்கள் எல்லாம் செய்வதாகப் பேப்பரில் பார்த்திருக்கிறேன். தங்கள் வரலாற்றிலும் படித்திருக்கிறேன். அணுகுண்டு செய்யவும் தங்களுக்குத் தெரியும்! அந்தரத்தில் அரூபியாகப் பறப்பீர் களாம்! இதெல்லாம் நிஜம்தானே?"

"முழுப் பொய்!" என்றார் வேல்சாமிகள்.

"இப்படிப் பொய் சொல்லலாமா?"

"இல்லையென்றால் ஜனங்கள் என்னை எப்படி நம்புவார்கள்? எப்படி 'கண்கண்ட சித்தர்' என்று என்னைப் போற்றுவார்கள்?"

"வெளிவேஷம் போடுவதும் ஜனங்களை ஏமாற்றுவதும் அதர்மம் அல்லவா?"

"அதர்மத்தினால் அனுகூலங்களா?"

"ஆம். இந்த வெளிவேஷத்தை நம்பி வரும் ஜனங்கள் எனக்குக் காணிக்கை செலுத்தி என் ஆசீர்வாதத்தைப் பெறுகிறார்கள்; என் தாயத்துக்களை வாங்குகிறார்கள். இந்த இரண்டாலும் அவர்கள் நினைத்த காரியம் எதுவும் சுலபமாகக் கைகூடும் என்று நம்புகிறார்கள். அதனால் அவர்களுக்கு ஊக்கமும் எதிர்கால நம்பிக்கையும் உண்டாகின்றன. சோர்வை உதறி நம்பிக்கையோடு முயற்சி செய்யத் தொடங்குகிறார்கள்."

"இப்படி ஊக்கமும் நம்பிக்கையும் உண்டாவதற்குப் பகவானை நம்ப வேண்டும் என்று சொல்வதா? ஏமாற்று வித்தைகளையும், கட்டுக்கதைகளையும் நம்பும்படி செய்வதா?"

"நம்பச் சொல்லி நான் யாரையும் கட்டாயப்படுத்தவில்லையே! தாங்கள் இருக்கும் ஊரிலேயே எனக்கு வியாபாரம் நடக்கிறது. என்ன

காரணம்? ஜனங்கள் என் ஏமாற்று வித்தைகளை விரும்புவதுதான் காரணம் என்பது தெரியவில்லையா?"

"அப்படி விரும்பக்கூடாது என்று தாங்கள் சொல்ல வேண்டாமா? அதுவல்லவா நியாயம்? தர்மம்?"

"எனக்குச் சிரிப்பு வருகிறது!"

"ஏன்?"

"ஜனங்கள் என்னிடம் எதற்காக வருகிறார்களோ, அதற்காகத்தான் தங்களிடமும் வருகிறார்கள் என்பதை இன்னும் தெரிந்துகொள்ளாமல் இருக்கிறீர்களே என்பதற்காகத்தான். பட்டம் வேண்டும், பதவி வேண்டும், பணம் சேரவேண்டும், கல்யாணம் நடக்க வேண்டும், புத்திரபாக்கியம் கிட்டவேண்டும், நோய் தீரவேண்டும், நினைத்த காரியம் முடிய வேண்டும் என்பவைதானே ஜனங்களின் பிரார்த்தனைகள்? ஒரு கோவிலுக்குப் போனால், ஒரு மகானைத் தரிசித்தால் இத்தனையும் நடக்கும் என்று நம்புகிறார்கள். கோவிலுக்குப் போகிறார்கள்; தங்களையும் தரிசித்து வணங்குகிறார்கள். இதைத் தவிர வேறு எந்த நோக்கத்துடனாவது தங்களைத் தரிசிக்க இதுவரையில் யாரும் வந்ததுண்டா? தாங்களே சொல்லுங்கள்."

"ஆனால் நான் வேஷம் போட்டு ஏமாற்றவில்லை இல்லையா?"

"அப்படித் தாங்கள் நினைத்துக்கொண்டிருக்கிறீர்கள்! அவ்வளவு தான். உண்மையில் தாங்கள்தான் வேஷம் போடுகிறீர்கள் என்று நான் சொல்லுகிறேன். நான் அவர்களை வேண்டுமென்றே ஏமாற்றுகிறேன். தாங்களோ ஏமாற்றாமல் ஏமாற்றுகிறீர்கள்! இது ஒன்றுதான் தாங்களுக்கும் எனக்கும் உள்ள வித்தியாசம்!"

"புதிர் போடுவதுபோல் பேசுகிறீர்களே! என்ன அர்த்தம்..?"

"ஒரு புதிரும் போடவில்லை. விஷயம் இதுதான். தங்களைப் போன்ற ஒரு மெய்ஞ்ஞானியை மெய்ஞ்ஞானியாக, அதாவது ஞானமார்க்கத்தைக் காட்டி மேல்நிலைக்கு உயர்த்தும் ஒரு மெய்ஞ்ஞானியாக ஏற்றுக்கொள்ள ஜனங்கள் தயாராக இல்லை. சித்து விளையாட்டுக்களும், அற்புதங்களும் நிகழ்த்தும் ஒரு போலிச் சாமியாரின் ரூபத்தில்தான் எந்த மெய்ஞ்ஞானி யையுமே ஏற்றுக்கொள்ளத் தயாராக இருக்கிறார்கள். அவர்கள் தங்களைத் தரிசித்து வணங்குவதற்குக் காரணமே, தங்களையும் ஒரு போலிச் சாமியார் மாதிரி நினைப்பதுதான். இப்போது சொல்லுங்கள். யார் போடுவது வேஷம்? நான் போடுவது வேஷமா! தாங்கள் போடுவது வேஷமா? மெய்ஞ்ஞானி என்ற நிலையே ஒரு வேஷமாக இருக்கிறது என்பது தெரியவில்லையா!"

வேல்சாமிகள் பலமாகச் சிரித்தார்.

"என்ன செய்வது? இது ஒரு பரிதாபகரமான நிலைதான்" என்றும் அவர் சொன்னார்.

அவருடைய பேச்சும் சிரிப்பும் சத்தியானந்தாவைப் பெரிதும் குழப்பிவிட்டன.

திடீரென்று எழுந்து நின்றார் சத்தியானந்தா. "நான் வருகிறேன்" என்றார். புறப்பட்டுவிட்டார்.

"பக்தர்கள் என்னையும் தரிசிக்க வந்திருக்கிறார்கள்! என் பக்தர்களில் பாதிப்பேர் தங்களையும் தரிசிக்க வந்தார்கள்!" என்றார்.

கூட்டத்தில் பாதிப்பேர் சத்தியானந்தாவைக் கண்டதும் முன்போலவே எழுந்து கும்பிட்டார்கள்.

சத்தியானந்தா சத்திரத்துப் படியைவிட்டுக் கீழே இறங்கினார். ஆனால் ஜாகைக்குத் திரும்பவில்லை. மூன்று மைல் தூரத்தில் உள்ள தென்காசி ரயில்வே ஸ்டேஷனை நோக்கி விரைவாக நடக்கத் தொடங்கினார்.

தீபம், ஆகஸ்ட் 1966

அபார ஞாபகம்

அருணகிரி முதலியாருக்குப் பிறந்த பிள்ளைகள் மூன்றும் மூன்று ஆயுதங்களாக இருந்தன. ஒவ்வோர் ஆயுதமும் அவரை நோக்கியே பாய்ந்துகொண்டும் இருந்தது. 'மகா தத்தாரிகள்' என்று பிள்ளைகளை மொத்தமாகக் குறிப்பிடுவார் அவர்.

கடந்த ஆறு வருஷங்களாக அவருக்குப் பக்கத்து வீட்டுக்காரனாக இருந்து வரும் எனக்கு இந்த ஆறு வருஷக்காலமும் ஆச்சரியமாகத்தான் இருந்து வந்திருக் கிறது. அருணகிரி முதலியாருக்கு இப்படிப்பட்ட பிள்ளைகள் எங்கிருந்து பிறந்தார்கள்? கள்ளி வயிற்றில் அகில் பிறக்கும்; சேற்றிலே செந்தாமரை மலரும் என்று சொல்வார்கள், இங்கே நேர்மாறாக, அகிலில் கள்ளியும் செந்தாமரையில் சேறும் பிறந்திருக்கின் றனவே என்று நான் ஆச்சரியப்பட்டுக்கொண்டே – முந்தாநாள் வரை – இருந்திருக்கிறேன். ஏனென்றால் முதலியார் அவர் மனைவியைப் போலவே பரம சாது. அழுத்தமான சிவபக்தர். தமிழில் ஓரளவு புலமையும் உண்டு. எந்நேரமும் புத்தகமும் கையுமாக மாடியறையில் உட்கார்ந்திருப்பாரே ஒழிய ஒரு வம்புக்கும் போக மாட்டார். பிள்ளைகள் மூவருக்கும், தேவாரம் பாடிய மூவர் பெயர்களையே வைத்தார். மூத்தவன் விவரம் தெரியும் வயது வந்தவுடன் முதல் காரியமாகத் தன் பெயரையே மாற்றிக்கொண்டான். 'ஞானசம்பந்தம்! இது என்ன பெயர்! நாகரிகமாக இருக்க வேண்டாமா?' என்று தன் பெயரை 'சம்பத்' என்று வைத்துக்கொண்டான். அவனைப் பார்த்து இரண்டாவது மகன் திருநாவுக்கரசு, தன் பெயரை

மோஹன் ஆக்கினான். கடைசிப்பிள்ளை சுந்தரமூர்த்தியோ அவ்வளவு தூரம் புரட்சி செய்யாமல் மூர்த்தி என்று மட்டும் வைத்துக்கொண்டான்.

அப்பா வைத்த பெயர்களையே ஏற்றுக்கொள்ளாத பிள்ளைகள் அப்பாவின் உபதேசங்களையும் ஆசார அநுஷ்டானங்களையும் கடைப் பிடிப்பார்கள் என்று எதிர்பார்க்க முடியுமா? எந்நேரமும் நீறு பூசிய நெற்றியோடு காட்சியளிக்கும் முதலியாருக்கு எதிரில் சிகரெட்டும் கையுமாக வீட்டினுள் நுழைவான் ஞானசம்பந்தம்–அதாவது சம்பத்.

இரண்டாவது மகன் மோஹன், பிரபல சினிமா நடிகன் ஒருவனின் பிரதி பிம்பமாகத் தன் தோற்றத்தையே எப்படியோ மாற்றியமைத்துக் கொண்டுவிட்டான். அவன் படியில் ஏறினாலும் இறங்கினாலும் அதிலே ஒரு பாய்ச்சல் இருக்கும்; ஒரு சாதனை இருக்கும். எங்கள் தெருவில் இதுவரை மூன்று பெண்களிடம் அவன் வம்பு செய்ததாகப் புகார் வந்திருக்கிறது. ஒரு தடவை அவனைச் சந்தில் தள்ளி மூன்றுபேர் அடித்துவிட்டார்கள். அதற்கும் பெண் விவகாரம்தான் என்று கேள்வி.

கடைசி மகன் அப்படியில்லை. அவனுக்கு இருபத்து நாலு மணி நேரமும் சைக்கிளோடுதான் சகவாசம். எப்பொழுது பார்த்தாலும் சைக்கிளில் போவதும் வருவதுமாக இருப்பான். எதற்கென்று யாருக்கும் தெரியாது. கடந்த இரண்டு வாரங்களாக அவனுக்கும் அப்பாவுக்கும் தீராப் பகையே மூண்டுவிட்டது. அவன் ஸ்கூட்டர் வாங்கித்தர வேண்டும் என்று கேட்டான். அவர் வாங்கித் தரவில்லை. ஜென்ம விரோதிகள் ஆகிவிட்டார்கள். என்றாவது ஒருநாள் அவருடைய மண்டையை உடைக்கப்போவது நிச்சயம் என்று அவன் வெளிப்படையாகவே சொல்லிக்கொண்டு திரிந்தான். எனக்குவேறு பயம் திக்திக்கென்று அடித்துக்கொண்டது. முதலியாருக்கு மிகவும் வேண்டியவனாகப் போய், தினந்தோறும் அவருடன் அவர் வீட்டில் ஒரு மணி நேரமாவது உட்கார்ந்து பேசிக்கொண்டிருந்து விட்டு வருவது என் வழக்கமாக இருந்தது. அவர் மண்டைக்குப் பதிலாக என் மண்டையில் குறிவைத்து விட்டால்? நல்ல வேளையாக இருவர் தலையும் தப்பிவிட்டது. இனி என் தலைக்கு ஆபத்து வந்தாலும் வரலாமே ஒழிய, முதலியார் தலைக்கு ஆபத்து வரவே முடியாது. முந்தாநாளே அவர் காலமாகிவிட்டார்; அவராகவே அவர் மண்டையைப் போட்டுவிட்டார்.

முதலியார் வீட்டு மாடியில் அவரோடு எனக்கு என்ன பொழுது போக்கு என்பதைச் சொல்ல வேண்டியது அவசியமே. முதலியாரிடம் சைவ சமய நூல்களும் மற்றும் தமிழ் நூல்களும் ஏராளமாக இருந்தன. சில அவராக வாங்கியவை; சில அவருடைய அப்பா வாங்கி வைத்து விட்டுப் போனவை. முதலியார் தினந்தோறும் திருவாசகம் படிப்பார். எனக்கும் படித்துக்காட்டிப் பொருள் கூறுவார். சில மாதங்களுக்குள் எனக்கு அதில் ஈடுபாடு ஏற்படும்படியும் செய்துவிட்டார். அதன் விளைவாக என் சொற்ப சம்பளத்தில் ஒன்று இரண்டு மிச்சம் வைத்து சொந்தத்துக்கு என்று ஒரு திருவாசகம் புத்தகம் வாங்கினேன்; பிறகு தேவாரமும் பெரிய புராணமும் வாங்கினேன். திருக்குறள் வாங்கினேன். மலிவுப் பதிப்புகள் வெளிவரத் தொடங்கியதும் அநேகமாக, எல்லாத்

தமிழ்ச் செய்யுள் நூல்களையும் வாங்கி அடுக்கிவிட்டேன். அதன்பின் முதலியார் விளக்க, நான் விளங்கிக்கொள்ள என்றிருந்த நிலைமாறி, இரண்டுபேருமே நுட்பமான கருத்துகளை எடுத்துரைக்கவும் அவைபற்றி விவாதிக்கவும் தொடங்கிவிட்டோம். இருவரும் கல்விக்கு இருவர் என்று சகபாடிகளாகி விட்டோம். ஆனால் அவருக்கு வயது அறுபத்து மூன்று; எனக்கு முப்பத்து மூன்றுகூட ஆகவில்லை. இருபத்தொன்பதுதான்.

ஒரு தடவை முதல் தேதி சம்பளம் வாங்கியதும் ஒரு தாயுமானவர் பாடல் புத்தகம் வாங்கினேன். அதை முதலியாரிடம் கொண்டு போய்க் காட்ட விரும்பி, மாலை ஆறு மணிக்கு அவருடைய மாடிக்குச் சென்றேன். முதலியார் அப்போது இலக்கிய விசாரத்தில் மூழ்காமல் வெறும் விசாரத்தில் ஆழ்ந்து கிடப்பதை அவருடைய முகக்குறிப்பால் உணர்ந்து கொண்டேன். என்னைப் பார்த்தும்கூட முகம் மலரவில்லை.

"ஏன் ஒரு மாதிரியாக இருக்கிறீர்கள்?" என்று கேட்டேன்.

"எல்லாம் இந்தத் தத்தாரிப் பசங்களாலேதான். என்னத்தைச் சொல்றது. நூத்து முப்பது ரூபாயைத் தூக்கிக்கிட்டும் போயிட்டான்க. எவன்னு தெரியவில்லை. மூணு பேரையுமே வீட்டிலே காணல்லே" என்றார்.

"நூத்து முப்பது ரூபாயா?"

"ஆமா, சார்! கொடக்கூலி வசூல் பண்ணிக்கிட்டு வந்து பீரோவிலே வைச்சேன். கடைத் தெருவுக்குப் போயிட்டுத் திரும்பி வர்றேன். பணத்தைக் காணல்லே"

"இதென்ன மாயமா இருக்கு"

"மாயம் என்ன மாயம்? இப்படி இதுக்கு முன்னாலேயும் ரெண்டு தடவை மாயம் நடந்திருக்கு. 'நான்தான் எடுத்தேன்'னு கொஞ்சம்கூடக் கூசாமல் சொன்னான் ஞானசம்பந்தம். இப்போ பணத்தை எவன் எடுத்தானோ?"

"உங்களுக்கு வயசுக் காலத்திலே இப்படி மனக்கஷ்டம் குடுக்கப் படாது. கேட்கவே எனக்கு வருத்தமா இருக்கு. உங்களைப் போல ஒருத்தருக்கு இப்படிப் பிள்ளைகளான்னு நம்ப முடியல்லே"

உடனே முதலியார் ஏதோ நம்பிக்கை ஒளியைக் கண்டுவிட்டவர் போலவும் அவருடைய பிள்ளைகளை நான் ஒரேயடியாகப் பழித்துவிடக் கூடாது என்று அறிவுறுத்துகிறவர் போலவும் பேசினார்: "இந்த வயசில அப்படித்தான் இருக்கும். நூத்திலே ஒண்ணுதான் தாய் தகப்பனுக்கு அடங்கி நடக்கும். காலம் அப்படி ஆயிட்டது. இந்தப் பசங்களுக்கும் காலாகாலத்திலே கால்கட்டைப் போட்டு வச்சிட்டா தானா வழிக்கு வந்துடுவாங்க" என்று சொன்னார். அடுத்த வருஷமே சொன்னதைச் செய்தும் காட்டிவிட்டார்.

இப்போது முதலியார் வீட்டில் அவர் குடும்பமும் பிள்ளைகள் குடும்பமுமாக நான்கு குடும்பங்கள் ஆகிவிட்டன. பிள்ளைகள், மூன்று

ஆயுதங்கள், மனைவிமாரைச் சேர்த்து ஆறு ஆயுதங்கள். இதிலே மனைவி மார் என்ற ஆயுதங்கள் நேரடியாக முதலியார் மீது பாய்வதில்லை. ராக்கெட்டுகள் விண்வெளிக் கோள்களை ராக்ஷஸ வேகத்தில் வெளியே தள்ளுவதுபோல், கணவன்மாரைத் தள்ளிவிடும் கருவிகளாக இருந்தனர். பிள்ளையார் பிடிக்கக் குரங்காய் அமைந்த கதையாகிவிட்டது. கல்யாணம் ஆன புதிதிலேயே மூத்த மகனுக்கும் அவன் மனைவிக்கும் சண்டை ஆரம்பித்துவிட்டது. 'யார் பேச்சை யார் கேட்பது?' 'யாருக்கு யார் அடங்கி நடப்பது?' என்ற அற்பப் பிரச்னையைத் தீர்க்கவே அன்றாடம் வாய்ச் சண்டை, கைச் சண்டை போட்டுக்கொண்டிருந்தார்கள். இரண்டாவது மகன் இந்தப் பிரச்னைக்கே இடம் வைத்துக்கொள்ள வில்லை. எடுத்த எடுப்பிலேயே மனைவியிடம் சரணடைந்துவிட்டான். இது பரவாயில்லை என்று பாராட்டும்படியாகவே இருந்தது. பிரச்னை தீராமல் சண்டை போடுவதைவிட, எப்படியோ ஒரு வழியில் பிரச்னை தீருவது உசிதம் அல்லவா? இப்படி முதலியாரே என்னிடம் ஒருமுறை சொல்லியிருக்கிறார்.

கடைசி மகன் ஸ்கூட்டர் வாங்கும் வரை தகப்பனைத் தவிர வேறு யாருடனும் சண்டை போடுவதில்லை என்ற உறுதியுடன் இருந்ததால், அவன் மனைவிக்கும் அவனுக்கும் தீவிரமான மோதல் எதுவும் ஏற்பட்டுவிடவில்லை.

மூன்று பிள்ளைகளுக்கும் அவரவர் கைச்செலவுக்கென்று ஆளுக்கு முப்பது ரூபாய் கொடுப்பார். இந்த ஏற்பாட்டில் பிள்ளைகளுக்குத் திருப்தி ஏற்படவில்லை. காலமெல்லாம் அப்பாவின் கையை எதிர் பார்த்துக் கொண்டிருப்பது ஆண்பிள்ளைகளுக்கு அழகல்ல என்ற விபரீத புத்தி ஒவ்வொருவனுக்குமே தோன்றிவிட்டது. அதன் பலனாக, முதலியாருக்குச் சொந்தமாக எங்கள் தெருவிலேயே இருந்த ஒரு வீட்டில், நான்கு குடித்தனக்காரர்களிடமும் இரண்டாம் தேதியானதும் வாடகை வசூலுக்காக ஒவ்வொருவனும் போய் நிற்கத் தொடங்கிவிட்டனர்.

குடித்தனக்காரர்கள் பார்த்தார்கள். மூன்று பிள்ளைகளிடமும், "உங்களுக்குள் ஆயிரம் சண்டை இருக்கும். அதுக்கு நாங்க பலியாக முடியாது. உங்க அப்பாதான் எங்களுக்கு வீட்டை வாடகைக்கு விட்டார். அவர் கையிலேதான் கொடக்கூலி கொடுப்போம்" என்று கூறிவிட்டார்கள்.

பேச்சுத் தடித்துப் போலீசுக்குப் புகார் போயிற்று. பிள்ளைகள் மூவரும் போலீஸ் ஸ்டேஷனுக்குக் கொண்டு போகப்பட்டார்கள். மறுநாள் தலையில் அடித்துக்கொண்டு வந்தார் முதலியார்.

"ஸார்! எனக்கு மன நிம்மதியே இல்லை. வீட்டிலே ஒரு நிமிஷம் உட்கார்ந்திருக்க முடியல்லே. எங்காவது பரதேசம் போயிட்டாத் தேவலே போலே இருக்கு. என்ன செய்யறதுன்னே தெரியல்லே. துண்டை உதறித் தோளிலே போட்டுக்கிட்டு நான் போயிடுவேன். பாவம், அவ பாடு கஷ்டமாப் போயிடுமேன்னு பார்க்கிறேன்" என்றார் முதலியார்.

"அவ பாடு" என்பது அவருடைய மனைவியை – அவரைப் போலவே பரம சாதுவுமான அவருடைய மனைவி கற்பகாம்பாள் பாடு.

நான் ஒரு யோசனை சொன்னேன்: "நீங்க ரெண்டு பேரும் ஒரு தடவை வடக்கே யாத்திரை போய்ட்டு வாருங்களேன், காசி, கயா, ஹரித்வார், ரிஷிகேசம்னு."

என் யோசனை முதலியாருக்கு மிகவும் பிடித்துவிட்டது. அப்படியே செய்யத் தீர்மானித்துவிட்டார். போலீஸ் கேஸில் சிக்கியிருக்கும் பிள்ளைகள் மூவர் விஷயமும் பைசலான பிறகு போகலாம் என்று தீர்மானித்தார். மூன்று பேருக்கும் அபராதம் விதித்தால் கட்டுவதற்கு ஆள் வேண்டும் அல்லவா? இல்லையென்றால் பிள்ளைகள் ஜெயிலுக்குப் போய் விடுவார்கள். ஊர் சிரிக்கும். பிள்ளைகள் ஜெயிலிலே இருக்கும் போது அம்மாவும் அப்பாவும் ஸ்தலயாத்திரை போயிருக்கிறார்கள் என்று ஊர் கேலி செய்யுமே என்று முதலியார் பயந்தார். 'இதுவரையிலும் மெச்சியிருக்கிறார்கள். இனிமேல்தான் கேலி செய்யப்போகிறார்கள் – இவர்கள் குடும்பத்தைப் பார்த்து' என்று நான் எனக்குள் சொல்லிக் கொண்டேன்.

தலா நூறு ரூபாய் அபராதத்துடன் பிள்ளைகளின் வழக்குப் பைசலானது. ரூபாய் முந்நூறைக் கோர்ட்டில் கட்டிய முதலியார் கையில் எழுநூறை எடுத்துக்கொண்டு, அடுத்த மாதமே ஸ்தல யாத்திரைக்கு மனைவியோடு கிளம்பத் திட்டமிட்டுவிட்டார். டிக்கட்டும் வாங்கியாகி விட்டது. அவருடைய வீட்டில் இந்த இடைக்காலத்தில் தகராறு இல்லாமல் அசாதாரணமான ஓர் அமைதி நிலவியது. நானும் பழையபடி திருவாசக ஆராய்ச்சிக்கு அங்கே போகத் தொடங்கினேன்.

2

முதலியார் தம்பதிகள் யாத்திரைக்குப் புறப்படுவதற்கு முதல் நாள் இரவு. நான் சாப்பிட்டுவிட்டே அங்கே போனேன். ஒன்பதரை மணி இருக்கும். வழக்கம் போல் திருவாசகம் படித்துக் கொண்டிருந்தோம்.

முத்திநெறி அறியாத
மூர்க்கரொடு முயல்வேனை

என்று தொடங்கும் பாடலை நான் பாடத் தொடங்கினேன்.

"இந்தப் பாட்டு எனக்கு ரொம்பப் பொருத்தம். மூணு மூர்க்கர்களோட என் காலம் போய்க்கிட்டிருக்கு" என்றார்.

எனக்கு அடக்க முடியாமல் சிரிப்பு வந்தது.

"கல்யாணம் பண்ணினால் வழிக்கு வந்துவிடுவாங்கன்னு சொன்னீங்களே!" என்றேன்.

பிள்ளைகளின் கௌரவத்தை விட்டுக்கொடுக்க விரும்பாதவர்போல், "இந்த வயசிலே அப்படித்தான் இருக்கும். அவனவனுக்குப் பொறுப்பு வர்றபோது எல்லாம் சரியாய்ப் போயிடும்" என்றார்.

"பொறுப்பு எப்ப வர்றது? இப்பவே பொறுப்புத் தெரியற வயசு தானே?"

"ரெண்டு பிள்ளைகுட்டின்னு ஆகட்டும் அப்போ பாருங்க. இதைவிட மோசமான பசங்ககூடப் பெட்டிப் பாம்பா ஒடுங்கியிருக்கிறாங்க."

'ஓஹோ! பிள்ளைகள் பிறந்துதான் பொறுப்புத் தெரியணுமோ? சரிதான்' என்று எகத்தாளமாக எனக்குள் சொல்லிக்கொண்டேன்.

திருவாசக விளக்கம் தொடர்ந்து நடந்தது. மணி பத்து அடித்து விட்டது. ஒரே நிசப்தம். முதலியார் வீட்டில் கீழே அவருடைய மனைவி மக்களும், மருமக்களும் படுத்துறங்கி விட்டார்கள். நானும் புறப்பட வேண்டியதுதான் என்று தீர்மானித்து, "நாளைக்கு இந்நேரம் ரயில்லே இருப்பீங்க ரெண்டு பேரும். சௌக்கியமாய்ப் போய்ட்டு வாங்க. நான், ஸ்டேஷனுக்கும் வர்றேன்" என்று சொல்லிவிட்டு எழுந்தேன். எழுந்து வரும்போது முதலியாரின் கண்ணாடி பீரோவுக்குள் இருக்கும் புத்தகங் களை ஒருமுறை பார்த்தேன். அங்கே இருந்த ஒரு பழைய தமிழ் அகராதி என் கண்ணில்பட்டது. அநேகமாகத் தினம் தவறாமல் அதை எடுத்துப் புரட்டிப் பார்த்து அரும்பதங்களுக்குப் பொருள் தெரிந்துகொள்வது என் வழக்கம். அகராதியைப் பார்த்ததும், "இந்த அகராதியை எடுத்துக் கிட்டுப் போறேனே, நீங்க வர்றவரையிலும் என் வீட்டிலேயே இருக்கட்டும்!" என்றேன்.

"எடுத்துக்கிட்டுப் போங்க" என்றார் முதலியார்.

நானும் சந்தோஷமாக அந்தப் பெரிய புத்தகத்தை எடுத்துக்கொண்டு மாடியிலிருந்து கீழே இறங்கினேன். முதலியார் என் கூடவே வந்து மாடிப்படி விளக்கைப் போட்டார். கீழே வாசல் வரையும் வந்து வழியனுப்பிவிட்டு மறுபடியும் மாடிக்குப் போனார்.

"இப்படித் தங்கமான மனிதருக்கு இப்படிப் பிள்ளைகள்" என்று ஒரு தடவை நினைத்துக்கொண்டு என் வீட்டுக்கு வந்தேன்.

முதலியார் தம்பதிகளை மறுநாள் நான் ஸ்டேஷனுக்குச் சென்று வழியனுப்பினேன். பிள்ளைகள் மூன்றுபேரும் வந்திருந்தும்கூட, ரயில் புறப்படுகிறவரை என்னோடுதான் பாசத்தோடு பேசிக்கொண்டிருந்தார் முதலியார். வீடு திரும்பும்போது, பிள்ளைகள் மூவரும் தனித்தனியாக என்னை முறைத்துப் பார்த்துக்கொண்டு போனார்கள்.

சுமார் பத்து நாட்களுக்குப் பிறகு ஒரு விஷயம் கேள்விப்பட்டேன். நான் வேலைக்குப் போயிருந்த சமயத்தில், தான் நேரில் கண்ட காட்சியை என் மனைவி என்னிடம் கூறியதும் எனக்குத் தூக்கிவாரிப் போட்டது. முதலியாரின் பையன் ஒருவன் அபூர்வமான புத்தகங்களில் பத்துப் பதினைந்தை எடுத்து வீட்டு வாசலில் பழைய காகிதம் வாங்குகிற ஒருவனுக்கு நிறுத்துப் போட்டுக் காசு வாங்கினானாம்.

"எல்லாம் அருமையான புத்தகங்களாச்சே, முதலியார் பார்த்தால் உயிரை விட்டுவிடுவாரே" என்று சொன்னேன்.

"இன்னிக்கு நான் பார்த்தது. இதுக்கு முன்னாலே எவ்வளவு போயிருக்கோ?" என்று என் கவலையை அதிகப்படுத்தினாள் மனைவி.

ஒரு ஞாயிற்றுக்கிழமையன்று முதலியார் வீட்டிலிருந்து ஒரு கட்டுப் புத்தகம் மாடியிலிருந்து தலைச்சுமையாகக் கீழே இறங்கி வந்ததை நானே என் கண்களால் பார்த்தேன். பழைய பேப்பர் வாங்குகிறவன் ஒருவன்தான் எடுத்துக்கொண்டு வந்தான்.

முதலியாரும் நானும் சேர்ந்து படித்த, பக்கக் குறிப்புகள், எழுதி வைத்த எத்தனை இலக்கியங்கள் நிறுவையில் போய்விட்டனவோ? கடவுளுக்குத்தான் வெளிச்சம்!

முதலியார் ஒரு மாதத்துக்குப் பிறகு சௌக்கியமாக மனைவியோடு திரும்பி வந்தார். வந்ததும் வராததுமாக என்னைக் கூப்பிட்டு, எத்தனையோ கோயில் பிரசாதங்களையும், கங்கா ஜலம் அடங்கிய தகரப் பாத்திரத்தையும் கொடுத்தார்.

நான் வீட்டுக்கு வந்து சிறிது நேரத்துக்கெல்லாம் முதலியார் என் வீட்டுக்கு ஓடோடி வந்தார். "சார் போயிட்டதே சார்! அவ்வளவும் போயிட்டதே! பீரோவில் இருக்கிற புத்தகங்களெல்லாம் காணாமல் போயிட்டதே!" என்று கூவிப் புலம்பித் தலையிலும் அடித்துகொண்டார்.

"என்ன ஆச்சு?" என்று ஒன்றும் தெரியாதவன்போல் கேட்டேன்.

"என்ன ஆயிருக்கும்? இந்தத் தத்தாரிப் பசங்கதான் அரை காலுக்கு விற்றுத் தொலைச்சிருப்பாங்க. கேட்டா ஒவ்வொருத்தனும் எனக்குத் தெரியாதுன்னு கையை விரிக்கிறானே! கடவுளே! நான் கண்ணுக்குக் கண்ணா வச்சிருந்த புத்தகங்கள்! உங்ககிட்டக் குடுத்திட்டுப் போயிருந் தாலும் பத்திரமாக இருந்திருக்கும். நீங்களாவது பிரியமாய்ப் படிச்சிட்டிருந் திருப்பீங்க. இந்த முட்டாள் பயல்கள் அநியாயமாய்ப் பாழாக்கிப் போட்டான்களே! பணத்தை இழந்தாக்கூட நான் இவ்வளவு கவலைப் பட்டிருக்க மாட்டேன். என் புஸ்தகங்கள் போச்சே! பீரோவிலே ஒண்ணுக்குக் கால்வாசிகூடப் புஸ்தகங்கள் இல்லையே..."

"இனி அழுது என்ன பிரயோசனம்? போனது திரும்புமா, போகுது போங்க, உங்களுக்கு நான் புஸ்தகம் தரேன். வேண்டிய புஸ்தகங்கள் வாங்கி வச்சிருக்கிறேன். ஒண்ணா உட்கார்ந்து படிப்போம்" என்று முதலியாரைச் சமாதானப்படுத்தினேன்.

நான் எவ்வளவு தேறுதல் சொல்லியும் அவர் துயரம் ஆறவில்லை. புலம்பலும் நிற்கவில்லை. யாத்திரை போய்விட்டு வந்த காலோடு வெகுநேரம் அழுது புலம்பிவிட்டுத்தான் தம் வீட்டுக்குப் போனார்.

3

முதலியாரின் ஜாதக ராசியோ என்னவோ யாத்திரை போய் வந்தும் அவரைப் பிடித்த கஷ்ட காலம் நீங்கவில்லை. அவருக்கு மன நிம்மதி கிட்டவுமில்லை. அதற்கு மாறாகப் புஸ்தகங்கள் போய் மனச் சஞ்சலம் தாங்க முடியாத அளவுக்கு அதிகமாகிவிட்டது. அதுவே கவலையாக ஆள் உருக்குலைந்துவிட்டார். போதும் போதாததற்கு எப்போதும்போல் பிள்ளைகள் சண்டை, எடுத்ததற்கெல்லாம் வீட்டிலே கூச்சல்.

‘தாயைப் போல் பிள்ளை: நூலைப் போல் சேலை’ என்ற பழமொழியும், ‘தக்கார் தகவிலர் என்பது) அவரவர் எச்சத்தால் காணப்படும்’ என்ற குறளும் எவ்வளவு பொய்யான கூற்றுகள் என்று நான் ஒரு நாளைக்கு ஒரு தடவையாவது சொல்லிக்கொள்வது வழக்கமாகிவிட்டது.

முதலியார் அப்புறம் அதிக காலம் உலகத்தில் வாழ விரும்பவில்லை. அவர் மட்டும் என்ன, அவர் பிள்ளைகளும் அவர் உயிர் வாழ்வதை விரும்பவில்லை. அவர் படும் கஷ்டத்தையும் அனுபவிக்கும் மன வேதனையையும் பார்த்து, அவர் சீக்கிரம் இறந்தால் நல்லது என்று நானுமே நினைத்தேன். அவர் உட்பட எல்லோரும் விரும்பாத உயிர் அவர் உடம்பை விட்டு நீங்குவதற்கு பல மாதங்கள் ஆகிவிட்டன. கடைசியில் முந்தாநாள் இரவு, பதினொரு மணிக்குத்தான் அவருடைய ஆவி பிரிந்தது.

முதலியார் இறந்த செய்தி தெரிந்ததும் எனக்குக் கண்ணீர் வரவில்லை. துக்கப்படக்கூட இல்லை. நான் அவர் வாழ்ந்ததற்காகத்தான் அழுதிருக்கிறேனே ஒழிய, செத்ததற்காக அழவில்லை. அவருடைய வாழ்க்கையை விட அவரது சாவு எவ்வளவோ மேல் என்பதால், இப்பொழுதாவது அவரது ஆத்மா சாந்தியடையும் என்று சந்தோஷப்பட்டேன். சாகும்போது அவர் அருகில் நான் இருந்திராமல் போனேனே என்றுதான் எனக்கு வருத்தம். இவ்வளவு காலம் உயிருக்குயிராய்ப் பழகிவிட்டு அவரை அந்திம காலத்தில் வழியனுப்ப முடியாமல் போய்விட்டது.

அவர் இறந்தது நல்லது என்று நினைத்தாலும், நான் கண்ணீர்விட்டு அழாவிட்டாலும், அவரது மறைவுக்காகவும் பிரிவுக்காகவும் துக்கப் படாமல் என்னால் இருக்க முடியவில்லை.

‘அபூர்வ மனிதர். மூர்க்கர்களிடையே முத்திநெறி நாடியவர். சூழ்நிலையை மறந்து குடும்பக் கவலைகளில் மூழ்கிவிடாமல் தாமரை இலைத் தண்ணீராக ஒட்டியும், ஒட்டாமலும் ஒரு துறவிபோல் வாழ்ந்து நாள் தவறாமல் திருவாசகம் படித்துக்கொண்டிருந்த ஞானி, வேறொருவராக இருந்தால் இந்தக் கவலைகளையும் வைத்துக்கொண்டு திருவாசகம் படித்துக்கொண்டிருப்பாரா! இவர் பந்த பாசங்களில் கட்டுண்டு கிடந்தாலும் அகத் துறவு பூண்டுவிட்டவர் என்றுதான் சொல்ல வேண்டும் . . .’ – அவரைப் பலவிதமாக நினைத்துப் போற்றியவண்ணம் இருந்தேன். எந்நேரமும் அவர் நினைவுதான். ஆபீசில் வேலை ஓடவில்லை.

முதலியார் காலமான இரண்டாம் நாள்; தகனக் கிரியைக்கு மறுநாள் மாலை. நான் ஆபீஸிலிருந்து திரும்பிப் பத்து நிமிஷங்களுக்குள்ளாக முதலியாரின் மூத்த மகன் சம்பத்தும் அவனுக்குச் சாட்சி சொல்ல அவர்களுடைய உறவினர் ஒருவரும் திடீரென்று என் வீட்டுக்கு வந்தார்கள்.

“உங்ககிட்ட அப்பாவோட புஸ்தகம் இருக்காமே . . . அவராதி” என்றான் சம்பத்.

அதற்குள் “அகராதி” என்று திருத்தினார் சாட்சி சொல்ல வந்தவர், “ஆமா இருக்கு” என்று பயந்துகொண்டே சொன்னேன். அவன் கேட்ட தோரணை பயப்படும்படியாக இருந்தது.

“அதைக் குடுங்க” என்று கையை நீட்டினான் சம்பத்.

“சரி, தர்றேன்.”

“இப்பவே குடுங்க” என்று சம்பத் அவசரப்படுத்தவும், “ஏன் அப்படிக் கேட்கிறே? அவர் என்ன குடுக்க மாட்டேன்னா சொன்னார்?” என்று அவனைக் கண்டித்து விட்டு, என்னைப் பார்த்துத் திரும்பினார்.

என்னிடத்தில், அகராதி இருப்பது இவர்களுக்கு எப்படித் தெரிந்தது? நான் முதலியாரிடம் வாங்கிக்கொண்டு வந்ததை யாருமே பார்க்கவில்லை. பார்த்திருந்தாலும் அந்த இரவு வேளையில் அது அகராதி என்பது தெரிந்திருக்காது. இப்போது இவர்கள் வந்து கேட்கிறார்களே! என்ன அதிசயம்!

உள்ளே போய் அகராதியைத் தூக்கிக்கொண்டு வந்தேன். அதைச் சம்பத் வாங்கி ஒருதடவை என்ன புஸ்தகம் என்று புரட்டிப் பார்த்தான். இவ்வளவுதானா என்பதுபோல் மூடிவிட்டான். கனமான புத்தகம் என்பதில் அவனுக்கு ஒரு திருப்தி ஏற்பட்டது என்பதை அவன் புத்தகத்தைப் பிடித்திருந்த பிடியும், முக பாவமும் எடுத்துக்காட்டின.

அப்போது சாட்சிக்காரர் கதையை ஆரம்பித்தார். “பெரியவருக்கு எவ்வளவு ஞாபக சக்தி என்கிறீங்க! நீங்க வந்துட்டுப் போனீங்களா, இல்லையா? அப்புறம் ஒரு மணி நேரம் வரைக்கும் ஒண்ணும் பேசாமல் இருந்தவர், திடீர்னு பேச ஆரம்பிச்சுட்டார். பிள்ளைகளையெல்லாம் கூப்பிட்டுப் பக்கத்திலே வச்சிக்கிட்டு “எல்லோரும் சௌக்கியமா இருங்க. நான் போறேன்”ன்னு சொன்னார். பிறகு பேசல்லே . . .”

இந்தச் சமயத்தில் சம்பத் அகராதியோடு போய்விட்டான். சாட்சிக் காரர் கதையைத் தொடர்ந்தார்.

“அதுக்கு அப்புறம் ஒரு அரை மணி நேரம் ஆகியிருக்கும். சம்பத்தைக் கிட்டத்திலே கூப்பிட்டார். சம்சாரத்தையும் கூப்பிட்டார். நானும் அங்கேதான் இருந்தேன். கொஞ்சம்கூடக் குழறாமல், தடுமாறாமல், மகன் கிட்ட சொன்னார்: ‘ஞானசம்பந்தம்! பக்கத்து வீட்டு அழகிரிசாமிகிட்டே என் அகராதி இருக்கு. யாழ்ப்பாணத்து அகராதி. என் பேரும் அதிலே எழுதியிருக்கும். அப்பவே பத்து ரூபாய்க்கு வாங்கினது. அதை ஞாபகமா வாங்கிப்பிடு . . . இப்படியே சொன்னார். ஒரு வார்த்தை கூடப் பிசகலே. பிறகு கொஞ்ச நேரம்தான். பதினொரு மணிக்கு ஆத்மா பிரிஞ்சுட்டது. சாகிற காலத்திலே இவ்வளவு ஞாபகசக்தியோட இவ்வளவு பிரக்ஞை யோட ஒரு மனிதன் இருந்திருக்க முடியாது.”

அவர் முதலியாரைப் பாராட்டப் பாராட்ட என்னுள் ஏதோ குமுறிக்கொண்டிருந்தது. வயிற்றெரிச்சல் தீர, “அபாரப் பிரக்ஞை! அபார ஞாபக சக்தி! மனுஷன் ஆயிரத்திலே ஒருத்தர்!” என்று பேசித் தீர்த்தேன்.

“இல்லையா அப்புறம்? . . சரி நான் வர்றேன்” என்று சொல்லிவிட்டு அவர் போய்விட்டார்.

உடனே மனைவியைக் கூப்பிட்டேன்.

"பார்த்தியாடி! முதலியார் சமாசாரத்தை இவ்வளவு நேரமும் சொன்னாரே கேட்டியா? என்ன ஞாபக சக்தி! எவ்வளவு பிளானாச் சொல்லிவிட்டு உசிரை விட்டிருக்கிறார் மனுஷன். இந்த அகராதிக்காகத் தான் ஒன்பது மணிக்குப் போயிருக்க வேண்டிய உசிரு, பதினொரு மணிக்கு மேலும் ஊசலாடியிருக்குன்னு இப்பதான் தெரியுது. ஞாபகமா வாங்கிப்பிடணுமாம். யாழ்ப்பாணத்து அகராதியாம், அவரோட பேரும் எழுதியிருக்காம்... இதெல்லாம் அடையாளம். நான் அகராதியை வாங்கல்லே, தொலைச்சிட்டேன்னு ஏதாவது சொல்லி ஏமாத்திட்டா, பத்து ரூபாயை வசூல் பண்ணிப்பிடுன்னு விலையையும் சொல்லிப்பிட்டுப் போயிருக்கிறார். அகராதியை வச்சி ஞானசம்பந்தம் திருவாசகம் பாராயணம் பண்ணப் போறான் பாரு. இப்படியே பழைய பேப்பர்க்காரன்கிட்டே கொண்டு போய்த் தள்ளிட்டு, சிகரெட் பெட்டியோட திரும்பப் போறான்... எல்லாத்தையும்விட ஆச்சரியம் ஞானசம்பந்தம் சாட்சிக்கு ஓர் ஆளையும் கூட்டிக்கிட்டு வந்தானே, அதைச் சொல்லு. அப்பனுக்கு மேலே பிள்ளை; பிள்ளைக்கு மேலே அப்பன்! குறள் சொல்றது பொய்யின்னு சொன்னேனேடி! 'தக்கார் தகவிலர் என்பது அவரவர் எச்சத்தால் காணப்படும்'னு வள்ளுவர் சொன்னது பொய்யின்னு சொன்னேனே, அவரா பொய் சொல்வார்; மனுஷன் யார் என்கிறது இப்பவில்லே தெரியுது..."

"நீங்க ஏன் இப்படிச் சொல்லிக்கிட்டிருக்கீங்க? ஆயிரமானாலும் தன் சொத்து தன் பிள்ளைக்குத்தான். ஊராருக்குக் குடுக்க மனசு வருமா?" என்று புத்தி சொன்னாள் என் மனைவி.

❖

கல்கி, அக்டோபர் 1966

எங்கிருந்தோ வந்தார்

"வேணு ஹார்ட்வேர் ஸ்டோர்" உரிமையாளர் வேணுகோபால், கோவில்பட்டிக்குக் குடும்பத்தோடு வந்து குடியேறிய நாளிலும் சரி, அதற்குப் பிறகு இந்த ஏழு வருஷ காலத்திலும் சரி "எங்கிருந்தோ வந்த" ஒருவராகவே, ஓர் அதிசய மனிதராகவே இருந்து வருகிறார். அவர் மட்டுமல்ல, அவர் குடும்பத்திலுள்ள ஒவ்வொருவருமே ஒவ்வோர் அதிசயப் பிறவிதான். இப்படி அதிசயமானவர்களாக இருப்பதற்குக் காரணம் வேறொன்றுமில்லை. நல்லவர்களாக இருப்பது ஒன்று தான் காரணம். நல்லவர்கள் என்றால் அப்படி இப்படி என்று சொல்வதற்கில்லை. அப்படிப்பட்ட புண்ணி யாத்மாக்களை நான் முன்னும் பார்த்தது கிடையாது; இன்றும் பார்த்தது கிடையாது. நல்லவர்கள் எப்படி இருப்பார்கள், எப்படி இருக்க வேண்டும் என்பதைப் பற்றி புத்தகங்கள் மூலமும் பெரியோர்களின் உபதேசங்கள் மூலமும் நான் எவ்வளவோ தெரிந்து வைத்திருந்தேன். என் உள்ளத்தில் நல்லவர்களைப் பற்றிய தெளிவான ஒரு கற்பனையும் கருத்துமே இருந்தன. ஆனால் வேணுகோபாலையும் அவர் குடும்பத்தையும் பார்த்த பிறகு, நான் கற்றதும், கேட்டதும், கற்பனை செய்ததும் எவ்வளவு சர்வசாதாரணம் என்பது எனக்குப் புலனாகி விட்டது. ஏனென்றால் அவர்கள் நூறு மடங்கு நல்லவர் களாக, ஆயிரம் மடங்கு நல்லவர்களாக இருந்தார்கள்.

இப்படி ஒரு நல்ல குடும்பம் இருப்பது எந்தக் காலத்திலும், எந்த நாட்டிலும் ஒரு அதிசயம்தான். அதிலும் இந்த இருபதாம் நூற்றாண்டில், கண்காண

எங்கள் ஊரிலேயே குடியிருக்கிறது என்றால் அதைவிடப் பெரிய அதிசயம் என்ன இருக்க முடியும்? ஆச்சரியம்தான் என்ன இருக்க முடியும்?

உலகத்துக்கே எங்கிருந்தோ வந்தவரைப்போல் இன்று இருக்கும் வேணுகோபால், எட்டு வருஷங்களுக்கு முன் எங்கள் ஊருக்கு முதன் முதலில் வந்தபோதும் வேறொரு அர்த்தத்தில் எங்கிருந்தோ வந்த ஒருவராகவே காணப்பட்டார். அவர் வருவதற்குப் பத்துப் பதினைந்து நாட்களுக்கு முன், எங்கள் தெருவின் கோடியில் இருந்த பக்கிரிசாமி பிள்ளையின் வீட்டை விலை பேசுகிறார்கள் என்று திடுதிப்பென்று பேச்சுப் பிறந்தது. வாங்கப் போகிறவர் ஒரு வெளியூர் வியாபாரி என்று மட்டும் பேசிக்கொண்டார்கள். அதற்குமேல் அவரைப் பற்றி ஒரு விபரமும் தெரியவில்லை.

ஊர் பேச்சு வழக்கம்போல் உண்மைக்கு மாறான ஒரு வதந்தியாகி விடாமல், உண்மைத் தகவலாகவே இருந்தது. இதுவும்கூட ஓர் அதிசயம் தான். இரண்டு வாரங்களில் வீடு விற்பனையாகி, கிரயப் பத்திரமும் ரிஜிஸ்தராகிவிட்டது. பக்கிரிசாமி பிள்ளை நான்கு வருஷங்களுக்கு முன் பதினையாயிரம் ரூபாய் செலவழித்துக் கட்டிய வீடு இப்போது ஐம்பதாயிரத்துக்கு விலை போய்விட்டது. சுற்றுக் காம்பவுண்டும் மாடியும் அமைந்த ஒரு பெரிய வீடுதான் அது. ஆனாலும், நாற்பதாயிரத்துக்கு மேல் பெறாது என்றும், வெளியூர் வியாபாரி ஏமாந்துபோய் பதினாயிரம் ரூபாயை அதிகமாகக் கொடுத்துவிட்டார் என்றும் நாங்கள் பேசிக் கொண்டோம்.

வீட்டை வாங்கிய வியாபாரி எந்த ஊர்க்காரர்? அவர் கோவில் பட்டியில் வந்து வீடு வாங்குவானேன்? அதிலும் அதிக விலை கொடுத்து இவ்வளவு அவசரமாக வாங்குவானேன்? பக்கிரிசாமி பிள்ளையின் இந்த வீடு விலைக்கு கிடைக்கும் என்று அவருக்கு எப்படித் தெரிந்தது? பக்கிரிசாமி பிள்ளைக்கும் அவருக்கும் தொடர்பு ஏற்பட்டது எப்படி?

பக்கிரிசாமி பிள்ளையைப் போய்க் கேட்டால், ஐந்தே நிமிஷத்தில் இத்தனை கேள்விகளுக்கும் பதில் கிடைக்கக் கூடும். ஆனால் பூனைக்கு மணி கட்டுவது யார்? அவர் இருப்பது ஒரு மூலை. புதுப் பணக்காரனுக் குள்ள திமிர் முழுவதும் அவருடைய உச்சந்தலைவரை ஏறியிருந்தது. தேடிப் போனால் முதலில் உள்ளே விடமாட்டார். உள்ளே விட்டாலும் பேசமாட்டார். பேசினாலும் கேட்ட கேள்விகளுக்கெல்லாம் பதில் சொல்லிக்கொண்டிருக்கமாட்டார். எனவே, அவரிடம் போய்த் தகவல் களைத் தெரிந்துகொள்ள யாருக்கும் துணிவும் வரவில்லை. மனமும் வரவில்லை. ஆனால் தகவல்கள் கிடைக்காமல் எத்தனை நாளைக்குத் தத்தளித்துக்கொண்டிருக்க முடியும்? ஊரானைப் பற்றிய உண்மை விவரங்கள் தெரியாவிட்டால், கற்பனை செய்தாவது சில விவரங்களைத் தயாரித்துப் பிறரிடம் சொல்லி ஆகவேண்டுமே! வேணுகோபாலைப் பற்றிய எத்தனையோ கற்பனைகளும், ஒன்றுக்கொன்று நேர் விரோதமான கட்டுக்கதைகளும் எங்கள் தெருவாசிகளின் பேச்சில் அடிபட்டுக் கொண்டிருந்தன.

வதந்திகள் அலைமோதிக்கொண்டிருந்த சமயத்தில் வேணு கோபாலும் அவருடைய பதினாறு வயது வேலைக்காரப் பையன் ஒருவனும் வந்து சேர்ந்தார்கள். அவர்களைத் தொடர்ந்து முதல் நாள் இரண்டு லாரிகளும் மூன்றாம் நாள் இரண்டு லாரிகளும் வந்தன. பிரம்மாண்டமான கள்ளிப்பெட்டிகளை நூற்றுக்கணக்கில் லாரிகளிலிருந்து இறக்கி வைத்தார்கள். இவைபோக எத்தனையோ வகையான பெரிய இரும்புச் சாமான்களும் பீரோக்களும் வேறு இருந்தன. அந்தப் பெரிய வீட்டில் முன் அறை ஒன்றைத் தவிர மற்ற எல்லா இடங்களிலும் சாமான்களை அடுக்கி நிரப்பிவிட்டு லாரிக்காரர்கள் திரும்பிவிட்டார்கள். அப்போது அங்கே கூட்டமாக நின்று வேடிக்கை பார்த்தபோது எங்களுக்குக் கிடைத்த தகவல்களாவன: வேணுகோபால் வேலூர்க்காரர், இரும்பு, வர்ண வியாபாரி; கோவில்பட்டியில் ஒரு பிராஞ்சு திறக்கப் போகிறார்: திடீரென்று கடைக்கு இடம் அகப்படாததால் இந்த வீட்டை விலைக்கு வாங்கிவிட்டார்; இங்கிருந்துகொண்டே ஒரு மாதத்துக்குள் ஒரு கடையை விலைக்கு வாங்கவோ, வாடகைக்கு அமர்த்தவோ உத்தேசித்திருக்கிறார்.

லாரி சிப்பந்திகளும், லாரிகளில் வந்த வேணுகோபாலின் ஆட்கள் சிலரும் கொடுத்த தகவல்கள் இவை. அவர்கள் இத்தனையும் சொன்னாலும், ஒன்றை மட்டும் சொல்லவில்லை. அவர்களுக்குத் தெரியாத விஷய மானதால் சொல்லவும் முடியவில்லை. அது என்ன? பிராஞ்சுக் கடை திறக்கப் போகிறவர் வீட்டை விலைக்கு வாங்குவானேன்? இந்தக் கேள்விக்குப் பதில் தேடிக்கொண்டிருந்தோம். வெளியூருக்குப் போய் ஒரு மாதம்வரை முகாம் போட்டிருந்த முத்திருளப்பப் பிள்ளை இரண்டு நாட்களில் சமய சஞ்சீவிபோல் திரும்பி வந்து சேர்ந்தார். எங்கள் தெருவில் அவர் ஒருவர்தான் துணிச்சல் பேர்வழி. முன்பின் தெரியாதவர்களிடமும் கூசாமல் போய், எதையுமே கேட்டுத் தெரிந்து கொண்டுவரும் அசாதாரணமான துணிச்சல் கொண்டவர் அவர். நாங்கள் அவர் உதவியை நாடினோம். அவரும் ஒருநாள் மாலை வேணுகோபால் உலாவச் சென்றபோது கூடவே சென்று இரண்டு மணிநேரம் கழித்துத் திரும்பி வந்தார். வேணுகோபால் வீட்டிலேயே எடுப்புச் சாப்பாட்டைப் பகிர்ந்து சாப்பிட்டுவிட்டும் வந்துவிட்டார்!

முத்திருளப்பப் பிள்ளை தம் வீட்டுக்குத் திரும்பி வந்ததும் வராதது மாக என்னையும், 24/2 நம்பர் வீட்டைச் சேர்ந்த குப்புசாமி ஐயரையும் பார்த்து, "அடடா! மனுஷன்னா இவர்தான் மனுஷன்! லட்சத்திலே ஒருத்தன்... நம்ம ஊரிலேயும் இருக்கிறாங்களே வெங்கம் பயல்கள்! ஒத்தைக் காசு கையிலே இருந்தால், தலைகீழே நடக்கிறாங்களே, தலைகீழே! பாருங்க! இந்த வேலூர்க்காரர் பெரிய கோடீஸ்வரன்..." என்று ஆரம்பித்தார்.

"கோடீஸ்வரனா?" என்று ஆச்சரியத்தோடு கேட்டேன் நான்.

"அட, கோடீஸ்வரன் இல்லேன்னா லட்சாதிபதி. நாம் என்ன எண்ணியா பார்த்தோம், அவர் பேங்கிலே போட்டிருக்கிற ரூவாயை?.. பெரிய தனவான்... ஆனா கொணம்! எப்பேர்ப்பட்ட கொணம்! கூடப் பிறந்த அண்ணன் தம்பிகூட அப்படிப் பாசமாப் பேசமாட்டான்;

பழகமாட்டான்... சேச்சே! சும்மா சொன்னாப்லே ஆச்சா;...” – இப்படியே சொல்லிக்கொண்டு போனார் முத்திருளப்பப் பிள்ளை.

வெறும் பாராட்டுரைகளைத்தானே அளக்கிறார். வெறும் அளப்பு அளந்து என்ன பிரயோசனம் என்று, “அது சரி அண்ணாச்சி, அவர் இந்த ஊரிலே கடை வைக்கப்போகிறது சரி. ஆனால் வீடு ஏன் வாங்கினார்?” என்று நான் கேட்டேன்.

“ஏன் வாங்கினாரா? பணம் இருக்கு; வாங்கினார். நமக்குப் பணம் இல்லே; வாங்கல்லே! என்ன! என்று சொல்லிவிட்டுச் சிரித்தார். பிறகு விஷயத்தை சொன்னார். “வீட்டை வாங்குறப்போ, கடைச் சாமான்களைப் போட்டு வைக்கிறதுக்கு ஒரு இடம் இருக்கட்டும்னுதான் வாங்கினாராம். இப்போ நாலு நாள் இருந்து பார்த்த பிறகு இந்த ஊருக்கே குடும்பத்தோட குடி வந்துறலாம்னு தோணுதாம்!”

“இந்தப் பொட்டல்காடு அப்படி வசியம் பண்ணிட்டதாக்கும்! என்ன அண்ணாச்சி நீங்க சொல்றது? பொய் சொன்னாலும் பொருந்தச் சொல்லவேண்டாம்? இதென்ன ஆத்தங்கரையா? தீரவாசமா? ஒரு பானைத் தண்ணிக்கு மூணு மைல் நடக்க வேண்டியிருக்கு. இந்த ஊருக்குக் குடிவரணும்னு அவர் சொன்னாராம்! நீங்க கேட்டீங்களாம்!.. பாட்டன் பூட்டன் காலத்திலேருந்து இந்தப் பொட்டல் காட்டிலே கிடக்கிற நமக்கே எப்படா இந்த ஊரைவிட்டுப் போவோம்னு இருக்கு. வேறே கெதியில்லாமே கெடக்கிறோம், அவரு வேலூரிலேருந்து இந்த ஊருக்கு வர நினைக்கிறாருன்னு சொன்னா, கேட்கிறவங்க நம்பணும்!..”

“ஏய்! அழகிரிசாமி! ஒன்னைத்தானே! நீ நம்பினா நம்பு; நம்பாட்டாப் போ! ஆனா சமாச்சாரம் இதுதான்; இன்னும் கொஞ்ச நாளில் அவர் குடும்பம் இங்கே வருதாம். இந்த ஊரிலே அடிக்கிற குருமலைக் காத்தோட அருமை அவருக்குத் தெரிஞ்சிருக்கு; உனக்குத் தெரியல்லே! கோவில்பட்டி உனக்கு அவ்வளவு எளப்பமா இருக்கு! பொழக்கடையிலே பச்சிலை மொளைச்சா அப்படித் தாம்பா இருக்கும்! நீ என்ன பண்ணுவே?” என்றார்.

முத்திருளப்பப் பிள்ளை சொன்னது உண்மையாகிவிட்டது. அவர் ஒன்றைச் சொல்லி அது உண்மையாகவும் இருந்தது இதுதான் முதல் தடவை என்றுகூடச் சொல்லிவிடலாம்.

முத்திருளப்பப்பிள்ளை சொன்னதுபோல் வேலூர்க்காரரின் குடும்பம் “கொஞ்ச நாளிலே” வரவில்லை. சுமார் ஒரு வருஷம் கழித்துத்தான் வந்தது. ஆனாலும் வந்துவிட்டது. வந்து இப்போது ஏழு வருஷங்களும் ஓடிவிட்டன.

குடும்பத்தை வரவழைப்பதற்கு முன்பே தெற்கு பஜாரில் ஒரு கடையை விலைக்கு – அதையும் அதிக விலைக்கே – வாங்கினார் வேணுகோபால். ஒரு நல்ல நாளில் கடையும் திறந்தார். கடைக்குச் சிப்பந்திகள் தேவைப்பட்டார்கள். அதற்கு அவர் முத்திருளப்பப் பிள்ளையின் உதவியைத்தான் நாடினார். இவரும் திடீரென்று பெரிய

மனுஷன் ஆகி, தம்மை வந்து முற்றுகையிட்ட நூற்றுக்கணக்கானவர்களில் ஏழுபேரை மட்டுமே வடிகட்டி எடுத்து, போதிய நற்சான்றுகளுடன் வேணுகோபாலிடம் வேலைக்குக் கொண்டுபோய்ச் சேர்த்தார். பெரிய கடை; பெரிய அளவில் வியாபாரம். எங்கள் ஊரில் அதனோடு போட்டி போடக் கூடியவாறு வேறொரு பெரிய கடை கிடையாது. எனவே எடுத்த எடுப்பிலேயே வியாபாரம் பிடித்துவிட்டது. நாளா வட்டத்தில் அவர் கோவில்பட்டியில் ஒரு பவுண்டரியும் ஆரம்பித்தார். அது சமீபத்திய சமாச்சாரம் அது இருக்கட்டும்.

வேணுகோபாலின் குடும்பம், கடை திறந்த மறு வருஷத்தில் ஒரு பெரிய அழகான புதுக்காரில் வந்து சேர்ந்தது. சில நாட்களுக்குள்ளேயே நான் அவர்கள் வீட்டுக்குப் போகவும், அந்தக் குடும்பத்தில் ஒவ்வொரு வரையும் பார்க்கவும், ஒவ்வொருவருடனும் பேசவும், அங்கேயே காபி சாப்பிடவும், உயிருக்குயிரான ஒரு நட்பு எங்களிடையே தோன்றவும் ஒரு சந்தர்ப்பம் வாய்த்தது. அந்தச் சந்தர்ப்பத்தைப் பற்றித் தனியாகச் சொல்ல வேண்டும். இப்போது குடும்பத்தினரைப் பற்றி முதலில் சில வார்த்தைகள் சொல்ல வேண்டும் என்று என் மனம் துடிக்கிறது.

வேணுகோபாலும், அவர் மனைவியும், அவர் மகளும், அப்புறம் அவர் மகனும் நான்குபேரும் ஒரேமாதிரி பொன்னிறமாக ஒருவருக் கொருவர் ஏற்றத்தாழ்வில்லாத பொலிவுடன் இருந்தார்கள். அவருக்கு ஐம்பது வயதும், அவர் மனைவி ஜானகியம்மாளுக்கு நாற்பத்தைந்து வயதும், மகள் சாந்தாவுக்குப் பதினாறும், மகன் மோஹனுக்குப் பத்தும் இருக்கும். வேணுகோபாலையும்விட அவருடைய மனைவி அழகாக இருந்தாள். தாயைப்போல் மகள்; தகப்பனைப்போல் மகன். சாந்தாவின் முகத்தில் தவழ்ந்த சாந்தம் தெய்வீகமானது. அவள் குரலில் ஒலித்த சாந்தமோ, வாழ்நாளெல்லாம் மோனத் தவம் செய்த ஒரு மகா ஞானியின் சாந்தத்தைப் போன்றது. அம்மாவின் முகத்தில் குடிகொண் டிருக்கும் சாந்தத்தில் பாதி அவளுடைய புன்னகையிலும் கலகலப்பான பேச்சிலும் மறைந்துவிட்டது. அதேபோல் சாந்த சொரூபியான வேணு கோபாலின் முகத்தில் இருந்த ஆழத்தில் அவருடைய சாந்தத்தில் பாதி ஆழ்ந்து மறைந்துவிட்டது. சிறுவன் மோஹனோ காலம் கண்ட கிழவனைபபோல், இரவும் பகலும் தூங்காமல் வேலை செய்த ஒரு சித்திரக்காரனைப்போல் தூணைப் பார்த்தாலும் துரும்பைப் பார்த்தாலும் கூர்ந்து பார்த்துக்கொண்டிருப்பான். நால்வர் கண்களிலும் ஒரு மகா பெரிய விவேகத்தின் ஆழத்தைக் காண முடிந்தது. அந்தக் கண்களில் ஒரு பரிதாபமும், சிறிது கலக்கமும் இருப்பது போன்று பார்ப்பவர்களுக் கெல்லாம் பிரமை ஏற்படும்.

குடும்பத்தில் ஜானகியம்மாளைத் தவிர வேறு யாரும் கலகலப்பாக பேசவில்லை. அனைவரும் மௌனத்தை ஒரு விரதம்போல் மேற்கொண் டிருந்தார்கள். நான் அங்கே போக நேர்ந்த சந்தர்ப்பம் இதுதான். எங்கள் தெருவுக்கு அருகே சுமார் அரைப் பர்லாங்கு தூரத்தில் ஒரு ஹரிஜனப் பையன் மரத்தில் ஏறித் தன் ஆடுகளுக்குத் தழை பறித்துப் போடும்போது தவறிக் கீழே விழுந்துவிட்டான். சிலர் அவனைப்

பார்த்துவிட்டார்கள். உடனே ஓடி வந்து விஷயத்தைச் சொன்னார்கள். நானும் முத்திருளப்பப் பிள்ளையும் போய்ப் பார்த்தோம். அவனுக்கு நாலைந்து இடங்களில் காயம் ஏற்பட்டிருந்ததோடு வலது கை ஒடிந்து விட்ட மாதிரியும் இருந்தது. 'என்ன, ஏது?' என்று நாங்கள் அவனைக் கேட்டுக்கொண்டிருக்கும்போது, தகவல் தெரிந்து மேலும் சிலர் ஓடி வந்தார்கள். அவனை ஆஸ்பத்திரிக்குக் கொண்டு செல்லத் தீர்மானித்து ஒரு கட்டிலைக் கொண்டு வந்து, அதில் அவனைத் தூக்கிப் படுக்க வைத்தோம். கட்டிலோடு எங்கள் தெருவில் நாங்கள் பிரவேசிக்கும்போது, கோடியில் இருக்கும் வேணுகோபால் வீட்டின் முன் அவருடைய கார் நின்றது. அந்த வழியாகத்தான் நாங்கள் போக வேண்டும். கார் இருக்கும் திசையை நோக்கி நாங்கள் போகும்போது, காரில் ஏறுவதற்கு வந்த ஜானகியம்மாளும், சாந்தாவும், மோஹனும் எங்களைப் பார்த்து விட்டார்கள். ஜானகியம்மாள் எங்களை நோக்கி நாலு அடி நடந்தும் வந்துவிட்டாள். கூட்டத்தையும், சுமந்துவரும் கட்டிலையும் திகைத்துப் பார்த்த அந்த அம்மாளிடம் விஷயத்தைச் சொன்னோம். அவ்வளவுதான்; சாந்தாவைக் காபி கொண்டு வரச்சொன்னாள். அடிபட்டுக் கிடக்கும் வாலிபனைக் காருக்குள் கொண்டுபோய் உட்கார்த்தி வைக்கும்படி எங்களுக்குக் கூறினாள். பிறகு சாந்தா கொண்டுவந்த காபியை அவனுக்குத் தன் கையால் ஊட்டினாள்; கடைசியில் அவன் பக்கத்திலேயே பின் சீட்டில் உட்கார்ந்து அவனைக் கைத்தாங்கலாகப் பிடித்துக்கொண்டாள். பின் சீட்டில் மறு கோடியில் நானும் உட்கார்ந்து அவனைப் பிடித்துக் கொண்டேன். முன் சீட்டில் முத்திருளப்பப் பிள்ளை. காரை ஆஸ்பத்திரிக்கு விடும்படி டிரைவருக்குக் கட்டளையிட்டாள், அந்த அம்மாள்.

கார் ஓடும்போது, அடிபட்ட வலது கை குலுங்கவே, வேதனை தாங்காமல் கூப்பாடு போட்ட அந்தப் பையனைப் பார்த்து, அந்த அம்மாள் சொன்ன ஆறுதல் வார்த்தைகள்... "ஒண்ணுமில்லை ராஜா! வேண்டாம்ப்பா... சும்மா இரும்மா... எல்லாம் சரியாப் போயிடும்... பயப்படாதே; என்ன செய்யுது?..." என்றெல்லாம் வழி நெடுகக் கனிவோடு சொன்ன அந்த வார்த்தைகள் பட்ட மரத்தையும் தளிர்க்க வைத்துவிடும். அவனை ஆஸ்பத்திரியில் சேர்த்து, சிறிது நேரம் அங்கே இருந்து, கைக்கு அபாயமில்லை என்பதைத் தெரிந்து கொண்டோம். பின்பு அங்கிருந்தே அந்த பையன் வீட்டுக்கு ஒரு ஆளையும் அனுப்பி வைத்து விட்டு, நாங்கள் மூவரும் அதே காரில் திரும்பினோம். திரும்பி வரும்போது செண்பகவல்லியம்மன் கோவில் பக்கத்தில் முத்திருளப்பப் பிள்ளை இறங்கிக்கொண்டார். வெள்ளிக்கிழமைதோறும் மாலையில் அவர் கோவிலுக்குப் போகிறவர். "இங்கேயே இறங்கிவிட்டால் நடை மிச்சம்" என்று சொல்லிவிட்டு, அவர் விடைபெற்றுக்கொண்டார். ஜானகியம் மாளும் நானுமாக வீட்டில் வந்து இறங்கினோம். உடனே அந்த அம்மாள் டிரைவரைப் பார்த்து, "போய் ஐயாகிட்டே சொல்லு. இன்னிக்குச் சினிமாவுக்குப் போகல்லேன்னு சொல்லு. நாளைக்குக் காலையிலே கொஞ்சம் சீக்கிரமாகவே நீ வா, ஐயா கடைக்குப் போறதுக்கு முன்னே நாம ஆஸ்பத்திரிக்குப் போய்ட்டு வந்துடலாம். பாவம், சிறுபையன். என்னமோ கஷ்ட காலம்!.." என்று சொல்லி அனுப்பினாள்.

நானும் விடைபெற்றுக்கொள்ள இருந்தேன். ஆனால் அந்த அம்மாள் முந்திக்கொண்டாள்.

"உள்ளே வாருங்கோ. எங்க வீட்டுக்கு நீங்க வந்ததே இல்லையே! வாருங்கோ" என்று அன்பு பொங்க அழைத்தாள்.

இருவரும் உள்ளே சென்றோம். அப்போது எதிரே வந்த சாந்தாவை யும், மோஹனையும் பார்த்து, 'மாமாவை 'வாருங்கள்'னு சொல்லி நமஸ்காரம் பண்ண வேண்டாமா?" என்று சிரித்துக்கொண்டே சொன்னாள், அந்த அம்மாள். இருவரும் அவ்வண்ணமே செய்தார்கள்.

"உட்காருங்க!"

என்ன உபசாரம் இது! நான் யார் என்றுகூட அவர்களுக்குத் தெரியாது, இதற்கு முன் சந்தித்ததும் இல்லை. என்னைப்பற்றி முத்திருளப்பப் பிள்ளை எதுவும் சிலாக்கியமாகச் சொல்லியிருக்கக் கூடுமோ என்றால், அதற்கும் இடமில்லை.

"அந்தப் பையன் மரத்திலிருந்து விழுந்துட்டான் சாந்தா. மாமாதான் கூடவே வந்து ஆஸ்பத்திரிலே சேர்த்தார். பெரிய உதவி..." என்று அந்த அம்மாள் புகழ்ந்தபோது, எனக்கு வெட்கமாக இருந்தது.

"அம்மா! நீங்க செஞ்ச உதவிக்கு முன் இதெல்லாம் ஒரு உதவியா? பெற்ற தாய் பிள்ளைக்குச் செய்யாத உதவியம்மா இது. வெளியே குழந்தைகளோட புறப்பட்டுக்கிட்டு இருந்தப்போ, அதையெல்லாம் தள்ளி வச்சிட்டு, அந்த ஏழைப் பையனைக் காரிலே தூக்கிப் போட்டுக்கிட்டு, காபியும் குடுத்து, அவனை ஆதரவாத் தாங்கிப் பிடிச்சி ஆஸ்பத்திரிக்கும் கொண்டு வந்தீங்களே, இந்த உதவியைக் கடவுள்கூட ஒரு மனுஷனுக்குச் செஞ்சிருக்க மாட்டாரம்மா. . ." – இப்படிச் சொல்லும்போது எனக்கு வாய் குழறிவிட்டது; கண்களில் நீர் பொங்கியது.

"ஐயோ! இது ஒரு உதவியா? நாங்க சினிமாவுக்குத்தான் போறதா இருந்தோம். ஆபத்திலே கிடக்கப்பட்டவனுக்கு உதவுறது பெரிசா? சினிமா பெரிசா? சினிமாவுக்குப் போறதை விட்டுவிட்டு நான் உதவி பண்ணனதா சொன்னா, எங்க மோஹன்கூடச் சிரிப்பான்!.."

"இப்படி இந்தக் காலத்திலே யார் செய்வா? அதிலும் பணக் காரங்க..? அம்மா! அத்தோட அந்தப் பையன் வந்து ஒரு ஹரிஜனப் பையன்; ரொம்ப ஏழை. இப்படிப்பட்டவனுக்குச் சமயத்திலே நீங்க உதவி செஞ்சதாலே, உதவியோட மதிப்பு ஆயிரம் மடங்கா ஒசந்துட்டது..." என்று நான் சொன்னேன்.

"ஜாதியிலே என்ன இருக்கு! எல்லாம் ஒரு ஜாதிதான்; ஒரு ரத்தம்தான்..." என்று ஜானகியம்மாள் சொல்லும்போது, "இப்படி எல்லாரும்தான் சொல்றாங்க. ஆனா காரியத்திலே அப்படி இல்லை யேம்மா!.." என்றேன்.

"ஏன் இல்லே? நீங்களெல்லாம் உதவிக்கு வரல்லையா? பார்க்கப் போனா, நீங்க செஞ்ச உதவிதான் ஆயிரம்மடங்கு பெரிசு. எங்களுக்கு

அவன் ஏழை. இன்ன ஜாதி என்கிறதெல்லாம் தெரியாது. தெரியாமத்தான் நான்கூட வந்தேன். தெரிஞ்சிருந்தும் உதவி பண்ணினீங்களே, அது பெரிய விஷயமில்லையா?..”

அம்மாளுக்கு என்ன பதில் சொல்வதென்று எனக்குத் தெரியவில்லை. மரத்திலிருந்து விழுந்தவன் பாக்கியசாலி; இந்த மகாலட்சுமியின் அன்பையும், அரவணைப்பையும் அனுபவிக்க கொடுத்து வைத்தவன் என்று நினைத்துக்கொண்டேன்.

பிறகு மோஹனைப் பக்கத்தில் அழைத்து வைத்துக்கொண்டு, அந்த அழகான கன்னத்தை இலேசாகப் பிடித்துவிட்டு, “தம்பி! என்ன படிக்கிறே?” என்று கேட்டேன்.

“அஞ்சாம் கிளாஸ்” என்றான். அவ்வளவு மெல்லிய குரலில் அவன் பேசியது எனக்குத் தெளிவாகக் கேட்டதுதான் ஆச்சரியம்.

“அவனை இனிமேல்தான் பள்ளிக்கூடத்தில் சேர்க்கணும்” என்றாள் ஜானகியம்மாள்.

“இப்போ எப்படிச் சேர்க்க முடியும்? பரீக்ஷைக்கு இன்னும் மூணு மாசம் இருக்கே?” என்றேன் நான்.

“மூணு மாசம் கழிச்சுத்தான் சேர்க்கணும்...”

அவன் படிப்பு முடியும்வரை வேலூரிலேயே எல்லோரும் இருந்திருக்கலாமே என்று நான் சொல்ல நினைத்தாலும் சொல்லவில்லை, நடந்துவிட்ட பிறகு யோசனை சொல்வானேன்!

சாந்தாவைப் பார்த்தேன். எதிரே இருந்த அவள் நிறத்தையும், அழகையும், முகச் சாந்தியையும் மற்றொரு முறை கூர்ந்து கவனித்தேன். பிறகு கேட்டேன்.

“மோஹனோட அக்காவையும் ஸ்கூல்லே சேர்க்கணுமில்லையோ?”

“அவ போன வருஷமே எஸ்.எஸ்.எல்.ஸி. பாஸ் பண்ணிட்டா? காலேஜிலே வேணும்னா சேர்க்கலாம். இந்த ஊர்லே காலேஜ் இல்லையாமே!

“பாளையங்கோட்டையிலே இருக்கு. பெண்கள் காலேஜ், ஹாஸ்டலும் இருக்கு...”

“அவங்க அப்பா என்ன யோசனை பண்ணி வச்சிருக்கிறாரோ?” என்றாள்.

இவ்வளவு நேரம் பேசியும் என் பெயர் என்ன, தொழில் என்ன, குலம் என்ன, கோத்திரம் என்ன என்பவற்றைப்பற்றி அந்த அம்மாள் ஒரு வார்த்தை கேட்காமல் இருந்ததுபற்றி எனக்கு ஆச்சரியமாக இருந்தது. வெகுநேரம் காத்திருந்து பார்த்தேன், பிறகு நானாகவே என்னை அறிமுகப்படுத்திக்கொள்ள ஆரம்பித்தேன். அந்தச் சமயத்தில் வேணுகோபால் வந்துவிட்டார். உடனே என் பேச்சை நிறுத்திக்கொண்டு எழுந்து நின்றேன். அவர் என்னை வரவேற்று உட்காரச் சொன்னார்.

"நான் இந்த ஊர்தான். பத்து வீடு தள்ளியிருக்கிறேன். பெயர் அழகிரிசாமி..."

"சந்தோஷம்" என்று, ஆழ்ந்த முகத்தில் சிரிப்பின் ஒளி அதிகமாகவே படர்ந்த நிலையில் சொன்னார் அவர்.

"இன்னிக்குச் சாயங்காலம் ஒரு பையன் மரத்திலிருந்து விழுந்து விட்டான்..."

"தெரியும் டிரைவர் சொன்னான். ஆபத்து ஒண்ணுமில்லைன்னும் சொன்னான். சந்தோஷம். அந்தப் பையனோட வீடு எங்கே இருக்கு?"

"பக்கத்திலேதான். அடிக்கடி பார்த்திருக்கிறேன். ஆனா, எந்தத் தெருவிலே, எந்த வீடுன்னு எனக்குத் தெரியாது" என்றேன் நான்.

"இருக்கட்டும், அவனுக்கு ஏதாவது செய்யணும்னா செய்வோம். ஆஸ்பத்திரிலே சாப்பாடு எப்படியோ?"

"ஒருமாதிரித்தான் இருக்கும். ஆஸ்பத்திரிச் சாப்பாடுதானே?"

"ஒரு வாரத்துக்கு நம்ப வீட்டிலே இருந்து வேணும்னாலும் சாப்பாடு அனுப்புவோம். ஏழைப் பையன்..."

எனக்கு ஆச்சரியப்படுவதா, பொங்கிய கண்ணீரைத் துடைப்பதா என்று இருந்தது. 'இப்படிப் போட்டி போட்டுக்கொண்டு நல்லவர்களாக இருக்கிறார்களே! இப்படியுமா உலகத்தில் மனிதர்கள் இருப்பார்கள்! இதெல்லாம் என்னவென்று தெரியவில்லையே!..' நான் மிகவும் மிரண்டு போன மாதிரியே எனக்குத் தோன்றியது.

"உங்க குடும்பத்தைப் போல ஒரு குடும்பம் இந்த உலகத்திலேயே இருக்கும்னு எனக்குத் தோணல்லே. வீட்டோடே இவ்வளவு பெரிய உபகாரிகளா இருக்கிறது சாமான்யமான விஷயமா?.."

"அதெல்லாம் ஒண்ணுமில்லை" என்று சொன்னாள் அந்த அம்மாள்.

"எங்க ஊருக்கு நீங்க வந்தது, எங்க ஊர் செஞ்ச பாக்கியம்..."

"அப்படியா? இந்த ஊருக்கு வந்தது, எங்க பாக்கியம்னு நாங்க நினைச்சிக்கிட்டிருக்கிறோம், தெரியுமோ!" என்றார் அவர்.

அவர் இதை நிஜமாகவே சொன்னாரா, எங்கள் ஊரைப் பரிகசிப் பதற்காகச் சொன்னாரா என்று முதலில் நான் சந்தேகப்பட்டேன். இந்த வீட்டில் பரிகாசப்பேச்சு, வேடிக்கை, விளையாட்டு போன்றவை யெல்லாம் இருக்க முடியாது; இது ஒரு கோவில் என்று நினைத்துக் கொண்டு, "ஆச்சரியமா இருக்கு! ஏன் தெரியுமா? இந்தத் தண்ணியில்லாத காட்டிலே குடியிருக்க எங்களுக்கே கஷ்டமா இருக்கு, எனக்குத் தெரிய, கோவில்பட்டியைச் சிலாகிச்சு சொன்னது நீங்க ஒருத்தர்தான். ஏன், இந்த ஊர் உங்களுக்கு இப்படிப் பிடிச்சுப்போச்சு, வேலூரைவிட்டு இங்கே எதுக்காக வந்தீங்கன்னு எனக்கு ஆச்சரியமாயிருக்கு..."

“குருமலைக் காத்து வேலூரிலே கிடைக்குமோ? அது சரி, குருமலை ரொம்பப் பக்கமோ? கண்ணுக்கே தெரியல்லையே..!”

“அது ஏழெட்டு மைலுக்கு அங்கிட்டு இருக்கு. ஒரு காலத்திலே அந்த மலைக் காத்துக்கு மகிமை இருந்தது வாஸ்தவம்தான். சஞ்சீவி பர்வதம்னே அதுக்குப் பேரு...”

“ஏன். இப்போ என்ன வந்தது?”

“மலையிலே இப்போ ஒரு மரம் கிடையாது. எல்லாத்தையும் வெட்டி விறகு போட்டுட்டாங்க. பச்சையாத் தெரிஞ்ச மலை இப்போ சரள் மேடா, சிகப்பா இருக்கு... முன்னாலே குருமலையிலேதான் மழை இறங்கும். அப்போ சுத்துக் கிராமங்களிலே கட்டாயம் மழை பெய்யும். இப்போ மலை மொட்டையாப் போகவே, அங்கே மழை இறங்குறதும் இல்லை; நாலஞ்சு வருஷமாச் சுத்துக் கிராமங்களிலே பருவ மழையும் பேயாமப் போச்சு...”

“என்னமோ ஸார், இந்த ஊர்க் காத்து எனக்கு ரொம்ப ஆரோக்கியமா இருக்கு. எனக்கு ரொம்ப வருஷமா ஆஸ்த்துமா கம்ப்ளெயிண்ட்...” என்று வேணுகோபால் சொன்னதும், ஏதோ ஒரு ரகஸியம் வெளிப் பட்டதுபோல் அவருடைய மனைவி மக்கள் அவரைத் திரும்பிப் பார்த்தார்கள். அதை அவரும் கவனித்துக் கொண்டார்.

“பார்த்தேன், இந்த வறண்ட காத்து வேறே எங்கேயும் கிடைக்காது; இந்த ஊர்தான் நமக்குச் சரின்னு குடும்பத்தோட வந்துட்டேன். அங்கே அமோகமா நடந்த வியாபாரத்தைக்கூட லட்சியம் பண்ணாமல் இங்கே வந்து கடை திறந்தேன்... இன்னொண்ணும் சொல்லணும்; இங்கே பிராஞ்சுக் கடை திறக்கிற நோக்கத்தோடத்தான் முதல்லே வந்தேன். அப்புறம்தான் இங்கே குடிவந்துடலாம்னு முடிவு பண்ணினேன்...”

“ஆஸ்துமாவுக்கு வைத்தியம் பார்க்கலாமே! ஏதாவது மருந்து சாப்பிடுறீங்களா?”

“சாப்பிடுறேன். என்ன பிரயோஜனம்? மருந்திலே தீர்ர நோயில் லையே இது?.. கோவில்பட்டிக் காத்திலே இது குணமாகனும்! குணமா யிடும்னும் தோணுது” என்றார் வேணுகோபால்.

நேரமாகிவிட்டது. எழுந்து விடைபெற்றுக்கொண்டேன். சாப்பிட்டுப் போகலாம் என்று தம்பதிகள் கட்டாயப்படுத்தினார்கள். இன்னொரு நாள் வருகிறேன் என்று சொல்லிவிட்டு வெளியே வந்தேன். அவரும் அவர் மனைவியும் குழந்தைகள் இருவரும் காம்பவுண்டு வாசல்வரை வந்து என்னை வழியனுப்பினார்கள்.

அந்த முதல் சந்திப்பு என்னை முற்றிலும் புதிய மனிதனாக்கிவிட்டது போலவும், அதனால் உடம்பில் அபாரமான புஷ்டியும், வலுவும் ஏற்பட்டுவிட்டது போலவும் இருந்தது. நான் அதுவரையிலும் பார்த்த மனிதர்களெல்லாம் எவ்வளவு அற்ப சுபாவம் கொண்டவர்கள் என்பது அப்போதுதான் முதன்முதலில் எனக்குத் தெளிவாகத் தெரிந்தது. ஊர்

வம்பு பேசுதல், கண் காணாத இடத்தில் எந்தப் பெரிய மனிதனைப்பற்றியும் குறை சொல்லுதல், அற்ப உதவியைச் செய்துவிட்டு அதை ஆறு மாதம் ஊரெல்லாம் சொல்லிக்கொண்டு திரிதல், மற்றவன் ஏதாவது கஷ்டத்தில் அகப்பட்டுக்கொண்டு தத்தளித்தால் அதைக் கேள்விப்படாத மாதிரி பாவனை பண்ணிக்கொண்டு நடத்தல், அரைக் காசு சேர்ந்ததும் உலகமே நமக்கு அடிமை என்று நினைத்துக்கொள்ளுதல், கையில் அரைக்காசு இல்லாமலும் தலையில் கடுகளவு மூளையில்லாமலும் ஏதோ ஒருவகையில் தான் ஒரு பெரிய மனிதன் என்று அசட்டுக் கர்வம் கொள்ளுதல் – இப்படிப்பட்ட குணங்களைக் கொண்ட ஆத்மாக்களையே பார்த்துப் பார்த்துப் பழகி, ஏறக்குறைய அந்தக் கூட்டத்தில் நானும் ஒருவனாக மாறிய சமயத்தில் கற்பனை பண்ணிப் பார்க்கவும் முடியாத பெருந்தன்மையும் பணிவும் கருணையும், அன்பும் நிரம்பி வழிந்த வேணுகோபால் குடும்பத்தைப் பார்த்தேன். வீடு திரும்பும்போது 'எங்கிருந்தோ வந்தவர்' என்று முதலில் திகைத்தோமே, அது ஒரு வகையில் நியாயம்தான். உண்மையிலேயே இவர்கள் எங்கிருந்தோ வந்தவர்கள்தான். இந்த உலகத்தைச் சேர்ந்தவர்களே அல்ல என்று நினைத்துக்கொண்டேன்.

அதற்குப் பிறகு வேணுகோபால் குடும்பத்தின் உயர் பண்புகளை எடுத்துக்காட்டும் எத்தனையோ நிகழ்ச்சிகள் நடந்துவிட்டன. எங்கள் தெருவில் வீடுகளுக்கு உள்ளேயும் சரி, வெளியேயும் சரி, வேணுகோபாலை ஒரு லட்சிய புருஷராக உதாரணம் கூறிப் பேசுவது சகஜமாகிவிட்டது. ஏழை மக்கள் அவரைக் கொண்டாடியதை இவ்வளவு அவ்வளவு என்று சொல்ல முடியாது. இவையெல்லாம்கூட பெரிய விஷயங்களல்ல. அந்த குடும்பத்தின் செல்வாக்கு ஊரில் பல பேரையும் ஓரளவுக்கேனும் மாற்றிவிட்டதுதான் பெரிய விஷயமாகும். சில புதுப் பணக்காரர்கள் தாமாகவே தமது திமிரைக் குறைத்துக்கொண்டு 'அவ்வளவு பெரிய பணக்காரனே அப்படி இருக்கும்போது நாம் நம்முடைய அகம்பாவத்தைக் கைவிடுவதுதான் இனி மரியாதை' என்ற முடிவுக்கு வந்தவர்களைப்போல் நடந்துகொள்ளத் தொடங்கினார்கள். சாதாரணப் பணக்காரர்களைக் குபேரர்களாக மதித்து, அளவுக்கு மீறி அவர்களுக்குப் பயந்தும், மரியாதை செலுத்தியும், வந்த ஏழை மக்கள், அந்த வழக்கத்தை நிறுத்தி, 'பணக்காரன் என்ன சக்கரவர்த்தியா? எதற்கு அவர்களுக்கு அனாவசியமாக ராஜ மரியாதை செய்வது?' என்று எண்ணத் தலைப்பட்டார்கள். பணத்துக்காக மட்டும் மதிக்கும் பழைய வழக்கம் குறைந்து, குணத்துக்காகவும் ஒருவனை மதிக்கும் அரசர் வழக்கமும் அனுஷ்டானத்துக்கு வந்தது.

மக்களிடம் இதுபோன்று ஏற்பட்ட மாறுதல்கள் இன்னும் பல உண்டு. அவற்றுள் மற்றவர்களை அனாவசியமாகப் பழித்துப் பேசுவதில் பெருவிருப்பம் கொண்ட எங்கள் தெருவாசிகள் சிலர், அந்த நீண்டகால, பரம்பரை வழக்கத்தைக் கைவிட்டது மிகமிகக் குறிப்பிடத்தக்கதாகும்.

எங்கள் தெருவுக்கு அடுத்த தெருவில் ஒருத்தி இருந்தாள். வயது நாற்பது இருக்கும். அவள் வாழா வெட்டியாகிப் பல வருஷங்கள் ஆகிவிட்டன. அவளுடைய துர்நடத்தையும் ஒழுக்கக்கேடும் ஊரறிந்த சமாச்சாரம். அவளைக் கண்டாலே பெண்கள் காறித் துப்புவார்கள்.

அவளுடைய அபகீர்த்தியைப் பற்றி வேணுகோபால் குடும்பம் கேள்விப் படாமல் இருக்க முடியாது. அப்படிப்பட்டவள் ஏதோ ஒரு கஷ்ட காலத்தில் ஜானகியம்மாளிடம் வந்து பத்து ரூபாய் கடனாகக் கேட்டிருக் கிறாள். அந்த அம்மாளும் உடனே கொடுத்துவிட்டாள். வாங்கிக் கொண்டவள் ஆச்சரியமும் சந்தோஷமும் தாங்க முடியாமல், முன்பின் தெரியாத தனக்கு அந்த அம்மாள் கொஞ்சமும் தயக்கமின்றிப் பத்து ரூபாயை எடுத்து உடனே கொடுத்த அருங்குணத்தை இரண்டொருவரிடம் சொல்லி மகிழ்ந்திருக்கிறாள். அந்தச் செய்தி எங்கள் தெருவிலும் பரவிவிட்டது. உடனே ஒரு கிழவி ஓடி ஜானகியம்மாளிடம் சென்று, "இருந்திருந்து அவளுக்கு ரூவாயைக் கொடுக்கலாமா? அவள் மானம் கெட்டவள்; ஒழுக்கம் கெட்டவள். அவளை முதலில் வீட்டுக்குள்ளே யாவது விடலாமா?.." என்றெல்லாம் சொன்னாளாம். அதற்கு ஜானகி யம்மாள் தன் இரு காதுகளையும் பொத்திக்கொண்டு, "பாட்டி! இப்படிச் சொல்லாதீங்க பாட்டி. அவள் எப்படிப்பட்டவளா இருந்தாலும் நம்மைப் போல ஒரு பெண் ஜென்மம். பெண்ணுக்குப் பெண் இரக்கப்படணும். என்னவோ அவள் தலையெழுத்து! பாவம்! இப்படிப் பேச வேண்டாம் பாட்டி" என்று சொல்லிக் கிழவியை அனுப்பினாளாம். இந்த நிகழ்ச்சிக்குப் பிறகு ஊர் வம்பு பேசும் வழக்கம் அநேகரிடம் நின்றுவிட்டது.

வேணுகோபால் குடும்பம் வந்து சேர்ந்த ஐந்தாவது வருஷத்தில் எனக்குக் கல்யாணம் நடந்தது. கல்யாண வீட்டில் அவர்கள் வந்து ஓடியாடித் திரிந்து ஓய்வொழிச்சலின்றி அத்தனை வேலைகளையும் செய்தார்கள். என் மனைவிக்கு – மணமகளுக்கு – அலங்காரம் செய்தவள் சாந்தாதான். வேலூரிலும் சென்னையிலும் கல்யாணப் பெண்களை இப்படித்தான் அலங்கரிப்பார்கள் என்று சொல்லித் தன் கைச்சரக்கை யெல்லாம் காட்டினாள். இந்த அலங்காரத்தைப் பார்க்க ஊரே திரண்டு வந்தது. மணமகளையும், அவளை அலங்கரித்த சாந்தாவையும் அத்தனை பேரும் மாறி மாறிப் பார்த்தார்கள்.

மறுவருஷம் பிறந்த என் மகளுக்கு நான் ஜானகி என்றே பெயர் வைத்தேன். பிறந்த நாளிலிருந்து அவள் வேணுகோபால் வீட்டுக்குச் செல்லக் குழந்தையாகி விட்டாள். அவளுக்கு இப்போது மூன்று வயது பூர்த்தியாகிவிட்டது.

வேணுகோபால் வீட்டாருடன் எங்கள் தெருவில் பல வீடுகள் நெருங்கிப் பழகினாலும், என் குடும்பம் இன்னும் நெருக்கமாக, ஏறக்குறைய ஒரே குடும்பத்தின் ஒரு பகுதி போல உறவு கொண்டாடிக் கொண்டிருந்தது. ஒரு நாள் என் மனைவி, "சாந்தாவுக்கு வயசு இருபது இருபத்திரண்டு இருக்கும் போலிருக்கே. இன்னும் கல்யாணம் செஞ்சு குடுக்காமல் வச்சிருக்காங்களே! எதுக்கு? இவங்க நினைச்சா நான் முந்தி, நீ முந்தின்னு எத்தனை மாப்பிள்ளைகள் போட்டி போட்டுக்கிட்டு வந்து நிப்பாங்க!" என்று சொன்னாள். சாந்தாவுக்கு இன்னும் கல்யாணம் ஆகவில்லை என்ற விஷயம் அப்பொழுதுதான் எனக்கு ஞாபகத்துக்கு வந்த மாதிரி இருந்தது. ஒரு நாள் இதைப்பற்றி அவர்களிடமே கேட்பது என்று முடிவு செய்துகொண்டேன். அதற்கிடையில் வேறு சில சிந்தனை

களும் என் மனசில் ஓடிக்கொண்டிருந்தன. 'முறை மாப்பிள்ளைக்காகக் காத்திருக்கிறார்களோ? அவன் எங்காவது வெளிநாட்டில் படித்துக்கொண் டிருக்கிறானோ? இல்லையென்றால், வேறு ஏதாவது தடங்கல் இருக்குமோ?..' இப்படி நினைத்த பிறகு, 'இவர்களுக்குச் சொந்தக்காரர்கள், வேலூர்ப் பக்கம்தான் இருப்பார்கள்' என்று சந்தர்ப்பவசமாக நினைத்துக் கொண்டேன். அப்பொழுது திடீரென்று வேறொரு விஷயம் எனக்குப் புலனாயிற்று. அவர்கள் எங்கள் ஊருக்கு வந்து இத்தனை வருஷங் களாகியும் அவர்களுடைய உறவினர் என்று யாரும் அவர்கள் வீட்டுக்கு வர நான் பார்க்கவில்லை. அவர்களும் கல்யாணம் காட்சி என்று எந்த ஒரு காரணத்தை முன்னிட்டும் தங்கள் சொந்த ஊருக்கோ, வேறு எந்த ஊருக்குமோ போகவில்லை. இது நினைக்க நினைக்க ஆச்சரியமாக இருந்தது. இப்படிப்பட்ட நல்லவர்கள், தாராள குணம் படைத்தவர்கள் பணக்காரர்களாகவும் இருக்கும்போது ஆயிரம் மைல் தாண்டிக்கூட உறவினர்கள் வந்து கூடுவது உலக வழக்கமாயிற்றே. இங்கு மட்டும் ஏன் விதி விலக்காக இருக்கிறது என்று திகைத்தேன். நேரடியாக அவர்களிடம் இதைப் பற்றி விசாரிப்பது உசிதமல்ல என்று நினைத்து, ஒரு நாள் என் மனைவியைவிட்டு, "சாந்தாவுக்கு எப்பொழுது கல்யாணம்? யார் மாப்பிள்ளை?" என்று விசாரிக்கச் சொன்னேன். அவளுக்கு சொன்ன பதில் நம்ப முடியாததாக இருந்தது.

"சாந்தா நினைத்தால் நாளைக்கே முகூர்த்தம் வைக்கலாம். அவள் யாரைக் கட்டிக்கொள்ள விரும்புகிறாளோ அவன்தான் மாப்பிள்ளை. அவன் பணக்காரனாக இருந்தாலும் சரி, ஏழையாக இருந்தாலும் சரி; மேல் ஜாதியானாலும் சரி, கீழ் ஜாதியானாலும் சரி" என்று அந்த அம்மாள் சொன்னாளாம். ஏன் இப்படிச் சொல்லுகிறாள் என்று என் மனைவி அவளிடமே கேட்டபோது, பணக்காரன், ஏழை என்பது அர்த்தமில்லாத பாகுபாடு என்றும், இன்று பணக்காரனாக இருப்பவன் நாளை ஏழையாகிவிடலாம் என்றும், அப்படி ஏழையானவர்கள் இந்த உலகத்தில் எத்தனையோ பேர் என்றும் சொன்னாளாம். ஜாதிவித்தியாசமும் அபத்தமான ஒன்று என்பதை விளக்கினாளாம்! தீவிரமான சமூக சீர்திருத்தவாதிகளும்கூட ஊருக்கு உபதேசம் செய்வார்களே ஒழிய, தங்கள் வீட்டில் சீர்திருத்தத்தை அமுல் செய்யமாட்டார்கள். இந்த அம்மாள் ஒரு சீர்திருத்தமும் பேசாமல் செயலில் காட்டச் சித்தமாக இருக்கிறாள் என்றால் அதை என்ன சொல்லிப் புகழ்வது?

அதன்பிறகு ஒரு நாள் ஒரு செய்தியைக் கேள்விப்பட்டேன். அதைக் கேட்டதும் எனக்கு அதிர்ச்சியே உண்டாகிவிட்டது. எங்கள் ஊரைச் சேர்ந்த ஒரு வியாபாரி வேலூருக்குச் சென்றிருந்தபோது வேணு கோபாலைப் பற்றி அங்கே விசாரித்தாராம். அப்படி ஒருவர் அந்த ஊரில் பெரிய அளவில் இரும்பு வர்ண வியாபாரக் கடை நடத்தி வந்தது கிடையாது என்று எல்லோரும் சொன்னார்களாம்! இந்தச் சமாச்சாரத்தைக் கேள்விப்பட்டதும் முதலில் அதிர்ச்சியடைந்த நான் 'எங்கிருந்தோ வந்தவர்கள்' என்பது எல்லா விஷயத்திலும் பொருந்திக் கொண்டு வருகிறதே என்று தமாஷாகச் சொல்லிக்கொண்டேன். அந்தக்

குடும்பம் சம்பந்தமாக ஏதோ ஒரு மர்மம் இருப்பதுபோல் அன்றே எனக்குத் தோன்றிவிட்டது. அதிலிருந்து நான் அங்கே போகும்போதெல்லாம் ஒவ்வொரு வார்த்தையையும் அளந்துதான் பேசுவேன். அவர்களுடைய ஒவ்வொரு சொல்லையும் உறைத்துப் பார்ப்பேன். ஆனால் நான் மறைமுகமாகச் செய்யும் புலன் விசாரணையை அவர்கள் கண்டு கொள்ளக் கூடாதென்பதில் சர்வ ஜாக்கிரதையாக இருந்தேன். சில நாட்களுக்குப் பிறகு வேறொருவரும் வியாபார நிமித்தம் வேலூருக்குப் போய் அதே தகவலைக் கொண்டு வந்தார். மர்மம் ஊர்ஜிதமாகிவிட்டது. ஒரு நாள் முத்திருளப்பப் பிள்ளையைப் பார்த்து “இப்படிச் சொல்றாங்களே, என்ன சமாச்சாரம்?” என்று கேட்டேன்.

“நானும் கேள்விப்பட்டேன். அவருக்கு எந்த ஊரா இருந்தாத் தேவலை? நல்லவரா இருக்கிறார். அது போதாதா?” என்றார் பிள்ளை.

“நீங்க அப்படி எதையும் அலட்சியமா விடமாட்டீங்களே! உபயோகமத்த சமாச்சாரத்தையும்கூடத் துருவித் துருவி விசாரிப்பீங்களே. இதிலே மட்டும் ஏன் சும்மா இருக்கிறீங்க?” என்று கேட்டேன்.

“அழகிரிசாமி அது அந்தக் காலம். இப்போ அந்த வேலையைவிட்டு ரொம்ப நாளாச்சு. ஊரான் விவகாரத்தைப் பேசுறதும் விசாரிக்கிறதும் மகா சின்னத்தனம்னு நினைச்சி விட்டுட்டேன், தெரியுமோ?”

“ஏன்?”

“எதுக்குன்னேன்? அதிலே என்ன லாபம்? ஊர் வம்பு பேசிப் பேசித்தான் நம்ம ஊர்க்காரன் உருப்படாமல் போனான்! அவர் நேத்து வந்தார். இன்னிக்கு ஊரே கொண்டாடுறாப்லே பேர் வாங்கிட்டார். எதனாலே? தான் உண்டு தன் காரியம் உண்டுன்னு இருக்கிறார்; கெட்டவங்களைப்பத்திக்கூட ஒரு சொட்டைச் சொல் அவர் வாயிலிருந்து வெளி வர்ரது இல்லே. அதனாலே பேர்; அதனாலே கியாதி. அந்த நல்ல மனசைப் பார்த்துத்தான் மகாலட்சுமியும் அவருக்கு அள்ளி அள்ளிக் குடுக்கிறா. இந்தா, போன வருசம் பவுண்டரி ஆரம்பிச்சார்; இப்போ என்னமோ ஒர்க் சாப் தொறக்கப் போறாராம்... அப்படி செல்வம் விருத்தியாகுது. நம்ம ஊர்க்காரன் ஊர் வம்பை வட்டிக்கு வாங்கிப் பேசுவானே, பேசி என்னத்தைக் கண்டான்? என்னத்தை வாரிக் கட்டினான்னேன்? முன்கையிலே பசையில்லாமே பொறங்கையை நக்கிக்கிட்டிருக்கிறான்... அட்ட தரித்திரம் பிடிச்ச பயல்கள்!..”

முத்திருளப்பப் பிள்ளைக்கு இந்த ஞானோதயம் ஏற்பட்டதற்கு வேணுகோபால் வீட்டுச் செல்வாக்கும், அவர்களோடு அவருக்கு இருந்த தொடர்புமே காரணங்கள் என்று எனக்குத் தோன்றியது.

ஐந்தாறு மாதங்களுக்கு முன் வேணுகோபாலின் சொந்த ஊர் எது என்பதைத் திட்டவட்டமாக அறிந்துகொள்வதற்கான முயற்சியில் இறங்க எனக்கு ஒரு சந்தர்ப்பம் கிடைத்தது. என்னுடைய மாமா ஒருவர் சிகிச்சைக்காக வேலூர் ஆஸ்பத்திரிக்குப் போக வேண்டிய அவசியம் ஏற்பட்டது. நான் உடனே வேணுகோபால் வீட்டுக்குப்

போய் விஷயத்தைச் சொல்லி, "உங்களுக்கு வேலூர் ஆஸ்பத்திரியில் எத்தனையோ டாக்டர்களைத் தெரிஞ்சிருக்கும். யாருக்காவது லட்டர் குடுத்தால் நல்லது. இல்லேன்னா, உங்க பேரைச் சொல்றோம். எந்த டாக்டரிடத்திலே போகலாம்?" என்று கேட்டேன்.

வேணுகோபால் சிறிது யோசனை செய்தார். பிறகு சிரித்துக் கொண்டே, "வேலூர் ஆஸ்பத்திரியில் எனக்கு ஒரு டாக்டரையும் தெரியாதே!" என்று சொன்னார். அவர் சிரிப்பு போலிச் சிரிப்பு மாதிரி அப்போது எனக்குத் தோன்றியது. நான் விடவில்லை.

"இல்லேன்னா வேலூரிலே உங்களுக்கு வேண்டியவங்க யாரையாவது பார்க்கிறோம். யாராவது முக்கியஸ்தர்கள் வந்து சொன்னா, டாக்டர்கள் நல்லாக் கவனிச்சுப் பார்ப்பாங்க..."

"ஸார். எனக்கு வேலூர் சொந்த ஊருன்னு பேர். அவ்வளவுதான். அது எங்க பூர்வீக ஊர். ஆனா நான் சின்ன வயசிலே இருந்து அங்கே இருந்ததில்லை" என்று அவர் சொல்லிக்கொண்டிருக்கும்போதே, அவர் மனைவி வந்து "மெட்ராஸுக்கு 'டிரங்க் கால்' போடணும்னு சொன்னீர்களே!" என்று அவரைப் பார்த்துக் கூறினாள்.

"ஆமாம். மறந்தே போயிட்டேன். இதோ வந்துட்டேன்" என்று சொல்லிவிட்டு என்னைப் பார்த்தார். சாவகாசமாக உட்கார்ந்து பேச நேரமில்லை என்று சொல்வது போன்ற குறிப்பு அவர் முகத்தில் தென்பட்டது.

நான் அவசர அவசரமாக, "ஆச்சரியமா இருக்கு. நீங்க வேலூருன்னே நினைச்சுட்டிருந்தேன். எல்லாரும் அப்படித்தான் சொன்னாங்க..." என்றேன்.

அவர் எழுந்து நின்றுகொண்டு, "அது உண்மைதானே? வேலூர் பூர்வீகம். ஆனா இருந்தது வெளியூரிலே..." என்றார்.

"எங்கே இருந்தீங்க?" என்று கேட்டேன்.

"எங்கெங்கேயோ இருந்தோம். வட இந்தியாவிலேகூட கொஞ்ச காலம் இருந்திருக்கிறோம்..." என்று சிரித்துக்கொண்டே சொன்னார். அதே சமயத்தில் டெலிபோன் பண்ணுவதற்காக நடந்து போய்க் கொண்டும் இருந்தார். அவரைத் தொடர்ந்து ஜானகியம்மாளும் உள்ளே போய்விட்டாள்.

அவர்கள் காது கேட்கும்படியாக "நான் போய்ட்டு வர்றேன்" என்று குரல் கொடுத்துவிட்டு வீடு திரும்புவதைத் தவிர எனக்கு வேறு வழியில்லாமல் போய்விட்டது.

எனக்குச் சந்தேகம் பலமாகிவிட்டது. சொந்த ஊரின் பெயரை வேண்டுமென்றே இவர்கள் மறைக்கிறார்கள். இதில் ஏதோ மர்மம் இருக்கிறது. "டிரங்க் கால்" போட வேண்டும் என்று அந்த அம்மாள் வந்து சொன்னது அவரை என்னிடமிருந்து பிரித்து உள்ளே அழைத்துச்

செல்வதற்காகச் செய்த தந்திரமே என்றெல்லாம் நினைத்தேன். மோஹன் அங்கே இருந்திருந்தால் அவனையாவது கேட்டிருக்கலாம். அவன் அப்போது தூத்துக்குடியில் இருந்தான் – கல்லூரி மாணவனாக. சாந்தாவோ அன்று ஹாலுக்கு வரவே இல்லை.

சரி, என் மனைவியைக்கொண்டு சாந்தாவிடம் விசாரிக்கலாம் என்று முடிவு செய்தேன். இரண்டொரு நாளில் என் மனைவியும் இதற்கென்று புறப்பட்டுப் போனாள்.

"மெட்ராஸிலிருந்து வர்ரோம். எங்க அப்பாவுக்கு அப்பா வேலூராம். ஆனா எனக்கு வேலூர் தெரியாது" என்று சொன்னாளாம் சாந்தா.

மெட்ராஸில் எந்தப் பகுதி? எந்தத் தெரு?

நான் இதை விசாரித்துத் தெரிந்து கொள்வதற்கு முன்பே வேலூர் ஆஸ்பத்திரிக்கு என் மாமாவை அழைத்துக்கொண்டு போய்விட்டேன். ஒரு மாதம் அங்கே இருந்தோம். பிறகு இருவரும் திரும்பி வந்தோம்.

ஊருக்கு வந்து வேணுகோபாலைச் சந்தித்தேன் என்றாலும் அவர் ஊரைப்பற்றிக் கேட்கவில்லை. துருவிக் கேட்டால், அதன் காரணமாக எங்கள் நல்லுறவு கெட்டுவிடுமோ என்ற பயமும் உண்டாகிவிட்டது.

சென்ற புரட்டாசியில் நான், என் மனைவி, என் குழந்தை ஜானகி – மூவரும் திருப்பதிக்குப் புறப்பட்டோம். திருப்பதிக்குப் போய்விட்டு, காளஹஸ்தி, சென்னை, காஞ்சிபுரம், மஹாபலிபுரம் ஆகிய ஊர்களையும் பார்த்துவிட்டுத் திரும்புவது என்பது எங்கள் திட்டம். யாத்திரா மார்க்கத்தில் முதல் மூன்று ஊர்களுக்கும் போய்விட்டு, காஞ்சிபுரத்துக்குச் சென்றோம். அங்கே தங்கியிருக்கும்போது என் குழந்தைக்கு ஜுரம் வந்துவிட்டது. காஞ்சியிலிருந்து நாங்கள் கோவில்பட்டிக்குத் திரும்புவதற்கு இரண்டு நாட்களுக்கு முன், வரதராஜப் பெருமாள் கோவிலுக்குப் போய்ப் பெருமாளைச் சேவித்துவிட்டு, ஒரு மண்டபத்தில் வந்து உட்கார்ந் திருந்தோம். அப்போது அங்கே ஏற்கெனவே இருந்த ஒரு பெரியவர், "எந்த ஊர்?" என்று எங்களைக் கேட்டார். "கோவில்பட்டி" என்று நான் சொன்னதும், "கோவில்பட்டியா? அங்கே தானே இரும்புக் கடை வேணுகோபால் இருக்கிறான்?" என்று அவர் கேட்டாரோ இல்லையோ எனக்குத் தூக்கி வாரிப்போட்டது.

"ஆமாம். அங்கேதான் இருக்கிறார். உங்களுக்குத் தெரியுமா, அவரை?"

"ஏன் தெரியாது? இந்த ஊர்க்காரன்தானே அவன்! அவனை எல்லாருக்கும் தெரியும். பெரிய வியாபாரியா இருந்தான். சின்ன காஞ்சிபுரத்திலே கடை."

"எதுக்காக அவர் இந்த ஊரை விட்டுட்டு எங்க ஊருக்கு வந்தாரோ?" என்று கேட்டேன்.

"என்ன சொல்றது? போறாத காலம்னுதான் சொல்லணும். என்னமோ போயிட்டான். இப்போ சௌக்கியமா இருக்கிறானா? பார்த்தாச்

சொல்லுங்க? இராஜன் பேட்டைத்தெரு வடிவேலு முதலியார் ரொம்ப விசாரிச்சாருன்னு சொல்லுங்க.”

“போறாத காலம்னு என்னவோ சொல்றீங்களே!..”

“அது வேறே... அது எதுக்கு இப்போ? சரி, நான் வர்ரேன்” என்று சொல்லிவிட்டு அவர் எழுந்து போய்விட்டார். அவ்வளவுதான். மறுநாளே, துப்பறிவதற்காக நான் சின்ன காஞ்சிபுரத்தில் பெரியவர் சொன்ன பகுதியைத் தேடிப் போனேன். அங்கே ஒரு யோசனை உதயமாயிற்று. அந்தப் பகுதிகளில் இருந்த ஒரு இரும்பு வியாபாரியின் கடைக்குப் போய் விசாரிக்கத் தீர்மானித்தேன். அங்கே போய், “வேணுகோபால் இரும்புக் கடை எங்கே இருக்கு?” என்று கேட்டேன்.

“வேணுகோபால் இரும்புக் கடையா? அவர் கடையை மூடிட்டுக் கோவில்பட்டிக்குப் போயிட்டதாகக் கேள்வி. ஏழெட்டு வருஷமாச்சே” என்றார் கடைக்காரர்.

ஏன் கடையை மூடிவிட்டுப் போனார் என்று அந்த வியாபார மும்முரத்தில் கேட்பது எப்படி? திரும்பிவிட்டேன்.

கடைசியில் வேறொரு கோவிலிலிருந்து வெளிவந்த வேறொரு கிழவரைப் பிடித்தேன்.

“வேணுகோபால் இரும்புக் கடை எங்கே இருக்கு?”

“அந்தக் கடை இப்போ இல்லையே! ஏழெட்டு வருஷமாச்சே மூடி! வேறே எத்தனையோ இரும்புக் கடையிருக்கே?...” என்றார் கிழவர்.

“நான் இரும்புக் கடையிலே சாமான் வாங்க வரல்லே. அவரைப் பார்க்கத்தான் வந்தேன்.”

“அவர் இப்போ ஊரிலேயே இல்லை. கோவில்பட்டிக்குப் போயிட்டாராம். உனக்கு எந்த ஊருப்பா?”

“கோவில்பட்டி” என்று சொல்ல இருந்தவன், கடைசி வினாடியில் அதை மறைத்து “நாகர்கோவில் பக்கம்” என்றேன்.

“ஓஹோ! கோவில்பட்டியும் அங்கேதானே!”

“இல்லை. நாகர்கோவிலுக்கும் அதுக்கும் நூறு மைல்.”

“நூறு மைல்!.. தம்பி, நீ ஏன் அவரைப் பார்க்க வந்திருக்கே? அவர் ஊரைவிட்டுப் போய் ஏழெட்டு வருஷமானப்புறம் தேடி வந்திருக்கிறே?”

“எங்க ஊரிலே ஒருத்தர் ஒரு காரியத்துக்கு இவர் விலாசத்தைக் குடுத்தார். நல்ல மனுஷன்னு சொல்லியனுப்பினார்... எப்படி அவர்? கோவில்பட்டிக்குப் போனா, அவரைப் பார்க்கலாமா? ஒரு உதவிக்காகப் போறேன்...” என்று ஒரு தினுசாகச் சொல்லி, அவர் வாயைக் கிளறினேன்.

“தம்பி! அவனை நல்ல மனுஷன்னு உனக்கு சொல்லியனுப்பிச்சது யாரு?” என்று ஒரு பெரிய குண்டைத் தூக்கிப் போட்டார் கிழவர்.

“என்ன இப்படிச் சொல்றீங்க? நல்ல மனுஷன், நல்ல குடும்பம், அப்படி இப்படின்னு சொல்லியனுப்பினாரே?..” என்று நான் ஆவலைக் காட்டிக்கொண்டே விசாரித்தேன்.

“என்ன நல்ல குடும்பம்! வெளியே சொன்னா வெட்கக்கேடு. அவன் திமிருக்குக் கடவுள் குடுத்த தண்டனை அது...”

“ஏன், என்ன நடந்தது.”

“அவனுக்கு ஒரு மகள். மூத்த மகள். அவளாவே ஒருத்தன்கிட்டே ஓடிப்போயிட்டா. எப்படிப்பட்ட நல்ல குடும்பம்னு பார்த்துக்கோ.”

நான் அதிர்ச்சியில் சில வினாடிகள் பேசவில்லை. அவளையும் அவனையும் சுட்டுப் பொசுக்கினால் என்ன என்று ஆவேசமே வந்து விட்டது எனக்கு. நல்ல ஆத்மாக்களை, நல்ல குடும்பத்தை மானபங்கப் படுத்தி ஊரைவிட்டே விரட்டிய மகா பாவிகளை என்ன செய்தாலும் பாவமில்லை என்று தோன்றியது.

பெரியவர் தொடர்ந்து சொன்னார்: “ஊரெல்லாம் சிரிப்பாச் சிரிச்சது. அவனோட திமிருக்கு அதுதான் சரின்னு அத்தனை பேரும் பேசித் தீர்த்தாங்க...” “இதைக் கேட்கவே கஷ்டமா இருக்கு. உம்? அப்புறம்?”

“அப்புறம் என்ன அப்புறம்? அவன் பெரிய போக்கிரி! இவனைப் போல அவனும் பணக்காரன். இவனுக்குப் பயப்படுவானா? இவன் என்னென்னமோ சொல்லி மெரட்டிப் பார்த்தான். ‘உன் மகள் வந்தா கூட்டிக்கிட்டுப் போன்’னு ஒத்தை வார்த்தையிலே சொன்னான் அந்த எமகாதகன். அவ எங்கே வருவா? அப்பன் பேச்சைக் கேட்டு வர்ரவளா இருந்தா, முதல்லே அவன்கிட்டே ஓடியிருப்பாளா? வேணுகோபால் அடக்கி ஒடுக்கித்தான் வளர்த்தான். வச்சிருந்தான். பொண்ணை வீட்டைவிட்டு வெளியிலேயே விடமாட்டான். இரும்புப் பெட்டிக்குள்ளே பூட்டி வச்சமாதிரி வச்சிருந்தான். ஆனால் குருவி எப்படியோ பறந்திட்டது. கட்டின பொண்டாட்டியையும் காலிலே கிடக்கிற செருப்பா நினைச்சிப் பாடாப்படுத்துவான். அவன் கடையிலே வேலை பார்த்த நல்ல மனுஷன், அந்தக் கணக்கப் பிள்ளை – அவனைப் பேசாத பேச்செல்லாம் பேசுவான். எச்சக் கையாலே காக்கா ஓட்டி அறியமாட் டான். இந்தத் தர்பாரெல்லாம் இப்போ என்ன ஆச்சு? மகளே மூஞ்சியிலே கரியைப் பூசிட்டா. ஊருக்குள்ளே தலைகாட்ட முடியாமல் போச்சு. பயல் மெட்ராஸுக்கு ஓடிப்போய் ஒரு மாசம் ஆஸ்பத்திரிலே கிடந்துட்டு வந்தான்...”

“எதுக்கு?”

“போன இடத்திலே திடீர்னு ஜுரம் வந்துவிட்டது. தாங்க முடியாமப் போச்சே! எப்பேர்ப்பட்ட அடி! கடைசியிலே ஒரு நாள் ஊரை விட்டே கிளம்பிட்டான். எங்கே போனான் என்கிற சமாச்சாரம்கூட அவன் கடைச் சாமான்களைக் கொண்டுபோன லாரிக்காரங்க வந்து சொல்லித்தான் எங்களுக்குத் தெரியும்...”

“மூத்த மகள் எப்படி இருக்கிறா. இப்போ?”

“அவ இருக்கிறா, வருஷத்துக்கு ஒரு பிள்ளையைப் பெத்துத் தள்ளிக் கிட்டு. இப்படி ஒரு அந்நிய சாதியானுக்குப் பிள்ளையைப் பெத்து எடுக்கணும்னு அவ தலையிலே எழுதியிருக்கான் பகவான்.”

“அந்நிய சாதியா?

“ஆமாமா. இவனுக்கு எத்தனையோ படி கீழே. அவங்க வீட்டிலே நாங்க பச்சைத் தண்ணிகூடக் குடிக்கமாட்டோம். வேணுகோபால் எங்கே? இந்தக் கீழ்சாதிப் பயல் எங்கே?..”

இதைக் கேட்டதும் எனக்கு என்ன சிந்திப்பது என்றுகூடத் தெரிய வில்லை.

“என்னாலே நம்ப முடியல்லையே” என்றேன்.

“யாரை வேணும்னாலும் விசாரிச்சுப் பாரு. இதோ பாரு அவனைத் தேடிக்கிட்டு நீ ஒண்ணும் கோவில்பட்டிக்குப் போகவேண்டாம். அவன் உனக்கு ஒண்ணும் செய்யமாட்டான். அதிலேயும் இப்போ அவன் அடி வாங்கிக்கிடக்கிறான். தெரிஞ்சதா? பேசாமல் ஊர் போய்ச் சேரு” என்று எனக்குக் கிழவர் உபதேசம் செய்தார்.

“அவருக்குப் பூர்வீகம் வேலூராமே?”

இந்தக் கேள்விக்கு என்ன அவசியம் வந்தது என்று நினைத்தாரோ என்னவோ. “கழுதைக்கு எந்த ஊர் பூர்வீகமா இருந்தா என்ன? இந்த ஊரிலேதான் ரொம்ப காலமா இருந்தான்...” என்று சொல்லிவிட்டு, கிழவர் விடைபெற்றுக்கொண்டு போய்விட்டார்.

என் குடும்பம் தங்கியிருக்கும் ஜாகைக்கு மிகப்பெரிய மனப்பாரத் துடன் வந்து சேர்ந்தேன். நான் கேள்விப்பட்ட எதையும் மனைவியிடம் சொல்லவில்லை. பேசாமல் சாப்பிட்டுவிட்டுப் படுத்துவிட்டேன். நினைக்க நினைக்க மனப்பாரம் அதிகமாகிக்கொண்டிருந்தது. அப்போது நான் அனுபவித்த வேதனை கொஞ்ச நஞ்சமல்ல. எதற்கென்று தெரியாமலே வேதனையாக இருந்தது. கிழவர் சொன்னதில் முக்கால்வாசி உயர்வு நவிற்சியாகவோ, முழுப் பொய்யாகவோ இருந்தாலுமகூட, வேணுகோபா லின் மூத்த மகளைப் பற்றிய தகவல் மட்டும் உண்மையாகத்தான் இருக்க முடியும் என்பதில் எனக்குச் சந்தேகம் ஏற்படவில்லை. அத்துடன், வேணுகோபால் இப்போது இருப்பதுபோல் இல்லாமல் பல பேர் கடுமையாக வெறுக்கும்படியான சுபாவமுடையவராகவே இருந்திருக் கிறார் என்பதும் தெரிந்தது. மிகமிகக் கெட்டவராகவே இருந்திருந்தாலும், இந்த எட்டு வருஷங்களாக அவரோடு பழகிய எனக்கு அவர் மீது அனுதாபமே ஏற்பட்டது; அவருக்காகத் துயரப்படவும் செய்தேன். பாவம்! அந்த அம்மாள்! பெற்ற தாயைவிட அன்பாகப் பலருக்கும் பல உபகாரங்களைச் செய்திருக்கும் அந்தப் புண்ணியவதி! என் மனைவி யிடம் உயிரையே வைத்திருக்கும் சாந்தா! ஒரு கபடும் தெரியாத சிறுவன் மோஹன்! அவரும்தான் என்ன! இந்த எட்டு வருடங்களாக

அவர் வாழ்ந்த வாழ்க்கை தெய்வ வாழ்க்கையல்லவா? அவரும் அவர் குடும்பமும் முன்பு என்ன பாவம் செய்திருந்தாலும், அதை ஆண்டவனும் பொருட்படுத்தமாட்டான்; சைத்தானும் பொருட்படுத்தமாட்டான். என்றும்போல் எனக்கு அவர் லட்சிய புருஷராகவே இருப்பார். இந்த ரகசியங்களெல்லாம் எனக்குத் தெரிந்துவிட்டன என்பதற்காக அவரை என் மனப் பீடத்திலிருந்து நான் தள்ளி விடமாட்டேன். தள்ளிவிட என்னால் முடியவும் முடியாது. . .

“இரும்புக் கடைக்காரருக்கு இந்த ஊராமே! மெட்ராஸுன்னு சொன்னாளே சாந்தா?” என்று என்னிடம் கேட்டாள் என் மனைவி.

“ரெண்டு ஊரிலேயும் இருந்திருப்பாங்க. மெட்ராஸ் என்ன ரொம்ப தூரத்திலேயா இருக்கு? இங்கே கொஞ்ச நாள், அங்கே கொஞ்ச நாள் இருந்திருக்கலாம்” என்றேன் நான்.

“கோவிலிலே அந்தப் பெரியவர் சொன்னதைக் கவனிச்சீங்களா? சாந்தாவோட அப்பா நம்ம ஊருக்கு வந்தது போறாத காலம்னு சொன்னாரே, என்ன விஷயம்?”

“யாருக்குத் தெரியும்? இவ்வளவு நல்ல ஊரை விட்டுட்டுப் போனதாலே, போறாத காலம்னு சுபாவமாச் சொல்லியிருக்கலாம்.”

“சொல்ல முடியாதுன்னு மறைக்க வேண்டியதில்லையே!”

“உனக்கும் எனக்கும் எதுக்கு இந்த ஆராய்ச்சி? என்னமும் நடந்திருக்கும். அதைத் தெரிஞ்சு என்ன செய்யப் போறோம்? அவங்க நல்லவங்களா இருக்கிறாங்க என்கிறதிலே கொஞ்சமும் சந்தேகமில்லே. நமக்கு அது போதும். நீ ஊருக்குப் போனா அவங்களைப் போய் என்ன ஏதுன்னு கேட்காதே.”

“நான் ஏன் கேட்கிறேன்?”

“கேட்கவும் கூடாது; மத்தவங்ககிட்ட இதைப் பிரஸ்தாபிக்கவும் கூடாது. ஏன், காஞ்சிபுரத்துக்குப் போனதாகக்கூட நீ யார்கிட்டயும் சொல்ல வேண்டாம். அவங்க மனசு புண்படுறாப்லே நாம் நடந்துக்கிடக் கூடாது என்கிறதுக்காகச் சொல்றேன்.”

“நமக்கு எதுக்கு அந்த வம்பு?”

“வம்புன்னா வம்பு மட்டுமில்லே; அந்த வம்பைப்போல மகாபாவம் வேறே கிடையாது தெரியுமா? ஒரு எறும்புக்குக்கூடக் கெடுதல் செய்யக் கூடாதுன்னு இருக்கிற குடும்பம் அது. அவங்களைக் கஷ்டத்துக் குள்ளாக்கினால் அந்தப் பாவத்துக்கு பிராயச்சித்தமே கிடையாது. . .” என்றேன்.

மனைவி தூங்கிவிட்டாள். எனக்குத் தூக்கம் வரவில்லை. வேணு கோபாலும் அவர் குடும்பமும் கோவில்பட்டிக்கு வந்து இந்த மாதிரி மாறிவிட்டதற்குக் காரணம் எதுவாக இருக்க முடியும் என்பதுபற்றி யோசித்துக்கொண்டிருந்தேன்; ‘அந்த அம்மாள் லோக மாதா மாதிரி இருக்கிறாள். அவர் அதற்கும் மேல். உலகத்தில் பணத் திமிரும்

அகம்பாவமும் படுவீழ்ச்சி அடைவது நிச்சயம் என்பதை அனுபவ பூர்வமாக உணர்ந்து இப்படித் திருந்திவிட்டார்களா? ஆனால் இப்படி யாரும் திருந்தியதில்லையே? கடுந்தண்டனை வாங்குவது, மேலும் பெரிய அக்கிரமத்தைச் செய்வதற்குப் பின்பலமாக அமைந்துவிடும் காலம் அல்லவா இது? பழிச் சொல்லையே காதில் வாங்கிக்கொண்டிருந்த அவர்களுக்குத் தங்களைப் பற்றி மற்றவர்கள் புகழ்ந்து பேச வேண்டும் என்பதில் ஒரு தாகம் ஏற்பட்டுத் தங்களை மாற்றிக்கொண்டார்களா? இல்லையென்றால் இப்படி மாறித்தான் மன நிறைவு தேட முடியும், மனப் புண்ணை ஆற்ற முடியும் என்று யாரும் அவர்களுக்கு உபதேசித்தார்களா? மீள முடியாத தோல்வியிலிருந்து கரையேறுவதற்கு இவர்கள் தங்களைத் தாங்களே இந்த விதமாக மாற்றிக்கொண்டது சரியான உபாயம்தான். ஆனால் யாரும் கடைப்பிடித்திராத உபாயம் இது!.. அப்படியானால் இவர்கள் பிராயச்சித்தம் செய்யவில்லை, மனப்பூர்வமாக நல்லவர்கள் ஆகிவிடவும் இல்லை, வெறும் நடிப்புத்தான் என்று சொல்வதா?...

'நடிப்போ' உண்மையோ, காரியாம்சத்திலும் விளைவுகளை உண்டு பண்ணுவதிலும் நல்லவர்களாக இருக்கிறார்கள். எல்லோரும் இப்படி நல்லவர்களாக இருந்தால் உலகம் சுவர்க்கமாகிவிடும். நல்லதை விளைவிக்கும் நடிப்பையும் நல்லது என்றுதானே சொல்ல வேண்டும்?..

'ஆனால்... மனிதர்கள் தங்களை நல்லவர்களாக மாற்றிக்கொள்வதற்கு விவேகம் அடிப்படையாக இராமல், தர்ம உணர்வு அடிப்படையாக இராமல், ஊரறிய அடைந்த ஒரு அவமானமா அடிப்படையாக இருக்க வேண்டும்?'

வேணுகோபால் குடும்பத்திற்காக முடிந்த அளவு இரக்கப்பட்டு விட்டேன்; வருந்தி வேதனைப்படவும் செய்துவிட்டேன்.

குழந்தையின் உடல் நிலையைக் கருதி மஹாபலிபுரம் போகாமல் கோவில்பட்டிக்கே ரயில் ஏறினோம். ஊர் திரும்பியதும் மனைவியை மற்றொரு முறை எச்சரித்தேன்; நாம் காஞ்சிபுரம் போனதாக யாரிடத்திலும் சொல்ல வேண்டாம்."

அதைச் சொல்லிக் கோவில்பட்டியைக் காஞ்சிபுரமாக்கிவிட வேண்டாம்; அதன் பயனாக வேணுகோபாலும் காஞ்சிபுரம் வேணுகோபாலாக மாறிவிட வேண்டாம் என்று நினைத்தேன்.

கோவில்பட்டிக்கு வந்த மறுநாளே வேணுகோபாலைப் பார்க்கப் போனேன். என் மனைவியையும் அழைத்துக்கொண்டு போனேன். திருப்பதி பிரசாதங்களைக் கொடுத்தேன்.

'எந்தெந்த ஊர்களுக்குப் போனீங்க?" என்று கேட்டாள் ஜானகியம்மாள்.

"திருப்பதி, காளஹஸ்தி, மெட்ராஸ்... மூணு ஊரும் பார்த்தோம்."

"அவ்வளவு தூரம் போனவங்க திருக்கழுக்குன்றம், மஹாபலிபுரத்துக்கும் போயிருக்கலாமே!.. காஞ்சிபுரமும் பார்த்திருக்கலாம்..."

உடனே வேணுகோபாலைத் திரும்பிப் பார்த்தேன். அவர் குனிந்த தலையோடு உட்கார்ந்து கொண்டிருந்தார்.

“போக முடியல்லே. நம்ம ஜானகிக்கு உடம்பு சரியில்லே. ஜுரமா இருந்தது, பேசாமல் ஊருக்கே வந்துட்டோம்...” என்றேன்.

சிறிது நேரம் யாரும் எதுவும் பேசவில்லை.

‘காஞ்சிபுரத்துக்கு ஏன் போகவேண்டும்? இங்கேயே காஞ்சிபுரத்தைப் பார்க்கிறோம்!’ என்று எனக்குள் சொல்லிக்கொண்டேன். காஞ்சிபுரம் ஒரு புண்ணிய க்ஷேத்திரம் என்பதை மட்டும் மனதில் வைத்துக்கொண்டு தான் இவ்வாறு சொல்லிக்கொண்டேன். அதை அவர்களிடமே சொல்லி யிருந்தால், புண்ணிய க்ஷேத்திரமானது அவமானப்பட்ட ஊராக மாறிவிடும் என்று எனக்குத் தெரியும்.

சில சிந்தனைகள் மௌனத்தில் தெய்வீகமாகவும் ஒலி வடிவில் நீசத்தனமாகவும் மாறிவிடும் போலும்!

விடைபெற்று நாங்கள் வீடு திரும்பும்போது, அவர்கள் காஞ்சிபுரம் வாசிகள் என்பது மறந்து, மீண்டும் எங்கிருந்தோ வந்தவர்களைப் போலவே என் உள் மனத்தில் தோன்றிக்கொண்டிருந்தார்கள். நானும் நல்லவனாக இருக்கப் போய்த்தான், என்னை அறியாமலே இப்படித் தோன்றுகிறதோ என்று எண்ணிப் பரமானந்தத்தில் மூழ்கினேன். நான் இவ்வளவு நல்லவன் ஆனதற்கு, வேணுகோபால் குடும்பத்தின் புனர் ஜன்மம் மட்டுமல்ல, நான் காஞ்சிபுரத்தில் கேள்விப்பட்ட மோசமான செய்தியுமே காரணமாகும் என்று எனக்குப்பட்டது. சரியோ, தப்போ, நானும் எங்கிருந்தோ வந்த ஒருவனாக உயர்ந்துவிட்டதாய்ப் பெருமைப் பட்டுக்கொண்டு வீடு வந்து சேர்ந்தேன்.

என் வீட்டில் அப்போது முத்திருளப்பப் பிள்ளை வந்து உட்கார்ந்து கொண்டிருந்தார். என்னைப் பார்த்ததும், “இரும்புக் கடை முதலாளி வீட்டிலிருந்தா?” என்று முழக்கமாகக் கேட்டார்.

“ஆமாம்...”

“எப்போ வர்ராங்களாம்?”

“யாரு?”

“உன்கிட்ட சொல்லல்லியா?”

“என்ன விஷயம்?”

“முதலாளிக்குக் காஞ்சிபுரத்திலே ஒரு மக இருக்கிறாளாம். மூத்த மக. இந்த வருஷம் குத்தாலம் சீசனுக்கு ஒண்ணாப் போறதுக்கு அவளை யும் அவ குடும்பத்தையும் வரச் சொல்லிக் காயிதம் போட்டாராம். பத்து நாளிலே வந்துருவாங்கன்னு போன வாரம்தான் அந்த அம்மா சொன்னாங்க...”

என் காதுகளை நம்புவது எப்படி?

“காஞ்சிபுரத்திலே ஒரு மகள் இருக்கிறாளா? நிஜம்தானா”

“இதிலே பொய் சொல்றதுக்கு என்ன இருக்கு? ஏய், நீ எப்பவுமே இப்படித்தான். நான் எதைச் சொன்னாலும் நம்பக் கூடாதுன்னே வச்சிருக்கிறே. ஹூம், இருந்திருந்து ஓங்கிட்டே சொல்றேன் பாரு.”

“வேறொண்ணுமில்லே, இந்த சமாச்சாரத்தை அவங்க சொல்லல்லி யேன்னு பார்க்கிறேன்...”

“சுபாவமாச் சொல்லல்லே போலிருக்கு. யாவுகத்துக்கு வந்திருந்தாச் சொல்லியிருப்பாங்க...”

நல்லவர்களா மாறினார்கள்; பிறகு நல்லவர்களாக உயர்ந்தார்கள்; இப்பொழுது சிகரத்தையே தொட்டுவிட்டார்கள்.

மூத்த மகள் கணவனோடும் பிள்ளைகளோடும் வரப்போகும் செய்தியைச் சொன்ன முத்திருளப்பப் பிள்ளையின் வாயில் சர்க்கரை போட்டாலே போதும்; நானோ திருப்பதி லட்டுகளை எடுத்துக் கொடுத்தேன்.

❖

சுதேசமித்திரன், நவம்பர் 1966

வரப்பிரசாதம்

சென்னையில் வசிக்கும் வாலாஜாபேட்டை அனந்தராம பாகவதரைத் தேடி மதுரையிலிருந்து வந்தான் கிருஷ்ணன். தனக்குச் சங்கீதம் கற்பிக்க வேண்டும் என்று கேட்டுக்கொண்டான். அவனுடைய சாரீரமும் ஞானமும் எப்படி இருக்கின்றன என்பதைத் தெரிந்துகொள்வதற்காக ஒரு கீர்த்தனை பாடும்படி சொன்னார் பாகவதர். அவனும் பாடினான். பாடத் தொடங்கியதும் பாகவதருக்கு உடம்பெல்லாம் சிலிர்த்தது. பிறகு மனம் லயித்துத் தம்மையே மறந்தார். எதிரே ஒருவன் உட்கார்ந்து பாடுவதுபோல் இல்லாமல் அவருடைய இதயத்திலிருந்தே பாட்டு ஒலிக்கத் தொடங்கியது.

அவன் பாடி நிறுத்தினான். ஆனால் அவரோ அப்பொழுதும் தம்மை மறந்து அந்த லயத்திலிருந்து வெளிவராமல் மௌனமாக அவனைப் பார்த்துக் கொண்டிருந்தார்.

'அடுத்து என்ன செய்வது?' என்று கேட்பதுபோல் குழந்தை முகத்தோடு அவரைப் பணிவோடு நோக்கினான் கிருஷ்ணன்.

ஒரு நிமிஷ மௌனத்துக்குப் பிறகு, "ராகம் பாடுறயா?.. ஒரு ராகம் பாடு... பைரவி பாடு" என்றார்.

கிருஷ்ணன் பைரவி ராகம் பாடத் தொடங்கினான். பேரின்ப அனுபவத்தைப் பாகவதரால் தாங்க முடியவில்லை. அவர் அறியாமல் ஆனந்தக் கண்ணீர் துளிர்த்தது. ஒரு கட்டத்தில் "ஐயோ" என்று இலேசாகச் சொல்லி இரண்டு உள்ளங்கைகளையும் அவன் எதிரில்

ஏந்தினார். கண்ணீர் முத்துக்கள் உருண்டு வழிந்தன. உதடுகள் துடித்து நெளிந்தன. மேல் துண்டால் முகத்தைத் துடைத்துக்கொண்டு கண்ணீரையும் துடைத்தார். கிருஷ்ணன் பாடி முடிக்கும் முன்பே, "கிருஷ்ணா!.. அப்பனே! இது தெய்வீகம்டா!" என்று தம்மை அறியாமலே கரம் கூப்பிவிட்டார்.

"நீ யாரண்டே சொல்லிண்டயோ, கிட்டு? உனக்குச் சங்கீத தேவதையே வரம் குடுத்திருக்கிறாடா! இந்தப் பாட்டு, இந்தச் சாரீரம், இந்தக் கற்பனை – நான் இந்த அறுபது வயதுவரைக்கும் ஒருத்தரண்டே கேட்டதில்லை! கிட்டு, அந்தக் காலத்து மகாவித்வான்கள் பாட்டெல்லாம் கேட்டவன். நான் சொல்றேன்... சொல்லப்படாது. நீ சின்ன வயது... இன்னும் வளர வேண்டியவன். ஆனாலும் சொல்லாமல் இருக்க முடியல்லே. உன் பாட்டு... தேவ கானம்: தேவ கானமேதான். உனக்குக் கத்துக் குடுக்க என்னண்டே என்ன இருக்கு? வேணும்னா நாலு கீர்த்தனையே எழுதிப் போடலாம்; பாடிக் காட்டலாம். அவ்வளவுதான் செய்ய முடியும்– வாய்ப்பாடு சொல்லிக் குடுக்கிற மாதிரி. சங்கீதமா உனக்குப் போதிக்க என்னண்டே என்ன இருக்கு? வரம் வாங்கி வந்தவனுக்கு வாத்தியார் எதுக்குக் கிட்டு?" என்று தமது பரவசத்தை வெளியிட்டார் பாகவதர்.

கிருஷ்ணன் சென்னையில் சில காலம் தங்கி அவரிடம் பல கீர்த்தனைகளைக் கற்றுக்கொள்ள வேண்டும் என்று அதற்கான ஏற்பாடுகளையும் செய்துகொண்டு வந்திருந்தான். அந்த விவரங்களையும் அவனுடைய பெற்றோர், குடும்ப நிலை பற்றிய விவரங்களையும் முதலிலேயே விசாரித்துத் தெரிந்துகொண்ட பாகவதர், "சரி, மெட்ராஸிலே உன் சித்தப்பா வீட்டிலேயே இருந்து படி. ஏதோ எனக்குத் தெரிஞ்ச நாலு வாய்ப்பாடுகளை எழுதிப் போடறேன். அங்கே ஜாகை வசதியா இல்லேன்னா என்னோடவே வந்து இருக்கலாம். எனக்கு நீ ஒரு காசு குடுக்க வேண்டியதில்லை. உனக்கு ஒரு வருஷமாவது குரு மாதிரி இருந்து நாலு உருப்படிகளை எழுதிப் போடுற மகாபாக்கியம் ஒண்ணு போதும் எனக்கு" என்று சொல்லி அவனை அனுப்பிவைத்தார்.

'மதுரையிலிருந்து என்னைத் தேடி வந்திருக்கிறான்! இவனுக்கு நான் குருவா? சொல்லப்போனால் இந்த அறுபது வயசிலும் நான் இவனுக்குச் சிஷ்யனா இருக்கலாம்போல் இருக்க...' என்று நினைத்துக் கொண்டார் பாகவதர். ஆனால் பத்துப் பதினைந்து நாட்களுக்குப் பிறகு – அவன் வேறு பல ராகங்களையும் கீர்த்தனைகளையும் பாடக் கேட்டபின் அந்த அபிப்பிராயமும் மாறிவிட்டது: 'எனக்கு இவன் குருவாவும் இருக்க முடியாது; இவனுக்கு நான் சிஷ்யனாகவும் இருக்க முடியாது. குருவும் சிஷ்யனுமாயிருந்தால், ஏதாவது கத்துக் குடுக்கணும், ஏதாவது கத்துக்கணும். இங்கே இவன் எதைக் கத்துக்க முடியும்? நான் எதைக் கத்துக்குடுக்க முடியும்? அந்தச் சுகானுபவத்தையும் கற்பனையையும் கத்துக் குடுக்கிறதுதான் எப்படி? இதுதான் கலை என்கிறது. கலை இப்படி இல்லேன்னா கலைக்கும் சாஸ்திரத்துக்கும் என்ன வித்தியாசம்! கலை தானா வந்தால்தான் ஆச்சு; வரல்லேன்னா வரல்லேதான்...'

கிட்டுவை ஓர் அவதார புருஷனாகக் கருதாவிட்டாலும் அவனிடத்தில் ஏதோ ஒரு தெய்வாம்சம் படிந்திருக்கிறது என்றே கருதினார் அனந்தராம பாகவதர். ஈடு இணையற்ற அவனுடைய இசைத்திறனை விரைவிலேயே உலகம் அறியும்படி செய்ய வேண்டும் என்று அவர் ஆசைப்பட்டார். சில அபூர்வ கீர்த்தனைகளை அவன் பாடம் பண்ணும் வரையில் காத்திருந்தார். அதுவரையிலும் அவனைப் பற்றி அவர் யாரிடமும் பிரஸ்தாபிக்கவில்லை.

ஆறு மாதங்கள் ஆகிவிட்டன. ஒரு நாள் பிரபல கம்பெனி ஒன்றின் மானேஜிங் டைரக்டரும், (சியாமா) சாஸ்திரி சங்கீத சமாஜத்தின் தலைவருமான ஜம்புநாதனின் வீட்டு டியூஷனுக்குப் போயிருந்தபோது அவருடைய மூன்றாவது மகன் சந்திரனும், ஐந்தாவது மகள் ராதிகாவும் அவர் ஏற்கெனவே கற்றுக்கொடுத்திருந்த ஒரு கீர்த்தனையைப் பாடினார்கள். ஆனால் பாகவதருக்கு அதில் சிறிதும் கவனம் செல்லவில்லை. திருத்துவது, சரியான முறையில் பாடிக்காட்டுவது போன்ற காரியங்களைச் செய்யாமல் உட்கார்ந்துகொண்டிருந்தார். அவர்கள் பாடி முடிந்ததும், "அப்பா ஊரிலே இருக்கிறாரா?" என்று கேட்டார்.

"மாடியிலேயே இருக்கிறார்!" என்றாள் ராதிகா.

"அப்படியா? ரொம்ப சந்தோஷம்" என்று சொல்லிவிட்டு, வேறொரு கீர்த்தனையின் பல்லவியை எழுதிக்கொள்ளச் சொல்லி அதை மட்டும் பாடிக் காட்டினார். அத்துடன் அன்றைய பாடத்தை முடித்துக்கொண்டு மாடிக்குப் போனார்.

ஜம்புநாதன் அன்று டில்லி, பம்பாய் என்று வெளியூருக்குப் போய் விடாமல் சென்னையிலேயே –அதுவும் வீட்டிலேயே இருந்தது ஒரு சுப சகுனம்போல் பாகவதருக்குத் தோன்றியது.

பாகவதரை அன்போடும் மரியாதையோடும் வரவேற்றார் ஜம்புநாதன். "ஒரு சந்தோஷ சமாச்சாரம்; என்னிடம் ஒரு பையன் ஆறு மாசமாப் பாட்டுச் சொல்லிண்டு வர்றான். அபூர்வமாய் பாடறான். இதுக்கு மேலே புகழ்ந்து சொல்ல எனக்குத் தெரியாததனாலே இப்படிச் சொல்றேன். எப்படிப் புகழ்ந்தாலும் அவன் பாட்டுக்குப் போறாது. மகா ஞானஸ்தன். அருவியாகக் கொட்டற கற்பனை. சாரீர சுகம்... அது பகவான் பார்த்துக் குடுத்த வரப்பிரசாதம். நீங்க ஒரு தடவை கேட்டேள்னா, பையனை அப்படியே கொண்டு வந்து இருபத்து நாலு மணிநேரமும் பக்கத்திலேயே உட்கார்த்தி வெச்சுப் பாடச் சொல்வேள்!"

பாகவதர் சொல்வதைக் கேட்டு ஜம்புநாதன் புன்னகை புரிந்தார். எப்போதும் எதைப் பற்றியும் அதிகம் பேசாத பாகவதர், நாலு வார்த்தைகளோடு நிறுத்திக்கொள்ளும் அடக்கமான மனிதர் அன்று அவ்வளவு தூரம் பேசியது அவருக்கு வியப்பாகவும் இருந்தது; சிறிது வேடிக்கையாகவும் இருந்தது. "பையன் உங்களுக்குச் சொந்தமா?" என்று கேட்டார்.

"இந்த ஆறு மாசமாத்தான் அவனை எனக்குத் தெரியும். சொந்தம்னு சொன்னா, அவன் எனக்கு மட்டும் இல்லை; உங்களுக்கும் சொந்தம்தான்;

இந்த லோகத்துக்கும் சொந்தம்தான்! அவனுடைய சங்கீதம் அப்படி. தேசத்துக்கே கீர்த்தி தேடித் தரக்கூடிய சங்கீதம்..."

"ஒரு நாள் கேட்போம். அழைச்சிண்டு வாருங்களேன்! ஏன் ஒரு கச்சேரியே ஏற்பாடு பண்ணிடுவோம். நீங்க சொல்ற தேதியிலே வச்சிக்குவோம்" என்றார் ஜம்புநாதன்.

2

சாஸ்திரி சங்கீத சமாஜத்தில் மறுமாதமே கிட்டுவின் முதல் கச்சேரி ஏற்பாடு செய்யப்பட்டது. சமாஜத்தின் அங்கத்தினர்கள் ஏராளமாகத் திரண்டு வந்திருந்தார்கள். ஜம்புநாதன் மனைவியோடும், மகள் ராதிகாவோடும், மூன்றாவது நான்காவது புதல்வர்களான சந்திரன், பாலாஜி ஆகியவர்களோடும் வந்திருந்தார். முதல் வரிசையில் பாகவதரின் பக்கத்தில் அமர்ந்திருந்தார் கிட்டுவின் தந்தை.

கச்சேரி மேடையில் கிட்டுவை முதல்முதலாகப் பார்த்த ஜம்புநாதன், "அனந்தராம பாகவதரே பாராட்டிச் சொல்வதால் நன்றாகத்தான் பாடுவான் என்று நினைக்கிறேன். பாட்டு எப்படி இருந்தாலும், பையன் அழகாக, பெயருக்கு ஏற்றாற்போல் சாட்சாத் கிருஷ்ணனைப் போலவே இருக்கிறான்" என்று சொல்லிக்கொண்டார்.

கச்சேரி ஆரம்பமாயிற்று. முதல் நாளன்று பாகவதருக்கு ஏற்பட்ட பரவசமும், இன்பானுபவங்களும் இப்போது ஜம்புநாதனுக்கும் ஏற்பட்டன. மதுவுண்ணும் வண்டாக அப்படியே மயங்கிப் போய்விட்டார்.

கச்சேரி முடிந்தது. சபை கடல் முழக்கமாகக் கரகோஷம் எழுப்பியது. பாகவதர் ஜம்புநாதனுக்கு எதிரே வந்து நின்று, 'எப்படி?' என்று கேட்பது போல் பார்த்தார்.

ஜம்புநாதன் ஒன்றும் சொல்லாமல், கை கூப்பினார். சபா காரியதரிசி வேணு வந்து அவரை மேடைக்கு அழைத்துச் சென்றார். வானளாவப் புகழ்ந்து பேசினாலுங்கூடக் கிட்டுவின் பாட்டைப் பாராட்டிவிட முடியாது என்பதை உணர்ந்து கொண்ட அவர், தம்முடைய சொல் வன்மையில் நம்பிக்கை இழந்து, தம்மைத்தாமே தாழ்த்திக்கொண்டு, சூதுவாதறியாத ஒரு கிராமத்துக் கிழவனைப் போல் பேசலானார்:

"இது... சிரஞ்சீவி கிருஷ்ணன் பாடியது... இதைப் பத்தி நான் ஒண்ணும் சொல்ல முடியாது. மகான்கள் சொல்லணும். சாட்சாத் அந்த சரஸ்வதி தேவி சொல்லணும். (கரகோஷம்) யாருக்கும் கிடைக்காத ஒரு வரப்பிரசாதம் இந்தச் சங்கீதம்... ஏதோ இதுக்குன்னு அவதாரம் பண்ணி வந்திருக்கிறார் கிட்டுன்னு நான் நினைக்கிறேன். சங்கீத மும்மூர்த்திகளோட அனுக்கிரஹமும், சரஸ்வதி தேவியோட அனுக்கிரஹ மும் பூரணமா ஒரு வித்வானுக்குக் கிடச்சிருக்குன்னா, அது நம்ம கிட்டு ஒருத்தருக்குத்தான் (கரகோஷம்)... பர்தூஸின்னு ஒரு பாரசீகக் கவி சொன்னான், 'என் கவிதைகள் ஓசையின்பத்தைச் சுவர்க்கத்திலிருந்து கொண்டுவந்தேன்'னு சொல்லி. அதுபோலக் கந்தர்வலோகத்திலிருந்து

இந்தச் சங்கீதத்தைக் கொண்டுவந்திருக்கிறார் கிட்டு... வேறே என்ன சொல்லட்டும்? (கிட்டுவைப் பார்த்து) நீ ஒரு அவதார புருஷன்தான்..." அதற்கு மேல் பேச முடியாமல் பின்பக்கம் திரும்பிச் சபாகாரியதரிசியிட மிருந்து ஒரு பெரிய மாலையை வாங்கி அவனுக்குச் சூட்டினார். அவர் காலில் விழவந்த கிட்டுவைத் தாங்கிப் பிடித்து மேடையிலேயே கட்டித் தழுவிக்கொண்டார் ஜம்புநாதன்.

மறுநாள் மத்தியானம் ஜம்புநாதன் வீட்டில் கிட்டுவுக்கும் அவன் தந்தைக்கும் ராஜோபசாரம் நடந்தது. ராதிகாவும் சந்திரனும் கிட்டுவின் காலில் விழுந்து நமஸ்காரம் பண்ணினார்கள். அதைப் பார்த்து ஜம்புநாதனும் அவர் மனைவியும் எல்லையற்ற பெருமகிழ்ச்சி கொண்டார்கள். சாப்பிட்டுவிட்டுப் பேசிக்கொண்டிருந்தபோது, கிட்டுவைப் பற்றி இந்தச் செய்திகள் தெரியவந்தன.

கிட்டு ஓய்வுபெற்ற ஒரு பள்ளி ஆசிரியரின் மகன். பி.ஏ.வரை படித்தவன். சங்கீதத்தில் ஈடுபாடு கொண்டு உத்தியோகத்துக்குப் போக விரும்பாமல், சென்னைக்கு அனந்தராம பாகவதரிடம் சிட்சை பெற வந்தவன்...

இந்தத் தகவல்கள் ராதிகாவை ஆச்சரியத்தில் ஆழ்த்தின. கிட்டு ஓர் ஆசிரியரின் மகனா? பி.ஏ. பட்டதாரியா?... அப்படியானால் அவன் எல்லோரையும் போல் ஒரு மனிதன்தானா? அவதார புருஷனுக்கு ஒரு அப்பா! ஒரு சர்வ கலாசாலைப் பட்டம்!... வியக்காமல் இருப்பது எப்படி?

ஜம்புநாதனிடம் பாகவதர் சொன்னார்:

"கிருஷ்ணன் கீர்த்தனைகளைப் பாடம் பண்ணின வேகத்தை நினைச்சாலே பிரமிப்பா இருக்கு. நான் எங்க அப்பாகிட்டே படிச்சப்போ, எத்தனையோ வித்வான்கள் என்னை மெச்சியிருக்கிறா, 'இந்தச் சின்ன வயசிலே எவ்வளவு வேகமாக் கீர்த்தனைகளைப் பாடம் பண்றான்'னு சொல்லி. ஆனால் இவனைப் பார்க்கிறப்போ கிருஷ்ண பரமாத்மா அந்தக் காலத்திலே சாந்தீபினி ரிஷிகிட்டே குரு குலவாசம் பண்ணின கதையே நினைவுக்கு வர்றது. ஒரு நாளைக்கு ஒரு கலையா அறுபத்து நாலு நாளிலே அறுபத்து நாலு கலைகளைப் பரமாத்மா படிச்சுத் தேர்ந்திட்டாருன்னு புராணத்திலே வாசிச்சிருக்கிறோம். அது வெறும் கட்டுக்கதை இல்லேங்கறதை நிரூபிச்சுட்டான் நம்ப கிருஷ்ணன் – கிட்டு!.."

கிட்டுவின் தந்தை இடைமறித்து 'இப்படியெல்லாம் இந்தச் சிறுவனை நீங்கள் புகழலாமா? இவனுக்கு இன்னும் காலம் இருக்கிறது' என்று உணர்த்துபவரைப் போல், "பெரியவா ஆசீர்வாதம் பண்ணணும். இவன் சின்னவன்" என்று சொல்லிக் கும்பிட்டார்.

ராதிகாவுக்கு இந்தக் குறுக்கீடு மிகவும் கஷ்டமாக இருந்தது. கிட்டுவைப் பற்றி யாராவது ஏதாவது புகழ்ந்து சொல்லிக்கொண்டே யிருக்க வேண்டும், அதைக் கேட்டுக்கொண்டேயிருக்க வேண்டும் என்று ஆசைப்பட்டாள் அவள்.

ஜம்புநாதன் சொன்னார்: "கிட்டு சின்னவன் – வயசிலே! ஆனா கடுகுக்குள்ளே ஏழு கடலையும் வச்சிருக்கிறானே! நேத்திக்கு உசேனி கீர்த்தனை சரணத்திலே 'ராஜா'ன்னு எடுத்தானே, அப்போ இவன் சாரீரத்திலே கேட்டதே ஒரு நாதம்... அதுதான் பிரணவம்... கிட்டு! அதைக் கொஞ்சம் பாடேன்... ஆயிரம் தடவை கேட்டாலும் அலுக்காது... நம்ப கர்நாடக சங்கீதத்தின் ஜீவன் பூராவுமே அந்த ஒரு பிரயோகத்திலே குடியிருக்கு, கிட்டு... பாடு"

கிட்டு "ராமா நின்னே நம்மினானு" கீர்த்தனை முழுவதையுமே பாடினான். ராதிகாவின் கண்களில் துளித்த பாஷ்பம் அவள் இருதயத்தையே நனைத்துக் குளிர்மை தந்தது. சிலையாக அமர்ந்து சிரக்கம்பம் கரக்கம்பமின்றிக் கேட்டாள். இதைக் கவனித்த ஜம்புநாதன், "ராதிகா! டேப் ரிக்கார்டரைக் கொண்டுவரச் சொல்லேன். இன்னொரு முறை கிட்டுவினால்கூட இப்படிப் பாட முடியுமான்னு எனக்குச் சந்தேகமாக இருக்கு" என்றார்.

அவர் வார்த்தைகள் ராதிகாவின் உள்ளத்தை முள்ளாகக் குத்தின. 'என்ன அற்பமான எண்ணம்!' என்று தந்தையின் சொற்களைக் காதில் வாங்காமல் உதறினாள்.

"ராதிகா! போ!..." என்று ஜம்புநாதன் திரும்பவும் ஞாபகப் படுத்தினார்.

ராதிகா அவரைப் பார்த்து, "வேண்டாம்" என்று கையசைத்தாள். "டேப் ரிக்கார்டரிலே பதிவு பண்ணினா, இந்தச் சங்கீதத்தோட புனிதம் கெட்டுடுமோன்னு பயமாயிருக்கு" என்றாள். இந்த வார்த்தைகளை எப்படிச் சொன்னோம் என்று அவளே அடுத்த நிமிஷம் ஆச்சரியப் பட்டாள்.

அவள் இலக்கியமாகப் பேசும் பேதைமையைக் கண்டு, கிட்டு உட்பட அத்தனை பேரும் பரவசமடைந்தார்கள்.

"ராதிகா! உன் பேச்சே ஒரு சங்கீதமாக இருக்கு..." என்றார் பாகவதர்.

"அது இதய கீதம்!" என்று முத்தாய்ப்பு வைத்துப் புன்னகை செய்தார் ஜம்புநாதன்.

மாலையில் மூவரும் விடை பெற்றுக்கொண்டபோது, பிரிட்டனுக்கோ அமெரிக்காவுக்கோ ஐந்தாண்டுப் படிப்புக்காகச் செல்லும் ஏகபுத்திரனை வழியனுப்புவதுபோல் ஜம்புநாதன் குடும்பம் பிரிவாற்றாமையோடு கிட்டுவை அனுப்பிவைத்தது. அவருடைய காரில் மூவரும் திரும்பி வரும்போது பாகவதரைப் பார்த்துக் கிட்டுவின் தந்தை, "எவ்வளவு பெரிய இடம்! இந்த இடத்திலே இவனுக்கு இவ்வளவு பெரிய மரியாதை நடக்கும்னு நான் நினைக்கவேயில்லை..." என்றார்.

"கிட்டுவுக்கு மரியாதை பண்ணினதிலே அவாளுக்குத்தான் பெருமை. அவா பணக்காராளா இருக்கலாம். ஆனா இவனோட சங்கீதத்துக்கு

முன்னாலே அவங்க பணமெல்லாம் துரும்பு மாத்திரம். எனக்கு ஒரே ஆச்சர்யம் என்னான்னா, இவ்வளவு பணக்காராளா இருக்கப்பட்ட வாளும் சங்கீதத்திலே இவ்வளவு ரஸனையோடே, இவ்வளவு அபிமானத் தோடே இருக்கிறாளே என்கிறதுதான்" என்றார் அனந்தராம பாகவதர்.

"அந்தப் பெண் அப்பாவைவிடப் பெரிய ரஸிகையா இருக்கிறார்" என்றார் கிட்டுவின் தந்தை.

"யார்? ராதிகாவா? அது பத்தரைமாத்துத் தங்கம்! குணத்திலேயும் சரி, புத்திசாலித்தனத்திலேயும் சரி, அவளுக்கு ஈடா ஒரு பொண் பிறக்க முடியாது. அவ பேரிலே எனக்குள்ள பிரியம் என் சொந்தப் பொண்களிடத்திலேகூட இருந்ததில்லை."

"இப்படிப்பட்ட ஒரு பணக்காரக் குடும்பத்தை இந்த லோகத்திலே பார்க்கறது கஷ்டம்".

கிட்டு ஒன்றும் பேசாமல் தன் தந்தையும் குருவும் பேசிக்கொண்ட ஒவ்வொரு வார்த்தையையும் மனத்தால் ஆமோதித்தான்.

அவர்கள் ராதிகாவைப் புகழும்போது, தனக்கே புகழ் மாலை சூட்டுவது போன்ற உணர்ச்சி அவனுக்கு ஏற்பட்டது. குரு சொன்னது போலவே, தானும் ஒரு தனியிடத்தில் போய் அமர்ந்து "அது பத்தரை மாத்துத் தங்கம்! குணத்திலேயும் சரி, புத்திசாலித்தனத்திலேயும் சரி, அவளுக்கு ஈடா ஒரு பொண் பிறக்க முடியாது" என்று பத்துத் தடவை யாவது சொல்லவேண்டும் என்று அவனுக்கு ஆசையாக இருந்தது.

3

அரங்கேற்றம் முடிந்து ஒரு வாரத்துக்குள்ளாகச் சென்னையின் எல்லாச் சபாக்களிலிருந்தும் கிட்டுவுக்கு அழைப்புகள் வந்தன.

ஒவ்வொரு கச்சேரிக்கும் ஜம்புநாதனும் ராதிகாவும் தவறாமல் வந்தார்கள். கச்சேரியின் முடிவில் அவனைப் பார்த்து ஒரு பத்துப் பதினைந்து நிமிஷங்கள் புகழ் மாலைகளைச் சூட்டிவிட்டுத்தான் வீடு திரும்புவார்கள். இரண்டொரு சந்தர்ப்பங்களில் ஜம்புநாதனே அவனைத் தம்முடைய காரில் கொண்டு வந்து அவனுடைய ஜாகையில் விட்டு விட்டுப் போயிருக்கிறார்.

பாகவதர் எதிர்பார்த்தவாறே சென்னையில் உள்ள சங்கீத ரஸிகர்கள் அனைவரையும் கவர்ந்து வெற்றிக்கொடி நாட்டிவிட்டான் கிட்டு.

ஒரு நாள் தந்தையோடு வந்த ராதிகா, "ஏன் நீங்க அப்புறம் வீட்டுக்கு வரவேயில்லை? நாளைக்காவது அவசியம் வாருங்கள்" என்று அழைத்தாள்.

கிட்டு சரியென்று சந்தோஷத்தோடு சம்மதித்தான். ஆனால் அதன்படி அடுத்த நாள் போகவில்லை. குருவில்லாமல் தனியே போக அவனுக்குத் தைரியமில்லை. பாகவதருக்கோ அதற்கு அடுத்த நாள்தான் அங்கே

பாடம். அப்பொழுது போகலாம் என்று பேசாமல் தன் ஜாகையிலேயே இருந்துவிட்டான் கிட்டு.

மாலை ஆறு மணி இருக்கும். கிட்டு சற்றும் எதிர்பாராத விதத்தில் ராதிகாவே அவனுடைய ஜாகைக்கு, அவனுடைய சிற்றப்பா வீட்டு மாடிக்கு வந்துவிட்டாள். வந்ததும் முதலில் அவன் கால்களைத் தொட்டுக் கண்களில் ஒற்றிக்கொண்டாள்.

"இவ்வளவு நேரமும் காத்திருந்தேன், அப்புறம்தான் என் தவறு எனக்குப் புரிஞ்சுது: தெய்வத்தைத் தரிசிக்கணும்னா கோவிலுக்குப் போய்த்தான் தரிசிக்கணும்னு புரிஞ்சுது. நேரே வந்துட்டேன்" என்றாள்.

"ராதிகா! . . ." – அவளைப் பெயர் சொல்லி முதன் முதலாக அழைத்தான் கிட்டு. "நாளைக்குக் குருவோட வர்றதாத்தான் இருக்கிறேன்" என்றான்.

"நாளைக்கும் வரலாம்: அதுக்காக இன்னிக்கு வரக்கூடாதுன்னு இல்லியே! இந்த அஞ்சு மாசத்திலே ஒரு நாள்கூட நீங்க வரல்லை. ஆனா, நான் மட்டும் நீங்க வருவீங்கன்னு ஒவ்வொரு நாளும் எதிர் பார்த்துண்டே இருந்தேன். . ."

கிட்டு ஒன்றும் பேசாமல் தலைகுனிந்து கொண்டான்.

ராதிகா சொன்னாள்: "உங்க நிழல்பட்ட இடத்திலே வித்தை வளரும். அன்னிக்கு எங்க வீட்டுக்கு நீங்க வந்து போனப்புறம் ராத்திரி தனியா மாடியிலே இருந்து பாடிண்டிருந்தேன். அந்த மாதிரி நான் முன்னும் பாடினதில்லே; பின்னும் பாடினதில்லே. என் பாட்டு எனக்கே அற்புதமா இருந்தது. அப்பா கேட்டுட்டுப் பிரமிச்சுப் போயிட்டார். அந்த மாதிரியும் என்னாலே பாட முடிஞ்சதுன்னா அதுக்கு என்ன காரணம்? உங்க நிழல்பட்ட இடம்; உங்க கால்பட்ட இடம். நான் அங்கே நின்னதோட பலன்தான் அது."

ராதிகாவின் புகழுரைகள் கிட்டுவை எதுவும் பேசமுடியாத ஊமையாக்கிவிட்டன. அவள் பேசுவதைக் கேட்காதவன்போல் பக்கத்தில் இருந்த புத்தகத்தை எடுத்துப் புரட்டினான். அவனால் தாங்கவே முடியவில்லை.

ராதிகா அந்த அறையைச் சுற்றும்முற்றும் பார்த்தாள். கீழே இறைந்துகிடந்த பத்திரிகைகளையும் புத்தகங்களையும் எடுத்துச் சுவரில் பதித்திருந்த அலமாரியில் அடுக்கிவைத்தாள். அங்கே இருந்த ஒரு டைம்பீஸ் ஓடாமல் இரண்டு மணியில் நிற்பதை அப்போதுதான் கவனித்தாள்.

"கடிகாரம் ஓடல்லையா?"

"இல்லை. ஏதோ கோளாறு."

"ரிப்பேர் பண்ணலாமோ?"

“பண்ணலாம். ஆனா என் கடிகாரமில்லை! சித்தப்பாவோடது...”

“எவ்வளவு நாளா ஓடல்லே?”

“ஒரு வாரமிருக்கும்”

“ஒரு வாரமாச்சா? எனக்குத் தெரியாமப் போயிட்டதே..! நான் ஒரு வாரத்துக்கு முன்னாலேயே வந்திருப்பனே! மணி ரெண்டுதானே ஆறதுன்னு சொல்லிண்டே ஒரு வாரமும் இங்கேயே இருந்திருக்கலா மில்லையா?”

இருவரும் சிரித்துவிட்டார்கள்.

“இந்த அறை போதுமா உங்களுக்கு? காத்து வராது போலிருக்கே?” என்று கேட்டாள் ராதிகா.

“இல்லையே! ராத்திரியிலே சுகம்மா காத்து வரும். தனி ஆளுக்கு இந்த அறை போதும். இதைவிடச் சௌகரியமா இந்த ஊரிலே ஒரு இடம் கிடைக்கிறது அவ்வளவு லேசில்லையே?”

“எனக்கு என்னமோ காத்து வரும்னு தோணல்லே... ஆனா இடம் அமைதியாயிருக்கு”.

“நான் வந்தப்புறம்தான் இங்கே அமைதி இல்லை! காலையிலே சாயங்காலத்திலே நினைச்ச நேரத்திலே பாட ஆரம்பிச்சுடுறேன்! என் சொந்தச் சித்தப்பாவானதாலே பொறுத்திண்டிருக்கிறார்! கீழேதான் குடியிருக்கிறார்!”

“ஆயிரம் ஆயிரமாக் கொட்டிக் கேட்க வேண்டிய பாட்டை ஒரு காசு செலவில்லாமக் கேட்கிறார். கரும்பு தின்னக் கூலியா? இப்படி எங்க வீட்டு மாடியிலே இருந்து நீங்க பாடினா, நான் காலேஜுக்குப் போகமாட்டேன்; எங்க அப்பா ஆபீசுக்குப் போகமாட்டார். சாப்பாட்டைக்கூட மறந்துட்டுப் பாட்டைக் கேட்டுண்டே இருப்போம்.”

ராதிகா மேற்கொண்டு பேச்சை வளர்ப்பதற்கு விஷயம் தேடினாள். கிட்டுவுக்கு உடன் பிறந்தவர்கள் உண்டா? அவனுக்கு என்ன சாப்பாடு பிடிக்கும்? அவன் காலையில் தூங்கிவிழிப்பது எத்தனை மணிக்கு? – இந்தச் சந்தேகங்களையெல்லாம் கேட்டாள். இப்படிப்பட்ட கேள்விகளை அவள் அடுக்கிக்கொண்டு போவதைப் பார்த்த கிட்டு, “உங்களுக்கு நேரமாகல்லியா? மணி ஏழரைக்கு மேல் இருக்கும்போல் இருக்கே!” என்றான்.

“யார் சொன்னது? மணி ரெண்டுதான்! சந்தேகமிருந்தா கடிகாரத்தைப் பாருங்கோ!” என்றாள் ராதிகா.

மறுபடியும் சிரிப்பு. எட்ட நின்றே பேசிக்கொண்டிருந்தவர்களை அந்தச் சிரிப்பும் பேச்சும் அருகில் கொண்டுவருவதற்கு எவ்வளவோ முயன்றும் முடியவில்லை.

ராதிகா வீட்டுக்குப் புறப்பட்டாள்.

அன்றிரவு அப்பாவைப் பார்த்ததும், “கிட்டு இருக்கிற ஜாகை ரொம்ப வசதிக் குறைச்சலான இடமாம்” என்றாள் ராதிகா.

அது அவளுக்கு எப்படித் தெரியும், எதற்காக அதைச் சொல்கிறாள் என்றெல்லாம் ஜம்புநாதன் யோசிக்கவில்லை. கிட்டுவின் பெயர் பிரஸ்தாபிக்கப்பட்டதும், அவருக்கு அவனைத் தவிர வேறு எதைப் பற்றியும் நினைக்கத் தோன்றவில்லை.

“அவனுக்கென்ன ராதிகா? நினைச்சால் நாளைக்கே ஒரு பங்களா கட்டலாம். ஆயிரம் ஆயிரமாச் சம்பாதிக்கிறான். அவனுக்கு என்ன குறை? சரஸ்வதியும் லக்ஷ்மியும் அவனுக்குப் போட்டி போட்டுண்டு அனுக்கிரஹம் பண்றா!”

“உங்களைப் போல யாராவது ஒருத்தர் சொன்னால்தான் அவருக்கு வீடு வாசல்னு ஞாபகம் வரும் போலிருக்கு! கற்பனையிலேயே மிதந்துண்டு இருக்கப்பட்டவர்...”

“ஞாபகப்படுத்தறது என்ன? நானே முன்னால் இருந்து பிளான் போட்டுக் கட்டிக் குடுப்பேன். குடுத்து வச்சிருக்க வேண்டாமா?”

அப்பாவின் வார்த்தைகளில் “நானே முன்னால் இருந்து பிளான் போட்டுக் கட்டிக் குடுப்பேன்” என்பவை ராதிகாவின் உள்ளத்தில் விசேஷ முக்கியத்துவத்தோடு பதிந்துவிட்டன, “பாவம்’ அப்பா கல்மிஷ மில்லாமல் பேசுகிறார்’ என்று தனக்குள் சொல்லிக்கொண்டாள்.

4

ராதிகா தன்னைத் தேடி வந்ததைக் குருவிடம் மறைக்காமல் சொல்லிவிடவேண்டும் என்று அப்போதே நினைத்தான் கிட்டு. ஆனால் சமயம் வாய்க்கச் சில நாட்கள் ஆகிவிட்டன. அந்தச் சில நாட்களுக்குள் இருவருடைய தொடர்பும் எவ்வளவோ நெருக்கத்துக்குள் வந்துவிட்டது. எத்தனையோ சந்திப்புக்கள், எத்தனையோ பேச்சுக்கள், எத்தனையோ உறுதிமொழிகள்... இப்படிப் பல காரியங்கள் நடந்துவிட்டன. சொல்வ தென்றால் மணிக் கணக்கில் சொல்வதற்கு முக்கியமான விஷயங்கள் நிறையச் சேர்ந்துவிட்டன. குருவுக்குத் தெரியாமல் ரகசியமாக இந்தத் தொடர்பு நீடித்துக்கொண்டு போவது அவரை ஏமாற்றும் செயல்போல அவனுக்குத் தோன்றியது. விஷயத்தைச் சொல்வதற்கென்றே அவரிடம் ஒருநாள் மத்தியான வேளையில் அவன் வந்து சேர்ந்தான்.

“இந்நேரத்திலே வந்திருக்கிறயே கிட்டு, என்ன விஷயம்?” என்று இலேசாகப் பதறிக்கொண்டு கேட்டார் பாகவதர்.

கதையை ஆதியோடு அந்தமாகச் சொல்லவேண்டும் என்று வந்த கிட்டுவுக்கு அவ்வளவையும் சொல்லிக்கொண்டிருப்பது அனாவசியம் என்று தோன்றிவிட்டது. விஷயத்தின் சாரத்தை மட்டும் சொல்லிவிட்டால் போதும் என்று நினைத்துப் பேசத் தொடங்கினான்:

“நீங்க எனக்குக் குரு – ஆனா, நான் உங்களைக் குருவா நினைக்கலே; தெய்வமா நினைக்கிறேன். தெய்வ சந்நிதியிலே எதையும் மூடி மறைக்கிறது மகா அபசாரம்... என்னை ராதிகா தேடி வந்தா; நானும் அவளைத் தேடிப் போனேன். எங்க ரெண்டு பேரையும் நீங்க ஆசீர்வதிக்கணும்...”

“கிட்டு! என்ன சொல்றே? புரியும்படியாக கொஞ்சம் விளக்கமாகச் சொல்” என்று நிதானம் இழக்காமல் கூறினார் பாகவதர்.

“நாங்க கல்யாணம் பண்ணிக்கிறதா முடிவு பண்ணிட்டோம்...”

குருவுக்குப் புரிந்துவிட்டது. பிரமித்துப்போய் அவனைப் பார்த்தார். “கிட்டு! நிஜமாத்தான் சொல்றியா?”

“ஆமாம்” – குனிந்துகொண்டே அவன் பதில் சொன்னான்.

அவனையே பார்த்துக்கொண்டிருந்தார் குரு. பிறகு சொன்னார்: “கிட்டு! என்னைப் பார். நான் மனப்பூர்வமா ஆசீர்வாதம் பண்றேன். ராதையும் கிருஷ்ணனும் ஒண்ணாச்சேர்ற காட்சி தெய்வீகக் காட்சிடா கிட்டு! ஜம்புநாதன் என்ன தபஸ் பண்ணினாரோ? இதைவிட அவருக்கு ஒரு சந்தோஷமான சமாச்சாரம் இருக்க முடியாது. அவரைக் கலந்துண்டு ஏற்பாடு பண்றேன்.” இதைக் கூறி முடித்ததும் முடிக்காததுமாக அவர் பரவசத்தோடு ராதாகிருஷ்ணர்களின் சந்திப்பை விவரிக்கும் கீத கோவிந்தப் பகுதியில் இரண்டு வரிகளை வராளி ராகத்தில் தமக்குத் தாமே பாடத் தொடங்கிவிட்டார்.

5

ஜம்புநாதன் டில்லியிலிருந்து திரும்பியதும் அவரை அனந்தராம பாகவதர் போய்ப் பார்ப்பதற்கு முன்பு சாஸ்திரி சங்கீத சமாஜத்தின் நிர்வாகக் குழுவைச் சேர்ந்த நாலைந்து முக்கியஸ்தர்கள், காரியதரிசி வேணுவோடு போய்ப் பார்த்தார்கள். கிட்டுவைப் போன்ற ஒரு மகா வித்வானுக்குக் குருவாக இருக்கும் பாகவதருக்கு இன்னும் இரண்டு மாதங்களில் அறுபது வயது பூர்த்தியாகிறது என்றும், அவருக்குச் சமாஜத்தில் ஒரு பாராட்டு விழா நடத்திப் பணமுடிப்பும் வழங்க வேண்டும் என்றும் அவர்கள் ஜம்புநாதனிடம் கூறினார்கள். இந்தச் செய்தியை அவர் பரமசந்தோஷத்தோடு வரவேற்றார்.

“அனந்தராம பாகவதரைக் கௌரவிக்க வேண்டியது ரொம்ப அவசியம். சங்கீதத்துக்கு அவர் பண்ணியிருக்கிற சேவை கொஞ்சமில்லை. சங்கீதத்துக்காகவே வாழ்நாளை அர்ப்பணம் பண்ணினவர். அவரோட கதை எனக்கு முழுக்கத் தெரியும். சிறுவயசிலே ரொம்ப ரொம்பக் கஷ்டப்பட்டிருக்கிறாராம். தியாகப் பிரம்மத்தோட சிஷ்ய பரம்பரை என்கிற கௌரவத்தை எப்படியெல்லாம் காப்பாத்தியிருக்கிறது அவர் குடும்பம்! அவர் வயிறு காயாமல் இருக்கணும் என்கிறதுக்காக வீட்டிலே மத்தவங்க பட்டினி கிடந்த நாட்களும் உண்டாம். தியாகப் பிரம்மத்தைப் போல உஞ்ச விருத்தியிலே ஜீவனம் பண்ணல்லையே ஒழிய, அந்த அளவுக்குத் தரித்திரமாம். அப்படிப் பசியும் பட்டினியும் கிடந்து

சங்கீதத்தை வளர்த்திருக்கிறார். இப்படி சங்கீதத்திற்காக வாழ்நாளையே அர்ப்பணம் பண்ணக்கூடியவர் நம்ப தேசத்திலே இருந்திருக்கல்லேன்னா, நம்ப சங்கீதம் எப்பவோ நசிச்சுப்போயிருக்கும். அவரை ஒரு தியாகின்னு தான் சொல்லணும். இங்கே மெட்ராஸுக்கு வந்தப்புறம்கூட அவருக்கு அப்படி ஒண்ணும் சௌகரியம் ஏற்பட்டுட்டதாகச் சொல்லிவிட முடியாது. சௌகரியம் வேணும்னு அவர் ஆசைப்பட்டதுமில்லை. என் கிட்டேயே ஒரு நாள் சொன்னார்: 'வாலிபத்திலேயே சௌகரியங்களை அனுபவிச்சதில்லை. வயசான காலத்திலே எனக்கு எந்தச் சௌகரியம் இருந்தா என்ன? இல்லாட்டா என்ன? ஆயுள் பரியந்தம் பாடறதுக்கும் நாலு பேருக்குக் கத்துக் குடுக்கறதுக்கும் சாரீரம் இருந்தாப்போதும். என்னண்டே கத்துண்டவா விசேஷமாகப் பாடிப் பேர் வாங்கணும். எங்க பரம்பரை காப்பாத்தி வந்த சங்கீதப் பொக்கிஷத்தை நாலு பேர் கிட்ட பத்திரமா ஒப்படைச்சிட்டுப் போகணும். இந்த ஒரே ஆசைதான் எனக்குன்னு சொன்னார். கடைசிக் காலத்திலே கிட்டு ஒரு சத்பாத்திரமா வந்து சேர்ந்தான். பாகவதரோட ஆசை, ஒண்ணுக்கு நூறு மடங்காப் பலிச்சுட்டது. . ."

ஜம்புநாதன் இவ்வாறு சொன்னதும் காரியதரிசி வேணு, "ஒருவகை யிலே கிட்டுவும் குருவைப்போல ஒரு தியாகிதான். இல்லையா? பி.ஏ. படிச்சுப் பாஸ் பண்ணினவன், உத்தியோகத்துக்குப் போகணும்னு நினைக்காமே, சங்கீதத்துக்குத் தன்னை அர்ப்பணிச்சது பெரிய விஷய மில்லையா?" என்றார்.

அவ்வளவுதான். ஜம்புநாதன் கிட்டுவை வானளாவப் புகழத் தொடங்கி விட்டார்: "எவ்வளவு பெரிய விஷயம்! இவன் பண்ணியிருக்கிறது எவ்வளவு பெரிய தியாகம்! அதிர்ஷ்டவசமாத் தியாகத்துக்கு ரொம்ப சீக்கிரத்திலேயே பலனும் கிடைச்சுட்டது. இந்த வயசிலேயே நிகரில்லாத கீர்த்தியைச் சம்பாதிச்சுட்டான். தியாகம் வீண் போகாது. கலைக்காக இப்படித் தியாகம் பண்றவங்களைக் கோவில் கட்டிக் கும்பிடலாம்!"

சமாஜத்தில் அடுத்த வாரமே நிர்வாகக் குழுவைக் கூட்டி நிதி வசூலுக்காக ஒரு கமிட்டி நியமிக்க வேண்டும் என்றும் பாகவதரின் அறுபதாண்டு நிறைவை எப்படி கொண்டாடுவது என்பதற்கான திட்டங் களை வகுக்க வேண்டும் என்றும் பேசினார்கள்.

"பத்தாயிரம் ரூபாயாவது பாகவதருக்குப் பண முடிப்புக் குடுக்கணும்" என்று சொன்னார் வேணு.

"குடுப்போம். தொகையைப் பத்தி அடுத்த வாரம் பேசி முடிவு பண்ணிக்கலாமே?" என்று ஜம்புநாதன் சொன்னார்.

ஜம்புநாதன் வீட்டில் இந்தக் கூட்டம் முடிந்ததும் வேணு, நேராகப் பாகவதரின் வீட்டுக்கே வந்தார். சந்தோஷ சமாச்சாரத்தைத் தாமே முதல் முதலாக வந்து சொல்லவேண்டும் என்று அவருக்கு ஆசை.

"ஒரு நல்ல சமாச்சாரம். உங்க சஷ்டியப்த பூர்த்தியை சமாஜத்திலே சிறப்பாகக் கொண்டாடப்போறோம். இப்பத்தான் ஜம்புநாதன் வீட்டிலே

பேசி முடிவு பண்ணினோம். பணமுடிப்பும் குடுக்கத் தீர்மானமாயிருக்கு" என்றார் வேணு.

"பணமுடிப்பா? இனிமேல் எனக்கு எதுக்குப் பணம்? பணத்தை வெச்சி என்ன பண்றது? யாருக்கு வெச்சுட்டுப் போகப் போகிறேன்? பொண்கள் மூணு பேரையும் கல்யாணம் பண்ணிக் குடுத்துட்டேன். ஒவ்வொருத்தரும் சௌகரியமா இருந்துண்டிருக்கா. நானும் சம்சாரமும் ரெண்டு பேர்தான் வீட்டிலே. ஏதோ எங்க செலவுக்குப் பணம் வந்துண்டிருக்கு. இதுபோதுமே" என்றார் பாகவதர்.

"இப்படி எவ்வளவு காலம் சம்பாதிச்சே சாப்பிட முடியும்? அறுபது வயசுக்கப்புறமாவது நிம்மதியா உட்கார்ந்து சாப்பிடறாப்போல ஒரு வசதி வேண்டாமா? அறுபதுக்கு மேலேயும் தியாகம் பண்ண முடியுமா?"

"தியாகமா?" என்று புரியாமல் கேட்டார் பாகவதர்.

"தியாகம்தான். நீங்க பண்ணினதும் தியாகம். உங்க சிஷ்யன் கிட்டு பண்ணினதும் தியாகம். சங்கீதத்துக்காக நீங்க செய்திருக்கிற தியாகம் சாமான்யப்பட்டதா?"

"இது என்ன தியாகம் பெரிசாச் சொல்ல வந்துட்டே! வேணு! எனக்கு இருக்கிற வசதிகூட இல்லாம இந்தக் கலையை வளர்க்கிறதுக்குத் தியாகம் பண்ணினவா ஆயிரம் பேர் இருந்திருக்கா. தியாகப் பிரம்மம் செய்யாத தியாகமா? சரபோஜி மகாராஜா தங்கமும் வைரமுமாச் சன்மானத்தை வெச்சுண்டு காத்திருந்தார். 'அதெல்லாம் வேண்டாம்'னு சொல்லிட்டு உஞ்ச விருத்தியை வெச்சிக் காலம் தள்ளினார் அந்த மகான். தீக்ஷதர்வாள் சொந்த நிலத்துக்கு வரிகட்ட முடியாமே கஷ்டப் பட்டாராம். அதனாலே நிலத்தையே தானம் பண்ணிட்டு ஊரை விட்டுக் கிளம்பினாராம். அவ்வளவு கஷ்டத்திலும் அவர் சங்கீதத்தைக் கைவிட்டுடல்லே . . . இப்படி மகான்கள் பண்ணியிருக்கிற தியாகத்துக்கு முன்னாலே நாங்க பண்ணினதைப் பெரிசாச் சொல்ல வந்துட்டயே!"

'என்ன அடக்கம்! என்ன பணிவு! மனுஷனுக்குக் கொஞ்சமாவது ஆசையோ பற்றோ இருக்கணுமே!... அடடா!' என்று வேணு உள்ளுக்குள் சொல்லிக் கொண்டே, "நீங்க விரும்பமாட்டீங்கன்னு எங்களுக்குத் தெரியும். ஆனா உங்களைக் கௌரவிக்கிறது எங்க கடமை; அது சங்கீதத்தையே கௌரவிக்கிற மாதிரி. ஜம்புநாதன் அமோகமா வைபவத்தை நடத்துவார்" என்றார்.

உடனே பாகவதர், "வேணு! திடீர்னு உங்களுக்கு இந்த யோசனை எப்படித் தோணித்து? எனக்கு வயது அறுபது முடியப் போறது என்கிற விஷயத்தை நானே நினைச்சுப் பார்க்கல்லையே!... உம்?" என்று கேட்டார். அப்புறம் அவரே அந்தக் கேள்விக்கு விடை கூறினார்: "அதுதான் விஷயம். பூவோட சேர்ந்த நாரும் மணம் பெறும்னு சொல்வா, கிட்டு என்னைக் குருன்னு சொல்லிட்டான். என் அந்தஸ்தும் ஒசந்து விட்டது! இல்லியா?"

"அதுமட்டுமில்லை காரணம்..."

"அதுதான் காரணம். ஏன் இல்லேன்னு சொல்றே? எனக்குச் சந்தோஷமாத்தான் இருக்கு. சிஷ்யன் மூலமாக் கிடைக்கிற பெருமைக்குத் தான் நான் ஆசைப்பட்டேன். அது நிறைவேறிட்டது".

"அப்படியே வெச்சிக்கோங்கோ!... – வேணு ஒரு அசட்டுச் சிரிப்புச் சிரித்தார். அத்துடன் விடைபெற்றுக்கொண்டு போய்விட்டார்.

தனியே உட்கார்ந்திருந்த பாகவதர், 'இதுவும் சந்தோஷமாகத்தான் இருக்கு: கிட்டுவுக்குக் கல்யாணம் முந்தியா, எனக்கு சஷ்டியப்த பூர்த்தி முந்தியான்னு ஒரு போட்டி!' என்று நினைத்துச் சிரித்துக்கொண்டார்.

6

ஜம்புநாதன் வீட்டுக்குப் பாடத்துக்குப் போகும் போதெல்லாம் அவரைச் சந்தித்துக் கிட்டுவின் கல்யாண விஷயத்தைப் பேசிவிட வேண்டும் என்று பாகவதர் எவ்வளவோ முயன்றார். ஆனால் ஒவ்வொரு தடவையுமே சமயம் வாய்க்காமல் போய்விட்டது.

'என்ன அதிசயம்! இப்போ முக்கியமான காரியத்தைப் பத்திப் பேசறதுக்குச் சந்தர்ப்பம் கிடைக்கமாட்டேங்கிறதே..!' என்று பாகவதர் ஆச்சரியப்பட்டுக்கொண்டிருக்கும்போது, ஹைதராபாத்தில் ஒரு கச்சேரிக்குப் போய்விட்டுத் திரும்பிய கிட்டு, பாகவதரைப் பார்க்க வந்தான். மறுநாளே திருவனந்தபுரத்துக்குக் கச்சேரிக்குப் போகப்போவ தாகச் சொன்னான். சொல்லிவிட்டு, அவர் முகத்தை ஒரு கேள்விக் குறியோடு பார்த்தான். "ஜம்புநாதனை நான் இன்னும் பார்க்க முடியல்லை கிட்டு. ஒரு மாசமா முயற்சி பண்றேன். அகப்படமாட்டேங்கிறார். வர்ற சனிக்கிழமை பாடத்துக்குப் போறப்போ எப்படியும் பார்த்துப் பிடுறேன்... பார்க்கிறது, பேசறது எல்லாம் ஒரு சம்பிரதாயம் மாதிரித் தான். பேசறதுக்கு என்ன இருக்கு? நான் சொல்றதுக்கு முன்னாலேயே சரின்னு சொல்லிடப் போறார். இது முடிஞ்ச கல்யாணம்!" என்றார்.

"சனிக்கிழமையோடே சங்கீத டியூஷனை நிறுத்தி வைக்கணும்னு இருக்கிறாராம். பரீட்சை நெருங்கிட்டதாம். பரீட்சை சமயத்திலே பாடம் நடக்காதாமே? ராதிகா சொன்னாள்" என்றான் கிட்டு.

"ஆமாம். பரீட்சை சமயத்திலே பாடம் நடக்காதுதான். மறந்தே போயிட்டேனே? அவங்க காலேஜ் பாடங்களைப் படிக்கிறதுக்குன்னு எனக்கு ரெண்டு மாசம் லீவு விட்டுடுவார்... அவரோட மூத்த பொண்கள் சங்கீதம் படிக்கிறபோதும் இதுதான் வழக்கம். ஆனா, லீவுக்குச் சம்பளம் உண்டு!."

கிட்டு அடுத்தபடியாக, "அவர் ஜெர்மனிக்கும் சீக்கிரத்திலே போறதா இருக்கிறாராம்" என்றான்.

கிட்டு ஒவ்வொன்றையும் சொல்லி அவசரப்படுத்துவதை உணர்ந்து கொண்ட பாகவதர், "அப்படியா? எப்போ திரும்புவாராம்?" என்று கேட்டார்.

"ரெண்டு மூணு வாரம் ஆகுமாம்."

'சரி; அப்படின்னா சனிக்கிழமை அவரைப் பார்த்துட வேண்டியது அவசியத்திலும் அவசியம்."

7

சனிக்கிழமையன்றும் ஜம்புநாதனைப் பார்க்க முடியவில்லை. இரவு எட்டு மணிவரை காத்திருந்து பார்த்தார் பாகவதர். அவர் வீடு திரும்ப எவ்வளவு நேரம் ஆகும் என்றும் தெரியவில்லை. கடைசியில் பாகவதர் அவரைப் பார்க்காமலே வரவேண்டியதாகிவிட்டது.

இரண்டு மூன்று நாட்களில் ஜம்புநாதன் ஜெர்மனிக்குப் போய் விட்டார். பாகவதர் பார்க்க முடியாமலே போய்விட்டது. 'ஏன் இப்படித் தட்டித் தட்டிப் போறது?' என்று சிறிது கலக்கமும் அடைந்தார். அதற்காக அவர் அதிகம் கவலைப்பட்டு விடவில்லை. அது முடிந்த கல்யாணம்தான் என்பதில் அவருக்கு அவ்வளவு நம்பிக்கை.

இரண்டு வாரங்களுக்குப் பிறகு ஜம்புநாதன் ஜெர்மனியிலிருந்து திரும்பிவிட்டார். இந்தச் சமாச்சாரம் தெரிந்ததும் நேரே அவர் வீட்டுக்கு ஓடினார் பாகவதர்.

வீட்டினுள் சென்ற பாகவதர் அங்கே ஹாலில் நம்பமுடியாத ஓர் அதிசயத்தைக் கண்டார். அவருக்கு ஏற்பட்ட மகிழ்ச்சிக்கு எல்லையே இல்லை. ஹாலில் கிட்டுவின் போட்டோப் படம் ஒன்று கண்ணாடி போட்டு மாட்டப்பட்டிருந்தது.

"ராதிகா! படம் பிரமாதமாயிருக்கு! எப்ப எடுத்தது?"

"போன வாரம்தான். நிஜமா, பிரமாதமா இருக்கா? நான் எடுத்த போட்டோ!"

"ஓ! உனக்கு இவ்வளவு பிரமாதமாய் போட்டோ எடுக்கத் தெரியும்னு எனக்கு இதுவரையிலே தெரியாதே! அப்பா... அப்பா படத்தைப் பார்த்து என்ன சொன்னார்?"

"அவர்தான் இப்படி என்லார்ஜ் பண்ணிக் கண்ணாடி போடச் சொன்னது. அவரும் பிரமாதமாக இருக்கிறதாத்தான் சொன்னார்".

பாகவதர் மனசுக்குள் வெற்றி முரசு கொட்டிக்கொண்டு உட்கார்ந்தார்.

பதினைந்து நிமிஷங்களில் ஜம்புநாதன் வந்துவிட்டார். ஆவலோடு பாகவதரை வரவேற்றார். "உங்களைப் பார்த்து எத்தனை நாள் ஆயிட்டது!... எத்தனையோ வருஷம் ஆயிட்டாப் போல இருக்கு... என்னோடே ஏதோ பேசணும்னு சொன்னேளாமே!" என்றார்.

"ஆமாம்" என்ற பாகவதர் ராதிகாவைத் திரும்பிப் பார்த்தார். பிறகு, "தனியாப் பேசவேண்டிய விஷயம்" என்றார்.

“அப்படின்னா மாடிக்குப் போவமே!” என்று சொல்லி எழுந்தார் ஜம்புநாதன். இருவருமே மாடிக்குப் போனார்கள்.

“உங்களுக்குச் சந்தோஷமான சமாச்சாரம்தான்!”

“சொல்லுங்க!”

“கிட்டுவுக்குச் சீக்கிரமாகக் கல்யாணம் பண்ணனும்னு அவனோட அப்பா அபிப்ராயப்படுறாராம். பெரிய இடங்களிலே இருந்தெல்லாம் ஜாதகங்கள் வந்துண்டிருக்காம். கொஞ்ச நாளைக்கு அவனை மதுரையி லேயே வந்து இருக்கச் சொல்லி அவர் கடுதாசி போட்டிருக்கிறாராம்.”

“பேஷ்! பேஷ்! கிட்டு கல்யாணம்னா நம்ப வீட்டுக் கல்யாணம் மாதிரி! நாம்பதான் முதல் ஆளாய்ப் போய் இருந்து எல்லா ஏற்பாடுகளையும் கவனிக்கணும். உங்களுக்கு சஷ்டியப்த பூர்த்தி நடந்த கையோடே அவன் கல்யாணமும் நடக்கிறது எங்களுக்கு ரெட்டிப்புச் சந்தோஷம்!”

“ஆனா எனக்கு ஒரு யோசனை தோணித்து. அதனால்தான் உங்களோடே தனியாப் பேசணும்னு நினைச்சேன். கிட்டு இங்கே மெட்ராஸிலேயே இருக்கணும்; நம்பளோட இருக்கணும். அவனுக்கு ஏத்த மாதிரி குணமும் அழகும் படிப்பும் சங்கீத ஞானமும் உள்ள ஒரு பொண்ணை அவனுக்குக் கல்யாணம் பண்ணி வெய்க்கணும்”.

“அப்படிப்பட்ட பொண்ணையே பார்க்கிறது! என்ன கஷ்டம்?”

“நான் நினைச்சதைச் சொல்லிப்பிடறேன்: நம்ம ராதிகாவை நான் மனசிலே குறிச்சி வெச்சிருக்கிறேன்...”

“ராதிகாவையா?” என்று அதிர்ச்சி அடைந்தாற்போல் கேட்டார் ஜம்புநாதன்.

“ஆமாம்”.

ஜம்புநாதன் ஒன்றும் பேசாமல் இரு கண்களையும் மூடிக்கொண்டு, இரண்டு உள்ளங்கைகளாலும் தமது மூக்கை அணைத்துக்கொண்டு யோசித்தார்.

‘என்ன யோசிக்கிறார்? எதற்காக யோசிக்கிறார்?’ என்று பாகவதருக்குத் திகைப்பாக இருந்தது.

ஒரு பேச்சும் இல்லாமல் ஒவ்வொரு நிமிஷமும் கழிந்துகொண் டிருந்தது. பாகவதர் பேசத் தொடங்கினார்: “மூத்த பொண்கள் நாலு பேரையும் உங்களைப்போல உத்யோகத்திலும் பதவியிலும் இருக்கப் பட்டவாளுக்குப் பண்ணிக்குடுத்திட்டேள். ராதிகாவை ஒரு வித்வானுக்குக் குடுக்கலாமேன்னு நினைச்சேன். கிட்டு வெறும் வித்வானா மட்டும் இல்லாமே, பி.ஏ. பட்டதாரியுமா இருக்கிறான். பெரிய அதிகாரிகளைவிட அதிகமாச் சம்பாதிக்கிறான். அழகையும் குணத்தையும் பத்தி நான் சொல்ல வேண்டியதில்லை. சகல அம்சங்களும் பூரணமா நிறைஞ்சிருக்கு. ராதிகா மாதிரி ஒரு பரம ரஸிகை அவனுக்குச் சகதர்மிணியாகணும் என்கிற ஆசை எனக்கு...”

ஜம்புநாதன் கண்களைத் திறந்தார். பாகவதரைப் பார்த்து, "நீங்க இப்படிச் சொல்வேள்னு நான் எதிர்பார்க்கலே... நான் யோசனை பண்ணிச் சொல்றேன். இன்னொரு நாள் பார்ப்போம். இந்த யோசனையை வேற யாரண்டேயும் சொன்னேளா?" என்று கேட்டார்.

"ஒருத்தருக்கும் சொல்லலே. ஒருத்தருக்கும் தெரியாது. கிட்டுவுக்குத் தான் தெரியும்."

"தெரியுமா?"

"அவனோட அபிப்ராயம் தெரியாம உங்களண்டே வந்து நான் பேசறது எப்படி?"

"சரி, பின்னால் சந்திப்போம். நான் சொல்லியனுப்பறேன்."

இருவரும் எழுந்துவிட்டார்கள். இப்படிப்பட்ட பதிலைப் பாகவதர் எதிர்பார்க்கவில்லை. மிகவும் குழம்பிப்போய் வீடு திரும்பினார்.

8

'கிட்டுவுக்கும் ராதிகாவுக்கும் கல்யாணம் நடக்குமா?' – பாகவதரின் சந்தேகம் தினந்தினம் பெரிதாகிக்கொண்டு வந்தது. ஜம்புநாதன் என்ன சொல்லப் போகிறார் என்பதை அறிந்துகொள்ள ஒவ்வொரு நிமிஷமும் துடித்துக்கொண்டிருந்தார். 'ஏதோ ஒரு பலமான ஆட்சேபம் இருக்கிறது. இல்லை என்றால், நான் சொன்னதுமே அவர் சம்மதித்திருப்பார். என்ன ஆட்சேபமோ? என்ன தடங்கலோ?'

மூன்று நாட்கள் மூன்று மாதங்களாகக் கழிந்தன. கிட்டுவும் ஊரில் இல்லை. வேறு யாரும் தேடி வரவில்லை, வீடு ஜெயில் மாதிரி ஆகி விட்டது. நான்காம் நாள் ஜம்புநாதன் சொல்லியனுப்பாமலே அவர் வீட்டுக்குப் போய்விட்டார். அவரே சொல்லட்டும் என்று வாய் திறக்காமல் உட்கார்ந்திருந்தார்.

"நீங்க எதுக்கு வந்திருக்கிறேள்னு தெரியும். அதைப் பத்திப் பேசவே கஷ்டமாயிருக்கு. அந்த யோசனையை விட்டுடுங்கோ".

நம்பிக்கை அடியோடு தகர்ந்துவிட்டது. இனி என்ன பேச இருக்கிறது?

"சரி. ஆனா கஷ்டமாயிருக்குன்னு ஏன் சொல்றேள்? நான் ஒரு அபிப்ராயத்தைச் சொன்னேன். அது சரியில்லைன்னா அத்தோட விஷயம் முடிஞ்சது. கஷ்டமாயிருக்குன்னு ஏன் சொல்லணும்?" என்று கேட்டுக்கொண்டே எழுந்தார் பாகவதர்.

அவர் எவ்வளவு ஆத்திரத்துடன் இந்த வார்த்தைகளைச் சொல்கிறார் என்பதை ஜம்புநாதன் சுலபமாகக் கண்டுகொண்டார். இருந்தாலும், ஆத்திரமாக இருக்கும் நிலையிலேயே அவரை அனுப்பி வைக்க விரும்பாமல், "வீட்டிலே பேசிப் பார்த்தேன். அங்கே அறவே இஷ்ட மில்லை" என்றார்.

‘என்ன காரணமோ? எதுவாய் இருந்தால் என்ன?’

“உங்களுக்கு சொல்றதுக்கு என்ன? ராதிகாவை டாக்டருக்குப் படிக்க வைக்கிறோம். ஒரு பெரிய டாக்டருக்குத்தான் கல்யாணம் பண்ணித் தரணும்னு அவளோட அம்மா சொல்றா. டாக்டருக்குப் படிச்சிட்டு ஒரு சங்கீத வித்வானையா கல்யாணம் பண்ணிக்கிறதுன்னு கேட்கிறா...”

“உங்க அபிப்ராயத்தை நீங்க சொல்லலாமே!”

“என் அபிப்ராயம்... எனக்கும் அதே அபிப்ராயம்தான்!”

“விஷயம் முடிஞ்சது. சந்தோஷம். நான் போய்ட்டு வர்றேன்.”

பாகவதர் போய்விட்டார்.

அவர் வீடு போய்ச் சேர்ந்த ஒரு நிமிஷ நேரத்துக்கெல்லாம் சமாஜக் காரியதரிசி வேணு வந்து சேர்ந்தார்.

“சரியா இன்னும் பத்து நாள்தான் இருக்கு!” என்று வந்ததும் வராததுமாக முழக்கமாய்ச் சொன்னார் வேணு.

சுவாரஸ்யமில்லாமல், “எதுக்குப் பத்து நாள்தான் இருக்கு!” என்று கேட்டார் பாகவதர்.

“சஷ்டியப்த பூர்த்தி விழாவுக்குத்தான். வேறு எதைச் சொல்வேன்னு நினைச்சேள்? ஜம்புநாதன் மூவாயிரம் குடுத்திருக்கிறார். கிட்டு நாளைக்கு வெளியூர்லேருந்து வர்றார். நாளைக் கச்சேரியிலேயும் மூவாயிரத்துக்குக் கொறையாம வசூல் இருக்கும். மொத்தம் பதினாயிரத்தைத் தாண்டிடும்...”

“வேணு! கொஞ்சம் பொறு. நான் கேட்கிற ஒரு கேள்விக்குப் பதில் சொல்லிட்டு அப்புறம் நீ சொல்றதைச் சொல்லு. ஜம்புநாதன் எதுக்காக மூவாயிரம் குடுத்திருக்கிறார்? அதைக்கூட நீ சொல்ல வேண்டாம். இந்த விழாவை எதுக்காக நீங்க நடத்துறீங்க? அதை மட்டும் சொல்லு.”

“உங்களைக் கௌரவிக்கிறதுக்காகத்தான்!”

“என்னை எதுக்காகக் கௌரவிக்கணும்?”

“நன்னாக் கேட்கறேளே கேள்வி! வேற எதுக்கு? உங்க சங்கீத சேவைக்காகத்தான்!”

“சங்கீத சேவை கௌரவிக்க வேண்டிய விஷயமா இருந்தா, சங்கீதமும் கௌரவமான விஷயமாகத்தானே இருக்க முடியும்?”

“சந்தேகம் என்ன? நீங்க இப்படியெல்லாம் கேட்கறது எனக்கு ஆச்சர்யமா இருக்கு!”

“வேணு! சங்கீதம் கௌரவமான விஷயம்னுதான் நானும் நினைச்சிண்டிருந்தேன். அப்படி இல்லேன்னு இப்பத்தான் தெரியறது.”

“...?”

“சந்தேகமிருந்தா ஜம்புநாதனையே போய்க் கேள். சங்கீதம் எவ்வளவு கேவலமான விஷயம் என்கிறது அப்போ தெரியும் உனக்கு. எதுக்காகக் கேவலமான விஷயத்துக்கு ஒரு விழா? ஒரு சமாஜம்? அதுக்கு உன்னைப் போல ஒரு காரியதரிசி? யாரை ஏமாத்தறதுக்குன்னேன் ..?” – பாகவதர் இரைந்தார்.

இவரா, இந்தப் பரம சாதுவா இப்படிப் பேசுகிறார் என்று பயந்து விட்டார் வேணு.

“நோயையும் ரணத்தையும் துர்நாற்றத்தையுமே சதா பக்கத்திலே வெச்சிண்டிருக்கிற டாக்டருக்கு இருக்கிற கௌரவம், அந்தத் தியாகப் பிரம்மத்துக்குக் கூடக் கிடையாது இந்த லோகத்தில். சங்கீதமாம்! கலையாம்! நாதப்பிரும்மமாம்!... வேணு நம்ப ஜம்புநாதனுக்கு அஞ்சு பொண்கள்; நாலு பிள்ளைகள். உனக்குத் தெரிஞ்சதுதானே? எல்லோருக்குமே என்னைக் கூப்பிட்டு சங்கீத டியூஷன் வெச்சார். எனக்கும் தாராளமாகக் குடுத்தார். ஆனா, ஒரு பொண்ணை, ஒரு பிள்ளையை சங்கீதத்துக்குன்னு விட்டாரா? விடவேண்டாம். விடணும்னு ஒரு நாளாவது ஆசைப் பட்டாரா? பையன்களுக்கெல்லாம் இவரைப் போலவே கம்பெனிகளிலே உத்யோகம். பொண்களுக்கெல்லாம் உத்யோகம் பார்க்கிற மாப்பிள்ளைகள். கடைசியிலே அந்த ஒரு பொண்ணையாவது ஒரு வித்வானுக்குக் கல்யாணம் பண்ணிக் குடுப்பார்னு பார்த்தேன். முடியாதுன்னுட்டார். டாக்டருக்குக் குடுக்கப் போறாராம்... வித்வான் கூடாதாம்... கிட்டுவைத்தான் சொல்றேன். அவனுக்கு என்ன குறைச்சல்? பி.ஏ. படிச்சவன்; அழகன்; குணசாலி; ஈடு இணையில்லாத மேதா விலாசம். அவதார புருஷன் மாதிரி இருக்கிறான்னு அவர் வாயாலேயே ஆயிரம் தடவை புகழ்ந்திருக் கிறார். சம்பாத்தியமோ? நாலு டாக்டர்கள் ஒரு மாசத்திலே சம்பாதிக்கிறதை இவன் ரெண்டு கச்சேரியிலே சம்பாதிச் சுடுவான். இத்தனை இருந்தும் அவதார புருஷன் குறைஞ்சிபோயிட்டான்; டாக்டர் ஒசந்துபோயிட்டான். இருந்திருந்து சங்கீத வித்வானுக்கா டாக்டருக்குப் படிச்ச பொண்ணைக் கட்டிக் குடுக்கிறதுன்னு அவர் சம்சாரம் சொன்னாளாம். அவரும் அப்படித்தான் நினைக்கிறாராம். கூசாமல் சொல்றார்!”

“எனக்கு இந்த விஷயமே தெரியாதே! கல்யாணப் பேச்சு நடந்ததா?”

“வேணு! எதை வெச்சி இன்னிக்குக் கிட்டுவை அவதார புருஷன்னு கொண்டாடுறாங்களோ, அதுவே அவனுக்குக் குறையாப் போயிட்டது. நான் நினைக்கவே இல்லை, ஒரு வரப்பிரசாதமே இவ்வளவு கேவலமாக மாறிடும்னு நான் நினைக்கவே இல்லை வேணு. இதுக்குத்தானா நாங்க பரம்பரை பரம்பரையா பசி பட்டினி கிடந்து இந்த வித்தையை வரப் பண்ணினோம்? காப்பாத்தி வந்தோம்? இதுக்குத்தானா தியாகப் பிரம்மம் பிச்சை வாங்கிச் சாப்பிட்டு அத்தனை கீர்த்தனைகளையும் பாடினார்? மனசு வெடிச்சிடும்போல் இருக்கு. ஜம்புநாதனே இப்படின்னா. இந்த உலகத்திலே இனி வேற யாரை நம்பறது? வேலியே பயிரை மேஞ்சிட்டது, வேணு...”

ஒன்றும் பேசாமல் உட்கார்ந்திருந்த வேணுவைப் பார்த்து, "சஷ்டியப்த பூர்த்தி ஒண்ணும் வேண்டியதில்லை. என்ன சொல்லி விழாவை நிறுத்துவையோ எனக்குத் தெரியாது. உனக்குச் சிரமமாத்தான் இருக்கும். என்னை மன்னிச்சுடு" என்று சொல்லிக் கும்பிட்டார் பாகவதர். "நீ போயிட்டு வா" என்று சொல்லிவிட்டு வீட்டுக்குள்ளே எழுந்து போனவர் திரும்பவும் வந்து, "இந்தக் கல்யாணம் இனி நடந்தாலும் சரி: இதுதான் என் முடிவு" என்றார்.

"இனி எங்கே நடக்கிறது?" என்றார் வேணு.

"அப்படிச் சொல்லாதே. எதுவும் நடக்கும்; எதுவும் நடக்காது. அது அவங்க அவங்க உறுதியையும் உண்மையையும் பொறுத்த விஷயம், உம்... அதைப் பத்தி என்ன இப்போ? நீ போய்ட்டு வா."

பாகவதர் உள்ளே போய்விட்டார்.

❖

கல்கி வெள்ளிவிழா மலர், 1966

பெரிய பேய்

கோவில்பட்டியில் உள்ள என் உறவினர் ஒருவர் வீட்டுக் கல்யாணத்திற்குப் போயிருந்தேன். காலை எட்டரை மணிக்கு முகூர்த்தம். கல்யாணத்திற்குச் சங்கரன்கோவிலிலிருந்து ராமலிங்கம் பிள்ளையும் வந்திருந்தார். பந்தலில் நூறு ஆண்களுக்கு நடுவே தாமும் ஓர் ஆணாக உட்கார்ந்திருந்த ராமலிங்கம் பிள்ளையைப் பார்த்தேனோ இல்லையோ, அவருடைய மனைவி கோமதி அம்மாள் எங்கே இருக்கிறாள் என்று என் கண்கள் தேட ஆரம்பித்துவிட்டன. பெண் கள் கூட்டத்தைத் திரும்பிப் பார்த்தேன். அத்தனை பேருக்கும் நடுவே உட்கார்ந்து, வைத்த கண் வாங்காமல் பெண்களையே பார்த்துக் கொண்டிருப்பது எப்படி? அதனால் பக்கப் பார்வை, குனிந்த பார்வை, பார்க்கா மலே பார்த்துவிடும் சாதுரியப்பார்வை இப்படிப் பலவிதமான பார்வைகளாலும் துருவிப் பார்த்தேன். அப்படியெல்லாம் பார்த்துங்கூட, கோமதி அம்மாளின் தரிசனம் கிடைக்கவில்லை. ‘அந்தா இந்தா’ என்று அரைமணி நேரத்திற்கு மேல் ஆகிவிட்டது.

மணமேடையில் ஒன்றன்பின் ஒன்றாக எத்தனையோ சடங்குகள் நடந்துகொண்டிருந்தன. எனக்கு அங்கே பார்வை விழுந்தாலும், கவனம் விழவில்லை. கல்யாணப் பெண்ணைக்கூட நான் சரிவரப் பார்க்கவில்லை என்றால், ராமலிங்கம் பிள்ளை தம்பதிகளைப் பற்றிய கவனம் என் உள்ளத்தில் எவ்வளவு பிரதானமாக இடம் பெற்றிருந்தது என்பதை யாருமே ஊகித்துக் கொள்ளலாம்.

ராமலிங்கம் பிள்ளை எனக்குப் புது உறவு. என் தம்பிக்குப் பெண் கொடுத்தவருடைய அண்ணன் மகன். தம்பி கல்யாணத்திலிருந்து இந்த இரண்டு வருஷமாக நாங்கள் உறவினர்கள் ஆகியிருக்கிறோம். பரஸ்பரம் 'அத்தான்' என்று அழைத்துக்கொள்வோம்: தமாஷ் பண்ணிக்கொள்வோம். சுமார் ஆறு மாதங்களுக்கு முன் முதன்முதலில் நான் அவர் வீட்டுக்கு விஜயம் செய்தேன். அங்கே என் கடைசி விஜயமும் அதுதான் என்று சொல்லிக் கொள்வதுடன், அப்படியே இருக்கவேண்டும் என்றும் கடவுளைப் பிரார்த்தித்துக் கொண்டிருக்கிறேன். சங்கரன்கோவிலுக்கு வியாபார சம்பந்தமாய்ப் போன நான் இரவு அங்கே தங்க நேர்ந்தது. ராமலிங்கம் பிள்ளை வீட்டைத் தேடிப் போனேன். தம்பதிகளும் என்னை அன்போடு வரவேற்று உபசரித்தனர்.

இரவில் அவர்கள் வீட்டில் தங்கினேன். அப்போது நடந்த நிகழ்ச்சிகள் இப்போது கல்யாண வீட்டில் உட்கார்ந்திருந்த எனக்குத் திடீரென்று ஞாபகம் வரத் தொடங்கின. எடுத்த எடுப்பிலேயே எனக்குச் சிரிப்பு வந்தது. சிரித்துச் சமாளிக்கக்கூடிய அற்ப சொற்பமான சிரிப்பல்ல அது. ஊரே கேட்கும்படி 'கெக்கெக் கெக்கே' என்று வயிற்றைப் பிடித்துக் கொண்டு சிரித்தாக வேண்டும். தரையில் புரண்டு ஒரு இருபது கஜமாவது புரளவேண்டும். இப்படி அரைமணி நேரம் விடாமல் சிரித்தால்தான் அந்தச் சிரிப்பு ஒருவாறு அடங்கும். அப்பேர்ப்பட்ட பயங்கரச் சிரிப்பு வந்துவிடவே என் முழு பலத்தையும் பிரயோகித்து அடக்கிப் பார்த்தேன். விசிறி மடிப்பு அங்கவஸ்திரத்தை வாயில் திணித்து, திணித்ததைக் கையால் மூடி மறைத்துக்கொண்டு, முகத்தை முகட்டை நோக்கித் திருப்பினேன். அப்படிச் செய்தும் என்னால் சமாளிக்க முடியவில்லை. 'ஏண்டா கூட்டத்தில் ஓர் ஓரமாக உட்காராமல் நடுவில் வந்து உட்கார்ந் தோம்?' என்று ஆகிவிட்டது.

தப்பி ஓடுவதற்கு வழி பார்த்துக்கொண்டிருந்த சமயத்தில், பக்கத்தில் இருந்த ஓர் ஆசாமி 'எவன் எப்படிப் போனால் என்ன?' என்று இராமல், என்னைப் பார்த்து, "என்ன அண்ணாச்சி! மேலே என்னத்தைப் பார்த்துக்கிட்டு இருக்கிறீக? உம்?" என்று கேட்டார்.

பேசுவதற்கு வாயைத் திறந்தால், பேச்சை முந்திக்கொண்டு சிரிப்பு வெடித்துவிடும் என்பது நிச்சயம். அதனால் ஒரு பதிலும் சொல்லாமல், மேலேயே பார்த்துக் கொண்டிருந்தேன். அவரோ ஒரு கேள்வியோடு விடுகிறவராக இல்லை. "அண்ணாச்சி! அண்ணாச்சியோவ்!" என்று சுரண்டினார் அந்த விடாக் கண்டர். நான் பார்த்தேன். இனி ஒரு செகண்டு தாமதித்தாலும் ஆபத்து. நம்மை முழுப் பைத்தியம் என்று சொல்லி, கல்யாண வீட்டில் அத்தனை பேரும் சேர்ந்து நம்மை மூளைக் கோளாறு ஆஸ்பத்திரிக்கு அனுப்பிவிடுவார்கள் என்று பயந்து, கொஞ்சமும் யோசிக்காமல் சட்டென்று எழுந்தேன். 'விறுவிறு' என்று வெளியேறினேன். எத்தனை பேர் பார்த்தார்களோ! எத்தனை பேரை மிதித்துக் கொண்டு வெளியே வந்தேனோ!

பந்தலைவிட்டு ஓட்டமும் நடையுமாகப் போய், ஒரு சந்தில் தலைமறைவாக நின்றுகொண்டு, வாய்விட்டுச் சிரித்தேன். நல்லவேளை

யாக அங்கே யாரும் எந்த அவசர காரியத்தை முன்னிட்டும் வரவில்லை. சிரித்து முடிந்தது. இன்னும் பாக்கி சாக்கியாகக் கொஞ்சநஞ்சம் சிரிப்புக் கூட உள்ளே தங்கியிருக்கக்கூடாது என்று பலவந்தமாகச் சிரிப்பை வெளியே வரவழைத்துக்கொண்டு சிரித்தேன். அப்புறமும் பந்தலுக்குத் திரும்ப எனக்குத் தைரியமில்லை. அப்படியே நடந்து ஒரு வெற்றிலை பாக்குக் கடைக்குப் போய், ஒரு சோடா வாங்கிக் குடித்தேன். அங்கே ஒரு பெஞ்சு கிடந்தது. அதில் உட்கார்ந்து கடையில் தொங்கிய தினசரிப் பத்திரிகைகளின் போஸ்டர்களைத் திரும்பத் திரும்பப் பார்த்துக் கொண்டிருந்தேன். ராமலிங்கம் பிள்ளை– கோமதியம்மாள் தம்பதிகளைப் பற்றிய நினைவு கூர் மழுங்கிய பிறகுதான் அங்கிருந்து கல்யாண வீட்டுக்குத் திரும்பினேன்.

அதற்குள் முகூர்த்தச் சடங்குகள் முக்கால்வாசி முடிந்துவிட்டன. பந்தலின் ஒரு மூலையில் போய் நின்றேன். முகூர்த்தம் முடிந்த பிறகு நான் ராமலிங்கம் பிள்ளை அருகில் சென்று, "அத்தான்! எப்போ வந்தாப்லே? சௌக்கியம்தானே?" என்று க்ஷேமம் விசாரித்தேன். உடனே, சிரித்தும் விட்டேன்!

நான் சிரித்ததைப் பார்த்து, காரணம் புரியாமல் அவர் பயந்து விட்டார். அவர் பயந்தது எனக்கு இன்னும் கொஞ்சம் அதிகமாகச் சிரிப்பு மூட்டியது. அவர் பயப்படப் பயப்பட நான் சிரிக்கவும், நான் சிரிக்கச் சிரிக்க அவர் பயப்படவுமாக இருந்தது நிலைமை.

"அத்தான், ஏன் சிரிக்கிறீக?" என்று கேட்டார் ராமலிங்கம் பிள்ளை.

"ஒண்ணுமில்லே அத்தான். அண்ணைக்கி ஒங்க வீட்டிலே நடந்தது யாவுகத்துக்கு வந்துவிட்டது; வேறொண்ணுமில்லே!"

"போங்க அத்தான், ஒங்களுக்கு எல்லாம் வேடிக்கைதான்" என்று அவர் கோபத்தைச் சிறிது காட்டிக்கொண்டார்.

இருவரும் வெளியே வந்தோம். பிறகு ஒன்றாகவே உட்கார்ந்து சாப்பிட்டோம், ஒன்றாகவே வெற்றிலை பாக்குப் போட்டுக்கொண்டோம். ஏறக்குறைய நாள் முழுவதுமே அவரும் நானும் இணை பிரியவில்லை. திடீர் திடீரென்று எனக்குச் சிறிய சிரிப்போ, பெரிய சிரிப்போ வந்தாலும் அவர் அவ்வளவாகக் கோபித்துக்கொள்ளவில்லை.

இரவு ஒன்பது மணிக்குப் பட்டணப் பிரவேசம். நானும் ராமலிங்கம் பிள்ளையும் ஒன்றாகவே ஊர்வலத்தில் நடந்து வந்தோம். கடைத் தெருவின் ஒரு பகுதியில் வந்து கொண்டிருந்தபோது, ஒரு மரத்தைப் பார்த்தேன். உடனே ராமலிங்கம் பிள்ளையோடு கொஞ்சம் விளையாட வேண்டும் என்று எனக்கு ஆசை உண்டாகிவிட்டது.

"அத்தான்! போன மாசம் பேப்பர்லே, 'கோவில்பட்டி கடைத் தெருவில் பிணம் தொங்கியது. மரத்திலே சுருக்கிட்டுத் தற்கொலை'ன்னு ஒரு சமாசாரம் வந்ததை நீங்களும் பார்த்திருப்பீகளே: அந்த மரம் இதுதான். பயல் நாக்குத் தள்ளி, முழித்த கண் முழித்த வாக்கிலே செத்துத் தொங்கினதை நான் கண்ணாலே பார்த்தேன்" என்றேன்.

அவ்வளவுதான் மரத்தைப் பார்த்துக்கொண்டிருந்த ராமலிங்கம் பிள்ளை, "என்னது?" என்று கேட்டுக்கொண்டே உடனடியாகத் தலையைக் கீழே போட்டார். குனிந்த வாக்கிலேயே, "என்ன அத்தான், இதையெல்லாம் ஒங்களை யாரு கேட்டா?" என்று என்னைக் கோபித்துக்கொண்டார். "விறுவிறுன்னு வாங்க. அந்தப் பக்கம் போயிருவோம்" என்று என்னைக் கையைப் பிடித்துத் 'தரதர' என்று இழுத்துக்கொண்டு போனார். அது அந்தக் காலத்து வாத்தியார்கள், பள்ளிக்கூடத்துக்கு வரமறுக்கும் பையன்களை இழுத்துக்கொண்டு போனதுபோல் இருந்தது. உடும்புப் பிடியாகப் பிடித்து இழுத்துக்கொண்டு போனார். ஒரு அரை பர்லாங்கு தூரம் போன பிறகுதான் கையைவிட்டார்.

"அத்தான்! இன்னும் பத்து நாளைக்கு கைக்கு விளக்கெண்ணெய் போடணும் போலிருக்கே! இப்பிடியா பிடிக்கிறது?" என்று சொன்னேன்.

அவர் என்னை ஏறிட்டுப் பார்த்தார்.

"அத்தான், நீங்க ஏன் மொதல்லேயே சொல்லல்லே?" என்று கேட்டார்.

"எதை?"

"அந்த மரத்தைப் பத்தின சங்கதியைத்தான்."

"இப்போ என்ன, பேயா அடிச்சிட்டது? நீங்க என்ன அத்தான் இப்பிடிப் பயப்படுறீக? ஆயிரம் பேர் நடந்து வர்ராக; பத்து பதினைஞ்சு லைட் வேறே எரியுது, பட்டப் பகல் மாதிரி! என்ன அத்தான் பயம்!"

"ஹூம்! அவுகளுக்கு அதுதான் அந்த மரம்னு தெரியாது. தெரிஞ்சிருந்தாவில்லே இருக்கு கதை!"

"தெரிஞ்சிருந்தா? ஒங்களைப் போலத் தப்புனோம், பொளைச் சோம்னு ஓடுவாங்கன்னு நெனைச்சிகளோ? சும்மா கெடங்க அத்தான். கேட்டா ஊர் சிரிக்கப் போகுது!"

ராமலிங்கம் பிள்ளைக்கு நான் சொன்னது ஒரு சமாதானமாகுமா? இல்லை, தைரியம்தான் ஆகுமா?

அவர் பயம் இருக்க இருக்க அதிகமாகிக்கொண்டு வந்தது. அந்த மரத்தடியில் தாம் பயந்தது மோசமான பின் விளைவுகளை ஏற்படுத்தக் கூடும் என்று நினைத்து ஒரேயடியாக அவர் பீதிக்குள்ளாகிவிட்டார். எங்காவது விபூதி வாங்கிப் பூசிக்கொள்ள வேண்டும் என்று துடித்தார். என்னையும் அங்கே நிற்கவிடவில்லை. நேரே கல்யாண வீட்டை நோக்கி இழுத்துக்கொண்டு சென்றார். அவரைத் தொடர்ந்து, பிடிபட்ட கைதி மாதிரி நான் போய்க் கொண்டிருந்தேன். உண்மையைச் சொல்லி அவருடைய பயத்தைப் போக்கிவிட நினைத்து, "அத்தான், நான் சும்மா விளையாட்டுக்குச் சொன்னேன்! அது அந்த மரமில்லை: வேற மரம்" என்றேன்.

நான் இப்படிச் சொன்னது பெரிய வம்பாகப் போய்விட்டது. 'பிள்ளையார் பிடிக்கக் குரங்காய் முடிந்த' கதைதான். ராமலிங்கம்

பிள்ளை இன்னும் அதிகமாகத் தலையைக் குனிந்துகொண்டு "வேற மரமா? அது எங்கே இருக்கு?" என்று கேட்டார். என் கையையும் பிடித்துக்கொண்டார். ஒவ்வொரு மரத்தின் அடிப்பாகத்தையும் பார்க்கும் போதெல்லாம் "இந்த மரமா?", "இந்த மரமா?" என்று வீடுவரையிலும் கேட்டுக்கொண்டு வந்தார். வீட்டுக்கு வந்துதான் என் கையை விட்டார்.

கல்யாண வீட்டில் நேரே தம் மனைவியைத் தேடிப் போனார். அவளைப் பார்த்த மாத்திரத்தில், "சாவிக் கொத்து எங்கே? எங்கே வச்சிருக்கே? கொண்டா இப்பிடி, உம் . . . சீக்கிரம்!" என்று விரட்டினார்.

மனைவி நடுங்கிவிட்டாள். "என்ன? என்ன? எங்கே போனீக?" என்று கேட்டுக்கொண்டே சாவிக்கொத்தைக் கொடுத்தாள்.

இரும்புச் சாவிக்கொத்தை இறுகப் பிடித்துக்கொண்டு என்னோடு வந்து திண்ணையில் உட்கார்ந்தார் அவர். இரும்பு, பேயை நெருங்க விடாதாமே!

"அத்தான். சாவி பத்திரம்! பிடிக்கிற பிடியிலே சாவி நசுங்கித் தகடாயிறாமே!"

"சும்மா கேலிதானா? நீங்களும் பயந்திருந்தாத் தெரியும்" என்றார் ராமலிங்கம் பிள்ளை.

அப்போது விளக்கு வெளிச்சத்தில் அவரைக் கவனித்துப் பார்த்தேன். முகத்தில் இருள் படர்ந்திருந்தது. விழிகள் இரண்டும் வட்டமாகிக் கரு விழிகள் நடுமையத்தில் வந்து நின்றன. சுற்றிலும் வெள்ளை விழிகளில் அசாதாரணமான ஒரு வெளுப்பு. உடம்பெல்லாம் வியர்வை. கை நடுக்கத்தில் சாவிகள் சலசலத்துக்கொண்டிருந்தன.

ஆசாமி ஒரேயடியாகப் பயந்துவிட்டார் என்பதைத் தெரிந்து கொண்டேன். அவர் முகத்தைப் பார்க்கப் பார்க்க எனக்கு பயமாக இருந்தது. 'இனி கேலி செய்தால் மனுஷன் புலம்பத் தொடங்கிவிடுவான்; இல்லையென்றால் இருதயத்துடிப்பு நின்றுவிடும்' என்று நான் பயந்தேன். அதனால் வேடிக்கைப் பேச்சை உடனே நிறுத்திவிட்டேன்.

பட்டணப் பிரவேசம் திரும்பி வரும்போது மணி பன்னிரண்டு ஆகிவிட்டது. எல்லோரும் படுத்துறங்கும்போது மணி ஒன்று. நானும் ராமலிங்கம் பிள்ளையும் படுத்திருந்த திண்ணையில் வேறு யார் யாரோ, நெருக்கியடித்துக்கொண்டு படுத்திருந்தார்கள். என் கால்மாட்டில் திண்ணைக்குக் கீழே வைக்கப்பட்டிருந்த பெட்ரோமாக்ஸ் விளக்கு 'கஸ்ஸ்ஸ்ஸ்' என்று ஒலி எழுப்பிக் கொண்டிருந்தது. யார் யார் தூங்கினார் களோ எனக்குத் தெரியாது. ராமலிங்கம் பிள்ளையின் கண்கள் மூடியிருந்தன. தூங்கினாரோ, தூங்கவில்லையோ? எனக்கு விளக்கு வெளிச்சத்தில் தூங்க முடியவில்லை. கண்களை மூடினாலும் ரத்தப் படலம் போல் வெளிச்சம் தெரிந்தது.

ராமலிங்கம் பிள்ளையைப் பற்றிச் சிந்தித்துக்கொண்டே படுத்திருந்தேன். 'ஒரு மனிதன் இப்படியும் பயப்படுவானா?' என்று அங்கலாய்த்தேன். அப்போதுதான் நான் எவ்வளவு பெரிய வீரன் என்பது ஞாபகத்திற்கு

வந்தது. கிணற்றில் மிதக்கும் பிரேதம், சுடுகாட்டில் எரியும் பிணம், நடுக்காட்டு ஐயன் கோயில், பேய் பிடித்துத் தலைவிரித்தாடும் கிராமத்துப் பெண்கள், இரவு நேரத்தில் தனி வழியில் நடக்கும்போது ஊளையிடும் நரிகள் . . . இப்படி எத்தனையோ நான் பார்த்திருக்கிறேன். ஐந்தாறு வருஷங்களுக்கு முன் ஒரு இரவு பத்து மணி வண்டியில் போய் காட்டு ஸ்டேஷனில் இறங்கி, கும்மிருட்டில் என் கிராமத்தை நோக்கி ஒற்றையடிப் பாதையில் நான் தனியாக நடந்துகொண்டிருந்தபோது, எதிரே தலைவிரி கோலமாகப் பிறந்தமேனியில் கன்னங்கரேல் என்று நடந்துவந்த ஒரு பைத்தியக்காரியைப் பார்த்துக்கூடப் பயப்படாமல் வந்தவன் நான் . .!

என் மனோதைரியத்தை நினைத்துப் பெருமைப்பட்டுக் கொண்டபின், ஆறு மாதங்களுக்கு முன் சங்கரன் கோவிலில் நான் ராமலிங்கம் பிள்ளை வீட்டில் தங்கியிருந்தபோது இரவில் நடந்த நாடகத்தை மீண்டும் நினைத்துப் பார்த்தேன்:

இரவு ஒன்பது மணி இருக்கும். சாப்பிட்டுவிட்டு நானும் ராமலிங்கம் பிள்ளையும் மொட்டை மாடிக்குப் போய்க் கட்டிலைப்போட்டு உட்கார்ந்துகொண்டு பேசிக்கொண்டிருந்தோம். தெருவில் மின்சார விளக்குகள் எரிந்து கொண்டிருந்தன. வீட்டுக்கு மேற்கே ஒரு வேப்பமரம். அந்த மரத்தின் நிழல் பக்கத்து வீட்டு மாடியறையின் வெள்ளைச் சுவரில் விழுந்து அசைந்து கொண்டிருந்தது, பேசிக்கொண்டே இருந்த ராமலிங்கம் பிள்ளை, திடீரென்று வீடே கிடுகிடுக்க, “அத்தான்!” என்று ஒரு பயங்கரக் கூப்பாடு போட்டார்.

நான் பதறிப்போய், “என்ன? என்ன?” என்று கேட்டேன்.

“அந்தா, அங்கே சொவத்திலே பாருங்க அத்தான்” என்று ஓலமிட்டு விட்டு இரண்டு கண்களையும் உள்ளங்கையால் பொத்திக்கொண்டார்.

“எந்தச் சொவத்திலே அத்தான்?”

குனிந்தவாக்கிலே கையைத் தூக்கிப் பக்கத்து வீட்டுமாடிச் சுவரைக் காட்டினார்.

“சொவர் இருக்கு. அங்கே என்ன?”

“நல்லாப் பாருங்க: வாயைத் தொறந்த வாக்கிலே . .!” மேற்கொண்டு அவரால் பேச முடியவில்லை.

நான் கவனித்துப் பார்த்தேன். சுவரில் நிழல்தான் தெரிந்தது. தெருவில் இருக்கும் வேப்ப மரத்தின் நிழல், நிழலின் ஒரு பகுதி, பிரம்மாண்டமான மூக்குள்ள ஒருவன் வாயை ‘ஆ’ என்று திறந்து வைத்துக்கொண்டு இருப்பதுபோல் காட்சியளித்தது. வேப்பமரத்தையும் திரும்பிப் பார்த்தேன்.

“அத்தான்! அது மரத்து நிழல்தான் அத்தான்” என்று சொன்னேன்.

“அது எனக்குத் தெரியாமலா இருக்கு?”

“அப்புறம் என்ன?”

“மரத்து நிழல் என்பதற்காகப் பயப்படாமல் இருக்க முடியுமா!”

நான் என்ன சொல்லியும் பிரயோஜனப்படவில்லை. தம்மைக் கீழே அழைத்துக்கொண்டு போகும்படி கேட்டுக்கொண்டார். நானும் கைத்தாங்கலாகப் பிடித்துக்கொண்டு ஆளைக் கீழே கொண்டு வந்து சேர்த்தேன்.

“கோமதி” என்று மனைவியை அழைத்தார். தமக்கு உடனே விபூதி பூசச் சொன்னார். அவளும் வேகமாக விபூதியைப் பூசிவிட்டு, அங்கிருந்து ஓடி, முக்கால் அடி நீளமுள்ள ஒரு பெரிய இரும்புச் சாவியை எடுத்து கொண்டு வந்து அவர் கையில் திணித்தாள். அப்பொழுதும் அவர் கண்களைத் திறக்கவில்லை. இந்தப் பைத்தியக்காரத்தனத்தைப் பார்த்து எனக்குக் கோபம்தான் வந்தது. நடந்த கதையைக் கோமதியம்மாளிடம் சொன்னேன். ராமலிங்கம் பிள்ளையோ “சொல்ல வேண்டாம், சொல்ல வேண்டாம்” என்று என்னைப் பத்துப் பதினைந்து தடவை தடுத்து விட்டார். ஆனால் நான் அவருடைய தடையை மீறிக் கதையைச் சொல்லி விட்டேன். சொல்லி முடித்தேனோ இல்லையோ, கோமதியம்மாள் ஒருமாதிரி விழித்துப் பார்த்தாள். “முருகா! முருகா!” என்று சொல்லிக் கொண்டே ஓடிப்போய் ஓர் இரும்புக் கரண்டியை எடுத்துத் தன் கையில் வைத்துக்கொண்டாள்.

அன்றிரவு நான் ராமலிங்கம் பிள்ளைக்குத் துணையாகப் பக்கத்தி லேயே படுத்தேன். எவ்வளவு நேரமாயிற்றோ தெரியாது. இருந்தாற்போல் இருந்து அபாயச் சங்கு அலறுவதுபோல் ஒரு சப்தம் கேட்டது. எனக்கு உதறல் எடுத்துவிட்டது. என்ன, ஏது என்று புரியாமல் விளக்கை ஏற்றச் சொன்னேன். ராமலிங்கம் பிள்ளையோ வாயையும் திறக்கவில்லை: கண்ணையும் திறக்கவில்லை. அரிக்கன் விளக்கு எங்கே இருக்கிறது என்று எனக்கு எப்படித் தெரியும்?

“அத்தான்! அத்தான்!” என்று பலமாகக் கத்தினேன். கத்திய மாத்திரத்தில் சங்கொலி நின்றுவிட்டது. கோமதியம்மாளும் “யாரு?” என்று கேட்டாள்.

“நான்தான், என்ன சத்தம்?”

“சத்தமா?” என்று அம்மாள் பதில் கேள்வி போட்டாள்.

அப்போதுதான் ராமலிங்கம் பிள்ளை வாயைத் திறந்து, “அவதான் பொலம்பினா அத்தான். அப்படித்தான் பொலம்புவா. நீங்க பயப்படாதீங்க!” என்று விஷயத்தை விளக்கி எனக்கு அபயம் அளித்தார்.

மறுநாள் காலையில் தம்பதிகளின் பயந்தாங்கொள்ளித்தனத்தை நான் எவ்வளவோ கடிந்துகொண்டேன். என்ன சொல்லியும் அவர்கள் பயத்தைக் கைவிடத் தயாராக இல்லை. மறுநாள் இரவும் துணைக்கு அங்கேயே என்னைத் தங்கச் சொன்னார்கள். நானும் ஒப்புக்கொண்டேன்.

அந்தச் சம்பவம்தான் இன்று காலையில் மணப்பந்தலில் எனக்கு ஞாபகத்துக்கு வந்துவிட்டது. உடனே பந்தலைவிட்டு வெளியே ஓடினேன். சந்தில் போய் நின்றுகொண்டு சிரித்தேன். ஆனால் இப்பொழுது, விளக்கு வெளிச்சத்தில் படுத்துக்கொண்டிருந்த இந்தச் சமயத்தில், ஏனோ

எனக்குச் சிரிப்பு வரவே இல்லை. இது மர்மமாகவும் இருந்தது. பயப்பட வேண்டிய விஷயமாகவும் இருந்தது. சிறிது நேரத்தில் தூக்கத்திலேயே பற்களை "நறநற"வென்று கடித்தார். அவரது முகத் தோற்றத்தில் ஏற்பட்டிருந்த விகாரம் என்னை அப்படியே உலுக்கிவிட்டது. வர்ணிக்க முடியாத கோரம்! பாதி திறந்திருந்த ஒரு கண்ணின் வெள்ளை விழி வெளியே பிதுங்கிக்கொண்டிருந்தது. பேய்க்குப் பயந்த அந்த ஆசாமி எனக்குப் பெரிய பேயாக ஆகிவிட்டார்! மனக் கலவரத்தை உதறுவதற் காகத் திரும்பிப் படுத்தேன். அப்புறம் எப்படியோ அயர்ந்து தூங்கி விட்டேன் போலிருக்கிறது . . .

தூக்கத்திலே என்னென்னவோ பயங்கரக் கனவுகள். எங்கெங்கோ பார்த்த பிரேதங்கள், இருட்டுப் பாதையில் நடந்து வந்த பைத்தியக்காரி, சங்கரன்கோவில் வேப்ப மரத்தின் நிழல், பற்களைக் கடிக்கும்போது ராமலிங்கம் பிள்ளை காட்டிய முகபாவம் . . . பயத்தினால் தூக்கத்திலேயே பெருங் கூப்பாடு போட்டுவிட்டேன். நான் கண் விழித்துப் பார்த்தபோது . . .

"என்ன? ஏன் இப்படி ஐயோ ஐயோன்னு கூப்பாடு போட்டீங்க?" என்று பத்துப் பன்னிரண்டு பேர் என்னைச் சூழ்ந்துகொண்டு ஏக காலத்தில் கேட்டார்கள். அவர்களுக்குப் பின்னால் கல்யாணக்கூட்டம் முழுவதுமே நின்று கொண்டிருந்தது, ஆணும் பெண்ணுமாக.

அத்தனை பேரிலும் இரண்டே இரண்டு ஆத்மாக்களை மட்டும் காணவில்லை. ஒருவர், ராமலிங்கம் பிள்ளை. அவர் வேண்டுமென்றே வெள்ளை விழி உட்பட இரண்டு கண்களையும் இறுக மூடிக்கொண்டு படுத்துக்கிடப்பதைப் பார்த்தேன், மற்றொரு ஆத்மா, அவருடைய தர்மபத்தினி. அவள் எங்கே பதுங்கிக் கிடந்தாளோ?

எனக்குப் பூரண விழிப்பு ஏற்பட்ட பிறகு பக்கத்து அறையிலிருந்து திடீரென்று ஒரு ஒலி கிளம்பியது. முன்பு சங்கரன்கோவிலில் கேட்ட அதே அபாயச் சங்கொலி! அவ்வளவுதான்: கூட்டம் முழுவதும் என்னை விட்டுவிட்டு அந்தப் பக்கம் திரும்பிவிட்டது. என் நாடகம் ஒருவாறு முடிந்துவிட்டதால் கோமதியம்மாளின் நாடகத்தைப் பார்க்கப் போய் விட்டார்கள்!

கண்களை மூடிக்கொண்டு கிடக்கும் ராமலிங்கம் பிள்ளையைப் பார்த்து "அத்தான்!" என்று கூப்பிட்டேன்.

அவர் கண்களைத் திறக்காமலே, "பயப்படாதீங்க அத்தான். அவ அப்படித்தான் பொலம்புவா!" என்றார். ஒரு நிமிஷம் மௌனமாக இருந்தார். அப்புறம் இலேசாகச் சிரித்துகொண்டே, "நீங்க என்ன இப்படிப் பயப்படுறீக? மனசிலே தைரியம் வேண்டாம்? நல்லாப் பயந்தீக போங்க!" என்று மிகமிக எகத்தாளமாகச் சொல்லிவிட்டு என் கையையும் தற்காப்புக்காகப் பிடித்துக்கொண்டார்!

❖

தினமணிக்கதிர், ஆகஸ்ட் 1966

மற்றொரு பயிற்சி

ஜகதாவுக்கு வயது இருபத்தேழு. இன்னும் கல்யாணம் ஆகவில்லை. வாழ்க்கையில் அவளுக்கு ஏற்பட்ட இரண்டு பிரச்சனைகளில் ஒன்று இது. மற்றொரு பிரச்சனை' வீட்டுச் செலவுக்குப் பற்றாத அவளுடைய வருமானம்! சுமார் நூற்றிருபது ரூபாய், மூன்று வருஷ சேவைக்குப் பிறகு அவள் வாங்கும் மாதச் சம்பளம்.

ஜகதாவின் அப்பா மூன்றரை வருஷங்களுக்கு முன் இறந்தார். காப்பதற்கும் வகையறியாது கைவிடவும் மாட்டாமல் குடும்பத்தை வைத்திருந்து கடைசியில் தம் உயிரையேவிட்டுத் தமது கஷ்டத்திற்கு நிவாரணம் தேடிக்கொண்டார். அப்புறம் குடும்பப் பொறுப்பு ஜகதாவின் பாரமாகிவிட்டது. அவள், அவள் தாயார் தாயாரைப் பெற்ற பாட்டி மூன்றுபேரும் காலம் தள்ள வேண்டும். ஒரு கம்பெனியில் குமாஸ்தா வேலையும் கிடைத்தது. அப்பா இருந்தபோது இவ்வளவு மாத வருமானம் கிடைத்ததில்லை; கிடைத்தாலும் குறித்த காலத்தில் மாதம் தவறாமல் கிடைத்ததில்லை. அதைப் பார்க்கும்போது இந்த வேலை கிடைத்தது, குடும்ப நிலையை மிகப் பெரிய அளவில் உயர்த்தி விட்டது என்றே கருதத்தோன்றும். அப்படித்தான் சுற்றிலும் உள்ளவர்கள் நினைத்தார்கள். ஆனால் உண்மை அப்படி இருக்கவில்லை. முதல் மாதச் சம்பளம் வாங்கிக்கொண்டு வந்த மூன்றாம்நாள் அதாவது இரண்டாம் தேதியன்று வீட்டுக்குச் சொந்தக்காரன் வந்தான். ஜகதாவின் தாயாரிடம் வாடகையை வாங்கிக் கொள்ளுமுன், பதின்மூன்று ரூபாய் அதிகமாய்க்

கொடுக்க வேண்டும் என்று கேட்டான். அதற்கான நியாயங்களையும் அவன் எடுத்துரைத்தான்.

“அம்மா! இந்த மாசத்திலிருந்து கொடக்கூலி முப்பது ரூபாயாகக் குடுக்கணும். நான் எப்பவோ கொடக்கூலியை ஏத்தியிருப்பேன். நீங்க ரொம்பக் கஷ்டப்படுறீங்க என்கிறது தெரிஞ்சி, ஒவ்வொரு மாசமும் கேட்க நினைச்சவன் கேட்காமலே திரும்பிப் போயிட்டேன். இப்போ நூத்திருபது ரூபா சம்பளம் வருது. இப்போ இருந்தாவது முப்பது ரூபா குடுங்க.” (இது அவன் கூறிய முதலாவது நியாயம்)

“எல்லாச் சாமானும் மானாவரியா விலையேறிப் போச்சு. இன்னும் அந்தப் பதினேழு ரூபாக் கொடக்கூலியே வாங்கிக்கினு இருந்தா நான் பொழைக்க முடியாது.” (இது இரண்டாவது நியாயம்)...

“இந்தப் போர்ஷனை பதினேழு ரூபாக் கொடக் கூலிக்கா விட்டிருக்கேன்னு ஒவ்வொருத்தரும் கேட்கிறாங்கம்மா. ஏன்னா, இப்போ இத்தனூண்டு ரூமுக்கே முப்பது நாப்பதுன்னு வாங்குறாங்க. இதுவரைக்கும் பத்துபேர் வந்து கேட்டுட்டாங்க. இந்தப் போர்ஷனை முப்பத்தைஞ்சு ரூபாய்க் கொடக்கூலிக்குவிட முடியுமான்னு, ஆறுமாதக் கொடக்கூலியை அட்வான்ஸாத் தரேன்னு ஒரு அயிரு (ஐயர்) கெஞ்சினார். புரோக்கரும் எவ்வளவோ சொல்லிப் பார்த்தான். முடியாதுன்னுட்டேன். அப்படி வூட்டுக்கு டிமான்டா இருக்கு.” (இது மூன்றாவது நியாயம்)

ஜகதாவின் தாயார் மாபெரும் அதிர்ச்சிக்குள்ளானாள். ஜகதாவுக்கு ஒன்றுமே ஓடவில்லை. காதுகேட்காத பாட்டி மட்டும் என்ன ஏதுன்னு தெரியாமல் வெறித்துப்பார்த்துக் கொண்டிருந்தாள். அப்புறம் வீட்டுக் காரனைக் கெஞ்சி இருபத்தேழு ரூபாய்க்குச் சம்மதிக்க வைத்தார்கள். ஆகவே வாடகையில் பத்து ரூபாய் ஏறிவிட்டது.

அப்புறம் பால் விலை, காய்கறி விலை, மளிகைச் சாமான் விலை போன்றவை ஜகதாவுக்கு வேலை கிடைத்ததா? இல்லையா என்பது பற்றி கவலையோ நினைப்போ இல்லாமல் தாமாக ஏறிக்கொண்டிருந்தன. கணக்குப் பார்க்கும்போது, அவளுடைய அப்பா சில்லறை சில்லறையாக மாதம் முழுவதும் சம்பாதித்த தொகைக்கும் ஜகதாவின் நூற்றிருபது ரூபாய்க்கும் வித்தியாசமில்லாமல் போய்விட்டது. இப்போது அவர் உயிரோடு இல்லாதது ஒன்றுதான் லாபமாக இருந்தது. உயிரோடு இருந்தால் சாப்பிடுவார். அதற்காகச் செலவாகும்...

ஜகதாவின் அப்பா இருந்தபோது அவரோடு அவளுடைய தாய்மாமனான சாமிநாதனும் சேர்ந்து ஒன்றாகவே சமையல் வேலைக்குப் போய்வருவார்கள். இப்போது அவன் தனியாக அதே வேலைக்குத்தான் போகிறான். ஆனால் அவரைப்போல் இவனுக்கு ஊருக்குள் பழக்கமோ, அறிமுகமோ கிடையாது. அதனால் மாதத்தில் முக்கால்வாசி நாள் கையைக் கட்டிக்கொண்டு இருக்கும்படி நேர்ந்தது. குடுபத்தைக் காப்பாற்ற முடியவில்லை. மனைவியை மூன்று குழந்தைகளோடு அவள் பிறந்த கிராமத்திற்கே அனுப்பிவிட்டான். பிறந்த வீட்டுக்குப் போனபின் அவளும் குழந்தைகளும் உயிரோடு இருக்கிறார்களா? இல்லையா

என்பதைப்பற்றி அவன் கடிதம் போட்டுக்கூட விசாரிக்கவில்லை. விசாரித்து என்ன செய்ய? கேவலம் ஐந்து ரூபாய் தேவை என்று பதில் கடிதம் வந்தாலும்கூடப் பணம் அனுப்ப முடியாது. கடிதம் போட்டு விசாரிப்பது எதற்கு? பார்க்கப் போனால் ஒரு தபால் கார்டு காசு செலவானதுதான் கண்ட பலனாக இருக்கும்.

சாமிநாதன் மனைவி மக்களை ஊருக்கு அனுப்பிவிட்டு, குடியிருந்த வீட்டையும் காலி செய்து, தெருவே கதி என்று வெளியேறிவிட்டான். எங்காவது சாப்பாடு. இருட்டிய இடத்தில் படுக்கை. வேலையில்லாத நாட்களில், ஒரு வேளைச் சாப்பாட்டுக்கும் வழியில்லாத நாட்களில், ஜகதா வீட்டுக்கு வருவான்; சாப்பிடுவான். ஏறக்குறைய மாதத்தில் பாதிநாள் இங்கேதான் சாப்பாடு என்று ஆகிவிட்டது. சாப்பிட்டுவிட்டு எதிரே இருக்கும் ஒரு வெற்றிலை பாக்குக் கடைப்பக்கத்தில் யாரோ ஒருவர் வீட்டுத் திண்ணையில் போய் உட்கார்ந்து பொழுதைக் கழிப்பான். வெயில் நாட்களில் ஜகதா குடியிருக்கும் வீட்டு வாசலில் பிளாட்பாரத்தி லேயே துண்டை விரித்துப் படுத்துத் தூங்குவான்.

சாமிநாதன் பாதி நாட்கள் சாப்பிடுவதால் அரை ஆளாக அவனை யும் கணக்கில் சேர்த்துக்கொள்ள வேண்டியதுதான். மூன்றரைப் பேருக்கு நூற்றிருபது ரூபாய். அதில்தான் சாப்பாடு. அதில்தான் துணிமணி. அதில்தான் குடியிருக்க நிழல். உடம்புக்கு வேண்டிய சதையும், ரத்தமும், உயிரும் அந்த நூற்றிருபதிலிருந்து தான் வரவேண்டும். மானம் மரியாதை களும்கூட அந்த சம்பளத்திலிருந்தே உற்பத்தியாக வேண்டியிருந்தது. இதெல்லாம் அந்தச் சிறு தொகையில் எப்படிச் சாத்தியம் என்று கேட்டால், யாராலும் பதில் சொல்ல முடியாது. ஆனால் நடைமுறையில் எப்படியோ சாத்தியமாகிக் கொண்டுதான் இருந்தது. அவர்கள் உயிரோடும் கௌரவத்தோடும் வாழ்ந்துகொண்டிருந்தார்கள். இப்படி உயிர்வாழும் ஒரு காரியத்தைச் சாதிப்பதே மனித சக்திக்கப்பாற்பட்ட விஷயம். அப்படியிருக்கும்போது கல்யாணம் ஆவது எப்படி? கல்யாணம் ஆகும் என்று பார்த்துக்கொண்டாலும் அதற்கு அப்புறம் ஏற்படும் நிலையைச் சமாளிப்பது எப்படி? தாயின் கதி என்ன? பாட்டியின் கதி என்ன? நினைத்துப் பார்க்கவே பயமாக இருந்தது.

ஆனால் ஜகதா அதை ஒரு நாளும் நினைத்துப் பார்த்ததில்லை; கல்யாணத்தைப் பற்றி நினைத்தால்தானே பிற்காலத்தையும் நினைத்துப் பார்க்க வேண்டும்? தன்னைவிட எட்டு வயது பத்து வயது குறைந்தவர் களுக்கும் கல்யாணங்கள் நடப்பதை வருஷந்தவறாமல் அவள் பார்த்துக் கொண்டு வந்தாள். அதே தெருவில் நடந்த சில கல்யாணங்களுக்குப் போயும் இருக்கிறாள். தனக்கு இனி அந்தப் பாக்கியம் இன்னும் கிட்ட வில்லையே, இனி கிட்டும் என்ற நம்பிக்கையும் இல்லையே என்று ஜகதா வருந்திய நாட்களும் உண்டு. அப்புறம், நாளாக ஆக அந்தத் துயரம் இல்லாமல் போய்விட்டது. எதிர்காலத்தில் வழி பிறக்கப் போவ தில்லை என்பது தெளிவாகிவிட்டதால் மனத்தை அதற்குத் தகுந்தபடி பக்குவப்படுத்திக் கொண்டாள். இந்த முயற்சியில் அவளுக்கு உறுதுணை யாக இருந்தது அவளைவிடவும் அதிக வயதான பெண்கள் பலருக்கு

இன்னும் கல்யாணம் ஆகாமல் இருந்ததுதான். அவர்களே கவலைப் படாமல் இருக்கும்போது நமக்கு என்ன? – ஜகதாவுக்கு இது ஒரு ஆறுதல் மட்டுமல்ல; துணையாகவும் பின்பலமாகவும்கூட இருந்தது.

ஜகதா வேலைக்குப் போன புதிதில் அக்கம்பக்கத்தில் இருப்பவர்கள் ஒவ்வொருவராக வந்து, “பகவான் கிருபையினாலே வேலை கிடைச்சுட்டது. சம்பாதிக்கிறா. எப்படியோ கொஞ்சம் மீத்து அடுத்த வருஷமாவது ஜகதாவைக் கல்யாணம் பண்ணிக் கொடுத்திடுங்கோ. இதுதான் சரியான டயம். அவளுக்குக் கல்யாணம் நடக்கணும் என்கிறதுக்காகவே பகவான் இந்த வேலை கிடைக்கும்படிச் செஞ்சிருக்கிறார். சந்தேகமே இல்லை. எப்படியோ நமக்கு ஏத்த ஒரு எடமாப் பார்த்துக் கல்யாணத்தை முடிச்சிடுங்கோ” என்று யோசனை சொன்னார்கள். அந்த யோசனை ஜகதாவின் தாயாருக்குப் பிடித்திருந்தது. ஏதாவது செய்யத்தான் வேண்டும் என்று நினைத்தாள். அம்மாவின் இந்த ஆசையை அறிந்த ஜகதா உள்ளுக்குள் சிரிக்கத்தான் செய்தாள். ‘இந்த நூற்றிருபது ரூபாயில் எவ்வளவு மிச்சம் பிடிக்க முடியும்? அதுவும் கல்யாணத்துக்கு மிச்சம் பிடிப்பதாம்? முடியுமா?.. பைத்தியக்காரத்தனம்!’

ஜகதா வேலைக்குப் போன பிறகு எல்லா விஷயங்களுமே தெளிவாகி விட்டன. இவ்வளவுதான் செலவு, இதுதான் முடியும் என்று ஒவ்வொன்றுமே நிர்ணயமாகிவிட்டது. அதேபோல் தூங்கும் நேரம், எழுந்திருக்கும் நேரம், சாப்பிடும் நேரம், ஆபீசுக்குப் போகும் நேரம், போய்விட்டு வீடு திரும்பும் நேரம்... இவையும் கணிக்கப்பட்டுவிட்டன. அவள் அறியாமலே அவள் வாழ்க்கை நடந்துகொண்டிருந்தது. அவள் அறியா மலே அவள் உயிரோடு இருந்துகொண்டிருந்தாள் என்றாலும் தவறில்லை. அப்படி வாழ்க்கை பழகிப் போய்விட்டது. அந்தப் பயிற்சி கைவந்து விட்டதால் எந்தச் சிரமமும் சிரமமாகத் தோன்றவில்லை; எந்தத் துன்பமும் துன்பமாகத் தெரியவில்லை. இந்த நிலை வசதியாக இருந்தது; ஒரு வகையில் திருப்தியாகவும் இருந்தது.

இருபத்தேழு வயது வரையில் ஜகதாவைப் பார்த்து எவனும் ஆசைப்படவோ காதலிக்காமலோ இருப்பான் என்று சொல்லிவிட முடியாது. அவள் குரூபீயல்ல. சுமாரான அழகுடையவள்தான். வறுமைக்கு அதிகமாக இரையாகிவிடாமல் அவளுடைய உடம்பு தன்னைத்தானே எப்படியோ பேணிக்கொண்டுவிட்டது. துன்பப்படுவதற்கு அவசியமில் லாமல் துன்பமே வாழ்க்கையில் பழகிப் போய்விட்டதால் முகத்தில் கவலையின் கோடுகளும் கிடையாது. அப்படியிருந்தும் அவள் குடியிருந்த தெருவில் அவளை ஒருவனும் காதலிக்கவில்லை. இதற்கு என்ன காரணம் என்று யாருக்கு நிச்சயமாகத் தெரியும்? அவளுடைய தாய்மாமன் சாமிநாதன் முரட்டு சாமியாக இருந்தது ஒரு காரணமாக இருக்கக்கூடும். எவனாவது பக்கத்தில் நாடினால் அவன் இலேசில் விடமாட்டான் என்று பயப்படத்தான் தோன்றும். அவனோடு பலப்பரிக்ஷை பார்த்து, காதலின்பொருட்டு வீரத்தை நிலைநாட்டவோ, இல்லை என்றால் உயிர்த் தியாகம் செய்யவோ அந்தத் தெருவில் எவனும் தயாராக இல்லை. எந்தத் தெருவில்தான் அப்படிப்பட்டவன் இருக்கிறான்?

வேலைக்குப் போய் மூன்று வருஷங்களுக்குப் பிறகு ஜகதாவை – அவளுடைய இருபத்தேழாவது வயதில் – முதன் முதலாக ஒருவன் காதலித்தான். அதற்கு முன்பே அவன் காதலிக்கத் தொடங்கியிருந்தாலும் ஒரு வேளை காதலிக்க நினைத்திருந்தாலும் அவனுடைய காதல் வெளிப்பட்டது அப்போதுதான். அவன் ஜகதாவின் ஆபீசிலேயே வேலை பார்க்கும் மற்றொரு குமாஸ்தா வைத்தியநாதன். அவனுக்கு ஜகதாவைவிட சுமார் பத்து வயதாவது அதிகமிருக்கும். ஆனால் அவன் பார்த்து வந்த வேலைக்குக் கிடைத்த சம்பளம் ஜகதாவின் சம்பளத்தைவிடச் சுமார் பத்து ரூபாய் குறைவாகவே இருந்தது. அவளை அவன் காதலித்தான்.

2

கல்யாணத்தைப் பற்றி நினைப்பவர்கள் சகஜமாகப் பொருளாதார நிலை பற்றி யோசிக்கிறார்கள். காதலிக்க நினைப்பவர்களுக்கு எதைப் பற்றி யோசனை? எதைப்பற்றிக் கவலை? வைத்தியநாதனிடம் ஜகதாவும் காதல் கொண்டாள். ஆனால் முதல் காதலுக்குரிய பரபரப்பும், பாசமும், எதுவுமே – இருவரிடமும் இல்லை. காதல் என்பது, ஆபீஸ் வேலையில் ஒரு பகுதியைப் போல் அவ்வளவு யந்திர கதியில், அவ்வளவு மாமூலாக இருந்தது. அவ்விருவரும் மகிழ்ச்சி கொள்ளவில்லை. இதற்காக இருவரும் ஆபீசில் சமயம் கிடைக்கும்போதெல்லாம் தனியாக இருந்து பேசிக் கொண்டார்கள். ஜகதா வீடு திரும்பும்போது அவன் சில நாட்கள் அவளோடு பஸ் பிரயாணம் செய்திருக்கிறான். அவளை எதிர்பார்த்து அவன் கோவிலுக்கு வந்திருக்கிறான், அங்கே சந்தித்துப் பேசியிருக்கிறார்கள். ஒருநாள்கூட அவன் ஜகதாவின் வீட்டுக்கு வந்ததில்லை.

"எங்க வீட்டிலே நாலஞ்சு குடித்தனம். அத்தோட அக்கம் – பக்கத்திலே இருக்கிறவங்க எல்லாம் எங்களுக்குத் தெரிஞ்சவங்க. நீங்க வந்தா... என்னமும் பேசுவாங்க. அம்மா ரொம்பவும் கஷ்டப்படுவா. வாழ்நாளெல்லாம் எவ்வளவோ கஷ்டப்பட்டிருக்கிறா. அவளுக்கு இந்த கஷ்டமும் வேறயா?.. என்னாலே ஒரு பயமும் இல்லை என்கிறது ஒண்ணுதான் அவளுக்கு இருக்கிற ஒரே சந்தோஷம்... அதை நாம்ப இல்லாமப் பண்ணிவிட வேண்டாம்..."

ஜகதா இவ்வாறு சொன்னதை வைத்தியநாதனும் ஒப்புக்கொண் டான். அவள் வீட்டுக்கு அவன் வரவில்லை. அதுமட்டுமல்ல. எங்காவது அழைத்துக்கொண்டு போய், நேரம் கழித்து வீட்டுக்கு அனுப்பும் ஒரு நடைமுறையைக் கைக்கொள்ளக்கூட அவன் இஷ்டப்படவில்லை. ஒரே ஒரு நாள். அன்றுதான் ஆபீஸ் விட்ட பிறகு இருவரும் வெகு நேரம் பேசிக்கொண்டிருக்கிறார்கள். அன்று அந்தக் காரியாலயத்துக்குப் பம்பாயிலிருந்து வந்த தலைமை மானேஜருக்கு தேநீர் விருந்து நடந்தது. அது முடிய ஏழு மணியாகிவிட்டது. நேரமாகும் என்று ஜகதாவும் வீட்டில் சொல்லிவிட்டு வந்திருந்தாள். தேநீர் விருந்து முடிந்த பிறகு அவளை வீட்டில் கொண்டு வந்து விடுவதற்காகத் திருவல்லிக்கேணி பஸ்ஸில் அவளோடு அவனும் பிரயாணம் செய்தான். பஸ்ஸை விட்டிறங்கி நேரே வீட்டுக்குப் போகாமல். "இப்படியே பீச்சுக்குப் போகலாமா?

பக்கத்திலேதானே இருக்கு? அரைமணி நேரத்தில் திரும்பிவிடலாம்" என்றான் வைத்தியநாதன்.

"அம்மா தேடுவாளே"

"ஏழு மணிக்கு முடிஞ்ச டீ பார்டியை ஏழரைக்கு முடிஞ்சதுன்னு சொன்னாப் போச்சு. நாம்ப ஒரு நாளாவது தனியாக உட்கார்ந்து பேசியிருக்கிறோமா? வா. போகலாம்."

ஜகதா அவனைப் பின் தொடர்ந்து கடற்கரைக்குச் சென்றாள். ஒரு தனி இடத்தில் உட்கார்ந்துகொண்டார்கள்!

"ஜகதா!. இப்படி உன்னோடு ஒரு தனியிடத்திலே போய் உட்கார்ந் திருக்கணும்னு எத்தனைநாள் நினைச்சிருப்பேன் தெரியுமா? இன்னிக்குத் தான் அந்த ஆசை நிறைவேறியிருக்கு ..."

ஜகதா ஒன்றும் சொல்லாமல் உட்கார்ந்துகொண்டிருந்தாள். அவன் உடனே சுற்று முற்றும் பார்த்துவிட்டு, அவள் வலது கையை எடுத்துக் கண்களிலும் உதட்டிலும் வைத்துக்கொண்டான். கட்டியும் தழுவவும் செய்தான். ஜகதாவுக்கு முதலில் பயமும் படபடப்பும் இருந்தது. அவளும் இன்பானுபவத்தைப் பகிர்ந்துகொண்டாள். தனக்கு இவ்வளவு காலத்துக்குப் பிறகு, கல்யாண ஆசையெல்லாம் போய் காதலைப்பற்றிச் சிறிதுகூட நினைக்காமல், இன்றைய வாழ்வே இறுதிவரையிலும் என்று முடிவு செய்துகொண்டு நாட்களைக் கழித்துக்கொண்டிருந்த தனக்கு ஆண்டவன் இரக்கப்பட்டு அனுப்பி வைத்த ஒரு துணைவனை இன்னும் நன்றாய்ப் பார்க்கவேண்டும் என்று ஆசைப்பட்டதுபோல், அவன் முகத்தை அந்த மங்கலான வெளிச்சத்தில் ஆவலோடு ஒரு முறை பார்த்தாள். பூரிக்கவும் செய்தாள்.

சிறிது நேரம்வரை அவள் பேசவில்லை. அவன் தான் ஏதேதோ பேசித் தன் பரவசத்தை வெளியிட்டுக்கொண்டிருந்தான். அந்த வார்த்தை களை அவள் சரியாக வாங்கிக்கொள்ளவில்லை.

"இப்படியே இங்கேயே இருந்துடலாம்போல்..." என்று அவன் வாக்கியத்தை முடிக்குமுன்பே, ஜகதா ஏதோ நினைவுக்கு வந்தவள்போல் "நான் ஒன்று கேட்கிறேன், சொல்வீங்களோ?" என்று கேட்டாள்.

அவன் 'கேள்' என்று சொல்வதற்கு முன்பே, "உங்களுக்கு இதுவரை யிலும் கல்யாணமாகல்லேன்னு சொன்னீங்களே, ஏன் ஆகல்லே?" என்று கேட்டாள் ஜகதா.

"எனக்குக் கல்யாணத்தைப்பற்றிய சிந்தனையே இருந்ததில்லை. ஏன்னு எனக்கே தெரியாது. நீ கிடைக்கணும்னு இருந்திருக்கு. இந்தப் பாக்கியத்தை இழக்கக் கூடாது என்கிறதுக்காகத்தான் எனக்கு அந்த எண்ணமே வரலேன்னு நினைக்கிறேன்... நிஜம்மாச் சொல்றேன் ஜகதா."

இந்த வார்த்தைகளைச் சொல்லும்போது அவனுக்குத்தான் மகிழ்ச்சி யாக இருந்ததே ஒழிய ஜகதாவுக்கு அப்படி இல்லை. அதனால் அவன் சொல்லி முடித்ததும் தன் விசாரணையைத் தொடர்ந்தாள்.

“கல்யாணமாகாமே எத்தனையோ ஏழைப் பெண்கள் இருக்கிறாங்க. அப்படி இருக்கும்போது, ஒருத்தர்கூட உங்க வீட்டுக்கு ஜாதகத்தை அனுப்பியிருக்க மாட்டாங்களா? முப்பத்தஞ்சு வயசு வரையிலும் ஒரு ஜாதகம்கூட வராமலா இருந்திருக்கும்?”

“முப்பத்தஞ்சு” என்று அவள் குறிப்பிட்டதும் அவனுக்குத் தான் சொன்ன பொய் ஞாபகத்துக்கு வந்தது. முப்பத்தேழு என்பதை முப்பத்தைந்து என்று குறைத்துச் சொல்லியிருந்தான். இப்போது, தொடர்ந்து பொய்யையே சொல்லலாம் என்று நினைத்தான். உண்மையைச் சொல்லி, ஜகதாவுக்குக் கவலையை உண்டு பண்ணினால் யாருக்கு என்ன லாபம்? தன்னை மணக்க அவள் மறுத்துவிட்டால்? தனக்கும் நஷ்டம்; அவளுக்கும் நஷ்டம். இந்த இருபத்தேழு வயதுக்குப் பிறகு அவளைக் கல்யாணம் செய்துகொள்ள வேண்டும் என்ற நோக்கத்துடன் வேறு எவன் காதலிக்கப் போகிறான்?

“ஜகதா ஜாதகங்கள் வந்தது. அதை ஒரு பெருமையா உன்கிட்டச் சொல்வானேன். கொஞ்சம் பணத்தோடுகூட பெண்ணைக்குடுக்க ரெண்டொருத்தர் வந்தாங்க. ஆனா அப்போ எனக்கு என்னென்னமோ நினைப்பு இருந்தது, ஏராளமான சம்பாத்தியமும், சொந்த வீடும், இன்னும் சொத்து சுகங்களும் இருந்தாத்தான் கல்யாணம் பண்ணிக்கிடணும், இல்லேன்னா நமக்கும் கஷ்டம் நம்மைக் கல்யாணம் பண்ணிக்கிட்டவளுக்கும் கஷ்டம்னு நினைச்சேன். யார் யாரோ சொல்லியும் நான் இந்த அபிப்பிராயத்தை மாத்திக்கவே இல்லை. அப்படியும்?.. அவ்வளவுதான்; இன்னி வரைக்கும் கல்யாணம் ஆகல்லே. ஆனா வரவர என் அபிப்பிராயம் தானா மாறிவிட்டது. எப்படி? நம்மைவிட ஏழைகளா இருக்கப்பட்டவங்களும் கல்யாணம் பண்ணிண்டு இருக்கிறாங்க. அவங்களும் வாழத்தான் செய்றாங்க. கல்யாணம் பண்ணிண்டதுக்காக யாரும் செத்துப் போயிடல்லே. குபேரன்தான் கல்யாணம் பண்ணிக்கணும்னு ஒருத்தரும் நினைக்கல்லே... என்னைத் தவிர... ஜகதா! எனக்குத் தெரிய ஒரு ஏழை ரிக்ஷாக்காரன் முதல் பெண்டாட்டியும் ஆறு குழந்தைகளும் இருக்க, அம்பது வயதுக்கு மேலே இன்னொரு ‘கல்யாண’மும் பண்ணிண்டிருக்கிறான்!..”

வைத்தியநாதன் இதைச் சொல்லிவிட்டு சிரித்தான். ஆனால் ஜகதா சேர்ந்து சிரிக்கவில்லை. புன்னகைகூடச் செய்யவில்லை.

“நீங்க வாடகை வீட்டிலேதானே இருக்கிறீங்க?”

“ஆமாம். இந்த ஊரிலே முக்கால்வாசிப்பேர் வாடகை வீட்டிலே குடியிருக்கப்பட்டவங்கதானே?.. ஏன் இதைக் கேட்கிறே ஜகதா! இந்தத் தரித்திரப் பயலை எப்படிக் கல்யாணம் பண்ணிக்கிறதுன்னு கவலை வந்துட்டதா?..”

“இப்படியெல்லாம் சொல்லாதீங்க...”

“அப்புறம்?”

“நீங்க நூத்திப்பத்து வாங்குறீங்க; நான் நூத்திருபது வாங்குறேன். இருநூத்து முப்பது போதாதா?.. எனக்கு இன்னொரு சந்தேகம்; உங்க அப்பா அம்மா என்ன சொல்வாங்க? சம்மதிப்பாங்களா?”

“கல்யாணத்துக்குத்தானே?.. சம்மதிக்காமல் என்ன அவங்களுக்கு என்ன கசக்குதா?”

“நான் ஒரு ரூபாகூட வரதட்சணை குடுக்க முடியாதே?”

“அதனாலே, எங்க அப்பா வேண்டாம்னு சொல்லிப்பிடுவாருன்னு பார்க்கிறாயா? சரிதான்! அந்த மாதிரி எங்க அப்பா சொன்னா, நான் என்ன சொல்வேன் தெரியுமா? அப்பா உங்க இஷ்டம்போல செய்யுங்க. இந்த ஜகதா வேண்டாம், எதுக்கு ஏழைப்பொண்? நீங்க அரண்மனையிலேயே பொண் பாருங்க, நான் கல்யாணம் பண்ணிக் கிறேன்'னு சிம்ப்பிளாச் சொல்லிவிடுவேன்!”

வைத்தியநாதன் திரும்பவும் சிரித்தான். ஜகதா அப்போதும் சிரிக்க வில்லை.

“ஆட்சேபனை சொல்லாம இருந்தாச் சரி”

“ஒண்ணும் சொல்லமாட்டாங்க”

வைத்தியநாதன் தன் குடும்ப நிலைமையைப்பற்றி இப்போதும் சரி, இதற்கு முன்பும் சரி கொஞ்சமும் மூடி மறைக்காமல்தான் பேசினான். ஆனாலும், தன்னை மிகவும் தாழ்வாகக் காட்டி ஜகதாவை ஏமாற்றமோ மனமாற்றமோ கொள்ளும்படி செய்துவிடக் கூடாது என்பதற்காக, ஜாதகங்கள் வந்ததாகவும் பணத்தோடும் வந்ததாகவும், தன் அபிப்பிராயத் தால் மறுத்துவிட்டது போலும் கதை கட்டினான். இது கதை என்று தெரிந்தாலும் ஜகதா சந்தோஷப்படுவாள் என்று அவனுக்குத் தோன்றியது, இப்படி மறைத்துப் பேசுவதுதான் உசிதம் என்றும் அவள் ஒப்புக் கொள்வாள் என்றும் அவன் நினைத்தான்.

ஒளிவு மறைவில்லாமல் பேசி ஏமாற்றத்துக்கு உள்ளாக்குவதைவிட, ஏமாற்றாமல் மறைப்பதைத்தான் ஒரு காதலி விரும்புவாள் என்று அவனுக்குத் தோன்றியது.

வைத்தியநாதன் மேலே குறிப்பிட்ட பொய்களைச் சொன்னதோடு, இன்னொரு விஷயத்தைச் சொல்லாமல் – வேண்டுமென்றே சொல்லாமல் இருந்தான்.

“உங்களுக்கு அக்கா தங்கை, அண்ணன் தம்பி – யாரும் இருக்கிறாங் களா?” என்று ஜகதா கேட்டதற்கு இல்லை என்று சொன்ன வைத்திய நாதன், தன் வீட்டில் தன் பெற்றோர்களுடன் அம்மாவைப் பெற்ற

பாட்டியும் அப்பாவின் அக்காவான தன் விதவை அத்தையும் இருக்கிறார்கள் என்பதைச் சொல்லவில்லை. பெரிய குடும்பம் என்பதற்காக ஜகதா ஒருவேளை பயந்துவிட்டால் என்ன செய்வது?

அப்புறம் அவள் கேட்ட கேள்விகளுக்கெல்லாம் நூற்றுக்கு நூறு உண்மையான பதில்களையே கூறினான். அப்பாவுக்கு வருமானமில்லை என்பதும் ஆஸ்திகள் எவையும் கிடையாது என்பதும் அவன் கூறிய பதில்களில் சில.

அரைமணி நேரத்திற்கு மேலேயே ஆகிவிட்டது. விரைவில் கல்யாணம் பண்ணிக்கொள்வது என்றும், ஜகதா தன் தாயிடம் சொல்லிப் பேச்சு வார்த்தைகளை ஆரம்பிக்கும்படியும் செய்வது என்றும் முடிவு பண்ணிக்கொண்டு இருவரும் எழுந்தார்கள். பாதி வழியில் அவன் நுங்கம்பாக்கம் பஸ்ஸில் ஏறிப்போய்விட்டான்.

ஜகதா வீட்டுக்குள் நுழைந்ததும், "வந்துட்டியா? இவ்வளவு நேரமும் பார்த்துட்டு, இன்னும் வரக்காணோமே'ன்னு சாமாவை அனுப்பிவைச்சேன்" என்றாள் அவள் தாயார்.

"எங்கே?"

"உங்க ஆபீசுக்குத்தான்,"

"அட பாவமே! நான் வரமாட்டேனா? என்ன பயம்?.. அவர் வீணாப் போய் அலைஞ்சுட்டு வரப் போறார்,"

"பஸ்காரனுக்கு முப்பத்தாறு பைசா சேர வேண்டி இருந்திருக்கு? சரி, போய்ட்டு வரட்டும். இங்கே இருந்துதான் என்ன பண்ணப் போறான்?" என்று சொல்லிவிட்டு அம்மா சிரித்தாள்.

ஜகதா சாப்பிட்டாள். தேடிப்போன சாமிநாதனும் வந்து சேர்ந்தான். முப்பத்தாறு பைசா போக, அரை ரூபாயில் மீதி இருந்த பதினான்கு பைசாவை அவன் கொடுக்கவில்லை. சாப்பிட்ட பிறகு போட்டுக் கொள்ளலாம் என்று அக்காவைக் கேட்காமலே வெற்றிலை பாக்கு வாங்கிக்கொண்டு வந்துவிட்டான். வெற்றிலை போட்டு வெகு நாட்களாகி விட்டது!

சாமாவும் சாப்பிட்டான். வெற்றிலை பாக்கு போட்டுப் புகையிலை யையும் குதப்பினான். உற்சாகம் வந்துவிட்டது. எல்லோரும் உட்கார்ந் திருக்கும்போது, ஆபீஸ் டீபார்ட்டி எப்படி நடந்தது என்று அவன் கேட்டான். உற்சாகமாய்ப் பேசிக்கொண்டிருக்க டீபார்ட்டியை ஒரு விஷயமாகத் தேர்ந்தெடுத்தான் அவன். அரைமணி நேரம் வரை சுவாரஸ்யமாகப் பேசிக்கொண்டிருந்தார்கள். ஜகதா அன்று வழக்கத்துக்கு மாறாகக் குஷியோடு இருந்தாள்.

சாமிநாதன் எழுந்து பிளாட்பாரத்துக்குப் படுக்கப்போனபின், தாயும் மகளும் பாட்டியும் விளக்கை அணைத்துவிட்டுப் படுத்துக் கொண்டார்கள். அப்போது ஜகதா தன் கல்யாணப் பேச்சைத் திடீரென்று

தொடங்கிவிட்டாள். 'இப்போதே சொல்லிவிட்டால் என்ன?' என்று தோன்றிய நிமிஷமே சொல்லிவிட்டாள்.

"அம்மா! .."

"என்ன ஜகதா! .."

"உன்கிட்டே ஒரு விஷயம் சொல்லணும்! .."

"சொல்லு என்ன விஷயம்?"

வேறொண்ணுமில்லை, எங்க ஆபீஸிலே என்கூட ஒருத்தர் வேலை பார்க்கிறார். ரொம்ப நல்லவர் ..."

"உம்?" – அம்மாவின் குரலில் பயம் ஒலித்தது.

"வேறொண்ணுமில்லை. அவர் ... நுங்கம்பாக்கத்திலேருந்து வர்றார். அங்கேதான் வீடாம் ..."

"சரி?"

"அவருக்கு இன்னும் கல்யாணம் ஆகல்லே ... வயசு முப்பது ஆயிட்டது. பார்த்தாக் கொஞ்சம் ஜாஸ்தி மாதிரி தெரியும் ..."

அம்மா விஷயத்தைப் புரிந்துகொள்ளத் தொடங்கினாள். ஆனால் புரிந்துகொள்ளாததுபோல், "ஆமா, அவருக்கு என்ன?" என்று கேட்டாள்.

"வேறொண்ணுமில்லை. இன்னிக்கு டீபார்ட்டி முடிஞ்சி வீட்டுக்கு வர்றபோது, அவர்தான் துணைக்குக் கூட வந்தார். பஸ்ஸிலே அவரே டிக்கெட் வாங்கினார்! ..."

"இங்கேயே வந்தாரா?"

"வந்தார்னு சொல்றனே? .. வீட்டுக்கும் வாங்கன்னு கூப்பிட்டேன் ..."

"உம்."

"ஆனா அவர் மாட்டேன்னுட்டார்."

"எதுக்காம்?"

"யாரும் என்னமும் சொல்வாங்க. தப்பு, நான் துணைக்கு வந்தேன்னு சொன்னா நம்ப மாட்டாங்க. முதல்லே உங்க அம்மா என்ன நினைப்பா? தப்பில்லையா 'பெரியவங்க மனசு சந்தேகப்படுறாப்லே நடக்கிறது மகாபாவம்' ... அப்படின்னு சொல்லிட்டுப் போயிட்டார். எனக்காகப் பஸ் டிக்கெட் வாங்கினத்துக்கு நான் காசு கொடுக்கப் போனேன். வாங்கிக்கவே மாட்டேன்னுட்டார் ..."

"நல்லவன் போலிருக்கு ..."

"ரொம்ப நல்லவர்."

விஷயத்தைச் சிறுகுழந்தை மாதிரி சொல்கிறாளே ஜகதா என்று நினைக்கும்போது தாயாருக்கு மகள்மீது ஒரு தனி வாஞ்சையும் அனுதாப

மும் ஏற்பட்டன. 'இதற்குள் கல்யாணமாகி நாலைந்து குழந்தைகளுக்குத் தாயாகியிருக்க வேண்டியவள் இப்படி குழந்தையாகப் பேசுகிறாள்' என்று மனசுக்குள் துயரமும் அடைந்தாள்.

"இன்னும் அவனுக்குக் கல்யாணமாகல்லையாக்கும்? ஏனாம்?"

"யாருக்குத் தெரியும்? நம்மைப்போல ஏழையாக இருப்பதோ என்னமோ?"

"ஆம்பளையிலே ஏழை என்ன ஏழை. சம்பாதிக்கிறவனா இருந்தா, பணத்தோட பெண்டாட்டி வந்துட்டுப்போறா. அப்புறம் என்ன ஏழை?"

"அப்படியெல்லாம் யாரும் வந்துடமாட்டா. பணம் உள்ளவனுக்குத் தான் பணத்தோட பொண்டாட்டி கிடைப்பா."

"அதுவும் உண்மைதான். காலம் அப்படித்தான் இருக்கு . . ."

ஜகதாவுக்கு அப்புறம் எப்படிப் பேசுவது என்று தெரியவில்லை. அம்மாவும் ஒரு சோதனைபோல் எதுவும் கேட்காமல் மௌனமாக இருந்தாள். ஜகதா சில நிமிஷங்கள் பொறுத்துப்பார்த்தாள். அம்மா தூங்கிவிடக்கூடாதே என்று, விஷயத்தை அவசரமாகவும் சற்று நேரடியாக வும் சொல்லத் தொடங்கினாள்.

"அவர் என்னைக் கல்யாணம் பண்ணிக்கலாம்னு நினைக்கிறமாதிரி தெரியுதும்மா . . ."

"ஓ!"

"வெளிப்படையாச் சொல்லலே, ஆனாலும் தெரியறது . . ."

"ஜகதா! அவன் நல்லவனாகவே, இருக்கட்டும் அவனோட அப்பா அம்மா எப்படி, அவங்க சௌகரியங்கள் எப்படி, இன்னும் ஜாதகப் பொருத்தம் எப்படியிருக்கு – இதெல்லாம் பார்க்கவேண்டாமா? அவன் நினைச்சிட்டாப் போதுமா? . . உனக்கும் இஷ்டம் இருக்கணும்! . ."

ஜகதா மௌனமாக இருந்தாள்.

"உனக்கு இஷ்டமா ஜகதா? முதல்லே அதைச் சொல்லு!"

வெட்கத்துடன் தலைகுனிந்து, அதையே பதிலாகக் காட்டிவிடும் உபாயத்தை அந்த இருட்டில் கடைப்பிடிப்பது எப்படி. ஜகதா மௌ னத்தையே கடைப்பிடித்தாள்.

"அப்படின்னா இஷ்டம்தானா?" என்று கேட்டாள்.

"ரொம்ப நல்லவர். நல்ல குடும்பம்னு தெரியுது . . ."

"ஜகதா! நீ சொல்கிறதெல்லாம் சரியா இருந்தா எனக்கு ஒண்ணும் ஆட்சேபனை இல்லை. இத்தனை வயசுக்கப்புறமாவது உனக்குக் கல்யாணபாக்கியம் கிடைச்சுதேன்னு சந்தோஷம்தான். ஆனா, எதையும் விசாரிச்சு, யோசித்துச் செய்யணும். பார்ப்போம் . . ."

ஜகதா இந்தப் பதிலோடு திருப்தியடைந்துவிட்டாள். அம்மாவைத் தன் வழிக்குத் திருப்ப இனிமேல் எதுவுமே செய்யவேண்டியதில்லை என்றும் நினைத்தாள்.

ஏழெட்டு நிமிஷங்களுக்குப் பிறகு அவள் சற்றும் எதிர்பாராத விதத்தில் அம்மா பேசத்தொடங்கினாள்.

“ஜகதா! உன் சம்பளத்திலே இந்த மூணு வருஷமா மிச்சம் பிடிச்சுச் சேத்துவச்சும் நூறு ரூபாகூடச் சேரல்லையே, ஜகதா! உனக்கு வேறொண்ணும் போடாட்டாலும் காதுக்கு ஒரு தோடும், கைக்கு ஒரு தங்கவளையுமாவது பண்ணிப்போட வேண்டாமா? பித்தளைத் தோட்டையும், ரப்பர் வளையலையும் போட்டுக்கிட்டிருக்கிறே?.. உம்... இந்த ரூபாயை வச்சி என்ன பண்ணமுடியும்னு எனக்கு யோசனையா இருக்கு. இந்த மாப்பிள்ளையானாலும் சரி, வேறே எந்த மாப்பிள்ளையானாலும் சரி, இந்த நகைகூடப் போடாமே கல்யாணம் பண்றது எப்படி?”

“நகையெல்லாம் ஒண்ணும் வேண்டாம்...”

“அது எப்படி? இன்னும் ஒரு வருஷம் பொறுத்திருந்தாவது செய்யறதைச் செஞ்சுதான் கல்யாணத்தைப் பண்ணணும். நாலுபேர் என்ன சொல்வா?...”

“மத்தவங்களைப்பத்தி நீ ஏன் நினைக்கிறே? அவங்க கேவலமாப் பேசினால் பேசிட்டுப் போகட்டும். ‘இருபத்தேழுவயசு வரையிலும் கல்யாணமாகல்லியே’ன்னு சொல்லி அது நான் செஞ்ச தப்பு மாதிரி எத்தனையோ தரம் பேசியிருக்கிறாங்க. அதையே நாம்ப லட்சியம் பண்ணல்லே... அம்மா! இன்னொரு விஷயம், என் வயசு என்னன்னு அவர் கேட்டார். இருபத்தேழு என்று உண்மையைச் சொன்னேன்...”

“ஏன்? அதிலே என்ன ஆச்சரியம்? உனக்கு இருபத்தேழு வயசு தானே?”

“இந்தக் காலத்திலே யாரும்மா உண்மை வயசைச் சொல்றா? இருபத்தேழுன்னு சொன்னா யார் கட்டிக்குவா? ஆனா, அவா என் உண்மை வயசைச் சொன்னப்புறமும் அதே நோக்கத்தோடதான் இருக்கிறார்...”

“ஜகதா! நேரமாயிட்டது தூங்கு... பார்ப்போம்.”

இருவரும் வெகுநேரம்வரை தூங்கவில்லை.

3

வைத்தியநாதனுக்கும் ஜகதாவுக்கும் அதற்கு ஆறு மாதங்களுக்குப் பிறகு திருநீர்மலைக் கோவிலில் கல்யாணம் நடந்தது. மணமக்களைத் தவிர, கல்யாணத்துக்கு வந்திருந்தவர்கள் வைத்தியநாதனின் பெற்றோர் களையும் ஜகதாவின் தாயாரையும் மாமா சாமிநாதனையும் சேர்த்து மொத்தம் ஒன்பது பேர்தான். கல்யாணச் செலவு ஏறக்குறைய நூறு ரூபாய். அதுபோக, மணமகள் வெள்ளைக்கல் தோடும், கைக்கு ஒரு

சவரன் வளையும் போட்டிருந்தாள். இந்தக் கல்யாணத்துக்காக மணமகள் வீட்டில் வாங்கிய கடன் இருநூற்று எண்பது; மணமகன் வாங்கிய கடன் இருநூறு. கல்யாணம் முடிந்து வீடு திரும்பும்போது அவனே டாக்ஸிக்காக ரூபாய் ஏழு செலவழித்தான். இதை அவனுடைய பெருந்தன்மைக்கும் தாராளகுணத்துக்கும் அடையாளமாகக் கருதி ஜகதா உள்ளூக்குள் பாராட்டினாள்.

பிறந்தது முதல் ஒரேமாதிரியான வாழ்க்கையில் – வறுமையும், நம்பிக்கையின்மையுமாகக் கழிந்த வாழ்க்கையில் – இது ஒரு மிகப்பெரிய மாறுதலாக இருந்தது. இந்த மாறுதலுக்காக ஜகதாவும் சில மாதங்களுக்கு முன்பே தன்னைச் சிறிது சிறிதாக மாற்றிக்கொண்டு வந்தாள். அம்மா விடம். கல்யாணத்தைப்பற்றி முதல் முதலாகப் பேசத்தொடங்கியபோது சிறுசிறு பொய்களை இடையிடையே சொன்னது மாறுதலின் ஆரம்ப கட்டம். அதன் இறுதி லட்சியமான கல்யாணமும் நடந்துவிட்டது. நம்பவே முடியவில்லை. வாழ்நாளெல்லாம் கன்னியாகவே வாழ இருந்த தனக்குக் கல்யாணமும் நடந்துவிட்டதே என்று ஆச்சரியப்பட்டாள். இருபத்தேழு வருஷங்களாகப் பழகிய துன்பமும் பழைய வாழ்க்கையும் இந்தக் கல்யாணத்தோடு மறைந்துவிட்டன என்று கருதினாள் ஜகதா. இனி மனக்குறைக்கே இடமில்லை வயிற்றுக்குறையும் கிடையாது. இரண்டு பேர் சம்பளமும் சேரும்போது வயிறார ஏன் சாப்பிட முடியாது?

கல்யாணத்தன்று அதே வீட்டில் வேறு பகுதிகளில் குடியிருந்தவர்கள் மிகவும் ஒத்தாசையாக இருந்தார்கள். மாடியில் இரண்டு அறைகளோடு கூடிய போர்ஷனில் இருந்த ஒரு குடும்பம், ஓர் அறையை ஒழித்துக் கொடுத்தது. ஜகதா வீட்டார் வழக்கம்போல் தங்கள் போர்ஷனில் –சின்னஞ்சிறு சமையற் கட்டுடன் சேர்ந்த அந்த ஒற்றை அறையில் படுத்துக்கொண்டார்கள். தம்பதிகளின் முதல் இரவு மாடி அறையில் கழிந்தது. அதை அடுத்த இரண்டு நாள் இரவுகளையும் அங்கேயே கழித்தார்கள்.

நான்காம் நாள் நல்லநாள். மணமகன் வீட்டுக்குத் தம்பதிகள் செல்வதற்குக் குறிப்பிட்ட நாள். அதன் பிரகாரம் காலை ஒன்பதரை மணிக்கு டாக்ஸியில் நுங்கம்பாக்கத்துக்குப் புறப்பட்டார்கள். போகும் போது தன் மாற்றுப் புடவைகள் அடங்கிய சிறு பெட்டியையும், கண்ணாடி, சீப்பு சோப்பு வகையறாக்களையும் கையோடு எடுத்துக் கொண்டு போனாள், ஜகதா. வழியனுப்பும்போது பாட்டி கண்ணீர் விட்டாள். அக்கம்பக்கங்களில் இருப்பவர்கள் வந்து சூழ்ந்து சிரித்த முகத்தோடு வழியனுப்பினார்கள். தம்பதிகளோடு ஜகதாவின் தாயாரும் சென்றாள். சாமிநாதன் ஒரு பஸ்ஸில் அவர்களைத் தொடர்ந்தான். அம்மாவும் மாமாவும் மத்தியானம் அங்கேயே சாப்பிட்டார்கள். சாப்பிட்டுவிட்டுத் திருவல்லிக்கேணிக்குத் திரும்பிவிட்டார்கள். பக்கத்துப் போர்ஷன் குடித்தனக்காரர்கள் கேட்டபோது, “ரொம்பச் சின்ன வீடுதான். சௌகரியம் பண்ணிக்குவாங்க” என்று மணமகன் வீட்டைப் பற்றிச் சொன்னாள் அந்த அம்மாள்.

மாலை ஐந்தரை மணிக்குப் பிறகு ஜகதா வழக்கம்போல் ஆபீசிலிருந்து வீடு திரும்புகிறவள் அன்று வரவில்லையாதலால், அம்மாவுக்கும் பாட்டிக்கும் கஷ்டமாகவே இருந்தது. பிரிவுத் துயர் ஐந்தரை மணிக்குத்தான் தெரிய ஆரம்பித்தது வீடு வெறிச்சோடிப் போய்விட்டது.

“ஜகதா இல்லாதது எப்படியோ இருக்கு . . .” என்று பக்கத்துக் குடித்தனக்காரர்களிடம் சொல்லி ஆறுதல் பெற முயன்றாள் தாயார்.

“இருக்காதா? அவ இல்லாதது எங்களுக்கே ஒரு மாதிரி இருக்கு . . .” என்று அவர்கள் சொன்னார்கள்.

“என்னிக்காவது இப்படி வேறே வீட்டுக்குப் போக வேண்டியதுதான். ஆனாலும் அனுப்பிவைக்கிறபோது என்னவோ போல்தான் இருந்தது . . .”

“ஆனாலும் இந்த ஊரிலேதானே இருக்கப்போறா? அடிக்கடி வரலாம்; போகலாம். பார்த்துக்கலாம். அம்மட்டுக்கு நீங்க அதிர்ஷ்ட சாலிதான்” என்றாள் ஒரு அம்மாள்.

“சந்தேகம் என்ன? அதுமட்டுமா? மாசாமாசம் சம்பளத்திலே நூறு ரூபாயைக் கொண்டுவந்து குடுக்கிறதாவும் இருக்கு. கல்யாணமானப் புறமும் பொண்ணோட சம்பளம் கைக்கு வர்றது எவ்வளவு பெரிய அதிர்ஷ்டம்” என்றாள் வேறொரு பெண்மணி.

ஜகதாவின் தாயாருக்கு இந்த வார்த்தைகளைக் கேட்கும்போது சந்தோஷமாக இருந்தது.

இரவு ஒன்பது மணி ஆயிற்று. ஜகதாவின் தாயும் பாட்டியும் மாமனும் சாப்பிட்டுவிட்டுப் படுத்துத் தூங்குவதற்கு ஆயத்தமாகிக் கொண்டிருந்தார்கள். ஜகதாவின் பாயை எடுத்துப்போட்டு விரித்துத் தலையணை யையும் போட்டாள் தாயார் – தான் படுத்துக்கொள்வதற்கு. அப்போது அவளை அறியாமலே கண்ணீர் பெருகியது. படுத்துக்கொண்ட பிறகு தலையணை வெகுவாக நனைந்துவிட்டது.

ஒன்பதரை மணிக்கெல்லாம் – காலையில் புறப்பட்டுப் போய்ப் பன்னிரண்டு மணிநேரம் கழித்து – திடீரென்று ஜகதா வந்தாள்; அவளைத் தொடர்ந்து வைத்தியநாதனும் வந்தான்.

ஒன்றும் புரியாமல் விளக்கைப்போட்டு கலக்கத்தோடு விழித்துப் பார்த்தாள் தாயார். ஜகதா தலையைக் குனிந்துகொண்டு நின்றாள். முகத்தில் அவமான உணர்ச்சி பிரதிபலித்தது. அவன் தலைகுனியாமல் நின்றாலும் அவன் முகமும் சுருங்கிப்போயிருந்தது.

“ஜகதா?” என்று வியப்பும் சந்தேகமும் பயமுமாகக் கேட்டாள் தாயார்.

“ஆமாம்மா, வந்துட்டோம் . . .”

“ஏன்?”

“அங்கே வசதி இல்லை.”

"அப்படின்னா?"

"இடம் இல்லேம்மா. சின்ன இடம். அத்தனை பேரும் படுத்துக்கிறது எப்படி? இதைப்போல ஒரு ரூம்தானே இருக்கு. எங்களைச் சேர்த்து ஆறுபேருக்கு இடம் பத்துமா?"

இந்த வார்த்தைகள் பக்கத்துப் போர்ஷன்காரர்களுக்குக் கேட்டுவிடக் கூடாது என்று கூசிக் கூசித்தான் பேசினாள் ஜகதா. ஆனாலும் மற்றவர் களுக்குக் கேட்குமே என்று தாயாரும் வைத்தியநாதனும் நடுங்கிக் கொண்டு நின்றார்கள்.

அப்புறம்?

ஜகதா அங்கேயே இருப்பது, வைத்தியநாதன் திரும்பிச்செல்வது என்று முடிவாயிற்று, அவனும் போய்விட்டான். அவமானத்திலிருந்து தப்பித்துக்கொண்டால் போதும் என்பதுபோல் ஓடிவிட்டான் அவன். பாட்டி 'என்ன ஏது?' என்று கேட்டாள், அவளுக்குக் காது கேட்காது. இரைந்து சொல்ல வேண்டும். தாயார் பார்த்தாள். 'கார்த்தாலே சொல்றேன்' என்று சொல்லி அவளைப் படுத்துக்கொள்ளச் சொன்னாள். விளக்கை அணைத்தார்கள். ஜகதா படுத்துக்கொண்டாள்.

"ஏம்மா தலையனை இப்படி ஈரமா இருக்கு?" என்று கேட்டாள் ஜகதா

"இருக்கு ..." என்று சொல்லிவிட்டுச் சும்மா இருந்தாள் தாயார். ஆனாலும் முடியவில்லை. "என்னமோடி ... என்னமோ? ... உம்" என்று சொல்லித்தான் நிறுத்தினாள்.

4

பிரச்சனையை எப்படித் தீர்ப்பது?

ஆயிரம் வழிகள் இருந்தன. ஆனால் ஒவ்வொரு வழியும் அடைபட்டிருந்தது. வேறு வீடுபிடித்துத் தம்பதிகள் தனிக்குடித்தனம் பண்ணலாம். ஆனால் இருவர் சம்பளமும் மூன்று குடித்தனங்களுக்குப் போதாது. இதைக் கணக்குப்போட்டுப் பார்த்து விடை தெரிந்துகொள்ள நான்கு நாட்கள் பிடித்தன.

வைத்தியநாதனின் பெற்றோரும் பாட்டியும் அத்தையும் அவர் களோடு கூட இருப்பதற்கென்று ஒரு வீடு பிடிக்க வேண்டுமானால் எழுபது எண்பது ரூபாயாவது வாடகை கொடுக்க வேண்டும். நூற்றுப்பத்து ரூபாய் சம்பளத்தில் எண்பது ரூபாய் வாடகைக்குப் போய்விட்டால் எதை வைத்துச் சாப்பிடுவது? ஜகதாவின் சம்பளத்தில் மாதம் இருபது ரூபாய்க்குப் பதிலாக ஐம்பது ரூபாய் எடுத்துக் கொண்டால்? எடுத்துக் கொண்டால், அங்கே அவளுடைய தாயாருக்கும் பாட்டிக்கும் எழுபது ரூபாய் போதாது.

இரண்டு வீடுகளிலும் இருக்கும் எல்லோருக்கும் சேர்த்துக் கொஞ்சம் பெரிய வீடாகப் பிடித்தால் நூறு ரூபாய்க்கு மேல் வாடகை தரவேண்டி

யிருக்கும். அத்துடன் சம்பந்திகள் ஒரு வீட்டில் எத்தனை நாளைக்குச் சுமூகமாகவும் ஒற்றுமையாகவும் இருக்க முடியும்? ‘பின்னால் மனக்கசப்புத்தான். திடீரென்று சட்டி பெட்டியோடு நானும் என் அம்மாவும் நடுத்தெருவுக்கு வந்துதான் தீர வேண்டியிருக்கும்’ என்று திட்டவட்டமாகச் சொன்னாள் ஜகதாவின் தாயார்.

ஒரு வாரம் யோசித்துப் பார்த்தும் சிறந்தவழி எதையும் காணமுடிய வில்லை. கடைசியில் ஜகதா தன் வீட்டிலும் வைத்தியநாதன் தன் வீட்டிலும் இருக்க வேண்டியது. ஆபீஸ் நாட்களில் ஆபீஸிலும், லீவு நாட்களில் இரு வீடுகளில் ஒரு வீட்டிலும் தம்பதிகள் சந்தித்துக்கொள்வது என்பது முடிவு செய்யாமலே பின்பு நடைமுறைக்கு வந்த விஷயம். ஞாயிற்றுக்கிழமை வந்துவிட்டால் காலை பத்து மணிக்குத் தன் தாயாரை யும் அழைத்துக்கொண்டு ஜகதாவின் அம்மா எங்காவது யார் வீட்டுக் காவது போய்விடுவாள். இரவு எட்டு மணிக்குத்தான் வீடு திரும்புவார்கள். இதைப்பார்த்து இரக்கப்படாதவர்கள் கிடையாது.

இப்படியே ஆறு மாதங்கள் கழிந்துவிட்டன. எப்படியாவது ஒரு சௌகரியமான வீட்டைப் பிடித்துவிட வேண்டும், தாம்பரம், கூடுவாஞ் சேரி மாதிரி தூரத்தில் போய்க் குடியிருந்தாலும் பரவாயில்லை என்று வைத்தியநாதன் தினந்தினமும் கோட்டை கட்டுவான். ஆறாவது மாதத் தில் இந்த மனக் கோட்டைக் கட்டவும் மனம் இல்லாமல் போய்விட்டது. அவனுடைய அப்பா தேக அசௌக்கியமாகப்படுத்தார். வைத்தியச் செலவுகளும், சிசுருஷைகளுக்கு வேண்டிய மற்றச் செலவுகளும் அதிகமாகி விட்டன. கல்யாணத்துக்கு வாங்கிய கடனுக்கு ஆறுமாத வட்டி கட்ட வேண்டிய அவசரம் ஏற்பட்டது. அவனால் சமாளிக்க முடியவில்லை. ஆபீசுக்குத் தயிர் சாதம் கொண்டு வருவதற்கும் முடியாதவாறு நஷ்டம் வந்துவிட்டது. ஜகதாவிடம் பணம் கேட்க வெட்கமாக இருந்தது. அதற்குப் பதிலாக அவள் கொண்டுவரும் தயிர்ச்சாதத்தைப் பகிர்ந்து சாப்பிட்டுக்கொண்டான். ஒருநாள் சில்லறை இல்லை என்று சொல்லி பஸ்ஸுக்குப் பதினான்கு காசு கேட்டான். பதினைந்து காசாகக் கொடுத்தனுப்பினாள், ஜகதா. ஒரு ஞாயிற்றுக்கிழமை பஸ் சார்ஜுக்கு இரண்டு காசு குறைந்ததால் அவன் ஜகதா வீட்டுக்கு வரவே இல்லை. அதற்காகத் திங்கள்கிழமையன்று ஆபீசில் சந்தித்தபோது ஜகதா அவனைக் கோபித்துக்கொண்டு பேசாமல் இருந்தாள்.

மத்தியானம் டிபன் சாப்பிடும் நேரம் வந்தது. அன்று ஜகதா தயிர்ச்சாதம் கொண்டு வரவில்லை என்பதை அப்பொழுதுதான் அறிந்தான் வைத்தியநாதன். அவள் கான்டீனுக்குச் சாப்பிடச் சென்றாள். கோபத்தினால் அவனை அவள் கூப்பிடவில்லை. கூப்பிடாமலே அவன் பின் தொடர்ந்து சென்றான். இருவரும் சாப்பிட்டார்கள். பில் ஒரு ரூபாய் பத்துக்காசு. பில்லை வைத்தியநாதனுக்கு முன்னால் வைத்தான் சர்வர். வைத்த பில் வைத்தபடியே இருந்தது. இருவரும் இடத்தைவிட்டு எழுந்திராமல் பில்லையும் ஒருவர் முகத்தை ஒருவரும் பார்த்துக் கொண்டே உட்கார்ந்திருந்தார்கள்.

ஜகதா பொறுமை இழந்து, "நேரமாகல்லியா?" என்று சற்றுக் கோபத்துடன் கேட்டாள்.

"நேரமாயிட்டது..." என்று முகத்தில் ஈயாடாமல் பதில் சொன்னான் வைத்தியநாதன்.

"அப்புறம் என்ன?" என்று சொல்லிவிட்டு ஜகதா எழுந்தாள்.

வைத்தியநாதன் அதிர்ச்சியைத் தாங்கமாட்டாமல், "ஜகதா!" என்று அழைத்தான். சுற்றுமுற்றும் பார்த்துவிட்டு, "இன்னிக்குக் கையிலே ஒரு பைசா கூடக்கிடையாது. இந்த பில்லை நீயே குடுத்திடு" என்று நடுங்கிக்கொண்டே சொன்னான்!

ஜகதாவுக்கு முகத்தில் அறைந்த மாதிரி வெட்கம் பிடுங்கித்தின்றது.

"அழகுதான்!" என்று வெடுக்கென்று சொல்லிவிட்டுப் பில்லைக் கையில் எடுத்துக்கொண்டாள். நல்ல வேளையாக அவளிடம் அன்று காசு இருந்தது.

அப்புறம் ஆபீஸ் முடிந்து வீடு திரும்பும்போது அவள் அவனைப் பார்க்க விரும்பவில்லை; அவனும் பார்க்கத் துணியவில்லை. ஜகதா தன்பாட்டுக்கு வந்து பஸ் ஏறினாள். அவன் தன்னைத்தேடி வருகிறானா என்று நாலைந்து தடவை திரும்பிப் பார்த்தாள். அவனைக் காணவே இல்லை. உண்மையிலேயே கோபம் வந்துவிட்டது. 'என் செலவில் டிபன் சாப்பிட்ட நன்றிகூட இல்லை' என்று சொல்லிக்கொண்டு வீட்டுக்கு வந்தாள்.

அப்புறம் வெகுநேரம் கழித்து எப்படியோ திடீரென்று அவள் கோபம் மறைந்துவிட்டது: 'பாவம் அவருக்கு அவமானமா இருந்திருக்கும். பஸ்ஸுக்கு வழியனுப்ப எப்படி வருவார்? அவரைக் கோபிக்கிறதிலே அர்த்தமே இல்லை. அவர் வீட்டுச் செலவுகளை பார்க்கும்போது எனக்கே மலைப்பா இருக்கு. வீட்டிலேகூடச் சாப்பிட்டாரோ என்னமோ?' என்று சொல்லி இரக்கத்தினால் கண்ணீரும் வடித்தாள்.

அதற்குப் பிறகு அவனை அவள் கோபிக்க விரும்பவில்லை. தினந்தோறும் அவனுக்குத் தயிர்ச்சாதம் கொடுத்ததோடு, பஸ்ஸுக்கும் அவன் கேட்காமலே காசு கொடுத்தாள்.

கல்யாணமாகி இந்த ஏழு மாதகாலமும் ஜகதாவுக்கு ஏற்பட்ட ஒவ்வொரு அனுபவமுமே ஒரு புதிய அனுபவம்; ஒரு புதிய துன்பம்; பழகாத துன்பம். கல்யாணத்திற்கு முன்பும் துன்பந்தான் என்றாலும் வருஷக்கணக்கில் பழகி மறந்துவிட்ட துன்பம் அது. இப்போது பழகாத புதுத் துன்பங்களும் சேர்ந்து துன்பச்சுமை பெரிதாகிவிட்டது. புதிய துன்பங்களைத் தாங்கிக்கொள்ள அவள் தன்னைத்தானே இந்த ஏழு மாதகாலமும் தயார் செய்துகொண்டு வந்தாள். அப்படியிருந்தும் துன்பங்களின் கூர்மை மழுங்கவே இல்லை.

கல்யாணமானபிறகும் பிறந்த வீட்டில் இருக்க வேண்டியநிலை. வாழா வெட்டியாக இருந்திருந்தாலும் இது ஒரு பிரச்சனையாக

இருந்திராது. இது இரண்டும்கெட்டான் நிலை. அப்புறம் கணவனுடைய குடும்பத்தின் துன்பச்சுமை அதை தாங்காவிட்டாலும் கேள்விப்படும் போது சுமையாகவே இருந்து அழுத்தியது. கணவனின் கஷ்டங்களும் அவமானங்களும் அவனைவிட அவளையே பெரிதும் வாட்டி வதைத்தன. இப்படி ஒவ்வொன்றாகப் புதுப்புதுத் துன்பங்களை அனுபவிக்கப் பழகிக்கொண்டிருந்தபோது ஜகதா கர்ப்பிணியும் ஆகிவிட்டாள். மூன்றுமாதம். பெரிதாகும் வயிற்றைப்பார்த்து, "இது எதுக்கோ? யார் கேட்டார்கள்?" என்று நொந்துகொண்டாள்.

ஒருநாள் ஆபீசுக்குப் போகும்போது தன் சந்தர்ப்பத்தை நினைத்து, "கல்யாணமில்லாமலே இருந்திருக்கலாம். முட்டாள்தனம் பண்ணி விட்டோம்" என்று சொல்லி வருந்தினாள். மனம் ஒரேயடியாக வெறுத்துப் போய்விட்டது. எதிலும் கவனம் செல்லவில்லை. கொண்டுபோன தயிர்ச்சாதத்தைச் சாப்பிட மனம் வராமல் பேசாமல் இருந்தாள். அவள் இருக்கும் நிலையைப் பார்த்து வயிற்றுப் பசியை அடக்கிக் கொண்டானே ஒழிய அவளிடம் அவன் தயிர்ச்சாதம் கேட்கவில்லை. அவளும் அவனைச் சாப்பிடச் சொல்லவில்லை, மாலையில் வீடு திரும்பும்போது, வைத்தியநாதன் வேறு வழியில்லாமல் அவளிடம் வந்தான். பசியோடு நுங்கம்பாக்கம் வரையிலும் சுமார் மூன்று மைல் தூரம், நடந்து வீட்டுக்குப்போவது எப்படி?

"சில்லறை இருக்குமா ஜகதா? பஸ்ஸுக்கு வேணும்" என்று கேட்டே விட்டான்.

ஜகதாவுக்கு வந்த கோபத்துக்கு அளவில்லாமல் போய்விட்டது, அவனை ஏறிட்டுப் பார்த்தாள்.

"என்ன கேட்டீங்க?" என்று பயமுறுத்துவதுபோல் கேட்டாள் ஜகதா.

"சில்லறை..."

"இந்தா பாருங்க, நான் சொல்றேன் என் காசிலே நீங்க சாப்பிட்டு என் காசிலே பஸ் ஏறிப் போய் எனக்குப் புருஷனா இருக்க வேண்டாம். இனிமேல் ஒரு காசு தரமாட்டேன். என்கூட நீங்க பேசவும் வேண்டாம்."

"ஜகதா!.."

"ஆமாம். கண்டிப்பாச் சொல்றேன் போதும் கல்யாண - மாகல் லேன்னு நினைச்சிக்கோங்க. என்னை மறந்துடுங்க. ஞாயிற்றுக்கிழமையிலே என் வீட்டுக்கு வரவும் வேண்டாம்..." என்று சொல்லிவிட்டுப் பெருமூச்சு விட்டுக்கொண்டு பஸ்ஸை நோக்கி நடந்தாள்.

அவன் பிரக்ஞை இழந்து, நடைப்பிணமாக அவளைப் பின் தொடர்ந்தான். பஸ் வந்துவிட்டது. ஜகதா போய்விட்டாள்.

அதற்குப் பிறகு தன் கணவனோடு ஜகதா பேசவே இல்லை. அவன் ஒரு முறை ஒரு கடிதம் எழுதி அவள் மேஜையில் வைத்துவிட்டுப் போனான். அதைப் பிரித்துப் பார்த்தபோது, தான் ஏதாவது தவறு

செய்திருந்தாலும் மன்னித்துவிட வேண்டும் என்றும், வழக்கம்போல் தன்னோடு பேச வேண்டும் என்றும் ஞாயிற்றுக் கிழமைகளில் அவள் வீட்டுக்கு வர அனுமதி தரவேண்டும் என்றும் எழுதியிருந்தது. அவன் கெஞ்சிக் கெஞ்சி எழுதியிருந்த முறை அப்போதைய மனநிலையில் ஜகதாவுக்குப் பிடிக்கவே இல்லை. 'பிச்சைக்காரன் தேவலை' என்று சொல்லிக்கொண்டே கடிதத்தைக் கிழித்தெறிந்துவிட்டாள்.

கடிதம் வேலை செய்திருக்கும் என்ற நம்பிக்கையோடு மறுநாள் அவன் பேச வந்தான். "ஒரு தடவை சொன்னால் போதாதா? ஏன் உள்ள மரியாதையையும் கெடுத்துக்கிறீங்க?" என்று கேட்டுவிட்டாள் ஜகதா. அவனும் போய்விட்டான்.

அப்புறம் நாலைந்து மாதங்கள் கழித்து அவளுக்குத் தபாலில் ஒரு கடிதம் வந்தது. அவன் எழுதிய கடிதம்தான். மீண்டும் மன்னிப்புக் கேட்டுக்கொண்டு, தன் பரிதாப நிலைக்காக இரக்கப்பட வேண்டும் என்று கெஞ்சி சமாச்சாரத்தை எழுதி இருந்தான். கல்யாணத்துக்காக வாங்கிய கடனை இன்னும் அடைக்காததால், கடன்காரர்கள் நெருக்கி வந்தார்கள் என்றும், கடைசியில் குறிப்பிட்ட தேதிக்குள் கட்டாவிட்டால் தன்னைச் சிறைச்சாலைக்கு அனுப்பப்போவதாக எழுதியிருக்கிறார்கள் என்றும், அதனால் இந்த மாதச் சம்பளம் வாங்கியதும் தனக்கு நூறு ரூபாய் கொடுத்து உதவ வேண்டும் என்றும் எழுதியிருந்தான். அவன் எழுதியதில் பொய்யே இல்லை என்பதும் எல்லாமே நூற்றுக்கு நூறு உண்மை என்பதும் ஜகதாவுக்கு நன்றாகத் தெரியும். அதற்காக அவள் உதவ முன்வரவில்லை; அவனிடம் இரக்கம் காட்டவுமில்லை. 'கல்யாணத்தைப் பண்ணித் தானும் இக்கதிக்கு ஆளாகியிருக்க வேண்டாம், என்னையும் துன்பத்துக்குள்ளாக்கியிருக்க வேண்டாம்; பெரிய தப்புப் பண்ணிவிட்டார்' என்று நினைத்து ஜகதா அந்தக் கடிதத்தையும் கிழித்து எறிந்துவிட்டாள்.

'நானே இன்னும் கடனை அடைத்தபாடில்லை. இதுவும் கல்யாணத்துக்கு வாங்கிய கடன்தான். இதில் அவர் கடனை அடைப்பது எப்படி? போதாக் குறைக்கு இன்னும் என்னென்ன செலவுகளோ காத்துக்கொண்டிருக்கின்றன' என்று சொல்லிக்கொண்டு தன் வயிற்றைப் பார்த்தாள். பூரண கர்ப்பம்.

வலிகண்டதும் அவளைச் சர்க்கார் பிரசவ ஆஸ்பத்திரியில் கொண்டுபோய்ச் சேர்த்தாள் தாயார். அன்றிரவே சாமிநாதன் நுங்கம்பாக்கத்துக்குப் புறப்பட்டுப்போய் வைத்தியநாதனிடம் சமாச்சாரத்தைச் சொன்னான். "நீங்க போங்க. நான் பின்னாலேயே வந்துடறேன்" என்று சொல்லி அவனை அனுப்பிய வைத்தியநாதன் அப்புறம் வரவே இல்லை. தகவல் தெரிந்தும் அவன் வராததால் மறுநாள் ஜகதாவின் தாயார் மிகவும் கோபம் கொண்டு அவனை வயிற்றெரிச்சல் தீர வாய்க்கு வந்தபடியெல்லாம் திட்டினாள். ஆஸ்பத்திரியில் இந்த மாதிரி திட்டிக்கொண்டிருப்பது அழகில்லை என்று தாயாரைத் தடுத்து நிறுத்திய ஜகதா, அவள் பேரில் என்ன தப்பு? திட்டமாட்டாளா? இப்படி பரம ஏழையாக மருமகன் இருந்தால்

எந்த மாமியார்தான் திட்டமாட்டாள்? ஏழைக்கு இந்தப் பாராமுகமா என்று நினைத்து அவளுக்குக் கோபம் அதிகமாகிறது. அவர் ஏன் வர வில்லையோ? யாருக்குத் தெரியும். என்னைக் கைவிட்டு விட்டாரோ . . . தாமாகவே விவாகரத்து செய்து என்னை மறந்துவிடும்படி நானே சொல்லியிருக்கிறேன் . . . என்றெல்லாம் நினைத்துக்கொண்டு படுத்திருந்தாள்.

'பாவி ஒரு பிள்ளையையும் கொடுத்துவிட்டான். இல்லேன்னா நிம்மதியா இருக்கலாம். கல்யாணம் பண்ணிக்காமலே இருந்திருந்தா ரொம்ப நிம்மதி! இது என்ன கல்யாணம்? ஊர் சிரிக்குது?' என்று அம்மா புலம்பியதை முழுக்க முழுக்க ஆமோதித்தாள் ஜகதா.

இன்னும் எத்தனை எத்தனை புது அனுபவங்கள். பழகாத துன்பங்கள் வரவிருக்கின்றன. குழந்தையை வளர்த்தெடுக்க வேண்டும். அவனுக்கு அப்பா இருக்கிறார் என்று என்றாவது ஒருநாள் அவனிடம் சொல்லித்தான் ஆகவேண்டும். அப்போது அவன் என்னென்ன கேட்பானோ?. . நாளையிலிருந்தே ஒரு பிரச்சனை இருக்கிறது. குழந்தையைப் பார்க்க அவர் ஏன் வரவில்லை என்ற ஊர்க் கேள்விக்குப்பதில் சொல்ல வேண்டும். இப்போதே ஆயிரம் பேச்சுக்கள் கிளம்பிவிட்டன. 'கணவன் மனைவிக்குள் மனஸ்தாபம். அவன் அதனால் எட்டியே பார்க்கவில்லை' என்று சிலர் பேசினார்களாம். அது மனசுக்குக் கஷ்டத்தைத் தரவில்லை. ஆனால் கணவனுக்கு வேறொருத்தி – முதல் மனைவி இருக்கிறாள் என்றும், ஜகதாவைப் பிடிக்காமல் மூன்றே நாளில் பிறந்த வீட்டுக்கு அனுப்பிவிட்டு இரண்டாம் கலியாணம் பண்ணிக்கொண்டுவிட்டான் என்றும் சிற்சிலர் பேசிக்கொண்டார்களாம். எல்லாவற்றையும்விடப் பயங்கரமான விஷயம், அவளுடைய கர்ப்பத்தைப்பற்றிச் சிலர் பரப்பிய வதந்தி. கர்ப்பம் தரித்த நாளிலிருந்தே அவன் எட்டிப் பார்க்கவில்லை என்பதால் இந்தக் கர்ப்பமே தகராறுக்குக் காரணம் என்று யூகித்துக்கொண்ட சிலர், கணவனுக்குத் தெரியாத கர்ப்பமோ என்று பேசிக்கொண்டார்களாம் . . . இதையெல்லாம் சில நாட்களுக்கு முன் கேள்விப்பட்ட ஜகதா, ஒவ்வொரு இழி சொல்லையும் தாங்கிக்கொள்ள முயன்றாளே ஒழிய, அதை மறுப்பதற்கு எதுவும் செய்ய முடியவில்லை. தன் வைராக்கியத்தைக் கைவிட்டு, ஊர்வாயை மூடுவதற்குக் கணவனை ஒரு நாள்கூட வந்து போகச் சொல்லவில்லை.

'இனி குழந்தை பிறக்கப் போகிறது; அவர் வராவிட்டால் மானம் போய்விடும்' என்று தோன்றியது. இப்பொழுது அவளுக்கு இந்த ஒன்றை தவிர வேறு எதைப் பற்றியும் கவலை ஏற்படவில்லை. கணவனை பிரிந்து தனியாக வாழ்க்கை வாழ்ந்த துன்பம், இந்த நிமிஷத்தில் பழகிய துன்பமாக மாறியது.

கல்யாணமாகாத துன்பம் பழகிப் பழகிப் போயிருந்த சமயத்தில கல்யாணமாகியும் தனி வாழ்க்கை வாழ வேண்டிய புதுத்துன்பம் வந்தது. அதையும் பழகி முடித்துத் தன்னோடு ஐக்கியமாகிக் கொண்ட சமயத்தில் கர்ப்பமும் வதந்திகளும் புதுத் துன்பங்களாக வந்து சேர்ந்த வற்றையும் பழகினாள். அப்புறம் பிரசவம் குழந்தை பிறந்ததும்; அவர்

வந்து பார்த்தால் எல்லாத் துன்பங்களையுமே ஒழித்துவிடலாம் என்ற ஒரு நம்பிக்கை இருந்தது. வதந்திகளை இருந்த இடம் தெரியாமல் ஒழித்துவிடலாம் அல்லவா?

ஆனால் அவன் வரவில்லை. அதனால் மறுக்கப்படாத வதந்தி, குழந்தை வளரும்போது கூடவே வளரும். அந்த வளரும் துன்பத்தைப் பழகத் தொடங்க வேண்டும்...

பதினொரு மணிக்குப் பிரசவ வார்டுக்கு ஜகதாவைக் கொண்டு சென்றார்கள். இருபது நிமிஷத்தில் குழந்தை பிறந்தது. ஆண் குழந்தை... சாமிநாதன் ஓடிப்போய் வைத்தியநாதனின் ஆபீசுக்குப் போன் பண்ணி அவனைக் கூப்பிட்டு விஷயத்தைச் சொன்னான்.

'அப்படியா? இதோ வந்துடறேன். ஆபீஸர்கிட்டே சொல்லிவிட்டு வந்துடறேன்' என்று சொல்லிவிட்டுப் போனை வைத்தான் வைத்தியநாதன்.

மாலை நான்கு மணிக்குத்தான், பார்க்க வருகிறவர்களை ஆஸ்பத்திரியில் அனுமதிப்பார்கள். எனவே அது வரையிலும் ஜகதா பொறுத்திருந்தாள்.

நான்கு மணி ஆயிற்று. தாயாரும், மாமாவும், காது கேட்காத பாட்டியும் பக்கத்துப் போர்ஷன்களில் பெண்களும் பார்க்க வந்தார்கள்... வந்தவர்களெல்லோரும் வைத்தியநாதன் வந்தானா என்றும் கேட்டார்கள்.

மணி ஐந்தாயிற்று; ஆறும் ஆகிவிட்டது வைத்தியநாதன் வரவே இல்லை. அதை ஜகதா நினைத்துக்கொண்டிருக்கும்போது, குழந்தையைக் கொண்டுவந்து அவளிடம் காட்டினாள் தாயார். அப்போதுதான், தான் பெற்ற பிள்ளையை அவள் கண்ணால் பார்த்தாள். குழந்தையின் முகத்தைப் பார்த்ததும் ஜகதாவுக்கு அழுகையே வந்துவிட்டது.

"ஏம்மா அழறே! இப்போ அழக்கூடாது உடம்பு சீதளமாயிடும்" என்று சொல்லி ஓர் அம்மாள் கண்ணீரைத் துடைத்தாள்.

குழந்தையின் முகம் உண்மையிலேயே அழகாக இருந்தது. நல்ல வளர்ச்சியும் பெற்றிருந்தது. தலையில் அடர்த்தியாக ஒரு அங்குல உயரத்துக்கு கருப்புக் கேசம். பார்த்தவர்களெல்லாம் அழகைப் பாராட்டி னார்கள். ஜகதாவுக்கு என்னவோ போல் இருந்தது. குழந்தையைப் பற்றியும் கணவனைப் பற்றியும் இருந்த தன் அபிப்பிராயங்களையெல்லாம் மாற்றிக்கொள்ளும்படி அவளை ஏதோ நிர்ப்பந்தித்தது, இந்தக் குழந்தையையா, ஏன் பிறக்கப் போகிறது என்று தினம் தினமும் சபித்துக் கொட்டினோம் என்று நினைத்தாள். குழந்தையின்மீது ஏற்பட்ட பாசம் தகப்பன் மீதும் எப்படியோ பரவியது. 'எப்படிப்பட்ட ஏழையாக இருந்தாலும் அழகான குழந்தையைக் கொடுத்துவிட்டார். என்னைவிட்டு என்றுமே நீங்காத ஒரு துணையைக் கொடுத்துவிட்டார். நான் எப்படியும் இவனை வளர்த்து ஆளாக்கி விடுவேன்' என்று நினைத்தாளோ இல்லையோ, குழந்தையைப் பார்த்து, மற்றவர்கள் மிரண்டு பயப்படும் படியாகக் கொஞ்சினாள். "கண்ணா! நீயாவது எனக்குத் துணையா

இருப்பாயா கண்ணா! என் செல்வமே! நிஜம்மா நீதாண்டா என் கைக்குக் கிடைச்ச செல்வம். நான் கல்யாணம் பண்ணிண்டது தப்பில்லேடா. நல்ல காரியம்தான் செஞ்சேன்..."

அவள் புத்தி பேதலித்து ஏதேதோ சொல்லிப் புலம்புகிறாள் என்று நினைத்து, பக்கத்தில் நின்ற ஒவ்வொருவரும் குறுக்கிட்டு, 'ஜகதா! ஜகதா!' என்று அழைத்து அவளுக்குச் சுய உணர்வைக் கொடுக்க முயன்றார்கள்.

ஜகதா குழந்தையோடு பேசுவதை நிறுத்தி சாமிநாதனைத் திரும்பிப் பார்த்தாள். "மாமா, இன்னொரு தரம் நேரிலே போய் அவரைக் கூட்டி வாருங்க. வரும்போது ஒரு ஹோட்டலிலே சாப்பிடச் சொல்லுங்க. சாப்பாட்டுக்கும் பஸ்ஸுக்கும் நீங்களே காசு குடுக்கணும்... கட்டாயம் வருவார்."

சாமிநாதன் திகைத்துப்போய் நின்றான்.

உடனே அவள் தொடர்ந்து, "அவர் ஒருவேளை வரல்லேன்னு சொன்னாரானா, நீங்க பேசாம திரும்பி வந்துடுங்க. எத்தனையோ சகிச்சாச்சு. இதையும் சகிச்சிக்கப் பார்க்கிறேன்..." என்று சொல்லிவிட்டு மேலே முகட்டைப் பார்த்து முகத்தைத் திருப்பிக்கொண்டாள். அந்த நிமிஷத்திலேயே அவள் அடுத்த நிமிஷத்திற்கும் எதிர்காலத்துக்குமாகத் தன் மனசுக்குப் பயிற்சி கொடுக்க ஆரம்பித்துவிட்டாள்.

தீபம், ஏப்ரல் 1967

தீ விபத்து

சென்னை ஏகாம்பரம் தோட்டத்தில் தீப்பற்றிக் கொண்டபோது மத்தியானம் பன்னிரண்டு மணி அடிக்கவில்லை. ஆனாலும் ஏறக்குறைய உச்சிவேளை தான். விபத்தை முதன் முதலாகப் பார்த்துக் கூக்குரல் எழுப்பும்போதே சுமார் முப்பது குடிசைகள் எரிந்து விட்டன. சாலையில் உள்ள சில கடைக்காரர்கள் உடனடியாகத் தீயணைக்கும் படையினருக்குப் போன் செய்தார்கள்.

உக்கிரமாக வெயில் அடித்துக்கொண்டிருக்கும் நேரம். திடீர் திடீரென்று இடையிடையே காற்றும் அடித்தது. எனவே, தீயணைக்கும் படையினர் போன் செய்தி கிடைத்த மாத்திரத்தில் ஓடிவந்தும்கூடப் பயனில்லாமல் போய்விட்டது. பெரும்பாலான குடிசை களுக்குத் தீ பரவிவிட்டது. அனற் பிழம்பும் புகையும் தகிப்பும் எரிச்சலும் சேர்ந்து எட்ட நின்றுகொண்டிருந் தவர்களையுமே வாட்டி வறுத்தது. மூங்கில்கள் வெடிக் கும்போது தீக்கங்குகள் நாலா பக்கமும் சிதறிப்போய் விழுந்தன. எரிகின்ற ஓலைகள் காற்றில் பறந்தன. தீயணைக்கும் படையினர் மும்முரமாகவும் அதிவேக மாகவும் செயலில் இறங்கினார்கள். அவர்கள் நெருப்பை அணைத்துக்கொண்டிருக்கும் அதே சமயத்தில், குடிசை வாசிகளுக்கு உதவியாகப் பலரும் பாய்ந்து சென்று சட்டிபெட்டிகளையும் தீயினால் மிரண்டு திசை தெரியாமல் தத்தளித்துக் கொண்டிருந்தவர்களையும் வெளியே அப்புறப்படுத்திக் கொண்டிருந்தார்கள். குடிசைவாசிகள் குய்யோ முறையோ என்று கூச்சல்

போட்டுக்கொண்டு ஓடிவந்தார்கள். பெண்கள் தலையிலும் வாயிலும் அடித்துக்கொண்டு கதறினார்கள். பிறருடைய உதவியால் தப்பி வெளியே வந்தவர்கள் புத்தி பிரண்டுபோய் எரிகின்ற குடிசைகளை நோக்கித் திரும்பவும் ஓடத் தொடங்கினார்கள். மற்றவர்கள் அவர்களைத் தடுத்து நிறுத்தினார்கள்.

சாலையில் பெருங்கூட்டம் கூடிவிட்டது. அன்று ஞாயிற்றுக்கிழமை யானதால் வேலை வெட்டிகளுக்குப் போகாமல் வீட்டில் இருந்தவர் களெல்லாம் ஓடிவந்து விடவே வெகுதூரத்திற்கு மக்கள் நெரிசலாகக் கூடிவிட்டார்கள். விபத்தின் நாசங்களைப் பற்றி பலவிதமான செய்திகள் கூட்டத்தில் பரவிக்கொண்டிருந்தன. பத்துப் பன்னிரண்டு பேர் கருகி மாண்டுவிட்டதாகக் கூறப்பட்டது. தீயணைக்கும் படையினர் தீவிரமாக வேலை செய்து நெருப்பை அணைத்து முடிக்கச் சுமார் மூன்று மணிநேரம் ஆகிவிட்டது. அவர்களுடைய முயற்சியின் பலனாக ஐந்து குடிசைகளைத் தான் காப்பாற்ற முடிந்தது. சுமார் இருபது குடிசைகள் அரையும் குறையுமாக எரியும்போதே தீ அணைக்கப்பட்டு விட்டது. இவை போக மீதியிருந்த சுமார் நூற்றுமுப்பது குடிசைகளும் சாம்பலாகிவிட்டன.

சேதத்தை மதிப்பிடும் காரியம் அப்புறம் ஆரம்பமாயிற்று. பத்திரிகை நிருபர்களும் போலீஸ் அதிகாரிகளும் இது சம்பந்தமான விசாரணையில் இறங்கினார்கள். தீ விபத்தின் காரணத்தை அறிந்துகொள்வதிலும் ஈடுபட்டார்கள். தரைமட்டமாகிக் கருகிக்கிடந்த குடிசைப் பகுதியில் ஈரத் தரையில் நடமாடிக்கொண்டிருந்தார்கள். அவர்களோடு அந்தப் பகுதியின் நகரசபை உறுப்பினர் ஏழுமலை, அவருடைய சகாக்கள், அவரோடு தேர்தலில் போட்டியிட்டுத் தோற்றவரும் முன்னாள் கவுன் சிலருமான பார்த்தசாரதி, அவருடைய சகாக்கள், அந்தக் குடிசைவாசி களின் நலனுக்காகக் கடந்த நாலைந்து ஆண்டுகளாகப் பாடுபட்டு வரும் சமூகச் சீர்திருத்தத் தலைவி நீலாவதியம்மாள், இப்போது ஓராண் டாகக் குடிசைவாசிகளுக்குத் தொண்டாற்றிக்கொண்டு வரும் குமாரி தேன்மொழி பி.ஏ., இந்த இருவரின் சகாக்கள்—இப்படிப் பலரும் ஆங்காங்கு நின்று குடிசைவாசிகளுக்கு ஆறுதல் வார்த்தைகளைச் சொல்லி அவர் களுடைய கண்ணீரைத் துடைத்துக்கொண்டிருந்தார்கள்.

நிருபர்கள் தீர விசாரித்து, “நூற்றுமுப்பது குடிசைகள் சாம்பல்; இரண்டு குழந்தைகள் வெந்து மாண்டன; சேதத்தின் மதிப்பு சுமார் இருபதினாயிரம் ரூபாய்” என்ற தகவல்களைச் சேகரித்துக்கொண்டு, ஏற்கெனவே எடுத்திருந்த ஏராளமான போட்டோக்களுடனும் தங்கள் தங்கள் காரியாலயங்களுக்குத் திரும்பிப் போய், மேற்கொண்டு கிடைக்கும் தகவல்களுக்காக வேறு நிருபர்களையும் விபத்து ஸ்தலத்திற்கு அனுப்பி வைத்தார்கள்.

இனி, அடுத்தாற்போல் வீடிழந்த மக்களை அருகில் உள்ள நகரசபைப் பள்ளியில் தங்கவைக்க வேண்டும்; அவர்களுக்கு உணவும் உடையும் கொடுக்க வேண்டும்; குறைந்தபட்சம் ஒரு மந்திரியாவது அந்த இடத்தைப் பார்வையிட வரவேண்டும்; அதேபோல் குறைந்தபட்சம் ஒரு சினிமா நடிகரும் ஒரு நடிகையுமாவது வந்து தங்கள் கையால் உணவுப்

பொட்டலங்களையும் உடைகளையும் வினியோகிக்க வேண்டும். மாமூலாக நடைபெறும் இந்த நிகழ்ச்சிகளை நேரில் காண வேண்டும் என்ற நோக்கத்தோடுதான் சாலையில் நின்ற பெருங்கூட்டம் பிற்பகல் மூன்றரைமணி ஆகியும் கலையாமல் அப்படியே நின்றுகொண்டிருந்தது. மாலைக் காபி குடிக்க வேண்டும் என்ற எண்ணம் யாருக்குமே தோன்றவில்லை. பீடி சிகரெட்டுகளைப் புகைத்துப் பலர் பசியை மறந்தார்கள்; வெயில் கொடுமையையும் மறந்தார்கள். புழுக்கத்தின் அவஸ்தையையும் மறந்தார்கள். வேறுபலர் வாய்ப்பேச்சிலேயே அத்தனையையும் மறந்துவிட்டார்கள்.

நேரம் ஆக ஆகக் கூட்டம் குறைவதற்குப் பதிலாகக் கூடிக்கொண்டே இருந்தது. நடிகர் கே.எல். எங்கே? கலைஞர் எஸ்.பி. எங்கே? நடிகர் கமலாதேவி எங்கே? அப்புறம் அமைச்சர்கள் எங்கே? அரசியல் கட்சிகளின் தலைவர்கள் எங்கே? இவைதான் கூட்டத்தில் உள்ளவர்களின் உள்ளத்தில் எழுந்த கேள்விகள். நடிகர்களின் பெயர்களால் மன்றங்கள் வைத்திருக்கும் இளைஞர்களும் சரி, பல்வேறு அரசியல் கட்சிகளின் ஊழியர்களும் சரி, கூட்டத்தினரின் ஆவலை அறியாதவர்களாகப் படுத்துறங்கப் போய்விடவில்லை. திரும்பத் திரும்பப் போன் பண்ணுவதும் டாக்ஸிகளை எடுத்துக்கொண்டு ஓடுவதுமாகத்தான் இருந்தார்கள். அவர்களுடைய அவசரத்தையும் போட்டி உணர்ச்சியையும் அளவிட்டுக் கூற முடியாது என்பதுதான் உண்மை. நடிகர் கே.எல். முதலில் வந்தால் கலைஞர் எஸ்.பி.யின் மன்றத்தினரின் முகத்தில் கரி பூசலாம் என்பது கே.எல். மன்றத்தினரின் தவிப்பு. அதேபோல் கலைஞர் எஸ்.பி. முதலில் வந்தால் கே.எல். மன்றத்தினரை ஆறுமாதங்களுக்காவது பொதுக்கூட்டங் களில் விளாசலாம் என்பது எஸ்.பி. மன்றத்தினரின் தவிப்பு. அமைச்சர் விரைவில் வந்தால் எதிர்க் கட்சிகளின் கொட்டத்தை ஒடுக்க அது ஒரு நல்ல வாய்ப்பு என்று அவர் வீட்டுக்குப் படையெடுத்தவர்கள் கருதினார்கள். அமைச்சர் வராமல் போனால், அதைச் சாதகமாக்கி அங்கேயே கூட்டத்தில் முழக்கம் செய்வதற்குப் பலர் ஆவலோடு காத்துக்கொண்டிருந்தார்கள். யார் யார் என்னென்ன முயற்சி செய்தும் நடிகர்களோ, அமைச்சர்களோ இன்னும் வந்துசேரவில்லை. அதுவரை யிலும் கூட்டத்தினர் மௌனமாக இருப்பது எப்படி? பேச்சுகளிலும் வாக்குவாதங்களிலும் ஈடுபட்டார்கள். அவற்றைத் தீவிரமாக்கி முற்றவைத்துக் கொண்டும் இருந்தார்கள்.

நடிகர் கே.எல். அரைமணி நேரத்தில் வந்துவிடுவார் என்றும் வெளியூர் படப்பிடிப்பிலிருந்து தகவலைக் கேள்விப்பட்டதும் படப்பிடிப்பை நிறுத்திவிட்டுக் காரில் வந்துகொண்டிருக்கிறார் என்றும் ஒருவர் சொன்னார்.

“கலைஞர் எஸ்.பி.தான் மொதல்லே வருவாருன்னு சொன்னாங்களே?” என்றார் ஒருவர்.

கே. எல். மன்றத்தின் ரசிகர் ஒருவர் உடனே “எஸ்.பி.யா? அவன் எங்கே குடிச்சுட்டுப் பொரள்றானோ? அவனாவது வர்ரதாவது?” என்றார்.

அப்போது மன்றச் சார்பற்ற ஒருவர் வாய்க்குள்ளேயே, “அவர் குடிப்பாரு. கே.எல். யோக்கியரு!” என்று முனகிக்கொண்டார். அதே நேரத்தில் எஸ்.பி. மன்றத்தின் ரசிகர் ஒருவர் வெளிப்படையாகவே எச்சரிக்க ஆரம்பித்துவிட்டார்.

“எஸ்.பி.யைப் பத்தி என்னமும் சொன்னால் தலை உருளும். ஜாக்கிரதை!” என்று சொல்லிவிட்டு மீசையையும் திருகினார்.

“அதையும் பார்த்துடுவமே! என்னய்யா மெரட்டுறே? எஸ்.பி. யோக்கியதையும் தெரியும்; உன் யோக்கியதையும் தெரியும். ‘கம்’முன்னு இரு” என்று சொல்லிவிட்டு நெஞ்சை நிமிர்த்தினார்.

“டேய்! பேமானி . . .” என்று சொல்லிவிட்டு எஸ்.பி. ரசிகர் பாயவே, “டேய்! பொறுக்கி!” என்று கே.எல். ரசிகரும் பாய்ந்துவிட்டார். கூட்டத்தினர் இருவரையும் விலக்குவதற்கு முன்பே, அது பயனற்ற வேலை என்பதைக் கண்டுகொண்டார்கள். ஏனென்றால் அங்கே அந்த இருவர் மட்டும் மோதிக்கொள்ளவில்லை: இரண்டு மன்றங்களைச் சேர்ந்தவர்களும், இரண்டு மன்றங்களின் அபிமானிகளுமாகப் பலர் நின்றுகொண்டிருந்ததால் இரண்டு படைகளுமே களத்தில் இறங்கிவிட்டன. இந்தப் போரைத் தடுப்பது எப்படி? கடைசியில் போலீஸார் வந்து தலையிட்டு அரும்பாடுபட்டு அமைதியை நிலைநாட்டும்படி ஆகிவிட்டது.

கூட்டத்தின் வேறொரு புறத்தில் அரசியல் கட்சித் தலைவர்களைப் பற்றி பலவிதமான பேச்சுகள் அடிபட்டுக்கொண்டிருந்தன. அதுவும் போர்க்களமாக மாறியிருக்கும். அப்படி மாறாமல் இருந்ததற்குக் காரணம் அங்கே கட்சி ஊழியர்கள் அதிகமாக இல்லாமல், பொது மக்கள் பெரும்பான்மையாகக் கூடியிருந்ததுதான்.

மாலை நான்கு மணிக்கு ஓர் அமைச்சர் வந்துவிட்டார். பெரிய காரில் வந்து இறங்கினார். போலீஸார் வழிவிலக்கிக் கொடுக்கவே பொதுமக்கள் கூட்டத்தைப் பிளந்துகொண்டு சென்று குடிசைவாசிகளின் கூட்டத்தை அணுகி, சேத விவரங்களைக் கேட்டறிந்தார். தம் சார்பிலும் தம் அமைச்சரவையின் சார்பிலும் அனுதாபத்தைத் தெரிவித்துக்கொண்டார். அத்துடன் அந்தத் தொகுதியில் தேர்தலில் வெற்றிபெற்ற மற்றொரு அமைச்சர் டில்லிக்குப் போயிருக்கிறார் என்றும் அவருக்குப் போன்மூலம் தீ விபத்துச் செய்தியைத் தாம் தெரிவித்ததாகவும் அவர் தம்முடைய ஆழ்ந்த அனுதாபங்களை போன்மூலம் உடனே தெரிவித்தார் என்றும் மூன்று நாட்கள் கழித்து நேரில் வந்து அனுதாபம் தெரிவிப்பார் என்றும் மற்ற அமைச்சர்கள் வெளியூர்களில் சுற்றுப்பிரயாணம் செய்துகொண்டிருப்பதால் அப்போது நேரில் வரவில்லை என்றும் கூறினார். பிறகு நகரசபைப் பாடசாலையில் குடிசைவாசிகளுக்காகச் செய்யப்பட்டிருக்கும் ஏற்பாடுகளை அவர் பார்வையிட்டுக்கொண்டிருக்கும் போதே நடிகர் கே.எல். வந்துவிட்டார். தமக்குத் தகவல் கிடைத்தவுடன் வரமுடியாமல் போனதற்கு மன்னிப்புக் கேட்டுக் கொள்வதாகவும் படப்பிடிப்பை நிறுத்திவிட்டு வரமுடியாத அவசியமும் சூழ்நிலையும் இருந்ததாகவும் சமாதானம் சொல்லி, குடிசைவாசிகளுக்கு அனுதாபம்

தெரிவித்து, அவர்களுடைய நிவாரணத்திற்காகத் தாம் ஐயாயிரம் ரூபாய் வழங்குவதாகவும் சொல்லி ஒரு செக்கை அமைச்சர் கையில் கொடுத்தார். அப்போது கே.எல். ரசிகர்கள் கரகோஷம் செய்து "நடிகர் கே.எல். வாழ்க!" என்று மும்முறை முழங்கினார்கள். அமைச்சர் அவருடைய நன்கொடையைப் பாராட்டி கூட்டத்தை நோக்கிப் பேசத் தொடங்கினார். சிறிது நேரத்தில் கலைஞர் எஸ்.பி.யும் அங்கே வந்துவிட்டார். மகாபலிபுரம் வெளிப்புறப் படப்பிடிப்பிலிருந்து தாம் வருவதாகவும் கால தாமதமாகி வந்ததற்கு மன்னிக்க வேண்டும் என்றும் கூறினார் அவர். அவர் முகத்தில் பவுடர் பூச்சும் உதட்டுச் சாயமும் இன்னும் ஒட்டிக்கொண் டிருந்தன. சரித்திரக் கதையில் சேனாதிபதியாக நடித்துக்கொண்டிருந்த அவர் அந்த வேடத்திற்கான உடைகளையும் மாற்றாமல் அப்படியே வந்திருந்தார். மக்களின் துயரத்தைக் கேள்விப்பட்டதும், வேடத்தைக் கலைக்க வேண்டும் என்ற ஞாபகம்கூட வராமல் அப்படியே மனம் பதைத்து ஓடி வந்துவிட்டார் என்றும் எஸ்.பி. ரசிகர்கள் சொன்னார்கள். "இதெல்லாம் ஒரு டிராமா! அண்ணன் கே.எல். கூட படப்பிடிப்பிலிருந்து தான் வந்தார். ஆனால் இப்படியா வந்தார்? அவசரமா வந்துட்டதா ஜனங்களுக்குக் காட்டணுமாம்!.. எல்லாம் வெளிவேஷம்" என்று கே.எல். ரசிகர்கள் நினைத்துக்கொண்டார்கள்.

அப்போது நடிகர்கள் இருவரும் சந்தித்து "அண்ணே!" "அண்ணே!" என்று சொல்லிக்கொண்டு ஒருவர் கையை மற்றொருவர் பிடித்துக் கொண்டபோது கூட்டத்தினர் சந்தோஷ ஆரவாரம் செய்தார்கள். மறுகணமே நடிகர் எஸ்.பி. தாமும் ஐயாயிரம் ரூபாய்க்கு ஒரு செக்கை அமைச்சர் கையில் கொடுத்துப் பாராட்டைப் பெற்றார். இந்த சமயம் பார்த்து கே.எல். மன்ற ரசிகர்கள் ஒரு பெரிய மாலையோடு வந்து அதை கே.எல். கழுத்தில் சூட்ட முன்வந்தார்கள்.

"இங்கே ஒருத்தரும் மாலை போடக்கூடாது" என்று ஒருவர் குரல் கொடுத்தார்.

"ஏன் கூடாது? நன்றியறிவிப்பைத் தெரிவிக்க எங்களுக்கு உரிமை இல்லையா! விளக்கம் தேவை" என்றார் மாலையோடு நின்ற இளைஞர்.

கே.எல். "நன்றி. மாலை வேண்டாம்" என்று சொல்லிக் கும்பிட்டார்.

அமைச்சர் உடனே, "குடிசைவாசிகளின் நலனைக் கருதி அனைவரும் ஒற்றுமையாகப் பணியில் ஈடுபடுவோம். இங்கே வாக்குவாதங்கள் வேண்டாம்" என்று அறிவுரை கூறவே, கூட்டத்தில் அமைதி நிலவியது.

ஓர் இளைஞன் முன்வந்து, "இன்னும் சிறிது நேரத்தில் குடிசைவாசி களுக்கு உணவு அளிக்கும்போது, அமைச்சர் தம் கையால் வழங்க வேண்டும் என்று குடிசைவாசிகளின் சார்பில் கேட்டுக்கொள்கிறேன்" என்றார். அமைச்சரும் அதற்கு இசைந்தார். உடைகளை வினியோகிப்பது யார்? உடை வினியோகம் நடைபெறுமா என்பதும் தெரியவில்லை. கே.எல். மன்ற ரசிகர் ஒருவர் உடனே முன்வந்து, 'குடிசைவாசிகளாகிய தமிழ்ப் பெருமக்களுக்கு நடிகர் கே.எல். அவர்கள் தம் கையால் உடைகள் வழங்க வேண்டும்" என்று கேட்டுக்கொள்ளவே, பலர் கைதட்டினார்கள்.

“அதேபோல் கலைஞர் எஸ்.பி. அவர்களும் உடைகள் வழங்க வேண்டும் என்று கேட்டுக்கொள்கிறோம்” என்று மற்றோர் இளைஞர் அழுத்தம் திருத்தமாகச் சொன்னார்.

அமைச்சர் சிரித்துக்கொண்டே நடிகர்களைப் பார்த்தார், அவர்களும் புன்னகை செய்தார்கள். கலைஞர் எஸ்.பி. “மக்களும் அமைச்சரவர்களும் கட்டளையிடும்போது எதைச்செய்யவும் நாங்கள் காத்திருக்கிறோம்” என்று அறிவித்தார். மீண்டும் கரகோஷம்.

உடைகளுடன் இரவில் வருவதாக இரு நடிகர்களும் அறிவித்தார்கள். சிறிது நேரத்தில் உணவு வழங்கப்பட்டது. அதன்பின் அமைச்சரும் நடிகர்களும் விடைபெற்றார்கள். நகரசபையின் இந்நாள் உறுப்பினரும் முன்னாள் உறுப்பினரும் பல்வேறு கட்சிகளின் ஊழியர்களும் சமூகத் தலைவிகள் நீலாவதியம்மாளும் குமாரி தேன்மொழி பி.ஏ.யும் பின்தொடர அவர்கள் மூவரும் கார்களில் ஏறிக்கொண்டு போய்விட்டார்கள். குடிசைவாசிகளைத் தவிர மற்ற பொதுமக்களின் கூட்டமும் கலைந்து விட்டது. நடிகை கமலாதேவி வராததைப் பற்றிக் கவலையும் ஆத்திரமும் கொண்டவர்கள் ஏமாற்றத்தைக் கடுஞ்சொற்களால் வெளியேற்றிக் கொண்டு வீடுபோய்ச் சேர்ந்தார்கள்.

“அடுத்த எலெக்ஷனில் வோட்டு வாங்கிவிடலாம் என்று நினைத்துக் கொண்டு இங்கே குடிசைவாசிகளுக்குச் சேவை செய்ய வந்திருக்கிறான். இவன் ஜெயிக்கிறதைப் பார்க்கிறேன்” என்று முன்னாள் கவுன்சிலரைப் பார்த்து மனசுக்குள் சொல்லிக்கொண்டே, அவரிடம் சிரித்த முகத்தோடு “போய்ட்டு வர்ரேன்” என்று சொல்லி விடைபெற்றுப் பிரிந்தார் இந்நாள் கவுன்சிலர்.

அவரோ, ‘இவன் கவுன்சிலராவதற்கு முன்னால் குடிசைவாசிகளை நினைத்துக்கூடப் பார்த்ததில்லை. இப்பொழுதும் என்ன? அமைச்சர் வரப்போகிறார் என்பதற்காகவும் பேப்பரில் பேரும் போட்டோவும் வரவேண்டும் என்பதற்காகவும்தான் வந்திருக்கிறான்’ என்று நினைத்துக் கொண்டே இந்நாள் கவுன்சிலருக்கு ஒரு கும்பிடு போட்டு விடைபெற்றார்.

சமூகத் தலைவிகளான நீலாவதியம்மையாரும் குமாரி தேன்மொழி பி.ஏ.யும் கவுன்சிலர்களைப் போல் சிரித்துப் பேசவோ, கும்பிடு போட்டு விடைபெறவோ இல்லை. இருவரும் ஒருவரை ஒருவர் லட்சியம் செய்யவே தயாராக இல்லை.

குமாரி தேன்மொழி தனக்குப் போட்டியாக வந்து சேர்ந்தவள் என்றும், பொது ஜனங்களிடையே செல்வாக்கும் முக்கியத்துவம் பெறுவதற்காகவே அவள் குடிசைவாசிகளின் நலன் பற்றி அவ்வப்போது கூட்டங்களில் பேசுகிறாளே ஒழிய, அவளுக்குச் சேவை மனப்பான்மையே கிடையாது என்று நீலாவதியம்மாள் நினைத்ததோடு மட்டுமின்றித் தனக்கு வேண்டியவர்களிடம் பலமுறை சொல்லியும் இருக்கிறாள். “நேற்று காலேஜிலிருந்து வெளியே வந்தவள். ஒரு வேலை கிடைத்தாலும் அல்லது கல்யாணமானாலும் அத்துடன் அவளுடைய சேவை நாடக மெல்லாம் நின்றுவிடும். அதுவரைக்கும்தான் இந்த முழக்கம். உலகமே

தெரியாதவள். பணக்காரன் மகள். மக்களின் கஷ்டங்களை இவள் அறிவாளா? முதலைக் கண்ணீர் வடிக்கிறாள். இதைக் கண்டு குடிசைவாசிகள் ஏமாந்துவிடுவார்களா?"

இப்படியெல்லாம் நீலாவதியம்மாள் பேசியது ஒன்றுக்குப் பத்தாகக் குமாரி தேன்மொழி பி.ஏ.யின் காதில் விழுந்துகொண்டிருந்தது. அவள் உடனே தனக்குத் தகவல் கொடுத்தவர்களிடம் பின்வருமாறு சொல்லிக் கொண்டிருந்தாள்:

"ஆம். நான் இவளுக்குப் போட்டியாகத்தான் வேலை செய்கிறேன். செய்யக்கூடாதா? குடிசைவாழ் மக்களுக்குச் சேவை செய்வது இந்தக் கோமாட்டியின் தனியுரிமையா? அப்படி இவளுக்கு உரிமை கொடுத்தது யார்? ஏழை மக்களின் வாழ்க்கையைப் பற்றி எனக்குத் தெரியாதாம். ஏனென்றால் நான் பணக்காரன் மகளாம். இவள் என்ன, பணமில்லாதவளா? இல்லை, பாட்டாளி வயிற்றில் பிறந்த பரம ஏழையா? பங்களா வாசம் செய்யும் பணக்காரிதானே? சமூகத்தில் செல்வாக்குப் பெறத்தானே இவளும் சேவையைத் தொடங்கினாள்? இன்று எத்தனை கமிட்டிகளில் இவள் அங்கம் வகிக்கிறாள். எவ்வளவு செல்வாக்கு, எத்தனை பாராட்டுப் பத்திரங்களும் வரவேற்புகளும் பெற்றிருக்கிறாள்! ஒருதடவை வெளிநாட்டில் பிரயாணம்கூட செய்திருக்கிறாள் – அந்நாட்டு அரசாங்கத்தின் செலவில். இந்தச் சிறப்பும் பெருமையும் சேவை என்ற வெளிவேஷம் போட்டுச் சம்பாதித்ததுதானே? எத்தனை ஏழைகளுக்கு இவள் அள்ளிக் கொடுத்து ஆதரித்துவிட்டாள்? சேவையின் பெயரில் இவள் உயர்ந்திருக்கிறாள்; இவளுடைய சேவையால் எந்தக் குடிசைவாசி உயர்ந்திருக்கிறான்? அப்படிக் குடிசைவாசிகள் உயர்ந்துவிட்டால் தனக்குச் சேவை செய்யவோ, அதன் பெயரால் புகழ்பெறவோ முடியாதென்பதால் ஏழைகள் ஏழைகளாகவே இருக்கவேண்டும் என்று ஆசைப்படக்கூடியவள் இவள். இல்லையென்றால் இதற்குள் இரண்டு ஏழைப்பிள்ளைகளையாவது படிக்க வைத்து முன்னுக்குக் கொண்டுவந்திருப்பாளே? செய்திருக்கிறாளா? நான் கல்யாணமாகாதவள் என்பதால் சேவை செய்யத் தகுதியில்லாதவள் மாதிரிப் பேசுகிறாள். அப்படியானால் விதவைகளுக்குத் தான் சேவை செய்யும் தகுதி உண்டா? இவள் விதவை என்பதற்காக அதையே ஒரு தகுதியாக்குவதா?.. இந்த வித்தை இனி பலிக்காது. இவள் அங்கம் வகிக்கும் கமிட்டிகளில் புகுந்து இவளை வெளியேற்றாமல் நான் விடப் போவதில்லை. விதவைகள் மட்டுமல்ல, கன்னிப்பெண்களும்கூட சமூகத் தலைவிகளாகப் புகழ் பெறலாம் என்பதை நிலைநாட்டுகிறேன். குடிசைவாசிகளிடையே இவள் வகிக்கும் ஏகபோக அந்தஸ்தை ஒழித்தே தீருவேன்."

இப்படிப் பரஸ்பரம் குடிசைவாசிகளைத் தங்களுக்குக் குடிமக்களாக்குவதற்குக் கடும் போட்டி போடும் இந்த இருவரும் சம்பிரதாயத்துக்குக்கூட ஒருவரை ஒருவர் பார்த்து க்ஷேமம் விசாரித்துக்கொள்வதில்லை. எனவே, அவர்கள் ஆளுக்கு ஒரு பக்கமாக முகத்தைத் திருப்பிக்கொண்டு போனதில் அதிசயம் ஒன்றுமில்லை.

அன்று மாலையில் எல்லா தினசரிப் பத்திரிகைகளிலும் தீ விபத்துச் செய்தி முதல் பக்கத்தில் விரிவாகப் படங்களுடன் வெளிவந்தது.

பத்திரிகைக்குப் பத்திரிகை, தலைப்புகளின் நீளத்திலும் செய்திகளின் விவரங்களிலும் கூடுதல் குறைவு இருந்தாலும் எல்லா பத்திரிகைகளிலும் இது முக்கியச் செய்தியாகவே இடம்பெற்றிருந்தது. அரசியல் கட்சிச் சார்புடைய பத்திரிகைகளில் செய்திகள் வெவ்வேறு விவரங்களுடனும் பிரசுரமாகியிருந்தது.

அந்தந்தக் கட்சியைச் சேர்ந்த பத்திரிகைகளிலும் அந்தந்தக் கட்சியின் ஊழியர்கள் மட்டுமே குடிசைவாசிகளை மீட்கும் பணிபுரிந்த மாதிரி கூறப்பட்டிருந்தது. தீ விபத்தின் காரணம் தெரியவில்லை என்று பெரும்பாலான பத்திரிகைகளில் செய்தி வெளியானபோதிலும், இது விஷமிகளின் கைவரிசை என்று சந்தேகிக்கப்படுவதாகவும், அரசியல் நோக்கத்துடன் தீ வைக்கபட்டிருப்பதாகக் கூறப்படுகிறது என்றும் ஒரு பத்திரிகை கூறியது. இன்னொரு நாளிதழும் இதேபோல் தீ விபத்துக்கு அரசியல் நோக்கம் கற்பித்தது. தங்களுக்கு வேண்டாத கட்சியின்மீது பழியைத் தூக்கிப் போடுவதற்காகச் சாமர்த்தியமாகவும் சட்டத்துக்குப் புறம்பாகாத பாஷையிலும் செய்தியை உருவாக்கி வெளியிட்டன கட்சிப் பத்திரிகைகள். எனவே, இந்தத் தீ விபத்தைக் காரணமாகக் கொண்டு பத்திரிகைகளிலும் பொதுக்கூட்டங்களிலும் அரசியல் போராட்டம் தொடங்கிவிட்டது.

2

மூன்று நாட்கள் கழிந்துவிட்டன. சினிமா நடிகர்கள் அமைச்சரிடம் நன்கொடை வழங்கினர். ஏழைகளின் நிவாரணத்திற்காகச் சில சங்கங்களும் வர்த்தக நிலையங்களும் அமைச்சருக்கு நன்கொடைகள் அனுப்பி வைத்தன. சிலர் நிதி உதவி நாடகங்கள் போடுவதற்கு ஏற்பாடு செய்து டிக்கெட்டுகள் அச்சடிக்க ஆர்டர் கொடுத்தார்கள். ஏகாம்பரம் தோட்டத்தை அடுத்துள்ள பகுதிகளில் வாழும் இளைஞர்கள் மூன்று போட்டி கோஷ்டிகளாகத் திரண்டு உண்டி குலுக்கி தீ விபத்து நிவாரணத் திற்கு வசூல் செய்யவே தொடங்கினார்கள். ஒரு கோஷ்டியின் உண்டியில் பணம் போட்டாகிவிட்டது என்று சொன்னால், அடுத்த கோஷ்டி பேசாமல் திரும்பிச் செல்வதற்குப் பதிலாக, தங்கள் உண்டியிலும் பணம் போடவேண்டும் என்று வற்புறுத்தினார்கள். அப்படிப் போட வில்லை என்றால் தங்களை மோசடிக்காரர்கள் என்று கருதுவதற்குச் சமானம் என்றும் அப்படிக் கருதுகிறவர்களை அந்தப் பேட்டையில் இனி நிம்மதியாக வாழவிடப் போவதில்லை என்றும் கடுமையாக எச்சரித்தார்கள். பொதுமக்களில் பயந்தவர்கள் மூன்று உண்டிகளிலுமே காசு போட்டார்கள்.

அதே பகுதியில், ஏகாம்பரம் தோட்டத்திலிருந்து ஒரு பர்லாங் தூரத்தில் குடியிருக்கிறார் ஓய்வு பெற்ற முன்னாள் உத்தியோகஸ்தர் கே. அப்புசாமி. அவர் வீட்டுக்கும் உண்டிக் கோஷ்டி ஒன்று போனது. போகுமுன்பே, ‘இந்தக் கிழவன் மகா கஞ்சனாயிற்றே! இவன் எங்கே காசு போடப் போகிறான்! உயிரை இழந்தாலும் இழப்பானே ஒழிய ஒரு காசை இழக்க மாட்டானே. வற்புறுத்திக் கேட்டால் போலீஸைக்

கூப்பிடுவான். ஊரிலுள்ள பேப்பர்களுக்கெல்லாம் எழுதுவான்' என்று பேசிக்கொண்டார்கள். எதற்கும் போய்ப் பார்ப்போம் என்று இளைஞர்கள் போனார்கள்.

"யார்? என்ன விசேஷம்?" என்று கதவைத் திறக்கும்போதே கடுமையான குரலில் கேட்டார் அப்புசாமி.

"தீ விபத்தினால் பாதிக்கப்பட்ட குடிசைவாசிகளுக்காக நிதி சேர்க்கிறோம்" என்றான் தலைமையான இளைஞன்.

"நீங்கள் என்ன சேர்க்கிறது? கவர்ன்மென்ட் இருக்கிறது. பார்த்துக் கொள்றது! உங்களை எவன் உண்டி குலுக்கச் சொன்னான்?" என்று கேட்டார் அப்புசாமி.

"எடுத்ததற்கெல்லாம் அரசாங்கம் உதவ முடியுமா? பொதுமக்களாகிய நாம் . . ."

"இந்தா! கொஞ்சம் நில்லு . . . நீங்களெல்லாம் குடிசைவாசிகளா?" என்று கேட்டார் அப்புசாமி.

"இல்லை. அவர்களின் நலனுக்காக உழைக்கும் இளைஞர்கள் . . ."

"அதெல்லாம் வேண்டாம். நீங்கள் குடிசைவாசிகளில்லை – அவ்வளவு தானே? பேசாமல் போங்கள். குடிசைவாசிகள் வந்து கேட்கிறப்போ குடுத்துக்கிறேன். அவங்களுக்கில்லாத கவலையா உங்களுக்கு? இல்லை, அவங்களுக்கு நேரிலே வந்து கேட்கத் தெரியாதா?"

"என்ன இப்படிச் சொல்றீங்க?"

"போதும் . . . போகலாம். ஒரு பைசா தரமாட்டேன் . . ."

"எங்ககிட்ட நம்பிக்கை இல்லையா?"

"ஏன் இருக்கணும்? ஏன் இருக்கணும்னு கேட்கிறேன். உங்களை எனக்கு முன்னே தெரியுமா? பின்னே தெரியுமா? இந்த உண்டி குடிசைவாசிகள் கையிலே போய்ச்சேரும் என்கிறதுக்கு என்ன காரண்ட்டி?" என்று அப்புசாமி சொல்லவும் ஓர் இளைஞனுக்குக் கோபம் வந்துவிட்டது.

"உங்களால் கொடுக்கமுடியுமா, முடியாதா?" என்று இறுதி எச்சரிக்கை மாதிரி கேட்டான்.

"முடியாது; முடியாது; முடியாது. கெட் அவுட்" என்று சொல்லி விட்டுக் கதவை படார் என்று சாத்திவிட்டார் அப்புசாமி.

"கவர்ன்மென்ட் குடுக்கிறதோட, கார்ப்பரேஷனிலேயும் செலவு பண்றாங்க, சினிமாக்காரங்க வேற ஆயிரம் ஆயிரமாக குடுத்திருக்காங்க. அது பத்தாதுன்னு மந்திரிக்கு நேரடியா ஒவ்வொருத்தனும் நன்கொடை அனுப்பிண்டிருக்கான். இவங்க ஏன் உண்டி குலுக்கறாங்கன்னு கேட்கிறேன்? திருட்டுப் பசங்கள்" என்று தம் மனைவியைப் பார்த்துச் சொல்லிவிட்டு நாற்காலியில் போய் உட்கார்ந்தார் அப்புசாமி.

வெளியே போன உண்டி கோஷ்டி, "இவன்தான் மகா கஞ்சனாச்சே! என்னமாப் பேசறான், பார் இந்த வயசிலே? ஆறு வீடு வச்சிருக்கிறான். ஆயிரம் ரூபாவாவது மாசா மாசம் வாடகை வரும். பென்ஷன் வேறே முந்நூறுக்கு மேல் வருது. பிள்ளை குட்டி கிடையாது. எதுக்காக இப்படிப் பணத்தைச் சேர்த்து வைக்கிறானோ தெரியவில்லை" என்று பேசிக் கொண்டது.

"அவனை ஒதை விட்டிருக்கணும்" என்றான் கோபக்கார இளைஞன்.

"அதுக்கெல்லாம் இந்தக் கிழவன் பயப்பட மாட்டான். நம்ப அத்தனை பேரையும் ஜெயிலுக்கு அனுப்பிச்சுப் போடுவான். எமகாதகன். இவன் சமாச்சாரம் இன்னிக்குத்தான் நமக்குத் தெரியுமா?" என்று சொன்னான் வேறொரு வாலிபன்.

கோஷ்டி மற்றொரு வீட்டில் படி ஏறியது.

3

அப்புசாமி ஒரு பர்லாங் தூரத்தில் குடியிருந்து கொண்டு தீ விபத்தையோ, விபத்து நடந்த இடத்தையோ பார்க்கவில்லை. பார்க்க நினைக்கவுமில்லை. இந்த ஒரு வார காலத்திலும் சாயங்காலம் குறித்த வேளையில் உலாவப் போகும்போது தீ விபத்துப் பகுதியைத் திரும்பியும் பார்க்கவில்லை. ஆனாலும் அவர் தினந்தோறும் பத்திரிகையில் அது சம்பந்தமான விவரங்களைத் தவறாமல் படித்துக்கொண்டு வந்தார் என்பது உண்மை. முதல் பக்கத்தின் முதல்வரியில் தொடங்கினால் கடைசிப்பக்கமான பன்னிரண்டாவது பக்கத்தின் கடைசி வரி முடிய தினந்தோறும் பத்திரிகையைப் படித்து முடிக்கும் அவருக்கு; ஒரு மாதத்திற்கு முந்தி வெளியான விளம்பரங்களில் படித்த ஒவ்வொரு வரியும்கூட நன்றாக ஞாபகம் இருக்கும். அப்படிக் கவனம் செலுத்தி வாசிக்கும் அவருக்கு ஏகாம்பரம் தோட்டத்தின் தீ விபத்துக்கு வந்த நன்கொடைகளின் கூட்டுத் தொகையும், நிவாரணத்துக்கு உதவியவர் களின் பெயர்களும் மனப்பாடமாகத் தெரியும்.

அன்றாடம் நன்கொடை விவரங்கள் வெளிவந்துகொண்டிருந்த அந்தச் சந்தர்ப்பத்தில் ஒன்பது நாள் கழித்து மற்றொரு தீ விபத்து பற்றிய செய்தியும் பத்திரிகையில் வெளிவந்தது. அந்த விபத்து சென்னை யிலிருந்து பதினொரு மைல் தூரத்தில் உள்ள கருத்தான்சாவடி கிராமத் தில் நடந்தது. அதில் சுமார் இருநூறு கூரை வீடுகள் சாம்பலானதுடன், மூன்று சிறுவர்களும் கண் தெரியாத ஒரு கிழவியும் உயிரிழந்தார்கள். சில ஆடு மாடுகளும் இறந்தன. சேதத்தின் மதிப்பு சுமார் ஒரு லட்சம் ரூபாய். இந்தச் செய்தியைப் படித்தபோது, அப்புசாமியிடம் எவ்வித எதிரொலியும் ஏற்படவில்லை, அதுவும் ஒரு செய்தி என்று படித்து முடித்து அடுத்த செய்தியை வாசித்துக்கொண்டுபோனார். அதற்காகக் கருத்தான்சாவடி தீ விபத்துக்கு அவர் முக்கியத்துவம் கொடுக்காமல் இருந்துவிடவில்லை. அதன் தொடர்ச்சியாக மறுநாள் வேறு ஏதேனும் செய்தி வெளிவந்திருக்கிறதா என்று அவர் கவனித்தார். அவர்

எதிர்பார்த்ததற்கு மாறாக ஒரு செய்தியும் மறுநாள் பத்திரிகையில் மட்டுமல்ல, அதற்கு அப்புறம் வெளியான ஏழு நாள் பத்திரிகைகளிலும் வெளியாகவில்லை. எனவே, "ஒருவாரம் 'டயம்' கொடுத்தோம். போதும். இனி எழுத வேண்டியதுதான்" என்று பெரிய வெள்ளைக் காகிதங்களை எடுத்து வைத்துக்கொண்டு, தாம் தினமும் வாசிக்கும் ஆங்கிலப் பத்திரிகைக்குக் கடிதம் எழுதத் தொடங்கிவிட்டார்.

"ஐயா,

சமீபத்தில் சென்னை ஏகாம்பரம் தோட்டத்தில் தீப்பற்றி நூற்றைம்பது குடிசைகள் நாசமானதையும் இரண்டு குழந்தைகள் கருகி மாண்டதையும் பற்றிய செய்தியைப் பத்திரிகைகளில் படித்துக் கண்ணீர் விடாதவர்கள் இல்லை. விபத்து நடந்த தினத்திலேயே ஓர் அமைச்சர் நேரில்வந்து பார்த்தார், டில்லிக்குப் போயிருந்த ஒரு தமிழக அமைச்சர் அன்றே அனுதாபம் தெரிவித்தார். இரண்டு சினிமா நடிகர்கள் வந்து மொத்தம் பதினாயிரம் ரூபாய் கொடுத்து உடைகளும் வழங்கினார்கள். நகரசபையின் வட்டக் கவுன்சிலரும் முன்னாள் கவுன்சிலரும் சமூக ஊழியர்களான பெண்மணிகளும் கட்சித் தொண்டர்களும், மற்றும் பலரும் வந்து குடிசைவாசிகளையும், அவர்களுடைய உடைமைகளையும் மீட்பதில் பேருதவி புரிந்தார்கள். அதற்குப் பிறகு நான்காம் நாள் டில்லியிலிருந்து திரும்பிய அமைச்சரும் நேரில்வந்து குடிசைவாசிகளுக்கு அனுதாபம் தெரிவித்தார். ஒவ்வொரு நாளும் நன்கொடைகள் வந்து குவிகின்றன. இன்னும் குவிந்துகொண்டிருக்கின்றன. இளைஞர்கள் கோஷ்டி கோஷ்டியாகச் சேர்ந்து உண்டி வசூல் செய்கிறார்கள். விபத்தில் பாதிக்கப்பட்ட மக்களுக்கு உதவுவதில் தீவிரம் காட்டிவரும் அனைவரையும் நிதிஉதவி செய்பவர்களையும் நான் மனமாரப் பாராட்டுகிறேன். இந்தச் சமயத்தில் வேறொரு செய்தியை உங்கள் வாசகர்களின் கவனத்திற்குக் கொண்டு வருவதே என் முக்கிய நோக்கம்.

மேற்படி தீ விபத்துக்குப் பிறகு மற்றொரு பெரிய தீ விபத்தைப் பற்றியும் பத்திரிகைகளில் செய்தி வெளிவந்திருப்பதை வாசகர்கள் மறந்திருக்க மாட்டார்கள். அந்தச் செய்தி வெளிவந்து ஒரு வாரமாகியும், இன்று வரை அங்கே ஒரு அமைச்சரோ, சினிமா நடிகரோ, சமூக ஊழியரோ, அரசியல் கட்சித் தொண்டரோ நேரில் போய்ப் பார்த்ததாகத் தகவல் இல்லை. நிவாரண நிதி வசூலிக்கப்படுவதாகவும் செய்தி வெளியாகவில்லை. பார்க்கப்போனால் சென்னையில் ஏற்பட்ட தீ விபத்தைவிட கருத்தான் சாவடியில் ஏற்பட்ட அந்தத் தீ விபத்து பெரியது, பெரிய நாசத்தை விளைவித்தது. இங்கே இரண்டு குழந்தைகள் தான் உயிரிழந்தார்கள்; அங்கே மூன்று சிறுவர்களும், ஒரு கண் தெரியாத கிழவியும் மாண்டார்கள். கால்நடைகளின் சேதம் வேறு. இங்கே நூற்றைம்பது குடிசைகள் எரிந்தன. அங்கே இருநூறு வீடுகள் சாம்பல். அப்படியிருந்தும் அந்தச் செய்தியை எல்லோரும் மறந்துவிட்டார்கள். பத்திரிகைகள் படங்களில்லாமல் சுருக்கிப் பிரசுரித்ததுதான் காரணமா! கிராமத்து ஏழைகளை இப்படிப் புறக்கணிப்பதற்கு வேறு என்ன காரணம்?

இது வருந்தவேண்டிய ஒரு கேலிக்கூத்தே ஆகும். சென்னை விபத்து தேசப் பிரச்சினையாகவும் வெளியூர் விபத்து எவ்வளவு பெரிதாக இருந்தாலும் தனியாரின் சொந்தப் பிரச்சனையாகவும் கருதப்படுவது ஏன்? சென்னையிலிருந்து கேவலம் பத்துமைல் தூரத்தில் உள்ள கருத்தான் சாவடிக்குக் காரில் போக எத்தனை நிமிஷங்களாகும்? நிதி உதவி செய்யாவிட்டாலும் உதட்டளவில் அனுதாபம் தெரிவிக்கவாவது யாராவது போனார்களா? எங்கே ஏற்பட்டாலும் விபத்து விபத்துத்தானே? நாசம் நாசம்தானே? சென்னைக்கு ஒரு நீதி வெளியூருக்கு ஒரு நீதியா? ஏன் இந்த அநியாயமான பாரபட்சம்? சம்பந்தப்பட்டவர்கள் விளக்கம் கொடுப்பார்கள் என்று எதிர்பார்க்கிறேன்."

இந்தக் கடிதத்துக்கு ஒரு நகலும் எடுத்துக்கொண்டு அசல் பிரதியைப் பத்திரிகைக்கு அனுப்பினார் அப்புசாமி. அனுப்பிவிட்டுச் சரியாக ஒரு வாரம் 'டயம்' கொடுத்தார். பத்திரிகையில் அவருடைய கடிதம் வெளியாகவில்லை.

எட்டாவது நாள் அந்தப் பத்திரிகையின் ஆசிரியருக்கு ஒரு கார்டு போட்டு, தமது கடிதம் இன்னும் பிரசுரிக்கப்படவில்லை என்பதை நினைவூட்டி விரைவில் பிரசுரிக்குமாறு கேட்டுக்கொண்டார். அதற்கும் பதில் இல்லை. அதற்கும் ஒருவாரம் 'டயம்' கொடுத்துவிட்டு எட்டாம் நாள் கொஞ்சம் கோபத்துடனேயே அந்தப் பத்திரிகைக் காரியாலயத் திற்குப் புறப்பட்டுச் சென்றார். உபயோகமற்ற கடிதங்களையெல்லாம் பிரசுரிக்கிறார்கள், ஒரே விஷயம் பற்றிப் பல கடிதங்கள் வெளியாகின்றன. தம்முடைய முக்கியமான கடிதத்தை இன்னும் பிரசுரிக்காமல் இருப்பது என்றால், அதுவும் அதைப்பற்றி விசாரித்த பிறகும் பிரசுரிக்காமல் இருப்பது என்றால் அது ஆசிரியரின் முட்டாள்தனத்தைத் தவிர வேறென்ன? இல்லை, அகம்பாவமா?

பத்திரிகாலயத்தில் வழக்கம்போல் செய்தி ஆசிரியரைப் போய்ப் பார்த்தார் அப்புசாமி. கோபத்தை வெளியே காட்டிக்கொள்ளாமல், சிரிப்பையும் வரவழைத்துக்கொண்டு,

"நமஸ்காரம் எடிட்டர் ஸார்" என்று சொல்லிக்கொண்டே பக்கத்தில் கிடந்த நாற்காலியில் உட்கார்ந்தார்.

ஆசிரியர் அவரை நோக்கித் திரும்பினார். அப்புசாமி வந்தால் இலேசில் போகமாட்டார் என்பதை அறிந்தவரானதால், இவர் உள்ளே நுழையும்போதே ஆசிரியர் வேறொரு திசையைப் பார்த்து எதற்கோ 'கர்மம், கர்மம்' என்று தலையில் அடித்துக்கொண்டார். அதையே கேட்கச் சங்கடமாக இருந்தபோதிலும் மிகவும் சலிப்போடு: "வாருங்கோ, என்ன விஷயம்? சொல்லுங்கோ" என்று படபடப்போடு அவசரத்தைக் காட்டிக்கொண்டே கேட்டார் ஆசிரியர். அப்போது அவர் கண்கள் முன்னால் விரிக்கப்பட்டிருந்த தந்திச் செய்திகளைத் துழாவிக் கொண்டிருந்தன.

"ஒரு லெட்டர் போட்டிருந்தேன் ..." என்று அப்புசாமி இழுத்தார். அப்போது முகத்தில் ஒரு சிரிப்பு.

“எந்த லெட்டர்?”

“அதுதான், கருத்தான்சாவடி தீ விபத்து சம்பந்தமா . . .”

“அதைச் சொல்றீங்களா? . . ஸார், அதைப் பிரசுரிக்கிறதுக்கு இல்லை. ஸாரி!” என்று முகத்தில் அடித்தாற்போல் சொல்லிவிட்டுத் தம் வேலையைக் கவனிக்கத் தொடங்கினார் ஆசிரியர்.

அப்புசாமிக்குத் தூக்கிவாரிப் போட்டது.

“ஏன் ஸார்?” என்று பதறிப்போய்க் கேட்டார்.

“ஸார்! இந்த லெட்டரை விட்டுடுங்கோ அடுத்த மாசம் வேறே எதைப் பத்தியாவது எழுதுங்கோ. பார்க்கலாம்.”

“இது முக்கியமான லெட்டராச்சே ஸார்?”

“இருக்கட்டுமே . . . அடுத்த மாசம் எழுதுங்கோ.”

“அடுத்த மாசம் இன்னொரு லெட்டர் எழுதுறதுக்கும் இந்த லெட்டருக்கும் சம்பந்தமில்லையேன்னு பார்க்கிறேன்!”

“ஸார், இந்த மாசம் முதல் வாரத்திலேயே பேப்பர்லே உங்க லெட்டர் மூணு வந்திருக்கு.”

“ஆமாம். அதை இல்லேன்னு நான் சொல்லல்லையே! இது முக்கியமான லெட்டருன்னுதானே சொல்றேன்” – அப்புசாமி மடக்கினார்; ஒரு சிரிப்பும் சிரித்தார்.

ஆசிரியருக்கு அப்புசாமியின் எதிர்வாதங்களைக் கேட்கப் பொறுமை இல்லை. வேலை அவசரம். போதாக்குறைக்கு அப்புசாமி ஒவ்வொரு தடவையும் பேசியபின், சும்மா இராமல் ஒரு சிரிப்பும் சிரித்துக்கொண்டிருந்தது ஆசிரியருக்கு எரிகிற நெருப்பில் எண்ணெயை வார்ப்பதுபோல் இருந்தது. கொஞ்சம் கடுகடுப்பாகவே பேசி அவரை வெளியே அனுப்ப முடிவு செய்தார்.

“ஸார், உங்க லெட்டரையே பேப்பர்லே அடிக்கடி போட்டுண்டிருந்தா மத்தவாளுக்கு எப்போ சான்ஸ் குடுக்கிறது? ஒருத்தருக்கு ஒரு மாசத்திலே மூணு சான்ஸ் குடுக்கிறது என்கிறதே ரொம்ப ஜாஸ்தி. நீங்க என்னன்னா, விடாமே எழுதியனுப்பிச்சிண்டே இருக்கிறீங்க. ரொம்பக் கஷ்டமா இருக்கு ஸார். பல பேரோட கோபத்துக்கும் வேறே ஆளாக வேண்டியிருக்கு . . .” – செய்தி ஆசிரியர் இரண்டு கைகளையும் தலைவலிக்காரன் போல் தலையில் வைத்துக்கொண்டார்.

“யார் அப்படி உங்களைக் கோவிச்சுக்கிறா?”

“உங்களைப் போல உள்ள பெரிய மனுஷாள்தான். திரும்பத் திரும்ப மிஸ்டர் அப்புசாமி லெட்டர்களை மட்டுமே பத்துப் பதினைஞ்சு வருஷமாப் பேப்பர்லே போட்டுண்டிருக்கிறீங்களே, நாங்க எழுதறது

லெட்டர் இல்லையான்னு, கேட்கிறாங்க. நாங்க – பேப்பர்க்காரங்க – எல்லாருக்கும் பொதுவா இருக்கணும். ஒருத்தருக்கு மட்டும் பாரபட்சமாச் சலுகை காட்டக்கூடாது. நீங்க மட்டுமில்லே, மத்தவாளும் காசுக்குத்தான் எங்க பேப்பரை வாங்கிப் படிக்கிறாங்க . . .”

“முடிவா என்ன சொல்றீங்க ஸார்?”

“அதைத்தான் முதல்லேயே சொன்னேனே! அடுத்த மாசம் எழுதுங்கோ.”

“அடுத்த மாசம் இந்த விஷயம் பழசாப் போயிடுமே, ஸார்?”

“இது போனா இன்னொண்ணு. விஷயமா கிடைக்காது?”

இந்தச் சமயத்தில் வேறு இருவர் ஆசிரியரைப் பார்க்க உள்ளே வந்துவிட்டார்கள். உடனே ஆசிரியர், “அவ்வளவுதான். பார்ப்போம்” என்று சொல்லி அப்புசாமியைப் பார்த்துக் கைகூப்பினார்.

அப்புசாமி நாற்காலியை விட்டு எழுந்தார்.

“சரி ஸார். பரவாயில்லை. அடுத்த மாசம் கும்பகோணத்தில் மாமாங்கம். அதைப்பத்தி ஏதாவது எழுதலாம்னு தோணறது. எழுதி அனுப்புறேன். கவனிச்சுக்கோங்கோ . . .” என்று சொல்லிவிட்டு அப்புசாமியும் கைகூப்பினார்.

ஆசிரியர் ஒரு பதிலும் சொல்லாமல் அந்த இருவரையும் பார்த்து, “வாருங்கோ” என்று சொல்லி நாற்காலிகளைக் காட்டினார்.

அப்புசாமி வெளியே வந்து வீட்டுக்குத் திரும்புவதற்குப் பஸ்ஸைப் பிடித்தார். மாமாங்கத்தைப் பற்றி என்ன எழுதுவது என்று யோசித்துக் கொண்டே வரும்போது உலகக் கண்காட்சிச் சுவரொட்டிகள் அவர் கண்ணில் பட்டன. இந்தக் கண்காட்சி பார்க்க டிக்கட் என்ன வச்சிருக் கிறாங்கன்னு தெரியல்லையே! தெரிஞ்சா ஒரு நாலணா கொறைக்கணும், இல்லை கூட்டணும்னு ஒரு லெட்டர் எழுதலாம் . . . விசாரிக்கணும் . . .

இறங்க வேண்டிய இடத்தில் இறங்கி அப்புசாமி தம் வீட்டை நோக்கி நடக்கும்போது, ஏகாம்பரம் தோட்டத்தைத் திரும்பிப் பார்த்தார்.

ஆங்காங்கே ஒரு சிலர் தங்கள் குடிசைகளைத் திரும்பவும் கட்டிக் கொண்டிருப்பது தெரிந்தது. தீப்பற்றி எரிந்த பெரும்பாலான பகுதி காலி மனையாகவே இருந்தது. சாலையை ஒட்டி இரண்டு குடிசைகள் மட்டும் ஒன்றுக்கொன்று இடைவெளி விட்டு ஏற்கெனவே கட்டி முடித்துக் கூரை போடப்பட்டிருந்தன. “நடிகர் கே.எல். மன்றம்” “கலைஞர் எஸ்.பி. மன்றம்” என்ற புதுப் போர்டுகள் சகிதம் அவை காட்சியளித்தன. தீயில் கருகிய மொட்டை மரங்களில் பல்வேறு அரசியல் கட்சிகளின் கொடிகள் ஏற்கெனவே துவஜாரோகணம் செய்யப்பட்டு பட்டொளி வீசிப் பறந்துகொண்டிருந்தன.

அப்புசாமி யோசித்தார். 'திரும்பவும் கூரைக் குடிசைகளையே கட்டினால் திரும்பவும் தீ விபத்து ஏற்பட்டு நாசமாறதுக்குச் சாத்தியம் உண்டே! ஏராளமான நிதி உதவி கிடைச்சிருக்கிறப்போ கல் கட்டடமாகக் கட்டுறதுதான் புத்திசாலித்தனம். இதை வற்புறுத்திப் பேப்பருக்கு எழுதினால் என்ன?..

இந்த யோசனை திடீரென்று தடைப்பட்டது. அவன் வேற சமாச்சாரத்தைப் பத்தின்னா எழுதச் சொல்லிட்டான்? திரும்பவும் இந்தக் குடிசை சமாச்சாரத்தையே எழுதினால் பேப்பர்லே போடுவானோ மாட்டானோ? தவிரவும் மாமாங்கத்தைப் பத்தி எழுதப் போறதா நானே சொல்லிப்பிட்டேன். சொன்னபடி நடந்தால்தான் நாளை நம்பளை மதிப்பான்... மாமாங்கம்... அதுக்கும் பாயின்ட்ஸ் கிடைக்கணும்...

அப்புசாமி சிந்தனையில் மூழ்கியவாறே வீட்டுக்கு வந்து கதவைத் தட்டினார்.

❖

தீபம், பிப்ரவரி 1968

புத்தி

அப்பா சென்னைக்கு வந்திருக்கிறார்.

முந்தாநாள் மெட்ராஸுக்குப் பொறப்பட்டு வந்தார். ரொம்பக் கோபமா, வைராக்கியமா சபதம் போட்டுண்டு வந்திருக்கிறார். எத்தனைநாள் ஆனாலும் உன்னைத் தேடிக் கண்டுபிடிச்சு ஊருக்கு அழைச்சிட்டுப் போறது; நீ வரமாட்டேன்னு சொன்னா தானும் ஊருக்குத் திரும்புறதில்லே. இப்படி உங்க அம்மாவண்டே சொல்லிட்டு வந்திருக்கிறாராம். அத்தோடே சொத்தை யெல்லாம் தர்மச் சொத்தா எழுதி வச்சிட்டுக் காசிக்குப் போயிடப்போறதாகவும் உறுதியாகச் சொன்னாராம்... பாவம், ஒரு தடவை பொறுத்தார், ரெண்டு தடவை பொறுத்தார். சதா பொறுக்குறது எப்படி? பொறுமைக்கும் ஓர் எல்லை உண்டு...

வைத்தீஸ்வரன் கோவிலிலிருந்து சென்னைக்கு வந்திருந்த ஒருவன் – சீனு – இந்தச் செய்தியை, ஒரு பரதநாட்டியக் கச்சேரியின் இடைவேளை சமயத்தில், சபா மண்டபத்திற்கு வெளியே சோடாக்கடையின் பக்கத்தில், சந்தர்ப்பவசமாகச் சந்தித்தபோது வைத்தி யிடம் சொன்னான். அப்புறம் இடைவேளைக்குப் பிறகு வைத்திக்கு நாட்டியத்தில் கவனம் செல்ல வில்லை. கச்சேரி எப்போது முடியும் என்ற எண்ணத் துடனேயே மேடையைப் பார்த்துக்கொண்டிருந்தான். பக்கத்தில் உட்கார்ந்திருந்த அவனுடைய சகாக்கள் இருவரும் வைத்தி எவ்வித முகச் சலனமும் இல்லாமல் சிலையைப் போல் இருப்பதைப் பார்த்து அதன் காரணத்தைக் கேட்டார்கள்.

"ஒன்றுமில்லை" என்று சொல்லித் தட்டிக் கழித்தான் வைத்தி.

அவன் மனசில் ஓடிக் கொண்டிருக்கும் சிந்தனை இதுவாகத்தான் இருக்கும் என்று திடீரென்று ஒரு சகாவுக்குத் தோன்றியது. உடனே அவன் சொன்னான். "அண்ணா, இந்த யோசனை வேண்டாம். விட்டுடுங்கோ. இது அப்படி ஒண்ணும் நீங்க நினைக்றாப்லே..."

"எந்த யோசனை வேண்டாம்" என்று திகைப்போடு கேட்டான் வைத்தி.

"தெரிஞ்சுதான் சொல்றேன்." வேஷத்தைப் பார்த்துட்டு இளவயசுன்னு நினைக்கிறீங்க! இப்போ இவ (நாட்டியமாடும் பெண்) அரைக்கிழவி. தேடுவாரத்துப்போய் ரொம்ப நாளாச்சு. கழிச்சிக்கட்டின சரக்கை நீங்க ஏன் வெலை பேசலாம்னு நினைக்கிறீங்க?"

வைத்திக்குக் கோபம் வந்துவிட்டது. "ஒண்ணும் பேசாதே. பேசாமல் இருக்கணும்" என்று கண்டிப்போடு சொல்லிவிட்டு முகத்தைத் திருப்பிக் கொண்டான்.

ஒரு வழியாக நாட்டியம் முடிந்தது. எல்லோரும் வெளியே வந்தனர். சீனுவை மற்றொருமுறை பார்த்து விடைபெற்றுக்கொள்ள வேண்டும் என்று வைத்திக்குத் தோன்றவில்லை. தன் சகாக்களோடு ஒரு டாக்ஸியைப் பிடித்து மாம்பலத்திற்குப் போனான். அங்கே ஒரு ஹோட்டலில் மூவரும் சாப்பிட்டார்கள். பீடாப் போட்டு சிகரெட்டும் பற்ற வைத்தார்கள். பிறகு தோழர்களை அனுப்பிவிட்டு வைத்தி மட்டும் வேறொரு டாக்ஸியைப் பிடித்துக்கொண்டு கோடம்பாக்கத்தை நோக்கிச் சென்றான். அங்கேதான் அவனுக்கு ஜாகை, ஒரு குமாரியோடு.

அப்பா சென்னைக்கு வந்திருப்பதைப்பற்றித் தீவிரமாகச் சிந்திக்கத் தொடங்கினான். இதற்கு முன்பு இரண்டுமுறை இதேபோல் சென்னைக்கு வந்து தன்னைக் கையோடு அழைத்துக்கொண்டுதான் ஊருக்குத் திரும்பினார். இப்போதும் அவர்தம் காரியத்தைச் சாதிக்காமல் விடமாட்டார். எங்கே தங்கியிருக்கிறார் என்று சீனுவுக்குத் தெரியவில்லை. வழக்கம்போல் காந்திநகரில்தான் இருப்பார் என்று நினைத்துக்கொண்டான் வைத்தி.

அப்பாவுக்கு நயமாகவும் பேசத் தெரியும். பயமாகவும் பேசத் தெரியும். யார்யாரைப் பிடித்தால் காரியத்தை முடிக்கலாம் என்பதை நன்றாக அறிந்தவர். பிடிகொடுப்பவர்போல் பேசி நழுவி விடுவதிலும் பேச்சிலேயே எவனையும் வசப்படுத்தி அப்புறம் இழுத்த இழுப்புக்கெல்லாம் அவன் கையைக் கட்டிக்கொண்டு பின்னால் தொடர்ந்து வரும்படி செய்வதிலும் மகா சமர்த்தர். அவர் கண்ணில் பட்டுவிட்டால் எமன் பார்வையில் சிக்கிய மாதிரிதான். தப்பி ஓடுவது என்ற பேச்சுக்கே அப்புறம் இடமில்லை. ஆகவே, நிலைமையை எப்படிச் சமாளிக்கலாம் என்று வைத்தி யோசிக்கத் தலைப்பட்டான். மூளைக்குச் சுறுசுறுப்பை உண்டு பண்ண ஒரு பாட்டிலையும் உடைத்து உள்ளே விட்டான்... அப்பா முதல் தடவை சென்னை வந்து தன்னை அழைத்துக்கொண்டு போனதை ஒரு தடவை நினைத்துப் பார்த்தான்...

கிருஷ்ணசாமி ஐயர் அப்போது நயமாகவே பேசி அவனை மடக்கினார். “வைத்தி! உனக்காகத்தாண்டா நான் உசிரை விடுகிறேன். இவ்வளவு சொத்தும் யாருக்காகச் சேர்த்தேன்? யாருக்கு வெச்சிட்டுப் போகப்போறேன்? ஆயிரம் ஆயிரமாச் சம்பாதிச்ச காலத்திலேகூட நான் உல்லாசமாத் திரிஞ்சதில்லை; ஒத்தை காசைச் செலவழிச்சதில்லை. வீண் செலவுதானேன்னு சொல்லி வெத்திலை சீவல் போடுறதைக்கூட நிறுத்திப்பிட்டேன். ஒரு பட்டு அங்கவஸ்திரம் வாங்கி அறியமாட்டேன். ‘கிருஷ்ணசாமி ஐயன் பணத்துக்கு ஆசைப்பட்டுக் கொரங்கைப்போய்க் கல்யாணம் பண்ணிண்டான்’னு ஊரிலே ஒருத்தன் பாக்கியில்லாமே அத்தனைபேரும் எளப்பமாப் பேசினான். பேசுறவன் பேசட்டும்னு கவலைப்படாமே இருந்தேன். அப்படியெல்லாம் அரும்பாடுபட்டுச் சேர்த்து, நீ ஆசைப்பட்ட பொண்ணையே உனக்குக் கல்யாணம் பண்ணி வெச்சி உனக்கு ஒரு கொறவும் வெக்கப்படாது என்கிறதிலே கண்ணும் கருத்துமா இருந்தேன். நீ வாழறதுக்காக நான் தியாகம் பண்ணினேன். இது உனக்கே தெரியும். என் மனசை இப்படிக் கஷ்டப்படுத்துறது உனக்கு இஷ்டம்தானா . . . வைத்தி, இப்படித் தப்பு வழியிலே போய், ஊர் சிரிக்கப் பண்ணிட்டயே . . .”

அப்பாவின் கூற்றை மறுத்து வைத்தி சொன்னான். “பிஸினஸ் பண்ணணும்னு நினைக்கிறது தப்பு வழியா, அப்பா? தின்னுட்டுத் தின்னுட்டுச் சோம்பேறியா நான் தூங்கணும்னு சொல்றீங்களா?”

“பிஸினஸ் எதுக்கு? இன்னும் நாலு தலைமுறைக்குச் சேர்த்து வெச்சிருக்கிறேன். நீ ஒரு துரும்பை எடுத்துப் போடவேண்டாம். ராஜாவாட்டம் உட்கார்ந்து சாப்பிடலாம்.”

“அப்பா! அது எனக்கு இஷ்டமில்லே. நானும் ஆண்பிள்ளை. நாலு காசு சம்பாதிக்காமே அப்பா தேடுன சொத்தை வெச்சிச் சாப்பிடறதுன்னா எனக்கு என்னவோ கேவலமாகத் தோணுது. என் காலத்திலே நானும் சம்பாதிக்கணும். அப்பா அஞ்சி லட்சம் சம்பாதிச்சு வெச்சார்; மகன் அதை அம்பது லட்சமாப் பெருக்கினான்னு ஊர் சொல்லணும் . . .”

‘வைத்தி இவவாறு சொல்லவே சிரிப்பதா சீறி விழுவதா என்று இருந்தது கிருஷ்ணசாமி ஐயருக்கு. என்னமாப் பேசுறான்!’ என்று நினைத்துக் கொண்டு, ஆத்திரத்தை அடக்கி, “வைத்தி! நீ இப்படி ஆசைப்படுறே! ஊர் அப்படிச் சொல்றது! நீ பரிசுத்தமானவன் என்கிறது உனக்குத் தெரியும்; எனக்குத் தெரியும். அது ஊருக்குத் தெரியல்லையேடா! நீ நடத்தை கெட்டு அலையிறே, கெட்ட சகவாசம், குடி, கூத்தி! அப்படி இப்படின்னு பேசுறாங்களே, என்னாலே வெளியே தலை காட்டவே முடியல்லே, வைத்தி. உன்னோட அம்மா, மனசு ஒடைஞ்சு போய் அப்படியே பிரக்ஞையில்லாமே கெடக்கிறா. வீட்டிலே ஒரு நிமிஷம் நிம்மதி இல்லை” என்று பேசினார். இடையிடையே கண்ணீரை விட்டுத் துடைத்துக்கொண்டார். ஐந்தாறு தடவை வாய் குழறியது; குரலும் அடைத்தது.

வைத்தி இதற்கெல்லாம் மசியாமல் எதிர்வாதம் செய்தான். அவரும் மசியவில்லை.

"வைத்தி! நீ ஏன் சொன்னதையே சொல்றே? நீ சொல்றதை நான் முழுக்க நம்புறேன். இப்போ எனக்காகத் தயவு பண்ணி நீ ஒரு காரியத்தை மட்டும் செஞ்சிப்பிடு. அப்புறம் நீ என்ன செஞ்சாலும் நான் குறுக்கே நிற்கல்லே."

"என்ன செய்யணும்?"

"என் கூட ஊருக்கு வா. ஒரு நாலு நாள் ஊரிலே இரு. பிஸினஸ் சமாச்சாரத்தைப்பத்தி நாலு பேரண்டே பேசு. உன்னைப் பத்தித் தப்பு தண்டாவாக் கதை கட்டுவனங்க வாய் தானே அடைப்பட்டுப் போகும். அதைப் பார்க்கணும் என்கிறதுதான் என்னோட ஆசை. அப்புறம் நீ மெட்ராஸுக்கு வா. நான் வேண்டாம்னு சொல்லல்லே."

இதைக் கேட்டதும் வைத்திக்கு உள்ளூரச் சந்தோஷம் பொங்கியது. பிஸினஸ் செய்வதாகச் சொன்னதை அப்பா நம்பிவிட்டார்; நான்கு நாட்களில் சென்னைக்குத் திரும்பச் சம்மதிக்கிறார். எனவே, பிஸினஸுக்கு ஒரு பெருந்தொகையை அவரிடம் வாங்கிகொண்டு வரமுடியும் என்று நினைத்துத் 'தந்தை சொல் மிக்க மந்திரமில்லை' என்ற வாக்கியத்தைக் கடைப்பிடிக்கத் துணிந்தான். அப்பாவோடு ஸ்டேஷனுக்குக் கிளம்பினான். தன் பர்ஸிலிருந்தே பணத்தை எடுத்து ஸ்டேஷனுக்கு எதிரே உள்ள கடையில் ஆப்பிள், ஆரஞ்சு, திராக்ஷை முதலிய பழங்களும் பிஸ்கட் பெட்டிகளும் நிறைய வாங்கிக்கொண்டான். பர்ஸில் ஒருவாரச் சிகரெட்டுக்கு வேண்டிய பணம் மட்டுமே மிஞ்சியது. பையன் இப்படி அமோகமாகச் சரக்குகள் வாங்கியதை அப்பா ஆட்சேபிக்கவில்லை. வீட்டுக்கும் ஊருக்கும் நல்ல பிள்ளையாகக் காட்டிக்கொள்ள அவன் முயற்சி செய்வது நல்லதுதான் என்று தடுத்துச் சொல்லாமல் இருந்தார்.

ஊருக்குப் போனான். நான்கு நாட்களும் ஆயிற்று. ஆனால் நான்கு மாதங்கள் ஆனாலும் சென்னைக்கு அவனால் திரும்ப முடியுமா என்பது சந்தேகமாகி விட்டது.

கிருஷ்ணசாமி ஐயர் தமது வீட்டை விஸ்தரித்துக் கட்டும் வேலையைத் தொடங்கினார். இந்தச் சமயம் பார்த்து, வேண்டுமென்றே இந்த 'ஐந்தாண்டுத் திட்ட' வேலையை அப்பா ஆரம்பித்திருக்கிறார் என்று நினைத்தான் வைத்தி. தினமும் விடிந்தவுடன் வீடு கட்டுவது சம்பந்தமாகப் பல வேலைகளையும் பொறுப்புகளையும் அவன் தலையில் அவர் ஏற்றி வைத்துக் கொண்டிருந்தார். அவன் தப்பி ஓடிவிடாதபடி ஆட்களையும் காவல் போட்டுவிட்டார். அவன் எங்கே சென்றாலும் குறைந்தபட்சம் நான்கு நிழல்கள் பின்தொடர்ந்துகொண்டிருந்தன. ரயில்வே ஸ்டேஷனிலும் பஸ் ஸ்டாண்டிலும் எந்நேரமும் கண்காணிப்பு. ஐந்து நிமிஷத்திற்கு ஒரு தடவை, 'வைத்தி எங்கே? வைத்தி எங்கே?' என்று தாம் விசாரிப்பதோடு மட்டுமல்லாமல், வேறு பலரையும் விசாரிக்கும்படி வைத்து விட்டார். திருவிழாக் கூட்டத்தில் குழந்தையைத் தேடுவதுபோல் திடீர்

திடீர் என்று வைத்தியைத் தேடுவார்கள். அவனுடைய யாத்திரா மார்க்கங்களை இப்படியெல்லாம் அடைத்ததோடு, அவனுக்கு யாரும் ஒரு காசு கொடுத்துவிடக்கூடாது என்று ஊரில் அத்தனை பேரையும் ஐயர் எச்சரித்தும் வைத்திருந்தார்.

வைத்தி சென்னைக்குப் போக வேண்டும் என்று சொல்லும் போதெல்லாம், "போகலாம், இந்த வேலை முடியட்டும். அனுப்பி வைக்கிறேன். ரெண்டு நாள் பொறு" என்று சொல்லிக்கொண்டே வேலியைப் பெரிதாக்கினார் ஐயர்.

பொறியில் அகப்பட்டுக் கொண்டுவிட்டோம் என்று வைத்திக்குத் தோன்றிவிட்டது. ஒருநாள் ஆத்திரத்துடன் அப்பாவின் முன்னால் வந்து நின்றான்.

"அப்பா! நீங்க மெட்ராஸிலே சொன்னதை நம்பி நான் வந்தேன். பிஸினஸ் வேலைகளை அரைகுறையாப் போட்டுட்டு வந்தேன். இப்போ அஞ்சு மாதம் ஆயிடுத்து. இன்னும் ரெண்டு நாள் பொறு, ரெண்டு நாள் பொறு, ரெண்டு நாள் பொறுன்னு சொல்லிண்டே இருக்கிறீங்க" என்று பல்லைக் கடித்துக்கொண்டு பேசினான்.

"சொல்லிண்டுதான் இருக்கிறேன். காரியம் இருக்கே!"

"காரியம் இருந்துண்டுதான் இருக்கும். நான் போறது எப்போ?"

"ரெண்டு நாள் பொறுன்னு சொல்றேனே!"

"ரெண்டு நாள் ரெண்டு நாள்னு ஆயிரம் ரெண்டு நாள் போயிட்டது."

"போகட்டுமே! சும்மா போகல்லையே! வீட்டுக் காரியமாத்தானே போகறது?"

"அதெல்லாம் எனக்குத் தெரியாது. நான் மெட்ராஸுக்குப் போகணும்."

"பொறுன்னு சொல்றேன்."

"பொறுக்க முடியாது. ஆமாம்."

மகன் இப்படிச் சொல்லவே கிருஷ்ணசாமி ஐயர் நிமிர்ந்து உட்கார்ந்தார்.

"பொறுக்க முடியாதா? சரி, நீ எப்போ வேணும்னாலும் போ" என்று சொல்லிவிட்டு வெளியே போய்விட்டார்.

'எப்படியோ ஒரு விதத்தில் அப்பா அனுமதித்துவிட்டது உண்மை தான் என்றாலும் வைத்தி வெறும் அனுமதியை மட்டும் வைத்துக் கொண்டு சென்னைக்குப் புறப்படுவது எப்படி? டிக்கெட்டுக்குக் கூடப் பணமில்லையே!' அந்தரத்தில் தொங்கினான் அவன். ஒவ்வொரு நிமிஷமும் ரண வேதனையாக இருந்தது. கோபம் கொதி நிலையைத் தொட்டுவிட்டது. வெறி பிடித்தவன்போல் வெளியே போனான். ஒரு

கடையில் சிகரெட்டை வாங்கிக்கொண்டு ஒரு தென்னந்தோப்புப் பக்கம் நடக்கத் தொடங்கினான். அவசியம் இல்லாததால் நிழல்கள் அவனைப் பின்தொடரவில்லை.

அப்பா தன்னை ஏமாற்றி ஊருக்கு அழைத்து வந்துவிட்டதற்காக அவரைப் பழிவாங்கியே தீரவேண்டும் என்று ஆத்திரம் வந்தது. அவனைப் பற்றி ஊருக்குள் இழிவாகப் பேசுகிறார்கள் என்று அவர் சொன்னது முழுப் பொய் என்றும் தோன்றவே அவனுடைய ஆத்திரம் பன்மடங்காகப் பெருகியது. அப்படி யாரும் பேசியதாகச் சான்று அகப்படவில்லை. அம்மா அவர் சொன்னதுபோல் 'மனசு ஒடைஞ்சி போய்ப் பிரக்ஞையில்லாமல் கெடக்க'வில்லை. வேளாவேளைக்குச் சாப்பிட்டுக்கொண்டு உற்சாகமாகத்தான் இருந்தாள். மனைவியும் கவலைப்பட்டதாகத் தெரியவில்லை. கோபத்தினால் முகத்தைத் தூக்கிக் கொண்டும் நெருங்கிப் போனால் சீறி விழுந்துகொண்டும் இருந்தாளே ஒழிய கவலை என்பது அவளிடம் துளிக்கூட இல்லை. இப்படி ஒவ்வொன்றையும் நினைத்துக் குமுறிய வைத்தி, அன்றே எவனிடமாவது ஆயிரம் ரூபாய் கடன் வாங்கிக் கொண்டு ரயில் ஏறி விடலாம் என்றும் அப்பா திரும்பவும் தன்னைத் தேடிச் சென்னைக்கு வரும்போது அவரிடம் பெருந்தொகையைக் கழற்றிவிட வேண்டும் என்றும் திட்டம் போட்டுக்கொண்டு தென்னந் தோப்பிலிருந்து திரும்பி வந்தான்.

கடன்வாங்கும் முயற்சியில் இறங்கியபோதுதான் அப்பாவின் கை வரிசை அவனுக்குத் தெரியவந்தது. ஊரெல்லாம் சுற்றியும் ஒரு காசு பெயரவில்லை. "உனக்கு ஒரு பைசாகூடக் குடுக்கக் கூடாதுன்னு உங்க அப்பாவே சொல்லியிருக்கிறார். நான் எப்படிக் குடுப்பேன்?" என்றே ஒருவன் உண்மையை அம்பலப்படுத்திவிட்டான்.

வைத்திக்கு நெஞ்சில் அடிவிழுந்துவிட்டது. வீட்டுக்குத் திரும்பி வந்தவன் ஆத்திரத்தை வெளியே காட்டிக் கொள்ளாமல் மௌனமாக இருந்தான். அதைக் கண்டு, பையன் வழிக்கு வந்துவிட்டான் என்று அப்பா சந்தோஷத்தில் மூழ்கினார்.

அப்புறம் ஒரு வாரம் கழிந்ததோ, இல்லையோ வைத்தி திடீரென்று ஊரைவிட்டுப் போய்விட்டான். மாயூரத்திற்குப் போய், அப்பாவுக்குத் தெரிந்த ஒரு இரும்புக்கடையில் இருபத்தைந்து ரூபாயை வாங்கிக் கொண்டு அங்கிருந்தே சென்னைக்கு ரயில் ஏறிவிட்டான்.

சென்னையில் கிருஷ்ணசாமி ஐயருக்குத் தெரிந்த ஒரு வக்கீல் இருந்தார். பெரிய வக்கீல். அவரிடம் போய்ப் பணம் வாங்கிக்கொள் வதற்கு ரயிலில் வரும்போதே யோசித்து முடிவுகட்டிக்கொண்டான் வைத்தி. அதன்படி சென்னையில் இறங்கி ஹோட்டலில் அறை அமர்த்திக் குளித்துக் காபி சாப்பிட்டதும் நேரே மயிலாப்பூருக்குத்தான் போனான். சென்ற தடவை தன் தந்தை சென்னைக்கு வந்திருந்தபோது அந்த வக்கீலை யும் பார்த்திருக்கிறார் என்பது அவர் சொன்னபோதுதான் அவனுக்குத் தூக்கி வாரிப்போட்டது. தன் குட்டையெல்லாம் வக்கீலிடம் அப்பா உடைத்திருப்பாரே, அவர் எப்படிப் பணம் கொடுப்பார்? என்று அவன் மனம் பேதலித்த சமயத்தில் வக்கீல் கல்மிஷமில்லாமல் சொன்னார்:

“நீ மெட்ராஸிலே ஏதோ பிஸினஸ் ஆரம்பிக்கப் போறதா அப்பா சொன்னார். சந்தோஷம். அதுதான் சரி. காலமெல்லாம் விவசாயத்தை மட்டும் நம்பி இருக்க முடியாது. அந்தக் காலம் போயிட்டது. ‘சிட்டி’க்கு வந்து ஏதாவது செஞ்சாத்தான் இனிமேலே நாலு காசைப் பார்க்க முடியும். உன் யோசனை நல்ல யோசனை.”

வைத்திக்கு இந்த வார்த்தைகள் இரண்டு செவிகளிலும் தேனாகப் பாய்ந்தன. குடும்ப கௌரவத்தைக் காப்பாற்றிக்கொள்ளத் தன்னைப்பற்றி அப்பா பெருமையாகவே அவரிடம் சொல்லியிருக்கிறார் என்பதைத் தெரிந்துகொண்டான்.

“உனக்கு ஏதாவது உதவி தேவைன்னா எப்போ வேணும்னாலும் என்னண்டை வரலாம்” என்றும் அவர் சொன்னார்.

அன்றே உதவி தேவைதான். அதற்காக, உடனே கேட்டுவிடக்கூடாது என்று அவ்வளவில் சந்திப்பை முடித்துக்கொண்டு வைத்தி விடைபெற்றுக் கொண்டான். கையில் கிடந்த ஒரு மோதிரத்தை விற்றான். சகாக்கள் சகிதம் ஒரு வாரம் பொழுதுபோக்கினான். அடுத்த வாரம் வக்கீலிடம் போய் ஆயிரம் ரூபாய்க்கு ஒரு செக் வாங்கிக்கொண்டு வந்துவிட்டான்.

ஊரில் கிருஷ்ணசாமி ஐயர் கவலைப்படாமல் மெத்தனமாக இருந்தார். கையில் காசில்லாமல் வீட்டை விட்டு ஓடியவன் ஒருநாள் தானாகவே திரும்பி வந்து சேருவான் என்பது அவருடைய நம்பிக்கை. ஆனால் இந்த நம்பிக்கையை வைத்துக் கொண்டு பத்து நாட்களை மட்டுமே ஓட்ட முடிந்தது. அதற்குள் வீட்டில் எரிமலை வெடித்துவிட்டது. மனைவியும் மருமகளும் பயங்கரமாகச் சண்டையைத் தொடங்கி, விட்டார்கள். மகனைத் திரும்பவும் அழைத்துக்கொண்டு வருவது அவருக்கு ஒரு ஜீவாதாரத் தேவையாகவே ஆகிவிட்டது.

தன் மகனிடம் அன்பாக நடந்துகொள்ளாமல் சிடுசிடுத்துக்கொண்டு இருந்ததனாலேயே அவன் முன்பும் ஊரைவிட்டுப் போனான். இப்போதும் போய்விட்டான் என்று மருமகளைத் திட்டினாள் வைத்தியின் தாயார்.

மருமகளோ மாமனார், மாமியார் இருவரையுமே குற்றஞ் சாட்டினாள். தன் கணவனைச் சிறைக்கைதி மாதிரி அடக்கி ஒடுக்கிக் கேவலப்படுத்தியதால்தான் அவன் ஓடிவிட்டான் என்று அடித்துச் சொன்னாள் அவள்.

சண்டை ஓயவில்லை.

ஐயர் தடுத்துப் பார்த்தார். இருவருமே அவரை லட்சியம் செய்ய வில்லை. ஐயர் சென்னைக்கு இரண்டாவது யாத்திரையை மேற் கொண்டார்.

மயிலாப்பூர் வக்கீலைப் பார்க்க அவர் வந்தபோது, பையன் ஆயிரம் ரூபாய் வாங்கிச் சென்ற விபரத்தை வக்கீல் சொன்னார். அப்புறம் வைத்தி தம்மிடம் வரவே இல்லை என்று சிறிது ஆச்சரியம் கலந்தும் சொன்னார்.

கிருஷ்ணசாமி ஐயருக்குக் கோபம் சிரசுமுட்டிவிட்டது. மகனுடைய யோக்கியதையை வெளிப்படையாக வக்கீலிடம் சொல்லிவிட்டார். வக்கீலும் அதிர்ச்சிக்குள்ளாகி, "நிஜம்தானா?" என்று கேட்டார்.

"நிஜம்தான். இனி நயமான பேச்சிலே அவன் மயங்கமாட்டான். பயமுறுத்தித்தான் அவனை ஊருக்குக் கொண்டு போகணும்."

இருவரும் தீவிரமாக ஆலோசனை செய்தார்கள். வைத்தியைக் கொண்டு வந்து வைத்துக்கொண்டு ஒரு குறிப்பிட்ட விதமாக நாடகம் போடுவது என்று தீர்மானித்தார்கள். அதன் பிறகு கிருஷ்ணசாமி ஐயர் விடைபெற்றுக்கொண்டு வழக்கம்போல தாம் தங்குகின்ற சொந்தக் காரர் வீட்டுக்குப் போய்விட்டார்.

வைத்தியை நாலைந்து நாட்கள் தேடியும் கண்டுபிடிக்க முடிய வில்லை. கடைசியில் அவனாகவே வந்து சிக்கினான். வக்கீலிடம் இரண்டாவது தடவையாகப் பணம் வாங்க வந்தான். உடனே அவர் பிடித்துக் கொண்டார். அவனுடைய அப்பா ஊரிலிருந்து வந்ததைச் சொல்லாமல், "வைத்தி! நீ என்னை ஏமாத்திப்பிடலாம்னு பார்த்தியா? நீ எப்படிப்பட்டவன் என்கிறது எனக்கு அப்புறம்தான் தெரிஞ்சுது. பிஸினஸுன்னு சொல்லி நீயும் உன் அப்பாவும் சேர்ந்து என்னை ஏமாத்திப்பிட்டீங்க. நானும் ஆயிரம் ரூபாயைக் கொடுத்துட்டேன். நீ தகாத வழியிலே சுத்தறேன்னு அப்புறம்தான் கேள்விப்பட்டேன். உன்னை ஜெயிலுக்கு அனுப்பிச்சிடறது என்கிற முடிவிலே இருக்கிறேன் இப்போ. தெரிஞ்சதா? நீ என்ன சொல்றே? ஜெயிலுக்குப் போறயா? இல்லை, ஆயிரம் ரூபாய்க்கு வழி பண்ணிப்பிட்டு இத்தோட தப்பிச்சுப் போயிடறயா?" என்று ஒரு தடவைகூடக் கண்களை இமைக்காமல் கூர்ந்து பார்த்துக்கொண்டு கேட்டார்.

வைத்திக்கும் கண் இமைக்கவில்லை. பயந்து விழித்தான். "அப்படி யெல்லாம் ஒண்ணுமில்லை. பிஸினஸ்தான் பண்ணப்போறேன்" என்று இரண்டொரு வார்த்தைகள் சொல்லிப் பார்த்தான்.

"அனாவசியமாப் பேசாதே. பணத்துக்கு மட்டும் பதில் சொல்லு. இல்லை, போலீஸுக்குப் போன் பண்ணட்டுமா?"

வைத்தி கையைப் பிசைந்தான். தலையையும் குனிந்துகொண்டான்.

"டேய் வைத்தி! இங்கே என்னைப் பாருடா! உனக்கு இப்போ ஒரே ஒரு சான்ஸ் மட்டும் குடுக்கிறேன். உன்னாலே இப்போ குடுக்க முடியல்லே, யாரையாவது வந்து ஜாமீன் குடுக்கச் சொல்லு. உன்னை விட்டுடுறேன்" என்று சொல்லிவிட்டு, "இந்த ஊரிலே உங்க சொந்தக்காரர் ஒருவர் உண்டே – காந்தி நகர்லே. உங்க அப்பா கூட மெட்ராஸுக்கு வர்ரப்போ அங்க தங்குவாரே? ... அவர் உனக்காக ஜாமீன் குடுப்பாரா?"

"தெரியாது" என்றான் வைத்தி.

"சரி, நானே அவரைக் கேட்டுப் பார்க்கிறேன்" என்று சொல்லிவிட்டு வக்கீல் உடனே போன் பண்ணினார்.

“வைத்தீஸ்வரன்கோவில் கிருஷ்ணசாமி ஐயருக்குச் சொந்தக்காரர் வீடுதானே?” என்று கேட்டார்.

“ஆமாம், என்ன வேணும்? அவரே வந்திருக்கிறார். இங்கேதான் இருக்கிறார். நீங்க யார்?”

“அவரோட வக்கீல், அவரையே கூப்பிடுங்கோ” என்று சொல்லி விட்டுப் போனைக் கையால் பொத்திக்கொண்டு, “வைத்தி! உங்க அப்பாவே வந்திருக்கிறாராம்” என்று சொல்லிவிட்டுப் போனில் தொடர்ந்து பேசினார்.

“நீங்க உடனே பொறப்பட்டு வரணும்” என்று சொல்லிவிட்டு வக்கீல் போனைக் கீழே வைத்தார். “உங்க ரெண்டு பேரையுமே நான் லேசிலே விடப்போறதில்லை” என்று சொல்லி வைத்தியை அதிர்ச்சி நிலையிலேயே வைத்தார். கிருஷ்ணசாமி ஐயர் டாக்ஸியில் ஓடி வந்தார்.

வக்கீல் பயமுறுத்தத் தொடங்கினார்.

ஐயர் பயப்படத் தொடங்கினார்.

மகனைப் பார்த்துத் தலையில் அடித்துக்கொண்டு, “என்னை இவ்வளவு கேவலத்துக்கு ஆளாக்கிட்டயேடா, பாவி நீ பிள்ளைதானா?” என்று கூச்சல் போட்டார் தந்தை.

“பணத்துக்கு என்ன வழி? அதைச் சொல்லுங்கோ. அனாவசியமாக் கூச்சல் போட்டுப் பொழுதைப் போக்க வேண்டாம். எனக்கு வேலை இருக்கு” என்று வக்கீல் சொன்னார்.

கிருஷ்ணசாமி ஐயர் தம் குமாரனைப் பார்த்து “நான் முடிவாச் சொல்றேன். நீ இப்பவே என்னோடே ஊருக்கு வர்றதா இருந்தா இந்த இடத்திலேயே ஆயிரம் ரூபாயைக் குடுத்துடுறேன். இல்லே, நீ ஜெயிலுக்குக்குத்தான் போகணும்னா; போ. எக்கேடு கெட்டும் போ. என் மூஞ்சியிலே முழிக்காதே. நான் பொறப்படுறேன்” என்று சொல்லி விட்டு வெளியே வாசலைப் பார்த்து நடைபோட்டார். வைத்தி அவரைப் பின்தொடர முயன்றான். வக்கீல் டிரைவரைக் கூப்பிட்டு, “இவனை வெளியே விடாதே. உள்ளே இழுத்துக் கொண்டா” என்று உத்தரவு போட்டார். வைத்தி தானாகவே திரும்பிவிட்டான். எட்ட நின்று வேடிக்கை பார்த்தார் கிருஷ்ணசாமி ஐயர்.

“நான் ஊருக்கே போயிடுறேன். அப்பா பணம் குடுப்பார்” என்று வைத்தி சொன்னான்.

ஐயரும் உடனே வந்து, “நான் ஊருக்குப் போய்ப் பணம் அனுப்பு றேன்” என்று வக்கீலிடம் சொல்லி அவருடைய சம்மதத்தையும் பெற்றுக் கொண்டு மகனைத் தள்ளிக்கொண்டு வந்தார்.

ஐயரின் இரண்டாவது யாத்திரை இந்த விதமாகப் பூர்த்தியாயிற்று.

ஊர் திரும்பிய வைத்தி, அப்புறம் ஒரு வருஷம் வரையில் அங்கேயே தான் இருந்தான். ஐயர் எதிர்பார்த்தபடி அவன் திரும்பி வந்த பிறகு

வீட்டில் மாமியார் – மருமகள் சண்டை நின்று விடவில்லை, பகைமை ஒரு தடவை முளைத்துவிட்டால் அப்புறம் அதை அவ்வளவு எளிதில் கிள்ளிப்போட்டுவிட முடிகிறதா? தொட்டதற்கெல்லாம் வீட்டில் போராட்டமும் கூச்சலுமாக இருந்தது. இது ஊரெல்லாம் பிரசித்தியும் ஆகிவிட்டது. தெருவழி நடமாடுவதே ஐயருக்குக் கஷ்டமாக இருந்தது. அவருக்கு வீடும் பிடிக்கவில்லை. ஊரும் பிடிக்கவில்லை. எங்காவது ஓடிப்போய்க் கவலைகளையெல்லாம் மறந்து நிம்மதியாக இருக்க மாட்டோமா என்று தவித்தார். அவருக்கே அப்படியென்றால் வைத்தியின் நிலை எப்படி இருக்கும் என்பதைச் சொல்ல வேண்டியதில்லை.

அடுத்த வருஷமே அவன் முன்போல் ஓடிவிட்டான். அதே சமயத்தில் வீட்டிலிருந்த பதினாயிரம் ரூபாய் நகைகளுமே மறைந்துவிட்டன.

சென்னைக்கு வந்த வைத்தி பழைய சகாக்களோடு சேர்ந்து 'பிஸினஸ்' பண்ணிக் கொண்டிருந்தான். அந்தச் சமயத்தில்தான் கோபமாகவும் வைராக்கியமாகவும் சபதம் போட்டுக்கொண்டு, சென்னைக்கு வந்தார் கிருஷ்ணசாமி ஐயர். வழக்கம்போல் சொந்தக்காரரின் வீட்டில் போய்த் தங்குவதற்கு வெட்கப்பட்டு, முதலாவது யாத்திரையின்போது மகனைச் சந்தித்த அதே ஹோட்டலில் ஓர் அறை பிடித்துத் தங்கினார். ஹோட்டல் ஜாகை அவருக்குப் புது அனுபவம்; அதுதான் முதல் தடவை.

2

கோடம்பாக்கம் குமாரியின் வீட்டில் மூளைக்குச் சுறுசுறுப்பை உண்டு பண்ணுவதற்காகக் குடிக்கத் தொடங்கிய வைத்தி, அப்புறம் மனச்சிக்கலை மறப்பதற்காக மேலும் மேலும் குடித்தான். அப்பாவின் முதல் யாத்திரையைப் பற்றி முழுக்கச் சிந்தித்து முடியவில்லை. பாதிவரை யில்தான் நினைவுபடுத்திப் பார்க்க முடிந்தது. அதற்குள் உலகமே மறந்து விட்டது. கட்டிய உடையைப் பற்றிய பிரக்ஞைகூட இல்லாமல் போய் விட்டது. குறட்டைவிட ஆரம்பித்துவிட்டான்.

மறுநாள் காலையில் குமாரி எழுப்பிய பிறகுதான் எழுந்தான். "பெட்காபி" குடிக்கும்போது மணி பத்து. மூளை கொஞ்சம் தெளிவடைந் தது. உடனே அப்பாவின் சென்னை விஜயமும் ஞாபகத்திற்கு வந்தது.

'என்ன செய்யலாம்?' என்று வைத்தி யோசித்தான். வெகுநேரம் யோசித்த பிறகு, இது என்ன பிரமாதம்! இவ்வளவு தூரம் யோசிப்பானேன்? அப்பாவின் கண்ணில்படாமல் இருந்தால் போதும் என்று முடிவு கட்டினான்.

அன்று மாலை வழக்கம்போல் அவனுடைய தோழர்கள் வந்தார்கள். மூவரும் குமாரியும் சேர்ந்து குடித்தார்கள். தோழர்கள் கையில் பத்துப் பத்து ரூபாயைத் திணித்துவிட்டு குமாரியோடு கடற்கரைக்கு டாக்ஸியில் கிளம்பிவிட்டான் வைத்தி.

அஞ்ஞாதவாசம் வெற்றிகரமாகவே நடைபெற்றுக்கொண்டு வந்தது. ஒவ்வொரு நாளும் இரவில் அவன் படுக்கும்போது, 'அப்பாவிடம்

அகப்பட்டுக்கொள்ளவில்லை. நான்தான் வெற்றிபெற்றேன்' என்று நினைத்துக்கொண்டே படுப்பான்.

ஏறக்குறைய இரண்டு மாதங்கள் கழிந்துவிட்டன. பிறகு அஞ்ஞாத வாசம் அனாவசியம் என்று அதைக் கைவிடத் தீர்மானித்தான் வைத்தி.

இவ்வளவு காலமும் அப்பா சென்னையில் தங்கியிருக்கமாட்டார். சீனு சொன்னதுபோலச் சொத்துகளைத் தர்மத்திற்கு எழுதி வைத்து விட்டுக் காசிக்குப் போயிருக்கவும்மாட்டார். அவருக்கு இருக்கிற பண ஆசைக்கு அவர் காசிக்குப் போவதாவது! சீனு கயிறு திரித்துப் பார்த்திருக்கிறான்! நானா நம்புகிறவன்! அப்பாவின் குணம் எனக்குத் தெரியுமா? அவனுக்குத் தெரியுமா? அவர் ஊருக்கே திரும்பிப் போயிருப்பார். இனி எதற்கு நான் தலைமறைவாகத் திரிவது – திருடனைப்போல. அனாவசியம் . . .

அப்புறம் குமாரியோடு பகிரங்கமாகவே ஊர் சுற்றினான்.

3

மூன்று மாதங்களும் ஆகிவிட்டன. ஒருநாள் சாயங்காலம் ஆறு மணி இருக்கும். வெளியே போவதற்குக் குமாரி தயாராகிக்கொண்டிருந்தாள். வைத்தி அவளுக்காகக் காத்துக்கொண்டு ஒரு நாற்காலியில் உட்கார்ந்திருந்தான். டிரான்சிஸ்டரில் சினிமாப் பாட்டுக் கேட்கத் தொடங்கியது. கையாலும் தலையாலும் உடம்பாலுமே தாளம்போட்டு ரஸித்துக் கொண்டிருந்தான் அவன். அப்போது குமாரி பகட்டான உடையுடன் சினிமா – நாகரிகக் கோலத்தில் எதிரே வந்தாள். சினிமாப் பாட்டின் இசையும் அவளுடைய கோலமும் சேர்ந்து வைத்தியை அப்படியே தூக்கி அந்தரத்தில் பறக்கவிட்டன. ஓடிப்போய் அவளைப் பிடித்துக்கொண்டு சினிமாப் பாட்டுக்கு இசைய நாட்டியம் ஆடத் தொடங்கிவிட்டான். முதலில் மறுத்தாலும் பிறகு அவளும் அவனோடு சேர்ந்து ஆடினாள்.

இந்தக் கும்மாளம் ஒரு ஐந்து நிமிஷம்கூட நீடிக்கவில்லை. திடீரென்று அவனுடைய சகாக்கள் இருவரும் எதிர்பாராதவிதமாக வந்து வாசற் கதவைத் தட்டினார்கள்.

வைத்தி உள்ளுக்குள் கடிந்துகொண்டே போய்க் கதவைத் திறந்தான்.

குமாரியின் கோலத்தைப் பார்த்ததும், "அண்ணா, எங்கே படத்துக்கோ?" என்று கேட்டான் ஒருவன்.

அவன் கேட்டு வாய் மூடுமுன் மற்றொருவன் "அண்ணா, சமாச்சாரம் தெரியுமோ?" என்றான்.

"என்ன சமாச்சாரம்?" என்று எரிச்சலோடு கேட்டான் வைத்தி.

"உங்க அப்பா இன்னும் மெட்ராஸிலேதான் இருக்கிறாராம்!"

வைத்திக்கு உள்ளுக்குள் ஒரு சிறு அதிர்ச்சி ஏற்பட்டது. அவன் நம்பவில்லை.

"இத்தனை நாளாயுமா மெட்ராஸிலேயே இருந்துண்டிருக்கிறார்! உம்?"

"அண்ணா! அவர் மெட்ராஸிலேயே இருக்கிறார் என்கிறது பெரிய விஷயமில்லை..." என்று அவன் சொல்லிக்கொண்டிருக்கும்போதே மற்றொருவன், "எவளோ ஒருத்தியைச் சேர்த்துண்டு ஊர் சுத்துறாராம்... நீங்க முன்னே இருந்த ஹோட்டல்லேதான் ஜாகையாம்... குடிவேறே" என்றான்.

ஒன்றன்பின் ஒன்றாக இப்படிக் குண்டுகள் வெடிக்கவே வைத்திக்குக் கைகால் ஆடியது. அதைக் காட்டிக்கொள்ளாமல், "என்ன கதை இது? யார் கட்டிவிட்டா இப்படி?" என்று எகத்தாளமாகக் கேட்டான்.

"அண்ணா, எல்லாம் நம்ப வெங்குப் பயல் வேலை".

"அவன் போய் வலியச் சிநேகம் பண்ணி அவரை இப்படிக் கெடுத்திருக்கிறான். அவன் எப்பேர்ப்பட்ட எமகாதகன் என்கிறது உங்களுக்குத் தெரியாதா என்ன? இவரை விட்டு வைப்பானா?"

வெங்குவின் பெயரைக் கேட்டதும் வைத்திக்குச் செய்தியை நம்ப முடியவில்லை. அவன்தான் வைத்திக்கு முதன் முதலில் ஒவ்வொரு புதுப் பழக்கத்தையும் உண்டு பண்ணிவிட்டவன்.

"அண்ணா! அவன் உங்க தங்கச் சங்கிலியை மோசம் பண்ணினான்; உங்க பணத்தையும் மோசம் பண்ணினான். உங்க அப்பா பணத்தையும் இதுக்குள்ளே எவ்வளவு மோசம் பண்ணியிருக்கிறானோ...?"

"போதும்..." என்று சொல்லிவிட்டு வைத்தி தலைகுனிந்தான்; சோபாவில் உட்கார்ந்தான். சிறிது யோசனை செய்துவிட்டு, "உங்களுக்கு யார் சொன்னது?" என்று கேட்டான்.

"கேள்விப்பட்டோம். எங்களுக்குச் சொன்னவன் பேரைச் சொன்னா உங்களுக்குத் தெரியாது. நீங்க அவனைப் பார்த்ததில்லை."

"ஹோட்டலுக்கே போய்ப் பார்த்துட்டு வந்துடுங்களேன்" என்று சொல்லி இருவரையும் அனுப்பினான் வைத்தி.

வைத்திக்கு ஒரே ஒரு சந்தேகம். அப்பா தன்னைச் சிக்க வைப்பதற்கு இப்படி ஒரு வலை வீசுகிறாரோ என்று. அதைக் குமாரியிடமும் சொன்னான். "வலியப்போய் மாட்டிக்கக் கூடாது!" என்று சொல்லி விட்டு இலேசாகச் சிரித்தாள்.

வைத்தி அனுப்பிய தூதர்கள் வாயுவேக மனோவேகத்தில் போய், அதே வேகத்திலேயே திரும்பியும் வந்தார்கள். வைத்தி எழுந்து நின்று அவர்களை வரவேற்றான்.

"அண்ணா! அவ்வளவும் நிஜம்தான். ஒண்ணுகூடப் பொய்யில்லை. ஹோட்டல் மாடியிலேருந்து அவரும் அவளுமா எறங்கி வந்ததைக்

கண்ணாரப் பார்த்தோம் ... அது அவர்தான்னு மத்தவாகிட்டே விசாரிச்சும் தெரிஞ்சுண்டோம்.”

வைத்திக்கு அத்தனை நாடிகளும் ஒடுங்கிவிட்டன. மூச்சுப் பேச்சில்லை.

“உங்க அப்பா உங்களைவிட வாலிபமா இருக்கிறார் அண்ணா!” என்று ஒருவன் தன் ஆச்சரியத்தை வெளியிட்டான்.

“சும்மா இரு; எனக்கு மானம் போறது” என்று சொல்லிவிட்டு வைத்தி எழுந்து மற்றொரு அறைக்குள் போய் உட்கார்ந்தான். தொடர்ந்து வந்த குமாரியையும் அவன் கவனிக்கவில்லை.

அவஸ்தையைச் சிறிது நேரம் அனுபவித்தான்; அப்புறம் அதைத் தாங்கிக்கொள்ளவும் முடிந்தது. ஆனால் அவமானத்தை மட்டும் தாங்கிக் கொள்ளவே முடியவில்லை. அவனுக்கு அம்மாவின் நினைவு வந்தது. அப்போது அவனுக்கு அப்பா, அப்பா மாதிரி தோன்றவில்லை. தன் தாயின் கற்பைச் சூறையாடிய ஒரு பாதகனைப் போலவே தோன்றினார். ‘அவர் இந்தக் கண்களால்தானே என் மனைவியையுமே பார்த்திருப்பார்? இந்த வயசுக்குமேல் இப்படி நடந்துகொள்கிற ஒருவர்’ ஓர் இளம் பெண்ணை வேறு எப்படிப் பார்த்திருக்க முடியும்? – அவள் மருமகளாகத்தான் இருக்கட்டுமே . . ?

வைத்திக்கு அவமானத்தோடு வெறியும் சேர்ந்துகொண்டது. எழுந்து வேகமாக வெளியே வந்தான். யாரிடமும் எதுவும் பேசாமல் தெருவுக்குப் போய் ஒரு டாக்ஸியைப் பிடித்துக்கொண்டு பறந்துவிட்டான்.

“எங்கே போனார்?” என்று கேட்டாள் குமாரி.

“அவருக்கு மானம் போயிட்டதாம்!”

“அப்பா ஏன் இப்படி ஆயிட்டாரேன்னு! திடீர்னு யோக்கிய ராயிட்டார்! இவர் செய்றதைத்தானே அவரும் செய்றார்! இதிலே மானம் எதுக்காகப் போகணும்? மகா யோக்கியர்!”

“அப்பா மனசை எப்படி மாத்துறாருன்னு பார்ப்பமே?” என்று ஒருவன் சொன்னான்.

“அப்பா மனசை இவன் மாத்துறதாவது! நடக்கிற காரியமா? இனிமே நடக்கப்போறது என்ன தெரியுமா? அப்பாவையும் பிள்ளையை யும் வெங்குப் பயல் ஒரே கயித்திலே கட்டி இழுக்கப் போறான்! அவன் வலையிலே இவன் திரும்பவும் விழப்போயிட்டான் – நம்ப பிழைப்பிலே மண்ணடிச்சுட்டு.”

இதைக் கேட்டதும் குமாரி கொதித்து எழுந்தாள். மற்றொருவனுக்கும் ஆத்திரம் தாங்கவில்லை. அவன் உடனே மார் தட்டிக்கொண்டு, “இந்த வெங்குப் பயலைத் தொலைக்கலேன்னா நான் மனுஷனே இல்லை” என்று கர்ஜித்தான்.

“அந்த ஹோட்டலுக்கு நான் இப்பவே போறேன்” என்று அவசரப் பட்டாள் குமாரி.

“கொஞ்சம் பொறு. ஏன் அவசரப்படுறே?” என்று ஒருவன் தடுத்தான். அவளையும் வெங்கு ஆசை காட்டித் தன் பக்கம் இழுத்துக்கொள்வானோ என்று பயம்.

“ஒரு மணி நேரம் பார்ப்போம். போனவன் திரும்பி வரல்லே, பெரிசா ஒரு பிளானைப் போடுவோம். சும்மா ஆத்திரப்பட்டு ஓடி என்ன பிரயோஜனம்? அங்கே போய் ரணகளம் பண்ணினா, வெங்குப் பயல் போலீஸைக் கொண்டு வந்துடுவான்.”

4

ஹோட்டல் அறையில் அப்போது கிருஷ்ணசாமி ஐயர் இல்லை. அவருக்காகக் காத்துக்கொண்டு ஒரு நாற்காலியில் உட்கார்ந்திருந்தான் வைத்தி.

“வெட்கக்கேடு! அவர் முகத்தில் எப்படி விழிப்பேன்?”

எங்காவது கல்லில் போய் முட்டிக்கொண்டு அழலாம்போல் இருந்தது.

ஒரு மணி நேரத்திற்குப் பிறகு அப்பா வந்து சேர்ந்தார். அவரோடு வேறு யாரும் வரவில்லை. சீமைச் சாராய வாடைதான் வந்தது. மகனைப் பார்த்து அவர் ஒரு வார்த்தை பேசவில்லை. ஒரு தடவை விழித்துக் கூர்ந்து பார்த்தார். அத்தோடு மாடிக்குப் போய்விட்டார்.

பின் தொடர்ந்து சென்ற வைத்தி, அவர் அறைக்குள் நுழைந்ததும் ஒரே பாய்ச்சலாகப் பாய்ந்து காலில் விழுந்தான்.

“யார்டா நீ?” என்று அவர் காலை நகர்த்தினார்.

“அப்பா! அப்பா!... அப்பா! – ஹோட்டலே அதிரும்படியாக வைத்தி கதறினான்.

அவர் ஒரு நாற்காலியில் உட்கார்ந்துகொண்டு, “போடா வெளியே!” என்று சினந்தார்.

“அப்பா!... என்னைக் குத்திக் கொன்னுடுங்கோ ...”

அவர் சிரித்தார்.

“உனக்காக நான் ஏண்டா சாகணும்? இது வரைக்கும் செத்தது போதும்டா! உன்னைக் கொல்வானேன். அப்புறம் தூக்கிலே போய்த் தொங்குவானேன்?”

“அப்பா! எனக்குத் தண்டனையா இது? இந்த வயசிலே நீங்க இப்படி . . .”

“என் வயசுக்கு என்னடா” என்று சொல்லிவிட்டுப் பலமாகச் சிரித்தார். “எனக்கும் வயசுதாண்டா!” என்று பெருமிதமாகச் சொன்னார்.

அப்பா நிதானத்தில் இல்லை என்பது தெரிந்தது. அவருடைய மனசை எப்படித் திருப்புவது என்று தெரியவில்லை. திரும்பவும் அவர் கால்களில் விழுந்து ‘கோ’வென்று அழுதான் வைத்தி.

அவர் எழுந்து அவனை அப்படியே பெயர்த்துத் தூக்கி அறைக்கு வெளியே தள்ளினார்; கதவைத் தாளிட்டுக்கொண்டு குடிக்க ஆரம்பித்து விட்டார்.

❖

தீபம், 14 ஏப்ரல் 1968

அதிருப்தி

எங்கள் ஊரில் சுமார் நூறு வீடுகள் இருக்கும். எனக்குத் தெரிந்தவரையில் இந்த நூறு வீட்டுக்காரர்களில் யாருக்குமே நாராயணசாமியைப் பிடிக்கவில்லை என்றுதான் சொல்வேன். எல்லோருக்குமே அவன் விஷயத்தில் ஓர் அதிருப்தி; எதைக் கொண்டும் போக்க முடியாத ஓர் அதிருப்தி. இவ்வளவுக்கும் அவன் ஒன்பது வருடங்களாக ஊரிலேயே இருந்ததில்லை. அதற்கு முன்பும் ஒரு பத்துநாள் நீங்கலாகச் சுமார் மூன்று வருஷகாலம் அவன் வெளியூரில்தான் இருந்தான். மொத்தம் பன்னிரண்டு வருஷங்கள் ஊரிலேயே இல்லாமல் இருந்த ஒருவனை – யாரோடும் பகையோ சண்டையோ இல்லாத ஒருவனை ஏன் இப்படி ஊராருக்குப் பிடிக்காமல் போய்விட்டது? எதற்காக இந்த அதிருப்தி?...

சரி, அவனைப் பிடிக்காமல் போனதற்காவது ஏதேனும் ஒரு கற்பனைக் காரணத்தைக் கண்டுபிடித்துச் சொல்லிவிடலாம். அவன் எங்கள் ஊரில் பிறந்து எங்கள் ஊரிலேயே இருபத்து மூன்று வருஷங்கள் இங்கேயே வாழ்ந்தவனாயிற்றே! ஆனால் அவன் மனைவி அலமேலுவையும் மகள் சரோஜினியையுமே ஊராருக்குப் பிடிக்கவில்லையே, இதற்கு என்ன காரணத்தை உற்பத்தி செய்ய முடியும்? இந்த இருவரையும் எங்கள் ஊரில் யாருமே இதற்குமுன் பார்த்ததுகூடக் கிடையாது. எனக்கு ஒன்றுமே விளங்கவில்லையே.

நாராயணசாமி குடும்பத்தோடு எங்கள் ஊருக்கு வந்து மூன்று நாட்கள் ஆவதற்குள் எத்தனை பேர்

எத்தனைவிதமாக விமர்சனம் செய்துவிட்டார்கள்! நினைத்தாலே ஆச்சரியமாக இருக்கிறது.

“சுப்பையா மகன் நாராயணசாமி காலையிலே பழையது சாப்பிட மாட்டானாமே! இட்டிலி காப்பிதான் சாப்பிடுவாராம் தொரை! இவனோட அப்பன் நேத்து வரைக்கும் மத்தியானக் கஞ்சிக்கு வழி யில்லாமக் கெடந்ததுக்கு இவரு இட்டிலி காப்பி சாப்பிட வேண்டியது தான்!” என்று மீனாட்சிக் கிழவி என் தாயாரிடம் வந்து ஆத்திரமாகச் சொல்லிக்கொண்டிருந்ததை நான் காதாரக் கேட்டேன்.

“அண்ணாச்சி! அற்பனுக்கு வாழ்வு வந்தா அர்த்த ராத்திரியிலே குடை பிடிப்பானாம்! நம்ம நாராயணசாமி பெண்டாட்டிக்கு நூல் சீலை ஆகாதுன்னு பட்டுச் சீலை வாங்கிக் குடுத்துக் கட்ட வச்சிக் கூட்டியாந்திருக்கான். பிள்ளைக்குக் காலிலே பூடுசு! வெறுங்காலோடே நடக்க முடியுமா, சீமான் பிள்ளைக்கு!” என்று தெற்குத்தெரு வேலையா என்னிடம் வந்து சொன்னான். இப்படித் தன்னுடைய மனக் குறையை வெளியிட்டதன் மூலம் ஒரு சிறிது ஆசுவாசமும் அடைந்தான்.

“ஏண்டா, நாராயணசாமிப் பயல் முப்பதினாயிரம் ரூவா வரையிலும் கொண்டாந்திருக்கானாமே! எங்கேயாவது கொள்ளை அடிச்சானா? நம்ப முடியல்லையேடா!” என்று அங்கலாய்த்தார் என் தகப்பனார்.

“முப்பதினாயிரம் ரூவா கொண்டாந்திருக்கான்னு ஒங்களுக்குச் சொன்னது யாரு?” என்று நான் கேட்டேன்.

“ஊரிலே சொல்லிக்கிறாங்க!”

அப்போது என் தாயார் சொன்னாள். “கிளப் யாவாரத்திலே இவ்வளவா கிடைச்சிரும்? கூட்டுச் சேர்ந்திருந்த பங்குக்காரனை மோசம் பண்ணி ரூவாயைத் தூக்கிக்கிட்டு வந்துட்டான்னு ஊரிலே சொல்றாங்கப்பா.”

“ஊரிலே எதையுந்தான் சொல்வாங்க. இவங்களுக்கு வேறே வேலை?” என்றேன் நான்.

“அவங்க சொல்றது நம்புறாப்புலேயும் இருக்கே! கையிலே அரைக் காசு இல்லாமே ஊரை விட்டுப் போனபயல், முப்பதினாயிரம் கொண்டாந்திருக்கானே! கோயமுத்தூரிலே பணம் என்ன மரத்திலியா காச்சித் தொங்குது, புடுங்கிக்கிட்டு வாரதுக்கு? எவனை மோசம் பண்ணினானோ, எவன் அங்கே தலையிலே கையை வச்சிக்கிட்டு இருக்கானோ?”

“அம்மா! எவனாவது தலையிலே கையை வச்சிக்கிட்டு இருக்கட்டும், நீ ஏன் இப்படிக் கவலைப்படறே?” என்று சிறிது கோபமாகவே சொன்னேன்.

“எனக்கு என்னடா கவலை? அவன் மோசம் பண்ணிட்டு வந்தாத் தேவலையா? நாலு பேர் சொல்றதைச் சொன்னேன்” என்று கடுகடுப்போடு சொல்லிவிட்டு என் தாயார் உள்ளே போய்விட்டாள்.

எங்கள் ஊரில் ஒவ்வொருவரும் மூன்று நாள் அல்லும் பகலும் பேசிக்கொண்டிருந்ததைச் சொல்வதென்றால் அதைப்போல பெரிய பாரதம் வேறொன்று இருக்க முடியாது.

நாராயணசாமியின் மனைவி அலமேலு – எங்கள் ஊருக்கே புதியவள் – தினமும் குளித்துப் பட்டணத்துப் பாங்கில் காலாகாலத்தில் சீவி முடித்துச் சுத்தமான உடைகளை அணிந்துகொண்டிருந்தாள். பார்ப்பதற்குத் தூய்மையாக மட்டுமின்றிக் களையாகவும் இருந்தாள். யாரோடும் சிரித்த முகத்துடன் கலகலப்பாகப் பேசினாள். அலமேலுவைக் குறை சொல்வதற்கு ஏதாவது அகப்படாதா என்று தவித்த பெண்களுக்கு ஒரு சில நிமிஷங்களுக்குள்ளாகவே எத்தனையோ விஷயங்கள் அகப்பட்டு விட்டன.

நாராயணசாமியின் மகள் சரோஜினிக்கு ஒரு காலில் சிரங்கு வெடித்திருந்தது. இதைப் பார்த்த மூக்கம்மாப் பாட்டி, “பய மகளுக்கு இந்த வயசிலேயே என்ன ஒய்யாரம்! என்ன சொகுசு! பிஸ்கோத்தா வேணும்னு கேட்டில்லே அடம் பிடிக்கிறா! சோறு திங்கமாட்டாளாமே! காலிலே பூடுசு போட்டுக்கிட்டுத்தான் வெளியிலே வருவாளாம்! அந்தக் குட்டம்பத்திக் காலுக்குப் பூடுசு இல்லாட்டா நடக்க முடியாதோ? மொளைக்கிறதுக்கு முன்னாலே என்ன திமிருன்னு பாருங்களேன்!” என்று குமுறினாள்.

சரோஜினியின் சிரங்குக் காலைக் குஷ்டம் பற்றிய காலாகக் கற்பனை செய்த மூக்கம்மாப் பாட்டி அத்தோடு நிறுத்தவில்லை. “முப்பது வருசம் வாழ்ந்தாருமில்லே: முப்பது வருசம் தாழ்ந்தாருமில்லே. என்னமோ கையிலே நாலு காசு இருக்குன்னு தலைகீழா நடக்கிறான் நாராயண சாமிப் பயல். மேலே பகவான் ஒருத்தன் பார்த்துக்கிட்டு இருக்கான் என்கிறதை மறந்துட்டான். பக்கத்து ஊருப் பெருமாள் தேவர் மகன் ராமலிங்கம் பயல் கிளி மாதிரி ஒருத்தியைத்தான் கலியாணம் கட்டினான். நகையோடே, சொத்தோடேதான் வந்தா அவ. கடைசியிலே என்ன ஆச்சு நெலைச்சுதா? கலியாணம் கட்டின மறு வருசமே ‘ஐயோ’ன்னு போயிட்டாளே!... மூணு நாள் காய்ச்சலிலே! யாருக்கு என்ன நெலைப்பு? அதுக்குள்ளாற எத்தனை ஆட்டம்?”

“பாட்டி! எதுக்கு இப்படிப் பேசறே? ஒன்னை நாராயணசாமி என்ன செஞ்சான்? எதுக்கு இப்படி அநியாயமா கரிச்சுக் கொட்டறே?” என்று கேட்டுப் பாட்டியின் வாயை அடைத்தாள் என் தாயார். அதற்காக நாராயணசாமியிடம் என் தாயாருக்கு, அன்போ அனுதாபமோ பிறந்து விட்டதாகக் கருதிவிட முடியுமா? எப்படி முடியும்? பாட்டியைக் கண்டால் எப்பொழுதுமே என் தாயாருக்குப் பிடிக்காது. அதனால் அவளை எதிர்த்துப் பேச வேண்டும், எதைச் சாக்கிட்டாவது ஒரு சூடு போட வேண்டும் என்று நினைத்துவிட்டாள். இதில் சந்தேகமே வேண்டியதில்லை. சிறிது நேரத்துக்கு முன்பு இந்தப் பாட்டி பேசிய மாதிரியிலேயே என் தாயார் என்னிடம் வந்து பேசினாள் என்பதை நான் மறந்துவிடவில்லையே!

நான் நன்றாக ஆராய்ந்து பார்த்தேன். எவ்வளவு ஆராய்ந்தும் நாராயணசாமியையோ அவன் மனைவி மக்களையோ குறை சொல்வதற்கு நியாயமான காரணம் எதுவும் எனக்குப் புலப்படவில்லை. ஊர்க்காரர்களுக்கு அவன் நல்வாழ்வைக் கண்டு பொறாமை! அதனால் தான் வயிறு எரிந்து வாய்க்கு வந்தபடி பேசுகிறார்கள் என்ற முடிவுக்கு வந்தேன்.

நான் இந்த முடிவுக்கு வந்த சமயத்தில் நாராயணசாமி ஒன்பது வருஷங்களுக்குமுன் தன் தாயாரின் கருமாதிக்காக வந்ததும் அதற்கு மூன்று வருஷங்களுக்குமுன் பிழைப்புத்தேடி ஊரைவிட்டுப்போனதும் என் ஞாபகத்துக்கு வந்தன.

பன்னிரண்டு வருஷங்களுக்கு முன் நாராயணசாமியின் தாயார் உயிரோடு இருந்தாள். அவனுடைய தமக்கையும்கூட விதவையாகிப் பிறந்த வீடு வந்து சேர்ந்திருந்தாள். வீட்டில் அவனைச் சேர்த்து நான்கு பேர். நால்வருமே அன்றாடம் கூலி வேலைக்குப் போய் ஜீவித்து வந்தார்கள். வாழ்க்கை சிரமமில்லாமல் ஓடிக்கொண்டிருந்தபோதே பருவ மழை சரிவரப் பெய்யாமல் விவசாயம் சீர்கெட்டது. இதனால் மற்றவர்களின் காடு கரைகளில் கூலி வேலை செய்து வந்தவர்கள் பாதிக்கப்பட்டார்கள். வேலை கிடைக்கவில்லை. கடன் வாங்கிக் காலம் தள்ளினார்கள். மறு வருஷம் நல்ல மழை பெய்து நாடு செழிக்கும் என்று எல்லோரும் எதிர்பார்த்தோம். ஆனால் எதிர்பார்த்தபடி மழை பெய்யவில்லை. அதற்கு அடுத்த இரண்டு வருஷங்களிலும் அதே கதைதான்; வானம் பொய்த்துவிட்டது. ஒரே பஞ்ச நிலைமை. அரைப் பட்டினி, முழுப் பட்டினி கிடப்பது சகஜமாகிவிட்டது. பசிக் கொடுமை தாங்காமல் எந்த ஊருக்காவது போய்ப் பிழைப்போம் என்று அவன் ஒருநாள் ஊரைவிட்டுப் போனான். போனவனைப்பற்றி ஒரு வருஷம் வரையிலும் எதுவும் தெரியவில்லை. அப்புறம்தான் தகவல் வந்தது. எங்கெங்கோ சுற்றி அலைந்துவிட்டுக் கடைசியில் கோயமுத்தூரில் ஒரு காப்பி ஹோட்டலில் வேலைக்கு அமர்ந்திருப்பதாகத் தகப்பனாருக்கு அவன் கடிதம் எழுதியிருந்தான். பிறகு அவன் மாதா மாதம் பதினைந்து, இருபது என்று பெற்றோர்களுக்குப் பணம் அனுப்பவும் தொடங்கினான். பஞ்ச காலத்தில் இந்தச் சொற்பமான மணியார்டர் வரவு பாலைவனத்தில் தூறல் விழுந்தது மாதிரிதான் இருந்தது. என்றாலும் அதைக் குபேர சம்பத்தாகவே பாவித்துப் பலரும் பேசிக்கொண்டார்கள். "அவனுக்கு (நாராயணசாமியின் தகப்பனாருக்கு) என்ன, மகராசன்! மாசம் தவறினாலும் மணியார்டர் வர்றது தவறுவதில்லை. குடுத்து வைச்சவன்! பிள்ளையைப் பெத்தா அப்படிப் பிள்ளையைப் பெறணும்."

இப்படிப் பேசிக்கொண்ட ஊர்க்காரர்களே சில மாதங்களுக்குப் பிறகு ஒருசமயம் நாராயணசாமியின் மணியார்டர் வருவதற்குக் கால தாமதமானதைப் பார்த்தார்கள்; அவனுடைய பெற்றோர்கள் என்னவோ ஏதோ என்று கலங்கிப் போயிருந்ததையும் கேள்விப்பட்டார்கள். உடனே, "பயலுக்கு வேலை போயிருக்கும். இல்லேன்னா அவன் சம்பாதிக்கிற

காசைச் சாப்புடுறதுக்கு எவளாவது வந்து சேர்ந்திருப்பா. வயசு அப்படிப்பட்ட வயசாச்சே!" என்று பேசினார்கள். இரண்டொருவர், நாராயணசாமி ஒருவேளை செத்துப் போயிருக்கக் கூடும் என்றும் மணியார்டர் நின்றதற்கு அதுதான் காரணமாக இருக்க வேண்டும் என்றும் அபிப்பிராயப்பட்டார்கள். எல்லாம் ஒரு பத்து நாள் தாமதத்தில் முளைத்த அபிப்பிராயங்கள். பிறகு மணியார்டர் வந்துவிட்டது. அவசரப்பட்டு அபிப்பிராயம் சொன்ன ஒவ்வொருவரும் மற்றவர்கள்தான் இப்படியெல்லாம் சொன்ன மாதிரிப் பேசிக்கொண்டார்கள்; கைகொட்டிச் சிரிக்கவும் சிரித்தார்கள்.

நாராயணசாமி ஊரை விட்டுப்போன மூன்றாவது ஆண்டில் அவனுடைய தாயார் நோய்வாய்ப்பட்டு இறந்தாள். அவன் புறப்பட்டு வர மேற்கோண்டு ஒன்றரை நாள் ஆகும் என்பதாலும் மொத்தம் இரண்டு நாட்களுக்குச் சடலத்தை வைத்துக்கொண்டிருக்க முடியாது என்பதாலும் அவன் இல்லாமலே இங்கே தகனம் செய்துவிட்டார்கள். பன்னிரண்டாம் நாள் காரியத்துக்குத்தான் நாராயணசாமி வந்தான். அப்போது கொண்டு வந்திருந்தது முப்பது ரூபாய்தான். அதை வைத்து எப்படியோ காரியத்தை நிறைவேற்றினான்.

அப்புறம் அவன் கோயமுத்தூருக்குத் திரும்ப வேண்டும். கையில் பணமில்லை. ரயில் செலவுக்குப் பத்து ரூபாய் தேவை. ஊரெல்லாம் அலைந்தான் கடன் கொடுத்து உதவ வேண்டும் என்றும் அடுத்த மாதமே பத்து ரூபாயை மணியார்டர் செய்து விடுவதாகவும் சொல்லி ஒவ்வொருவரையும் கேட்டான்; ஒவ்வொருவரையும் கெஞ்சினான். கடைசியில் கும்பிடவும் செய்தான். ஆனால் ஊரில் அத்தனை பேருமே ஒரே மாதிரி கையை விரித்துவிட்டார்கள். இவனுக்குக் கடன் கொடுத்தால் அந்தப் பாவம் ஏழு ஜன்மத்துக்கும் விடாது என்று நினைத்தார்களோ?... அல்லது இவனுக்குக் கடன் கொடுப்பதைவிட அந்தப் பணத்தை ஆற்றிலோ குளத்திலோ போடலாம் என்று நினைத்தார்களோ, என்ன நினைத்தார்களோ, யாரும் கொடுக்கவில்லை. ரூபாய்க்குக் கால் ரூபாய் வட்டி தருவதாகவும் சொல்லிப் பார்த்தான். அதுவும் பலிக்கவில்லை. இந்த நிலையில் அவன் என்னைத் தேடி வந்தான்.

"நேத்தே ஒங்ககிட்ட வரலாம்னு நினைப்பு. ஆனா ஒரு சந்தேகம். 'அப்பாதான் வரவு செலவெல்லாம் பார்க்கிறார். என்கிட்டே பணம் ஏது'ன்னு சொல்லிப்பிடுவிகளோன்னுட்டு ஒரு பயம்... அப்பாகிட்டே எனக்காக நீங்கதான் சொல்லணும். நீங்க சொல்லி வாங்கித் தரலேன்னா நான் ரயில் ஏற முடியாது. நாளைக்கு நான் போகல்லேன்னா, எங்க மொதலாளி கோவிச்சுக்கிட்டு வேற ஆளை வேலைக்கு வச்சிடுவாரு. அரும்பாடுபட்டுத் தேடின வேலையை எழக்குறாப்பிலே ஆயிரும்..." என்று பலவாறாகத் தனது கஷ்டத்தைச் சொல்லி என்னையும் கையெடுத்துக் கும்பிட்டான். அப்போது அவனுக்குக் கண்ணீரும் ததும்பியது.

"நான் நாலணாவுக்குப் பதிலா ஆறணா வட்டி வேணும்னாலும் தர்றேன்" என்று அவன் சொல்லத் தொடங்கினான். உடனே, நான்

எழுந்து உள்ளே போனேன். யாரையும் கேட்காமலே பத்து ரூபாயை எடுத்துக்கொண்டு வந்து அவனிடம் கொடுத்தேன்.

"வட்டி ஒண்ணும் தரவேண்டாம். அனுப்புற போது அனுப்பு" என்றேன்.

ரூபாய் நோட்டை உள்ளங்கைகளுக்கு இடையில் வைத்துக்கொண்டு மறு முறையும் அவன் என்னைக் கும்பிட்டான். அந்தச் சமயம் பார்த்து என் தாயார் வெளியே வந்தாள். கையில் கிடைத்த பணத்தை அவள் தட்டிப் பறித்துக் கொள்வாளோ என்று நாராயணசாமி பயந்தது அவன் முகத்திலும் பிரதிபலித்தது.

ஆனால் அம்மா பணத்தைப் பறிக்க வரவில்லை. அவன் மானத்தைத் தான் பறிக்க வந்திருக்கிறாள் என்பது அப்புறந்தான் தெரிந்தது.

"நாராயணா! வெளியூரிலே போய்ச் சம்பாதிக்கிறவன் உள்ளூரிலே வந்து கடன் கேக்கிறியே, ஒனக்கு வெக்கமாயில்லை? வயசு இருபத்தஞ் சாகுதே. இப்போ சம்பாதிக்காம எப்போ சம்பாதிக்கப் போறே? இதுக்குள்ளே நாலு காசு தேடி வச்சிருப்பே-கலியாணம் காச்சி பண்றதுக்குன்னு நாங்க நெனைச்சுக்கிட்டிருந்தோம். நீ என்னடான்னா அம்மா கருமாதிக்கே அம்பது ரூவாய்க்கு வக்கில்லாமே வந்திருக்கே! திரும்பிப் போறதுக்கு ரயில் செலவுக்கு இல்லேன்னும் வந்து நிக்கிறியே, நீ ஆம்பிளைப் புள்ளைதானா?"

அம்மாவின் சொல்லம்புகளை என்னாலேயே தாங்க முடியவில்லை.

"அம்மா! ரூவாயைக் குடுத்துட்டேன். இனிமே பேச்சு எதுக்கு? அவனாலே சம்பாதிக்க முடியல்லேன்னா, அது அவன் குத்தமா?" என்று நான் சீறி விழுந்தேன். அதற்காக அம்மா இரண்டு மூன்று நாட்கள் என்னோடு பேசவில்லை.

அவன் மறுநாளே கோயமுத்தூருக்குப் பயணமானான். மறுமாதமே எனக்குப் பணத்தை அனுப்பிவிட்டான்.

அதன்பிறகு அவனைப் பற்றிக் கேள்விப்பட்ட ஒவ்வொரு செய்தியுமே எனக்கு மகிழ்ச்சி அளித்தது. நாராயணசாமி ஓர் ஆளுடன் கூட்டுச் சேர்ந்து கோயமுத்தூரில் ஒரு ஹோட்டல் ஆரம்பித்திருப்பதாக அவனு டைய தகப்பனாரே என்னிடம் ஒருநாள் சொன்னார். அவன் என்னிடம் கடன் வாங்கிச் சென்று இரண்டரை வருஷங்கள் கழித்துக் கேள்விப்பட்ட செய்தி, சொந்த ஹோட்டல் தொடங்கி விட்டதாக. ஐந்தாவது மாதத்தில் நாராயணசாமி கோயமுத்தூரில் ஒரு பெண்ணைக் கல்யாணம் செய்து கொண்டதாகவும் செய்தி வந்தது. நண்பர்கள் முன்னிலையில் திருமணம் நடைபெற்றதாக அவன் கடிதம் எழுதியிருந்தான். தகப்பனாரும் அக்காளும் வராமலே திருமணத்தை முடித்துக்கொண்டதற்கு என்ன காரணம் என்பதையும் அவன் அப்பாவுக்குத் தெரிவித்திருந்தான். கோயமுத்தூருக்கு வந்து செல்ல அவர்களுக்குப் பணம் அனுப்பவும், உற்றார் உறவினரை அழைக்கவும் வசதி இல்லாமல் போய்விட்டதாம்.

அதிருப்தி

மொத்தம் நூறு ரூபாய்ச் செலவிலேயே திருமணத்தை முடித்துக் கொண்டானாம். இப்படி அவன் எழுதியதை ஊர் மக்கள் உண்மை என்று ஒப்புக்கொள்ள மறுத்தார்கள்...

நாராயணசாமி நடத்தை கெட்டுப் போய்விட்டான் என்றும் இனி ஊருக்குப் பணம் அனுப்ப மாட்டான் என்றும் ஊர்க்காரர்கள் முடிவு கட்டிவிட்டார்கள். ஆனால் வழக்கம்போல் மறு மாதமும் மணியார்டர் வந்தது! ஊர்க்காரர்கள் திடுக்கிட்டுவிட்டார்கள். அவர்களுக்கு இதைவிடவும் அதிர்ச்சி தரக்கூடிய ஒரு விஷயம் அடுத்த வருஷம் நடந்தது. நாராயணசாமியின் மைத்துனன் ஒருவன், குற்றாலத்துக்கு வந்துவிட்டு, எங்கள் ஊருக்கும் வந்தான். இரண்டு நாள் தங்கியிருந்தான். நாராயணசாமி முறைப்படியே கல்யாணம் செய்துகொண்டவன் என்பதற்கு வேறு என்ன சான்று வேண்டும்? அவன் மைத்துனனாக இருப்பது ஒன்றே போதாதா? தவிரவும் அவன் மைத்துனன்தான் என்பதையும் அவன் எங்கள் ஊருக்கு வரப்போகிறான் என்பதையும் ஒரு வாரத்துக்கு முன்னதாகவே நாராயணசாமி கடிதம் எழுதித் தெரிவித்தும் இருந்தான். மைத்துனன் வந்து இருந்துவிட்டுச் சும்மா போய்விடவில்லை. நாராயணசாமியின் வீட்டு ஓலைக் கூரையை பிரித்து விட்டுச் சீக்கிரத்தில் ஓடு போடப் போவதாகவும் சொன்னான். அதற்காக என்ன செலவாகும் என்பதையும் கணக்குப்போட்டுப் பார்த்தான். கடைசியில் ஓடு வாங்குவதற்கு வேண்டிய பணத்தை நாராயணசாமி கொடுத்து அனுப்பியதாகச் சொல்லி அவனுடைய தகப்பனாரிடம் கொடுத்துவிட்டுப் போனான். மறு மாதமே கூரை வீடு ஓட்டு வீடாக மாறிவிட்டது!

அப்புறம் நாலைந்து வருஷங்கள் கழித்து இப்பொழுது நாராயணசாமி ஊருக்கு வந்திருக்கிறான். அவன் சம்பாதிக்காததற்காக முன்பு மனம் போனபடியெல்லாம் குறைகூறிப் பேசிய ஊர்க்காரர்கள் இப்போது அவன் பணம் தேடிக்கொண்டு வந்திருக்கும் நிலையில் அவனை மெச்சிப் பாராட்டுவார்கள் என்று நான் நினைத்தேன். ஆனால் என் நினைப்பு பொய்யாகி விட்டது.

நான்காம் நாள், நான் நாராயணசாமியை அவன் வீட்டுக்கே போய்ப் பார்க்க வேண்டும் என்ற முடிவு செய்தேன். காரணம், ஊர்ப் பேச்சுகள் இருக்க இருக்க வகை தொகை இல்லாமல் தாறுமாறாகப் போக ஆரம்பித்ததுதான்.

எங்கள் ஊரில் செயலான குடும்பங்களைச் சேர்ந்த நாலைந்து வாலிபர்கள் ஓரிடத்தில் உட்கார்ந்துகொண்டு அலமேலுவையும் அவளுடைய அங்க அமைப்புகளையும் பற்றி ஆபாசமாகப் பேசிக்கொண்டிருந்ததை அன்று அந்திக் கருக்கலில் நான் கேட்டேன். அத்தனை பேரும் சின்னத்தனத்தின் விசுவரூபங்கள்.

நான் துணிந்து கேட்டுவிட்டேன்: "இப்படிப் பேசலாமா? நியாயமா இது? ஊரான் பொஞ்சாதியைப் பத்தி நாம இப்படிப் பேசினா, நம்ம வீட்டுப் பொண்களைப் பத்தி இன்னொருத்தன் பேச எவ்வளவு நேரம் ஆகும்?"

நான் இவ்வாறு கேட்டதும் அவர்களுக்குச் சிரிப்பு தாங்கவில்லை. மகிழ்ச்சிப் பெருக்குடன் உரக்கச் சிரித்தார்கள்.

"பேசினா என்ன? கத்திரிக்காயின்னா பத்தியமா முறிஞ்சி போகும்? நாங்க என்ன அவளைக் கடிச்சா தின்னுட்டோம்?" என்று ஒருவன் சொன்னான். உடனே எல்லோரும் பைத்தியக்காரர் களைப்போல் விழுந்து விழுந்து சிரித்தார்கள்.

மேற்கொண்டும் நான் பேசினால் அவர்களுடைய உற்சாகமும் ஆபாசப் பேச்சும் அதிகமாகுமே ஒழிய, அவர்கள் திருந்தப் போவதில்லை என்று கருதி, "தப்பு. இது நன்றாயில்லை" என்று மட்டும் சொல்லிவிட்டு வீட்டுக்கு வந்துவிட்டேன்.

நாராயணசாமியோ அவன் மனைவி மக்களோ எங்கள் ஊரில் இனி ஒரு நாள் கூடப் பத்திரமாக இருக்க முடியாது என்று எனக்குத் தோன்றிவிட்டது. உடனே அவனைத் தேடி அவன் வீட்டுக்குச் சென்றேன்.

எனது எதிர்பாராத வருகையைக் கண்ட அவன் இரட்டிப்பு மகிழ்ச்சி யுடன் என்னை வரவேற்றான். பிரமாதமாக உபசரித்தான். அவன் கட்டாயத்துக்கு இணங்க அன்றிரவு அங்கேயே நான் சாப்பிட்டேன். சாப்பிட்டுவிட்டு இருவரும் வெற்றிலை போட்டுக்கொண்டிருந்தோம். இரவு எட்டு மணி இருக்கும். திடீரென்று ஒரு கிழவர் – எங்கள் ஊரில் மேலத்தெருவில் வசிப்பவர் – வந்தார். அவரையும் அவன் வரவேற்று உட்காரச் சொன்னான். ஆனால் கிழவரோ வந்ததும் வராததுமாக, "நாராயணசாமி! ஒரு சமாச்சாரம் கேள்விப்பட்டேன் ..." என்று ஆரம்பித்தார்.

"என்ன சமாச்சாரம், தாத்தா, சொல்லுங்க!" என்றான் நாராயணசாமி.

"கோயமுத்தூரிலேயிருந்து ரொம்ப ரூவா கொண்டாந்திருக்கிறேன்னு சொன்னாங்க."

"அப்படியெல்லாம் ஒண்ணுமில்லே . . !"

"அது சரி. நான் சொல்றதைக் கொஞ்சம் கேளு. இதைச் சொல்றதுக்குத் தான் நான் வந்தேன். என்னான்னா, நீ கொண்டாந்திருக்கிற ரூவாயைத் தாட்டுப் பூட்டுன்னு செலவழிச்சிராதே. பிடிச்சிச் செலவாகணும். இந்தா பாரு முப்பதினாயிரத்தையும் நெலத்திலே போடு. பிஞ்சையைத் தோட்டத்தை வாங்கு. வெளிச்சம் போடாதே. பணம் நிக்காது. காத்தாப் பறந்துரும். பறந்துட்டதுன்னா, ஒன் கதி அதோ கதிதான். பொறகு சட்டியைத் தூக்கணும்!" என்று கிழவர் சொன்னதும் 'அடப் பாவி! இந்த வயசிலே ஒனக்கு ஏன் இப்படி வயித்தெரிச்சல்? வெஷமாக் கக்குறியே! சட்டி தூக்கற வார்த்தை ஏன் ஒன் வாயிலேருந்து வருது?' என்று சொல்லிக்கொண்டேன்.

கிழவர் அதோடு உபதேசத்தை நிறுத்திக்கொண்டு, "சரி, நான் போயிட்டு வர்றேன். இதைச் சொல்லத்தான் வந்தேன்" என்று சொல்லிவிட்டு, ஏதோ கோபித்துக்கொண்டு போகிறவரைப்போல் வேகமாக வெளியே போய்விட்டார்.

"நாராயணசாமி! சாகப் போகிற வயசிலேகூட இந்தக் கெழவனுக்குப் புத்தி எப்படி இருக்குன்னு பார்த்தியா? என்னமா எரிஞ்சி சாகிறான்? ஏன் ஒன் மேல் இந்தப் பொறாமை? ஊரிலே அத்தனை பேருமே பொறாமைக்காரப் பயல்களா இருக்காங்களே, என்ன இது?" என்று கேட்டேன்.

"இது பொறாமையா?" என்று தெரியாதவனைப் போல் கேட்டான் நாராயணசாமி.

"பொறாமை இல்லாமே வேறெ என்ன?"

"பொறாமைக்காரங்களா இருந்தா, இன்னொருத்தன் கஷ்டப் படறதைப் பார்த்துச் சந்தோஷப்படவில்லே செய்வாங்க? அப்படி இவங்க சந்தோஷப்படல்லியே! முந்தின வட்டம் நான் வந்திருந்தப்போ, என் கையிலே காசில்லை என்கிறதுக்காக ஊரோடே என்னைத் திட்டினாங்களே! பொறாமைக்காரங்க எங்கேயாவது அப்படித் திட்டுவாங்களா?"

அவன் சொன்னது என் சிந்தனையைக் கிளறியது. அப்படியானால் நாராயணசாமியை யாருக்குமே பிடிக்காமல் போனதற்கு எதுதான் காரணமாக இருக்க முடியும் என்று யோசிக்கலானேன்.

"இது பொறாமையே இல்லை" என்றான் அவன்.

"அப்படின்னா வேறு எதுவாக இருக்கும்?"

"சொல்லட்டுமா? இதுதான் சங்கதி: நான் எப்படி இருந்தாலும் இவங்களுக்குப் பிடிக்கலே! நான் உசிரோட இருக்கிறதே தப்புன்னு நினைக்கிறாங்க. எல்லாம் நான் தெரிஞ்சிதான் வச்சிருக்கிறேன்."

"உன் மேலே எதுக்கு இந்தத் துவேஷம்?"

"என் மேலே மட்டுமென்ன? இந்த ஊரிலே யாரைத்தான் யாருக்குப் பிடிச்சிருக்கு? ஒவ்வொருத்தனைப் பத்தியும் மனசிலே ஒரு கொறையாவது வச்சிக்கிட்டுத்தானே பழகுறாங்க – அத்தனை பேரும்! நாமளும் ஒரு பத்துப் பேரைக் கைக்குள்ளே போட்டுக்கிடணும். போட்டுக்கிட்டா நாம சொல்லாமலே நமக்கு ஸப்போர்ட் பண்ணிப் பேசுவாங்க!"

அவன் சொன்னதில், யாரைத்தான் யாருக்குப் பிடிச்சிருக்கு?, என்பதை நன்கு ஆராய்ந்து பார்க்க வேண்டும்; அப்புறம்தான் அது சரியா, தப்பா என்று முடிவுகட்ட வேண்டும் என்று கருதி, அவன் கடைசியாகக் கூறியதைப் பற்றி மட்டும் கேட்டேன்;

"பத்துப் பேரைக் கைக்குள்ளே போடுகிறது எப்பிடி?"

அவன் சிரித்தான். "இதுவா பெரிய காரியம்? ஒரு காப்பிக்கும், ஒரு வேளைச் சோத்துக்கும் சாய்றவங்கதானே எல்லாரும்?"

"அப்பிடியா சொல்றே?"

“பெறகு? தின்ன சோறு பத்து நாளைக்காவது வேலை செய்யும். உண்ட வீட்டுக்கு ரெண்டகம் நினைக்கணும்னு பத்து நாளைக்குப் பெறகுதான் தோணும். அதுக்குள்ளே இன்னொரு வேளைச் சோத்தைப் போட்டு அணை கட்டிப்பிடணும்!”

இரண்டு பேருமே சிரித்துவிட்டோம்.

“நாராயணசாமி! நீ இந்தப் பாழாய்ப் போன ஊரிலே ஏன் இருக்கே? வேண்டாம், வேறே எங்கேயாவது போய் இரு. இங்கே இருக்க வேண்டாம்.”

“வேற எங்கே போறது? எல்லா ஊருமே பாழாப்போன ஊராத் தானே, இருக்கு? எந்த ஊருக்குப் போனாலும் இந்தக் கதைதான். வாழ்ந்தாலும் கொறை சொல்வான்; தாழ்ந்தாலும் கொறை சொல்லுவான். நாம எப்படி இருந்தாலும் இவங்களுக்குத் திருப்தி இராது.”

நாராயணசாமி உலகத்தைப் பல கணக்குவரை எடைபோட்டுப் பார்த்தவன்போல் பேசினான். அவன் என் பேச்சைக் கேட்டு வெளி யூருக்கு ஓடிவிட மாட்டான் என்பதைத் தெரிந்துகொண்டேன். மணியும் ஒன்பதுக்குமேல் ஆகிவிட்டது. அவனிடம் விடைபெற்றுக்கொண்டு வீட்டுக்குப் புறப்பட்டேன். வரும் வழியில் தெற்குத் தெரு வேலையாவைச் சந்தர்ப்பவசமாகப் பார்த்தேன். கடைத் தெருவுக்குப் போய்ப் பீடி வாங்கிப் பற்ற வைத்துக்கொண்டு அவன் நடந்து வந்தான்.

“அண்ணாச்சி! எங்கே இந்த நேரத்திலே? எங்கே போய்ட்டி வர்றீங்க?” என்று கேட்டான் வேலையா.

“சும்மா இப்பிடி . . . நம்ம நாராயணசாமி வீட்டுக்குப் போயிருந்தேன். பேசிக்கிட்டிருந்துட்டு வரேன்” என்றேன்.

“அங்கிருந்துதான் வர்றீங்களா?” என்று அவன் சொன்னான். அடுத்த நிமிஷமே ஏதாவது குறைகூறத் தொடங்குவான் என்று நினைத்து, “ஆமா, அங்கிருந்துதான் வர்றேன்!” என்று சொல்லிவிட்டு நடையைக் கட்டினேன்.

வேலையா என்னைத் தொடர்ந்து வந்து பரவசமான குரலில், “அண்ணாச்சி! நம்ம நாராயணசாமி ஆயிரத்திலே ஒருத்தன்! என்ன கொணம்! எப்படிப்பட்ட மனுசன்! நான்கூட மொதல்ல ஒரு மாதிரியா நினைச்சேன். பெறகு பழகிப் பார்த்தப்புறமில்லே தெரியுது, அவன் எப்படிப்பட்ட தங்கமான மனுசன் என்கிறது!” என்று புகழ்மாலையில் பூக்களைத் தொடுத்துக்கொண்டே போனான்.

நான்கு நாட்களுக்குமுன், “அற்பனுக்கு வாழ்வு வந்தா அர்த்த ராத்திரியிலே குடை பிடிப்பானாம்!” என்று நாராயணசாமியைப் பார்த்துப் பேசிய அதே வேலையாதான் இப்பொழுது இப்படிப் பேசினான்.

எனக்கு ஆத்திரம் தாங்கவில்லை. கொஞ்சமும் தயங்காமல் முகத்தில் அறைந்ததுபோல் கேட்டேன்: "வேலையா! நாராயணசாமி ஒனக்குக் காப்பி கொடுத்தானா? இல்லை, சோறு போட்டானா?"

"என்ன அண்ணாச்சி இப்படிக் கேக்கறீங்க?" என்று அவன் பதறிப் போய்க் கேட்டான்.

"போய்யா, போ! காலாகாலத்திலே போய்ப் படுத்துத் தூங்கு!" என்று மற்றொரு அறையும் கொடுத்துவிட்டு நான் வீட்டுக்கு வந்தேன்.

கல்கி, ஏப்ரல் 1968

தன்னையறிந்தவர்

நான் யார்? அதாவது “நான்” என்பது யார்? இந்தச் சாதாரணக் கேள்விக்கு அல்லது சாதாரணமாகத் தோன்றும் கேள்விக்கு – வெங்கடாசல முதலித் தெரு ஸ்ரீமுருக பக்தஜன சபையில் மறைதிரு பழனிவேலனார் சுமார் ஒரு மணி நேரம்வரை விளக்கம் சொன்னார். எவ்வளவோ கவனமாக ஒரு வார்த்தைவிடாமல் செவி கொடுத்துக் கேட்டும் சுந்தரத்திற்கு “நான்” என்பது விளங்கி விடவில்லை. அதற்காக அவன் அவ்வளவாகக் கவலைப்படவுமில்லை. ஏன்? நான் யார் என்பது தெரியாவிட்டால் ஆபீஸ் சம்பளத்தில் சல்லிக்காசு குறையப் போகிறதோ? தெரிந்துவிட்டால் அதற்காக எவனும் உத்தியோக உயர்வு கொடுத்துவிடப் போகிறானோ? இரண்டும் இல்லை. எனவே இது ஒரு காரணம். அடுத்த இரண்டாவது காரணம், பெரிய பெரிய முனிவர்களே ‘நான் யார்’ என்பதை அறிய அரும்பாடு பட்டு, கடைசியில் லட்சத்தில் ஒருவரைத் தவிர மற்றவர்களெல்லாம் தோல்வியே அடைந்தார்கள் என்று மறைதிரு பழனிவேலனார் ஆதாரபூர்வமாகச் சொன்னதே ஆகும். ராமலிங்க வள்ளலாரே ‘தன்னையறிந் தின்பம் உற ஒரு தந்திரம் சொல்லவேண்டும்’ என்று பிரார்த்தித்தாராம்.

‘சரிதான்! இது இவ்வளவு பெரிய காரியமா இருக்கும்போது நம்மைப்போல ஆசாமிகள் எந்தக் காலத்தில் தன்னையறிந்து எந்தக் காலத்தில் இன்புறப் போகிறோம்?’ என்று சொல்லிக்கொண்டே சுந்தரம், திடீரென்று ஏதோ நினைவுக்கு வந்ததுபோல், ‘என்ன அது? தன்னையறிந்து இன்பமும் உறுவதா? அது

எப்படி? தன்னை அறிந்துவிட்டால் இன்பம் உண்டாவது எப்படி?' என்று தனக்குத்தானே ஒரு சந்தேகத்தைக் கிளப்பிக்கொண்டான். மறைதிரு பழனிவேலனாரின் மீதிச் சொற்பொழிவில் தனக்கு விளக்கம் கிடைக்கும் என்று எதிர்பார்த்தான்.

'தன்னையறிந்தவனே மகாஞானி, அவனே ஆண்டவனையும் அறிந்தவன். அப்புறம் அவனே ஆண்டவன். அவன் அறியாத ஒன்று அப்புறம் இருக்க முடியாது. இதுவே அறிவின் உச்சநிலை; ஆனந்தத்தின் உச்சநிலை; எனவே இன்பத்தின் உச்சநிலை என்று சொற்பொழிவாளர் சொல்லியும் சுந்தரத்திற்கு அது உண்மையாகத்தான் இருக்க வேண்டும் என்று உறுதியாக நம்பத் தோன்றவில்லை. தன்னை அறிவதற்கும் இன்பத்திற்கும் என்ன சம்பந்தம் என்ற அவனுடைய சந்தேகம் தீரவில்லை. கூட்டம் முடிந்து வீடு திரும்பும்போது இதைப்பற்றிச் சிறிது ஆராய்ந்து பார்த்தான். அலுப்புத் தட்டியது; மூளையும் அனாவசியமாகக் குழம்பியது. 'இந்த எழவெல்லாம் நமக்கு எதுக்கு? விடிஞ்சா ஆபீசுக்குப் போகணும். தன்னையறியவில்லையேன்னு எவன் கவலைப்பட்டுக்கிட்டிருக்கிறான்?' என்று ஆராய்ச்சியைக் கைவிட்டான். சொற்பொழிவில் கேட்ட அரிய விஷயங்களோ அறவே மறந்துவிட்டன. 'இது தெரிந்ததுதானே? மகா மேதாவிகள் பேசும்போது கேட்பதற்கு நன்றாக இருக்கும்; பிரமிப்பாகவும் இருக்கும்; கேட்டுவிட்டு வெளியே வந்தால் என்ன பேசினார் என்று யாருக்கும் தெரியாது'. என்னவோ, ஒன்றரை மணி நேரம் நன்றாகப் பொழுது போயிற்று என்ற ஒரு திருப்தியும், சொற்பொழிவில் திரும்பத் திரும்பக் கேட்ட "தன்னையறிந்தின்பம் உற வெண்ணிலாவே – ஒரு – தந்திரம் நீ சொல்ல வேண்டும் வெண்ணிலாவே" என்ற பாடல் வரிகளுமே ஞாபகத்தில் எஞ்சி நின்றன. வாய்க்குள்ளேயே அந்தப் பாடலை முனகிக் கொண்டு வீடு வந்து சேர்ந்தான். அப்போது மணி ஒன்பதேகால்.

வீட்டின் முன்போர்ஷன் வேதாசல முதலியாரின் குடித்தனப் பகுதி. அவரும் அவர் மனைவியும்; ஊருக்குள்ளேயே வானப்பிரஸ்த வாழ்க்கை. பிள்ளைகள் பெண்களுக்கெல்லாம் கல்யாணமாகி எங்கெங்கோ சௌக்கியமாக வாழ்ந்துகொண்டிருக்கிறார்கள். இந்த வயோதிகத் தம்பதிகள் பாங்கில் நிறையப் பணம் போட்டு வைத்திருந்தும் சொந்தத்தில் ஒரு பெரிய வீடு கட்டி வைத்திருந்தும் பென்ஷனை மட்டும் வைத்துக் கொண்டு இந்த வாடகைப் போர்ஷனில் இருபத்தைந்து ஆண்டுகளாக வாழ்ந்து வருகிறார்கள். இது ஆகிவந்த வீடு என்பது புறக்காரணமே ஒழிய, 'இது நமக்குப் போதும்' என்ற சிக்கனம்தான் அக்காரணம், அதாவது அசல் காரணமாகும் . . . வாடகை நாற்பது ரூபாய். இப்போது காலி பண்ணினால் நூற்றிருபதுக்குக் குறையாமல் வாடகை வரும்.

இந்தப் போர்ஷனைக் கடந்தான் சுந்தரம். இரண்டாவது போர்ஷன் – நடுப்போர்ஷன் சம்பந்தம் பத்தாண்டுகளாக இல்லறம் நடத்தும் பகுதி. அவர் – வயது நாற்பது மூன்று; பிள்ளைகள் மூன்று; சம்பளம் இருநூற்றைம்பது; கடன் பாக்கி . . . அது அவருக்கே தெரியாது; வாடகை ஐம்பத்தேழு (மின்சாரக் கட்டணம் நீங்கலாக) – பி டபிள்யூ டி குமாஸ்தா. இக்கால வழக்கில் பொதுப்பணித் துறை எழுத்தர்.

இந்தப் போர்ஷனைக் கடந்து, தான் குடியிருக்கும் பின் கடைசிப் பகுதிக்குச் சுந்தரம் நடந்து செல்லும்போது, உள்ளே விளக்கு எரிவதைக் கவனித்தான். ‘ஐயோ, அம்மா’ என்ற முனகல் கேட்டது; பரபரப்பு மிகுந்த ஒரு அமைதி அந்த நான்கு சுவர்களுக்குள்ளே கிடந்து குமைந்து கொண்டிருந்தது. சுந்தரத்தின் உள்ளத்தில் ஒலித்துக்கொண்டிருந்த ‘தன்னையறிந்தின்பமுற’ பாட்டு அந்த இடத்திலேயே நின்றுவிட்டது. அவன் சிரித்துக்கொண்டான். இப்படியெல்லாம் வாழ்க்கை நடக்கிறது! இதிலே எவனுக்குத் தன்னையறிவதைப் பற்றிக் கவலை? இது தெரிந்துதான் இந்தமாதிரி பிரசங்கங்களுக்கெல்லாம் ஒருநாள் கூடச் சம்பந்தம் போகாமல் இருக்கிறார்!

சுந்தரம் தன் போர்ஷனுக்குப் போய்க் கதவை இலேசாகத் தட்டினான். கதவைத் திறந்த நாமகிரி “ஏன் இவ்வளவு நேரம்?” என்று கேட்டாள்.

பதில் சொல்லாமல் உள்ளே நுழைந்த சுந்தரம் வாய்க்குள்ளேயே ரகசியமாக “டிராமா ஆரம்பமாயிட்டதுபோல் இருக்கே!” என்று சொல்லிவிட்டு இலேசாகச் சிரித்தான்.

“என்ன டிராமா?”

பக்கத்து வீட்டுத் திசையை விரலால் சுட்டிக்காட்டி, “அம்மாவோட டிராமாதான், எத்தனை மணிக்கு ஆரம்பம்” என்று கேட்டான் அவன்.

“சரியாக மாலை ஆறுமணி பதினஞ்சு நிமிஷத்துக்கு. அவர் ஆறுமணி முப்பத்தஞ்சு நிமிஷத்துக்கு வந்தார். வழக்கம் போல்தான்!”

“என்ன ஆச்சரியமா இருக்கு இது! அவர் வர்ற நேரம் இந்த அம்மாளுக்கு ஞானதிருஷ்டியிலே தெரிஞ்சி போயிடுதா? சரியாக் கால்மணி இல்லேன்னா அரைமணி நேரத்துக்கு முன்னாலேதானே இந்தத் தலைவலி ஆரம்பமாகுது! காலையிலேயோ மத்தியானத்திலேயோ ஆரம்பமாக மாட்டேங்குதே! உம்? இது என்ன அதிசயம்னு கேட்கிறேன். இந்த அம்மாளுக்கு இப்படி ஞானதிருஷ்டி எப்படிக் கெடைச்சது? வெறும் திருஷ்டியே பத்தாமல் சோடாபாட்டில் தூளிலே கண்ணாடி செஞ்சிப் போட்டுண்டு இருக்கிறாளே! இந்த அம்மாள் தன்னையறிஞ் சிட்டாளோ, ஒரு வேளை?”

நாமகிரி வாய்விட்டு அழகாகச் சிரித்தாள். “போதும், சாப்பிடுங்கோ” என்று சொல்லிவிட்டுத் தட்டை எடுத்து வைத்தாள்.

பேச்சைத் தொடரச் சுந்தரம் முயன்றபோது “பகலிலே பக்கம் பார்த்துப் பேசணும். ராத்திரிலே அதுவும் பேசக்கூடாதுன்னு சொல்வாங்க! நமக்கு வேண்டாம் வம்பு – சாப்பிடுங்கோ” என்று சொல்லிவிட்டுச் சப்பாத்தி குருமாவை நாமகிரி எடுத்து வைத்தாள்.

சுந்தரம் சாப்பிட்டுக்கொண்டே, “இன்னிக்கிப் பக்கத்துத் தெருவிலே ஒரு பிரசங்கம். மறைதிரு பழனிவேலனார் பேசினார்...” என்றான்.

“என்னையும் கூட்டிக்கிட்டுப் போயிருக்கப்படாதோ? ரொம்ப நல்லாப் பேசுவாரே!...”

“ரொம்ப நல்லாத்தான் பேசினார். வழக்கம்போல என்ன பேசினார் என்கிறது இப்போ மறந்து போச்சு! ‘நான் யார்’ என்கிறதைப் பத்தி மனுஷன் சொன்னார் பாரு. என்னென்னு சொல்றது?”

“நான் யாரா?”

“ஆமா. அதாவது நான் என்கிறது யாரு?”

“இது என்ன பிரசங்கம்? இவரு யாருன்னு இவருக்கே ஏன் தெரியாமல் போயிட்டுது – திடுதிடுப்புன்னு!..”

நாமகிரி உரக்கச் சிரித்தாள்.

“நீ சிரிக்கிறே! உனக்கு என்ன தெரியும்? நான் யாருன்னு தெரிஞ்சிட்டா அப்புறம் அவன்தான் மகாஞானியாம்...”

இந்தச் சமயம் பார்த்து “ஸார் ஸார்” என்று சம்பந்தம் கதவைத் தட்டினார்.

“நாமகிரி! கதவைத் தொற.”

அவள் எழுந்து போய்க் கதவைத் திறந்தாள்.

சம்பந்தத்தின் உடம்பெல்லாம் வேர்த்திருந்தது; உச்சியிலிருந்து உள்ளங்கால்வரை ஒரு படபடப்பு. முகத்திலே ஒரு பீதி; கண்களிலே ஒரு மிரட்சி. வந்ததும் வராததுமாக, “ஸார், உங்களண்டே ஓ – டி – காலோன் இருக்குமா?” என்று கேட்டார்.

“இல்லையே ஸார். ஏன்? எதுக்கு?” என்று கேட்டான் சுந்தரம்.

“அவளுக்கு உடம்பெல்லாம் வலி...”

“தலைவலின்னு சொன்னா நாமகிரி...”

“அப்புறம் ஜொரம் வந்து ஒடம்பெல்லாம் முறிச்செடுக்குது. கால் ஜில்லுன்னு குளுந்திருக்கு, ஓ – டி – கொலோனை நனைச்சி நெத்தியிலே போட்டுட்டு, காலிலேயும் தேய்க்கணும்.”

“அட பாவமே, இங்கே இல்லையே ஸார், நாங்க வாங்குறதும் இல்லை”.

“பரவாயில்லை. கடைக்குத்தான் போகணும். ஒங்களைச் சாப்பாட்டு வேளையிலே வந்து தொந்தரவு பண்ணிட்டேன்...”

“அதெல்லாம் ஒண்ணுமில்லை.”

“எக்ஸ்க்யூஸ்மி” என்று சொல்லிவிட்டுச் சம்பந்தம் திரும்பினார்.

அவர் போனதும் கதவை அடைத்துவிட்டுக் காலைப் பொத்திப் பொத்தி நடந்துவந்த நாமகிரி, “அப்பவே சொன்னேனே, சரியாப் போயிட்டுதா? பகலிலே பக்கம் பார்த்துப் பேசணும்...” என்றாள்.”

“அதுசரி. ஆனா நம்ப என்னத்தைப் பேசிப்பிட்டோம்!... மனுஷன் ஒரு பாட்டில் வாங்கி வச்சிட்டால் என்ன?”

“எத்தனை பாட்டில் வாங்குறது? வீடெல்லாம் அந்தப் பாட்டில்தான். இப்போ தேதி இருபத்துமூணு. இப்போ ரெண்டே காலணா குடுத்தே வாங்க முடியாது. அந்தப் பாட்டில் ரெண்டேகால் ரூபாயாமே.”

“அதுவும் சரிதான். ரெண்டாம் தேதியே இவராலே வாங்கமுடியாது. இருபத்தி மூணாம் தேதி வாங்குறது எங்கே!”

இருவரும் சிரித்தார்கள்.

“மனுஷன் கடைக்குத்தான் போனாரோ? இல்லை, தெருவிலே அத்தனை பேர் வீட்டுக் கதவையும் போய்த் தட்டி எல்லாரையும் கலக்குறாரோ?”

“சாயங்காலம் முன்வீட்டுப் பெரியம்மா சொன்னதை நினைச்சா எனக்குச் சிரிப்பா வருது. அப்போ அங்கேதான் நின்னு பேசிக்கிட்டிருந்தேன். லோகநாயகியம்மாளுக்குத் தலைவலி வந்துட்டது. முதல் வேலையாக வெளியே வந்து பிள்ளைகளைக் கூப்பிட்டுக் ‘கூச்சல் போடாதீங்க. வெளியிலே போய் வெளையாடுங்க, எனக்குத் தலைவலி மண்டையைப் பொளக்குது’ன்னு சொல்லிட்டு – எங்களுக்குக் கேட்கும்படியாச் சொல்லிட்டே – உள்ளே போய்ப் படுத்தா. பெரியம்மா உடனே சொன்னாள் ‘புருஷன் வர்ற நேரம் இதுதான். தெரிஞ்சுதா! இன்னிக்கு விடிய விடிய மனுஷனுக்குத் தூக்கமில்லை. கண் முழிச்சி வைத்தியம் பார்க்கணும். மாசத்திலே நாலு நாளாவது இப்படி அவரை ஆட்டி வைக்கணுன்னே தலைவலி வந்து சேருதே, அதைச் சொல்லு! இந்தத் தலைவலி இன்னிக்கு நேத்திக்கில்லே, பத்து வருஷமா வருது . . .’ பெரியம்மா சொன்னதும். ‘ஏன் இப்படி?’ன்னு கேட்டேன். அதுக்குப் பெரியம்மா சொன்னா. ‘அவளுக்கு ஒரு ஆசையம்மா ஆசை! அப்படித்தான் நினைக்கிறேன். புருஷன் தன்கிட்டே பிரியமா இருக்கிறானான்னு பார்க்குறதுக்கு இப்படிப் பரிக்ஷை வைக்கிறா. அத்தோடே, புருஷனை ஆட்டி வச்சி ஊரெல்லாம் அதைப் பார்க்க வச்சு ‘தாம்தான் அதிகாரி; அவர் இல்லைன்னு எல்லார் முன்னாலேயும் அவருக்குக் காட்டுறான்னு சொல்லணும். இது என்ன ஆசையோ?”

“அப்போ உள்ளே இருந்த பெரியவர் ஜன்னல் வழியாகவே பேசினார். ‘இந்த ஆசை இவளுக்கு மட்டுந்தான்னு நினைசசிக்காதே. ஊரிலே சில பெரிய மனுஷாளுக்கே இந்த ஆசை உண்டு. திடீர்ன்னு ஒரு நாளைக்கு வேணும்னே ஆஸ்பத்திரிலே அட்மிட் ஆய்க்குவாங்க. எதுக்கு? நோயா? நொடியா? அதெல்லாம் கெடையாது. தன்னை மத்தப் பெரிய மனுஷாளெல்லாம் தினமும் ஒவ்வொருத்தரா வந்து பார்க்கணும். அது தினமும் பேப்பரிலே வரணும். ஆஸ்பத்திரியிலேருந்து வெளியே வந்தப்புறம் மறு நாளே கன்னியாகுமரி வரைக்கும் ஒரு சுற்றுப் பிரயாணம் போய் வரணும். சுற்றுப்பிரயாணத்துக்கு முன்னாலே ஒரு விளம்பரம் வேணும்னு ஆஸ்பத்திரிக்கு அப்பப்போ போய் அட்மிட் ஆய்க்குவாங்களாம்’ என்றார். அவர் அத்தோடு நிறுத்தாமல் “அவள்தான் வேஷம் போடுறான்னு நினைக்காதே. அவள்போடுறது வேஷம்னு தெரிஞ்சு அவனுமே வேஷந்தான் போடுறான். துடியாத் துடிக்கிறான்; ஓடுற

மாதிரியும் ஆடுற மாதிரியும் பாவலா பண்றான். அதுதான் சமாச்சாரம்" என்றார். பெரியம்மாளுக்கும் எனக்கும் சிரிப்பு வந்துட்டது. கொஞ்ச நேரத்துக்குள்ளே அவர் ஆபீசிலேருந்து வந்துட்டாரு. அவர் உள்ளே போனதும், 'மடப்பயல்! இந்த மாதிரி பொண்டாட்டியைத் தாங்குற பயல் லோகத்திலேயே கிடையாது. உசுரையே விடுகிறான்'னு சொன்னார் பெரியவர். பிறகு நானும் உள்ளே வந்துட்டேன் . . ."

"மடப்பயலோ, தடிப்பயலோ! மனுஷன் நல்லவரா இருக்கிறார். ஒரு நாளைக்கு ஒரு தடவையாவது என்னைப் பார்த்து ஏதாச்சும் இரண்டு வார்த்தை பேசாமல் இருக்கமாட்டார். மத்த மெட்ராஸ்காரங்க மாதிரி 'நீ யாரோ நான் யாரோ'ன்னு இருக்கிறதில்லே. பெரியவர் வேதாசல முதலியார் இதுவரையிலும் என்னைப் பார்த்து ஒரு வார்த்தை பேசுன தில்லை . . ." என்றான் சுந்தரம்.

இருவரும் படுத்துவிட்டார்கள்.

இரவு எத்தனை மணி ஆகியிருக்குமோ? சுந்தரம் கடிகாரத்தைப் பார்க்கவில்லை. மணி பன்னிரண்டைத் தாண்டியிருக்கும் என்பது நிச்சயம். திடீரென்று, "ஐயையோ, அம்மம்மா! பொறுக்க முடியவில்லையே! . . . பொறுக்க முடியல்லையே! . . ." என்று பக்கத்துப் போர்ஷனிலிருந்து லோகநாயகி பயங்கரக் கூக்குரல் போட்டாள். குழந்தைகள் மூவரும் பயந்தடித்துக்கொண்டு அலறினார்கள். சம்பந்தம், "சும்மா இருங்க சும்மா இருங்க" என்று சொல்லிக் குழந்தைகளை அமர்த்திவிட்டு, "லோகா" என்று தவித்துக்கொண்டிருந்தார். இந்தக் கூக்குரல் கேட்டு விழித்த சுந்தரம் நேரே எழுந்து சம்பந்தம் போர்ஷனுக்குப் போனார். உள்ளே விளக்கு எரிந்தது, வெளிக் கதவு பூட்டியிருந்தது; அங்கேயே நின்று கவனித்துக் கேட்டான்.

"லோகா! சும்மா இரு . . . பயப்படாதே லோகா . . . காலையிலே டாக்டரை அழைச்சிட்டு வர்றேன். பசங்க பயப்படுது பாரு . . . ஏன் கூப்பாடு போடுறே? பல்லைக் கடிச்சிக்கிட்டு பொறுத்துக்கோ. இது ஒண்ணுமில்லே. உடம்பு அலுப்பிலே வலி முறிச்செடுக்குது. என்ன செய்யும்? . . ." என்று தேற்றிக்கொண்டிருந்தார்.

உள்ளே நடப்பது வேஷம் போடாத நாடகம் என்று சுந்தரம் நினைக்க விரும்பினாலும் அப்படி நம்பத் தயக்கமாக இருந்தது. ஒருவேளை உண்மை யிலேயே நெருக்கடியான நிலைதானோ? எப்படியானாலும் பக்கத்து வீட்டுக்காரன் சம்பிரதாயத்திற்காவது போய் விசாரிக்க வேண்டாமா?

கதவைத் தட்டினான். "ஸார்!"

சம்பந்தம் கதவைத் திறந்தார்.

"என்ன ஸார்?" என்று சுந்தரம் கேட்டான்.

"ஒண்ணுமில்லே உடம்பு வலி . . ."

அப்போது லோகநாயகி பற்களைக் கடித்துக்கொண்டு உடம்பின் ஒவ்வொரு அங்குலத்தையும் வளைத்து நெளித்து புரண்டுகொண்டிருந்தாள். முகத்திலே பேயறைந்த மாதிரி ஒரு கோரக்களை!

“அவ்வளவுதானே? வேறே . . .”

“வேறொண்ணுமில்லை. காலையிலே சரியாப் போயிடும், அரைமணி நேரத்திக்கு முன்னாலே பிரக்ஞையில்லாமே கெடந்தா. நானே பயந்துட் டேன். இப்போ, இவ கூப்பாடு போட்ட பிறகுதான் எனக்கு உசிரே வந்தது. இனிமே பயப்படவேண்டியதில்லை . . .”

“காலையிலே டாக்டரை அழைச்சிட்டு வந்து பாருங்க” என்று சொல்லிவிட்டுச் சுந்தரம் திரும்பினான். முதலியார் வீட்டிலிருந்து யாரும் வெளிவரவில்லை என்பதையும் பார்த்துத் தெரிந்துகொண்டான்.

“நாமகிரி! நெஜமாகவே அந்த அம்மாள் ரொம்பக் கஷ்டப்படுறா!”

“அவரு படுற கஷ்டத்தைவிடவா? பேசாம இருங்கோ. வேற வேலை இல்லை” என்றாள் நாமகிரி.

“நாமகிரி, இந்த வீட்டுக்கு நாம்ப வந்து மூணுமாசம் ஆகல்லே. இதுவரையிலும் முப்பது தடவை தலைவலி வந்திருக்கு; ஆனா இப்படி நடுராத்திரிலே ஒரு நாளும் கூப்பாடு போட்டதில்லே. இதுதான் முதல் தடவை.”

“அதெல்லாம் ஒண்ணுல்லை. எப்பவுமே இப்படி ஜாமத்திலே கூப்பாடு போடுறதும் உண்டாம். ஒண்ணும் புதுசில்லே. ஒருசமயம் முதலியார் வெளியே வந்து ‘இதென்ன, வாரத்திலே ரெண்டு நாள் இந்தக் கூப்பாடு? மனுஷன் தூங்குறது எப்படி? ஆஸ்பத்திரிலே கொண்டு போய்ச் சேர்த்து ஒரேயடியாகக் குணப்படுத்திக்கிட்டு வர்றதுக்கென்ன’ன்னு சத்தம் போட்டாராம். உடனே முதலியாரோடே இந்த மனுஷன் சண்டைக்குப் போயிட்டாராம். அப்போ இருந்துதான் ரெண்டு பேரும் பேசுறதே இல்லையாம்.”

“ஒஹோ! அதனாலேதான் பேசுறதில்லையோ? . . .”

இருவரும் இரண்டாவது தூக்கத்தைத் தொடங்கினார்கள்.

மறுநாள் விடிந்ததும் சுந்தரம் விசாரித்துவிட்டு வரப்போனான். லோக நாயகிக்கு இட்டிலியும் சாம்பாரும் பரிமாறிக்கொண்டிருந்தார் சம்பந்தம்.

“இப்போ சரியாயிட்டுதா?” என்று கேட்டான.

“சரியாயிட்டது, ஸார்” என்று மகிழ்ச்சியோடு சம்பந்தம் சொல்லவே சுந்தரம் வீடு திரும்பி மனைவியிடம் “அம்மாள் இட்டிலி சாம்பார் சாப்பிடுறா! வயிறு முட்ட!” என்றான்.

“டாக்டரை அழைச்சிக்கிட்டு வரல்லியோ?”

“அவர் வந்தால் பத்தியச் சாப்பாடு சாப்பிடச் சொல்வாரே! கஞ்சியை மட்டும் குடி நாலு நாளைக்குன்னு சொல்லிட்டா என்ன பண்றது? சமயம் பார்த்துத் தலைவலி ஓடிப் போயிடும், தெரியுமோ?”

சுந்தரம் தலையில் அடித்துக்கொண்டு போய்க் குளித்தான். சாப்பிட்டு விட்டு ஆபீசுக்குப் போய்விட்டான்.

'இப்படியும் ஒரு மனிதன் இந்த உலகத்தில் இருப்பான்' என்று சுந்தரம் நினைத்துப் பார்த்தது கூடக் கிடையாது. நமக்கு ஊர் சேலம், மெட்ராஸ்காரர்கள் இப்படித்தான் இருப்பார்கள் என்று நினைக்கலாம் என்றால், முன் போர்ஷன் வேதாசல முதலியார் அப்படி இல்லையே!' சுந்தரம் இப்படியே சிந்தனையை ஓட்டிக்கொண்டிருந்தான். குடும்ப வாழ்க்கையில் ஆறு மாதங்களுக்கு முன்னால் புகுந்த தானும், நாற்பது வருஷங்களுக்கு முன்னால் புகுந்த வேதாசல முதலியாரும் – வெவ்வேறு ஊர்க்காரர்களாக இருந்தாலும் – ஒரே மாதிரியாக இருக்கும்போது சம்பந்தம் மட்டும் வேறு விதமாக இருப்பானேன் என்று யோசித்துப் பார்த்தும் அவனுக்கு விளங்கவில்லை. எந்த வகையிலுமே சம்பந்தம் அவனுக்கு ஒரு புதிராகவே இருந்தார். சம்பளம் இருநூற்றைம்பது வாங்கியும் மாதத்தில் பாதி நாட்களைக் கடன் வாங்கியே ஓட்டிக் கொண்டிருக்கிறார். எல்லோரிடத்திலும் கடன். மளிகைகடைக் கடன், மற்றக் கடன்களைவிடப் பெரிதாக இருக்குமாதலால் அதை ஒரு தேதியில் தீர்க்க முடியாததில் ஆச்சரியம் ஒன்றும் இல்லை என்று சொல்லலாம். பத்து ரூபாய் பால்கடன், மூன்று ரூபாய் தயிர்க்கடன், ஏன் – இரண்டு ரூபாய் கறிக்காய் கடனைக்கூடத் தீர்க்காமல், ஒவ்வொரு வனிடமும் மானக்கேடான சொற்களை மாதம் தவறாமல் வாங்கிக் கட்டிக் கொள்கிறாரே இது ஏன்? ஒரு நாள் பால்காரன் வந்து பேசிய பேச்சைச் சுந்தரம் காதாரக் கேட்டான். மாலை நேரம் சம்பந்தம் தெருப்படியில் நின்றுகொண்டிருக்கிறார். சுந்தரம் அவரோடு பேசிக்கொண்டு நிற்கிறான். மொழிப் பிரச்சனையைத் தீர்ப்பதற்கு ஒரு சுலபமான வழி இருக்கிறது என்று சொல்லி, அது என்ன வழி என்பதைச் சம்பந்தம் விவரிக்கத் தொடங்கிய சமயம். திடீரென்று பால்காரன் பிரசன்னமாகி, வலது கைவிரல்களால் சம்பந்தத்தின் முகத்தில் இடித்துக்கொண்டு, "நீ ஒரு மனுஷனா? நீ ஒரு சம்சாரியான்னு கேட்கிறேன். ஆறு மாசமாப் பாக்கியை வச்சிக்கினு மனுஷனாட்டம் நடமாடறியே ஐயா! ஒடம்பிலே ஒனக்கு சொரணை இருக்கான்னு கேட்கிறேன். கொடுக்கக் கெதி இல்லேன்னு சொல்லிப்பிடேன்; நான் போயிடுறேன். அப்புறம் ஒன்னைக் காசு கேட்டா என்னைச் செருப்பாலே அடி. என்ன ஸார் நான் சொல்றது?"என்று சுந்தரத்தையும் இழுத்துப் போட்டுக்கொண்டு பேசினான் பால்காரன். சுந்தரமோ – அதைக் கேட்காதவன்போல் உள்ளே வந்துவிட்டான். உள்ளே இருந்த முதலியார், இருட்டாக இருந்தாலும் பரவாயில்லை என்று தெருவை நோக்கியிருந்த ஜன்னலின் இரண்டு கதவுகளையும் இழுத்து அடைத்து விட்டார்.

பால்காரன் ஆத்திரத்தையெல்லாம் கொட்டித் தீர்க்கட்டும் என்று பொறுமையாகக் காத்திருந்தார் சம்பந்தம். 'உனக்குப் பொண்டாட்டி பிள்ளை கேடு! பேமானி! எங்க தெருவிலே ஒரு பொம்மனாட்டி ரெண்டாம் தேதி ஆயிட்டா தேடிக் கொண்டாந்து பால் வாங்கின பணம் இந்தான்னு குடுக்கிறா, ஐயா. நீ சம்பளத்தை வாங்கி ஜோபியிலே போட்டுக்கினு அடுத்த மாசம் அடுத்த மாசம்னு ஆறு மாசமாச் சொல்றியே, ஒனக்கு வெட்கமா இல்லை? மானங்கெட்ட மனுஷன்!சீ . . ." – இத்தனை வார்த்தைகளும் கடைசிப் போர்ஷனுக்குக் கேட்டன.

அப்புறம் அதாவது பால்காரனின் ஆத்திரம் அடங்கியதற்கு அப்புறம் – சம்பந்தம் அமைதியாக வாயைத் திறந்தார். என்னென்னவோ பேசினார். அந்த வார்த்தைகள் உள்ளே கேட்கவில்லை. ஒரு மணி நேரம் நின்று சமாதானம் கூறினார். ‘பால்காரன் பணம் வராவிட்டாலும் பரவாயில்லை. இந்தப் புராணத்தைக் கேட்டுக்கொண்டு நிற்க வேண்டாம்’ என்பதுபோல் தப்பி ஓடப் பார்த்தான். ‘இதைக் கொஞ்சம் கேட்டுக்கோ, இதைக் கொஞ்சம் கேட்டுக்கோ என்று அவனை இழுத்துப் பிடித்துக் கொண்டு பேசினார் சம்பந்தம். அவனால் தாங்க முடியவில்லை. “அடப் போய்யா, ஒன் கதை யாருக்கு வேணும்?” என்று சொல்லிவிட்டு அவன் ஓடிவிட்டான்.

“கடன்காரர்கள் கத்தியை எடுத்துக்கிட்டு வந்தாலும் இங்கே பாச்சா பலிக்குமா? எதையாவது சொல்லி சமாளிச்சி ஆளை அனுப்பிப் போடுறாரே! அன்னிக்கிக் கறிகாய்க்காரன் என்ன பேச்சுப் பேசினான்! அப்படிப் பேசினவனையே சமாதானப்படுத்திப்பிட்டார். கடைசியில் கொஞ்சிக் குலாவவே ஆரம்பிச்சிட்டாரே மனுஷன்!” என்று சுந்தரம் மனைவியிடம் சொல்லிக்கொண்டிருக்கும்போது, சம்பந்தம் அவனைத் தேடி அங்கே வந்துவிட்டார்.

“ஸார்! பார்த்தீங்களா, ஸார்?’ என்று ஆரம்பித்தார் சம்பந்தம்.

‘இன்னும் எதைப் பார்க்கணும்? என்று நினைத்துக்கொண்டு சுந்தரம் அவர் முகத்தை நோக்கினார்.

“அவன் எவ்வளவு கோபமா வந்தான்? இப்போ எவ்வளவு சாந்தமாகப் போறான் பாருங்க! கடன் குடுத்தவன் நாலும்தான் பேசுவான்! இப்படி ஒவ்வொருத்தர் வீட்டிலேயும்தான் பேசுறான்! அவனுக்குச் சொல்ற விதமாப் பதில் சொல்லத் தெரியணும். அது தெரியாமத்தான் முட்டாப்பசங்க சண்டை போட்டுக்கிறாங்க. இப்போ நான் சண்டை போட்டனா? அடிச்சனா? பிடிச்சனா? நாலு வார்த்தை பேசினேன். ‘ஸார், கோபத்திலே என்னென்னவோ பேசிப்பிட்டேன். நீங்க குடுக்கிறப்போ குடுங்கன்னு சொல்லிப்பிட்டுப் போயிட்டான். எப்படிச் சாதுவாயிட்டான். பாருங்க! எதுவும் நாம்ப பேசுறதிலே இருக்கு. என்ன நான் சொல்றது? அதுதான ... ஆயாம், நாம்ப பேசிக்கினு இருந்ததை மறந்துட்டமே? அதுதான் ‘லாங்குவேஜ் பிராப்ளம்’ ...”

சம்பந்தம் மொழிப் பிரச்சனைக்குத் தாவவே, “பால்காரங்க மாதிரி, உள்ளவங்ககிட்டே இப்படிக் கடன்வச்சிக்கிடக் கூடாது ஸார்” என்று சுந்தரம் துணிந்து சொல்லிவிட்டான்.

ஏற்கெனவே தன்னிடம் சம்பந்தம் இருபது ருபாய் கடன்வாங்கியிருப் பதால் தம்முடைய புத்திமதியைக் கேட்டு அவர் சண்டைக்கு வர மாட்டார் என்ற நம்பிக்கை வேறு அவனுக்கு இருந்தது.

சம்பந்தம் உடனே சொன்னார். “கடன் வாங்கினா என்ன ஸார்? இந்த ஊரிலே யார் வாங்கலே? கவர்மென்ட்டே வாங்குதே ஸார், அமெரிக்காகிட்டே, பிரிட்டன்கிட்டேயெல்லாம் ...”

“ஸார், நான் கொஞ்சம் வெளியே அவசரமாப் போகணும்” என்று சொல்லிவிட்டுச் சுந்தரம் வேகமாக வெளியே போய்விட்டான்.

அன்று நடந்த இந்தச் சம்பவமும் சுந்தரத்திற்கு இப்போது ஆபீஸில் ஞாபகத்திற்கு வந்தது. தொடர்ந்து இப்படிப் பல சம்பவங்கள் ஞாபகத்திற்கு வந்துவிட்டன. சம்பந்தம் மாதா மாதம் வாங்கும் சம்பளத்தை அவர் மனைவி ஒரு பைசா குறையாமல் வாங்கிக்கொள்கிறாள் என்றும், அதுதான் சம்பந்தத்தின் கடன் பாக்கிகள் தீராமல் இருப்பதற்கு மூல காரணம் என்றும் முதலியார் வீட்டு அம்மாள் சொன்னதாக நாமகிரி ஒருசமயம் கூறியதை சுந்தரம் நினைத்துப் பார்த்தபோது “இந்த ராக்ஷஸி ஏன் இப்படி அவரைக் கொடுமைப்படுத்துகிறாள்? அந்த மனுஷன் எதற்காக இப்படி அவளிடம் அடிமைப்பட்டுக் கிடக்கிறான்?” என்று யோசித்தான். இந்தக் கேள்விகளுக்கு அவனால் விடையே கண்டுபிடிக்க முடியவில்லை. சிரிப்புத்தான் வந்தது.

லோகநாயகியின் தோற்றத்தைப் பார்த்தால் பத்து நாளைக்குச் சாப்பாடு இறங்காது. அந்த ரம்பையிடத்தில் இந்த மயக்கமா?

2

சரியாக ஐந்து நாட்கள் கழிந்தன. தேதி இருபத்தெட்டு. எட்டிலேயே பிச்சை எடுக்கும் சம்பந்தத்திற்கு இருபத்தெட்டில் நிலைமை எப்படி இருக்கும்? ஆபீசுக்குப் போய் ஒரு காபிகூடக் குடிக்காமல், பஸ் ஏறவும் காசில்லாமல் கால்நடையாக வீடு திரும்பிக் கொண்டிருக்கும் காலகட்டம். அந்தச் சந்தர்ப்பத்தில் ஞாயிற்றுக்கிழமை பகல் – சினிமாக் காட்சிக்கு எதிர் வீட்டுப் பெண்மணிகள் சிலருடன் லோகநாயகி கிளம்பினாள். எப்போதும், வெளியே கிளம்பும்போது பிள்ளைகளுக்கும் கணவனுக்கும் அவள் உத்தரவுகள் போடுவாள். அப்போது அவள் வெளியே நடை பாதைக்கு வந்துவிடுவது வழக்கம். அவளுக்கு அதுதான் தர்பார் மண்டபம் என்று மற்றவர்கள் பேசிக் கொள்வதும் உண்டு. அன்று அவளுடைய தர்பாரைக் கண்டுகளிக்காவிட்டாலும் கேட்டாவது களிப்போம் என்று சுந்தரமும் நாமகிரியும் தங்கள் குடியிருப்பில் அரவமில்லாமல் காதையும் கவனத்தையும் திருப்பி வைத்துக்கொண்டு காத்திருந்தார்கள். காலை பத்து மணி. அப்போது போய் கியூவில் நின்றால்தான் மூன்றரைமணிக் காட்சிக்கு இடம் பிடிக்கமுடியும். லோகநாயகி தர்பார் மண்டபத்திற்கு வரும்போது தெரு வாசற்படியில் சகாக்கள் காத்துக்கொண்டு நின்றார்கள்.

மூத்த மகனை அழைத்தாள். “டேய் துரை, மறந்துடாமே பாலை வாங்கி வை. அப்புறமா மிஷினுக்குப் போய்க் கோதுமையை அரைச்சிக்கிட்டு வா. வெளையாடப் போயிடாதே. கண் முழியைத் தோண்டிப்பிடுவேன்.”

அந்தப் பத்து வயதுப் பையன் கைகட்டி வாய் புதைத்து உத்தரவுகளை வாங்கிக் கொண்டு அப்பால் சிறிது நகர்ந்தான்.

“பாபு! . . .”

இது இரண்டாவது பையனை. அவனுக்கு வயது எட்டு,

"பாபு! பேபியோட வெளையாடு. அடிச்சே சீண்டுனேன்னு தெரிஞ்சுது, முதுகுத்தோலை உரிச்சிப்பிடுவேன்" என்று சொல்லும்போது, மூன்று வயதுப் பெண் பேபி "நானும் வருவேன்' என்று பக்கத்தில் வந்தது. "தோ பாரு! உனக்கு மிட்டாய் வாங்கி வர்ரேன்னு சொன்னனே, இன்னும் அடம் பிடிக்கிறயே, போ போ பேசாமே" என்று சொன்னாள்.

குழந்தை பிடிவாதமாக வந்து ஒட்டியது. அதை ஒரு தள்ளுத் தள்ளி, "சனியன்!" என்று அருவருப்போடு சொன்னாள். கோபக் கண்களோடு கணவனை ஏறிட்டுப் பார்த்தாள். "பார்த்துக்கினு நிக்கிறியே கொயந்தையை அந்தப் பக்கம் கொண்டு போயேன். வேடிக்கையா பார்க்கிறே?" என்று கடிந்து கொண்டாள்.

சம்பந்தமோ அந்த வார்த்தைகளைக் காதில் வாங்கிக்கொள்ளாமல், "லோகா!... நல்ல படம்னு எல்லாரும் சொல்றாங்க நானும் வர்றேனே" என்று பற்களைக் காட்டிக்கொண்டே சொன்னார்.

உடனே வீட்டையே இரண்டாகப் பிளக்கக் கூடியவாறு அவ்வளவு கூர்மையாக 'சீ' என்று கத்தினாள். அது சம்பந்தத்தின் நெஞ்சை மட்டும் பிளக்கவில்லை.

"என்ன லோகா, இப்படிச் சொல்றே?"

"உனக்கு புத்தி இருக்கா? புத்தி இருக்கான்னு கேக்றேன். இத்தனூண்டு பசங்களை தனியா வுட்டுட்டுப் படம் பார்க்க வர்ரேன்னு சொல்றியே? அதுங்களுக்கு யார் காபி போட்டுக் கொடுப்பா? மொதல்லே பக்கத்து வீட்டு பொம்மனாட்டிங்க என் கூட வர்றாங்கன்னு தெரிஞ்சும் நீ கூட வரணும்னு சொல்லலாமா? முண்டம்!"

சம்பந்தம் ஒடுங்கிவிட்டார்.

"சரி சரி, கோவிச்சுக்காதே, போய் வா" என்று விடை கொடுத்தார்.

கம்பீரமாக லோகநாயகி தெருவைப் பார்த்துத் திரும்பினாள். முகத்திலே சிரிப்பை வரவழைத்துக்கொண்டு மற்றப் பெண்மணிகளோடு புறப்பட்டு விட்டாள்.

சம்பந்தம் உள்ளே திரும்பும்போது சுந்தரம் தன் வீட்டு வாசலில் வேண்டும் என்றே வந்து நின்றான். அவனால் தாங்கமுடியவில்லை. உடம்பெல்லாம் தகித்தது. லோகநாயகியைத் தூணில் கட்டிவைத்துச் சவுக்கால் அடிக்க வேண்டும் என்று அவனுக்கு ஆத்திரம் வந்தது. இல்லையென்றால் சம்பந்தத்தையாவது உயிரோடு தீயில் தூக்கிப்போட்டுப் பொசுக்கிவிடவேண்டும் என்று துடித்தான். 'பட பட'வென்று அவனே அவரைப் பார்த்து வந்தான். அனாவசியத் தலையீடு, அநாகரிகத் தலையீடு என்று மெட்ராஸ்காரர்கள் யாரும் நினைத்தால் நினைக்கட்டும் என்று அவரை நோக்கி வந்து "ஸார், நல்லாயில்லை ஸார்" என்று சொன்னான்.

“எது நல்லாயில்லை?” என்று கேட்டார் சம்பந்தம்.

சுந்தரத்திற்குப் பதில் சொல்லத் தெரியவில்லை. உதடுகள் மட்டும் துடித்தன.

“கோவிச்சுக்காதீங்க. எனக்குக் கஷ்டமா இருக்கு. குடும்பத்திலே இப்படி... அதிலும் என்னைப்போல நாலுபேரை வச்சிக்கிட்டு... பக்கத்து வீட்டுப் பொண்கள் வேறே வெளியே நிற்கிறாங்க... நீங்க கேப்பீங்க ‘நீயாருடா என் குடும்ப விசயத்திலே தலையிடுறதுக்குன்னு.’ ஆனா, எனக்கே பொறுக்கல்லே...”

“நீங்க என்ன சொல்றீங்க?” என்று புரியாமல் கேட்டார் சம்பந்தம்.

“புருஷனைப் பார்த்து நீ நான்னு பொண்டாட்டி பேசினா எங்க ஊரிலே ரெண்டா வெட்டிப் போட்டுடுவான். நீங்க என்னடான்னா...”

சம்பந்தம் உடனே, “யாரு, லோகா கோவிச்சுக்கிட்டதைச் சொன்னீங்களா?” என்று கேட்டார்.

“இதைப் பத்தி எனக்குப் பேசவே பிடிக்கல்லே. நீங்க ரொம்ப எடம் குடுத்திட்டீங்க... வேண்டாம், நான் வர்றேன்” என்று சிறிது பயத்தோடே சுந்தரம் புறப்பட்டான்.

சம்பந்தம் திடீரென்று கூச்சல்போட்டுச் சண்டைக்கு வந்துவிடுவாரோ என்று அவனுக்கு உள்பயம். அவருக்கு அவன் இருபது ரூபாய் கடன் கொடுத்திருப்பது உண்மைதான் என்றாலும், இன்னொரு குடும்ப விவகாரத்திலே, தலையிடும் அளவுக்குத்தானே தலையிடமுடியும்?

அவன் திரும்பிப் போய்க்கொண்டிருக்கும்போது, “அதைப் பத்தி அப்புறம் சொல்றேன்” என்று சம்பந்தம் சொல்லிவிட்டு பிள்ளைகளுக்குச் சாப்பாடு போட உள்ளே அழைத்துக்கொண்டு போனார்.

அன்று சாயங்காலம் ஐந்து மணிக்கு சுந்தரம் வீட்டிலிருந்து வெளியே போய்க் கொண்டிருந்தான். சம்பந்தம் அவனைப் பார்த்துக் கொண்டார். “எந்தப் பக்கம் போறீங்க? கொஞ்சம் இருங்களேன். நானும் வர்றேன்” என்று சொல்லிவிட்டு அவர் அவனைப் பின் தொடர்ந்தார். பக்கத்திலே ஒரு சிறு பிள்ளையார் கோவில். இரண்டு பேர் நின்று நிம்மதியாகப் பேச அந்த இடமே போதும் என்று சுந்தரத்தை அவர் அங்கேயே நிறுத்தினார்.

சுந்தரம், “என்ன ஸார் சமாச்சாரம்? எனக்கு உங்களோடே பேசவே இஷ்டமில்லை, நீங்க சண்டைக்கு வந்தாலும் சரி, நான் சொல்றேன். ஒரு ஆம்பிளை இப்படி இருக்கக்கூடாது. நீங்க உசிரையே விடுறிங்க. உங்க வீட்டு அம்மாளோ கொஞ்சம்கூட மரியாதையில்லாமே ‘சீ, முண்டம் அப்படி இப்படி’ன்னு பேசுறாங்க. அதை கேட்டுட்டுச் சும்மா நிற்கிறீங்களே, ஸார். கடன்காரன்தான் பேசுறான்; கட்டின பெண்டாட்டியுமா பேசுறது அப்படி!” என்று கோபமாகவே பேசிவிட்டான்.

சம்பந்தம் இமை கொட்டாமல் அவனுடைய கண்களையே பார்த்துக் கொண்டு மௌனமாக நின்றார். பிறகு இலேசாக, பரிகாசமாகவே ஒரு சிரிப்புச் சிரித்தார். "ஸார், நீங்க பேசுறீங்க என்கிறதனாலே, எனக்குக் கோபம் வராமே, சிரிப்பு வர்றது. வேறொருத்தன் பேசியிருந்தால் அப்போ நான் என்ன செய்வேன். என்ன சொல்வேன்னு எனக்கே தெரியாது. நீங்க சொந்த பிரதர் மாதிரி. அதிலும் கொஞ்ச வயது. ஆமா, உங்களுக்கு கல்யாணமாகி எத்தனை வருஷமாச்சு?"

சுந்தரம் பதில் சொல்லவில்லை.

"சொல்லுங்க ஸார். எத்தனை வருஷமாச்சு?"

"அதை ஏன் இப்போ கேட்கிறீங்க?"

"ஆறு மாசமாச்சு"

"ஆறு மாசமாச்சு ... சரி, என்ன சம்பளம் இப்போ உங்களுக்கு?"

"சுமார் இருநூறு"

"இருநூறு. குழந்தைகள் எத்தனை?"

சுந்தரம் சிரித்தான். "என்ன நீங்க போடுற கேள்வி? எத்தனை குழந்தைன்னு உங்களுக்குத் தெரியாதா?"

"இதுவரையிலும் குழந்தைகள் இல்லை ... தெரியும் ... கடன் எவ்வளவு இருக்கு?"

"அந்தப் பெருமை எனக்கு இன்னும் கிட்டல்லே. இங்கே குடிவந்து கொஞ்ச நாள்தானே ஆச்சு. அதுக்குள்ளே என்னை ஒருத்தன் நம்பிக் கடன் குடுப்பானோ? இன்னும் ஒரு வருஷம் இருந்துதான் அந்தப் பெருமையைத் தேடமுடியும் ..."

"ஸார் ....!" என்று ஒரு பெரிய இழுப்போடு ஆரம்பித்தார் சம்பந்தம்.

"நீங்க ஏன் எனக்கு இப்படியெல்லாம் புத்தி சொல்றீங்க என்கிறதுக்கு உங்க வாயாலேயே பதில் சொல்லிட்டீங்க! புதுக் குடித்தனம்; குழந்தை இல்லை; கடன் இல்லை; சம்பளம் இருநூறு. நீங்க அப்படித்தான் பேசுவீங்க. இப்போ நீங்க இருக்கிற கட்டத்திலே நான் பதினஞ்சு வருஷத்துக்கு முன்னாலே இருந்தேன். அப்போ, உங்களுக்கு மேலே நான் வீரம் பேசினேன். உங்களுக்குத் தெரியாது. ஆனா அந்த முதலியாருக்குத் தெரியும். என் ஒய்பை உசுர் போறாப்லே அடிச்சிருக்கிறேன், மூணு தடவை அவளைப் பொறந்த வீட்டுக்கே அடிச்சுத் தொரத்தியிருக்கிறேன். நான் இப்படி ஒரு கோயிலிலேயே வந்து உட்கார்ந்திருந்தாலும், என்னைத் தேடி வேளாவேளைக்குக் காப்பி டிபன் வந்தாகணும். சாம்பாரிலே உப்பு கொஞ்சம் கூடினாலும் போச்சு. கொறைஞ்சாலும் போச்சு, சாம்பார் பாத்திரத்தை அப்படியே எடுத்துச் சாக்கடையிலே கொண்டு வந்து கொட்டுவேன். அன்னிக்கு அவ வாங்குற அடியை ஆடு, மாடுகூட வாங்காது ... தெரிஞ்சதா? ... தம்பிடிக் காசுகூட என்கிட்டே கேட்டு வாங்கினா, ராத்திரியிலே அதுக்கு என்ன செலவுன்னு கணக்குச்

சொல்லணும்... கொரங்கா ஆட்டி வச்சேன். என் தலையைக் கண்டுட்டா நடுங்குவா – இத்தனையும் கதைன்னு நெனைக்காதீங்க. உங்க முகத்தைப் பார்த்தா நீங்க நம்பல்லேன்னு தோணுது. வேணும்னா முதலியாரைக் கேட்டுப் பாருங்க..."

சுந்தரம் கேட்டான். "அப்போ அப்படி இருந்துட்டுத்தான் இப்போ இப்படி ஆயிட்டீங்களா?"

"அப்புறம் பொய்யா சொல்றேன். முதலியாரைக் கேட்டுப் பாருங்கன்னு சொல்றனே! அப்புறம் குழந்தை குட்டியாச்சி... நாலு நல்லது கெட்டது நடந்தது... எங்க தம்பி கல்யாணம்; எங்க அப்பா செத்தது; மச்சினனைப் படிக்க வச்சது... இப்படி ஒண்ணுபோக ஒண்ணு பெரிய செலவு; அதனாலே பெரிய கடன். வாங்குற சம்பளம் செலவுக்கே பத்தாதபோது கடனை அடைக்கிறது எப்படி? என்னாலே நிர்வாகம் பண்ணவே முடியல்லே. லோகா, விடிஞ்சா அதுக்கு இதுக்குன்னு காசு கேட்டுக்கிட்டே இருப்பா. ஒருநாள் பார்த்தேன், 'நீயே பணத்தை வச்சிக்கோ; நீயே செலவு பண்ணு. குடும்பத்தை நீயே நிர்வாகம் பண்ணிக்கோ'ன்னு சம்பளத்தை அவ கையிலே குடுத்தேன். இப்பவும் குடுத்துக்கிட்டிருக்கேன். செலவுக்குப் பத்துதோ பத்தலையோ அவ பொறுப்பு. குடும்ப பாரத்தையே இப்போ அவ தாங்குறா..."

சம்பந்தம் கொஞ்சம் மூச்சுவிட்டார். பிறகு பழையபடியும் தொடர்ந்தார்.

"என்ன ஸார், அவளுக்கு என்னாலே ஒரு நகை பண்ணிப்போட முடியல்லே, ஒரு பட்டுப் புடவை வாங்கித்தர முடியல்லே..."

"அதுக்காக இந்தச் சொல்லா கேட்கிறது?"

"கொஞ்சம் பொறுங்க... இந்தச் சொல் என்ன, எந்தச் சொல்லும் கேட்பேன். ஏன்? அதைத்தான் சொல்ல வந்தேன்... ஒருநாள் இப்படித் தனியா ஒரு இடத்திலே உட்கார்ந்து யோசனை பண்ணினேன். மனுஷன் எதுக்காக வாழ்றான்? இந்த வாழ்க்கையிலே அவன் எதை அனுபவிக் கிறதிலே சந்தோஷப்படுகிறான்? இப்படி யோசனை பண்ணினேன்னு வச்சிக்கோங்களேன். ஒலகத்திலே அத்தனை பேரும் வயித்துக்குச் சோறும் கட்டிக்கத்துணியும் குடியிருக்கவூடும் துணைக்குப் பொண்டாட்டியும் வேணும்னுதான் ஆசைப்படுறான். மத்த ஆசைகள் இருக்கும். ஆனா இந்த நாலும் தானே 'எஸ்ஸன்ஸ்!' இல்லையா? இந்த நாலும் நமக்குக் கெடைக்குதான்னு பார்த்தேன். கெடைக்குது. கஞ்சியோ கூழோ கெடைக்குது; கொடக்கூலி வூடாவது இருக்கு; பொண்டாட்டி இருக்கிறா. இந்த நாலுக்கும் ஆபத்து வராமே இருக்கணும். மத்த ஆசைகள் நமக்குத் தேவை இல்லை; ஆசைப்பட்டாலும் கெடைக்காதுன்னும் முடிவு பண்ணிட்டேன். பொண்டாட்டி திட்டுனா என்ன, அடிச்சா என்ன? நம்மை விட்டுப் போகாமே நம்மோட இருக்கிறா. நமக்குப் பிள்ளைப் பெர்றா, அப்புறம் ஆக்கிப் போடுறா. சோறும் பொம்மனாட்டியும்தானே ஸார் நாம்ப கண்ட சொகம். வேற சொகம் ஆசைப்பட்டாலும் கிடைக்கப் போகுதா – இந்த ஜன்மத்திலே? அதுவும் இந்தச் சம்பளத்திலே? பார்த்தேன்

அவ என்ன பேசினாலும் சரி, கடன்காரங்க என்ன பேசினாலும் சரி, கவலைப்படுறதும் சண்டைக்குப் போறதும் முட்டாள்தனம்னு விட்டுட்டேன் . . .”

“நீங்க சொல்றது சரியில்லை. மனுஷன் கௌரவமாகவும் வாழணுமே!”

“முடிஞ்சால் வாழலாம்தான். ஆனா நமக்கு எங்கே முடியும்? எங்கே முடியுது? ஆபீசிலே முட்டாப் பயல்களும் காலிப் பயல்களும் கூட அதிகாரியாக வந்துடுறாங்க. அவங்களுக்கு நாம்ப அடிமையா நடக்கிறோம்; பத்து நிமிஷம் லேட்டுன்னா பயந்து சாகிறோம். ஆயிரம் மன்னிப்புக் கேட்கிறோம். நாய்களையெல்லாம் முகஸ்துதி பண்றோம். அங்கே அப்படியா! இங்கே வூட்டிலே இந்தக் கதை இப்படி! வூட்டுக்காரன் கொடக் கூலியை ஏத்திடப்படாது, காலிப் பண்ணச் சொல்லிடக் கூடாதுன்னு அவன் நாடியைத் தாங்குறோம். காலிலேதான் வுழல்லே. அப்புறம் பொண்ணைப் பெத்திட்டா கட்டிக்கச் சொல்லி கண்ட கண்ட கழுதைகளையெல்லாம் போய்க் காலைப் பிடிக்கிறோம். நமக்கு என்ன ஸார் கௌரவம்? ஒருத்தன் அடிச்சிட்டா திருப்பி அடிக்கப் பயப்படுறமே, அது ரொம்ப கௌரவமோ? இப்படி எவன் எவன் கிட்டவோ அவமானப்படுறப்போ, அரிசியும் பருப்பும் அவசரத்துக்குக் கடன் குடுக்கிறவன் கிட்டே அவமானப்பட்டா என்ன? கட்டின பொண்டாட்டிக்கிட்டே அவமானப்பட்டா என்னா?”

“ஸார், நீங்க சொல்றதை இன்னும் நான் ஒப்புக்கொள்ள மாட்டேன். எல்லாரும் உங்களைப் போல்தான் பயப்படுறாங்களான்னு கேட்கிறேன். எந்த வீட்டிலே இப்படி மரியாதைக்குறைவா ‘ஒய்ப்’ பேச ஒருத்தன் கேட்டுக்கிட்டு நிக்கிறான்?”

“நீங்க எத்தனை வீட்டைப் பார்த்துட்டீங்க? அங்கங்கே என்ன நடக்குதுன்னு உங்களுக்கு என்ன தெரியும்? அப்படியே எவனாவது ‘ஒய்ப்’பை அடக்கினா என்ன நடக்கும்? சண்டைதான் மிச்சம். நாலு நாளைக்குச் சோற்றுக்கு லாட்டரி. அது மட்டுமா? கல்யாணம் பண்ணியும் பிரம்மச்சாரி. பயல் தூக்கம் வராமே அலைமோதுவான். அப்புறம் அவகால்லே ரகசியமாக வுழுவான். தெரியாத சங்கதியா இது?”

சுந்தரம், முதலியாரைத் திருஷ்டாந்தம் காட்டி “வேதாசல முதலியார் இருக்கிறார் அவர் வீட்டு அம்மாவைப் பாருங்க . . .” என்று சொல்லும் போதே, சம்பந்தம் இடைமறித்து ஒரு சிரிப்பும் சிரித்துக்கொண்டு, “ஸார், அவர் அடக்கியாளலாம். பொண்டாட்டி செத்தாலும் கவலை யில்லை. வயது அறுபதுக்கு மேலே ஆச்சு. இந்த வயசிலே பொண்டாட்டி இருந்தா என்ன இல்லாட்டா என்ன? நான் சொல்றது புரிஞ்சதா?”

சுந்தரத்தினால் சிரிப்பை அடக்க முடியவில்லை.

சம்பந்தம் அதைக் கவனிக்காமல், “ஆமா ஸார், நம்ப யாரு? நம்ப நிலைமை என்ன? – இந்த ரெண்டையும் ஒருத்தன் முதலிலே தெரிஞ்சிக்கணும் இதைத் தெரிஞ்சிக்கிட்டா அதைப்போல நிம்மதி,

ஒரு இன்பம் உலகத்திலே ஒண்ணு கிடையாது. எவன் திட்டட்டுமே, எவன் வையட்டுமே! நம்ப காரியம் நிறைவேறினாச் சரிதானே? அதை மறந்துட்டு தன்னைப்பத்தி என்னென்னவோ பெரிசா நினைச்சிருக் கிறதாலேதான் உலகத்திலே அத்தனை சண்டையும், அத்தனை வம்பும்! நான் சொல்றது புரிஞ்சதா?" என்றார்.

"புரிஞ்சுது" என்று சொல்லிவிட்டு கடைத் தெருவைப் பார்த்துப் போனான் சுந்தரம். பக்கத்துத் தெருவையும் ஸ்ரீமுருக பக்த ஜனசபையையும் கடக்கும்போது சுந்தரத்திற்கு மறைதிரு பழனிவேலனார் சொன்ன விஷயம் ஞாபகத்திற்கு வந்தது. மகா முனிவர்களிலேயே தன்னையறிந்த ஞானி லட்சத்திலே ஒருத்தர் என்று அவர் சொன்னார். தன்னையறிந்து விட்டால் அதுவே இன்பநிலை என்றும் சொன்னார். ஏன் அப்படி? என்று அவனுக்கு அப்போது புரியவில்லை ஆனால் இப்போது புரிந்து விட்டது. மறைதிரு பழனிவேலனார் சொன்னதை ஒப்புக்கொள்ள வேண்டியதுதான் என்று தோன்றியது. ஆனால் முதலாவது கூற்றை மட்டும் அவனால் ஒப்புக்கொள்ள முடியவில்லை. தன்னையறிவதற்கு ஒருவன் முனிவனாக மாறவேண்டிய அவசியம் என்ன வந்தது – இல்லறத்தில் இருந்துகொண்டே, மனைவியிடமும் கடன்காரனிடமும் மானங்கெட்ட வார்த்தைகளைத் தினமும் கேட்டுக்கொண்டே தன்னை யறிவதற்குச் சாத்தியம் இருக்கும்போது?

சுந்தரம் சிரித்துக்கொண்டே நடந்தான்.

இவனை நினைத்துச் சம்பந்தம் எந்தத் தெருவில் சிரித்துக்கொண்டு நடந்தாரோ?

❖

கணையாழி, ஆகஸ்ட் 1968

கண்ணம்மா

முதன்முதலாகக் கோலாலம்பூருக்குப் போன நாளிலிருந்தே நான் அவளைத் தேடிக்கொண்டிருந்தேன். இன்னும் சொல்லப்போனால், பினாங்குத் துறைமுகத்தில் நான் கப்பலைவிட்டு இறங்கும்போதே, பிரயாணிகளை வரவேற்க வந்திருக்கும் கூட்டத்தில் அவளும் தன் பெற்றோர்களுடன் யாரையாவது எதிர் பார்த்துக்கொண்டு நிற்கக்கூடுமோ என்று சுற்றும் முற்றும் துழாவிப் பார்த்தேன். சென்னையில் கப்பல் ஏறும்போது எனக்கு அவள் ஞாபகம்தான் முதலில் வந்தது. மலாயாவில் எனக்குத் தெரிந்தவர்களாக அப்போது இருந்தவர்கள் அவளும் அவளுடைய தமையனும் பெற்றோர்களும்தான். இருபத்திரண்டு ஆண்டுகளுக்கு முன்பே அவர்கள் மலாயாவுக்குப் போய் நிரந்தரமாகக் குடியேறிவிட்டார்கள். அப்புறம் நான் அவர்களைப் பார்க்கவுமில்லை; அவர்கள் எந்த விலாசத்தில் இருக்கிறார்கள் என்ன செய்கிறார்கள், என்பதைக் கேள்விப்படவும் இல்லை. அப்போது எனக்கு எட்டு வயது. கண்ணம்மாவுக்கும் எட்டு வயது. ஏறக்குறைய ஒரு தலைமுறைக் காலம் கழிந்துவிட்டது.

அவர்களை என்னால் அடையாளம் கண்டு கொள்ள முடியுமா, என்னைப் பார்த்ததும் இன்னான் என்று அவர்கள் தெரிந்துகொள்வார்களோ, அப்படியே தெரிந்துகொண்டாலும் எனக்குள்ள ஆசையும் பாசமும் அவர்களுக்கு இருக்குமா என்றெல்லாம் எனக்குச் சில சந்தேகங்கள் இருந்தன. என்றாவது ஒரு நாள் சந்திக்க நேர்ந்து, என்னை அவர்கள் பொருட்படுத்தாமல்

போய்விட்டாலும் சரி, நான் சின்னஞ் சிறு வயதில் சேர்ந்து விளையாடிய கண்ணம்மாவும் பெருமாளும் இப்பொழுது எப்படி இருக்கிறார்கள் என்பதை ஒருமுறையாவது பார்த்துவிட வேண்டும் என்று நான் ஆசைப்பட்டேன்.

கோலாலம்பூரில் எனக்கு ஒரு லாயர் ஆபீசில் வேலை கிடைத்தது. செந்தூலைச் சேர்ந்த காசிப் பிள்ளை கம்பம் என்ற குடியிருப்புப் பகுதியில் வீடு பிடித்து ஜாகை அமர்த்திக்கொண்டேன். ஏறக்குறைய ஒரு வருஷம் அங்கே வாசம் செய்துவிட்டு, நவீன வசதிகளோடு கூடிய ஒரு புது வீட்டுக்கு மாற்றிப் போனேன். அது, நகரைவிட்டு ஒரு மைல் தள்ளி, ஈப்போ ரோட் நாலாங்கட்டையில் (மைலில்) இருந்தது. பிரதான சாலைக்கு இடதுபுறத்தில் கால் பர்லாங் தூரத்துக்குள் ஒரு சீனர் புதிதாகக் கட்டியிருந்த நான்கு வீடுகளில் இரண்டாவது வீடு அது. என் வீட்டுக்கு முன்புறம் சாலை வரையிலும் பல வீடுகள் இருந்தன. அதேபோல் பின்புறத்திலும் தகரமும் அத்தாப்புக் (நாணல்) கூரையும் வேய்ந்த வீடுகளைக் கொண்ட ஜன நெருக்கடியான ஒரு பகுதி இருந்தது. அங்கே பெரும்பாலும் சீனர்களே வசித்து வந்தார்கள். ஏதோ ஒரு குக்கிராமத்தின் நடுவே பங்களாவில் வசிப்பதுபோன்ற ஓர் உணர்ச்சி ஏற்பட்டது எனக்கு. வாழ்நாளில் பெரும் பகுதியைக் கிராமத்திலேயே கழித்த எனக்கும் என் மனைவிக்கும் இந்தச் சூழ்நிலை மிகவும் பிடித்துப் போய்விட்டது.

கோலாலம்பூர் நகரில் அந்த ஒரு வருஷ காலமும் நான் கண்ணம்மாவைத் தேடிக்கொண்டுதான் இருந்தேன். அதற்காக இதுவே வேலையாக அலைந்தேன் என்று அர்த்தமல்ல. எங்கே போனாலும் யாரை பார்த்தாலும் அவளை நினைத்து ஒரு பார்வை பார்ப்பேன். இது நித்திய வழக்கமாக ஆகிவிட்டது. ஈப்போ ரோட் நாலாங்கட்டைக்குக் குடித்தனம் வந்த பிறகும் இதுதான் நிலை. இப்படி அன்றாடம் கண்ணும் கருத்துமாகக் கவனம் செலுத்தி வந்த இந்த விஷயத்தைப்பற்றி என் மனைவியிடம் நான் ஒரு வார்த்தைகூடச் சொன்னதில்லை. வெளியே சொல்லிவிட்டால், காற்றுப்பட்ட மாத்திரத்திலேயே அந்த விஷயம் சுவையற்று, பொருளற்று, வாழ்வும் அற்றுப் போய்விடுமோ என்று எனக்கு ஒரு பயம்.

புது இடத்துக்கு வந்து சுமார் இருபது நாட்கள்தான் ஆகியிருக்கும். அதற்குள்ளாகவே அவளை நேரில் காண வாய்ப்புக் கிடைக்கும் என்று நான் கனவில்கூட நினைத்ததில்லை. சாயங்காலம் ஆபீஸிலிருந்து திரும்பி, பஸ்ஸை விட்டு இறங்கினேன். ஈப்போ ரோடிலிருந்து என் வீட்டுக்குச் செல்ல இடது புறம் திரும்பினேன். திரும்பும்போது, எப்பொழுதும்போல் ஏதேச்சையாக வலது பக்கம் சாலையை நோக்கியுள்ள சீனர் கடையை ஏறிட்டுப் பார்த்தேன். அப்போது கடை வாசலில் இரண்டு சீனச் சிறுவர்களும் ஒரு தமிழ்ப் பெண்ணும் நின்று சாமான் வாங்கிக்கொண் டிருந்தார்கள். இரண்டு அடி நெருங்கி வந்ததும் நான் ஆச்சரியத்தால் ஸ்தம்பித்து நின்றுவிட்டேன். அந்தப் பெண்ணுடைய முகத்தின் பக்கத்

தோற்றத்தையே என்னால் பார்க்க முடிந்தது என்றாலும், அதே மூக்கு; அதே வாய் அமைப்பு; கண்களால் பார்க்கும் அலாதித் தோரணையும் அப்படியே இருந்தது. இருபத்திரண்டு வருஷங்களுக்குப் பிறகும் முகத்தோற்றத்தில் யாதொரு மாறுதலும் இன்றி, இப்படியே பார்த்த மாத்திரத்தில் அடையாளம் கண்டுகொள்ளக்கூடியவாறு இருக்க முடியுமா? இவள் கண்ணம்மாதானா என்று நான் சந்தேகிப்பதும் தெளிவதுமாகக் குழம்பிக்கொண்டு நின்றேன். அவள் கடைக்காரனிடமிருந்து இரண்டொரு பொட்டலங்களை வாங்கிக்கொண்டு திரும்பினாள்: என்னை நோக்கித் திரும்பினாள். அப்போது அவள் முகத்தைப் பூரணமாகப் பார்க்க முடிந்தது. அரை முகத்தினால் காட்டிய அடையாளத்தை முழு முகத்தினால் ஊர்ஜிதமே செய்தாள், கதையா இது என்று திகைத்தேன்.

ஒரு கணம் எங்கள் கண்கள் சந்தித்தன. ஒருவரை ஒருவர் பார்த்தோம். ஆனால் நான்தான் அவளுடைய முகத்தோற்றத்தில் கண்ணம்மாவைப் பார்த்தேனே ஒழிய, என்னுடைய தோற்றம் அவளுக்கு எந்தவித நினைவையும் உண்டுபண்ணியதாகத் தெரியவில்லை. வலப் பக்கமாகத் திரும்பினாள்; பாதை வழியாக நடக்கத் தொடங்கிவிட்டாள். அவளுடைய பின் தோற்றத்தைப் பார்த்துக்கொண்டே நானும் நடந்தேன்.

மிகவும் மலிவான, மிகவும் பழைய, மிகவும் அழுக்கடைந்த ஒரு புடவையை அவள் உடுத்தியிருந்தாள். கழுத்திலோ கைகளிலோ ஒரு பொட்டுத் தங்கம்கூட இல்லை. கொண்டை போட்டிருந்த கூந்தல் வறண்டிருந்தது. காலில் செருப்பு இல்லை என்பதையும் கவனித்தேன்.

கண்ணம்மா இந்த நிலையில் இருப்பாள் என்று என்னால் நினைக்க முடியவில்லை. ஏனென்றால், ஊரில் எவ்வளவோ நல்ல நிலையில் இருந்தவர்கள் மலாயாவுக்கு வந்து அதைவிடப் பன்மடங்கு உயர்ந்த நிலையில் இருப்பார்கள் என்பதுதான் சகஜமாக எதிர்பார்க்கக்கூடிய விஷயம். தாழ்ந்திருந்தாலும் இந்த அளவுக்குத் தாழ்ந்திருக்க முடியாது... இவள் கண்ணம்மாவாக இருக்க முடியுமா?

சற்று வேகமாகச் சென்று விசாரித்துவிடுவோமா என்றுகூட ஒரு சமயம் தோன்றியது. ஆனால் அவ்வாறு செய்ய என்னால் முடியவில்லை. என் நிலைக்கும் அவள் நிலைக்கும் இடையே தூரம் அப்படி. அவள் உடன்பிறந்த சகோதரியாக இருந்தாலும் பகிரங்கமாகப் பலர் முன்னிலையில் அதைக் காட்டிக்கொள்ளக் கூசும் அளவுக்கு அவள் பஞ்சையாக இருந்தாள். 'பார்ப்போம்; இந்தப் பகுதியில்தான் இவளும் குடியிருப்பதாகத் தெரிகிறது. மறைமுகமாக மற்றவர்களை விசாரித்துத் தெரிந்து கொண்டு, அப்புறம் அவசியமானால் இவளோடு பேசலாம்' என்று நினைத்தபடி வீடு வந்து சேர்ந்தேன்.

அவளைப் பார்த்த செய்தியை சரஸ்வதியிடம் – என் மனைவியிடம் – நான் சொல்லவில்லை.

மறுநாள் மாலையிலும் அதே இடத்தில் பஸ்ஸை விட்டு இறங்கினேன். சீனர் கடையையும் திரும்பிப் பார்த்தேன். சாலையிலிருந்து என்

வீட்டுக்குப் பிரியும் நடைபாதையிலும் தேடினேன். எங்கும் அவள் தென்படவில்லை. பேசாமல் வீட்டுக்கு வந்தேன். அன்றும் சரஸ்வதியிடம் அவளைப்பற்றிச் சொல்லவில்லை.

அதற்கு மறுநாள் ஞாயிற்றுக்கிழமை. ஒரு பகல் முழுவதையும் கண்ணம்மாவுக்காக நான் செலவழிக்க முடியும். வீட்டில் வேறு வேலையும் இல்லை.

மத்தியானச் சாப்பாட்டுக்குப் பிறகு, “சரஸ்வதி, இப்போ ஒரு சமாச்சாரம் சொல்லப்போகிறேன். உனக்கு ஆச்சரியமாயிருக்கும். சொல்லட்டுமா: கடல் கடந்து ஆயிரத்தைந்நூறு மைல்களுக்கு அப்பால் நாம்ப குடியிருக்கிற இந்தப் பகுதியிலேயே என் சிநேகிதி ஒருத்தி இருக்கிறா! இருபத்திரண்டு வருஷங்களுக்கு முன்னாலே என் சொந்த ஊரிலே என்னோடு சேர்ந்து விளையாடிய பக்கத்து வீட்டுச் சிநேகிதி! சொல்லப்போனா, எட்டு வயசு வரையிலே நாங்க இணை பிரிஞ்சதே கிடையாது . . .”

“இங்கே இருக்கிறாளா?” என்று ஆச்சரியத்தோடு கேட்டாள் சரஸ்வதி.

“இங்கேயேதான் இருக்கிறாள் . . . முந்தாநாள் சாயங்காலம்தான் அவளைப் பார்த்தேன்! ஆனா . . . பேசல்லை!”

“ஏன்?”

“திடீர்னு பேசிற முடியுமா? எவ்வளவோ காலத்துக்குப் பிறகு பார்க்கிறோம்!”

“பேசுறதிலே என்ன தப்பு?”

“தப்பு ஒண்ணுமில்லே. பேச வாய் வரல்லே. அவ்வளவுதான். அதோட ஒரு சின்னச் சந்தேகம். அவள் வேறு யாராவது ஒரு பெண்ணா இருந்துட்டால் என்ன பண்றது? . . . ரொம்ப ஏழையாயும் இருந்தாள்.”

“அது இருக்கட்டும். அவளை எங்கே பார்த்தீர்கள்?” என்று கேட்டாள் சரஸ்வதி.

“இங்கே இந்தச் சீனன் வாசல் கடையிலே நம்ப வீட்டைத் தாண்டித் தான். நடந்து போனா, அதே ஜாடை, அதே மூக்கு, அதே நடை . . .”

“அடப் பாவமே! நீங்கள் பேசியே பார்த்திருக்கலாம்.”

“என்ன அவசரம்? இன்னிக்குச் சாயங்காலத்துக்குள்ளே இன்னொரு தடவை அவளைப் பார்த்துட முடியும்னு நினைக்கிறேன். இந்த வழியாத் தானே அவள் கடைகண்ணிக்குப் போகணும் . . ?”

“பார்த்தால் என்னைக் கூப்பிடுங்க. போய்ப் பேசறேன். இங்கேயே கூட்டிக்கிட்டு வர்றேன். உங்க பேர் அவளுக்கு ஞாபகம் இருக்குமோ?”

“என் பேர் மட்டுமில்லை. என்னையே அவளுக்கு ஞாபகம் இருக்கிற மாதிரித் தெரியல்லை. என்னைப் பார்த்துட்டு அவபாட்டிலே போயிட்டா!”

"அப்படின்னா அது வேற யாரோ? நல்லவேளை! நீங்க திடீர்னு கூப்பிட்டுப் பேசாம வந்தீங்க. அவ எப்படிப்பட்டவள்னும் தெரியாது. அவ புருஷன் எப்படிப்பட்டவன் என்கிறதும் தெரியாது. ஆசாமி தண்ணி போடுறவனாயிருந்தா, பெரிய வம்பு!"

எனக்குச் சிரிப்பு வந்தாலும் சங்கடமாக இருந்தது. கண்ணம்மாவைச் சுற்றி எப்படிப்பட்ட மோசமான விஷயங்களையெல்லாம் நினைக்க வேண்டியிருக்கிறது என்று கஷ்டப்பட்டேன். தாங்கமுடியாத வறுமை, குடிகாரக் கணவன், அவளும் எப்படிப்பட்டவளாக இருப்பாளோ என்ற ஒரு சந்தேகம் . . . அழகான சித்திரத்தில தூசியும் ஒட்டடையும் படிந்து, முன்பக்கம் ஒரு சிலந்திக்கூடும், பின்பக்கம் ஒரு தேளும் இருக்க வேண்டுமா என்று வருந்தினேன்.

மணி நான்கு அடித்தது.

காபியைக் குடித்துவிட்டு வாசலில் சிமெண்ட் தளத்தில் ஒரு ஈசிச் சேரைப் போட்டு உட்கார்ந்துகொண்டேன். மேலே கட்டுமானம் இருந்ததால் அங்கே வெப்பமில்லை. நடைபாதையில் பார்வையைச் செலுத்தியவனாக உட்கார்ந்துகொண்டிருந்தேன்.

ஆறு மணி சுமாருக்குக் கண்ணம்மா – அப்படித்தானே சொல்ல வேண்டும்? – காட்சி தந்தாள்! பிரதான சாலையை நோக்கிப் போய்க் கொண்டிருந்தாள். நான் அவசர அவசரமாக, "சரஸ்வதி!" என்று கூவி அழைத்தேன். அவளும் உடனே ஓடி வந்து நின்றாள்.

"அதோ!"

கையை நீட்டிக் காட்டினேன்.

சரஸ்வதி பார்த்தாள். பார்த்துவிட்டு என்னை நோக்கித் திரும்பினாள். ஒரு நிமிஷம் என்னையே கூர்ந்து பார்த்துக்கொண்டிருந்தாள். அவளுக்கு அடக்க முடியாமல் சிரிப்பு வருவதுபோல் தெரிந்தது.

"என்ன சரஸ்வதி?"

உடனே அவள் முகத்தில் சிரிப்பின் சாயல் மறைந்தது,

"கடவுளே! கடவுளே! எழுந்து உள்ளே வாருங்கோ!" என்றாள் தலையில் அடித்துக்கொள்ளாத குறையாக.

திகைத்துப்போய் நான் உள்ளே எழுந்து சென்றேன்.

சரஸ்வதி கேட்டாள்: "இவளைத்தான் சொன்னீர்களா! நிஜமா இவள்தான் நீங்க சொன்ன கண்ணம்மாவா?"

"இவளேதான். ஆனால் இப்பவும் எனக்கு நிச்சயமில்லை" என்று தடுமாறிக்கொண்டே சொன்னேன்.

"நிச்சயமில்லாமலே இருக்கட்டும். இவள் கண்ணம்மா இல்லேன்னா ரொம்ப ரொம்ப நல்லது" என்று சொன்னாள். அப்பொழுதுதான் இலேசாகச் சிரித்தாள்.

"அதுதான் என் ஆசையும்கூட. என் கண்ணம்மா இந்த ஸ்திதியில் இருக்கக் கூடாது."

"திரும்பியே பார்க்காதீங்க ஆமாம்."

"ஏன்?"

"சரஸ்வதி, நீ என்ன சொன்னாலும் சரி, அவ யாராயிருந்தாலும் சரி, இவ்வளவு காலம் நான் ஆவலோடு தேடின தோஷத்துக்கு, ஒரு வார்த்தையாவது அவளோடு பேசினாத்தான் என் மனசு ஆறும்."

"பேசுங்கோ. ஒரு பத்து வெள்ளி நோட்டையும் தயாரா எடுத்துக் கையிலே வைச்சுக்குங்கோ. ஏன்னா, பின்னாலேயே அவ புருஷன் வருவான் – கடன் கேட்கிறதுக்கு!"

"நீ என்ன சொல்றே?"

"தெரிஞ்சுதான் சொல்றேன். இங்கே வந்து இருபது நாளைக்குள்ளேயே அவரோட கீர்த்தி என் காதுக்கு எட்டிட்டதுன்னா, அவர் எப்படிப் பிரபலமான ஆசாமின்னு பார்த்துக்கோங்க."

"நீ என்ன கேள்விப்பட்டே? விவரமாச் சொல்லு" என்று சரஸ்வதியை வற்புறுத்திக் கேட்டேன்.

அவள் சுருக்கமாகத்தான் சொன்னாள். ஆனால் அவளுக்குத் தெரிந்ததையெல்லாம் சொல்லிவிட்டாள்.

'கண்ணம்மா'வின் கணவன் ஊரெல்லாம் கடன் வாங்குகிறவன், ஒரு வேலையும் இல்லாத பரம தரித்திரம், வாங்கிய கடனைக் கொடுக்கச் சக்தியில்லாமல் ஒவ்வொரு பகுதியிலும் வீட்டைக் காலிசெய்துகொண்டு வேறு எங்காவது ஓடி விடுகிறவன் என்றெல்லாம் சொன்னாள். கடன்காரர்கள் வந்து தினமும் அவன் வீட்டில் கூச்சல் போட்டுவிட்டுப் போவார்களாம். இந்தத் தகவல்களையெல்லாம் எங்கள் வீட்டு வேலைக்காரி சொன்னதாகவும் கூறினாள். என் வீட்டுக்குப் பின்புறத்தின், பக்கத்திலேயே உள்ள ஓர் அத்தாப்பு வீட்டில் 'கண்ணம்மா'வின் குடும்பம் ஒரு வருஷமாகக் குடியிருந்து வருவதாகவும் இறுதியில் தெரிவித்தாள்.

என் நிலைமை தர்மசங்கடமாகிவிட்டது, கணவன் எப்படிப்பட்டவனாக இருந்தாலும் அவள் கஷ்டத்தில் உழல்கிறாள் என்பது உண்மை. அவன் மோசமானவன் என்பதற்காக அவளுடைய கஷ்டத்தைப் பற்றிக் கவலைப்படாமல் இருப்பது நியாயமா? அவள் கண்ணம்மா அல்ல, வேறொருத்திதான் என்று நினைக்கும்போதும் என் தர்மசங்கடம் தீரவில்லை.

சரஸ்வதியோ, "தப்பித் தவறிப் பேச்சுக் குடுத்திடாதீங்க!" என்று கடைசி எச்சரிக்கையையும் விடுத்தாள்.

2

அதற்குப்பிறகு நான் பலமுறை 'கண்ணம்மா'வைப் பார்த்துவிட்டேன். நிச்சயமாக அவள் கண்ணம்மா அல்ல என்பதும் நிச்சயமாகி விட்டது.

அவள் அவளாக இல்லாதது அவளுக்கும் எனக்கும் நடுவே ஒரு வேலியாக இருந்து தடுப்பது போன்ற ஓர் உணர்ச்சியும் ஏற்பட்டது. இந்தக் கண்ணம்மாவிடத்திலும் என்னையறியாமல் இன்னதென்று புரியாத ஓர் அக்கறையும் பாசமும் வளர ஆரம்பித்தன.

ஏழெட்டு வாரங்களுக்குப் பிறகு, ஒரு ஞாயிற்றுக்கிழமையன்று காலை எட்டு மணிக்கெல்லாம் கண்ணம்மாவின் வீடு இருக்கும் திசையிலிருந்து ஒரு கூச்சல் கேட்டது. ஒவ்வொரு சொல்லும் தெளிவாகக் காதில் விழக்கூடிய தூரத்திலேயே கேட்டது. அப்போது சரஸ்வதி ஒரு வெற்றிப் பெருமிதத்துடனும், ஒரு பரிகாசத்துடன் என்னிடம் ஓடிவந்து, "கேட்குதா? கண்ணம்மாவின் வீட்டிலேதான் இடி முழங்குது! நான் தினம் கேட்கிற முழக்கம் இது. இன்னிக்கு நீங்க வீட்டிலே இருக்கிறதனாலே கேட்கிறீங்க" என்று சொல்லிப் பின் பக்கத்துச் சுவரின் ஜன்னல் அருகே என்னை அழைத்துச் சென்றாள். அப்போது அந்தக் கூச்சல் சந்தர்ப்பவசமாகத் திடீரென்று நின்றுவிட்டது.

"யார் முழக்கம் தெரியுமா? நம்ப மளிகைக் கடைக்காரர் முழக்கம்! இப்படிப் பேசாத பேச்செல்லாம் பேசிப் பார்க்கிறார். பாக்கி வசூல் ஆவேனான்கிறது!"

சரஸ்வதியின் பரிகாசப் பேச்சு எனக்குப் பிடிக்கவில்லை.

நாங்கள் பேசிக்கொண்டிருக்கும்போதே மளிகைக் கடைக்காரர் அந்தப் பாதை வழியாக நடந்துவந்தார். என்னையும் பார்த்தார். உடனே நான் முன்பின் யோசிக்காமல் அவரை அழைத்தேன். அவர் முகத்தில் கோபக் குறியை வைத்துக்கொண்டு, அதே சமயத்தில் எனக்காக ஒரு புன்னகையையும் வரவழைத்தவராக என்னை நோக்கி வந்தார்.

"உள்ளே வாருங்களேன்!" என்று அழைத்தேன் சம்பிரதாயமாகத்தான்.

"இல்லே சார், வேலை கெடக்கு" என்று சொன்னவர், அப்படியே போகாமல், புறவாசல் வழியாக என்னோடு என் வீட்டுக்குள்ளே வந்தார். முன்பக்கம் கூடத்துக்கு அவரை அழைத்துச் சென்றேன். உட்கார வைத்தேன். இதுதான் சமயம் என்று ஒவ்வொன்றாக விசாரித்தேன்.

"இந்தக் குபேர நாட்டிலேயும் இப்படி வாங்கின கடனைக் குடுக்க முடியாதவங்க இருக்கிறாங்க என்கிறது எனக்கு ஆச்சரியமாயிருக்கு!" என்று ஆரம்பித்தேன்.

"தரித்திரப் பயல்கள் எங்கேயும்தான் உண்டு. இவன், கையிலே இருந்தாலுமே குடுக்கமாட்டான். எத்தன்! இப்போ இல்லவும் இல்லே."

"ஏன்?"

"வேலைவெட்டி கெடையாது. பயலுக்குச் சதா நோக்காடு. ஒரு மாதிரி இழுப்பு...!"

"இழுப்புன்னா!"

"காசமா இருக்கும் . . . வேலையில்லாமல் இப்படிக் கடன் வாங்கியே காலத்தைத் தள்ளிக்கிட்டு வர்றான்."

"இந்த ஊர்தானா?"

"எந்த ஊரோ? இங்கேதான் ஒரு வருஷமா இருக்கிறான். எப்பவோ—எஸ்டேட்டிலே கிராணி (குமாஸ்தா) வேலை பார்த்திருக்கிறானாம். நெஜமோ? பொய்யோ?"

"அந்தப் பொம்பிளைதான் வேலைவெட்டி செஞ்சி குடும்பத்தைக் காப்பாத்தணும் போலிருக்கு?"

"அப்படித்தான். நாலு வீட்டிலே துணி தொவைச்சுப் போடறா. நல்ல குணந்தான். இவனுக்கு வாக்கப்பட்டுட்டு அவ கெடந்து சீரழியறா."

நான் அவள் பெயரைத் தெரிந்துகொள்ள வேண்டும் என்பதற்காக, "நம்ப வீட்டிலேயும் அவளை வேலை செய்யச் சொல்லலாமே! இங்கேயும் ஆள் தேவைதான்" என்று சொல்லிவிட்டு, "அவ பேரு?" என்று பேச்சோடு பேச்சாகக் கேட்டுவைத்தேன்.

உடனே அவர் சிரித்தார். "தங்கம்! தங்கம்மா! எப்படி! பித்தளைப் பானைக்கே வழியில்லே! பேரு தங்கம்!"

தங்கம்!

தங்கம்மா!

மளிகைக் கடைக்காரருடன் அப்புறம் நான் அதிக நேரம் உட்கார்ந்து பேசவில்லை. அவரை அனுப்பிவிட்டேன்.

தங்கம்மா! கண்ணம்மா அல்ல! ஆனாலும் பெயர் மட்டுமே மாறியிருக்கிறது என்று எனக்கு ஒரு பிரமை!

"சரஸ்வதி! கேட்டியோ, கடைக்காரர் சொன்னதை? பேரும் தங்கமாம்; குணமும் தங்கமாம்!"

"அது இருக்கட்டும். இங்கே வேலைக்கு ஆள் தேவைன்னு சொன்னீங்களே, எதுக்கு?"

"சும்மா சொல்லி வச்சேன்."

"அவ நாளைக்கு வந்து நின்னா?"

"அப்படியெல்லாம் வந்துட மாட்டா. நீ பயப்படாதே!"

"நான் அவளுக்குப் பயப்படல்லியே! அவ புருஷனுக்கில்லே பயப்படுறேன்!"

மளிகைக் கடைக்காரர் அப்புறம் எனக்குத் தெரிய இரண்டாவது தடவையும் கூச்சல் போட்டுவிட்டார்.

"அதன்பின் மூன்று நாட்கள் கழிவதற்குள்ளாகவே, நான் தங்கம்மாவின் வீட்டுக்குப் போக வேண்டிய—அதுவும் இரவு நேரத்தில்

ஊர் அடங்கினபின் ஓடிப் போக வேண்டிய ஒரு சந்தர்ப்பம் ஏற்பட்டு விட்டது.

அன்று நிசப்தமான நிசி வேளையில் தங்கம்மாவும் அவள் குழந்தைகளும் திடீரென்று, 'குய்யோ முறையோ' என்று கூப்பாடு போட்டார்கள்."

உடனே சரஸ்வதியை எழுப்பினேன். "நான் போய்ப் பார்த்துட்டு வர்றேன். இந்தப் பக்கத்திலே நாம்பதான் தமிழாட்களா இருக்கிறோம். நாம்ப போய் எட்டிப் பார்க்கலேன்னா, அது ... அது நல்லா இல்லே!" என்று சொல்லிவிட்டு ஓடினேன்.

"என்ன விஷயம்" என்று கேட்டேன்.

கணவன் படுத்திருக்கும் இடத்தைக் கையால் சுட்டிக்காட்டினாள். அவன் பேச்சுமூச்சில்லாமல் எலும்பும் தோலுமாக ஒரு பாயில் படுத்துக் கிடந்தான்.

"என்ன இவருக்கு?"

"ஆஸ்துமா இழுப்பு" என்று சொல்லிவிட்டு அவள் மீண்டும் அழலானாள்.

நான் அவனைத் தொட்டுப் பார்த்தேன். உயிர் இருக்கிறது என்பதைத் தெரிந்துகொண்டு, "அழாதீங்க ... இப்போ என்ன செய்யணும்? வழக்கமா என்ன செய்வீங்க?" என்று அவளைக் கேட்டேன்.

"இப்படி ஒரு நாளும் ஆனதில்லையே! ... கடவுளே!" என்று தலையில் அடித்துக்கொண்டு அழுதாள்.

"அப்படியெல்லாம் நடந்துடாது. பயப்படாதே!"

இன்னும் சில நிமிஷங்களில் அவன் செத்துப் போய்விடுவான் என்று நினைத்துவிட்டவளைப் போல அவள் அழுதாள். எனக்குமே அப்படித்தான் நினைக்கத் தோன்றியது.

"சரி, இப்பவே ஆஸ்பத்திரிக்குக் கொண்டு போயிறணும் ... கொஞ்சம் இருங்க. நான் வர்றேன். அழாதீங்க" என்று சொல்லிவிட்டு வெளியே ஓடி வந்தேன்.

அங்கிருந்து மூன்று மைல் தூரத்துக்கு அப்பால் பஹாங் ரோடில் உள்ள அரசாங்க ஆஸ்பத்திரிக்கு அவனைக் கொண்டுபோக வேண்டும். ஆனால் அது டாக்ஸி கிடைக்காத இடம். ஏறக்குறைய காட்டுப்பகுதி. எனக்குத் திடீரென்று அப்போது ஒரு யோசனை உதயமாயிற்று. நான் முன்பின் பேசியறியாத என் பக்கத்து வீட்டுச் சீனனிடம் போய்க் கார் கேட்டால் என்ன என்று நினைத்தேன். தைரியமாகப் போய் அவன் வீட்டுக் கதவைத் தட்டி விட்டேன். "தவுக்கே! தவுக்கே!" (ஐயா, ஐயா) என்று கூப்பிட்டேன். அவனுக்குப் பதிலாக அவன் மனைவிதான் எழுந்து வாசல் விளக்கைப் போட்டு ஜன்னலைத் திறந்து என்னைப் பார்த்தாள்.

“என்ன?” என்று மலாய் மொழியில் அதட்டலாகக் கேட்டாள்.

“நான் பக்கத்து வீட்டில்தான் குடியிருக்கிறேன்.”

“தயவு பண்ணி உங்க காரைக் கொஞ்சம் இரவல் கொடுக்க முடியுமா? ஆஸ்பத்திரி வரைக்கும் போகணும்”

“டிரைவர் இல்லையே! என் புருஷன் படுத்துத் தூங்கறார். நல்லாக் குடிச்சிருக்கிறார். இப்போ அவராலே கார் ஓட்ட முடியாது.”

“அப்படியா?... அர்ஜண்ட் கேஸ்!”

“யாருக்கு?”

“இங்கே ஒருத்தர் பிரக்ஞையில்லாமல் கிடக்கிறார்.”

“உங்க அண்ணனா?” என்று எதற்கோ ஓர் உறவைக் கற்பித்துக் கொண்டு அவள் கேட்டாள்.

நான் உடனே “ஆம்!” என்று சொல்லிவிட்டேன்.

அவள் தன் மூத்த மகனை எழுப்பிக் காரை எடுக்கச் சொன்னாள். அவனும் மறுபேச்சுப் பேசாமல் வந்து சிகரெட்டைப் பற்றவைத்துக் கொண்டு காரைத் திறந்தான்.

பத்துப் பதினைந்து நிமிஷங்களுக்குள், ‘கண்ணம்மா’வின் – இல்லை, தங்கம்மாவின் கணவனைக் காரில் ஏற்றிவிட்டோம். அவளும் குழந்தைகளோடு ஆஸ்பத்திரிக்கு வர விரும்பினாள். எங்களைக் கெஞ்சிக் கேட்டுக்கொள்ளவும் செய்தாள். எல்லோரும் காரில் ஏறிக்கொண்டு ஆஸ்பத்திரிக்குப் பறந்தோம்.

உடனடியாகவே அவனை ‘அட்மிட்’ பண்ணிவிட்டேன். அத்துடன் நான் வீட்டுக்குத் திரும்பி விடாமல், அவனுக்குச் செய்யப்படும் முதல் சிகிச்சைகளைக் கவனித்துக்கொண்டிருந்தேன், அரை மணி நேரத்துக்குப் பிறகு டாக்டரைப் பார்த்து, “நிலைமை எப்படி? ஆபத்து ஒன்றுமில்லையே?” என்று ஆங்கிலத்தில் கேட்டேன்.

“அதெல்லாம் ஒன்றுமில்லை. இரண்டு வாரம் இங்கேயே இருந்து சிகிச்சை செய்துகொள்ள வேண்டும்” என்றார் அவர்.

தங்கம்மாவுக்கு விஷயத்தைச் சொன்னேன். அவளும் ஆறுதல் பெற்றாள். ஆனால் வீட்டுக்குப் போகலாம் என்று அழைத்தபோது வர மறுத்துவிட்டாள். விடியும்வரையில் அங்கேயே இருக்கப் போவதாக அவள் சொன்னாள். கடைசியில் நான் மட்டும்தான் வெளியில் வந்தேன். அந்த நேரத்தில் ஒரு டாக்ஸி அகப்பட வேண்டுமே என்று கவலைப்பட்டுக் கொண்டு வந்த நான், வெளியே நின்ற காரைப் பார்த்ததும் ஆச்சரியத்துக் குள்ளானேன். அந்தச் சீனப் பையன் இன்னும் அங்கேயே காரோடு காத்திருந்தான். இதை நான் எதிர்பார்க்கவேயில்லை.

இருவரும் காரில் ஏறி வீடு வந்து சேர்ந்தோம். அப்போது இரவு மணி இரண்டு.

சரஸ்வதி அப்போது கோபமாக இருப்பாள் என்று நினைத்தேன். ஆனால் "இப்போ எப்படி இருக்கிறார்?" என்று மட்டுமே அவள் கேட்டாள்.

"ஆசாமி பிழைச்சுக்கிட்டான். இனி பயமில்லை. ஆனா, ஆஸ்பத்திரிக்குக் கொண்டு போகாமல் இருந்திருந்தால், அவனை உசிரோட பார்த்திருக்க முடியாது. ஏதோ நம்மலாலே ஆன தர்மம். இதுகூடச் செய்யலேன்னா எப்படி? நம்ம இனம்; நம்ப தமிழ் ஜாதி . . ."

இந்தச் சமாதானமெல்லாம் தேவையில்லை என்று நினைத்தவளைப் போல், "சரி, சரி படுங்கோ. நாளை ஆபீசுக்குப் போகணும்" என்று சொல்லி நிறுத்திக்கொண்டாள் சரஸ்வதி.

3

மறுநாள் நான் வேலைக்குப் புறப்படும் நேரம். அப்போது தங்கம்மா தன் குழந்தைகளோடு என் வீட்டுக்கு வந்துவிட்டாள். கணவன் பிரக்ஞை யடைந்து சௌக்கியமாக இருக்கும் தகவலைக் கூறினாள். "சந்தோஷம்" என்று நான் சொல்லி வாய் மூடும் முன்பே, அவள் கண்ணீரை உகுத்துக்கொண்டு, "நீங்கதான் எனக்குக் கடவுள். இந்த மஞ்ச நூலு உங்களாலேதான் பிழைச்சது" என்று சொல்லிக் கும்பிட்டாள்.

அப்போது திடீரென்று என் நெஞ்சில் ஒரு மின்னல் தாக்கியது. தங்கம்மாவுக்குப் பதிலாக அங்கே கண்ணம்மாவே நின்று கண்ணீர் விட்டுக்கொண்டு கும்பிடுவதுபோல் ஒரு தோற்றம். என்னால் அங்கே நிற்க முடியவில்லை.

"இது என்ன பிரமாதம்?" என்று சொல்லிவிட்டு மேற்கொண்டு பேசாமல் ரோட்டைப் பார்த்து நடந்தேன். என் கண்கள் நனைந்ததை அவளும் பார்க்கவில்லை; சரஸ்வதியும் பார்க்கவில்லை.

தங்கம்மாவின் கணவன் பழனி மூன்று வாரங்களுக்குப் பிறகு ஆஸ்பத்திரியிலிருந்து குணமாகி வந்தான். நேரே என் வீட்டுக்குத்தான் வந்தான். வந்தவன் என் கால்களில் நெடுஞ்சாண்கிடையாக விழுந்தான். இதை நான் நன்றியறிவிப்பாகக் கருதாமல், அடைக்கலம் புகும் ஒரு செயலாகவே நினைத்துவிட்டேன். அவனுடைய— என்னைவிட வயதில் மூத்தவன்—அவருடைய குடும்பத்துக்கு ஒரு எதிர்கால ஏற்பாடு செய்து வைத்துவிட நான் ஆசைப்பட்டேன். செத்துக்கொண்டிருப்பவனைப் பிழைக்க வைத்தால், அவன் ஒரு வருஷமாவது உயிரோடு வாழும்படி செய்ய வேண்டும்; ஒரு மாதத்தில் திரும்பவும் சாவதற்காக ஒருவனைப் பிழைக்க வைப்பது அர்த்தமில்லாத காரியமாக மட்டுமல்ல, கொடுமை யான காரியமாகவும் எனக்குத் தோன்றியது. பழனியை விசாரித்தேன். இந்த ஆஸ்த்துமா நோய்க் கொடுமையால்தான் முன்பு வேலையை இழந்ததாகவும் தமக்கு ஆங்கிலமும் டைப்ரைட்டிங்கும் தெரியும் என்றும் சொன்னார். இரண்டே மாதங்களில் என்னுடைய காரியாலயத்திலேயே அவருக்கு வேலை பண்ணி வைத்து முந்நூறு வெள்ளி சம்பளம் கிடைக்கவும் வழி செய்துவிட்டேன்.

4

ஒவ்வொரு வருஷமாக இரண்டு வருஷங்கள் ஓடிவிட்டன. எனக்கும் ஒரு பையன் பிறந்துவிட்டான். பழனியின் குடும்பம் நான் குடியிருந்த வீட்டு வரிசையிலேயே கடைசி வீட்டுக்கு, நூற்றிருபது வெள்ளி சேவாய் (வாடகை) பேசிக் குடிவந்துவிட்டது. அவர் இப்போது நானூறு வெள்ளிக்கு மேல் சம்பாதிக்கிறார்!

இந்த இரண்டு வருஷங்களில் என்றோ ஒரு நாள் என் பால்ய சிநேகிதி கண்ணம்மாவைப் பற்றி என் மனைவி ஒரு ஹாஸ்யக் கதை மாதிரி தங்கம்மாவிடம் சிரித்துச் சிரித்துச் சொன்னாளாம். நான் யாரோ ஒரு பெண்ணிடம் கொண்டுள்ள அன்பை அவளுடைய ஜாடையில் இருக்கும் தன்னிடம் சொரிந்ததைப் பற்றிக் கேள்விப்பட்டதும் தங்கம்மா உணர்ச்சி வெள்ளத்தில் மூழ்கி, “அப்படியா?” என்று கேட்டாளாம். கடைசியில் ஆகாயத்தை நோக்கிக் கைகூப்பி, “அந்தப் புண்ணிய வாட்டி யாரோ? . . . தாயே! நீ நல்லா இருக்கணும்! உன் புண்ணியத்திலே என் குடும்பம் இன்னிக்குப் பசியாமல் சாப்பிடுது, தாயே!” என்று சொல்லித் தொழுதாளாம்.

கண்ணம்மாவின் கதை எப்படியெல்லாம் சுற்றி, எந்தெந்த விதமாகவெல்லாம் வடிவெடுத்துக்கொண்டு போகிறது என்று வியந்துகொண்டிருந்த நான் சீக்கிரத்திலேயே அந்தக் கதையை முடித்துவிடுவதற்கும் எனக்குச் சந்தர்ப்பங்கள் துணை செய்தன. ‘அந்த புண்ணியவாட்டியை’ நான் நேரிலேயே பார்த்துவிட்டேன். அதுவும் ஒரு வருஷத்துக்குள்ளேயே!

அவளைப் பார்க்க நேர்ந்தது சாதாரணமாக நம்ப முடியாத ஒரு சந்தர்ப்ப விசித்திரம்தான்.

தைப்பூச உற்சவத்திற்காக நானும் சில நண்பர்களும் பினாங்குக்குப் போயிருந்தோம். உற்சவக் கூட்டத்தில் நான் கண்ணம்மாவைத் தேடினேன் என்று சொல்லத் தேவையில்லை. அவளுடைய அப்பாவின் பெயரைச் சொல்லி ஒரு கடையில் விசாரித்துப் பார்க்கவும் செய்தேன். மறுநாள், எங்கள் கோஷ்டியைச் சேர்ந்த ஒரு நண்பர் சொந்தக் காரியமாகச் சுங்குரும்பைக்குப் போக விரும்பினார். நாங்களும் அவருடன் போனோம். பினாங்கில் விசாரித்தது போலவே சுங்குரும்பையிலும், “இந்த ஊரிலே கோவில்பட்டிக்காரர் ஒருவர் இருக்கிறாராமே! துரைசாமி என்கிறவர்?” என்று கேட்டுவைத்தேன்.

நான் எதிர்பாராதவிதமாக அவர், “ஆமா, இருக்கிறார். சோத்துக்கடை துரைசாமியைத்தானே கேட்கிறீங்க?” என்று கேட்டார்.

என் ஆச்சரியத்தை மறைத்துக்கொண்டு. “சோத்துக் கடையா வச்சிருக்கிறார்?” என்று ஒரு கேள்வியைப் போட்டுவிட்டு, அவருக்கு இரண்டு பிள்ளைகள் உண்டு . . .” என்றேன்.

“இருக்காங்க, மகன் தைப்பிங்கிலே கடை வச்சிருக்கிறான். மக இங்கேதான் இருக்கிறா.”

“கல்யாணமாயிட்டுதா – மகளுக்கு?”

“கல்யாணமா?...” என்று இழுத்தார். உடனே சிரிக்கவும் செய்தார்.

“ஏன்? என்ன விஷயம்?”

“வேறே ஒண்ணுமில்லை... அது சரி, அவங்க உங்களுக்குச் சொந்தமா?”

“சொந்தமில்லே. நம்ப ஊரு.”

“அதுக்கு வயசு முப்பது முப்பத்தஞ்சி இருக்கும் போலே இருக்கு. கல்யாணம் எங்கே ஆகிறது?”

“அவரைப் பார்க்கணும்” என்று சொல்லிவிட்டு எழுந்தேன். அவரிடமே வழி கேட்டுத் தெரிந்துகொண்டு, நேரே கடைக்குப் போனேன். துரைசாமி அப்போது கடையிலேயே இருந்தார். தலையும் மீசையும் நரைத்து, வயது முதிர்ந்து காணப்பட்டாலும் ஆள் மிகவும் கனத்து ஆஜானுபாகுவாகக் காட்சி அளித்தார். என்னை அவரால் அடையாளம் கண்டுகொள்ள முடியவில்லை. நான்தான் சொன்னேன். உடனே அவர் ஆவலோடு எழுந்து என் கையைப் பிடித்தார். அவருடைய மகிழ்ச்சி முகமெல்லாம் பொங்கித் ததும்பியது. நான் மலாயாவுக்கு வந்ததையும் உத்தியோகம், குடும்பநிலை போன்ற விவரங்களையும் என் பெற்றோரின் சௌக்கியங்களையும் விசாரித்தார். பிறகு தம்முடைய காரிலேயே என்னை வீட்டுக்கு அழைத்துச் சென்றார்.

அவருடைய மனைவி எதிரே வந்து என்னை அன்போடு வரவேற்றாள்.

கண்ணம்மா அப்போது வீட்டில் இல்லை. அரைமணி நேரத்துக்குப் பிறகுதான் வெளியிலிருந்து வந்தாள்.

எட்டு வயதில் பார்த்த கண்ணம்மாவை, அப்போது முப்பத்து நான்கு வயதுப் பெண்ணாக பார்த்தேன். ஆனால் அவள் எப்படியெல் லாம் இருப்பாள் என்று நான் கற்பனை பண்ணியிருந்தேனோ அப்படி இல்லாமல், நேர்மாறாகக் காட்சியளித்தாள். அந்த மூக்கும் அந்த வாயமைப்பும் ஏறக்குறைய அந்தப் பார்வையுமே மாறாமல் அப்படியே தான் இருந்தன. ஆனால் நெட்டையாக – சற்று விகாரமாகவே – வளர்ந்து ஒல்லியாக இருந்தாள். உச்சியிலிருந்து உள்ளங்கால்வரை எத்தனையோவித நவநாகரிக ஒப்பனைகள். அவளுடைய தோற்றத்தையும் கோலத்தையும் பார்த்துக் கொஞ்சம் ஏமாற்றமும் அடைந்தேன்.

என்னை அவளுக்கு அறிமுகம் செய்துவைத்தார் துரைசாமி.

“ஓ! ஐ ஸீ!” என்று சொல்லிவிட்டுச் சாயம் பூசிய உதடுகளால் ஒரு சிரிப்புச் சிரித்தாள். பிறகு என் எதிரே உட்கார்ந்தாள். என்னைப் பார்த்து ஏதாவது கேட்பாள் என்று எதிர்பார்த்தேன். ஆனால் நான்தான் பேச்சைத் தொடங்கும்படி ஆயிற்று. பேசினேன். “சின்ன வயசிலே ஒண்ணா விளையாடினோம்!...”

"யெஸ்!" – ஒரு புன்னகை.

"அதெல்லாம் ஞாபகம் இருக்கா?"

"உம்..." என்று ஒருவித உணர்ச்சிப் பரபரப்புமின்றிப் பதில் சொன்னாள்.

அந்த நிலையிலும்கூட ஒரு வார்த்தை ஒரே ஒரு வார்த்தை, பரவசத்தோடும் இளமைப் பிராய நினைவின் இன்ப லயிப்போடும் அவள் வாயிலிருந்து வெளி வராதா என்று ஏங்கினேன். அவளோ எதுவும் பேசாமல் மௌனமாகவே உட்கார்ந்திருந்தாள்.

என்னால் அப்புறம் அங்கே இருக்க முடியவில்லை. டீ வந்ததும் குடித்துவிட்டுக் கிளம்பிவிட்டேன். துரைசாமியும் அந்த அம்மாவும் விடைகொடுக்கும்போது, குடும்பத்தோடு ஒரு தடவை நான் வர வேண்டும் என்று கேட்டுக்கொண்டார்கள். அவளோ, கையை அசைத்ததோடு சரி.

கோலாலம்பூருக்குத் திரும்பும்போது என் நஷ்டத்தை எண்ணி எண்ணிப் பெருமூச்செறிந்தேன்.

கண்ணம்மாவைப் பார்த்ததுபற்றி எவ்வளவு முடியுமோ அவ்வளவு கசப்போடும் வெறுப்போடும் என் மனைவியிடம் சொன்னேன்.

"உங்களுக்கு இப்படிக் கோபம் வருவானேன்? அவள் உங்களுக்கு என்ன கெடுதல் பண்ணினா?..." என்று சரஸ்வதி என்னைப் பரிகாசம் செய்தாள்.

நானும் பேச்சை நிறுத்திவிட்டேன்.

கண்ணம்மாவை நான் வெறுத்துப் பேசிய வார்த்தைகளை அடுத்தநாள் என் மனைவி மூலம் கேள்விப்பட்ட தங்கம்மாள், உடனே என்னிடம் ஓடி வந்தாள். வந்ததும் பதைபதைப்போடு பேசினாள்:

"அந்தப் புண்ணியவாட்டியை நீங்கள் திட்டினீங்களாமே? ஐயோ, உங்க வாயாலே அப்படிப் பேச வேண்டாம். எங்களுக்காகவாச்சியும் நீங்க திட்டக் கூடாது. இன்னிக்கு நாங்க சாப்பிடறது அவ சாப்பாடு."

எனக்குச் சிரிப்புத்தான் வந்தது.

அப்பொழுது சரஸ்வதி, உங்களுக்குக் கண்ணம்மா பேரிலே பழையபடியும் பிரியம் வரணும்னா இனி ஒரே ஒரு வழிதான் இருக்கு! அது என்னன்னு உங்களுக்குத் தெரியுமோ?" என்று கேட்டுவிட்டுச் சிரித்தாள். பிறகு அவளே சொன்னாள்: "அவள் தங்கம்மா ஜாடையிலே இருக்கிறாள்னு நினைச்சுக்கோங்க! பிரியம் தானாவரும்! தங்கம்மாவையே கண்ணம்மா ஆக்கிட்ட பிற்பாடு, கண்ணம்மாவைத் தங்கம்மா ஆக்க முடியாதா என்ன? பிரியத்தைக் காட்டித்தான் யாரையும் மாத்த முடியும். வெறுப்பைக் காட்டி மாத்த முடியாது."

சரஸ்வதி பேசும்போது நான் மெய்ம் மறந்துவிட்டேன். உள்ளத்தினுள் ஒரு சிலிர்ப்பும் ஏற்பட்டது.

அப்பொழுது எனக்கும் அவளைப் போலவே தத்துவமாகப் பேச எப்படியோ தோன்றிவிட்டது; எப்படியோ தெரிந்தும்விட்டது. நான் சொன்னேன்:

"சரஸ்வதி, உண்மை. நம்மிடத்தில் பிரியம் இருந்தால், உலகத்திலே உள்ள அத்தனை பெண்களையுமேகூடக் கண்ணம்மா ஆக்கிவிடலாம். ஒவ்வொரு பெண்ணோட முகத்திலும் கண்ணம்மாவோட ஜாடை இராதுதான். ஆனால் மனசிலே இருக்கும். அது அப்போ தெரியும். இல்லையா சரஸ்வதி?"

கண்ணம்மாவின் கதை திடீரென்று ஒரு புதுத்திருப்பத்தில் திரும்பி, புதுவடிவமும் பெற்றதே ஒழிய இந்தக் கட்டத்திலும் முடிவடைய வில்லை.

❖

கல்கி தீபாவளிமலர், 1968

செவிசாய்க்க ஒருவன்

கடற்கரைக்குப் போய் வரலாம் என்ற யோசனை திடீரென்று உதித்தது. வீட்டை நோக்கித் திரும்பியிருந் தால் இவ்வளவு தூரம் அதைப்பற்றி யோசித்திருக்க மாட்டேன். எதைப் பற்றியுமே யோசித்திருக்கப் போவ தில்லைதான். யோசிப்பது, சிந்திப்பது என்ற பழக்கம் விட்டுப்போய்ப் பல வருஷங்கள் ஆகிவிட்டன. சென்னை யில் குடியேறிய பின் என்னையறியாமல் நான் கைவிட்டுவிட்ட பழக்கங்களில் இதுவும் ஒன்று. வீடு, ஆபீஸ் – இந்த இரண்டு இடங்களிலும், சிந்திக்கவிடாமல் மனசைப் பற்றி இழுக்க ஏதாவது ஒரு காரியம் எப்போ தும் இருந்துகொண்டே இருக்கும். எனக்குத் தெரிந்த வரையில், குடும்ப வரவு செலவுகளைச் சரிகட்டுவது பற்றி அவ்வப்போது கவலைப்பட்டுக் கொண்டிருக் கிறேன். சிந்தனாலோக சஞ்சாரம் இந்த அளவில்தான் நடந்து முடிந்திருக்கிறது. இதைத் தவிர, என்னைப் பற்றியோ, உலகத்தைப்பற்றியோ நான் சிந்திப்பதற்கு வேறு எதுவுமே இருந்ததில்லை. காலத்தை இந்தவிதமாக ஓட்டிக்கொண்டிருந்த நான், கடற்கரைக்குப் போகாமல் வீடு திரும்பியிருந்தால் . . . முதலிலேயே சொன்னேனே, எதைப் பற்றியும் யோசித்திருக்கப் போவதில்லை.

கடற்கரை மணலில் போய் உட்காரும் வரையிலும் உட்கார்ந்த பிறகும் அந்த ஹோட்டல் சர்வர் சொன்ன சொற்கள் காதில் ஒலித்துக்கொண்டே இருந்தன. அந்தச் சொற்களுக்கு எத்தனையோ விதமாகத் தாத்பர்யங்கள் செய்து பார்த்துக்கொண்டிருந்தேன்.

அந்த சர்வர் வேலை நெருக்கடியில், மிகமிக பரபரப்பான ஒரு சூழ்நிலையில் என்னிடம் நெருங்கி

வந்து எனக்கு எந்தவிதத்திலும் சம்பந்தமில்லாத, என்னால் முழுக்கப் புரிந்துகொள்ளவும் முடியாத ஒரு விஷயத்தைச் சொன்னான். சொல்லி விட்டு உடனே போகவும் போய்விட்டான். ஏன் சொன்னான்? அதுவும் என்னைப் பார்த்து எதற்காகச் சொன்னான்?

இரண்டொரு பைத்தியக்காரர்களை நான் பார்த்திருக்கிறேன். ஒருசமயம் ஒருவன் என்னை நீண்ட நாள் நண்பனாகப் பாவித்துக் கொண்டு தன்னுடைய சொந்த விவகாரங்களைக் கதையாகச் சொல்லத் தொடங்கினான். அது ஒரு கோயில் வாசல். அவன் பேசிக்கொண்டே இருக்கும்போது, நான் உள்ளுக்குள் சிரித்தவண்ணம் அங்கிருந்து நகர்ந்து விட்டேன், அவன் என்னைத் தொடர்ந்து வந்து பேச்சைத் தொடராமல், வேறு யாரையோ உடனேயே பிடித்துக்கொண்டு விட்டான்.

மற்றொருமுறை நான் ரோடு வழியாக நடந்துவந்தபோது எதிர்த்திசை யில் என்னை நோக்கி நடந்து வந்த ஒரு பிச்சைக்காரன் – அவனும் சித்த சுவாதீனம் இல்லாதவன்தான் – என் அருகில் வந்ததும் அப்படியே நின்றுவிட்டான். கையில் பிச்சைப் பாத்திரம், உடம்பில் ஓர் அழுக்குக் கந்தல். கழுத்தில் பலவித பாசிமணி மாலைகள்; இரண்டு கைகளிலும் குழந்தைகள் வாங்கிக் கட்டிக்கொள்ளும் பத்துக் காசு கடிகாரங்கள். என்னைப் பார்த்ததும் அவன் வழியை மறித்துக்கொண்டு நிற்கவே, நானும் நிற்க வேண்டியதாயிற்று.

“இப்போது என்ன மணி?” என்று என்னைக் கேட்டான். தன் ஐந்து காசுக் கடிகாரங்கள் இரண்டையும் மாறி மாறிப் பார்த்தான். “மணி எட்டு. இன்னும் அரை மணி நேரத்திலே ரயில் வந்துடும். தெரிஞ்சுதா? ஆமாம்... அப்புறம் என்ன? அரை மணி... ரயில் வந்தாச்சு. போ, சீக்கிரம். ஓடு! உம்!”

என்னை ரயிலுக்கு ஓடச் சொன்னான். நான் “சரி” என்றேன். அங்கே நின்றவர்களெல்லாம் அவனைப் பார்த்துச் சிரித்தார்கள். நானும் வாய்விட்டுச் சிரித்துக்கொண்டே வந்தேன்.

இப்போது இந்த ஹோட்டல் சர்வர் சொன்னதை நினைத்து என்னால் உள்ளுக்குள் சிரிக்கவும் முடியவில்லை; வாய்விட்டுச் சிரிக்கவும் தோன்றவில்லை. ஏனென்றால் இவன் சித்த சுவாதீனம இழந்த பைத்தியக்காரனல்ல. அப்படி இருந்தால் இவனை முதலில் வேலைக்கு வைத்திருக்க மாட்டார்கள். அரைப் பைத்தியம், கால் பைத்தியம் என்ற பிரிவுகளில் இவனைச் சேர்க்கவும் என் மனம் ஒப்பவில்லை.

இவன் சித்த சுவாதீனத்துடன்தான் பேசினான்: சுயப்பிரக்ஞையுடன் பேசினான். அதில் சந்தேகமேயில்லை. ஆனால் பேசியதன் காரணமும் அர்த்தமும்தான் எனக்குப் புரியவில்லை.

இந்த இரண்டையும் கண்டுபிடிக்க மென்மேலும் என் சிந்தனையை முடுக்கிக் கொண்டிருந்தேன்.

சாதாரணமாக நான் ஹோட்டல்களுக்குப் போவது அபூர்வம். அதுவும் அந்த ஹோட்டலுக்குப் போவது அதுதான் முதல் தடவை.

அதற்கு ஊருக்குள் நல்லபேர் இருந்தது. அங்கேயே போகலாம் என்று போனேன். அப்போது ஐந்து மணி இருக்கும். சிறிய இடம். நிற்பதற்குக்கூட அப்பொழுது இடமில்லாமல் கூட்டம் நிரம்பி வழிந்தது. எல்லா மேஜை களிலும் ஆட்கள் சாப்பிட்டுக் கொண்டிருந்தார்கள். நுழைவாசலுக்கு நேரே, கல்லாவுக்கு அருகில் ஐந்தாறு பேர் இடத்திற்காகக் காத்துக் கொண்டு நின்றார்கள். அந்தக் கோஷ்டியில் நானும் ஒருவனாகப் போய் நின்றேன். 'காத்திருக்கலாமா? வேறொரு கடையைப் பார்த்துப் போய்விடலாமா?' என்று யோசிக்க விடாமல், நான்போய் நுழையும் போதே என் கவனத்தை வேறொரு விஷயம் பற்றி இழுத்தது.

கூட்டத்தையும் இரைச்சலையும் பாத்திரங்களில் கடபுடா முழக்கத் தையும் மேவிக்கொண்டு உரத்த குரலில் ஹோட்டல் முதலாளி கூப்பாடு போட்டுக்கொண்டிருந்தார். எதிரே தலைகுனிந்த வண்ணம் ஒரு கிழவர் நின்றார். அவர் ஒரு சர்வர் என்பதை முதலாளியின் பேச்சிலிருந்து தெரிந்துகொண்டேன். நாசித்துவாரங்கள் புடைத்து விரிய, கண்களை இமைக்காமல் விழித்துக்கொண்டு கூச்சல் போட்டார் முதலாளி.

"...என்னான்னு கேட்கிறேன். நல்ல மாட்டுக்கு ஒரு சூடு; நல்ல மனுஷனுக்கு ஒரு சொல்லு. இத்தோடே பத்துத் தடவை ஓமக்கு எச்சரிக்கை பண்ணியாச்சு: வேலை செஞ்சா ஒழுங்கா, சுறுசுறுப்பாச் செய்யணும். இல்லே சம்பளத்தைக் கணக்குப் பார்த்து வாங்கி இப்படியே போயிடணும். சாகவும் மாட்டேன், பொழைக்கவும் மாட்டேன்னு சண்டித்தனம் பண்றது எதுக்கு?"

கல்லாவுக்கு எதிரே கிடந்த மேஜையில் சாப்பிட்டுக்கொண்டிருந்த ஒருவர், "பாவம், வயசாயிட்டது..." என்றார்.

"வயசாயிட்டதுன்னா நின்னுக்கட்டுமே! யார் கட்டாயப்படுத்துறா, இருக்கச் சொல்லி? இதுகளை உட்கார்த்தி வெச்சிப் பென்ஷன் குடுக்கவா நான் ஹோட்டல் நடத்துறேன்?"

கிழவர் ஒன்றும் பேசாமல் தலைகுனிந்தவண்ணம் நின்று கொண்டிருந்தார்.

"கஷ்டகாலம்!" என்று ஹோட்டல் முதலாளி தம் தலையில் அடித்துக்கொண்டார்.

"இந்தத் தடவை போகட்டும். விட்டுடுங்க" என்று முதலில் பேசிய ஆசாமி ஹோட்டல் முதலாளியைப் பார்த்துச் சொல்லிவிட்டு, சர்வரை நோக்கி, "பெரியவரே போய் வேலையைப் பாரும். ஆயிரம் தடவை உள்ளே போயிட்டுப் போயிட்டு வர்றதைவிட, ஒரே சமயத்துலே எல்லாத்தையும் நயமாக் கொண்டுவந்து சப்ளை செய்துட்டா, உமக்கும் சௌகரியம்தானே? சாப்பிட வர்றவங்களும் கோவிச்சிக்க மாட்டாங்க. உமக்கும் நடை மிச்சம்... சரி சரி, போம்" என்றார்.

முதலாளி ஒன்றும் சொல்லாமல் பில்களைப் பார்த்துச் சில்லறைகளை வாங்கிப் போடத் தொடங்கினார்.

மௌனமாகத் தம்மை முதலாளி மன்னித்துவிட்டார் என்று புரிந்து கொண்டு கிழவர் வேலையைக் கவனிக்க உள்ளே போனார்.

சிறிது நேரத்தில் எனக்கு உட்கார இடம் கிடைத்துவிட்டது.

'வயசு காலத்தில் இப்படியெல்லாம் வார்த்தைகளை வாங்கிக் கட்டிக்கொண்டு வயிற்றைக் கழுவ வேண்டியிருக்கிறதே' என்று அனுதாபப் பட்டுக்கொண்டு நாற்காலியில் உட்கார்ந்தேன். என்னைத் தவிர மூன்று பேர் ஏற்கெனவே வந்து அந்த மேஜையில் சாப்பிட்டுக்கொண்டு இருந்தார்கள்.

அந்த மேஜைக்குரிய சர்வர் வேகமாக வந்து எதிரே நின்றான். வந்த வேகத்தில் "அப்புறம்?" என்று அந்த மூவரையும் பார்த்துக் கேட்டான்.

ஒருவர் "வடை" என்றார்.

சர்வரும் "வடை சரி" என்று சொல்லிவிட்டு அடுத்த ஆளைப் பார்த்தான்.

"வடை சூடா இருக்கா?" என்று அவர் கேட்டார்.

"இருக்கு" என்று அந்த ஒரு சொல்லையும் வேகமாகவும் படபடப்பாகவும் சொல்லி முடித்தான்.

"சூடா இருந்தால் கொண்டா."

"சரி"

மூன்றாவது ஆளை அவன் ஏறிட்டுப் பார்த்தபோது, "எனக்குப் பஜ்ஜி கொண்டா" என்றார் அவர்.

"பஜ்ஜி சரி."

அவன் என்னை நோக்கித் திரும்பியதும், "போண்டா சாம்பார்" என்று நான் சொன்னேன்.

"போண்டா சாம்பார். சரி" என்று சொல்லிவிட்டு, அவன் உள்ளே ஓடினான். அப்போது என் எதிரே இருந்தவர், "தண்ணி கொண்டாப்பா" என்று சொல்லி அனுப்பினார்.

நான் எதிர்பார்த்ததைவிடச் சீக்கிரத்திலேயே அவன் எனக்கும் மற்றவர்களுக்கும் பலகாரங்களைக் கொண்டு வந்து வைத்துவிட்டான்.

"அப்புறம்?" – என்னை அவசரப்படுத்தினான் சர்வர்.

"ஒரு ரவாதோசை."

"ரவாதோசை. சரி" என்று வேகமாகச் சொன்னவன், சட்டென்று திரும்பி, மற்றவர்களையும் பார்த்து, "உங்களுக்கு!" என்று கேட்டான்.

"அட. பொறுய்யா! நீ என்ன இந்த வெரட்டு வெரட்டுறே? என்ன, ரயிலுக்காப் போறே?" என்று சொல்லிவிட்டு ஒருவர் சிரித்தார்.

மற்றொருவர் கோபத்தோடு, “ஏம்பா, தண்ணி கொண்டா, தண்ணி கொண்டான்னு ஒனக்கு எத்தனை தடவை சொல்றது? உம்?” என்று பாயவே “தண்ணி, சரி” என்று சொல்லிவிட்டு மறுகணமே தண்ணீரைக் கொண்டுவந்து வைத்தான்.

அவனுடைய வேகத்தையும் படபடப்பையும் பார்க்கப் பார்க்க எனக்கு ஆச்சரியமாக இருந்தது. தரையில் கால் பாவாமலே ஓடிக் கொண்டிருந்தான். பேச்சோ அதைவிட வேகமாக இருந்தது. சுபாவமே இப்படித்தானோ, அல்லது அந்தக் கிழவரை முதலாளி கடிந்துகொண்டது இவனையும் தாக்கிவிட்டதோ? என்று யோசித்துக்கொண்டே சாப்பிட்டேன்.

ரவாதோசையைக் கொண்டுவந்து வைக்கும்போது அவனை நன்றாகக் கவனித்துப் பார்த்தேன். வயது நாற்பது இருக்கும். க்ஷவரம் செய்யாத முகத்தில் வெள்ளையும் கறுப்புமாக முளைத்திருந்தது. முன் தலை வழுக்கை. ஒட்டிய கன்னங்கள். கண்கள் இரண்டும் சிவந்திருந்தன. அங்கே திடீர் திடீரென்று பாய்ந்து வந்து பரவிக்கொண் டிருந்த புகையினால் சிவந்திருக்கும் என்று தோன்றியது. உடம்பினுள் வேதனை தரும் ஒரு நோயைச் சகித்துக்கொண்டிருப்பவனைப்போல், அவன் முகம் அவ்வப்போது இலேசாகச் சமாளித்துக் கோணிக்கொண் டிருந்தது. கண்களை நடுநடுவே இறுக மூடித் திறந்துவிட்டுக் கொண் டான். அந்தப் பெரிய சிவந்த விழிகளில் ஒரு பெரும்பயம் குடிகொண் டிருப்பதுபோல் மிரட்சி தென்பட்டது. இதையெல்லாம் பார்த்த பின் அவனுடைய படபடப்பும் ஓட்டமும் எனக்கு ஆச்சரியத்தை உண்டு பண்ணவில்லை. அனுதாபத்தை உண்டு பண்ணியது.

‘பாவம், ரொம்பப் பயந்துபோய் இருக்கிறான்.’

அடுத்தாற்போல் என் தேவை என்ன என்று விசாரித்தான். நான் நிதானமாக, “சாப்பிட்டப்புறம் காபி கொண்டு வா. போதும்” என்று பரிவோடு சொன்னேன்.

மற்றவர்களும் காபி கொண்டுவரச் சொன்னார்கள். அவர்களுக்கு உடனடியாகக் கொண்டு வந்துவிட்டான். டம்ளர்களை அவசரமாக மேஜையில் வைக்கும்போது ஒரு டம்ளரிலிருந்து காபி சிறிது தளும்பி மேஜையிலேயே கொட்டிவிட்டது.

“அடச்சீ! யாரையா இவன்? மெள்ளக் கொண்டாந்து வச்சா என்னையா கேடு?” என்று சொல்லிவிட்டுத் தன் வேஷ்டியை ஒதுக்கிப் பிடித்தார் – காபி மேஜையிலிருந்து வழிந்துவிடுமோ என்று.

சர்வர் நடுங்கிப் போய்விட்டான். வெறுங்கையால் அந்தக் காபியைத் துடைக்க முயன்று, கடைசியில் நாலாப்பக்கமும் அதை மெழுகி வைத்துவிட்டான். “நல்ல ஆளுய்யா நீ!” என்று சொல்லி மூவரும் சிரித்தார்கள்.

அவர்கள் பில்லை எடுத்துக்கொண்டு போன பிறகு என்னைப் பார்த்து “ஸார், காபி?” என்றான்.

"கொண்டு வா."

காபி கொண்டு வந்து வைத்துவிட்டு எனக்கும் பில் போட்டுக் கொடுத்தான். என் பக்கத்திலும் எதிரிலும் காலியான மூன்று நாற்காலிகளில் ஒன்றே ஒன்றில் மட்டும் ஒருவன் வந்து அப்போது உட்கார்ந்தான், அவன் ஒரு பன்னிரண்டு வயதுச் சிறுவன். முன் பின் யோசிக்காமல் "போண்டா சாம்பார்" என்றான் அந்தச் சிறுவன்.

சர்வர், தன் வழக்கம்போல் அந்தச் சிறுவன் சொன்னதைத் திருப்பிச் சொல்லவில்லை. அவன் சொன்னதைக் காதில் வாங்கிக்கொண்ட மாதிரியும் காட்டிக்கொள்ளவில்லை. என்னையே பார்த்துக்கொண்டு நின்றான். பில் கொடுத்த பிறகு என்னிடம் ஒரு காரியமும் இல்லையே என்று அவனை நான் திகைப்போடு பார்த்தேன். உடனே என் அருகில் நெருங்கி வந்தான். என்னை மேலும் கீழும் பார்த்துவிட்டு இலேசாகச் சிரித்தான். ஏதோ என் தயவு ஒன்றைக் கோரும் பாவனையில் சிரித்தான்.

என்ன ஏது என்று நான் கேட்பதற்கு முன்பே, அவன் எனக்கு மட்டும் கேட்கும்படியாகச் சொன்னான். "அம்மாவுக்கு நாலு நாளாக் கடுமையான ஜுரம்... நான் தூங்கல்லே... அதுதான்..." அதற்குப் பிறகும் அவன் எதையோ சொல்ல முயன்ற மாதிரியே எனக்குத் தோன்றியது. ஆனால் எதுவும் சொல்ல முடியாமல் திக்குமுக்காடினான். கண்களை மட்டும் ஒரு தடவை இறுக மூடி விழித்தான். அத்தோடு சிறுவனைப் பார்த்துத் திரும்பிவிட்டான்.

"என்ன வேணும்?"

"போண்டா சாம்பார்"

"போண்டா சாம்பார். சரி." பழைய வேகத்திலேயே உள்ளே ஓடிவிட்டான். 'என்னவோ சொல்லிவிட்டுப் போகிறானே! என்ன சமாச்சாரம்?' என்று நான் யோசிப்பதற்குள், என் மேஜையை நோக்கி ஆட்கள் வந்தார்கள். நானும் இடத்தைக் காலி செய்துவிட்டுப் பில்லோடு கல்லாவை நோக்கி வந்தேன். காசைக் கொடுத்துவிட்டு வெளியே தெருவுக்கு வந்தவன், சில கஜ தூரம் எதைப் பற்றியும் சிந்திக்காமல் சுகமாக வீசிய குளிர்ந்த காற்றை அனுபவித்துக்கொண்டு நடந்தேன் அப்போது கடறகரைக்குப் போய்வரலாம் என்று தோன்றியது. பைகிராப்ட்ஸ் சாலையில் திரும்பிக் கிழக்கு நோக்கி நடக்கலானேன். அவன் சொன்ன வார்த்தைகள் எப்படியோ திடீரென்று ஞாபகத்திற்கு வந்தன.

'அம்மாவுக்கு நாலு நாளாக் கடுமையான ஜுரம்... நான் தூங்கல்லே... அதுதான்...'

கடற்கரையில் இரண்டு மணிநேரம் உட்கார்ந்திருந்துவிட்டேன். அவ்வளவு நேரமும் அவன் சொன்ன வார்த்தைகளைப் பற்றித்தான் சிந்தித்துக்கொண்டிருந்தேன். முன்பின் தெரியாத என்னிடம் வந்து அவன் அந்த வார்த்தைகளைச் சொன்னதை நினைக்கும்போதெல்லாம் எனக்குத் துயரமாக இருந்தது. பாவம், எத்தனை வருஷங்களாக என்னைத்

செவிசாய்க்க ஒருவன்

தேடினானோ? உலகத்தில் எத்தனையோ பேர் இருக்க, என்னைத் தேடிவந்து, நானே அவன் சொல்வதைக் கேட்கக் கூடியவன் என்ற ஒரு நம்பிக்கையோடு தன் துன்பங்களை எடுத்துச் சொன்னான். என் எளிய தோற்றமோ, என் நிதானமோ, என் சாந்தமான பேச்சோ என் முகச்சாயல் அவனுக்கு நினைவூட்டிய வேறு என்னிடம் யாருடைய அன்பு முகமோ . . . எதனால் அவனுக்கு இப்படிப்பட்ட நம்பிக்கை ஏற்பட்டதோ, எனக்குத் தெரியாது.

திரும்பவும் அதே ஹோட்டலுக்குப் போனேன். அந்த மேஜையில் போய் உட்கார்ந்தேன். காபியைத் தவிர வேறு எதுவும் அப்போது இல்லை. சாப்பிட்டதாகப் பெயர் பண்ணுவதற்கு அதை வாங்கிக் குடித்தேன்.

“ஹோட்டல் எத்தனை மணி வரையிலும் திறந்திருக்கும்” – அவனையே கேட்டேன்.

“ஆச்சு. இவ்வளவுதான். இன்னும் அஞ்சு நிமிஷம் கூட ஆகாது. சாத்துற நேரம்தான்” என்றான்.

இதைச் சொல்லும்போது அவனிடம் பழைய அவசரமும் பட படப்பும் காணப்படவில்லையென்றாலும், முகத்தில் வேதனையோடு கூடிய அந்தச் சுளிப்பும் கண்களில் அந்தச் சிவப்பும் இருந்தன. ஓர் ஆச்சரியம் என்னவென்றால், அன்று மாலையில் அவன் என்னைப் பார்த்ததையும் தாயாரின் ஜுரத்தைப் பற்றி என்னிடம் சொன்னதையும் ஏன், என்னையும் அடியோடு மறந்துவிட்டவன்போல் நடந்து கொண்டான். இது எனக்கு ஒரு புதிராக இருந்தது.

நான் வெளியே வந்து வீதியில் அவனுக்காக காத்துக்கொண்டு நின்றேன். ஒன்பது, ஒன்பதேகால் மணிக்கெல்லாம் வேலை முடிந்து அவன் வெளியே வந்தான். அவன் நடக்கும்போது நானும் கூடவே போனேன். சில அடி தூரம் போனதும், “உங்க வீடு எங்கே?” என்று கேட்டேன்.

என்னைத் திகைத்துப் பார்த்தான்.

“வீடு எந்தப் பக்கம்?”

“நீங்க? . .”

“இப்பத்தானே உங்க கையாலே குடுத்த காபியை வாங்கிக் குடிச்சேன்? சாயங்காலமும் என்னைப் பார்த்தீங்களே? ‘அம்மாவுக்கு நாலு நாளா ஜுரம்’னு கூட என்கிட்டே சொன்னீங்களே? ஞாபகம் இல்லையோ?”

“நானா சொன்னேனா?” என்று பழைய படபடப்போடு கேட்டான்.

“நீங்க சொல்லலேன்னா எனக்கு எப்படித் தெரியும்?” – நான் சிரித்தேன்.

“ஆமா . . . சொன்னேன் . . .”

"நானும் உங்களோட வரலாம்னு பார்க்கிறேன்."

"ஏன்"

"உங்க அம்மாவைப் பார்க்கிறதுக்குத்தான்"

"எதுக்கு?"

"என்னாலே ஏதாவது உதவி செய்ய முடியும்னா செய்யலாம்னு நினைக்கிறேன்."

"வேண்டாம்... எங்க அம்மாவுக்குப் பகவான்தான் உதவி பண்ணணும்."

"பரவாயில்லே..."

"இல்லே, என்னை விட்டுடுங்கோ. நான் போறேன்" என்று சொல்லிவிட்டு வேகமாக நடக்கத் தொடங்கினான்.

நான் விடவில்லை. தொடர்ந்து சென்றேன். என் மணிப்பர்ஸையும் எடுத்துத் திறந்தேன். அதில் சில்லறைக் காசுகள் போக இரண்டு ரூபாய்தான் இருந்தது. அதை எடுத்து நீட்டி, "இந்தாங்க, அம்மாவுக்கு மருந்து வாங்கறதுக்கு உதவியா இருக்கும். என் கையிலே இப்போ இவ்வளவுதான் இருக்கு" என்று நான் சொன்னதுதான் தாமதம், அவன் அங்கேயே துள்ளி விழுந்தான். என் முகத்தைக் கூடப் பார்க்காமல் திரும்பிக்கொண்டு, "வேண்டாம் வேண்டாம்; நீங்க போங்க" என்று சொல்லி ஒரு கும்பிடும் போட்டான். தப்பினால் போதும் என்று நினைத்தவன்போல் ஒரே ஓட்டமாக ஓடி மறைந்துவிட்டான்.

❖

தீபம் தீபாவளிமலர், 1968

புன்னகை

ராமலிங்கத்தின் வீட்டில் அன்றிரவு ஒரு பத்துப் பேருக்குச் சாப்பாடு. ஆபீஸ் சகாக்கள் மூவரையும் சபா நண்பர்கள் ஏழெட்டுப் பேரையும் அழைத்திருந்தான். மத்தியானம் மதுரையிலிருந்து வந்த நண்பன் சிதம்பரத்தின் விஜயத்தை முன்னிட்டுத்தான் இந்த விருந்து ஏற்பாடு. கல்யாணத்துக்கு வாங்குவதுபோல் ஏராளமான சாமான்களை வாங்கிக் குவித்திருந்தான் ராமலிங்கம். அவன் மனைவி மீனா, இரண்டு வயதுக் குழந்தையையும் வைத்துக்கொண்டு தன்னந்தனியாகச் சமையல் வேலையில் ஈடுபட்டிருந்தாள்.

சிதம்பரம் அப்போது அங்கே இல்லை. ஆறு ஆறரை மணிக்குத் திரும்பிவிடுவதாகச் சொல்லி விட்டுச் சொந்தக் காரியங்களைக் கவனிக்க ஊருக்குள் போயிருந்தான். அவன் வருவதற்குள் தானும் வெளியே போய்த் தன் நண்பர்களுக்கெல்லாம் நினைவூட்டி விட்டுத் திரும்பிவிட ராமலிங்கம் நினைத்தான். மணி ஐந்து அடித்ததும் மனைவியிடம் சொல்லிவிட்டு வீட்டைவிட்டுப் புறப்பட்டான்.

ராமலிங்கமும் சிதம்பரமும் பள்ளித் தோழர்கள். இன்று சிதம்பரம் மதுரையில் ஒர்க்ஷாப் வைத்துப் பெரிய செல்வந்தனாக இருக்கிறான். அடிக்கடி பிஸினஸ் விஷயமாய் கோவை வருவான். ஒரு தடவை மதுரை சென்றிருந்த ராமலிங்கம், அங்கு நண்பன் சிதம்பரத்தின் வீட்டில் கிடைத்த ஆசார உபசாரத்தில் மயங்கிப் பரவசமாகிப் போனான். அவனோடு ஒப்பிடத்தான் தகுதியற்றவன் என்ற நினைப்பிலே மயங்கி இருந்தான் ராமலிங்கம்.

வேலைகளையெல்லாம் முடித்துக்கொண்டு சிதம்பரம் வந்து சேர மணி ஏழாகிவிட்டது. சிறிது நேரத்தில் பெட்ரோல் பங்க் உரிமையாளரும் மற்றும் இரண்டு நண்பர்களும் வந்தார்கள். அவர்களைத் தொடர்ந்து மற்றவர்களும் சீக்கிரத்திலேயே வந்துவிட்டார்கள். பக்கத்து வீட்டில் இரவல் வாங்கிய ஜமக்காளங்களையும் தன் வீட்டு விரிப்புகளையும் திண்ணையில் போட்டுத் தன் நண்பர்கள் ஒன்பது பேரையும் சிதம்பரத்தை யும் உட்காரவைத்து ஒவ்வொருவரையும் அவனுக்கு அறிமுகம் செய்து வைத்தான் ராமலிங்கம்.

எட்டு மணிக்கு எல்லோரும் சாப்பிட உட்கார்ந்தார்கள். விருந்தின் தடபுடல் எல்லோரையுமே பிரமிக்க வைத்துவிட்டது. இந்த ஒரு நாள் விருந்தில் ராமலிங்கம் தன் சம்பளத்தில் பாதியைச் செலவழித்திருப்பான் என்று நினைக்கும்படி இருந்தது.

பத்து மணிக்கெல்லாம் எல்லோரும் விடைபெற்றுப் போய்விட்டார்கள். சிதம்பரம் ஒரு சிகரெட்டை எடுத்துப் பற்றவைத்துக்கொண்டு, பெட்ரோல் பங்க் உரிமையாளரைக் குறிப்பிட்டு, “பெரிய பெரிய இடங்களிலெல்லாம் சிநேகம் பிடிச்சிருக்கீங்களே!” என்றான்.

அதைக் கேட்டதும் ராமலிங்கத்துக்குச் சந்தனம் பூசியதுபோல் இருந்தது. உடம்பு சிலிர்த்தது; பிறகு பூரித்தது. “எல்லோருமே எனக்கு ரொம்ப வேண்டிய சிநேகிதர்கள் – உங்களைப் போல!” என்று வாய் கொள்ளாமல் சொன்னான்.

சிதம்பரம் புன்னகையோடு அவன் சொல்வதைக் கேட்டுக் கொண்டிருந்தான். ராமலிங்கத்திற்கு அதிலும் ஒரு பூரிப்பு ஏற்பட்டது.

மறுநாளே சிதம்பரம் மதுரைக்குத் திரும்பிவிட்டான்.

சரியாக இரண்டு மாதங்கள் கழிந்தபிறகு ராமலிங்கத்துக்குக் குடும்பத்தோடு குற்றாலம் சீஸனுக்குப் போய்வர வேண்டும் என்று ஓர் ஆசை எழுந்தது. முன்பு சேமிப்பில் போட்டு வைத்திருந்த இரண்டு மாத போனஸ் பணமும் இருந்தது. தன் குடும்பத்துடன் மட்டுமின்றி, சிதம்பரத் தையும் குடும்பத்தோடு அழைத்துக்கொண்டு குற்றாலத்துக்குப் போக வேண்டும் என்று அவன் ஆசைப்பட்டான். உடனே அவனுக்குக் கடிதம் எழுதினான். இரண்டு குடும்பங்களும் ஒரு பத்து நாட்களாவது குற்றாலத்தில் தங்கியிருந்து சந்தோஷமாகப் பொழுது போக்கிவிட்டு வர வேண்டும் என்று அவன் எழுதியிருந்தான். அதற்கு உடனே பதிலும் வந்தது. ஆனால் தன் மனைவி மக்களை அழைத்துக்கொண்டு வருவதுபற்றி நிச்சயமாக எதுவும் சொல்வதற்கில்லை என்றும் தான் மட்டும் எப்படியும் வர முயல்வதாகவும் சிதம்பரம் எழுதியிருந்தான். இது ராமலிங்கத்துக்குக் கொஞ்சம் ஏமாற்றம் அளித்தாலும், நேரில் போய் வற்புறுத்தினால் சிதம்பரம் கட்டாயம் தன் குடும்பத்தோடு வருவான் என்று நம்பிக்கையும் ஆறுதலும் பெற்றான்.

குற்றாலத்தில் சீஸன் தொடங்கிவிட்டதாகப் பத்திரிகைகளில் செய்தி வெளிவந்தது. உடனே அவன் காலதாமதம் செய்யாமல் ஆபீசில்

பதினைந்து நாட்கள் லீவு வாங்கினான். அவன் ஏற்கெனவே கேட்டுக் கொண்டதற்கிணங்கப் பெட்ரோல் பங்க் உரிமையாளர் தம்முடைய கார் ஒன்றையும் அவனுக்குக் கொடுத்து உதவினார். தன் செலவில் பெட்ரோல் போட்டுக்கொள்வதுடன், டிரைவருக்கும் அன்றாடச் செலவுக்குப் பணம் கொடுத்துவிடுவதாக அவன் சொன்னபோது, அவர், "ஏகப்பட்ட செலவாகுமே! உங்களுக்குக் கட்டுப்படியாகுமா? பார்த்துங்கோங்க!" என்று சொன்னார். தன்னால் சமாளித்துக்கொள்ள முடியும் என்று அவன் சொல்லவே, அவர் காரைக் கொடுத்துவிட்டார்.

ராமலிங்கம் இந்தப் பிரயாணத்தை முன்னிட்டு, மனைவிக்கு விலை உயர்ந்த ஒரு புடவையும் குழந்தைக்குச் சில நவீன உடைகளும் வாங்கினான். மற்றும் புதுப்பெட்டிகள், புதுப்படுக்கை, அலங்காரப் பொருள்கள், மிட்டாய் டின்கள், பிஸ்கட் டப்பாக்கள் போன்றவற்றையும் வாங்கிக் காரில் போட்டுக்கொண்டான். கணவன் செய்யும் செலவுகளைப் பார்த்து மீனாவுக்குப் பயமே உண்டாகிவிட்டது. தனக்கு அந்த உயர்ந்த விலைப் புடவையை வாங்கியிருக்க வேண்டியதில்லை என்றுகூட ஒரு தடவை வாய்விட்டுச் சொன்னாள்.

"மீனா! நாம்ப சிதம்பரத்தோட வீட்டுக்குப் போகிறோம் என்கிறதை மறந்துட்டே! அப்பேர்ப்பட்ட லட்சாதிபதிகள் வீட்டிலே நாம்ப தரித்திரக் கோலத்திலே போய் இறங்கினா, நமக்குத்தான் என்ன மதிப்பு? அவங்களுக்குத்தான் என்ன மதிப்பு? ஏதோ, ஆயுசிலே ஒரு நாள் இப்படிச் செலவழிக்கிறோம். ஒரு நாள் ஒரு பொழுதாவது நல்லா உடுத்தி, நல்லாச் சாப்பிடாவிட்டால், அப்புறம் இந்த ஜன்மம் எடுத்து என்ன பிரயோஜனம், மீனா?" என்று கேட்டான் ராமலிங்கம்.

"நம்ம சக்தியையும் பார்த்துக்கிடனுமில்லே" என்றாள் மீனா. ஆனால் அப்புறம் எதுவும் பேசவில்லை.

மாலையில் மதுரை வந்து சேர்ந்தார்கள். சிதம்பரத்தின் வீட்டுக்கு முன்னால் கார் போய் நின்றது. எல்லோரும் இறங்கினார்கள். டிரைவரும் இறங்கி, சற்று எட்டப்போய் நின்றுகொண்டான். ராமலிங்கம் தன்னந் தனியனாகப் பெட்டி, படுக்கை, கூடை முதலியவற்றை இறக்கி, ஒவ்வொன் றாக வீட்டுக்குள்ளே கொண்டுபோய் வைக்கத் தொடங்கியபோது சிதம்பரத்தின் தாயாரும், மனைவியும், குழந்தைகளும், சமையற்காரனும் வாசலில் வந்து நின்றார்கள்.

"வாருங்கோ!" என்று சொல்லி வரவேற்றாள் தாயார்.

சாமான்களையெல்லாம் எடுத்து உள்ளே கொண்டுபோய் வைத்த பின், "சிதம்பரம் எங்கே?" என்று கேட்டான் ராமலிங்கம். சிதம்பரத்தின் அப்பாவையும் எங்கே என்று கேட்டான்.

"அவன் ஓர்க்ஷாப்பிலிருந்து வீடு திரும்ப ஆறுமணியாகும். அவர் வழக்கம்போல் எட்டரை மணிக்குத்தான் வருவார்" என்றாள் அந்த அம்மாள். பிறகு, "உட்காருங்கோ" என்று சொல்லிவிட்டு உள்ளே போனாள். அவளைத் தொடர்ந்து மருமகளும் போய்விட்டாள்; பேரன்

பேத்திகளும் போய்விட்டார்கள். போனவர்கள் வெகுநேரம் வரையில் கூடத்துக்குத் திரும்பவில்லை. மீனாவுக்கு என்னவோபோல் இருந்தது. முன்பின் தெரியாத ஓர் ஊரில் ரயில்வே ஸ்டேஷன் பிளாட்பாரத்தில் பெட்டி படுக்கைகளுடன் உட்கார்ந்திருப்பது போன்ற ஓர் உணர்ச்சியே அவளுக்கு ஏற்பட்டது. மெல்லவும் முடியாமல் விழுங்கவும் முடியாமல் அவள் தவித்தபோது, ராமலிங்கம் எழுந்து நின்றான். அதே நேரத்தில் சமையற்காரன் அவர்களுக்குக் காப்பி கொண்டுவந்து வைத்தான். அந்தக் காப்பியோடு உயிருமே வந்தது போலிருந்தது மீனாவுக்கு.

“குழந்தைகள் எங்கே?” என்று சமையற்காரனைப் பார்த்து ராமலிங்கம் கேட்டான்.

“எல்லாம் மாடிக்குப் போயிட்டது.”

“கூப்பிடுங்களேன் . . .”

அப்போது சிதம்பரத்தின் தாயாரும் அங்கே வந்துவிட்டாள்.

ராமலிங்கம் அவளைப் பார்த்து, “குழந்தைகள் கையிலே குடுங்க” என்று சொல்லி, மிட்டாய், பிஸ்கட், பழக்கூடை முதலியவற்றைத் தனியாக எடுத்து வைத்தபோது, அந்த அம்மாள், “இவ்வளவு வாங்கி வந்திருக்கீங்களே! எதுக்கு?” என்று சொல்லிவிட்டு, மேலே பார்த்து, “டேய், பிரகாஷ்! டே, ஜெயராஜ்! அடியே, மாலினி!” என்று ஒவ்வொரு வரையும் பெயர் சொல்லி அழைத்தாள். மூன்று பேரும் போட்டி போட்டுக்கொண்டு கீழே ஓடி வந்தார்கள்.

அப்புறம் மீனாவின் பிறந்த ஊரைப் பற்றியும் பெற்றோர்களைப் பற்றியும் உடன் பிறந்தவர்களைப் பற்றியும் அந்த அம்மாள் விசாரித்துக் கொண்டிருந்தபோது, பழனியப்பப்பிள்ளை – சிதம்பரத்தின் தந்தை –வழக்கத்துக்கு மாறாக அப்போதே வீட்டுக்கு வந்துவிட்டார். வந்ததும் வராததுமாக ராமலிங்கத்தை ஒரு வார்த்தையில் வரவேற்றுவிட்டு, “வாசலிலே கார் நிற்குதே!” என்றார், முகத்தில் பெருந்திகைப்போடு.

ராமலிங்கம் சிரித்துக்கொண்டே, “ஆமாம்; நான்தான் கொண்டு வந்திருக்கிறேன். நம்ம சிநேகிதரோட கார்! என்றான்.

“ஓஹோ!” . . . சிதம்பரம் இன்னும் வரல்லியா?” என்று அவர் கேட்டார்.

“வரல்லியே!”

“வந்துடுவான். வர்றநேரம்தான்!” என்று சொல்லிவிட்டு அவர் உள்ளே போனார். அப்பொழுதுதான் அந்த அம்மாவும் மீனாவை உள்ளே அழைத்துக்கொண்டு போனாள்.

சிறிது நேரத்தில் சிதம்பரம் வந்துவிட்டான். அவனும் ராமலிங்கத்தை வரவேற்ற மாத்திரத்தில் அந்தக் காரைப் பற்றித்தான் கேட்டான். பிறகு, புதுப்பெட்டிகளையும் புதுப்படுக்கையையும் ஒரு முறை ஆராய்ந் தான். அவன் முகத்தில் உடனே சிரிப்பு மலர்ந்தது. உள்ளே போய்ச்

சாவியை எடுத்துக்கொண்டு வந்து, கூடத்தை ஒட்டியிருந்த ஓர் அறையைத் திறந்து அதில் பெட்டி படுக்கைகளை வைக்கச் சொல்லி ராமலிங்கத்தையும் குளிப்பதற்கு அழைத்துக்கொண்டு போனான்.

இரவு எட்டு மணிக்குச் சாப்பாடு முடிந்தபின் நண்பர்கள் கூடத்துக்கு வந்து பேசிக் கொண்டிருந்தார்கள். அப்பொழுது, சிதம்பரம் "நாளை என்னாலே குத்தாலத்துக்குப் புறப்பட முடியாது! கொஞ்சம் வேலை இருக்கு. நாளைக்கழிச்சுப் போவோம்" என்று சொல்லவே, ராமலிங்கமும், "நானும் அப்படித்தான் நினைச்சேன். நாளை மீனாட்சியம்மனைத் தரிசனம் பண்ணிட்டு, அழகர் கோயிலுக்கும் திருப்பரங்குன்றத்துக்கும் மீனாவைக் கூட்டிக்கிட்டுப் போகணும்னு யோசனை. அவள் பார்த்ததே இல்லை" என்றான்.

"அப்படியே செய்யுங்க. காரோட வந்திருக்கிறீங்க! போய்ப் பார்க்க எவ்வளவு நேரம் ஆகும்? அது சரிதான்!... குத்தாலப் பிரயாணம் பண்ணிமுடிய ஏகப்பட்ட செலவாயிடும் போல் இருக்கே! ஏது இப்படிப் பெரிய பிளானா போட்டுட்டீங்க?"

"என்னமோ, வாழ்நாளிலே ஒரு தடவையாவது கொஞ்சம் தாராள மாகச் செலவு பண்ணி இப்படி ஒரு பிரயாணம் போயிட்டு வரலாமேன்னு வந்தேன்".

"அப்படியா!" என்று கேட்டுவிட்டுப் புன்னகை செய்தான் சிதம்பரம்.

"என்னைப் போல் உள்ளவங்க கணக்குப் பார்த்தால், குற்றாலப் பிரயாணம் கட்டிவராத சங்கதிதான். ஏன், வயிறு நிறையச் சாப்பிடக் கூட முடியாதுதான். அதனாலேதான் ஆகிற செலவு ஆகட்டும்னு துணிஞ்சிட்டேன்!"

சிதம்பரத்தின் புன்னகை நிற்கவேயில்லை.

2

மதுரையில் மறுநாள் இரவும் தங்கினார்கள். பார்க்க வேண்டிய இடங்களையும் பார்த்து முடித்துவிட்டார்கள். அன்றிரவு சிதம்பரத்தைப் பார்த்துப் பழனியப்பப்பிள்ளை, "ராமலிங்கத்துக்கு இப்போ என்ன சம்பளம்?" என்று கேட்டார். அது அறைக்குள் உட்கார்ந்திருந்த ராமலிங்கத் துக்குத் தெளிவாகக் கேட்டது.

"இருநூற்று நாற்பது!" என்ன சொன்ன சிதம்பரம், "அவ்வளவுதான்!" என்று ஒரு வார்த்தையைச் சேர்த்தும் சொன்னான்.

"அந்தச் சம்பளத்திலே இப்படிச் செலவு பண்ணறானே! அவன் பொஞ்சாதி உடுத்தியிருக்கிற சீலையைப் பார்த்தியோ? பெரிய செல வாளியாயிருப்பான் போலிருக்கே!"

"வாழ்நாளிலே ஒரு தடவையாவது தாராளமாச் செலவழிச்சு சந்தோஷமா இருக்கணும்னு சொல்றார்!"

“அதுக்குக் காசைக் கரியாக்கிறதா . . . என்ன சந்தோஷம் இதிலே?” என்று ஏளனமாகச் சொன்னார் பழனியப்பப்பிள்ளை.

அடுத்த நாள் காலையில் பயணமாகுமுன் மீனாவும் ராமலிங்கமும் சில நிமிஷநேரம் தனியாகச் சந்திக்கும் வாய்ப்புக் கிடைத்தது. அப்போது அவள் கேட்டாள்: “இங்கே யாருமே கலகலப்பாய்ப் பேசமாட்டேங்கிறாங்களே. நாம்பதான் வலிய வலியப் போய்ப் பேச வேண்டியிருக்கு. பத்து வார்த்தைக்கு ஒரு வார்த்தை பதில் சொல்லிவிட்டுக் கம்முன்னு இருக்கிறாங்க.”

“அவங்க சுபாவம். சில பேர் சில மாதிரி இருப்பாங்க”.

“இன்னும் ஒரு சங்கதி. நீங்க போனமாசம் இங்கே வந்திருந்தப்போ தடபுடலாச் சாப்பாடு போட்டதாச் சொன்னீங்க. இப்போ அப்படிப் போட்டாலும், நாம்ப தினமும் சாப்பிடுகிற மாதிரிகூட இல்லையே! ரொம்பச் சிக்கனக்காரங்களோ?”

“நானும் கவனிச்சேன். வீட்டிலே என்ன அசந்தர்ப்பமோ? . . .”

காலை ஆறரை மணிக்குக் கார் குற்றாலத்தை நோக்கிப் புறப்பட்டது. ராமலிங்கம் எவ்வளவோ வற்புறுத்தியும் சிதம்பரம் தன் குடும்பத்தை அழைத்து வரவில்லை. தனியாகவே வந்தான். முன்சீட்டில் டிரைவரின் அருகே உட்கார்ந்துகொண்டான்.

“மூணு நாளிலே திரும்பிடு. வேலை கெடக்கு” என்று மகனுக்கு ஞாபகமூட்டினார் பழனியப்பப்பிள்ளை.

ராமலிங்கம் திகைத்துப் போய்விட்டான். கார் ஊரைவிட்டு வெளியே வந்ததும், “மூணு நாளிலே எப்படித் திரும்பிடுவீங்க? பத்து நாள் குத்தாலத்திலே இருக்கணும்னு எழுதியிருந்தேனே?” என்று கேட்டான்.

“கொஞ்சம் அவசர வேலைகள் இருக்கு. இல்லேன்னா அப்பா அப்படிச் சொல்லமாட்டார். ஏன், நீங்க பத்து நாட்கள் இருந்துவிட்டு வாருங்க! நான் மூணு நாளிலே திரும்பி வந்துடறேன்.”

ராமலிங்கம் மிகவும் கஷ்டப்பட்டான். மூன்று நாள் தங்கறதுக்கா இத்தனை ஏற்பாடுகள்? இவ்வளவு தூரப்பிரயாணம்?

“ஒரு வாரமாவது இருப்போம்” என்று சொல்லிப் பார்த்தான்.

“ஊஹூம். அப்பா சொல்லிவிட்டால் அதுக்கு அப்பீலே கிடையாது. நீங்க இருந்துட்டு வாருங்கன்னு சொல்றேனே!”

“நீங்க திரும்பிட்டா நாங்களும் திரும்பிட வேண்டியதுதான்” என்று ராமலிங்கம் சொன்னதற்கு அவன் எதுவும் சொல்லவில்லை.

கார் விருதுநகரை அடைந்தது. ஒரு ஹோட்டலில் இறங்கிச் சாப்பிட்டார்கள். “நான்தான் குடுப்பேன். நீங்க என் விருந்தினர்” என்று சொல்லி ஐந்து ரூபாய் பில்லையும் ராமலிங்கமே கொடுத்தான்.

வெளியே வந்து பீடாக்களை வாங்கி விநியோகித்தான். நண்பனுக்கு ஒரு சிகரெட் பாக்கெட்டும் வாங்கிக் கொடுத்தான்.

மத்தியானம் ஸ்ரீவில்லிபுத்தூரில் சாப்பிடுவதாக இருந்தது. ஆனால் சிதம்பரமோ ராஜபாளையத்துக்குப் போய்விடலாம் என்றும் அங்கேதான் நல்ல சாப்பாடு கிடைக்கும் என்றும் சொல்லவே, நேரே அங்கே போனார்கள். அங்கும் சிதம்பரமே விருந்தினராக இருந்தான்.

மாலையில் தென்காசிக்குப் போய்ச் சேர்ந்தார்கள். காப்பிக்கு அங்கே நிற்காமல் நேரே குற்றாலத்தை நோக்கி வண்டியை விட்டார்கள். சிற்றாற்றின் ஆனைப்பாலத்தைத் தாண்டிப் போய்க்கொண்டிருந்தது. அப்போது மணி ஐந்து இருக்கும். மேலகரத்தை நெருங்கிக்கொண்டிருக்கும்போது திடீரென்று காரின் வேகம் குறையத் தொடங்கியது. அப்போது டிரைவரின் முகத்தில் ஒரு திகைப்புக்குறியும் தென்பட்டது. எல்லோருமே திகைத்து நோக்கினார்கள். அவன் நிறுத்தினானோ, தானாக நின்றதோ வண்டி மேற்கொண்டு நகரவில்லை.

டிரைவர் பத்துப் பதினைந்து நிமிஷங்கள் பரிசோதனை செய்துவிட்டு, "காயில் கெட்டுப் போச்சுங்க" என்றான். ராமலிங்கம் அதிர்ச்சிக்குள்ளாகி, "பெரிய ரிப்பேரா?" என்று புரியாமல் கேட்டான்.

"வேறே 'காயில்' போட்டால் போதுங்க" என்றான் டிரைவர்.

"அது போடல்லேன்னா வண்டி போகாதோ?"

அவன் அறியாமையைக் கடிந்துகொள்பவனைப் போல், "போகாது" என்று கொஞ்சம் கோபத்துடனேயே சொன்னான் டிரைவர்.

இந்தச் சமயத்தில் சிதம்பரம் சிரிக்கத் தொடங்கிவிட்டான். அதைப் பார்த்து ராமலிங்கம் மிகவும் கஷ்டப்பட்டான்.

"இப்ப என்ன பண்ணறது?" என்று கேட்டான் ராமலிங்கம் டிரைவரை நோக்கி.

"புதுக் காயில் வாங்கிப் போடணும். இருபது ரூபாய் ஆகும்"

"தென்காசியில் கிடைக்குமோ?"

"போய்த்தான் கேட்கணும்."

"சரி, அப்படின்னா போய் வாங்கிட்டு வந்துடுங்க" என்று சொல்லி அவன் கையில் முப்பது ரூபாயை எடுத்துக் கொடுத்தான். அவனும் கால்நடையாகத் தென்காசியை நோக்கிச் சென்றான்.

"நீங்க சொன்னதுபோல் ரயிலிலேயே வந்திருக்கலாம்போலே இருக்கு!"

"அதுதான் சரி... அதிலேயும் இது இன்னொருத்தரோட காருன்னும் சொல்றீங்க! கோளாறு பெரிசா இருந்தால் நாம்பதானே சுமக்கணும்!"

"நல்ல வேளை முப்பதோட போச்சு. முந்நூறு நானூறுன்னா எங்கே போறது?"

இப்படிச் சொன்னானே ஒழிய, அவனுக்கு உள்ளூரக் கவலை பெரிதாகிக்கொண்டுதான் வந்தது. மீனாவும் கலங்கிப்போய்விட்டாள். இருவரும் செயலற்று நின்ற இந்தச் சமயத்தில் குழந்தை அழுதது. அவளைப் பக்கத்தில் உள்ள ஒரு கடைக்குத் தூக்கிக்கொண்டு போனான் ராமலிங்கம். இருபது காசுக்கு மிட்டாய் வாங்கிக்கொண்டு, ஒரு ரூபாய் நோட்டைக் கடைக்காரனிடம் நீட்டினான். அவனிடம் சில்லறை இல்லை. குழந்தை அதற்குள் ஒரு மிட்டாயை எடுத்து வாயில் போட்டுக் கொண்டுவிட்டது. எனவே, சில்லறைக்காகச் சிதம்பரத்திடம் வந்து நின்றான் ராமலிங்கம். அவன் அப்பொழுதும் சிரித்தான்; ஆனால் புன்சிரிப்புத்தான்.

"ஒரு ரூபாய்க்கா கடையில் சில்லறை இல்லை?" என்று கேலியாகச் சொல்லிவிட்டு ராமலிங்கத்திடமிருந்து நோட்டை வாங்கிக்கொண்டு பல்வேறு காசுகளாகச் சில்லறையைக் கொடுத்து அனுப்பினான்.

டிரைவர் ஆறரை மணிக்கு ஒரு மெக்கானிக்கையும் அழைத்துக் கொண்டு காயிலோடு வந்து சேர்ந்தான். சீக்கிரத்திலேயே காரைக் கிளப்புவது சாத்தியமாகிவிட்டது. மெக்கானிக் ஐந்து ரூபாயை வாங்கிக் கொண்டு போய்விட்டான்.

குற்றாலம் போய்ச் சேருமுன்பே ராமலிங்கத்துக்குக் குற்றாலப் பிரயாணம் முக்கால் வாசி சலித்துவிட்டது. நாள் ஒன்றுக்கு இருபது ரூபாய் வாடகையில் ஓர் அறையை எடுத்தார்கள். அருவியில் குளித்து விட்டுச் சாப்பிட்டார்கள். விளக்கு எரிந்துகொண்டிருக்கும்போதே களைப்பின் மிகுதியால் மீனாவும் நிர்மலாவும் தூங்கிவிட்டார்கள். சிதம்பரம் ஒரு பக்கத்தில் குறட்டைவிட்டுத் தூங்கினான். தூக்கம் வராமல் உட்கார்ந்துகொண்டிருந்தவன் ராமலிங்கம் ஒருவன்தான். அவனும் சும்மா உட்கார்ந்திராமல் கையில் உள்ள பணத்தையெல்லாம் முன்னால் போட்டுக்கொண்டு எண்ணினான். பிறகு, இதுவரையில் செய்த செலவுகளையும் இனிமேல் செய்ய வேண்டிய செலவுகளையும் ஒரு காகிதத்தில் எழுதிக் கூட்டிப் பார்த்தான்.

வாடகை மட்டுமே ஒரு நாளைக்கு இருபது ரூபாய். மற்றச் செலவு களுக்கும் அன்றாடம் அவ்வளவு ரூபாய் வேண்டும். இந்த விகிதத்தில் செலவழித்தால் நான்கு நாட்களில் கையில் உள்ளதெல்லாம் காலியாகி விடும். சிதம்பரமோ மூன்று நாட்களில் திரும்பிவிடுவான். கூட ஒரு வாரம் தங்கினால், பற்றாக்குறைக்கு அவன் கையை எதிர்பார்க்கலாம். இந்தப் பிரயாணத்துக்குத் திட்டம் போட்டதே, அவனுடைய நியாயமான பங்கையும் எதிர்பார்த்துத்தான். அவன் மூன்று நாட்களில் கிளம்பி விட்டால் மீதி நாட்களுக்குப் பணம் கொடுத்துவிட்டுப் போவானா? கொடுக்காவிட்டால் அவனை எப்படிக் கேட்பது?

ராமலிங்கம் நீள யோசித்தான். நண்பன் திரும்பும்போது கூடவே திரும்பிவிடுவதுதான் மரியாதை என்று முடிவு கட்டிவிட்டுப் படுத்தான்.

புன்னகை 1065

அவன் போட்ட கணக்கு சரியாகவே இருந்தது. நான்காம் நாள் ஜாகை வாடகையைக் கொடுத்துவிட்டுக் குற்றாலத்திலிருந்து கிளம்பும் போது அவன் கையில் மிஞ்சியிருந்தது பதினைந்து ரூபாய்தான்.

"திடீர்னு பிளானை மாத்திப்பிட்டு என்கூடக் கிளம்பிட்டீங்களே!" என்று சிதம்பரம் புன்னகை பூத்தபோது, "நீங்க இல்லேன்னா சுவாரசியப் படாது" என்று ராமலிங்கமும் புன்னகை பூத்தான்.

சூரியோதயத்துக்கு முன்பே குற்றாலத்தைவிட்டுப் புறப்பட்ட கார், மத்தியானத்துக்குள் மதுரைக்கு வந்துவிட்டது. நடுவில் ஸ்ரீவில்லிபுத்தூரில் காப்பி சாப்பிட அரைமணி நேரம் நிறுத்தியதுதான். மதுரைக்கு வந்து சேரும்போது ராமலிங்கத்தின் கையில் பத்து ரூபாய்தான் இருந்தது. மத்தியானம் சாப்பிட்டதுமே கோயமுத்தூருக்குப் பயணமாகிவிட அவன் தீர்மானித்தான். "அது தான் நல்லது" என்று அவன் மனைவியும் ஆமோதித்தாள்.

கோயமுத்தூருக்குச் செல்லக் காரில் ஏறப் போகும் தருணம். அப்போது ராமலிங்கத்துக்கு ஒரு திகைப்பும் ஒரு யோசனையும் அதைத் தொடர்ந்து ஒரு தயக்கமும் கடைசியில் ஒரு துணிவும் ஏற்பட்டன. 'வேறு வழியில்லை' என்று முடிவுசெய்துகொண்டு சிதம்பரத்தை ஒரு நிமிஷம் தனியே அழைத்தான். இருவரும் வெளியே தெருவில் இறங்கி, ஒரு பக்கம் ஒதுங்கிப்போய் நின்றார்கள்.

"சிதம்பரம், ஒரு சின்ன உதவி: இப்போ என் கையிலே பத்து ரூபாய்தான் இருக்கு. கோயமுத்தூர் போய்ச் சேருகிறதற்குள்ளே ஒரு தடவை பெட்ரோல் போட வேண்டியிருக்கும்னு நினைக்கிறேன். அதோட கார் பழையபடியும் ஏதாவது தகராறு பண்ணினால் இருபது முப்பதுன்னு செலவாகலாம். எனக்கு இப்போ நீங்கதான் குடுத்து உதவணும். ஒரு அம்பது ரூபா குடுத்தீங்கன்னா போதும். கோயமுத்தூர் போனதும் அனுப்பிடறேன்" என்றான் ராமலிங்கம்.

"சரி" என்று சிதம்பரம் வீட்டுக்குள்ளே போய், அடுத்த நிமிஷமே திரும்பி வந்தான்; ஐந்து பத்து ரூபாய் நோட்டுகளையும் ராமலிங்கத்தின் கையில் கொடுத்தான். அவன் சந்தோஷமாகப் பணத்தை வாங்கிக் கொண்டு எல்லோரிடமும் விடைபெற்றுக்கொண்டதும் காரும் புறப்பட்டு விட்டது.

3

கோயமுத்தூருக்குத் திரும்பிய ராமலிங்கம் தனது லீவில் மீதியிருந்த நாட்களை ரத்துசெய்துவிட்டு மறுநாளே ஆபீசுக்குப் போய்விட்டான். சிதம்பரத்துக்கு ஐம்பது ரூபாயை உடனே அனுப்பிவிடுவதா, இல்லை, முதல் தேதி சம்பளம் வாங்கி அனுப்பலாமா என்று யோசிக்க வேண்டிய தாகிவிட்டது. அன்றே ஒரு முடிவுக்கு வர முடியவில்லை: மறுநாளும் யோசித்தான். அன்றும் அதே கதைதான். யோசனையிலேயே மூன்று நாட்கள் ஓடிவிட்டன. அதனால், வந்து சேர்ந்ததாகச் சிதம்பரத்துக்குக்

கடிதம் எழுதக்கூடத் தோன்றவில்லை.

நான்காம் நாள் மீனாவிடமே ராமலிங்கம் யோசனை கேட்டான்.

அவள் எடுத்த எடுப்பிலேயே சொன்னாள்: "என்னைக் கேட்டால், உடனே பணத்தை அனுப்பிச்சிப் போடணும். நாம்ப வேணும்னா பட்டினி கிடப்போம். பணத்தை அனுப்ப மாட்டோமோன்னு அவங்க சந்தேகப்படறாப்லே வச்சிக்கிடக் கூடாது."

"நீ சொல்றது வாஸ்தவம்தான் மீனா, ஆனால் இப்போ கையிலே அவ்வளவு இல்லையேன்னு பார்க்கிறேன். பாங்கிலே போட்டிருந்ததையும் எடுத்துச் செலவு பண்ணிவிட்டோம்."

"என்ன செய்வீங்களோ, எனக்குத் தெரியாது. அவங்களை நினைச் சாலே எனக்குப் பிடிக்கல்லை. ஆயுசிலே ஒரு நாள் நாம்ப சுகமா சந்தோஷமா இருக்கிறதைக்கூட அவங்களாலே பொறுக்க முடியவில்லை."

"நீ யாரைச் சொல்கிறே?"

"யாரைச் சொல்கிறேன்? சொல்கிறவங்களைத்தான் சொல்றேன்! அவங்க பார்வையும்! அவங்க சிரிப்பும்! என்னமோ பைத்தியக்காரங் களைப் பார்த்துச் சிரிக்கிற மாதிரியில்லே ஒவ்வொருத்தரும் சிரிக்கிறாங்க? அவங்க பிள்ளைகளுக்குப் பழமும் மிட்டாயும் பிஸ்கோத்தும் வாங்கிக் கொடுக்கிறதைப் பார்த்தே சிரிக்கிறாங்க, தெரியுமா . . .?"

அவள் பெருமூச்சுவிட்டாள். அவன் ஏதோ பேச வாய் எடுத்தான். அதற்குள் அவள் தொடர்ந்து பேசினாள்:

"என் புடவையைப் பார்த்து எத்தனை கேள்வி? 'உனக்கு இந்தப் புடவையா? உங்களுக்குக் குத்தாலப் பயணமா? உங்களுக்கு ஸ்பெஷல் காரா?' – அந்தமாதிரி நினைச்சுச் சிரிக்கிற சிரிப்பாக்கும் அது! உங்க சிநேகிதரும் வழியெல்லாம் சிரிச்சுக்கிட்டு வந்தாரே, உங்க மணிபர்ஸையும் ஆழம் பார்த்துக்கிட்டு! பார்க்கலையா நீங்க?"

மனைவி பேசுவதை அவனால் கேட்டுக்கொண்டு நிற்க முடிய வில்லை. கோபம்கூட வந்துவிட்டது. "நீ அர்த்தமில்லாமல் படபடக்கிறே, மீனா! அவங்களை உனக்குத் தெரியாது சும்மா கிட. நான் எவ்வளவு காலம் உசுருக்கு உசுராப் பழகின சிநேகிதன்! . . . போ, போ" என்று மிகவும் கடிந்துகொண்டான்.

அப்பொழுதே, அந்த இடத்திலேயே அவன் சிதம்பரத்துக்குக் கடிதம் எழுத உட்கார்ந்துவிட்டான். தற்சமயம் கையில் பணம் கொஞ்சம் தட்டுப்பாடாக இருக்கிறது என்றும், இன்னும் ஆறே நாட்களில்,– அதாவது முதல் தேதியன்று சம்பளம் வாங்கியதும் அனுப்பிவிடுவதாகவும் எழுதினான். கடிதத்தைக் கையோடு தபாலில் சேர்த்துவிட்டுத்தான் ஆபீசுக்குப் போனான்.

மூன்று நாட்களாகக் குழம்பிக்கொண்டிருந்த அவனுக்கு அன்றுதான் மனம் நிம்மதி அடைந்தது.

சாயங்காலமானதும் வெளியே எங்கும் போகாமல் நேரே வீட்டுக்கு வந்தான். அவன் வந்ததுமே ஒரு தபால் கார்டைக் கொண்டுவந்து நீட்டினாள் மீனா. "மத்தியானம் வந்தது" என்றும் சொன்னாள். "ஒரு தடவைக்கு இரண்டு தடவை வாசியுங்க!" என்று கூறிவிட்டு முகத்தைத் திருப்பிக்கொண்டு உள்ளே போய்விட்டாள்.

கடிதத்தில் ஒரு சில வரிகளுக்குமேல் இல்லை. ராமலிங்கம் வாசித்தான்:

"அன்புள்ள நண்பர் ராமலிங்கத்துக்கு,

வணக்கம். சௌக்கியமாகப் போய்ச் சேர்ந்திருப்பீர்கள் என்று நம்புகிறேன். நாங்கள் வீட்டோட ஆடிச் சுக்கிர வாரத்துக்குத் திருச்செந்தூருக்குப் போகிறோம். அதை முன்னிட்டு நிறையச் செலவுகள் இருப்பதால் இந்தக் கடிதத்தை அவசரமாக எழுதுகிறேன். தாங்கள் என்னிடம் வாங்கிச் சென்ற ஐம்பது ரூபாயை இக்கடிதம் கண்டதும் உடனடியாக அனுப்பிவைத்தால் பெரிய உதவியாக இருக்கும் என்று தெரிவித்துக்கொள்கிறேன். சிரமத்துக்கு மன்னிக்கவும்.

தங்கள் அன்பு மறவாத

ப. சிதம்பரம்

❖

கல்கி, 29 செப்டம்பர் 1968

புதிய ரோஜா

ஜகதா அன்று ஆபீசுக்குப் போகும்போது எவ்விதமான விசேஷ அலங்காரமும் செய்துகொள்ளவில்லை. முதல் நாளும் அதற்கு முந்திய நாள்களும் சென்றாற் போல் அன்றும், ஒரு சாதாரணமான புடவை, தலைநிறையக் கனகாம்பரப் பூ, கையோடு எடுத்துச் செல்லும் 'டிபன்' பாத்திரம் – ஆகியவற்றோடுதான் காரியாலயத்துக்குச் சென்றாள். உள்ளத்திலாவது அன்று ஒரு விசேஷ உணர்ச்சி குதூகலம் நிறைந்ததா–பிறந்ததா என்றால் அதுவும் இல்லை.

ஜகதா மறந்துவிடவுமில்லை – தன்னைப் பொறுத்த வரையில், தன் வாழ்க்கையில், அது ஒரு முக்கியமான நாள் என்பதை, காலையில் விழித்து எழும்போதே அன்றைய தினத்தின் முக்கியத்துவம் அவளுக்கு நினைவு வந்தது. அதைத் தொடர்ந்து, சென்ற ஆண்டு இதே மாதம் இதே தேதியில் நடந்த ஒவ்வொரு நிகழ்ச்சியும் தானாகவே வந்து அவள் கண்முன் நின்றது. அன்று கணேசன் ஒரு கைக் கடிகாரத்தை அவளுக்குப் பரிசாக அளிக்க முன்வந்தான். அதன் விலை நூற்றைம்பது ரூபாய் என்பதையும் அது சாதாரணமாகச் சென்னை நகரக் கடைகளில் கிடைக்காத ஓர் அபூர்வக் கடிகாரம் என்பதையும் பெருமையோடு சொன்னான். ஜகதாவுக்கு இந்தப் பரிசை அளிக்க வேண்டும் என்பதற்காக அந்த மாதமும், அதற்கு முந்திய மாதமும் கிராமத்தில் உள்ள தன் பெற்றோருக்குப் பணம் அனுப்பவில்லை என்பதைத் தன் அன்பின் அடையாளமாகவும் அவளுக்காக எதையும் செய்யத் தயாராக நிற்கும் தன் தியாக உணர்வின் எடுத்துக்காட்டாகவும்

மறைமுகமாகவும் புலப்படுத்தினான். அப்பொழுது வைராக்கியமாக அந்தப் பரிசைத் தான் வாங்கிக்கொள்ள மறுத்துவிட்டதையும் ஏமாற்றத்தினால் அவன் நெடுமூச்செறிந்ததையும் அவள் இப்போது நினைத்துப் பார்த்தாள். "நான் அப்படி மறுத்ததுதான் சரி" என்று இப்போது தனக்குத் தானே சொல்லிக் கொண்டு ஆறுதலும் பெற்றாள் ஜகதா. கணேசன் இன்றைய தினம் சென்னையில் இல்லாதது – நான்கு மாதங்களுக்கு முன்பே திருச்சிக்கு மாற்றலாகிப் போனது – அவளுக்கு எவ்வளவோ ஆசுவாசம் அளித்தது – பெரிய சுமை தானாகவே தலையைவிட்டு இறங்கியது மாதிரியிருந்தது.

ஆபீசுக்குப் போனதும் சென்ற ஆண்டின் நினைவுகள் – கணேசன் சம்பந்தப்பட்ட ஞாபகங்கள் – வேலை மும்முரத்தில் அடியோடு மறைந்து விட்டன. கருமமே கண்ணாக வேலையைச் செய்தாள். ஒருமணி அடித்ததும் மற்றவர்களைப்போல் தானும் எழுந்து ஆபீசைச் சேர்ந்த கான்டீனுக்குப் போனாள். கையோடு கொண்டுபோன சிற்றுண்டியை அங்கே இருந்து சாப்பிட்டுவிட்டு, ஒரு காப்பி மட்டும் வாங்கிக் குடிப்பது அவள் வழக்கம். ஒரு மூலையில் கிடந்த மேஜையை நோக்கிச் சென்றாள். அதன் இருபுறமும் போடப்பட்டிருந்த இரண்டு நாற்காலிகளிலும் யாருமே இல்லை என்பதோடு, பக்கத்தில் இருந்த ஐந்தாறு மேஜைகளும் காலியாகவே இருந்தன. மூலையில் கிடந்த மேஜையருகே ஒரு நாற்காலி யில் உட்கார்ந்தாள். சிற்றுண்டிப் பாத்திரத்தையும் திறந்தாகிவிட்டது. சாப்பிடப்போகும் தருணம். அப்போது, எங்கோ இருந்து திடீரென்று வந்து அவள் எதிரே நின்றான் எம்.ஆர். சந்திரன். உலகத்தின் கடைக்கோடி யிலிருந்து ஓடி வருபவனைப்போல் பறக்கப் பறக்க மேல்மூச்சு கீழ்மூச்சு வாங்கிக் கொண்டு வந்து நிற்கும் சந்திரனை அவள் திகைப்புடன் நிமிர்ந்து பார்த்தாள். அவன் வந்த வேகத்திலேயே பேசினான்.

"ஜகதா, கொஞ்சம் பொறுங்கள் . . . கொஞ்சம் . . ." என்று சொல்லிக் கையை முன் பக்கம் நீட்டி அவள் சாப்பிடப் போவதைத் தடுத்தான்.

ஜகதாவின் நிமிர்ந்த முகம் குனியவில்லை. ஆச்சரியத்தால் விழிகள் அகன்றிருந்தன. அவன் ஒரு தடவை பெருமூச்சுவிட்டுத் தன் பரபரப்பைச் சிறிது தணித்துக்கொண்டான். இருவர் விழிகளும் ஒருகணம் மௌன மாகச் சந்தித்தன.

ஏன் இப்படித் தடுக்கிறார்? இப்படித் தடுப்பதற்கென்றே ஓட்டமாக ஓடிவந்திருக்கிறாரே, ஏன்? விளையாட்டுத் தனம்தானா? இல்லை, திரை மறைவில் ஏதேனும் விபரீதம் ஒளிந்திருக்குமா?

ஜகதா திகைத்தாள். சந்திரனுடைய அகராதியில் விளையாட்டுத் தனமும் இருக்க முடியாது. விபரீதத்தையும் காணமுடியாது என்று அவளுக்கு நன்றாகத் தெரியும். அதனால்தான் திகைப்பு அதிகமாகி விட்டது. ஒன்றுமே புரியவில்லை. பேச வாய் வராமலும் சாப்பிடக் கை வராமலும் சிலைபோன்று உட்கார்ந்திருந்தாள். விளங்காத புதிரையும் அதனால் ஏற்பட்ட வியப்பையும் வெளிப்படுத்தும் ஒரு புன்னகை

மட்டும் அவளுடைய இதழ்க்கிடையில் பூத்தது. இந்தச் சிறு அசைவைக் கண்டதுமே அவன் பேசத் தொடங்கிவிட்டான்.

"ஜகதா! இன்னிக்குத்தானே உங்கள் பிறந்தநாள்?" என்று எதிர் பாராதவிதமாகக் கேட்டான் சந்திரன். அவன் குரலில் ஆவலும் தொனித்தது; ஏமாந்து விடுவோமோ என்ற பயமும் ஒலித்தது.

ஜகதாவின் புன்னகை சிரிப்பாக மலர்ந்துவிட்டது.

"இவ்வளவு அக்கறையோடு கேட்கிறீங்களே, எதுக்கு? என் பிறந்த நாளைப் பற்றி உங்களுக்கு இவ்வளவு அக்கறை வருவானேன்?" என்று அவள் கேட்டாள்.

"இல்லை; கேட்கிறேன்... சொல்லுங்கள்; இன்னிக்குத்தானே?"

"இன்னிக்குத்தான். ஆனா அது உங்களுக்கு எப்படித் தெரிஞ்சது?"

சந்திரன் அதற்குப் பதில் சொல்லாமல் கான்டீனின் வேறொரு பகுதியை ஒரு தடவை ஏறிட்டுப் பார்த்தான். "நல்லவேளை வேறொரு நாளா இருக்குமோன்னு நினைச்சேன்" என்றும் சொல்லிக்கொண்டான். அப்புறம் ஒன்றும் சொல்லாமல் சிரித்த முகத்தோடு மேஜையைக் குனிந்து பார்த்தவண்ணம் எதிரே கிடந்த நாற்காலியில் அமர்ந்தான்.

அவனுடைய ஒவ்வொரு செய்கையையும் ஒரு விளையாட்டுக் கூத்தாக ரஸித்துக் கொண்டு, "என் கேள்விக்கு நீங்க பதிலே சொல்ல லையே? இன்னிக்குத்தான் என் பிறந்தநாள் என்கிறது உங்களுக்கு எப்படித் தெரிஞ்சது?" என்று ஜகதா கேட்டாள்.

"தெரியும்!" என்று ஒரே வார்த்தையில் அவன் பதில் சொன்னான். விவரமாக எடுத்துச் சொல்ல அப்போது அவனுக்குத் தோன்றவில்லை. கான்டீன் பரிசாரகன் கால தாமதம் செய்கிறானே என்ற கவலையும் அவசரப்படும் துடிப்புந்தான் அவனிடம் நிறைந்திருந்தன.

சுமார் ஒரு மாதத்திற்கு முன் அதே காரியாலயத்தில் அவனும் அவளும் ஒரே அறையில் வேலை செய்துகொண்டிருந்த சமயத்தில், உலகப் பெரியோர்களின் பிறந்த நாளைப் பற்றி மற்ற சகாக்களிடையே ஏதோ பேச்சு அடிபட்டது. இந்த விஷயத்தை அவர்கள் ஏன் பிரஸ்தாபித் தார்கள் என்பது மற்றவர்களுக்குத் தெரியாது. இந்தப் பேச்சைத் தொடர்ந்து ஒவ்வொருவரும் தாமாகத் தங்கள் தங்கள் பிறந்த நாட்களைத் தெரிவித்துக் கொள்ள நேர்ந்தது. ஜகதாவும் தனது ஜன்ம தினத்தைச் சொன்னாள். அதைச் சந்திரன் உடனே நினைவில் பதியவைத்துக் கொண்டான். இது அவள் நினைத்துப் பார்த்திராத விஷயம்.

"ஏன் பேசாமல் இருக்கிறீங்க?" என்று அவள் சிரித்துக்கொண்டே கேட்டபோது, மேஜைக்குப் பலகாரத் தட்டுகள் வந்துவிட்டன. பரிசாரகன் இருவர் முன்பும் தனித் தனி செட்டுகளாகத் தட்டுகளை வைத்தான். மேஜை நிறைந்துவிட்டது. "அப்புறம் காப்பிதானே?" என்று சந்திரனைக் கேட்டான் பரிசாரகன்.

"காப்பியும் ப்ரூட் சாலட்டும்" என்று சொல்லி அவனை அனுப்பி விட்டு, "சாப்பிடுங்க" என்று ஜகதாவைப் பார்த்துச் சொன்னாள். அடுத்த நிமிஷம் அவள் கையைப் பிடித்துக் கொண்டுபோய்த் தட்டில் வைத்துவிடுபவனைப் போல் அவசரப்பட்டான் அவன். "முடியாது. என் கேள்விக்கு நீங்கள் பதில் சொல்லியாகணும், முதலிலே!"

சென்ற மாதம் ஆபீசில் பிறந்த நாட்களை ஒவ்வொருவரும் தெரிவித்துக்கொண்டதைச் சொல்லி, அந்தச் சமயத்தில்தான் ஜகதாவின் பிறந்தநாளை அவள் வாய்மொழி மூலமே தெரிந்துகொண்டதை அவன் சுருக்கமாகச் சொல்லி முடித்து, மீண்டும் அவளைச் சாப்பிடச் சொல்லி அவசரப்படுத்தினான்.

"உங்களுக்கு எவ்வளவு ஞாபகம்!" என்று ஆச்சரியப்பட்ட ஜகதா, "எல்லாருமே அவங்க அவங்க பிறந்த நாளைச் சொன்னாங்களே, அதெல்லாம் உங்களுக்கு ஞாபகம் இருக்கோ?" என்று கேட்டாள்.

"அவங்க சொன்னதைத்தான் காதிலே வாங்கவே இல்லைலே . . . சரி சாப்பிடுங்க . . .!"

ஜகதாவுக்குச் சந்தோஷமாக இருந்தது. அவன் முகத்தை ஒருமுறை கண்களால் முகப்பதுபோல் பார்த்தாள். அப்புறம் கீழே குனிந்து, "ஐயோ! இவ்வளவும் சாப்பிடத்தானா? வயிறு கொள்ளுமோ?" என்றாள். இந்த வார்த்தைகள் அவன் காதில் ஏறவே இல்லை. வேறு எதையோ பேசலானான்:

"அதுவும் சரிதான்."

"எதுவும் சரிதான்?" என்று அவள் கேட்டாள்.

"பிறந்தநாள் என்கிறதுக்காக விசேஷமா அலங்காரம் பண்ணிக் கொள்ளணும்னு என்ன கட்டாயம்?" – அவன் தனக்குத்தானே பேசிக் கொள்வதைப்போல் அவளை நோக்கிச் சொன்னான். இப்படி ஏன் தன் மனசைத் தானே சமாதானப்படுத்திக்கொள்கிறான் என்பது அவளுக்குப் புரியவில்லை. "சாப்பிடுங்க". இருவரும் சாப்பிடத் தொடங்கி னார்கள். சுற்றுப்புறத்தைப் பற்றி இருவருக்கும் ஞாபகமில்லை. அவனுக்குக் கரை காணாத ஆனந்தம். அவளுக்கோ இதுவரையிலும் பங்கெடுத்து அறியாத ஒரு புது விளையாட்டு.

காப்பியும் ப்ரூட் சாலட்டும் வந்தன. அப்போது தட்டுகளில் கால்வாசியே காலியாகியிருந்தன. அதற்குமேல் சாப்பிட முடியவில்லை.

அவள் காப்பியை எடுத்து ஆற்றத் தொடங்கினாள். எல்லாவற்றையும் சாப்பிட்டுவிடவேண்டும் என்று அவன் கட்டாயப்படுத்துவான் என்று எதிர்பார்த்தாள். ஆனால் அப்படி நடக்கவில்லை. அவன் நினைவு வேறு எங்கோ தாவிவிட்டது.

"ஜகதா! . . . இன்னொரு விஷயம். நீங்க இன்னிக்கு எங்க வீட்டுக்கு வரணும்."

"வீட்டுக்கா?" – அவளுடைய ஆச்சரியம் அதிர்ச்சியின் எல்லையையே தொட்டுவிட்டது. அவனுடைய பேச்சையும் செயலையும் ரஸிப்பதுபோல் ரஸித்துக்கொண்டிருந்த அவளுடைய முகத்தில், சட்டென்று சிரிப்பின் சாயல் மறைந்துவிட்டது.

"ஆமா, எங்க வீட்டுக்கு வரணும். வீட்டிலே எல்லோருக்கும் சொல்லி யிருக்கிறேன். உங்களை எதிர்பார்த்துண்டிருப்பாங்க. நிஜம்மாத்தான்."

அவளுக்குத் தர்மசங்கடமாக இருந்தது. அவனுடைய அழைப்பை மறுக்கவும் முடியவில்லை; ஏற்கவும் முடியவில்லை.

"நான் எப்படி வரமுடியும்? சாயங்காலமாயிட்டதுன்னா நான் ஏன் வரல்லைன்னு எங்க வீட்டிலே தேடுவாங்களே!"

சந்திரன் அதைக் காதில் வாங்கிக்கொள்ளாமல், "என் தங்கையும் உங்களைப் பார்க்க ரொம்ப ஆசைப்படறா. எங்க அம்மாகூடத்தான்."

"எங்க வீட்டிலே என்னைத் தேடுவாங்களே சந்திரன்?"

"சீக்கிரமாகப் போயிடலாம். நாங்களே டாக்ஸியில் கொண்டு வந்து விட்டுடறோம்... நீங்க கட்டாயம் வரத்தான் வேணும்."

"வரல்லேன்னா?" – இப்போது அவளுடைய கேள்வியிலே விளை யாட்டு குடிபுகுந்துவிட்டது. "வரணும் . . . அவ்வளவுதான். சாயங்காலம் ஆபீஸ் விட்டதும் நேரே போயிடுவோம்" என்று சொல்லிவிட்டு எழுந்தான் சந்திரன். அவளுடைய முழுச் சம்மதத்தையும் பெற்றுவிட்டது போன்ற ஒரு திருப்தியோடு அவன் எழுந்திருக்கிறான் என்பது அவளுக்கும் தெரிந்தது. இனி மறுப்பது எப்படி? என்ன சொல்லி மறுத்தாலும் அவன் கேட்க மாட்டான் என்பதை அவள் உணர்ந்தாள்.

"சரி, நேரமாயிட்டது. அஞ்சு மணிக்கு உங்க செக்ஷனுக்கு வர்றேன்" என்று சொன்னவன் மறு நிமிஷம் அங்கே நிற்கவில்லை. தான் வேலை செய்யும் பகுதிக்குப் போய்விட்டான்.

பிற்பகல் இரண்டு மணியிலிருந்து ஐந்து மணி வரை ஜகதாவுக்கு வேலையே ஓடவில்லை. சந்திரனைச் சுற்றியே திரும்பத் திரும்ப நினைவு ஓடிக்கொண்டிருந்தது. சென்ற ஆண்டும் அதற்கு முந்திய ஆண்டிலும் அவனும் அவளும் ஒரே பிரிவில், ஒரே இடத்தில் இருந்து வேலை பார்த்திருக்கிறார்கள். கணேசனும் அப்போது அவர்களுடன்தான் வேலை செய்தான். சந்திரன், அபூர்வமாக என்றாவது ஒருநாள் காரியாலய வேலை சம்பந்தமாக அவளை ஏதேனும் கேட்பான். அத்தோடு போய் விடுவான். அவளுடன் அடிக்கடியும் அதிகமாகவும் பேசுபவன் கணேசன் தான். இந்த விஷயம் பக்கத்தில் இருக்கும் அனைவருடைய மனத்திலும் விழுந்திருக்கும் என்று அவள் இன்றுவரையிலும் எண்ணிக்கொண் டிருக்கிறாள். சிலர் ரகசியமாக அதை வைத்துப் பெரிய கதைகூடக் கட்டியிருக்கலாம் என்று அவள் பயந்ததும் உண்டு. இந்த நிலையில் சந்திரன் திடீரென்று இன்று வந்து நெடுங்காலம் அந்நியோன்யமாகப்

பழகியவனைப் போல், பிறந்தநாள் விருந்தளிக்கவும் அதுவும் போதா தென்று வீட்டுக்கு அழைக்கவும் எப்படித் துணிந்தான்?

சந்திரனுடைய பைத்தியக்காரத்தனத்துக்குப் பின்னால் வெறும் பைத்தியக்காரத்தனம்தான் இருக்கிறதா? இல்லையென்றால் மகத்தான விஷயம் ஏதாவது இருக்குமா? அவளால் கண்டுகொள்ளவோ கணிக்கவோ முடியவில்லை.

என்றோ ஒருநாள் கணேசன் அவளிடம் சொன்ன வார்த்தைகளையும் அவள் நினைத்துப் பார்த்தாள். தான் பயந்ததுபோலவே – கதை கட்டி விடுவார்களோ என்று அஞ்சியதுபோலவே – அவனும் சொன்னான்: "ஜகதா! ஏன் ஒரு நாளாவது பகல் காட்சி சினிமாவுக்கு வரமாட்டேங்கிற? பயம் எதுக்கு? விஷயம் எல்லாருக்குமே தெரிஞ்சு போச்சு. இன்னும் மூடி மறைப்பானேன்?" இதைக் கேட்டதும் ஜகதா நடுங்கிவிட்டாள். "நிஜம்தானா?" என்று கேட்டாள். "நிஜம்தான். அதுக்குச் சந்தோஷப் படுவாங்களா? பயப்படுவாங்களா? எனக்குப் பரம சந்தோஷம்!" என்றான் அவன். "ஏன்". "நம்முடைய காதல் ஊர்ஜிதமாகிறது சந்தோஷப் பட வேண்டிய விஷயமில்லையா!"

"உங்களுக்கு மனசிலே கொஞ்சம்கூட அச்சமில்லே. சந்தோஷப்பட வேண்டிய விஷயம்னு சொல்றீங்களே!"

"ஜகதா! உனக்கு ஆண்களைப் பத்தின ஒரு பெரிய உண்மை தெரியாது. சொல்லட்டுமா? ஒருத்தனோட ஒரு பெண்ணைச் சம்பந்தப் படுத்தி மத்தவங்க கதை கட்டினா, அவனுக்கு – அது பொய்யா இருந் தாலுமே–சந்தோஷமா இருக்கும்! அதிலும் அஞ்சாறு பெண்களைச் சம்பந்தப்படுத்திப் பேசினாலோ, அஞ்சாறு மடங்கு அவனுக்குச் சந்தோஷம்; பெருமை . . .!"

"இது ஒரு பெருமையா?" என்று கோபத்தோடு ஜகதா அன்று கேட்டதற்கு, "அதுதான் சொன்னேனே, அது ஆண்களுடைய மன உணர்ச்சி. பெண்களாலே புரிஞ்சிக்க முடியாதுதான்" என்று அவன் சொன்னான்.

அவன் பேச்சைக் கேட்கவே அப்போது அவளுக்கு அருவருப்பாக இருந்தது. சிறிது நேரத்தில் அது அவளுக்கு ஒருவித பயத்தையும் உண்டுபண்ணிவிட்டது. படம் பார்க்க வர முடியாது என்று ஒரேயடியாக மறுத்துவிட்டாள். அப்புறமும் பலமுறை அவன் அழைத்திருக்கிறான். இசையக்கூடிய துணிவு ஒருநாளும் அவளுக்கு ஏற்படவே இல்லை.

இந்த நிகழ்ச்சிகளெல்லாம் ஜகதாவுக்கு நினைவு வந்தன. கடைசியில், கணேசன் திருச்சிக்கு மாற்றலாகிச் சென்று கடிதத்தின்மேல் கடிதமாக எழுதினான். பதில் எழுத அவளால் முடியவில்லை. எழுதப் பிடிக்கவும் இல்லை. வெகுநாள் யோசித்த பிறகுதான் தன் வெறுப்புக்கு என்ன காரணம் என்பது ஓரளவேனும் அவளுக்குப் புலப்பட்டது. கணேசனுடன் வாழ்க்கை நடத்துவது என்றால் அது மூன்று மணி நேர சினிமாக்

காட்சிபோல, மூன்று நாள் ஹோட்டலில் தங்கியிருப்பதுபோல இருக்குமே ஒழிய அது வாழ்க்கையாக, குடும்பமாக இராது என்று தோன்றியது. அதனால் பதிலே போடவில்லை.

கணேசனின் கடிதங்கள் நின்று, அவனும் லீவு எடுத்துச் சென்னைக்கு ஓடிவரும் வழக்கத்தை நிறுத்தி வைத்திருந்த சமயத்தில்தான் சந்திரன் வந்து இன்று பிறந்தநாள் விருந்து அளித்திருக்கிறான். வீட்டுக்கும் அழைக்கிறான். கணேசனுடைய தொடர்புபற்றி எதுவுமே இவனுக்குத் தெரியாதா?

மாலை ஐந்து மணியானதும் வேலைகள் முடிந்தன. சந்திரன் தயாராக வந்து நின்றான். ஜகதாவும் வெளியே வந்தாள்.

பார்த்த மாத்திரத்தில் "போகலாமா?" என்று கேட்டான்.

ஒரு மறுப்பும் சொல்லாமல் அவனைப் பின்தொடர்ந்தாள் ஜகதா. அவள் மறுக்காமல் அவனோடு பஸ் ஏறியதற்குக் காரணம் அவனுடைய தங்கையும் தாயும் தன்னைப் பார்க்க விரும்புகிறார்கள் என்று அவன் சொன்னானே, அதுதான். அந்த வார்த்தைகளில் எப்படியோ ஓர் அரிய கவர்ச்சியும் மயக்கமும் உண்டாகிவிட்டன.

பஸ்ஸைவிட்டு இறங்கி வீட்டுக்குச் சிறிது தூரம் நடந்து செல்ல வேண்டியிருந்தது. போகும் வழியில் அவள் வேண்டுமென்றே அவனை ஒரு கேள்வி கேட்டாள். "திருச்சிக்கு மாத்திப் போனாரே, கணேசன், அவர் உங்களுக்கு லெட்டர் போட்டாரோ?"

"இல்லையே! என்ற அவன் தன்போக்கில் ராதா சந்தோஷப்படுவா என்றான். "ராதாவா?". "என் தங்கை."

"ஓ! . . . கணேசன் எனக்கு ஒரு லெட்டர் எழுதியிருந்தார். அதனாலே உங்களுக்கும் எழுதியிருப்பாரோன்னு பார்த்தேன்."

"இல்லை"– இதைச் சொல்லிவிட்டு அவன் பேசாமல் நடந்தான்.

ஜகதாவுக்கு ஒரு புதிராக இருந்தது, தன்னிடம் ஏன் அவனுக்குச் சந்தேகமே ஏற்பட மாட்டேன் என்கிறது என்று!

எதைச் சொன்னாலும் தன்னிடம் ஏன் இப்படி அன்பைச் சொரிகிறான்?

இருவரும் வீட்டுக்குப் போய்ச் சேர்ந்ததும் ராதா வாசலில் தயாராக வந்து நின்று வரவேற்றாள். அடுத்த நிமிஷம் சந்திரனின் தாயும் வந்தாள்.

"அம்மா! நான் சொன்னேனே ஜகதா என்று அவள்தான் இவள். இவளுக்கு இன்னிக்குப் பிறந்த நாள்" என்று சொல்லிச் சந்திரன் அறிமுகப்படுத்தினான்.

"வாம்மா! தீர்க்காயுசா இரு!" என்று சொல்லி வாழ்த்தி அவளை உள்ளே அழைத்துப் போனாள் தாயார்.

உள்ளே போய் உட்கார்ந்ததும் அவளுடைய வீட்டைப் பற்றியும் க்ஷேம லாபங்களைப் பற்றியும் அந்த அம்மாள் விசாரித்தாள். அவளுடைய பேச்சில், கனிந்த அன்பையும் விகசித்த தூய்மையையும் பார்த்து ஜகதா ஆச்சரியப்பட்டாள்.

சிற்றுண்டி உபசாரம் முடிந்தது. அவளை அப்படியே அனுப்பி விடாமல் வீட்டை உள்ளும் புறமும் சுற்றிக் காட்டினான் சந்திரன்.

"சீக்கிரத்தில் வெள்ளையடிக்கப் போகிறோம்!" என்றான் சந்திரன்.

வெளிப்புறத்தில் ஒரு மூலையில் சுண்ணாம்பும் காரையும் பெயர்ந்து விழுந்திருந்தது. அந்தக் குறை ஜகதாவுக்குச் செய்த குறையாக அவனுக்கு அப்பொழுது தோன்றிவிட்டது. அதைச் சீக்கிரம் பழுதுபார்த்து விடுவதாக அவன் உறுதி கூறினான். அப்புறம் பூஞ்செடிகள்... நன்கு வளர்ந்து பூத்துள்ள செடிகளைப் பெருமையோடு காட்டினான். தானும் தன் தங்கை ராதாவும் கண்ணும் கருத்துமாக செடிகளை வளர்த்திருப்பதாகச் சொல்லிக்கொண்டான்.

அங்கே ஒரு பெரிய ரோஜாச் செடி. எப்பொழுதோ பூத்த மலர் ஒன்று வாடாமலும் வதங்காமலும் ஓர் இதழ்கூட உதிராமலும் கொம்பில் இலேசாக ஆடிக்கொண்டிருந்தது. அதைப் பறித்துக் கையில் வைத்துக் கொண்டான் சந்திரன்.

"உங்களுக்கு வேணுமா?" என்று ஜகதாவைப் பார்த்து ராதா கேட்டாள்.

"வேண்டாம்னு சொன்னால் குடுக்காமல் இருந்திட மாட்டீங்களே?" என்று சந்திரனைப் பார்த்துக் கேட்டாள் ஜகதா.

அவன் சிரித்தான். ராதாவுக்கு எதுவும் புரியவில்லை.

ஜகதா, தானே கையை நீட்டி பூவை வாங்கித் தன் கூந்தலில் செருகிக் கொண்டாள்.

அந்தி மயங்கிவிட்டது. மூவரும் வீட்டுக்குள்ளே போனார்கள். எல்லோரும் ஒருநாள் தன் வீட்டுக்கு வரவேண்டும் என்று அழைப்பு விடுத்தாள் ஜகதா. சந்திரனும் ராதாவும் அவளோடு வெளியே வந்தார்கள். ஒரு டாக்ஸி எதிரே வரவே, அதை நிறுத்தி மூவரும் ஏறிக் கொண்டார்கள்.

ஜகதாவின் வீட்டின்முன் டாக்ஸி வந்து நின்றது. மூவரும் இறங்கினார்கள். அவள் தைரியமாகவே தன் வீட்டினுள் அவர்களை அழைத்துச் சென்றாள். தன் பெற்றோர்களுக்கும் அவர்களை அறிமுகப்படுத்தினாள். அழைப்பின் பேரில் அவர்கள் வீட்டுக்குப் போய் வந்ததையும் ஒளிக்காமல் சொன்னாள். பெற்றோர்கள் என்ன நினைப்பார்கள் என்பதைப் பற்றி அவள் கவலைப்படவில்லை. எல்லோரும் தன் வீட்டுக்கு ஒருநாள் வரவேண்டும் என்று அப்போது ராதா சொன்னாள். பிறகு அவளும் சந்திரனும் விடைபெற்றுப் போனார்கள்.

ஜகதா படுத்துத் தூங்குவதற்கு முன்பு தன்னுடைய தலையில் செருகியிருந்த அந்த ரோஜாப்பூவைக் கையில் எடுத்தாள். பய பத்திரமாகத் தலையில் வைத்துக் கொண்டு வந்ததால் அதன் முழு உருவமும் சிதையாமல் அப்படியே இருந்தது. மிகவும் ஆழ்ந்த பார்வையுடன் அதைப் பார்த்துவிட்டு ஒருதடவை முகர்ந்தாள். பிறகு, அதை மேஜைமேல் வைத்துவிட்டுப் பக்கத்திலிருந்த அலமாரியைத் திறந்தாள். அதிலிருந்து ஒரு சிறு அட்டைப் பெட்டியை வெளியே எடுத்து அதையும் திறந்தாள். உள்ளே வாடிக்கருகிய ஒரு ரோஜா மலர் இருந்தது. அதைத் தனியே எடுத்துத் தென்பக்கத்து ஜன்னல் வழியாக – திருச்சியும் அந்தத் திசையில் தான் இருந்தது–வெளியே எறிந்தாள். மேஜைமீது இருக்கும் புதிய ரோஜாவை எடுத்து அட்டைப்பெட்டியில் வைத்து மூடினாள். பிறகு அதை அலமாரிக்குள் வைத்துப் பூட்டினாள்.

கல்கி, 24 நவம்பர் 1968

சிறுமைக் கதை

நான் பி.ஏ. பாஸ் பண்ணியிருக்கிறேன். இதை நான் பெருமையாகக் கூறவில்லை என்பதை இப்பொழுது நீங்கள் ஒப்புக்கொள்ள மாட்டீர்கள். அதனால் முழுக்கப் படியுங்கள்.

எனக்குக் குமாஸ்தா உத்தியோகம். என்னுடைய காரியாலயம் துறைமுகத்தின் அருகே! வீடு சைதாப் பேட்டையில். அன்றாடம் மின்சார ரயில் பிரயாணம். வீட்டிலிருந்து ஸ்டேஷனுக்கு முக்கால் மைல். அதே போல் இறங்கும் ஸ்டேஷனிலிருந்து ஆபீஸ் முக்கால் மைல். தொடர்ந்து பத்து ஆண்டுகளுக்கு மேலேயே இந்த ஜீவயாத்திரை செய்துகொண்டிருக்கிறேன். விரைவில் 'புரமோஷ'னையும் எதிர்பார்த்துக் கொண்டிருக்கிறேன்.

...அப்புறம், எனக்கு ஒரு மனைவியும் இரண்டு பையன்களும் இருக்கிறார்கள்.

எனக்குப் புதிதாக வந்த மேலதிகாரி – அவர் வந்தும் மூன்று வருஷங்களாகிவிட்டன – மிகவும் கண்டிப்பான வர். வேலைகளைக் குறித்த காலத்தில் முடித்துக் கொடுக்க வேண்டும். ஆபீசுக்கு ஒரு நிமிஷம்கூடத் தாமதமாக வரக்கூடாது: கல்யாணம், கருமாதி என்று லீவு போடவும் கூடாது. தலைவலி, காய்ச்சலுக்குங்கூட அவர் லீவு தரமாட்டார். இந்தத் தலைவலியும் காய்ச்சலும் லீவுக்காகவே கண்டுபிடிக்கப்படும் காரணங்கள் என்று சொல்லிச் சாதிப்பார். ஆரம்பத்தில் இதைப்பற்றி யெல்லாம் நான் கவலைப்படவில்லை. அப்போது எனக்கு என்ன ஆத்திரம் என்றால், அவரே எந்த

வேலையையும் குறித்த காலத்தில் செய்து முடிப்பதில்லை. ஆபீசுக்கு ஒரு மணி தாமதமாக வந்து ஒரு மணி முன்னதாகவே போய்விடவும் தயங்குவதில்லை. அது மட்டுமல்ல, லீவு போடாமலே அவர் மாதத்திற்குச் சராசரி நான்கு நாட்கள் ஆபீசுக்கு வரமாட்டார். இதை ஒருநாள் ஆத்திரம் தாங்காமல் என்னுடைய சக குமாஸ்தாவிடம் சொல்லி விட்டேன். அவரும் அதிகாரியின் அநியாயங்களை என்னைப்போல் ஆத்திரத்துடன் கண்டனம் செய்தார். 'இவன் விளங்க மாட்டான் ஸார்' என்று பேசினார். ஆனால் அதன் பலன் என்ன? ஒன்றுமில்லை என்றாலும் பரவாயில்லை. நானும் சக குமாஸ்தாவும் ரகசியமாகப் பேசிக் கொண்டது மறுநாளே அதிகாரிக்குத் தெரிந்துவிட்டது. 'எப்படி இது அவருக்குத் தெரிந்திருக்க முடியும்?' என்று சக குமாஸ்தாவைக் கேட்கலாம் என்றால், அவர் அன்று ஆபீசுக்கு வரவில்லை. மூன்று நாட்கள் லீவு கேட்டு வாங்கிக்கொண்டு மாமல்லபுரத்திற்கு உல்லாசப் பிரயாணம் போய்விட்டார் என்று அறியலானேன். அவருக்கு அதிகாரி லீவு எப்படிக் கொடுத்தார்? அதுவும் உல்லாசப் பிரயாணத்திற்கு? எனக்கு மர்மமாக இருந்தது. கடைசியில் என் ரகசியக் கண்டனங்களை விலையாகக் கொடுத்துத்தான் அவர் மூன்று நாள் லீவு வாங்கியிருக்கிறார் என்று சில நாட்களுக்குப் பிறகு தெரிந்தது. அவரோ கடவுள் சத்தியமாக தாம் சொல்லவே இல்லை என்று சாதித்தார். அப்புறம் அவரை என்ன செய்வது? பேசாமல் விதியை நொந்துகொண்டு, அதிகாரியின் அடக்குமுறைக்கு நான் குனிந்து கொடுக்கும்படி ஆகிவிட்டது.

இரண்டரை வருஷங்களாகவே அவர் அடக்குமுறையைக் கடுமை யாக்கிக் கொண்டு வந்தார். நான் சொல்லாததைக்கூடச் சொன்னதாக அதிகாரி குற்றஞ்சாட்டினார்.

"அப்படிச் சொல்லவில்லை" என்று சத்தியம் செய்தேன். அவர் அதை நம்பினாரோ நம்பவில்லையோ, ஏற்றுக்கொள்ளத் தயாராக இல்லை. ஏற்றுக்கொண்டுவிட்டால் எனக்கு உரிய காலத்தில் முறைப்படி 'புரமோஷன்' கொடுக்க வேண்டும்; எனக்கு ஜூனியராக இருக்கும் அவருடைய சுயஜாதிக்காரனான குமாஸ்தாவுக்குப் புரமோஷன் கொடுக்க வேறு நியாயம் கிடைக்க முடியாமல் போய்விடும். எனக்கு நெஞ்சு பற்றி எரிந்தது. என் நிலையைக் கண்டு அனுதாபம் காட்டும் சகாக்களிடம் நான் வாயையே திறக்கவில்லை. ஒரு அனுபவம் போதாதா? எல்லோருமே ஐந்தாம் படையாக இருக்கமாட்டார்கள்தான். ஆனால் எந்தப் புற்றில் எந்தப் பாம்பு இருக்கிறது என்று முன்கூட்டியே எப்படித் தெரியும்?

ஒரு சக குமாஸ்தா – அவர் தட்டெழுத்தருங்கூட – அதிகாரியின் அக்கிரம தர்பாரை மனக்கொதிப்போடு விவரித்து, "இந்த ஆபீசில் வேலை பார்த்தாலும் சரி, பார்க்காவிட்டாலும் சரி, நான் ஜெயிலுக்கே போனாலும் சரி, இன்னொரு தடவை என்னைக் கேவலமாகப் பேசினால் எட்டி அறைவதாக இருக்கிறேன்" என்றார். இதைக் கேட்டதும் எனக்குத் தூக்கிவாரிப் போட்டது.

"அப்படி எதுவும் செய்துவிடாதீர்கள். ரொம்பத் தப்பு" என்று நான் அடக்கியும் அவர் கோபம் அடங்கவில்லை. எரிமலை ஒருநாள்

வெடித்தே தீரும் என்று எனக்குத் தோன்றிவிட்டது. அந்த நாளை எதிர்பார்த்துக்கொண்டும் இருந்தேன்.

சரியாக நான்கு நாட்கள்தான் கழிந்தன. ஐந்தாம்நாள் அந்தத் தட்டெழுத்தர் செய்த காரியம் காட்டுத் தீப்போல் ஆபீஸ் முழுவதும் பரவிவிட்டது. செய்தியைக் கேள்விப்பட்டதுமே எனக்குத் திரும்பவும் தூக்கிவாரிப் போட்டது. அவர் டைப் அடித்த பிரதிகளில் மூன்றாவது கடைசிப் பிரதியில் பழைய கார்பன் காகிதத்தை உபயோகித்ததன் காரணமாக இரண்டு இடங்களில் இரண்டு எழுத்துக்கள் தெளிவாக விழவில்லை என்பதற்காக அதிகாரி மானக்கேடான வார்த்தைகளால் அவரைத் திட்ட, அவரும் தாம் செய்யத்தகாத பெருங்குற்றம் செய்து விட்டதாக ஒப்புக்கொண்டு ஒரு பெரிய காகிதம் நிறைய மன்னிப்பு எழுதிக் கொடுத்தாராம். அப்போது அவர் அதிகாரியின் காலில் விழுந்து கெஞ்சியதாகக்கூட இரண்டொருவர் சொன்னார்கள்.

'ஜெயிலுக்கே போகத் துணிந்த ஒரு ஆசாமி செய்கிற காரியமா இது?' என்று அவரைக் கேட்க நினைத்தேன். என்ன பிரயோசனம்? 'என் நிலையில் நீர் இருந்தால் இப்படிக் கேட்க மாட்டீர்' என்று அவர் என்னை மடக்கியிருப்பார். அது உண்மைதானே என்று நானும் பேசாமல் வந்திருப்பேன்.

எனக்கு நம்பிக்கையே இழந்துவிட்டது. இந்தச் சூழ்நிலையில் நான் யாருடைய அனுதாபத்திற்கு அல்லது அன்புக்குப் பாத்திரமாக முடியும்? மனசுக்குள்ளாகக்கூட அதிகாரியைத் திட்டுவது அர்த்தமில்லாத காரியமாய்ப் பட்டது. ஒவ்வொருவனுமே கஷ்டப்படும்போது, தான் மட்டுந்தான் கஷ்டத்துக்கு உள்ளாகியிருப்பதுபோல் திட்டுவதும் ஆத்திரப்படுவதும் பைத்தியக்காரத்தனமல்லவா? ஊருக்கெல்லாம் ஒன்று; எனக்கு மட்டும் வேறொன்றா?

இப்படியாக பி.ஏ. படித்த நான் வேலை செய்துகொண்டு வரும்போது, இந்த இரண்டரை வருஷகாலத்தில் அவர் என்மீது எத்தனையோ குற்றச்சாட்டுகளைச் சுமத்தி, அவற்றைச் சித்திரபுத்திரன் மாதிரிப் பலமாகப் பதிவு செய்துவிட்டார் – நியாயத் தீர்ப்பு நாளில் எடுத்து மேஜைமேல் வைப்பதற்கு.

ஆபீசுக்குப் பத்து நிமிஷம் 'லேட்', இருபது நிமிஷம் 'லேட்' என்று ஐந்தாறு குற்றச்சாட்டுகள். இவை உண்மையாக இருந்தபடியால் நானும் மன்னிப்பு எழுதிக் கொடுத்தேன். வாடகை இருபது ரூபாய் அதிகமாக இருந்தும் வசதிகள் குறைவாக இருந்துங்கூட நான் ஆபீசுக்கு மூன்று மைல் தூரத்துக்குள்ளாகவே ஒரு வீட்டை வாடகைக்குப் பிடித்து, சைதாப்பேட்டையிலிருந்து குடிபெயர்ந்து வந்தேன். ஆபீஸ் யாத்திரா மார்க்கத்தைப் பாதியாகக் குறைத்துவிட்டேன்.

நான் வேலையில் சரியாகக் கவனம் செலுத்துவதில்லை என்றும் குறித்த காலத்தில் முடிப்பதில்லை என்றும் அபாண்டமாக அவர் சாட்டிய குற்றச்சாட்டையும் வேறு வழியின்றி ஏற்று 'இனிமேல் அப்படிச்

செய்யவில்லை' என்று வாக்குறுதி கொடுத்து, 'முன் செய்த தவற்றை மன்னிக்கவேண்டும்' என்று கேட்டுக்கொண்டேன்.

"எழுத்துமூலம் கேட்கப்பட்ட விஷயத்திற்கு எழுத்து மூலம் பதில் கொடுக்கவேண்டும்" என்று அவர் உத்தரவிட்டார். நானும் கீழ்ப்படிந்தேன்.

பொறுப்பில்லாமல் நான் அடிக்கடி லீவு போடுவதாகவும் ஒரு குற்றச்சாட்டு. அதற்கு நான் மன்னிப்புக் கேட்கும்படி உத்தரவாகவில்லை. எச்சரிக்கை செய்வதோடு அதிகாரி நிறுத்திக்கொண்டார்.

இத்தனை குற்றச்சாட்டுகள் 'பைலி'ல் இருக்கும்போது! நான் புரமோஷனை எங்கே எதிர்பார்க்க முடியும்? எனக்குப் புரமோஷன் வேண்டாம். உள்ள வேலைக்கு ஆபத்தில்லாமல் நீடித்து இருந்தால் போதும் என்று ஆண்டவனைப் பிரார்த்திக்கத் தொடங்கிவிட்டேன்.

என் பிரார்த்தனை தானாக நிறைவேறியதா, அல்லது ஆண்டவன் நிறைவேற்றினாரா என்று நாஸ்திக – ஆஸ்திகக் கூட்டங்கள் வாதிட வேண்டிய அவசியமே இல்லை. ஏனென்றால் அதிகாரியே நிறைவேற்றி விட்டார். அவருடைய ஜாதிக்காரனுக்கு, என் ஜூனியருக்கு, புரமோஷன் கொடுத்துவிட்டார். என் தலைமீது உட்காருவதுபோல் அவன் வந்து உட்கார்ந்தான். அந்த நிமிஷத்திலிருந்து என் சகாக்கள், அதிகாரிக்குச் செலுத்தும் மரியாதையை அவனுக்கும் சேர்த்து செலுத்தத் தொடங்கி விட்டார்கள். "நமக்குப் புரமோஷன் கொடுக்காதது இவன் தப்பா? அதிகாரி சொன்னபடி இவன் வந்து உட்கார்ந்திருக்கிறான். கழுதையாக இருந்தாலும் மேலே உள்ளவனுக்குக் கீழே உள்ளவன் மரியாதை செலுத்த வேண்டியதுதானே! இவன் இல்லாவிட்டால் இன்னொரு கழுதை! அவ்வளவுதானே? எந்த ராஜா பட்டத்திற்கு வந்தாலும் நமக்குப் பல்லக்குத் தூக்கும் உத்தியோகம்தானே, ஸார்" என்று என் சகாக்கள் சொன்னதை எல்லாம் மறுக்க முடியவில்லை.

சுயஜாதிக்காரனுக்கு வேலை கொடுத்துவிட்டதோடு என்மீது அடக்குமுறையைப் பிரயோகிப்பதை அவர் நிறுத்திவிடுவார் என்று நம்பிக்கையோடு எதிர்பார்த்தேன். அதுதான் நடக்கவில்லை. ஒருவனை ஒருதடவை இம்சை பண்ணி ருசி கண்டுவிட்டால், அப்புறம் அதை நிறுத்த மனம் வருமோ? என்னைக் குற்றஞ்சாடுவதில் அதிகாரிக்குள்ள ஆசை, அடங்காத ஒரு வெறிபோலவும் ஒரு லாகிரிப் பழக்கம் போலவும், தீர்க்க முடியாத ஒரு மனக்கோளாறு போலவும் ஆகிவிட்டது.

இப்போது என்னுடைய இந்தச் சிறுமைக் கதையின் முடிவுக்கு வருகிறேன். இது என் கதைக்குத்தான் முடிவே ஒழிய, என் சிறுமைக்கு முடிவல்ல.

நான் ஆபீசுக்கு அருகே – அதாவது மூன்று மைல் தூரத்தில் – புதுவீடு பிடித்துக் குடியேறியது என் நிலைமையை மேலும் மோசமாக்கி விட்டது. எவ்வளவுதான் காலகாலத்தில் வீட்டைவிட்டுக் கிளம்பினாலும், குறித்த காலத்தில் பஸ் வரும் என்றோ, வந்தாலும் இடம் கிடைக்கும் என்றோ சொல்ல முடியாது. முன்பு மின்சார ரயில் வண்டியில்

வந்து போகும்போது இந்தப் பிரச்சனை இல்லாமல் இருந்தது. இப்பொழுது இந்தப் பிரச்சனையே பெரிதாகி விட்டது. சாப்பிட்டும் சாப்பிடாமலும் நான் பஸ்ஸுக்கு ஓடிவருவதும், இடம் கிடைக்காமல் மனக்கலவரத்தோடு பிரமை பிடித்தவன்போல் அங்கும் இங்கும் அல்லாடுவதும், சம்பளம் வாங்கிய புதிதில் டாக்ஸியை அமர்த்திக்கொண்டு ஆபீசுக்கு ஓடுவதும் சகஜமாகிவிட்டன. புது வீட்டினால் இந்தப் பிரச்சனை ஏற்பட்டதுகூடப் பெரிதில்லை. எதிர்பாராதவிதமாக என் மூத்த பையனுக்கு உடல்நலமும் கெட்டது. காற்றும் வெளிச்சமும் இல்லாத அந்த ஒட்டுக் குடித்தனத்தில், ஏகப்பட்ட குடித்தனங்களுக்கு மத்தியில் நாங்கள் நெருக்குண்டு நசுக்குண்டு வாழ்ந்தோம். அதனாலோ, எதனாலோ அவன் படுத்த படுக்கையாகிவிட்டான். காலையில் டாக்டரிடம் அழைத்துக்கொண்டு போனால் நேரமாகி விடும் என்று மாலையில் அழைத்துக்கொண்டு போய்ச் சமாளித்து வந்தேன். இந்த நிலையில் என் மனைவியும் ஒருநாள் திடீரென்று ஜுரமாகப் படுத்துவிட்டாள். எடுத்த எடுப்பிலேயே 104 டிகிரி. மாலை வரையில் தள்ளிப்போட முடியாது என்று காலையிலேயே டாக்டரிடம் கொண்டு போனேன். அப்புறம் அவளை வீட்டுக்கு அழைத்துக் கொண்டு வந்தேன். பையனுக்கும் மருந்து ஆகாரமும் கொடுத்துவிட்டு, இரண்டாவது பையனைப் பள்ளிக்கூடத்திற்குப் போக வேண்டாம் என்று சொல்லி, "அம்மாவையும் அண்ணனையும் பக்கத்தில் இருந்து கவனித்துக்கொள்ள வேண்டும். எங்கேயும் விளையாடப் போய்விடக் கூடாது. சாயங்காலம் வேலைக்காரி வருவாள். பாத்திரங்களை எடுத்துத் தேய்க்கப்போடு. துணிகளையும் துவைத்துப் போட்டுவிடச் சொல். நேற்றும் அவள் வரவில்லை. அதனால் இன்று துவைத்துக் காயப்போடாவிட்டால் ரொம்பக் கஷ்டம். நாளைக் காலையில் வந்து துவைப்பதாகச் சொல்வாள். அது கூடாது, இன்றைக்கே துவைத்துப் போடவேண்டும் என்று நான் கண்டிப்பாகச் சொன்னதாகச் சொல்" என்றெல்லாம் கூறிவிட்டு ஆபீசுக்குப் புறப்பட்டேன். அரைமணி நேரத்திற்கு மேல் லேட். நான் ஓட்டமும் நடையுமாகப் போகும்போது என் குடல் அலைமோதியது எனக்கே தெரிந்தது.

பஸ்ஸுக்கு நின்றேன். ஒரே கூட்டம். கியூ வரிசையெல்லாம் அங்கே கிடையாது. பஸ் உடனே வரவில்லை. அங்கேயே தரையில் கால் பாவாமல் சுற்றுமுற்றும் பார்த்துக் கொண்டு திரிந்தேன். என்னைப்போல் பஸ்ஸுக்காக நிற்கும் கூட்டத்துடன், நிழலுக்கு ஒதுங்கியிருந்த சில ஆசாமிகளையும் அங்கே பார்த்தேன். ஒரு ரிக்ஷாக்காரன். அதில் அவனே கால் நீட்டி உட்கார்ந்து எப்பொழுதோ நடந்த ஒரு பஸ் விபத்தைப் பற்றிச் சொல்லிக் கொண்டிருந்தான் தன் சிநேகிதனுக்கு. ஒரு கீரைக்காரி கூடையை இறக்கி வைத்துவிட்டு அமைதியாக வெற்றிலை போட்டுக்கொண்டும் கதையைக் கேட்டுக்கொண்டும் இருந்தாள். மரவேலைத் தொழிலாளிகள் இருவர் பைகளில் தங்கள் கருவிகளைப் போட்டுக்கொண்டு பீடி குடித்துக் கொண்டிருந்தார்கள். "இந்த பஸ்ஸும் கிடைக்கல்லேன்னா, இன்று வேலைக்கு மட்டம் போடவேண்டியதுதான். நாளைக்குத்தான் வேலை. இத்தோடு வீட்டுக்குத் திரும்பிவிட வேண்டியது

தான்” என்று ஒருவன் மற்றொருவனுக்கு அலட்சியமாகச் சொல்லிவிட்டு பீடிப்புகையை இழுத்து ஊதினான்.

பத்து நிமிஷங்கள் கழித்துப் பஸ் வந்தது. எல்லோரும் அடித்துப் பிடித்துக்கொண்டு ஏறினார்கள். நானும் எப்படியோ ஏறி இடம் பிடித்துவிட்டேன்.

ஆபீஸில் நுழையும்போது, ஒரு மணி நேரத்திற்கு மேலேயே லேட். ‘இன்று வேலைக்கே ஆபத்து வரக்கூடும்’ என்று மனசில் ஒரே பீதி. திடீரென்று தெய்வாதீனமாக ஒரு யோசனை தோன்றியது. ‘இன்று லீவு கேட்டால், லேட் என்ற பிரச்சினைக்கு இடமில்லை’ என்று நினைத்துக்கொண்டு நேரே ஆபீஸரை நோக்கிச் சென்றேன்.

அவர் அன்று, அதுவும் அந்த நேரத்தில் ஆபீஸில் இருந்தார். என்னை ஏறிட்டுப் பார்த்தார். “என்ன விஷயம்? இனிமேல் எக்ஸ்கியூஸே கிடையாது” என்று கடுமையாகச் சொன்னார். பற்களை இறுகக் கடித்துக் கொண்டு பேசினார்.

“ஸார், வீட்டிலே என் மனைவிக்கு 104 டிகிரி ஜுரம். பையனும் வேறே பத்து நாட்களாகப் படுத்திருக்கிறான் . . .”

“இந்த ராமாயணமெல்லாம் தேவையில்லை.”

“உண்மையாகத்தான் சொல்கிறேன்” என்று சொல்லி மருந்து வாங்க டாக்டர் எழுதிக் கொடுத்திருந்த சீட்டையும் காட்டினேன். அவர் அதைத் திரும்பியே பார்க்காததால் மேஜைமேல் வைத்தேன். ஏதோ அசிங்கத்தை எடுத்து எறிவதுபோல இரண்டு நுனி விரல்களால் சீட்டை எடுத்து என்னைப் பார்த்து வீசினார். அது பறந்து கீழே விழுந்ததும் எடுத்துவைத்துக்கொண்டேன்.

“மூன்று நாள் லீவு வேண்டும், ஸார்” என்று கும்பிட்டேன்.

“அந்தப் பேச்சே கிடையாது. எவனோ ஒரு ஒன்றரையணா டாக்டர் எழுதிக் கொடுத்ததை வைத்து லீவு வாங்கிவிடலாம் என்ற துணிச்சலினால்தான் இவ்வளவு நேரம் கழித்து வந்தீரோ? நீர் போகலாம். அரைநாள் ‘ஆப்ஸென்ட்’ போட்டிருக்கிறேன். மத்தியானம் வந்து ‘எக்ஸ்பிளனேஷன்’ எழுதிக் கொடுத்துவிட்டு வேலை செய்யலாம். போம்” என்று சொல்லி ஆள்காட்டி விரலால் வழியையும் காட்டினார்.

அன்று அவருடைய முகத்தில் முஷ்டியால் குத்தவேண்டும், இல்லையென்றால் அவர் காலில் விழவேண்டும் என்று நினைத்தேன். அவரோ விரட்டிக்கொண்டே இருந்தார். வெளியே வந்துவிட்டேன். ‘என்ன ஆனாலும் சரி, மத்தியானம் இரண்டு மணிக்கு ஆபீசுக்குப்போய், எழுதிக் கொடுக்க வேண்டியதை எழுதிக் கொடுப்போம். இப்பொழுது வீட்டுக்குப் போவோம்’ என்று ஒரு பஸ்ஸைப் பிடித்து வீட்டுக்கு வந்துவிட்டேன். சமையல் வேலையைக் கவனித்தேன். நானும் சாப்பிட்டு, மனைவிக்கும் பையனுக்கும் கஞ்சி கொடுத்தேன். முன் ஜாக்கிரதையாக ஒரு மணிக்கே ஆபீசுக்குப் புறப்பட்டுவிட்டேன். அப்போது இரண்டாவது

பையனிடம் காலையில் சொன்னதையே திரும்பவும் சொல்லி, வேலைக்காரி வந்தால் துணி துவைக்கச்சொல்ல வேண்டும் என்பதையும் ஞாபகப்படுத்திவிட்டு பஸ்ஸைப் பிடிக்க நடந்தேன். அப்பொழுது கூட்டமில்லாத நேரம். ஒன்றரை மணிக்கே ஆபீசுக்கு வந்து என் சகாக்கள் சிலரிடம் — அவர்களுடைய அனுதாபமோ, நடிப்போ கால் காசுக்குப் பிரயோஜனமில்லை என்று தெரிந்திருந்துங்கூட — என் நிலையைச் சொன்னேன். "வேறே எங்காவது வேலை கிடைத்தால் போய்விடலாம்" என்று வாய்தவறிக் கூறிவிட்டேன். ஒரு சகா சிரித்தார். "என்ன இருந்தாலும் இது தெரிந்த பிசாசு. தெரியாத பிசாசிடம் வேலைக்குப் போவானேன்? அது எப்படி இருக்குமோ?" என்றார்.

அன்று அதிகாரி சொன்னபடியெல்லாம் மன்னிப்பு எழுதிக் கொடுத்துவிட்டு வேலை செய்ய உட்கார்ந்தேன்.

சாயங்காலம் ஐந்து மணி அடித்ததும் எல்லோருடனும் நாற்காலியை விட்டு எழுந்தேன். ஆபீஸ் வாசலில் 'க்யூ' வரிசை உண்டு. எனவே சிரமமில்லாமல் பஸ் ஏறி வந்தேன். கடைக்குப் போய் மருந்துகளையும் வாங்கிக் கொண்டு வீட்டுக்குள் நுழையும்போது மணி ஐந்தேமுக்கால் ஆகிவிட்டது. மனைவியும் மகனும் படுத்திருந்தார்கள். அவளுக்கு ஜுரம் எவ்வளவோ தணிந்திருந்தது. மருந்துகளைக் கலக்கிக் கொடுத்துவிட்டுச் சின்னப் பையனைப் பார்த்து, "வேலைக்காரி துணி துவைத்துப் போட்டாளா?" என்று கேட்டேன்.

"அவள் வரவே இல்லையப்பா" என்றான் பையன்.

"அடிப் பாவி!" என்று சொன்னதும் என் உடம்பெல்லாம் தீப்பரவியதுபோல கோபத்தால் கொதித்தது. நெருக்கடியான நேரத்தில் இப்படி இரண்டு நாட்களாக அவள் வராமல் இருந்தால், பாத்திரங்களைத் தேய்ப்பது யார்? துணி துவைப்பது யார்? வீட்டைப் பெருக்குவது யார்? அத்தனையையும் நான் செய்துவிட்டு ஆபீசுக்குக் குறித்த காலத்தில் போவது எப்படி?

என் கோபமும் ஆத்திரமும் தணியும்போது என் நிலையை எண்ணி அழுவோமா என்றிருந்தது.

ஏற்கெனவே சில தடவைகள் அவள் இப்படிச் சொல்லாமல் கொள்ளாமல் இரண்டு நாள் மூன்றுநாள் வேலைக்கு வராது இருந்திருக்கிறாள். அப்பொழுது கண்டித்ததற்கு என்னென்னவோ சால்ஜாப்புச் சொன்னாள். அதிகமாகக் கண்டித்தால் அவள் வேலையிலிருந்து நின்று விடுவாள், பதிலுக்கு வரும் வேலைக்காரியும் இப்படித்தான் இருப்பாள் என்று அவளை நயமும் பயமுமாகவே என் மனைவியும் நானும் கண்டித்தோம். இப்போது எனக்கு இருந்த கோபத்தில், 'இனி அவள் முகத்தில் விழிக்கவே கூடாது. நாம் என்ன கஷ்டப்பட்டாலும் சரி, சம்பள பாக்கியை விட்டெறிந்து அவளை விரட்டிவிட வேண்டும்' என்று முடிவு செய்துவிட்டேன்.

நானே எழுந்து போய் அவசரமான தேவைகளுக்கு வேண்டிய துணிகளைத் துவைத்துக் காயப்போட்டேன். பாத்திரங்களையும் தேய்த்து வைத்தேன். வீட்டுக்காரியங்கள் எல்லாம் முடிந்தன. படுத்தால் தூக்கம் வரவில்லை. கிராமத்தில் நான் சௌகரியமாக வளர்ந்ததையும் கல்லூரியில் சந்தோஷமாகக் கழித்த நாட்களையும் அப்பொழுது கட்டிய மனக் கோட்டைகளையும் என் கல்விச் செலவுக்காக என் பெற்றோர்கள் பூர்வீக நிலச் சொத்துகள் சிலவற்றை விற்ற தியாகத்தையும் ஊரில் நான்தான் முதல் பட்டதாரி என்று என்னை அத்தனை பேரும் அருமை பெருமையோடு நடத்தியதையும் நினைத்துப் பார்த்துக்கொண்டிருந்தேன். இந்த நினைவு மறைந்து, தூக்கம் வரும்வரை என் கண்கள் நீர் கொட்டிக் கொண்டே இருந்தன. நனைந்த தலையணையைப் புரட்டிப்போட்டு படுத்தேன்.

மறுநாள் விடிந்தது. மனைவியின் உடல்நிலை எப்படி இருக்கிறது என்று பார்த்துக் கொண்டிருந்தேன். அப்பொழுது வாசலில் வேலைக்காரியின் குரல் கேட்டது. வேறு யாரோ ஒருத்தியுடன் சிரித்துப் பேசிக்கொண்டே வந்தாள். பிறகு வெற்றிலையைத் துப்பினாள். தன் சிநேகிதியை அனுப்பிவிட்டுச் சாவதானமாக உள்ளே வந்தாள். அவள் வந்ததும் வராததுமாக முகத்தில் அறைந்ததுபோல், “ஏன் நீ இரண்டு நாளாய் வரவில்லை? அதை முதலில் சொல்” என்று இரைந்தேன்.

அவள் என்னை ஒருமாதிரி கூர்ந்து பார்த்தாள். உற்சாகமாக வந்தவள் மீது நான் கோபமாக எரிந்து விழுந்தது, அவளுக்குக் கோபத்தை உண்டு பண்ணிவிட்டது என்பது தெளிவாகத் தெரிந்தது.

“ஏன் வரவில்லை?” என்று திரும்பவும் கேட்டேன்.

“என் பிள்ளைக்கு உடம்பு சரியில்லை.”

“பிள்ளைக்கு உடம்பு சரி இல்லையா? எப்போது கேட்டாலும் இப்படியே சொல்லியே நினைத்த நேரத்திலே வேலைக்கு மட்டம் போடலாம் என்று நினைத்துக் கொண்டாயா? நீ சம்பளம் வாங்குகிறாயா, இல்லை; இனாமாய் வேலை செய்கிறாயா?” என்று கேட்டேன்.

“ஐயா, ஏன் இப்படிக் கூச்சல் போடுறே?” என்று மெட்ராஸ் பாஷையில் எகத்தாளமாகக் கேட்டாள்.

“நான் கூச்சல் போடுகிறேன்; நீ மரியாதையாகப் பேசுகிறாய்...! நீ வேலைக்கு வராத நாட்களுக்கெல்லாம் சம்பளம் கொடுத்தேன் பார், அதற்கு நீ இப்படிப் பேச வேண்டியதுதான். வேலை செய்கிறாளாம் வேலை. கொஞ்சமாவது பொறுப்பு வேண்டாம்? வாயிலே உண்மை வரவேண்டாம்?” என்று நான் சொல்லி வாய் மூடவில்லை.

“தா, நீ பேசிக்கினே போறியே! இன்னா சம்பளத்தை நீ குடுத்துப்புட்டே! இஷ்டமானா வேலைக்கு வச்சிக்கோ; கஷ்டமான போகச் சொல்லேன்.”

என் மனைவி பயந்துபோய் விழித்துப் பார்த்தாள்.

வேலைக்காரி தொடர்ந்து பேசினாள்: "காலங்கார்த்தாலே மனுஷன் இன்னா கூச்சல் போடுறாரு! வேற ஆளை வச்சிக்கோயேன். நானா வேணாம்னு சொல்றேன்? இப்பவே சம்பளத்தைக் கணக்குப்பார்த்துக் குடுத்துடு. ஒரு நிமிசம் நான் இங்கே நிக்கமாட்டேன்... ஆமா..."

என் மனைவி அந்த ஜுரத்திலும் பலஹீனத்திலும் தன் சக்தியை யெல்லாம் ஒன்று திரட்டி, "துலுக்காணம்! ஏன் இப்படிப் பேசுறே?" என்று அவளைச் சமாதானப்படுத்த முயன்றாள்.

"நீ சும்மா இரும்மா. வேலை பார்த்தது போதும். என் புள்ளை பெரிசா, உன் வேலை பெரிசா?" என்று சொல்லிவிட்டு அங்கே நிற்காமல் போய்விட்டாள். போனவள் திரும்பி வரவில்லை.

"இப்படிப் பேசிட்டீங்களே, ஏன்?" என்று என்னைக் கேட்டாள் மனைவி.

"இப்படிப் பேசாமல் அவள் காலில் விழணும்னு சொல்றியா?" என்று ஆத்திரத்தோடு கேட்டேன். அப்புறம் தொடர்ந்து பேசினால், வேலைக்காரியைக் கோபித்தது என் முட்டாள்தனம் என்று நானே ஒப்புக்கொண்டாக வேண்டிய நிலை வரும் என்று தெரியும். அதனால் அங்கிருந்து எழுந்துவிட்டேன்.

சமையல் வேலையும் மற்ற வீட்டுக்காரியங்களும் என் ஞாபகத்திற்கு வந்தன. அத்தனையையும் நான்தான் செய்யவேண்டும், அப்புறம் சாப்பிட்டோ சாப்பிடாமலோ ஆபீசுக்கு ஓடவேண்டும், இன்றும் 'லேட்' என்றால் வேலை நிச்சயம் போய்விடும் என்று தோன்றவே, பதற்றம் அப்பொழுதே – ஏழு மணிக்கே – ஆரம்பமாகிவிட்டது.

சிறிது நேரத்தில் காய்கறி வண்டியை நோக்கித் தெருவுக்கு வந்தேன்.

எதிர்வரிசையில் இரண்டு வீடுகள் தள்ளியிருந்த ஒரு வீட்டின் திண்ணையில் வேலைக்காரி, தனியாகக் கால் நீட்டி உட்கார்ந்து வெற்றிலை பாக்குப் போட்டுக்கொண்டிருந்தாள். என்னையும் பார்த்தாள். பார்த்தும் காலை மடக்கவில்லை. சம்பளம் வாங்கிக்கொண்டு போகத் தான் அங்கே காத்திருக்கிறாள் என்று நினைத்துக்கொண்டு காய்கறிகளோடு வீட்டுக்கு வந்தேன்.

என் பக்கத்துப் போர்ஷனில் குடியிருப்பவர், அதுவரையிலும் என்னோடு பேசியே அறியாதவர், "எல்லா வேலைக்காரிங்களும் இப்படித் தான் இருக்கிறாங்க. திமிர் ஜாஸ்தியாயிட்டது. அவங்களைவிட்டா வேறே கதி இல்லேன்னு தெரிஞ்சிக்கிட்டாங்க. அவங்களுக்கு ஏத்தமாதிரி காலமும் இருக்கு" என்றார்.

எனக்கு ஒன்றுமே சொல்லத் தோன்றவில்லை. நமக்கு ஏற்றமாதிரி ஒரு காலம் என்றாவது வருமா என்றுதான் யோசித்தேன்.

ஒரு வேலைக்காரி, ஒரு கீரைக்காரி, ஒரு மரவேலைக்காரன், ஒரு ரிக்ஷாக்காரன்... இவர்கள் பட்டினியே கிடக்கட்டுமே... இவர்களைப் போல் நானும் மனிதனாக வாழ ஒரு காலம் வருமா?

"ஒருநாள் நாம்ப வேலைக்குப் போகலேன்னா ஆபீஸிலே சும்மா விட்டுடுவாங்களா, ஸார்?" என்று அவர் கேட்டார்.

"காலிலே விழுந்தாலும் மன்னிக்க மாட்டேன்கிறான்; சும்மா விடுறதாவது?" என்றேன்.

"என்ன பண்றது? இந்த வேலைக்குன்னே நாம்ப படிச்சோம். இந்த வேலைக்குன்னே பாஸ் பண்ணினோம். குடுமியைக் கொண்டுபோய் இன்னொருத்தன் கிட்டே, குடுத்திட்டப்புறம் யோசிச்சு என்ன பிரயோஜனம்?" என்று சிரித்துக்கொண்டே சொல்லிவிட்டு அவர் உள்ளே போனார்.

உண்மைதான். இந்த நிலைக்கு என்னை ஆளாக்கிக்கொள்ள நான் எத்தனை வருஷங்கள் படிக்கவேண்டியிருந்தது! என் பெற்றோர்கள் நிலத்தை விற்றுச் செலவழித்த பணம்தான் எவ்வளவு!

ஒரு மணி நேரத்திற்குள்ளேயே, சம்பளப் பாக்கியை வாங்கிக்கொண்டு போகக் கெடுபிடியோடு வந்து நின்றாள் வேலைக்காரி. என் மனைவி மறுமுறையும் கெஞ்சிப் பார்த்தாள். நானும் தடுத்துச் சொல்லாமல் இருந்தேன்.

ஒன்றுமே நடக்கவில்லை.

பாக்கியைக் கணக்குப் பார்த்துக் கொடுப்பதைத் தவிர எனக்கு வேறு வழியே இல்லாமல் போய்விட்டது.

❖

தீபம், ஜனவரி 1969

பங்கஜத்தின் தற்கொலை

ரமேஷ் அன்று காலையில்தான் ஜெர்மனியிலிருந்து திரும்பியிருந்தான். வெளிநாட்டுப் பயணம் அவனுக்குப் புது அனுபவமல்ல. சென்ற வருஷந்தான் அமெரிக்காவுக்குப் போய்விட்டு ஒரு மாதம் கழித்து வந்தான். அதற்கு முந்திய வருஷம் ஜப்பானுக்கும், அப்புறம் போர்ச்சுகல், ஸ்பெய்ன் ஆகிய இரண்டு நாடுகளைத் தவிர மற்ற எல்லா மேற்கு ஐரோப்பிய நாடுகளுக்கும் போய்விட்டு இரண்டு மாதங்கள் கழித்துத் திரும்பி வந்தான். ஆனால் இப்போது ஜெர்மனிக்குப் போய்விட்டுத் திரும்ப ஆறுமாதங்கள் ஆகிவிட்டன. ஒரு தொழில்நுட்பப் பயிற்சிக்காகப் போயிருந்தான். திட்டமிட்டபடி ஆறு மாதங்கள் ஜெர்மனியில் தங்கிவிட்டு வந்தான்.

ரமேஷின் வருகை இயல்பாகவே வீட்டில் உள்ள அனைவரையும் இன்பத்தில் ஆழ்த்தியது. அவனிடம் படிந்திருந்த, இன்னும் புதுமை மாறாத மேற்கத்திய நாகரிகத்தின் பளபளப்பை மட்டுமின்றி, அவனைச் சுற்றி சூழ்ந்து சூட்சுமமாகக் கமழ்ந்துகொண்டிருந்த மேற்கத்திய மணத்தையும் சசி தன்னை மறந்து அனுபவித்தாள். அவள் அவனைவிட இரண்டு வயது இளையவளான முதல் தங்கை. அவனைப் போலவே அவளும் ஒரு பட்டதாரி. தனக்குக் கல்யாணம் ஆனதுமே தேனிலவு கழிக்க மேற்கத்திய நாடுகளுக்குப் போய்வர வேண்டும் என்று வெகு காலமாக அந்தரங்க ஆசையை வளர்த்து வருபவள். அங்கே போகும்போது கடைப்பிடிக்க வேண்டிய மேற்கத்திய குசலப்பிரச்னப்

பாணிகளையும் மேஜை—மரியாதைகளையும் மற்றும் உள்ள பல்வேறு நடைமுறைகளையும் சம்பிரதாயங்களையும் அதி நுணுக்கமாகத் தன் தமையனிடமிருந்தே தெரிந்துகொண்டு தன்னைத் தயார்ப்படுத்திக் கொண்டும் இருப்பவள்.

ஆறு மாதங்களுக்குப் பிறகு இந்தியச் சாப்பாடு சாப்பிடும் ரமேஷுக்கு முள்ளும் கரண்டியும் இல்லாமல் கையால் சாப்பிடுவது மிகவும் கஷ்டமாக இருந்தது. விரல்கள் வளையவில்லை; சரியாகப் பிசைவது எப்படி என்று தெரியவில்லை. சாதமும், சாம்பாரும் தாமரை இலைத் தண்ணீர் போல் ஒன்றோடு ஒன்று ஒட்டாமலே கலந்திருந்தது. அதை வளையாத விரல்களால் எடுத்து அவன் வாயில் போடுவது சசிக்கு ஓர் இனிய காட்சியாக இருந்தது. "ஆறு மாசத்திலே சாப்பிடுறது எப்படி என்கிறதைக் கூட மறந்திட்டயே, ரமேஷ்!" என்று அவள் சொன்னது, ஒரு கேலியாகவோ, அங்கலாய்ப்பாகவோ இல்லாமல், அபரிமிதமான பாராட்டுரையைப் போலவே ஒலித்தது. அதைக் கேட்டுத் தாயார் ருக்மிணியம்மாளும் தங்கை இந்திராவும் பூரித்துப் போனார்கள்.

சகோதரன் திரும்பிவந்த நாளைச் சந்தோஷமாகக் கொண்டாடிய சசி, அதைச் சந்தோஷகரமாகவே பூர்த்திசெய்ய விரும்பினாள். அதற்கு என்ன செய்வது? பல பொழுதுபோக்குகளை யோசித்தாள்:

கடற்கரைக்குப் போகலாம்: ஆனால் இது சாதாரணமான ஓர் அனுபவமே. எல்லோருக்குமே சுலப சாத்தியமாகக் கிட்டும் ஓர் அனுபவம்தான்.

காரை எடுத்துக்கொண்டு சென்னையைவிட்டு வெளியே வெகுதூரம் போய் வரலாம். ஆனால் அருமையான நீண்ட பிரயாணத்திலிருந்து திரும்பியவனை இந்தச் சிறு பிரயாணம் கவரவும் கவராது; அவனுக்குக் களைப்பையும் உண்டு பண்ணும்.

ஹோட்டல் சோபியாவுக்குப்போய் ஐரோப்பிய சங்கீதம் கேட்டுக் கொண்டே மெழுகுவர்த்தி வெளிச்சத்தில் உட்கார்ந்து கத்தி கரண்டிகளை உபயோகித்துச் சாப்பிடலாம். அப்புறம் அங்கேயே 'காபரட்' நடனங் களையும் பார்த்துவிட்டு வரலாம். இதற்குமுன் எந்த நாட்டியக்காரியும் செய்யாத அளவுக்கு அதிக அளவில் உடைகளைக் குறைத்து ஆடும் புது அழகிகள் வேறு வந்திருக்கிறார்கள். இந்த இடத்தில் சசியின் சிந்தனை திடீரென்று தடைபட்டது. ரமேஷும் தானும் சேர்ந்து இப்படி நடனங்களைப் பார்க்க முடியாது என்று தோன்றிவிட்டது . . .

எந்த விதமாய்ப் பொழுது போக்குவது?

எல்லோருடனும் கலந்து பேசினாள். அம்மாவுடன் கூடக் கலகலப் பாகச் சில வார்த்தைகளை வாய்தவறிப் பேசியதுபோல் பேசிவிட்டாள். சந்தோஷ மிகுதியில் அவளுக்கு நினைவும்கூடத் தவறியிருந்ததுதான் அதற்குக் காரணம். நீண்ட நேரம் யோசித்தபின், ஒரு முடிவுக்கு வந்தார்கள். எல்லோருமே முதலில் கடற்கரைக்குப் போவது; அப்புறம் புதிதாக வந்திருக்கும் ஒரு ஹிந்திப்படம் பார்ப்பது – 'ஆங்கிலப்படம்

வேண்டாம்' என்று ரமேஷ் சொல்லிவிட்டான். ஜெர்மனியில் நிறைய மேல்நாட்டுப் படங்கள் பார்த்திருப்பதாகவும் ஒரு மாறுதலாகத் தமிழ்ப் படமோ, ஹிந்திப்படமோ பார்க்கலாம் என்றும் அவன் சொன்னான். ஆனால் தமிழ்ப்படத்தை அம்மாவைத் தவிர வேறு யாரும் விரும்ப வில்லை. அதற்குக் காரணம் தமிழ்ப்படங்களின் தரம் மட்டம் என்று கருதியல்ல; அதைப்பற்றி அவர்கள் கருதவே இல்லை. வீட்டிலேயே பரஸ்பரம் ஆங்கிலத்தில் பேசிக்கொண்டிருக்கும்போது, மூன்று மணிநேரம் தமிழ்ச் சொற்களை இடைவிடாமல் கேட்டுக்கொண்டிருப்பது முடியவே முடியாத காரியம் என்பதுதான் காரணம்.

ஹிந்திப்படம் பார்த்துவிட்டு, ஹோட்டல் சோபியாவுக்கே போவது, சாப்பிடுவது, நடனங்கள் பார்க்காமலே திரும்பிவிடுவது. இப்பொழுது சில வருஷங்களாக இப்படிப்பட்ட ஹோட்டல்களுக்குப் போவதற்கு ருக்மிணியம்மாள் ஆக்ஷேபம் ஒன்றும் சொல்வதில்லை. அசைவ உணவு களும் தயாராகும் ஹோட்டல்கள் என்பதால் ஒரு காலத்தில் அவள் ஆக்ஷேபித்தது உண்டு. அப்புறம் ஐஸ்கிரீமில் முட்டையைக் கலக்கிறார்கள் என்று யாரோ சொல்லக் கேட்டு ஒருசமயம் அருவருப்பைக் காட்டியிருக் கிறாள். ஆனால் ரமேஷ் அவளுக்கு எடுத்துரைத்த பல சமாதானங்கள் அவளைத் திருப்தி செய்துவிட்டன. மேல் நாடுகளில் அசைவ உணவு தயாரித்துச் சாப்பிடுகிறவர்கள்தான் தினந்தினமும் நாம் சாப்பிடும் உயர்ந்தரக பிஸ்கட்டுகளையும் தயாரித்து அனுப்புகிறார்கள். முட்டை கலந்திருக்கிறதே என்பதற்காக ஓவல்டின்னையோ, ரொட்டியையோ நாம் தொடாமல் இருந்ததில்லை. அத்துடன் நாம் சாப்பிட்டிருக்கும் லிவர் எக்ஸ்ட்ராக்ட்டுகள், காட்லிவர் ஆயில்கள் முதலியவையெல்லாம் சைவமருந்துகளா? அப்படியிருக்க, ஐஸ்கிரீமைச் சாப்பிட்டால் என்ன?

கடற்கரைக்குப் போகும்போது ரமேஷ் ஜெர்மனியிலிருந்து வாங்கி வந்திருந்த புது டிரான்சிஸ்டர், புது தொலைநோக்கிக் கண்ணாடி, சாண் நீளத்திற்கு ஒரு தடித்த பவுண்டன் பேனா போன்றிருக்கும் ஒரு விலை உயர்ந்த காமரா ஆகியவற்றுடனேயே சென்றார்கள். 'லிஸ்னர்ஸ் சாயிஸ்' (ஆங்கிலப் பாடல்களின் நேயர்விருப்ப நிகழ்ச்சி) கேட்பதிலும் மாலை வெயிலில் போட்டோப் பிடிப்பதிலும் தொலை நோக்கியால் சுற்றுப்புறத்தைப் பார்ப்பதிலும் உற்சாகமாகப் பொழுது கழிந்தது. அப்புறம் படம் பார்க்கப்போனார்கள்.

சினிமாப் படம் அவர்களுக்கு உற்சாகம் அளிக்கவில்லை. படம் முடிந்து வரும்போது "ஏன் இதைப் பார்த்துத் தொலைத்தோம்?" என்று ஒவ்வொருவருக்குமே எரிச்சல். நடிப்பு, சங்கீதம், டைரக்ஷன் போன்ற எந்த அம்சத்திலும் அவர்கள் எவ்விதக் குறையும் காணவில்லை. படக்கதைதான் அவர்களுக்கு அடியோடு பிடிக்கவில்லை. காதலில் தோல்வி கண்ட – அதாவது இரு சார்பிலும் பெற்றோர்களால் பலவந்த மாகவும் மூர்க்கத்தனமாகவும், தடுத்து நிறுத்தப்பட்ட – காதலர்கள் தனித்தனிச் சந்தர்ப்பங்களிலோ அல்லது ஜோடியாகச் சேர்ந்தோ தற்கொலை செய்துகொள்ளவுமில்லை; பெற்றோருக்குத் தெரியாமல் ஓடிப்போய்க் கண்காணாத இடத்தில் பதிவுத் திருமணம் செய்து

கொள்ளவுமில்லை. ஒரு சில வருஷங்களுக்குப் பிறகு வெவ்வேறு இடங்களில் அவர்கள் கவலைப்படாமல் கல்யாணம் செய்துகொண்டதாகக் கதை முடிந்திருந்தது.

“இந்தப் படம் மூன்று நாள்கூட ஓடாது” என்று சசியும் இந்திராவும் சொன்னார்கள்.

“சினிமாத் துறையில் இந்தியா முன்னேற இன்னும் எத்தனையோ நூற்றாண்டுகள் ஆகும்” என்றான் ரமேஷ்.

“கதை சரியா இல்லையே! இதை யார் பார்ப்பா?” என்று தன் பெண்களின் அபிப்பிராயத்தை ஒட்டியே, ஆனால் தமிழில் பேசி விமர்சனம் செய்தாள் ருக்மிணியம்மாள்.

ஹோட்டல் சோபியாவுக்குப் போய் ஆங்கில சங்கீதம் கேட்டபின் சினிமாவைப்பற்றிய கண்டன உரைகள் ஒரு முடிவுக்கு வந்தன.

ஹோட்டல் மானேஜரிலிருந்து சிப்பந்திகள் வரை அனைவரும் ரமேஷை முகமன் கூறி வரவேற்றார்கள்.

சாப்பிட்டுக்கொண்டிருக்கும்போது ரமேஷின் அருகில் வந்து காதோடு காதாக ஒரு பரிசாரகன் ஏதோ கேட்டான். அதை அப்படிக் கேட்பதுதான் மரியாதை.

“இன்றைக்கு வேண்டாம்” என்று ஆங்கிலத்திலேயே சொன்னான் ரமேஷ்.

இன்றைக்கு எது வேண்டாம்?

‘காபரட்’ நடனங்களா?

மேல்நாட்டு மது வகைகளா?

மாமிச உணவுகளா?

சசிக்கு எதுவென்று நிச்சயமாகத் தெரியவில்லை அவனையே கேட்டாள். “ஒன்றுமில்லை” என்று அவன் சாதாரணமாகச் சொல்லித் தட்டிக் கழித்துவிட்டான்.

சாப்பிட்டுவிட்டு வீட்டுக்கு வரும்போது மணி பத்துக்குமேல் ஆகிவிட்டது. மொத்தம் ஏறக்குறைய ஐந்து மணிநேரம் நால்வரும் ஒன்றாக இருந்து பொழுதைக் கழித்திருக்கிறார்கள். பரஸ்பரம் எவ்வளவோ பேசியிருக்கிறார்கள். அதுவரையிலும் ரமேஷுக்கு அம்மாவின் பேச்சிலோ, சசியின் உரையாடல்களிலோ யாதொரு கடுப்பும் கோணலும் ஆத்திரமும் இருப்பதாகத் தென்படவே இல்லை. உண்மையில், அந்த மூன்றும் அப்போது அங்கே தலைகாட்டவும் இல்லை. சினிமாக்கதை எல்லோரையும் ஏகோபித்த கருத்துடையவர்களாக மாற்றிவிட்டது. அந்த நிலையில் வேறு குரோதங்களுக்கு இடமில்லாமல் போய்விட்டது.

வீட்டுக்குத் திரும்பி வந்தபோது, வழக்கம்போல் ரமேஷின் தகப்பனார் உளவியல் பேராசிரியர் வி.சி. சேகர் தம்முடைய அறையில் புத்தக

அடுக்குகளின் மறைவில் புதைந்து கிடந்தார். எதிரே ஐந்தாறு பெரிய புத்தகங்கள் நடுநடுவே அடையாளங்கள் வைக்கப்பட்டுக் கிடந்தன. இரண்டு மிகப் பெரிய புத்தகங்கள் மேஜையில் விரிந்து கிடந்தன. மற்றொரு மிகப் பெரிய புத்தகம் அவர் கையில் இருந்தது. ஜெர்மனியிலிருந்து திரும்பிய மகனைப் பார்த்து நாலு வார்த்தைகள் பேசுவதற்கு அன்று முழுவதும் அவருக்கு நேரம் கிடைக்கவில்லை. எனவே அவர்கள் படம் பார்த்துவிட்டு வந்ததும், சம்பிரதாயத்துக்குப் பதினைந்து நிமிஷங்கள் எல்லோருடனும் உட்கார்ந்து பேசிக்கொண்டிருந்துவிட்டுப் பழையபடியும் தம்முடைய படிப்பறைக்கே திரும்பலாம் என்ற உத்தேசத்துடன் அவர் எழுந்து வந்தார்.

ஹாலில் வட்ட மேஜையைச் சுற்றிப் போடப்பட்டிருந்த சோபாக்களில் எல்லோரும் வந்து அமர்ந்தார்கள். சசிக்கும் இந்திராவுக்குமிடையே கிடந்த ஒரு காலி சோபாவில் பேராசிரியர் உட்கார்ந்தார்.

ஏதாவது பேச வேண்டுமே என்பதற்காக "எங்கெங்கே போனீர்கள்?" என்று ஆங்கிலத்திலேயே கேட்டார் தந்தை.

அப்போது அவருடைய கவனம் முழுவதும் இரண்டு விஷயங்களை நோக்கி ஓடிக்கொண்டிருந்தன. ஒன்று, அவர் அப்பொழுதுதான் வாசித்து விட்டுப் பாதியிலேயே வைத்துவிட்டு வந்த புத்தகத்தின் பகுதி. மற்றொன்று தம்முடைய பெண்களிடமிருந்து வந்துகொண்டிருந்த ஒரு புதிய 'சென்ட்' வாடை. (ஜெர்மனியிலிருந்து சகோதரிகளுக்கென்று ரமேஷ் வாங்கிவந்த சென்ட் அது. அதன் மணம் மட்டுமல்ல, பெயருமே சசியின் உள்ளத்தைக் கொள்ளை கொண்டது. "என் வெட்கமின்மை" என்று அதற்குப் பெயர் என்று ஜெர்மன் பெயரை அவன்தான் மொழி பெயர்த்துச் சொன்னான்.)

"ஒரு உதவாக்கரைப் படம் பார்க்கப் போனோம். ஒரு ஹிந்திக் குப்பை" என்று சொன்னாள் சசி–சந்ததிகள் மூவரிலும் அவள் அவருக்குச் செல்லக் குழந்தை மாதிரி:

"ஹிந்திப்படமா?" என்று பேராசிரியர் கேட்டார்.

"ஆமாம். ரமேஷுக்காகப் போனோம், உருப்படி இல்லாத கதை."

"என்ன கதை?" என்று அவர் கேட்டார். இவர்களுடைய ஆங்கில உரையாடல்களைப் புரிந்துகொள்ளாத ருக்மிணியம்மாள், தனக்குத் தோன்றிய ஒரு விஷயத்தைப் பேசித் தானும் சம்பாஷணையில் கலந்து கொள்ளலாம் என்ற நோக்கத்துடன் "இன்னிக்கு ஒரு ஹிந்திப்படம் பார்க்கப் போனோம்" என்று ஆரம்பித்தாள்.

"அதைத்தான் நாங்கள் இவ்வளவு நேரமாகப் பேசிக்கிட்டிருக்கிறோம்" என்று இந்திரா சொன்னாளோ இல்லையோ, அந்த அம்மாளையும் பேராசிரியரையும் தவிர எல்லோரும் 'கொல்' என்று சிரித்தார்கள். அவர் ஒரு மரியாதைக்காக இலேசாகப் புன்னகை செய்தார். மக்கள் ஆங்கிலத்திலேயே பேசிக்கொள்வதற்காக எப்பொழுதும் பெருமைப்பட்டுக் கொள்ளும் ருக்மிணியம்மாள், அன்று மட்டும் – அதுவும் அவர்கள் சிரித்த பிறகு – உள்ளுக்குள் ஆத்திரம் கொண்டாள்; எல்லோருடைய

கண்களிலும் படும்படியாக ஆத்திரத்தைத் தன் முகத்திலும் காட்டிக் கொண்டாள். அதற்கு சசியும் சேர்ந்து சிரித்தது ஒரு முக்கியமான காரணம்.

பேராசிரியர் தமிழிலேயே பேசத் தொடங்கினார். "கதை சரியா இல்லேன்னா அப்படித்தான். என்ன கதையோ?"

ருக்மிணியம்மாள் முந்திக்கொண்டு கதைச் சுருக்கத்தைச் சொன்னாள். "மகாமோசம். இந்தக் கதை யாருக்குத்தான் பிடிக்கும்? ஒரு பையனும் பொண்ணும் பிரியமா, நெருக்கமாப் பழகுறாங்க. கல்யாணம் பண்ணிக்கிறதாவும் இரண்டு பேருக்கும் அபிப்பிராயம் உண்டாயிட்டது. அப்புறம். அப்புறம் அது நடக்கல்லே..."

"ஏன் நடக்கல்லே?" என்று கேட்டார் பேராசிரியர்.

"அவங்க அவங்க வீடுகளிலே எதிர்ப்பு. ஒரு பக்கத்திலே தடுத்தாலே காரியம் நடக்காது. ரெண்டு பக்கத்திலேயும் தடுத்தால்? கடைசியிலே இவங்க காதல் அரோகரான்னு போயிட்டது. ஆனா, அப்புறம் கொஞ்ச காலத்திலே அவனும் எவளோ ஒருத்தியைக் கல்யாணம் பண்ணிக்கிட்டான். அதுவும் எப்படி! கொஞ்சம்கூடக் கவலைப்படாமே! மனுஷா மனசு அப்படியா ஆயிடும்? ரெண்டு ஜோடியும் ஒரு ரயில் பிரயாணத்திலே சந்திச்சது. அப்பவாவது மனசு கலங்கணுமே! 'போடா பைத்தியக்காரா!' என்கிற மாதிரி அவள் அவனைப் பார்த்துட்டுத் திரும்பிக்கிறா. அவனும் 'நீ யாரோ? நான் யாரோ?' என்கிற மாதிரி அலட்சியமாச் சிகரெட்டை ஊதிக்கிட்டிருக்கிறான்! கர்மம்! இதுவும் ஒரு கதை..."

"அவங்க ரெண்டு பேரும் என்ன செய்யணும்னு நீ சொல்றே?" என்று மனைவியைக் கேட்டார் பேராசிரியர்.

"அவங்க என்னமும் செய்யட்டும். எப்படியும் போகட்டும்."

அப்போது இந்திரா சொன்னாள்: "காதலிலே தோல்வி அடைஞ்சவங்க மனசு உடைஞ்சு போய் உசிரையே விட்டுவிடுவாங்க. எத்தனை படம் பார்த்திருக்கிறோம்! இது என்னடான்னா ஒரே அபத்தக்களஞ்சியமாக இருக்கு."

"இனிமே ஹிந்திப்படம் பக்கத்திலே தலை வச்சே படுக்கப்படாது. ஆயிரமானாலும் தமிழ்ப்படம் தமிழ்ப்படம்தான்" என்றாள் ருக்மிணியம்மாள்.

அப்போது பேராசிரியர் எழுந்துவிட்டார். "அவங்க மனசு உடைஞ்சி சாகறதிலே உங்களுக்கு என்ன திருப்தியோ அவங்க உசிரோட இருக்கிறது உங்களுக்குப் பிடிக்கல்லே!" என்று சொல்லிவிட்டு நகர்ந்தவர், "அந்த ரெண்டு பேரும் ஏழைக் குடும்பமா? பணக்காரங்களா?" என்று ஒரு சந்தேகம் கேட்டார்.

"நல்ல பணக்கார வீட்டுப் பிள்ளைகள்தான்" என்றான் ரமேஷ்.

"அப்புறம் என்ன?" என்று சொல்லிவிட்டு பேராசிரியர் தமது அறைக்குத் திரும்பிவிட்டார்.

அவர் "அப்புறம் என்ன?" என்று கேட்டதன் பொருள் யாருக்கும் விளங்கவில்லை. "அப்பா என்ன சொல்றார்?" என்று கேட்டாள் சசி.

"என்னவோ சொல்றார். வழக்கம்போல ஞாபகம் ஒரு இடத்திலே, பேச்சு ஒரு இடத்திலேன்னு பேசுறார்! இன்னிக்கு இவ்வளவு பேசினதும், ரமேஷ் வந்திருக்கிறான் என்கிறதனாலேதான். இல்லேன்னா இதுகூடப் பேசி இருக்கமாட்டார். 'ஆமா', 'தெரியும்', 'சரி', 'பார்ப்போம்', 'உம்'– இப்படி ஏதாவது ஒண்ணை மட்டும் சொல்லிவிட்டு வாயைக் 'கப்'புன்னு மூடிக்குவார். நாம்ப மணிக்கணக்காப் பேசினதுக்கும் அந்த 'உம்' ஒண்ணுதான் பதில்!"

ருக்மிணியம்மாள் இவ்வாறு சொல்லவே எல்லோரும் சிரித்தார்கள். மணி பத்தே முக்கால் ஆகிவிட்டது.

2

மறுநாள் விடிந்ததும் ரமேஷிடம், சசி–அஷோக் காதல் விவகாரத்தைச் சொல்ல சமயத்தை எதிர்பார்த்துக் காத்துக்கொண்டிருந்தாள் ருக்மிணியம் மாள். பேராசிரியர் சர்வகலாசாலைக்குப் போகவேண்டும். சசியையும் ரமேஷையும் ஏதாவது ஒரு சந்தர்ப்பத்தை உண்டுபண்ணி தனித்தனியாக பிரித்து ரமேஷை மட்டும் அழைத்துக்கொண்டுபோய் ஓரிடத்தில் உட்கார வைத்து அந்தரங்கமாக விஷயத்தைச் சொல்ல வேண்டும். இப்படி திட்டம் போட்டு அந்த அம்மாள் காத்துக்கொண்டிருந்தாள். மத்தியானம் ஒரு மணி வரையிலும்கூட அதற்குச் சமயம் வாய்க்கவில்லை. அப்புறம் திடீரென்று சேகரின் தம்பியிடமிருந்து ரமேஷுக்குப் போன் வந்தது. அவர் தம்முடைய பங்களாவிற்கு அவனை வரும்படி அழைத்தார். "சித்தப்பா கூப்பிடுறார்மா. போயிட்டு வந்துடுறேன். இப்பத்தான் டில்லியிலிருந்து வந்தாராம்" என்று சொல்லிவிட்டு ரமேஷ் காரை எடுத்துக்கொண்டு புறப்பட்டுவிட்டான்.

சேகரின் தம்பி ராமகிருஷ்ணன்தான் அவனை ஜெர்மனிக்கு அனுப்பிவைத்தவர். அவர்தான் தமையனுடைய சொத்துகளையும் தம்முடைய சொத்துகளையும் விற்று தொழில் துறையில் ஈடுபட்டு ஆளுக்குச் சம பங்காகச் சொத்துகளை அமோகமாகப் பெருக்கியவர். இருவருக்கும் சொந்தமான மூன்று தொழிற்சாலைகளுக்கும் அவர்தான் நிர்வாகி. தமையன் தொழில் துறையில் அக்கறைகொள்ளாமல், "வாத்தி யார் வேலை" பார்ப்பதில் அவருக்குக் கொஞ்சம்கூட இஷ்டமில்லை. ஒரு வேலையும் இல்லாமல் சும்மா இருந்தாலாவது கௌரவமாக இருக்கும் என்று எண்ணி, அவர் எவ்வளவோ சொல்லிப் பார்த்தும், பேராசிரியருக்கு மனம் மாறவே இல்லை. இன்றுவரையிலும் "பார்ப்போம்" "பார்ப்போம்" என்றே சொல்லிக்கொண்டு தமது பழைய வேலையையே செய்து வருகிறார். அவர் முன்னுக்கு வராவிட்டாலும் அவருடைய பையனையாவது முன்னுக்குக் கொண்டுவந்து விட்டால் தமக்கு உதவியாக இருக்கும் என்று எண்ணி ரமேஷை அவர் உருவாக்கினார். அவர் நினைத்தபடியே ரமேஷ் தயாராகிவிட்டான். அவனைச் சீர்திருத்துவதோடு

மட்டும் அவர் நின்றுவிடவில்லை. பெண்களுக்கு அப்பாவைப்போல் ‘மிடில்கிளாஸ் மென்டாலிட்டி’ (நடுத்தர வர்க்க மனப்பான்மை) உண்டாகி விடக்கூடாது என்று அதற்கான காரியங்களையும் செய்து முடித்தார். மிகப் பெரிய பங்களாவைக் கட்டி அதில் தமையன் குடும்பத்தைக் குடியேற்றியது, பெண்களுக்கென்றே பிரத்தியேகமாக ஒரு பெரிய காரை வாங்கிக் கொடுத்தது, வீட்டில் மேல்நாட்டு நாகரிகச் சூழ்நிலையைப் புகுத்தியது, பெரிய இடத்துத் தொடர்புகளை உண்டுபண்ணியது – எல்லாம் ராமகிருஷ்ணனின் சாதனைகளே. அவருக்கும் பேராசிரியருக்கு மிடையே நிலவிய சகோதரபாசம் ஒன்று மட்டும் அவருடைய நவீன சீர்திருத்தங்களினால் பாதிக்கப்படாமல் புராணகால வளமைப்படி நீடித்துவந்தது.

ரமேஷ் சிற்றப்பாவைப்போய்ப் பார்த்துவிட்டு அரைமணி நேரத்தி லேயே திரும்பிவிட்டான். காரை நிறுத்திவிட்டு அவன் உள்ளே வரும் போதே, அவனை வழிமறித்து நிறுத்தி, மாடிக்குப் போகாமல், கீழேயே பின்பக்க அறை ஒன்றிற்கு அழைத்துச் சென்றாள் தயாராகக் காத்திருந்த ருக்மிணியம்மாள்.

“ரமேஷ்! சசி மாடியிலே தூங்குறா. இப்போ நீ அங்கே போய் அவளை எழுப்பிடவேண்டாம். ஒரு முக்கியமான சமாச்சாரத்தை உனக்குச் சொல்லணும்னு இங்கே கூட்டி வந்தேன்” என்று ஆரம்பித்தாள் தாயார்.

ரமேஷின் கல்லூரித் தோழனும் பேராசிரியரின் பழைய மாணவனும் ஆன அஷோக்கும் சசியும் காதல்கொண்டிருப்பதாகவும், அவனைச் சிநேகிதன் என்று நினைத்து வீட்டுக்குள் விட்டதே முட்டாள்தனம் என்றும் அந்த அம்மாள் சொன்னபோது ரமேஷுக்குத் தூக்கி வாரிப் போட்டது.

“வீட்டுக்குள்ளே நம்பி விட்டதுக்கே என்ன வேலை செஞ்சிட்டான் பார்த்தியா? தன்னோட வாத்தியார் பொண்ணேன்னுகூட அவன் பார்க்கல்லே.”

“என்னாலே நம்பவே முடியவில்லையேம்மா” என்றான் ரமேஷ்.

“காலம் அந்த மாதிரி மாறிப்போச்சு, ரமேஷ். நாம்பதான் எச்சரிக்கையா இருக்கணும். ஒருத்தனை நம்பறது என்கிற வேலையை இந்தக் காலத்திலே வச்சிக்கப்படாது தெரியுமா?”

“இப்படிப்பட்டவன்னு தெரிஞ்சிருந்தா நான் அவனோட சிநேகம் பண்ணியிருக்கவே மாட்டேன். நம்ப வீட்டுக்கு அழைச்சிக்கிட்டு வந்திருக்கவும் மாட்டேன்” என்றான் ரமேஷ்.

“அதுகூடத் தப்பில்லே. நீ சிநேகிதனா நினைச்சி அழைச்சி வந்ததில என்ன தப்பு? அவனோட இவள் சிரிச்சிச் சிரிச்சிப் பேசினதுதான் தப்பு. ஏன் பேசணும்? அப்படிப் பேசப் போய்த்தானே அவனும் துணிஞ்சிட்டான்? இல்லேன்னா ஒரு தரித்திரப் பயலுக்கு இந்தத் துணிச்சல் சாமான்யத்திலே வருமான்னு கேட்கிறேன்.”

பங்கஜத்தின் தற்கொலை 1095

“அம்மா! நீ சொல்றதெல்லாம் சரி. ஆனால் அவனைத் தரித்திரப் பயல்னு லேசாச் சொல்லி அலட்சியப்படுத்திப்பிட முடியாது. அவனுக்குப் பணபலம் இருக்கு . . .”

“என்ன பணபலம்? இன்னிக்கெல்லாம் இருந்தா ஒரு லட்ச ரூபா வச்சிருப்பானா அவனோட அப்பன்? மாம்பலத்திலே ஒரு வீடு வச்சிருக் கிறானாம்! அப்புறம் அந்த மருந்துக்கடை. அவ்வளவுதானே? அதுக்கு மேலே என்னன்னு கேட்கிறேன். அவனைப் பெரிய குபேரன்னு சொல்ல வந்திட்டயே!”

“நான் அப்படிச் சொல்லலேம்மா. அவனைப் புகழ்றதுக்குச் சொன்னதா நினைச்சி நீ ஏன் பேசற? பணபலம் ஓரளவு இருக்கிறதனாலே, அவனை ஒழிச்சுக் கட்டுறது கொஞ்சம் தந்திரமாகச் செய்யவேண்டிய காரியம்னு சொல்றேன் . . .”

மண்ணாங்கட்டி! இவனை ஒழிக்கிறதுக்குத் தந்திரம் எதுக்கு? மந்திரம் எதுக்கு? உங்க சித்தப்பாகிட்டே சொன்னால் ஒரு நிமிஷத்திலே அவனைப் பொசுக்கிப் புகை எழுப்பிப்பிடுவார். நான் வேணும்னே இந்தச் சமாச்சாரத்தை இன்னும் அவர் காதிலே போடலே. ஒரு வார்த்தை சொன்னால்போதும், அப்பவே அவனைத் தொலைக்கப் பார்ப்பார். தொலைச்சும் போடுவார். இந்தக் கழுதை என்னமும் பண்ணிப்புட்டா என்ன பண்றதுன்னுதான் எனக்குப் பயம். என்னத்தை யாவது தின்னு வச்சிடுவாளே, ரமேஷ்! அதுக்குப் பயந்துதான் வாயை மூடிக்கிட்டிருக்கிறேன்.”

அம்மா இவ்வாறு சொல்லவே ரமேஷ் சற்று ஆழ்ந்து யோசித்தான். “அயோக்கிய ராஸ்கல்!” என்று தனக்குத்தானே கடுகடுத்துச் சொல்லிக் கொண்டு, “நான் ஜெர்மனிக்குப் போக முன்னாலே இப்படி ஒண்ணும் நடக்கலையே! இந்த ஆறு மாசத்துக்குள்ளே கதை ஆரம்பிச்சு, இவ்வளவு முத்தியும் போயிருக்கு. அது சரி, இப்போ என்ன நிலைமை? அந்த ‘ரோக்’ இப்பவும் வீட்டுக்கு வர்றானா?” என்று கேட்டான்.

“வரவாவது? ஒருநாள் நான் குடுத்த கொடையிலே அடிபட்ட நாய் மாதிரி ஓடியே போயிட்டான். இவளையும் நான் வெளியே தனியா விடுறதில்லே, இந்திராவைக் காவல் வச்சிப்பிட்டேன். போனிலே கூட அவனோட பேசவிடல்லே.”

“அப்படியே இருக்கட்டும். பார்க்கலாம். அவனைச் சரியான விதத்திலே ஒழிச்சுக் கட்டுறேன்” என்று சொல்லிவிட்டு ரமேஷ் மாடிக்குப் போய் விட்டான்.

சசி தூங்குவாள் என்று நினைத்து இந்திராவைத் தேடினான். அடுத்த நிமிஷம் சசியே கையில் ஒரு ஆங்கில சினிமாச் சஞ்சிகையுடன் அவன் அருகில் வந்தாள்.

“என்ன ரமேஷ்! இன்று என்ன புரோகிராம்?” என்று உல்லாசமாக ஆங்கிலத்தில் ஆரம்பித்தாள் சசி.

"இன்னிக்கு ஒரு புரோகிராமும் கிடையாது. ஆபீசிலே ஒரு அவசர வேலை இருக்கு. சித்தப்பா உத்தரவு போட்டுட்டார்" என்று ரமேஷ் தமிழில் சொன்னான்.

"அந்த வேலையை நாளைக்குப் பார்க்கிறது. ஜெர்மனியிலிருந்து வந்ததும் வராததுமாக உனக்கு வேலையை சுமத்திவிட்டார் சிற்றப்பா!" என்று சசி ஆங்கிலத்திலேயே பேசினாள்.

"வந்ததும் வராததுமாக வேலையை ஏன் கவனிக்க முடியாது? நான் என்ன ஜெர்மனியில் இருந்து நடந்தா வந்தேன்? பிளேனிலேதானே வந்திருக்கிறேன்!"

அவன் எரிச்சலை அடக்கிக்கொண்டு சொன்னதை நகைச்சுவைப் பேச்சாக எடுத்துக்கொண்டு, சசி கையிலுள்ள சஞ்சிகையை ஒரு சோபாவில் வீசிவிட்டுச் சிரித்தாள்.

ஆனால் அவன் சிரிக்கவில்லை. அதைச் சசி கவனித்தாள். அவன் தமிழிலேயே பேசுவதும் அவளுக்கு விபரீதமாகப்பட்டது.

"ரமேஷ்?"

"சசி! நாளைக்கு சாயங்காலம் நாம் வெளியே போகலாம். இப்போது கொஞ்சம் ஓய்வெடுத்துக்கொள்ளப்போகிறேன்." என்று அவன் ஆங்கிலத்தில் பேசிய பிறகுதான் அவளுக்கு நிம்மதி பிறந்தது.

"பாவம், களைத்துப்போயிருக்கிறான்!" என்று சொல்லிக்கொண்டு சினிமாச் சஞ்சிகையைத் திரும்பவும் அவள் கையில் எடுத்தாள்.

3

"ஹலோ! ரமேஷ் பேசுகிறேன்."

"நமஸ்காரம், ரமேஷ். நான் அஷோக் பேசுகிறேன்."

"என்ன விஷயம்?"

"நீ ஜெர்மனியில் இருந்து வந்து ஐந்து நாட்கள் ஆகிவிட்டதாமே. இன்று காலையில்தான் உன் ஆபீசுக்குப் போன் பண்ணித் தெரிந்து கொண்டேன்..."

"அது இருக்கட்டும். சமாச்சாரத்தைச் சொல்."

"உன்னைப் பார்க்க விரும்புகிறேன். உன்னோடு நிறையப் பேச வேண்டியிருக்கிறது."

அவனை அயோக்கியன் என்று போனில் திட்டுவதற்கு ரமேஷுக்கு வாய் துடித்தது. இருந்தாலும், அது விவேகமல்ல என்று அடக்கிக் கொண்டான். அத்துடன், அவனுக்குப் பதில் நமஸ்காரம்கூடச் சொல்லாமல் கடுமையான குரலில் பதில் சொன்னதும் தவறு என்று நினைத்தான். இந்தத் தவறுகளையெல்லாம் சரிசெய்யும் நோக்கத்துடன் குரலில் வியப்பேற்றிக்கொண்டு பேசத் தொடங்கினான்.

“யார்? ஜே. அஷோக்கா பேசுகிறது? அடடா, நான் யாரோ என்று நினைத்துக்கொண்டேன். என்ன, சௌக்கியமா? மன்னிக்க வேண்டும், அஷோக்.”

“வேண்டாம், வேண்டாம். மன்னிப்பு எதற்கு..?”

“என்ன சமாச்சாரம் சொல். அவசர வேலையாக இருக்கிறேன்.”

“வேறொன்றும் இல்லை. உன்னைச் சீக்கிரமாக சந்திக்க விரும்புகிறேன். உன்னோடு கொஞ்சம் பேச வேண்டியிருக்கிறது. எப்போது பார்க்கலாம்?”

“அஷோக்! இப்போது எனக்கு நிறைய வேலைகள். ஜெர்மனிக்குப் போய்விட்டதால் இங்கே வேலைகள் மலையாகக் குவிந்துவிட்டன. இரண்டு வாரங்களுக்கு எனக்கு மூச்சுவிட நேரமில்லை. அப்புறம் பார்ப்போம். உனக்கு நானே போன் பண்ணிக் கூப்பிடுகிறேன். இல்லை, நானே வருகிறேன்!...”

“அப்படியா?”

“ஆம். இப்போது நேரமே இல்ல. பார்ப்போம். என்ன?”

“சரி!...”

“வெரிகுட்! போனை வைக்கிறேன்!”

ரமேஷ் ரிஸீவரை வைத்துவிட்டுப் பற்களை நறநறவென்று கடித்தான். அருவருப்பான நெடிக்குச் சுருங்குவதுபோல் அவன் முகம் விகாரம் அடைந்தது. ‘பளிச்’ சென்று அந்த ஞாபகத்தை உதறிவிட்டு வேலைகளைக் கவனித்தான். சிறிதுநேரம் கழித்து அவனுக்குத் திடீரென்று மற்றொரு விஷயம் ஞாபகத்திற்கு வந்தது. ‘அவனும் அவன் இங்கிலீஷ்ூம்! டர்ட்டி இண்டியன் அக்ஸென்ட் (ஆபாசமான இந்தியபாணி உச்சரிப்பு)’ என்று மானசீகமாகக் காறித்துப்பினான்.

அன்று மாலையில் அவன் வீடு திரும்பியபின் அஷோக்குடன் போனில் பேசியதை அம்மாவிடம் சொல்லவில்லை. அதைப் பிரஸ்தாபிக்கவே குமட்டலாக இருந்தது. சசியிடம் வழக்கம்போலவே பேசினான். பேசும்போது அனாவசியமாக நடுநடுவே சிரித்துக்கொண்டான். தனக்கு எதுவுமே தெரியாதது போல் சசியிடம் அவன் நடித்த நடிப்பில் அந்தச் சிரிப்பு ஒரு முக்கியமான அம்சம்.

அவனும் சகோதரிகளும் மூன்று நாட்களுக்குப் பிறகு மற்றொரு தடவை கடற்கரைக்குப் போய் வந்துவிட்டார்கள். ஹோட்டல் சோபியாவுக்கு அவன் தனியாக இரண்டு தடவைகள் போய் வந்துவிட்டான். சசியும் சரி, அவனும் சரி தத்தமக்குள் ஒரு ரகசியத்தை மறைத்து வைத்திருப்பதை ஜாடைமாடையாகக் கூட வெளிப்படுத்திக்கொள்ளவில்லை. இந்திராவும் அம்மாவின் சொல்லுக்குக் கட்டுப்பட்டு வாயைத் திறக்கவில்லை.

ரமேஷ் சென்னைக்குத் திரும்பிச் சரியாக எட்டு நாட்கள் கழிந்துவிட்டன.

அன்று செவ்வாய்க்கிழமை காலையில் வெளிவந்த ஓர் ஆங்கிலப் பத்திரிகையில் கீழ்க்கண்ட செய்தித் துணுக்கு ஒரு மூலையில் பிரசுரமாகி யிருந்தது.

"சென்னை, ஜூலை 23

நேற்று மாலை பட்டதாரியான ஓர் இளம்பெண் தன் உடம்பில் மண்ணெண்ணெயை ஊற்றி நெருப்பு வைத்துக்கொண்டு தற்கொலை செய்து கொண்டதாகத் தெரிகிறது. திருவல்லிக்கேணி கிருஷ்ணாம் பேட்டையில் தன் பெற்றோர்களுடன் வசித்துவந்த பங்கஜம் என்ற அந்த 25 வயதுப் பெண் ஒரு கடிதம் எழுதி வைத்திருப்பதாகவும், போலீஸார் அந்தக் கடிதத்தை எடுத்து வைத்திருப்பதாகவும் கூறப்படுகிறது. புலன் விசாரணை நடைபெறுகிறது. (ந.நி)"

இந்தச் செய்தியைப் படித்ததும் பங்கஜம் யார் என்பதை உடனே தெரிந்துகொண்ட பேராசிரியர் வீட்டில் அவரைத் தவிர எல்லோருமே அதிர்ச்சியடைந்தனர். அவர் மனத்துக்குள் துக்கம் தெரிவித்துக் கொண்டதோடு நிறுத்திக்கொண்டார். சசியோ 'ஆ'வென்று அலறி விட்டாள். இந்திரா மௌனமாக இருந்தாலும், அவள் உதடுகள் துடித்தன; கண்ணீரும் பெருக்கினாள். ரமேஷ் தன் இரு உதடுகளையும் உள்ளே மடித்துப் பற்களால் அதுக்கிக்கொண்டு துயர முகத்தோடு சோபாவில் சாய்ந்துவிட்டான்.

ருக்மிணியம்மாள் "சீ! இதுவும் ஒரு பெண் ஜென்மமா?" என்று செத்தவளைப் பழித்து ஆத்திரத்தைக் கொட்டினாள்.

பேராசிரியர் மௌனமாக எழுந்து குளிப்பதற்காக உள்ளே போய் விட்டார்.

தாயாரின் ஆத்திரத்திற்கு யாரும் எதிரொலி எழுப்பவில்லை. அந்த அம்மாள் அதிக ஆத்திரத்துடன், "இந்தப் பாழாப்போனவளை பி.ஏ. வரையிலும் படிக்கவச்சது இதுக்குத்தானா? பெத்தவங்க வாயிலே மண்ணைப் போடுறதுக்குன்னே இந்த சனியன் ஜனிச்சிருக்கு. தொலையட்டும். இதுகள் தொலைஞ்சாதான் லோகத்துக்கே க்ஷேமம்..." என்று பொரியத் தொடங்கிவிட்டாள்.

இந்திரா அதைப் பொறுக்காமல், "ஏம்மா, செத்தவளை இப்படிப் பேசுறே?" என்றாள்.

"போடி போ! உனக்கு என்னடி தெரியும்? அவ என் பொண்ணா இருந்திருந்தா, பொணத்தை ஒரு மாசம் அழுகப்போட்டு அப்புறம்தான் கொண்டுபோய்ப் பொதைப்பேன். அந்த ஏழை மனுஷன் பியூன் வேலை பார்த்து வயித்தைக் கட்டி வாயைக்கட்டி அவளைப் படிக்க வச்சதுக்கு இப்படி வேலை செய்யலாமாடி?..."

சசி சினந்த பார்வையோடு அம்மாவைத் திரும்பிப் பார்த்தாள். அவள் உள்ளம் எரிமலையாகக் குமுறிக்கொண்டிருந்தது.

அம்மா இரண்டாவது 'சீ' சொன்னபிறகு, "அவளா செத்தாள்? அவளை அப்பன் கொலை பண்ணிப்பிட்டான். படுபாவி! அவனுக்கு இது சரியான பாடம்! வேணும்" என்றாள் சசி.

"என்ன, மண்ணாங்கட்டிப் பாடம்! அக்கம்பக்கத்திலே காறித்துப் புறாப்லே செத்தவள் பாடம் கற்பிக்கிறாளாம், பாடம்!"

"சாகாமல் என்ன செய்வாள்! அவளை அப்பன் எப்படியெல்லாம் சித்திரவதை பண்ணினான் என்கிறது எனக்குத் தெரியும். ஒரு நாள் பூராவும் மகளைப் பட்டினிபோட்டு ரூமிலே தள்ளிப் பூட்டிவச்சவன் அவன்தானே? ஏன்? எதுக்குன்னு கேட்கிறேன்? அவள் யாரைக் காதலிச்சாத் தேவலை? யாரைக் கல்யாணம் பண்ணிக்கிட்டாத் தேவலை? இவருக்கு என்ன வந்தது?"

சசியின் கோபாவேசத்தைப் பார்த்த ருக்மிணியம்மாளுக்குச் சினம் பொங்கி எழுந்தது.

"பொண்ணைப் பெத்து வளர்த்துப் படிக்க வச்சிட்டு அவள் யாரைக் காதலிச்சால் என்னன்னு எந்தத் தகப்பன் இருப்பான்? என்ன, மண்ணாங் கட்டிக் காதல் வாழுது!"

"இப்போ என்ன வாழ்ந்தது? அவள் வாழ்ந்துட்டாளா? இல்லை. இவர் வாழ்ந்துடப் போறாரா? இப்போ எந்த ரூமிலே தள்ளிப் பூட்டு வார்ன்னு கேட்கிறேன். அவள் எழுதி வச்ச லட்டர் இவரை ஜெயிலிலே தள்ளிப் பூட்டணும். அப்படி அந்த லட்டரை எழுதியிருந்தால் எனக்கு இந்தத் துக்கமெல்லாம் ஆறிப்போகும்... ஒரு அளவுக்குத்தான் தடை போடலாம். 'ஓவ'ராப் போயிட்டால்? இதுதான் பலன். பங்கஜம் அப்பனுக்கு மட்டுமில்லே, இந்த உலகத்துக்கே பாடம் கற்பிச்சுட்டுப் போயிட்டாள்..."

ருக்மிணியம்மாள் தன் குடும்ப அந்தஸ்து, பிரபுத்துவத் தோரணை போன்ற நிலைகளையெல்லாம் விட்டுத் தன்னை மறந்து கீழே இறங்கி விட்டாள். குழாயடிச் சண்டைக்காரிபோல் முகத்தை வலித்துக்கொண்டு, "ஐயே! இவள் பாடம் கற்பிச்சிட்டாள்; உலகம் இனி தலைகீழாத் திரும்பிடும்! அப்பன்காரங்க எல்லாம் இனிமேல் பெண்ணோட காதல் கடுதாசியைக் கொண்டுபோய்க் காதலன் கையிலே குடுத்துப் பதில் கடுதாசியையும் வாங்கிக்கிட்டு வரப்போறாங்க!..." என்று எகத்தாளமாகக் கையலைத்து, உடம்பெல்லாம் அலைத்துப் பேசினாள்.

ரமேஷ் அப்போது வாயைத் திறந்தான். "அம்மா! போதும். எதுக்கு நமக்குள்ளே சண்டை? பேச்சை விடு... சசி, பேசாமல் போ..."

"அம்மா பேசுறது உனக்கே நல்லா இருக்கா, ரமேஷ்!" என்று கேட்டாள் சசி.

"சசி! பேச்சை விட்டுடு. உன் நிலைமை எனக்குப் புரியுது. பங்கஜம் உனக்கு சிநேகிதி; காலேஜ் மேட். உயிருக்குயிராப் பழகிப்பிட்டே, அவளைப் பத்திப் பேசுறதை உன்னாலே பொறுக்க முடியாதுதான்..."

"என் சிநேகிதி என்கிறதுக்காகக் கூடச் சொல்லல்லே ரமேஷ். யாராக இருக்கட்டும்..."

"போதும், பேசப்பேச வளரும்..." என்று சொல்லிவிட்டு ரமேஷ் அப்பால் போய்விட்டான்.

சசியும் கோபத்தோடு எழுந்து முகத்தை ஒரு திருப்புத் திருப்பிக் கொண்டு தன் அறைக்குள் போய்ப் படுக்கையில் விழுந்தாள். நாலைந்து தடவை பெருமூச்சுவிட்டாள்.

பேராசிரியர் சாப்பிட்டுவிட்டுக் கல்லூரிக்குப் போகும்வரையிலும் வீட்டில் ஒரே மௌனமே நிலவியது.

அன்றைய தினத்திற்குப் பிறகு சசியும் அம்மாவும் பேசவே இல்லை; முகத்தைகூடப் பரஸ்பரம் நிமிர்ந்து பார்ப்பது கிடையாது.

ருக்மிணியம்மாள் அன்றிரவு கணவரிடம் அந்தரங்கமாக, பங்கஜத் தின் தற்கொலை பற்றி சசி எப்படியெல்லாம் பேசினாள் என்பதையும் அவளுடைய மனப்பான்மையைப் பார்க்கப் பயமாக இருக்கிறது என்றும் அவளுடைய காதலைத் தடுத்தால் அவளும் பங்கஜத்தைப் பின்தொடரக் கூடும், தடுக்காவிட்டால் அந்த "தரித்திரப் பயல்" அஷோக்கைப் பார்த்து ஓடி விடுவாள் என்றும் சொன்னாள். உடனடியாக ஏதாவது செய்து மகளை வழிக்குக்கொண்டு வந்துவிடவேண்டும் என்றும் அவரை நெருக்கினாள். அவ்வளவையும் அவர் பொறுமையாகக் கேட்டுக் கொண்டிருந்துவிட்டு, "பார்ப்போம்" என்று ஒரே வார்த்தையில் பதில் சொன்னார். பிறகு ஒரு தடிப் புத்தகத்தைக் கையில் எடுத்தார்.

"எப்போ பார்த்தாலும், 'பார்ப்போம் பார்ப்போம்னு' சொல்லிக்கிட் டிருக்கீங்க. எப்போ பார்க்கிறது? தலைக்கு மிஞ்சி வெள்ளம் போயிட்டப்புறம் என்ன செய்ய முடியும்... இதைக் கொஞ்சம் யோசனை பண்ணுங்க... நீங்க தலையிட்டால்தான் ஒரு வழி பிறக்கும்... நான் சொல்றதைக் கேளுங்க... பாராமுகமாக இருந்தால் எப்படி?... இது அடுத்த வீட்டு விவகாரமா?... நம்ப கஷ்டந்தானே?... நான் வயித்திலே நெருப்பைக் கட்டிகிட்டு இருக்கிறேன்... இது உங்களுக்கு ஏதாச்சும் தெரிகிறதா?... நீங்க உண்டு, உங்க காலேஜ் உண்டுன்னு இருந்துட்டால் எப்படி?..."

ருக்மிணியம்மாள் முடிவில்லாமல் புலம்பிக்கொண்டிருந்தாள். கடைசியில் வாய் அலுத்து, காதும் சலித்துப்போன பிறகுதான் வாயை மூடினாள். பேராசிரியர் ஒன்றுமே பேசவில்லை. அவள் கோபத்தோடு முகத்தைத் திருப்பிக்கொண்டு அறையை விட்டு வெளியே சென்றாள். பேராசிரியர் அதையும் ஏறிட்டுப் பார்க்கவில்லை.

4

ரமேஷ் சொன்னபடி இரண்டு வாரங்களில் அஷோக்குக்குப் போன் பண்ணவில்லை.

நாட்களை எண்ணிக்கொண்டிருந்த அஷோக் சரியாகப் பதினைந் தாவது நாளில் ரமேஷின் ஆபீசுக்குப் போன் பண்ணினான். அவன்

அங்கு இல்லாததால் வீட்டுக்கு 'டயல்' செய்தான். ரமேஷ் அப்போது வீட்டிலும் இல்லை.

போனை எடுத்தவள் சசி.

"ஹலோ! நான் அஷோக் பேசுகிறேன்..." சசி சுற்றும்முற்றும் பார்த்தாள். போன் ரிசீவரைக் கொண்டே வாயைப் பொத்திக்கொண்டு குரலையும் தாழ்த்தி, "அஷோக்!... ரமேஷ் வீட்டில் இல்லையே!..." என்றாள் ஆங்கிலத்தில்.

"யார் பேசுறது?"

"தெரியல்லையா?"

அஷோக் ஆங்கிலத்தில் குழைந்தான்: "சசி என் அன்புள்ள சசி!"

"என் பெயர் உனக்கு இன்னும் ஞாபகமிருக்கிறதா அஷோக்? நிஜமாகச் சொல்."

"சசி! உன் ஞாபகத்தைத் தவிர வேறு எனக்கு என்ன ஞாபகம் இருக்க முடியும்?"

"பொய்! முழுப் பொய்!"

"சத்தியமாகச் சொல்கிறேன், உன் பெயரைச் சொல்லிப் புலம்பிக் கொண்டே இருக்கிறேன். ஒரு வேலையிலும் மனம் செல்லாமல் பிரமை பிடித்துப்போய் உட்கார்ந்திருக்கிறேன். என் அன்புள்ள சசி! கொஞ்ச நாளில் எனக்குப் பயித்தியமே பிடித்துவிடும்..."

மாடிப்படியில் காலடியோசை இலேசாகக் கேட்டது.

சசி சுற்றும்முற்றும் திரும்பிப் பார்க்கும்போது கண்கள்தான் வேலை செய்தன; காதுகளால் வேலை செய்ய முடியவில்லை.

"அஷோக்! ஏன் உன் குரல் இப்படித் தழு தழுக்கிறது?..."

"நீதான் என்னை மறந்துவிட்டாய், சசி..."

"அது இந்த ஜன்மத்தில் இல்லை, அஷோக்."

"எவ்வளவு காலம் என்னை இப்படியே இருக்கச் சொல்கிறாய்? நீயும் எவ்வளவு காலம் காத்திருக்கப் போகிறாய்?"

"அவசியம் ஏற்பட்டால் என் வாழ்நாள் முழுவதுமே காத்திருப்பேன் – நீ நம்பினாலும் சரி, நம்பாவிட்டாலும் சரி. ஆண்டவன் முன்னிலையில் சொல்கிறேன்."

"நீ நினைத்தால் இன்றே நம் காதல் வெற்றிக் கொடி நாட்டிவிட முடியும்"

"அஷோக்! அது எனக்கும் தெரியாமல் இல்லை. ஆனால் என் அருமைத் தந்தையை நினைக்கும்போதுதான் என் மனம் தயங்குகிறது. இல்லையென்றால், என்றோ உன்னிடம் ஓடோடி வந்திருப்பேன்.

இப்படி ஜெயில் தண்டனையை அனுபவித்துக்கொண்டிருக்க மாட்டேன் . . .”

மாடிப்படிகளில் கேட்ட காலடி ஓசை இருக்க இருக்க அதிகமாகி, அப்புறம் குறைந்துகொண்டு வரத் தொடங்கியது.

“உன் அப்பா உனக்குச் சாதகமாக இருப்பாரா? அவர் தடுத்தால் என்ன செய்வாய்? அவர் பேச்சைக் கேட்கத்தானே செய்வாய்? என்னையும் மறந்துவிடத்தானே செய்வாய்?”

“என்ன செய்வேன் என்பது அப்பொழுது தெரியும். என்னை ஆண்டவனாலும் தடுக்க முடியாது. அப்பா தடுத்தால், என் சந்தோஷ வாழ்வுக்கு அவர் தடைபோட்டால், அப்புறம் நான் ஏன் அவரைப் பொருட்படுத்துகிறேன்? சொல்லப்போனால், அவர் அப்படித் தடுக்கும் நாள் விரைவில் வரவேண்டும் என்றே கூறுவேன். அதுதான் சாக்கு என்று நான் துணிவதற்கு உதவியாக இருக்கும். இப்பொழுது அவருக்குத் தெரியாமல் எதுவும் செய்ய என்மனம் இடம்தரவில்லை, அஷோக்.”

“உன்னை ஜெயிலிலேயே தொடர்ந்து வைத்திருந்தால், உன்னால் என்ன செய்ய முடியும்?”

“அது அப்பொழுதுதான் தெரியும். அஷோக்! ஒன்று மட்டும் உறுதி! நம் காதல், வாழ்வில் வெற்றி பெறாவிட்டாலும் என் சாவில் வெற்றிபெறும்.”

“சசி!”

“ . . .” – சசி விம்மி அழுதாள்.

“சசி! ஏன் பெருமூச்செறிகிறாய்?”

“அஷோக்! . . .”

“சசி! அழாதே! நீ ஒன்றுக்கும் அஞ்சவேண்டாம். மனதில் உறுதியிருந்தால் மனிதனால் சாதிக்க முடியாதது ஒன்றுமில்லை.”

மீண்டும் மாடிப்படிகளில் காலடி ஓசை.

“நீதான் உறுதியாக இருக்கவேண்டும். என்னுடைய உறுதியில் உனக்குச் சந்தேகமே வேண்டாம் . . .”

“சசி! ரமேஷுக்கு நம் விஷயம் தெரியுமா? ஏதாவது கேட்டானா?”

சசி பதில் சொல்வதற்கு முன் ஒருமுறை சுற்றிலும் திரும்பிப் பார்த்தாள்.

இந்திரா அப்போது மாடிப்படிகளின் அருகே வந்து நின்றுகொண்டிருந்தாள்.

சசி போன் வாயைக் கையால் பொத்திக்கொண்டு, “இந்திரா!” என்று அழைத்தாள்.

அவள் ஒரு பதிலும் சொல்லாமல் முகத்தை மட்டும் மேலும் கீழும் இலேசாக ஆட்டினாள்.

“இந்திரா! நீ எவ்வளவு நேரமா இங்கே ஒட்டுக் கேட்டுக்கிட்டு நிற்கிறே?” என்று தமிழில் கேட்டாள் சசி.

“எவ்வளவு நேரமா நிற்கிறேன்னு சொல்ல முடியவில்லை. கையிலே கடிகாரம் இல்லை. சசி! நீ இந்த வேலை செய்யலாமா? அவனோடு போனில் பேசுறதில்லைன்னு அம்மாவுக்கு நீதானே சத்தியம் செய்து குடுத்தே!” என்று இந்திரா கேட்டாள்.

“குடுத்திருப்பேன். அதைப்பத்திக் கேட்க நீ யார்? வீட்டிலே அத்தனை பேருக்கும் நான் ஜவாப் சொல்லணுமா என்ன? என்னை என்னன்னு நினைச்சிக்கிட்டிருக்கிறீங்க? உங்களாலே என்னை என்ன செய்ய முடியும் . . .?”

அப்போது போன்—வாயைத் திறந்து, ஆங்கிலத்தில் “கொஞ்சம் இருங்கள், ஒரு நிமிஷம்” என்று சொல்லி, போனையும் மூடிக்கொண்டு, இந்திராவைப் பார்த்துத் திரும்பினாள் சசி.

“ஜாக்கிரதை! இன்னும் நீ இப்படி ஒட்டுக்கேட்ட, நான் எதுக்கும் துணிஞ்சிடுவேன். ஒரு பாட்டில் மூட்டைப் பூச்சி மருந்து. அதுவே வேண்டாம். இதோ இந்த ரெண்டு வைரத்தோட்டைப் பொடி பண்ணிச் சாப்பிட ரொம்ப நேரமாகாது. நான் வைரத் தோடு போட்டிருக்கிறதே, அதுக்குத்தான். அழகுக்கு இல்லை, தெரிஞ்சிக்கோ. உலகத்திலே பங்கஜம் ஒருத்திதான் பாடம் கற்பிக்க முடியணும் என்கிறதில்லே. என்னாலயும் முடியும் . . .”

இந்தச் சமயத்தில் வீடே கிடுகிடுக்கும்படி “உன்னாலே என்னடி முடியும்?” என்ற பிளிறலோடு மாடிப்படியில் ஏறி மேலே வந்தாள் ருக்மிணியம்மாள். வந்தவள் ஒரே பாய்ச்சலாகப் பாய்ந்து சசியின் கையிலிருந்து போன் ரிசீவரைப் பிடுங்கி ‘டமார்’ என்று போட்டாள். மகளின் கையைப்பிடித்து இழுத்தாள். அவள் எழுந்திருக்க மறுத்து, அந்தப் போராட்டத்தில் தரையில் விழுந்தாள்.

“நீ பாடம் கற்பிச்சுடுவையா? பார்ப்போம், யாருக்கு யார் பாடம் கற்பிக்கப் போறாங்க என்கிறதை!”

சசி ஆவேசத்துடன் எழுந்து நின்று “நானும் பார்க்கத்தான் போறேன்” என்று கனல் தெறிக்கச் சூளுரை பகர்ந்துவிட்டுத் திரும்பினாள்.

“காலாகாலத்திலே உங்க அப்பா உன்னை அடக்கியிருந்தால் நீ இப்படித் துள்ளமாட்டே எல்லாம் அவர் குடுத்த இடம். நீ இப்போ தலைகீழா விழுறே! எத்தனை நாளைக்கு விழுவேன்னு பார்க்கிறேன் . . .”

சசி, வேகமாக ஓர் அறைக்குள் சென்று கதவைப் ‘படார்’ என்று சாத்தினாள்.

அவளைப் பின்தொடர்ந்து செல்ல ருக்மிணியம்மாள் எத்தனிக்கும் போது ரமேஷ் வந்துவிட்டான்.

"கேட்டயா ரமேஷ்! சசி எல்லாருக்கும் பாடம் கற்பிக்கப் போறாளாம்! – பங்கஜத்தைப் போல"

அவன் இதைக் கேட்டதும் துள்ளி விழுந்தான். "இப்போ சசி எங்கே? என்ன நடந்தது?" என்று பரபரப்போடு கேட்டான்.

"இங்கேதான் கதவைப் பூட்டிக்கிட்டுக் கிடக்கிறா. என்ன நடந்ததுன்னு அவளையே போய்க் கேளு. வைரத்தைப் பொடிபண்ணிச் சாப்பிடப் போறாளாம். இவள் நாசமாப் போறதோட நாலாயிரம் ரூபாய் வைரத்தையும் நாசமாக்கப் போறா!..."

"அம்மா! சும்மா இரு" என்று சொல்லிவிட்டு அறையைத் திறந்து கொண்டு உள்ளே போய், "சசி" என்று அழைத்தான்.

அவள் எழுந்து தமையனின் கழுத்தைக் கட்டிக்கொண்டு 'ஓ'வென்று அழுதாள்.

தாயாரும் தங்கையும் அருகில் வந்தார்கள்.

"அம்மா! இந்திரா! நீங்க இங்கே வரவேண்டாம் கீழே போங்க" என்றான் ரமேஷ்.

"ஏன்? என்ன சொல்றே ரமேஷ்?"

"நீங்க போங்கன்னு சொல்றேன். போயிடுங்க."

அவர்கள் போகத் தயாராக இல்லை. சசி கேவிக் கேவி அழுது கொண்டிருந்தாள்.

"நீங்க போயிடுங்க. சசியின் விஷயத்திலே யாரும் தலையிடக்கூடாது. நான் சொல்றேன்."

ருக்மிணியம்மாளுக்கு மகன் மீது கோபம் வந்துவிட்டது.

"ஏண்டா? யாருக்கு நீ உத்தரவு போடுறே?"

அப்போது அவன் முகத்தைத் திருப்பிக் கண்ணைச் சிமிட்டி ஜாடை செய்து, "அம்மா! நீ போ. ஏன் இப்படிக் கத்துறே?" என்று சொன்னதும் தாயும் தங்கையும் கீழே போய்விட்டார்கள்.

அவன் முகத்தைத் திருப்பிக் கண்ஜாடை செய்ததை அந்த அழுகை யிலும்கூட சசி பார்த்துக்கொண்டு விட்டாள்.

"ரமேஷ்! இது என்ன சூழ்ச்சி? அம்மாவைப் பார்த்து நீ கண்ஜாடை செய்தே! அவளும் உடனே போயிட்டாள்! எல்லாரும் சேர்ந்து பேசி வச்சிக்கிட்டுச் சதி பண்றீங்களா?" என்று சசி கேட்டாள்.

"சதியாவது ஒண்ணாவது!" இங்கிலீஷில் பேச ஆரம்பித்தான் "சசி! அம்மாவையும் இந்திராவையும் கீழே அனுப்புவதற்கு இந்தத் தந்திரமான வழியைக் கடைப்பிடித்தேன். அவ்வளவுதான். நீ அமைதியாக இரு."

அவன் சொன்னதை அவளால் நம்ப முடியவில்லை. 'கண்ணிய வானைப்போல்' ஆங்கிலத்திலும் பேசியதால் அதை நம்பாமலும் இருக்க

முடியவில்லை. அவனுடைய மன அந்தரங்கத்தைச் சோதித்து அறிவதற்காக அஷோக்கைப் பற்றிப் பேச வாய்திறந்தாள். அவனோ அங்கே நிற்கவே இல்லை.

"சசி! நான் ஆபீஸுக்கு அவசரமாக ஓடவேண்டும். எல்லாவற்றையும் மாலையில் பேசிக்கொள்வோம். அதுவரையிலும் நீ அம்மாவையோ இந்திராவையோ பார்க்கவே வேண்டாம். அவர்கள் வந்து பேசினாலும் நீ பேசாதே..."

"ரமேஷ்! என் காதலை நீ ஆதரிப்பாயா?" என்று அப்பட்டமாகவே கேட்டாள் சசி.

"சாயங்காலம் பேசுவோம்" என்று சொல்லிவிட்டு ரமேஷ் பறந்து விட்டான்.

சசியின் சந்தேகம் வலுத்துவிட்டது. "திருடன்! இது சூழ்ச்சியேதான்!"

5

அன்றிரவு எல்லோரும் சாப்பிட்ட பின் பேராசிரியர் சேகர் வழக்கம்போல் தமது படிப்பறைக்குச் சென்றார். அவரை யார் முதலில் போய்ப் பார்ப்பது என்று தாய்க்கும் மகளுக்கும் போட்டியாக இருந்தது. அம்மா முதலில் போய்ப் பேசினால் அப்பாவைத் தன் கட்சிக்குத் திருப்பி விடுவாள். தான் முதலில் போய்ப் பேசினால் அப்பாவைத் தன் கட்சிக்கு இழுத்துவிடலாம். ஆனால்...

தகப்பனிடம் போய் கொஞ்சங்கூட கூச்ச நாச்சமில்லாமல் தனது காதலைப்பற்றி எப்படிப் பேச முடியும்? தான் பேச ஆரம்பிக்காதவரையில் அவரும் வாயைத் திறக்கமாட்டார் என்று அவளுக்குத் தெரியும். ஆர அமர யோசனை செய்தாள். இவள் யோசனை செய்து முடிப்பதற்குள் ருக்மிணியம்மாள் போய்ப் புகுந்துவிட்டாள்.

"இன்னிக்கு நடந்த கதை தெரியுமா? அந்த அஷோக் பயலோட இவள் போனிலே பேசினாள். கொஞ்சிக் குலாவிக்கிட்டிருக்கிறாள். நான் போய்க் கையும் களவுமாப் பிடிச்சிட்டேன்..."

பேராசிரியர் சாவதானமாக முகத்தைத் திருப்பி அவளைப் பார்த்தார்.

"அப்புறம்?" என்று கேட்டார் அவர்.

"அப்புறம் என்ன? சுருக்கமாச் சொல்றேன். அவள் காதலைத் தடுத்தால் பங்கஜத்தைப் போல நமக்குப் பாடம் கற்பிக்கப் போறாளாம்!"

பேராசிரியரின் உதடுகளில் புன்னகை நெளிந்தது.

ருக்மிணியம்மாள் சினத்தை அடக்கிக்கொண்டு, "என்ன சிரிக்கிறீங்க? இது என்ன விளையாட்டா? வேடிக்கையா?" என்று கேட்டாள்.

"ருக்மிணி! அதை நீ நம்புறாயா?"

"எதை?"

"பங்கஜத்தை இவள் பின்பற்றப் போறதாச் சொல்றதை."

"சொல்றாளே?"

"பங்கஜம் ஒரு ஏழைப்பெண். அவள் சமாச்சாரம் வேறே. இருக்க நல்ல வீடு கிடையாது. நல்ல சாப்பாடு இல்லை. சமூகத்திலே ஒரு அந்தஸ்தும் கிடையாது. அப்படிப்பட்டவங்க வாழ்க்கையிலே ஒரே ஒரு இன்பந்தான் உண்டு. மனசுக்குப் பிடிச்சவனோட வாழறதைத் தவிர வேறே ஒரு சுகத்தையும் காண முடியாத ஏழைகள்! அவளும் சசியும் ஒண்ணுன்னு நீ ஏன் நினைக்கிறே?"

"நானா நினைக்கிறேன்? அவள் சொல்றாள். தற்கொலை சமாச்சாரம் ஒரு தொத்து நோய் மாதிரி. ஒருத்தி செய்தால் இன்னொருத்திக்குத் தானாகவே தூண்டுதல் பிறக்கும்..."

"சரி, பார்ப்போம்."

"இன்னும் என்ன பார்க்கிறது?"

"சசியைக் கூப்பிட்டுக் கேட்கிறேன். நீ போ."

"நல்லாக் கேளுங்கோ. என்ன கேட்பீங்களோ எனக்குத் தெரியாது. எப்படியும் இதைத் தடுத்தே ஆகணும். அவ்வளவுதான் சொல்வேன்."

"நீ போ; அவளை வரச்சொல்லு."

ருக்மிணியம்மாள் வேகமாகவும் நம்பிக்கையோடும் திரும்பிவந்து ரமேஷின் மூலம் சசிக்குத் தகவல் கொடுத்து உடனடியாக அவளை அப்பாவிடம் போகச் செய்தாள்.

சசி கண்களைத் துடைத்துக்கொண்டு வந்துநின்றாள்.

"உட்கார் சசி" என்றார் தந்தை அமைதியாக. அப்புறம் ஒன்றும் பேசாமல் ஒரு புத்தகத்தில் கவனத்தைச் செலுத்தினார். அவர் கவனத்தைத் தன் பக்கம் திருப்ப அவள் ஒரு விசும்பலோடு அழுதாள்.

"சசி! ஏன் அழறே?"

"அப்பா என் உயிர் இப்போ உங்க கையிலேதான் இருக்கு. நீங்க என்ன செய்யப்போறீங்களோ, செய்யுங்க."

"நான் என்ன செய்யணும்னு நீ சொல்றே? சொல்லு."

அவள் பதில் சொல்லாமல் அழுதாள்.

"சசி, உங்க அம்மாவைப்போல நான் தடுக்கப்போறதில்லை. உனக்கு ஒரு வாரம் 'டயம்' தர்றேன். யோசனை பண்ணிச் சொல்லு."

"இனிமேல் நான் யோசிக்க வேண்டிய விஷயமே இல்லை..."

"இருக்கட்டுமே! எதுக்கும் ஒரு வாரம் கழிச்சிப் பேசலாம். இப்போ என்ன குடியா முழுகிப் போயிட்டது? நான் உன் காதலை ஒருநாளும் தடுக்கமாட்டேன்."

"ஆதரிக்கிறீங்கன்னு சொல்லுங்க."

"அதைச் சொல்லணுமா? உன் இஷ்டப்படியே நீ செய்யலாம்."

"அப்படின்னா உங்களுக்கு இஷ்டமில்லே? அப்படித்தானே?"

"உனக்கு எது இஷ்டமோ அதுதான் எனக்கும் இஷ்டம். உன் இஷ்டத்தைத் தெரிஞ்சிக்கிறவரையில் வாக்குறுதி குடுக்கக் கூடாது என்கிறதுக்காகத்தான் உங்க சித்தப்பன் வர்றப்போவெல்லாம் 'பொறு பொறு'ன்னு சொல்லிக்கிட்டிருக்கிறேன்."

"என்ன வாக்குறுதி?"

"உனக்கு வேறொரு இடத்திலே அவன் மாப்பிள்ளை பார்க்க நினைக்கிறான். உனக்கும் அந்தப் பேர் தெரிஞ்சிருக்கும். அருணா எஞ்சினீயரிங் ஒர்க்ஸ் அவருடைய பையன்தான். கல்யாணத்தைப் பண்ணிக்கிட்டு பொண்டாட்டியோடேயே அமெரிக்காவுக்கும் போக உத்தேசித்திருக்கிறான். மூணு வருஷம் ஏதோ கோர்ஸ் படிக்கிறதுக்கு. இப்போ அந்தப் பையனை இந்திராவுக்குப் பார்க்கறதான்னு உங்க சித்தப்பன்கிட்டே சொல்லணும். அவங்க அதுக்குச் சம்மதிக்கலேன்னா, போகட்டும். நான் கவலைப்படப்போறதில்லை. உங்க அம்மாதான் நாலு நாளைக்கு வாயிலே வயித்திலே அடிச்சிக்குவாள். அவளுக்குத் தெரிஞ்சது அவ்வளவுதான் . . ."

அருணா எஞ்சினீயரிங் ஒர்க்ஸ் முதலாளி பெரிய கோடீஸ்வரன் என்று சசிக்கும் தெரியும். அப்படிப்பட்டவரின் பிள்ளையையும் தன் காதலுக்காக இழக்க இவர் சித்தமாக இருப்பதைப் பார்த்த சசி, அப்பாவின் பரந்த மனப்பான்மையையும் பிறருடைய உணர்ச்சிகளை மதிக்கும் பெருங் குணத்தையும் எப்படிப் போற்றிப் புகழ்வது என்று தெரியாமல் தவித்தாள்.

"சசி! நீ போகலாம். எனக்கு அஷோக்கைப் பற்றி எதுவுமே தெரியாது – என்னுடைய பழைய மாணவன் என்கிறதைத் தவிர. அவன் யாரோ இருக்கட்டும்; படிச்சவனோ படிக்காதவனோ? பணக்காரனோ, ஏழையோ? நல்லவனோ? கெட்டவனோ? அதைப்பத்தியெல்லாம் நான் கவலைப்படமாட்டேன். உனக்கு அவன் மேலே காதல். அத்தோடு விஷயம் முடிந்தது. நான் ஒரு வார்த்தை தடுத்துப் பேசமாட்டேன். நீ போய்ட்டு வா"

சந்தோஷம் தாங்காமல் சசி எழுந்து வந்தாள். தன்னுடைய அறைக்குச் செல்லும்போது, அம்மா, இந்திரா, ரமேஷ் – மூவருக்கும் கேட்கும்படியாக வெற்றிப் பெருமிதத்துடன் செருமிக்கொண்டும் போனாள். இதைக்கேட்டு ருக்மிணியம்மாளும் ரமேஷும் விழுந்தடித்துக்கொண்டு பேராசிரியரின் அறைக்கு ஓடினார்கள்.

"மோசம் பண்ணிட்டீங்க போலிருக்கே!" என்று ருக்மிணியம்மாள் பய பீதியுடன் கூச்சல் போட்டாள்.

ரமேஷ் நடுங்கிக்கொண்டு, "நீங்க 'சரி'ன்னு சொல்லிட்டீங்களா அப்பா?" என்று கேட்டான்.

“ரமேஷ்! உங்க சித்தப்பன் என்னைப்பத்தி அடிக்கடி சொல்வான்னு சொல்வையே, ‘மிடில்கிளாஸ் மென்டாலிட்டி’ என்கிறதை, அது இதுவரையிலும் உங்கம்மாவுக்குத்தான் இருக்குன்னு நினைச்சிருந்தேன். இப்போ உனக்கும் அது வந்துட்டதா?”

“நீங்க என்ன சொல்றீங்க, அப்பா? புரியும்படியாச் சொல்லுங்க.”

“இதுதான் விஷயம். சசியின் இஷ்டத்துக்கு நான் குறுக்கே நிற்கப் போறதில்லை. அவகிட்டவே இதைச் சொல்லிட்டேன். நீங்க கூப்பாடு போட வேண்டாம். நான் சொன்னால் சொன்னதுதான். நீங்க போகலாம்” என்றார் பேராசிரியர்.

ருக்மிணியம்மாள் கூச்சலைப் பெரிதாக்கினாள். “பெத்த பொண்ணை எக்கேடு கெட்டும் போன்னு நட்டாத்திலே விட்டுடுற தகப்பனும் ஒரு தகப்பனா?”

பேராசிரியர் எழுந்து நின்று, “ருக்மிணி, பேசாமல் போயிடணும். இனி மேல் இதைப்பத்தி ஒரு வார்த்தை பேசினால், நான் இப்பவே வெளியே போயிடுவேன். பெரிய தலைவலியா இருக்கு எனக்கு . . .” என்று கோபக்குரலில் பேசினார்.

மனைவியும் மகனும் வெளியே வந்துவிட்டார்கள்.

6

பேராசிரியர் ஒரு வார அவகாசம் கொடுத்தார், மகள் யோசனை பண்ணுவதற்கு. ஆனால் அவளுக்கு ஒரு நாளே போதுமானதாக இருந்தது. சொல்லப்போனால் மத்தியானத்திற்குள்ளாகவே அவள் யோசித்து முடித்துவிட்டாள். அதன் விளைவாக அவளுக்கு அவமானம் தாங்க முடியாமல் போய்விட்டது. இந்திராவைப் பார்க்கும்போதெல்லாம் பொறாமைத் தீ பற்றி எரிந்தது. அத்தோடு, பங்கஜத்தின் தகப்பனும் நல்லவனாகவும் மாறிவிட்டான். தன்னுடைய தந்தை இவ்வளவு கல்நெஞ்சம் கொண்டவரா என்று நினைக்கும்போது அவளுக்கு அழுகை பீறிட்டுக்கொண்டு வந்தது. வெந்த புண்ணில் வேல்கொண்டு குத்துவது போல் தாயாரும் அனாவசியமாகப் புலம்பிக்கொண்டிருந்தாள்.

“நல்ல அப்பா வந்து வாச்சார்! கொஞ்சம்கூடக் கவலைப்படாமே மகளை அனாதைப் பொணமாகக் கழிச்சிக் கட்டிப்பிட்டாரே! இவளுடைய காதலுக்கு ஆதரவளிக்கிறாராம்! அவரே அப்படிச் செய்யும்போது எனக்கு என்ன வந்தது? இவள் இனிமேலே உலகப் பிரயாணமும் செய்வாள்! ஜெர்மனியிலிருந்து நவ நாகரிகச் சாமான்களும் வந்து இறங்கும்! மருந்துக் கடைக்காரன் இவளுக்கு ஏர்கண்டிஷன் பங்களாவும் கட்டிக்குடுப்பான்! நான் பார்க்கத்தானே போறேன்! . . .”

அம்மாவின் ஒவ்வொரு சொல்லும் அவளை மேலும் மேலும் அவமானத்திற்கும் வேதனைக்கும் உள்ளாக்கிச் சுட்டெரித்தது. தாங்கவே முடியவில்லை.

அன்றிரவே அப்பாவிடம் ஓடினாள் சசி. சரணாகதி அடைந்தவளைப் போல், "அப்பா!" என்று ஓலமிட்டாள். அப்புறம், "இதைவிட நீங்க என்னைக் கொலை பண்ணி இருக்கலாமே" என்று சொல்லிவிட்டுக் 'கோ'வென்று அழுதாள்.

"என்ன சொல்றே, சசி" என்று கேட்டார் பேராசிரியர்.

அவள் பதில் சொல்லாமல் அழுதாள்.

"சசி! நிம்மதியாப் போய்ப் படு. என்ன குடி முழுகிப்போயிட்டது? நான் எப்பவும் உன் இஷ்டத்துக்குக் குறுக்கே நிற்கமாட்டேன். நீ எப்படி முடிவு பண்ணினாலும் சரி. நாளை காலையில் பேசலாம் போ" என்று சொல்லி மகளைத் தேற்றினார் தந்தை.

7

இரண்டு வருஷங்கள் கழிந்துவிட்டன.

அஷோக்கிற்குக் கல்யாணமாகி ஒரு குழந்தையும் பிறந்துவிட்டது. அவன் மனைவி மதுரைப்பெண்.

சசிக்கும் – அருணா எஞ்சினீயரிங் ஓர்க்ஸ் முதலாளி வீட்டில் கல்யாணமாகாவிட்டாலும் அவரைப் போன்ற வேறொரு முதலாளியின் வீட்டில்–கல்யாணமாகி, அவளுக்கும் ஒரு குழந்தை பிறந்துவிட்டது. அவளுடைய கணவன் அவளையும் குழந்தையையும் அழைத்துக்கொண்டு விரைவில் ஐரோப்பாவில் உல்லாசப் பயணம் மேற்கொள்ளவும் முடிவு செய்திருந்தான். இதற்கிடையில் அவள் கணவனோடும் குழந்தையோடும் தாய் வீட்டுக்கு ஒருநாள் வந்திருந்தாள். வீட்டில் பேராசிரியரைத் தவிர எல்லோரும் அன்று இரண்டு பெரிய கார்களில் ஏறிக்கொண்டு படம் பார்க்கப் போனார்கள்.

அது தமிழ்ப் படம். படத்தின் கதை எல்லோருக்குமே பிடித்திருந்தது. சினிமாக் காதலன் தன் பெற்றோர்களின் தடையாலும் காதலியின் பெற்றோர்களுடைய தடையாலும் காதல் நிறைவேறாமல், பைத்தியக் காரனாகித் தெருத்தெருவாக அலைகிறான். அவனை மூன்று வருஷப் பிரிவிற்குப் பிறகு பார்த்த காதலி மாடியிலிருந்து அதிவேகமாக இறங்கி ஓடிப்போய், "என் கண்ணா!" என்று அவனைக் கட்டிக் அனைத்துக் கொள்கிறாள். உடனே அவனுக்குப் பைத்தியம் தெளிந்து, "என் கண்ணே" என்று அவளைக் கட்டிகொள்கிறான். அந்த நிமிஷத்திலேயே அவனுடைய உயிர் போய்விடுகிறது. அந்த அதிர்ச்சி தாங்காமல் அவளும் அங்கேயே செத்துவிழுகிறாள். காதலுக்காக உயிர் நீத்த இந்த இருவருக்கும் அந்த ஊரின் பொதுமக்கள் ஒரு நினைவு மண்டபம் கட்டுகிறார்கள். அங்கே, காதலனின் பெற்றோர்களும் காதலியின் பெற்றோர்களும் அந்த ஊரிலுள்ள இளைஞர்களும், யுவதிகளும், அவர்களுடைய பெற்றோர்களும் வந்து கூட்டமாக நின்றுகொண்டு, காதலின் தெய்வீகத் தன்மையைப் போற்றி கோஷ்டி கானம் செய்கிறார்கள்.

‘பிரமாதமான படம்!’ என்ற ஏகோபித்த பாராட்டுடன் எல்லோரும் வீடு திரும்பினார்கள். பேராசிரியரும் அவர்களைக் கேட்டு சினிமாக் கதையைத் தெரிந்துகொண்டார். ஒரு அபிப்பிராயமும் சொல்லாமல் மௌனமாக அவர் தமது அறைக்குத் திரும்பினார்.

‘காதல், மதம், ஆசாரம், ஒழுக்கம், தேசம்... இப்படி ஏதாவது ஒன்றுக்குத் தியாகம் செய்யவேண்டியது ஒரு கூட்டத்தின் தலையெழுத் தாகவும் இன்னொரு கூட்டத்தின் இன்பானுபவமாகவும் ஆகிவிட்டது... பங்கஜம் மாதிரி நாலுபேர் உயிரைக் கொடுத்துக் காதலைத் தூக்கிப் பிடிக்கவேண்டும். அதைச் சினிமாக்காரன் படம் பிடிக்க வேண்டும். அதைப் பார்த்து இன்னும் நாலு பேர் உயிரைக் கொடுத்துக் காதலைத் தூக்கிப் பிடிக்கவேண்டும். இல்லையென்றால் ‘லைஃபில் வால்யூ’வே இல்லாமல் போய், சசிக்கும் ருக்மிணிக்கும் வாழ்க்கை ஒரே பாலைவன மாகப் போய்விடும்!... சசி வைரத்தைப் பொடி பண்ணிச் சாப்பிட்டுவிடு வாள் என்று நம்பி ருக்மிணி கூச்சலும் போட்டாளே! ரமேஷுங்கூடப் பயந்தானே! இந்த வீட்டிலே யாருக்கு எந்தக் காலத்தில் ‘மிடில்கிளாஸ் மென்டாலிட்டி’ இருந்தது? அனாவசியப் பயம்!’

பேராசிரியர் ஒரு தடவை சிரித்துக்கொண்டார்.

❖

கணையாழி, ஆகஸ்ட் 1969

முகக் களை

பாண்டுரங்கத்திற்கும் தேவகியம்மாளுக்கும் கல்யாணமாகி ஏறக்குறைய இருபது வருஷங்கள் ஆகின்றன.

ஏதோ ஒருவகையில் தான் அழகாக இருப்பதாய் தேவகியம்மாள் நினைக்கத் தொடங்கியது கல்யாணத்திற்குப் பிறகுதானே ஒழிய முன்னால் அல்ல. கன்னிப் பெண்ணாக இருந்தபோது தன்னை அவள் அழகியாகக் கருதவில்லை என்பதோடு, ஒரு கட்டத்தில் தன் முகம் அவலட்சணமாய் இருப்பதாகவும்கூட நினைத்திருக்கிறாள். அதற்குக் காரணம், அவளுக்குப் பேசிய இரண்டு கல்யாணங்களும் நின்றுவிட்டதுதான். இரண்டு இடங்களிலும் மாப்பிள்ளைகளின் பெற்றோர்கள் முகூர்த்தம் வைக்கத் தயாராகவே இருந்தார்கள்; ஆனால் பெண்ணை நேரில் வந்து பார்த்த மாப்பிள்ளைகள்தான் திரும்பிப் பார்க்காமல் போய்விட்டார்கள்.

இது தெரிந்து அப்போது அக்கம்பக்கத்தார் கைகொட்டிச் சிரித்தார்கள். "அதுதானே பார்த்தேன்? இவளையும் இவ பல்லையும் இவ மூஞ்சியையும் பார்த்துட்டு ஒருத்தன் இவளைக் கட்டிக்கச் சம்மதிப்பானான்னு கேட்டேன். இவளைப் பார்த்துட்டு மாப்பிள்ளைங்க தப்பினேன், பொழைச்சேன்னு ஓடிட்டாங்க!" என்றாள் ஒருத்தி.

"என் பொண்ணுக்கு மாப்பிள்ளை வரப்போறான்... என் பொண்ணுக்கு மாப்பிள்ளை வரப்போறான்னு அம்மாக்காரி குதிச்சாளே, இப்போ என்ன ஆச்சு? இவளை, ஒருத்தன் எதிர்க்கே ஒக்காத்தி வெச்சிக்கினு

சோறு துண்ணவே முடியாதேம்மா, கண்ணாலம் எப்படி பண்ணிக்கு வான்?" என்றாள் இன்னொருத்தி. வெறொருத்தியோ, தேவகியின் காதுகள் எலிக்காதுகள் மாதிரி மேலே ஏறிப்போய் உச்சந் தலையில் இருப்பதாகக் குறை சொன்னாள். அவள் இமை கொட்டும்போது, கோழி கண்ணை மூடித் திறப்பதுபோல் இருப்பதாகச் சொன்னாள் மற்றொருத்தி. தேவகியின் முகத்தில் பல் இருப்பதுதான் தெரிகிறது என்றும், மூக்கு, கண், நெற்றி முதலியவற்றைப் பட்டப் பகலிலேகூட விளக்கைப் பக்கத்தில் கொண்டு போய் வைத்துப் பார்த்தால்தான் தெரியும் என்றும் ஆளுக்கொன்று சொல்ல எல்லோரும் குலுங்கிக் குலுங்கிச் சிரித்தார்கள்.

அக்கம் பக்கத்துப் பெண்கள் இப்படித் தன்னுடைய முகத் தோற்றத்தைப் பற்றிக் கேவலமாகப் பேசிக்கொண்டது தேவகியின் காதுக்கும் எட்டிவிட்டது. ஆனால் அவர்களில் ஒவ்வொருத்தியுமே தனித்தனியாக வந்து மற்றவர்கள்தான் அப்படி அநியாயமாகப் பேசிக் கொண்டார்கள் என்றும் 'இந்தப் பொம்மனாட்டிகளுக்கு வாய் சும்மா இருக்காது, யாரையாவது குத்தம் சொல்லணும். இதே பொழைப்பாப் போச்சு' என்றும் சொன்னார்கள்.

என்றாலும் தேவகிக்கு மனம் உடைந்துவிட்டது. தான் அவலட்சண மாக இருப்பதாய் அவளே நினைக்கும்படி ஆகிவிட்டது. இப்படி எண்ணி விட்ட ஒரு பெண்ணால் உயிரோடு இருக்கவே முடியாது என்றும் உலகத்தில் ஒவ்வொரு பெண்ணும் தன்னிடத்தில் ஏதோ ஒரு கவர்ச்சி இருப்பதாக நினைத்துக்கொண்டிருப்பதால்தான் உயிர் வாழ்கிறாள் என்றும் அவளுக்குத் தோன்றவே, மூன்றாவதாகத் தன்னைப் பார்க்க வரும் ஒருவன் தன்னைத் தட்டிக்கழித்தால் தன் உயிரைத் தானே போக்கிக் கொள்வது என்று முடிவு கட்டிவிட்டாள். மூன்றாவதாக அவளைப் பார்க்கப் போனவர் பாண்டுரங்கம். பார்த்த மாத்திரத்திலேயே அவளைக் கல்யாணம் பண்ணிக்கொள்ள அவர் மனப்பூர்வமாகச் சம்மதம் அளித்து விட்டார்.

"எத்தனையோ பெண்களை வேண்டாம் வேண்டாம் என்று சொன்னவன், உங்க பொண்ணைப் பார்த்ததுமே சரின்னுட்டான். நான்கூட ஆச்சரியப்பட்டுப் போயிட்டேன். 'என்னடா சங்கதி?'ன்னும் அவனைக் கேட்டேன். அவன் என்ன சொன்னான் தெரியுமா? 'இந்தப் பொண் ணோட முகக்களை வேற யாருக்கு இருக்கும்?'னு சொன்னான்" – பாண்டுரங்கத்தின் தந்தை தேவகியின் பெற்றோரிடம் இவ்வாறு சொன்னார். அவர் சொன்னது நூற்றுக்கு நூறு உண்மையே. தேவகியின் முகக்களையைப் பற்றி பாண்டுரங்கம் அவ்வாறு போற்றிப் புகழ்ந்தது வாஸ்தவந்தான். அப்படிப் புகழ வேண்டிய ஒரு நிலை பாண்டுரங்கத்திற்கு ஏற்பட்டிருந்ததால் புகழ்ந்தார், ஒரேயடியாகவும் புகழ்ந்தார்.

பாண்டுரங்கம் பெற்றோருடன் வசித்த வீடு, சொந்த வீடாகும். சென்னை நகரில் வாடகைக்கு வீடு கிடைக்காமல் தெருத் தெருவாக எத்தனையோ பேர் அலைவதைப் பார்த்த அவருக்குச் சிறு வயதிலேயே சொந்த வீடு என்பது குபேர சம்பத்து என்று தோன்றிவிட்டது. எனவே,

தாம் கஷ்டப்பட்டுப் படிப்பது அனாவசியம் என்று எண்ணி, ஆறாம் வகுப்பில் 'பெயில்' ஆகி, அதற்குமேல் பள்ளிக்கூடத்திற்குப் போக முடியாது என்று பிடிவாதமாக மறுத்துவிட்டார். இரண்டொரு வேளை சாப்பிடாமல் இருந்துகூடத் தம் விரதத்தை நிலைநாட்டினார். ஏக புத்திரனை மிகவும் கஷ்டப்படுத்திவிடக்கூடாது என்று பெற்றோரும் வற்புறுத்தவில்லை. அவ்வாறு ஆறாம் வகுப்பு 'பெயில்' என்ற கல்வித் தகுதியோடு வளர்ந்த அவருக்கு இருபது வயது ஆயிற்று. 'உத்தியோகம் புருஷ லட்சணம்' என்று, அவருக்கு மிகவும் சிரமத்தின்பேரில் ஒரு மார்வாடியின் அடகுக்கடையில் ரசீது போட்டுக் கொடுத்துக் கணக்கு எழுதும் ஒரு வேலையை வாங்கிக் கொடுத்தார் தந்தை. சம்பளம் அறுபது ரூபாய்க்கு உயர மூன்றாண்டுகள் ஆயின. அப்படியும் அவருக்குக் கல்யாணம் செய்யப் பெற்றோர் தீர்மானித்தனர்.

சொந்த வீடு இருப்பதால், பங்களாவிலேயே பெண் கட்டலாம் என்று நினைத்துக் கொண்டிருந்தார் பாண்டுரங்கம். ஆனால் பங்களாப் பெண் கிடைக்காமல் போனதோடு, குடிசைப் பெண்ணாவது தனக்குக் கிடைப்பாளா என்றும் ஆகிவிட்டது. கால்காசு வேலையானாலும் கவர்ன்மென்ட் வேலை பார்ப்பவனுக்குத்தான் – அவன் பீயூனாக இருந்தாலும் சரி – பெண்ணைக் கொடுப்போம் என்றும் அறுபது ரூபாய் சம்பாதிக்கும் மார்வாடிக் கடைக் கணக்குப் பிள்ளைக்குக் கொடுக்க முடியாது என்றும் ஒவ்வொன்றாக மூன்று இடங்களிலும் ஒரே மாதிரி சொல்லிவிட்டார்கள். இதனால் பாண்டுரங்கம் இடிந்துபோய் விட்டார். சொந்த வீடு இருந்தும் தமக்குச் சம்சார பாக்கியம் கிட்டவில்லை என்றால் இந்த உலகத்தில் சந்நியாசியாகத்தானே வாழவேண்டும் என்று எண்ணி மனம் கலங்கினார். அந்நிலையில்தான் தெய்வாதீனமாக ஒருவர் கொடுத்த தகவலின் பேரில் தேவகியைப் பேசுவதற்குப் போனார்கள். "குரங்காக இருந்தாலும் சரி, பெண்ணாக இருந்தாலும் சரி" என்ற மனப்பக்குவத்துடன் காத்திருந்த பாண்டுரங்கம் உடனே சம்மதித்து, தேவகியின் முகக்களையையும் உயர்த்திப் பேசிவிட்டார்.

கல்யாணம் நடந்தது. தேவகியும் தனக்கு முகக்களையும் ஏதோ ஒரு வகையில் ஒரு அழகும் பார்த்த பார்வையிலேயே ஒருவன் மனத்தைப் பறிகொடுக்கும்படி செய்யக்கூடிய ஒரு கவர்ச்சியும் இருப்பதாகத் திடமாக நம்பிவிட்டாள். உயிரை விட்டுவிட நினைத்திருந்தவளுக்குப் பாண்டுரங்கம் உயிர்ப் பிச்சை கொடுத்ததோடு, முகக்களையையுமே கொடுத்துவிட்டார். கணவனே கண்கண்ட தெய்வம் என்று அவள் பாண்டுரங்கத்திற்குப் பணிவிடை செய்தாள். அவள் தம்மை மணந்துகொண்டதால்தான் தாமும் ஒரு சம்சாரியாக வாழமுடிகிறது என்றும் இல்லையென்றால் வெள்ளை வேஷ்டிப் பண்டாரமாக வாழ்நாளைக் கழிக்க நேர்ந்திருக்கும் என்றும் நினைத்த பாண்டுரங்கம் மனைவியைத் தலைக்குமேல் தூக்கிச் சுமக்கத் தயாராக இருந்தார்.

தாம்பத்தியத்தில் அன்பு வெள்ளம் கரை புரண்டு ஓடியது. ஆனால் பெற்றோர் உயிரோடு இருக்கும் வரையில் அந்த வெள்ளத்தை அவ்வப் போது அணைபோட்டுத் தடுப்பது என்பது நெடுங்கால மரபாக இருந்து

வருவதால், சிறிது காலத்திற்குள்ளாகவே, மாமியார் – மருமகள், சண்டை களும் சில சமயங்களில் மாமனார் – மருமகள் சண்டைகளுமே மூண்டு விட்டன. ஒவ்வொரு சண்டைக்கும் மூலகாரணமாக இருந்தது, வீட்டு வேலைகளைச் செய்யாமல் தேவகி எப்போது பார்த்தாலும் நிலைக் கண்ணாடியின் முன்னால் நின்று தன்னை விதவிதமாக அலங்கரித்துக் கொள்வதிலேயே நேரத்தைப் போக்குகிறாள் என்ற புகார்தான். 'காலை யில் ஒரு அலங்காரம், மாலையில் ஒரு அலங்காரமா? அவள் பூசுகிற சென்ட் நெடி தாங்கவே முடியவில்லை. குமட்டல் எடுக்கிறது. வீட்டு நடுக்கூடத்தின் வழியாகக் குடித்தனக்காரர்கள் – ஆடவர்கள் – நடந்து சென்றால் வெட்கம் தாங்காமல் ஓடி வந்து கண்ணாடி இருக்கும் அறையினுள் புகுந்துகொள்கிறாள்; அப்புறம் நாள் முழுவதும் வெளியே வர மறுக்கிறாள்' இப்படியெல்லாம் பெற்றோர் புகார் செய்தும் பாண்டு ரங்கம் அதைப் பற்றிக் கவலைப்படாமல் இருந்தார். அப்புறம் அவர்கள் எத்தனையோ நீதி நியாயங்களை எடுத்துக்கூறியும், ஒவ்வொரு சமயத்தில் கண்ணீர் விட்டு அழுதும் மகனைத் தங்கள் பக்கம் இழுக்க முயன்றார்கள். ஆனால் பாண்டுரங்கமோ ஒவ்வொரு சண்டையிலும் மனைவியின் பக்கமே தோளோடு தோளாக நின்றாரே ஒழிய, கட்சி மாறுவதற்குச் சிறிதும் இசையவில்லை. இதைக் கண்டு பெரிதும் கவலைக்குள்ளான பெற்றோர், இந்தக் கவலையினால்தானோ அல்லது வேறு காரணங்களினாலோ ஒருவர் பின் ஒருவராக நான்கு மாத இடைவெளிவிட்டுப் பரலோகம் போய்ச் சேர்ந்தார்கள். அந்த வருஷத்திலேயே பாண்டுரங்கத்தின் மூத்த மகள் லல்லு (லலிதா) பிறந்தாள்.

2

"கோடிக்கு ஒரு வெள்ளை; குமரிக்கு ஒரு பிள்ளை" என்பார்கள். ஒரு தடவை வெளுக்கப் போட்டுவிட்டால் கோடி வேஷ்டி பழைய வேஷ்டிதான்; குமரிப்பெண்ணின் கதையும் அதுதான். ஒரு குழந்தை பெற்றதோடு குமரிப் பட்டம் போய்விடும். ஆனால் தேவகியம்மாள், லல்லுவைப் பெற்றெடுத்த பிறகும் தன் அலங்காரத்தையோ சங்கோஜத் தையோ நிறுத்திக்கொள்ள – குறைத்துக்கொள்ளக்கூட – தயாராக இல்லை. முகக்களை இருக்கிறது. ஏதோ ஒரு கவர்ச்சி தனக்கு இருக்கிறது என்பது தெரிந்துவிட்டதால், அதைக் கொண்டு தன்னுடைய அழகின்மையை ஈடுகட்டிவிட வேண்டும் என்பதில் விடாமுயற்சியோடு இருந்தாள். இப்படி முயற்சி செய்துவந்த தேவகியின் அபார நம்பிக்கையைச் சோதிக்கக் கூடியவாறு ஒரு சம்பவம் நடந்தது. அப்பொழுது தேவகி மிகுந்த ஆக்ரோஷத்துடன் புலிப்பாய்ச்சல் பாயவே ஆரம்பித்துவிட்டாள்.

பாண்டுரங்கம் தம் வீட்டு மொட்டை மாடியில் புதிதாகக் கட்டி முடித்த ஓர் அறையை முதன்முதலாக இரண்டு பிரம்மச்சாரிகளுக்கு வாடகைக்கு விட முடிவுசெய்து மூன்று மாத அட்வான்சும் வாங்கி விட்டார். வீட்டின் 'பின்போர்ஷ'னில் அப்போது ஒரு குடும்பம் வாடகை கொடுத்துக் குடியிருந்து வந்தது. அந்தக் குடும்பத் தலைவியையும் தன்னையும் மனத்தில் வைத்துக்கொண்டு தேவகி கணவனைக் கேட்டாள்:

“குடியும் குடித்தனமுமா இருக்கிற வூட்லே மொட்டைப் பசங்களை வைக்கலாமா!”

பாண்டுரங்கம் சிரித்துக்கொண்டே, “நீ இன்னா சொல்றே தேவு? அந்த ரூம்பிலே மொட்டைப் பசங்கதானே இருக்க முடியும்? அங்கே என்ன சமையக்கட்டா, அம்மியா, ஆட்டுக்கல்லா, இன்னா இருக்குது?” என்று கேட்டார்.

“கடனோட கடனா இன்னும் கொஞ்சம் வாங்கிப்போட்டு ஒரு கொட்டா போடுறதுதானே சமையக்கட்டுக்கு?”

“தேவு, தோ பாரு! உனக்கு இன்னா தெரியும்? குடும்பக்காரன் இன்னிக்கெல்லாம் குடுத்தாலும் இருபத்தஞ்சு ரூபாய்க்கு மேலே குடுக்க மாட்டான். இந்தப் பசங்க ஒண்டிக் கட்டைங்களா இருந்தாலும் ஆளுக்கு இருபது ரூபா தரப்போறாங்க! சொளையா நாற்பது ரூபா! கரண்டுக் காசு வேறே! இன்னா சொல்றே நீ?”

தேவகியம்மாளால் பதில் சொல்ல முடியவில்லை. ரூபாய் நாற்பது என்ற சொல், கோடையிலே சாப்பிட்ட ஐஸ் கிரீம் மாதிரி உள்ளுக்குள்ளே ஜிலு ஜிலுத்துக்கொண்டே கரைந்து நிறைந்தது. இருந்தாலும், தோல்வி யடைந்த மாதிரி காட்டிக்கொள்ள விரும்பாமல், “உனக்கு ரொம்பத்தான் துணிச்சல்! உன்னைத் தவுத்து வேறே யாரும் இப்படி மொட்டைப் பசங்களை இட்டாந்து கொடக்கூலிக்கு வுடமாட்டாங்க. எனக்கு இதெல்லாம் புடிக்கல்லே. அவ்வளோதான் சொல்லுவேன்” என்று சொல்லிவிட்டுத் திரும்பினாள்.

அப்போது அவளுடைய கவலையைப் போக்க விரும்பிய பாண்டு ரங்கம், “தேவு, நீ ஒண்ணுத்துக்கும் பயப்படாதே. உன்னை இவங்க திரும்பிக் கூட பார்க்க மாட்டாங்க. ரொம்ப நல்ல புள்ளையாண்டாங்க...” என்று சொன்னார்.

அவர் அப்படிச் சொன்னாரோ இல்லையோ, நடுத்தெருவில் மானபங்கப்படுத்தப்பட்டவள்போல் பெருங்கூச்சல் போட்டாள் தேவகி. “என்னைத் திரும்பிக்கூடப் பார்க்க மாட்டாங்களா? நான் என்ன அப்படியா அவலச்சணமாக இருக்கறேன்? இதைக் கேட்டுக்கினு நான் உசுரோடே இருக்கனுமா! நான் அவலச்சணமா இருக்கறேன்னா என்னை எதுக்காக நீ கண்ணாலம் பண்ணிக்கினே?” என்று கேட்டுவிட்டு, இரண்டு தடவை தலையிலும் அடித்துக்கொண்டு, “கடவுளே! நான் இன்னும் உசுரோடே இருக்கிறேனே! கட்டின புருஷனே என்னைக் குரங்குன்னு பேசுறானே! என் அம்மாக்காரி – அந்தச் சண்டாளி – பேச்சைக் கேட்டு இந்த மனுசனுக்குக் கயுத்தை சாச்சேனே!..” என்று ஓலமிட்டாள்.

பாண்டுரங்கம் “தேவு! தேவு!” என்று பதற்றத்துடன் அவளைச் சுற்றிச் சுற்றி வந்தார். அவளும் அவரைப் பார்க்க விரும்பாமல் ராட்டினமாகச் சுற்றினாள். அவளுடைய கையைப் பிடித்து அவர் சமாதானப்படுத்த முயன்றபோது, “அட சீ!” என்று உதறிவிட்டு,

“இன்னிக்கே நான் சமுத்திரத்திலே போய் வுயல்லே, என் பேரு தேவகி இல்லை” என்று சொல்லிக்கொண்டே போய்க் கட்டிலில் தொப்பென்று விழுந்தாள். பாண்டுரங்கம் அதிர்ச்சியால் விதிர்விதிர்த்து, விழிகள் பிதுங்க முரண்டு, அந்தக் காலத்து நட்டுவனார்கள் போல் குடுகுடு என்று அவளைப் பின்தொடர்ந்து ஓடினார். “தேவு! தேவு! தேவு!...” – இந்த ஒரு சொல்லைத்தான் அவர் வாய் உச்சரித்துக்கொண்டே இருந்தது. லல்லு – அந்த மூன்று வயதுப் பெண் – பயந்துபோய் அவர் வேஷ்டியை ஆதரவாகப் பிடித்ததும் அவருடைய கவனத்தில் விழவே இல்லை.

“நான் ஒண்ணும் தப்பாச் சொல்லலல்லியே, தேவு! ஏன் இப்படிக் கூச்சல் போடுறே? வேணாம் நான் உன்னை இன்னா சொன்னேன்? ஒண்ணுமே சொல்லலல்லியே!” என்றபடியே பாண்டுரங்கம் கட்டிலில் அமர்ந்தார். உடனே அவள் அவரைக் கீழே தள்ளினாள். அவர் தரையில் உட்கார்ந்துகொண்டார். ஆயிரம் சொல்லிக் கெஞ்சினார். அவளோ குப்புறப்படுத்த நிலையிலிருந்து அணுவளவும் புரளவில்லை; ஆக்ரோஷ மான பெருமூச்சும் அழுகையை அடக்கும்போது பற்களைக் கடிக்கும் நறநறப்பும் நிற்கவில்லை. பாண்டுரங்கம் சோர்ந்துபோய் ஆயாசத்தோடு தலையில் கையை வைத்துக்கொண்டு யோசித்தார். திடீரென்று மார் வாடிக் கடை ஞாபகம் வந்துவிட்டது. “வேலைக்குப் போகவேண்டுமே!” என்று பயத்தில் வெளியே வந்துவிட்டார்; கடைக்கும் போய்விட்டார்.

இரவு அவர் திரும்பி வந்தபோது தேவகியம்மாள் அதே நிலையில் கட்டிலில் கிடந்தாள். ஆனால் உடை மாறியிருந்தது. தலையில் பூவும் பிடரியில் பவுடரும் இருந்தன. அவர் உள்ளே நுழையவும் அவள் பற்களைக் கடிக்கவும் சரியாக இருந்தது. அன்றிரவு அவர் தாமாகவே எடுத்துப் போட்டுக்கொண்டு சாப்பிட்டார். அதைப்பற்றிக்கூட அவர் கவலைப்படவில்லை; அவசியமானால் தாமே சமையல் செய்யவும் அவளுக்கு ஊட்டவும்கூட, அவர் தயாராக இருந்தார். அவளுடைய கவலை வேறு: துன்பமும் வேறு. அந்த ஓர் இரவு அவர் மனைவியைப் பிரிந்திருக்கும்படி நேர்ந்தது. ஓர் இரவு ஒரு யுகமாகக் கழிந்தது. மனம் கலங்கி, புத்தியும் பேதலித்து, “இப்படியேதான் இனி வாழ வேண்டுமா? கல்யாணம் பண்ணியும் பிரம்மச்சாரியா? கடவுளே!” என்று மறுகி, அன்று கடைக்கு லீவு போட்டுவிட்டு வந்து தாமே சமையல் பண்ணினார். பிறகு மனைவியைச் சமாதானப்படுத்துவதில் ஈடுபட்டார்.

தேவகியம்மாளோ அன்றே ஒரு முடிவைப் பார்த்துவிடுவது, ஒரு தெளிவைக் கண்டுவிடுவது என்று வைராக்கியமாக இருந்தாள். மணிக்கணக்கில் முறையிட்ட பாண்டுரங்கம் கடைசியில் அழமாட்டாத குறையாகச் சொன்னார். “கண்ணு! என் மனசு உனக்குத் தெரியாது. எத்தினியோ பணக்காரப் பொண்ணுங்களை வேணாம்னுட்டு உன்னைக் கண்ணாலம் பண்ணிக்கினேன். எனக்கு சொந்த வூடு இருக்குதுன்னு தெரிஞ்சி எவன் எவனோ பொண்ணைப் பெத்தவன் வந்து காலைப் புடிச்சான். ரெண்டொரு பெண்ணையும் பார்த்தேன். ஒண்ணொன்னும் ரதம் மாதிரி அலங்காரமாத்தான் இருந்திச்சி. ஆனா, நான் ஒத்துக்கல்லே.

ஏன்? அழகு இருந்தால் போதுமா? மூஞ்சியிலே லெச்சுமி இருக்க வேணாம்? அப்பாலே, அப்பாலே அதையும் மறைப்பானேன்? அதுவும் உன்கிட்ட மறைப்பானேன்? – காலேஜிலே படிக்கிற ரெண்டு மொட்டைங்க என்னைச் சுத்திச் சுத்தி வந்துச்சு. நானும் அதுகளோட, அதுகளோட... சிநேகமாக இருந்தேன்னு வச்சுக்கோயேன், அது ஒரு ரெண்டு வருசம். கண்ணாலம் கட்டிக்கச் சொல்லி பார்த்திச்சு. நான் ஒரே முட்டா முடியாதுன்னுட்டேன்..."

பாண்டுரங்கத்தின் குரலில் துயரம் குறைந்து, உற்சாகம் மேலோங்கியது. அவருடைய கட்டுக்கதைகள் அவருக்குக் கிளுகிளுப்பை ஊட்டியது போல், அவளுக்கும் ஊட்டின. அவள் பெருமூச்சு விடுவதை நிறுத்தி கணவனின் ராஸக் கிரீடைகளைப் பற்றிய விவரங்களை உற்றுக் கேட்டுக் கொண்டிருந்தாள்.

"தேவு! உன்னைப் பார்த்தேன். உன் மூஞ்சியைப் பார்த்தேன். லெச்சுமி தாண்டவமாடினா. அப்படியே காலிலே வுயந்த மாதிரி வுயந்துட்டேன். எனக்கு நீ தான் லெச்சுமி. நீ என் வூட்டுக்கு வந்தே..."

'என் அப்பனும் ஆத்தாளும் செத்தாங்க' என்று பாண்டுரங்கம் சொல்லப் போகிறாரோ என்று அப்போது காரணமில்லாமலே பயந்தாள் தேவகியம்மாள்.

"...நீ என் வூட்டுக்கு வந்தே, அன்னியிலேருந்து எனக்கு நல்லகாலம் தான். இப்போ மாடியும் கட்டிட்டேன். மொதல் மாசக் கொடைக் கூலியிலே உனக்குப் பட்டுப் பொடவை வாங்குறதாயும் இருக்கறேன். தேவு, ஏந்திரு. வா, சாப்பிடு. கோவிச்சுக்காதே" என்று சொல்லிக் கையைத் தொட்டார் பாண்டுரங்கம். அப்போது அவள் உதறவில்லை. சாகஸமாகச் சிறிது மறுத்தாள்; சற்று திமிறினாள்; கடைசியில் எழுந்து விட்டாள்.

தேவகியம்மாள் சாப்பிட்டாளே ஒழிய அவளுடைய பிணக்கு முற்றாகத் தீரவில்லை. அவர் மேலும் பல கட்டுக்கதைகளையும் பாராட்டுரைகளையும் சொல்லி, ஒரு தமிழ்ப் படத்துக்கும் அவளை அழைத்துக்கொண்டு போனார்; பத்துக்காசுக்கு மல்லிகைப் பூவும் பத்துக் காசுக்குப் பக்கவடாப் பொட்டலமும் பத்துக் காசுக்குப் பூவன் பழங்களும் வாங்கிக் கொடுத்தார். அதன் பிறகுதான் அவளுடைய ஆத்திரம் தணிந்தது. ஆனந்தமும் திரும்பியது. பாண்டுரங்கத்தின் ஒரு நாளையக் கட்டாயப் பிரம்மச்சரியமும் அந்த ஒரு நாளோடு போய் விட்டது. அதன்பின் தம்பதிக்கிடையில் எந்த விதமான தகராறும் ஏற்படவில்லை. அவ்வப்போது கணவனின் உள்ளத்தைச் சோதித்தறிவதற் காக, தன்னை அழகி என்று அவர் தொடர்ந்து கருதுகிறாரா என்பதைத் தெரிந்து கொள்வதற்காக அவள் ஏதேனும் ஒரு சிறு பரீட்சை வைப்பாள். அலங்கரித்துக்கொண்டு அவர் எதிரே போய் நிற்பாள். அவருடைய முகம் மலர்கிறதா என்று பார்ப்பாள். அவர் வாயிலிருந்து பாராட்டும் பரவச மொழிகளும் வெளிவரும் வரையில் அங்கேயே நிற்பாள், முன்னும் பின்னும் நடை பயில்வாள்; கொஞ்சுவாள்; கோபிப்பாள்; கூப்பிட்டால்

வரமாட்டாள். கூப்பிடாமலே வருவாள். கடைசியில் வெற்றியோடுதான் அன்றிரவில் படுக்கைக்குச் செல்லுவாள்.

இப்படிப் பதினைந்து வருஷங்கள் கழிந்தன. இந்தத் தாம்பத்திய ஐக்கியத்தை, அன்பு வெள்ளத்தை, பின்போர்ஷனில் வாழையடி வாழையாக வசித்து வந்த குடித்தனக்காரர்களும், மாடி அறை ஒண்டிக் கட்டைகளும் நிரந்தரமாகப் பார்த்துப் பார்த்துத் தமக்குள் சிரித்திருக் கிறார்கள்.

3

லல்லுவுக்கு இப்பொழுது வயது பதினெட்டு, எஸ்.எஸ்.எல்.ஸி.யில் பெயிலாகி வீட்டோடு இருக்கிறாள். அவளுக்கு பதினான்கு வயதிலும் பத்து வயதிலும் இரண்டு தம்பிகள் இருக்கிறார்கள்.

மாடி அறையில் விநாயகம் என்ற இருபத்து நான்கு வயது பிரம்மச்சாரி ஒருவன் தன் இருபத்தொன்றாம் வயதிலிருந்தே வாடகைக்கு இருந்து வருகிறான்; அவனோடு ஒரு வருஷமாக வசிப்பவர் நாற்பது வயது துரை. அவர் குடும்பஸ்தர். குடும்பத்தை இதற்குமுன் அவர் உத்தியோகம் பார்த்த ஊரில் விட்டுவிட்டு வந்திருக்கிறார். திரும்பவும் அங்கேயே போய்விடுவதற்கான முயற்சிகளைச் செய்துகொண்டு மாறுதல் உத்தரவை எதிர்பார்த்துக்கொண்டிருப்பவர் அவர்.

விநாயகத்துக்கு எப்போதுமே பிரம்மச்சாரியாக இருந்துவிட வேண்டும் என்ற உத்தேசம் எதுவும் கிடையாது. நேரம் வரும்போது எல்லாம் தானாக நடக்கும் என்று இருப்பவன்தான் அவன்.

வீட்டின் பின்போர்ஷனில் இரண்டு மாத காலமாகக் குடியிருப்பவர்கள் மாணிக்கம் என்ற ஒரு ஆசாமியும் அவருடைய மனைவி விசா லாட்சியும். அந்த தம்பதிக்குப் பிள்ளை குட்டிகள் இல்லை. அதனால்தான் பாண்டுரங்க மும் அவர்களுக்கு வீட்டை விட்டார். ஒரு பிள்ளை பிறந்தால் காலிபண்ணச் சொல்லிவிடலாம் என்பது அவர் உத்தேசம். பிள்ளை குட்டிகள் இருந்தால் – அதாவது குடித்தனக்காரர்களுக்கு இருந்தால் – வீட்டில் அமைதி நிலவாதே!

மாணிக்கமும் விசாலாட்சியும் தங்கள் போர்ஷனை விட்டு வெளியே வரவேண்டும் என்றால், தேவகியம்மாளின் அறையைத் தாண்டித்தான் வரவேண்டும். அப்போது வலதுபுறம் உள்ள அந்த அறையின் வாசலைத் திரும்பிப் பார்த்தால் எந்நேரமும் உள்ளே ஒரு பெரிய நிலைக்கண்ணாடி யின் முன்னால் தேவகியம்மாள் நின்றுகொண்டிருப்பதைக் காணலாம். கண்ணாடியில் மாணிக்கத்தின் நிழல் விழுந்துவிட்டால் போதும், அவள் அப்படியே வெட்கத்தினால் ஓடி ஒளிந்துகொள்வாள். அவர் எப்போதாவது எதிரே வந்துவிட்டாலோ அவள் உடம்பில் ஐஸ் தண்ணீர் கொட்டிவிட்டதுபோல் நடுங்கி, வெட்கத்தினால் முகம் கோணி, கடைக் கண்ணால் பார்த்துக்கொண்டே உள்ளே போய்விடுவாள்.

“இவளுக்கு என் தாயார் வயது இருக்கும் போலிருக்கு! என்னைப் பார்த்து இப்படி ஏன் வெட்கப்படுகிறாள்?” – இதுதான் முதன்முதலாக ஆச்சரியத்தோடு மாணிக்கம் தன் மனைவியிடம் சொன்ன வார்த்தைகள்.

“அது வெட்கமோ? பயமோ?” என்றாள் விசாலாட்சி.

“பயமா? என்னைப் பார்த்துப் பயப்படுவானேன்? இவளைப் பார்த்தால்தான் எமனே பயப்படணும்போல இருக்கு. இவளுக்கு எதுக்குப் பயம்? பார்த்தால் அப்படியே தூக்கிட்டுப் போயிடுற மாதிரி அழகு சுந்தரியா இருக்கிறா பாரு, பயப்பட வேண்டியதுதான்!

“நீங்க அப்படிச் சொல்றீங்க. அவருக்கோ அவ அழகு சுந்தரியா இருக்கிறாளே! ரம்பையாத் தோணுறாளே! அது தெரிஞ்சுதானே அவ இந்த பயம் பயப்படுறா. ஆம்பளைகளைக் கண்டதும் அந்த அம்மாள் தன்னைவிட அழகி இந்தப் பூலோகத்திலேயே கிடையாதுன்னு நிஜமாவே நினைக்கிறா! தெரியுமா?”

“நிலைக்கண்ணாடியையும் வீட்டிலே வெச்சிக்கிட்டு அவளுக்கு இப்படியும் நினைக்கத் தோணுதே, அதுதான் ஆச்சரியத்திலும் ஆச்சரியம்!”

வரவர தேவகியம்மாளின் தளுக்கும் மினுக்கும் நாணமும் ஓட்டமும் மாணிக்கத்தின் பொறுமையைச் சோதித்துவிட்டன. அவர் பாண்டு ரங்கத்தை ஒரு நாள் சந்தித்தபோது தனது எரிச்சலைப் பரிகாசமாக மாற்றி, “ஸார்...” என்று பேச்சைத் தொடங்கி, ஊரில் தன் தம்பி ஒரு பணக்காரப் பெண்ணை அழகில்லை என்று சொல்லிக் கல்யாணம் பண்ணிக்கொள்ள மறுப்பதாக ஒரு பொய்க்கதையைப் பேச்சின் நடுவிலேயே திரித்து, உள்ளே இருக்கும் தேவகியம்மாளுக்கும் கேட்கும் படியாக, “பாருங்க, ஸார். அழகில்லை அழகில்லைன்னு அதையே சொல்லிக்கிட்டிருக்கிறானாம். அழகிலே என்ன ஸார் இருக்கு? முகக்களைதானே ஸார் முக்கியம்? குரங்கா இருந்தாலும் களையா இருந்தா, எடுத்துக் கொஞ்சத்தோணுமே, ஸார்! முகத்திலே மகாலக்ஷ்மி மாதிரி ஒரு களை இருந்தா, அப்புறம் அழகை லட்சியம் பண்ணுவானேன்! தெருவுக்கு ஆயிரம் அழகிகளைப் பார்க்கலாம்; ஆனால் முகக்களையோட ஊருக்கு ஒண்ணுகூட பார்க்கமுடியாதே, ஸார்” என்றார்.

“வாஸ்தவம்” என்றார் பாண்டுரங்கம்.

“அந்தப் பொண்ணை நானும் ஒருசமயம் பார்த்திருக்கிறேன். ஏறக்குறைய உங்க மிஸஸ் ஜாடைதான். முகத்திலே இதே லக்ஷ்மீகரம்! இந்தக் களையேதான்” என்று மாணிக்கம் துணிந்து சொல்லிவிட்டார்.

தேவகியம்மாளுக்கு உள்ளே நிலைகொள்ளவில்லை. இங்கே பாண்டு ரங்கமும் சந்தோஷத்தினால் திறந்த வாய் மூட முடியாமல் நின்றார். மனைவியின் முகத்தில் அபாரக்களை சொட்டுவதாய்ப் பல வருஷங் களுக்கு முன் உபசாரமாகவும் உபாயமாகவும் சொன்ன பொய்யுரையை அவரே இப்பொழுது மெய்யுரை என்று நம்பத் தொடங்கிவிட்டார்.

தேவகியம்மாளுக்குத் தன் முகக்களையில் இருந்த நம்பிக்கை நூறு மடங்கு பெருகிவிட்டது. அதன் பலனாக மாணிக்கத்தையும் மாடி

அறை ஆசாமிகளையும் பார்த்து அதிகமாக நாணவும் அதிகமாக ஓடி ஒளியவும் ஆரம்பித்தாள்.

வயது ஏற ஏற, தலை நரைக்க நரைக்க, அந்த அம்மாளுக்கு மேன்மேலும் இளமை திரும்புவதைக் கண்டு விநாயகமும் அதிசயித்தான். அவன் மாடியில் நின்று கீழே முற்றத்தில் நடமாடும் தேவகியம்மாளைச் சந்தர்ப்பம் கிடைக்கும்போதெல்லாம் பார்த்து ரஸிப்பதுண்டு. துரையிடம் சொல்லித் தலையில் அடித்துக்கொள்வதும் உண்டு. அவன் தன்னை அடிக்கடி திரும்பிப் பார்க்கிறான் என்பதைத் தேவகியம்மாளும் கவனித்து விட்டாள். தன்னை யாரும் திரும்பியே பார்க்க மாட்டார்கள் என்று சொன்ன கணவனின் முகத்தில் கரி பூசியாகிவிட்டது என்று எக்களிப்புக் கொண்ட தேவகியம்மாள், விநாயகத்திடம் அலாதியாக வாத்ஸல்யமே கொண்டு விட்டாள்.

அவன் வந்த மறுமாதத்திலிருந்தே சிறுவர்கள் அவனுடைய அறைக்குப் போய் மிட்டாய் வாங்கித் தின்பதும் அங்கேயே விளையாடுவதும் சகஜமாகிவிட்டது. லல்லுவுக்கும் பரீக்ஷையின்போது அவன் பாடம் சொல்லிக் கொடுத்தும் இருக்கிறான். “அஷோக் எங்கே?” “ரவி எங்கே?” என்று அவன் பாண்டுரங்கத்தின் பிள்ளைகளைத் தேடிக்கொண்டு கீழே இறங்கி வந்தால், அவன் தன்னைச் சரசசல்லாபத்துக்கு அழைப்பது போல் தேவகியம்மாள் பார்த்துக்கொண்டு, நாணம் மேலிடத் தலை குனிந்து, கடைக்கண்ணால் கொஞ்சமும் புன்னகையால் கொஞ்சமும் அப்புறம் வாய்ச் சொற்களால் கொஞ்சமும் பேசிப் பதில் சொல்வாள். இந்தக் காட்சியை எல்லோருமே பலமுறை பார்த்திருக்கிறார்கள். மாணிக்கத்துக்குச் சந்தேகம் கூட ஏற்பட்டு, “இவள் வலை வீசுகிறாளா அவன் வலை வீசுகிறானா தெரியல்லே. ரொம்ப ரொம்ப இழையறாங்க!” என்று தன் மனைவியிடம் சொல்லிவிட்டார். தனக்கும் அந்தச் சந்தேகம் உண்டு என்றும் இன்னும் தெளிவு ஏற்படாமல் தான் தவித்துக்கொண் டிருப்பதாகவும் விசாலாட்சி சொன்னாள்.

“அவன் மூணு வருஷமா மெத்தை மேலே குடியிருக்கிறானாம். அதனாலே ஒருவேளை நெருங்கிப் பழகலாம். எந்த நேரமும் இந்தப் பையன்களும், ஒவ்வொரு சமயத்திலே பொண்ணும்கூட அங்கே போய் ‘கேரம் போர்டு’ விளையாடுதுகள்” என்றார் மாணிக்கம்.

“பொண்ணு மாடிக்குப் போறா. அவன் கீழே வந்தாலும், பொண் அவனோட நிமிர்ந்து நின்னு பேசுறா. ஆனா அம்மாக்காரிக்கு அவனைக் கண்டால் வெட்கம்! இதைப்போல ஒரு அதிசயம் வேறே எங்கேயும் பார்க்க முடியாது” என்றாள் அவள்.

ஒரு மாதத்துக்குப் பிறகு துரை உத்தியோக மாறுதலாகி அறையைக் காலி செய்துவிட்டு, சென்னையை விட்டே போய்விட்டார். அவருக்குப் பதிலாக ஒரு நல்ல ஆசாமி வந்து சேரட்டும் என்று காத்திருந்த பாண்டுரங்கம் வீட்டுப் புரோக்கர்களிடமும் சொல்லி வைத்திருந்தார். மாடியறையில் ஒரு ஆள் குறைந்துவிடவே, அந்த இடம் விளையாடுவதற்கு வசதியாக இருந்தது. நவராத்திரி விடுமுறையில் லல்லு, அஷோக்,

ரவி ஆகிய மூவரும் அங்கே மாலையிலும் முன்னிரவிலும் விநாயகத்தோடு அமர்க்களமாகக் 'கேரம்' ஆடிக்கொண்டிருந்தார்கள். அப்பொழுது ஒருநாள் விநாயகம் அந்த மூவருடனும் கீழே இறங்கிவந்தபோது, எதிரே நின்ற தேவகியம்மாள் வாரிச் சுருட்டிக்கொண்டு உள்ளே ஓடினாள். ஓடிய ஓட்டத்தில் அங்கே சட்டை போட்டுக்கொண்டு நின்ற பாண்டுரங்கத்தின் மேல் போய் விழுந்துவிட்டாள். அவர் அப்படியே கட்டிலில் போய் விழுந்தார். முழங்கை கட்டில் சட்டத்தில் மோதிவிடவே தாங்கமுடியாத வலி ஏற்பட்டு அவருக்கு ஒரு கணம் கண் இருட்டியும் விட்டது. மீண்டும் கண்ணுக்கு வெளிச்சம் தெரிந்தபிறகு முழங்கை வேதனை பொறுக்கமாட்டாமல் மனைவியைப் பார்த்து முதல் முதலாகச் சீறி விழுந்தார்.

"ஏன் இப்படி மாடாட்டம் வந்துவுயரே? கண்ணு தெரியல்லியா? என்று பாய்ந்தார் பாண்டுரங்கம். அடிப்பதற்குக் கையை ஓங்கியிருப்பார். ஆனால் அடிக்கும் கையில்தான் அடி. தூக்க முடியவில்லை. அதனால் ஆத்திரம் மிகுதியாகிவிட்டது. "நீ ஒரு பொம்மனாட்டிதானா?" என்றும் கேட்டுவிட்டார்.

அவள் தன் குற்றத்தை உணர்ந்து, "நான் பார்க்கல்லே. மெத்தை மேலே இருக்கிறவர் எதிரே வந்துட்டார்..." என்று சமாதானம் சொல்ல முயன்றாள்.

"வந்துட்டா இன்னா? அவருக்கு வயசு இருவது; உனக்கு வயசு நாப்பது. சின்னப் பொண்ணாட்டம் பயந்து சாவுறியே, எதுக்கு? எதுக்கும்மா இந்த வெக்கம்? கேக்கறேன்."

பாண்டுரங்கமா இப்படித் துணிந்து பேசுகிறார் என்று வீட்டில் அத்தனை பேரும் – விநாயகம், மாணிக்கம். விசாலாட்சி உட்பட – வியப்பில் ஆழ்ந்தார்கள். அவருடைய குரல் வீடெல்லாம் கேட்டது. அவளை, அவர் எவ்வளவு மட்டம் தட்டினாலும் தகும் என்று தத்தம் இடங்களில் இருந்துகொண்டே அவர்கள் மகிழ்ச்சியில் ஆழ்ந்தார்கள். ஆனால் அப்படித் துணிந்து பேசியது அவருடைய முழங்கை வேதனையே ஒழிய அவரல்ல என்பது யாருக்கும் தெரியாது.

"நாப்பது வயசுக்கு மேலே அம்மாளுக்கு இன்னா வெக்கம்டா, இன்னா வெக்கம்! உன் பல்லைப் பார்த்தாலே பத்து நாளைக்குச் சாப்பிட மாட்டாங்கேளடி" என்று பயங்கரமாக ஒரு போடு போட்டு விட்டு, "டேய் அஷோக்! போய் ஒரு ரிக்ஸா இட்டாடா. டாக்டர் கிட்டே போவணும். நோவு பிராணன் போவுது" என்று சொல்லிக் கொண்டே வெளியே வந்தார் பாண்டுரங்கம்.

தன் தப்பை உணர்ந்து பதில் பேச முடியாமல் தேவகியம்மாள் நின்ற பரிதாபம் போதாதென்று, அவளுடைய பற்களைப் பற்றிக் கணவன் சொன்ன வார்த்தைகள் வேறு ஈட்டிபோல் பாய்ந்தன. அவமானம் தாங்காமல் குப்புறப்படுத்து முகத்தை தலையணையில் புதைத்துக்கொண்டாள் அவள். இனி, அவள் பிழைத்தால் மறுஜன்மம் தான் என்று உள்ளே விசாலாட்சி சொல்லிக்கொண்டாள்.

டாக்டர் வீட்டுக்குப் போன பாண்டுரங்கம், எலும்புக்குச் சேதமில்லை என்று அறிந்து, ஒரு களிம்புப் பூச்சோடு மார்வாடி கடைக்குப் போய் விட்டார்.

மாலை வந்தது. அப்புறம் இரவும் வந்தது. இரவு வந்ததுமே, மனைவியைக் கடுஞ்சொற்களால் திட்டியது தவறு என்று பாண்டுரங்கத் துக்குத் தோன்றிவிட்டது. அவளைச் சமாதானப்படுத்தவும் அவளுடைய அன்பை மீட்கவும் பத்துக்காசு மல்லிகைப்பூ பத்துக்காசு பக்கவடாப் பொட்டலம், பத்துக்காசு பூவன் பழம் ஆகிய காணிக்கைகளோடு வீடு திரும்பினார். தன்னுடைய தவறுக்காகவும் தான் அடைந்த அவமானத்திற்காகவும் வெளியே தலைகாட்டப் பயந்து மூலையில் கிடந்த தேவகியம்மாள் கணவர் கொண்டு வந்த காணிக்கைகளைக் கண்டாள்; மாண்டவள் மீண்டாள் என்னும்படி புத்துயிர் பெற்றாள். கணவன் தன் பற்களைப் பற்றிச் சொன்னது கோபத்திலே சொன்ன வார்த்தைகளே ஒழிய பழிப்புரையோ, மெய்யுரையோ அல்ல என்று உணர்ந்தாள். மறுநாள் வழக்கம்போல் அலங்கரித்துக்கொள்ளவும் ஆடவர்களைக் கண்டு அஞ்சிக் கூசவும் தனக்குக் கணவன் சுதந்திரம் கொடுத்துவிட்டார் என்பதையும் உணர்ந்துகொண்டாள். சற்றே அசைவு கண்ட அவளுடைய நம்பிக்கை தன் முகக்களையில் இருந்த நம்பிக்கை பழையபடி உரம் பெற்றுவிட்டது.

4

அப்புறம் சரியாக ஒரு வாரம் கழியவில்லை. ஒரு இளைஞன் புரோக்கருடன் மாடியறையை வந்து பார்த்தான். அவன் ஒரு கம்பெனி யில் ஸ்டெனோவாக வேலை பார்ப்பவன். விநாயகத்துடன் அறையைப் பகிர்ந்து வசிக்க முப்பது ரூபாய் வாடகைதர இசைந்து, புதன்கிழமை நல்ல நாள் என்றும் அன்று பெட்டி படுக்கையோடு வருவதாகவும் சொல்லி மூன்று மாத வாடகையை அட்வான்ஸாகவும் கொடுத்தான். பிறகு புரோக்கரோடு வெளியே போனான்.

புதன்கிழமைக்கு நடுவே இரண்டு நாட்கள்தான் இருந்தன – திங்கட்கிழமை; செவ்வாய்க்கிழமை.

திங்கட்கிழமை மாலையில் கேரம் ஆட்டத்தின்போது "அஷோக், உங்கம்மா கிட்டே போய்ச் சொல்லு: இன்னிக்குக் காலையிலே நான் ஆபீசுக்குப் போறப்போ உங்க அம்மா எதிரே வந்தாங்க. அவங்க எப்போ எதிரே வந்தாலும் அன்னிக்குக் கட்டாயம் ஒரு நல்ல காரியம் நடக்கும். இன்னிக்கும் அப்படியே நடந்தது. நான் மூணு வருஷத்துக்கு முன்னாலே ஒரு ஆதாரமும் இல்லாமே ஒருத்தருக்கு முந்நூறு ரூபா கடன் குடுத்தேன். அவரும் வெளியூருக்குப் போயிட்டார். நான் எத்தனையோ லெட்டர் போட்டும் அவர் பதில் எழுதலே. பணத்தை மோசம் பண்ணிப்பிட்டார்; இனிமே அது திரும்பாதுன்னு நான் முடிவு பண்ணிட்டுப் பேசாம இருந்தேன். ஆனால் இன்னிக்கு என்ன நடந்தது தெரியுமா? ரிஜிஸ்டர் தபாலிலே அவர் அசலும் வட்டியுமாச் சேர்த்து ரூபா நானூத்தி எட்டுக்கு ஒரு 'செக்' அனுப்பிட்டார். என்னாலே

நம்பவே முடியல்லே. உங்க அம்மாவைப் பார்க்கறது மகாலக்ஷ்மியைப் பார்க்கறமாதிரி. அவங்க முகத்திலே அஷ்டலக்ஷ்மியும் தாண்டவமாடுது, அஷோக்" என்று சிரிக்காமல் சொன்னான் விநாயகம்.

அவன் அன்றிரவே தன் தந்தையின் முன்னிலையில் தாயாரிடம் சொன்னான். அன்றிரவு அந்த அம்மாளுக்குச் சந்தோஷத்தை எப்படித் தாங்குவது என்றே தெரியவில்லை.

"நான் அப்படி இல்லேன்னா உங்க அப்பா என்னைக் கண்ணாலம் பண்ணியிருப்பாரா, அசோக்கு?" என்றாள் தேவகியம்மாள். உடனே கணவனைப் பார்த்து, "அவருக்கு ஒரு நாள் சாப்பாடு போடணும்" என்றாள்.

"கட்டாயம்" என்றார் அவர்.

தம்முடைய மனைவியின் முகத்தை மற்றொருவன் மெச்சுவதை அறிந்து அவருக்கும் உடம்பு பூரித்தது. அவளை வேறு வழியில்லாமல் கலியாணம் செய்துகொண்டதாக அப்போது நினைத்தது எவ்வளவு பெரிய தவறு என்று சொல்லிக்கொண்டார்.

செவ்வாய்க்கிழமை மாலை. அஷோக்கும் ரவியும் மொட்டை மாடியில் காற்றாடி பறக்கவிட்டுக்கொண்டிருந்தார்கள். அறையில் கிடந்த 'கேரம் போர்டு'க்கு இரண்டு பக்கமும் விநாயகமும் லல்லுவும் உட்கார்ந்து விளையாடிக்கொண்டிருந்தார்கள். அப்போது இரண்டு பேருடைய கைகளும் 'கேரம்' போர்டில் இல்லை. கண்கள் அடிக்கொரு தடவை வெளியே திரும்பித் திரும்பிப் பார்த்துக்கொண்டிருந்தன.

கீழேயிருந்து தேவகியம்மாள் தன் மக்களைக் குரல் கொடுத்து அழைத்தாள். விளையாட்டு சுவாரஸ்யத்தில் பையன்கள் காதில் அவள் அழைப்பு விழவேயில்லை. ஆனால் அறைக்குள் அவளுடைய குரல் கேட்டது. சிறுவர்கள் கீழே இறங்குவதற்குத் திரும்பும்வரையில் தங்கள் விளையாட்டை நிறுத்த வேண்டிய அவசியமில்லை என்று இந்த இருவரும் கருதிவிட்டார்கள்.

தேவகியம்மாள் ஐந்தாறு தடவை கூவியும் பிரயோஜனமில்லாமல் போகவே கோபாவேசத்தோடு மாடிக்கு ஓடிவந்தாள். அறையின் வாசலை அவள் திரும்பிப் பார்த்தாள். விநாயகமும் லல்லுவும் தங்கள் வலது கைகளை உடனே பின்னுக்கு இழுத்து 'கேரம் போர்'டில் வைத்ததை அந்த அம்மாள் பார்த்துக்கொண்டாள். இருவர் வாயிலும் ஒவ்வொரு மிட்டாய் இருந்தது. இருவரும் வாயை மூடிக்கொண்டு கண்களை மட்டும் அகலத் திறந்து பேச்சு மூச்சற்று விழித்தார்கள்.

தேவகி அம்மாள் கோபப் படபடப்பில் "ஒருத்தருக்கொருத்தர் சோறு ஊட்டுறீங்களா?" என்று கேட்டாள். பிறகு உடம்பெல்லாம் நடுங்கப் பயங்கரமாகக் கூச்சல் போட்டாள். "திருடா! சோமாறி! பேமானி! கம்மனாட்டி! பொறுக்கி! . ." என்று விநாயகத்தைத் திட்டிக் கொண்டே மகளின் கூந்தலைப் பிடித்து இழுத்துக் கீழே கொண்டு வந்தாள்.

“என்ன, ஏது?” என்று விசாலாட்சி ஓடி வந்தாள்.

“உங்களுக்குச் சொல்ல வேண்டியதில்லே. நீங்க உள்ளே போங்க” என்று விசாலாட்சியை விரட்டிவிட்டு, மகளின் இரண்டு கன்னங்களிலும் “பளார், பளார்” என்று வாங்கிக்கொண்டே இருந்தாள்.

சிறுவர்கள் ஓடிவந்து பயத்தினால் அழுதுகொண்டே அம்மாவைத் தடுத்தார்கள். அவர்களை ஆளுக்கு ஒரு மிதி கொடுத்து அப்பால் தள்ளினாள் தேவகியம்மாள். அப்பொழுதும் அவள் “பாழாப் போறவன்! மோசக்காரன்! பொறுக்கி! திருடன்!...” என்று உரக்கத் திட்டிக் கொண்டிருந்தாள்.

மாணிக்கம் ஆபீசிலிருந்து திரும்பி வீட்டினுள் நுழைந்துகொண்டிருந் தார். ஒன்றும் புரியாமல் அவர் திகைத்து நின்றபோது, உள்ளே நின்ற விசாலாட்சி அவரைக் கை ஜாடை செய்து அழைத்தாள். விஷயத்தையும் ரகசியக் குரலில் சொல்லிவிட்டாள்.

“மாடியிலேருந்து மகளை இழுத்துக் கொண்டாந்து உதைக்கிறா. மாடியிலே அவன் இருக்கான். என்ன நடந்ததுன்னு இன்னும் சொல்லணுமா?”

“அப்படியா கதை! விசாலம், கதை எப்படியோ திரும்பிட்டதேடி!” என்று சொல்லிக்கொண்டே மாணிக்கம் உள்ளே கும்மாளம் போட்டார்.

இதற்குள் மகளுக்குச் சூடு போடுவதற்காக இரும்புக் கரண்டியை எடுத்து அடுப்பில் காய வைத்தாள் தேவகியம்மாள். அஷோக் பயந்துபோய் மார்வாடிக் கடைக்கு ஓடி அப்பாவை அழைத்துக்கொண்டு வந்தான். அவர் உள்ளே வந்ததும், மாணிக்கமும் வேண்டுமென்றே அங்கே வந்து நின்றார்.

தேவகியம்மாள் உடம்பெல்லாம் வாயாகக் கத்தி ஓலமிட்டாள். பாண்டுரங்கம் விஷயத்தை அறிந்து உள்ளே போனார். உடனே மனைவியைக் கீழே இழுத்துப் போட்டு உதைத்தார்.

“இத்தினி நாள் நீ இன்னாடி பண்ணிக்கினு இருந்தே, வூட்டிலே? கதையை இவ்வளவு முத்த விட்டுட்டுக் கூச்சல் வேறே போடுறியா, கூச்சல்! பொண்ணை ஊர்மேலே வுட்டுட்டு நீ வெக்கப்பட்டு ஓடி ஒளிஞ்சியேடி, பெரிய ரம்பை மாதிரி! அத்தோட பலன்டி இது!...” என்று சொல்லிக்கொண்டே ஒவ்வொரு வாக்கியத்தின் முடிவிலும் காலால் உதைத்துக்கொண்டிருந்தார்.

மாணிக்கம் இனியும் சும்மா இருக்கக்கூடாது என்று ஓடிப்போய்த் தடுத்து அவரை இந்தப் பக்கம் இழுத்துக்கொண்டு வந்தார்.

“பாருங்க ஸார், கூச்சல் வேறே போடுறா! மானம் கெட்டவ! இவ ஏன் கூச்சல் போடுறா தெரியுமா, ஸார், அவன் இவ கையைப் புடிச்சு இஸ்க்காமல், பொண்ணு கையைப் பிடிச்சிட்டானேன்னு இவளுக்கு ஆத்திரம்? ஸார்!...”

"ஸார்! என்ன பேச்சுப் பேசுறீங்க. ஸார்? போதும். சும்மா இருங்க" என்று தடுத்தார் மாணிக்கம். இவ்வளவு ரசாபாசத்துக்கும் மூலகாரணம் அவர் மனைவியைத் தூக்கிச் சுமந்ததுதான் என்று எண்ணிய மாணிக்கம், "யாரோ செஞ்ச தப்புக்கு அம்மாளை ஏன் ஸார் திட்டுறீங்க? சும்மா இருங்க" என்றார்.

ஆனால் பாண்டுரங்கம் சும்மா இருக்கவில்லை. சொன்னதையே வாய் ஓயுமட்டும் திரும்பத் திரும்பச் சொல்லிக்கொண்டுதான் இருந்தார்.

மேலே மாடியறையில் இருந்த விநாயகமோ, எந்த நிமிஷத்திலும் எதற்கும் தயாராக இருக்க வேண்டும் என்று கையை முஷ்டி பிடித்த வண்ணம் நின்றுகொண்டிருந்தான். கடைசி வரையிலும் பாண்டுரங்கம் மாடிக்குப் போகவே இல்லை; மாணிக்கம்தான் போனார்.

5

மாணிக்கத்தின் அபார முயற்சியால் விநாயகத்திற்கும் லல்லுவுக்கும் கல்யாணமே நிச்சயமாகிவிட்டது. அவன் மாதம் முந்நூற்றைம்பதுக்குமேல் சம்பளம் வாங்குகிறவன், சுய ஜாதி, சொந்த ஊராகிய விழுப்புரத்தில் கொஞ்சம் சொத்து சுகங்களும் உடையவன் என்பது தெரிந்ததாலும் அவனும் லல்லுவும் உயிருக்குயிராகக் காதலித்ததாலும் அவனுடைய பெற்றோரின் ஆட்சேபத்தையும் மீறிக் கல்யாணம் நிச்சயமாகிவிட்டது.

தேவகியம்மாள் நூறு ரூபாய் சம்பளத்தில் தன் பெண்ணுக்கு மாப்பிள்ளை கிடைப்பானா என்று சந்தேகப்பட்டுக்கொண்டிருந்தபோது, இவ்வளவு பெரிய இடத்திலிருந்து ஒருவன் கிடைத்தும்கூட அவளால் சந்தோஷப்படவே முடியவில்லை.

மகளுக்குக் கல்யாணம் ஜாம் ஜாம் என்று நடந்தது. ஆனால் தேவகியம்மாளுக்கோ வாழ்க்கையே இருண்டுவிட்டது. அவள் அலங்காரத்தையும் கைவிட்டாள்; வெட்கப்பட்டு ஓடி ஒளிவதையும் கைவிட்டாள். உலகத்தையே வெறுத்தவளாக வீட்டுக்கும் வாசலுக்கும் நடமாடிக்கொண்டிருந்தாள்.

❖

சுதேசமித்திரன், நவம்பர் 1969

நிலைக்கண்ணாடி

இந்த மூன்று நாட்களாக விசாலத்தின் நடவடிக்கையும் போக்கும் பாலுவுக்குப் புரியாமல் இருந்தன. எதற்கெடுத்தாலும் 'பிகு' பண்ணிக் கொண்டிருந்தாள். கை, கால் முதலிய அவயங்களை ஓர் அங்குலமும் இப்படி அப்படி அசைக்க முடியாதபடி அவளை நாணம் கட்டிப்போட்டுவிட்டது. புதுத் தம்பதிகளா என்ன, இந்த அடக்க ஒடுக்கத்துக்கு என்று பாலுவுக்கு ஒரே திகைப்பாய்ப் போய்விட்டது.

இரண்டு வருஷங்களாக பாலு ஊரில் இல்லை. உத்தியோகச் சம்பந்தமாக வட இந்தியாவிலும் வெளிநாடுகளிலும் இருந்துவிட்டு இப்பொழுதுதான் ஊருக்குத் திரும்பி இருந்தான்.

சுவரில் ஸ்டாண்டில் தொங்கும் பாலுவின் அங்க வஸ்திரத்தை விரித்துப் பைத்தியம்போலக் கண்ணாடியை மூடிவிட்டு அவன்படுக்கையில் ஓர் ஓரத்தில் வந்து அமர்ந்தாள். அப்பொழுது மணி பதினொன்றுக்கு மேலே இருக்கும். விசாலம் பக்கத்தில் உட்கார்ந்ததைப் பார்த்துக்கொண்டான் பாலு. அறையெல்லாம் 'ஜம்' என்று ஒரே சுகந்தம் பரவி இருவரையும் திக்குமுக்காட வைத்துவிட்டது.

விசாலம் தன் கல்யாணத்துக்குப் பிறகு இப்படி ஒருநாளும் அலங்காரம் செய்துகொண்டதில்லை. அவன், சற்றுத் தலையைக் குனிந்து விசாலத்தின் முகத்தைக் கூர்ந்து பார்க்கையில் அவள்... செருகி...

...அவன் ஊரை நோக்கி வரும்போது ரயிலில் அவனால் ஒரு வழியாக உட்கார்ந்திருப்பதே கஷ்டமாகப் போய்விட்டது. தன் உள்ளத்தினுள் மனோ வேகத்தோடு ஓடி ஓடி அலுத்து விழுந்தவனாகப் பெருமூச்சு விட்டுக்கொண்டு வந்தான். இந்த நீடித்த காலப் பிரிவுக்கு அப்புறம் இந்த இளம் தம்பதிகள் மறுபடியும்...

...வந்த இரண்டொரு நாட்களில் மனதில் எந்த ஒரு கூச்சமும் இல்லாமல் மனைவியோடு பழக ஆரம்பித்தான். ஆனால் விசாலமோ தன் வாயிலிருந்து ஒரு சொல் கிளம்புவதற்கு முன் எத்தனையோ தடவைகள் யோசிப்பாள். எத்தனையோ தடவைகள் பேச முடியாதபடி திக்குமுக்காடிவிட்டு வெட்கத்தினால் முகத்தைக் கைகளால் பொத்திக் கொண்டு அப்பால் போய்விடுவாள்.

'நல்ல விசித்திரம் இது!' என்று தனக்குள்ளேயே சிரித்துக்கொண்டான் பாலு. நீண்டதொரு பிரிவு காதலுக்குப் பழையபடியும் ஒரு புதுமை யுணர்ச்சி கொடுத்து மகிழ்வூட்டும் சூஷ்மம் இந்தத் தம்பதிகளுக்கு அர்த்தமற்ற அர்த்தமாகத் தோன்றியது.

மாடியில் பாலுவின் படிப்பறை, விதவிதமான புத்தகங்கள் பீரோவை நிரப்பிக்கொண்டிருந்தன. பெண்ணின் மென்மைக் குணத்தைப் பற்றி மிக மிக லாவகத்துடன் வர்ணித்து எழுதப்பட்ட மேல்நாட்டு நவீனங்களும் தமிழ் நவீனங்களும் வரிசை வரிசையாய் இருந்தன.

அன்று இந்த வரிசையில்தான் ஏதோ ஒரு புஸ்தகத்தை எடுத்து வாசித்துக்கொண்டு இருந்தான் பாலு. விசாலத்தின் அப்போதைய மனோநிலை, நாணத்தின் பந்தத்தில் நிமிஷத்துக்கு நிமிஷம் கால்தட்டி விடும் அவள் சுபாவம், அவனுக்கு ஏதோ விளையாட்டாகவும் வேடிக்கை யாகவுமே இருந்தது. அவன் வாசித்த புஸ்தகத்திலும் இப்படி எத்தனை எத்தனையோ தளிர்மேனிக் கன்னியர் மெல்லென வீசும் இளம் தென்றலில் துவண்டு விழும் அழகழகான சித்திரங்கள் தீட்டப்பட்டிருந்தன. படித்துக் கொண்டிருந்தான்... ஓர் இடத்தில் முகம் பார்க்கும் கண்ணாடியைப் பற்றி ஏதோ பிரஸ்தாபம் வந்தது. உடனே அவனுக்கு எதிரில் சுவரில் மாட்டப்பட்டிருந்த நிலைக் கண்ணாடியில் தன் முகத்தை ஒருமுறை பார்த்துக்கொள்ள வேண்டும்போலத் தோன்றியது. சற்று ஏறிட்டுப் பார்த்தான். ஆனால் மிகவும் ஆச்சரியகரமாக அவனுடைய அங்க வஸ்திரத்தை நனைத்து அந்தக் கண்ணாடியை மறைக்கும்படியாக அதன்மீது கொண்டுவந்து விரித்து உலர்த்தியிருந்தாள் விசாலம். அவனுக்கு விசாலத்தின் மீது ஒருமாதிரிக் கோபம்கூட வந்தது. முந்தாநாள்கூட ஏழெட்டுப் பழைய துணிகள் அந்தக் கண்ணாடியின் மேல் கிடந்தன. பாலுதான் அவற்றை எடுத்து அப்பால் எறிந்துவிட்டுக் கண்ணாடியைத் துடைத்துவைத்தான். இப்பொழுது மறுபடியும் அதன்மீது ஈரத் துணியைப் போட்டிருக்கிறாள் விசாலம். அறைக்கு வெளிப்புறமாக மாடி வெளியில் வேஷ்டிகளை வெயிலில் உலர்த்தக் கயிறுகூடக் கட்டப்பட்டிருந்தது. வெயிலும்கூட அப்போது பலமாகத்தான் அடித்துக்கொண்டிருந்தது. அப்படியிருக்கக் கண்ணாடியின் மேல் ஈரத்துணியைக் கொண்டுவந்து அசடு மாதிரிப் போடுவார்களா என்று கடிந்துகொண்டு ஈரமான

அந்த அங்கவஸ்திரத்தை எடுத்துக்கொண்டு வெளியில் போய்க் கொடியில் விரித்துக் காயப்போட்டான்.

உடனே விறுவிறுவென்று மாடியிலிருந்து இறங்கிப் போய்ப் பார்க்கையில் விசாலம் பக்கத்து வீட்டுப் பெண்களோடு பேசிக்கொண்டிருந்தாள். அப்படியே பாலு வெளியே கிளம்பிப் போய்விட்டான்.

சற்றுநேரம் கழித்து மாடிக்கு வந்த விசாலத்தின் முகம் வெட்கத்தால் கன்றிவிட்டது. அவள் வேண்டுமென்றுதான் கண்ணாடியைத் துணியால் மறைத்து வைத்தது. அவளுடைய சூட்சுமத்தை உணராது, பாலு எப்படியோ, எதை நினைத்துக்கொண்டோ அங்கவஸ்திரத்தை வெளியில் கொண்டுவந்து போட்டுவிட்டான் என்று நினைத்துக்கொண்டு மனதுக்குள் சிரித்தவண்ணம் சிறு குழந்தை மாதிரி விரலைக் கடித்துக்கொண்டு கீழே இறங்கி வந்தாள் விசாலம்.

அன்று இரவு 10 மணி இருக்கும். பாலு படுத்துவிட்டான். அரைத் தூக்கமாகத் தூங்கிக்கொண்டிருந்தான். அவன் தலைப்பக்கமாக ஒரு ஸ்டூலில் இருந்த அரிக்கன் லைட்டின் வெளிச்சத்தைக் குறைத்து வைத்திருந்தான். அவன் கால் பக்கமாகச் சுவரில் கண்ணாடி தொங்கிக் கொண்டிருந்தது. இப்பொழுது கண்ணாடியின் மேல் ஒரு 'மூடி'யும் இல்லை!

அரவமில்லாமல் மாடிக்கு வந்தாள் விசாலம். அவள் செய்து கொண்ட அலங்காரம் அவளாலேயே தாங்க முடியாமல் இருந்தது. ஆசை தீரப் பூக்களை வைத்து, வாசனைத் திரவியங்களைத் தன் உடம்பெல்லாம் கொட்டிக்கொண்டுதான் வந்திருந்தாள். கருவிழிகளைச் சுற்றித் தடவிய மை, கண்களை மூன்று மடங்குப் பெரிதாக எடுத்துக் காட்டியது. மானைப்போலத் துள்ளிக்கொண்டு ஏணி வழியே ஓடிவந்தவள் சந்தடியின்றி மாடியறையில் கால் வைத்தாள். வலது கையின் ஆள்காட்டி விரல் 'ஜாக்கிரதை' என்பதுபோல் உதட்டில் பதிந்திருந்தது. காலில் மெட்டிகள் குலுங்காதவாறு அடியெடுத்து வைத்துப் படுக்கைக்கு வந்தாள்.

விசாலம் தலையில் சூடியிருந்த சம்பங்கிக் கொத்து அவன் மார்பில் 'பட்' என்று விழுந்தது. அதை எடுத்து வைத்துக்கொண்டான் பாலு. பிறகு இருவரும் பேசினார்கள், என்னவெல்லாமோ பேசிக்கொண்டிருந்தார்கள். நேரம் போவதுகூடத் தெரியவில்லை. அவர்கள் இப்படி ஆசை தீரப் பேசிக்கொண்டிருந்து எத்தனை நாள்களாகிவிட்டன? பக்கத்து வீட்டில் கோழி கூவும் சத்தம் கேட்டது. வாசல் தெளிப்பவள் சாணித் தண்ணீரைத் தெளிப்பதும் கேட்டது. இரவெல்லாம் விழித்துப் பாலுவின் கண்களெல்லாம் நெருப்பாக எரிந்தன.

"ஐயோ, விடிந்து போய்விட்டதேடி விசாலம். கொஞ்சம் தூங்க விடேன், அலுப்பாக இருக்கிறது" என்று திரும்பிப் படுத்தான்." என்ன அலுப்பு வந்துவிட்டது? நீங்கள் அலுப்பு, அலுப்பு என்று சொல்லி அழுதாலும் நான் விடப்போவதில்லை. நேற்று பகலும் இரவும் ஒன்றாக உறங்கினது போதாதா?" என்று சொல்லிவிட்டுச் சிரிப்பை வலிய வரவழைத்தாள்.

பாலுவுக்கும் சிரிப்பு பொறுக்க முடியவில்லை. வைகறையானதனால் பனி கொட்டிக்கொண்டிருந்தது. குளிர் சகிக்கவே முடியவில்லை. உடனே, "போர்வையைக் கொஞ்சம் இப்படி எடு" என்றான். கடைசி, கடைசி என்று அவள் நாணத்தின் பிடியிலிருந்து விடுபட்டுத் தன்னோடு சகஜமாகப் பேசியது அவனுக்குக் குதூகலம் அளித்தது. அவள் போர்வையை எடுத்து வருவாள் என்று எதிர்பார்த்தவண்ணம் கொஞ்சம் காத்திருந்தான். அவள் வரக் காணோம். படுக்கையிலிருந்து எழுந்து கொஞ்சம் உட்கார்ந்தான். போர்வையோ கண்ணாடியைப் போர்த்தியிருந்தது! விசாலம் பக்கத்தில் உதட்டைக் கடித்துக்கொண்டு கீழ்நோக்கியவண்ணம் நின்று கொண்டிருந்தாள். பாலு 'லைட்'டைத் தூண்டிவிட்டு எழுந்தான்.

"...ஏன் போர்வையை எடுத்து வரவில்லை. இதென்னடி பைத்திய மாய்ப் போய்விட்டாய் நீ? கண்ணாடியில் கொண்டுபோய்த் துணிகளைப் போட்டு வைக்கிறது. இது என்ன வழக்கம்!" என்று விளையாட்டாக அதட்டினான். அவனுக்கு ஒன்றும் புரியவில்லை.

விசாலம் ஒன்றும் பேசாமல் நின்றாள்.

பாலு போர்வையைக் கண்ணாடியின் மேலிருந்து எடுத்தான். இருவருடைய முகங்களும் கண்ணாடியில் பிரதிபலித்தன. தன் அலங்காரத்தைக் கணவன் எதிரில் கண்ணாடியில் கண்டதும் விசாலத்திற்கு ஒரே வெட்கமாய் விட்டது. தன் உருவமும் தன் கணவன் உருவமும் கண்ணாடியில் தோன்றுவது யாரோ மூன்றாவது மனிதர்கள் வந்து அவர்களின் இன்பமயமான ஏகாந்தத்தைக் கலைப்பதுபோல் அவளுக்குத் தோன்றியது. அவளால் வெட்கத்தைத் தாங்க முடியவில்லை. போர்வையைக் கொண்டு கண்ணாடியை மூடிவைத்த காரணங்களை அவள் எப்படிச் சொல்லுவாள்?

பாலு "ஏன் பேசாமல் நிற்கிறாய்" என்று வியப்பாகக் கேட்டான்.

முகத்தை இரு கைகளாலும் மூடிக்கொண்டு, "இந்தக் கண்ணாடியை இந்த அறையிலிருந்து எடுத்துக் கீழே கொண்டுபோய்த் தொங்கவிடுங்கள்; இல்லாவிட்டால் நான் இங்கே வரமாட்டேன்" என்று சொல்லி பாலுவின் கையை உதறிவிட்டு விசாலம் கீழே ஓடிப் போய்விட்டாள்.

❖

வளையல்காரன்

ஓடையில் தண்ணீர் முட்டித் ததும்பிக்கொண்டு போகிறது. குளித்து முழுகிவிட்டு ஓடைக் கரையோரத்தில் இருக்கும் அந்த மண் குடிசைக்குள் நுழைந்தாள். ஈரப் புடவையை அவிழ்த்துவிட்டுக் காய்ந்த புடவையை உடுத்திக்கொண்டு வெளியே வந்தாள். ஈரப் புடவையைக் கொடியில் உலர்த்தினாள். கூந்தலை உலர்த்துவதற்காக வீட்டைப் பார்க்க நின்றுகொண்டு, கையினால் தலையைக் கோதிக்கொண்டிருந்தாள். அவள் கையும் ஓடைக் காற்றும் கூந்தலின் ஊடே கூடிப் போய்ப் போய் வந்தன. கை கூந்தலுக்குள் ஊடுருவியதும், 'இது தான் சமயம்' என்று தென்றலும் அவ்வழியே பாய்ந்து விடும். ஒரு தரம் கூந்தலுக்குள்ளே போய்வருவதில், தென்றலுக்கு அவ்வளவு இன்பம் இருந்தது. மொத்தத்தில், அவள் அங்கு நின்று கூந்தலை உலர்த்திக்கொண்டிருந்தது கண்கொள்ளாக் காட்சியாய் இருந்தது.

இந்தக் காட்சியைக் கண்டோ அல்லது தற்செய லாகவோ, எதிர்க்கரையில் ஓடையுடன் ஓடிக்கொண் டிருந்த சாலையில் போய்க்கொண்டிருந்த வழிப் போக்கன் ஒருவன் படி வழியாக இறங்கினான். இறங்கிக் கால்களைத் தண்ணீரில் தொங்கவிட்டுக்கொண்டு படியில் உட்கார்ந்தான். ஓடையில் தண்ணீர் ஓடிக் கொண்டிருப்பதைப் பார்த்தால், யாருக்குத்தான் அதை அள்ளிப் பருக வேண்டும் என்று தோன்றாது? இரண்டு கை அள்ளிப் பருகினான். பருகிக்கொண்டிருக்கும் பொழுது, தற்செயலாய் இந்தக் கூந்தலழகியைக் கண்டு விட்டான். அந்த அழகையும் பருகினான். வலது

கை கூந்தலுக்குள்ளே போய்ப் போய் வெளியே வருவதைக் கண்டான். அந்தக் கைகள் அவனுடைய இதயத்துக்குள்ளே போய் வந்தது போலவே யிருந்தது அவனுக்கு. கையசையாமல் அவள் நின்றிருந்தால், அந்தக் காட்சியை ஒரு சித்திரம் என்றே எண்ணியிருப்பான்.

கண்களை அந்தக் காட்சியில் பதிய வைத்துக்கொண்டே, தண்ணீரைக் கைகளினால் ஒதுக்கினான். அந்தச் சலசலப்புச் சத்தம் கேட்டதும், அப்பெண் சற்றே திரும்பிப் பார்த்தாள். அவள் சக்தி களஞ்சியம்.

கண்களில் அந்த வாலிப வழிப்போக்கனின் உருவம் தென்பட்டது. ஒரு கணப் பொழுது இருவர் கண்களும் சந்தித்தன. அவ்வளவுதான்; அவள் திரும்பி வீட்டுக்குள் போய்விட்டாள். சிறிது நேரம் வழிப்போக்கன் தண்ணீரைச் சலசலப்பிக்கொண்டு, கருங்கல் படித்துறையில் உட்கார்ந்தான். அவள் இன்னமும் ஒரு தரம் தன்னைப் பாராளா என்று ஏங்கினான். அவள் வருவதாகக் காணோம். அப்படியே எழுந்து சாலை வழியே நடந்தான்.

வீடு சேரும்வரை கண்ட காட்சிகளையெல்லாம் மனம் புரட்டிக் கொண்டே இருந்தது. அவளுடைய முகங்கூட அவன் மனக்கண் முன் வரவில்லை. அதை அவன் சரியாகக்கூடப் பார்க்கவில்லை. அந்த ஒரு கணப்பொழுதும் அவளுடைய கண்களை மட்டுந்தான் பார்த்தான். அவள் மனக்கண் முன் அடிக்கடி வந்து மறைந்த காட்சி, அவளுடைய கருங்கூந்தலும், கூந்தலைக் கோதிய அவளுடைய கரங்களுமே! மேகத் திரைக்குள் சந்திரன் போய்ப் போய் வெளியே வருவதன் அழகையே அந்தக் காட்சியை வைத்துத்தான் நன்கு அனுபவித்தான். அந்தக் காட்சி அவன் மனசில் ஆழமாய்ப் பதிந்துவிட்டது. அது ஒரு நாளும் அவன் மனதைவிட்டு அகலாது போலும்!

அந்தக் கை, அடாடா! என்ன அழகு, என்ன வளைவு! பாம்பு படம் எடுத்தது போலல்லவா இருக்கிறது! இவ்வளவுக்கும் அந்தக் கையில் ஒரு வளையல்கூடக் கிடையாது. அந்தக் கையை இந்த ஜென்மத்தில் ஒருதரம் தொட்டுப் பிடித்துப் பார்த்துவிட்டால் போதும், அப்பொழுது தான் ஜன்மம் சாபல்யமடையும். அது வரைக்கும் மனசுக்குச் சாந்தியே கிடையாது!

ஒருநாள் அந்த ஓடைக் கரைக் குடிசைக்கு அப்புறம் இருந்த வீதியிலிருந்து 'வளையல் வாங்கலையோ வளையல்' என்ற சத்தம் கேட்டது. அந்தக் குடிசையில் நார் கட்டிலில் படுத்துக்கொண்டிருந்த கிழவர், 'பருவதம் பருவதம்' என்று கூப்பிட்டார்.

பருவதம். ஆமாம்! அந்தப் பெண்தான் "என்ன தாத்தா" என்று கேட்டுக்கொண்டே அந்தக் கிழவர் பக்கம் போனாள்.

கிழவர் அவள் கையைப் பிடித்துக்கொண்டு, "உன்னுடைய கை எவ்வளவோ அழகாகத்தான் இருக்கிறது. கைக்கு இரண்டு ஜோடி வளையல் போட்டால் இன்னும் எவ்வளவோ நன்றாயிருக்கும். அதோ தெருவில் போகிறானே, அந்த வளையல்காரனைக் கூப்பிடு, வாங்குவோம்" என்றார்.

“வேண்டாம் தாத்தா. வயிற்றுக்கு வழியில்லை. வளையல் என்னத்துக்கு?’”

“அப்படிச் சொல்லாதே அம்மா, பணம் இருக்கு, வாங்கிக்கொள்.”

“பணத்துக்கு வளையல்தானா வாங்க வேண்டும்? வேறு செல வில்லையா?”

“சொன்னால் கேளம்மா. இந்தக் கிழத்தை விட்டுவிட்டு எல்லோரும் போய்விட்டார்கள். நீ ஒருத்திதான் துணையாயிருக்கிறாய். உனக்குக் கல்யாணத்தைப் பண்ணிக் கண் குளிரப் பார்க்க வேண்டும் என்று ஆசை. என்னால் உனக்கு மாப்பிள்ளைப் பார்க்கக்கூட சக்தியில்லை. கண் மூடுவதற்குமுன் உன் தங்கக் கைகளுக்குக் கண்ணாடி வளையலாவது போட்டு இந்தக் கிழம் பார்க்கட்டுமே. அதுக்குக்கூட எனக்குக் கொடுத்து வைக்கவில்லையா?”

“சரி தாத்தா இதற்கா இவ்வளவு வருத்தப்படுகிறீர்கள். வளையல் காரனை இதோ போய்க் கூப்பிடுகிறேன்.”

இவ்வளவு நேரம் தாத்தாவும் பேத்தியும் வளையல் விவாதம் நடத்தியும், வளையல்காரன் அந்தத் தெருவை விட்டுப் போய்விடவில்லை. அங்கேயேதான் வளைய வளைய வந்துகொண்டிருந்தான். ஒரு முந்நூறு தரமாவது ‘வளையல், வளையல்’ என்று கத்தியிருப்பான்.

பருவதம் தெரு வாசலில் நின்றுகொண்டு, ‘வளையல் வளையல்’ என்று கூப்பிட்டாள். வளையல்காரன் திரும்பிப் பார்த்தான். அவன் பார்க்கும்பொழுது, அந்தப் பெண்ணுக்குப் பதில் அங்கே ஒரு கிளியோ குயிலோ இருந்திருந்தால், அவைகளில் ஒன்றுதான் ‘வளையல், வளையல்’ என்று வாய்விட்டுச் சொன்னதோ என்று எண்ணியிருப்பான். அந்தப் பெண்ணின் குரல் அப்படி இனிமையாக இருந்தது அவனுக்கு. இரண்டு மூன்று தரம் கூப்பிட்ட பிற்பாடுதான், அவன் திரும்பிப் பார்த்தான். அவன் திரும்பியதும், அவள் தன் கைகளை ‘இங்கே வா, இங்கே வா’ என்று அசைத்தாள். அவன் பக்கத்தில் வந்ததும், பருவதம், “வளையல் காரரே! உமக்குக் காது செவிடா? அல்லது கொஞ்சம் மந்தமோ!”

“இல்லையே!”

“நான் இரண்டு மூன்று தரம் கத்தியும் நீர் திரும்பிப் பார்க்க வில்லையே! காதில் விழவில்லையோ என்று கேட்டேன்.”

“காதில் விழுந்தது.”

“விழுந்ததா? விழுந்துமா திரும்பிப் பார்க்கவில்லை?”

“கிளியோ குயிலோ கூவுகிறது என்று எண்ணிச் சும்மா இருந்து விட்டேன்.”

“உம்முடைய ஊரில் கிளியும் குயிலும் ‘வளையல் வளையல்’ என்று வாய்விட்டுக் கத்துவதுண்டோ?”

"எங்களூரில் கிடையாது. இந்த ஊர்க் கிளிகளும் குயில்களும் எப்படியோ – அது எனக்குத் தெரியுமா?"

"சரி, தெரியாதுதான். உள்ளே வாரும். தாத்தா வளையல் வாங்கப் போகிறாராம்."

உள்ளே நுழைந்ததும், "தாத்தா! நல்ல நல்ல வளையலெல்லாம் இருக்கு. புதுத் தினுசுகள் வந்திருக்கு; காசி வளையல், குமரி வளையல், காதலர் வளையல் எல்லாம் இருக்கு" என்றான் வளையல்காரன்.

"காதலர் வளையலா? அதென்ன வளையல்?"

"ஆமாம்! அது புது மாதிரியான வளையல். அம்மா, உங்கள் கையைக் காட்டுங்கள்... ஆமாம்! இந்தக் கைக்குக் காதலர் வளைதான் சோபிக்கும்."

"வளையல் போடுவதற்கு முன்னமேயே அது எப்படி ஐயா தெரிந்து விட்டது?"

"கையைப் பார்க்கையிலே தெரியலை? பூப்போலத் தளிராட்டமா இருக்கு. இதற்கு மெல்லிசான வளையல் போட்டால்தான் சோபிக்கும்."

"வளையல் விலை என்ன?"

"விலையைப் பற்றி உமக்கு என்னத்துக்கு அம்மா கவலை? வளையல் கைக்கு அழகாக இருந்தால் சரிதான். எனக்கும் விலையைப் பற்றிக் கவலையில்லை. இங்கே நான் போணி பண்ணப் போகிறேன். உன்னுடைய கைக்கு வளையல் போட்டுவிட்டாலே போதும். இன்று கொண்டுவந்த வளையலெல்லாம் விற்று முதலாக்கியது போல்தான். முகத்தைப் பார்த்தாலே தெரிகிறதே, உனக்குக் கைராசி உண்டு என்று."

"சொல்லுவதைப் பார்த்தால், வளையல் விற்க வந்தவர் மாதிரித் தோன்றவில்லையே?"

"தோன்றவில்லையா? ஏன் அப்படி?"

"விலையைப் பற்றிக் கவலையில்லாத வியாபாரி உண்டா என்று கேட்கிறேன்."

"விலையைப் பற்றிக் கவலையில்லாவிட்டாலும், லாபம் கருதித்தான் இத்தனை வளையல்களையும் சுமந்துகொண்டு வந்திருக்கிறேன். சரி நேரமாச்சு, கையை நீட்டம்மா, போட்டுவிடுகிறேன்."

"வளையலைக் கொடும். நானே போட்டுக்கொள்ளுகிறேன்!"

"ஐயோ! இதென்ன கூத்து! வளையலை உன்னால் போட்டுக்கொள்ள முடியாது. அம்மா, இன்னொருவர்தான் போட வேண்டும்.

"இல்லை. நானே போட்டுக்கொள்வேன்."

"பருவதம் அது முடியாது. கையை நீட்டு, அவர் போட்டுவிடுவார்" என்றார் தாத்தா.

பருவதம் கையை நீட்டாமல், தலையைக் கீழே தொங்கவிட்டுக் கொண்டாள்.

"இதிலென்ன வெட்கம்? பரவாயில்லை, சும்மா அவர் போடட்டும்."

"அம்மா வெட்கப்படுகிறது! வளையல் போடுவதற்கு வெட்கப்பட்டு முடியுமா? வளையலும் போட வேண்டும். வெட்கத்தையும் விடமாட்டேன் என்றால் முடியுமா? வளையல்காரன் தொட்டுப் பிடிக்காத வளைக் கை உண்டா? சும்மா நீட்டம்மா கையை, நான் போகணும் நேரமாச்சு."

மனம் நீட்டச் சொல்கிறது. நாணம் கையைப் பிடித்து இழுக்கிறது. கடைசியில் ஒருவிதமாகத் தலையைத் திருப்பித் தொங்கவிட்டுக்கொண்டு நீட்டிவிடுகிறாள். இடது கையால் அவள் கையைப் பிடித்துக்கொண்டு வலது கையால் ஒவ்வொரு வளையலாக எடுத்து கை மணிக்கட்டோடு வைத்து வைத்து எடுத்தான். அளவு பார்க்கிறானாம்! வளையல்களெல்லாம் அனேகமாக ஒரே அளவில்தான் இருந்தன. இருந்தாலும், வெகு நேரத்துக்கு ஒரு வளையலும் சரியாயில்லை. கடைசியில் ஒரு வளையல் சேர்ந்தது. அதை மெதுவாகப் போட்டான். கைக்குள் போவதற்குச் சங்கடப்பட்டது. பாதி போனதும், 'கை வலிக்கிறதா' என்று கேட்டான். பருவதம் 'ஆமாம்' என்றாள். உடனே, வளையலை எடுத்து கீழே வைத்துவிட்டு, கை மணிக்கட்டை மெதுவாகத் தடவிக் கொடுத்தான். இந்தச் சிகிச்சை ஆனதும், வளையலை எடுத்து மாட்டினான். மாட்டும்போது, அடிக்கடி 'வலியில்லையே, வலியில்லையே' என்று கேட்டுக்கொள்ளுவான். அவளும் 'இல்லை, இல்லை' என்று சொல்லுவாள். கைக்கு இரண்டு வளையல்கள் போட்டு விட்டான். ஒருமட்டுக்கும். மொத்தம் இரண்டு மணிநேரம் ஆகிவிட்டது.

அப்படியே வளையல்காரன் எழுந்திருந்து, "தாத்தா, எனக்கு நேரமாச்சு, நான் போகிறேன்" என்றான்.

"தாத்தா, வளையலுக்கு விலையென்ன என்று கேட்டுக் கொடுத்து விடுங்கள்" என்றாள் பருவதம்.

"தாத்தா, விலையைப் பற்றிக் கவலைப்படாதீர்கள். அந்தக் கைகளில் வளையல் எப்படிச் சோபிக்கிறது பாருங்கள்! அதைப் பார்த்துக்கொண்டு இருந்தாலே போதும். பசிகூடத் தெரியாதே. இன்றைக்கு யார் கண்ணில் விழித்தேனோ, இந்த அம்மா கைக்கு வளையல் போடும் பாக்கியம் எனக்குக் கிடைத்தது. இன்றைக்கு வீடு போவதற்குள் நான் கொண்டு வந்த வளையல் அத்தனையும் விலையாகி விடும், நிச்சயம். நான் போகிறேன்."

"விலையைச் சொல்லும் கொடுத்துவிடுகிறேன்."

"அடுத்த முறை வரும்போது வாங்கிக்கொள்ளுகிறேன். நான் போய் விட்டு வருகிறேன்" என்று சொல்லி, வளையல்காரன் போய்விட்டான்.

போனதும் பருவதம், "வளையல் விற்க வந்தவன் மாதிரியே தோன்றவில்லையே?"

"ஏன் அப்படி?"

"வளையலுக்குப் பணம் வாங்காமல் போய்விட்டானே!"

"அடுத்த தடவை வரும்போது வாங்கிக்கொள்ளுவான்" என்றார் தாத்தா.

"அதெல்லாம் பொய். அவனாவது இன்னொரு முறை வருவதாவது! எனக்கு நம்பிக்கை இல்லை."

இரண்டு மாதங்கள் கழிந்தன. ஒரு நாள் சாயங்காலம் ஐந்து மணியிருக்கும். 'வளையல் வளையல்' என்று விற்கும் சப்தம் கேட்டது. பருவதம் ஓடிப் போய்த் தெரு வாசலில் நின்றுகொண்டு, வளையல் காரனைக் கூப்பிட்டாள். அவன் திரும்பிப் பார்த்தான். அதே ஆசாமிதான். உள்ளே வந்தான்.

பருவதம் கையை நீட்டினாள். வளையல்களைக் காணோம். "இரண்டு மாதந்தானே ஆச்சு, அதற்குள்ளாகவா வளையல்களெல்லாம் உடைந்து போச்சு?" என்று கேட்டான்.

"ஆமாம்" என்று தலையை ஆட்டினாள்.

"ஏன் அப்படி?"

"வளையல் அவ்வளவு மோசம்."

"வளையல் மோசமா? ஒரு நாளும் இல்லை. நேர்த்தியான வளையலாச்சே! கவனக் குறைவினால்தான் உடைந்து போய் இருக்க வேண்டும்."

"கவனக் குறைவு ஒன்றுமில்லை. கையினின்றும் வளையல் கழன்று உருண்டு ஓடி ஒடிந்துவிட்டால், அது கவனக் குறைவா?"

"இப்பொழுதுதான் தெரிகிறது, கவனக் குறைவில்லை என்று. கையைப் பார்த்தாலே தெரிகிறதே! துரும்பாய்ப் போய்விட்டதே, ஏன்?"

"வளையல்களில் ஏதோ தோஷமிருக்கிறது. அதுதான் கை அப்படிப் போய்விட்டது."

"வளையல்களில் தோஷமா? கிடையவே கிடையாது."

"சரி. அப்படியானால் கையில் தோஷமிருக்க வேண்டும்."

"யார் கையில்?"

"உங்கள் கையில்தான்!"

"ஆமாம், அதற்கென்ன சந்தேகம்? இருக்கட்டும், என்னைத் திடீரென்று இப்படி மரியாதையாய் நடத்த வேண்டிய காரணமென்ன?"

"மரியாதையாய் பேசுவதில் என்ன குற்றம்?"

"குற்றம் ஒன்றுமில்லை. ஒரு வளையல்காரனுக்கு இவ்வளவு மரியாதையா என்று பார்த்தேன்."

"வளையல்காரர் வளை பறிப்பவராகவும் இருந்தால் என்ன செய்வது?"

"பறித்த வளையல்களுக்குப் பதிலாகப் புதிய வளையல்களைப் போட்டுவிடுகிறேன்."

"போட்டுவிடுங்கள்" என்று கையை நீட்டினாள்,

"போன தடவை காதல் வளை போட்டேன். அது உடைந்து போய்விட்டது. இந்தத் தடவை மாப்பிள்ளை வளையல் என்று புதிய ரகம் ஒன்று வந்திருக்கிறது. அதைப் போடுகிறேன்."

"மாப்பிள்ளை வளையலா? அதற்கென்ன அப்படிப் பேர் வந்தது?"

"அந்த வளையல்களை அணிந்துகொண்டால், கூடிய சீக்கிரம் மாப்பிள்ளை வருவானாம்."

"எங்கிருந்து வருவான்?"

"எங்கிருந்தோ, அது எனக்குத் தெரியாது. வருவான் என்பது நிச்சயம்."

"சரி, பார்ப்போமே, போடுங்கள்."

அப்படியே கைக்கு இரண்டு வளையல்கள் போட்டுவிட்டு, வளையல்காரன் எழுந்திருந்து, "போய் வரட்டுமா?" என்றான்.

"மறுபடியும் எப்பொழுது வருவீர்கள்?"

"இன்னும் பதினைந்து நாட்களில்."

"அதற்குள்ளாக இந்த வளையல்கள் உடைந்து போய்விட்டால்?"

"புதிய வளையல்கள் போட்டுவிட்டால் போகிறது."

"வளையல்களுக்கு விலை என்ன ஆச்சு?"

"அடுத்த தடவை வரும்போது, எல்லாம் சேர்த்து வாங்கிக் கொள்ளுகிறேன்" என்று சொல்லிவிட்டு வளையல்காரன் போய்விட்டான்.

அடுத்த தடவை வளையல்காரன் வந்தான். வளையல்கள் உடைந்து போய்விட்டன. காரணம் பூரிப்புத்தான். இந்தத் தடவை, உடையாத தங்க வளையல்கள் போட்டான். தாத்தா ஆசிர்வாதம் செய்தார்.

"இது நெகிழ்ந்து விழாதே? உடையாதே?"

"உடையாது."

❖

சக்தி பொங்கல் மலர், 1944

பின்னிணைப்புகள்

கு. அழகிரிசாமியின் கதைகளை மேலும் புரிந்துகொள்ள உதவும் அவரது சிறுகதைத் தொகுதிகளின் முதல் பதிப்பு முன்னுரைகளும் பதிப்புரைகளும் பின்னிணைப்பு ஒன்றில் தரப்பட்டுள்ளன. அழகிரிசாமியின் பல கதைகளின் ஊற்றுக்கண்களைத் திறந்து காட்டும் 'கதைக்கு ஒரு கரு' என்னும் கு.அழகிரிசாமியின் கட்டுரையும், 'செல்லையா கு.அழகிரிசாமியானது' என்ற கி. ராஜநாராயணனின் கட்டுரையின் சில பகுதிகளும் பின்னிணைப்பு இரண்டில் சேர்க்கப்பட்டுள்ளன. கதைத் தலைப்புகள் தொகுதி வரிசையிலும், கால வரிசையிலும், அகர வரிசையிலும் பின்னிணைப்புகள் மூன்று, நான்கு, ஐந்தில் அடுத்தடுத்து அமைக்கப்பட்டுள்ளன. படைப்பு விவரம், வாழ்க்கைக் குறிப்பு ஆகியவை பின்னிணைப்பு ஆறிலும் ஏழிலும் முறையே தரப்பட்டுள்ளன.

பின்னிணைப்பு 1

முதல் பதிப்பு
முன்னுரைகளும் பதிப்புரைகளும்

1

பதிப்புரை

இன்றைய தலைமுறையின் விரல் விட்டு எண்ணிவிடக்கூடிய சிறந்த சிறுகதை ஆசிரியர்களில் ஒருவர் அன்பர் கு. அழகிரிசாமி. அவரது கதைகள் வெறும் உருவ அமைதியை மட்டும் பிரதானமாகக் கொண்டு, கருத்து அமைதி சற்றேனுமில்லாது தவிக்கும் உயிரற்ற பிண்டங்கள் அல்ல; யதார்த்த வாழ்க்கைக்குப் புறம்பான சொப்பனாவஸ்தைக் கற்பனாலங்காரங்களை, அவரது கதைகளில் காணமுடியாது. அழகிரிசாமி யதார்த்த தத்துவமான பிரத்தியக்ஷமான வாழ்க்கையைச் சித்தரித்து, அதன் மூலம் பிண்டப் பிரமாணமான ஜீவ பாத்திரங்களை உயிர் சுமந்து உலவவிடும் சிருஷ்டி கர்த்தா. சிறுகதை என்பது வெறும் பொழுதுபோக்குச் சாதனமாக இல்லாமல், படித்து முடிப்பவரின் சிந்தையில் ஒரு சிறந்த கருத்தை, ஒரு சிறந்த உண்மையைக் கையிருப்பாக விட்டுச் செல்ல வேண்டும். அந்தக் கருத்து அழுகுணிச் சித்தர்களின் அவலக் குரலாகவோ, நம்பிக்கை வறட்சியின் கரகரப்பாகவோ இருக்கக்கூடாது. அதற்குப் பிரதியாக, வாழ்க்கையைப் புரிந்துகொள்ள உதவுவதாக, உண்மையான மனித வாழ்க்கைக்குப் பாதை காட்டும் மணி விளக்கமாக விளங்க வேண்டும். அன்பர் அழகிரிசாமியின் கதைகள் அத்தகைய கதைகள். இந்தத் தொகுதியிலுள்ள ஏழு கதைகளிலும் நீங்கள் பல்வேறு விதமான ரசபேதங்களைக் காணலாம்; ஆனால், அவற்றின் பாவோட்டமாக, அடிநாதமாக விளங்கும் யதார்த்த தத்துவத்தை, வாழ்க்கையிலிருந்து புறம்போகாத உண்மைத் தத்துவத்தை மனித ஜீவிதத்திலும் உள்ளத்திலும் துடிக்கும் உணர்ச்சிகளை, அந்த உணர்ச்சிகள் அவரது உள்ளத்தில் எழுப்பிய கருத்துகளை நீங்கள் கண்டுணர்ந்துகொள்ளலாம்.

இந்த அற்புதமான கதைத் தொகுதியைத் தமிழ் வாசகர்களுக்கு வழங்குவதில் நாங்கள் பெருமையடைகிறோம்; இந்த அரிய தொகுதியை வெளியிடும் சந்தர்ப்பத்தை அளித்து உதவிய அன்பர் கு. அழகிரிசாமி அவர்களுக்கு நன்றி.

தமிழ்ப் புத்தகாலயம்

சிரிக்கவில்லை (1952)

❖

2

கல்கி முன்னுரை

ஒருவன் நம்பத்தகாத நிகழ்ச்சி எதையேனும் கூறினால், "என்னப்பா கதை சொல்லுகிறாயே?" என்கிறோம். "இதென்ன கதையா இருக்கிறதே", "என்னடா, கதை அளக்கிறாய்?" என்றெல்லாம் அடிக்கடி காதில் விழக் கேட்டிருக்கிறோம். இவற்றிலிருந்து, 'கதை என்றால் எளிதில் நம்ப முடியாத அபூர்வமான நிகழ்ச்சிகளடங்கியதாக இருக்கும்' என்று எதிர்பார்க்கத் தோன்றுகிறது.

அதே சமயத்தில், கதைகளைப்பற்றி விமர்சனம் எழுதும் பொல்லாத மனிதர்கள் இருக்கிறார்களே, அவர்கள் கதையில் வரும் ஒவ்வொரு சம்பவமும் வாழ்க்கையில் நடைபெறக் கூடியதாக இருக்க வேண்டுமென்று வற்புறுத்துகிறார்கள்.

"அது அப்படி நடந்திருக்க முடியாது", "இது இவ்வாறு ஒரு நாளும் நடந்திராது", "இந்தச் சம்பவம் இயற்கையோடு பொருந்தியதில்லை", "அந்த நிகழ்ச்சி நம்பக்கூடியதன்று" என்றெல்லாம் எடுத்துக்காட்டி, "ஆகையால் கதை சுத்த அபத்தம்! தள்ளு குப்பையில்!" என்று ஒரே போடாய் போட்டு விடுகிறார்கள்.

விமரிசகர்கள் இப்படிச் சொல்கிறார்களே என்பதற்காகக் கதை ஆசிரியர் வாழ்க்கையில் நடைபெறும் சாதாரண நிகழ்ச்சிகளையே அப்பட்டமாக எழுதிக்கொண்டு போனால், படிக்கும் ரஸிகர்கள் "நடை நன்றாய்த்தானிருக்கிறது. போக்கும் சரியாகத்தானிருக்கிறது. ஆனால் கதை ஒன்றுமேயில்லையே?" என்று ஏமாற்றமடைகிறார்கள். முன்னால் அவ்விதம் சொன்ன விமர்சகர்களும் ரஸிகர்களுடன் சேர்ந்துகொண்டு, "உப்பு சப்பு இல்லை. விறுவிறுப்பு இல்லை. இதற்குக் கதை என்று பெயர் என்ன கேடு? தள்ளு குப்பையில்!" என்று சொல்லி விடுகிறார்கள்.

என் சொந்த அநுபவத்தில் நான் கண்டும் கேட்டும் தெரிந்து கொண்டிருப்பது என்னவென்றால், வாழ்க்கையில் உண்மையாக நிகழும் பல சம்பவங்கள் கதை ஆசிரியர்கள் புனையும் அபூர்வ கற்பனைகளைக் காட்டிலும் மிக அதிசயமானவவை என்பதுதான். ஒரு சாதாரண உதாரணத்தைச் சொல்லுகிறேன்:

"இராமச்சந்திரன் தன் தோழன் முத்துசாமியைத் தேடிக்கொண்டு மயிலாப்பூருக்குப் புறப்பட்டான். முத்துசாமி மயிலாப்பூரில் ஏதோ ஒரு சந்தில் வாடகை வீட்டில் இருக்கிறான் என்று மட்டும் அவனுக்குத் தெரியுமே தவிர, சரியான விலாசம் தெரியாது. அன்றைக்கு மயிலாப்பூரில் அறுபத்து மூவர் உற்சவம் என்பதும் இராமச்சந்திரனுக்குத் தெரியாது. மயிலாப்பூரில் நாலு மாடவீதிகளிலும் ஒரு லட்சம் ஜனங்கள் அன்று கூடி இருந்தார்கள். இராமச்சந்திரன் "இன்றைக்குப் பார்த்து வந்தோமே? என்ன அறிவீனம்! முத்துசாமியையாவது இந்தக் கூட்டத்தில் இன்று கண்டுபிடிக்கவாவது?" என்று எண்ணிக்கொண்டு வந்த வழியே திரும்பிப்

போகத் தீர்மானித்தான். கூட்டத்தில் புகுந்து முண்டியடித்து அவன் போய்க்கொண்டிருந்தபோது, யாரோ ஒருவன் பேரில் தடால் என்று முட்டிக்கொண்டான். "அட ராமச்சந்திரா! என்று குரலைக் கேட்டு நிமிர்ந்து பார்த்தால் அங்கே சாக்ஷாத் முத்துசாமி நின்று கொண்டு பல்லை இளித்தான்!"

இவ்வாறு ஒரு கதையில் எழுதினால் விமர்சகர்கள் பிய்த்து வாங்கி விடுவார்கள். "ஒரு லட்சம் ஜனங்கள் இருந்த கூட்டத்தில் இராமச்சந்திரன் முத்துசாமியின் மேலேதானா முட்டிக்கொள்ள வேண்டும்? அது எப்படிச் சாத்தியம்? நம்பக்கூடியதாயில்லை" என்று ஒரேயடியாய் சாதிப்பார்கள். ஆனால் மேற்கூறியது என் சொந்த அநுபவத்திலேயே நடந்திருக்கிறது. அதைக் காட்டிலும் பன்மடங்கு வியப்பளிக்கக் கூடிய அபூர்வ சம்பவங்களும் நிகழ்ந்திருக்கின்றன. நீங்கள் ஞாபகப்படுத்திக்கொண்டு பார்த்தால் உங்கள் ஒவ்வொருவருடைய அநுபவத்திலும் இம்மாதிரி எத்தனையோ நிகழ்ந்திருக்கும். ஆனாலும் அவற்றையெல்லாம் கதைகளில் அப்படியே எழுதினால், "ஒருநாளும் நடந்திருக்க முடியாத சம்பவங்கள்" என்று விமர்சகர்கள் சொல்லுவார்கள். நீங்களும் நானும் அவர்களை ஆமோதித்து "கதை இயற்கையாக இல்லை!" என்று சொல்லிவிடுவோம்.

ஆகவே, கதை எழுதும் ஆசிரியர் கத்தியின் விளிம்பின் மேலே நடப்பதைக் காட்டிலும் கடினமான வித்தையைக் கையாள வேண்டியவராகிறார்.

கதையில் உள்ளத்தைக் கவரும் நிகழ்ச்சிகளும் வரவேண்டும். அதே சமயத்தில் "இப்படி நடந்திருக்க முடியுமா?" என்ற சந்தேகத்தை எழுப்பக் கூடிய நிகழ்ச்சிகளை விலக்கவேண்டும்.

பிரத்தியட்சமாகப் பார்த்த உண்மையான நிகழ்ச்சிகளாயிருக்கலாம். ஆனால் படிக்கும்போது, "இது நம்பக்கூடியதா?" என்று தோன்றுமானால், கதை பயனற்றதாகி விடுகிறது.

சுருங்கச் சொன்னால், கதையில் கதையும் இருக்கவேண்டும். அதே சமயத்தில் அது கதையாகவும் தோன்றக்கூடாது!

இம்மாதிரி கதைகள் புனைவது எவ்வளவு கடினமான கலை என்பதைக் கதை எழுதும் துறையில் இறங்கி வெற்றியோ தோல்வியோ அடைந்தவர்கள்தான் உணரமுடியும்.

இந்த நூலின் ஆசிரியர் ஸ்ரீ கு. அழகிரிசாமி அத்தகைய கடினமான கலையில் அபூர்வமான வெற்றி அடைந்திருக்கிறார். மிக மிகச் சாதாரணமான வாழ்க்கைச் சம்பவங்களையும் குடும்ப நிகழ்ச்சிகளையும் வைத்துக் கொண்டு கதைகள் புனைந்திருக்கிறார். படிக்கும்போது இது கதை என்ற உணர்ச்சியே ஏற்படுவதில்லை. நம் நண்பர்கள், நம் பந்துக்கள், நமக்கு அக்கம் பக்கத்திலுள்ளவர்கள், நமக்குச் சற்றுத் தூரத்தில் உள்ளவர்கள், நாம் நன்றாகக் கேள்விப்பட்டு அறிந்திருப்பவர்கள் ஆகியவர்களைப் பற்றியே படித்ததாகத் தோன்றுகிறது. ஓரிடத்திலாவது "இப்படி நடந்திருக்குமா! இது நம்பத் தக்கதா?" என்று ஐயம் தோன்றுவதில்லை.

ஆனாலும் கதை என்னமோ நம் கவனத்தைக் கவர்ந்து இழுத்துச் செல்லுகிறது. கதாபாத்திரங்கள் நம் உள்ளத்தை அடியோடு கவர்ந்து விடுகிறார்கள்.

இந்நூலில் உள்ள கதைகளில் நாம் தினந்தோறும் பார்த்துப் பழகியவர்களையே பார்க்கிறோம்; அவர்களுடைய பேச்சுக்களைக் கேட்கிறோம்; அவர்களுடைய இன்ப துன்பங்களில் பங்கு கொள்கிறோம்; அவர்களுடைய பெருமிதத்தில் நாமும் பெருமிதமடைகிறோம்; அவர்களுடைய ஆசாபங்கத்தில் நம் நெஞ்சையும் நெகிழவிடுகிறோம்.

இந்தக் கதைகளில் வருகிறவர்கள் எல்லாரும் சாதாரண மனிதர்களும் ஸ்திரீகளும் குழந்தைகளும்தான். ஆயினும் அவர்களைக் கதை ஆசிரியர் ஏதோ ஜால வித்தையினால் அபூர்வமான கதாபாத்திரங்களாகத் திகழும்படி செய்திருக்கிறார். அவர்கள் நம்மைவிட்டுப் போகாமல் சுற்றித் தொடர்ந்து வந்துகொண்டிருக்கும்படியும் செய்துவிட்டிருக்கிறார்.

குழந்தை சாரங்கராஜன் நம் கண்ணினும் இனிய கண்மணியாகி விடுகிறான், அவனை அழைத்து வந்து ஏதேனும் ஒரு புத்தகத்தில் 'அன்பளிப்பு' என்று எழுதிக் கொடுக்க நம் உள்ளம் துடிதுடிக்கிறது.

மங்கம்மாள் ஒரு அரை அடி முன்னால் நகர்ந்து வந்து நின்று "எங்க வீட்டுக்குத்தான் ராஜா வந்திருக்கிறான். வேணும்னா வந்து பாரு" என்று சொல்லும் காட்சி மனதிலிருந்து அகலுவதில்லை. அவளைத் தொடர்ந்து சென்று அந்த ராஜாவை நாமும் பார்க்க வேண்டுமென்று ஆசை உண்டாகிறது,

கல்யாண கிருஷ்ணனைத் தொடர்ந்து அந்தமான் தீவு வரைக்கும் போக நாமும் தயாராகிறோம். ஆனால் அங்கேயிருந்தும் அவன் டிமிக்கி கொடுத்துவிட்டானே? ஒருவேளை காஞ்சீபுரம் கருடசேவைக்குப் போனால் அவனைக் கண்டுபிடிக்கலாமோ!

நிருபமாவும் கோவிந்தராஜனும் கலியாணம் செய்துகொண்ட பிறகு கட்டாயம் ஒரு தடவை மாமல்லபுரத்துக்குப் போகத்தான் செய்வார்கள். அவர்களுடன் சேர்ந்து நாமும் போனால் என்ன!

ஐயோ! அழகம்மாள் எதற்காக அப்படிப் பிலாக்கணம் பாடி அழுகிறாள்? அவள் புருஷன் எதற்காக விம்முகிறான்? இரண்டு பேருக்கும் நடுவில் அகப்பட்டு அவர்களுடைய புதல்வன் கோபாலு அப்படித் தவிக்கிறானே! அவனுக்கு எவ்வாறு ஆறுதல் சொல்லித் தேற்றுவது?

இவ்விதமெல்லாம் கதாபாத்திரங்களின் உணர்ச்சி வெள்ளத்தில் நம்மையும் இழுத்தடித்துத் தத்தளிக்கும்படி செய்திருக்கிறார்.

ஸ்ரீ கு. அழகிரிசாமிக்குக் கதை புனையும் கலை அற்புதமாக வந்திருக்கிறது. சாதாரண புருஷர்களும் ஸ்திரீகளும் குழந்தைகளும் அவருக்குக் கைகொடுத்து உதவி இருக்கிறார்கள்.

கதை ஆசிரியர் எதற்காக கதை எழுதுகிறார்? கடவுள் எதற்காக இந்த உலகத்தைப் படைக்கிறாரோ, அதே காரணத்துக்காகத்தான். இந்த உலகத்தில் எத்தனையோ குறைபாடுகள் இருக்கின்றன. இலக்கிய

விமர்சகரை இந்த உலகத்தைப் பற்றிய விமர்சனம் எழுதச்சொன்னால் இதில் உள்ள குற்றங் குறைகளை எடுத்துக் கொண்டு வெளுத்து வாங்கி விடுவார்! ஆனாலும் இவ்வளவு குறைபாடுகளை உடைய உலகத்தைச் சிருஷ்டி செய்வதில் கடவுள் ஆனந்தம் அடைகிறார். இல்லாவிடில் இவ்வளவு சிரமமான சிருஷ்டித் தொழிலில் பிடிவாதமாக ஈடுபட்டிருக்க மாட்டார் அல்லவா? அதுபோலவே கதை ஆசிரியர்களும் கதை புனைவதில் ஏற்படும் ஆனந்தம் காரணமாகவே கதை எழுதுகிறார்கள். தாங்கள் எழுதும் கதைகளை யாராவது படித்தாலும் படிக்காவிட்டாலும், பாராட்டினாலும் பாராட்டாவிட்டாலும் அதனால் ஊதியம் ஏதேனும் கிடைத்தாலும் கிடைக்காவிட்டாலும் கதை ஆசிரியர்கள் கதை எழுதிக்கொண்டுதானிருப்பார்கள்.

ஆனாலும் பிறர் படிக்கிறார்கள் என்றும் படித்துப் பாராட்டு கிறார்கள் என்றும் அறிந்தால் கதை ஆசிரியர்களுக்கு உற்சாகம் உண்டாகச் செய்கிறது.

இன்ப துன்பங்களைக் கலந்து நிற்கும் எல்லாம் வல்ல இறைவனுக்கே அவருடைய சிருஷ்டியைக் குறித்துப் பக்தர்கள் பாராட்டிப் புகழ்வதில் விசேஷ ஆனந்தம் ஏற்படுவதாக இதிகாச புராணங்களிலிருந்து அறிகிறோம்.

அப்படியிருக்க, சாதாரண இன்ப துன்பங்களுக்கு உரிய மனிதர் களான ஆசிரியர்களைப் பற்றிச் சொல்ல வேண்டுமா?

ஸ்ரீ கு. அழகிரிசாமி அவர்களின் இந்த அருமையான கதைத் தொகுதியைத் தமிழ்நாட்டுச் சிறுகதை ரஸிகர்கள் படித்துப் பாராட்டு வார்கள் என்று நம்புகிறேன். அதன் பயனாக ஸ்ரீ கு. அழகிரிசாமி அவர்கள் மேலும், மேலும் இத்தகைய அற்புத சிருஷ்டிகளைத் தந்து புதுத் தமிழ் இலக்கியத்தை வளப்படுத்துவார் என்று எதிர்பார்க்கிறேன்.

காந்தி நகர்
அடையாறு

ரா. கிருஷ்ணமூர்த்தி
ஆசிரியன், கல்கி
23.01.52

❍

ஆசிரியர் முன்னுரை

இந்தத் தொகுதியில் இடம்பெற்றுள்ள கதைகள் *சக்தி, காண்டிபம், தினசரிமடல், கலைக்கதிர், மகிழ்ச்சி, பொன்னி* ஆகிய பத்திரிகைகளில் வெளிவந்தவை. என் கதைகளை வெளியிட்டு உதவிய பத்திரிகையாசிரியர் களுக்கு என் நன்றி.

கு. அழகிரிசாமி

கு. அழகிரிசாமி கதைகள் (1952), சக்தி காரியாலயம்

❖

3

முன்னுரை

முன்னுரையாக என்ன எழுதுவதென்றே தெரியவில்லை. என் கதைகளைப் பற்றி நானே எதைச் சொல்லுவது? ஏதோ சில விவரங்களை மட்டும் பட்டியல் அடுக்குவதுபோல அடுக்கிவிட்டு நிறுத்திக் கொள்கிறேன்.

இந்தத் தொகுதியில் உள்ள கதைகள் 1942க்கும் 1952க்கும் இடையில் அவ்வப்போது எழுதப்பட்டவை. எல்லாம் பத்திரிகைகளில் ஏற்கெனவே வெளியானவை. சில இருமுறை வெளியானவையுங்கூட. இவற்றில் மிகப் பழைய கதை *புது உலகம்*; மிகப் புதியது *ஆண்மகன்*.

ஆரம்பத்திலிருந்தே கதைகள் எழுதுவது சம்பந்தமாக எனக்கு ஒரு நோக்கம் உண்டு. அந்த நோக்கம் இன்றுவரை மாறியதில்லை; மாறப்போவதுமில்லை. அழுத்தமான ஒரு மூலக்கருத்து இல்லாமல் கதையே எழுதக்கூடாது என்பதுதான் அது. மேலை நாட்டு ஆசிரியர்கள் என்னிடம் செலுத்திய ஆதிக்கத்தினால்தான் இந்த மாதிரியான கருத்து உருவாயிற்று என்று தோன்றுகிறது. மற்றபடி வெறும் பொழுது போக்குக்காகவே, வாசகர்களைக் குறுக்கு வழியில் பிரமிக்கச் செய்து அபாரமான மதிப்பைச் சம்பாதிப்பதற்காகவோ, கடைசியாக நம்மால் முடியாத காரியமான பணச் சம்பாத்தியத்துக்காகவோ கதைகள் எழுத நான் எப்போதும் முயன்றது கிடையாது. என் கதைகளில் சில பலஹீனமாக இருப்பதாகப் பலருக்குத் தோன்றினாலும் தோன்றக்கூடும். ஆனால் எந்தக் கதைக்குமே என் வரையில் ஒரு அழுத்தமான மூலக்கருத்து உண்டு; அல்லது மூல நோக்கம் உண்டு. இது என் உறுதியான அபிப்பிராயம். இந்த உறுதிதான் என்னை எழுத வைத்தது; எழுதியவற்றைப் புத்தகமாக வெளியிடவும் வைத்தது. என் மூலக் கருத்துகள் வெற்றிகரமான சிறுகதை களாக உருவாகியிருக்கின்றனவா இல்லையா என்பதை நீங்கள்தான் தீர்மானிக்க முடியும்.

இவ்வளவுதான் என் முன்னுரை.

இந்தக் கதைகளை வெளியிட்டு உதவிய பத்திரிகைகளுக்கு என் மனமார்ந்த நன்றி.

கு. அழகிரிசாமி

தவப்பயன் (1956), தமிழ்ப் புத்தகாலயம்

❖

4

முன்னுரை

இது என் நான்காவது சிறுகதைத் தொகுதி. இதில் அடங்கியுள்ள எட்டுக் கதைகளும் ஏற்கெனவே ஒரு முறையோ இரு முறையோ அச்சு வாகனம் ஏறியிருக்கின்றன. ஆனால் இப்பொழுதுதான் முதன்முதலாகப் புத்தக உருவில் திரட்டித் தரப்படுகின்றன.

இந்தத் தொகுதியில் இடம்பெற்றுள்ள கதைகளைப் பற்றிச் சில வார்த்தைகள் கூற விரும்புகிறேன். *முருங்கை மர மோகினி* என்ற கதைதான் மற்றக் கதைகளைவிடக் காலத்தால் முற்பட்டது. 1944இல் இந்தக் கதையை எழுதினேன். இதை எழுதிய பிறகுதான் எனக்குச் சிறந்த முறையில் சிறுகதைகள் எழுத வந்துவிட்டதாக நண்பர்கள் சிலர் சரியாகவோ தவறாகவோ அபிப்பிராயப் பட்டார்கள். காலத்தால் பிற்பட்டது *கிழவியின் லட்சியம்*. இது சென்ற டிசம்பரில் எழுதப்பட்டது. *ஆதாரம் இருக்கிறதா?* என்ற கதை என் ஐந்தாண்டு (1952—57) மலாயா வாழ்க்கையில் எழுதப்பட்ட ஒரே சிறுகதை. அந்நாட்டில் தினசரிப் பத்திரிகை ஆசிரியனாகப் பணியாற்றியபோது எனக்கு இந்த ஒரு கதையை எழுதத்தான் அவகாசமும் மன அமைதியும் கிடைத்தன. அங்கு நடைபெற்ற ஒரு மாதப் பத்திரிகையின் ஆண்டு மலருக்காக 1956இல் இந்தக் கதையை எழுதினேன். கதையில் வரும் மலாய் வார்த்தைகள் அந்நாட்டுத் தமிழரிடையே தமிழ் வார்த்தைகளைப்போல வழங்குகின்றன. சில தமிழ் வார்த்தைகளும் அங்கே ஒரு விசேஷ அர்த்தத்தோடு வழங்கிவருகின்றன. ஆகவே அந்தந்தப் பக்கத்தில் வரும் மலாய்ச் சொற்களுக்கும் புதிய தமிழ் வழக்குகளுக்கும் அந்தந்தப் பக்கத்தின் அடிப் பகுதியிலேயே விளக்கம் கொடுத்திருக்கிறேன்.

மீதியுள்ள ஐந்து கதைகளும் 1952க்குள் எழுதப்பட்டவை. *காலகண்டி, முரங்கை மர மோகினி, உலகம் யாருக்கு?, கிழவியின் லட்சியம், தர்ம ராஜ்யம்* ஆகிய கதைகளுக்குப் பெரும்பாலும் கோவில்பட்டிச் சீமையே நிகழ்ச்சிக் களமாகும்.

கு. அழகிரிசாமி

21.04.59

காலகண்டி (1959), தமிழ்ப் புத்தகாலயம்

❖

5

முன்னுரை

என்னுடைய இந்த ஐந்தாவது சிறுகதைத் தொகுதியில் அடங்கியுள்ள எட்டுக் கதைகளும் ஒருவகையில் புத்தம் புதியவை ஆகும். இந்த வருஷம் எழுதப்பட்ட *பேதைமையையும் குமாரபுரம் ஸ்டேஷனையும்* தவிர, பிற யாவும் *1959*இல் எழுதப்பட்ட கதைகளே. ஒரு வருஷ காலத்துக்குள் ஒரு தொகுதிக்கு வேண்டிய பல ரகமான கதைகளை நான் எழுதியிருப்பது இதுதான் முதல் தடவையாகும். இது எனக்குச் சந்தோஷத்தையும் அளிக்கிறது. இப்படி நான் எழுத முடிந்ததற்குக் காரணம் பத்திரிகையாசிரியர்களும் வாசக நண்பர்களும் எனக்கு அளித்த ஊக்கமும் உற்சாகமுமே.

இந்த எட்டுக் கதைகளும் 'புத்தம் புதியவை' என்று சொன்னேன். ஆனால் இவற்றுள் *இதுவும் போச்சு சிவ சிவா!, குமாரபுரம் ஸ்டேஷன்* ஆகிய இரண்டும்தான் சமீபத்தில் கற்பனையில் தோன்றி உடனுக்குடன் எழுதப்பட்டவை. மற்ற கதைகளைப் பத்து வருஷங்களுக்கு முன்பேகூட எழுதியிருக்க முடியும். நன்றாக எழுத வேண்டும், நன்றாக எழுதவேண்டும் என்று நினைத்துக்கொண்டே வருஷக் கணக்கில் நாட்களைத் தள்ளிக்கொண்டு வந்துவிட்டேன்.

இந்தத் தொகுதியில் உள்ள கதைகள் *கல்கி, தாமரை, கலைமகள், தீபாவளி மலர், கலைக்கதிர்* ஆகிய பத்திரிகைகளில் வெளிவந்தவை. என் கதைகளை வெளியிட்டு எனக்கு மிகுந்த ஊக்கமும் உற்சாகமும் அளித்துவரும் இந்தப் பத்திரிகைகளின் ஆசிரியர்களுக்கும் உரிமையாளர்களுக்கும் என் மனமார்ந்த நன்றியைத் தெரிவித்துக்கொள்கிறேன். அதேபோல, வாசக நண்பர்களுக்கும் என் கதைத் தொகுதிகளைச் சிறந்த முறையில் தொடர்ந்து வெளியிட்டு வரும் தமிழ்ப் புத்தகாலயத்தின் அதிபர் ஸ்ரீ கண. முத்தையா அவர்களுக்கும் இந்தத் தொகுதியைக் குறைந்த காலத்தில் அழகிய முறையில் அச்சிட்டுக் கொடுத்த மங்கை அச்சகத்துக்கும் என் நன்றி உரித்தாகிறது.

கு. அழகிரிசாமி
22.07.60

தெய்வம் பிறந்தது (1960), தமிழ்ப் புத்தகாலயம்

❖

6

பதிப்புரை

திரு. கு. அழகிரிசாமியின் ஆறாவது கதைத் தொகுதி இது. இதில் அடங்கியுள்ள ஒன்பது கதைகளும் புத்தகமாக வெளிவருவதற்காக அல்லாமல் பத்திரிகைகளில் வெளியிடுவதற்காகவே அவ்வப்போது எழுதப்பெற்றவை; பல்வேறு அழகும் சுவையும் நிறைந்தவை.

திரு. அழகிரிசாமி மனிதாபிமானம் நிறைந்தவர். எதையும் பரிவுடன் நோக்கும் மனம் படைத்தவர். எந்த அவசர நிலையிலும், ஒரு சின்னஞ் சிறு செய்தியையுங்கூட கலை அழகு சொட்ட அற்புதமாகப் படைத்து விடுவார். இந்தத் தொகுதியில் உள்ள ஒன்பது கதைகளும் அவருடைய படைப்புத் திறனையும், பரிவு நிறைந்த அவர் உள்ளத்தையும் உணர்த்துகின்றன.

எமது பதிப்பகத்தின் ஏழாவது வெளியீடாக வரும் கு. அழகிரிசாமியின் *இரு சகோதரர்கள்* கதைத் தொகுதியைத் தமிழ் வாசகர்கள் வாங்கிப் பயன் பெறுவார்களாக.

பதிப்பகத்தார்

இரு சகோதரர்கள், தேன்மழையின் முதல் பதிப்பு, ஜூன் 1987

(தமிழ்ப் புத்தகாலயம் வெளியிட்ட
முதல் பதிப்பு (1961) கிடைக்கவில்லை)

❖

7

முன்னுரை

இது என்னுடைய ஏழாவது சிறுகதைத் தொகுதி. இதில் அடங்கியுள்ள கதைகள் ஏற்கெனவே *கல்கியிலும் தாமரையிலும்* வெளிவந்தவை. அந்தப் பத்திரிகைகளுக்கு என் நன்றியைத் தெரிவித்துக்கொள்கிறேன். இந்தத் தொகுதியை வெளியிட்டுள்ள தமிழ்ப் புத்தகாலய அதிபர் திரு. கண. முத்தையாவுக்கும், சிறப்பாக அச்சிட்டுக் கொடுத்துள்ள மங்கை அச்சகத்தாருக்கும் என் நன்றி உரித்தாகிறது.

இந்தத் தொகுதியில் காணப்படும் *திருவொற்றியூர் வல்லி* என்ற கதையைப் பற்றிச் சில வார்த்தைகள்; பழைய நூல்களில் திருவொற்றியூர் வல்லியைப் பற்றி வேறுவிதமான ஒரு கட்டுக்கதை காணப்படுகிறது. ஆனால் நான் கவிச்சக்கரவர்த்தி கம்பரின் தெய்வீகமான புகழுக்கும் பெருமைக்கும் ஏற்ப என் சக்திக்கு இயன்ற வரையில் இந்தக் கதையைக் கற்பனை செய்து எழுதியிருக்கிறேன். பொதுமாதர் வீட்டைச் சடையப்ப

வள்ளல் வேய்ந்து கொடுத்தார் என்பது கம்பர் பாடியதாகக் கூறப்படுகிற ஒரு பாடலில் காணப்படும் ஒரு குறிப்பு. அத்துடன், "சதுரானன பண்டிதன் மடத்துளாள் என் மனத்துறை வல்லியே" என்ற ஒரு குறிப்பும் கம்பர் பாடியதாகக் கூறப்படும் மற்றொரு பாடலில் காணப்படுகிறது. இந்த இரு குறிப்புகளும் இந்தக் கதையில் பயன்படுத்தப்பட்டுள்ளன என்றாலும், கதை முழுவதுமே என் சொந்தக் கற்பனைதான் என்பதைத் தெரிவித்துக்கொள்கிறேன்.

கு. அழகிரிசாமி
5.1.1965

கற்பக விருட்சம் (1965), தமிழ்ப் புத்தகாலயம்

❖

8

முன்னுரை

இது என்னுடைய சிறுகதைத் தொகுதி. இதில் அடங்கியுள்ள கதைகளில் *கார் வாங்கிய சுந்தரம்* 1961இல் எழுதப்பட்டது. மற்றக் கதைகள் சென்ற ஆண்டிலும் இந்த ஆண்டிலும் எழுதப்பட்டவை யாகும்.

வரப்பிரசாதம் என்ற முதல் கதை *கல்கி* வெள்ளி விழா மலரிலும், *ஒரு மாத லீவ்* அதே பத்திரிகையின் வார இதழிலும், *விட்ட குறையைத் தொட்ட குறை* அதன் சிறுகதைச் சிறப்பு இதழிலும் வெளிவந்தவை. *போலி, சரஸ்வதி பூஜை, அழகின் விலை* ஆகியவை *தீபம்* பத்திரிகையிலும், *ஒருவன் இருக்கிறான் கலைமகளிலும், கார் வாங்கிய சுந்தரம், தியாகம்* ஆகிய இரண்டும் *சுதேசமித்திரன்* தீபாவளி மலர்களிலும், *பெரிய பேய்* என்ற கதை *தினமணி கதிரிலும்* ஏற்கெனவே வெளிவந்தவையாகும். என் கதைகளை வெளியிட்டு எனக்கு ஆதரவும் ஊக்க்மும் அளித்து வரும் இந்தப் பத்திரிகைகளின் ஆசிரியர்களுக்கு என் நன்றியைத் தெரிவித்துக்கொள்கிறேன்.

வழக்கம்போல் என்னுடைய இந்தச் சிறுகதைத் தொகுதியையும் சிறப்பாக வெளியிடும் தமிழ்ப் புத்தகாலய அதிபர் திரு. கண. முத்தையா அவர்களுக்கும், புத்தகத்தை நன்கு அச்சிட்டுக் கொடுத்துள்ள மங்கை அச்சகத்தாருக்கும் என் நன்றி உரித்தாகிறது.

கு. அழகிரிசாமி
10.9.1966

வரப்பிரசாதம் (1966), தமிழ்ப் புத்தகாலயம்

❖

9

பதிப்புரை

திரு. கு. அழகிரிசாமி அவர்களின் 9வது கதைத்தொகுதி இது. தமிழில் 9 கதைத்தொகுதிகளை வெளியிட்டுள்ள ஆசிரியர்களின் எண்ணிக்கை மிகவும் குறைவு.

திரு. அழகிரிசாமி எழுதியுள்ள கதைகள் எண்ணிக்கையில் மட்டும் அதிகம் அல்ல, தரத்திலும் மிக உயர்ந்தவை. அவருடைய கதை ஒவ்வொன்றும் வாழ்க்கையின் ஒரு உண்மையைத் தெளிவாக விளக்கும் ஆற்றல் படைத்தவை. வாழ்க்கையின் பிரச்சனைகளைப் பலகோணங்களில் நின்று கவனித்து, பல்வேறுபட்ட கதைகளைப் படைத்துள்ளார். இத் தொகுதியில் அடங்கியுள்ள *ராஜா வந்திருக்கிறார், அன்பளிப்பு* போன்ற கதைகள் அவருடைய சிறந்த படைப்புகள். *இரண்டு பெண்களுக்கு* இணையான கதை தமிழ் மொழியில் அபூர்வமாகவே கிடைக்கும்.

இந்த நல்ல தொகுதியை வெளியிடும் வாய்ப்பினை எங்களுக்களித்த ஆசிரியருக்கு நன்றி.

தமிழ்ப் புத்தகாலயத்தார்

அன்பளிப்பு (1967), தமிழ்ப் புத்தகாலயம்

❖

10

பதிப்புரை

தமிழ் எழுத்துக்குப் பல புதிய பரிமாணங்களைச் சேர்த்த அமரர் திரு. கு. அழகிரிசாமி அவர்களின் இதுவரை புத்தக வடிவில் வெளிவராத ஏழு சிறுகதைகளைக் கொண்ட இத்தொகுதியினை வாசகர்களுக்கு அளிப்பதில் பெரு மகிழ்ச்சியடைகிறோம்.

இத்தொகுதியிலுள்ள *அபார ஞாபகம்* கதையில் வரும் அருணகிரி முதலியார் போன்றோர் இன்றும் நம்மிடையே உலவிக் கொண்டுதான் உள்ளனர். அருணகிரி போன்றோர் எவ்வளவு பொருள் சேர்த்து வைத்திருந்தும், அதைத் தக்கவர்க்குத் தர மனம் ஒப்பாததால் அவராலோ, அவர்தம் பொருள்களினாலோ சமூகத்திற்கு ஒரு பயனும் இல்லையென்பதைத் தெள்ளத் தெளிவாக விளக்குகிறார் ஆசிரியர்.

அடுத்து *தீ விபத்து* கதைமூலம் தற்கால சமூகம் போகும் பாதைதனை வேதனையுடன் வெளிப்படுத்துகிறார். ஏழைகளுக்கு கஷ்டங்கள் வரும்போது அத்துயரங்களைப் போக்க வரும் அரசியல்வாதிகளானாலும்

சரி, சமூகத்திலுள்ள பெரிய மனிதர்களானாலும் சரி, திரை உலகத் திலகங்களானாலும் சரி, ஏழைகளின் துயரங்களைப் போக்க முனைவதைக் காட்டிலும் இந்தச் சந்தர்ப்பத்தினால் தமக்கு எவ்வளவு விளம்பரம் தேடிக் கொள்ள முடியும் என்பதிலேயே கண்ணும் கருத்துமாக உள்ள நிலைதன்னை அழகுறக் காட்டுகிறார்.

இப்படி ஒவ்வொரு கதைகளுமே சமூகத்தில் ஒவ்வொரு நிலையினைக் காட்டுகின்றன. இவற்றைத் தொகுத்து புத்தக வடிவில் வாசகர்களுக்கு அளிப்பதில் பெருமகிழ்ச்சி அடைகிறோம்.

இக்கதைகளைத் தேடியெடுப்பதற்குத் தக்க ஒத்துழைப்பு அளித்த திருமதி கு. அழகிரிசாமி அவர்களுக்கும் அவரது குடும்பத்தார்களுக்கும் எங்கள் இதயம் கனிந்த நன்றி!

பதிப்பகத்தார்

செவி சாய்க்க ஒருவன் (1987), தேன்மழைப் பதிப்பகம்

11

பதிப்புரை

தமிழகத்தின் தலைசிறந்த எழுத்தாளர்களுள் ஒருவரான அமரர் திரு. கு. அழகிரிசாமி அவர்களின் இதுவரை புத்தக வடிவில் வெளிவராத பதினைந்து சிறுகதைகளைத் தொகுத்து இந்நூலாக வாசகர்களுக்கு அளிப்பதில் பேருவகை கொள்கிறோம்.

திரு. கு. அழகிரிசாமி அவர்களின் கதைகள் பொழுதுபோக்கிற்காக எழுதப்படும் கதைகள் அன்று. ஒவ்வொரு கதைகளும் மனித வாழ்க்கையில் காணப்படும் நிறை குறைகளைச் சுட்டிக் காண்பிப்பதுடன் இன்றைய சமூகத்தில் நிலவும் சிற்சில சீர்கேடுகளையும் அவலங்களையும் வேதனை யுடன் வெளிப்படுத்தும்.

இத்தொகுதியில் உள்ள பதினைந்து சிறுகதைகளும் சுமார் நாற்பது ஆண்டுகளுக்கு முன்பு எழுதப்பட்டவை. இவற்றைத் தேடி எடுப்பதற்கு எங்களுக்கு முழு உதவி அளித்த திருமதி. கு. அழகிரிசாமி அவர்களுக்கும் அவர்களது குடும்பத்தார்களுக்கும் எங்கள் இதயம் கனிந்த நன்றி.

பதிப்பகத்தார்

கவியும் காதலும் (1990), தேன்மழைப் பதிப்பகம்

12

பதிப்புரை

தமிழகத்தின் தலைசிறந்த எழுத்தாளர்களுள் ஒருவரான அமரர் திரு. கு. அழகிரிசாமி அவர்களின் இதுவரை புத்தக வடிவில் வெளிவராத துறவு, மாறுதல் என்னும் இரு குறுநாவல்களைக் கொண்ட இந்நூலினை வாசகப் பெருமக்களுக்கு அளிப்பதில் பேருவகை கொள்கிறோம்.

துறவு என்னும் குறுநாவலில் சித்தியின் கொடுமையால் வீட்டை விட்டு வெளியேறும் சங்கர், அனாதையாகத் திரிந்து பின்பு காசிக்குச் சென்று வேதங்களையும் இதிகாசங்களையும் நன்கு பயின்று, ஆங்கிலச் சொற்பொழிவாளனாக மாறுகிறான். அவனை, சென்னையிலிருக்கும் ஒரு தொழிலதிபர், தம் இல்லத்திற்கு அழைத்து வந்து, தாம் செய்யும் சமூகவிரோத செயல்களை மூடி மறைக்க சங்கரை சந்நியாசியாக்கி, சங்கர்ஜி என விளம்பரம் செய்து அவன் சொற்பொழிவைத் தம் இல்லத்திலேயே நாள்தோறும் நடத்துகிறான்.

முடிவில், சங்கர் அவர்களை இனம் கண்டு கொள்கிறானா அல்லது அவர்களின் சமூக விரோத செயல்களுக்குத் துணை போகிறானா? நாவலின் உள்ளே சென்று தெரிந்து கொள்ளுங்கள்.

இக்குறுநாவலுடன் *மாறுதல்* என்னும் மாறுபட்ட ஒரு குறுநாவலையும் இணைத்து வெளியிட்டுள்ளோம். வாசகர்கள் படித்துப் பயன் பெறுவீர். இவ்விரு குறுநாவல்களையும் தேடி எடுப்பதற்கு உதவி புரிந்த திருமதி கு. அழகிரிசாமி அவர்களுக்கும், அவர்களது குடும்பத்தார்களுக்கும் எங்கள் இதயம் கனிந்த நன்றி.

பதிப்பகத்தார்

துறவு (1990), தேன்மழைப் பதிப்பகம்

13

பதிப்புரை

தமிழ்ச் சிறுகதை உலகில் தனக்கென்று ஒரு தனி இடம் அமைத்துக் கொண்ட திரு. கு. அழகிரிசாமி அவர்களின் இதுவரை புத்தக வடிவில் வெளிவராத ஐந்து சிறுகதைகளைக் கொண்ட தொகுப்பாக இந்நூலை வெளியிடுவதில் பெரு மகிழ்ச்சியடைகிறோம்.

திரு. கு. அழகிரிசாமியின் கதைகள் பொழுதுபோக்கிற்காக எழுதப்பட்ட கதைகள் அன்று. ஒவ்வொரு கதையும் மனித வாழ்க்கையில் காணப்படும்

நிறை குறைகளையே சுட்டிக்காட்டுகின்றது. அத்துடன் இன்றைய சமூகத்தில் காணப்படும் சிற்சில அவலங்களையும் சீர்கேடுகளையும் அவரது கதைகள் வேதனையுடன் வெளிப்படுத்தும்.

இவ்வைந்து சிறுகதைகளையும் தேடி எடுப்பதற்கு உதவி புரிந்த திருமதி கு. அழகிரிசாமி அவர்களுக்கும் அவர்களது குடும்பத்தார்களுக்கும் எங்கள் இதயம் கனிந்த நன்றி.

பதிப்பகத்தார்

புதிய ரோஜா (1990), தேன்மழைப் பதிப்பகம்

❖

பின்னிணைப்பு 2

1
கதைக்கு ஒரு கரு

கு. அழகிரிசாமி

"கதைக்கு ஒரு கரு" என்று நான் எழுதும் கட்டுரை எத்தனை பேருக்குப் படிக்க சுவாரஸ்யமாக இருக்கும் என்று தெரியவில்லை. என் கதைகளைப் படித்திராதவர்களால் இந்தக் கட்டுரையை ரஸிக்கவே முடியாது; புரிந்துகொள்ளவும் முடியாது. இன்ன கதைக்கு இது கரு என்று நான் குறிப்பிட்டால், காலும் தலையும் தெரியாமல் தவிப்பார்கள். என் கதைகளைப் படித்திருப்பவர்களுக்கும் கருவைப் பற்றித் தெரிந்து கொள்ளும் விருப்பம் ஏற்பட வேண்டும் என்ற அவசியம் எதுவும் இல்லை. என் கதைகளை யாரேனும் ஈடுபாட்டுடன் படித்திருந்தால், அவர்களுக்கு இந்தக் கட்டுரை சுவாரஸ்யமாக இருக்கலாம். எனவே அப்படிப்பட்ட சிலர் இருப்பதாகவும் அவர்களுக்கு நான் எழுதுவதாகவும் நினைத்துக்கொண்டு இந்தக் கட்டுரையை எழுதுகிறேன். எனினும் என் கதைகளைப் படிக்காதவர்களையும் படித்து மறந்தவர்களையும் அலட்சியப்படுத்தக் கூடாது என்பதற்காகச் சிற்சில கதைகளின் சுருக்கத்தையும் ஐந்தாறு வரிகளுக்குள் ஆங்காங்கு கொடுத்திருக்கிறேன்.

இனி, கருவைப் பற்றி ஆராய்வோம்.

என்னுடைய சிறுகதைகள் ஆறு தொகுதிகளாக வெளிவந்திருக்கின்றன. புத்தகங்களாக வெளிவராமல் பத்திரிகைகளில் மட்டுமே பிரசுரமாகியுள்ள கதைகள் ஒரு சில இருக்கின்றன. மொத்தம் சுமார் 70 கதைகள் என்று வைத்துக்கொள்ளுவோம். இவற்றுள் புத்தகங்கள் அனைத்தும் இப்போது என் எதிரே இல்லாததால், சுமார் 30 கதைகளின் தலைப்புக்களை மட்டும் அவசர அவசரமாக ஞாபகப்படுத்திப் பார்த்து, அவற்றை ஒரு காகிதத்தில் குறித்து என் முன்னால் வைத்துக்கொண்டு எழுதுகிறேன்.

கருவைப் பற்றிய ஆராய்ச்சியில் இறங்கத் தொடங்கியபோதுதான், கருவே இல்லாமலும் நான் கதைகள் எழுதியிருக்கிறேன் என்பது எனக்குத் தெரியவந்தது! அப்படிப்பட்ட கதைகள் ஒரு ஐந்தாறு இருக்கும். மற்றக் கதைகளுக்கு நிச்சயம் கரு உண்டு.

என் கதைகளில் *ராஜா வந்திருக்கிறார்* என்பது மற்றக் கதைகளைவிடச் சற்று அதிகப் பிரபலம் பெற்றது. ரஷ்ய மொழியில்கூட அது வெளி வந்திருக்கிறதாம். அந்தக் கதைக்குக் கருவே கிடையாது. அந்த மாதிரி ஒரு கதையை எழுத வேண்டும் என்று ஏன் தோன்றியது, எப்படித் தோன்றியது என்று எனக்குத் தெரியவில்லை. கதைக்குக் கரு தோன்றினால், அந்தக் கரு வளர்ச்சி பெற்றுக் கதையாக வெளிவர என்னைப் பொறுத்த

வரையில் பல வருஷங்கள் ஆகும். எப்பொழுதுமே நான் எழுதுவது பல வருஷங்களுக்கு முன் எழுத நினைத்த கதைகளைத்தான். இப்படிப்பட்ட கதைகளின் கரு நிச்சயமாக ஞாபகத்தில் இருக்கும். *ராஜா வந்திருக்கிறார்* என்ற கதையையோ அப்பொழுதே எழுத நினைத்து அப்பொழுதே எழுதினேன்.

பிரம்மச்சாரியாக மாம்பலத்தில் ஒரு தனியறையில் வசித்து வந்தபோது, மத்தியானம் ஓட்டலுக்குப் போய்ச் சாப்பிட்டுவிட்டு வெயிலோடு வெயிலாய் வந்து சிரமபரிகாரமாகக் கட்டிலில் சாய்ந்தேன். எப்படியோ இந்தக் கதை தோன்றியது. உடனே எழுந்து உட்கார்ந்தேன். எழுதி முடித்தேன். இப்படி அன்று நினைத்து அன்றே எழுதிய கதை இது ஒன்றுதான்.

வேறு சில கதைகளுக்கும் கரு இல்லை. ஆனால் எழுத நினைத்து வெகுகாலம் கழிந்த பிறகே இவற்றை எழுதினேன். இந்த வகைக் கதைகளுக்கு உதாரணங்கள், *ஞாபகார்த்தம், பெரிய மனுஷி, காலகண்டி, இதுவும் போச்சு சிவசிவா (காதலும் கல்யாணமும்* என்பது [*தாமரை*] பத்திரிகையில் பிரசுரமானபோது கொடுக்கப்பட்ட தலைப்பு) *இரண்டு ஆண்கள்* முதலியன. என்னுடைய சில கதைகளுக்கு என் விருப்பத்தைப் பொறுத்தும் கரு அமைந்தது. இங்கே கருவுக்குக் கதைதான் கரு! கருவிலிருந்து கதை தோன்றுவதற்குப் பதில் கதையிலிருந்து கரு தோன்றியது!

தவப்பயன், குமாரபுரம் ஸ்டேஷன், முருங்கை மர மோஹினி முதலியவை இப்படிப்பட்ட தகப்பன் சாமிகள்தான்.

தவப்பயன். இந்தக் கதையில் ஒரு சாமியார் வருகிறார். அவரைப் பாம்பு கடிக்கிறது! சாகிறார். அவரை சிஷ்யர்கள் அடக்கம் செய்து சமாதி கட்டி, சுற்றிலும் நந்தவனம் வைக்கிறார்கள். சாமியாரின் உயிர் சுவர்க்கத்துக்குப் போகிறது. அந்த உயிரைக் கடவுள் ஒரு அணில் குஞ்சாகச் சிருஷ்டித்துப் பூலோகத்துக்கு அனுப்புகிறார். சாமியாரின் சமாதியிலேயே, சாமியாரின் ஆவி அணில் குஞ்சாக விளையாடிக் கொண்டிருக்கிறது.

குமாரபுரம் ஸ்டேஷன். இந்த ரயில்வே ஸ்டேஷனில் ஐந்தாறு கிராமச் சிறுவர்கள் ரயில் ஏறி கோவில்பட்டிக்குப் போய், அங்குள்ள உயர்நிலைப் பள்ளியில் மேல் வகுப்பில் சேருகிறார்கள்.

முருங்கைமர மோஹினி. இந்தக் கதையில் வரும் முருங்கை மரத்தில் ஒரு செருப்பு கட்டித் தொங்கவிடப்பட்டிருக்கிறது. இந்த வழக்கத்தைக் கிராமங்களில் காணலாம். சில மரங்களில் துடைப்பக் கட்டையும் தொங்கவிடப்பட்டிருக்கும். முருங்கைக் காய்களைத் திருட்டுத்தனமாய்ப் பறிப்பவன் செருப்பாலோ துடைப்பத்தாலோ அடிவாங்கியதற்குச் சமானம் என்பதைக் குறிப்பிடவே அந்த இரண்டு வஸ்துக்களில் ஒன்றைக் கட்டித் தொங்கவிட்டிருப்பார்கள். இப்படிப்பட்ட மரத்தில் முருங்கைக் காய்களைச் சபலத்தினால் திருடிய ஒரு நல்ல மனிதர் பிறகு தாம்

செய்த காரியத்தை எண்ணி மனசுக்குள் மிகவும் வருந்தி அந்தக் காய்களைச் சாப்பிடாமலே இருந்துவிடுகிறார்.

மேற்படி மூன்று கதைகளும் தோன்றிய விதம் எப்படி? *குமாரபுரம் ஸ்டேஷனுக்கு* குமாரபுரம் ஸ்டேஷன்தான் கரு. என் சொந்தக் கிராமமாகிய இடைசெவலுக்கு அருகில் உள்ள இந்த ஸ்டேஷன்தான் நான் முதல்முதலில் பார்த்த ரயில்வே ஸ்டேஷன். நடுக்காட்டில் ஒரு கட்டடம். கிராமத்தில் காணும் எந்த வீட்டையும்விட அழகும் வசதியும் வாய்ந்தது. அதை ஒட்டிச் சில வீடுகள். சுகமான மனோரம்யமான வாழ்க்கை! நடுக்காட்டில் உள்ள வீட்டில் சமைத்துச் சாப்பிடுவது தினந்தோறும் வனபோஜனம் சாப்பிடும் இன்பானுபவமாகத் தோன்றியது. ஸ்டேஷன் மாஸ்டரின் வாழ்க்கை கிராமத்து ஜனங்களின் வாழ்க்கையை விடக் கவர்ச்சிகரமாக அந்தச் சிறு வயதில் எனக்குத் தோன்றியது. அப்பொழுது மனசைக் கவர்ந்த ஒரு இன்ப உலகமாகக் காட்சியளித்த அந்த குமாரபுரம் ஸ்டேஷன் அந்த "முதற்காதல்"— எத்தனையோ வருஷங்களுக்குப் பிறகுகூட உள்ளத்தைக் கவர்ந்து கொண்டே இருக்கிறது. இந்த ஸ்டேஷனை வைத்து ஒரு கதை எழுத வேண்டும் என்று மிகவும் ஆசைப்பட்டேன். பல வருஷங்களுக்குப் பிறகு எழுதினேன். காதல் நிறைவேறியதுபோல் இருந்தது. எனக்குப் பிடித்த என் சிறுகதைகளில் *குமாரபுரம் ஸ்டேஷனும்* ஒன்று.

தவப்பயன் எழுவதற்குக் காரணமாக இருந்தது கோவில்பட்டியில் பஸ் நிலையத்திலிருந்து கதிரேசன் கோயிலுக்குச் செல்லும் பாதையில் உள்ள ஒரு நந்தவனந்தான். அதன் நடுவில் ஒரு கூரைச்சாவடி உண்டு. வெயில் நேரத்தில் போய் உட்கார்ந்திருக்க மிகவும் சுகமாக இருக்கும். நான் கோவில்பட்டியில் படித்துக்கொண்டிருந்தபோது அங்கே அடிக்கடி போய் வருவேன். நான் முதல்முதலாகப் பார்த்த அந்த நந்தவனத்தில் உள்ள கவர்ச்சி, இனி காஷ்மீரைப் பார்த்தாலும் ஸ்விட்ஜர்லாந்தைப் பார்த்தாலும் கூட எனக்கு ஏற்படாது என்பது உறுதி. "முதற்காதல்" ஆயிற்றே? இந்தக் காதலை நிறைவேற்றுவதற்கு எழுதியதுதான் *தவப்பயன்* கதை.

முருங்கைமர மோஹினி. இடைசெவலில் என் நண்பருக்குச் சொந்தமான ஒரு மிளகாய்த் தோட்டத்தில் செருப்பு சகிதமாக ஒரு முருங்கை மரம் உண்டு. இப்பொழுது இருக்கிறதோ என்னவோ. எத்தனையோ மரங்களைச் செருப்புக் காவலுடன் நான் பார்த்திருந்தாலும் கதைக்கு இந்த மரமும், இதைச் சூழ்ந்திருந்த பிற அமைப்புகளுமே கருவாக இருந்தன. செருப்பு கட்டிய முருங்கையைப் பார்க்க சுவாரஸ்யமாக இருந்தது; கதையை எழுதினேன்.

ஏதேனும் ஒரு பொருளில் உண்டாகும் கவர்ச்சியும் அதைப் பற்றிய விரிவான சிந்தனையும் கருவைச் சிருஷ்டிக்கக்கூடும் என்பது இந்த அனுபவத்தினால் அறியப்படும் உண்மையாக எனக்குத் தோன்றுகிறது. எதைப்பற்றியும் விரிவாகச் சிந்தனை செய்தால், கதைக்கு விஷயம் கிடைக்கும் என்று மாபஸான் எழுதியிருப்பதாக ஞாபகம். அப்படி விரிவாகச் சிந்தித்து எனக்கு விஷயம் கிடைத்தது இப்படி ஒருசில

அபூர்வமான சந்தர்ப்பங்களில்தான். எப்பொழுதுமே அப்படிச் சிந்திக்க முடியவில்லை; சிந்தித்த சந்தர்ப்பங்களிலும் தவறாமல் கதைக்கு விஷயம் கிடைத்ததுமில்லை. மாபஸானுக்கு அந்த ஆற்றல் இருந்தது; எனக்கு இல்லை என்று முடிவுகட்ட வேண்டியதுதான். செகாவும் "எதைப் பற்றியும் என்னால் நல்ல கதை எழுதிவிட முடியும்" என்று சொன்னாராம். தேநீர் குடிக்கும் ஒரு கோப்பையைக் காட்டி, "இந்தக் கோப்பையை வைத்தும் ஒரு கதை எழுதுவேன்" என்றாராம். இது என்னைப் போன்ற சாமான்யர்களால் முடியாத சாதனை.

போகிற போக்கிலோ பேச்சோடு பேச்சாகவோ காதில் விழுந்த சில வார்த்தைகளும் கதைக்குக் கருவாக அமைந்தது உண்டு. இதற்கு உதாரணங்களாக *சிரிக்கவில்லை* என்ற கதையையும் *வெறும் நாய்* என்ற கதையையும் சொல்லலாம்.

பல வருஷங்களுக்கு முன் கோவில்பட்டியில் ஒரு ஆசாமி மற்றொரு ஆசாமியோடு பேசிக்கொண்டிருந்தபோது. "அந்தப் பெண் முன்னால் என்னோடு தாராளமாகப் பேசுவாள். பார்த்தால் சிரிப்பாள். இப்போது எனக்குக் கல்யாண மான பிறகு, என்ன காரணமோ என்னவோ என்னைத் திரும்பிக்கூடப் பார்ப்பதில்லை" என்று சொன்ன வார்த்தைகள் என் காதில் விழுந்தன. ஐந்தாறு வருஷங்களுக்குப் பிறகு இந்த வார்த்தைகள் *சிரிக்கவில்லை* என்ற கதையாக உருவெடுத்தன.

வெறும் நாய் என்ற கதையில் ஒரு ஏழை வீட்டு நாய் ஒரு டாக்டரின் வீட்டுக்கு முன் போய் திக்விஜயம் செய்துகொண்டிருக்கிறது. இது டாக்டருக்குப் பிடிக்கவில்லை "அந்த நாயைப் பிடித்துக் கட்டிப் போடுகிறாயா, இல்லை, அதைச் சுடட்டுமா?" என்று ஏழையைப் பயமுறுத்துகிறார் டாக்டர். ஏழை பயந்துவிடுகிறான். ஆனால் நாய் பயப்படவில்லை. அது டாக்டர் வீட்டு ஜாதி நாயையும், கடைசியில் டாக்டரையுமே கடித்துவிடுகிறது. கதையில் இடம்பெற்றுள்ள முக்கிய நிகழ்ச்சிகள் இவை. இந்தக் கதையை எழுதக் காரணமாக இருந்தவை, நான் சென்னையில் ஆழ்வார்பேட்டையிலிருந்து ராயப்பேட்டைக்கு நடந்துவந்தபோது, ஒரு வீட்டின் வாசலில் நின்றுகொண்டிருந்த ஒருவர் "அந்த நாயைப் பிடித்துக் கட்டிப் போடு என்று எத்தனை தடவை சொல்கிறது"? என்று கோபத்துடன் சொன்ன சில வார்த்தைகள்தான். தம்முடைய சொந்த நாயையே அவர் குறிப்பிட்டிருக்கலாம். அவருக்கு எதிரே நாயையும் காணோம், ஆளையும் காணோம். எதிரே நிற்காத, வீட்டினுள்ளேயே இருக்கிற ஒருவருடன் பேசினாரோ என்னவோ எனக்குத் தெரியாது. அந்த வார்த்தைகளில் எனக்கு ஒரு முப்பது பக்கக்கதை கிடைத்தது.

வேறுசில கதைகள் பாதி அல்லது பாதிக்குமேல் சிற்சில மாறுதல் களுடன் உண்மையில் நடைபெற்ற நிகழ்ச்சிகள். ஒருசில, என் சொந்த வாழ்க்கையில் நிகழ்ந்தவையும்கூட.

சொந்தக் காசு கொடுத்து ஒரு டைரி வாங்கிக்கொண்டு வந்து, அதில் *அன்பளிப்பு* என்று எழுதித் தரும்படி சென்னையில் ஒரு

சிறுவன் கேட்டான். இதுதான் அன்பளிப்பு என்ற என் கதைக்குக் கரு. கதையில் நிகழும் சம்பவங்களும் அநேகமாக உண்மையில் நிகழ்ந்தவையே.

தகப்பனும் மகளும் என்பது நானும் என் நண்பரும் ரயில் பிரயாணத்தில் நேரில் கண்ட நிகழ்ச்சியின் கதாரூபமே. இந்தக் கதை சென்னைக்கும் திருச்சிக்கும் இடையில் நடந்ததாகக் கதையில் கூறப்பட்டிருக்கிறது. உண்மையும் அதுதான்.

தம்பி ராமையா, பாலம்மாள் கதை இந்த இரண்டும் என் வீட்டில் நடந்த கதைகள். கதையாக எழுதும்போது உண்மை நிகழ்ச்சிகளும் கதைப் போக்கும் சிற்சில மாறுதல்களுக்கு உள்ளாயிருக்கும் என்பதை இங்கே சொல்ல வேண்டியதில்லை.

சந்திப்பு, உலகம் யாருக்கு?, கார் வாங்கிய சுந்தரம் என்ற கதைகளும் ஏறக்குறைய எதார்த்த வாழ்க்கையில் நடந்தவைதான். கதையில் கூறப்பட்டிருப்பதுபோலவே, *சந்திப்பு* என் சொந்தக் கிராமத்திலும், *உலகம் யாருக்கு?* கோவில்பட்டிக்கும் விருதுநகருக்கும் இடையிலும், *கார் வாங்கிய சுந்தரம்* கோலாலம்பூரிலும் நடந்த நிகழ்ச்சிகள்.

நிஜ வாழ்க்கையில் நடைபெறாமலே, கருத்தை மட்டுமே வைத்துக் கொண்டு முழுக்க முழுக்கக் கற்பனைச் சம்பவங்களைக் கொண்டு எழுதியவை என்று என் கதைகளில் பலவற்றைச் சொல்லலாம். குறிப்பாகக் காதல் கதைகளும் காதலை வைத்து ஹாஸ்யமாக எழுதப்பட்ட கதைகளும் வெறும் கற்பனைகள். நிச்சயமாக அவை யாரையும் குறிப்பிடுவன அல்ல.

இவ்வளவும் சொன்ன பிறகு கதைக்குக் கரு எப்படிக் கிடைக்கிறது என்பதையும் என் அனுபவத்தை ஆதாரமாக வைத்துச் சொல்ல விரும்புகிறேன்.

1. வாழ்க்கையில் நமக்குப் பல திறப்பட்ட அனுபவங்கள் ஏற்படும்போது, அல்லது பிறருடைய அனுபவங்களைக் காணும்போது கரு அகப்படுகிறது. நான் கிராமத்தில் பிறந்து கிராமத்திலேயே பல வருஷங்கள் வாழ்ந்ததால் அப்படிப் பலவகையான சம்பவங்களையும் பலவகையான குணசித்திரங்களையும் பலவகையான பின்னணிகளையும் பார்க்க முடிந்தது. நகரத்தில் இந்த வசதி கிடையாது என்பது என் அனுபவம். ஏனென்றால் இங்கே எதைப்பற்றியும் யாரைப் பற்றியும் ஓரளவுக்கு அறிந்துகொள்ளக்கூட நமக்கு வாய்ப்பில்லை; அக்கறையும் இல்லை. மேலும் நாம் காணும் அல்லது பழகும் மனிதர்கள் பெரும்பாலும் ஒரேமாதிரியான செயற்கை வாழ்க்கையே வாழ்கிறார்கள். மனிதர்களிடையே வகை பிரிப்பது கஷ்டமாக இருக்கிறது.

2. அடுத்தபடியாக, உயர்ந்த இலக்கியங்களைப் படிக்கும்போது கரு அகப்பட்டிருக்கிறது.

3. நான் தினசரி பத்திரிகைகளில் வேலை செய்யாத காலங்களிலும் கரு அகப்பட்டிருக்கிறது.

எனவே என் அனுபவத்தின்படி ஒரு கதாசிரியனுக்குப் பலவகை அனுபவங்களும் அந்த அனுபவங்களைத் துருவி ஆராய்வதற்கான வசதிகளும் வேண்டும்; எந்தக் காலத்திலும் அவன் நல்ல இலக்கியங்களைப் படித்துக்கொண்டிருக்க வேண்டும்;

கடைசியாக, முக்கியமாக, அவன் தினசரிப் பத்திரிகைகளில் வேலை செய்யவே கூடாது. இதற்குப் புதுமைப்பித்தன் விதிவிலக்காக இருக்கலாம். எல்லாக் கதாசிரியர்களும் விதிவிலக்குகளாக, புதுமைப்பித்தன்களாக இருக்க முடியாது அல்லவா?

தாமரை, பிப்ரவரி 1963

❖

2

செல்லையா கு. அழகிரிசாமியானது

கி. ராஜநாராயணன்

உறக்கம் கொள்ளுமா? என்கிற முதல் சிறுகதையின் மூலம் கு. அழகிரிசாமி என்ற பெயர் *ஆனந்த போதினி* என்ற பத்திரிகை மூலம் முதன்முதலில் தமிழ்நாட்டு வாசக உலகத்துக்குத் தெரியவந்தது. சின்ன வயசில் ஒரு வாடகை வீட்டில் குடியிருந்த ஒருவனுடைய இளமைக் காலத்து ஞாபகங்கள் பல வருஷங்களுக்கு அப்புறம் அவன் அதே வீட்டின் மாடியில் இரவு ஒரு நாள் தங்க நேர்ந்தபோது அந்தக் காலத்து நினைப்புகள் வந்து தூங்கவொட்டாமல் அலைக்கழிக்கின்றன என்பதே கதை.

கோவில்பட்டியில் அவன் சிறிய வயசில் தனது சிற்றன்னையின் வீட்டில் தங்கிப் படித்தான். பிறகு அவர்கள் பிழைப்பு நிமித்தம் வேறு ஊருக்குப் போய்விட்டார்கள். இவனுக்கும் படிப்பு முடிந்தது. இவன் உத்தியோகத்தில் இருந்தபோது ஒரு நாள் நாங்கள் கோவில்பட்டி போனவர்கள் தற்செயலாக அந்தத் தெருவழியாக நடந்து போனோம். திடீரென்று இவன் ஒரு வீட்டின் முன் பரவசத்தோடு நின்றான். அந்த வீட்டின் திண்ணையில் ஒரு வயசான பொற்கொல்லர் உமி ஓட்டில் ஊதிக்கொண்டிருந்தார். அவரிடம் தனது சின்னம்மாவின் பெயரையும் சித்தப்பாவின் பெயரையும் சொல்லி இந்த வீட்டில் அவர்கள் முன்பு குடியிருந்ததையும் சொன்னான். அந்த வயசாளியும் உடனே இவனை இன்னார் என்று கண்டுகொண்டு பரிவோடு விசாரித்தார். உடனே இவன் என்னையும் மற்றவரையும் கூட்டிக்கொண்டு வீட்டுக்குள்ளே போய் அந்தச் சிறிய வீட்டைச் சுற்றிக் காண்பித்தான். இந்த இடத்தில்தான் நாங்கள் உட்கார்ந்து சாப்பிடுவோம். நான் இங்கே உட்கார்ந்துதான்

ராத்திரிகளில் படிப்பேன் என்றெல்லாம் சொல்லிக்கொண்டு வந்தவன், "இந்த இடத்தில் ஒரு செடி இருந்ததே அது எங்கே" என்று கேட்டான். வீட்டின் சொந்தக்காரர் அதை அப்புறப்படுத்திவிட்டதாக ஒரு மூதாட்டியன்னை சொன்னாள். அது இவன் கொண்டுவந்து நட்ட செடியாம். வீட்டிலிருந்து இறங்கி வந்தான். அந்தத் தெருவழியாக நாங்கள் நடந்து வரும்போது அந்த வீட்டைப் பற்றி நிறையச் சொல்லிக்கொண்டே வந்தான். பின் நாட்களில் இது அவனில் ஒரு கதையாக உருவெடுக்கும் என்று அப்போது தெரியாது; அவனுக்கும்கூட.

தி. ஜ. ரங்கநாதன் ஆசிரியராய் இருந்த *சக்தி* பத்திரிகையில் இவனுடைய *பித்தளை வளையல்* கதை வெளிவந்தது. அது இவனுடைய அசல் கதையாக வெளிவராமல் திருத்தி வெளிவந்தது இவனுக்கு ரொம்ப வருத்தம். தங்க நிறமுள்ள ஏழைப்பெண் பித்தளை வளையல் அணிந்திருப்பதும் கறுப்பு நிறமுள்ள வசதியான பெண் தங்க வளையல் அணிந்திருப்பதையும் பற்றிய கதை. கிராமத்தில் ஒரு நாள் நடந்த தெருச்சண்டையின் போது கேட்ட விஷயம்; பித்தளை வளையல் போட்டிருப்பது எவ்வளவு கேவலம் என்று 'நிலைநாட்டப்பட்டது' அந்தச் சண்டையில்!

இரவு என்றொரு கதை *பிரசண்டவிகடனில்* வெளிவந்தது. நெருங்கிய ஒரு நண்பனோடும் அவனுடைய அழகில்லாத மனைவியோடும் ஊர்சுற்றுப் பிரயாணத்தின் போது ஓர் இரவு கன்யாகுமரி சத்திரத்தில் தங்கநேர்கிறது. விளக்கை அணைத்துவிட்டுப் படுத்துக்கொண்ட பிறகு, நண்பனின் மனைவியின் பேரில் மனக்கிளர்ச்சியும் விரச சிந்தனைகளும் உண்டாகின்றன. காலை ஒளி வந்ததும் அந்த எண்ணங்கள் போன இடம் தெரியாமல் ஓடிப்போகின்றன. இருட்டின் அரக்கத் தன்மையையும் ஒளியின் தேவத் தன்மையையும் சொல்லும் கதை. இக்கதையின் நுட்பமான பின்னல் இலக்கிய உலகத்தில் பலரைக் கவர்ந்தது.

இந்தக் கதை வெளிவந்த சிலநாட்கள் கழித்து *பிரசண்டவிகடன்* பத்திரிகைக்கு உதவி ஆசிரியராக வந்து பதவி ஏற்றுக்கொள்ள முடியுமா என்று கேட்டு நிர்வாகத்திடமிருந்து தபால் வந்தது. சப்ரிஜிஸ்தர் ஆபீஸ் குமாஸ்தா வேலையை உடனே உதறிவிட்டு மெட்றாஸுக்குப் புறப்பட்டு விட்டான். சர்க்கார் வேலையை வேண்டாம் என்று சொன்னது வீட்டிலுள்ளவர்களுக்கு வருத்தந்தான்.

மாசம் அறுபது ரூபாய் சம்பளத்தில் *பிரசண்டவிகடன் ஆனந்தபோதினி* இரண்டு பத்திரிகைகளுக்கும் உதவி ஆசிரியர் என்கிற புரூப் திருத்துகிற வேலையைச் செய்யப் புறப்பட்டுவிட்டான். (ஆரம்பத்தில் மாசம் 30 ரூபாய் தான் வாங்கினான் என்று ஞாபகம்.) விலைவாசிகள் உயர்ந்து தேவைக்கு வேண்டிய பொருள்கள் கிடைக்காத யுத்த காலம் அது. இதுவரை கிராமத்திலேயே வளர்ந்தவன். கோவில்பட்டிகூட அந்தக் காலத்தில் பெயருக்கு ஏற்ப ஒரு பட்டிதான்.

பின்னால் அத்தனை வருஷங்கள் சென்னைப் பட்டினத்தில் வாழ்ந் திருந்தாலும் நகரத்தின் மேட்டிமை துளிக்கூட அவனிடம் ஒட்டவே யில்லை. அங்கேயும் அவன் ஒரு பழுத்த கிராமவாசியைப் போலத்தான்

நடை உடை பாவனைகளில் இருந்தான். இவற்றின் உச்சம் அந்தச் சென்னைப் பட்டினத் தமிழ்ப் பேச்சு இவனிடம் அறவே ஒட்டாதது. இங்கே யாரோடு அவன் தெலுங்கில் பேசினானோ அதே மாதிரி வந்தபோதும் பேசினான். எங்களைச் சிரிக்கவைக்க மட்டுமே எங்களிடம் சென்னைப் பட்டினத்துத் தமிழ் மாதிரி பேசிச் சிரிக்கவைப்பான்.

மெட்றாஸ் போனதும் எழுதிய முதல் கடிதம்:

தேதி: 31.12.43. "... எனக்கு உங்களை எல்லாம் பிரிந்து வந்தது எப்படியோ இருக்கிறது ... திடீர் திடீர் என்று ஊர் நினைப்பு வந்து சோர்ந்து போகிறது. இதுபோல் பிரிவுத்துயரில் நான் கஷ்டப்பட்டதே கிடையாது. என்னதான் செய்வது? தெற்கு முகமாய் பார்த்து 'ஏ திருநெல்வேலி ஜில்லாவே! நண்பர்களே' என்று அலறட்டுமா என்றிருக்கிறது ..."

அந்த நாளில் அவனுடைய சென்னை வாழ்க்கை சந்தோஷமாக அமையவில்லை. அதைவிட்டு இடைசெவலுக்கு ஓடி வந்தாலும் இங்கேயும் கஷ்டம்தான்.

'தாய்க்கு தலைமகன்' என்ற விதத்தில் இவனுடைய அம்மாவுக்குத் தன்னுடைய குழந்தைகளிலெல்லாம் இவன் பேரில் மட்டும் ஒரு தனிப் பிரியம். *"ராஜா வந்திருக்கிறார்"* என்ற கதையில் இவன் தனது தாயார் தாயம்மாளுக்கு ஒரு கோவிலே கட்டியிருக்கிறான். அதில் மங்கம்மாள் என்ற பெண் குழந்தைப் பாத்திரம் ஒன்றுதான் அந்தக் கதையில் கற்பனை. தங்களுக்கு உடன் பிறப்பாக ஒரு பெண் இல்லையே என்ற ஏக்கம் இவனுக்கும் உண்டு. அதை இப்படித் தீர்த்துக்கொண்டான்! இந்தக் கதையை இன்று படித்தாலும்கூட – சில இடங்களை – கண்கள் நனையாமல் படிக்க முடிகிறதில்லை என்னால்.

பாலம்மாவின் கதையில் சொல்லப்படுவது கிட்டத்தட்ட அவனுடைய அம்மாவின் கம்மல்களைப் பற்றித்தான்.

அழகம்மாள் கதையில் தன்னுடைய அம்மாவையும் அப்பாவையும் தன்னையும் வைத்தே ஒரு சித்திரம் பின்னி இருக்கிறான். அழகம்மாளும் கிருஷ்ண கோனாரும் – பெரும்பாலும் – இவனது பெற்றோர்கள்தான்; கதை வடிவத்துக்காகச் சில இடங்களில் ஏற்ற இறக்கம் கொடுத்திருக்கிறான். ஆகவே கதையை அப்படியே எடுத்துக்கொள்ளக் கூடாது.

கதைகளின் மூலத்தைப் பொதுவாகத் தேடக் கூடாதுதான்; ஆனாலும் – எவ்வளவு மறைத்தாலும் – ஒரு ஓரை தெரியவே செய்யும். அதோடு இந்தத் 'தேடல்' அவனுக்குப் பிடிக்காது; எனக்கும்தான்; எந்த எழுத்தாளனுக்கும்தான்.

சொந்த வாழ்க்கையைப் பற்றிய பிறந்த வீட்டைப் பற்றிய நெருங்கிய நண்பர்கள் பற்றி கதைகள் இவனுக்குப் பெரும் வெற்றியைத் தேடித்தந்திருக்கிறது.

சிறு வயசிலிருந்தே இவனுக்கு தியாகய்யரின் கீர்த்தனைகளில், அந்த இசை மெட்டுகளில் தீராத மோகம். இசை மேதை பீதோவன் பற்றிப் பேச்சில் குறிப்பிடும்போது "ஜெர்மானிய தேசத்து தியாக பிரம்மம்" என்றே சொல்லுவான். தெலுங்கு இவனுக்குத் 'தாய்ப்பாலாக' இருந்ததி னால் தியாகராஜ கிருதிகளை ஓரளவு பொருள் உணர்ந்து அனுபவிக்கவும் முடிந்தது.

ஒரு நாள் நாகர்கோவிலில் தியாகய்யரைப் பற்றிய சினிமாப்படம் பார்க்கப் போனோம் நானும் அழகிரிசாமியும். தமிழில் இதுவரை தியாகய்யரைப் பற்றி இரண்டு மூன்று படங்கள் வந்த ஞாபகம். அவ்வளவிலும் கதை ஒன்றேதான். படத்தைப் பார்த்துவிட்டுப் பேசிக் கொண்டே புத்தேரியைப் பார்த்து நடந்தோம். நல்ல நிலவு. அழகிரிசாமி சொன்னான். "படத்தை எடுத்தவர்கள் அவருடைய பாடல்களை மறந்து விட்டார்கள்!; அதுதான் ரொம்ப முக்கியம். பாடல்களின் அடிப்படையில் படத்தை உருவாக்கி இருக்க வேண்டும். இப்படிச் சொல்லிவிட்டு சில கீர்த்தனைகளைப் பாடிக்காட்டினான். மோகனராகத்தில் அமைந்த "நன்னு பாலிம்ப நடசி வச்சிதிவோ?" ("என்னை பரிபாலிக்க நடந்தே வந்தாயோ" என்று ராமனைப் பார்த்துக் கேட்கிறார்.) தியாகய்யரைப் பார்க்க திருவையாறுக்கு ராமன் எப்போது வந்தான் நடந்தே? ஆனாலும் அப்படி நடந்ததாகவே அவர் சொல்லுகிறார். இதை ஒரு காட்சியாக ஏன் கொண்டு வந்திருக்கக் கூடாது? படத்துக்கு என்னைக் கதை எழுதச் சொன்னால் தியாகய்யரின் பாடல்களிலிருந்தே அவரது வாழ்க்கையை உருவாக்குவேன்; அதுதான் நிஜமான கதையும்கூட". மணிமேடை ஜங்ஷனிலிருந்து புத்தேரி ஆஸ்பத்திரிக்கு நடந்து போகும்போது அவன் மனசுக்குள் விழுந்த இந்த விதைதான் பின்னால் *திரிவேணி* கதையாக வந்தது.

சுபாவத்தில் இவன் மிகுந்த சங்கோஜி. தன்னைச் சூழ்ந்த மனித கூட்டத்துக்கு மத்தியில் ஒரு பழகிய முகம் துணைக்கு இருந்தால் அன்றித் 'தனியாக' இருப்பது இவனுக்கு நெருப்பின் மேல் இருப்பதைப் போலிருக்கும். குழந்தையைப் போல், பத்ரவுணர்வு தேடுகிறவன். அறிந்த முகம் பக்கத்தில் இல்லையானால் தவித்துப் போய்விடுவான்! சக பயணிகளோடு சாமான்யமாக ஒட்டமாட்டான். பெண்கள் என்றாலோ காததூரம் ஒதுங்கி ஓடுவான். "ஞாபகார்த்தம்" கதையில் வருகிற கோவிந்தராஜன் இவன் பெற்றெடுத்த அசல்பிள்ளை; அப்பனுக்கு மகன் தப்பாமல் பிறந்திருக்கிறான்!

❍

*1950*ஆம் ஆண்டை ஒட்டிக் கரிசல் காட்டில் "பிண்ணாக்குப் பஞ்சம்" வந்தது. பிண்ணாக்குப் பஞ்சம் என்றால் பிண்ணாக்கு கிடைக்காமல் ஏற்பட்ட பஞ்சம் இல்லை! சாப்பிடுவதற்கு ஒன்றுமே கிடைக்காதபோது கடலைப் பிண்ணாக்கை மட்டுமே—அது ஒன்றுதான் கிடைத்தது"— தின்று ஜனங்கள் உயிர் வாழ்ந்தார்கள். கொஞ்சம் வசதியாக வாழ்ந்தவர்கள் மொச்சைக் கொட்டையை வாங்கி அவித்துத் தின்றார்கள்.

ஆகவே இதற்கு ‘மொச்சைக் கொட்டைப் பஞ்சம்’ என்றும் மற்றொரு பெயர் உண்டு. அப்போது அழகிரிசாமி இடைசெவலில்தான் இருந்தான்.

கிட்டத்தட்ட இதே காலத்தில் ஆந்திராவிலுள்ள ராயல சீமாவிலும் பஞ்சம் வந்தது. இங்குள்ள ஜனங்கள் பிழைப்பைத் தேடி வடக்கே போனார்கள். வடக்கேயிருந்து மக்கள் பஞ்சம் பிழைக்க தெற்கே பார்த்து வந்தார்கள்.

ஒரு நாள் கோவில்பட்டி பஜாரில் கூட்டம் கூட்டமாக, சுத்தமான தெலுங்கு மொழியில் கணீர் என்ற உச்சரிப்புடன் ஆணும் பெண்ணும் பிச்சை கேட்டதைப் பார்க்க முடிந்தது. புதுசாகப் பிச்சை எடுக்கிறவர்கள், ‘இல்லை’ என்று சொன்ன உடனேயே அங்கிருந்து நகர்ந்துவிடுவார்கள். அதோடு தயங்கித் தயங்கிக் கேட்பார்கள். அது மனசை அறுக்கும் காட்சி.

அப்பொழுது பிச்சைக்குட்டி (பின்நாளில் வில்லிசை பிரபல்யம்) கோவில்பட்டியில் வாத்தியார் வேலை பார்த்துக்கொண்டிருக்கிறார். ஒரு நாள் நடந்ததைக் கேள்விப்பட்டு, என்னிடம் சொன்னார், ஒரு அம்மா (ராயல சீமாவிலிருந்து பஞ்சம் பிழைக்கவந்தவர்கள்) தனது இரு மகள்களையும் வற்புறுத்தி, சிலரிடம் ஒப்படைத்ததாகவும், காலையில் அந்த அம்மாள் கையில் இரண்டு பத்து ரூபாய் நோட்டுகள் வைத்திருந்தது கண்டு, ‘ஏது?’ என்று அந்த மகள்கள் கேட்டதாகவும், ராத்திரி நீங்கள் நடந்துகொண்டதுக்காக அவர்கள் கொடுத்த ரூபாய் என்று சொன்னதாகவும், அவர்கள் ஆச்சரியத்துடன் ஒருவர் முகத்தை ஒருவர் பார்த்து, தேவலையே என்று சொன்னதாகவும், சொன்ன பிச்சைக்குட்டி, “நாள் பூராவும் பசியோடு சிலபைசாக்களே சேர்த்தவர்களுக்கு இரண்டு பத்து ரூபாய் நோட்டுகளைப் பார்த்ததும் இது தேவலை என்ற முடிவுக்கு வந்துவிட்டார்கள்; பாத்தியளா” என்று வருத்தத்துடன் சொன்னார்.

இதை நான் அழகிரிசாமியிடம் வந்து அப்படியே சொன்னேன். இதை அவன் கதைக்குள் கொண்டு வந்தபோது, ஒரு சிறிய மாற்றம் செய்தான். கதை முடிவில், அந்தப் பெண்கள் சிரித்ததாகச் சொல்லுகிறான். அந்தச் ‘சிரிப்பை’ திரிபுரம் எரித்த சிவனின் சிரிப்போடு ஒப்பிடுகிறான். அந்தச் சிரிப்பு திரிபுரத்தை மட்டுமே எரித்தது; இதுவோ, ஜகத்தினை அழிக்கும் சிரிப்பு என்கிறான்.

இடைசெவலிலும் பஞ்சம் நடந்தது. ஆட்கள் பட்டினியில் செத்தார்கள். கிராம அதிகாரிகள், மேலாவின் சொல்படி வயிற்றோட்டத்தினால் மரணம் என்று ஜனனமரண ரிஜிஸ்தரில் பதிந்தார்கள். இந்தக் காட்சி எல்லாத்தையும்விட அழகிரிசாமிக்கு அந்தக் காட்சியே மனசை மிகவும் உலுக்கியது.

இதே காலத்தில் நடந்த இன்னொரு காட்சி :

இவனுடைய பக்கத்து வீட்டில் ஒரு பெரியம்மாள். ரொம்ப நாளைக்கு அப்புறம் இவன் அன்றுதான் மெட்றாஸிலிருந்து வந்திருந்தான். எல்லோரும், வா, எப்ப வந்தே என்று கேட்கிறார்கள். அந்தப் பெரியம்மாள்

இவனையே பார்த்துக்கொண்டிருந்தாள்; வா என்று கேட்கவில்லை. பார்வை மங்கலாகிவிட்டதோ என்று நினைத்து "என்ன பெரியம்மா செல்லையா வந்திருக்கேன்" என்று சொன்னான். அதற்கு அவள் "தெரியுது தெரியுது" என்று மட்டுமே சொன்னாள். "அப்பா வந்தியா" என்று வாஞ்சையோடு கொண்டாடும் அந்தப் பெரியவள் இப்படிச் சொன்னது இவனுக்கு அதிர்ச்சியானாலும், காரணம் என்ன என்று விசாரித்தான் தன் அம்மாவிடம். வாழ்க்கை கஷ்டத்தில் லோல் படுவதை விஸ்தாரமாகக் கேட்ட பின்தான் விளங்கியது ஏழ்மை மனிதத்தை எப்படிக் கொன்றுவிட்டது என்பது. (கதை: "சிற்றன்னை") [இந்தத் தலைப்புள்ள கதை கிடைக்கவில்லை. ஆனால் 'சந்திப்பு' என்ற கதை இதைப் போன்றதே. — பதிப்பாசிரியர்].

இப்படி அவன் கதைகள் எல்லாத்துக்கும் நதி மூலம் தேடிக்கொண்டு இருப்பது எனக்கு விருப்பம் இல்லை. சிலதைச் சொல்ல முடிந்தது.

கொல்லிப்பாவை (1978)

❖

பின்னிணைப்பு 3

கு. அழகிரிசாமி கதைகள்
தொகுதி வரிசை

1. **சிரிக்கவில்லை**

   1. சிரிக்கவில்லை, 2. பெரிய மனுஷி, 3. திரிபுரம், 4. வெறும் நாய், 5. மீனா, 6. ரசவிகாரம், 7. பாலம்மாள் கதை.

   தமிழ்ப் புத்தகாலயம், மயிலாப்பூர், சென்னை.
   முதல் பதிப்பு: ஜனவரி 1952. விலை ரூ. 4.25

2. **கு. அழகிரிசாமி கதைகள்**

   1. அன்பளிப்பு, 2. ஏமாற்றம், 3. 'ராஜா வந்திருக்கிறார்', 4. இரண்டு பெண்கள், 5. இரண்டு ஆண்கள், 6. சாப்பிட்ட கடன், 7. கல்யாண கிருஷ்ணன், 8. ஞாபகார்த்தம், 9. அழகம்மாள், 10. திரிவேணி.

   சக்தி காரியாலயம், சென்னை.
   முதல் பதிப்பு: ஜூன் 1952. விலை ரூ. 3.75

3. **தவப்பயன்**

   1. தவப்பயன், 2. பார்த்தது, 3. தகப்பனும் மகளும், 4. ஆண் மகன், 5. 17ஆம் நம்பர் வீட்டு நாய், 6. பாம்புக் குட்டி, 7. வாத்தியாரம்மாள், 8. புது உலகம், 9. காடாறு மாதம், 10. மூல காரணம், 11. ஓட்டப்பந்தயம்.

   தமிழ்ப் புத்தகாலயம், சென்னை.
   முதல் பதிப்பு: ஜனவரி 1956. விலை ரூ. 2.00

4. **காலகண்டி**

   1. காலகண்டி, 2. ஆதாரம் இருக்கிறதா?, 3. முருங்கை மர மோகினி, 4. உலகம் யாருக்கு?, 5. கிழவியின் லட்சியம், 6. பட்டுச் சொக்காய், 7. தர்ம ராஜ்யம், 8. காதல் போட்டி.

   தமிழ்ப் புத்தகாலயம், திருவல்லிக்கேணி, சென்னை.
   முதல் பதிப்பு: 1959. விலை ரூ. 2.00

5. **தெய்வம் பிறந்தது**

   1. தெய்வம் பிறந்தது, 2. சுயரூபம், 3. தம்பி ராமையா, 4. வசந்தாவின் தந்தை, 5. இருவர் கண்ட ஒரே கனவு, 6. இதுவும் போச்சு சிவசிவா!,

7. குமாரபுரம் ஸ்டேஷன், 8. பேதைமை.

தமிழ்ப் புத்தகாலயம், திருவல்லிக்கேணி, சென்னை.
முதல் பதிப்பு: ஏப்ரல் 1960. விலை ரூ. –

6. **இரு சகோதரர்கள்**

1. இரு சகோதரர்கள், 2. சொல்லும் பொருளும், 3. இரண்டு கணக்குகள், 4. நல்லவள், 5. சந்திப்பு, 6. காதல் பிரச்னை, 7. பெருமாள் எழவில்லை!, 8. தரிசனம், 9. மனப்பால்.

தேன்மழைப் பதிப்பகம், சென்னை.
தேன்மழையின் முதல் பதிப்பு: ஜூன் 1987. விலை ரூ. 11.25

7. **கற்பக விருட்சம்**

1. கற்பக விருட்சம், 2. திருவொற்றியூர் வல்லி, 3. யாருக்குக் கட்டிய வீடு?, 4. சிங்கப்பூர் சென்ற மகன், 5. அக்கினி கவசம், 6. புரட்சி எழுத்தாளரின் கதாநாயகி, 7. காற்று.

தமிழ்ப் புத்தகாலயம், திருவல்லிக்கேணி, சென்னை.
முதல் பதிப்பு: மார்ச் 1965. விலை ரூ. 2.00

8. **வரப்பிரசாதம்**

1. வரப்பிரசாதம், 2. போலி, 3. ஒருவன் இருக்கிறான், 4. கார் வாங்கிய சுந்தரம், 5. தியாகம், 6. சரஸ்வதி பூஜை, 7. அழகின் விலை, 8. ஒரு மாத லீவ், 9. பெரிய பேய், 10. விட்ட குறையைத் தொட்ட குறை.

தமிழ்ப் புத்தகாலயம், திருவல்லிக்கேணி, சென்னை.
முதல் பதிப்பு: ஜூன் 1966. விலை ரூ. 4.00

9. **அன்பளிப்பு**

1. அன்பளிப்பு, 2. ஏமாற்றம், 3. "ராஜா வந்திருக்கிறார்", 4. இரண்டு பெண்கள், 5. இரண்டு ஆண்கள், 6. சாப்பிட்ட கடன், 7. கல்யாண கிருஷ்ணன், 8. ஞாபகார்த்தம், 9. அழகம்மாள், 10. திரிவேணி, 11. தேவ ஜீவனம், 12. எங்கிருந்தோ வந்தார்.

தமிழ்ப் புத்தகாலயம், திருவல்லிக்கேணி, சென்னை.
முதல் பதிப்பு: 1967. விலை ரூ. –

10. **செவி சாய்க்க ஒருவன்**

1. அபார ஞாபகம், 2. செவி சாய்க்க ஒருவன், 3. அதிருப்தி, 4. தீ விபத்து, 5. புத்தி, 6. தன்னையறிந்தவர், 7. சிறுமைக் கதை.

தேன்மழைப் பதிப்பகம், சென்னை.
முதல் பதிப்பு: மார்ச் 1987. விலை ரூ. 20.00

11. கவியும் காதலும்

1. கவியும் காதலும், 2. உறக்கம் கொள்ளுமா?, 3. மளிகைக்கடை சரசுவதி, 4. இரவு, 5. குழந்தையின் தியாகம், 6. வள்ளியின் வாழ்க்கை, 7. வள்ளியம்மையின் அதிருஷ்டம், 8. பைரவி, 9. விதவை, 10. தேவையும் தெய்வமும், 11. விட்ட குறை, 12. சுப்பையாத் தேவரின் கனவு, 13. சத்தியவான், 14. ஜாதியாசாரம்!, 15. மற்றொரு பயிற்சி.

தேன்மழைப் பதிப்பகம், சென்னை.
முதல் பதிப்பு: மார்ச் 1990. விலை ரூ. 20.00

12. துறவு

1. துறவு (பாகம் 1), 2. துறவு (பாகம் 2), 3. மாறுதல்.

தேன்மழைப் பதிப்பகம், சென்னை.
முதல் பதிப்பு: மார்ச் 1990. விலை ரூ. 12.00

13. புதிய ரோஜா

1. புதிய ரோஜா, 2. முகக்களை, 3. புன்னகை, 4. கண்ணம்மா, 5. பங்கஜத்தின் தற்கொலை.

தேன்மழைப் பதிப்பகம், சென்னை.
முதல் பதிப்பு: மார்ச் 1990. விலை ரூ. 13.00

❖

பின்னிணைப்பு 4

கு. அழகிரிசாமி கதைகள்: கால வரிசை

எண்	கதையின் பெயர்	முதல் வெளியீடு	தொகுதி	கால ஆதாரம் / பிற குறிப்புகள்
1.	உறக்கம் கொள்ளுமா ?	ஆனந்த போதினி, 1942	கவியும் காதலும்	கு. அழகிரிசாமி பேட்டி தீபம், நவம்பர் 1966
2.	இரவு	பிரசண்ட விகடன், 1942	கவியும் காதலும்	அழகிரிசாமியின் வீட்டில் கிடைத்த குறிப்பு.
3.	கவியும் காதலும்	ஆனந்த போதினி, 1942	கவியும் காதலும்	அழகிரிசாமியின் வீட்டில் கிடைத்த குறிப்பு.
4.	வனஜம்	பிரசண்ட விகடன், 1942	தொகுக்கப்படாதது	கையெழுத்துப் படி. முதன்முறையாக நூலாக்கம் பெறுகிறது.
5.	விதவை	பிரசண்ட விகடன், 1942	கவியும் காதலும்	அழகிரிசாமியின் நாட்குறிப்பு
6.	பைரவி	ஆனந்த போதினி, 1942	கவியும் காதலும்	வீட்டுக்குறிப்பு
7.	வள்ளியம்மையின் அதிருஷ்டம்	ஆனந்த போதினி, 1942	கவியும் காதலும்	வீட்டுக்குறிப்பு
8.	வள்ளியின் வாழ்க்கை	தமிழன், 1942	கவியும் காதலும்	வீட்டுக்குறிப்பு
9.	பித்தளை வளையல்	சக்தி, நவம்பர் 1943	தொகுக்கப்படாதது	முதல் வெளியீடு. முதன்முறையாக நூலாக்கம் பெறுகிறது.
10.	குழந்தையின் தியாகம்	ஆனந்த போதினி, 1943	கவியும் காதலும்	வீட்டுக்குறிப்பு

11.	முருங்கை மர மோகினி	பிரசண்ட விகடன், 1944	காலகண்டி	முன்னுரையில் அழகிரிசாமி
12.	மனசும் கல்லும்	பிரசண்ட விகடன், 1944	தொகுக்கப்படாதது	வீட்டுக்குறிப்பு. மறுபிரசுரம்: *காதம்பரி*, ஜூலை 1948. முதன்முறையாக நூலாக்கம் பெறுகிறது.
13.	சுப்பையாத் தேவரின் கனவு	பிரசண்ட விகடன், 1944	கவியும் காதலும்	வீட்டுக்குறிப்பு
14.	மளிகைக்கடை சரசுவதி	பிரசண்ட விகடன், 1944	கவியும் காதலும்	வீட்டுக்குறிப்பு
15.	வெந்தழலால் வேகாது	கலைமகள், மே 1946	தொகுக்கப்படாதது	முதல் வெளியீடு. முதன்முறையாக நூலாக்கம் பெறுகிறது.
16.	தேவையும் தெய்வமும்	சக்தி, ஏப்ரல் 1947	கவியும் காதலும்	முதல் வெளியீடு
17.	விட்ட குறை	சக்தி, ஜூன் 1947	கவியும் காதலும்	முதல் வெளியீடு
18.	தர்ம ராஜ்யம்	சக்தி, செப்டம்பர் 1947	காலகண்டி	முதல் வெளியீடு. 'தர்ம ராஜ்யத்தில்' பத்திரிகையில் வந்த தலைப்பு.
19.	ஏமாற்றம்	காண்டிபம், டிசம்பர் 1947	கு. அழகிரிசாமி கதைகள்/அன்பளிப்பு	முதல் வெளியீடு. 'அந்த ஏமாற்றம்' பத்திரிகையில் வந்த தலைப்பு.
20.	மீனா	காண்டிபம், ஜனவரி 1948	சிரிக்கவில்லை	முதல் வெளியீடு.
21.	ரச விகாரம்	சக்தி, ஜனவரி 1948	சிரிக்கவில்லை	முதல் வெளியீடு. *முல்லையில்* பகுதி கதை பிரசுரமாகியுள்ளது.

22.	காடாறு மாதம்	சக்தி, மே 1948	தவப்பயன்	முதல் வெளியீடு. 'பிரயாண மனிதன்' என்பது இந்தக் கதைக்கு முந்தைய பெயர் என்று கி.ரா. கூறுகிறார் (கு. *அழகிரிசாமி கடிதங்கள்*, ப.10).
23.	சிரிக்கவில்லை	சக்தி, ஜூன் 1948	சிரிக்கவில்லை	முதல் வெளியீடு
24.	திரிபுரம்	காண்டீபம், ஜனவரி 1949	சிரிக்கவில்லை	முதல் வெளியீடு
25.	தவப்பயன்	சக்தி, ஏப்ரல் 1949	தவப்பயன்	முதல் வெளியீடு
26.	ஓட்டப் பந்தயம்	சக்தி, ஜூலை 1949	தவப்பயன்	முதல் வெளியீடு
27.	17ஆம் நம்பர் வீட்டு நாய்	சக்தி, டிசம்பர் 1949	தவப்பயன்	முதல் வெளியீடு
28.	உலகம் யாருக்கு ?	காண்டீபம், ஜனவரி 1950	காலகண்டி	முதல் வெளியீடு
29.	'ராஜா வந்திருக்கிறார்'	சக்தி, ஜூன் 1950	கு. அழகிரிசாமி கதைகள் / அன்பளிப்பு	முதல் வெளியீடு
30.	சத்தியவான்	சக்தி, செப்டம்பர் 1950	கவியும் காதலும்	முதல் வெளியீடு
31.	வெறும் நாய்	காண்டீபம், ஜனவரி 1951	சிரிக்கவில்லை	முதல் வெளியீடு
32.	சாப்பிட்ட கடன்	மகிழ்ச்சி, ஜனவரி 1951	கு. அழகிரிசாமி கதைகள் / அன்பளிப்பு	நாட்குறிப்பு. விருதுநகரிலிருந்து வெளிவந்த இதழ்.
33.	தகப்பனும் மகளும்	பொன்னி, பிப்ரவரி 1951	தவப்பயன்	முதல் வெளியீடு
34.	இரண்டு பெண்கள்	சக்தி, ஏப்ரல் 1951	கு. அழகிரிசாமி கதைகள் / அன்பளிப்பு	முதல் வெளியீடு
35.	அன்பளிப்பு	சக்தி, அக்டோபர், நவம்பர் 1951	கு. அழகிரிசாமி கதைகள் / அன்பளிப்பு	முதல் வெளியீடு

36.	காதல் போட்டி	—	காலகண்டி	இது தனி நூலாகவும் 1951 அக்டோபரில் வெளிவந்துள்ளது.
37.	இரண்டு ஆண்கள்	பொன்னி, 1951	கு. அழகிரிசாமி கதைகள் / அன்பளிப்பு	நாட்குறிப்பு
38.	கல்யாணகிருஷ்ணன்	—	கு. அழகிரிசாமி கதைகள் / அன்பளிப்பு	நாட்குறிப்பு
39.	பாம்புக் குட்டி	—	தவப்பயன்	1942–52 இடையில் எழுதப்பட்டது என முன்னுரையில் அழகிரிசாமி தெரிவித்துள்ளார்.
40.	பாலம்மாள் கதை	கலைக்கதிர், 1951	சிரிக்கவில்லை	நாட்குறிப்பு
41.	பார்த்தது	—	தவப்பயன்	முன்னுரை
42.	பெரிய மனுஷி	—	சிரிக்கவில்லை	தொகுதியின் காலம்
43.	திரிவேணி	—	கு. அழகிரிசாமி கதைகள் / அன்பளிப்பு	தொகுதியின் காலம்
44.	பட்டுச் சொக்காய்	—	காலகண்டி	1952க்கு முன் எழுதப்பட்டது என முன்னுரையில் அழகிரிசாமி தெரிவித்துள்ளார்.
45.	அழகம்மாள்	—	கு. அழகிரிசாமி கதைகள் / அன்பளிப்பு	தொகுதியின் காலம்
46.	புது உலகம்	—	தவப்பயன்	1942–52 இடையில் எழுதப்பட்டது என முன்னுரையில் அழகிரிசாமி தெரிவித்துள்ளார்.

47.	காலகண்டி	சிவாஜி ஆண்டு மலர், அக்டோபர் 1951	காலகண்டி	நாட்குறிப்பு
48.	ஆண் மகன்	காதல், 1951	தவப்பயன்	நாட்குறிப்பு
49.	மூல காரணம்	—	தவப்பயன்	1942–52 இடையில் எழுதப்பட்டது என முன்னுரையில் அழகிரிசாமி தெரிவித்துள்ளார்.
50.	வாத்தியாரம்மாள்	—	தவப்பயன்	1942–52 இடையில் எழுதப்பட்டது என முன்னுரையில் அழகிரிசாமி தெரிவித்துள்ளார்.
51.	மாறுதல்	பொன்னி, பிப்ரவரி 1952	துறவு	முதல் வெளியீடு
52.	ஞாபகார்த்தம்	கலைக்கதிர், ஏப்ரல் 1952	கு. அழகிரிசாமி கதைகள் / அன்பளிப்பு	முதல் வெளியீடு
53.	ஜாதியாசாரம்!	—	கவியும் காதலும்	தொகுப்பின் உள்ளடக்கம்
54.	ஆதாரம் இருக்கிறதா ?	மலேய பத்திரிகை ஆண்டு மலர், 1955	காலகண்டி	1956க்கு முன் எழுதப்பட்டது என முன்னுரையில் அழகிரிசாமி தெரிவித்துள்ளார்.
55.	கிழவியின் லட்சியம்	கலைக்கதிர், பிப்ரவரி 1959	காலகண்டி	முதல் வெளியீடு
56.	தம்பி ராமையா	கல்கி, 19 ஏப்ரல் 1959	தெய்வம் பிறந்தது	முதல் வெளியீடு
57.	சுயரூபம்	கலைமகள், அக்டோபர் 1959	தெய்வம் பிறந்தது	முதல் வெளியீடு
58.	இரு சகோதரர்கள்	சுதேசமித்திரன் தீபாவளி மலர், 1959	இரு சகோதரர்கள்	முதல் வெளியீடு

59.	இதுவும் போச்சு சிவசிவா!	தாமரை, டிசம்பர் 1959	தெய்வம் பிறந்தது	முதல் வெளியீடு. ‘காதலும் கல்யாணமும்’ பத்திரிகையில் வந்த தலைப்பு.
60.	இருவர் கண்ட ஒரே கனவு	—	தெய்வம் பிறந்தது	தொகுதியின் காலம்
61.	வசந்தாவின் தந்தை	கல்கி, 10 ஜனவரி 1960	தெய்வம் பிறந்தது	நாட்குறிப்பு
62.	தெய்வம் பிறந்தது	தாமரை பொங்கல் மலர், 1960	தெய்வம் பிறந்தது	நாட்குறிப்பு
63.	பேதைமை	கலைக்கதிர், மார்ச் 1960	தெய்வம் பிறந்தது	முதல் வெளியீடு
64.	குமாரபுரம் ஸ்டேஷன்	கல்கி, 12 ஜூன் 1960	தெய்வம் பிறந்தது	முதல் வெளியீடு
65.	சந்திப்பு	தாமரை, ஜூன் 1960	இரு சகோதரர்கள்	நாட்குறிப்பு
66.	இரண்டு கணக்குகள்	கல்கி, 17 ஜூலை 1960	இரு சகோதரர்கள்	நாட்குறிப்பு, முதல் வெளியீடு
67.	நல்லவள்	கல்கி, 14 ஆகஸ்ட் 1960	இரு சகோதரர்கள்	நாட்குறிப்பு, முதல் வெளியீடு
68.	சொல்லும் பொருளும்	கல்கி, 25 டிசம்பர் 1960	இரு சகோதரர்கள்	முதல் வெளியீடு. 1960. இதழில் தலைப்பு ‘அவனும் அழுதான்’. இதன் ஆங்கில மொழிபெயர்ப்பு ஜூன் 1966இல் வெளிவந்துள்ளது.
69.	காதல் பிரச்னை	சுதேசமித்திரன், தீபாவளிமலர், 1960	இரு சகோதரர்கள்	நாட்குறிப்பு
70.	பெருமாள் எழவில்லை!	—	இரு சகோதரர்கள்	நாட்குறிப்பு. எழுதி முடித்தது 22 ஜூன் 1960.

71.	தரிசனம்	கல்கி, 15 ஜனவரி 1961	இரு சகோதரர்கள்	முதல் வெளியீடு. *இன்றைய தமிழ் இலக்கியம்* (1965) வாசகர் வட்ட நூலில் மறுபிரசுரமானது.
72.	மனப்பால்	தாமரை, ஜனவரி 1961	இரு சகோதரர்கள்	முதல் வெளியீடு
73.	சிங்கப்பூர் சென்ற மகன்	கல்கி, 23 ஏப்ரல் 1961	கற்பக விருட்சம்	நாட்குறிப்பு. முதல் வெளியீடு. எழுதி முடித்தது 18 மார்ச் 1961.
74.	காற்று	தாமரை, ஏப்ரல் 1961	கற்பக விருட்சம்	முதல் வெளியீடு
75.	கார் வாங்கிய சுந்தரம்	சுதேசமித்திரன் தீபாவளி மலர், 1961	வரப்பிரசாதம்	முதல் வெளியீடு
76.	அக்கினி கவசம்	தாமரை, அக்டோபர் 1961	கற்பக விருட்சம்	முதல் வெளியீடு
77.	கற்பக விருட்சம்	கல்கி, 12 நவம்பர் 1961	கற்பக விருட்சம்	முதல் வெளியீடு
78.	யாருக்குக் கட்டிய வீடு?	கல்கி, 10 டிசம்பர் 1961	கற்பக விருட்சம்	முதல் வெளியீடு
79.	திருவொற்றியூர் வல்லி	கல்கி, 19 ஜனவரி 1964	கற்பக விருட்சம்	முதல் வெளியீடு
80.	விட்ட குறையைத் தொட்ட குறை	கல்கி, 1 ஆகஸ்ட் 1965	வரப்பிரசாதம்	முதல் வெளியீடு
81.	அழகின் விலை	தீபம், செப்டம்பர் 1965	வரப்பிரசாதம்	முதல் வெளியீடு
82.	ஒரு மாத லீவ்	கல்கி, 7 நவம்பர் 1965	வரப்பிரசாதம்	முதல் வெளியீடு
83.	சரஸ்வதி பூஜை	தீபம், நவம்பர் 1965	வரப்பிரசாதம்	முதல் வெளியீடு

84.	தியாகம்	சுதேசமித்திரன் தீபாவளி மலர், 1965	வரப்பிரசாதம்	முதல் வெளியீடு
85.	புரட்சி எழுத்தாளரின் கதாநாயகி	—	கற்பக விருட்சம்	தொகுதியின் காலம்
86.	ஒருவன் இருக்கிறான்	கலைமகள், பிப்ரவரி 1966	வரப்பிரசாதம்	முதல் வெளியீடு
87.	வரம் வாங்கியவர்	உரவழி, ஏப்ரல் 1966	தொகுக்கப்படாதது	முதல் வெளியீடு. முதன்முறையாக நூலாக்கம் பெறுகிறது.
88.	தேவ ஜீவனம்	தாமரை, ஜூலை 1966	அன்பளிப்பு	முதல் வெளியீடு
89.	போலி	தீபம், ஆகஸ்ட் 1966	வரப்பிரசாதம்	முதல் வெளியீடு
90.	அபார ஞாபகம்	கல்கி, 2 அக்டோபர் 1966	செவிசாய்க்க ஒருவன்	முதல் வெளியீடு
91.	எங்கிருந்தோ வந்தார்	சுதேசமித்திரன், நவம்பர் 1966	அன்பளிப்பு	முதல் வெளியீடு
92.	வரப்பிரசாதம்	கல்கி வெள்ளிவிழா மலர், 1966	வரப்பிரசாதம்	முதல் வெளியீடு
93.	பெரிய பேய்	தினமணிக்கதிர், ஆகஸ்ட் 1966	வரப்பிரசாதம்	நாட்குறிப்பு
94.	மற்றொரு பயிற்சி	தீபம், ஏப்ரல் 1967	கவியும் காதலும்	முதல் வெளியீடு
95.	தீ விபத்து	தீபம், பிப்ரவரி 1968	செவிசாய்க்க ஒருவன்	முதல் வெளியீடு
96.	புத்தி	தீபம், 14 ஏப்ரல் 1968	செவிசாய்க்க ஒருவன்	முதல் வெளியீடு
97.	அதிருப்தி	கல்கி, ஏப்ரல் 1968	செவிசாய்க்க ஒருவன்	முன்னுரை
98.	தன்னையறிந்தவர்	கணையாழி, ஆகஸ்ட் 1968	செவிசாய்க்க ஒருவன்	முதல் வெளியீடு
99.	கண்ணம்மா	கல்கி தீபாவளிமலர், 1968	புதிய ரோஜா	முதல் வெளியீடு

100.	செவிசாய்க்க ஒருவன்	தீபம் தீபாவளிமலர், 1968	செவிசாய்க்க ஒருவன்	முதல் வெளியீடு
101.	புன்னகை	கல்கி, 29 செப்டம்பர் 1968	புதிய ரோஜா	நாட்குறிப்பு, முதல் வெளியீடு
102.	புதிய ரோஜா	கல்கி, 24 நவம்பர் 1968	புதிய ரோஜா	நாட்குறிப்பு, முதல் வெளியீடு
103.	சிறுமைக் கதை	தீபம், ஜனவரி 1969	செவிசாய்க்க ஒருவன்	முதல் வெளியீடு
104.	பங்கஜத்தின் தற்கொலை	கணையாழி, ஆகஸ்ட் 1969	புதிய ரோஜா	முதல் வெளியீடு
105.	முகக்களை	சுதேசமித்திரன், நவம்பர் 1969	புதிய ரோஜா	முதல் வெளியீடு. அநேகமாக இதுவே அழகிரிசாமி எழுதிய கடைசிக் கதையாக இருக்கலாம்.
	நிலைக்கண்ணாடி	தமிழ்நேசன்	—	சிதைந்த வடிவம்.
	வளையல்காரன்	சக்தி பொங்கல்மலர், 1944	தொகுக்கப்படாதது	‘செல்லையா’ (புனைபெயர் ?), முதல் வெளியீடு.
	துறவு	தீபம், பிப்ரவரி, மார்ச் 1966		குறுநாவல் என்பதால் இத்தொகுப்பில் சேர்க்கப்படவில்லை.
	வழுக்கி விழுந்த சகோதரி	—	—	அக்டோபர் 1961இல் எழுதப்பட்டது. கதை கிடைக்கவில்லை. புரட்சி எழுத்தாளரின் கதாநாயகியும் இதுவும் ஒன்றாக இருக்கலாம்.
	பிரேமாவின் தற்கொலை	—	—	ஜூலை 1968இல் எழுதப்பட்டது. கதை கிடைக்கவில்லை. பங்கஜத்தின் தற்கொலையும் இதுவும் ஒன்றாக இருக்கலாம்.
	பிரக்ஞை	—	—	கதை கிடைக்கவில்லை.

பின்னிணைப்பு 5

கு. அழகிரிசாமி கதைகள்
அகர வரிசை

		பக்கம்
1.	அக்கினி கவசம்	719
2.	அதிருப்தி	1008
3.	அபார ஞாபகம்	895
4.	அழகம்மாள்	389
5.	அழகின் விலை	781
6.	அன்பளிப்பு	300
7.	ஆண் மகன்	420
8.	ஆதாரம் இருக்கிறதா?	490
9.	இதுவும் போச்சு சிவசிவா!	549
10.	இரண்டு ஆண்கள்	339
11.	இரண்டு கணக்குகள்	625
12.	இரண்டு பெண்கள்	284
13.	இரவு	5
14.	இரு சகோதரர்கள்	536
15.	இருவர் கண்ட ஒரே கனவு	560
16.	உலகம் யாருக்கு?	199
17.	உறக்கம் கொள்ளுமா?	1
18.	எங்கிருந்தோ வந்தார்	905
19.	ஏமாற்றம்	118
20.	ஒரு மாத லீவ்	803
21.	ஒருவன் இருக்கிறான்	850
22.	ஓட்டப்பந்தயம்	186
23.	கண்ணம்மா	1035
24.	கல்யாண கிருஷ்ணன்	348
25.	கவியும் காதலும்	11
26.	கற்பக விருட்சம்	729

27. காடாறு மாதம்	...	146
28. காதல் பிரச்னை	...	652
29. காதல் போட்டி	...	317
30. கார் வாங்கிய சுந்தரம்	...	708
31. காலகண்டி	...	410
32. காற்று	...	699
33. கிழவியின் லட்சியம்	...	503
34. குமாரபுரம் ஸ்டேஷன்	...	598
35. குழந்தையின் தியாகம்	...	47
36. சத்தியவான்	...	226
37. சந்திப்பு	...	614
38. சரஸ்வதி பூஜை	...	815
39. சாப்பிட்ட கடன்	...	261
40. சிங்கப்பூர் சென்ற மகன்	...	689
41. சிரிக்கவில்லை	...	155
42. சிறுமைக் கதை	...	1078
43. சுப்பையாத் தேவரின் கனவு	...	65
44. சுயரூபம்	...	527
45. செவிசாய்க்க ஒருவன்	...	1050
46. சொல்லும் பொருளும்	...	640
47. ஞாபகார்த்தம்	...	468
48. தகப்பனும் மகளும்	...	271
49. தம்பி ராமையா	...	518
50. தர்ம ராஜ்யம்	...	111
51. தரிசனம்	...	671
52. தவப்பயன்	...	178
53. தன்னையறிந்தவர்	...	1019
54. தியாகம்	...	831
55. திரிபுரம்	...	167
56. திரிவேணி	...	376

57.	திருவொற்றியூர் வல்லி	...	756
58.	தீ விபத்து	...	978
59.	தெய்வம் பிறந்தது	...	586
60.	தேவ ஜீவனம்	...	872
61.	தேவையும் தெய்வமும்	...	90
62.	நல்லவள்	...	631
63.	பங்கஜத்தின் தற்கொலை	...	1088
64.	பட்டுச் சொக்காய்	...	384
65.	பாம்புக் குட்டி	...	356
66.	பார்த்தது	...	365
67.	பாலம்மாள் கதை	...	358
68.	பித்தளை வளையல்	...	42
69.	புத்தி	...	993
70.	புதிய ரோஜா	...	1069
71.	புது உலகம்	...	404
72.	புரட்சி எழுத்தாளரின் கதாநாயகி	...	840
73.	புன்னகை	...	1058
74.	பெரிய பேய்	...	948
75.	பெரிய மனுஷி	...	370
76.	பெருமாள் எழவில்லை!	...	664
77.	பேதைமை	...	592
78.	பைரவி	...	28
79.	போலி	...	886
80.	மளிகைக்கடை சரசுவதி	...	74
81.	மற்றொரு பயிற்சி	...	956
82.	மனசும் கல்லும்	...	60
83.	மனப்பால்	...	679
84.	மாறுதல்	...	453
85.	மீனா	...	124
86.	முகக்களை	...	1112

87. முருங்கை மர மோகினி	...	53
88. மூல காரணம்	...	431
89. யாருக்குக் கட்டிய வீடு?	...	740
90. ரச விகாரம்	...	136
91. "ராஜா வந்திருக்கிறார்"	...	210
92. வசந்தாவின் தந்தை	...	567
93. வரப்பிரசாதம்	...	928
94. வரம் வாங்கியவர்	...	860
95. வள்ளியம்மையின் அதிருஷ்டம்	...	33
96. வள்ளியின் வாழ்க்கை	...	38
97. வனஜம்	...	15
98. வாத்தியாரம்மாள்	...	440
99. விட்டகுறை	...	100
100. விட்ட குறையைத் தொட்ட குறை	...	767
101. விதவை	...	23
102. வெந்தழலால் வேகாது	...	79
103. வெறும் நாய்	...	240
104. ஜாதியாசாரம்!	...	479
105. 17ஆம் நம்பர் வீட்டு நாய்	...	195
நிலைக்கண்ணாடி	...	1127
வளையல்காரன்	...	1131

❖

பின்னிணைப்பு 6

கு. அழகிரிசாமி படைப்புகள்

சிறுகதைத் தொகுதிகள்

1. சிரிக்கவில்லை, தமிழ்ப் புத்தகாலயம், மயிலாப்பூர், சென்னை, 1952
2. கு. அழகிரிசாமி கதைகள், சக்தி காரியாலயம், சென்னை, 1952
3. தவப்பயன், தமிழ்ப் புத்தகாலயம், சென்னை 5, 1956
4. காலகண்டி, ,, 1959
5. தெய்வம் பிறந்தது, ,, 1960
6. இரு சகோதரர்கள், ,, 1961
7. கற்பக விருட்சம், ,, 1965
8. வரப்பிரசாதம், ,, 1966
9. அன்பளிப்பு, ,, 1967
10. செவிசாய்க்க ஒருவன், தேன்மழைப் பதிப்பகம், சென்னை, 1987
11. கவியும் காதலும், ,, ,, 1990
12. துறவு, ,, ,, 1990
13. புதிய ரோஜா, ,, ,, 1990

நாவல்கள்

1. டாக்டரா விபசாரியா? (ஸரஸாங்கி), சக்தி காரியாலயம், சென்னை, முதல் பதிப்பு, 1950 ?.
   டாக்டர் அனுராதா, தமிழ்ப் புத்தகாலயம், சென்னை, இரண்டாம் பதிப்பு, 1963.
2. புதுவீடு புதுஉலகம், தேன்மழைப் பதிப்பகம், சென்னை, 1988
3. தீராத விளையாட்டு, ,, 1988

கட்டுரை நூல்கள்

1. இலக்கியச் சுவை, தமிழ்ப் புத்தகாலயம், சென்னை, 1955
2. இலக்கியத் தேன், ,, 1957
3. இலக்கிய அமுதம், ,, 1958
4. இலக்கிய விருந்து, ,, 1958
5. நான் கண்ட எழுத்தாளர்கள், ,, 1961

6. தமிழ் தந்த கவியமுதம், தமிழ்ப் புத்தகாலயம், சென்னை, 1962
7. கு. அழகிரிசாமி கட்டுரைகள், தேன்மழைப் பதிப்பகம், சென்னை, 1991
8. வசனம் வந்த வழி, தேன்மழைப் பதிப்பகம், சென்னை, 1992

சிறுவர் நூல்கள்

1. மூன்று பிள்ளைகள், தமிழ்ப் புத்தகாலயம், சென்னை, 1962
2. காளி வரம், தமிழ்ப் புத்தகாலயம், சென்னை, 1962
3. பயந்தாங்கொள்ளி,   ?

நாடகங்கள்

1. கவிச்சக்கரவர்த்தி, தமிழ்ப் புத்தகாலயம், சென்னை, 1963
2. வஞ்சமகள் (நாடகங்கள்), தமிழ் எழுத்தாளர் கூட்டுறவுச் சங்கம், சென்னை 8, 1968 (பரங்கியர் வந்தார், ஞானரதம், ஜன்மப்பகை முதலிய வானொலி நாடகங்களும் அடங்கியது.)

மொழிபெயர்ப்புகள்

1. அமெரிக்காவிலே – மாக்ஸிம் கார்க்கி, தமிழ்ப் புத்தகாலயம், சென்னை, 1951
2. லெனினுடன் சில நாட்கள் – மாக்ஸிம் கார்க்கி, தமிழ்ப் புத்தகாலயம், மயிலாப்பூர், சென்னை, 1951
3. விரோதி பணியாவிட்டால் – மாக்ஸிம் கார்க்கி, நவயுக பிரசுராலயம், 1952
4. பூலோக யாத்திரை – எம். இலின், சக்தி காரியாலயம், சென்னை, 1952
5. ஆரோக்கிய வாழ்வு – மகாத்மா காந்தி, காந்தி நூல் வெளியீட்டுக் கழகம், சென்னை, 1959
6. ஆரோக்கியத் திறவுகோல் – மகாத்மா காந்தி, தமிழ்நாடு காந்தி நினைவு நிதி, மதுரை, 1960
7. இராம நாமமும் இயற்கை வைத்தியமும் – மகாத்மா காந்தி, காந்தி நூல் வெளியீட்டுக் கழகம், சென்னை, 1960
8. சுதேசி குறித்த படைப்புகள் – மகாத்மா காந்தி, காந்தி நூல் வெளியீட்டுக் கழகம், சென்னை, 1963
9. பல நாட்டுச் சிறுகதைகள் (14 நாடுகள், 16 கதைகள்), தமிழ்ப் புத்தகாலயம், சென்னை, 1961

10. இந்தியாவின் ஒருமைப்பாடு – சொற்பொழிவுத் திரட்டு 1951 - 1960, – டாக்டர் ராஜேந்திர பிரசாத், தகவல், ஒலிபரப்புத் துறையின் பப்ளிகேஷன் டிவிஷன், தில்லி, 1963

11. அக்பர் – லாரன்ஸ் பின்யன், நேஷனல் புக் டிரஸ்ட், தில்லி, 1966

12. அறிவியலின் எல்லைகள் – லின் பூலே, ஐக்கிய நாடுகள் தகவல் சேவை மையம், சென்னை, 1967

பதிப்புகள்

1. கம்ப ராமாயணம்: முதல் பாகம், பால காண்டம்; அயோத்தியா காண்டம், சக்தி காரியாலயம், சென்னை, 1958

2. கம்ப ராமாயணம்: இரண்டாம் பாகம், ஆரணிய காண்டம்; கிஷ்கிந்தா காண்டம், சக்தி காரியாலயம், சென்னை, 1959

3. கம்ப ராமாயணம்: மூன்றாம் பாகம், சுந்தர காண்டம், தமிழ்ப் புத்தகாலயம் சென்னை, 1965

4. அண்ணாமலை ரெட்டியார் காவடிச்சிந்து, சக்தி காரியாலயம், சென்னை, 1961

அச்சில் வராதவை

1. வைகுண்டத்தில் வால்மீகியும் கம்பரும் (நாடகம்)
2. மகுடாபிஷேகம்   (நாடகம்)
3. வாழ்வில் வசந்தம்   (நாடகம்)
4. மூன்று பொறாமைக்காரர்கள்   (சிறுவர் கதை)
5. குட்டிக் கதைகள்   (கதைகள்)

சில குறிப்புகள்

1950களில் டாக்டரா விபசாரியா? என்ற தலைப்பில் ஸரஸாங்கி என்ற புனைபெயரில் எழுதி வெளிவந்த நாவலை 1963இல் டாக்டர் அனுராதா என்ற தலைப்புடன் தன் இயற்பெயரில் இரண்டாம் பதிப்பாக அழகிரிசாமி வெளியிட்டார். முன்னுரையில் இவ்விவரங்களைப் பூடகமாக குறிப்பிட்டுள்ளார். "அப்போது இந்த நாவலை ஒரு புனைபெயருடன் வேறொரு தலைப்பில் எழுதினேன். இப்போது தலைப்பை மாற்றி என் இயற்பெயரில் வெளியிடுகிறேன்." (முன்னுரை, டாக்டர் அனுராதா, 1963). சிருங்கார ரசம் தொனிக்கும் புனைபெயரையும், முகம் சுளிக்க வைக்கும் நாவலின் பழைய தலைப்பையும் முன்னுரையில் அழகிரிசாமி தெரிவிக்கவில்லை.

புதுவீடு புதுஉலகம் 1968இல் அச்சில் இருந்ததாக ஒரு தகவல் உண்டு. எனினும் என் கைக்குக் கிடைத்தது 1988இல் வெளிவந்த தேன்மழை வெளியீடு மட்டும். 'நாடே ஓர் ஊர்' என்பது வாசகர் வட்டத்தின் *பிரயாண இலக்கியம்* (1966) நூலில் இடம்பெற்றுள்ள அழகிரிசாமி எழுதிய மலேயா பற்றிய ஒரு கட்டுரை. இதை ஒரு நூலாகச் சுட்டுவோரும் உண்டு.

அழகிரிசாமியின் மறைவிற்குப் பிறகு வெளிவந்த தேன்மழை வெளியீடுகளில் சில மாறுதல்கள் நிகழ்ந்தன. அளவில் பெரிய நூல்கள் பல சிறு நூல்களாயின. *தமிழ் தந்த கவியமுதம்* என்ற நூல், *தமிழ் தந்த கவிச்செல்வம், தமிழ் தந்த கவிஇன்பம், தமிழ் தந்த கவிஅமுதம்* என மூன்றானது. *கு. அழகிரிசாமியின் கட்டுரைகள்* என்ற நூல் *கதம்பமாலை, இலக்கிய நலம்* என்னும் நூல்களாகவும் வந்தன.

1950களில் மாக்ஸிம் கார்க்கியின் *அமெரிக்காவிலே, லெனினுடன் சில நாட்கள், யுத்தம் வேண்டாம், விரோதி பணியாவிட்டால்?* ஆகிய நான்கு நூல்களை அழகிரிசாமி மொழிபெயர்த்தார். கடைசிக்கு முந்தைய நூலின் முழுவிவரம் இன்னும் கிடைக்கவில்லை. டால்ஸ்டாய், செகாவ் பற்றிய கார்க்கியின் நினைவுக் குறிப்புகளை மொழிபெயர்த்து பத்திரிகை களில் பிரசுரித்து, பின் அவற்றை கார்க்கியின் கட்டுரைகள் கொண்ட *விரோதி பணியாவிட்டால்?* நூலில் சேர்த்துவிட்டதாக அழகிரிசாமி *(நான் கண்ட எழுத்தாளர்கள்* முன்னுரை) தெரிவித்துள்ளார்.

அண்ணாமலை ரெட்டியாரின் *காவடிச்சிந்து* நூலின் கையெழுத்து பிரதியை 1950இலேயே அழகிரிசாமி தயார் செய்துவிட்டதாகத் தெரிகிறது. முதல் பதிப்பாகக் குறிக்கப்படும் 1961இல் வெளிவந்த நூலுக்கு அழகிரிசாமி எழுதிய முன்னுரையின் தேதி 13.11.50 என உள்ளது. 'பத்து ஆண்டுகள் என் பெட்டியில் தூங்கியது' என அந்நூலின் பதிப்பாளர் வை. கோவிந்தனும் தெரிவிக்கிறார்.

❖

பின்னிணைப்பு 7

கு. அழகிரிசாமி வாழ்க்கைக் குறிப்பு

பிறப்பு	:	23 செப்டம்பர் 1923
பெற்றோர்	:	குருசாமி – தாயம்மாள்
உடன் பிறந்தோர்	:	நான்கு தம்பிகள்
கல்வி	:	பள்ளி இறுதி வகுப்பு: ஏ.வி. பள்ளி, கோவில்பட்டி வ.உ.சி. உயர்நிலைப் பள்ளி, கோவில்பட்டி
வேலை	:	ஆசிரியர், காளாம்பட்டி
		சென்னைப் பணியாளர் தேர்வாணையத் தேர்வில் தேறி, சுரண்டை, தென்காசி சார் பதிவாளர் அலுவலகங்களில் எழுத்தர் பணி (1942–1943)
		பத்திரிகை ஆசிரியர் பணி: பிரசண்டவிகடன், தமிழ்மணி, சக்தி, சென்னை (1944–1952) தமிழ்நேசன், மலேயா (1953–1957) காந்தி நூல் வெளியீட்டுக் கழகம், சென்னை (1958–1960) நவசக்தி, சென்னை (1960–1965) தமிழ் வட்டம், சென்னை (1968–1969) சோவியத் நாடு, சென்னை (1970)
திருமணம்	:	19 ஜனவரி 1955
மனைவி	:	சீதாலக்ஷ்மி (3.3.1932–12.5.2021)
மக்கள்	:	ராமசந்திரன் (1956–2022), சாரங்கராஜன், ராதா, பாரதி
மறைவு	:	5 ஜூலை 1970
பரிசு	:	கவிச்சக்கரவர்த்தி நாடகத்திற்கு தமிழ்நாடு அரசின் பரிசு. அன்பளிப்பு சிறுகதைத் தொகுதிக்காக மறைவிற்குப் பின் சாகித்திய அக்காதெமி விருது (1970).

❖

காலச்சுவடு பப்ளிகேஷன்ஸ் (பி) லிட்.
Published by Kalachuvadu Publications Pvt. Ltd.,
669 K.P. Road, Nagercoil 629001, India
Phone: 91-4652-278525
e-mail: publications@kalachuvadu.com

10/2024/S.No. 386, kcp. 5348, 18.6 (4) u9s